குமரிக் கண்டமும் தொல் திராவிடமும் ஆரியமும்

ம. கிருஷ்ணகுமார்

டிஸ்கவரி பப்ளிகேஷன்ஸ்
எண்: 9, பிளாட் எண்: 1080A, ரோஹிணி பிளாட்ஸ்,
முனுசாமி சாலை, கே.கே.நகர் மேற்கு,
சென்னை-600 078. பேச: 99404 46650

குமரிக்கண்டமும் தொல்திராவிடமும் ஆரியமும்

ஆசிரியர்: ம.கிருஷ்ணகுமார்©

Kumarikandamum Tholdravidamum Aariyamum

Author: **M.Krishnakumar**©

First Edition: Feb - 2022

வெளியீட்டு எண்: 0024

ISBN : 978-93-91994-02-0

Pages : 712

Rs. 1000

Discovery Team

Poncee, Visual Vinodh, Lark Bhaskaran, Gowsihan

Publisher • Sales Rights

Discovery Publications	**Discovery Book Palace (P) Ltd**
No. 9, Plot,1080A,	No. 6, Mahaveer Complex,
Rohini Flats,	Munusamy Salai,
Munusamy Salai,	K.K.Nagar West,
K.K.Nagar West,	Chennai-600 078.
Chennai - 600 078.	Ph: (044) 4855 7525
Mobile: +91 99404 46650	Mobile: +91 87545 07070

discoverybookpalace@gmail.com
WWW.DISCOVERYBOOKPALACE.COM

இந்த நூலில் பிரசுரமாகியுள்ள எந்த ஒரு பகுதியையும் பதிப்பாளரின் எழுத்துபூர்வமான முன்அனுமதி பெறாமல் எடுத்தாள்வதோ, மறுபிரசுரம் செய்வதோ, மொழியாக்கம் செய்வதோ, அச்சு மற்றும் மின்னணு ஊடகங்களில் மறுபதிப்புச் செய்வதோ, காப்புரிமைச் சட்டப்படி தடை செய்யப்பட்டுள்ளது. இந்த நூலிலிருந்து குறிப்பிட்டப் பகுதிகளை மேற்கோள்காட்டி புத்தக விமர்சனம் செய்ய, ஊடகங்களுக்கு மட்டும் அனுமதி உண்டு.

உங்கள் மொபைல் போனிலிருந்து ஸ்கேன் செய்து 'டிஸ்கவரி புக் பேலஸ்' மொபைல் ஆப்பை டவுன்லோடு செய்து, புத்தகங்களை வாங்குங்கள்.

சமர்ப்பணம்

என் தந்தை
தெய்வத்திரு. சொ.மல்லையன்
அவர்களுக்கு

நூலாசிரியர் உரை

'உலகில் உள்ள எல்லா விசயங்களும் ஏதோ ஒரு புள்ளியில்தான் தோன்றியது' என்று கூறுவார்கள். அதேபோல்தான், திராவிடம் பற்றிய இந்த ஆய்வும் ஒரு சிறு புள்ளியில் ஆரம்பித்த விஷயம்தான்.

சிறுவயது முதல் வாசிப்பில் மிகுந்த ஆர்வம் கொண்டிருந்த எனக்கு, அந்த ஆர்வம் காமிக்ஸ், க்ரைம் நாவல்கள், சமூக நாவல்கள், குடும்ப நாவல்கள், ஆன்மிக நாவல்கள் என்று கடந்து சரித்திர நாவல்கள் வரை சென்று நின்றது. கல்கியின் பொன்னியின் செல்வனும், பாலகுமாரனின் காதல் நிவந்தமும் சோழர்கள் மேல் ஒரு வித ஈர்ப்பை உண்டாக்கியிருந்தது. இதை இன்னும் உச்சத்துக்குக் கொண்டு சென்றது, பாலகுமாரனின் உடையாரும், கங்கை கொண்ட சோழனும்தான். தஞ்சாவூர் வழியே பயணம் செய்ய நேர்ப்படும்போதெல்லாம் செல்லும் வழியில் காணும் பழங்கால கோவில்கள் மீது இனம் புரியாத பற்று ஒன்று ஏற்படும்.

பின், சோழர்கள் கடந்து அதற்கு முந்தைய தமிழக வரலாறை அறிய முற்படும்போது குமரிக்கண்டமும், சிந்து சமவெளியும், கூடவே அது சார்ந்த தமிழ்மொழியின் தொடர்பும் அறிமுகமானது. குமரிக்கண்டம் பற்றி பெரிதளவு ஆய்வு செய்ய அப்போது எண்ணம் தோன்றியிருக்கவில்லை. தமிழின் பழைமை பற்றியும், திராவிட நாகரிகம் பற்றியும் வாசிப்பு தொடர்ந்தபோது அது சிந்து சமவெளி மொழி, தமிழ் மொழி ஆகியவற்றின் ஒற்றுமை பற்றிய கட்டுரை (ஐராவதம் மகாதேவன் எழுதிய கட்டுரை என்று நினைக்கிறேன்) ஒன்று வாசிக்க நேர்ந்த பொழுது, அதில் சிந்து சமவெளி முத்திரை எழுத்தை மொழி பெயர்க்கும்போது ஒரு சித்திர எழுத்தை 'மாறி இருத்தல்' அல்லது 'மாறுதல்' என்று கூறியிருப்பார். அதாவது சந்தையில் பொருள் பரிவர்த்தனை செய்வதை 'மாறுதல்' அல்லது 'மாறி கட்டுதல்' என்று சொல்லியிருப்பார். இந்த மாறி கட்டுதல் என்ற சொல்லே மார்க்கெட் (market) என்ற ஆங்கிலச் சொல்லாக மாறியிருக்க வேண்டும் என்று எண்ணம் தோன்றியது. இந்த எண்ணம்தான் அந்த ஒரு சிறிய புள்ளி.

இந்தப் புள்ளி விரிவடைந்து தமிழ், திராவிடம் என்று வளர்ந்து குமரிக்கண்டம் பற்றி ஆய்வு செய்யவேண்டும் என்ற எண்ணம் பெரிதாக வளர்ந்தது. அதைப்பற்றி தேடல் தொடங்கும்போது வாசிக்க முடிந்த புத்தகம்தான் எழுத்தாளர் பா.பிரபாகரன் எழுதிய 'குமரிக்கண்டமா? சுமேரியமா?' என்ற புத்தகம். இந்தப் புத்தகம் சுமேரிய நாகரிகம் பற்றிய அடிப்படைத் தகவல்களையும், பண்டைய குமரிக்கண்டம் என்பது சுமேரியாவாக இருக்கலாம் என்ற புதிய கருதுகோளையும் முன் வைத்தது. ஆனால்

அந்தக் கருதுகோள் சரியாக இருக்க முடியாது என்று மனதிற்குள் ஓர்எண்ணம் தோன்றியது. இந்த எண்ணம் திராவிட நாகரிகம் பற்றிய ஆய்வை பன்முகப் பரிமாண ஆய்வாக மாற்றியது.

இப்படி சிறிது சிறிதாக அந்தப்புள்ளி வளர்ந்து, வருடக்கணக்கில் நீண்டுகொண்டே போய்க்கொண்டு இருந்தது. நூல் போல் நீண்டு வளர்ந்த அந்தப் புள்ளி பல விஷயங்களை தொட்டுக்கொண்டு சென்று, வெளிக்கொணர்ந்து சென்றது. ஆனால் அவை எல்லாம் ஒரு பெரிய முடிச்சுபோல, அவற்றின் தொடர்ச்சி அல்லது தொடர்பு கிட்டாமலேயே இருந்தது. என்றேனும் அந்தப் பெரிய முடிச்சின் முனை கிடைக்கும் என்று நாள்கணக்கில் தேடிக்கொண்டு செல்லும்பொழுது, சிந்தனையின் ஓட்டத்தில் ஓரிடத்தில், ஒருநாளில் அதனுடைய முனை கிடைத்தது. அதன் பின் முடிச்சுகளை அவிழ்க்கும்போது கிடைத்த, அறியப்பட்ட புதிய விஷயங்கள், புதிய விளக்கங்கள் தொடர்ந்து வந்துகொண்டே இருந்தன.

அதுநாள் வரையில், மேற்கொண்ட ஆய்வில் புரியாத பல விஷயங்கள் புரிய ஆரம்பித்தன. அதற்கு சிறிது காலம் முன்பு பார்த்த, அர்த்தம் புரியாத பல படங்கள், படித்த பல கட்டுரைகள், பல புத்தகங்கள் மீண்டும் எடுத்துப் பார்த்தபோதும், படித்த போதும் அவை புரிபட ஆரம்பித்தது. எதைப் பார்த்தாலும், எதைக் கேட்டாலும் அதில் இந்த ஆய்விற்கு ஏதேனும் விஷயம் கிடைக்குமா என்று பார்க்க ஆரம்பித்தேன். இதனால் சில சமயங்களில் மூளையில் அழுத்தம் ஏறி பைத்தியம் பிடிக்கும்போல் இருந்தது. அந்த முடிச்சின் முனை கிடைக்கும் முன்பு, சில நேரங்களில் இந்த ஆய்வை விட்டுவிடலாமா என்று பல முறை நினைத்ததுண்டு.

மேலே கூறிய அந்த முடிச்சின் முனை கிடைப்பதற்குக் காரணம், சிந்தனைகளை குறுகியவட்டத்தில் வைத்துக்கொள்ளாமல் எல்லா வழிகளிலும், எல்லையற்று சிந்தித்ததுதான். அந்த முடிச்சுக் கிடைப்பதற்கு முன் சிந்தனைகள் ஒரு குறுகிய வட்டத்தில் இருந்ததுதான். உதாரணத்திற்கு, தமிழர் கலாசாரம் தற்போதைய தென்னகத்திற்கு தெற்கே, கடலுக்கடியில் மூழ்கிய குமரிக்கண்டம் என்ற நிலப்பரப்பில் தோன்றியது என்று மனதில் தோன்றிய குறுகிய சிந்தனை, அதைச் சுற்றியுள்ள இடங்களில் மட்டுமே ஆய்வுகளை மேற்கொள்ள வைத்தது. ஆனால் எந்த ஆதாரங்களும் கிட்டவில்லை. அதையும் தாண்டி ஆப்பிரிக்கப் பழங்குடி மக்களைப் பற்றி ஆராயும்போது அங்கிருந்து பல கலாசாரத் தடயங்கள் கிடைத்தன. மேலும் சுமேரிய மற்றும் எகிப்திய நாகரிகங்கள் பற்றி விரிவாகப் படிக்கும்போது அவற்றின் நாகரிக தொல்பொருள் தடயங்கள் எல்லாம் 5000 ஆண்டுகளுக்கு முன்பு உடையனவாக இருந்தன. ஆனால் தற்போதைய நம் தமிழகத்தில் கிடைத்த நாகரிக தொல்பொருள் தடயங்கள் வெறும் 2000 வருடங்கள் பழைமையானவையாக இருந்தன. இது இந்த ஆய்வின் தொடர்ச்சிக்கு மிகவும் பின்னடைவாக இருந்தது. திராவிட நாகரிகம் சுமேரிய, மற்றும் எகிப்திய நாகரிகங்களுக்கு பின்புதானா திராவிட நாகரிகம் என்று நினைக்கத் தோன்றி, அது மனதை சோர்வுறச் செய்தது. ஆனால் அதன் பின்னால் கிடைத்த ஒரு சிறு விஷயம், மீண்டும் இந்த ஆய்வை சுறுசுறுப்பாக்கியது.

திராவிட நாகரிகமும், தமிழர் கலாசாரமும் பழைமையானது என்று கூறி, நாம் வெறும் ஆயிரம், இரண்டாயிரம் ஆண்டுகளுக்கு முன்பிருந்த தமிழரின் தொல்பொருள் தடயங்களைக் குறித்துப் பெருமைபேசி வருகிறோம். அதில் ஓர் உதாரணம், திராவிடக் கட்டடக் கலை என்று நாம் கூறிக்கொள்ளும் நம்முடைய பழங்கால பெரிய கற்கோவில்கள் எல்லாம் வெறும் 1500 வருடங்கள் பழைமையானவை. அதுவும் நம்முடைய திராவிடக் கட்டடக் கலையா என்பது கேள்விக்குறிதான். ஆனால் உண்மையில் நம்முடைய நாகரிகமும் கலாசாரமும் அதற்கும் பல்லாயிரம் ஆண்டுகளுக்கு முன்பானது. அதாவது இன்றிலிருந்து கிட்டத்தட்ட 10,000 வருடங்களுக்கு முன்பு... அதற்கு முன்னும் தோன்றியது.

எனவே, இந்தப் புத்தகத்தை வாசிக்கும்போது, இதில் கூறியிருக்கும் விஷயங்கள், கிட்டத்தட்ட 5000 முதல் 7000 ஆண்டுகளுக்கு முன்பிருந்த விஷயங்கள். எனவே நம்முடைய மனநிலையை அந்தக் காலத்திற்கு ஏற்றவாறு ஒத்துப்பார்த்து வாசிக்க வேண்டும். நம்முடைய இதிகாசங்களும், வேதங்களும் நம்முள், பல கற்பனை கலக்கப்பட்ட தொன்மங்களை ஆழமாகப் பதித்துவிட்டுள்ளன. அவற்றையெல்லாம் தாண்டி இந்தப் புத்தகத்தைப் படிக்க ஆயத்தமாக வேண்டும். தொன்மத்தின் கதைகள், கற்பனைகள் தாண்டி ஓர் எதார்த்த மனநிலையில் இந்தப் புத்தகத்தைப் படிக்க முற்பட வேண்டும். மேலும் இந்த ஆய்வு படிப்படியாக ஒரு கூற்றை அல்லது கருதுகோளைக் கொண்டு அடுத்த நிலைக்குச் செல்லும் ஒரு தேடல் ஆய்வு. அதாவது ஆய்வு ஆரம்பிக்கும்போது முடிவு இதுவாக இருக்கலாமென்று அறியாத ஆய்வாகும். கூற்றுகளின் அடிப்படையில் அடுத்த நிலைக்குச் செல்லும்போது முற்கூறிய கூற்றே முரணாக அமையலாம். உதாரணத்திற்கு முதல் அத்தியாயத்தில் கூறிய கூற்றை, வேறு அத்தியாயத்தில் அல்லது முடிவு அத்தியாயத்தில் வேறு விதமாக முன் வைத்திருக்கலாம்.

எல்லா விஷயங்கள் நடப்பதற்கும் ஏதோ ஒரு காரணம் இருக்கிறது என்று சொல்வதுபோல், இந்த ஆய்வு செய்வதற்குத்தான் இதற்கு முன்னால் என் வாழ்வில் நடந்த விஷயங்கள், நான் விரும்பி நடக்காதுபோன விசயங்கள் நடந்திருக்கின்றன என்று நான் நினைக்கிறேன். இந்தப் புத்தகம் 2015 முதல் 2019 வரை மேற்கொண்ட ஐந்து வருட ஆய்வின் முடிவாகும். கூகுள் தேடுதல் மென்பொருளும், கூகுள் வரைபடம் மென்பொருளும் இந்த ஆய்விற்கு மிக முக்கியப் பங்காற்றியிருக்கின்றன. நேரில் சென்று ஆய்வு செய்ய முடியாத சிக்கல்களை இந்த மென்பொருள்கள் என் மடிக்குக் கொண்டுவந்து கொடுத்தன. எனவே அதற்கான நன்றிகள் நிச்சயம் கூறப்படவேண்டும். விடுமுறை நாட்கள் என்று பாராமல் ஆய்வில் மூழ்கியிருந்த என்னைப் புரிந்து, இந்த ஆய்வுக்கு இடையூறு இல்லாமல் பார்த்துக்கொண்ட என் குடும்பத்தினர்க்கு மிகவும் கடமைப்பட்டிருக்கிறேன்.

அன்புடன்,
ம.கிருஷ்ணகுமார்

பொருளடக்கம்

01. தோற்றுவாய் 11
02. புவியியல் 19
03. மொழி 59
04. கடவுள் வழிபாடு 127
05. கலாசாரம் 279
06. வரலாறு 404
07. வாணிகம் 447
08. வானியல் 469
09. குமரிக்கண்டம் 527
10. தொல்திராவிடம் 657
11. முடிவுரை 701

01

தோற்றுவாய்

பொய்அகல நாளும் புகழ்விளைத்தல் என்வியப்பாம்
வையகம்போர்த்த வயங்கு ஒலிநீர் – கையகல
கல்தோன்றி மண்தோன்றாக் காலத்தே வாளொடு
முன் தோன்றிய மூத்த குடி.

(புறப்பொருள். வெண்பா. மாலை; 35)

இப்புவியின் பல்லாயிரம் ஆண்டுகள் பழைமையான காலவெள்ளத்தில் புதைந்தும், அழிந்தும், மறைந்தும் போனவை ஏராளம். அதில், உலகில் கல் தோன்றி மண் தோன்றாக் காலத்தே வாளோடு தோன்றிய தொன்று தொட்ட ஒரு தொல்குடியின் பண்பாடும், வரலாறும், மொழியும் அடக்கம். கால வெள்ளத்தில் புதைந்தும், மறைந்தும் கிடக்கும் அத்தொல் குடியின் தடயங்களைத் தேடும் ஒரு தேடல் பயணம் தான் இந்த ஆய்வு. குமரிக்கண்டம் என்று கூறப்படும் பண்டைய தொல்திராவிடத்தை சங்க இலக்கியங்கள், தொல்லியல் ஆதாரங்கள், மேற்கத்திய கோட்பாடுகள், மெய்யியல் மற்றும் தர்க்கங்கள் மூலம் தேடிக் கண்டறிய முற்படும் நூல் இது.

'கல் தோன்றி மண்தோன்றாக் காலத்தே வாளோடு முன் தோன்றிய மூத்த குடி' எனப்படும் வாக்கியம் தமிழ்க்குடி அல்லது தமிழ்க் கலாசாரத் தோற்றம் பற்றி பெருமையாகக் கூறப்படும் பண்டையக் கால கூற்றாகும். இக்கூற்று இரண்டு விதமான சிந்தனைகளை ஏற்படுத்துகிறது. இக்கூற்று தமிழ்க்குடி தோற்றம் பற்றிக் கூறுகிறது. ஆனால் திராவிட நாகரிகம் தோற்றம் பற்றிக் கூறவில்லை. தமிழ்க்குடிகள்தான் திராவிட நாகரிகமாக மாறியதா அல்லது தமிழ் நாகரிகமும், திராவிட நாகரிகமும் வேறு வேறானவையா என்ற கேள்விகளும் இக்கூற்றின் மூலம் எழுகிறது. உலகில், பண்டைய காலத்தில் பல நாகரிகங்கள் தோன்றியிருக்கின்றன; அவை சுமேரிய, எகிப்து, கிரேக்க, மாயன், சீனம், திராவிட, எத்தியோப்பிய, சிந்து சமவெளி போன்ற நாகரிகங்களாகும். இந்த நாகரிகங்களின் தோற்றம் குறித்தும் பல கூற்றுகள் உள்ளன. இதில் மாயன் நாகரிகம் தவிர, மற்ற நாகரிகங்கள் அனைத்தும் ஆசியா, ஆப்பிரிக்கா, மற்றும் ஐரோப்பாவில் தோன்றியுள்ளன. அதிலும் இவை எல்லாம், உலக வரைபடத்தில் பார்க்கையில் ஒரு குறிப்பிட்ட புவியியல் மையத்தைச் சுற்றியே தோன்றியிருக்கின்றன. அதிலும் அந்த நாகரிகங்கள் எல்லாம் ஒன்றோடு ஒன்று தொடர்புடையவையாக இருந்துள்ளன. இதில் மாயன் நாகரிகம் மட்டும் அமெரிக்கக் கண்டத்தில் தோன்றியிருக்கிறது. இந்நாகரிகமும் மற்ற நாகரிகங்களோடு எதிலாவது தொடர்புடையதா என்ற ஆய்வுகளும் மேற்கொள்ளப்பட்டு வருகின்றன.

இந்நாகரிகங்களின் தோற்றம் பற்றி பல்வேறு கூற்றுகள் நிலவுகின்றன. இந்நாகரிகங்கள் ஏதோ ஒரு மற்ற நாகரிகங்களிருந்துதான் தோன்றியிருக்க வேண்டும் என்ற கூற்றும் நிலவுகிறது. மேலே கூறிய நாகரிகங்களில், உலகளவில், திராவிட நாகரிகம் தவிர்த்து மற்ற நாகரிகங்கள் பற்றி நன்கு அறியப்பட்டுள்ளது. திராவிட நாகரிகம் பற்றி அவ்வளவாக அறியப்படவில்லை. அதற்கு முக்கியக் காரணம் திராவிட நாகரிகத்தின் தொல்பொருள் ஆதாரங்கள் மிகவும் பிற்காலத்திலேயே அறியப்பட்டன. அக்காலகட்டத்திற்குள் மற்ற நாகரிகங்களே முதன்மையானவை என்ற கூற்றுகளும் நன்கு பரவிவிட்டது.

சிலர் கூற்றுகளின்படி மற்ற நாகரிகங்கள் எல்லாம் எத்தியோப்பியா நாகரிகத்திலிருந்தும், சுமேரியா நாகரிகத்திலிருந்தும், எகிப்திய நாகரிகத்திலிருந்தும் தோன்றின என்ற கருத்துகள் உள்ளன. ஏறத்தாழ உலகில் உள்ள எல்லா நாகரிகங்களிலும், தொல்குடி கலாசாரங்களிலும் பொதுவான ஒரு நம்பிக்கை உள்ளது. அது, அவர்களுடைய மூதாதையர் எல்லாம் ஓர் ஆழி வெள்ளப்பெருக்கிலிருந்து தப்பித்து புலம் பெயர்ந்து வந்தவர்கள் என்ற கூற்று.

தமிழ் மொழி, உலகின் மிகவும் தொன்மையான மற்றும் முதல் மொழி என்று பல கூற்றுகள் சொல்லப்படுகின்றன. அப்படியெனில் தமிழ்க் கலாசாரம் மற்றும் அது சார்ந்திருக்கும் திராவிடக் கலாசாரம்தான் உலகின் முதன்மையான கலாசாரம் அல்லது நாகரிகமாக இருந்திருக்க வேண்டும். அப்படியெனில் அந்தக் கலாசாரம் தோன்றிய இடம் எது என்ற கேள்வி எழுகிறது. பல தமிழ் வரலாற்றாசிரியர்கள் கூற்றுப்படி, தமிழ் அல்லது திராவிட நாகரிகம், தற்போதைய தென்னிந்தியாவிற்குத் தெற்கே ஒரு நிலப்பரப்பில் தோன்றியது என்றும், அதற்கு குமரிக்கண்டம் அல்லது லெமூரியா என்ற பெயர் கொண்டிருந்தது என்றும், அது ஆழி வெள்ளப்பெருக்கில் அழிந்துவிட்டது என்றும் கூறுகின்றனர். ஆனால் இதற்கான தொல்லியல் ஆதாரங்கள் சரியாக இன்னும் கண்டுபிடிக்கவில்லை. அங்கிருந்து புலம் பெயர்ந்து வந்தவர்கள்தான் தற்போதைய தமிழகத்தில் குடி பெயர்ந்தனர் என்ற கூற்றும் உள்ளது. சிலர் கூற்றுப்படி, தமிழர்கள் சுமேரியாவிலிருந்து குடியேறி வந்தவர்கள் என்ற கூற்றும் உள்ளது. சங்க இலக்கிய நூல்களின் கூற்றுப்படி பழங்காலத்தில் வெள்ளப்பெருக்கில் இருந்து தப்பித்து, தற்போதைய தமிழகத்தில் திராவிடர்கள் குடியேறினர் என்று அறியமுடிகிறது. எனவே தமிழ்க் கலாசாரம் அல்லது திராவிட நாகரிகம் தோன்றிய இடம் தற்போதைய தமிழகம் இல்லை. அது வேறொரு இடம். அது தற்போதைய தமிழகத்திற்குத் தெற்கே இருந்த ஒரு நிலப்பரப்பு என்று கூறப்படுகிறது. கடலில் மூழ்கிய அந்த நிலப்பரப்பைத் தேடி அறிவதுதான், அதாவது திராவிட நாகரிகத்தின் வேர்களை அறிய முற்படும் தேடல் பயணம்தான் இந்த ஆய்வு நூல்.

கடலில் மூழ்கிய குமரிக்கண்டம் குறித்து பல்வேறு கருத்துகளும், கூற்றுகளும் பல வரலாற்றாசிரியர்கள் மற்றும் தொல்லியல் ஆய்வாளர்கள் முன் வைக்கின்றனர். குறிப்பாக, தமிழக வரலாற்றாசிரியர்கள் மற்றும் தொல்லியல் ஆய்வாளர்கள் குமரிக்கண்டம் என்ற கூற்றை முன் வைக்கின்றனர். மேற்கத்திய வரலாற்றாசிரியர்கள் மற்றும் தொல்லியல் ஆய்வாளர்கள் லெமூரியாக் கண்டம் அல்லது மூகண்டம் அல்லது கோண்டுவானா க் கண்டம் என்ற கூற்றுகளை முன்வைக்கின்றனர். இதுநாள் வரையில் குமரிக்கண்டம் பற்றி எழுதப்பட்டுள்ள நூல்களும், கட்டுரைகளும் குமரிக்கண்டம் இருந்ததாகக் கருதப்படும் பகுதியில் உள்ள புவியியல் சார்ந்த ஆய்வுகளையே அல்லது கூற்றுகளையே முன் வைக்கின்றன.

ஒரு நாகரிகம் உருவாகுவதற்கும் மற்றும் வளர்ச்சியடைவதற்கும் பல காரணங்கள் உள்ளன. ஒரு நாகரிகத்தின் தோற்றத்தை அறிய முற்படும் தேடல் பயணத்தில், அந்த நாகரிகம் தோன்றிய நிலத்தை மட்டும் ஆராய முற்படுவது சிறந்ததன்று. அந்த கலாசாரம் அல்லது நாகரிகத்தின் ஆரம்ப காலத் தடயங்கள் நிலத்தில் மட்டுமல்லாமல் மற்ற பல வாழ்வியல் வழக்கங்களில் புதைந்து இருக்கலாம். எனவே, இந்தத் தேடல் பன்முக பரிமாண ஆய்வாக இருக்கவேண்டும். எல்லா நாகரிகங்களும் ஏதோ ஒரு நாகரிகத்திலிருந்து தோன்றியிருந்தால் அவைகள் எல்லாவற்றிற்கும் பொதுவான புவியியல் சின்னங்கள், மொழி எச்சங்கள், அடையாளச் சின்னங்கள், கலாசாரம் மற்றும் பண்பாட்டுச் சின்னங்கள், சடங்குகள் இருந்திருக்க வேண்டும். இவைகள் எல்லாம் உலகில் உள்ள பண்டைய நாகரிகங்களில் எங்கேனும் கட்டாயம் மறைந்து இருக்க வேண்டும். அதைக் கண்டுபிடித்து வெளிக்கொணர்ந்து அவைகள் பற்றியும் விரிவாக ஆராய வேண்டும். அப்படி செய்தாலே நம் பண்டைய திராவிட நாகரிகத்தின் அல்லது

கலாசாரத்தின் வேர்களை நாம் அறிய முடியும். அந்த வேர்களை அறிய முடிந்தால் அவை உலகில் உள்ள பல நாகரிக, பண்பாட்டு, கலாசார, சமயங்களில் புதைந்து கிடக்கும் பல கேள்விகளுக்கு விடை கிடைக்கும்.

மேற்கூறிய பண்டைய குமரிக்கண்டத்தில் இருந்த நாகரிகத்தின் அதாவது தொல்திராவிட நாகரிகத்தின் வேர்களை அறிய கீழ்க்காணும் பரிமாணங்களில் இந்த நூல் ஆய்வுகளை மற்றும் சிந்தனைகளை முன்வைக்க முயற்சி செய்கிறது:

1. புவியியல்	2. மொழி	3. கடவுள் வழிபாடு
4. கலாசாரம்	5. வரலாறு	6. வாணிகம்
7. வானியல்	8. குமரிக்கண்டம்	9. தொல்திராவிடம்

மேலே கூறியுள்ள பரிமாணங்களில் மேற்கொண்ட ஆய்வுகளும் சிந்தனைகளும், மிக முக்கியமான, சுவாரஸ்யமான தகவல்களையும் விசயங்களையும் வெளிக்கொணர்ந்து அவற்றைப் பற்றிய கருத்துகளை முன் வைக்கிறது. இந்த பரிமாணங்களில் கிடைத்த தரவுகளைக் கொண்டு குமரிக்கண்டம் அல்லது லெமூரியாக் கண்டம் அல்லது கோண்டுவானக் கண்டம் என்பவை இருந்ததா இல்லையா என்பதையும் அப்படி இருந்திருந்தால் அவை எங்கிருந்திருக்கும் என்பதற்கும் விடை காண முற்படுகிறது. மேலும் அதில் திராவிட நாகரிகம் அல்லது கலாசாரம் எது, அது எங்கிருந்தது என்பதையும் அறிய முற்படுகிறது.

முதல் அத்தியாயமான புவியியல் அத்தியாயத்தில், உலகில் இதுவரை கண்டுபிடிக்கப்பட்ட பண்டைய நாகரிகங்களில் கூறப்படும் நிலம் சார்ந்த தொல் பொருள் தரவுகளைக் கொண்டு ஆய்வுகளையும் சிந்தனைகளையும் மேற்கொள்ளப் பட்டிருக்கிறது. உலகின் மிகப் பழைமையான, முதல் நாகரிகம் என்று கருதப்படும் சுமேரிய நாகரிகத்தில் வாழ்ந்த மக்களின் ஆதி நிலம் அல்லது மூதாதையர் நிலம் பற்றிய ஆய்வுகளை மேற்கொள்கிறது. பண்டைய மக்கள் புலம் பெயர்தலை வெள்ளப்பெருக்கிற்கு முன்பான புலம் பெயர்தல் மற்றும் வெள்ளப்பெருக்கிற்கு பின்பான புலம் பெயர்தல் என்ற ஒரு சிந்தனையை முன்வைக்கிறது. பண்டைய காலத்தில் ஏற்பட்ட கடல் வெள்ளப்பெருக்கால் உலகில் பல்வேறு இடங்களில் கடலில் மூழ்கிய இடங்களைப் பற்றி குறிப்புகள் கொடுக்கப்பட்டுள்ளது. கடல் வெள்ளப்பெருக்கு எதனால் ஏற்பட்டிருக்கலாம் என்ற காரணங்களை, மற்ற வரலாற்று ஆய்வாளர்களின் பார்வைகளை மேற்கோள் காட்டி விவாதிக்கிறது. மொரிஷியஸ் தீவின் அருகில் கடல் வெள்ளப்பெருக்கிற்கு முன் இருந்ததாக சமீபத்தில் தொல்லியல் ஆய்வாளர்களால் கருதப்படும் மோரித்தீ எனப்படும் கண்டத்தைப் பற்றியும் விவரங்கள் கொடுக்கப்பட்டுள்ளது.

உலகின் மிகப் பழைமையான மொழி தமிழ் என்று பெரும்பாலான மொழியியலாளர்கள் கூறுகின்றனர். சிலர் சமஸ்கிருதமே உலகின் பழைமையான மொழி என்ற கூற்றையும் முன்வைக்கின்றனர். மொழி அத்தியாயத்தில், தமிழ் மொழியை உலகில் உள்ள சில முக்கியமான மொழிகளுடன் ஒப்பிட்டுப் பார்க்கப்படுகிறது. உலகில் தோன்றிய ஒரு மூல மொழியின் குணம் எப்படி இருக்கும் என்று இங்கு சிந்தனை செய்யப்பட்டிருக்கிறது. முக்கியமாக, உலகில் மிகவும் பழைமையான

இன்னொரு மொழியென்று கூறப்படும் சமஸ்கிருத மொழியுடன் தமிழ் மொழியை ஒப்பிட்டுப் பார்த்து, இதில் எந்த மொழி மிகவும் பழைமையானது என்ற ஆய்வும் செய்யப்பட்டுள்ளது. மேலும் உலகின் பழைமையான நாகரிகம் என்று கருதப்படுகிற சுமேரிய நாகரிகத்தின் மொழி பண்டைய சங்கத்தமிழ் மொழியாக இருக்கலாமா என்ற ஒப்புமையும் செய்யப்பட்டிருக்கிறது. அது மட்டுமல்லாமல் உலகில் மிகவும் பிற்காலத்தில் தோன்றிய மொழிகளில் ஒன்றான ஆங்கில மொழிக்கும், தமிழ் மொழிக்கும் உள்ள தொடர்பை இந்த அத்தியாயத்தில் ஆய்வு செய்யப்பட்டிருக்கிறது. இதில், இந்த இரு மொழிகளுக்கும் உள்ள மிக முக்கியமான ஒரு தொடர்பை இந்த ஆய்வு முன் வைக்கிறது. உலகெங்கிலும் உள்ள பல மொழிகளில் தமிழ் மொழியின் எச்சங்கள் உள்ளவனவா என்றும் அறிய முற்படுகிறது. மேலும் உலகில் உள்ள பல நாடுகளின் பெயர்களை தமிழோடு ஒப்பிட்டுப் பார்க்கிறது. சுமேரிய நாகரிகத்தில் பேசப்பட்ட மொழி என்ன என்பதை மற்ற வரலாற்று ஆய்வாளர்களின் பார்வையில் இங்கு ஆய்வு செய்ய முற்பட்டிருக்கிறது.

இந்த உலகில் உள்ள பெரும்பான்மையான மதங்களில் தொன்மக் கதைகள் நிறைந்து காணப்படுகின்றன. இவை கட்டுக்கதைகள் என்றும், பழங்காலத்தில் நடந்த உண்மை நிகழ்வுகள் என்றும் பலரிடம் பல்வேறு கருத்துகள் நிலவி வருகின்றன. தொன்மங்களினால் கடவுள் வழிபாடு தோன்றியதா அல்லது கடவுள் வழிபாடு தோன்றியதால் தொன்மங்கள் உருவாகியதா என்ற கேள்விகளுக்கு விடை காண முற்படுவது கடவுள் வழிபாடு அத்தியாயம். கடவுள் வழிபாடு அத்தியாயத்தில், கடவுள் வழிபாடு தோற்றம்; மூதாதையர் வழிபாடு; இயற்கை வழிபாடு; பண்டைய நாகரிகங்களில் இருந்த கடவுள் வழிபாடுகள்; உலகில் உள்ள மதங்களின் தோற்றம் பற்றிய பார்வை; இந்து மதத்தின் முக்கிய சமயங்களான சைவ, மற்றும் வைணவ சமயங்களின் வேர்கள் எங்கிருந்து தோன்றியது? ஆரியர்களின் முக்கியமான கடவுள்களான தட்சிணாமூர்த்தி, விஷ்ணு, நாராயணன், நடராஜர் மேலும் நாரதர், அகத்தியர் இவர்களைப் பற்றிய புதிய சிந்தனைகளை முன்வைக்கிறது. மேலும் எப்படி பண்டைய மூதாதையர் வழிபாடு, தற்போதைய கடவுள் வழிபாடாக மாறியது? சில முக்கியக் கடவுள்களுக்கிடையில் உள்ள ஒற்றுமை என்ன? இந்து மத தொன்மமான தசாவதார கதைகள் பற்றிய எதார்த்த கூற்றுகள்; இந்து புராணங்களில் யுகங்கள் எனப்படுவது எது? அவைகளின் எதார்த்த கால அளவுகள் என்ன? பித்ரு தர்ப்பணம் ஏன் நீர்க்கரையில் செய்யப்படுகிறது? இந்து மதத்தில் காவி மற்றும் செந்தூர நிறம் ஏன்? யாகம், கும்பிடுதல், தீபாவளி கொண்டாடுதல் ஏன்? சொர்க்கம், நரகம் பற்றிய எதார்த்த கூற்றுகள் என்ன? போன்ற விசயங்களை ஆய்வு மற்றும் சிந்தனை செய்து பல்வேறு காரணங்களை, கருத்துகளை மனிதர்களின் எதார்த்தமான வாழ்வியலோடு ஒப்பிட்டு அதற்கான கூற்றுகளை முன்வைக்கிறது.

கலாசாரத்தின் வளர்ச்சியே நாகரிகமாக மாறுகிறது. கலாசாரம் அத்தியாயத்தில் உலகெங்கும் உள்ள பண்டைய நாகரிகங்களான சுமேரிய, எகிப்து, மாயன் திராவிட நாகரிகங்களில் மற்றும் ஆப்பிரிக்க, தென் கிழக்கு ஆசிய, பசிபிக் தீவு பழங்குடிகளில் உள்ள கலாசார, பண்பாட்டு, வாழ்வியல் பழக்க வழக்கங்களை அறிய முற்படுகிறது. இந்த பட்டியலில் முக்கியமானவை ஏறு பிடித்தல், உடலில் திருநீறு பூசுதல், பிறப்புறுப்பு சேதனம் (சுன்னத்) செய்தல், விளையாட்டுகள், உடல் அலங்காரங்கள்

ஆகியவை ஆகும். இந்த கலாசாரத் தடயங்களைக் கண்டறிந்து இவைகளுக்கிடையில் உள்ள கலாசார மற்றும் பண்பாட்டுத் தொடர்புகளை இந்த அத்தியாயம் முன் வைக்கிறது. மக்களிடையே சமுதாயப் பிரிவுகள் அல்லது ஏற்றத்தாழ்வுகள் எப்படி தோன்றியிருக்கும் என்ற சிந்தனையையும் இந்த அத்தியாயம் விவரிக்கிறது.

வரலாற்று அத்தியாயத்தில், உலகில் பண்டைய நாகரிகங்களில் இருந்த மன்னர்கள் பற்றியும், அவர்கள் இருந்த காலங்கள் பற்றியும், இந்திய மன்னர்கள் மற்றும் கடைச்சங்கத் தமிழக மன்னர்கள் அல்லது அரசுகள் பற்றியும் விவாதங்களை முன்வைக்கிறது. மேலும் இந்தியப் புராணங்களில் கூறப்படும் மன்னர்கள் பெயரும், பண்டைய சுமேரிய, பாபிலோனிய மன்னர்கள் பெயர்களோடும் ஒப்பிட்டுப் பார்க்கிறது. இந்த பட்டியல்கள் மூலம் பண்டைய குமரிக்கண்டம் மற்றும் அங்கிருந்த மன்னர்கள் பற்றிய விவரங்கள் ஏதேனும் காணக்கிடைக்கிறதா என்பதையும் ஆராய முற்படுகிறது.

ஒரு நாகரிகத்தின் வளர்ச்சியில் வாணிகம் மிக முக்கியப் பங்காற்றுகிறது. வாணிகம் அத்தியாயத்தில் உலகில் பண்டைய நாகரிகங்களில் இருந்த வாணிக நடவடிக்கைகள் பற்றியும், மற்ற நாடுகளோடு இருந்த வாணிகத் தொடர்பு பற்றியும் இவற்றின் காலங்கள் பற்றியும் அறிய முற்படுகிறது. இதிலிருந்து, வெள்ளப்பெருக்கில் கடலில் மூழ்கிய பண்டைய குமரிக்கண்டத்தோடு ஏதேனும் வாணிகத்தொடர்பு இருந்ததா என்று அறிய முற்படுகிறது. இந்து மத தொன்மங்களில் காணப்படும் ஒரு முக்கியச் சின்னம் சுவஸ்திக் சின்னம் ஆகும். இதற்கும் வாணிகத்திற்கும் என்ன தொடர்பு என்ற விவாதமும் இந்த அத்தியாயத்தில் செய்யப்பட்டிருக்கிறது.

வானியல் பற்றிய அறிவு என்பது பல்லாயிரம் ஆண்டுகளுக்கு முன்பே இருந்த நாகரிகங்களில் இருந்திருக்கிறது. வானியல் அத்தியாயத்தில் உலகில் இருந்த பண்டைய நாகரிகங்களில் கடைப்பிடிக்கப்பட்டு வந்த நாள்காட்டிகளை ஆய்வு செய்து இந்த வானியல் அறிவு எங்கு தோன்றியிருக்கலாம் என்றும், அவற்றின் நிலைத்தன்மையும் பற்றியும் அதன் மூலம் பண்டைய குமரிக்கண்டத்தைப் பற்றிய தகவல்கள் ஏதேனும் கிடைக்கப்பெறுகின்றனவா என்பதையும் அறிய முற்படுகிறது. ஆங்கில மாதங்களின் பெயர்க்காரணம் பற்றியும் அவைகளின் வரிசை முறை பற்றியும் விவாதிக்கின்றது. ஆங்கில மாதங்களின், கிழமைகளின் பெயர்கள் தமிழ்ப் பெயர்களா என்ற ஆய்வும் செய்யப்பட்டிருக்கிறது. மேலும் தமிழ் மாதங்களின் எதார்த்த மாதப் பெயர்கள் பற்றியும், சோதிடவியலில் கூறப்படும் 27 நட்சத்திரங்களின் பெயர்களின் தோற்றம் பற்றிய புதிய கூற்றுகளை முன்வைக்கின்றது.

குமரிக்கண்டம் என்ற அத்தியாயத்தில், மேலே உள்ள அத்தியாயங்களில் கிடைத்த தகவல்கள் மற்றும் தரவுகள் கொண்டு குமரிக்கண்டம் என்பது எதுவாயிருக்கும் என்ற கூற்றை முன்வைத்து, அதற்கான ஆதாரங்களை மேலே உள்ள அத்தியாயங்களின் வரிசைப்படி தொல்லியல், சங்க இலக்கியங்கள், புராணங்கள், தொன்மக்கதைகள் ஆகியவற்றிலிருந்து எடுத்துரைக்க முற்படுகிறது. இதில் உலகில் கண்டறிந்த பழைமையான இரு நாகரிகங்களான சுமேரிய மற்றும் சிந்து சமவெளி நாகரிகங்களில் எது பழைமையான நாகரிகம் என்பதையும் விவாதிக்கிறது. மேலும் ஆரியர்களுக்கும், திராவிடர்களுக்கும் உள்ள தொடர்பை இந்த அத்தியாயத்தில் விவரிக்கப்பட்டுள்ளது. தமிழ் மொழியில் உள்ள வேறு சில வரலாற்றுப் புதினங்கள்

அல்லது புத்தகங்களிலிருந்தும் கிடைக்கும் தகவல்களை ஆதாரமாகக் கொண்டு குமரிக்கண்டத்தை அறிய முயற்சி செய்யப்பட்டிருக்கிறது.

தொல்திராவிடம் என்ற அத்தியாயத்தில், குமரிக்கண்டத்தில் திராவிடம் என்பது எது? அந்த நிலம் எதுவாக இருக்கலாம்? என்பது பற்றி தொல்லியல், சங்க இலக்கியங்கள், புராணங்கள் ஆகியவற்றிலிருந்து ஆதாரங்களோடு, ஏற்கெனவே கூறப்பட்டுள்ள கூற்றுகளை இன்னும் மேம்பட்டக் கூற்றுகளாக முன்வைக்கிறது. மேலும் இந்துப் புராணங்களில் கூறப்படும் தொன்மக்கதைகளுக்கும், கடவுள்களுக்கும் திராவிடத்துக்கும் ஏதேனும் தொடர்பு உள்ளதா என்பதையும் இந்த அத்தியாயத்தில் விளக்கப்படுகிறது. வேறு நாகரிகங்களில் கிடைத்த முக்கிய தொல்லியல் சின்னங்களுக்கும் திராவிடத்திற்கும் தொடர்பு இருக்குமா என்ற பார்வையிலும் சில முக்கிய ஆய்வு முடிவுகளை இந்த அத்தியாயம் வெளிக்கொணர முயற்சி செய்கிறது.

மேலே மேற்கொண்ட ஆய்வுகளின் முடிவு, குமரிக்கண்டம் இதுதான், என்பதையும் அதில் திராவிடம் என்பது எது என்பதையும் பல்வேறு கோணங்களில், பரிமாணங்களில், பல தொல்லியல், வாழ்வியல், இலக்கிய, தொன்மக் கூற்றுகள் அடிப்படையில் இந்த நூல் புதிய சிந்தனைகளையும், முடிவுகளையும் வெளிக்கொணர முயற்சி செய்துள்ளது.

இந்த ஆய்வு பொ.யு.மு. 1500 போல் அதற்கு முன்பும் உள்ள கால அளவில் பொதுவாக மேற்கொள்ளப்பட்டிருக்கிறது. கால அளவைக் குறிப்பிடுகையில், இதற்குமுன் உபயோகிக்கப்பட்ட முந்தைய குறியீடுகளான கி.மு. மற்றும் கி.பி. என்ற குறியீடுகள் பின்பற்றப்படவில்லை. அதற்கு மாறாக, தற்போதைய கால அளவு குறியீட்டு முறையான பொ.யு.மு. (பொது யுகம் முன்பு) மற்றும் பொ.யு. (பொது யுகம்) என்ற முறை பின்பற்றப்பட்டுள்ளது. மேலும் உலகில் தற்போது மிகவும் பழைமையான நாகரிகங்கள் என்று கருதப்படுகிற நாகரிகங்களின் தோராய கால அளவைக் கீழே காணலாம்:

சுமேரிய நாகரிகம்	பொ.யு.மு. 5000
எகிப்து நாகரிகம்	பொ.யு.மு. 3500
சிந்து சமவெளி நாகரிகம்	பொ.யு.மு. 2500
மினோயன் நாகரிகம்	பொ.யு.மு. 2000
சீன நாகரிகம்	பொ.யு.மு. 2000
கங்கைச் சமவெளி நாகரிகம்	பொ.யு.மு. 1500
கிரேக்க ரோம நாகரிகம்	பொ.யு.மு. 1000
மாயன் நாகரிகம்	பொ.யு.மு. 700

02

புவியியல்

அடியிற் றன்னள வரசர்க் குணர்த்தி
வடிவே லெறிந்த வான்பகை பொறாது
பஃறுளி யாற்றுடன் பன்மலை யடுக்கத்துக்
குமரிக் கோடுங் கொடுங்கடல் கொள்ள
வடதிசைக் கங்கையும் இமயமுங் கொண்டு
தென்றிசை யாண்ட தென்னவன் வாழி...

(சிலப்பதிகாரம் – காடு காண் காதை: 17–22)

உலகின் உள்ள பல நாகரிகங்களிலும் கலாசாரங்களிலும், ஆதிகாலத்தில் கடல் பெருக்கு ஏற்பட்டு, அதிலிருந்து தப்பி புலம் பெயர்ந்து வந்த தொன்மக்கதைகள் பல உண்டு. இதேபோன்று நம்முடைய தமிழ் இலக்கியங்களிலும் பண்டைய காலத்தில் கடல் பெருக்கு ஏற்பட்டு தற்போதைய தமிழகத்திற்குத் தெற்கே ஒரு பெரும் நிலப்பரப்பு கடலில் மூழ்கியதாகக் கூற்றுகள் உண்டு. இத்தகைய வெள்ளப்பெருக்கு இரண்டு அல்லது மூன்று முறை ஏற்பட்டு அதில் நிலப்பகுதி மூழ்கியதாக கூறப்படுகிறது. இந்த நிலப்பகுதிற்கு குமரிக்கண்டம் என்றோ அல்லது லெமூரியாக் கண்டம் என்றோ கூறுவர். இதைப் பற்றிய பல கூற்றுகள் உள்ளன. சில அறிஞர்கள் அப்படிப்பட்ட பெரிய நிலப்பகுதி இருந்திருக்க வாய்ப்பில்லை என்றும், அது ஒரு சிறிய நிலப்பகுதியாக தற்போதைய கன்னியாகுமரியுடன் இணைந்திருந்த சிறிய நிலப்பகுதியே கடலில் மூழ்கியது என்றும் கூறுகின்றனர்.

சில அறிஞர்கள் குமரிக்கண்டம் அல்லது லெமூரியாக் கண்டம் என்ற நிலப்பகுதி இருந்தது என்றும் அதில் பல்வேறு சிறு சிறு அரசுகள் இருந்தன என்றும் கூறுகின்றனர். அவை ஏழு தெங்க நாடு, ஏழு மதுரை நாடு, ஏழு முன்பாலை நாடு, ஏழு பின்பாலை நாடு, ஏழு குன்ற நாடு, ஏழு குணக்கரை நாடு, ஏழு குறும்பனை நாடு என நாற்பத்தி ஒன்பது நாடுகள் இருந்தன என்றும், இவற்றிற்குத் தெற்கே பஃறுளி ஆறும், குமரியாறும் இருந்ததெனவும், வடக்கே வேங்கட மலை இருந்தது எனவும், இவற்றின் மொத்த தூரம் ஏழு நூறு காதம் எனவும் கூறப்படுகிறது. குமரிக்கோடு, மணிமலை மலைகள் என மலைகளும் இருந்தன என்றும், மதுரை, கபாடபுரம், முத்தூர் என நகரங்கள் இருந்தன எனவும் கூறப்படுகிறது. இந்தச் செய்திகள் சங்க இலக்கியங்கள் மூலம் அறியப்படுகின்றது என்று அறிஞர்கள் கூறுகிறார்கள்.

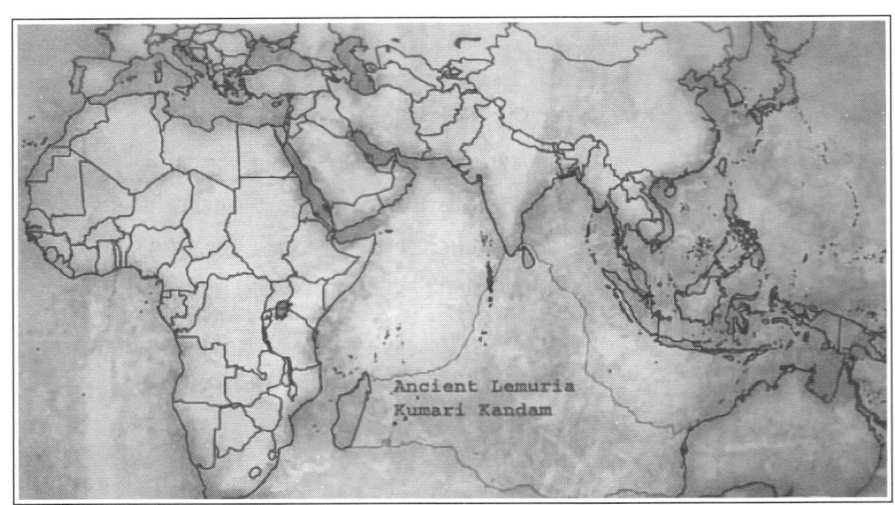

குமரிக்கண்டம் (அ) லெமூரியா கண்டம் (யூகம்)

ஆனால் ஒரு சில அறிஞர்கள் இப்படி ஒரு பெரிய நிலப்பகுதி இருந்திருக்க வாய்ப்பில்லை என்றும், அங்கிருந்து மக்கள் புலம் பெயர்ந்திருப்பது சந்தேகத்திற்குரிய விஷயம் என்றும் கூறுகிறார்கள். மேலே கூறிய நிலப்பகுதி இருந்ததா, இல்லையா என்பதை ஆராய்வதுதான் இந்த அத்தியாயத்தின் நோக்கம்.

இருபதாம் நூற்றாண்டின் மத்திம காலம் வரை எகிப்திய மற்றும் சிந்து சமவெளி நாகரிகங்களே உலகில் மிகவும் பழைமையான நாகரிகங்கள் என்று கருதப்பட்டன. பின்னர் தற்போதைய ஈராக் நாட்டில், யுபிரட்டேஸ், டைக்ரிஸ் நதிகளின் சமவெளியில், மெசொபட்டாமியா நாகரிகம் என்றழைக்கப்பட்ட ஒரு பழங்கால நாகரிகத்தின் தொல்பொருள் தடயங்கள் கண்டறியப்பட்டன. இங்கு வாழ்ந்த மக்கள் சுமேரியர்கள் என்று அழைக்கப்பட்டனர். இதனாலேயே இந்த நாகரிகம் 'சுமேரிய நாகரிகம்' என்றும் அழைக்கப்பட்டது. இந்த நாகரிகத்தின் காலம் பொ.யு.மு. 7000 –5000 போல் என்று கணக்கிடப்பட்டுள்ளது.

முதல் நாகரிகம்

'மனித இனம் தோன்றிய இடம் ஆப்பிரிக்காதான்' என்று பெரும்பாலான ஆய்வாளர்களால் ஒப்புக்கொள்கிறார்கள். ஆனால் 'நாகரிகம் தோன்றியதோ அல்லது வளர்ந்ததோ ஆப்பிரிக்காவில்தானா?' என்ற கேள்வி இன்னும் பலரிடம் உள்ளது. ஏனெனில் அப்படி நாகரிகம் தோன்றியதற்கான தொல்பொருள் ஆதாரங்கள் அங்கு காணப்பெறவில்லை. பல நாட்டு அறிஞர்கள் கூற்றுப்படி மற்றும் தொல்பொருள் ஆதாரங்கள்படி, உலகின் முதல் நாகரிகம் சுமேரிய நாகரிகம் எனக் கருதப்படுகிறது. ஆனால் சுமேரிய நாகரிகத்தின் புராண ஆதாரங்களின்படி பார்த்தால் அவர்கள் சுமேரியாவிற்கு வேறொரு இடத்திலிருந்து புலம் பெயர்ந்து வந்தவர்கள் என்று அறியப்படுகிறது. மேலும் சுமேரியாவில், நாகரிகமும் அது சார்ந்த தொழில் மற்றும் கலை நுட்பங்களும் படிப்படியாக வளர்ந்ததற்கு தொல்பொருள் ஆதாரங்கள் கிடைக்கப்பெறவில்லை. அவ்விசயங்கள் எல்லாம் திடீரென்று தோன்றியது போலவே உள்ளது என்று பல தொல்லியல் ஆய்வாளர்கள் கருதுகின்றனர். சில அறிஞர்கள், சுமேரியர்களுக்கு வேற்றுக் கிரகவாசிகளுடன் தொடர்பு இருந்ததாகவும், அவர்களிடமிருந்து சுமேரியர்கள் பல கலைகள் மற்றும் தொழில்நுட்பங்களை தெரிந்துகொண்டனர் என்று கருதுகின்றனர். இதை பலர் ஏற்றுக்கொள்ளவில்லை. சுமேரியர்களின் புராண ஆதாரங்களின்படி அவர்கள் முதலில் எங்கிருந்தார்கள் மேலும் அது எந்த இடம் என்பது இன்னும் விடையறியா புதிராகவே உள்ளது. இது பற்றி பல நாட்டு அறிஞர்களிடையே பலவிதமான கூற்றுகள் நிலவுகிறது.

அறிஞர்கள் கூற்று

சர்வாலிஸ் பட்ஜ் கூற்றுப்படி பழங்காலத்தில் எத்தியோப்பியா என்பது ஆப்பிரிக்கா மற்றும் ஆசியா வரை (எகிப்து முதல் இந்தியா வரை) பரவி இருந்தது. மற்றும் அதில் குடியிருந்த எல்லா கருப்பு நிறத் தோல் உடைய, கருப்பு இன மக்கள் எல்லாரையும் எத்தியோப்பியர் என்ற எண்ணமும் இருந்தது. மேலும் ஆப்பிரிக்காவில் குடியிருந்த மக்களை மேற்கு எத்தியோப்பியர் என்றும், ஆசியாவில் (இந்தியாவில்) குடியிருந்தவர்களை கிழக்கு எத்தியோப்பியர் என்றும் அழைத்தனர். இதில் ஆப்பிரிக்க எத்தியோப்பியர் கருப்பு நிற சுருள் முடி உடையவர்கள் என்றும், ஆசிய எத்தியோப்பியர் கருப்பு நிற நேரான முடி உடையவர்கள் என்றும் கூறப்படுகிறது.

ஸ்ட்ரபோ என்ற வரலாற்று அறிஞர் கருத்துப்படி, பழங்கால கிரேக்கர்கள் ஆப்பிரிக்க மற்றும் ஆசியா தெற்கு கடற்கரைப் பகுதிகளில் குடியிருந்தவர்களை

எத்தியோப்பியர் என்றே நினைத்தனர். ஸ்டெபனுஸ் என்ற அறிஞர் கருத்துப்படி, 'உலகில் முதன்முதலில் உருவாகிய நாடு எத்தியோப்பியா, எத்தியோப்பியர்தான் உலகில் முதன்முதலில் கடவுள் வழிபாட்டை அறிமுகப்படுத்தியவர்கள், மேலும் சட்டங்களை ஏற்படுத்தியவர்கள்' என்கிறார்.

பிஷப் வில்லியம் பிரெளன் என்ற அறிஞர், 'நாகரிகம் தோன்றி முதல் இரண்டாயிரம் அல்லது மூன்றாயிரம் வருடங்களில் இந்தப் புவியில் நாகரிக வளர்ச்சியடைந்த வெள்ளை மனிதர்கள் எவரும் இருந்திருக்கவில்லை' என்று குறிப்பிடுகிறார். நாகரிகத்தைத் தோற்றுவித்து, அதை வளர்த்தது மெசொபட்டாமியா, சிரியா, மற்றும் எகிப்தில் இருந்த கருப்பு இனத்தினர் என்றும் அப்போதிருந்த வெள்ளை மனிதர்கள் நாகரிகம் அடையாத நிலையிலேயே இருந்தனர் என்றும் கூறப்படுகிறது. தெற்கிலிருந்து வந்த கருமை நிறமுடைய மக்களே எங்கும் - சீனாவிலும், மத்திய அமெரிக்காவிலும், இந்தியாவிலும், மெசொபட்டாமியாவிலும், சிரியாவிலும், எகிப்திலும், கிரீத்திலும் - வெள்ளை இனத்தவர்களுக்கு நாகரிகத்தைக் கற்றுக் கொடுத்தவர்கள் என்று ஆராய்ச்சியாளர்கள் கருதுகிறார்கள்.

சர் ஜான் மார்ஷல் மற்றும் மக்கே என்ற இரு அறிஞர்கள் கூறுவது: 'இந்தியாவில் 5000 வருடங்களுக்கு முன்பிருந்த திராவிடம் எனும் மிகவும் உச்ச நிலையை எட்டியிருந்த பெரிய நாகரிகத்தின் தடயங்களை வெளிக்கொண்டு வந்தனர். அதற்கு முன்பு இதுபோன்ற பழைமையான நாடுகள் இருந்ததென்று யாரும் கனவிலும்கூட நினைத்ததில்லை.'

பேராசிரியர் ஜார்ஜ் ராலின்சன் என்பவர் தன்னுடைய ஒரு கட்டுரையில் இவ்வாறு குறிப்பிட்டுள்ளார்; 'பெரும்பாலாரால் ஒருமித்து ஏற்றுக்கொள்ளப்பட்ட எத்தியோப்பியர்கள், ஒரு தனி வர்க்கத்தைச் சார்ந்தவர்கள் என்ற பழைமையான கூற்று தென் சமுத்திரக் கடற்கரையில் இந்தியா முதல் ஹெர்குலஸின் தூண்கள் வரை குடிகொண்டிருந்தது' என்கிறார்.

சுமேரிய நாகரிகமே மெசொபட்டாமியாவின் பழைமையான நாகரிகம். அவர்கள் கருப்பு நிற தலையுடையவர்கள் அல்லது முகமுடையவர்கள் என்றும், மழித்த தலையும், முகமும் கொண்டவர்கள் என்றும் வர்ணிக்கப்படுகிறார்கள். ஆனால் பாபிலோனியர்கள் தாடியும், நீண்ட முடியும் கொண்டிருந்தனர். பாபிலோனியர்களின் பழங்கதைகளிலிருந்தும், பழைமைகளிலிருந்தும் அறியப்படுவது என்னவென்றால் அவர்கள் கலாசாரம் தெற்கிலிருந்து வந்தது என்று புலனாகிறது. இதனை ஆதாரமாகக் கொண்டு சிலர் சுமேரியர்கள் ஆப்பிரிக்க எத்தியோப்பாவிலிருந்து வந்தவர்கள் என்றும், சிலர் அரேபியாவிலிருந்து வந்தவர்கள் என்றும் கூறுகின்றனர்.

ஹால் என்ற அறிஞர் கூற்றுப்படிப் பார்த்தால், 'பழைமையான சுமேரியர்கள், திராவிடர்கள் உருவ அமைப்பை ஒத்து இருந்தனர். எனவே அவர்கள் இந்தியாவிலிருந்து குடியேறியவர்கள்' என்று கூறுகிறார்.

லியோ என்ற பேராசிரியர், 'கொலம்பஸ் அமெரிக்காவைக் கண்டுபிடிப்பதற்கு பல நூற்றாண்டுகளுக்கு முன்பே கருப்பர்கள், அமெரிக்காவைக் கண்டுபிடித்து குடியேறிவிட்டனர்' என்று கூறுகிறார். அதற்கு அவர் ஆதாரங்களை இவ்வாறு பட்டியலிடுகிறார்:

– அமெரிக்க இந்திய மொழிகளில் கறுப்பர்களின் பங்களிப்பு.

– அங்கு கண்டுபிடிக்கப்பட்ட பழங்கால சாடிகளிலும், கிண்ணங்களிலும் கறுப்பர்களின் முகங்கள்.

– உணவுகளில் கறுப்பர்களின் உணவு – நிலக்கடலை, சேனைக்கிழங்கு.

– அமெரிக்க பழங்குடிகள் தோற்ற வரலாற்றில் அவர்கள் குலங்களாக பிரிக்கப்பட்டுள்ளனர். ஒவ்வொரு குலங்களுக்கும் ஒரு விலங்கு பெயர் கொடுக்கப்பட்டுள்ளது. (கழுகு, கரடி, காகம், நரி... என) அந்தக் குல உறுப்பினர்கள் தங்களை அந்தந்த மிருகங்கள் வழி வந்தவர்கள் என்றும், அவர்களுடைய மூதாதையர் அந்த மிருகங்களாயிருந்தனர் என்று நம்பப் படுகிறது. (நம் மூதாதையர் காக உருவில், நாய் உருவில் வருவது போல்.)

பிரேசில் நாட்டு தொல்பொருள் ஆய்வாளர் முனை.மாக்சிமஸ் நியூமாயர் மற்ற மெக்ஸ்சிகோ நாட்டு தொல்பொருள் ஆய்வாளர்களுடன் சேர்ந்து, மெக்ஸிகோ நகரிலுள்ள பிரமிடுகளையும், புராதனச்சின்னங்களையும் முழுமையாக ஆராய்ச்சி செய்துள்ளனர். அதில் குய்குயில்கோ சின்னம் 13000 ஆண்டுகள் (பொ.யு.மு.11000) பழைமை வாய்ந்தது என்று குறிப்பிட்டுள்ளனர். அதனுடைய கட்டுமானம் ஆசிரிய பாபிலோனிய கட்டுமானங்களுக்கு ஒத்து இருப்பதாகக் கூறியுள்ளனர். மேலும் தியோதிஹீவாகன் பிரமிடுகள் 4500 ஆண்டுகள் பழைமை வாய்ந்தவை என்றும் அது எகிப்தியர்கள் போன்ற தோற்றமுடைய மக்களால் கட்டப்பட்டது என்றும் குறிப்பிடுகிறார்.

மெக்ஸிகோ நாட்டின் தொல்பொருள் ஆராய்ச்சித் துறையில் பணிபுரியும் முனை. ராமோன் மீனா என்பவர், பாலன்க்யு நகரத்தின் சிதிலங்களை ஆராய்ச்சி செய்து, அது 10000 ஆண்டுகளுக்கு முன்பே கட்டப்பட்ட நகரம் என்று குறிப்பிடுகிறார். (அவர் பெயர் ராமோன் மீனா என்பதே தமிழ் பெயர் போல் உள்ளது).

மத்திய அமெரிக்காவில் கண்டுபிடிக்கப்பட்ட கிளோவிஸ் கலாசாரம் ஏறக்குறைய 13000 ஆண்டுகள் பழைமையானது என்று கூறப்படுகிறது. மெக்ஸிகோவில் கடல் குகையிலிருந்து கண்டுபிடிக்கப்பட்ட ஓர் இளம்பெண்ணின் எலும்புக்கூடு 13000 ஆண்டுகள் பழைமையானது என்றும், அப்பெண்ணினுடைய மரபணு ஆசிய வம்சாவளியுடையனதாய் ஒத்து இருக்கிறது என்று ஆய்வுகள் தெரிவிக்கின்றன.

பனிக்கட்டிகள் உருகத் தொடங்கிய காலம், 16500 வருடங்களுக்கு முன்பு (பொ.யு.மு. 14500ல் ஆரம்பித்து பொ.யு.மு 6500 வரை) 8000 ஆண்டுகள் இருந்தது. ஆசியாவிலிருந்து அமெரிக்காவிற்கு மக்கள் குடியேற்றம் இன்றிலிருந்து 16000 – 13000 வருடங்களுக்கு முன்பு செய்தனர் என்று ஓர் ஏகோபித்த கருத்து உடன்பாடு பல அறிஞர்களிடையே ஏற்பட்டுள்ளது.

சாமுவேல் லைங் என்பவர் மனித நாகரிகம் இன்றிலிருந்து ஏறக்குறைய 10000 ஆண்டுகளுக்கு முன்பே நல்ல வளர்ச்சியடைந்திருந்தது என்றும், அவர்கள் மக்கள்தொகை அதிகமுள்ள நகரங்களிலும், நல்லமுறையில் கொண்டாடப்பட்ட கோவில்களிலும், வளர்ச்சியடைந்த விவசாயமும், தொழில் மற்றும் புனைவியலும்,

எழுத்து மற்றும் புத்தகங்கள் உருவாக்குதலும், வானியல் மற்றும் சோதிடத்திலும் நல்ல தேர்ச்சி பெற்றிருந்தனர் என்றும் குறிப்பிடுகிறார்.

எனவே மனித நாகரிகம் ஏறக்குறைய 20000 ஆண்டுகளுக்கு முன்பே வளர்ச்சியடையத் தொடங்கியது எனலாம். அப்படியெனில் சுமேரியன் நாகரிகம்தான் மிகப் பழைமையானது என்று கூறுவது சரியானதா என்பது கேள்விக்குறியாகிறது? ஏனெனில் சுமேரிய நாகரிக தொல்பொருள் சான்றுகள் பொ.யு.மு. 5000லிருந்தே காணக்கிடைக்கிறது. மற்றும் சுமேரியர்கள் சுமேரியாவில் வேறொரு இடத்திலிருந்து குடி பெயர்ந்து வந்தனர் என்று அவர்களுடைய புராணங்கள் மூலம் அறிகிறோம். மனித நாகரிகம் 20000 ஆண்டுகளுக்கு முன்பே தோன்றிவிட்டதெனில் அதனுடைய தொல்பொருள் தடயங்கள் அல்லது எச்சங்கள் எங்கு இருக்கின்றன?

சுமேரிய நாகரிகம்தான் முதல் நாகரிகமா?

சுமேரியர்களுடைய பழைய புராணங்களின்படி பார்த்தால் அவர்கள் சுமேரியாவிற்கு அவர்கள் வேறொரு இடத்திலிருந்து புலம் பெயர்ந்து வந்தவர்கள் என்று கூறுகின்றன. அவ்விடம் சுமேரியாவிற்கு தெற்கில் உள்ளது என்றும், அது தில்முன் என்ற இடமாகவும் இருக்கலாம் என்று கருதப்படுகிறது. அப்புலம் பெயர்தல் கடல் மூலம் கப்பலில் வந்து குடியேறியதாகக் கூறப்படுகிறது. இதற்கு ஆதாரம் அவர்களுடைய சித்திரங்கள் மூலம் அறியலாம். சுமேரியர்கள் பல கண்டுபிடிப்புகள் செய்துள்ளனர். விவசாயம், சக்கரம், தேர், கணிதம், ஏர், வானியல் என பலவற்றைக் கண்டுபிடித்தனர். ஆனால் இக்கண்டுபிடிப்புகளெல்லாம் திடீரென்று கண்டுபிடித்திருக்க இயலாது. அதற்கு பல நூற்றாண்டுகள் ஆகியிருக்கலாம்.

மேலும் இக்கண்டுபிடிப்புகளுடைய படிப்படியான பரிமாண வளர்ச்சியின் தடயங்கள் கட்டாயம் சுமேரியாவில் இருக்கவேண்டும். ஆனால் அப்படிப்பட்ட தொல்பொருள் தடயங்கள் அங்கு கிடைக்கவில்லை. சுமேரியர்கள் கண்டுபிடித்த எல்லா கண்டுபிடிப்புகளும், வளர்ச்சிகளும் திடீரென்று ஏற்பட்டதுபோல் உள்ளது. சிலர் சுமேரியர்களுக்கு வேற்றுக் கிரகவாசிகளின் தொடர்பு இருந்திருந்தது என்றும், அதன் மூலம் அவர்கள் பல கண்டுபிடிப்புகள் செய்தனர் என்று கூறுகின்றனர். ஆனால் அது உண்மையாக இருக்குமா என்பது சந்தேகமாக உள்ளது.

ஆனால் மேற்கூறியபடி, சுமேரியர்கள் பெரிய கப்பல் செய்து அவர்கள் புலம் பெயர முடிந்தது என்றால், அவர்கள் ஏற்கெனவே நல்ல நாகரிகம் அடைந்தவர்களாக இருந்திருக்க வேண்டும். அப்படிப் பார்க்கையில் அவர்கள் கண்டுபிடித்தவையெல்லாம் புலம் பெயர்ந்து வருவதற்கு முன், ஏற்கெனவே தங்களுடைய சொந்த நிலத்தில் கண்டுபிடித்தவையாக இருந்திருக்க வேண்டும். புலம் பெயர்ந்த பின் அதை அவர்கள் பயன்படுத்தி இருக்கலாம். எனவேதான் கண்டுபிடிப்புகளின் பரிணாம வளர்ச்சி, தடயங்கள் சுமேரியாவில் கிடைக்கவில்லை.

எனவே, உலகின் முதல் நாகரிகம் தோற்றுவித்தவர்கள் சுமேரியர்கள், ஆனால் முதல் நாகரிகம் தோன்றிய இடம் சுமேரியா இல்லை. அப்படியெனில் முதல் நாகரிகம் தோன்றிய இடம் எது?

நோவாவின் கதையும், ஆழிப்பெருக்கும்

இவ்வுலகில் உள்ள ஏறக்குறைய எல்லா கலாசாரங்களிலும் நாகரிகங்களிலும் உள்ள பழம்பெரும் கதைகள் கூறுவது, அவர்களுடைய மூதாதையர்கள் ஒரு கடல் வெள்ளப்பெருக்கில் இருந்து புலம்பெயர்ந்து வந்தவர்கள் என்று நாம் ஏற்கெனவே பார்த்தோம். யூதர்களின் பழைய ஏற்பாடும் இந்த வெள்ளப்பெருக்குக் கதையைக் கூறுகிறது. அது நோவாவின் கதையாகும். நோவா என்பவர் கடல் வெள்ளப்பெருக்கில் இருந்து தன் மக்களைக் காப்பாற்ற ஒரு பெரிய கப்பல் செய்து, அதில் மக்களையும் பிராணிகளையும் செடி கொடிகளின் விதைகளையும் ஏற்றி வேறு இடத்திற்குக் கொண்டு சென்று காப்பாற்றினார் என்ற தொன்மக் கதை உள்ளது. ஆனால் இதன் காலம் பற்றிய தகவல் இல்லை. யூதர்களின் ஆதி தலைவர் யாகோப் அல்லது ஜாக்கப் சுமேரிய வம்சத்தில் வந்தவர். அவர் ஒரு சுமேரிய மதகுருவின் மகன். எனவே யூதர்களின் பழைய ஏற்பாடு கூறும் நோவாவின் கதை சுமேரியர்களின் புராணங்கள் கூறும் புலம்பெயர்ந்த கதையாக இருக்கலாம்.

ஆனால் இங்கு ஒரு கேள்வி ஏற்படுகிறது. ஆழிப்பெருக்கு அல்லது வெள்ளப் பெருக்கும், கடற்கோளும் ஒன்றா அல்லது வேறானவையா? வெள்ளப்பெருக்கு என்பது எதைக் குறிக்கிறது? வெள்ளப்பெருக்குகள் இரண்டு விதமாக இருக்கலாம். ஒன்று, கடற்கோள் அதாவது சுனாமி என்று சொல்லப்படுவது. இது கடலின் அடியில் பூகம்பம் ஏற்படும்போது, கடலில் பல மீட்டர் உயரமுள்ள மிகப்பெரிய அலைகள் தோன்றி அது நிலத்தைத் தாக்கும். இது ஒரு சில மணி நேரத்திற்குள் அல்லது ஒரு நாளுக்குள் நடந்துவிடும். தப்பிக்க நேரம் இருக்காது. மற்றொன்று, புவியின் துருவங்களில் உள்ள பனிக்கட்டிகள் உருகி கடல் உயரம் அதிகரித்து, கடற்கரையை அரித்து அரித்து நிலத்தை அபகரிக்கும் வெள்ளப்பெருக்கு. இது உடனடியாக நடக்காது, மெல்ல மெல்ல பல மாதங்கள் அல்லது வருடங்களாக நடக்கும். இப்படி கடைசியாக நடந்தது பொ.யு.மு. 8000 – 6000 போல் எனக் கூறப்படுகிறது. மேலே சொன்ன இரண்டு வெள்ளப்பெருக்குகளில் நோவா புலம்பெயர்ந்தது எந்த வெள்ளப்பெருக்கினால்?

இங்கு இன்னொரு கேள்வியும் ஏற்படுகிறது? வெள்ளப்பெருக்கு ஏற்பட்டால் ஏன் நாட்டைவிட்டு புலம்பெயர வேண்டும்? கடற்கரை ஓரத்திலிருந்து உள்நாட்டிற்குள் சென்றுவிடலாமே? ஏன் மிகப்பெரிய கப்பல் கட்டி கடலில் புலம்பெயர வேண்டும்? ஏனெனில் சுமேரியர்களுடைய சொந்த நிலம் கடல்சூழ்ந்ததாக இருந்திருக்க வேண்டும். வெள்ளப்பெருக்கில் தப்பிக்க வேறு இடமின்றி கப்பல் மூலம் புலம்பெயர்ந்து இருக்க வேண்டும். சில அறிஞர்கள், ‘அவர்களின் உள்நாட்டில் இன்னொரு அரசு இருந்தது. அவர்கள் இவர்களின் எதிரி என்பதால் அவர்கள் கப்பல் மூலம் வேறு ஓர் இடத்திற்குப் புலம் பெயர்ந்தனர்’ என்று கூறுகின்றனர். ஆனால் இது நம்பத்தகுந்த காரணமாக ஏற்கமுடியவில்லை.

இந்தியாவில் உள்ள கோண்டி இன பழங்குடிமக்களின் பழங்கதையும் வெள்ளப்பெருக்கு பற்றிக் கூறுகிறது. அது அவர்களுடைய முன்னோர்கள் இந்தியாவிற்குத் தெற்கே உள்ள நிலத்தில் வாழ்ந்தனர் என்றும், ஒரு வெள்ளப்பெருக்கு ஏற்பட்டபோது கடைசியில் தப்பிக்க இருந்த ஒரே இடம் ஒரு மலைக்குன்று மட்டுமே.

அதில் ஏறி தப்பித்த பிறகு பின் வேறு இடத்திற்குப் புலம்பெயர்ந்தனர் என்று அந்த பழங்கதை கூறுகிறது. எனவே சுமேரியர்களின் மூதாதையரின் நிலம் கடல் சூழ்ந்ததாக இருந்திருக்க வேண்டும்.

கடலில் மூழ்கிய நகரங்கள்

பல கலாசாரங்களின் தொன்மங்களில் கூறுவதுபோல், இவ்வுலகில் பழங்காலத்தில் உண்மையாகவே வெள்ளப்பெருக்கு ஏற்பட்டதா இல்லையா என்று அறிய உலகில் பல இடங்களில் உள்ள தொல்பொருள் தடயங்களை நாம் ஆராய வேண்டும். அப்படி வெள்ளப்பெருக்கு ஏற்பட்டிருந்தால் உலகின் மற்ற பாகங்களில் இந்த வெள்ளப்பெருக்கின் தாக்கம் இருந்திருக்க வேண்டும். அந்த தாக்கத்தின் தொல்பொருள் தடயங்கள் இருக்க வேண்டும். அப்படிப்பட்ட தொல்பொருள் ஆதாரங்களைத் தேடி, உலகில் பல் வேறு நாடுகளில் கடலில் மூழ்கிய சில நகரங்களை இப்போது பார்ப்போம்.

க்யூபா

மேற்கு க்யூபா நாட்டின் கடற்கரைப்பகுதியில் கடலுக்கு அடியில் ஒரு மைல் ஆழத்தில் பிரமிட் போன்ற சிதைந்த கட்டட உருவ அமைப்பை கடல் அறிவியலாளர்கள் பால் வெயின்வேய்த்ஸ் மற்றும் பாலின் சலித்ஸ்கி என்ற இருவர் கண்டுபிடித்துள்ளார்கள். இதனுடைய காலம் 10000 ஆண்டுகள் இருக்கலாம் என்று

கியூபா நாட்டின் கடலுக்கு அடியில் உள்ள பிரமிட் கட்டடங்கள்

ஆய்வுகள் தெரிவிக்கின்றன. இந்த இடத்தின் பரப்பளவு 2 சதுர கிலோமீட்டர் என்றும், இது 720 மீட்டர் ஆழத்தில் உள்ளது என்றும் கூறப்படுகிறது. ரோபோட் மூலம் அந்த இரு அறிவியலாளர்கள் இதனைக் கண்டுபிடித்திருக்கிறார்கள். ஆனால் சில அறிஞர்கள் இதையும் இயற்கையாக ஏற்பட்ட வடிவமைப்பு என்று கூறி மேற்கொண்டு ஆராயாமல் விட்டுவிட்டனர். அந்நாட்டு அரசும் இதைப் பெரிதாக எடுத்துக்கொள்ளவில்லை.

யோனாக் உனி, ஜப்பான்

ஜப்பான் நாட்டு கடற்கரையில் யோனாக் உனி என்ற இடத்தில் கடலுக்கடியில் பிரமிட் போன்ற மிகப் பெரிய கட்டட அமைப்பைக் கண்டுபிடித்துள்ளனர். இதைச் சில முக்கிய ஆய்வாளர்கள் இயற்கையின் வடிவமைப்பு என்று கூறி அதை நிராகரித்து

ஜப்பான் நாட்டு கடற்கரையில் யோனாக் உனி என்ற இடத்தில் கடலுக்கடியில் பிரமிட் போன்ற மிகப் பெரிய கட்டட அமைப்பு

விட்டனர். ஆனால் அக்கட்டடத்தின் உருவ அமைப்பையும், அதன் நேர்த்தியான செவ்வகம், மற்றும் வளைவுகளை நோக்கும்போது அது இயற்கையாக அமைந்திருக்க வாய்ப்பில்லை என்றே தோன்றுகிறது. அது மனிதன் செய்த கட்டட அமைப்பைப் போலவே உள்ளது. இதனுடைய காலமும் 10000 ஆண்டுகள் இருக்கலாம் என்று ஆய்வுகள் கூறுகின்றன.

இராக்ளியன், மத்திய தரைக்கடல், எகிப்து

எகிப்து நாட்டின் மத்தியதரைக்கடல் பகுதியில் கடலுக்கு அடியில் 120 மீட்டர் ஆழத்தில் ஒரு மூழ்கிய நகரம் கண்டுபிடிக்கப்பட்டுள்ளது. இந்நகரத்தின் பெயர் அலெக்ஸ்சாண்ட்ரியா அல்லது இராக்ளியன் என்று கூறுகின்றனர்.

இந்நகரம் பொ.யு.மு. எட்டாம் நூற்றாண்டில் உருவாக்கப்பட்டது என்றும், முக்கிய வணிகத் துறைமுகமாக விளங்கியது என்றும் கூறப்படுகிறது. இந்நகரம் கடற்கரையிலிருந்து 6.5 கிலோமீட்டர் தூரத்தில் உள்ளது. இதன் பரப்பளவு கிட்டத்தட்ட 10 சதுர கிலோமீட்டர் என கூறுகின்றனர். இது 1200 வருடங்களுக்கு முன்பு கடலில் மூழ்கியதாக ஆய்வுகள் தெரிவிக்கின்றன. இந்த மூழ்கிய நகரத்தில் கண்டுபிடிக்கப்பட்டவை கீழே வருமாறு:

- களிமண்ணாலும், மணலாலும் மூடப்பட்ட 64 கப்பல்கள்
- தங்க காசுகளும், வெண்கல மற்றும் கல் எடைகளும்

எகிப்து நாட்டு மத்தியதரைக்கடலில் மூழ்கிய நகரம்

- 16 அடி உயரமுள்ள பல சிலைகளும் மற்றும் சிறிய நூற்றுக்கணக்கான சிலைகளும்
- எழுத்து மற்றும் சின்னம் பொறிக்கப்பட்ட கல் பலகைகளும்
- 700 க்கும் மேற்பட்ட கப்பலின் நங்கூரங்களும்

பூம்புகார், மாமல்லபுரம்

தமிழகத்தில், கிழக்குக் கடற்கரையில் பூம்புகார் என்ற துறைமுக வணிக நகரம் பழங்காலத்தில் இருந்தது. அது பின்பு கடல்கோளில் மூழ்கியது. அது எப்போது?

சிலப்பதிகாரத்தில் வரும் பாண்டியன் நெடுஞ்செழியன், பொ.யு. 100ல், கங்கை மற்றும் இமயத்தைக் கைப்பற்றினான். சிலப்பதிகாரத்தில் புகார் நகரம் இருந்திருக்கிறது. அப்படியெனில் சிலப்பதிகார காலத்தில் புகார் நகரம் கடலில் மூழ்கவில்லை. அப்படியெனில் பொ.யு. 100ல், புகார் நகரம் கடற்கோளில் அழியவில்லை. அதன் பிறகே கடலில் மூழ்கியுள்ளது. அது பொ.யு. 500 – 800 வாக்கில் நடந்திருக்கலாம். அதாவது 1500 ஆண்டுகளுக்கு முன் ஏற்பட்ட மூன்றாவது பெரிய சுனாமியில் மூழ்கியிருக்கலாம்.

அதேபோல் கிழக்குக் கடற்கரையில் மாமல்லபுரம் இருக்கிறது. அதன் ஒரு பகுதியும் கடலில் மூழ்கிவிட்டது. இதன் ஆதாரமாக கடல் உள்வாங்கும்போது பழங்காலத்தில் கட்டப்பட்ட, கடலில் மூழ்கிய கோவில் தென்படுகிறது. இக்கோவில் பல்லவர் கால கட்டடக்கலையோடு ஒத்து இருக்கிறது. அப்படியெனில் பல்லவர் காலத்தில் அது மூழ்கியிருக்கலாம். பல்லவர் காலம் பொ.யு. 500 – 800. அதாவது இன்றிலிருந்து 1500 வருடங்கள் முன்பு. அதாவது மூன்றாவது ஆழிப்பெருக்கு ஏற்பட்ட காலம்.

துவாரகைக்கு அருகில்

இந்திய கடல் ஆய்வாளர்கள் கடந்த 2002ஆம் ஆண்டு, காம்பே வளைகுடாவில் கடலில் மூழ்கியுள்ள ஒரு நகரத்தை இந்தியாவின் மேற்குக் கடற்கரையில் துவாரகைக்கு அருகில் ஆழ்கடலில் கண்டுபிடித்துள்ளனர். அங்கு கிடைத்த பொருட்களை

துவாரகைக்கு அருகில் கடலில் மூழ்கிய நகரம்

பரிசோதித்த ஆழ்கடல் தொல்பொருள் ஆய்வாளர்கள் அதன் காலம் பொ.யு.மு. 7595 போல இருக்கலாம் என்று கூறியுள்ளனர். எனவே அந்நகரம் 9500 வருடங்கள் பழைமையான நகரமாக இருக்கலாம் என்று கருதுகின்றனர். (பிபிசி, 16.1.2002).

விண்வெளிக்கல்லும், வெள்ளப்பெருக்கும்

பண்டைய காலத்தில் கடல் வெள்ளப்பெருக்கு ஏற்பட்டதற்கு வெவ்வேறு காரணங்கள் கூறப்படுகின்றன. அதில் ஒரு காரணம் விண்வெளிக்கல் ஒன்று பூமியைத் தாக்கியதால் மிகப்பெரிய வெள்ளப்பெருக்கு ஏற்பட்டது என்றும் கூறப்படுகிறது. இதை நிரூபிக்கும் வகையில் அறிவியலாளர்கள் ஒரு வால் நட்சத்திரம் பூமியை தாக்கியது என்ற ஒரு கூற்றைக் கொண்டு வந்துள்ளனர். அது இன்றைய ஆஸ்திரியா நாட்டில், மகாபாரத காலகட்டத்தில் ஏற்பட்டது என்றும் கூறுகின்றனர். இந்த கூற்றிற்குப் பக்க பலமாக ஓர் ஆதாரம் கிடைத்துள்ளது என்றும் கூறப்படுகிறது. அது ஒரு களிமண் ஏடு. இது பொ.யு.மு. 700 செய்யப்பட்டது என்றும், ஆனால் அது 5000 வருடங்களுக்கு முன்பு (பொ.யு.மு. 3000) ஒரு விண்வெளிக்கல் பூமியைத் தாக்கியது பற்றி குறிப்பிடுகிறது. அது விழுந்த இடம் தோராயமாக ஆஸ்திரியா நாட்டில் என்றும், அக்களிமண் ஏட்டின் வரைபடத்தின்படி அது 29 ஜூன் பொ.யு.மு. 3123ல், நடந்தது என்று அது குறிப்பிடுகிறது.

இது கலியுகம் (பொ.யு.மு. 3102) ஆரம்பிப்பதற்கு 21 வருடங்களுக்கு முன்பாகவும், மகாபாரதப் போருக்கு (பொ.யு.மு. 3138) 15 வருடங்களுக்கு பின்பும் நடந்துள்ளது. மகாபாரதப்போர் நடந்து 36 வருடங்கள் கழித்து கிருஷ்ணர் மரணமடைந்தார் என்றும், துவாரகை கடலில் மூழ்கியது என்றும் புராணங்கள் கூறுகின்றன. மேற்கூறிய களிமண் ஏடு கூறும் வருடத்திற்கும் இதற்கும் 21 வருடங்களே வித்தியாசம். இவ்வித்தியாசம் காலக்கணக்கில் ஏற்பட்ட வேறுபாடு காரணமாக இருக்கலாம்.

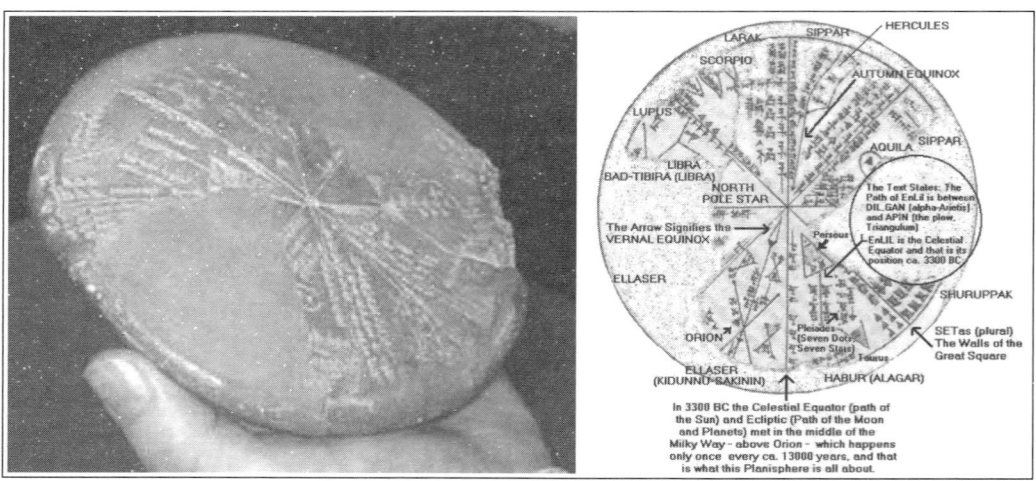

விண்வெளிக்கல் பூமியை தாக்கியது பற்றி குறிப்பிடும் களிமண் ஏடு

இதேபோல் இன்னொரு ஆதாரம், 3 மைல் அளவுள்ள விண்வெளிக்கல் மடகாஸ்கர் கடற்கரைப்பகுதியில் தாக்கியது பற்றிய அறிவியல் ஆராய்ச்சியாகும். இன்னொரு ஆச்சரியம், இது நடந்த காலமும் 5000 வருடங்களுக்கு முன்பு என்று அந்த

ஆய்வு கூறுகின்றது. இதனால் 600 அடி உயரமுள்ள சுனாமி மடகாஸ்கரை தாக்கியது என்றும், அதற்கு ஆதாரம் மடகாஸ்கரில் காணப்படும் ஃபெனம்போசி செவ்ரோன்கள் தான்.

இந்த விண்வெளிக்கல் மோதியதால் ஏற்பட்ட சுனாமி, துவாரகை நகரத்தை அழித்தது என்றும் கூறலாம். இந்தக் காலகட்டம்தான் இரண்டாம் தமிழ்ச்சங்க காலம் எனலாம்.

ஜெயஸ்ரீ என்ற இணைய பதிவாளர் கருத்துப்படி, மடகாஸ்கர் தீவின் அருகில் இருந்த சுற்றுப்புறப் பரப்பே முதல் தமிழ்ச்சங்கம் இருந்திருந்த இடம். அது முடிவடைந்த காலம் பொ.யு.மு. 5550. கீழே கொடுத்துள்ள வரைபடத்தின் படி மஸ்கரெனே பீடபூமி A வளையத்தில் காட்டப்பட்டுள்ளது. இது கிட்டத்தட்ட 7000 வருடங்களுக்கு முன்பு கடலில் மூழ்கியது என்று கூறப்படுகிறது. வெள்ளை நிற அம்புக்குறிகள் சுனாமி அலைகளுடைய பாதையை குறிப்பிடுகிறது. B வளையம் இரண்டாம் தமிழ்ச்சங்கம் இருந்த இடமாகும் என்றும் குறிப்பிடுகிறார். அதனுடைய காலம்

விண்வெளிக்கல் மோதியதால் ஏற்பட்ட சுனாமியின் தாக்கம்

பொ.யு.மு. 5550 முதல் பொ.யு.மு. 1850. வரை. (ஏறக்குறைய இரு நூற்றாண்டுகள் முன்னும் பின்னும்). பொ.யு.மு 2000 வாக்கில் சிந்து சமவெளி நாகரிகம் ஒரு பெரிய நிலநடுக்கத்தால் அழிவுற்றது என்றும், இதன் காரணமாக ஏற்பட்ட சுனாமியால் இரண்டாம் தமிழ்ச்சங்கம் அழிவுற்றது என்றும் கருதுகிறார். முதல் தமிழ்ச்சங்கமும், துவாரகையும் விண்வெளிக்கல் மோதியதால் ஏற்பட்ட சுனாமியில் அழிந்தது என்று கருதுகிறார்.

இப்புவியில் மூன்று குறிப்பிடத்தக்க மிகப்பெரிய சுனாமிகள் வடக்கு கடல்களில் ஏற்பட்டிருக்கின்றன என்று ஆய்வுகளில் அறியமுடிகிறது. அதில் முதல்

சுனாமி, தற்போதிலிருந்து சுமார் 8100 வருடங்களுக்கு முன்பும் (பொ.யு.மு. 6100), இரண்டாவது சுனாமி தற்போதிலிருந்து சுமார் 5500 வருடங்களுக்கு முன்பும் (பொ.யு.மு. 3500), மூன்றாவது சுனாமி தற்போதிலிருந்து சுமார் 1500 வருடங்களுக்கு முன்பும் (பொ.யு.700), ஏற்பட்டது என்று குறிப்பிடுகிறார்கள். தோக்கர் தீவுகள் என்ற பெரிய தீவு முதல் சுனாமியில் மூழ்கிவிட்டதாக ஆய்வுகளில் குறிப்பிடுகிறார்கள்.

தில்முன்

சுமேரியர்களின் பழங்கதைகளிலிருந்து அறியப்படுவது என்னவென்றால் அவர்கள் தில்முன் என்ற இடத்திலிருந்து புலம்பெயர்ந்தவர்கள் என்றும் அந்த இடம் மலை சார்ந்த இடம் என்றும் அறியப்படுகிறது. பிற்காலத்தில் அவர்கள் 'தில்முன்'னிலிருந்து தேக்கு மற்றும் வாசனைப்பொருட்கள் இறக்குமதி செய்தனர். அவர்களுடைய முதன்மையான தெய்வம் 'என்கி'.

சுமேரியர்களின் வரலாற்றில் குறிப்பிடப்படும் 'தில்முன்' என்ற இடம் பற்றி இன்னும் பலவிதமான கூற்றுகள் உள்ளன. பல மேல்நாட்டு ஆராய்ச்சியாளர்கள் தில்முன் என்பது பஹ்ரைன் தீவு என்று கூறுகிறார்கள். அது சாத்தியம் இல்லை. ஏனெனில், அது சுமேரியாவிற்கு மிக அருகில் உள்ளது; எளிதில் அடைந்து விடலாம். ஆனால் சுமேரியா புராணம் கூறுவது தில்முன் நீண்ட தொலைவில் உள்ளது; தில்முன் காடுகள் இருக்கும் இடமாக கூறப்படுகிறது.

மற்றும் அக்காலத்தில் பஹ்ரைன் தீவாக இருந்திருக்க வாய்ப்பில்லை. அது அரேபிய தீப கற்பத்தோடு சேர்ந்து இருக்க வேண்டும். எனவே கடல்வழி வாய்ப்பு இல்லை. மேலும் அந்தத் தீவின் விவரம் பொ.யு.மு. 2000 பின்பே காணக் கிடைக்கிறது. எனவே தில்முன் என்பது பஹ்ரைனாக இருக்க வாய்ப்பில்லை.

'தில்முன்' என்று குறிப்பிடப்படும் இடம், திரிமுனை என்ற இடமாக இருக்கலாம். திரிமுனை என்பது தில்முன் என மருவியிருக்கலாம்.

திரிமுனை > திர்முன் > தில்முன்.

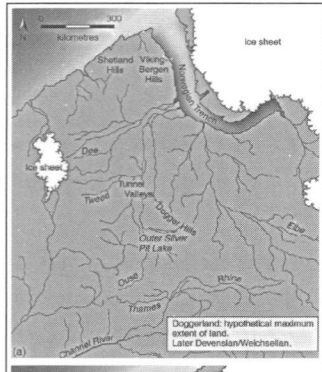
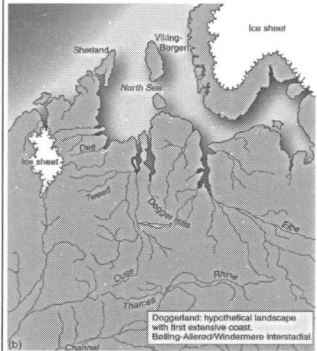
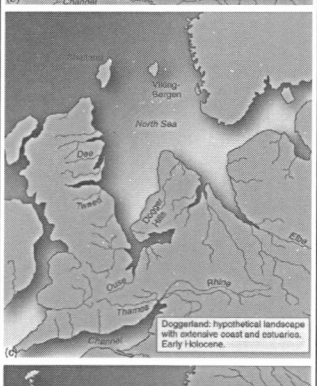
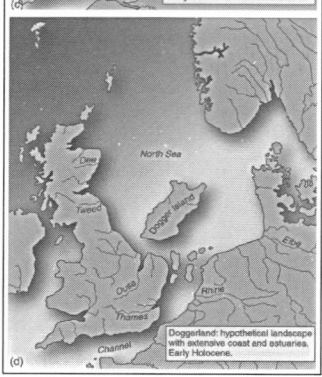

தோக்கர் நிலம் கடலில் மூழ்கியதை குறிப்பிடும் படம்

திரைமுனை என்பது தில்முன் எனவும் மருவியிருக்கலாம். திரைமுனை என்பது திரைகள் உள்ள முனை, அதாவது அலைகள் உள்ள முனையாக இருந்திருக்கலாம்.

அப்படியெனில் திரிமுனை என்பது எந்த இடம்? மூன்று கடல்கள் கூடும் இடம். கன்னியாகுமரியை குமரி முனை என்று கூறுகிறோம். ஆனால் பொ.யு.மு. 4000ல், தற்போதைய குமரி முனை இல்லை.

(முக்கூடல் சங்கமம்; சங்கமம்–சங்கம்+அம்; அப்படியெனில் சங்கம் என்பது கூடும் இடம்; சங்கு ஊதி கூடும் இடம் என்று பொருள் கொள்ளலாம்.)

சுமேரியர்களின் பழம்பெரும் காப்பியத்தில் கூறப்படும் தில்முன் என்ற இடம் சாகாவரம் பெற்ற பெரியோர் வாழும் இடமாக இருந்தது என்று குறிப்பிடுகிறது. இவர்கள் நம் தமிழகத் தொன்மங்களில் கூறப்படும் சித்தர்களாக அல்லது முனிவர்களாக இருக்கலாம்.

ஐரோப்பாவின் ஆதி குடியான செல்ட் என்ற குடியின் பூசாரிகள் 'திருயிட்' என்று அழைக்கப்பட்டனர். முதலில் இவர்கள் வெள்ளை இனத்தவர் என்று நினைக்கப்பட்டார்கள். சர் கோட்பிரே ஹிக்கின்ஸ் என்பவர் தன் நீண்ட ஆய்வுக்குப் பின்னர் அவர்கள் கறுப்பினத்தவர் என்று கண்டறிந்தார். இவர் கூற்றுப்படி, இந்தியாவின் புத்த மதம் மிகவும் பழைமையானதென்றும், முதல் புத்தர் ஐயாயிரம் அல்லது ஆறாயிரம் ஆண்டுகளுக்கு முன்பு வாழ்ந்திருக்கலாம் என்றும், பொ.யு.மு. 600ல் வாழ்ந்த கௌதம புத்தர் முதல் புத்தர் இல்லை என்றும், இந்தியாவின் புனித நூல்கள் குறைந்த பட்சம் பத்து புத்தர்கள் பற்றி குறிப்பிடுகின்றன என்றும் கூறுகிறார். மேலே கூறிய புத்தர்கள் பற்றிய கூற்று தொல்தமிழகத்தில் வாழ்ந்திருந்த சித்தர்கள் பற்றி இருக்கலாம். தமிழ்நாட்டில் ஆயிரக்கணக்கில் சித்தர்கள் வாழ்ந்திருந்தனர்.

பிரபாகரன் என்ற ஆய்வாளர் தன்னுடைய 'குமரிக்கண்டமா? சுமேரியமா?' என்ற புத்தகத்தில் குமரிக்கண்டம் என இலக்கியங்கள் குறிப்பிடுவது சுமேரியாவைத்தான் என்று குறிப்பிடுகிறார். கபாடபுரம் என்பது மெசொபட்டாமியாவில் உள்ள யூப்ரடிஸ் மற்றும் டைக்ரிஸ் நதிகளுக்கிடையில் உள்ள இடைப்பட்ட நிலமே கபாடபுரம் என்றும் குறிப்பிடுகிறார். இதுபோல வேறு பல ஆதாரங்களும் கொடுத்துள்ளார். ஆனால் அவையெல்லாம் சரியாக இருக்க வாய்ப்பில்லை என்றே தோன்றுகிறது. மேலும் அந்தப் புத்தகத்தில் கீழ்க்கண்ட குறிப்புகளைக் கூறியுள்ளார்:

சுமேரியர்கள் 'நிலம்' என்ற வார்த்தையை 'மலை' என்றே எழுதினர். ஏனெனில் அவர்கள் புலம் பெயரும் முன்பு மலையும் மலை சார்ந்த இடங்களில் வாழ்ந்தனர்.

பண்டைய தில்முன் பஹ்ரைன் தீவு என்றால் அங்கு மலைகள் இருக்க வேண்டும். ஆனால் பஹ்ரைன் தீவில் மலைகள் இல்லை.

சுமேரியர்களின் முதல் நகரம் எரிது (பொ.யு.மு. 5400). உலகின் முதல் நாடு அல்லது நகரம் எரிது. இந்நகரம் கடலுக்கு மிக அருகில் அமைந்துள்ளது. ஏனெனில் சுமேரியர்கள் சிறந்த மாலுமிகள் அவர்கள் போகாத நாடுகளே இல்லை. அப்படி அவர்கள் வேறு நாடுகளுக்குச் சென்றனர் என்றால், வேறு ஒரு நாடும் நகரமும் இருந்திருக்க வேண்டுமே? அப்படியெனில் அது எந்த நாடு..? எந்த நகரம்?

சுமேரியர்கள் பொ.யு.மு. 5000 போல் கப்பல் கட்டினர் என்று தொல்பொருள் ஆதாரங்கள் தெரிவிக்கின்றன. சுமேரியா சமவெளி நாடு, உயர்ந்த மரங்கள் இல்லை. பின் எப்படி கப்பல் கட்ட அவர்களுக்கு மரம் கிடைத்தது? கப்பல் செய்ய எங்கிருந்து அவர்களுக்கு மரம் கிடைத்தது?

சுமேரியர்கள் தில்முன்னிலிருந்து பொ.யு.மு. 4000 போல் தாமிரம், தேக்கு, யானைத்தந்தம் மற்றும் பல பொருட்களை இறக்குமதி செய்தனர். தில்முன் நாட்டில் கொர்கின துரா என்ற துறைமுகம் இருந்தது என்று குறிப்பிடப்படுகிறது. தில்முன் கதிரவன் உதிக்கும் நாடு என்றும், அங்கு நல்ல நீர்வளமும், பழத்தோட்டங்கள் குறிப்பாக மாதுளை, மாம்பழத் தோட்டங்கள் நிறைந்திருந்தது என்றும் கூறப்படுகிறது. தில்முன், நீப்ரு என்ற தேசத்தில் இருந்ததாகவும் அங்கு துறிஞ்சி நிம்பர் என்ற நகரமும், இடுசாலா என்ற நதியும் இருந்ததாகக் கூறப்படுகிறது.

கதிரவன் உதிக்கும் நாடு என்றால் அது எந்த இடமாக இருக்கும். நிச்சயமாக அது இந்தியாவின் மேற்குக் கடற்கரைப்பகுதியாக இருக்காது. அது தீவுபோல உள்ள இடமாகத்தான் இருந்திருக்க வேண்டும். அல்லது ஒரு குறுகிய தீபகற்பமாக இருந்திருக்கலாம். உதாரணமாக மாலத்தீவுகள் போன்ற இடமாக இருக்கலாம். கோர்கினா என்பது கொற்கை என்ற பெயருடைய துறைமுகமாக இருந்திருக்கலாம். தற்போதைய தமிழகத்தில் உள்ள கொற்கை (தூத்துக்குடி) அல்ல. பழந்தமிழகத்தில் இருந்திருந்த துறைமுகமாக இருந்திருக்கலாம்.

நல்ல நீர்வளம் என்பது நல்ல மழை வளம் இருந்த இடமாகவும் மற்றும் ஆறுகளும் குளங்களும் நிறைந்த இடமாக இருந்திருக்க வேண்டும். மாதுளை மற்றும் மாம்பழம் பழத்தோட்டங்கள் உள்ள இடமாக அது இருந்திருக்கிறது. இதே போல் நில அமைப்பு தற்போதைய தென்னிந்தியாவில் கேரளத்திலும், கன்னியாகுமரி மாவட்டத்திலும் உள்ளது. நல்ல மழை வளம் தென்மேற்குப் பருவக்காற்று பருவத்தில் நான்கு மாதங்கள் நல்ல மழை இடைவிடாமல் பெய்கிறது. நிறைய குளங்களும், மாமரங்களும், பலா மரங்களும், வாழை மரங்களும், தென்னை மரங்கள் நிறைந்து உள்ளது. இங்கு ஒவ்வோர் வீட்டிலும் இம்மரங்கள் இருக்கின்றன. ஒவ்வோர் பருவத்திலும் மாமரங்களும், பலா மரங்களும் காய்த்துக் குலுங்கி அதைப் பறிப்பதற்கு ஆட்கள்கூட இல்லாமல் அது வீணே போகின்றன.

நீப்ரு என்ற தேசம் நாகர் தேசமாக இருக்கலாம். நாகர் என்ற சொல் நீப்ரு என்று மருவியிருக்கலாம்.

நாகர் > நகரோ > நீக்ரோ > நீப்ரு.

துறிஞ்சி நிம்பர் என்பது குறிஞ்சி அல்லது குறிச்சி என்ற இடமாக இருக்கலாம். உதாரணமாக, பாஞ்சாலங்குறிச்சி, அரவக்குறிச்சி என்பது போல். இடுசாலா என்பது ஆற்றின்கரையோரம் அமைந்திருந்த வணிகத் தெருவாக இருந்திருக்கலாம். இன்றும் திருவனந்தபுரத்தில் ஆரிய சாலா, வலிய சாலா போன்ற தெருக்கள் கிள்ளி ஆற்றின் கரையில் உள்ளன. எனவே தில்முன் என்பது பண்டைய குமரிக்கண்டமாக இருக்கலாம் அல்லது அங்கிருந்த ஓர் இடமாக இருந்திருக்கலாம்.

ஏன் எத்தியோப்பியா இல்லை?

சுமேரியர்கள் எத்தியோப்பியாவிலிருந்து புலம் பெயர்ந்து வந்திருக்கலாம் என்ற கருத்துகூட உள்ளது. ஆனால் அது சரியான கருத்தாக இருக்க வாய்ப்பில்லை. அதற்கான காரணங்கள்:

- எத்தியோப்பியாவின் மிகப் பழைமையான நாகரிகம் பற்றி எந்த வித தடயங்களும், எச்சங்களும் கிடைக்கவில்லை.
- அவர்களுடைய முதன்மையான அரசு பற்றிய ஆதாரம் பொ.யு.மு. 2000 பின்பே கிடைக்கிறது.
- எத்தியோப்பியர் முகச்சாயல், சிகைச்சாயல் வேறுபாடு உள்ளது.
- இந்தியாவின் கடல் வாணிகத் தொல்பொருள் ஆதாரங்களில் யவனர் பற்றிய குறிப்பு உள்ளது. ஆனால் கறுப்பர் பற்றிய குறிப்பு இல்லை. இதன் மூலம் அறிவது என்னவென்றால் எத்தியோப்பியா கடல் வாணிகத்தில் சிறந்து விளங்கவில்லை.
- இந்தியாவிற்கும் எத்தியோப்பியாவிற்கும் நேரடியான கடல் வாணிகம் இருந்ததாக ஆதாரங்கள் எதுவும் கிடைக்கப் பெறவில்லை.
- எத்தியோப்பியா கடலால் சூழப்பட்ட நாடு இல்லை. ஆதலால் கடற்கோளில் புலம்பெயர அவசியம் இல்லை. கடற்கோள் ஏற்பட்டால் உள்நாட்டிற்குச் செல்லலாம்.
- அப்படி எத்தியோப்பியாவாக இருந்திருந்தால், எல்லாரும் புலம் பெயர்ந்திருக்க மாட்டார்கள். சிலர் உள்நாட்டிற்குச் சென்றிருக்க வேண்டும். அப்படி அவர்கள் சென்றிருப்பின் அதற்கான தொல்பொருள் ஆதாரங்கள் இருந்திருக்க வேண்டும். ஆனால் அது கிடைக்கப்பெறவில்லை.

ஏன் ஆப்பிரிக்கா இல்லை?

மத்திய ஆப்பிரிக்கா... அடர்ந்த மலைகளும் காடுகளும் கொடிய விலங்குகளும் உடைய இடமாக இருக்கிறது. அங்கு நாகரிகம் வளர வாய்ப்புகள், சூழ்நிலைகள் சரியாக இருந்திருக்கவில்லை. மேலும் வடக்கு ஆப்பிரிக்காவில் மிகப்பெரிய பாலைவனம் இருந்ததாலும் அங்கு நாகரிகம் தோன்றவில்லை. நாகரிகம் அடைவதற்கு முன் மக்களால் பாலைவனத்தில் குடியேற முடிந்திருக்காது. அங்கு அவர்களுக்கு வேட்டையாடவும், இயற்கை உணவு சேகரிக்க வாய்ப்புகள் இல்லை. மாறாக நாகரிகம் தோன்றி வளர்ந்து புலம்பெயர்ந்த பின், நைல் நதிக்கரையில் பாலைவனத்தில் குடியேற அவர்களால் முடிந்தது.

மேலும் இன்னொரு மிக முக்கியமான கேள்வி உள்ளது. எகிப்தில் மிகப்பெரிய நாகரிகம் படிப்படியாக வளர்ந்ததற்கான சான்றுகளும், தடயங்களும் கிடைக்கவில்லை. அந்த நாகரிகமும் சுமேரிய நாகரிகம் போல் திடீரென்று தோன்றிய நாகரிகமாகத்தான்

இருக்கிறது. அதுமட்டுமல்லாமல் அத்தனைப் பெரிய நாகரிகமும், அரசாட்சியும் கொண்ட எகிப்து அரசர்கள் ஏன் மத்திய ஆப்பிரிக்காவிற்குள் தங்களுடைய அரசைப் பரப்பவில்லை அல்லது அமைக்கவில்லை? ஏன் எகிப்தோடு நிறுத்திக்கொண்டார்கள்? இது விடை காண வேண்டிய மிகப்பெரிய கேள்வியாகும்.

மனிதன் தோன்றியது ஆப்பிரிக்காவில் என்றாலும், நாகரிகம் வளர்ந்தது ஆப்பிரிக்காவில்தானா? என்பது ஒரு கேள்விக்குறிதான். ஆப்பிரிக்காவிற்கு வெளியே, மனிதன் பழங்கால காட்டுமிராண்டித்தனமான நிலையிலிருந்து நல்ல வளர்ச்சியடைந்த நாகரிக நிலைக்கு எட்டும்வரை, படிப்படியாக முன்னேறியதற்கு ஆதாரங்களைக் காண முடிகிறது. (உதா: கற்கால கருவிகள் முதல் பிற்கால கருவிகள் வரை). ஆனால் ஆப்பிரிக்காவில் அப்படிப் படிப்படியாக முன்னேறியதற்கான ஆதாரங்களைக் காண முடியவில்லை.

- சூடான் நாட்டில் கற்கால ஆதாரங்கள் இல்லை.
- மூவாயிரம் ஆண்டுகளுக்கு முன் ஆப்பிரிக்க நாடுகள் மிகவும் அறியாமை நிலையிலிருந்தன.

கடலில் மூழ்கியுள்ளது குமரிக்கண்டமா?

கீழே உள்ள படம் பழங்காலத்தில் இருந்த பட்டு வணிக (Silk trade) வழித்தடத்தையும் (A வழி), வாசனைப்பொருள் வணிக (Spice trade) வழித்தடத்தையும் (B வழி) காட்டுகிறது. இதில் முதலில் தோன்றிய வாணிக வழி கடல் வழி மார்க்கம். அதற்குப் பிறகே தரை வழி மார்க்கம் தோன்றியது. இவ்வழிகள் பழங்காலத்தில் இருந்த நாகரிகங்களை இணைக்கிறது, மாயன் நாகரிகம் தவிர்த்து. முன்பு மாயன் நாகரிகத்துடன் வாணிகத் தொடர்பு இருந்திருக்கலாம், பின் ஏதோ ஒரு காரணத்தால்

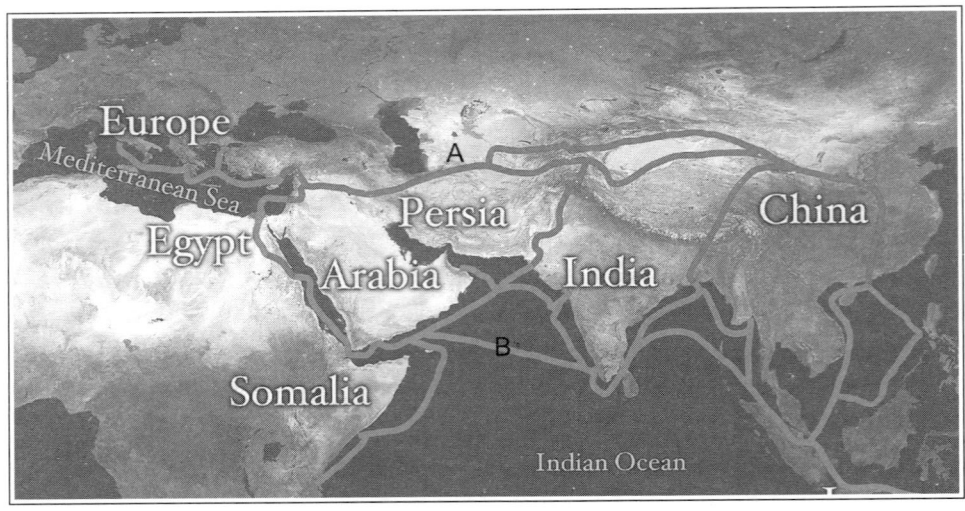

பழங்கால வணிக வழித்தடங்கள்

அந்தத் தொடர்பு துண்டிக்கப்பட்டிருக்கலாம். அதற்குக் காரணம் சுனாமியாகவும் இருந்திருக்கலாம்.

மேலே உள்ள வாணிக வழித்தடத்தில் உள்ள மிகப் பழைமையான நாகரிகம் சுமேரிய நாகரிகம். அதற்குப் பிறகே பாபிலோனிய, எகிப்திய, மினோமிய, கிரேக்க, சிந்து சமவெளி, சீன நாகரிகங்கள் தோன்றின.

ஆனால் சுமேரிய பழங்கால காப்பியங்களின்படி சுமேரியர்கள் வேறொரு இடத்திலிருந்து புலம் பெயர்ந்து வந்தவர்கள் என்று கூறப்பட்டுள்ளது. அப்படியெனில் அவர்கள் மேலே கூறிய மற்ற நாகரிக இடங்களிருந்து புலம் பெயர்ந்திருக்க முடியாது. அவர்கள் புலம் பெயர்ந்ததற்குக் காரணம் கூறப்படுவது வெள்ளப்பெருக்கு அதாவது கடல்கோள் எனப்படுகிறது. அப்படியெனில் அவர்கள் முன்பிருந்த இடம் கடலும் கடல் சார்ந்த இடம். அப்படிப் பார்க்கையில் மேலே உள்ள படத்தில் காணப்படும் கடல் சார்ந்த இடம் ஆப்பிரிக்கக் கடற்கரையும், இந்தியக் கடற்கரையும்தான். இவ்விடங்களில் இருந்திருந்தால் வெள்ளப்பெருக்கில் அவர்கள் கடல் மூலம் புலம் பெயர அவசியம் இல்லையே. அவர்கள் ஆப்பிரிக்க அல்லது இந்திய உள்நாட்டிற்குள் புலம் பெயர்ந்திருக்கலாம். ஆனால் அவர்கள் புலம்பெயர்ந்தது கடல் மூலம் சுமேரியாவிற்கு அதாவது மெசொபட்டாமியாவிற்கு. ஏன்?

ஏனெனில் அவர்கள் இருந்த இடம் கடலும் கடல் சூழ்ந்த இடம். அதாவது ஒரு நீண்ட தீவோ அல்லது நீண்ட மெல்லிய தீபகற்பமாகவோ இருந்திருக்க வேண்டும். அதனாலேயே அவர்கள் வேறு வழியின்றி மற்றொரு இடத்திற்குப் புலம்பெயர்ந்திருக்க வேண்டும். அடுத்தப் பக்கத்தில் உள்ள உலக வரைபடத்தைப் பாருங்கள். அதற்கு அடுத்த படத்தில் இணையாக உள்ள புவியியல் பிரதேசத்தை ஒப்பிட்டுப் பாருங்கள்.

தென்னிந்தியாவிற்குக் கீழே வெளிர் நீல நிறத்தில் உள்ள பகுதியைப் பாருங்கள். அது கடலுக்கு அடியில் உள்ள நிலப்பரப்பு. அந்த நிலப்பரப்பு வெள்ளப்பெருக்கில் மூழ்கிய நிலப்பரப்பு. எனவே வெளிர் நீல நிறத்தில் தெரிகிறது. கடல் நல்ல ஆழம் உள்ள பகுதிகள் அடர்ந்த நீல நிறத்தில் இருக்கும்.

நாகர்கோவில், கன்னியாகுமரிப் பகுதிகளை நாஞ்சில் நாடு என்பர். நாஞ்சில் என்றால் கலப்பை. அதாவது உழுவதற்குப் பயன்படும் ஏர் கலப்பை எனப்படும். தமிழகத்தின் தென்கோடிப் பகுதி கூர்மையாக, கலப்பை வடிவில் உள்ள மலை நாடு என்பதால் நாகர்கோவில், கன்னியாகுமரி பகுதிகள் நாஞ்சில் நாடு என அழைக்கப்பட்டிருக்கலாம்.

தென்னிந்தியாவின் மேற்குக் கடற்கரைப்பகுதியில் கடல் அரிப்பு அதிகம். ஆதலால் கடல்கோள் விழுங்கப்பட்ட பகுதி, மேற்குக் கடற்கரையாக இருக்கலாம் என்று ஜெயகரன் என்ற ஆய்வாளர் கூறியுள்ளார்.

உலக வரைபடத்தில் பார்க்கையில் தென்னிந்தியாவிற்கு கிழக்கே, கடலுக்கு அடியில் மேம்போக்கான நிலப்பரப்பு எதுவும் இல்லை. அதற்கு அர்த்தம் கடற்கோளில் மூழ்கிய நிலப்பரப்பு எதுவும் இல்லை (கடற்கரை ஒட்டியுள்ள வெள்ளை நிற நிலப்பரப்பு தவிர்த்து.) ஆனால் தென்மேற்கே கடலில் மூழ்கிய நிலப்பரப்பு தெளிவாகத் தெரிகிறது.

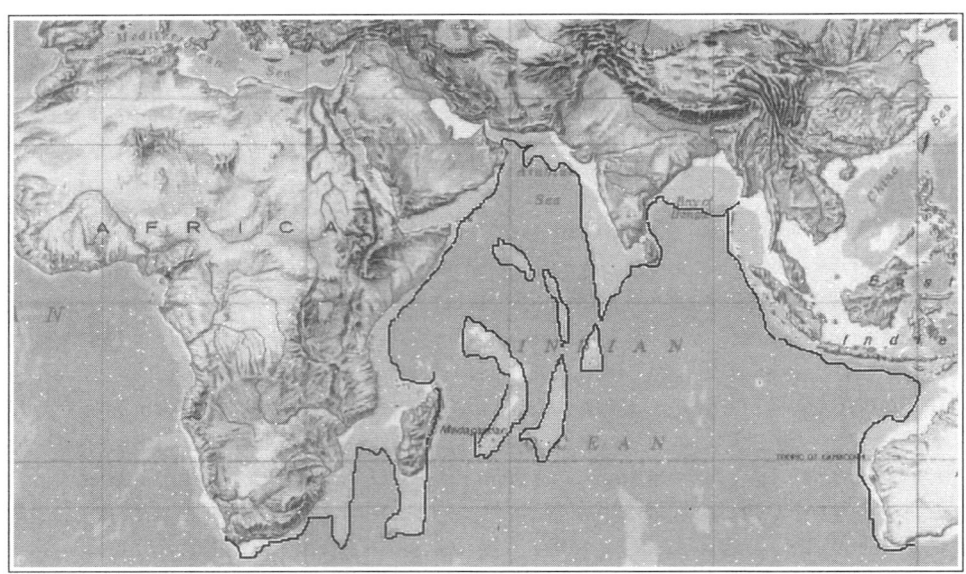

வெள்ளப்பெருக்கிற்கு முன் உண்டாயிருந்த நிலப்பகுதி (கருப்பு கோடு எல்லை)

முதல் கடல்கோள் பொ.யு.மு. 6100 ஏப்ரல் மாதத்திலிருந்து அக்டோபர் மாதத்திற்குள் ஏற்பட்டிருக்கலாம் என்று ஆய்வுகள் கூறுகின்றன. அக்கடற்கோள் தெற்கு திசையிலிருந்து ஏற்பட்டிருக்கலாம். மற்றும் அப்பருவத்தில் காற்றின் திசையும் (தென் மேற்குப் பருவக்காற்று) மேல் நோக்கி வீசும் காற்றாக இருந்திருக்கலாம். அதனாலே அவர்களின் புலம்பெயர்தல் வடக்கு நோக்கி இருந்திருக்கலாம். பின் தற்போதைய அரேபியா வளைகுடாவில் நுழைந்து யூப்ரடீஸ் நதிக்கரையில் குடியேறியிருக்கலாம்.

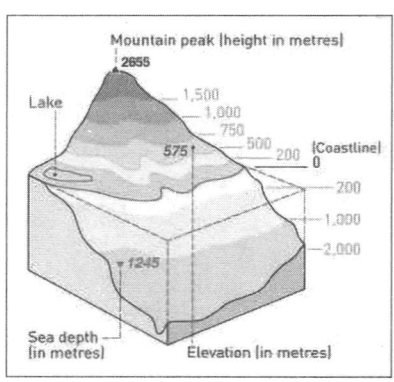

அருகில் காட்டியுள்ள படம் நில உயர அளவுகளும் கடல் ஆழ அளவுகளும் காட்டுகிறது. வெள்ளை நிறம் கடல் மட்டத்தையும் பின் அதன் ஆழம் 250 மீட்டர் வரையிலும் உள்ளது. அதற்கு அடுத்து வெளிர் நீல நிறம் கடல் மட்டம் 250 மீட்டர் முதல் 3000 மீட்டர் வரை உள்ளது. அதற்கு அடுத்து கூடிய நீல நிறம் 3000 மீட்டர் முதல் 8000 மீட்டர் வரை உள்ளது. இந்த மூன்று கடல் ஆழ மட்டங்கள் மூன்று பெரிய கடல் வெள்ளப்பெருக்கை குறிக்கலாம். வெள்ளை நிறப்பகுதி மூன்றாம் கடல் கோளில் மூழ்கிய பகுதியாக இருக்கவேண்டும். வெளிர் நீலப்பகுதி முதலாம் மற்றும் இரண்டாம் வெள்ளப்பெருக்கில் மூழ்கிய பகுதியாக இருக்கவேண்டும்.

இந்நிலப்பகுதி ஒரே நிலமாக இல்லாமல் பல தீவுகள் கொண்ட நிலப்பகுதியாக இருந்திருக்க வேண்டும். பின்னாளில் கடல்மட்டம் உயர்ந்தபோது நிலப்பகுதி கடலில் மூழ்கியதால் பல தீவுகளும் கடலில் மூழ்கி ஒரு சில தீவுகளில் மட்டுமே

மூழ்காமல் மீதமிருந்து பின் அவையும் வெள்ளப்பெருக்கில் கடலில் மூழ்கியிருக்க வேண்டும். அருகில் உள்ள படத்தில் உள்ளது போல்.

கடல் மட்டம் உயர்ந்தபின்
மீதமுள்ள நிலப்பகுதி

பொ.யு.மு. 19500 முதல் 16000 வரை, 3500 வருடங்களில் கடல்மட்டம் 10 மீட்டர் உயர்ந்தது. மேலும், தென் இந்தியா, மத்திய இந்திய புவித்தகடு தொடர் மற்றும் சுமத்ரா புவித்தகடு தொடர் இணைந்திருந்த இடத்தில் அமைந்துள்ளது. இந்தப் புவித் தகடுகள் நகர்ந்ததால், குமரிக்கண்டத்தின் நிலப்பகுதி தாழ்ந்தது. எனவே, கடல் மட்டம் உயர்ந்ததாலும், நிலம் தாழ்ந்ததாலும் குமரிக்கண்டம் மூழ்கத்தொடங்கியது. பொ.யு.மு 14000 –12000 வரை, 2000 வருடங்களில் கடல் மட்டம் மேலும் 10 மீட்டர் உயர்ந்தது. இந்தக் கடல்மட்டம் உயர்வு சீரானதாக இல்லை. சில நேரங்களில் திடீரென்று அதிகமாக உயர்ந்தது, சில நேரங்களில் படிப்படியாக உயர்ந்தது. இதனால் வெள்ளப்பெருக்கும் ஏற்பட்டது. இந்தக் காலகட்டத்தில் தென் மதுரை ஒரு தீவாக மாறியிருக்கலாம். பொ.யு.மு. 9600 போல், அதாவது 4400 வருடங்களில் கடல்மட்டம் 50 மீட்டர் உயர்ந்தது. தென் மதுரையும், குமரிக்கண்டத்தின் தென் பகுதி முழுவதும் கடலில் மூழ்கியது.

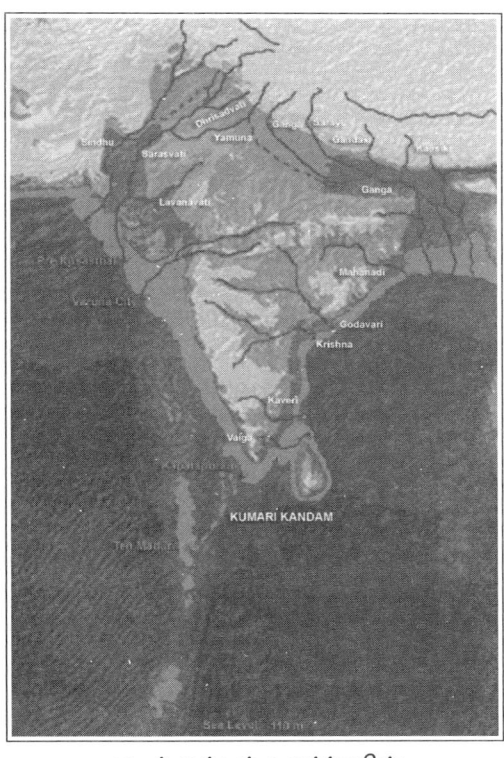

நிலமும், மனிதனின் தோல் நிறமும்

சுமேரியர்கள் தங்களை 'அஞ்சனசிகை' உடையவர்கள் என்று அழைத்துக் கொண்டனர். அஞ்சனசிகை என்றால் கருப்பு மயிர் அல்லது கருப்பு தலை என்று அர்த்தம். சுமேரியர்கள் கருப்பு அல்லது பழுப்பு நிறமுடையவர்களாக இருந்தனர். அப்படியெனில் அவர்கள் கட்டாயம் சுமேரியாவிற்கு வடக்கிலிருந்தோ, மேற்கிலிருந்தோ அல்லது கிழக்கிலிருந்தோ புலம் பெயர்ந்து வந்திருக்க முடியாது. ஏனெனில் அங்கிருந்து வந்திருந்தால் அவர்கள் வெள்ளை அல்லது மஞ்சள் நிறத்தவர்களாக இருந்திருக்க வேண்டும். சுமேரியர்கள் நாகரிக வளர்ச்சியடைந்த நிலையில் இருந்தபொழுது வெள்ளை நிற மக்கள் இன்னும் நாகரிக வளர்ச்சியடையாதவர்களாக இருந்தனர் என்று சில மேற்கத்திய அறிஞர்கள் கூறியுள்ளனர். அடுத்துக் காட்டப்பட்டுள்ள படங்கள் உலக வரைபடம், உலகில் உள்ள நாடுகளில் உள்ள மனிதர்களின் தோல்நிற அடர்த்தி பரவுதல்களைக் காட்டுகிறது. இதில் வடபாகை 20° வடபாகைக்கு கீழே உள்ள நாடுகளில், அதாவது சுமேரியாவிற்கு தெற்கில் உள்ள நாடுகளில் மட்டுமே கருப்பு

அமெரிக்கப் பழங்குடிகளின் நிறம்

அல்லது பழுப்பு நிறமுடைய மக்கள் உள்ளனர். மேலும் சுமேரியர்களுக்கு வெகு காலத்திற்கு பின் வந்த யூத இனத்தின் பழைய யூதர்களின் நிறம் கருப்பு அல்லது பழுப்பு நிறம் என்று குறிப்பிடுகின்றனர்.

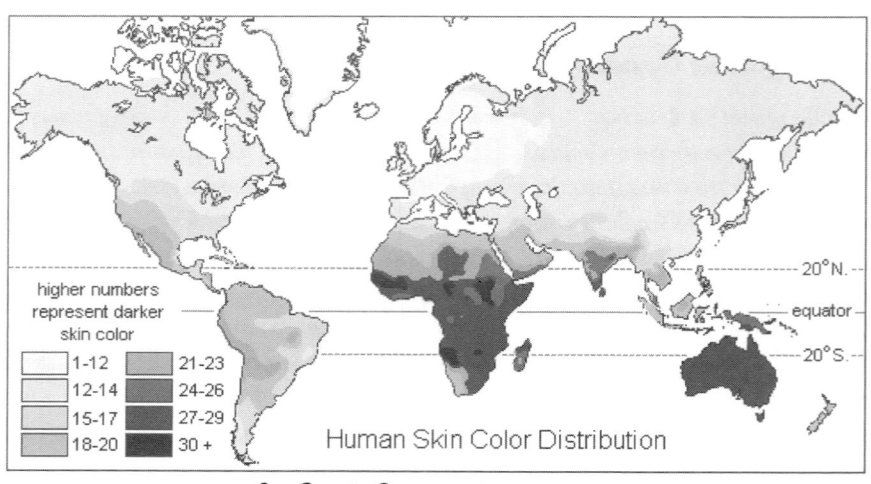

மனித தோல் நிற பரவல் உலக வரைபடம்

சில அறிஞர்கள், 'மெக்ஸிகோ நாட்டிற்கும் மற்றும் தெற்கு அமெரிக்காவிற்கும் மக்கள், ரஷ்யா, வடஅமெரிக்கா வழியாக புலம்பெயர்ந்தனர்' என்று கூறுகின்றனர். ஆனால் அப்படிப் புலம்பெயர்வதற்கு பல நூறு ஆண்டுகள் ஆகியிருக்கும். பல தலைமுறைகள் கழிந்திருக்கும். அப்படியெனில் அவர்களுடைய கருப்பு நிறம் வெள்ளை நிறமாக மாறியிருக்கும். ஆனால் இன்னும் மெக்ஸிகோ மற்றும் தென் அமெரிக்க மக்களின் நிறம் பழுப்பு நிறம். வட அமெரிக்காவில் சிவப்பு இந்தியர்களின் நிறம்கூட பழுப்புதான். ஏன் அவர்களை சிவப்பு இந்தியர்கள் என்று அழைக்கவேண்டும்? ஏன் சிவப்பு ஆப்பிரிக்கர்கள் என்று அழைக்கவில்லை? ஏனெனில் அவர்களுடைய உடல் அமைப்பு இந்தியர்களுடைய உடல் அமைப்பைச் சார்ந்ததாக இருந்தது. அவர்கள் பசிபிக் பெருங்கடலில் உள்ள தீவுகளின் வழியே மெக்ஸிகோ மற்றும் தென் அமெரிக்காவிற்குப் புலம்பெயர்ந்தனர்.

கஷானி என்ற ஆய்வாளர் தன்னுடைய ஆராய்ச்சியில், 'அமெரிக்கப் பழங்குடியினர் ஆசிய வம்சத்தினர் என்றும், அவர்கள் ரஷ்யா, வடஅமெரிக்கா வழியாகப் புலம்பெயரவில்லை' என்றும் குறிப்பிட்டுள்ளார்.

ஆஸ்திரேனேசிய புலம்பெயர்வுப் பாதை

சில அறிஞர்களின் கூற்றுப்படி பொ.யு.மு. 13000 முதல் பொ.யு.மு. 5000 வரை, முக்கியமாக காலநிலை மாறுதல் மூன்று பெரிய வெள்ளப்பெருக்குகள் ஏற்பட்டன. இக்காலகட்டத்தில் சுண்டா கண்டம் மூழ்கியது. இங்கிருந்த மக்கள் ஆஸ்திரேலியா மற்றும் தைவான் போன்ற இடங்களுக்குக் குடிபெயர்ந்தனர். சீனாவிற்கு பொ.யு.மு. 8000 போல் குடியேறினர். இப்பழங்குடிகள் கப்பல் அல்லது படகு செலுத்துவதில் சிறந்த கடலாடிகளாக இருந்தனர், அதாவது சிறந்த கடல் மாலுமிகளாக இருந்தனர். இவர்கள் பரவியிருந்த இடம் மடகாஸ்கர் முதல் நியூசிலாந்து வரையிலும்

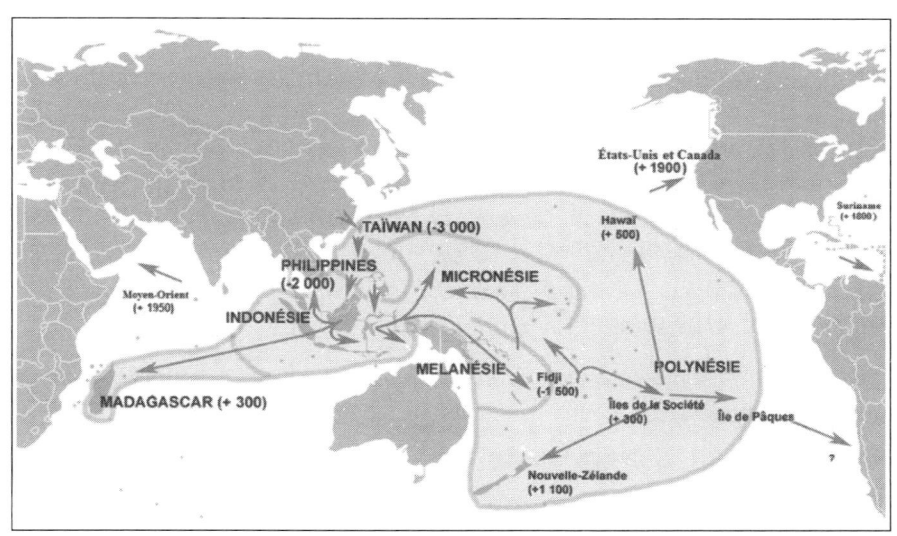

ஆஸ்திரேனேசிய புலம்பெயர்வுப் பாதை

பரவியிருந்தது. ஆஸ்திரேனியா பழங்குடிகளும், ஆஸ்ட்ரிக் பழங்குடிகளும் மிகவும் தொடர்பு உடையவர்கள். இவர்களுக்கும் திராவிடர்களுக்கும் நிறைய ஒற்றுமைகள் உள்ளன; உடல் ஒற்றுமையிலிருந்து பல கலாசார ஒற்றுமை வரை.

சில அறிஞர்கள் கூறுவது: 'இவர்கள் சுண்டா நிலத்திலிருந்து அல்லது தென் கிழக்கு ஆசியா நிலங்களிலிருந்து புலம்பெயர்ந்திருக்க வேண்டும்.' அப்படியெனில் மடகாஸ்கர் வரை வந்தவர்கள் ஏன் ஆப்பிரிக்காவில் குடியேறவில்லை? ஆயிரக்கணக்கான மைல்கள் கடலிலே புலம்பெயர்ந்து வந்தவர்கள் ஏன் மடகாஸ்கர் தாண்டிச் செல்லவில்லை? மடகாஸ்கருக்கும் ஆப்பிரிக்காவிற்கும் சில நூறு கிலோமீட்டர் தூரமே. எளிதில் படகிலேயே கடந்து சென்றிருக்க முடியும். ஆனால் அவர்கள் ஏன் செல்லவில்லை? எனவே, இவர்கள் சுண்டா அல்லது தென் கிழக்கு ஆசியாவிலிருந்து புலம் பெயர்ந்து வந்திருக்க முடியாது என்றே தோன்றுகிறது.

என்செபைன் டிசான் என்ற அறிஞர் கூற்றுப்படி, 'இவர்கள் புலம்பெயர்தல் பொ.யு.மு.7000–6000 முன்பு ஆரம்பித்திருக்கவேண்டும். இந்தப் புலம்பெயர்தலுக்கு மிக உறுதுணையாக கலம்/கப்பல்/படகுககள் மட்டும் இருந்திருக்க முடியாது. இவை மட்டுமல்லாமல், கடலில் செலுத்தும் நல்ல நுட்பங்களை அவர்கள் அறிந்து உபயோகித்திருக்க வேண்டும். வானிலை அறிதலும், செலுத்தும் திறன்களும், கடலில் இரவிலும் பகலிலும் திசை அறியும் நுட்பங்களும், திசையை நிலை நிறுத்தும் ரேகை, கோணம் அறிந்து கப்பல் செலுத்தும் நுட்பம் அறிந்து உபயோகித்திருக்க வேண்டும்' என்று கூறியுள்ளார்.

மேலே கூறிய திறமைகள், இப்பழங்குடிகள் ஒரு கண்டத்திலோ அல்லது தீப கற்பத்திலோ இருந்திருந்தால் வந்திருக்காது. அவர்கள் தீவுகள் நிறைந்த, சூழ்ந்த இடத்தில் இருந்திருக்க வேண்டும். தீவு விட்டு தீவு செல்லும்போது இத்திறமைகளை அவர்கள் கற்றிருக்க வேண்டும். 'பழங்காலத்தில் இந்தியாவில் ஆஸ்ட்ரிக் மற்றும் ஆஸ்திரேனேசிய பழங்குடிகள் இருந்தனர்' என்று சில ஆய்வாளர்கள் கூறுகின்றனர்.

திராவிடம்

திராவிடம் என்பது ஓர் இனத்தின் பெயரா அல்லது ஓர் இடத்தின் பெயரா? குப்புசாமி என்ற அறிஞர், 'திராவிடம் என்பது தமிழர் பின்பற்றிய திருநெறி என்ற நாகரிகம் தோன்றிய இடத்தின் பெயர்' என்று குறிப்பிடுகிறார். 'திரு' என்பதற்கு 'அழியாதது' என்று அர்த்தம். 'திரு நெறி' என்பது தமிழர் நாகரிகம்; திருநெறி தோன்றிய இடத்திற்குப் பெயர் திருவிடம்; திருவிடம் என்பதே திராவிடம் என்று மருவியிருக்கலாம் என குறிப்பிடுகிறார்.

'திராவிடம்' என்ற சொல் எப்படித் தோன்றியது? காரணத்தை பல கோணங்களில் நாம் தற்போது பார்க்கலாம்...

திராவிடம் என்பது திரியிடம் என்ற சொல்லில் இருந்து மருவி வந்திருக்கலாம். திரி என்றால் மூன்று. அதாவது மூன்று நீர் அல்லது மூன்று கடல்கள் கூடும் இடம் திரியிடம். திரிகூடல் என்பது மூன்று ஆறு/கடல் சேரும் இடம் என்பதுபோல திரியிடம் என்பது திருவிடம் என்றாகி பின்பு திராவிடம் என்று மருவியிருக்கலாம்.

திரி + இடம் – திரியிடம் –திரிவிடம் – திராவிடம் .

திரி – மூன்று; திரிமூர்த்தி – திருமூர்த்தி; திரி நெறி – திரு நெறி .

இன்னொரு கூற்றுப்படி சிந்தித்தால் திரைவிடம் என்ற சொல் மருவி திராவிடம் என்று மருவியிருக்கலாம். திரை என்றால் அலை என்று அர்த்தம். அலைகள் உள்ள இடத்திற்குப் பெயர் திரைவிடம்.

திரை + இடம் – திரைவிடம் – திராவிடம் என்று கூட மருவியிருக்கலாம்.

திருவியம், திரவியம் என்றால் செல்வம். செல்வம் நிறைந்த இடம் என்ற பொருளில் திராவிடம் என்ற சொல் உருவாகியிருக்கலாம்.

திரிவிடம் அதாவது திரும்பும் இடம். நாம் மேலே கண்ட கடல் வணிகத்தில் மிக முக்கியமான பகுதி அரேபிய – இந்திய – சீன கடல் வணிக வழி. இவ்வழியில் கப்பல்கள் வந்து திரும்பிச் செல்லும் இடம் குமரிக்கண்ட முனை. எனவே, இவ்விடத்திற்கு திரிவிடம் என்ற பெயர் அமைந்து அது திராவிடம் என்று மருவியிருக்கலாம்.

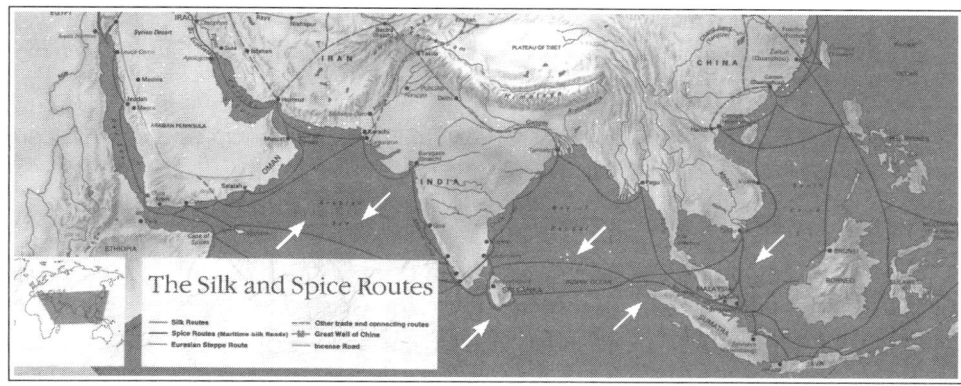

பருவக்காற்று திசையும, நறுமணப் பொருள் வணிக வழியும்

திராவிடம் என்ற சொல் சுய விளிச்சொல்லா அல்லது புற விளிச்சொல்லா என்ற ஆய்வும் தேவைப்படுகிறது. அதாவது திராவிடர்கள் என்று கூறப்படுபவர்கள் தங்களை அவர்களே திராவிடர்கள் என்று கூறிக்கொண்டார்களா அல்லது அவர்களை திராவிடர்கள் என்று மற்ற இனத்தவர்கள் கூறினார்களா? உதாரணமாகப் பார்த்தால் ஆரியர்கள் தங்களை ஆரியர்கள் என்று கூறிக்கொண்டதாக ஆதாரங்கள் இல்லை. இந்தியாவின் மேற்கிலிருந்து வந்தவர்களை ஆரியர்கள் என்று இந்தியாவில் இருந்த இனத்தவர் அழைத்தனர்.

சிந்து சமவெளி

ஆய்வாளர் ஆர்.பாலகிருஷ்ணன் தன்னுடைய 'சிந்து சமவெளிப் பண்பாட்டின் திராவிட அடித்தளம்' என்ற ஆய்வு நூலில், 'சிந்து சமவெளி நாகரிகம்தான் பழந்தமிழர்களின் பண்பாட்டுத்தொட்டில்' என்று குறிப்பிட்டுள்ளார். இவர், 'சங்க இலக்கியங்களின் வேர்கள் சிந்து சமவெளி என்றும், ஹரப்பாவிலும், மொகஞ்சதாரோ

விலும் வாழ்ந்தவர்கள் தமிழ்த் தொல்குடிகள் என்றும் குறிப்பிடுகிறார். இவர் கருதுகோள்படி, 'தற்போதைய தென்னிந்தியாவிற்கு தமிழர்கள் அல்லது திராவிடர்கள் சிந்து சமவெளியிலிருந்து புலம் பெயர்ந்து வந்தனர்' என்றும், 'அப்படி அவர்கள் வரும்போது, தாம் வாழ்ந்த இடப்பெயர்களையும் தம்முடன் கொண்டுவந்து, தாம் குடியேறியப் பகுதிகளுக்கு அப்பெயர்களை இட்டனர்' என்றும் கூறுகிறார். 'இன்றும் சிந்து சமவெளியிலும், அதைச் சுற்றியுள்ள இடங்களிலும் அல்லது நாடுகளிலும், தமிழ்நாட்டில் தற்போது காணப்படுகிற ஊர்ப்பெயர்கள் உள்ளன' என்றும் ஆராய்ந்து குறிப்பிட்டுள்ளார்.

அப்பட்டியலின்படி, பூம்புகார், பாண்டி, கொற்கை, சேரன், பொதினே, குறிஞ்சி, முல்லை, கோ, வாகை, குட்ட, வஞ்சி, கரூர், பாலை, யாளூர், பாண்டியர், சேரல், கச்சி, வன்னி, தொண்டி, கள்ளூர், காவ்ரி, ஈளம், காஞ்சி, நள்ளி... என பல ஊர்ப்பெயர்கள் குறிப்பிடப்பட்டுள்ளன.

அவர் சொன்ன கருதுகோளில் மூன்று கூற்றுகளைக் கண்டறியலாம். அவை,

– சிந்து சமவெளியில் வாழ்ந்தவர்கள் தமிழர்கள் அல்லது திராவிடர்கள்.
– பழங்குடி மக்கள் புலம்பெயரும்போது, தாங்கள் வாழ்ந்த இடப் பெயரையே புது இடத்திற்கும் வைத்துள்ளார்கள்.
– சிந்து சமவெளியில் வாழ்ந்தவர்கள் ஏதோ ஒரு காரணத்தால் புலம்பெயந்து தெற்கே தென்னகத்தில் குடியேறினர்.

இதில் முதல் கூற்றும், இரண்டாம் கூற்றும் ஏற்றுக்கொள்ளக் கூடியவை.

முதல் கூற்றுப்படி, சிந்து சமவெளி மக்களுக்கும், திராவிட மக்களுக்கும் பலவிதமான ஒற்றுமைகள் உள்ளன என்று ஏற்கெனவே பல ஆய்வுகளில் கூறப்பட்டுள்ளது. இரண்டாவது கூற்றும் நாம் இப்போது கண்கூடக் காண்கிறோம். தமிழ்நாட்டின் உள்ளேகூட ஓர் இடத்தின் பெயர் பல ஊர்களின் பெயர்களாக உள்ளது. தமிழ்நாட்டில் மட்டுமல்ல, கேரளாவிலும் தமிழ்நாட்டின் ஊர்பெயர்கள் பல உள்ளன. கேரளாவிற்குள்ளும் இதே போல் ஒரே ஊர்ப்பெயர்கள் உள்ளன. எனவே இரண்டாவது கூற்றும் ஏற்றுக்கொள்ளக் கூடியதே. ஆனால் மூன்றாவது கூற்று ஏற்றுக்கொள்ளக் கூடியதா என்பது சந்தேகம்தான்.

ஏனெனில் சிந்து சமவெளியில் கூறப்பட்டுள்ள ஊர்ப்பெயர்களில் குறிஞ்சி, முல்லை, பாலை என்ற பெயர்கள் வருகின்றன. இவை எல்லாம் திணைகளின் பெயர்கள். தமிழர் பண்பாடு உதித்த இடத்தில் ஒரு திணையின் பெயரை ஊரின் பெயராக வைத்திருப்பார்களா? புலம் பெயர்ந்து சென்ற இடத்தில் வேண்டுமெனில் தங்களுடைய பழைய இடத்தின் ஞாபகமாக திணைகளின் பெயரை ஊரின் பெயராக வைத்திருக்க வாய்ப்புண்டு. பண்பாடு/நாகரிகம்/மொழி உதித்த இடத்தில் அதை வைப்பதற்கு வாய்ப்புகள் மிகவும் குறைவு.

எனவே இதன் மூலம் கூறப்படுவது என்னவென்றால், சிந்து சமவெளிக்கு, மக்கள் வேறொரு இடத்திலிருந்து புலம் பெயர்ந்து வந்திருக்க வேண்டும். மாறாக, சிந்து சமவெளியிலிருந்து தென்னகத்திற்கு வந்திருக்க வாய்ப்புகள் மிகவும் குறைவு.

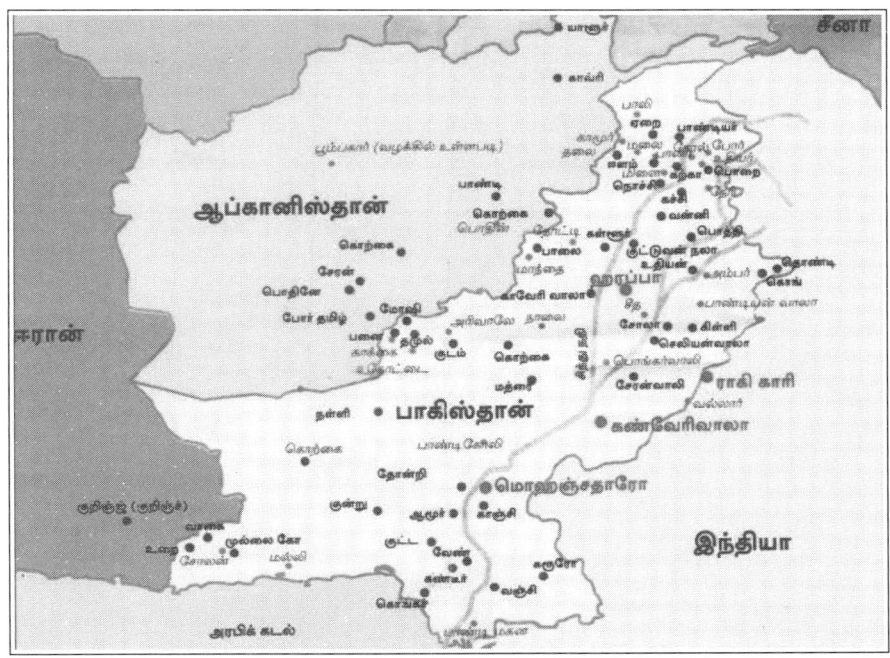

சிந்துச் சமவெளியில் தமிழ் ஊர்ப்பெயர்கள்

அப்படி வந்திருந்தாலும் அது மிகவும் பிற்காலத்தில் இருந்திருக்க வேண்டும். மேலும், சிந்து சமவெளி மற்றும் அதைச் சுற்றியுள்ள மிகப்பெரிய பரப்பளவுள்ள பல இடங்களிலிருந்து குறுகிய பரப்பளவுள்ள தென்னிந்தியாவிற்கு புலம் பெயர்ந்து வருவது சந்தேகம்தான். எனவே மூன்றாம் கூற்று ஏற்றுக்கொள்ளக்கூடியது சந்தேகமான ஒன்று.

வெள்ளப்பெருக்கிற்கு பின் புலம்பெயர்ந்த இடங்கள்

நோவாவின் கதையில், 'வெள்ளப்பெருக்கு ஏற்பட்டபோது எல்லாரும் ஒரு பெரிய படகில் பறவை, விலங்குகளோடு புலம் பெயர்ந்தனர்' என்று கூறப்படுகிறது. இந்தக் கதை, புலம் பெயர்ந்து வந்த பின், பல ஆயிரம் வருடங்களாக வாய் வழியே தலைமுறை தலைமுறையாகக் கூறப்பட்டு வந்திருக்க வேண்டும். இந்தக் கதையில் ஒரு மிகப்பெரிய கேள்வி எழுகிறது. வெள்ளப்பெருக்கிற்கு முன்பு உண்டாகியிருந்த நாகரிகத்தில் ஒரு கப்பலில் செல்லும் அளவிற்குத்தான் மக்கள் இருந்தனரா? அதுவும் பல்லாயிரம் ஆண்டுகளுக்கு முன்பு உருவாக்கிய கப்பல் இன்றைய கப்பல்போல மிகப் பெரியதாக இருந்திருக்க வாய்ப்பில்லை. ஆயிரம் ஆட்களுக்கும் குறைவான மனிதர்களையே கொண்டு செல்லும் கொள்ளளவு உடையதாக இருந்திருக்க வேண்டும். அப்படியெனில் அந்த நாகரிகம், இறந்தவர்கள் போக மீதம் ஆயிரம் பேர் உள்ள நாகரிகமாக மட்டும் இருந்ததா? வேறு இன அல்லது குடிகள் இருந்திருக்க வாய்ப்பில்லையா?

வெள்ளப்பெருக்கு ஏற்பட்டபோது, மக்கள் புலம்பெயர்ந்து சென்றது ஓர் இடத்திற்கு மட்டும் இருக்காது. அவர்கள் வெவ்வேறு திசைகளில் புலம் பெயர்ந்திருக்கலாம். அவர்கள் புலம்பெயர்ந்து சென்ற இடங்கள் சுமேரியா, சிந்து சமவெளி, எகிப்து, தென்னிந்தியா, வங்காளம், தென் கிழக்கு ஆசியா, சீனா, பசிபிக்கடல் தீவுகள் என பல்வேறு இடங்களுக்குப் புலம்பெயர்ந்திருக்கலாம்.

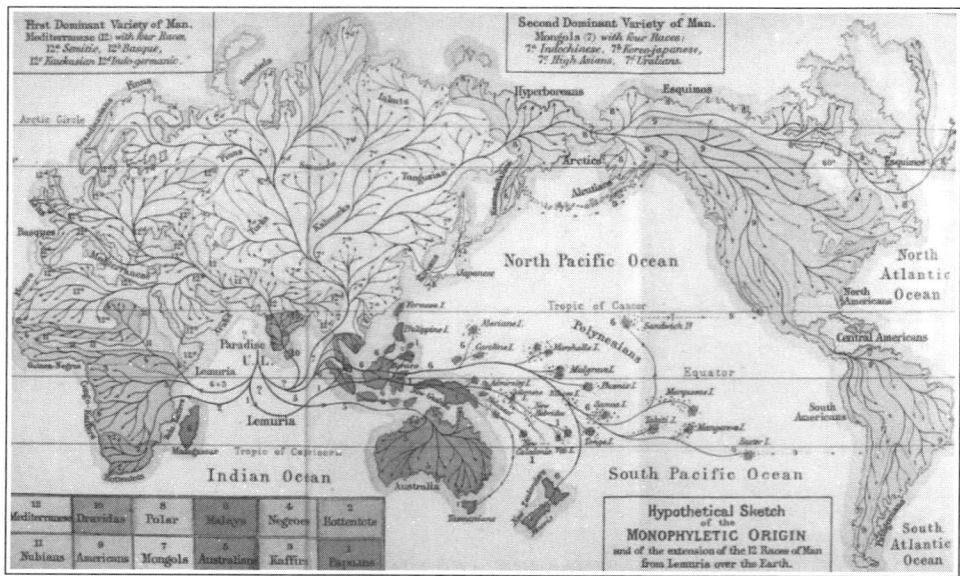

மனித இனப் பரவலின் தோராய படம்

மேலும், தென்னிந்தியாவில் மேற்குக் கடற்கரை மலையும், அடர்ந்த காடுகளும் குடியேற்றம் செய்ய மிகுந்த சிரமம் கொடுத்திருக்கலாம். அதனால், மணவூர் மற்றும் நாகர்கோவில் கணவாய் வழியாக மதுரை வைகைக்கரையில் குடியேறி, காலப்போக்கில் மதுரையில் சங்கம் அமைத்திருக்க வேண்டும். இல்லையென்றால் இலங்கை வழியாக மதுரைக்குக் குடியேறியிருக்க வேண்டும். இந்தக் கூற்றுகளை மேலே கொடுக்கப்பட்டுள்ள படத்தின் மூலமாக அறியலாம்.

கோண்டி இன பழங்கதைகள்

இந்தியாவில் கோண்டி என்ற பழங்குடி இனம் மிகவும் பழைமை வாய்ந்த பழங்குடியாக கருதப்படுகிறது. இவர்களுடைய பூர்வகாலம் குறித்த தொன்மைக் கதைகளில் வெள்ளப்பெருக்கு பற்றிய கூற்றுகள் உண்டு. அதுமட்டுமல்லாமல் அந்தத் தொன்மக் கதையில் பல்வேறு தகவல்களும் கிடைக்கின்றன,

ஆதியில் 'கோயமூரி' நிலத்தில் மகாபிரளயம் ஏற்பட்டு, வெள்ளம் சூழ்ந்த போது, 'அமூர்கொட்' என்ற மலைக்குன்றுதான் ஒரே நிலப்பகுதியாய் இருந்தது. அந்த மலையில் ஏறி மக்கள் தங்களைக் காப்பாற்றிக் கொண்டனர். அப்படித் தப்பிய தம்பதிகள் வழியே தோன்றிய இனம்தான் கோண்டி இனம் என பழங்கதை ஒன்று

உண்டு. அக்காலத்தில் கோயமூரி நிலம் பூர்வகோட், ஹர்வகோட், முர்வகோட் மற்றும் சிர்வகோட் என பகுதிகளாகப் பிரிக்கப்பட்டிருந்தது.

இதில் வடபகுதியின் பெயர் உம்மோகுட்டகோர் என்பதாகும். இதன் வடபகுதியில் பூர்வகோட் இருந்தது. இந்த இடத்தில்தான் கோண்டி இன மக்களின் தலைவர் லிங்கோ பிறந்தார்.

பின்னர் இக்குடியினர் சிங்கார் தீப் எனப்படும் ஐந்து நிலங்கள் உள்ள இடத்திற்குக் குடியேறினர். ஆதியில், இம்மக்கள் குகைகளிலும், பாறை இடுக்கிலும் வாழ்ந்தனர். அங்கே கிராமங்களை உருவாக்கித் தங்கினர். பின்னர் மற்ற இடங்களுக்கும் பரவினர்.

மேலே கூறிய கோயமூரி என்ற பெயர் குமரி என்று மருவி யிருக்கலாம் அல்லது குமரி என்பதை கோண்டி இனத்தினர் கோயமூரி என்று உச்சரித்து இருக்கலாம்.

அமுர்கோட் என்பது அமரக்கோடு என்பதன் திரிபாக இருக்கலாம். இன்றும் நாகர்கோவில், கன்னியாகுமரி மற்றும் தென் கேரளத்தில் கோடு என்று முடியும் பல ஊர்களும் இடங்களும் நூற்றுக்கணக்கில் உள்ளன. தெற்கு தமிழ்நாடு, கேரள எல்லையில் உள்ள ஓர் ஊரின் பெயர் அமரவிளை என்பதாகும். இதேபோல் பூர்வகோட், ஹர்வகோட், முர்வகோட், மற்றும் சிர்வகோட் என்பது பூர்வகோடு, அரவங்கோடு, முரவகோடு, மற்றும் சிரவகோடு என்பதன் திரிபாக இருக்கலாம். சிங்கார் தீப் என்பது சிங்காரத் தீவு என்பதாகும். இந்த சிங்காரத் தீவு என்பது சிங்களத்தீவு என்று மருவியிருக்கலாம். ஐந்து நிலங்கள் என்பது குறிஞ்சி, முல்லை, மருதம், நெய்தல், பாலை என்பதாக இருக்கலாம்.

கோயம் என்பது பசுவை குறிப்பதாக இருக்கலாம் அல்லது கோ ஆயம் எனப் பொருள் படலாம். கோ ஆயம் என்பது பசு வளர்த்தல் தொழிலைக் குறிப்பது. கோ, காய், என்பது சமஸ்கிருதத்திலும், இந்தியிலும் பசுவைக் குறிப்பதாகும். கோயமூரி என்பது பசுக்கள் நிறைந்த இடமாக இருந்திருக்கலாம். இன்றும் தமிழகத்தில் கோயம்பேடு, கோயம்புத்தூர் என்ற ஊர்கள் உள்ளன. எனவே, கோண்டி இன தொன்மங்களில் வரும் கோயமூரி நிலம் என்பது பண்டைய குமரிக்கண்டமாக இருக்கலாம்.

சுமேரிய மன்னர்கள் அட்டவணையில் கூறப்பட்ட நகரங்கள்

சுமேரிய மன்னர்களின் அட்டவணையில், முதலில் சொர்க்கத்தில் ஆட்சி நடந்தது என்றும் பின்னர் அது எரிது (அ) எரிதுக் என்ற இடத்திற்கு ஆட்சி மாறியது என்றும் கூறுகிறது. இந்த இடத்திற்கு இன்னொரு பெயர் நின்–கி. பின்னர் ஆட்சி பாட்–தீபிரா என்ற இடத்திற்கு மாறியது. பின்னர் லர்சா/லராக் என்ற இடத்திற்கு மாறியது. அதன் பின்னர் சிம்பிர்/ழிம்பிர் மற்றும் சுருப்பாக் என்ற இடத்திற்கு மாறியது.

மேலே கூறிய முதல் இடம் எரிது என்பது முதல் முதலில் திராவிடர்கள் இருந்த இடமாக இருக்கலாம். அக்காலத்தில் கடலில் மூழ்கிய குமரிக்கண்டத்தில் எரிமலைகள் இருந்திருக்கலாம். எடுத்துக்காட்டாக, இந்தோனேசியத் தீவுகளில் எரிமலைகள் இன்றும் உள்ளன, அதேபோல் ஆப்பிரிக்காவின் தாஸ்மானியா நாட்டில் எரிமலை உள்ளது. இந்த இந்தோனேசிய ஆப்பிரிக்கப் புவி அடுக்குத் தொடரில்தான் கடலில் மூழ்கிய குமரிக்கண்டம் இருக்கிறது. எனவே, இங்கு எரிமலைகள் இருந்ததற்கு வாய்ப்புகள் மிக அதிகம்.

எரிமலை அல்லது எரிமலைகள் இருந்ததால் இது எரி துருக்கம் அல்லது எரிதுறை என்ற பெயர் இருந்திருக்கலாம். இதுவே எரிது அல்லது எரிதுக் என்று மருவியிருக்கலாம். அல்லது இக்கட்டுரையில் கூறியுள்ள படி ஒரு எரிகல் வானிலிருந்து விழுந்து அந்நாட்டை தாக்கியிருக்கலாம். மேலும் தமிழ் இலக்கியங்களில் கூறப்படும் முதல் தமிழ்ச் சங்கத்தில் ஓர் உறுப்பினர் பெயர் 'திரிபுரம் எரித்த விரிசடைக் கடவுள்'. இப்பெயரிலிருந்து நாம் அறியும் ஒரு செய்தி திரிபுரம் என்ற இடம் எரிந்திருக்கிறது என்பதாகும். மேலும் மலைகள் இருந்ததற்கு ஆதாரம் தற்போதைய மாலத்தீவு ஆகும். மலைத்தீவு என்பதே மாலத்தீவு என்று மருவியுள்ளது.

பின்னர் கூறப்படுகிற இரண்டாவது இடம் 'பாட்–தீபிரா'. இது வடதீவிறை என்ற சொல்லின் மருவிய சொல்லாக இருக்கலாம்.

பாட்–தீபிரா –பட தீவிரா – வட தீவிரை –வட தீவு உறை.

தெற்கிலிருந்து வடக்கே உள்ள தீவிற்குப் புலம்பெயர்ந்திருக்கலாம்.

அல்லது

பாட்–தீபிரா –கபாட தீவிர – கவாடத் தீவு.

கவாடத்தீவே, கபாட புரம் என்று கூறப்பட்டிருக்க வேண்டும். இவ்விடம் மதில்கள் மற்றும் கதவுகள் உள்ள இடம் என்று கூறப்பட்டிருந்தது. கவாடம் என்பது கதவாக அல்லது மதிலாக இருக்கலாம். கடல் அலைகள் தாக்காமல் அல்லது கடல் நீர் நிலத்தின் உள்ளே புகாமல் இருக்க மதில் கட்டியிருக்கலாம். எனவே, அது கவாட புரம் என்று கூறப்பட்டிருக்கலாம்.

மேலும் மதில் கொண்டு திரை அமைத்ததால் அது மதில் திரை என்று கூறப்பட்டு பின் அது மதுரை என்று மருவியிருக்க வேண்டும். இங்குதான் முதல் தமிழ்ச் சங்கம் நடைபெற்றிருக்க வேண்டும். பின்னர், காலப்போக்கில், வாய் வழியாக, கூறப்பட்டு, தற்போது கபாட புரம் மற்றும் மதுரை என்பது இரு இடங்களாக கருதப்பட்டிருக்கலாம்.

பின்னர் அரசாட்சி மாறி, இடம் மாறி, லராக்/லர்சா, சிம்பிர் என மாறி பின் சுருப்பாக் என்ற இடத்தில் அமைந்திருக்கலாம். இங்கு இரண்டாம் தமிழ்ச் சங்கம் நடந்திருக்க வேண்டும். வெள்ளப்பெருக்கு ஏற்பட்டு அவர்களில் ஒரு குழுவினர் நோவாவின் கதைப்படி சுமேரியாவிற்கு புலம்பெயர்ந்திருக்க வேண்டும். மற்றுமொரு குழு தற்போதைய தென்னிந்தியாவிற்கு புலம்பெயர்ந்திருக்க வேண்டும். அப்படியெனில் அந்த இடம் பல தீவுகள் உள்ள இடமாக இருந்திருக்க வேண்டும். பல தீவுகளுக்கு படகு மூலம் போக்குவரத்து செய்ததாலேயே அவர்கள் கடல் பயணத்தில் சிறந்து விளங்கியிருக்கலாம். எடுத்துக்காட்டாக இன்றும் பசிபிக் கடல் ஆஸ்டிரோநேசிய பழங்குடிகள் இக்கடல் பயணத்தில் சிறந்து விளங்குகிறார்கள்.

மோரித்தீ கண்டம்

கடல் தொல்பொருள் ஆய்வாளர்கள் சமீபத்தில் மொரிஷியஸ் தீவுப் பகுதியில் கடலில் மூழ்கியுள்ள ஒரு நிலப்பகுதியை அல்லது ஒரு கண்டத்தைக் கண்டறிந்துள்ளனர்.

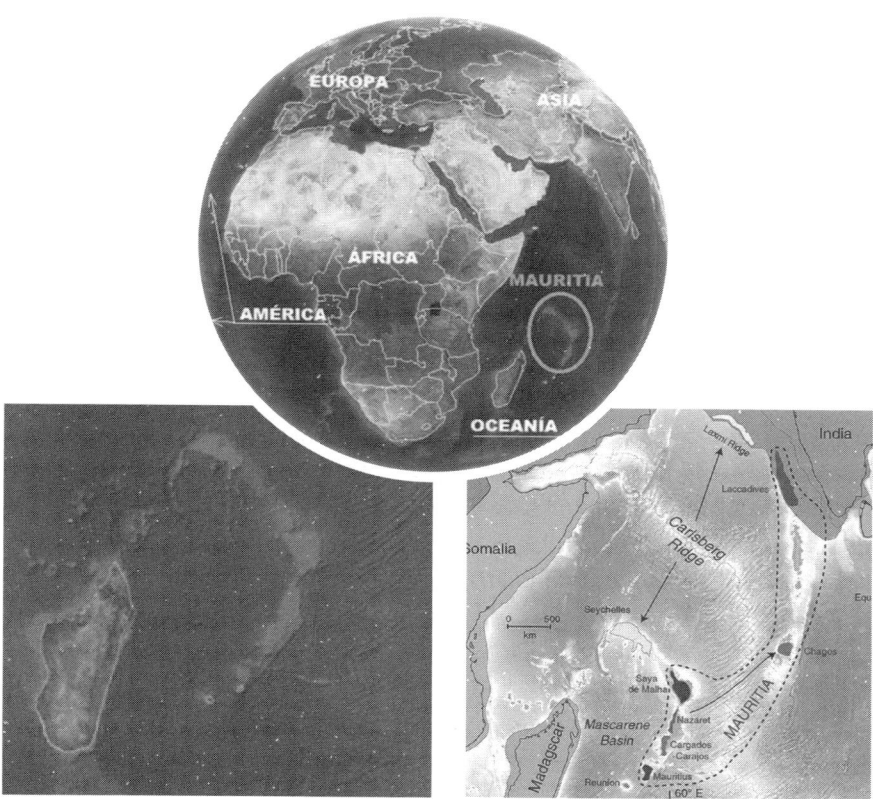

இந்தியப்பெருங்கடலின் அடியில் அமைந்திருக்க வாய்ப்பிருக்கும் கண்டத்தின் நிலக் கூறுகள்

இந்நிலப்பகுதியில் உள்ள மணல் மற்றும் பாறைக் கூறுகளை ஆராய்ந்தபோது, அங்கு ஒரு கண்டம் இருந்ததற்கான அறிகுறிகள் தென்படுவதாக கூறுகின்றனர். இந்நிலப்பகுதி இந்தியாவின் தென்பகுதியில் இருந்து தற்போதைய மொரிஷியஸ் தீவு வரையில் பரந்து இருந்தது என்றும் கூறுகின்றனர். இது தொல்பொருள் ஆய்வில் மிக முக்கியமான கண்டுபிடிப்பாகும். இங்கு மேலும் ஆய்வுகள் நடத்தினால் பல அறிதற்கரிய உண்மைகள் வெளிப்படும் என்பது நிச்சயம்.

இந்தியப் பெருங்கடலில் உள்ள தீவுகள்

இந்தியப்பெருங்கடலில் உள்ள தீவுகளின் பெயர்களை ஆராய்வதன் மூலம் ஏதேனும் தெளிவுகள் கிடைக்குமா என்று பார்ப்போம். இந்தியப்பெருங்கடலில் உள்ள தீவுகளின் பெயர்கள் பின்வருவனவாறு:

மாலைத்தீவுகள், மொரிஷியஸ், மடகாஸ்கர், கொமொரோஸ் (comoros), மயோட்டே (mayotte), செய்கேல்லஸ் (seychelles), அகலிக மச்காரேனே,

மாலத்தீவுகள் என்பது மலைத்தீவுகள் அல்லது மாலைத்தீவுகள் அல்லது மால் தீவுகள் என்பதன் திரிபாக இருக்கலாம். மாலத்தீவுகளில் மலைகள் இல்லை. எனவே, மலைத்தீவுகள் என்ற பெயர்க்காரணம் சரியானதாக இருக்குமென்று தோன்றவில்லை. அந்தத் தீவில் உள்ள உயரமான இடமே கடல் மட்டத்திலிருந்து 20 மீட்டர் உயரம் மட்டுமே. பூமி வெப்பமயமாதல் மூலம் கடல் மட்டம் உயர்வதால் மாலத்தீவுகள் முழுவதும் கடலில் மூழ்கிவிடுமென்று அந்நாட்டு மக்கள் அஞ்சுகின்றனர். இந்த தீவுகளின் கூட்டமைப்பு மாலை போன்ற வடிவில் இருப்பதால் ஒருவேளை மாலைத் தீவுகள் என்ற பெயர் பெற்றிருக்கலாம். பழங்காலத்தில் மாயோனை வழிபடும் பழங்குடிகள் வாழ்ந்திருந்த தீவுகள் என்பதால் மால் தீவுகள் என்ற பெயர் பெற்றிருக்கலாம்.

கொமொரோஸ் தீவுகள், மடகாஸ்கர் தீவிற்கு வடமேற்கில் உள்ளது. கொமொரோஸ் தீவுகளின் பெயர் கோமேரு அல்லது குமரி என்ற பெயரிலிருந்து வந்திருக்கலாம். அரேபியா மொழியில் இந்த தீவின் பெயர் கொமோரி. இந்த தீவில் உள்ள எரிமலையின் பெயர் கார்த்தலா. (கார்த்தவீரியன் என்ற பெயர் இதிலிருந்து வந்திருக்கலாம்). இந்தத் தீவுகளில் உள்ள முக்கிய தீவுகள் கிராண்டே கோமொரே *(Grande Comore)*, மொஹெளி *(moheli)*, அஞ்சோவன் *(anjouan)*. இதில் கிராண்டே கொமொரே தீவின் மற்றொரு பெயர் நாகஸிதய *(Ngazidja)*. இது நாகழிதிய என்ற பெயரின் திரிபாக இருக்கலாம். மொஹெலி தீவின் மற்றொரு பெயர் மவாலி *(mwali)*. இது மாவேலி என்பதன் திரிபாக இருக்கலாம். அஞ்சோவன் தீவின் மற்றொரு பெயர் நஸ்வாணி அல்லது நழவாணி அல்லது நழ்வாணி *(nzwani)*. கொமொரோஸ் தீவுகளின் தலைநகரம் மொரோனி. இது மாறன் என்ற பெயரிலிருந்து வந்திருக்கலாம். கொமொரோஸ் தீவுகளின் மொழி ஷிகொமொரி. இந்த மொழியின் இன்னொரு பெயர் சிம்மசிவ.

மயோட்டே தீவுகள் கொமொரோஸ் தீவுகளுக்கு அருகில் உள்ளது. இதன் மற்றொரு பெயர் மயோரே. மயோட்டே என்ற பெயர் மாயத்தீவுகள் என்ற பெயரிலிருந்து வந்திருக்கலாம். இந்தத் தீவுகளில் உள்ள இரண்டாவது பெரிய தீவிற்கு பெயர் பாமன்ழி. இந்தத் தீவில் வாழும் ஒரு லெமூர் இனத்திற்கு மகி என்று பெயர். ஷிகொமொரி மொழியில் இதற்கு கிமா என்று பெயர். சுகுமாரி என்பது ஷிகொமொரி என்று மருவியிருக்கலாம்.

செயின்ட் பிராண்டன் தீவுகளுக்கு இன்னொரு பெயர் கார்கடோஸ் கரஜோஸ் என்று பெயர். இது கர்க்கடகக் கரை என்ற பெயரிலிருந்து மருவியிருக்கலாம். கடக ராசிக்கு இன்னொரு பெயர் கார்கிடகம். கடகம் என்பது நண்டைக் குறிப்பதாகும்.

அகலிக தீவுகள், அகலிகை என்ற பெயரிலிருந்து வந்திருக்கலாம். ராமாயணத்தில் அகலிகை என்ற கல், ராமரின் பாதம் பட்டவுடன் சாபவிமோசனம் பெற்றகதை உண்டு.

லக்ஷத்தீவுகள் என்ற பெயர் லக்குவ என்ற பெயரிலிருந்து வந்திருக்கவேண்டும். நாம் நினைப்பதுபோல் இலட்சம் தீவுகள் என்ற பெயரிலிருந்து வந்திருக்கவில்லை.

குமரிக்கண்டம் நில அமைப்பு சாத்தியமா?

அ.சிதம்பரனார் என்ற அறிஞர் 1948ஆம் ஆண்டு எழுதிய 'தமிழ்ச் சங்கங்களின் வரலாறு' என்ற நூலில் பண்டைய குமரிக்கண்டத்தின் ஊகிக்கப்பட்ட வரைபடத்தைக் கொடுத்துள்ளார். ஆனால், இப்படிப்பட்ட நில அமைப்பு இருந்திருக்குமா என்பது சந்தேகம் கொடுக்கக்கூடியதாக உள்ளது.

ஏனெனில், இத்தனை பெரிய நிலப்பரப்பு இருந்திருந்தால், இதில் காணப்படுவதுபோல் மடகாஸ்கருக்கும் ஆப்பிரிக்காவிற்கும் இடையில் கடல்நீர் சந்தி இருந்திருக்காது. அதுவும் நிலப்பகுதியாக இருந்திருக்கும். ஆப்பிரிக்காவும் மடகாஸ்கரும் ஒன்றாக இணைந்திருந்திருக்கும்.

அ. சிதம்பரனார் கூறும் குமரிக்கண்டம்

இன்னொரு நிலவியல் கூற்றுப்படிப் பார்த்தால், தென் அமெரிக்கா, வட அமெரிக்கா, ஆப்பிரிக்கா, இந்தியா, கிரீன்லாந்து ஆகிய கண்டங்கள் அல்லது நாடுகளின் புவியியல் அமைப்பைப் பார்த்தால் அவற்றின் தெற்குப் பகுதி தீபகற்ப வடிவில் அதாவது கூம்பு வடிவில் உள்ளது. எனவே, பண்டைய குமரிக்கண்டம் இந்தியாவின் தொடர்ச்சியாக இருந்திருந்தால் அது தீபகற்ப வடிவமாக இருந்திருக்கவேண்டும். அல்லது குமரிக்கண்டம் என்பது ஒரு பெரிய தீவாக இருந்திருக்க வேண்டும். கீழே உள்ள படத்தில் காட்டியதுபோல் இந்தியா, மடகாஸ்கர் மற்றும் ஆஸ்திரேலியாவோடு இணைந்திருக்கும் நிலப்பகுதியாக இருந்திருக்க வாய்ப்பில்லை.

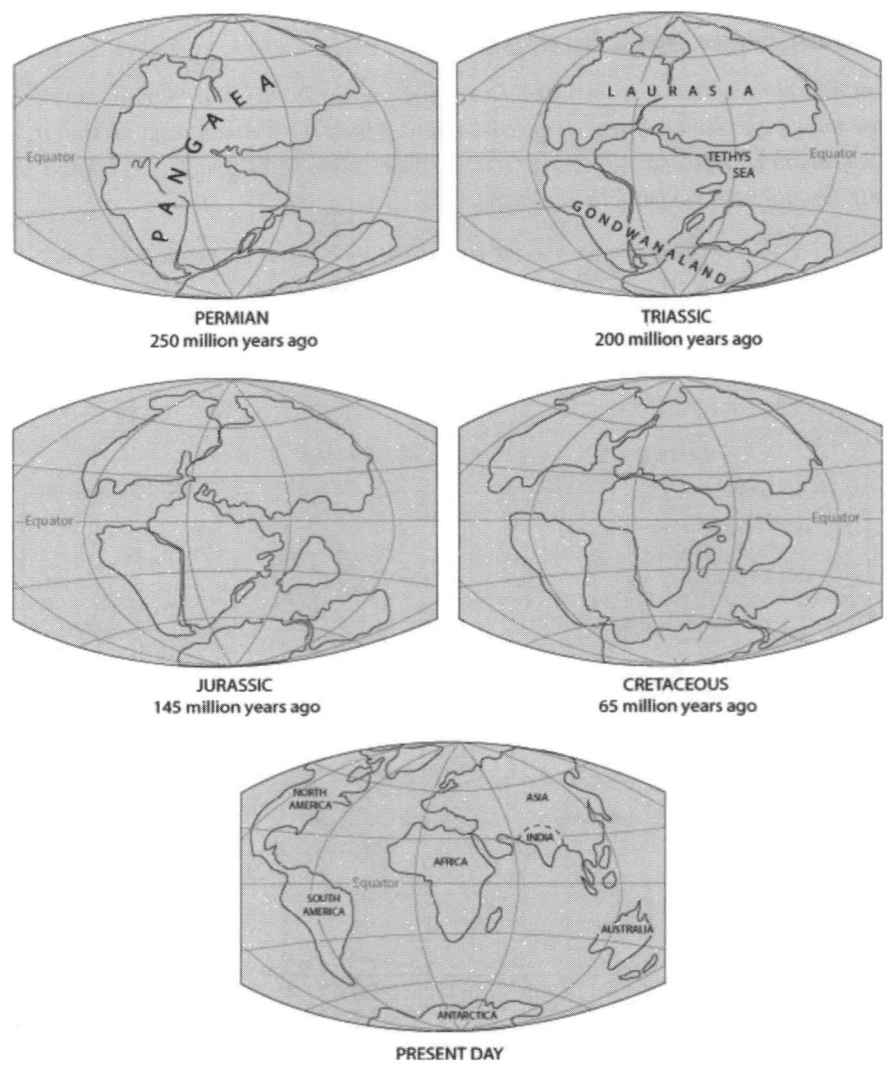

கோண்டுவானக் கண்டம் பிளவுபடுதல்

இன்னொரு புவியியல் கூற்றுப்படிப் பார்த்தால், புவியியல் வல்லுனர்கள் கருத்தின்படி பல லட்சம் ஆண்டுகளுக்கு முன்பு கோண்ட்வானக் கண்டம் பிளவுபட்டபோது ஆப்பிரிக்காவிலிருந்து மடகாஸ்கர் தனியே, இந்தியா தனியே பிளவுபட்டு இந்தியப் பகுதி மட்டும் நகர்ந்து வடக்கே நகர்ந்து ஆசியாவுடன் இணைந்தது என்று கூறப்படுகிறது. இதில் குமரிக்கண்டம் போன்ற நில அமைப்பு காணமுடியவில்லை அல்லது அது போன்ற நில அமைப்பு உருவாகியிருக்க முடியுமா? என்பது கேள்விக்குரிய விஷயம்தான்.

புவியியல் முடிவுரை

மேற்கூறிய கூற்றுகளின்படி, முதல் ஆழிப்பெருக்கு, இரண்டாவது ஆழிப்பெருக்கு ஆதாரங்கள் கண்டோம். உலகின் முதல் நாகரிகம் சுமேரியம். அவர்களுடைய கண்டுபிடிப்புகள் திடீரென்று தோன்றியதுபோல், அவர்களுடைய தோற்றம் பற்றிய தடயங்கள் இல்லை. மேலும் சுமேரிய புராணங்களின்படி அவர்கள் தெற்கிலிருந்து புலம்பெயர்ந்தவர்கள் என்று அறிகிறோம். அப்புலப்பெயர்வு, கப்பல் மூலம், ஆழிப்பெருக்கினால், தில்முன் என்ற இடத்திலிருந்து சுமேரியாவிற்கு வந்தார்கள். மேலே கூறியவற்றில் ஆழிப்பெருக்கு ஆதாரங்கள், உலகளவில் ஆழிப்பெருக்கு ஏற்பட்ட இடங்களின் ஆதாரங்கள், ஆஸ்திரேனேசிய பழங்குடிகள் புலம்பெயர்வு, வானியல் அறிவு மற்றும் கப்பல் செலுத்தும் திறன், தில்முன் பற்றிய ஆதாரங்கள், தோல் நிறச் சான்றுகள், சிந்து சமவெளி இடப்பெயர் சான்றுகள், சீனாவில் கருப்பர்கள், சுமேரிய மன்னர்களின் அட்டவணை மற்றும் இடப்பெயர்கள், தமிழ் இலக்கிய தமிழ்ச்சங்கம் நடந்த இடங்கள் ஆதாரங்கள் எனப் பல ஆதாரங்கள் கண்டோம்.

இதிலிருந்து நாம் அறிவது என்னவென்றால், மனிதன் புலம்பெயர்வு இரண்டு கட்டங்களாக நடைபெற்றிருக்கலாம். ஒன்று நாகரிகம் அடைவதற்கு முன், இரண்டாவது நாகரிகம் அடைந்த பின்.

ஆப்பிரிக்காவில் தோன்றிய மனிதகுலம் பின்னர் கொஞ்சம் கொஞ்சமாக மற்ற இடங்களுக்குப் புலம்பெயர ஆரம்பித்தது. இப்புலம்பெயர்வு பல திசைகளில் ஏற்பட்டது. வடக்கு ஆப்பிரிக்கா வழியாக மேற்கு ஆசியாவிற்குப் புலம்பெயர்ந்து பின் அங்கிருந்து ஐரோப்பாவிற்குப் புலம்பெயர்ந்தனர். இப்படிப் புலம்பெயர்ந்தவர்கள் காலப்போக்கில், பல நூற்றாண்டுகளுக்குப் பிறகு, தட்பவெப்பநிலை காரணமாக கருப்பு நிறத்திலிருந்து வெள்ளை நிறமாக மாறினர். ஆனால் இவர்கள் நாகரிகம் அடையவில்லை.

மற்றுமொரு குழு மக்கள், கிழக்கு திசை வழியாக இந்து மகா சமுத்திரத்தில் இருந்த தீவுகளிலும் (குறிப்பாக குமரிக்கண்டத் தீவுகளில்), பின்னர் படிப்படியாக இந்தியா, இந்தோனேசியா, சீனா, பிலிப்பைன்ஸ், ஆஸ்திரேலியா, பசிபிக் தீவுகள் என புலம்பெயர்ந்து, கடைசியாக தென் அமெரிக்காவில் குடியேறினர். மேற்கூறிய புலம் பெயர்வு, நாகரிகம் அடைவதற்கு முன்பு நடந்தது.

குமரிக்கண்டத்தில் குடியேறிய மக்கள், அங்கு நல்லதொரு நாகரிக நிலையை அடைந்தனர். இதற்கு முக்கியமானதொரு காரணம், அத்தீவுகளில் இருந்திருந்த நல்ல இயற்கை வளம். குமரிக்கண்டம் பல தீவுகள் கொண்ட நிலப்பரப்பாக இருந்தது. இங்கு அவர்கள் விவசாயம், வானியல், எழுத்தறிவு, தொழில்நுட்பம், வாணிகம் என பல்வேறு நாகரிக நிலையை அடைந்தனர். பின்னர் கடல் வெள்ளப்பெருக்கு ஏற்பட்டதாலும், நிலம் கடலில் மூழ்கியதாலும் வேறு இடங்களுக்குப் புலம் பெயர்ந்தனர். அப்படிப் புலம்பெயர்ந்த இடங்கள்: சுமேரியா, எகிப்து, சீனா, பசிபிக் தீவுகள், தென் அமெரிக்கா போன்ற இடங்கள். உலகின் எல்லா கலாசாரங்களிலும் அவர்களுடைய பழங்கதைகளில் வெள்ளப்பெருக்கு பற்றிய கதைகளும், புலம் பெயர்ந்த கதைகளும் உள்ளன.

கடைசியாக மற்றொரு எதார்த்த நோக்கில் நாம் புலம்பெயர்ந்தக் கூற்றுகளை ஆராயலாம். புலம்பெயர்தல் கடல் வழியாக, கப்பலில் நடைபெற்றது. புலம் பெயர்ந்து சேர்ந்த இடம் சுமேரியா அல்லது மெசொபட்டாமியா என்னும் இடமாகும். தற்போது, நாம் உலக வரைபடத்தில் இவ்விடத்திற்கு எங்கிருந்து புலம் பெயர்ந்திருக்க முடியும் என்பதைக் காணலாம். வடக்கிலும், கிழக்கிலும், மேற்கிலும், கடல் ஏதும் இல்லை. வடமேற்கில் கருப்புக்கடல் உள்ளது. வெள்ளப்பெருக்கு இக்கடலில் ஏற்பட சாத்தியமில்லை. அப்படி ஏற்பட்டிருந்தாலும் கடலைக் கடக்க அவசியமில்லை. தரை வழியாகவே புலம்பெயர்ந்திருக்கலாம்.

அப்படி கப்பல் கொண்டு கருப்புக்கடலை கடந்திருந்தாலும், அது மேற்கத்திய நாட்டிலிருந்துதான் இருக்க வேண்டும். அப்படியெனில் அவர்கள் வெள்ளை நிறத்தவராக இருந்திருக்க வேண்டும். ஆனால் சுமேரியர்கள் கருப்பு நிறத்தவர்கள். எனவே வடமேற்கிலிருந்து புலம்பெயர வாய்ப்பில்லை. எனவே புலம் பெயர்ந்தது தெற்கு திசையிலிருந்து மட்டும்தான் சாத்தியம். அதுவும் பாஹ்ரைன் தீவிலிருந்து புலம்பெயர கப்பல் தேவை இல்லை. சிறு படகுகள் போதும். தீவு விட்டு தீவு புலம்பெயர படகு போதும். கப்பல் தேவை இல்லை. தொலைதூர புலம் பெயர்வுக்கு மட்டுமே கப்பல் தேவைப்படும். எனவே அவர்கள் தெற்கிலிருந்து புலம் பெயர்ந்தது, கடலில் மூழ்கிய நிலப்பரப்பிலிருந்து அதாவது குமரிக்கண்டம் அல்லது கோயமூரிக்கண்டத்திலிருந்துதான் செய்திருக்க வேண்டும்.

பைபிளில் கூறப்படும் நோவாவின் கதை நடந்த இடம் பண்டைய குமரிக் கண்டமாக இருக்கவேண்டும். அங்கிருந்து அவர்கள் புலம் பெயர்ந்து சென்றது சுமேரியாவிற்கு. பின்னர் சுமேரிய நாகரிகத்திலிருந்து அக்காடிய, பாபிலோனிய, யூத, எகிப்திய, கிரேக்கம், என மற்ற நாகரிகங்கள் அல்லது கலாசாரங்கள் தோன்றியது. யூத கலாசாரத்திலிருந்து கிருத்துவமும், இசுலாமும் தோன்றின.

மேலும், சமீபத்தில் மொரிசியஸ் தீவில் கடலினடியில் கண்டறியப்பட்ட மோரித்தீ என்ற நிலப்பகுதியும், அங்கு ஒரு கண்டம் இருந்ததற்கான தொல்பொருள் தடயங்களையும் தருவிக்கிறது.

மேலே ஆராய்ந்த கூற்றுகள் மற்றும் சான்றுகள்படி, தற்போதைய தென்னகத்திற்கு கீழே கடலில் மூழ்கிய நிலப்பரப்பில் இருந்துதான் நாகரிகம் தோன்றியிருக்கலாம். அந்நாகரிகம் திராவிடம் அல்லது தமிழ் நாகரிகம் எனப்பட்டிருக்கலாம்.

துணை நூல் பட்டியல்

1. History of Ethiopia, Vol. I., Preface, by Sir E.A.Wallis Budge.
2. Ethiopia and the Origin of Civilization, John G.Jackson (1939) An Electronic Journal of African Centered Thought, NBUF
3. ibid
4. The Bankruptcy of Christian Supernaturalism, Vol., p. 192.
5. Herodotus, Vol. I., Book. I., Appendix, Essay XI., Section–5.
6. ibid
7. The Ancient History of the Near East, pp. 173–174, London, 1916.
8. Professor Leo Weiner, Africa and the Discovery of America,
9. Culture, the Diffusion Controversy, pp. 53–54, New York, 1927:
10. ibid
11. (Human origins, Samuel Laing, p.30, London 1913)
12. Pyramid Structures Near Western Cuba, http://www.utaot.com/2012/09/24/pyramid–structures–near–western–cuba, 24 September, 2012.
13. A gallery of ancient underwater ruins, http://i1.wp.com/www.ancient atlantis.com/wpcontent/uploads/2014/04/turtle–yonaguni–manmade.
14. Heracleion, http://i1.wp.com/www.ancient–atlantis.com/wp–content/uploads/2014/04/atlantis–egyptconnection.
15. BBC, 16.1.2002
16. http://discovermagazine.com/2007/nov/did–a–comet–cause–the–great–flood#.UT23fVfsgZl
17. Why ban Gita when Russia has a vedic past? Jayasree Saranathan, Dec.20, 2011, Frontier of Anthropology.
18. ibid
19. http://www.mendeley.com/research/evidence–three–north–sea tsunamisshetland –islands–between–8000–1500–years–ago/
20. ibid.
21. Higgins wrote a ponderous volume entitled The Celtic Druids. In the following passage from his Anacalypsis; Anacalypsis, Vol. I, Book I, Chap. IV, New York, 1927.
22. Wonderful Ethiopians of the ancient Cushite empire – Ch. IV–The Amazing Civilization of Ethiopia.
23. குமரிக்கண்டமா சுமேரியமா? – பா. பிரபாகரன், கிழக்கு, உ०கஉ
24. ஜெயகரன். சுகி, குமரி நில நீட்சி,
25. www.ancientvoice.wdfiles.com/local--files/article:kumri–kandam–2/Kkandam9600.png
26. An Account of Austronesian, Lisa J. Erickson, Linguistics 450, Cynthia Hallen, 28 February 2000

27. From Neolithic to modern times in South East Asia, Frontiers of Anthropology.
28. Map of expansion of Austronesian languages. Based on the Atlas historique des migrations by Michel Jan et al. 1999 and "The Austronesian Basic Vocabulary Database" 2008.
29. Balcks in China, www.richardehill.org
30. www.babynames.com
31. யோகநெறி, இரா.குப்புசாமி, தமிழினி, செப்.2008, பக்.88
32. பழந்தமிழர் பண்பாட்டுத் தொட்டில், 27.4.16, ஆனந்த விகடன், முனைவர். சங்கர சரவணன்
33. Genesis of gonds, www.jayseva.com
34. "The Sumerian", http://www.crystalinks.com/SumerianKingList.html.
35. Lewis, Michael, Trond, 'Archean zircons in Miocene oceanic hotspot rocks establish ancient continental crust beneath Mauritius', Nature communications, 31, Jan 2017
36. What is Gondwana? https://cdn.mos.cms.futurecdn.net/ MukkwnPZe2zTtY5NSvyC8X.jpg
37. தமிழ்ச் சங்கங்கள் வரலாறு, அ.சிதம்பரனார், சைவ சித்தாந்த நூற்பதிப்புக் கழகம், 1948.
38. ஆர்.பாலகிருஷ்ணன், சிந்து சமவெளிப் பண்பாட்டின் திராவிட அடித்தளம்.

03

மொழி

அக்னிமிலே புரோஹிதம்
யக்ஞஸ்ய தேவாம்ரித்விஜம்
ஹோடாராம் ரத்னதாதமம்

(ரிக் வேதம் முதல் செய்யுள்)

நாகரிகம் தோன்றுவதற்கும் வளர்ச்சி அடைவதற்கும் முக்கியமான காரணங்களில் ஒன்று மொழி. மொழி உருவாகியிருக்காவிட்டால் நிச்சயம் நாகரிகம் உருவாகியிருக்காது. குரங்கிலிருந்து மனிதன் தோன்றிய நாளிலிருந்து அவன் எப்போது மொழியைப் பேச ஆரம்பித்தான் அல்லது உருவாக்கினான் என்று தெரியவில்லை. ஆனால், மொழியின் தோற்றம் குரங்கிலிருந்தே படிப்படியாக ஆரம்பித்து, மனிதன் வளர்ச்சியடைந்து, ஆறாம் அறிவு பெற்ற பின் மொழியை நன்கு பேசும் நிலைக்கு வந்திருக்க வேண்டும். பின்னர் அதிலிருந்து படிப்படியாக எழுத்து உருவாகியிருக்க வேண்டும்.

மொழியைப் பேச ஆரம்பித்த பிறகு அதை எழுத்தாக எழுத ஆரம்பிக்க சில ஆயிரம் ஆண்டுகள் ஆகியிருக்கலாம். உதாரணத்துக்கு, இன்று உலகின் பழைமையாக எண்ணப்படும் சமஸ்கிருத மொழி, அதைப் பேச ஆரம்பித்த பிறகு பல ஆயிரம் ஆண்டுகள் கழித்தே எழுத்து உருவம் பெற்றது. அதுவும் அந்த எழுத்து சமஸ்கிருதத்தின் சொந்த எழுத்து வடிவம் இல்லை. அது தேவநாகரி எழுத்தில் எழுதப்படுகிறது.

உலகில் பல நாடுகளில், பல விதமான மொழிகள் பேசப்படுகின்றன. அதில் பல மொழிகள் ஓரிரு நூற்றாண்டுகளுக்கு முன்பே உருப்பெற்றது. பல பண்டைய பழங்கால மொழிகள், வெறுமனே பேசப்பட்டு, காலப்போக்கில் எழுத்துருவம், அமைக்கப்பெறாமலேயே, அழிந்துபோனதுண்டு. சில மொழிகள் பழங்காலம் தொட்டே, இன்னும் பல ஆயிரம் வருடங்களுக்குப் பிறகும் பேசப்பட்டும் எழுதப்பட்டும் வருகிறது. ஆரம்பத்தில் தோன்றிய எழுத்து உரு, காலப்போக்கில் மாறி மாறி பின்னர் வேறு உரு அடைந்த மொழிகளும் உண்டு. அப்படிப்பட்ட பண்டைய மொழிகளில் ஒன்று தமிழ் மொழி.

இன்றும் உலகில் பல மொழியியல் வல்லுனர்கள் உலகின் மிகப் பழைமையான மொழி என்று ஏற்றுக்கொள்ளப்படும் மொழி தமிழ் மொழியாகும். ஆனாலும் சில மொழியியல் அறிஞர்கள் இதை ஏற்றுக்கொள்ளாமல் இருக்கிறார்கள். இந்த அத்தியாயத்தில், உலகின் மிகப் பழைமையான மொழி என்று கருதப்படும் தமிழ் மொழியை, உலகின் மிகப் பழைமையான மற்ற மொழிகளோடும், புதிய மொழி களோடும் ஒப்பிட்டுப் பார்த்து, உலகின் மிகப் பழைமையான மொழி எதுவென்று அறிய முற்படுவோம். முதலில் உலகின் மிகப் பழைமையான மொழிகள் என்று கருதப்படும் இரு மொழிகளான தமிழையும், சமஸ்கிருதத்தையும் நாம் ஒப்பிட்டு ஆராய்வோம்.

தமிழும், சமஸ்கிருதமும்

தமிழும், சமஸ்கிருதமும் இவ்வுலகில் தொன்மையான மொழிகளில் ஒன்றாகக் கருதப்படுகிறது. தமிழ், திராவிடர்களுடைய மொழி என்றும், சமஸ்கிருதம், ஆரியர்களுடைய மொழி என்றும் பெரும்பாலனோர்களால் ஏற்றுக்கொள்ளப்படுகிறது. இவ்விரு மொழிகளுக்கும் இடையில் நிறைய விசயங்களில் மிக நெருக்கமான ஒற்றுமை இருக்கிறது. மிக முக்கியமான ஒற்றுமை உருவிலும், இலக்கணத்திலும் இருக்கிறது. சில அறிஞர்கள் கூற்றுப்படி இவ்விரு மொழிகளுக்கும் ஒரே மூல மொழி என்று கருதப்படுகிறது. அதாவது இவ்விரு மொழிகளும் ஒரே தாய் மொழியிலிருந்து உருவானவை என்று கூறப்படுகிறது.

சில அறிஞர்கள் இவ்விரு மொழிகளுக்கும் எந்த வித தொடர்பும், ஒற்றுமையும் இல்லை என்று கூறுகின்றனர். சில அறிஞர்கள் தமிழ் மொழி தான் முதன்மையான மொழி என்றும், வேறு சில அறிஞர்கள் சமஸ்கிருதம் தான் முதன்மையான மொழி என்றும் கருதுகின்றனர். இக்கட்டுரையின் முதன்மை நோக்கம் இவ்விரு மொழிகளில் எந்த மொழி முதன்மையாயிருக்கும் என அறிவதற்கு உண்டான ஆதாரங்களை அல்லது விவாதங்களை அல்லது கூற்றுகளை எடுத்துரைப்பதாகும். மேலும் ஒரு மொழி உருவாகி அதன் பரிணாம வளர்ச்சியைப் பற்றி ஆய்வு செய்யவும், அறியவும் இக்கட்டுரை உதவுகிறது.

சமஸ்கிருதம்

சமஸ்கிருத மொழி ஆரியர்களுடைய மொழி என்று கருதப்படுகிறது. ஆரியர்கள் மேற்கு ஆசியாவிலிருந்து இந்தியாவிற்கு தரை வழியாக குடிபுகுந்தவர்கள் என்று கருதப்படுகிறது. வேதங்களும் உபநிடதங்களும் சமஸ்கிருத மொழியில் உருவானது என்று அறியப்படுகிறது. மேலும் சமஸ்கிருதம் ‘தேவர்களுடைய மொழி’ என்ற கூற்றும் நிலவுகிறது. சமஸ்கிருத மொழியின் தோற்றப்பெயர் ‘சம்ஸ்க்ருத வாக்’ என்பதாகும். இதன் அர்த்தம் ‘சமன் செய்யப்பட்ட அல்லது சீர் செய்யப்பட்ட அல்லது சேர்த்து தொகுக்கப்பட்ட பேச்சு’ என்பதாகும்.

வேத சமஸ்கிருத மொழியின் காலம் பொ.யு.மு. 2000 – 600 என்றும், சிலர் பொ.யு.மு. 5000ற்கு முன்பு என்று கூறுகின்றனர். சமஸ்கிருத மொழிக்கும், இரானின் அவெஸ்தான் மொழிக்கும் மற்றும் பழைய பாரசீக மொழிக்கும் மிகவும் நெருங்கிய தொடர்பு உண்டு என்று சில அறிஞர்கள் கருதுகின்றனர்.

பொ.யு. பதினெட்டாம் நூற்றாண்டில் சமஸ்கிருதத்திற்கும், லத்தீன் மற்றும் கிரேக்க மொழிகளுக்கும் ஒற்றுமை உள்ளது என்று கண்டறியப்பட்டது. சமஸ்கிருதம் முதன்மை இந்தோ–ஐரோப்பிய மொழிகளில் ஒன்றாக அறியப்பட்டது. இந்த முதன்மை–இந்தோ–ஐரோப்பிய மொழிகளெல்லாம் ஒரே பொது மூல மொழி யிலிருந்து உருவானவை என்ற கூற்று நிலவுகிறது. இதில் சிலர் கூற்றுப்படி இந்த மூல மொழி கிழக்கு அனடோலியா (தற்போதைய துருக்கி) அல்லது ஆசியா மைனர் பகுதியில் தோன்றியது என்றும், மற்ற சிலர் கூற்றுப்படி இந்த மூல மொழி திராவிட தோற்றம் உடையது என்றும் கருதப்படுகிறது. மேலும் பழைய தமிழ் எழுத்தும், பழைய சமஸ்கிருத எழுத்தும் ஒரே போல் உள்ளது என்ற கருத்தும் உள்ளது.

சர் வில்லியம் ஜோன்ஸ் என்ற அறிஞர் 1781 முதல் 1794 வரை ஆய்வு செய்து சமஸ்கிருதத்தின் தாய்மொழியும், லத்தீன், கிரேக்க மற்றும் பெர்சிய மொழிகளின் தாய்மொழியும் ஒன்றானது என்று குறிப்பிட்டுள்ளார். சமஸ்கிருத இலக்கண முறையை பார்க்கும்பொழுது அம்மொழி தானே உருவாகியிருக்க முடியாது என்றும், மேலும் லத்தீன், கிரேக்கம் மற்றும் சமஸ்கிருத மொழிகள் ஒரே மொழியிலிருந்து உருவாகியிருக்க வேண்டும் என்றும் அம்மொழி தற்பொழுது வழக்கில் இல்லாதிருக்க வேண்டும் என்றும் குறிப்பிட்டுள்ளார்.

சர் வில்லியம் ஜோன்ஸ் இவ்வாறு குறிப்பிடும்போது அக்காலத்தில் சுமேரிய நாகரிகம் இருந்தது கண்டுபிடிக்கப்படவில்லை. இவர் கூறிய அம்மொழி

சுமேரிய மொழியாக இருக்கலாம். அவர் கூற்றின் அடிப்படையாக, 19ஆம் நூற்றாண்டில் இந்தோ–ஐரோப்பிய மொழிகள் பற்றி பல ஆய்வுகள் நடத்தப்பட்டு, அம்மொழிகளுக்கெல்லாம் ஒருபோது மூல மொழி உள்ளது என்று கண்டுபிடித்து அதற்கு முதன்மை–இந்தோ–ஐரோப்பிய மொழி என்று பெயரிடப்பட்டது. இந்த மொழியின் காலம் பொ.யு.மு. 7000 போல் இருக்கலாம் என்றும், அது தோன்றிய இடம் துருக்கியில் உள்ள அனடோலியா அல்லது ஆசியா மைனர் என்றும் கருதப்படுகிறது. ஆனால், இதை இந்தியாவில் உள்ள வரலாற்று ஆய்வாளர்கள் இது ஒரு திராவிட மொழியாகவோ அல்லது சிந்து சமவெளி மக்கள் பேசிய மொழியாகவோ இருக்கலாம் என்று கூறுகிறார்கள்.

சமஸ்கிருத மொழி ஒரு குறிப்பிட்ட இன அல்லது குல மக்களுக்கே உரிய மொழியாயிருந்தது என கருத்து ஒன்று உள்ளது. அது அந்தணர் குலத்திற்கு மட்டுமே உபயோகப்படுத்தப்பட்ட மொழி என்று கூறுகின்றனர். அந்தணர், தேவ குருக்கள் அல்லது குல குருக்கள் ஆகியோருடைய மொழியாயிருந்தது. தேவ மொழி என்றால் தேவர்களை வழிபடுவதற்கு கொண்ட மொழி என்று அர்த்தம். அதாவது சமஸ்கிருதம் தேவர்களை வழிபடுவதற்கு உருவாக்கப்பட்ட மொழி என்று அர்த்தம். சமஸ்கிருதத்திற்கு என தனி எழுத்து கிடையாது. அது தேவநாகரி எழுத்தில் எழுதப்படுகிறது.

தமிழ்

தமிழ் மொழி, திராவிடர்களுடைய மொழி என்று கருதப்படுகிறது. தமிழ் மொழி தென்னிந்தியா முழுக்க பேசப்பட்ட மொழி. தற்பொழுது தமிழ்நாட்டில் பேசப்படுகிறது. தமிழ் என்ற சொல்லுக்கு தம்+இழ் என்று பிரித்துக் கூறுவர். தம் என்றால் இனிமை என்றும், இழ் என்றால் பேச்சு என்றும், இரண்டும் சேர்த்து அதாவது இனிமையான பேச்சு/சொல் என்று கூறுவர். பொ.யு.மு. 500ல் தமிழ்–பிராமி எழுத்தில் செதுக்கப்பட்ட கல்வெட்டு ஆதிச்ச நல்லூரில் கிடைத்துள்ளது. இதேபோல் தமிழ்–பிராமி எழுத்தில் உள்ள 2200 வருடங்கள் பழைமையான கல்வெட்டு சமண மலையில் கிடைத்துள்ளது. இவையே தமிழ்–பிராமி கல்வெட்டுகளில் கிடைத்தப் பழைமையான கல்வெட்டு ஆகும். இதை அடிப்படையாக வைத்து தமிழ் எழுத்தின் காலம் பொ.யு.மு. 500 என்று கணக்கிடுகின்றனர். இது சரியான கருத்தாக இருக்குமென்று கூறமுடியாது. நடைமுறை எழுத்திற்கும் கல்வெட்டு எழுத்திற்கும் கால வித்தியாசம் இருக்கலாம்.

ஆனால், பேச்சுத்தமிழின் தோற்றம் பற்றிய கால அளவு இன்னும் அறிய முடியாததாக இருக்கிறது. தமிழ்ச்சங்கங்களின் கூற்றுப்படி பார்த்தால் முதல் தமிழ்ச்சங்கம் பொ.யு.மு. 9000 போல் நடந்திருக்க வேண்டும். தமிழ் மொழி முதன்மை–திராவிட மொழியிலிருந்து தோன்றியது என்று அறிஞர்கள் கூறுகின்றனர். இதன் காலம் பொ.யு.மு. 3000 என்று கணக்கிடப்படுகிறது. தமிழ் மொழியில் உள்ள மிகவும் பழைமையான இலக்கியங்களில் ஒன்றான தொல்காப்பியத்தின் காலம் பொ.யு.மு. 300 என்று அறிஞர்கள் கூறுகின்றனர்.

இந்தியாவில் கண்டெடுக்கப்பட்ட பாறைக் குறியீடுகள், மற்றும் கல்வெட்டுகளில் 55 சதவீதம் தமிழ் மொழியில் உள்ளன. தமிழ் மொழியில் வழக்கு மூன்று விதமாக

பிரிக்கப்படுகிறது. அவை சங்கத்தமிழ், செந்தமிழ் மற்றும் கொடுந்தமிழ் என்பன. இதில் சங்கத்தமிழ் இலக்கியங்களில் புலவர்களால் உபயோகப்படுத்தப்பட்டது. செந்தமிழ் என்பது அரசு பரிவர்த்தனைகளிலும், வர்த்தக பரிவர்த்தனைகளுக்கும் அது சார்பான தகவல் தொடர்புக்கும், ஆவண பதிவிற்கும் உபயோகப்படுத்தப்பட்டது. கொடுந்தமிழ் சாமானிய மக்களின் பேச்சு வழக்காகும்.

மூல மொழி தோற்ற கூற்று

ஆதியில், பழங்காலத்தில் ஒரு மூல மொழி உருவாகியபோது, சொற்கள் உடனே உருவாகியிருக்காது. ஆதியில் மனிதன் சைகை மூலம் மற்றவர்களோடு தொடர்பு கொண்டிருந்தான். பின் ஒலி எழுப்புவதன் மூலம் தகவல் தொடர்புகொண்டிருந்தான். அப்படி ஒலி எழுப்புவது, கை தட்டுவதன் மூலமோ, பொருட்களை தட்டுவதன் மூலமோ, வாய் கொண்டு ஒலி எழுப்புவதன் மூலமோ செய்திருந்தான். இப்படி ஆதி காலத்தில் ஒரு மொழியின் தோற்றம், ஒலி எழுப்புவதில் ஆரம்பித்து, பின் சுட்டுதல் மூலமும் சேர்ந்து ஆரம்பித்திருக்க வேண்டும். அப்படிச் சுட்டுதல் என்பது, ஓர் எழுத்துச் சொற்களாக இருந்திருக்க வேண்டும்.

எனவே, ஆதிகாலத்தில் ஒரு மூல மொழி உருவாகியபோது, முதலில் ஓர் எழுத்து சொற்களே வழக்கில் இருந்திருக்க வேண்டும். பின்னரே இரு எழுத்துச் சொற்கள் உருவாகி, பின் மூன்று எழுத்து, நான்கு எழுத்து என சொற்கள் உருவாகியிருக்க வேண்டும். இது ஓர் எழுத்து, ஈரெழுத்துச் சொற்களை சேர்த்து பேசும் பொழுது ஏற்பட்டிருக்க வேண்டும். ஒரு மூல மொழி உருவாகியபோது எடுத்தவுடனே ஈரெழுத்து, மூன்றெழுத்து சொற்கள் உருவாகியிருக்க முடியாது. இதன்படி பார்த்தால் ஒரு மூல மொழியின் பன்னெழுத்து சொற்களைப் பிரித்து எழுதும் பொழுது அது பொருள் தரும். ஆனால் அம்மூல மொழியிலிருந்து தோன்றிய கிளை மொழிகளில் உள்ள பன்னெழுத்து சொற்களைப் பிரித்து எழுதும்போது அது பொருள் தருமா என்பது சந்தேகம்தான்.

ஆதியில் மொழி என்பது ஒலி வடிவமாக மட்டுமே இருந்திருக்க வேண்டும். அதாவது பேச்சு சொற்களாக மட்டுமே இருந்தது. அப்படி பேச்சு வழக்கு நன்கு முன்னேறிய பிறகு பல நூற்றாண்டுகள் அல்லது ஆயிரம் ஆண்டுகள் கழித்து எழுத்து உருவம் கண்டுபிடித்திருக்க வேண்டும். அது குறிகள் மூலம் ஆரம்பித்து படிப்படியாக உருமாறி, வளர்ந்து தற்போதைய நிலை அடைந்திருக்கிறது. இதற்கிடையில் புலம் பெயர்தல் மூலமாக அல்லது சமுதாயப் பிரிவுகள் மூலமோ, மொழியின் பேச்சு வழக்கு மாறி பல்வேறு புது மொழிகளாக அல்லது கிளை மொழிகளாக மாறியிருக்க வேண்டும்.

ஓர் ஆதி மொழி அல்லது மூல மொழி என்ற மொழி, நாகரிகம் உருவாவதற்கு முன்பே தோன்றிய மொழியாக இருக்க வேண்டும். ஏனெனில் நாகரிகம் தோன்ற மொழி பெரிதும் உதவியிருக்க வேண்டும். அதாவது ஒரு நாகரிகம் தோன்றுவதற்கு சில ஆயிரம் ஆண்டுகளுக்கு முன்பே தோன்றியிருக்க வேண்டும். அப்படி தோன்றிய அந்த மூல மொழியிலிருந்துதான் பல்வேறு கிளை மொழிகள் தோன்றியிருக்க வேண்டும்.

அப்படித் தோன்றிய கிளைமொழிகள், பேச்சு வழக்கில் உள்ள ஒரு மொழியில் இருந்துதான் தோன்றியிருக்கும். பேச்சு வழக்கில் இல்லாமல் இருந்த

மொழியில் இருந்து ஒரு புது மொழி தனித்து உருவாகியிருக்க முடியாது. அப்படி உருவாகியிருந்தால், அது ஏற்கெனவே உள்ள பேச்சு வழக்கில் இருந்த மொழியில் இருந்துதான் உருவாகியிருக்க வேண்டும். அப்படி உருவாகிய மொழி, பேச்சு வழக்கில் இல்லாமலிருந்தால், அதிலிருந்து ஒரு வேறு மொழி உருவாக முடியுமா என்று சந்தேகம்தான். வேண்டுமெனில், அம்மொழியில் உள்ள சொற்கள் மற்ற மொழிகளில் கலந்துவிட சாத்தியமே உண்டு தவிர, அது புதிய மொழியை உருவாக்க வாய்ப்பே இல்லை.

அப்படிப்பார்க்கையில் ஓர் ஆதிமொழி அல்லது மூல மொழி என்பது உலகில் உள்ள பழைமையான நாகரிகங்களில் பேசப்பட்ட மொழியாக இருக்க வேண்டும். அப்படிப் பார்க்கையில் தற்பொழுது உள்ள தொல்லியல் ஆதாரங்களின் படி பழைமையான நாகரிகம் என்று கருதப்படுவது சுமேரிய நாகரிகம்தான். அப்படியெனில், சுமேரிய நாகரிகத்தில் பேசப்பட்ட மொழி எந்த மொழி?

ஒரு மொழியின் பேச்சு வழக்கும் எழுத்து வழக்கும்

பழங்காலத்தில் கல்வி என்பது எல்லோருக்குமானதாக இல்லை. ஒரு சிலரே கல்வி கற்றனர். அதுவும் வாய்மொழிக் கல்வி மட்டுமே பிரதானமாக இருந்தது. எனவே சாதாரண மக்களுக்கு எழுத்து என்பது அத்தனை பழக்கமாகவில்லை. பேசுவதற்கு எழுத்து அவசியமில்லை. எனவே எழுத்து என்பது வெகு சிலருக்கே நன்றாக எழுத வாய்க்கப்பட்டிருக்கவேண்டும். எழுத்து அல்லது எழுதுவது என்பது ஒரு சில சமூகத்தினருக்கு மட்டுமே அறியப்பட்டிருந்த விசயமாக இருந்திருக்க வேண்டும். உதாரணத்திற்கு உழவர்கள் போன்ற சமூகத்தினருக்கு எழுத்து அவசியமில்லாத விசயமாக இருந்திருக்க வேண்டும். வணிகர்களுக்கு குறியீடு மட்டுமே போதுமானதாக இருந்திருக்க வேண்டும். அப்படி மேலும் எழுதுவதற்கு அவசியமிருந்தால் எழுத்தர்களை வேலைக்கு வைத்துக்கொண்டார்கள். இதனாலேயே அக்காலத்தில் எழுத்தர் பணி மிகவும் மதிப்பிற்குரியதாக இருந்தது.

எழுத்து என்பது புலவர்கள் மட்டுமே உபயோகப்படுத்தியிருக்க வேண்டும். அதுவும் எழுத்தாணி கொண்டு பனை ஓலையில் எழுத வேண்டும். அதற்கு பழக்கம் வேண்டும். அப்படி, புலவர்களும் மிகச்சிலரே இருந்திருக்க வேண்டும். எனவே, அக்காலகட்டத்தில் எழுத்து என்பது மேன்மையான விசயம். அது சாதாரண மக்களிடையே புழக்கத்தில் இருந்திருக்கவில்லை. குருகுலத்தில் எழுத்துக்கல்வி பயின்றுவிட்டு வந்தாலும், பின்னாளில் அவர்களுக்கு எழுதுவதற்கு அத்தனை தேவைகள் இருந்திருக்க வாய்ப்புகள் இல்லை. அதற்கான உபகரணங்களும் எளிதாக கிடைத்திருக்க வாய்ப்பில்லை. எழுத்து என்பது புலவர்களிடையே மட்டும் பரிச்சயமானதாக இருந்திருக்க வேண்டும். சாதாரண மக்கள் எழுத்து வழக்கம் மிகக்குறைவானதாகவே இருந்திருக்க வேண்டும். அவர்களுடைய எழுத்தறிவு மிகவும் பிற்பட்ட காலத்திலேயே அதாவது மூன்றாம் தமிழ்ச்சங்கத்தின் இறுதி காலகட்டத்தில் மேம்பாடு அடைந்திருக்கவேண்டும்.

அக்காலகட்டத்தில் பனைஓலைகளில் மட்டுமே எழுத்து எழுதப்பட்டிருக்க வேண்டும். பாறைகளில் எழுதுவது (படம் வரைவது அல்ல) பிற்காலத்திலேயே

ஆரம்பித்திருக்க வேண்டும். இதனாலேயே தமிழ் பிராமி எழுத்துகல்வெட்டு பொ.யு.மு. 300ல் எழுதப்பட்டு, அதுவே மிகப்பழைமையான கல்வெட்டாக கருதப்பட்டிருக்க வேண்டும். இதனாலேயே தமிழ் எழுத்தின் காலம் பொ.யு.மு 300 என்று கணக்கிட்டுள்ளார்கள். இது சரியானது அல்ல. ஏனெனில் பனை ஓலைகளில் எழுதியதெல்லாம் கடல் வெள்ளப்பெருக்கில் அழிந்து போயிருக்கலாம்.

மேலும், ஒரு பேச்சு மொழியின் எழுத்து வடிவம் அதனுடைய சொந்த எழுத்து வடிவத்திலேயே உருவாகி வந்திருக்கவேண்டுமேன்று அவசியம் இல்லை. ஒரு மொழி பல ஆயிரம் ஆண்டுகள் வெறும் பேச்சு வழக்கில் மட்டுமே இருந்து வந்து, பிற்காலத்தில் அது வேறு ஒரு மொழியின் எழுத்துகளில் எழுதப்பட்டிருக்கலாம். இதற்கு மிகச்சிறந்த உதாரணம் சமஸ்கிருத மொழியாகும். இது நாள் வரையில் சமஸ்கிருத மொழிக்கென்று சொந்த எழுத்து வடிவம் இருந்ததாக இன்னும் கண்டுபிடிக்கப்படவில்லை. பல ஆயிரம் வருடங்களாக அது வெறும் பேச்சு மொழியாகவே இருந்தது. பிற்காலத்தில், ஆரியர்கள் இந்தியாவில் குடி யேறிய பிறகு, பொ.யு. 7–8ஆம் நூற்றாண்டு போல்தான், சமஸ்கிருத மொழியை அப்போது வட இந்தியாவில் வழக்கத்திலிருந்த தேவநாகரி மொழியின் எழுத்தில் எழுதினர். ஆனால் இன்றும் கோடிக்கணக்கான மக்கள், அது தான் சமஸ்கிருத மொழியின் எழுத்து என்று நம்புகின்றனர்.

இதே போல் நாம் எழுதும் தற்போதைய தமிழ் மொழியின் எழுத்து பிராமி எழுத்தில் இருந்து தோன்றியதாக ஆய்வாளர்கள் கூறுகின்றனர். அதற்கான உதாரணத்தை கீழே கண்டுள்ள படத்தில் காணலாம்.

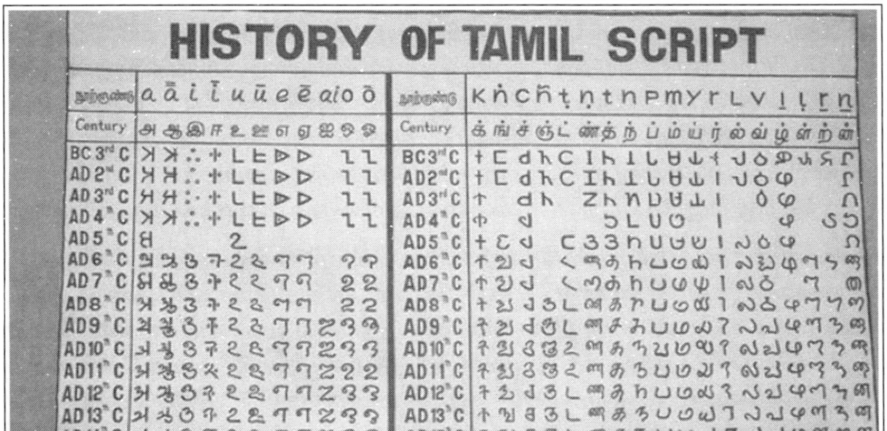

தமிழ் எழுத்தின் வரலாறு

இந்த அட்டவணையின் மூலம் நாம் அறிவது, தற்போதைய தமிழ் எழுத்து கிட்டத்தட்ட பொ.யு. ஆறாம் நூற்றாண்டில்தான் உருவாக ஆரம்பித்தது. ஆனால்,

தமிழ்மொழியின் சங்க இலக்கியங்கள் இதற்கு பல நூற்றாண்டுகள் முன்பே எழுதப்பட்டுவிட்டன. அப்படியெனில் சங்க இலக்கியங்கள் எந்த மொழி எழுத்தில் எழுதப்பட்டிருக்கும்? அல்லது அவை சமஸ்கிருதம்போல் வெறும் வாய்வழி மொழியாக இருந்ததா? காட்டியிருக்கும் அட்டவணை கல்வெட்டு எழுத்துகளை மட்டுமே கொண்டு ஆய்வு செய்யப்பட்டுள்ளது. ஆனால் கல்வெட்டு எழுதும் வழக்கம், பல்லவ மன்னர்கள் காலத்தில், பெரிய கோவில்கள் கட்டும் வழக்கம் வந்த பொழுது ஏற்பட்டது. இதற்கெல்லாம் முன்பு சங்க காலத்தில், தமிழ் மொழி எழுத்தை எதில் எழுதினார்கள். பனை ஓலையில் எழுதினார்களா அல்லது வெறும் வாய்மொழி வழக்காகவே இருந்ததா? என்பது இன்னும் நுட்பமாக ஆய்வுகள் செய்யவேண்டும்.

இன்னும் எடுத்துக்காட்டாக, ஆங்கிலேயர்கள், பிரெஞ்சுக்காரர்கள், போர்ச்சு கீசியர்கள் உலகில் பல நாடுகளை ஆண்டதால், அங்குள்ள பழைமையான மொழிகள் ஆங்கிலம், பிரெஞ்சு, லத்தின் எழுத்துகளை கொண்டு எழுதப்படுகிறது.

எது பழைமையான மொழி? தமிழா... சமஸ்கிருதமா?

சமஸ்கிருதம் தென்னிந்தியாவிற்கு, குறிப்பாக அன்றைய தமிழகத்திற்கு பொ.யு. 3 – 7ஆம் நூற்றாண்டில்தான் வந்தது. அது வருவதற்கு முன்பே, பல ஆயிரம் ஆண்டுகளாக தமிழ் மொழி வழக்கில் இருந்தது. எனவே சமஸ்கிருதத்திலிருந்து தமிழ் மொழி உருவாக வாய்ப்பில்லை.

சமஸ்கிருதம் தேவநாகரி மொழியிலே எழுதப்படுகிறது. அதற்கென்று தனியான எழுத்து உரு இல்லை. தேவநாகரி மொழியின் காலம் பொ.யு. 7ம் நூற்றாண்டு. அப்படியெனில் அதற்கு முன்பு சமஸ்கிருதம் எழுதப்படவில்லை. அது பேச்சு வழக்கு மொழியாகவே இருந்திருக்கிறது. தொல்பொருள் ஆதாரங்களிலும் சமஸ்கிருத எழுத்துகள் கண்டுபிடிக்கப்படவில்லை. ஒரு மொழி மிகப் பழைமையானது என்றிருக்க வேண்டுமெனில், அதிலும் குறிப்பாக ஒரு நாகரிக மொழியாக இருக்கையில், அதற்கென்று எழுத்து இருக்கவேண்டும். அப்படிப் பார்க்கையில் ஏன் சமஸ்கிருதத்திற்கு எழுத்து உருவாகவில்லை அல்லது உருவாக்கப்படவில்லை?

ஏனெனில், சமஸ்கிருதம் தேவர்களின் மொழி என்று கூறப்படுகிறது. இதன் அர்த்தம் என்ன? இது தேவர்கள் பேசும் மொழி என்று பொருள் அல்ல. இது தேவ வழிபாட்டிற்கு உபயோகப்படுத்திய மொழி. அதாவது மத குருமார்கள் தேவர்களை வழிபட உபயோகப்படுத்தப்பட்டமொழி. தேவ வழிபாடு ஆரம்பிக்கப்பட்டிருந்த அக்காலகட்டத்தில், மத குருமார்கள் ஆட்சி அதிகாரத்தில் மிகப்பெரிய, முக்கியப் பங்கு வகித்தார்கள். அவர்கள் தங்களுடைய மத குரு பாரம்பர்யம் மற்ற மக்களுக்கு எட்டா வண்ணம் ரகசியமாக பாதுகாக்க வேண்டுமென்று நினைத்தார்கள். தங்களுடைய குல மக்கள் மட்டுமே அதை கற்றுவர வேண்டுமென்று நினைத்தார்கள். மற்றவர்கள் கற்க நேர்ந்தால், தங்களுடைய மத குரு பாரம்பர்யம் பறிபோய்விடும் என்றும், அதன்மூலம் தங்களுடைய அதிகாரமும் பறிபோய்விடும் என்றும் நினைத்து அந்த சமய வழிபாடு பாரம்பர்யத்தை பாதுகாக்க அவர்களுக்கென்று ஒரு மொழி உருவாக்கிக்கொண்டனர். அந்த மொழியே சமஸ்கிருதம் ஆகும். சமஸ்கிருதத்திற்கு எழுத்து வடிவம் கொடுத்தால் அதை மற்றவர்கள் கற்க நேர்ந்துவிடும் என்பதாலேயே

அதைப் பரம்பரை பரம்பரையாக வாய்மொழியாகவே கற்றுக்கொண்டனர். அந்த வாய்மொழியும் அவர்களுக்குள்ளே மட்டும் பேசிக்கொண்டனர். இப்படி தோன்றிய சமஸ்கிருத மொழி, அக்காலகட்டத்தில் பேச்சு வழக்கில் இருந்த மொழியின் தாக்கம் உடையதாக இருக்க வேண்டும். அப்படியெனில் அக்காலகட்டத்தில் பேச்சு வழக்கில் இருந்த மொழி எது?

சமஸ்கிருதம் எந்த ஒரு நாட்டிலும் அல்லது ஒரு குலத்திலும் அன்றாட பேச்சு வழக்கில் இருந்த மொழி என்பதற்கு ஆதாரங்கள் எதுவும் கிடைக்கவில்லை. மத குருமார்கள் தங்கள் குலத்தில், தேவ வழிபாட்டிற்கு உபயோகப்படுத்தப்பட்ட மொழி சமஸ்கிருதம். ஆனால் அவர்கள் அம்மொழியை பேச்சு வழக்கு மொழியாக கொண்டனரா என்பது சந்தேகம்தான். ஏனென்றால் தேவ வழிபாட்டில் உபயோகப்படுத்துவது மந்திரங்களும், சூத்திரங்களும்தான். இவைகளின் தொகுப்பே வேதங்களும், உபநிடதங்களும்.

இவைதான் பரம்பரை பரம்பரையாக வாய்மொழியாக தங்கள் வாரிசுகளுக்கு அக்காலகட்டத்தில் கற்றுக்கொடுக்கப்பட்டது. அதுவும் ஆண் வாரிசுகளுக்கு மட்டுமே கற்றுக்கொடுக்கப்பட்டது. ஏனெனில், மதகுரு பதவி என்பது ஆண்கள் வகித்த பதவி. எனவே வேதங்களும் உபநிடதங்களும் ஆண் வாரிசுகளுக்கு மட்டுமே கற்றுக்கொடுக்கப்பட்டது. அப்படியெனில் அக்குலப்பெண்கள் சமஸ்கிருதத்தை அறிந்திருக்க அல்லது கற்றிருக்க வாய்ப்புகள் மிகவும் குறைவு. அப்படியெனில் அவர்கள் வீட்டில் பேசிய மொழி என்னவாயிருக்கும்? நிச்சயம் சமஸ்கிருதமாக இருந்திருக்காது.

இராமாயண மற்றும் மகாபாரத காலகட்டத்தில் இந்தியாவில் பேசப்பட்ட மொழி எது? நிச்சயமாக சமஸ்கிருதமாக இருக்க முடியாது. சமஸ்கிருதம் ஆரியர்கள் மொழி. ஆரியர்கள் இந்தியாவிற்கு மேற்கு ஆசியாவிலிருந்து புலம் பெயர்ந்து வந்தவர்கள். அவர்கள் இந்தியாவிற்கு (அதாவது சிந்து சமவெளிக்கு) வந்த காலம் பொ.யு.மு. 1500 போல். அதற்குப்பிறகே அவர்கள் தற்போதைய இந்தியாவிற்கு வந்தார்கள். ஆனால் ராமாயணமும் மகாபாரதமும் நடந்த காலம் முறையே பொ.யு.மு 4000 மற்றும் பொ.யு.மு. 3100 போல் என்று கருதப்படுகிறது. அக்காலகட்டத்தில் இந்தியாவில் சமஸ்கிருதம் நுழைந்திருக்கவில்லை. எனவே அக்காலக்கட்டத்தில் இந்தியாவில் பேசப்பட்ட மொழி சமஸ்கிருதம் இல்லை. அப்பொழுது பேசப்பட்ட மொழி, அங்கு வழக்கில் இருந்த பழைமையான ஒரு திராவிட மொழி. ராமாயணமும் மகாபாரதமும் எழுதப்பட்டது சமஸ்கிருத மொழியில், தேவநாகரி எழுத்து கொண்டு எழுதப்பட்டது. தேவநாகரி மொழி பரவலாக உபயோகத்திற்கு வந்த காலம் பொ.யு. 7ஆம் நூற்றாண்டு என்று ஏற்கெனவே கண்டோம். எனவே ராமாயணமும், மகாபாரதமும் பொ.யு. 7ஆம் நூற்றாண்டுபோல் அல்லது அதற்குப்பின்னர்தான் எழுதப்பட்டிருக்க வேண்டும். அவை சமஸ்கிருத மொழியில் எழுதப்பட்டதால் எல்லோரும் ராமாயண, மகாபாரதக் காலகட்டத்தில் சமஸ்கிருத மொழி பேசினர் என்ற கருத்து உருவாகிவிட்டது.

ஒரு மொழி மூல மொழியாக இருந்தால், அதனுடைய பன்னெழுத்து சொற்களைப் பிரித்து எழுதும்பொழுது, அச்சொற்கள் பொருள் தரும். அப்படிப் பார்க்கையில், சமஸ்கிருத பன்னெழுத்து சொற்களைப் பிரித்தால் அவைகள் பொருள் தருகின்றனவா என்று பார்க்கவேண்டும்.

உதாரணத்திற்கு, கீழே கொடுக்கப்பட்டுள்ள சமஸ்கிருத சொற்களை பிரித்துப் பார்க்கலாம்.

பரம்பரா, அகம்பாவ், ஹ்ருதய, தர்ம, அக்னி,

பரம்பரா = பரம் + பரா;

ஹ்ருதய = ஹ்ரு + தய;

அகம்பாவ் = அகம் + பாவ்;

தர்ம = தர் + ம;

கிரஹ = கிர + ஹ

மேலே கூறிய உதாரணங்களைப் பார்க்கும்போது, சமஸ்கிருத மொழி சொற்களைப் பிரித்துப் பார்த்தால் அவை பொருள் தரவில்லை. இதேபோல், மேலே கூறிய சொற்களுக்கு இணையான தமிழ் சொற்களைப் பிரித்துப் பார்ப்போம்.

பரம்பரை, அகம்பாவம், இருதயம், தருமம், அக்கினி.

பரம்பரை = பரன் + பரை; பரன், பரை என்றால் நமக்கு முன்பான ஏழாம் தலைமுறை மூதாதையரை (தாத்தா, பாட்டி) குறிப்பது.

அகம்பாவம் = அகம் + பாவம்; நம்முடைய அகத்தினுள், அதாவது மனதில் ஏற்படும் கர்வம்.

இருதயம் = இரு + தயம்/தேயம்; நமது இருதயத்தில் இரு அறைகள் உள்ளது என்று நாம் படித்திருக்கிறோம். தேயம் என்றால் பகுதி என்று அர்த்தம். தேசம் என்ற சொல் தேயம் என்ற சொல்லில் இருந்து தோன்றியது. அதைக்குறிப்பது இச்சொல்.

தருமம் = தரு + அமம்; தரு என்றால் தருவது, கொடுப்பது;

கருமம் = கரு + அமம்; கரு என்பது செய்வது அல்லது உருவாவது. கருத்து என்பது போல்.

மேலே கூறிய தமிழ் சொற்களை பிரிக்கும்பொழுது அவை பொருள் தருகின்றன. எனவே இச்சான்று மூலம் தமிழ் மொழியிலிருந்துதான் சமஸ்கிருதம் தோன்றியிருக்க வேண்டும் எனக்கூறலாம். ஆனால் தமிழ் பேசப்படுவது தென்னிந்தியாவில், ஆனால் சமஸ்கிருதம் தோன்றியது மேற்கு ஆசியாவில் என்று கருதப்படுகிறது. பின் எப்படி தமிழிலிருந்து சமஸ்கிருதம் தோன்றியிருக்க முடியும் என்ற கேள்வி எழலாம். அதற்கான விடையை பின்னர் பார்ப்போம். தமிழில் உள்ள பன்னெழுத்து சொற்களைப் பிரித்து எழுத முடியும். அப்படிப் பிரித்தால் அவை பொருள் தருபவை. தமிழ் மொழியில் ஓரெழுத்து சொல்லும் உள்ளது.

ஐ, தீ, தா, போ, வா, கை, ஈ, வை, பை, தை, மை, மா, நீ... போன்றவை.

ஆரியர்கள், இந்தியாவிற்கு சிந்து சமவெளி நாகரிகத்திற்குபின்தான் வந்தார்கள். ஏனெனில் சிந்து சமவெளி நாகரிக தொல்பொருள் தடயங்களில், ஆரியர்களுடைய

தடயங்கள் இல்லை. சில சமஸ்கிருத மற்றும் இந்தி சொற்களும் அவற்றின் மெய்யான தமிழ் சொற்களும் இணைப்பில் கொடுக்கப்பட்டுள்ளன.

சமஸ்கிருதம் என்ற சொல்லின் அர்த்தம் என்ன?

மேலே கூறிய உதாரணங்கள் எல்லாவற்றிற்கும் மேலாக, இன்னொரு முக்கிய உதாரணம் நாம் காண்போம். சமஸ்கிருதம் என்ற சொல்லிற்கு அர்த்தம் என்ன?. சொல்லப்போனால் சமஸ்கிருதம் என்ற சொல்லே தமிழ்ச் சொல் தான். அது எப்படி? கீழே சில பார்ப்போம்.

சமஸ்கிருதம் = சமக்கிருதம் – சம + கிருதம்;

சமஸ்கிருதம் = சம + கிருக்கம்;

சமஸ்கிருதம் = சம + கிரந்தம்;

சமஸ்கிருதம் = சம + குறித்தம்;

குறி = எழுத்து; (குறிப்பு, குறித்தல் – *script*)

சமக்குறித்தம் = சமஸ்க்ருதம்

கூறு = சொல்; கூற்று; சமக்கூறுதல்; சமமாக கூறுதல்; சமஸ்க்ருதம்.

கிருக்கம் என்றால் கிருக்குதல், அதாவது கீருதல் என்பது போல். கீரன் என்றால் எழுதுபவர். நக்கீரன் என்றால் நல்ல கீரன் என்று அர்த்தம். அதாவது நல்ல எழுத்தர் என்று அர்த்தம். கிரந்தம் என்பதும் மொழியை குறிக்கும். கிரந்த எழுத்து என்பது போல்.

அதாவது சமமான எழுத்து அல்லது சொல் அல்லது பேச்சு என்று அர்த்தம். ஏற்கெனவே கூறியுள்ளது போல் சமஸ்கிருத மொழியின் தோற்றப் பெயர் 'சமஸ்க்ருத வாக்". அதாவது 'சம கிருத வாக்கு'. தமிழில் வாக்கு என்றால் சொல் என்று அர்த்தம். சமக்கிருத வாக்கு என்பது அக்காலத்தில் பேச்சு வழக்கில் இருந்த ஒரு மொழிக்கு சமமான மொழி என்ற அர்த்தமாக இருக்கலாம். அதாவது சமஸ்கிருதம் அக்காலத்தில் இருந்த மொழிக்கு இணையான சங்கேத மொழியாக இருந்திருக்கலாம்.

மேலும் அக்காலத்தில், வெள்ளப்பெருக்கில் புலம் பெயர்வதற்கு முன்னர், பேச்சு வழக்கில் இருந்த மொழியின் பெயர் 'கிருத மொழி' என்றிருந்திருக்கலாம். ஏனெனில், சுமேரியர்கள் தங்கள் முன்னோர்கள் கிருதமாலா என்ற நதிக்கரையில் வாழ்ந்திருந்தனர் என்று குறிப்பிட்டுள்ளார்கள். கிருதமாலா நதி, கிருதமலையிலிருந்து உருவாகியிருக்கலாம். அங்கு பேசிய மொழி கிருத மொழி என்று அறியப்பட்டிருக்கலாம். இன்னொரு காரணம், வேதங்களின் படி நான்கு யுகங்களில் முதல் யுகம் கிருத யுகம். கிருதயுகம் நடைபெற்றது வெள்ளப்பெருக்கு ஏற்பட்டு புலம் பெயர்வதற்கு முன்னால். அந்த யுகத்தில் பேசப்பட்ட மொழியே கிருத மொழி.

இந்த கிருத மொழியே வெள்ளப்பெருக்கில் புலம் பெயர்ந்து ஒரு பிரிவு மக்கள் சுமேரியாவில் குடியேறிய பின் சுமேரிய மொழியாகி பின்னர் இதிலிருந்து 'சம கிருத வாக்கு' என்ற மொழி உருவாகி, அது சமஸ்கிருதமாக மாறியிருக்க வேண்டும். இதே வெள்ளப்பெருக்கில் பண்டைய தமிழகத்திற்குக் குடியேறிய ஒரு

பிரிவு மக்களின் பேச்சு வழக்கில் இது கிருதமொழி என்றாகியிருக்கலாம். இதற்கு இன்னொரு ஆதாரம், பழங்காலத்தில் இந்தியாவில் பிராகிருதம் (prakrit) என்ற மொழி வழக்கத்தில் இருந்தது. இது சமண மதத்தில் உபயோகப்படுத்தப்பட்ட மொழியாகும். இது சமஸ்கிருதத்திலிருந்து மாறுபட்டது. பிராகிருத என்பதற்கு இயற்கையிலேயே உருவானது என்று அர்த்தம். பிராகிருதம் என்பது பர கிருதம் என்பதாகும். எனவே கிருதம் என்பது மொழியைக் குறிப்பது.

பின்னாளில் கிருத என்ற சொல்லே கிரீட் என்று மருவி அது ஒரு நாகரிகமாக மத்திய தரைக்கடல் பகுதியில் உருவாகியிருக்க வேண்டும். கிரீட் நாகரிகத்திற்கும், திராவிட நாகரிகத்திற்கும் பல கலாசார ஒற்றுமைகள் உள்ளன. கிரீட் நாகரிகத்திலிருந்து கிரேக்க நாகரிகம் உருவாகியிருக்க வேண்டும்.

அரசன், ராஜா, ராணி, ராயன் சொற்கள் பற்றிய குறிப்பு

சமஸ்கிருதத்தில் ராஜா என்ற வார்த்தை தமிழில் அரச என்ற வார்த்தையிலிருந்து மருவி வந்ததாக கூறப்படுகிறது. ஆனால் இந்த கூற்று சரியா என்று தெரியவில்லை. ஏனெனில் ராஜாவின் மனைவி ராணி என்று கூறுகிறார்கள். ஆனால் ராஜாவின் மனைவி ராஜி என்றல்லவா இருக்கவேண்டும். அதாவது அரசன் என்ற தமிழ் வார்த்தை ராஜா என்று மருவினால், அரசி என்ற தமிழ் வார்த்தை ராஜி என்றுதானே மருவ வேண்டும். பின் எப்படி ராணி ஆயிற்று?

ஏனெனில் ராஜா என்ற வார்த்தை அரசன் என்ற சொல்லில் இருந்து மருவவில்லை. அது வேறொரு சொல்லில் இருந்து மருவியது. அது ராயன் அல்லது அரையன் என்ற சொல்லிலிருந்து மருவியது. சங்க இலக்கியத்தில் முதலாம் தமிழ்ச்சங்கப் பெயர்களில், முடி நாகராயன் என்ற பெயர் உள்ளது. மடகாஸ்கர் தீவில் இன்றும் ராய் என்ற பெயர் ஒரு பழங்குடியினர் பெயரில் உள்ளது. அந்த பழங்குடியினரின் பெயர் அண்டனராய். (Antanaroy). ஆங்கிலத்தில் ராயல் என்ற சொல் இந்த ராய் என்ற சொல்லிலிருந்துதான் வந்திருக்கவேண்டும். ய என்ற உச்சரிப்பு ஜ என்று மேல்நாட்டினர் உச்சரிப்பர். உதாரணத்திற்கு யேசு என்பது ஜீசஸ் என்பது போல், யூத என்பது ஜ்யு (jew) என்று சொல்வது போல், ராய என்பது ராஜா என மருவிற்று. இந்த இராயன் என்பதன் பெண்பாற்சொல் இராயினி என்பதாகும். இராயினி என்பது ராணி என்றும் மருவிற்று. மேலும் அரச என்ற சொல் அரக்க என்று மருவிற்று.

மேற்கூறிய காரணங்களை காணும் பொழுது கீழ்க்கண்ட முடிவுகளுக்கு வரலாம்.

1. பண்டைக்காலத்தில் வெள்ளப்பெருக்கில் புலம் பெயரும் முன் இருந்த நிலத்தில், பண்டைத் தமிழ் மொழி 'கிருதமொழி' அல்லது 'கிருத வாக்கு' என்று கூறப்பட்டிருக்கலாம்.

2. பண்டைக்காலத்தில் ஏற்பட்ட வெள்ளப்பெருக்கில் மக்கள் எல்லோரும் ஒரே இடத்திற்கு புலம் பெயரவில்லை. பலர் வெவ்வேறு திசையில் பல இடங்களுக்கு புலம் பெயர்ந்தார்கள். அதில் சுமேரியாவிற்கு புலம் பெயர்ந்த மக்கள் பின்னாளில் 'கிருத வாக்கு' மொழியில் இருந்து உருவாக்கிய இன்னொரு

மொழிக்கு ‘சமக்கிருத வாக்கு’ என்று அழைத்திருக்கலாம். இதுவே சம்ஸ்கிருத வாக் என்றாகி பின்னர் ‘சமஸ்கிருதம்’ என்றாகியிருக்கலாம்.

3. வெள்ளப்பெருக்கில் பண்டைய தமிழகத்திற்குப் புலம்பெயர்ந்த மக்கள் பேச்சு வழக்கில் ‘கிருதமொழி’ என்பது தமொழி என்று மாறி பின் ‘தமிழ்’ என்று மருவியிருக்கலாம்.

4. எனவே தமிழில் இருந்து தான் சமஸ்கிருதம் உருவாயிருக்க வேண்டுமே தவிர, சமஸ்கிருதத்தில் இருந்து தமிழ் உருவாகியிருக்க முடியாது.

சுமேரிய மொழியும், தமிழ் மொழியும்

தற்போதைய தொல்பொருள் ஆதாரங்களின் படி, மேற்கு ஆசியாவில் ஈராக்கில், மெசொபட்டாமியாவில் கண்டுபிடிக்கப்பட்ட மிகப்பழைமையான நாகரிகம் சுமேரிய நாகரிகம். சுமேரியர்கள் தாங்கள் சுமேரியாவிற்கு வேறொரு இடத்திலிருந்து புலம் பெயர்ந்து வந்ததாக கூறினர். அப்படி புலம் பெயர்ந்து வந்த இடம் பண்டைய தமிழகமாக இருக்கலாம் என்று புவியியல் அத்தியாயத்தில் நாம் கண்டோம். அப்படியிருப்பின் சுமேரிய மொழி பண்டைத் தமிழ் மொழியாக இருக்க வேண்டும். அதை நாம் இங்கு ஆராய்வோம்.

சுமேரியர்கள் தங்கள் மொழியை களிமண் ஏடுகளில் பதித்து வைத்துள்ளனர். இந்தக் களிமண் ஏடுகளின் காலம் கிட்டத்தட்ட பொ.யு.மு. 4000 – 3000 போல் இருக்கலாம் என்று தொல்பொருள் ஆய்வாளர்கள் கூறுகிறார்கள். மேலும் சுமேரியர்கள் தங்களை ‘அஞ்சஞ்சிகா’ என்று அழைத்துக்கொண்டனர். இதற்கு அர்த்தம் ‘கருப்பு முடியுள்ளவர்கள்’ என்று பொருள். அஞ்சஞ்கிகா என்றால் அஞ்சனசிகை என்ற தமிழ்ச்சொல். தமிழில் அஞ்சனம் என்றால் கருப்பு. சிகை என்றால் முடி. எனவே அஞ்சஞ்சிகா என்பது தமிழ் மொழிச்சொல். இதை வைத்து பார்க்கையில் சுமேரியர்கள் பேசிய மொழி தமிழாக இருக்கலாம் என்று ஒரு கூற்றும் உள்ளது. அஞ்சன சிகை என்பது கருப்பு நிற மலையை அல்லது மலை உச்சியை குறிப்பதாக இருக்கலாம். சிகை என்பது உச்சியைக் குறிக்கும் சொல்... சிகரம் என்ற சொல்போல்.

மேலும் ஓர் உதாரணத்தை பார்க்கையில், சுமேரிய நாகரிகம் கண்டுபிடிக்கப்பட்ட இடம் மெசொபட்டமியா என்ற இடம். இந்த இடம் யூப்ரடிஸ் மற்றும் டைக்ரிஸ் என்ற இரு நதிகளுக்கு இடையில் உள்ள இடம். மெசொபட்டமியா என்பதற்கு அர்த்தம் இடைப்பட்ட இடம் அல்லது நிலம் என்று அர்த்தம். இந்த மெசொபட்டமியா என்ற சொல்லே தமிழ்தான்.

மெசொபட்டமியா என்பது மிசை + பட்டம் + இயா என்ற சொற்களின் சேர்ந்த சொல்.

மிசை என்றால் மேலே அல்லது இடையில் என்று அர்த்தம். ‘மலர் மிசை ஏகினான்’ என்ற வரி திருக்குறளில் உள்ளது. மேலும் ‘மடுவில்’ என்ற சொல் ‘நடுவில்’ என்ற அர்த்தமுடையது. மலையாளத்தில் மடுவில் என்றால் நடுவில் என்றும், ஒடுவில் என்றால் கடைசியில் என்ற அர்த்தமும் உடையது. மடுவில் என்ற சொல்தான் ஆங்கிலத்தில் மிடில் என்று ஆயிற்று. மேலும் மடு என்பது மடை என்ற சொல்லின்

மறுபு. மடை என்றால் தண்ணீர் பாய்ச்ச உதவும் மதகு அல்லது கதவு. சுமேரியர்கள் சுமேரியாவில் குடியேறிய பிறகு, விவசாயம் நன்கு மேம்பட்டது. அவர்கள் ஆற்றிலிருந்து கால்வாய் வெட்டி, மதகு வைத்து நீர் பாய்ச்சி விவசாயம் செய்தனர். எனவே அந்த இடத்திற்கு மடைப்பட்ட நிலம் என்ற அர்த்தத்தில் மடைபட்டமியா என்று அழைத்திருக்கலாம். 'ட' என்பது 'ச' என்று மேற்கத்தியர் உச்சரிப்பதால், மெசொபட்டமியா என்று மருவியிருக்கலாம்.

மடை > மிடை > மிசை

பட்டம் என்பதும் நிலத்தைச் சார்ந்த வார்த்தை. ஆடிப்பட்டம் தேடி விதை என்ற பழமொழி தமிழில் உள்ளது. இதற்கு அர்த்தம் ஆடி மாதம் நிலத்தில் விதைப்பு செய்யவேண்டும் என்பதாகும். நாம் இப்போதும் பட்டா என்ற வார்த்தையை உபயோகப்படுத்துகிறோம்.

சுமேரிய எழுத்து

இயா என்பது ஒரு பெரிய பரந்த நிலத்தைக் குறிப்பது. பல நாடுகளின் பெயர்கள் இயா என்ற சொல்லிலேயே முடிகிறது. உதாரணத்திற்கு, இந்தியா, ஆசியா, ரஷ்யா, ஆஸ்திரேலியா, அர்மேனியா, பெர்சியா, என உலகில் பல நாடுகளின் பெயர் இயா என்ற சொல்லில் முடிகிறது. இயா என்பது இயல், இயற்கை என்ற சொல்லிலிருந்து வருவது.

அங்கு கிடைத்துள்ள களிமண் ஏடுகளில் உள்ள சுமேரிய மொழி, பண்டைய காலத் தமிழ்மொழிதான் என்பதை மலேசிய ஆய்வாளர் முனைவர். லோகநாதன்

தன்னுடைய பல ஆய்வுக்கட்டுரைகளில் நிரூபித்துள்ளார். அவர் கூறுவது என்னவென்றால் சுமேரிய மொழி சங்கத்தமிழுக்கும் முன்பிருந்த ஆதி தமிழ் மொழி என்றும், சங்கத்தமிழுக்கும், தற்போதைய தமிழுக்கும் எப்படி வித்தியாசம் உள்ளதோ, அதுபோலத்தான் சுமேரிய மொழிக்கும், பண்டைய தமிழ் மொழிக்கும் வித்தியாசம் இருந்தது என்று குறிப்பிடுகிறார்.

சுமேரிய	தமிழ்	குறிப்பு
அம	அம்மா	
உரு	ஊர்	
அப்பே	அவை	அவை – அபை– அப்பே – பேசும் இடம்
இகி	அக்கி	கண்
உக்கு	உக்கிர	உக்கிரமான
சீலம்	சாலை	பாதை
கும்	கும்மு	கும்முதல்–புடைத்தல் (அரிசி கும்முதல்)

மேலே கூறியது போன்று பல சொற்கள் தமிழ்ச் சொற்கள் சுமேரிய மொழியில் உள்ளன. ஆய்வாளர் முனைவர் லோகநாதன் இது பற்றி நன்கு ஆராய்ந்து பல கட்டுரைகள் எழுதியுள்ளார்.

இதேபோல் சுமேரிய மொழியிலிருந்து தோன்றிய அல்லது சமகாலத்தில் பேசப்பட்ட அக்காடிய மொழியிலும் தமிழ் சொற்கள் காணப்படுகின்றன. இந்த கலாசாரத்தின் காலம் பொ.யு.மு. 2500போல். அகத்தியன் என்பதே அக்காடியன் என்று உச்சரிக்கப்படுகிறது என்ற கூற்றுகளும் உண்டு.

அக்காடிய மொழி	அர்த்தம்	தமிழ் மொழி	அர்த்தம்
உருக்கு	நீளப்படுத்து	உருக்கு	உருகவைத்தல்
பிடு	மனை	வீடு	மனை
பிகிட்டு	கணக்கு	பகுத்து	
ஹேரு	மண் வெட்டுதல், உழுதல்	ஏர்	ஏர் உழுதல்
மரு	வாரிசு	மரு	மருமகன், மருமகள்
எந்து	பிரபு/முதலாளி	எந்தை,	
எல/எழ	எழுதல்	எழு	எழுதல்
தரு	திரும்புதல், திருப்பி கொடுத்தல்	தரு, திருப்பி	
நறு	நதி, ஆறு	ஆறு	
சிறு	கோபம்	சீறு	கோபம்
குபு	கூப்பிடு	கூவு	ஒலி எழுப்பு, கூப்பிடு

எரிசு	சுவையான	ருசி	சுவை
பதானு	பாதை	பாதை	
அவிளு	ஆள்	அவள், ஆளு	
சிரு	மேன்மை	திரு (ஸ்ரீ சமஸ்க்ருதம்)	
காலு, கூலு	உச்சரித்தல்	குலவு	கொஞ்சி குலவுதல்
அப்பு	கடல்	அப்பு	நீர்
அலாக்கு	அகற்று, நீக்கு	விலக்கு, அகலு,	(அலேக் – சமஸ்க்ருதம்)
தராடு	துரத்து	துரத்து,தராது (விடு)	
சிஹ்ரு	சிறிய	சிறு, சிறிய	
தேஹு	அணுகு, தாக்கு	திகை, தாக்கு	திகைதல், கூடி வருதல்
ஆளு	நகரம், பகுதி	ஆளு(தல்) ஆளுமை	
இல்லட்டு	இனம், குலம்	இல்லத்தார், குலத்தார்	ஒரே இனம்,
பனு	செய்,	பண்ணு	
ரிமு	எருது	எருமை	
நாவு	அறிவித்தல்	நாவு,	
டிவேர்	கடவுள்	தேவர், தெய்வம்	
கேனு/கேணு	great	கேண்மை	

மெசொபட்டாமியாவின் 'நறு' இலக்கியம்

மெசொபட்டாமியாவின் 'நறு' என்ற இலக்கியம் அரசனைப்பற்றியும், மனிதனின் கடவுள் உறவு பற்றியும் கூறுகிறது. இது பொ.யு.மு. 2500 – 2000 போல் எழுதப்பட்டது என்று கூறப்படுகிறது. முதலில் ஆரம்ப காலத்தில் இது களிமண் ஏடுகளில் பொறிக்கப்பட்டுள்ளது. பின்னர் இது இலக்கியமாக மாற்றப்பட்டுள்ளது. களிமண் பொறிப்புகளில் கூறப்படுவது மன்னர்களின் வெற்றிகளையும், அதற்கு முன்பிருந்த பண்டைக்காலத்தில் உண்மையாய் நடந்த விசயங்களாகும். பின்னர் எழுதப்பட்ட நறு இலக்கியம் கற்பனைகளையும், அறிவுரைகளையும், நெறிமுறைகளையும் கலந்து கூறுகிறது. சில அறிஞர்கள் கூறுவது என்னவென்றால் நறு இலக்கியம் பண்டைய கால சரித்திர உண்மைகளையும், மத நெறிமுறைகளையும் அல்லது பாடங்களையும், பிற்காலத்தில் அதைப் படிப்பவர்கள் அறிந்து பயன்பட எழுதப்பட்டதாக இருக்கலாம் என்று கூறுகின்றனர்.

நறு என்ற சொல் பல பொருட்களுக்கும், எல்லைக் கற்களுக்கும், நினைவுக் கற்களுக்கும், நினைவுச்சின்னங்களுக்கும், மத சம்பந்தப்பட்ட விஷயங்களுக்கும் கூற உபயோகப்படுத்தப்பட்டது' என்று அறிஞர்கள் கூறுகின்றனர். பின்னர் நாளாக நாளாக பல கற்பனைக் கதைகள் சேர்க்கப்பட்டு புராணக் கதைகளாக மாற்றிவிட்டனர். நறு இலக்கியத்தில் முக்கியமாக கூறப்படும் மன்னர்கள் சற்கோன், நரம்–சின், லுகல்சகேசி

(லுகல் ழகேசி) ஆகியோர். இதில் சற்கோன் என்பது செங்கோன் அல்லது சற்குணம் என்ற பெயரின் திரிபாக இருக்கலாம்.

செங்கோன் → செர்கோன் → சற்கோன்;
(பொன் கொடி, பொற்கொடி என்பது போல்)

சற்குணம் → சர்கோன்
(பாண்டிய மன்னர்களின் ஒரு மன்னரின் பெயர் கடுங்கோன்)

நரம்–சின் என்பது ராம சின என்பதாக இருக்கலாம். அதாவது சின ராமன் என்று பொருள். பரசுராமர் கோபத்திற்கு பெயர் பெற்றவர். எனவே நரம்–சின் என்பது பரசு ராமராக இருக்கலாம்.

ளுகள் ழகேசி என்பது கள்ளு அழகேசி என்பதாக இருக்கலாம். அழகேசி என்பது அழகேசன் என்பதாக இருக்கலாம். கள்ள ழகேசி என்பது கள்ளழகரைக் குறிப்பதாக இருக்கலாம்.

நறு இலக்கியம் சிறு தொகுப்புகளாக எழுதப்பட்ட, மன்னர்கள் மேல் பாடப்பட்ட செய்யுள்களாகும். சிலர் நறு என்றும், நெறி என்றும் கூறுகின்றனர். தமிழிலும் நறு என்றால் நல்ல என்ற அர்த்தமும், நெறி என்றால் ஒழுங்கு என்ற அர்த்தமும் உடையது. மேலும் தமிழ் சங்க இலக்கியங்களிலும் மன்னர்களைப் பற்றி பாடப்பட்டுள்ள செய்யுள்களின் தொகுப்புகள் பல உண்டு. புறநானூறு போன்ற இலக்கியங்கள் மன்னர்கள் மேல் பாடப்பட்ட அவர்களின் வீரம் பற்றி பாடப்பட்ட செய்யுள்களாகும். தமிழிலும் நன்னெறி என்ற இலக்கியமும் உண்டு.

சுமேரிய இலக்கியங்களில் உள்ள பாடல்களில் உள்ள அடிகள் நம் சங்க இலக்கியங்களில் உள்ள பாடல்களின் அடி போலவே உள்ளது. மேலே கூறிய நறு இலக்கியத்திலிருந்தும், மற்றும் அபு சலாபிக் என்ற இடத்தில் நன்கு பாதுகாக்கப்பட்ட சில அடிகளை நாம் பார்ப்போம். இந்தப் பழைமையான இலக்கியம் 282 வரிகள் கொண்டவை. இந்தப் பழம் வரிகளை பல ஆண்டுகள் ஆய்வுசெய்து அதைப் பின்னர் ஆங்கிலத்தில் மொழி பெயர்த்தனர். மேற்கத்திய ஆய்வாளர்களுக்கு தமிழ் மொழி அறிவு இல்லாததாலும், சுமேரிய மொழி தமிழ் மொழியோடு ஒத்துப்போகிறது என்று அறியாததாலும் இந்த மொழி பெயர்ப்பில் சில பிழைகள் இருக்கலாம். அந்த இலக்கியத்திலிருந்து சில வரிகளை உதாரணமாக நாம் கீழே காணலாம்:

1. *uru.tus lu–ka na–ab–ta–bal–e–de (Do not transgress people's dwelling places)*
2. *si–du–un si–du–un si–me–si–ib–be–e–ne (Go away! Go away! –– they will say to you)*

இதை அப்படியே தமிழில் எழுதினால் ,

1. உரு.துஸ் லு–க ந–அப்–ட–பல்–எ–டே (மக்கள் வாழும் இடத்தில் முறை மீறாதே)
2. சி–டு–உன் சி–டு–உன் சி–மே–சி–இப்–பெ–எ–நெ (அப்பால் போ... அப்பால் போ... அவர்கள் சொல்லுவார்கள் உன்னிடம்)

மேலே கூறிய வரிகளை முனைவர் லோகநாதன் கீழ்க்கண்டவாறு தமிழில் மொழி பெயர்க்கிறார்.

1. *Sumerian: uru.tus lu–ka na–ab–ta–bal–e–de*

உரு.துஸ் லு–க ந–அப்–ட–பல்–எ–டே

Tamil: uurutunjcu uLu–aka naa aabta paalyidee (")

ஊருதுஞ்சு உளு.அக நாஆப்த பால்யிடே

துஞ்சு – உறங்கு; பால் – கடந்து போகுதல் (பாலம்); இடீ– இடையே

அர்த்தம்: ஊர் உறங்கும் வேளையில் கடந்து போகாதே ..!

2. *Sumerian: si–du–un si–du–un si–me–si–ib–be–e–ne*

சி–டு–உன் சி–டு–உன் சி–மே–சி–இப்–பெ–எ–நெ

Tamil: celiduun celiuduu siimmee ceppiyinee (")

செலிடூஉன் செலிடூஉன் சீம்மெ செப்பினே

சி – செல்;

அர்த்தம்: செல் உடன் செல் உடன் செம்மே செப்பினர்

இந்த வரிகளை வேறு விதாமாக தமிழில் மொழி பெயர்க்க கீழே முயற்சிக்கலாம்:

1. *Sumerian: uru.tus lu–ka na–ab–ta–bal–e–de*

உரு.துஸ் லு–க ந–அப்–ட–பல்–எ–டே

Tamil: உரு தட உலக நாப்டபலேடே;

– ஊர்த்தட உலகே நாட்பட வலாதே (நட வலாதே/நடமாடாதே)
– ஊர்த்துறை உலகநாத வேலிடே (*bal*– பால; வேல; பலராமன்–வேல ராமன்)
– ஊருடை உலகநாத வேலிடை
– ஊருறை உலகே நாவட வாழாதே
– உருதுஸ் (துஷ்டர்) உலகே நாட்பட வாழாதே

(தமிழ் இலக்கியத்தில் உள்ள உலக நீதி நூலில், ஓதாமல் ஒருநாளும் இருக்கவேண்டாம், சேராத இடந்தனிலே சேரவேண்டாம்' என்பது போல் உள்ளது)

2. *Sumerian: si–du–un si–du–un si–me–si–ib–be–e–ne*
(Go away! Go away! –– they will say to you)

சி–டு–உன் சி–டு–உன் சி–மே–சி–இப்–பெ–எ–நெ

Tamil: சிடூன் சிடூன் சிமே சீப்பீனே (அல்லது)
சடன் சடன் சிமே சிப்பினே

– சட்டென சட்டென சிமே செப்பு உனை
– சட்டென சட்டென செம்மே செப்பினர்

(சட்டென என்ற சொல்லே ஆங்கிலத்தில் சடன் (sudden) என்று ஆகியிருக்க வேண்டும்; சிமே – சிம்மே – சும்மா/சிம்மிய; கன்னடத்தில் சிம்மிய என்றால் சும்மா என்று அர்த்தம். செம்மே – செம்மனே)

இன்னொரு உதாரணம், பொ.யு.மு 2200 போல் என்ஹுடு அன்னா என்ற தத்துவ பெண் புலவர் எழுதிய வரிகளில் இருந்து காணலாம். இவர் சர்கோன் என்ற மன்னரின் மூத்த மகள் என்று கருதப்படுகிறது. இது கேஸ் கோவிலில் காணப்படும் வரிகள்:

sumerian: *e–kes mus–kalam–ma gu–hus–aratta*
(Kes temple,foundation of the country, fierce ox of Aratta)
hur–sag–da–mu–a an–da gu–la–a
(growing up like a mountain, embracing the sky)

மேலே கூறிய வரிகளை முனைவர் லோகநாதன் கீழ்க்கண்டவாறு தமிழில் மொழி பெயர்க்கிறார்.

1. *sumerian:* *e–kes mus–kalam–ma gu–hus–aratta*
(Kes temple,foundation of the country, fierce ox of Aratta
Tamil: இ–கேஸ் முஸ்–கலம்/களம்–மா கு–ஹஸ்–அரட்டா
(கேஸ் கோவில், நாட்டின் அடித்தளம்,
அராட்டாவின் உக்கிர எருது)
sumerian: *il–kes mutu–kaLamma koo ushNa Arattaa (")*
Tamil: இல்கேசி முதுகளம்ம கோஉஷ்ண அரத்தா

(இ– இல் – வீடு; கோ இல் – கோவில்; கேஷ் – கேசி– சிவன் பெயர்; முஸ்– முத/முது– அடிக்கல்; களம்– நிலம்; தளம்; கு– கோ– காளை; ஹுஸ் – உஷ்ண/உக்கிர,)

இல் கேச முது களம் மா, கோ –உக்/உஷ் – அராட்டா

(அராட்டா என்பது ஆராட்டு என்பதாக இருக்கலாம்; நீராட்டு, பாராட்டு, என்பது போல். கேரள கோவில்களில் இன்றும் ஆராட்டு விழாக்கள் நடைபெறுகின்றன;)

2. *sumerian:* *hur–sag–da–mu–a an–da gu–la–a*
(growing up like a mountain, embracing the sky)
ஹூர்–சக்–ட–மு–அ அன்–ட கு–ல–அ
(மலை போல் உயர, வான் தழுவ)
Tamil: *kuRsen–odu muuu–a vaan–odu kulaa–a (")*
குற்சென்னிஒடுமூஉ–அவான்.ஒடுகுலாவ்–அ
ஹூர்–சக் – குன்றுசென்னி– சிகரம்; மு– முளை;
அன்–வான்; குலா– குலாவு;
கூர்/உயர் சிகை தாமு அண்ட குலவ
உயர் சிகரமு அண்ட குலாவ
(அண்ட – வானம்; குலாவ – தழுவுதல்)
உர்சகடமு அண்ட குல
(வானளாவ உயர் சிகரமுடைய கோவில் என்று அர்த்தம்)

இந்த வரிகளை வேறு விதமாக தமிழில் மொழி பெயர்க்கக் கீழே முயற்சிக்கலாம்:

1. *sumerian:* *e–kes mus–kalam–ma gu–hus–aratta*
(Kes temple,foundation of the country, fierce ox of Aratta)
இ–கேஸ் முஸ்–கலம்/களம்–மா கு–ஹஸ்–அரட்டா
Tamil: ஏ கேச முது/மட் களம் மா, கோ –உக் – அராட்டா

(மட் களம் – மண் களம் – அடித்தளம்; அராட்டா என்பது ஆராட்டு என்பதாக இருக்கலாம்; நீராட்டு, பாராட்டு, என்பது போல். கேரள கோவில்களில் இன்றும் ஆராட்டு விழாக்கள் நடைபெறுகின்றன;)

2. *sumerian:* *hur–sag–da–mu–a an–da gu–la–a*
(growing up like a mountain, embracing the sky)
ஹூர்–சக்–ட–மு–அ அன்–ட கு–ல–அ
(மலை போல் உயர, வான் தழுவ)
Tamil: கூர்/உயர் சிகை தாமு அண்ட குலவ
உயர் சிகரமு அண்ட குலாவ
(அண்ட – வானம்; குலாவ – தழுவுதல்)
உர்சகடமு அண்ட குல
(வானளாவ உயர் சிகரமுடைய கோவில் என்று அர்த்தம்)

மேற்கூறியவற்றை காணும்பொழுது சுமேரிய மொழியும், பண்டைய தமிழ் மொழியும் கிட்டத்தட்ட ஒத்துப்போகிறது. இதைப்போல் மேலும் உதாரணங்கள் வேண்டுவோர். முனைவர். லோகநாதன் என்ற மலேசிய தமிழ்ப் பேறறிஞர் அவர்களின் கட்டுரைகளை வாசிக்கவும். (drkloganathan.blogspot.com)

ஆங்கிலமும் தமிழும்

உலகில் தோன்றிய மிகப் புதிதான மொழிகளில் ஒன்று ஆங்கிலம். இந்த மொழி பொது யுகத்திற்கு அதாவது கிருத்துவிற்கு பின் பல நூற்றாண்டுகள் கழித்து தோன்றிய மொழியாகும். எனவே, நிச்சயம் இயேசு கிறிஸ்து ஆங்கில மொழி பேசியிருக்க மாட்டார். மேலும் உலகில் பல நாடுகளில் தகவல் பரிமாற்றத்திற்கு பயன்படும் மொழியும் ஆங்கிலம்தான். அதுதான் ஆங்கிலேயர்கள் சாதித்த மிக முக்கிய விசயமும் கூட. இப்பகுதியில் நாம் தமிழையும் ஆங்கிலத்தையும் ஒப்பிட்டு ஆராய்வோம்.

பல ஆய்வுகளில் ஆங்கில மொழியில் நிறைய தமிழ் சொற்கள் உள்ளது என்று நிரூபணம் செய்யப்பட்டுள்ளது. கிட்டத்தட்ட 11,000 தமிழ் சொற்கள் ஆங்கில மொழியில் இருப்பதாக ஆய்வுகள் கூறுகின்றன. எப்படி இத்தனை தமிழ்ச் சொற்கள் ஆங்கிலத்தில் வந்ததன? தமிழுக்கும் ஆங்கிலத்துக்கும் என்ன தொடர்பு? ஆங்கிலேயர்கள் இந்தியாவுக்கு வந்தது 18ஆம் நூற்றாண்டில்தான். அதற்குப்பிறகு இத்தனை தமிழ்ச் சொற்கள் ஆங்கில மொழியில் கலந்திருக்குமா என்பது யோசிக்க வேண்டிய விசயம்தான்.

ஆங்கிலம்

ஆங்கில மொழி தோற்றமும் பல மொழிகளிலிருந்துதான் தொடங்கியது. அதன் வேர்கள் ஜெர்மானிய, லத்தீன், கிரேக்க மொழிகளில் இருந்து ஆரம்பிக்கிறது. மேலும் ஆங்கில மொழி நான்கு காலகட்டங்களாக பேசப்பட்டு தற்போதைய நிலையை அடைந்திருக்கிறது. அந்த நான்கு காலகட்டங்கள் என்னவென்று பார்ப்போம்.

முதன்மை ஆங்கிலம் (Proto–English)

இதன் வேர்கள் கீழ்க்கண்ட மொழிகளிலும், இடங்களிலும், வகைகளிலும் ஆரம்பிக்கிறது:

i) வடஐரோப்பிய, ஜெர்மானிய மக்களின் மொழிகள்

ii) பிரிட்டனில் ஜெர்மானியக் குடியேற்றம் பொ.யு. 7ஆம் நூற்றாண்டு

iii) டென்மார்க், வடமேற்கு ஜெர்மனி, நெதர்லாந்து நாடுகளில் பேசப்பட்ட 'இங்வாயியோனிக்' மொழிக்குழுவில் உள்ள சொற்கள்/பேச்சுகள் உடையது.

iv) பழைய ஃபிரிசின் மொழிகளோடுக் குறிப்பிட்ட ஒற்றுமை.

v) பேச்சு வழக்கு ஜெர்மானிய வழக்கிலிருந்து.

பழைய ஆங்கிலம் (Old English)

ஜெர்மானியக் குடியேற்றக்காரர்கள் பேசிய பேச்சு வழக்கு, மொழியாக உருவாகியது. இதனை ஆங்கிலோ– சக்ஸ்சோன் *(Anglo–Saxon)* என்பர். பழைய ஆங்கிலம் 'ரூனிக்' எழுத்தில் (ஃபுதோர் என்று சொல்லப்பட்ட) எழுதப்பட்டது. இக்காலகட்டத்தில் பியோவுல்ப் *(Beowulf)* என்ற காவிய பாட்டு எழுதப்பட்டது. இதனைத் தொகுத்தவர் யாரென்று தெரியவில்லை. மேலும் பொ.யு. 600ல் கிறித்துவ மதம் அறிமுகம் செய்யப்பட்டது. இக்காலகட்டத்தில் 400 லத்தீன் மற்றும் கிரேக்க சொற்கள் பழைய ஆங்கிலத்தில் சேர்க்கப்பட்டது. பிறகு பொ.யு. 1066ல், பழைய ஆங்கிலம், மத்திய ஆங்கில காலகட்டத்திற்கு மாறியது.

மத்திய ஆங்கிலம்

இதன் காலம் பொ.யு. 1100 – 1500 வரை. ஆங்கில அரசு கோப்புகள் பொ.யு. 1258 ஆங்கிலத்தில் அச்சிடப்பட்டது. மூன்றாம் எட்வர்ட் பொ.யு. 1362ல் பாராளுமன்றத்தில் ஆங்கிலத்தில் உரையாற்றிய முதல் அரசன் ஆனான். இக்காலகட்டத்தில் ஆங்கில மொழி பேச்சிலும் உச்சரிப்பிலும் இலக்கணத்திலும் பெரிய அளவில் மாற்றம் கண்டது. பல பெயர்ச்சொல், வினைச்சொற்கள் முடிவுகள் *'e'* எழுத்து சேர்த்து சரி செய்யப்பட்டதால், இலக்கண சிறப்புகள் மறைந்தது. பழைய பன்மை சொற்களை உருவாக்கும் *'en' (except children, men, etc.)* மாற்றப்பட்டு *'s'* சேர்க்கப்பட்டது. இலக்கண பால் வகைகள் *(grammatical gender)* புறக்கணிக்கப்பட்டது.

நவீன ஆங்கிலம்

இதன் காலம் பொ.யு. 1500 முதல் தற்காலம் வரை. ஆங்கில மொழியின் முதல் டிக்ஸ்னரி பொ.யு. 1755ல் சாமுவேல் ஜான்சன் என்பவரால் எழுதப்பட்டது.

தமிழ்த் தொடர்பு

ஆங்கிலேயர்கள் இந்தியாவிற்கு வந்தது பொ.யு. 17ஆம் நூற்றாண்டில். ஆங்கில மொழி தோன்றியது பொ.யு. 7ஆம் நூற்றாண்டுபோல்.

பின் எப்படி ஏறக்குறைய 11,000 தமிழ்ச் சொற்கள் ஆங்கிலத்தில் வந்தது?

இந்தியாவிற்கு வந்த கிழக்கு இந்திய கம்பெனி மூலமாகவா?

நிச்சயமாக சாத்தியம் இல்லை.

ஏனெனில், இந்தியாவில் இருந்த ஆங்கிலேயர்கள் எல்லோரும் தமிழை அத்தனை எளிதாக பேசியிருக்கவில்லை. மேலும் அவர்கள் ஆங்கிலத்தைதான் இந்தியாவிற்குள் கொண்டு வந்தார்கள். அல்லாமல் அவர்கள் தமிழ்நாட்டில் மட்டும் வாணிகம் செய்யவில்லை. இந்தியா முழுவதும், பின் வேறு சில நாடுகளிலும் (ஆப்பிரிக்கா, சீனா, மேற்கு இந்தியா) கூட வாணிகம் செய்தார்கள். அப்படியெனில் அவர்களுடைய மொழி சொற்களும் ஆங்கில மொழியில் இருந்திருக்க வேண்டுமே. ஆனால் அந்த மொழி சொற்கள், ஒரு சில இருக்கலாம், ஆனால் தமிழ் சொற்கள் போல அத்தனை நிறைய இல்லை.

நம்முடைய பழங்கால வாணிகத்தொடர்பு கூட கிரேக்கம் வரையிலுந்தான். இங்கிலாந்து வரை அல்ல. பின் எப்படி அத்தனை தமிழ்ச் சொற்கள் ஆங்கிலத்தில் வந்தது.

அதுவும் அவற்றில் சில சொற்கள் தற்கால தமிழ்ச் சொற்கள் இல்லை. பழங்கால தமிழ்ச் சொற்கள், இலக்கியங்களில் மட்டுமே பயன்படுத்தப்பட்ட தற்பொழுது வழக்கில் இல்லாத சொற்கள். அவற்றை கீழே உள்ள அட்டவணையில் பார்ப்போம்.

பழங்கால தமிழ்ச் சொல்	தமிழ் அர்த்தம்	ஆங்கிலச் சொல்	உச்சரிப்பு	ஆங்கில அர்த்தம்
வரைஇ	சூடிய	Wear	வியர்	உடுத்து
கழீய	கழுவி	Clean	கிளீன்	
தைஇ	உடுத்து/ தையல்	tailor	டெய்லர்	தையலர் – தையல் செய்பவர்
மரீஇ	அணி – அணிதல்	marry	மேரி	மணமுடித்தல். (மங்கல) நாண் அணிதல்.
தாஅய்	பரவி	day	டே/டாய்	monday – மண்டே – moon day – திங்களுக்கு உரிய தினம் –அதாவது திங்கள் குணம் பரவியிருக்கும் நாள்.
வெருஉ	அஞ்சு/கவலை	worry	வொரி	கவலை.

பெயர்கள்

ஆங்கில பெயர்	தமிழ் உச்சரிப்பு	இணையான தமிழ் பெயர்	குறிப்புகள்
gregory	கிரெகோரி	கீரன் காரி; கிரிகிரி	
Morgan	மோர்கன்		
	முருகன்		
Bell	பெல்	வேல்	வேல் > பேல் > பெல்
Solomon	சாலமன்	சுலை மான்; சுடலை மான்; சோலை மான்	சேரமான், கோமான் என்பது போல்;
William	வில்லியம்	வில்லையன்; வில் ஆயன்	வில்லியனூர் (புதுவை)
Aron finch	அரோன் ஃபின்ச்	அருண் பிஞ்சு	
Machan	மச்சான்	மச்சான்	
O'Brien/Brain	ஒ பிரியன்	வீரையன்	
Kevin	கெவின்	கவின்	
Sterling	ஸ்டெர்லிங்	சுடர் லிங்கம்	ஜோதிர் லிங்கம்
Rankin	ரங்கின்	ரங்கன்	
Sorensen	சொரேன்சென்	சேரன் சென்னி	
Mathew	மேத்யு	மாதையன்	
Stalin	ஸ்டாலின்	சுடலையன்	
Harry	ஹாரி	காரி / அரி	ஹரி
Peter	பீட்டர்	பித்தர், பெற்றோர்	
Simon	சைமன்	சீமான்	
Davis	டேவிஸ்	தவசி	
Murray	முர்ரே	மாற(ன்), மறவ(ன்), முற்றா(ன்)	
Lincoln	லின்கோல்ன்	லிங்கன்	லிங்கம்
Stella	ஸ்டெல்லா	சுடலை	
Isac	ஐசக்	இசக்கி	
Van Damin	வேன் டமின்	வன் தாமன்	பரந்தாமன்
Van Claude	வேன் கிளாட்	வன் கிழடு	
Ian	இயன்	ஐயன்	
Emmanuel	இம்மானுவேல்	எம்மான் வேல்	

Roman	ரோமன்	ராமன்	
Copernicus	கோபெர்நிகஸ்	கோப்பெருந் தேவன்	
moses	மோசஸ்	மோசி, மாசி	மோசி கீரனார்
abraham	ஆபிரகாம்	ஆயர் பிரான்	ஆயபிரா – ஆபிரா
Fernando			பர நந்து
Graham Bell	கிரகாம் பெல்	கிரக வேல்; காரக வேல்	
James bond	ஜேம்ஸ்பாண்ட்	எம பாண்டி	எம > யம > ஜமா
Jacob	ஜேகப்	ஆய கோபன்	ஆயகோப > ஜாயகோப > ஜாகோப்
pantheon	பான்தி யோன்	பாண்டியன்/பண்டையன்/	பாண்டு ஆயன்
brian	ப்ரை யன்	பிரியன்; பறையன்/ வீரையன்	
Horus	ஹோரஸ்	ஓரிசு; அரசு	
Porus	போரஸ் போருஸ்	பரசு; பெரிசு	
Vienna	வியன்னா	வியன்	
Vaugan	வாகன்	வன்கண்; ஏவுகணை	
adidas	அடி டாஸ்	ஆதி தாஸ், ஆதி தாதன்	
anna	அன்னா	அன்னம், அன்னை	
shakespeare	ஷேக்ஸ்பியர்	சக பிரியர்; சொக்க பிரியர்;	
adam	ஆடம்	ஆடன், ஆதன்	
Eve	ஈவ்	அவ/அவ்வை; எவ்வி	
santaclause	சாண்டா கிளாஸ்	சாந்த கிழடு	
Jasmine	ஜாஸ்மின்	ஆசை மீனா	ஆசை மீனா > யாஸ்மீன > ஜாஸ்மின்
Sebastian	செபஸ்டியன்	செவத்தியன்	
Agnes	ஆக்னெஸ்	அக்னி	
Hercules	ஹெர்குலஸ்	எரிகுல(ன்) / ஏறுகுல(ன்)	
hera	ஹீரா	இரவு	இரவு–ஹிராவு–ஹீரா
Augustus	அகுஸ்டுஸ்	அகத்திய	
Saxon	சக்ஸ்சோன்	சொக்கன்	

வினைப்பெயர்கள்

ஆங்கிலப் பெயர்	ஆங்கில உச்சரிப்பு	தமிழ் உச்சரிப்பு	தமிழ்ப் பெயர்	குறிப்பு
Tailor	டெய்லர்	தைலோர்	தையலர்	
Sailor	செய்லர்	சைலோர்	செயலர்	செலுத்து
Driver	டிரைவர்	திரிவர்	திரிவர்	திரிபவர்கள்
Sender	சென்டர்	சென்டர்	சென்றவர்	சென்றவர்–சென்றார்–சென்டர்
Director	டைரக்டர்	டிரெக்டர்	திரக்கர்	திரக்கு என்றால் மலையாளத்தில் கூட்டம் என்று அர்த்தம். கூட்டத்தை வழி நடத்துபவர் திரக்கர்.
Minister	மினிஸ்டர்	மினிஸ்டர்	மனித்தர், மந்திரி	

ஆங்கில மொழி ஜெர்மனிய மொழியிலிருந்து உருவானது. ஆனால் ஆங்கில எழுத்தின் உச்சரிப்பு ஜெர்மனிய எழுத்து உச்சரிப்பில் இருந்து மாறுபடுகிறது. கீழே உள்ள அட்டவணையில் ஆங்கில எழுத்து உச்சரிப்பும், ஜெர்மனிய எழுத்து உச்சரிப்பும் கொடுக்கப்பட்டுள்ளது.

எழுத்து	ஆங்கில உச்சரிப்பு	ஜெர்மன் உச்சரிப்பு	எழுத்து	ஆங்கில உச்சரிப்பு	ஜெர்மன் உச்சரிப்பு
a	எ	அ	n	என்	என்
b	பி	பெ/ப	o	ஒ	ஒ
c	சி	செ/ச	p	பி	ஃபெ/ப
d	டி	டே/ட	q	க்யு	கு
e	இ	எ	r	ஆர்	ஏர்/ர
f	எப்	எப்	s	எஸ்	எஸ்
g	ஜி	கெ/க	t	ட்டி	ட்டே/ட்ட
h	ஹெச்	ஹ	u	யு	உ
i	ஐ	இ	v	வி	வி
j	ஜெ	யொக்ஸ்	w	டபிள்யூ	வெ
k	கெ	க	x	எக்ஸ்	இக்ஸ்
l	எல்	எல்	y	வொய்	எப்சிலான்
m	எம்	எம்	z	இசட்	இசட்

மேலே கொடுத்துள்ள அட்டவணையை பார்க்கும்பொழுது, ஆங்கில மொழியின் மூல மொழியான ஜெர்மனிய எழுத்தின் உச்சரிப்புகள் தமிழ் மற்றும் சமஸ்கிருத மொழியோடு ஒத்திருக்கிறது.

ஆங்கில எழுத்தின் உயிர் எழுத்துகளை நாம் இப்பொழுது ஒப்பிட்டு பார்க்கலாம். அவை:

எழுத்து	ஆங்கில உச்சரிப்பு	ஜெர்மன் உச்சரிப்பு
a	எ	அ
e	இ	எ
i	ஐ	இ
o	ஒ	ஒ
u	யு	உ

தமிழ் மொழியின் உயிர் எழுத்துகள்:

அ	ஆ	இ	ஈ	உ	ஊ	எ	ஏ	ஐ	ஒ	ஓ	ஔ	ஃ

தமிழ் மொழி ஆதியில் தோன்றிய பொழுது நெடில் எழுத்துகள் உருவாகி யிருக்காது. முதலில் குறில் எழுத்துகள் மட்டுமே இருந்திருக்கும். பின் மொழி படிப்படியாக வளர்ச்சி அடைந்த பொழுது நெடில் எழுத்துகள் இணைக்கப் பட்டிருக்கும். எனவே மேலே இருக்கும் 12 உயிர் எழுத்துகளில் நெடில் எழுத்துகளை மற்றும் ஆயுத எழுத்தை விட்டுவிட்டு குறில் எழுத்துகளை மட்டும் பார்ப்போம்.

அ	இ	உ	எ	ஐ	ஒ

இதை மேலே கூறிய ஆங்கில உயிர் எழுத்துகளின் ஜெர்மனிய உச்சரிப்போடு ஒப்பிட்டு பார்ப்போம். அதில் ஐ மட்டும் இல்லை. மற்ற எல்லா எழுத்துகளும் உண்டு. ஐ எழுத்தை ஆங்கிலத்தின் வைய் (y) எழுத்தோடு ஒப்பிட்டு போகலாம். ஆனால் வைய் உயிர் எழுத்தாக ஆகவில்லை. இதற்கு காரணம் ஐ எழுத்து பின்னாளில் சேர்ந்திருக்க வேண்டும். அதற்கு முன்பு ஐ எழுத்திற்கு பதிலாக அய் என்ற எழுத்துகள் உபயோகப்படுத்தப்பட்டது. உதாரணமாக எடுத்துக்கொண்டால்,

அய்யப்பன் – ஐயப்பன்; அய்யர் – ஐயர்;

எனவே ஆங்கில மொழி தமிழ் மற்றும் தமிழ் சார்ந்த மொழியான சம்ஸ்கிருதமும் சேர்ந்து உண்டான மொழி என்பதற்கு இது ஒரு ஆதாரம்.

மற்றுமொரு ஆதாரத்தை பார்ப்போம். அது ஆங்கில எழுத்துகளோடு தமிழ் எழுத்துகளை ஒப்பிட்டு பார்க்கலாம். ஆங்கிலத்தின் பெரிய (capital) எழுத்து ரோமானிய எழுத்தாகும். சிறிய எழுத்தே அதன் முதல் உரு எழுத்தாக இருந்திருக்க வேண்டும். எனவே ஆங்கிலத்தின் சிறிய எழுத்துகளோடு தற்போதைய தமிழ் எழுத்துகளை ஒப்பிட்டு பார்க்கலாம். பண்டைய தமிழ் எழுத்துகளுக்கும் தற்போதைய தமிழ் எழுத்துகளுக்கும் உருவில் மாற்றங்கள் உண்டு. உதாரணமாக மாலத்தீவு மொழியின் உருவைப் பாருங்கள்.

எழுத்து	தமிழ் எழுத்து	பண்டைத் தமிழ்	எழுத்து	தமிழ் எழுத்து	பண்டைத் தமிழ்
a	அ	அஅஅa	n	ந	நநந n
b	ப	பபப b	o	ஒ	ஒஓ o
c	ச	சசச c	p	ப	
d	த	தத்க d	q	ஃ	ஃ ட ყ q
e	எ	எஎஇ e	r	ர	ரற 7 r
f			s	ச	சத J s
g	ஞ	ஞஞஇ g	t	ட	டட t
h	ஹ/ற	றற ற h	u	உ	உஉச u
i	இ	இஇ i	v	வ	வப v v
j	ங	ஙஙற j	w★		
k	க	கக்த k	x	ஐ	ஐ ஐ x x
l	ல	லல J l	y	ய	யய 4 y
m	ம	மம m m	z	ழ	ழ ழ ஐ z

a	e	i	o	u
அ	எ	இ	ஒ	உ
அஅஅ	எஎஇ	இஇ i	ஒஓ	உஉச u

★ டபுள்யு (w) என்பது 'டபுள் யு' என்பதாகும். டபுள் என்றால் இரண்டு, யு என்பது உ ஆகும். எனவே இதன் அர்த்தம் 'இரண்டு உ' என்பதாகும். ஒருவேளை தமிழ் உயிர் நெடில் எழுத்தான 'ஊ' எழுத்தை குறிப்பதற்கு டபுள்யு எழுத்து உருவாகியிருக்கலாம்.

worship	வொர்ஷிப்	ஊர்க்காப்பு
worry	வொறி	ஊறு
work	வொர்க்	ஊருக்கு (உருக்கு)
world	வொர்ல்ட்	ஊர் இல்
worth	வொர்த்	ஊர்த் – உரைத்து – தங்கம் உரைத்துதான் அதன் மதிப்பு அறியமுடியும்
word	வோர்ட்	ஊர்ட – உரை
worse	வொர்ஸ்	ஊறுஅடை
wound	வூன்ட்	ஊன்
wolf	வொல்ப்	ஊளை வை
wake up	வேக் அப்	ஊக்கம் அப்பு

ம.கிருஷ்ணகுமார்

எனவே ஆங்கில மொழி என்பது தமிழும் சமஸ்கிருதமும் சேர்ந்த மொழி என்பது மேலே கூறிய உதாரணங்களில் நாம் அறியலாம். சமஸ்கிருதமும் தமிழில் இருந்து தான் தோன்றியிருக்க வேண்டும் என்று முன்பே கண்டோம். எனவே ஆங்கில மொழி, தமிழ் மொழி தான் என்றும், ஆங்கிலேயர்களும் தமிழர்கள்தான் என்று நாம் கூறலாம்.

இதன் மூலம் இன்னொரு தகவலும் அறிய வாய்ப்பிருக்கிறது. ஆங்கிலேயர்கள் இந்தியாவிற்கு வந்தது வாணிகம் செய்வதற்காக என்று வரலாற்றில் நாம் படித்தோம். ஆனால் அதற்கு இன்னொரு மறைமுக காரணம், அவர்கள் பழைய பைபிளில் கூறப்படும் வளம் நிறைந்த தங்களுடைய மூதாதையர் நிலத்தை தேடி வந்ததாக கூட இருக்கலாம்.

சிந்து சமவெளி மொழி

சிந்து சமவெளி நாகரிகத்தில் உபயோகப்படுத்தப்பட்ட சிந்து மொழி சித்திர/குறியீடு எழுத்து வகையைச் சேர்ந்தது. இதன் காலம் பொ.யு.மு. 3500 – 1900 என்று கருதப்படுகிறது. இந்த எழுத்துகள் பெரும்பாலும் முத்திரை சின்னங்களில் காணப்படுகிறது. சிந்து சமவெளி மொழி திராவிட மொழியின் பழைய உருவம் என்று கூறப்படுகிறது. ஐராவதம் மகாதேவன், கமில் செவேலேபில், அஸ்கோ பர்போலா போன்ற வரலாற்று அறிஞர்கள் சிந்து மொழி திராவிட மொழியோடு ஒற்றுமை உள்ளது என்று தங்களுடைய ஆய்வுகளில் குறிப்பிட்டுள்ளனர்.

சிந்து சமவெளி சித்திர/குறியீடு எழுத்துக்கள்

தமிழகத்தில் பல இடங்களில் கிடைக்கப்பெற்ற தொல்பொருள் தடயங்களில் சிந்து சமவெளி மொழி போன்ற குறியீடு எழுத்துகள் காணப்படுகிறது. ச. மதியழகன் என்ற ஆய்வாளர் சிந்து மொழியின் குறியீடு எழுத்துகளை ஆராய்ந்து அது தமிழ் மொழி என்று கூறுகிறார். இது குறித்து அவர் 'Indus Valley Tamil Scripts' என்ற ஒரு புத்தகம் எழுதியுள்ளார். சிந்து மொழி பண்டைய சங்கத்தமிழ் மொழியின் உருவம் என்று அவர் குறிப்பிடுகிறார். அவருடைய ஆய்வின் ஓர் எடுத்துக்காட்டை கீழ்க்காணும் படத்தில் காணலாம்.

ஆரியமும் திராவிடமும் மொழிகளைக் குறிப்பவை என்றும், அவைகள் இனங்களைக் குறிப்பதல்ல என்றும் சில அறிஞர்கள் கருதுகிறார்கள். சில அறிஞர்கள் சிந்து சமவெளி நாகரிகத்தில் பல மொழி பேசும் பல விதமான இன மக்கள் வாழ்ந்திருந்தனர் என்று கருதுகின்றனர்.

சிந்து சமவெளி ஒரு வியாபார நகரமாக இருந்திருக்கலாம். தற்போதைய சிங்கப்பூர் போல. அங்கு பல தரப்பட்ட மக்களும், பல மொழிகளும் இருந்திருக்கலாம்.

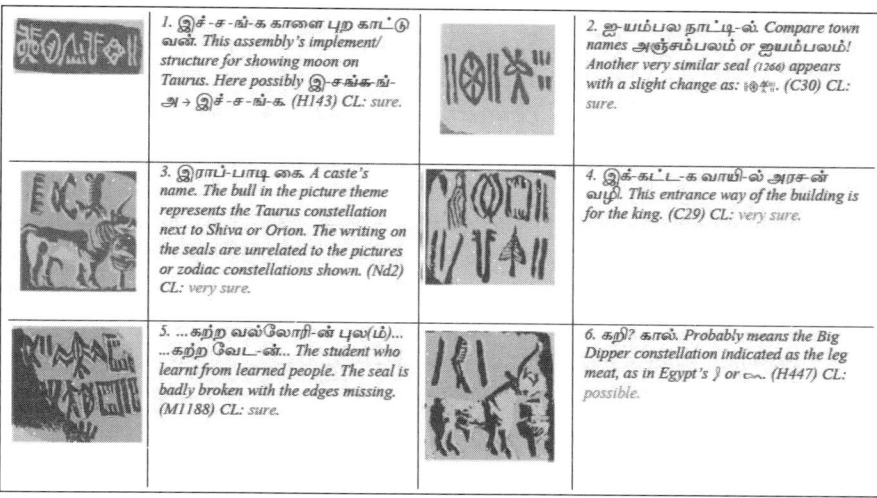

	1. இச்-ச-ங்-க காளை புற காட்டு வன். This assembly's implement/ structure for showing moon on Taurus. Here possibly இ-~~சங்க~~-ங்-அ → இச்-ச-ங்-க. (H143) CL: sure.		*2. ஐ-யம்பல நாட்டி-ல். Compare town names அஞ்சம்பலம் or ஐயம்பலம்! Another very similar seal (1266) appears with a slight change as: . (C30) CL: sure.*
	3. இராப்-பாடி கை. A caste's name. The bull in the picture theme represents the Taurus constellation next to Shiva or Orion. The writing on the seals are unrelated to the pictures or zodiac constellations shown. (Nd2) CL: very sure.		*4. இக்-கட்ட-க வாயி-ல் அரச-ன் வழி. This entrance way of the building is for the king. (C29) CL: very sure.*
	5. ...கற்ற வல்லோரி-ன் புல(ம்)... ...கற்ற வேட-ன்... The student who learnt from learned people. The seal is badly broken with the edges missing. (M1188) CL: sure.		*6. கறி? கால். Probably means the Big Dipper constellation indicated as the leg meat, as in Egypt's or . (H447) CL: possible.*

சிந்து மொழியும் தமிழ் மொழி பெயர்ப்பும்

எனவே சிந்து சமவெளி எழுத்துகள் ஒரு மொழியின் எழுத்தாக இல்லாமல் அவைகள் எல்லா வித மக்களுள் எளிதில் புரிந்து கொள்ளும் விதமாக சித்திர எழுத்துகளாக எழுதப்பட்டிருக்கலாம்.

அவெஸ்தான் மொழி

இந்திய ஆரியர்களுடைய மொழி சமஸ்கிருதம் என்றால், இரானிய ஆரியர்களுடைய மொழி அவெஸ்தான் ஆகும். அவெஸ்தான் மொழிக்கும், சமஸ்கிருத மொழிக்கும் நிறைய ஒற்றுமை இருக்கிறது. சமஸ்கிருத வேதங்கள் போலவே அவெஸ்தான் மொழியிலும் சுலோகங்கள் உள்ளது. ஜோராஷ்ட்டிரிய மதத்தில் உபயோகப்படுத்தும் மொழி அவெஸ்தான் ஆகும். ஹீப்ரு மொழி அவெஸ்தான் மொழியிலிருந்து தோன்றியிருக்கலாம் என்ற கூற்றும் உள்ளது. ஜோராஷ்ட்டிரியருக்கும் பிராமணர்களுக்கும் நிறைய ஒற்றுமை உள்ளது. பிராமணர்கள் யாகம் செய்து அக்னி வழிபாடு செய்வது போல், ஜோராஷ்ட்டிரியரும் யாகம் வளர்த்து அக்னி வழிபாடு செய்கின்றனர். அவர்களுடைய வழிபாடு ஓதங்களும் பிராமணர்களுடைய வேதம் ஓதம் போலே உள்ளது. ஜோராஷ்ட்டிரிய மதத்திற்கு பின்பே யூத மதம் தோன்றியது. ஜோராஷ்ட்டிரிய கலாசாரம் சுமேரிய நாகரிகத்தின் அடிப்படையில் தோன்றியது என்று கூறப்படுகிறது.

தேவ நாகரி மொழி

தேவநாகரி மொழி பிராமி மொழிக்குடும்பத்தோடு சேர்ந்தது. இதன் ஆரம்ப கால எழுத்து வடிவம் பொ.யு. முதல் நூற்றாண்டில் ஆரம்பித்து, பொ.யு. 7ஆம் நூற்றாண்டில் பொது வழக்கத்திற்கு வந்தது. பழங்கால தென்னிந்தியாவில் பண்டைய எழுத்து முறைக்கு பொது யுகம் ஆரம்பிப்பதற்கு முன் இருந்த நூற்றாண்டுகளில் வழங்கப்பட்ட பிற்காலப் பெயரே பிராமி என்று கருதப்படுகிறது. இதன் சம கால மொழி பாகிஸ்தான், ஆப்கானிஸ்தானில் பேசப்பட்ட கரோஸ்தி மொழியாகும். இதன் காலம் பொ.யு.மு. 400 – 300 எனப்படுகிறது. இந்த மொழி குறித்து அசோகருடைய கல்வெட்டுகளில் காணப்படுகிறது. சிந்து சமவெளி எழுத்திற்கு பின் தோன்றிய இந்தியாவில் தோன்றிய முன்னோடியான எழுத்து முறை பிராமி எழுத்தாகும். தேவநாகரி என்பது பிற்கால சொல் வழக்கு. அதற்கு முன் இது நாகரி என்றே வழங்கப்பட்டது. இந்த மொழி எழுத்து இந்தியா, நேபாளம், திபெத், மற்றும் தென் கிழக்கு ஆசியா நாடுகளில் உள்ள மொழிகளில் பயன்படுத்தப்படுகிறது. சமஸ்கிருதம் உட்பட 120 மொழிகளில் இந்த எழுத்து உபயோகப்படுத்தப்படுகிறது. நாகரி என்பது நகரம் என்ற சொல்லில் இருந்து தோன்றியது என்றும், நாகரி என்பது 'நகரத்தில் பேசப்படும் பேச்சு' என்றும் கருதப்படுகிறது. ஆனால், நாகரி என்பது நாகர்களின் மொழி என்பதே சரியானதாக இருக்கும். மேலும் நாகர் வாழும் இடமே நகரம் என்று மாறியிருக்க வேண்டும். நாகரிகம் என்ற சொல்லே 'நாகர் அகம்' என்ற சொல்லிலிருந்து மருவியிருக்கவேண்டும்.

இந்த தேவநாகரி மொழியும் தமிழிலிருந்து தான் தோன்றியிருக்க வேண்டும். அதற்கான ஆதாரத்தை கீழே உள்ள படத்தில் காணலாம்.

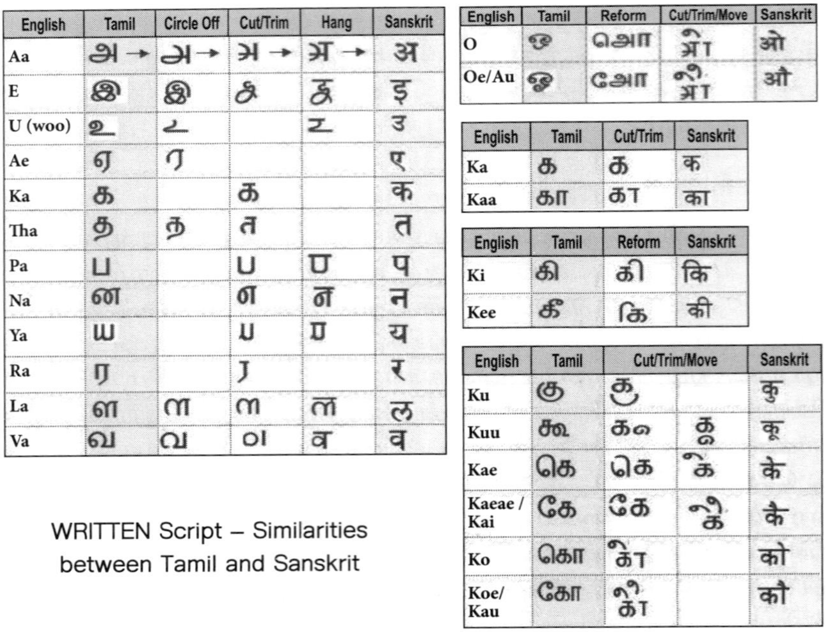

English	Tamil	Circle Off	Cut/Trim	Hang	Sanskrit
Aa	அ →	அ →	அ →	அ →	अ
E	இ	இ	ஆ	ஆ	इ
U (woo)	உ	ட		ட	उ
Ae	ஏ	ரு			ए
Ka	க		க		क
Tha	த	த	த		त
Pa	ப		ப	ப	प
Na	ன		எ	ன	न
Ya	ய		ய	ய	य
Ra	ர		ர		र
La	ள	ாா	ா	ல	ल
Va	வ	வ	ை	வ	व

English	Tamil	Reform	Cut/Trim/Move	Sanskrit
O	ஓ	ஓ	ஓா	ओ
Oe/Au	ஓ	ஓ	ஔ	औ

English	Tamil	Cut/Trim	Sanskrit
Ka	க	க	क
Kaa	கா	கா	का

English	Tamil	Reform	Sanskrit
Ki	கி	கி	कि
Kee	கீ	கி	की

English	Tamil	Cut/Trim/Move	Sanskrit
Ku	கு	கு	कु
Kuu	கூ	கூ	कू
Kae	கெ	கெ	के
Kaeae / Kai	கே	கே	कै
Ko	கொ	கொ	को
Koe / Kau	கோ	கோ	कौ

WRITTEN Script – Similarities between Tamil and Sanskrit

மற்ற உலக மொழிகளில் தமிழ்

ஹீப்ரு மொழி

இது மேற்கு ஆசியாவில் தோன்றிய யூத மதத்தினரின் ஒரு பழங்கால மொழி. இம்மொழி சுமேரிய, அக்காடிய, பாபிலோனிய நாகரிகம் அல்லது மொழிகளின் வழியே, பின்னாளில் தோன்றிய மொழி. கிருத்தவர்களின் பழைய ஏற்பாடு (அதாவது பழைய பைபிள்) இம்மொழியில் எழுதப்பட்டது ஆகும். இம்மொழி கண்ணர் மொழி (*cannanite language*) சார்ந்தது என கூறப்படுகிறது. இது தனி மொழியாக உருவெடுத்தது பொ.யு.மு. 1100 – 1000 போல். ஹீப்ரு பைபிள் 'தனக்' இம்மொழியில் எழுதப்பட்டுள்ளது. இந்த பைபிள் தனியாக எழுதப்பட்ட இலக்கியம் இல்லை. பல காலகட்டத்தில் எழுதப்பட்ட பல புத்தகங்களின் தொகுப்பு. இந்த புத்தகங்கள் எல்லாமே மதம் சார்ந்தது இல்லை. சில புத்தகங்கள் அகத்திணையை கூறும் பாடல்களாக உள்ளது.

ஹீப்ரு என்ற பெயர், ஆப்ரகாமின் மூதாதையர் 'ஈப்ரி' என்ற பெயரிலிருந்து தோன்றியது என்று கூறப்படுகிறது. இன்னொரு கூற்றுப்படி பார்த்தால் வரி அல்லது உரு என்ற சொல்லிலிருந்து இந்த பெயர் வந்திருக்கலாம்.

அவ வரி > அவ்வரி > அவரி> ஹவரி > ஹப்ரி > ஹீப்ரு

அவ என்றால் ஆதி சக்தி; வரி என்றால் மொழியைக் குறிக்கும். உரு என்றாலும் எழுத்தைக் குறிக்கும்;

அவ உரு > அவ்வுரு > அப்ரு > ஹப்ரு > ஹீப்ரு

பைபிளில் ஹீப்ரு கண்ணர்களின் மொழி என்று கூறப்படுகிறது. இம்மொழி யேஹுடிட் (*yehudit*) என்று கூறப்படுகிறது. இம்மொழிக்கு செபத் (*sepat*) என்ற பெயரும் உண்டு. செபத் என்பது செப்புதல் என்ற தமிழ் வார்த்தையின் திரிபாக இருக்கலாம்.

செபத் < செப்பத் < செப்புவது

ஹீப்ரு சொல்	பிரெஞ்சு உச்சரிப்பு	அர்த்தம்	தமிழ் உச்சரிப்பு	தமிழ் சொல்	குறிப்பு
Ibidem	இபிடெம்	அதே இடம்	இபிடெம்	இவ்விடம்	
Tirosh	திரோஷ்	திராட்சை	திரோஷ்	திராட்சை	திரள் அட்சை; உத்தி ராட்சை
Babell	பாபெல்	வாசல்	பாபெல்	வாயில்	வாயில்> வாவில்> பாபில்> பாபெல்

ஹீப்ரு பைபிள் மூன்று பகுதிகளாக இருக்கிறது. தோராஹ், நெவிம், கேட்டுவிம்.

தோராஹ் என்பது *teaching*. (தோராயமாக – தோர் ஆயம்; தேர்வாயம்; தேர்வு; தெரி) உரைகள். இது ஐந்து பிரிவுகளாக உள்ளது. ஜெனிசிஸ் (*Genesis*), எக்ஸ்சோடுஸ் (*Exodus*), நும்... (*num...*), லெரிட்டி...(*leriti..*), தே...(*de...*).

நெவிம் என்பது. இறை தூதர்கள் பற்றி குறிப்பிடுவது. இது இரண்டு பகுதிகளாக பிரிக்கப்பட்டுள்ளது. ஒன்று ரிசோனிம், அஹரோனிம். நெவி என்பது நாவி என்பதன் திரிபாக இருக்கலாம். நாவி என்பது நாவால் உரைப்பவர். நாவால் இறைவன் கூற்றுகளை சொல்பவர். நாவலர் என்ற தமிழ் சொல் போல். நவி என்ற சொல்லே நபி என்று மாறியிருக்க வேண்டும்.

கேட்டுவிம் கலை மற்றும் சித்தாந்த இலக்கியங்களின் தொகுப்பு. இது பதினொன்று புத்தகங்கள் கொண்ட தொகுப்பு. (பதினெண்கீழ் கணக்கு?). கெட்டுவி என்பது கட்டுவி என்பதன் திரிபாக இருக்கலாம். கட்டுவித்தல் என்ற அர்த்தம் உடையதாக இருக்கலாம். அதாவது எழுத்துகட்டு அல்லது பாடுவதை குறிப்பதாக இருக்கலாம். 'மெட்டு கட்டி பாடுதல்' என்பது போல். இதில் மிகப்பழைமையான பாட்டு – கடலின் பாட்டுகள், பொ.யு.மு. 2000 போல் எழுதப்பட்டது அல்லது பாடப்பட்டது.

பிரெஞ்சு மொழி

பிரெஞ்சு மொழியின் மூல மொழி லத்தின் மற்றும் கிரேக்க மொழிகள் ஆகும். இம்மொழியிலும் தமிழ் மற்றும் சமஸ்கிருத சொற்கள் காணப்படுகின்றன.

பிரெஞ்சு சொல்	பிரெஞ்சு உச்சரிப்பு	அர்த்தம்	தமிழ் உச்சரிப்பு	தமிழ் சொல்	குறிப்பு
Couture	கூச்சூர்	ஃபேசன்	கூதுரே/ கௌதுரே	கைத்தறி	
Alvida (French)	அல் விடா		அல்விடா	ஆளை விடை/ ஆள் விடு	விடை பெறுதல்
france	ஃபிரான்ஸ்	விடுதலை	ப்ரஞ்செ	பிரிஞ்சு	பிரிந்து போதல்;
boutique	பொடிக்	உயர் ரக ஆடை/ பொருட்கள் விற்கும் கடை	பூட்டிக்கு/ பௌடிக்கு	பெட்டிக் கடை	

ஆஸ்திரினேசிய, ஆஸ்ட்ரிக் மொழிக் குடும்பம்

தெற்காசிய, இந்தியப் பெருங்கடல் மற்றும் பசிபிக் தீவுகளில் பேசப்படும் மொழிகளுக்கு மலேயா–பாலினீசிய மொழி குடும்பத்தை சேர்ந்தது. இந்த மொழிக் குடும்பத்தில் 800–1200 மொழிகள் உள்ளன. இந்த மொழிகளை சுமார் 27 கோடி பேர் பேசுகிறார்கள். இந்த மொழிகள் பேசப்படும் எல்லை அளவுகள் 15000 கி.மீ. கிழக்கு முதல் மேற்கு வரை (மடகாஸ்கர் முதல் ஈஸ்டர் தீவு வரை), 7000 கி.மீ. வடக்கு முதல் தெற்கு வரை (தைவான் முதல் நியூசிலாந்து வரை) பரவி உள்ளது. பழங்காலம் தொட்டே மற்ற பழங்குடிகள் குடியேறும் முன்பே, ஆஸ்ட்ரிக் பழங்குடிகள் இந்தியாவிலும் தற்போதைய ஒரிசா மாநிலப்பகுதிகளில் குடியேறினர். இந்த மக்களே இந்தியாவில் மக்கள் தொகை வளர்வதற்கு அடித்தளமாக இருந்தனர் என்று குறிப்பிடப்படுகிறது.

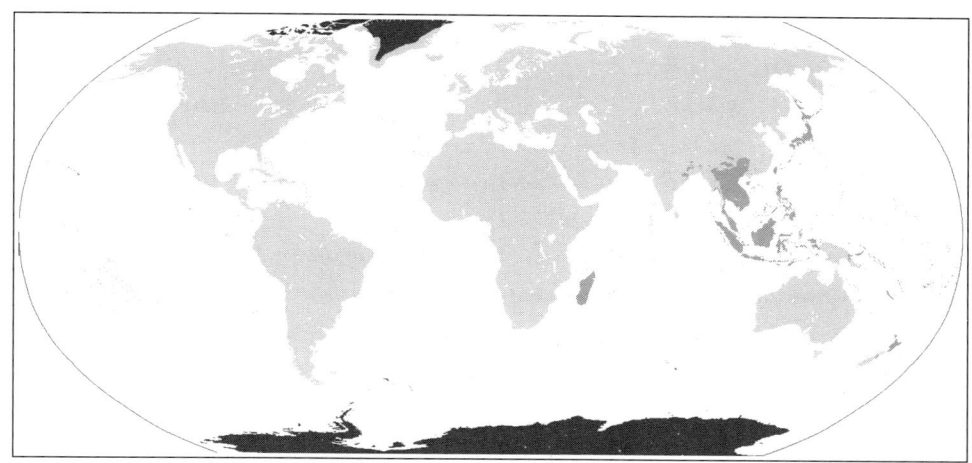

ஆஸ்ட்ரிக் மொழி பரவல் வரைபடம் (பச்சை நிறம்)

ஆஸ்திரிக் மொழி பேசும் மக்கள், திராவிட மக்கள் இனத்தோடு பல விசயங்களில் ஒத்து இருக்கிறார்கள். இரு இன மக்களுக்கும் மிகவும் குறைவான வேறுபாடுகளே உள்ளது என கூறப்படுகிறது.

பிலிப்பைன்சில் உள்ள உசெபியோ டிசான் கூற்றுப்படி, பிலிப்பைன்சில் மக்கள் பொ.யு.மு. 7000 – 6000 போல் புலம் பெயர்ந்திருக்கலாம் என்று நம்பப்படுகிறது.

பிஜி தீவின் மொழியின் பெயர் நா வோச வாகவிடி. இதில் விடி என்பதே பிஜி என்று மாறியதாக கூற்று உள்ளது. 'நா வோச வாக' என்பது 'நா ஓசை வாக்கு' என்பதாக உள்ளது. மேலும் இந்த மொழியில் உயிர் எழுத்துகள், தமிழில் உள்ளது போல் அ, எ., இ, ஒ, உ, ஆகிய எழுத்துகளாகும்.

குக் தீவுகளில் உள்ள மோரி (அ) மாவோரி பழங்குடியினரின் தலைவர் பெயர் 'அரிக்கி'. இவருடைய வீட்டின் பெயர் அரே அரிக்கி. அரே என்பது அறை என்பதாக இருக்கலாம். ஒரு தலைவரின் பெயர் மாகேய காரிக அரிக்கி. இது மகா ஆய காரிகை அரிக்கி என்பதாக இருக்கலாம். சிறு தலைவர்களின் பெயர் மடயாபோ (*mataiapo*). இது மாட அய்யப்ப அல்லது மாதையன் என்பதாக இருக்கலாம். இன்னொரு சிறு தலைவரின் பெயர் ரங்க திர (*ranga tira*) என்பதாகும். இது ரங்கதீரன் (அ) ரங்கதுரை என்பதாக இருக்கலாம். சக்தி என்ற சொல்லுக்கு 'மன' என்று பெயர். இவர்களுடைய தெய்வம் மற்றும் மூதாதையர் நிலத்திற்கு 'அவைகி' என்று பெயர். தமிழில் 'அவ' என்றால் தெய்வம் அல்லது மூதாதையர், 'கி' என்றால் நிலம். பூசாரிக்கு தவுங்க (*taunga*) என்று பெயர். இது தேவாங்க என்ற சொல்லின் திரிபாக இருக்கலாம். இவர்களுடைய நாட்டிய நாடகத்திற்கு 'பெயுட்டு புன' (*peutu puna*) என்று பெயர். இது 'பாட்டு புனை' என்பதாக இருக்கலாம்.

பப்புவா நியூ கினியா தீவில் வாழும் ஹுலி பழங்குடியினரின் மொழியில் பல தமிழ் சொற்கள் உள்ளன.

Axe – aju – அச்சு

house – அண்ட – அண்டம்

father – அப – அப்பா

string bag – நு – நூல்

tagali porogo – தகழி போரோகோ என்றால் 'ஆற்றுக்கு செல்கிறேன்' என்று அர்த்தம்.

ஆறு – தகழி – அகழி

Dowry – wariabu – வாரியபு – வரவு

தந்தாஜி – தந்தை

ஆன்மிகவாதி – காமு – ஆகமன்

Wig – மண்ட – மண்டை

spirit – தம – தமம்

mother – அய்ஜ – ஆய்ச்சி

போரோகோ – போறேங்கோ

போர் – வேட்டை திறமை சாலி

அறிவாளி – மனாஜி – (அறிவு)மான்

இதேபோல் ஆஸ்திரேலியாவில் உள்ள அபார்ஜினல் பழங்குடி மக்களின் மொழிகளோடு தமிழ் மொழிக்கும் தொடர்பு உள்ளது என பல ஆய்வுகள் தெரிவிக்கின்றன.

ஆப்பிரிக்க பழங்குடிகளின் மொழி

ஆப்பிரிக்காவில் நூற்றுக்கும் மேற்பட்ட பழங்குடிகள் உள்ளனர். இவர்கள் நூற்றுக்கும் மேற்பட்ட மொழிகள் பேசுகின்றனர். இந்த பழங்குடி மக்களின் பெரும்பாலான பழம் மொழிகளில் தமிழ் மொழி சொற்கள் காணப்படுகிறது.

கேமரூனில் உள்ள மோஃபு பழங்குடி மக்களின் மொழியில் சோளம், மண் தூர், செவல வாய், இது என்னாமா?, இங்கிருக்கு, வர வர, தரை, புடி, போன்ற பல தமிழ்ச் சொற்கள் காணப்படுகிறது. (*Cameroonnian speak Tamil, www.youtube.com*).

மற்ற ஆப்பிரிக்க பழங்குடிகளில் காணப்படும் தமிழ்ச் சொற்களை காண்போம்:

ஜூலு பழங்குடி மொழியில் சங்கம, சகா, இசை; மாசை பழங்குடி மொழியில் அரக்கன், மாறன், கூழ், ஊன், கறி, அறுத்த, ஓலம், தாலி, இளையோன், பிரான், மகா; கிகுயு பழங்குடி மொழியில் முருங்கு, நாகை, முது, மஞ்சரி, தேன், மைனா; ஹிம்பா பழங்குடி மொழியில் ஒட்டு, முகுரு (முருகு), ஓமம்; மேலும் சில பழங்குடி பெயர்கள் பர (பரன்), பாண்டு, மாசை (மோசி), சகலவ, காளேஞ்சின் (காளையன்), சம்புரு, அம்போ (அம்பா), வேண்ட (வேந்த), கம்ப, கண்டா (கந்த), நம்ப்யா (நம்பி) போன்ற தமிழ்ப் பெயர்கள், சொற்கள் காணப்படுகிறது.

சேவ மொழி என்ற மொழி மறவி மக்கள் பேசப்படும் மொழி. மறவி என்பது மறவ என்ற சொல்லோடு ஒத்துப்போகிறது. இந்த மொழியின் இன்னொரு பெயர் நயன்ஜ என்பதாகும். நயன்ஜ என்றால் ஏரி என்று அர்த்தம். இந்த மொழிகளின் உண்மைப்பெயர் சிசேவா, சிநயன்ஜ என்பதாகும். சி என்றால் மொழி என்று அர்த்தம். ஒருவேளை சிவ என்ற சொல் மொழியைக் குறிப்பதாக இருக்கலாம். சிவனே அகத்தியருக்கு தமிழ் சொல்லிக்கொடுத்தார் என்ற தொன்மம் உண்டு. இந்த மொழியின் உயிர் எழுத்துகள் அ, இ, எ, ஐ, ஒ ஆகும். பாம்பிற்கு இந்த மொழியில் 'ந்ஜோக' என்று பெயர். ந்ஜோக என்பது நாக என்ற சொல்லோடு ஒத்துப்போகிறது. 'ந்குபிட்ட' என்றால் போகுதல் என்று அர்த்தம். ந்

குபிட்ட என்பது கூப்பிட்ட என்ற சொல்லோடு ஒத்துபோகிறது. 'கூப்பிட்டால்' போக வேண்டும் என்ற அர்த்தத்தில் இது இருக்கலாம். முந்து என்றால் ஆள் என்று அர்த்தம். முந்து என்பது மந்தி என்ற சொல்லோடு ஒத்துப்போகிறது. அல்லது முண்டம் என்ற சொல்லாகவும் இருக்கலாம். குடியா என்றால் சாப்பிடுதல் என்று அர்த்தம். குடியா என்பது குடி என்ற சொல்லோடு ஒத்துப்போகிறது. பழங்காலத்தில் கூழ் முக்கிய உணவாக இருந்த பொழுது கூழ் குடிச்சாச்சா என்று கேட்பார்கள்.

ஜப்பான்

ஜப்பான் நாட்டு மொழியின் பெயர் அய்னு. இது நான்கு வகையான பிரிவுகள் உள்ளன. ஹொக்கைடோ, சகலின், குறில், தரைக்கே, என்பன ஆகும். இந்த மொழியில் தமிழோடு ஒத்துப்போகும் அல்லது தமிழ் சொற்களின் உச்சரிப்பு போன்ற பல சொற்கள் உள்ளன. ஜப்பானின் குறில் மொழிப்பிரிவு தமிழில் உள்ள குறில் என்ற சொல்லோடு ஒத்துப்போகிறது.

ஜப்பான் நாட்டின் முக்கிய சண்டை விளையாட்டு கராட்டே ஆகும். இது கையால் போடும் சண்டை. 'கர அடி' என்பதே ஜப்பானிய மொழியில் கராட்டே என்று மாறியிருக்க வேண்டும்.

ஜப்பானின் இன்னொரு பெயர் நிசான்.

சாமுராய் – சாம ராயன், ராத்திரியில் வரும் ராயர்கள்;;

சயனோரா – விடை பெறுதல் – சயன நேரம்

இது குறித்து மேலும் ஆய்வுகள் மேற்கொண்டால் இன்னும் பல தகவல்கள் கிடைக்கப்பெறலாம்.

கொரிய மொழி

கொரிய மொழியில் தமிழ் சொற்கள் நிறைய காணப்படுகிறது என்று கூறப்படுகிறது. கொரிய மொழியில் தந்தை, தாய்க்கு அப்பா அம்மா என்றுதான் கூறுகின்றனர். கொரிய மொழியில் காணப்படும் மற்ற தமிழ் சொற்கள் நாள், உரம், புல், புது, சோற்று, ஏர் போன்றவை. வணக்கம் என்ற சொல்லிற்கு கொரிய மொழியில் வணக்காம்ட்ட (*Vanakkaamtta*) என்று பெயர். பாம்பிற்கு கொரிய மொழியில் பாம்பு–பயம் (*Bambu–Baem*) என்று பெயர். சந்தோசம் என்ற சொல்லிற்கு கொரிய மொழியில் சாந்துதம் என்று கூறப்படுகிறது. இதுபோல் நூற்றுக்கணக்கான தமிழ் சொற்கள் காணப்படுகின்றன என்று மொழி ஆய்வாளர்கள் கூறுகின்றனர்.

மாலத்தீவுகள்

மாலத்தீவுகள் இந்தியப்பெருங்கடலில் உள்ள ஒரு தீவுக் கூட்டம். மேலும் பல வரலாற்று அறிஞர்கள் கூறும் லெமூரியாக்கண்டத்தில் மாலத்தீவுகள் ஓர் அங்கமாக இருந்திருக் கலாம். மலைத்தீவுகள் என்பது பின்னாளில் மாலத்தீவுகள் என்று ஆகியிருக்கலாம். மால் என்பது மலையைக் குறிப்பதாக இருக்கலாம். வெள்ளப்பெருக்கில் அந்த மலைகள் மூழ்கி தற்போதைய மாலத்தீவுகள் நிலப்பரப்பு ஆகியிருக்க வேண்டும். அதனாலேயே மாலத்தீவின் பரப்பளவு மிகவும் சிறிதாகவும், மேடுகள் இல்லாததுமாக இருக்கிறது.

ஆங்கில வார்த்தை *'mall'* என்றால் என்ன? ஆங்கிலத்தில் மால் *(mall)* என்றால் மிகப்பெரிய சில்லறை வணிகவளாகத்தை குறிப்பது. அதனுள் கடைகளும், பொழுதுபோக்கு அம்சங்களும் இருக்கும். ஒரு பெரிய விசயத்தை காணும் பொழுதோ, கேட்கும் பொழுதோ 'மலைப்பாக உள்ளது' என்று கூறுவோம்.

மாலத்தீவு மொழியின் பெயர் திவேஹி எனப்படும். தற்போதைய எழுத்து 'திவேஹி அகுரு' எழுத்து எனப்படும். இந்த மொழியின் பண்டைய எழுத்து 'எவேல அல்லது இவேல அகுரு'. குரு என்பது குறி என்பதன் திரிபாக இருக்கலாம். குறி என்பது எழுத்தை குறிக்கும் சொல்லும் கூட.

2000 வருடங்களுக்கு முன்பு அசோகர் காலத்தில் மாலத்தீவு புத்த சந்நியாசிகள் எழுதிய எழுத்துகளை திவேஹி எழுத்தாக மாறியது. திவேஹி அகுரு பிராமி எழுத்தில் இருந்து உருவானது. இது இடமிருந்து வலமாக எழுதப்படும்.

பண்டைய எவேல எழுத்து

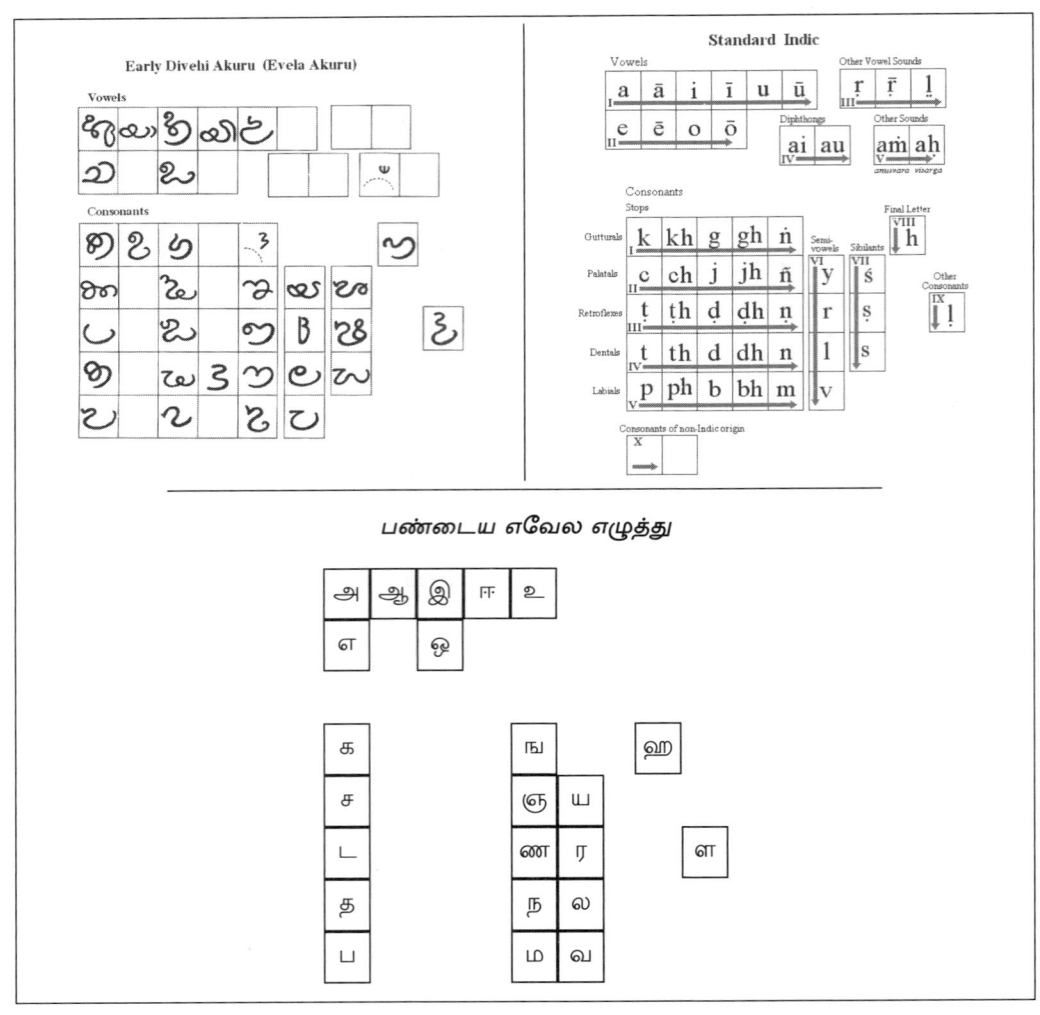

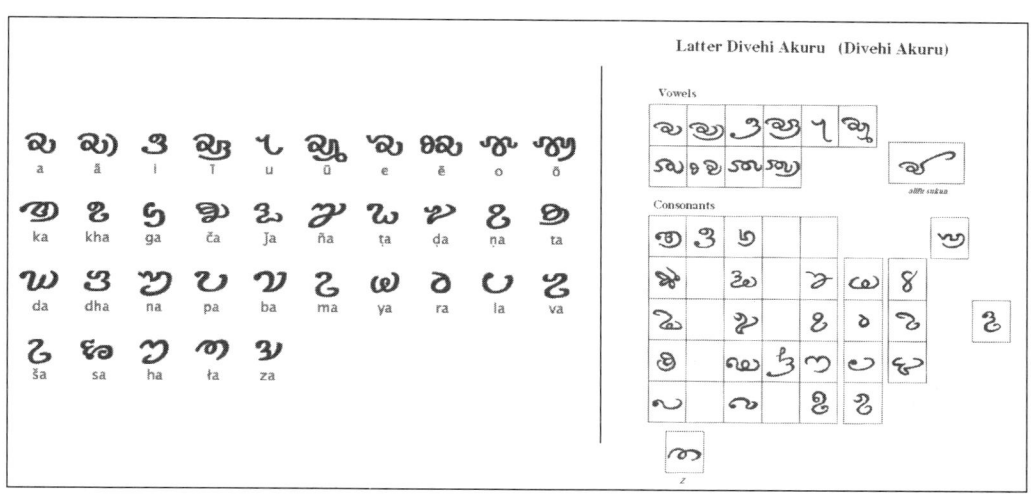

17ம் நூற்றாண்டில் போல் இருந்த எழுத்து இஸ்லாம் மதம் வந்த பிறகு எழுத்தின் வடிவம்

மேலே காணப்படும் அட்டவணைகளில் மாலத்தீவின் பண்டைய எவேல எழுத்திற்கும், தமிழ் எழுத்திற்கும் உள்ள ஒற்றுமையை பாருங்கள். எனவே மாலத்தீவின் மொழியும், தமிழ் மொழியும் ஒன்று தான்.

தென் அமெரிக்க அய்மார மொழி

இந்த மொழி தென் அமெரிக்காவில் பெரு, சிலி, பொலிவியா போன்ற நாடுகளில் உள்ள பழங்குடிகளால் பேசப்படும் மொழி. இதற்கு அய்மார் அரு/அறு என்ற பெயரும் உண்டு. அரு/அறு என்றால் மொழி என்று அர்த்தம். அறு என்பது அறிவு என்பதன் திரிபாக இருக்கலாம். அல்லது தமிழில் உள்ள ஆற்றுப்படுத்தல் என்ற சொல் தலைவனை பற்றி பாடுவதை குறிக்கும். ஆற்றுப்படுத்தல் என்பது ஆறு+படுதல் என பொருள்படும்.

இந்த மொழி பேசுபவர்களை அண்டியன் மக்கள் என்று அழைப்பார்கள். அண்டன் என்ற சொல் மடகாஸ்கர் தீவில் உள்ள ஒரு மக்களை குறிக்கும் சொல். தமிழிலும் ஆண்டி என்ற சொல் உண்டு.

பழங்காலத்தில் இம்மொழியை 'சொல்லா' என்று அழைத்தார்கள். சொல் என்ற சொல்லின் மருபாக சொல்லா என்ற சொல் வந்திருக்கலாம். சிலர் கருத்துப்படி சொல்லா அல்லது கொல்லா என்பது அய்மார மொழி பேசப்பட்ட நாட்டின் பெயராக இருக்கலாம் என்பதாகும். அப்படியெனில் இது கொல்லம் அல்லது சோழ என்ற நாட்டின் பெயராக இருக்கலாம்.

சிலர் கூற்றுப்படி சொல்லா என்ற மொழி அய்மார மொழி என்றும், இது முதல் மற்றும் மூன்றாம் நூற்றாண்டுகளில் திவாநாகு அரசில் பேசப்பட்ட மொழி என்று கூறுகிறார்கள். இங்கு திவநாகு என்பது நாகத் தீவு என்பதன் மருபாக இருக்கலாம். பழங்காலத்தில் மடகாஸ்கர் தீவில் நாகர்கள் வாழ்ந்திருக்கிறார்கள். இன்றும் கூட சிக நாக என்ற பழங்குடி மக்கள் வாழ்ந்து வருகிறார்கள்.

அய்மர மொழியில் உள்ள சில வார்த்தைகள் தமிழ் அல்லது சமஸ்கிருத வார்த்தைகள் போல் உள்ளது. ஜெயா என்ற வார்த்தை பழைமையான என்ற பொருள் உள்ளது. மார என்ற சொல்லிற்கு காலத்தை அல்லது வருடத்தை குறிக்கிறது.

எனவே அய்மார அறு என்பது ஆய்/ஆயர் காலத்தில் பேசப்பட்ட மொழி என்ற அர்த்தம் உடையதாக இருக்கலாம். பண்டைய தமிழகத்தில் ஆய் என்ற அரசு இருந்துள்ளது.

அய்மார மொழியின் உயிர் எழுத்துகள் அ, இ, உ ஆகும். தமிழின் முதல் மூன்று உயிர் எழுத்துகளும் அ, இ, உ ஆகும்.

கோண்டி பழங்குடி மொழி

இந்தியாவின் மிக பழைமையான பழங்குடிகளில் ஒன்றான கோண்டி பழங்குடி மொழியில் தமிழ் சொற்கள் நிறைய காணக் கிடைக்கின்றன. கோண்டி மொழியில் கட்டுல் என்றால் கட்டில், கல்ஹேர் என்றால் கள்வர், மூவிர் என்றால் மூன்று ஆகிய அர்த்தம் கொண்டது. எனவே கோண்டி மொழியும் தமிழ் மொழியின் திரிபாக இருக்கலாம்.

கோண்டி எண்ணிக்கை		தமிழ் எண்ணிக்கை
Undi	உண்டி	ஒன்று
Rand	ரண்ட	இரண்டு
Munda	முண்ட	மூன்று
Nalung	நாலுங்	நாலு
Sayyung	சய்யுங்	ஐந்து
Sarung	சருங்	ஆறு
Yerung	ஏறுங்	ஏழு
Arung	அருங்	எட்டு
narung	நறுங்	ஒன்பது
Pad	பட்	பத்து

நாட்டின் பெயர்கள்

உலகில் உள்ள பல நாடுகள் மற்றும் இடங்கள் பெயர்கள் தமிழ் மொழி அல்லது சமஸ்கிருத மொழிகளோடு தொடர்புடையவைகளாக உள்ளன. அவற்றை நாம் இங்கு ஆராயலாம்.

முதலில் பல நாடுகளின் பெயர் ‘இயா’ ‘லேண்ட்’ அல்லது ‘தான்’ என்று முடிகிறது. உதாரணமாக இந்தியா, ஆசியா, அர்மேனியா, இங்கிலாந்து, போலந்து, பாகிஸ்தான், ஆப்கானிஸ்தான் போன்றவை.

இதில் இயா என்பது இயல் என்ற தமிழ்ச் சொல்லின் திரிபு. இயல் என்பது இயற்கையை குறிக்கும்.

'தான்' என்பது நிலத்தைக் குறிக்கும். இது திணை என்ற தமிழ் சொல்லின் திரிபு. திணை என்பது நிலத்தைக் குறிக்கும். தமிழில் குறிஞ்சி, முல்லை, மருதம், நெய்தல், மற்றும் பாலை என ஐந்து திணைகள் உண்டு என நாம் அறிவோம்.

லேண்ட் (land) என்பது நிலம் என்ற பொருளுடைய நிலந்து என்ற தமிழ் சொல்லின் திரிபாக இருக்கலாம்.

நிலந்து → லந்து → லேண்ட்

சமஸ்தானம் என்ற சமஸ்கிருத சொல் போல். சம என்றால் ஒன்றான, ஒரே போல் என்ற அர்த்தம் உடையது. ஸ்தானம் என்றால் நிலை என்ற பொருள் உடையது. இது தன்மை என்ற தமிழ் சொல்லின் திரிபாக இருக்கலாம். எனவே சமஸ்தானம் என்பது சமநிலை அல்லது சமத்தன்மை உடையது என்ற பொருள் கொண்டதாகும்.

இதே போல் 'லேண்ட்' என்ற சொல்லும் ஐரோப்பிய நாடுகளின் பெயர்களில் வழக்கில் உள்ள சொல்லாக இருக்கலாம்.

இங்கிலாந்து, பின்லாந்து, சுவிட்சர்லாந்து.

பெயர்	ஆங்கில உச்சரிப்பு	தமிழ் உச்சரிப்பு	தமிழ்ப் பெயர்	குறிப்பு
Argentina	அர்ஜெனன்டினா	அர்கென்டினா	அரசன் திணை / ஆரியன் திணை/ அரிக்கன் திணை	அரிக்க மேடு என்பது போல்.
brazil	பிரேசில்	பிரசில் /பிரழில்	பரிசில்/பரிசல்; பர எழில்	
columbia	கொலம்பியா	கொலும்பியா	குளம் இயா;	
peru	பெரு	பெரு	பெரு வள நாடு, பெருந் துறை, பேரூர்	
chile	சிலி	சிலே	சிலை/சீலை/ சைலம்	சிவ சைலம்
uruguay	உருகுவே	உருகுஅய்	உருக்கு வாய்	
norway	நார்வே	நோர்வாய்	நேர் வாய்	நேர் திக்கு – north
sweeden	ஸ்வீடன்	சுவீடன்	சுவ ஈடன் / சுவ வீடு	
switzerland	சுவிட்சர்லாந்த்	சுவிட்சர்லாந்து/ சுவிட்ழெர்லாந்து	சுவிட்ச லாண்டு	
kenya	கென்யா	கென்யா	கண்ணி இயா	
uzbekistan	உஸ்பெகிஸ் தான்	உழ்பெகிச்டன்	உழவு கிழான் தானை	உழவு – உஸ்பே; கிழான் – கிசான்; தான் – திணை/ தானம்
greek	க்ரீக்	கிரீக்	கிரி அக	

Nigeria	நைஜீரியா	நிகெரிய	நாகர் இயா	
Congo	காங்கோ	கோங்கோ	கங்கை; கொங்கு;	
eritheria	எரித்ரியா	எரிதேரியா	எரி திரை இயா	சிவப்புக் கடல் பக்கத்தில் உள்ள நாடு; சிவப்புக் கடல் என்பது எரி திரை எனக் கூறலாம்;
Sudan	சூடான்	சுடன்	சுடலை, சூடன்	
angola	அங்கோலா	அங்கோலா	அங்காள (அம்மன்)	வங்காள என்பது போல்
ethiopia	எத்தியோப் பியா	எதியோபியா	ஆதி அப்பன் இயா	
Cameroon	கேமரூன்	காமேரூன்	காம ஊரன்; குமரன்	
Ghana	கானா	கானா	கானம்;	
Japan	ஜப்பான்	ஜப்பான்	அப்பன்	அப்பன்–யப்பன்–ஜப்பான்
england	இங்கிலாந்து	எங்லாந்து	என்கி நிலந்து; அங்கை நிலந்து	
Ireland	அயர்லாந்து	இரேலாந்து	ஆயர் நிலந்து	
Germany	ஜெர்மனி	கெர்மனி	செரு மனை	ஆங்கில அர்த்தம் வளமான நிலம்; மனை என்றால் நிலம் என்ற அர்த்தம் கூட;
Taiwan	தைவான்	தை வான்	தாய் வனம்	
Korea	கொரியா	கொரியா	கூர் இயா	கூர் மையான மலை பகுதி
Arabia	அரேபியா	அரபியா	அரவி இயா / அரவ இயா	ரவி – சூரியன்; அரவி (இரவு) – சந்திரன்
Poland (Polanie)	போலந்து (போலனி)	போலந்து (போலனி)	பழனி	
siberia	சைபீரியா	சிபேரிய	சிவர் இயா / குபேர இயா	சிவர் > சிபேர் குபேர் > சுபேர் >சிபேர்
Scotland	ஸ்காட்லாந்து	ஸ்கோட்லாந்து	சு கோட்டை நிலந்து	

இலங்கை

இலங்கையை ஸ்ரீ லங்கா என்று அழைப்பர். ஸ்ரீ என்பது திரு என்ற வார்த்தையின் திரிபு. திரி என்பதே திரு என்று மாறிற்று. அப்படியெனில் ஸ்ரீ லங்கா என்பது திரி லங்கை ஆகும். இலங்கையில் மிகவும் பிரசித்திபெற்ற இடம் திரிகோணமலை.

லங்கம் என்பது லிங்கம் என்பதாக இருக்கலாம். லிங்கம் என்பது மொழியைக் குறிப்பதாகவும் இருக்கலாம். லிங்கம் என்றால் அடையாளம் என்ற அர்த்தம் கூட இருக்கிறது. காடுகளில் வேட்டையாட செல்லும் பொழுது வழி அறிய வேண்டி கற்களை நடுவது வழக்கம். இன்றும் நாம் சாலைகளில் வழி மற்றும் தூரம் அறிய மைல் கல் நடுகிறோம். இந்த கல்லின் உருவம் கூட லிங்க வடிவம் தான்.

லிங்கம் என்பது மொழியோடும் தொடர்புடையது. நாக்கிற்கு 'நா லிங்கம்' என்ற பெயரும் உள்ளது. கன்னடத்தில் நாக்கிற்கு 'நாலிக்க' என்று பெயர். ஆங்கிலத்தில் மொழிக்கு 'லாங்குவேஜ்' என்று கூறுவார்கள். மொழி சம்பந்தப்பட்ட விசயத்திற்கு 'லிங்குஸ்டிக்' என்று கூறுவார்கள்.

லிங்கு – லிங்குஸ்டிக் – லிங்க உத்தி (அ) லிங்க ஒத்திகை

லாங்குவேஜ் – லிங்கு அகவை அல்லது லிங்கு அகம் – அதாவது மொழி பிறந்த இடம் – சங்கத்தமிழ் தோன்றிய இடம்.

இலங்கைக்கு ஈழ தேசம் என்ற பெயரும் உண்டு. இலங்கை என்பது ஈழ அங்கை → ஈழங்கை; (elava ஜாதி என்று கேரளாவில் உள்ளது)

ஈழ → ஈஷா → ஈச(ன்)

ஈழ → ஈஷா

இடைய → இசா → ஈசன்

இலங்கை என்றால் என்ன அர்த்தம்?

லிங்கை – லிங்கம் – லிங்கோ – கோண்டி இனத்தலைவர்.

மடகாஸ்கர்

மடகாஸ்கர் தீவு தென் ஆப்பிரிக்காவிற்கு அருகில் உள்ளது. மடகாஸ்கர் நாட்டின் உண்மைப் பெயர் மாடகாசிகரம் ஆகும். மாடங்கள் போல் சிகரங்கள் அமைந்துள்ள நாடு என்பதால் இதற்கு மாடகசிகரம் என்று பெயர் வந்து இருக்கலாம். மற்றொரு காரணம், இங்கு பழங்காலத்தில் மன்னர்களுடைய அரண்மனை மாடங்கள் மலை சிகரங்கள் மேல் தான் கட்டப்படும். மாட அக சிகரம் என்பதே மாடகசிகரம் என்றாகி பின் மடகாஸ்கர் என்று ஆகியிருக்க வேண்டும். இங்குள்ள இடங்களின் பெயர்களிலும், மக்களின் பெயர்களிலும் தமிழ் மற்றும் சமஸ்கிருத பெயர்கள் மற்றும் சொற்கள் மிகவும் காணப்படுகிறது.

எழுதும் முறையும், மொழியின் மீது தாக்கமும்

உலகில் உள்ள மொழிகளில், எழுதும் முறை வேறுபடுகிறது. சில மொழிகளை இடமிருந்து வலமாகவும், சில மொழிகளை வலமிருந்து இடதாகவும், சில மொழிகளை மேலிருந்து கீழாகவும் எழுதப்படுகின்றன. அரேபிய மொழி இடமிருந்து வலமாகவும், சீன மொழி மேலிருந்து கீழாகவும், தமிழ், ஆங்கிலம், போன்ற மொழிகள் இடமிருந்து வலமாகவும் எழுதப்படுகின்றன. இந்த வழக்கம் மொழிகளில் எவ்வாறு தாக்கத்தை ஏற்படுத்தியிருக்கும் என்பதை காணவேண்டும்.

இந்த வழக்கம் எப்பொழுது தோன்றியது என்று ஆராயவேண்டும். முதலில் இடமிருந்து வலமாக எழுதப்பட்டிருந்தால், பின்னாளில் வலமிருந்து இடமாக எழுதும் வழக்கம் வந்த போது அது வார்த்தைகளின் உச்சரிப்பில் எவ்வாறு தாக்கம் ஏற்படுத்தியிருக்கும். இதில் இருவிதமான தாக்கம் இருக்கலாம். ஒன்று எழுத்தின் மீது தாக்கம், இன்னொன்று வார்த்தையின் மீதுள்ள தாக்கம்.

எழுத்தின் மீதுள்ள தாக்கம்

மாற(ன்) – ராம(ன்);

ஆயர் – ரயஆ – ராய
(ஆயர் = ஆ + ய் + அ + ர் = ர் + அ + ய் + ஆ = ராய)

நாகர் – ரகநா – ரகு – ராகு; *வீர –ரவி;*

துருவு/திருவு (திருப்பி எழுதுதல்) – வுருது – உருது; *மருத – தரும;*

அப்பா – பாப்; *அம்மா – மாம்*

வார்த்தையின் மீதுள்ள தாக்கம்

வ.எண்	ஆங்கிலம்	திருப்பி வாசித்தல்	தமிழ்	குறிப்பு
1.	Bone	Enbo	போனே	என்பு
2.	Umar	Ramu	உமர்	ராமு
3.	River	Revir	ரிவர்	அருவி
4.	aman	Nama	அமன்	நாம
5.	ravi	Vira	ரவி	வீர
6.	room	moori	ரூம்	முறி (அறை)
7.	dharma	mardha	தரும	மருத
8.	Muhammad	madmuham	முகம்மது	மதுமுகம்

எண்களும் தமிழ் எழுத்தும்

தற்காலத்தில் நாம் வழக்கில் கொண்டிருக்கும் ஆங்கில அல்லது அராபிய எண்களின் உரு வடிவம், நம் தமிழ் எழுத்துகளில் இருந்து தோன்றியது என்று கருதப்படுகிறது. கீழே கொடுக்கப்பட்டுள்ள அட்டவணைகளில் அல்லது படங்களில் இருந்து நாம் தெளிவாக அறியலாம்.

அராபிய எண்	1	2	3	4	5	6	7	8	9	10
தமிழ் எண்	க	உ	ங	ச	ரு	சூ	எ	அ	கூ	ய

க	க	1
உ	உ	2
ங	ங	3
ச	ச	4
ரு	ரு	5
சூ	சூ	6
எ	எ	7
அ	அ	8
கூ	கூ	9
ய	ய	10

Numerical	1	2	3	4	5	6	7	8	9	0
Old Tamil Character - 1st letter of										
Tamil word	onru	iru	mu	nal	aintu	aru	ézhu	enn	thol	anru
Sanskrit word	ek	dou	thri	chadur/ sth.char	chake	sath		ashta	now	sunya
1st / Last letter by later Sanskrit scholars										

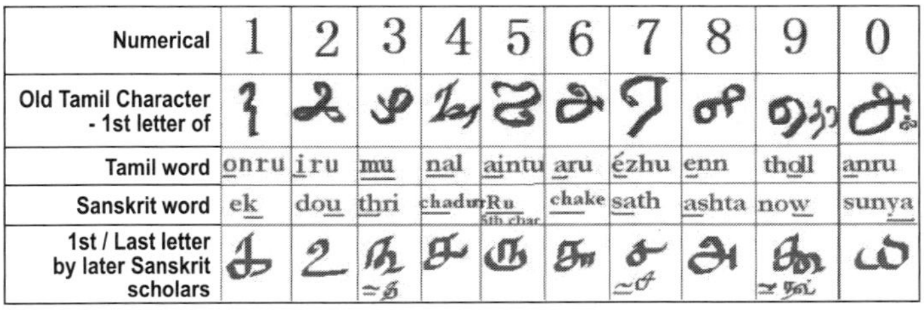

உலகில் உள்ள பெரும்பாலான மொழிகளில் உள்ள எண்களின் வார்த்தை உச்சரிப்பை ஆராய்ந்தால் மேலும் ஆதாரங்கள் கிடைக்கக்கூடும். அப்படி செய்வது அது இன்னொரு பெரிய ஆய்வாக அமையும். அது இந்த புத்தகத்தின் நோக்கத்தில் அடங்கக் கூடியதில்லை. எனவே உதாரணத்திற்கு ஒரு சில மொழிகளில் உள்ள எண்களின் உச்சரிப்பை நாம் ஆராயலாம். அதற்கு தமிழ், சமஸ்கிருதம் மற்றும் ஆங்கில மொழி எண்களின் உச்சரிப்பை நாம் காணலாம்.

எண்	உச்சரிப்பு			
	தமிழ்	சமஸ்கிருதம்	ஹிந்தி	ஆங்கிலம்
1	ஒன்று/ஒண்டு	ஏக	ஏக்	ஒன்
2	(இ)ரண்டு	துவி	தோ	டூ
3	மூன்று/மூண்டு	திரி	தீன்	த்ரீ
4	நான்கு/நால்	சதுர்	சார்	ஃபோர்
5	அய்ந்து/ஐந்து	பஞ்ச	பாஞ்ச்	ஃபைவ்
6	ஆறு	சாத்	ச்சே	சிக்ஸ்
7	ஏழு	சப்த	சாத்	செவென்
8	எட்டு	அஷ்ட	ஆட்	எயிட்
9	ஒன்பது	நவ	நவ்	நயன்
10	பத்து	தச	தஸ்	டென்

இப்பொழுது ஆங்கில எண்களின் உச்சரிப்பு, தமிழ் மற்றும் சமஸ்கிருத உச்சரிப்பில் எந்த மொழி உச்சரிப்போடு ஒத்துப்போகிறது என்று பார்ப்போம்.

எண்	ஆங்கிலம்	ஆங்கிலம் உச்சரிப்பு	தமிழ் உச்சரிப்பு	சாரம்	குறிப்பு
1	One	ஒன்	ஒனே	தமிழ்	
2	Two	டூ	ட்வோ	சமஸ்கிருதம்	
3	Three	த்ரீ	த்ரீ	சமஸ்கிருதம்	
4	Four	ஃபோர்	பவுர்	?	போர், பவுரி
5	Five	ஃபைவ்	பிவே	தமிழ்	ஐவ > ஃபைவ்
6	Six	சிக்ஸ்	சிச்	சமஸ்கிருதம்	சக்க
7	Seven	செவென்	செவென்	?	சிவன்
8	Eight	எயிட்	எய்க்ஹ்ட்	தமிழ்	அட்டம்
9	Nine	நயன்	நினே	சமஸ்கிருதம்	நயம்
10	Ten	டென்	டென்	?	புத்தன், திணை

(பவுரி – மண்டலமிடுகை, காளை பவுரி வந்த...., கூத்தின் விகற்பம், வட்டமாய் நின்று ஆடும் கூத்து,)

மேலே உள்ள அட்டவணையைப் பார்க்கும்போது ஆங்கில எண்களின் பெயர்கள் தமிழ் மற்றும் சமஸ்கிருத பெயர்களோடு ஒத்துப்போகிறது. இது போல் உலகின் உள்ள பெரும்பான்மையான மொழிகளில் உள்ள எண்களின் பெயர்கள் தமிழ் மற்றும் சமஸ்கிருதம் சார்ந்து இருக்கிறது என்று கருதப்படுகிறது.

ஒரு கலாசாரத்தில் அல்லது நாகரிகத்தில் மொழி வளரும்பொழுது, அதில் எண்கள் அல்லது எண்ணிக்கை முறை எப்படி உருவாகியிருக்கக்கூடும்? எதன் அடிப்படையில் ஒன்று, இரண்டு, மூன்று ..... என வரிசை அமைத்திருப்பார்கள்? அதையும் நாம் ஆராயலாம்.

பண்டைக்காலத்தில், நாகரிகம் வளர்ச்சியடைந்து எண்ணிக்கை முறை தோன்றியது, அக்காலகட்டத்தில் செய்து கொண்டிருந்த சில முக்கியமான செயல்களின் வரிசைகளின் அடிப்படையில் இருந்து தோன்றியிருக்கலாம். உதாரணத்திற்கு, ஒருவேளை நாகரிகம் வளர்ச்சியடைந்து விவசாயம் செய்யும் காலம் வந்தபொழுது அந்த விவசாய வேலைகளின் வரிசைப்படி எண்களின் பெயர்கள் அமைத்திருக்கலாம். இது அந்தந்த குடிகளின் முக்கியமான வாழ்வாதார அல்லது பொருளாதார தொழில்களில் உள்ள செயல்களில் வரிசைப்படி எண்களின் பெயர்கள் அமைத்திருக்கலாம்.

அத்தொழில்கள் வேட்டை, விவசாயம், மேய்ச்சல், உலோகம் செய்தல், வாணிகம் போன்ற தொழில்களாக இருக்கலாம். அல்லது பண்டைய பழங்குடிகளின் கலாசார சடங்குகளில், ஒவ்வொரு குடிக்கும், வரிசைப்படி ஒவ்வொரு முறை வழங்கப்பட்டிருக்க வேண்டும். அந்த குடிகளின் பெயர்களே எண்ணிக்கை வரிசையாகி, எண்களின் பெயர்களாக மாறியிருக்கலாம். இன்றும் கூட தமிழகத்தில்

பல கோவில் திருவிழாக்களில், ஒவ்வொரு சமுதாயத்தினருக்கும் ஒரு குறிப்பிட்ட தினம் முறை வழங்கப்படுகிறது.

தமிழ் எண்கள், பெயர்கள், மூலச் சொற்கள்

எண்	தமிழ்	விவசாயம்	வேட்டை
1	ஒன்று/ஒண்டு	ஒன்று	ஒண்டு/ஒண்டி
2	(இ)ரண்டு	திரண்டு	ரண்டு
3	மூன்று/மூண்டு	முயன்று	மூண்டு
4	நான்கு/நால்	நன்கு	நாண்டு/நகல்
5	அய்ந்து/ஐந்து	ஆய்ந்து	அண்டு
6	ஆறு	அறு	அறு
7	ஏழு	எழு	எழு
8	எட்டு	ஏக கட்டு	அகற்று
9	ஒன்பது	ஒள்/தொள்/உலக்கை	தோல் பது
10	பத்து	பத்திரம்/பதப்படுத்து	பதத்து/பதனிடு

சமஸ்கிருத எண்கள், பெயர்கள், மூலச் சொற்கள்

எண்	சமஸ்கிருதம்	செயல்	குடிகள்
1	ஏக	ஏகு	அக
2	துவி	துவக்கு/தூவு	துவ
3	திரி	திருத்து	திரையன் /திரியன்
4	சதுர்	சதுரு/சத்ரு	சதுரன்/சடையர்/சத்திரிய
5	பஞ்ச	பாய்ச்சு/பண் செய்	பஞ்சமன்/பாண்டு (பாந்து)
6	சாத்	சேர்த்து சார்த்து	சேது/சாத்தன்
7	சப்த	சவட்டு	சிவன்
8	அஷ்ட	ஆட்டு, அட்டு	ஓட்டன்
9	நவ	நயமாக	நாவாய்/பூட்டன்
10	தச	தாது/????	தாத்தன்/பாட்டன்

ஆங்கில எண்கள், பெயர்கள், மூலச் சொற்கள்

எண்	ஆங்கிலம்	ஆங்கிலம் உச்சரிப்பு	தமிழ் உச்சரிப்பு	எண்ணெய் தயாரித்தல்	குறிப்பு
1	One	ஒன்	ஒனே	ஒன்னு	
2	Two	டூ	ட்வோ	துவங்கு/தூவு	
3	Three	த்ரீ	த்ரீ	திருத்தி	
4	Four	ஃபோர்	பவுர்	பவுரி	போர், பவுரி

5	Five	ஃபைவ்	பிவே	ஆய்வு	ஐவ > ஃபைவ்
6	Six	சிக்ஸ்	சிச்	செக்கு/சக்கை	
7	Seven	செவென்	செவென்	செவ்வனே	
8	Eight	எயிட்	எய்க்ஹ்ட்	எயிற்று/ஏற்று/ஆட்டு	
9	Nine	நயன்	நினே	நயமான	
10	Ten	டென்	டென்	தினை	

மேலே கண்ட அட்டவணைகள்படி பார்த்தால், பல மொழிகளில் எண்களின் வார்த்தைப் பெயர்கள் எல்லாம் தமிழ் சார்ந்த பெயர்களாக உள்ளது. இதுவும் தமிழ் உலகின் மிகப் பழைமையான மொழி என்பதற்கு ஒரு சான்று.

மொழி முடிவுரை

ஒரு மொழி உலகின் மூல மொழியாக இருப்பின் அதன் சொற்களைப் பிரித்தால் பொருள் தரும். மேலும் ஒரு மூல மொழி தோன்றி வளர்ந்த போது அது ஓர் எழுத்து சொல்லாக ஆரம்பித்து பின்னர் இரண்டெழுத்து, மூன்றெழுத்து, என்று படிப்படியாக சொற்கள் வளர்ந்து வந்திருக்கும். அப்படிப் பார்க்கையில் தமிழ் மொழியில் ஓரெழுத்து, ஈரெழுத்து, மூவெழுத்து, பல எழுத்துச் சொற்கள் இருக்கிறது. இந்த சொற்களைப் பிரித்தால் அவை பொருள் தரும். எனவே தமிழ் மொழி ஒரு மூல மொழி.

உலகத்தில் உள்ள நாடுகளில் பேசப்படும் எல்லா மொழிகளிலும் தமிழ் மொழியின் தாக்கம் உள்ளது. உலகில் உள்ள பழைமையான நாகரிகமான சுமேரிய நாகரிகத்தின் சுமேரிய மொழியும், பழங்கால சங்கத் தமிழ் மொழியும் ஒன்றுதான் என்று ஆய்வுகள் சொல்லுகின்றன. உலகில் உள்ள பழைமையான மொழிகளில் ஒன்றான சமஸ்கிருதம் தமிழ் மொழியிலிருந்து தான் உருவாகியிருக்க வேண்டும். அதே போல் உலகில் மிகவும் பிற்காலத்தில் தோன்றிய ஆங்கில மொழி தமிழ் மொழியன்றி வேறில்லை என்று கண்டோம். அதே போல் கிழக்கே ஆஸ்திரேலிய அபார்ஜின் பழங்குடி மக்களின் மொழிகளோடும், ஜப்பான், சீனா போன்ற மொழிகளிலும், மேற்கே தென் அமெரிக்க நாடுகளில் ஆப்பிரிக்க பழங்குடிகள் பேசப்படும் மொழிகளிலும் தமிழ் சொற்கள் உள்ளன. மேலும் உலகில் உள்ள பல நாடுகளின் பெயர்கள் தமிழ்ப் பெயர்களாக இருக்கிறது. உலகில் உள்ள பெரும்பாலான மொழிகளில் உள்ள எண்களின் பெயர்கள் தமிழ் மொழி சார்ந்தே இருக்கிறது.

ஏன் எல்லா மொழிகளுக்கும் உண்டான மூல மொழி எது என்று ஆய்வாளர்களால் கண்டுபிடிக்க முடியவில்லை? ஏனெனில் ஆய்வாளர்கள் பெரும்பாலானோரும் மேற்கத்தியவர்கள். அவர்களுக்கு மத்திய ஆசியாவில் தோன்றிய மொழிகள் மட்டுமே ஆய்வு செய்ய முடியும். மேற்கத்தியர் அல்லாத மற்ற ஆய்வாளர்கள் எல்லாம் மேற்கத்திய ஆய்வாளர்கள் மேற்கொண்ட ஆய்வை மேற்கோள் காட்டி தங்களுடைய ஆய்வை நடத்தியதால் அவர்களாலும் மூல மொழி எதுவென்று கண்டுபிடிக்க முடியவில்லை. சில ஆய்வாளர்கள் தமிழ் மொழிதான் உலகின் பழைமையான மொழி என்று கூறினாலும் அது ஆதி மூல மொழியா என்று அவர்களால் கூறமுடியவில்லை. ஆனால் மூல மொழி மத்திய மேற்கு ஆசியாவில் தோன்றவில்லை. அது தோன்றியது

ஆசியாவிற்கு தெற்கே. அங்கிருந்து மேற்கு மத்திய ஆசியாவிற்கு புலம் பெயர்ந்த மக்கள் மூலம் வந்தது. பின் அந்த மொழியிலிருந்தும் மற்ற எல்லா மொழிகளும் தோன்றியது.

உலகில் உள்ள மொழி ஆய்வாளர்கள் உலகில் உள்ள எல்லா மொழிகளும் ஒரு மொழியிலிருந்துதான் தோன்றியது என்றும் அந்த மொழியின் பெயர் என்னவென்று தெரியாமல் அதன் குணங்களை வைத்து அதற்கு 'புரோட்டோ–இந்தோ–ஈரோப்பியன்' அதாவது 'முதன்மை–இந்தோ–ஐரோப்பிய மொழி' என்று பெயரிட்டு, அந்த மொழிக் குடும்பத்தின் வரைவுகளை கீழே காணும் படத்தில் இருப்பது போல் கூறுகிறார்கள்.

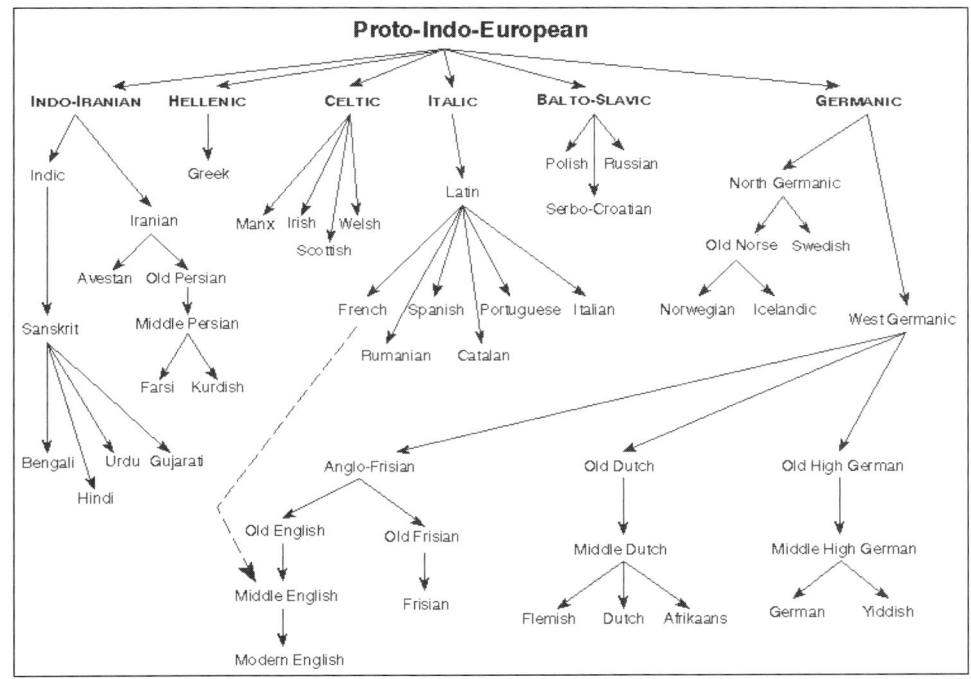

உலக மொழிக்குடும்பம்

உண்மையில் மேலே கூறிய 'முதன்மை–இந்தோ–ஐரோப்பிய மொழி' தொல்தமிழ் மொழி தவிர வேறு மொழியாக இருந்திருக்க முடியாது. உலகில் உள்ள எல்லா மொழிகளுக்கும் மூல மொழி தொல்தமிழ் மொழிதான் இருந்திருக்க வேண்டும். இந்த தொல்தமிழ் மொழி தோன்றிய இடம் தற்போதைய தமிழகமாக இருக்க முடியாது. அந்த இடம் பண்டைய குமரிக்கண்டமாக இருக்கவேண்டும்.

துணை நூல்கள் மற்றும் கட்டுரைகள்

1. Sanskrit – Wikipedia,
2. SanskritLanguage, Language of India, www.iloveindia.com
3. Jayaraman, Origin and Development of Sanskrit, www.hinduwebsite.com, retreived Dec.15
4. Jones, Collected Work, Vol. III, 34 – 5.
5. English Language, Wikipedia
6. Ancient Hebrew Writings – Wikipedia
7. Divehi Language, Ancient Scripts.com
8. An Account of Austrenesian Language, Lisa J Erickson, 28.2.2000.
9. Austric Languages, Wikipedia
10. Aiymara Languages, Wikipedia
11. Brahmi Scrit, Wikipedia.
12. Hebrew language, Wikipedia
13. History of English language
14. Indus Valley Tamil Scripts, C. Mathiazhagan
15. Indus Valley Scripts: Assorted Examples, http://indusscriptmore.blogspot.in
16. Interpreting the Indus Script:The Dravidian Solution, Iravatham Mahadevan, 26.2.15.
17. The languages of Harappa, Michael Witzel, Feb17, 2000.
18. Maldivian Language, Wikipedia
19. Maldivian Writing System, Wikipedia
20. Mesopatamian Naru Literature, Joshua J. Mark, 15.8.2014, Ancient History Encyclopedia.
21. Old Tamil Language, Wikipedia.
22. Origin and Development of Sanskrit, V. Jayaraman, www.hinduwebsite.com
23. Old Anatolian Turkish, Wikipdedia.
24. Origins and Etymology of Valuations of Indus – Saraswathi signs, Rajot N. Paul, www.boloji.com, 30.11.15
25. Sanskrit = Spoken Persian + Written Tamil : Part I, www.tamilfirstlanguageofhuman.files.wordpress.com
26. Rama Spoke Tamil in Ayodhya, Ramanan, Ramani's blog, May 5, 2013. www.ramanan50.wordpress.com.
27. Suemrian as Archaic Tamil, Dr.K.Loganathan, 2004.
28. Tamil heads world languages with Sanskrit,Ramanan, Febraury 11, 2015. www.ramanan50.wordpress.com.
29. Tamil Languages, Wikipedia, www.en.wikipedia.com
30. Turkish Languages, Wikipedia.
31. சங்ககாலம், ப. சரவணன்,கிழக்கு பதிப்பகம், 2015.

32. சமஸ்கிருதமொழி உருவாக்கமும், லெமுரியத் தமிழரும், பிரபு, 30.7.12, Tamil Genius Blog.
33. Sanskrit language, Lanugages of India, www.iloveindia.com
34. Ainu Lanugages, Wikipedia
35. Huli people of Papua New Guinea, G.C.J. Lomas, 1998.
36. Devanagari, Wikipedia.
37. Joshua Mark, Mesopatomian Naru Literature, Ancient History Encyclopedia.
38. Words that speak of an enduring link between Tamil and Korean, D. Maadhavan, Chennai, 7.11.2015 International Conference on Cultural Exchange between India and Korea in Antiquity,

இணைப்பு

சமஸ்கிருத/இந்தி, தமிழ் சொற்கள்

சமஸ்கிருத/ஹிந்தி	தமிழ்	குறிப்பு
நேத்ரா (கண்)	நெற்றி	நெற்றிக்கு கீழே கண் இருப்பதால்; நெற்றித் தீரம்
அக்னி	அக்கி நீர்	அக்கி நீர் – அக்கினிர் அக்கினி அக்கி நீர்; அக்கி என்றால் கண்; எரிமலையின் கண்ணிலிருந்து வழியும் நீர் அக்கி நீர்;
ஜீவன்	சிவன்	
வேதாள	வேத ஆள்	வேதாள கதைகளில் வேதாளம் பல அறிவு சார்ந்த கேள்விகள் கேட்கும். இந்த கேள்விகள் நன்கு வேதம் கற்றவர்களுக்கே தோன்றும். மன்னர்கள் வேதம் பயின்றவர்களை ஆலோசகர்களாக அக்காலத்தில் வைத்துக்கொள்வார்கள்; இதுவே விக்கிரமாதித்ய வேதாள கதையாக மாறியது.
பகுஞ்ச்	புகுந்து	புகுந்து>புகுந்>பகுஞ்ச்
தந்திரம்	தன் திறம்/தீரம்	
மந்திரம்	மன திறம்/தீரம்	
தர்சன்	தரு சனம்	
ஹசார்	ஆயிரம்	ஆயிர > ஹாயிர > ஹாஜிர> ஹஜார்
சலோ	செல்லு/செல்	செல்லு > செலு > சலோ
முர்க்	முருகன்	முருகனின் பறவை சேவல்;
தபால்	தகவல்	தகவல் > தஹபல் > தபால்;
தாஜ்	தாய்	தாய் > தாஜ்
போரோபுதூர்	பாறைப் புதூர்	Indonesian place and temple
துர்ரி	தறி	dhurrie craft haryana
ஹை	ஆகி/ஆக	ஆகி > ஆஹி > ஹி > ஹை
ரக்கோ	இறக்கு	
மே (நான்)	மெய்	
புரோஹித	பரை கீதம்	கீதை/மந்திரம் சொல்லுதல்

தேவ	தெய்வ	தேய் அவ;
சுவாஹ	சுவ ஆக; சுவ அவ	சுவ – நல்ல; நல்லது ஆக;
நமஹ	நம் ஆக; நம் அவ	நமதாக;
ரூப	உருவ	உருவ > ருவ > ரூப
காஜல் (கண்)	கயல்	கயல் விழி
கிரீட	கிரி இடு/	கிரி – உச்சி/தலை; தலையில் இடு;
கல்யாணம்	கல் ஆயனம்	கல் அசைத்தல்; பழங்குடிகளில் ஒரு இளைஞன் மணம் முடிக்க வேண்டும் என்றால் ஒரு பெரிய கல்லை மேலே தூக்கி தோளில் வழியே பின்னால் போடவேண்டும்;
மாங்கல்யம்	மா கல் ஆயம்	பெரிய கல் அசைத்தல்
கலச	கல ஆசி	கலம் – பாத்திரம்; ஆசி வழங்கும் பாத்திரம்;
ஜலம்	சலம்	சல சலத்து போகுதல்; சல சல வென;
கிஷான்	கிழான்	நிலக் கிழான்
அம்புலி	அல் புள்ளி	அல் புள்ளி – அம்புள்ளி – அம்புலி; இரவில் தோன்றும் புள்ளி; புள்ளி என்பது ஆளையும் குறிக்கும்; அவர் ஒரு பெரும் புள்ளி;
ஜகா (ஜாகை)	அக (அகம்)	அக > யக > ஜகா (ஜாகை)
எஜமான்	ஆயமான், இயமான்	ஆயமான் – ஆஜமான்– எஜமான்
ஏகோபித்தல்	ஏக ஒப்புதல்	
ராட்சசன்	அரக்கன்	அரக்கன் – ரக்கன்– ரக்ஷஷன்
ரக்ஷா	இரக்கம்	
வாஸ்த்தவ	வாய்த்தவை	
வாச	வாகை	
சகோதர்	சகோதரன்	சக உதிரன்
கிசான்	கிழான்	
ரூப	உருவ/கருவ	
மயூர்	மயில்	மையல்
சுவர்க்கம்	சுவ வர்க்க; சுவரகம்	வர்க்கம் > வருகை – வரலாறு
விவாக	வியவ அக	வேறு வீடு செல்லுதல்; வியவ என்றால் வேறு/ வேறுபாடு;
வியாபாரம்	வியவ பாரம்	துலா பாரம் என்றால் தராசு; பாரம் என்றால் பொருள்
விவசாயம்	வியவ சாயம்	விவசாயம் என்பது உழவுத் தொழில் இல்லை; அது செயற்கை உற்பத்தி தொழிலைக் குறிப்பது.
விவஸ்தை	வியவ வித்தை	
தயா (தயவு)	தா இயை	அனுமதி கொடு
பத்தினி	பதி இணை	
சக்ர	சக்க ஆரம்/சொக்க ஆரம்	சக்க – ஆறு; ஆறு அச்சு கொண்ட வட்டம்; சொக்க வைக்கும் ஆரம்
சத்யம்	சாத்தியம்; சகத் தீ ஆயம்	சகத்தீ ஆயம் என்பது இரவில் பாதுகாப்பில் ஈடுபடுவது

பாக்யம்	பக்குவம்; பகு ஆயம்	ஈட்டிய பொருளை பகுத்து கொடுத்தல்
ஆகாஷ்	ஆகாயம்	ஆன் காயம்; (விண் நிலம்)
தேஷ்	தேயம்	
அமிர்த	ஆ மிருத / அ மிருத	மாட்டின் நெய்; மிருதுவான அல்லாத
கலாட்டா	கள்ள ஆட்டம்	
சமுத்ரா	சம தீர	சமமாக உள்ள தீரம்
முஹப்பத் (காதல்)	மோகம் பட்டு / முகம் பார்த்து	
நிகல் ஜாவோ	நகல்	இடம் விட்டு நகர்ந்து செல்
ஆராதனா	ஆர ஆதனை	
யாத்ரா	ஆ தீர	அந்த தீர; அந்த கரை செல்லுதல்
பூஜா	பூ எய்	கடவுளுக்கு பூ எய்தல்
பௌர்ணமி	பூரண அமி	
நக்மா	நாகம்மா	
கோத்ரம்	கோ தரம் / கொற்றம்	கோ தரம் – மாடு மேய்க்கும் குலம் சார்ந்த சொல்; எந்த மேய்ச்சல் குலம் சேர்ந்தவன்? கொற்றம் – எந்த மலைக் குடியைச் சேர்ந்தவன்?
பூர்வீகம்	பூர்வ அகம்	
கதம் (முடிவு)	கடை (கடைசி)	
காவோ (சாப்பிடு)	கவ்வு	
ரக்கோ (வை)	இறக்கு	
ருக்கோ (இரு)	இருக்கை	
லாவோ (கொண்டு வா)	விளவு	
பாநீ (நீர்)	பானை நீர்	
பயிட்டோ (உட்கார்)	பாய் இடு	
சராப் (சாராயம்)	சாறு ஆயம்	பழச்சாறு காய்ச்சுதல்
இதிகாஷ்	ஆதி காதை	
நியாய	நியம ஆய	நியம – விதி (Rules)
போலோ (சொல்)	ஓல(ம்)	ஓல > வோல > போலோ
ரத்து செய்	நிறுத்து	
கந்தா (குப்பை)	கந்தல்	
மேஸ்திரி	மேய் திரி	ஆட்களை மேய்ப்பவன்; மேற்பார்வை இடுபவன்
சர்க்கரை	சாறு காரம்	கரும்பு சாறு உப்பு
சிந்தூர் (பொட்டு)	செந்தூரம்	சிவந்த ஆரம்
அம்புலி (நிலா)	ஆன் புள்ளி	வானில் இருக்கும் புள்ளி
சந்திர	சந்தி ஆர	சந்திப் பொழுதில் வரும் ஆரம்

ஆங்கில தமிழ் சொற்கள்

ஆங்கிலச் சொல்	ஆங்கில உச்சரிப்பு	தமிழ் உச்சரிப்பு	தமிழ்ச் சொல்	குறிப்பு
Eye	ஐ	எயே	ஆய/ஆயம்/ ஆய்வு	கண்காணித்தல்
Abandon	அபாண்டன்	அபாண்டோன்	அபந்தம்	அபந்தம் – பந்தமில்லை
Abbey	அப்பே	அப்பேய்	அவை	அவை – அபை – அப்பேய்
Accident	அக்ஸ்சிடென்ட்	அச்சிடென்ட்	அச்சுடைந்து	வண்டி அச்சு உடைந்து
Accident	அக்சிடென்ட்	அக்கிடென்ட்	அச்சு உடைந்து	வண்டியின் அச்சு உடைதல்
Accurate	அக்குரட்	அக்குராதே	அஃகி	அஃகி – துல்லியம்; அஃகி – அக்கு
Adamant	அடமன்ட்	அடமன்ட்	அடம் மந்தம்	அடம் பிடித்தல்
Adore	அடோர்	அடோரே	ஆதரி	
After	ஆப்டர்	ஆப்டர்	அப்புற(ம்)	அப்புற > அப்துற > ஆப்டர்
Again	அகெய்ன்	அகயின்	ஆக இன்னும்	
Age	ஏஜ்	அகே	அகவை	வயது
Agri	அக்ரி	அக்ரி	அக்கிரி, கிரிஷி (சமஸ்கிருதம்)	கிரி – மலை;
Akambav (Sanskrit)	அகம்பாவ்	அகம்பாவ்	அகம் பாவம்	அகத்தினுள் கொண்டுள்ள பாவம்
Akkadian	அக்காடியன்	அக்காடியன்	அகத்தியன்	
Alarm	அலார்ம்	அலார்ம்	அலர்/ அலறும்	அலறுதல்
Alcohol	அல்கஹால்	அல்கோஹோல்	அல் கவுள்	கவுள்– கள்ளு; அல்– இரவு;
All	ஆல்	ஆல்	எல்லாம்	
Allergy	அலர்ஜி	அலேர்கை	அழற்சி	
Aloe Vera	அலோ வெரா	அலோ வெரா	ஆலவேர்/ஆளி வேர்	
Allow	அலோ	அல்லௌவ்	அளி, அள்ளி	அனுமதி அளி
Alone	அலோன்	அலோனே	அல்லன்	ஏதுமில்லாத,
Alpha	அல்பா	அல்பா	அல்பம்	
Alphabet	அல்பபெட்	அல்பபெட்	கல்வெட்டு	க்+அல்வெட்டு– அல்பெட்டு– அல்பபெட்
Amicable	அமிகபில்	அமிகப்ளே	அமுக்கமாக	
Ancestor	அன்செஸ்டர்	அன்செஸ்டோர்	அன் செத்தோர்/ ஆன் சென்றோர்	ஆன்– விண்; உயிர் நீத்து மேலுலகம் சென்றோர்

Angel	ஏஞ்செல்	அங்கெல்	அஞ்சல்/ அஞ்சலை	messenger – greek
Anger	அங்கர்	அங்கேர்	அகங்கார்; ஆங்கார்	அகம் காரம்;
Angio	எஞ்சியோ	அங்கியோ	அஞ்சு (நெஞ்சு)	ஆஞ்சநேயர்; அஞ்சுகம்; அஞ்சலி;
Ape	ஏப்	அபே	அப்பா	
Aqua	அக்வா	அகுவா	குவளை	
Archer	அர்ச்சர்	அர்ச்சர்	அர்ச்சகர்	தொடுப்பவர்
Arm	ஆர்ம்	அர்ம்	கரம்	க்+அரம் (க் ஒலியற்று போதல்)
Arm	ஆர்ம்	ஆர்ம்	கரம்	க்+ஆரம் – ஆரம்– ஆர்ம்
Arrange	அரேன்ஞ்	அரங்கே	அரங்கு	
Arrival	அறைவல்	அர்ரிவல்	அறி வலம்	
Ash	ஆஷ்	ஆஷ்	அஸ்தி	
Attack	அட்டாக்	அட்டாக்	அடக்கு	
Auditorium	ஆடிட்டோரியம்	ஆடிட்டோரியம்	ஆடுதிரையகம்	
Awesome	ஆசம்	அவேசொமே	ஆவேசம்	
Axe	அக்ஸ்	அச்சே	அச்சு	வண்டி சக்கரத்தின் அச்சு
Baby	பேபி	பாபி	பாப்பா/ வாவு	வாவு – பாபு– பேபி
Bad	பேட்	பாட்	பாடு (பாடாவதி)	
Bail	பெயில்	பயில்	வெளியில் (பயிள்ளே – கன்னட)	வாயில்
Bakery	பேக்கரி	பகேறை	வெக்கை அறை	வெக்கை அறை – வெக்கறை – பெக்கறை – பேக்கரி
Banana	பனானா	பனானா	வன அன்னு	அன்னு – பழம்; ((கன்னட)
Bank	பேங்க்	பங்க்	வங்கி	வங்கி – பங்கி – பங்க்
Bard	பார்ட்	பார்ட்	பரத/பரணி	புலவர்
Barter	பார்ட்டர்	பார்ட்டர்	வர்த்தனை	வர்த்தனை – பர்த்தனை –பார்ட்டர்
Barter	பார்ட்டர்	பார்ட்டர்	வர்த்தகர்	வர்த்தகர் –பர்த்தகர் – பார்ட்டர்
Basic	பேசிக்	பசிக்	பழக்கம்	பழக்க – பசக்க– பேசிக்
Battery	பேட்டரி (ஆயுதக் கிடங்கு)	பட்டெரை	பட்டறை	ஆயுதம் செய்யும் இடம்
Battle	பேட்டில்	பாட்டலே	பாட்டாளி	

Bear	பியர்	பியர்	பொறை	
Beat	பீட்	பெயட்	பிடி, பேத்து	அடிச்சு பேத்து விடு
Beauty	ப்யூட்டி	பியுட்டி	வியத்தகு	வியத்தகு – பியத்தகு – பியுட்டி
Beetle	பீட்டில்	பீட்லே	விட்டில்பூச்சி	விட்டில் – பிட்டில் – பீட்டில்
Beg	பெக்	பெக்	வெஹ்கு	வெஹ்கு – பெஹ்கு – பெக்கு
Belief	பிலிஃப்	பெலிஃப்	தெளிவு/வலிவு	வலிவு – வலிஃவ் – பலிஃப் – பிலிஃப்
Berry	பெர்ரி	பெர்ரி	பேரிக்காய்	
Bhuva (Sanskrit)	புவ	புவ	புவி	பூவனம்
Birth	பெர்த்	பிர்த்	விருத்தி	விருத்தி – பிருத்தி – பிர்த் – பெர்த்
Birth	பெர்த்	பிர்த்	விருத்தி, பிறப்பு	விருத்தி – பிருத்தி – பெர்த்
Blue	ப்ளூ	ப்ளூ	பீலி	பீலி – ப்ளூ
Bond	பான்ட்	போண்ட்	பந்தம்	
Born	பார்ன்	போர்ன்	பிறந்து	பிறன்(து) – பிரான் – பார்ன்
Borrow	பாரோவ்	போரோவ்	வரவு	வரவு – பரவு – பாரோவ்
Boutique	பொடிக்	பௌடிக்	பெட்டிக்கடை	
Boy	பாய்	போய்	பையா, பையன்	
Branch	பிராஞ்ச்	பிராஞ்ச்	விரிஞ்சி/விரிந்து	கிளை விரிந்து
Brave	பிரேவ்	பிரவே	வீராவேசம்	வீராவேசம் > பிராவேசம் > பிரவே
Burner	பர்னர்	புர்னேர்	பரணி	பரணி என்றால் அடுப்பு
Burry	பர்ரி	பர்ரை	பறி	குழி பறித்தல்
But	பட்	புட்	பட்சே	மலையாளம்
Butler	பட்லர்	புட்லெர்	வட்டில், (பட்ல – கன்னடம்)	பட்ல–தட்டு
Buttock	பட்டக்	புட்டோக்	புட்டம்	
Bye	பை	பியே	போய்	போய் வா
Calendar	காலேண்டர்	காலண்டர்	கால அண்டம்	
Canal	கெனால்	கனல்	கன்னல்	கன்னல் – நீர்ப்பாண்டம்;
Cap	கேப்	காப்	காப்பு	
Capital	கேபிட்டல்	காபிடல்	காப்பீட்டல்/ காப்பு இடல்	காப்புத்தொகை
Capture	கேப்ச்சர்	காப்டுரே	காப்பு துறை	

Care	கேர்	கரே	(அக்)கறை	
Carry	கேறி,	காற்றி	கேறி, கேற்றி	கேறு – ஏறு; (மலையாளம்)
Cat	கேட்	காட்	கடுவ	
Catalogue	கேட்டலாக்	கட்டலோகு	கடலாசி (மலையாளம்)	
Catherine/ Kathryn	கேத்தரின்	காத்தேரின்	காற்று கணை	
Cattle	கேட்டில்	காட்லே	காட்டில், கட்டல், கட்டுதல்	
Caution	காசன்	கௌதியன்	கடியன்	கடுமை
Cavalry	கவல்ரி	கவல்ரை	காவல்/ காவலறை	
Celebrity	செலிப்ரிட்டி	செலிப்ரிட்டடை	செல்ல பரத்தை	பரத்தை – நாட்டிய தேவதாசி;
Cheat	சீட்	சேயத்	சீத்த (மலையாளம்); சதி	சீத்த – கெட்ட; சதித்தல்
Cheer	சியர்	சீர்	சீர்	ஊக்கம்
Chore	கோர்	சோறே	சோரம்	சோர்வு; Boring or routine task
Church	சர்ச்	சுர்ச்	சர்ச்சை	சர்ச்சை – ஆலோசனை / விவாதம் (மலையாளம்) செய்யும் இடம்;
Chromo some	குரோமோசோம்	குரோமொசொமே	கரும சுமை	கரு சுமை;
Civil	சிவில்	சிவில்	சிவ இல்	சிவ இல்லம்
Clan	க்லான்	க்லான்	கிழான் / குலம் / குலன்	
Clay	க்ளே	க்ளய்	களி	களிமண்; களி – க்ளே
Clean	க்ளீன்	க்ளீன்	கழனி கழுவு	
Client	க்லையன்ட்	க்ளியேன்ட்	கிலைஞன்	
Climb	க்ளைம்ப்	கிளிம்ப்	கிளம்பு	
Cock	காக்	கோக்	கொக்கு காக்கை	
Cocoon	ககூன்	கொகூன்	குகை (கூடு)	
Code	கோட்	கோடே	கோடாமை	நியதி
Coir	காயர்	கோயர்	கயிறு	
College	காலேஜ்	கொல்லேகே	கல்(வி) அகம்.	
Colour	கலர்	கோலோர்	கோலம், களர், கோல் அவுரி	

Combine	கம்பைன்	கோம்பினே	கூம்பு இணை	கூம்பு – கூட்டு;
Come	கம்	கோமே	அகம்	அகத்தேக்கு வா
Conch	கஞ்ச்	சாஞ்ச்	சங்கு	
Conduct, Condition	காண்டக்ட், கண்டிசன்	கொண்டக்ட்,	கண்டிப்பு	
Cone	கோன்	கோனே	கூம்பு / கூன்	
Conquer	கண்குவர்	கோன்குவெர்	கண்கவர் / கொண் கவர்	கொண்டு கவருதல்
Continent	காண்டினென்ட்	கொண்டினென்ட்	கண்டம்,	
Cool	கூல்	கூல்	குளிர்	
Cop	காப்	கோப்	காப்பு	காப்பவன்
Copernic	கொபெர்நிக்	கொபெர்நிக்	கோப்பெரு	கோப்பெருஞ் சோழன்
Corn	கார்ன்	கோர்ன்	குருணை	
Cotton	காட்டன்	கோட்டோன்	கோர்த்ததுணி	கோர்த்ததுணி – கோத்துணி – காட்டன்
Cough	கஃப்	கௌப்	கபம்	கப – கஃப்
Court	கோர்ட்	கூர்ட்	கோடாதி, கொற்றம்	
Couture (French)	கூச்சூர்	கௌதுரே	கைத்தறி	
Conduct	கண்டக்ட்	கொண்டுக்ட்	கொண்டு விட்டு, கொண்டுட்டு	
Cover	கவர்	கோவர்	கவர்	சூழுதல்/கொள்ளை
Cow	கௌ	கோவ்	கோ	பசு, மாடு
Crime	க்ரைம்	க்ரிமே	கிருமி/கருமி	
Criminal	க்ரிமினல்	க்ரிமினல்	கிருமி ஆள்	
Crock	க்ராக்	க்ரோக்	கிறுக்கு	
Crook			குறுக்கு குறும்பு	
Crown	க்ரௌன்	க்ரௌவ்ன்	குறவன்/குரவன்	தலைவன்
Cry	க்ரை	க்ரை	கரை	அழு
Curl	கர்ல்	சுர்ல்	சுருள்	சுருள் – சுர்ல் – கர்ல்
Curriculum	கரிகுலம்	குற்றி குலம்	குருகுலம்/கற்ற குலம்	
Curve	கர்வ்	குர்வே	குறுகு	குறுகி இருத்தல்
Custody	கஸ்டடி	குஸ்டடி	கட்டி அடை	
Day	டே	டாய்	உதயம்	உதய – உடே – டே
Degree	டிகிரி	டிகிரி	திகிரி	
Demon	டேமன்	டேமொன்	தாமன்	தமோகுணம், தாமன்
Detect	டிடேக்ட்	டேடேக்ட்	தேடு, தடவு	
Devil	டெவில்	டெவில்	தேவ இல்லை	தெய்வ குணம் இல்லாத

Dictate	டிக்டேட்	டிக்டடே	திக்கு ஆட்டு	
Dictionary	டிக்சனரி	டிக்தியோனரி	திக்கன் அறை	திக்கன் என்பது 'வாய்ச்சொல்' லோடு ஒத்த சொல்லாக இருக்கலாம். திக்கு வாய் என்பது போல்.
Donate	டொனேட்	டொனடே	தானம் தா	
Door	டோர்	தூர்	திறவு / தோரோசி (சமஸ்கிருதம்)	துவாரம்
Dragon	டிராகன்	டிராகோன்	தீ அரக்கன்	
Draught	ட்ராட்	ட்ரௌட்	தரை வறட்டு / தரை வெட்டு	தரைவெட்டு – தரவெட் – ட்ராட்
Draw	டிராவ்	டிராவ்	திறவு	திறவு – திராவ் – ட்ராவ்
Dream	ட்ரீம்	ட்ரீயம்	திரியம் / த்ரிஷ்யம் / திருஷ்டி	காட்சி
Dry	ட்ரை	ட்ரை	தரை / தரிசு	ஈரப்பதம் இல்லாத நிலம்
Dust	டஸ்ட்	டுஸ்ட்	துடை/தூசி/துத்த	துத்த – துஷ்ட – டஸ்ட்
Eat	ஈட்	இயட்	இடு/ஈட்டு	வாயில் இடு
East	ஈஸ்ட்	இயஸ்ட்	ஈசானிதிக்கு	ஈசானிதிக்கு – ஈசதிக்கு – ஈசத் – ஈஸ்ட்
Echo	எக்கோ	எக்கோ	எக்காளம்	எக்காள ஒலி
Economy	எகனாமி	ஈகோனோமை	ஈகை	
Education	எஜுகேசன்	எடுகாடியன்	ஏடு கட்டல்/ கற்றல்	
Elegies	எல்ஜி	எலேகி	எழுச்சி	
Elite	எலைட்	எளிதே	எளிது	
Emperor	எம்பெரர்	எம்பேரோர்	எம்பிரான்	
End	என்ட்	என்ட்	அந்தம்	அந்தம் – முடிவு; அந்த – எந்த – என்ட்
Energy	எனெர்ஜி	எனேர்கை	எழு உணர்ச்சி	எழுஉணர்ச்சி – எஷ்ணர்ச்சி – எனெர்ஜி
Enough	எனஃப்	எநௌக்	இணைவு	
Environ ment	என்வைரான் மெண்ட்	என்வைரான் மெண்ட்	என் வரையின் மந்தை/மன்றம்	
Era	இரா	எரா	இறை	
Erosion	எரோசன்	எரோசியன்	அரிச்சு	

Evening	ஈவினிங்	எவேநிங்	அவ நீங்கு/ அவை நீங்கு/ எல் நீங்கு	அவ என்பது சூரியனை குறிப்பதாக இருக்கலாம்; எல்நீங்கு – எநீங்கு – இவினிங்;
Extra	எக்ஸ்ட்ரா	எக்ஸ்ட்ரா	எச்சம்	
Fall	ஃபால்	ஃபால்	வீழ்/பாழ்/பலி	பாழாகுதல்
Factory	ஃபேக்டரி	பக்டோரை	பட்டறை	
Fancy	ஃபேன்சி	பான்சை	வாஞ்சை	வாஞ்சை – பான்சை – ஃபேன்சி
Fashion	பேஷன்	ஃபாசியன்	பாசி ஆயன்	பாசி விற்பவன்
Farmer	ஃபார்மர்	ஃபர்மர்	பரிமர்	பரி என்றால் பொருள்; பொருள் விளைவிப்பவர்
Fate	ஃபேட்	ஃபடே	விதி/பாதை	விதி – பிதி – ஃபடே – ஃபேட்;
Father	ஃபாதர்	ஃபாதர்	பட்டர்	
Fatigue	ஃபேடிக்	ஃபடிக்	பேடிகை	
Feed	ஃபீட்	ஃபீட்	ஊட்டு	ஊட்டு – ஓட்டு – ஓட் – ஃபூட் – ஃபீட்
Ferry	ஃபெர்ரி	ஃபெர்ரி	பரி(சல்)	
Fight	பைட்	பிட்	(களரி) பயிற்று	கேரளாவில் ஒரு வகையான சண்டை
Finger	பிங்கர்	பிங்கேர்	உங்கர், பிஞ்சு கரம்	பிஞ்சுகரம் – பிஞ்சுகர் – பிங்கர்
Fir (Sanskrit)	ஃபிர்	ஃபிர்	பிறகு	பிற(கு) – பிற –ஃபிர்
Fire	ஃபயர்	ஃபிரே	பொறி	
Flame	ஃப்லேம்	ஃப்லமே	பிழம்பு	
Flower	ஃப்ளவர்	ஃப்ளோவெர்	புள், புலரி	புலரு
Food	ஃபுட்	ஃபுட்	புட்டு/ஊட்ட (சத்து)	ஊட்ட – ஓட்ட – ஃபுட்
Fool	ஃபூல்	ஃபூல்	புல்	புல்லன்
Free	ப்ரீ	ப்ரீ	ப்ரிய	
Funus	ஃபுனஸ்	ஃபுனஸ்	பிணம்	பிண – பினஸ் – ஃபுனஸ்
Fungus	ஃபங்கஸ்	ஃபுங்குஸ்	பூஞ்சை	பூஞ்சை காளான்
Future	ஃப்யுச்சர்	புடுரே	புது உறை/ புதிர்	
Gain	கெயின்	கயின்	கை ஆயம் / கையில்	ஆயம் – வருமானம்; கைஆயம் – கையாய – கையி

Gallery	கேலரி	காலெரி	கோளரி (கோள் அறிதல்) / கால அறை	
Gamy (Monogamy, Polygamy)	கமி	காமை	காமி (கைம்மை)	சிவகாமி,
Gate	கேட்	கதே	கதவு	
Gene	ஜீன்	ஜெனே	சினை	சினை – ஜினை – ஜீன்
Genocide	ஜினோசைட்	கெனோசிதே	ஜன சிதை	
Georgious	ஜார்ஜியஸ்	கெயோர்ஜியஸ்	காரிகை	
Get	கெட்	கெட்	கட்டு/கிட்டு	கட்டுதல், கிட்டுதல்
Good(s)	குட்	கூட்	கூடை	பொருள் கூடை
Goggle	காகிள்	கோகலே	கொப்புளி	
Gold	கோல்ட்	கோல்ட்	கொழுந்து, கொழுது	அறிவுக் கொழுந்து, தீ கொழுந்து
Gothic	கோதிக்	கோதிக்	கோத்திரம்	கோதை; கோத
Govern	கவர்ன்	கோவெர்ன்	கோ அரண்	
Governor	கவர்னர்	கோவெர்னர்	கோ அரணர்	
Grace	கிரேஸ்	கிரேசெ	கரிசனம்	கரிசன – கரிச – கிரேசே – கிரேஸ்
Ground	க்ரவுண்ட்	க்ரௌண்ட்	கிரந்தம் / கிரையம்	கிரந்தம்
Growth	க்ரோத்	க்ரோத்	குருத்து	
Gyan (Sanskrit)	கியான்	கையன்	ஞானம்	
Hair	ஹெயர்	ஹயிர்	கயிர்	
Handle	ஹேண்டில்	ஹன்ட்லே	ஏந்தல்	ஏந்தல் – ஹேந்தல் – ஹேண்டில்
Hard	ஹார்டு	ஹார்டு	கரடு, அரிது	அரிது – ஹரிது – ஹார்டு
Hari (Malay Language)	ஹாரி (நாள்/ பகல்)	ஹரி	அரி	சூரியன்
Harvest	ஹார்வெஸ்ட்	ஹர்வெஸ்ட்	அறுவடை/ அறுவெட்டு	அறு – ஹரு– ஹார்; வெட்டு–வெஸ்ட்
Haute Couture	ஆட்கூச்சூர்	ஹௌடே குதுரே	ஆடை கூட்டு துறை / ஆடை கைத்தறி	
Heal	ஹீல்	ஹியல்	இயல்	இயல்பாக்குதல்
Hear	ஹியர்	ஹியர்	ஒரு	ஒரு – கேள்; ஒரு – ஹொரு – ஹியர்
Herd	ஹெர்ட்	ஹெர்ட்	எருது (கூட்டம்)	எருது > ஹெருது

Heart	ஹார்ட்	ஹியர்ட்	இருதயம்	இருதய – ஹ்ருதய – ஹ்ருத் – ஹார்ட்
Hit	ஹிட்	ஹிட்	இடி	இடி > ஹிடி > ஹிட்
Hoist	ஹோய்ஸ்ட்	ஹோய்ஸ்ட்	ஒசத்து	ஒசத்து – ஹொசத்து – ஹோயஸ்ட்
Hole	ஹோல்	ஹோலே	உலை	உலை – ஹோலை – ஹோல்
Home	ஹோம்	ஹோமே	அகம்	அகம் – வீடு
Honey	ஹனி	ஹோநெய்	ஒள்நெய்	ஒள் – பூ/வண்டு;
Hood	ஹூட்	ஹூட்	குடை	
Hook	ஹூக்	ஹூக்	ஊக்கு/கொக்கி	
Hope	ஹோப்	ஹோபே	ஒப்ப	ஒப்புதல்
Hour	அவர்	ஹோர்	ஓரை	
House	ஹவுஸ்	ஹூசே	வீடு	வீடு > ஊடு > ஹூடு >ஹூசு
Howl	ஹவுல்	ஹோவுள்	ஊளை	ஊளையிடுதல்; ஊளை – ஹூளை – ஹவுல்
Idea	ஐடியா	இடிய	இடித்து	திருத்தி
Ignite	இக்னைட்	இக்நிடே	அக்னித்தீ	
Ill	இள்	இள்	இழி	இழிந்த
Imagine	இமேஜின்	இமகினே	இமைக் கணம்	இமைத்தல், கண் இமைக்காமல் கனவு காணுதல்
Income	இன்கம்	இன்கோமே	இணக்கம்/இன் ஆக்கம்	ஆக்கம் – வருவாய்;
Invite	இன்வைட்	இன்விடே	இன் வைத்து, இன்விடை	பத்திரிக்கை வைத்தல்
Jacket	ஜாக்கெட்	ஜாக்கெட்	சாக்குசட்டை	சாக்குசட்டை – ஜாக்கிசட் –ஜாக்கெட்
Jaggery	ஜாகெரி	ஜாகெரி	சர்க்கரை	சர்க்கரை–ஜர்கேரி–ஜாகெரி
Jail	ஜெயில்	ஜெயில்	எயில்	கோட்டை; எயில் > யேயில் > ஜெயில்
Judaism	ஜூடாயிசம்		இடையன்	இடையன்–யிடையன்–ஜுடையன்–ஜூடாயிசம்;
Jump	ஜம்ப்	ஜும்ப்	எம்பு	எம்பு – யெம்பு–ஜம்பு
Junction	ஜங்சன்	ஜன்க்தியன்	சுங்கத் தாயம்/திணை	சுங்கத்திணை–சுங்க்தியன்–ஜங்சன்
Kapdaa	கப்டா	கப்டா	காப்பு உடை	காப்புடை–காப்ட–கப்டா

Karate	கராட்டே	கராட்டே	கர அடி	
Keen	கீன்	கீன்	கேண்மை	interest;
Kill	கில்	கில்	கொல்/கிள்	கிள்ளு; தலையைக் கிள்ளு
Knack	நாக்	க்னக்	நேக்கு/கணக்கு	
Kshetra (Sanskrit)	க்ஷேத்ர	க்ஷேத்ர	சத்திரம்	
Lack/Lag	லேக்	லக்	கலக்கம்	கலக்க–லக்க–லேக்
Lady	லேடி	லாடை	கிழவி, கிழடி	கிழடி–ழடி–லேடி
Lady	லேடி	லடை/லடி	(கி)ழடி	பணக்கார பெண்மணி
Lake	லேக்	லகே	குளக்கரை	குளக்கரை– ளகரே–லேக்
Lane	லேன்	லானே	களன் /கழனி	கழனி–ழனி–லேன்
Laundry	லாண்டரி	லாண்டரி	புலந்தர் அறை/ காழியர்	
Lavarotory	லாவரடரி		கழிவறை	
Leave	லீவ்	லீவே	கழிவு	கழிவு–ழிவு–லீவ்
Lemon	லெமன்	லெமோன்	எலுமிச்சை	எலுமிச்சை–லுமிச்சை –லுமி–லெமன்
Letter	லெட்டர்	லெட்டெர்	எழுத்தர்	எழுத்தர்–ழுத்தர்–லெட்டர்
Level	லெவல்	லெவெல்	அளவில்	அளவில்–ளவில்–லெவல்
Library	லைப்ரரி	லிப்ரறை	கல்வியறை	கல்வியறை–ல்வியறை–லிபியறை–லைப்ரரி
Lie	லை	லி	கலி	கலி– பொய்,கோபம்;
Lime	லைம்	லிமே	எலுமிச்சை	எலுமி–லுமி–லைம்
Literature	லிட்ரேச்சர்	லிடேரதுரே	எழுத்தர் துறை	
Lithic	லிதிக்	லிதிக்	எழுத்து	
Mad	மேட்	மட்	மடம், மடையன்	மடத்தனம்
Madam	மேடம்	மாடம்	மடந்தை/மாட அம்மை/ மடத்து அம்மை	பெண்ணின் ஒரு பருவம், மாடி வீடு அம்மா,
Magazine	மேகசின்	மகசினே	மகிழினி/மகிழ் இணை	படித்து மகிழுதல்
Maglene	மக்ளேனே	மக்ளேனே	மகளிர்	மகளான;
Malayasia	மலேசியா	மலாய்ஆசியா	மலை ஆதியா	மலை ஆதியன்
Male	மேல்	மலே	மால், மலை	மலையன்
Man	மேன்	மன்	மனம்/மனிதன்	
Mandate	மேண்டேட்	மண்டதெ	மாண்டது	சிந்திப்பது
Manner	மேனர்	மன்னேர்	மன நேர்	
Manual			பனுவல்	

Manure	மேன்யுர்	மனுரே	மண் உரம்	
Manufac turer	மேனுபாக்சரர்	மனுபக்துரேர்	மனு பட்டறை/ பட்டர்	
Marriage	மேரேஜ்	மாற்றி அகே	மருவு/மாறு அகம்	மறு அகம்;
Martyr	மார்டைர்	மார்டைர்	மரித்து	
Marvel	மார்வெல்	மார்வெல்	மற வேல்	மறம் – வீரம்
Matador	மேடடோர்	மாட்டடோர்	மாட்ட தூர்(மாடு)	Bullfight
Match	மேட்ச்	மாட்ச்	மாட்சி	மாட்சி – வீரம்;
Mathematics	மேத்தமேடிக்	மதேமடிக்	மதிமாட்சி / மெத்தமதி / மாற்று மதி	
Mayor	மேயர்	மாயோர்	மாயோன்	
Me	மி	மெ	மெய்	'ய்' மறைந்து போதல்
Me, My	மி, மை	மெ, மை	மெய் (உடல்)	
Medicine	மெடிசின்	மெடிசினே	மடி சினை / மட சினை / மடி கிணை / மடி கணை	மடி – சோம்பல்; நோயுற்றால் சோம்பல் வரும்.
Mega	மெகா	மெகா	மகா	
Meet	மீட்	மீட்	மீட்ட (வரும்)	
Mesolithic	மெசொலிதிக்	மெசொலிதிக்	மிசை எழுத்து	மிசை – இடைப்பட்ட
Middle			மடுவில்	மடுவில் – இடையில்; மடுவில் – மடுல் – மிடில்
Missile, Mis sion	மிசைல், மிசன்	மிசிலே, மிசயொன்,	மிசை	மிசை – மேலே
Monkey	மங்கி	மோங்கி	மந்தி	
Mortuary	மார்ச்சுவரி	மோர்த்துஅறை	மரித்தவர் அறை	மரித்தவர்அறை – மரித்தவறை – மார்ச்சுவரி
More	மோர்	மோரே	முறை	இன்னொரு முறை
Morning	மார்னிங்	மோர்னிங்	மார் நீங்கு / மால் நீங்கு	மார் என்பது குளிர் அல்லது இருட்டை குறிப்பதாக இருக்கலாம். மார்கழி என்பது போல். மால் என்பது இருட்டு;
Mosquito	மொஸ்கிட்டோ	மொஸ்குட்டோ	மொசுக் கொட்டை / மொசுக் கொட்ட/ மோசக் கொட்டு	மோசாமாக கொட்டுவது

Mother	மதர்	மோதேர்	மாதர்	
Mound	மவுண்ட்	மோஉண்ட	மாகுன்று	மாஉருண்டை
Mouse	மவுஸ்	மௌஸ்	மூசுறு	மூசுறு – மூசு – மௌஸ்
Mud	மட்	முட்	மட்(பானை)	
Murmer	மர்மர்	முர்மேர்	மர்மரம் (மலையாளம்)	கிசுகிசுப்பு
Nakshathiraa (Sanskrit)				நாள் சந்தி தீரம்
Namaas (Urudu)	நமாஸ்	நமாஸ்	நமசிவாய	
Native	நேடிவ்	நாடிவே	நாடு / நாட்டு	
Nature	நேச்சர்	நடுரே	நாடு உறை	
Near	நியர்	நேயர்	நேர்	நேருக்கு நேர்;
Neat	நீட்	நேயட்	நீத்து	அதை தவிர்த்து
Neolithic	நியோலிதிக்	நெஒலிதிக்	நவ எழுத்து	நவ – நய – நியோ
New	ந்யு	நெவ்	நவ(நாகரிகம்)	நவ – நய – ந்யு
No	நோ	நோ	நோன்பு	தவிர்த்து
North	நார்த்	நோர்த்	நேர்த்தி திக்கு	நேர்த்திக்கு – நேர்த் – நார்த்
Nose	நோஸ்	நோசே	நாசி	
Note	நோட்	நோடே	நோட்டம்	
Now	நவ்	நொவ்	நனவு	
Nut	நட்	நுட்	நட்ட நடு	கொட்டை
Ocean	ஓசன்	ஓசியன்	ஓசை	ஆர்ப்பரிக்கும் கடல்
Odyssey	ஒடிசி	ஓடைசேய்	ஆத்திசூடி	
One	ஒன்	ஓனே	ஒன்னு/ஒன்று	
Orange	ஆரஞ்சு	ஓரங்கே	நாரங்காய் (எலுமிச்சை)	நாரங்கா – ஓரங்கே – ஆரஞ்சு
Orphan	ஆர்பன்	ஓர்பன்	ஒருவு	ஒருவு – அநாதை; ஒருவன் – ஒருபன் – ஆர்பன்
Otto/Eight	எயிட்	எயிட்	எட்டு	
Ought	ஆட்	ஔட்	ஒட்ட	பருவத்தே ஒட்ட
Out	அவுட்	ஒவுட்	அவுத்து	அவுத்து விடு
Pad	பேட்	பட்	ஏடு/பேடு (செப்பேடு)	ஏடு–வேடு–பேடு
Page	பேஜ்	பகே	பக்கம்	
Pain	பெயின்	பய்ன்	பிணி	
Pale	பேல்	பலெ	பாலை	
Paleolithic	பெலியோலிதிக்	பலெஒலிதிக்	பழைய எழுத்து	பழையயேழுத்து – பழயோழுத்து – பெலியோலிதிக்

Pan	பேன் (பேன் இந்தியா)	பன்	பன்	'பன்'னாட்டு
Pariwar (Hindi)	பரிவார்	பரிவார்	பரிவாடி (மலையாளம்)	பரி ஆரம்;
Party	பார்ட்டி	பார்ட்டை	பரத்தை	பரத்தையர் ஆடல் பாடல் புரிபவர்
Pass	பாஸ்	பாஸ்	வழி	வழி – வசி – பசி – pass
Passion	பாசன்	பாசியன்	பாசம் / பசுமை	
Passenger	பாசெஞ்சர்	பசெங்கர்	பாத சஞ்சாரி	
Pastrol	பேஸ்ட்ரோல்	பஸ்ட்ரோல்	பசுத்திரள்	பசுக்கூட்டம்; மேய்த்தல்
Path	பாத்	பாத்	பாதை	
Peacock	பீகாக்	பீகொக்	பீலி கொக்கு	
Pearl	பெர்ல்	பியர்ல்	பரல்	
Pearl	பெர்ல்	பியர்ல்	பரல்	முத்து
Pedestrian	பெடேஸ்ட்ரியன்	பெடேஸ்ட்ரியன்	பாதசாரி/ பாத திரியன்	
Peel	பீல்	பீல்	பிளி	பிளி – பிள் – பீள்
Peon	ப்யூன்	பெயோன்	பையன்	
Pet	பெட்	பெட்	பெட்டத்தக்க தாகி, பெட்டாங்கு	விரும்பத்தக்க
Petal	பெடல்	பெடல்	படல்	
Petite	பெடைட்	பெடிடே	பெட்டை, பேதை பெதும்பை	பெண் / பெண்ணின் பருவங்களில் ஒன்று
Pill	பில்	பில்	வில்லை (மாத்திரை)	வில்லை – பில்லை – பில்
Pin	பின்	பின்	பின்னு/பிணை	பின்னுதல்
Pipe	பைப்	பிபே	பீப்பி	
Pirate	பைரேட்	பிரட்டே	பரத்தை	
Play	ப்ளே	ப்ளய்	விளையாட்டு	விளை – பிளை – ப்ளே
Plough	ப்ளவ்	ப்லௌ	உழவு/பிளவு	உழவு – வுழவு – புழவு
Poetry	பொயட்ரி	போட்றி	போற்றி	போற்றிப்பாடுதல்
Poison	பாய்சன்	பொய்சொன்	பூசனம்	
Poll	போல்	போல்	வோலை	ஓலை – வோலை – போலை – போல்
Pollution	பொல்லுசன்	பொள்ளுதியன்	பொள்	பொள்ளாப்பு; பொள்ளுதல்;
Poly	பாலி	போலை	பல	
Poor	புவர்	பூர்	புரவு	புரத்தல்

Poor	புவர்	பூர்	பூரியர்	கீழ்மக்கள்
Poori (Hindi)	பூரி	பூரி	பொரி/ பூரிப்பு	பொரித்தல், பூரிப்படைதல்
Port	போர்ட்	போர்ட்	பொருட்டு, பொருத்து	கப்பலை கரையோடு பொருத்தும் இடம்
Port	போர்ட்	போர்ட்	பொருத்து	கப்பலை பொருத்தும் இடம்
Poun, Pound	பவுண்ட்	பௌண்டு	பொன்	
Pray	ப்ரே	ப்ரை	பரை (மலையாளம்)	சொல்லுதல், வேண்டுதல்
Precious	ப்ரிசியஸ்	ப்ரிசியௌஸ்	பரிசுத்தம்	பரிசுத்த – பரிசுச – ப்ரிசியஸ்
Press	ப்ரெஸ்	ப்ரெஸ்	பிரசுரம்	
Pride	பிரைடு	ப்ரிடே	பீடு, பிரிது,	பெருமிதம், பிரியம்
Pride, Proud			புரை (அறிவு)	
Priest	ப்ரீஸ்ட்	ப்ரீஸ்ட்	ப்ரீத்தி	ப்ரீத்தி செய்பவர்
Prize	பிரைஸ்	பரிசே	பரிசு	
Programme	ப்ரோகிராம்	ப்ரோகிரம்மே	பராக்கிரமம்	செய்கை,
Prostitute	பிராஸ்டிட்யுட்	ப்ரோஸ்திதுடே	பரத்தை தூது / துதி	
Puberty	புபெர்ட்டி	புபெர்ட்டி	பூப்பறித்து	பூப்பெய்தல்
Pull	புல்	புல்	புல்லுதல்	தழுவுதல்
Push	புஷ்	புஷ்	உசுப்பு	உசுப்பு – வுசுப்பு – புசுப்பு – புஷ்
Pyramid	பிரமிட்	பைரமிட்	பெரு மேடு	பெரிய மேடு
Rain	ரெயின்	ரயின்	காரியன்	கார் ஆயன்; காரியன் – ரியன் – ரெயின்
Ranch	ராஞ்ச்	ராஞ்ச்	ரங்கம் / கரந்தை	கரந்தை – ரந்தை – ராஞ்ச்;
Range	ரேஞ்ச்	ரங்கே	ரங்கம்	
Real	ரியல்	ரியல்	இயல்	இயல்பான
Red	ரெட்	ரெட்	ரத்த	ரத்தம்; ரத்த நிறம்
Red	ரெட்	ரெட்	ரத்த	
Revenue	ரெவேன்யு	ரெவெனுயே	வரவு	
Rib	ரிப்	ரிப்	மார்பு	மாரிபு – ரிபு
Ring	ரிங்	ரிங்	கரங்கு (சுற்று)	கரங்கு – ரங்கு – ரிங்
Rip	ரிப்	ரிப்	அரிப்பு	அரிப்பு – அரிப் – ரிப்
Robbery	ராபறி	ரோப்பேறை	ராப்பறி	இரவுப்பறி;
Roll	ரோல்	ரோல்	உருள்	உருள் – ருள் – ரோல்
Room	ரூம்	ரூம்	மறை(ப்பு)	

Rule	ரூல்	ருளே	அருள்	அருள் – ருள்
Sad	சேட்	சட	சாடு	சாடுதல் (திட்டுதல்)
Sage	சேஜ்	சகே	சகா,	சகாவு
Same	சேம்	சமே	சம	சமமான
Same	சேம்	சமே	சம	
Sandhya Vanthanam (Sanskrit)	சந்த்யா வந்தனம்	சந்தியா வந்தனம்	சந்தி	வந்தன – வன் தன; வரும் தனம் (குணம்)
Sanitary	சானிடரி	சானிடரை	சாணித் தரை / சாணித்துணி அறை	
Savage	சேவேஜ்	சவகே	சேவகம்	
Save	சேவ்	சவே	சேவை	
Say	சே	சாய்	செவி சாய்	
Scent	சென்ட்	ஸ்சென்ட்	சுகந்தம்	சுகந்த – ஸ்கென்ட் – சென்ட்
Scion	சியான்	சியான்	சீயோன் / சேயோன்	
Scorpion	ஸ்கார்ப்பியன்	ஸ்கொர்பியோன்	கரிப்பான், கரப்பான்	
Screen	ஸ்க்ரீன்	ஸ்க்ரீன்	சு கீர(ன்)	வெள்ளை ஒளி; வெள்ளைத் திரை
Sell	செல்	செல்	செலுத்து, செல்லுபடி, செலவு	
Semi	செமி	செமி	'செம்'பாகம்	சரிபாகம், சரி சமம்
Settlement	செட்டில்மெண்ட்	செட்லேமெண்ட்	சேத்த மந்தை	
Shadow	ஷேடோ	ஷடோவ்	சுவடு	
Sheriff	ஷெரிப்	ஷெரிப்	செறிவு	
Shirt	சர்ட்	ஷிர்ட்	சிரம் தை / சீர் தை	சீராக தைத்தது
Shoot	சூட்	சூட்	சுடு	
Shower	ஷவர்	ஷோவேர்	சோருது	
Shrine, Sherif	ஷெரிப்	ஷெரிப்	செறிவு	செறிவு – வீரம்
Sick	சிக்	சிக்	சீக்கு	
Silly	சில்லி	சில்லை	சல்லித்தனம் (தமிழ்) சல்லியம் (மலையாளம்);	முட்டாள்தனம்
Slow	ஸ்லோ	ஸ்லொவ்	சுளுவு, சுலப, சுலவ	
Sister	சிஸ்டர்	சிஸ்டர்	சிசு தர்	சிசு தருபவர் (பிரசவம் பார்ப்பவர்)
Site	சைட்	சிடே	சிதை, சுஇட.	

Sky	ஸ்கை	ஸ்கை	சிகை	சிகை – உச்சி Eg. Srilanka – skypal ace – sigaria
Slum	ஸ்லம்	ஸ்லும்	சலம்	வறுமை
Smooth	ஸ்மூத்	ஸ்மூத்	சுமூகம்/மிதம்	மிதமான
Snake	ஸ்நேக்	ஸ்நாகே	சீநாகம்	
Solve	சால்வ்	சொல்வே	சொல்லி வை	தீர்த்து வை;
Song	சாங்	சொங்	சங்கீதம்	
Soul	சோல்	சௌல்	சூல்	
South	சவுத்	சௌத்	சுக / சுப / சிவ திக்கு	சிவத்திக்–சவுத்
Speed	ஸ்பீட்	ஸ்பீட்	பீடு	பீடு நடை
Sponge	ஸ்பான்ஜ்	ஸ்போஞ்சே	பஞ்சு	
Star	ஸ்டார்	ஸ்டார்	தாரம்; தாரா;	தாரி (கன்னட) – பாதை
Stone	ஸ்டோன்	ஸ்டோனே	தூண்	
S–Tudent	ஸ்டுடன்ட்	ஸ்டுடென்ட்	தூதன்	
Sudden	சடன்	சுட்டேன்	சட்டென	
Suite	ஷ்யுட்	சுதே	சு இடம்	சுக இடம் – சுக இட – சுஇட் – ஷ்யுட்
Summit	சம்மிட்	சும்மிட்	சமிதி	
Su–Perior	சுபீரியர்	சுபெரியோர்	பெரியோர்	
Sycamore	சிகமோர்	சிகமோரே	சிகை மரம்	ஆலமரம்
Tall	டால்	டால்	தாள்(அடி)/ தலை	தலை – தல் – டால்
Tell	டெல்	டெல்	தெளிவு, தெளி	தெளிவாக்கு
Ten, Tenac ity	டெணாசிட்டி	டெணாசிட்டி	திண்மை	திண் – டெண்
Terminal/ Terminus	டெர்மினல்/ டெர்மினஸ்	டெர்மினல்/ டெர்மினுஸ்	தெரு முனை	
Terra (Por tugese)	டெர்ர	டெர்ரா	தரை	தரை – தர்ர – டெர்ர
Terrace	டெரஸ்	டேராசே	தரிசு	
Textile	டெக்ஸ்டைல்	டெக்ஸ்திலே	தைத்த இழை	
Theorem	தியரம்	தியோரம்	தேற்றம்	
Theory	தியரி		தெரிவு	
Think	தின்க்	தின்க்	திங்கள்	திங்கள் – சந்திரன்; மனிதன் சிந்தனையோடு தொடர்புடையது
Theatre	தியேட்டர்	தேயட்ரே	தேய திரை	தேயும் திரை
Thread	த்ரெட்	த்ரியட்	திரித்த	(கயிறு) திரித்தல்
Three	த்ரீ	த்ரீ	திரி	திரித்தல் திரிசடை

Throw	த்ரோ	த்ரோவ்	துறவு / துரவு	விட்டு விடுதல் / துரத்தல்
Ticket	டிக்கெட்	டிக்கெட்	திக்கு எட்டு, படிக்கட்டு	
Tip	டிப்	டிப்	துப்பு	
Tissue	டிஸ்யு	டிஸ்யு	திசு	
Titan	டைட்டன்	திட்டன்	தூதன், திடன்	திடமானவன்
Tour	டூர்	டூர்	தூர	தூரம் போகுதல்
Towel	டவல்	டோவெல்	துவாலை	
Tow	டோ	டோவ்	தாவு, தூவு	
Travel	ட்ராவெல்	திராவெல்	திருவலம்,	திரிவல – ட்ராவெல்
Trade	ட்ரேட்	த்ரடே	திரட்டு	
Tribunal	ட்ரிபுனல்	ட்ரிபுனல்	திரிபுனல்	
Tribute	த்ரிப்யுட்	த்ரிபுடே	திரிவிடை/ திருவிடை	
Trick	ட்ரிக்	ட்ரிக்	திரித்து	
Trinity	ட்ரினிட்டி	ட்ரினிட்டி	திரி நீதி	
Troy	ட்ராய்	ட்ரோய்	துறை	
Truncate	ட்ரன்கெட்	ட்ருண்கடே	தரம் கெட்டு	
Turn			துருவு, திரும்பு	
Umbrella	அம்ப்ரெல்லா	உம்ப்ரெல்லா	உம்பர் உள்ளே	உம்பர் என்றால் மேலிடம்;
Under	அண்டர்	உண்டர்	அண்டை; அண்மை; அந்தர்	அந்தரங்கம்
Up	அப்	உப்	உப்(பரிகை)	மேல் மாடம்
Upper	அப்பர்	உப்பர்	உப்பரிகை	உப்பரிகை, – மாடி; உப்புதல்,
Urine	யூரின்	உரினே	உவரி நீர்	உவரி நீர் – உவரிநீ – உரினே
Use	யூஸ்	உசே	உசிதம்	
Vain	வெயின்	வயின்	வயின்	அவர்வயின் விதும்பல்
Valentine	வேலன்டைன்	வாலன்தினே	வேலன் திணை / துணை	
Valentine	வேலன்டைன்	வலேன்டினே	வேலன் திணை / துணை	
Valley	வேளி	வல்லெய்	வெளி, வெளியே	வெட்டவெளி
Valour	வேலர்	வாலூர்	வாளர், வேலர்	Bravery
Value	வேல்யு	வல்யு	விலை	
Valve	வாள்வ்	வல்வே	வளைவி	வளைவி – வளவி – வால்வ்

Vanguard	வேன்கார்ட்	வன்குவர்ட்	வன் கவர்	Group leading the army
Vendor	வெண்டர்	வெண்டோர்	வேந்தர்	
Vengeance	வென்ஜென்ஸ்	வேங்கேன்சே	வஞ்சினம்	
Vengeance	வென்ஜென்ஸ்	வெஞ்சேயன்சே	வஞ்சினம்	வஞ்சின – வஞ்சினசு – வென்ஜென்ஸ்
Viceroy	வைஸ்ராய்	விசேரோய்	விசயராயன் / விசை ராயன்	
View	வியு	விஎவ்	வியம் / வியூகம் / வியப்பு	
Village	வில்லேஜ்	வில்ளகே	விளை அகம் / வளை அகம்	விளையும் இடம்; வட்டமான குடியிருப்பு.
Vintage	விண்டேஜ்	விண்டகே	விண்டகம்	
Virgin	வெர்ஜின்	விர்கின்	வரைவின்	வரைவின் மகளிர்
Virtue	வெர்ச்யு	விர்து	விருது	
Vision	விசன்	விசயொன்	விழி	விழி – விசி –
Vital	வைட்டல்	விட்டல்	விடை அளி / வீட்டில்	
Voice	வாய்ஸ்	வோய்செ	ஓசை	ஓசை – வோசை – வாய்ஸ்
Voice	வாய்ஸ்	வோய்செ	ஓசை	ஓசை – வோசை – வாய்ஸ்
Volcano	வல்கனோ	வோல்கனோ	வல்கண்ணன்	
Vote	வோட்	வோட்டே	ஓட்டு/ஓடு	ஓடு,ஓலை, குடவோலை
Vulture	வல்ச்சர்	வுல்டுரே	வல்லூறு	
Wage	வேஜ்	வாகே	வெகு, வகை,வாகை	வெகுமானம்
Wagon	வாகன்	வாகோன்	வாகனம்	
Wait	வெய்ட்	வய்ட்	வைத்து	
Wales	வேல்ஸ்	வாலஸ்	வலசு	சூரம்பட்டி வலசு, வளவு
War	வார்	வார்	(க)வர், வாரு	காலை வாரு
Warp	வார்ப்	வார்ப்	வார்ப்பு	
Waste	வேஸ்ட்	வஸ்டே	வெத்து / வெற்று, வஸ்து	வஸ்து > வற்றிய
Watch	வாட்ச்	வாட்ச்	வெட்சி	ஆநிரைகளை கவருதல்
Way	வே	வாய்	வாய்	
Way	வே	வாய்	(கணு)வாய்	வழி
Weave	வீவ்	வேயவே	வேயு	கூரை வேயுதல்
Wed	வெட்	வெட்	வதுவை	

Weft	வெப்ட்	வெப்ட்	வெப்பு, வெட்டு	ஊடை – வூடை – வெப்ட்
Welcome	வெல்கம்	வெல்கோமே	வள அகம் / வல் அகம்	வள – நல்ல; அகம் – உள்ளே; அகம் – (அ)கம் – கம்
Well	வெள்	வெள்	வெள்ளம்	கிணறு
Well	வெல்	வெல்	வளம்	வள – வெள – வெல்; வளமாக இருத்தல்
West	வெஸ்ட்	வெஸ்ட்	வாசதிக்கு	வாசதிக் – வாசத் – வெஸ்ட்
Wheel	வீல்	வீல்	வில்	வில்வண்டி
Whistle	விசில்	விஸ்ட்லே	விட்டில்	விட்டில் > விஸ்டில் > விசில்
White	வைட்	விடே	துவைத்து	
Wide	வைட்	விடே	வீதி/இடை	வீதி – அகலம் (மலையாளம்)
Wide	வைட்	விடே	வீதி	தெரு (தமிழ்), அகலம் (மலையாளம்)
Widow	விடோ	விடோவ்	விதவை	
Wife	வைப்	விபெ	வைப்பு	
Win	வின்	வின்	வினை	
Wind	விண்ட்	வின்ட்	விசும்பு, விந்து	
Wisdom	விஸ்டம்	விசடம் – விஸ் டம்	விகடம்	
Witch	விட்ச்	விட்ச்	விச்சி	
Woman	வுமன்	வோமன்	ஓமனே	
Word	வோர்ட்	வோர்ட்	வார்த்த	வார்த்தை – வார்த் – வோர்ட்
Work	வொர்க்	வொர்க்	ஒருக்கு	
Worry	வொரி	வொர்ரி	ஊறு/உறி/உறா	ஊறு – வூறு – வொறி
Worth	வொர்த்	வொர்த்	ஓர்த்து/ வரித்து	என்றும் உள்ள / நிலையான; ஓர்த்து – ஓர்த் – வொர்த்
Wound	வூன்ட்	வௌன்ட்	ஊன்	ஊன் – காயம்
Write	ரைட்	வ்ரித்தே	வரைத்து	வரைதல்
Young	யங்	யுங்	யுவன்	யுவன் – யுவங் –யங்
Zion	சியோன்	சியோன்	சேயோன்	
Zone	சோன்	ழோனே	கழனி	கழனி – ழனி – ழோனே

04

கடவுள் வழிபாடு

திங்கட் செல்வன் திருக்குலம் விளங்கச்
செங்கணா யிரத்தோன் திறல்விளங்கு ஆரம்
பொங்கொளி மார்பிற் பூண்டோன்வாழி
முடிவளையுடைத்தோன் முதல்வன்
சென்னியேன் றிடப் பெருமழை
யேய்தா தேகப் பிழையா
விளையுட்பெருவளஞ்சுரப்ப மழை
பிணித்தாண்ட மன்னவன் வாழ்கெனத்
தீதுதீர் சிறப்பிற் றேன்னனை வாழ்த்தி

(சிலப்பதிகாரம்: காடு காண் காதை)

மனிதனுடைய நாகரிக வளர்ச்சியில் மற்றொரு முக்கியமான பரிணாமமான கடவுள் வழிபாடு வழக்கத்தில் இருந்து தொல்தடயங்களை கண்டுபிடிக்க இப்பகுதியில் முயற்சி செய்யலாம். கடவுள் வழிபாடு பல ஆயிரக்கணக்கான வருடங்களுக்கு முன்பே தோன்றியது. ஆரம்பத்தில் வெறும் சடங்காக இருந்து வந்த அப்பழக்கம் பிற்காலத்தில் தற்பொழுது மனிதனின் அன்றாட வாழ்வில் ஒரு மிக முக்கியமான பழக்க வழக்கமாக மாறிவிட்டது. இந்த அத்தியாயத்தில் தற்போதைய கடவுள் வழிபாட்டுச் சடங்குகளில் காணப்படும் செயல்கள், அடையாளங்கள் மற்றும் சின்னங்களை, பழங்கால தொல்பொருள் தடயங்களோடும், இன்னும் பழங்கால கலாசார வாழ்க்கை முறையில் வாழும் பழங்குடி மக்களிடம் காணப்படும் வழக்கங்கள், அடையாளங்கள் மற்றும் சின்னங்களோடு ஒப்பிட்டு திராவிட, மற்றும் ஆரிய நாகரிக வேர்களைக் கண்டறிய முற்படுவோம்.

கடவுள் வழிபாடு தோற்றம்

காட்டுமிராண்டியாக இருந்த மனிதன், இயற்கை சக்திகளான சூரியன், காற்று, இடி, மின்னல் ஆகியவற்றைக் கண்டு பயப்பட்டபோது, தமக்கும் அப்பாற்பட்ட சக்தி உண்டு என உணர்ந்தான். அந்தச் சக்திகளை வழிபட ஆரம்பித்தான். மேலும் சில மிருகங்களின் குறிப்பிட்ட சக்தி காரணமாக அவற்றையும் வழிபட ஆரம்பித்தான். அதில் குறிப்பாக பாம்பு வழிபாடு. மிக முக்கியமான ஒன்று. மேலும், பழங்கால பழங்குடியினர் தங்களுடைய குலத்தில் இருந்த ஒரு மூத்த பெண்மணி மேலே கூறிய இயற்கை சக்திகளோடு தொடர்புடையவராகக் கருதி, அப்பெண்மணியை தெய்வமாகப் போற்றி வணங்கினர். கலாசாரம் தோன்றுவதற்கு முன்பு பழங்குடி குழுவை வழி நடத்தியது... அக்குழுவின் மூத்த பெண்தான். இன்றும், யானை, மனிதக்குரங்கு, கோழி போன்ற விலங்குகளின் கூட்டத்தில் தாய் விலங்கே தலைமை தாங்குகிறது என்பதை நாம் காண்கிறோம். குரங்கிலிருந்து தோன்றியதாக கருதப்படும் மனிதனின் கூட்டத்திலும் இதுவே பின்பற்றப்பட்டது. இந்த வழக்கம் பின்னாளில் தாய்த்தெய்வ வழிபாட்டுக்கு வழி வகுத்தது.

இந்தத் தாய்த்தெய்வ வழிபாடு, தமிழ் கலாசாரத்தில் கொற்றவை வழிபாடாக ஆகியது. கொற்றவை என்பது கொற்றம் + அவ்வை எனப் பொருள்படும். கொற்றம் என்றால் நாடு அல்லது மலை மக்கள் வசிக்கும் இடம். அவ்வை என்றால் மூத்த பெண்மணி. எனவே முதன்முதலில் கடவுள் வழிபாடு என்பது இயற்கை வழிபாடாகவும், குறிப்பிட்ட மிருகங்களின் வழிபாடாகவும் மற்றும் தாய்த்தெய்வ வழிபாடும் சார்ந்தே இருந்தது. அது சூரியனையும், சந்திரனையும், நெருப்பையும், மழையையும், பாம்பையும் மற்றும் கொற்றவையையும் வழிபடும் முறையாக இருந்தது. இக்காலத்தில் ஆண்தெய்வ வழிபாடு ஆரம்பித்திருக்கவில்லை.

இயற்கையின் ஆற்றலைப் பற்றிச் சிந்தித்த மனிதன் அதன் இயங்கு சக்தியை வழிபட்டான். பின்னர் கலாசாரம் மற்றும் வாணிகம் மேம்பட்டபோது, குழு என்பது ஒரு சமூகமாக மாறியபோது, 'பெண் தலைமை' என்பது மாறி 'ஆண் தலைமை' என்று மாறியது. ஆண்கள், வாணிகம் புரிவதற்கும், பல தொழில்கள் செய்வதற்கும், போர் புரிந்து குடி காப்பதற்கும் முக்கியமான ஆளாக மாறியபோது, அவர்கள் தலைமை

ஏற்க ஆரம்பித்தனர். இக்காலத்தில் ஆண்தெய்வ வழிபாடு முறை ஆரம்பித்தது. ஏற்கெனவே இருந்த இயற்கை சக்திகள், ஆண்தெய்வங்களாக மாற்றப்பட்டனர். சூரியன் சிவனாகவும், சந்திரன் இந்திரனாகவும், மழை வருணனாகவும், நெருப்பு அக்னியாகவும் மாறினர். பின்னர் அரசர்களை கடவுள்களுக்கு இணையாக கருதிய போது அவதார கூற்றுகள் உருவாகியது. கடவுள்களுக்கு மனைவியையும் மக்களையும் குடும்பத்தையும் உண்டாக்கினார்கள். மேலும் அரசர்களுடைய வாரிசு என்பது ஆண் மக்களுக்கே இருந்ததால், அவர்களே மேலும் கடவுள் அவதாரங்களாக ஆக்கினர். ஏனெனில் தொன்மங்களிலும், எந்த ஒரு கடவுள்களுக்கும் மகள் உருவாகாமல், அம்மகள்கள் தெய்வமாகவில்லை.

பின்னர் காலம் செல்லச் செல்ல, மனிதகுலத்தில் பிரிவுகள் ஏற்பட, புதுப்புது குலங்கள் உருவாகி, புது கடவுள்கள் உருவாகினர். புது மதங்கள் உருவாகின. சுமேரிய, அக்காடிய, பாபிலோனிய, யூத, புத்த, கிருத்துவ மற்றும் இஸ்லாமிய போன்ற மதங்கள் முறையே உருவாகின.

தாய்த்தெய்வ வழிபாடு

உலகில் தாய்த்தெய்வ வழிபாடுதான் முதலில் தோன்றியிருக்க வேண்டும். ஏனெனில் அக்காலகட்டத்தில் திருமணமுறை இல்லை. தந்தை யாரென்று தாய் சொல்லித்தான் தெரியவரும். ஆதிகாலத்தில் தாயே முதன்மையானவள். பெண்ணே ஒரு குடியின் மூத்த நபராக இருந்திருக்க வேண்டும். அவளே ஒரு குடியை வழி நடத்தியிருக்க வேண்டும். பிறப்பின் மகத்துவத்தைச் சிந்தித்த மனிதன் தாயை தெய்வமாக வழிபட்டான். திருமணமுறை வந்த பிறகே, குடும்ப அமைப்பு தோன்றிய பிறகே ஆண்தெய்வத்துக்கு முக்கியத்துவம் கொடுத்து ஆண்தெய்வங்களையே முதன்மையாக ஆக்கியிருக்கலாம். பண்டைய நாகரிகங்களில்கூட தாய்த்தெய்வ வழிபாடு முதன்மையாக இருந்திருக்கிறது; இப்போதும் இருந்து வருகிறது.

அம்முறையில் பார்த்தால், ஆரியர்கள் அதன் பிறகே தோன்றியவர்களாக இருக்க வேண்டும். ஏனெனில், ஆரியர்களின் முக்கிய கடவுள்கள் எல்லாம் ஆண் கடவுள்கள். எனவே, கடவுள் வழிபாட்டில் ஆரியர்களுக்கு முன்பே திராவிடர்கள் இருந்துள்ளனர். ஆரியர்களின் மொழியான சமஸ்கிருதம் தேவவழிபாட்டிற்கு என்று உருவாக்கப்பட்டது. எனவே சமஸ்கிருதம், திராவிட மொழிகளில் முதன்மை மொழியான தமிழுக்கு பிற்பட்ட மொழியாகவே கருதப்படவேண்டும்.

பி.எல். சாமி என்ற ஆசிரியர் தன்னுடைய 'தமிழ் இலக்கியத்தில் தாய்த்தெய்வ வழிபாடு' என்ற நூலில் கீழ்க்கண்ட குறிப்புகளை குறிப்பிடுகிறார். ஞாய் என்ற பெயர் சங்ககாலத்தில் தாயைக் குறித்தது. ஆய் என்ற பெயர் தாய்த்தெய்வத்தை குறிப்பிடுகிறது. ஆயி, ஆயா, ஆத்தா, செல்லாயி, மகமாயி போன்ற பெயர்களில் நாம் இதைக் காணலாம். திராவிடருக்கு முன்னர் இந்தியாவில் ஆஸ்ட்ரிக் (*austric*) பழங்குடியினர் வாழ்ந்தனர். ஆஸ்ட்ரிக் பழங்குடியினரின் தாய்த்தெய்வம் பற்றி பழந்தமிழ் இலக்கியங்கள் கூறுகின்றன.

பழந்தமிழரின் தாய்த்தெய்வம் கொற்றவை; தாய்த்தெய்வத்தை மோடி என்றும் பழந்தமிழ் இலக்கியங்கள் கூறுகின்றன. தாய்த்தெய்வத்திற்கு மொடேந்தரிவை,

பெரு மோட்டாள், பெரு மோட்டுக்கிழாள் என்ற பெயர்களும் உண்டு. அத்தெய்வம் மிகப்பெரிய வயிறு, கொங்கை மற்றும் புட்டம் உடையதாகச் சித்திரிக்கப்பட்டுள்ளது. மோடு என்றால் வயிறு. எல்லாரையும் பெற்ற தாய் என்பதன் அடையாளமாக இருந்திருக்கலாம். இதே போன்ற உருவமுடைய சிறு களிமண் சிலைகள், சிந்து சமவெளி மற்றும் சுமேரிய நாகரிக தொல்பொருள் தரவுகளில் காணப்படுகின்றன.

நீர்த்துறை தாய்த்தெய்வத்தை குமரி என்று கூறுதல் மரபு. குமரித்தெய்வத்தை கடல்கெழுச் செல்வி என்று கூறுவது உண்டு. மதுரை மீனாட்சியை கானமர் செல்வி அல்லது கடம்பவனத்துச் செல்வி என்றும்கூட அழைப்பதுண்டு. பொ.யு.மு.600ல், மெகஸ்தனிஸ், மதுரை மீனாட்சியை பெண்ணரசி என்றும், ஹெராக்கிளீசின் மகள் என்று குறிப்பிட்டுள்ளார். அப்படியானால் அப்பொழுது மதுரையின் சொக்கநாதர் அல்லது சிவ பெருமான் பற்றி குறிப்பிடவில்லை. ஏன்..? ஏனெனில், ஆரியர் ஆதிக்கம் பொ.யு. 3ஆம் நூற்றாண்டுக்குப் பிறகே தென்னிந்தியாவுக்கு வந்தது. அதன் பிறகே பக்தி சமய மார்க்கம் உண்டாகி, சைவ சமயம், திராவிட வழிபாட்டில் இணைந்தது. இந்தக் காலகட்டத்தில்தான் ஆரியர்கள் கொற்றவையைப் பார்வதியாக்கி, பின்னர் சிவனின் மனைவியாக ஆக்கியிருக்க வேண்டும்.

சிந்து சமவெளியில் கிடைத்த தாய்த்தெய்வச் சிலைகள்

கொற்றம் என்றால் மலை; அவ்வை என்றால் மூத்த பெண் அல்லது தலைமைப் பெண். மலையை சமஸ்கிருதத்தில் பர்வதம் என்று கூறுவர். அதி என்றால் முதன்மை என்று அர்த்தம். எனவே, கொற்றவை என்பதே சமஸ்கிருதத்தில் பார்வதி என்று ஆகியது. அவர்கள் மீனாட்சியையும் சிவனையும் ஒன்று சேர்த்து, திருமணம் செய்து வைத்து வழிபட ஆரம்பித்து இருக்கலாம். இதுவே திருவிளையாடல் புராணத்தில் ஒரு கதையாக ஆயிற்று. பல்லவர் காலத்தில் காடுகெழுச் செல்வியை உமா, மற்றும் பார்வதியாக்கி சிவனுடன் இணைத்தனர். முருகனுக்குத் தாய் ஆக்கினர்.

காடுகெழுச் செல்விக்கு மூன்று மகன்கள் – முருகன், சாத்தன், வைரவன். ஆரியர்கள் முருகனை சிவனுக்கும், பார்வதிக்கும் மகனாக ஆக்கினர். ஆனால் சாத்தனுக்கும் வைரவனுக்கும் அப்படிச் செய்யவில்லை. ஆரியக்கலப்பில் தோன்றிய தாய்த்தெய்வம் காளி மற்றும் துர்கை; தாய்த்தெய்வம் தாய் என்றும் கன்னி என்றும் குறிப்பிடுகின்றனர். செல்லி என்பதே செல்வி என்று மருவியிருக்கலாம். செல்லத்தாயை வழிபடும் குடியினரே பின்னாளில் செல்டிக் (celtic) குடியினராக ஐரோப்பாவில் குடியேறியிருக்க வேண்டும்.

மதுரை அக்காலத்தில் கடம்ப மரங்கள் நிறைந்த வனமாக இருந்தது. கடம்ப வனத்துச் செல்வி பெற்ற மகன் கடம்பன். கடம்பன் என்றால் முருகன். கடம்பர் என்பது ஒரு பழங்குடி இனம். கடம்பர், ஆரியர் கலப்பில் பிறந்த அரசன் மயூர்சர்மன் என்பவன். மயூர் என்றால் வடமொழியில் மயில் என்று அர்த்தம். சர்மா என்பது ஆரியப் பெயர். இதே போல் பழங்குடியினரும், ஆரியர்களும் கலந்து உண்டாக்கிய குடியினர் சாத வாகனர், கதம்பர், பாணர், பல்லவர் ஆகிய குடியினர்.

விந்தியமலைத் தெய்வத்தின் பெயர் விந்தா கடிகை. இந்தத் தெய்வத்தை ஹரிவம்சம் என்ற நூல் விந்தியாவாசினி என்று குறிப்பிடுகிறது. விந்தியாவாசினி ஆரியர் தெய்வம் இல்லை. மச்ச புராணமும் விந்தியாவாசினியைக் குறிப்பிட்டுள்ளது. விந்தியாவாசினியின் சின்னம் மயில் பீலி. இந்தத் தெய்வத்திற்கு மதுவும் இறைச்சியும் படையல் இட்டு, காட்டுவாசிகள் சவரர், பர்பரர், புளிந்தர், மணியடித்துத் தொழுதனர். இந்தத் தெய்வத்தையே ஆரியர்கள் துர்கையாக ஆக்கினர்.

சாமுண்டி என்ற தெய்வத்தை சில பழங்குடியினர் வணங்குகின்றனர். சாமுண்டி என்ற பெயர் வடமொழிப் பெயர் இல்லை. அது பழங்குடிகளான சண்ட, முண்டர்களோடு தொடர்புடைய பழங்குடி பெயர். மகாபாரதத்தில் இத்தெய்வத்தை காளி, காராளி, கபாலி, விஜயா, ஜெயா என்று குறிப்பிடுகின்றனர். இது ஆரியரல்லாதவரின் காடுவாழ் தெய்வம். பயங்கரமான கரிய தெய்வமும், மாலுக்கு இளையவளாகவும் மகிசனைக் கொன்றவளாகவும் குறிப்பிடுகின்றனர்.

ஆஸ்ட்ரிக் பழங்குடிகள் இனத்தைச் சேர்ந்த காட்டுவாசிகள் கிராதர், சவரர், பர்பரர், புளிந்தர், கானவர் போன்றவர்கள். புளிஞம் என்றால் மணல்குன்றான பாலை நிலம். இதில் வாழும் பழங்குடியினருக்கு புளிந்தர் என்ற பெயர் வந்திருக்கலாம்.

புளிஞம் > புளிஞர் > புளிந்தர்

கேரளாவில், சவரர் என்ற பழங்குடிகள் வாழ்ந்த மலை 'சவரர் மலை' என்றழைக்கப்பட்டது. இதுவே பின்னர் 'சபரி மலை' என்று ஆகியிருக்கலாம். சவரர், புளிந்தர் தொழுததால் சாமுண்டித்தெய்வம் திராவிடருக்கு முற்பட்ட ஆஸ்ட்ரிக் இனத்தவரின் காடுறை தெய்வம் என்பது தெரிகின்றது. சிலப்பதிகாரப் பெருங்கதையில் சவரர் வழிபட்ட தாய்த்தெய்வத்தின் கோவில் பற்றி கூறப்பட்டுள்ளது. தங்கள் உயிரை மாய்த்து குடல், கண்மணி தொங்கவிடப்பட்டிருந்தது. மான் கொம்பு, மயிற்பீலி அலங்காரம் செய்யப்பட்டிருந்தது. பழந்தமிழருக்கு சவரர், புளிஞர் போன்ற பழங்குடிகளின் வழிபாட்டு வழக்கங்கள் நன்கு தெரிந்திருந்தன. சாமுண்டியே பிற்காலத்தில் சாமுண்டீஸ்வரி என மாறியது. மைசூரில் சாமூண்டீஸ்வரி கோவில்

பிரசித்தி பெற்றது. இந்தப் பெயரும் பின்னர் சௌண்டீஸ்வரி என்று மாறி,மேலும் பின்னர் சௌடீஸ்வரி என்று மாறியிருக்க வேண்டும்.

மாயோனுக்கு முன்னரே காடுறைக் கடவுளாக தாய்த்தெய்வமே இருந்திருக்கின்றாள். அதாவது மால் வழிபாடுக்கு முன்பே தாய்த்தெய்வ வழிபாடு வழக்கத்தில் இருந்தது. சிலப்பதிகாரத்தில் கொற்றவை கோவில், முன்றில் என்ற இடத்தில் இருந்ததாகக் குறிப்பிடுகிறது. முன்றில் என்பது மலையிலோ அல்லது காட்டிலோ, ஓடையுடன் அடர்த்தியான மரங்கள் உள்ள இடத்தைக் குறிக்கும். இந்த இடமே மலையாளத்தில் காவு என்று கூறப்படுகிறது.

பழங்காலத்தில் இலையுடை அணிந்து தாய்த்தெய்வத்தை வணங்குதல் சடங்காக இருந்தது. வடகேரளாவில் தெய்யம் என்ற தெய்வ ஆட்டத்தில் தென்னம் இலை அணிந்து தொழுகின்றனர். இந்த ஆட்டத்தை ஒரு குறிப்பிட்ட இனத்தின் பெண் தெய்வம் போன்று வேடமிட்டு ஒரு குறிப்பிட்ட மாதத்தில் சடங்காகச் செய்வார்கள்.

தாய்த்தெய்வம் இருக்கும் இடம் மலை, காடு. பாபிலோனியா மற்றும் சுமேரிய சிற்பங்களில் தாய்த்தெய்வம் மலையில் இருப்பதாகச் சித்திரிக்கப்பட்டுள்ளது. ஆனால் சுமேரியாவிலும், பாபிலோனியாவில் மலைகள் இல்லை. தமிழ் இலக்கியங்களிலும் தாய்த்தெய்வம் பாம்புறையும் இடத்தில், கூகையுடன் இருந்ததாகக் குறிப்பிடுகிறது.

சங்க இலக்கியங்களில் கீழ்க்கண்ட தாய்த்தெய்வங்கள் பற்றியக் குறிப்பு காணப்படுகிறது: பெருங்காட்டுக் கொற்றி; கொற்றவைச் சிறுவ; பழையோள் குழவி; கான நாடி; கண மோடி; பாய்கலைப் பாவை, கலையமர்ச் செல்வி, கலைப் பரியூர்தி, கலைப்பள்ளி கலையூர்க்கண்ணி, பாலைக்கிழத்தி, முதியோள், முது மூதாட்டி, முதுகோதை. தமிழில் முதல் நிகண்டு திவாகர நிகண்டு – மூன்று பாட்டுகளில் தாய்த்தெய்வங்களை மூன்று வகைப்படுத்துகிறது.

1. காடுகாள் 2. காளி 3. கொற்றவை

காடுகாள் என்பது காளி என்று ஆகியிருக்கலாம்; திவாகர நிகண்டு தாய்த்தெய்வங்களை மோடி, காரிதாய், கோடரி, மாறி, சூரி, வடுகி, மூதணங்கு என்று குறிப்பிடுகிறது.

தமிழ்நாட்டில்தான் துர்கைக்கு கலைமான் வாகனம். மற்றவைகளில் சிங்கம்தான் வாகனம். சுமேரிய நாகரிகத்தின் பழங்கால தாய்த்தெய்வம் அர்டேமிஸ் (*artemis*). இத்தெய்வத்திற்கு கலைமான்தான் வாகனம்.

உலகின் மிகப்பழைமையான நாகரிகம் என்று கருதப்படுகிற சுமேரிய நாகரிகத்தில் பல தாய்த்தெய்வங்கள் காணப்படுகின்றன. அதில் முக்கிய தாய்த்தெய்வம் உம்மா; இந்த உம்மா என்ற பெயரே ஆரியர்களிடம் உமா தெய்வமாயிற்று. அதாவது உமா தேவி. இந்த உம்மா தெய்வமே அர்கேடியாவில் உம்மி என்று அழைக்கப்படுகிறது. மற்ற தாய்த்தெய்வங்கள் பெயர்கள் பின் வருவனவாறு:

நானா; நீனா; இனன்னா; நின்லில்; அன்னுய்; இஸ்தார், அர்டேமிஸ், அனெய்டிஸ், அப்ரோடிட்.

காரிதாய் என்ற தாய்த்தெய்வம் சங்க இலக்கியத்தில் இருக்கிறது. காரிதாய் என்றால் காரியின் தாய் என்று பொருள். காரி என்பது சாத்தன் என்ற தெய்வம். காரிதாய் சாத்தனின் தாய்; சாத்தன், சங்ககால தெய்வம். சாத்தன் என்ற பெயரே சாஸ்தா என்று சமஸ்கிருதத்தில் மாறியது.

வடுகி என்ற தாய்த்தெய்வம் வடுகக் கடவுளின் தாய்; வடுகக் கடவுள் – காரி; வைரவன்; வடுகர் என்ற பழங்குடியினரின் கடவுள். வடுகர், வடுகா என்பதே படுகர், படுகா என்று மாறிவிட்டது. இந்தப் பழங்குடியினர் நீலகிரி மலையில் வாழ்கின்றனர். வடுகு என்பது பழங்காலத்தில் கன்னட, ஆந்திரா நாட்டைக் குறிக்கும். இது சவரர், புளிஞர் போன்ற பழங்குடியினர் வாழ்ந்த நாடு. தமிழ்நாட்டிலும் வடுகர்கள் அதிகம். தேனிக்கு அருகில் வடுகபட்டி என்ற கிராமம் உள்ளது. இங்கு நெசவுத்தொழில் செய்யும் வீட்டில் கன்னடம் பேசும் தேவாங்க செட்டியார்கள் வாழும் ஊர். இவர்கள் பல நூற்றாண்டுகளுக்கு முன்பே, நாயக்கர் காலத்தில் புலம் பெயர்ந்து வந்தவர்கள். இவர்களும் சௌண்டம்மன் / சௌடம்மன் / சௌடீஸ்வரி என்ற பெண் தெய்வத்தை வணங்குபவர்கள்.

பழந்தமிழர் தொழுத கொற்றவை அயிரை மலையில் இருந்தது. கொற்றவை சேரர் குல தெய்வம்; நிதம்பசூதனி – சோழர் குல தெய்வம்; நிதம்பம் – பெண்ணின் புட்டம் மற்றும் பெண் உறுப்பு; மீனாட்சி – பாண்டியர் குல தெய்வம். பாண்டியர் வம்சம் மீனாட்சியிடமிருந்து தொடங்கியது. இது பழங்காலத்தில் வெள்ளப்பெருக்கில் இருந்து தப்பித்துச்செல்ல மீன்கள் உதவியதால், மீனை குலதெய்வமாக அம்மக்கள் வணங்கியிருக்கலாம். அப்படித் தப்பித்த மக்களிலிருந்து பாண்டியர் வம்சம் தோன்றியிருக்கலாம். மீன் செழிப்புக்குரியதாக பண்டைக்காலத்தில் கருதினர். அப்ரோடைட் என்ற கிரேக்கப் பெண்தெய்வத்தின் உருவம்... மீன் உருவம்.

பாண்டியர்களுக்கு பாண்டியர் என்ற பெயர் பிற்காலத்தில் வந்திருக்கலாம். பண்டைய மக்கள் என்பதால் பாண்டியர் என்று வந்திருக்கலாம். கண்ணியை தங்கள் குல தெய்வமாக வணங்குவதால் அவர்கள் தங்களை கண்ணர் என்றோ கண்ணன் என்றோ கூறியிருக்கலாம். பொ.யு.மு. 3000ல், கண்ணன் என்ற சமூகம் மேற்கு ஆசியாவில் இருந்தது. அவர்கள் சிப்பியிலிருந்து கரு நீல நிற சாயம் செய்பவர்களாகவும், மரக் கட்டைகள் வாணிகம் செய்பவர்களாகவும் இருந்தனர். ஒருவேளை இதனாலேயே அவர்களுடைய கடவுள்களை கரு நீல நிறமாக சித்திரித்து இருக்கலாம். மலையர்கள் பகவதியை நீலி என்று அழைக்கிறார்கள்.

ஆஸ்ட்ரிக் பழங்குடிகள் தாய்க்கடவுளை 'மாத்ரகா' என்றழைத்தனர். போலினீசிய (polynesia) மொழியில் 'மதராகி'. மாத்ருகா தெய்வத்தை பழங்குடியினர் கார்த்திகை நட்சத்திரங்களாக கருதுகின்றனர். கார்த்திகைப் பெண்கள் மகன் – குமரன்.

தாய்-மகன் தெய்வ கோட்பாடு:

உலகெங்கிலும் உள்ள நாகரிகங்களில் தாய்-மகன் இரண்டு பேரும் சேர்ந்த தெய்வ கோட்பாடும் வழிபாடும் பழங்காலம் முதல் காணப்படுகிறது. இந்திய, சுமேரிய, எகிப்திய, கிரேக்க போன்ற நாகரிகங்களில் இது காணப்படுகிறது.

மதம்/நாடு	தாய்–மகன் தெய்வம் பெயர்கள்
சுமேரியா	அஸ்தரோத் (astaroth) – தம்முஜ் (tammuj)
பொனீசிய	அஸ்தரோத் (astaroth) /(அதோனிஸ்)Adonis
எகிப்து	இசிஸ் (isis) – ஹோரஸ் (horus);
திராவிடம்	காரிதாய் – சாத்தான்; கொற்றவை – முருகன்
இந்து	தேவகி – கிருஷ்ணன்; பார்வதி – முருகன்
கிரேக்க	ரியா (rhea) – சீயஸ் (young zeus)
புனிக் ஆப்பிரிக்கா	டானிட் – (குழந்தை தெய்வம் பெயர் தெரியவில்லை)
ஆசியா மைனர்	சைபெலே (cybele) – அடிஸ் (atis)
கிருத்துவம்	மேரி – குழந்தை இயேசு

எனவே தாய்–மகன் தெய்வக் கோட்பாடு ஏறக்குறைய 5000 ஆண்டுகளுக்கு முன்பே ஆரம்பித்திருக்க வேண்டும். தொன்று தொட்டே பழங்காலம் முதல் வழிபட்டு வந்த தாய்–மகன் வழிபாடே பிற்காலத்தில் பல கால கட்டங்களில், பல நாடுகளில் வெவ்வேறு பெயர்களில் வழிபடப்பட்டு, பின்னர் கிருத்துவ மதத்தில் மேரி – குழந்தை இயேசு வழிபாடாகத் தொடர்ந்தது.

கொற்றவை வேட்டைத்தெய்வம். அதாவது வேட்டுவர்களின் தெய்வம். இவர்களுக்கு பழையர் என்ற பெயர் உண்டு. இவர்கள் கள் விற்போர் என்று சங்க நூல்கள் கூறுகிறது. ஒருவேளை கொற்றவை என்ற பெயரே அஷ்டரோத் என்று மருவியிருக்கலாம். தமிழ் அல்லது தம்முழ் என்ற சொல் டம்முஸ் என்று மருவியிருக்கலாம். முருகன் – தமிழ்க் கடவுள். தம்முழ் என்ற பெயர் சுமேரிய / அக்காடிய மொழிகளில் காணப்படுகிறது.

கொற்றவை : கொற்றத்தாய் > அற்றத்தாய் > அஸ்டரோத்;

தமிழ் > தம்முழ் > தம்முஸ்

சிந்து சமவெளி, சுமேரிய தாய்–மகன் தெய்வங்கள்

எகிப்து, இந்து மற்றும் கிருத்துவ தாய்மகன் தெய்வங்கள்

இதேபோல், எகிப்திய தாய்–மகன் தெய்வமான இசிஸ்ஹோரஸ், என்பதில் இசிஸ் என்பது ஆய் என்ற தமிழ் சொல்லில் இருந்து மருவியிருக்கலாம். அதேபோல் ஹோரஸ் என்பது ஆறு என்ற சொல்லில் இருந்து மருவியிருக்கலாம். முருகனுக்கு ஆறுமுகன் என்ற பெயர் உண்டு.

ஆய் > ஐயை > இசிஸ்.

ஆறு > ஹாறு > ஹார் > ஹோரஸ்.

கிரேக்க மற்றும் ரோம பெண் கடவுள்களான டயானா, அர்டிமிஸ் ஆற்றுத்துறைகளில் காவல் தெய்வம்; இன்றும் கேரளாவில், திருவனந்தபுரத்தில் ஆற்றுக்கால் அம்மன் கோவில் மிகவும் பிரசித்தி பெற்றது. இந்தக் கோவில் கிள்ளி ஆறுக்கு அருகில் அமைந்துள்ளது. ஆற்றுக் காவல் அல்லது ஆற்றுக்காளி அம்மன் என்பதே ஆற்றுக்கால் அம்மன் என்று மருவியிருக்க வேண்டும். (வில், அம்பு, தலையில் பிறை நிலா, கற்பின் தெய்வம்).

அர்டிமிஸ் > அர்டிமி > ஆற்று உம்மி > ஆற்று அம்மை

பௌத்தர்களின் தாய்த்தெய்வம் ஐங்குலி எனப்படும். இதுவும் ஒரு காடுறைத்தெய்வம். இந்தப் பெயரில் இருந்தே காட்டுக்கு ஆங்கிலத்தில் ஐங்கிள் *(Jungle)* என்று பெயர் வந்திருக்கலாம்.

பாகிஸ்தானில் பலுசிஸ்தான் என்ற மாவட்டத்தில் ஹிங்லாஜ் என்ற இடத்தில் உள்ள தாய்த்தெய்வத்தின் பெயர் கொட்டரி, கொட்டா, கொட்டரீசா என்பதாகும். காட்டேரி என்பதே கொட்டரி என்று மருவியிருக்கலாம். இந்த இடத்தில் மாரி தெய்வத்துக்குப் பெயர் நாநீமாரிநாநீ. நாநி என்றால் ஹிந்தி மொழியில் பாட்டி, அதாவது மூத்த அம்மை என்று அர்த்தம். நாநி என்ற சொல்லை எடுத்துவிட்டால் இந்த பெயர் மாரி என்று வரும். இந்த இடம் பழங்காலத்தில் சிந்து சமவெளி நாகரிகத்தின் ஒரு பகுதி. 'சிந்து சமவெளி நாகரிகம்தான் திராவிட நாகரிகம்' என்று தொல்பொருள் ஆய்வுகள் கூறுகின்றன. எனவே, மேலே கூறியுள்ள தாய்த்தெய்வ பெயர்கள் திராவிட தாய்த்தெய்வப் பெயர்களே.

மேலும் சிந்து சமவெளியில் உள்ள ஹரப்பாவில் இருந்த குள்ளி கலாசார தாய்த்தெய்வ பொம்மையின் கையில் சங்கு, தலையில் சோழி இருக்கிறது. தேவாரத்தில் காடுகாளுக்கு கை நிறைய சங்கு வளையல்கள் இருப்பதாக கூறப்பட்டுள்ளது. இதுவும் சிந்து சமவெளி நாகரிகம் திராவிட நாகரிகம் என்பதற்கு ஓர் எடுத்துக்காட்டு.

பாவை நோன்பு என்பது ஒரு பழங்கால வழிபாட்டுச் சடங்கு. சங்க இலக்கியங்கள் பாவை நோன்பு பற்றி கூறுகின்றன. இது பெண்கள் மட்டுமே நடத்தும் சடங்கு. பாவை என்பது கன்னித்தாய் தெய்வம். பாவையின் அடையாளம் முத்து மாலை, முத்து மற்றும் சோழி கிளிஞ்சல்கள்; கேரளாவில் பாவை நோன்பு கலாசாரம் சுவர்ப்பாவை தொழுதல் என்ற வழிபாடாக உள்ளது. இதற்கு மச்சிலம்மா என்று பெயர். இதேபோல் வட கேரளத்தில் மச்சிலோட்டு பகவதி அம்மன் வழிபாடு உண்டு. வீட்டின் மேற்குச் சுவரில் இந்தப் பாவை உள்ளதாக அந்தச் சடங்கைச் செய்வர். பாவை நோன்பு மற்றும் பாவை வழிபாடு பிற்காலத்தில் குரவைக்கூத்தாகியது. சங்க காலக் குரவைக்கூத்தே, சிலப்பதிகாரக் காலத்தில் கண்ணனுடன் பொருத்தப்பட்டு ஆய்ச்சியர் குரவையாக மாறியது.

கொல்லிமலை மற்றும் அருகில் உள்ள மலைகளில் உள்ள கோவில்களில் அம்மனே முதல் தெய்வமென்றும், விஷ்ணு பிற்பாடு வந்த தெய்வம் என்று கூறுகின்றனர். காமக்கண்ணி என்னும் காமாட்சி வழிபாடு எட்டாம் நூற்றாண்டுக்குப் பிறகு ஆரம்பித்தது. கண்ணகி வழிபாடு இரண்டாம் நூற்றாண்டுபோல் ஆரம்பித்தது. இந்தக் கண்ணகி வழிபாடே, கேரளாவில் எட்டாம் நூற்றாண்டுபோல் பகவதி வழிபாடாக மாறியது. மலையாள நாட்டில் பெரும்பாலான கிராமங்களில் உள்ள பகவதி கோவில்களில் பகவதி உருவச்சிலை கிடையாது. ஆனால், பகவதியை குறிக்கும் கொடுவாளே பகவதியென்று தொழப்படுகிறது. சிலப்பதிகாரக் காலத்துக்கு முன் தெய்வங்களின் அடையாளங்களைத் தொழும் வழக்கம் இருந்திருக்கலாம்.

மர வழிபாடு

பண்டைய இயற்கை வழிபாட்டில் மிக முக்கியமானது மர வழிபாடாகும். இது, ஆதியில் மனிதனின் மூதாதையர் மரங்களில் வசித்து வந்ததன் நினைவாக இருக்கலாம். அல்லது ஒரு மரத்தின் குணத்தை அடிப்படையாக கொண்டு அதை வழிபட்டிருக்கலாம் அல்லது ஒரு குறிப்பிட்ட பழங்குடியினரின் அடையாளமாக ஒரு மரத்தை வழிபட்டிருக்கலாம். அரசமரம், ஆலமரம், வேப்பமரம் என்று மர வழிபாட்டின் பட்டியல் நீண்டு போகிறது. மரத்தை வழிபடுதல் ஆதியில் இருந்தே பல பண்டைய கலாசாரங்களிலும், நாகரிகங்களிலும் காணப்படுகிறது. சிந்து சமவெளி, சுமேரிய, எகிப்திய, பண்டைய ஐரோப்பிய நாகரிகங்களில் மர வழிபாட்டின் அடையாளங்கள் காணப்படுகிறது.

ஐரோப்பாவில் கிருத்துவ மதம் பரவுதற்கு முன்பு, அங்கு வாழ்ந்த குடிகளில் மர வழிபாடே முக்கியமாக இருந்தது. பின்னர், அங்கு கிருத்துவ மதம் பரவிய பிறகு, மரத்தை சாத்தான் குடியிருக்கும் இடமாக அவர்கள் வதந்தி பரப்பினர். ரெட்பேட் (Red Bad, 2018) என்னும் ஆங்கில படத்தில் இதைப்பற்றி காண்பித்திருக்கிறார்கள். பண்டைய தமிழகத்தில், ஆரிய மதம் வருவதற்கு முன்பு வழிபாடுகள் காவு எனப்படும்

செல்டிக் குடி புனித காவு

க்ளாஸ்டன்பரி, இங்கிலாந்து

'ரெட்பேட்' படத்தில்

இடங்களில் நடந்தது. காவு என்பது பொதுவாக பெரிய மரங்களின் அடியில், சோலைகள் சூழ அமைக்கப்பட்டவை. கேரளத்தில் இன்னும் இந்த வகையான வழிபாடு முதன்மையாக இருக்கிறது. இந்தக் காவுகள் புனிதமான இடமாக கருதப்படுகிறது. தமிழகத்தில் பல இன மக்களுக்கு தங்களுடைய குலதெய்வக் கோவில்கள். இதுபோன்ற காவுகளில்தான் அமைந்திருக்கும். வருடத்துக்கு ஒரு முறை அங்கு சென்று பொங்கல் வைத்து, பலி கொடுத்து வழிபடும் முறை இருக்கிறது. இதுபோன்ற குலதெய்வக் கோவில்கள் பெரும்பாலும் கட்டுமானக் கோவில்களாக மாறிவிட்டன. இந்த மர வழிபாடே ஆரியர்கள் பண்டைய தென்னகத்தில் புலம் பெயர்ந்த பின், குலதெய்வ காவுகள் இருந்த இடத்தில் கோவில்கள் கட்டி அங்கிருந்த மரங்களை ஸ்தல விருட்சமாக மாற்றினர்.

மூதாதையர் வழிபாடு

உலகில் உள்ள பெரும்பாலான பழங்குடிகளில் மூதாதையர் வழிபாடு மிக முக்கியமான வழிபாடாகும். உலகில் உள்ள பண்டைய பழங்குடிகளின் வாழ்க்கை முறையில் மிகவும் அனுபவம் வாய்ந்த வயதான மூத்தவர்களே அந்தக் குடிகளை வழி நடத்தினர். பல தமிழ்ப் பழங்குடிகளில் இவர்களை மூப்பர் என்று அழைப்பர். இறந்து போன மூதாதையர்களைக் குறித்து, அவர்கள் இறந்துபோன நாளில் பல விதமான சடங்குகள் செய்து அவர்களை வழிபடுகின்றனர். இந்து மதத்தில் பித்ரு பிரார்த்தனை, தர்ப்பணம் என்பவை மூதாதையர் வழிபாட்டைச் சார்ந்தவை. இந்தோனேசியா, மடகாஸ்கர், பசிபிக் தீவுகள் போன்ற உலகில் பல இடங்களில் வாழும் சில இன மக்கள் மூதாதையர் வழிபாட்டை ஒரு திருவிழாபோல் இன்றும் கொண்டாடுகின்றனர். இன்றைய கடவுள் வழிபாட்டின் மூலம், மூதாதையர் வழிபாட்டில் இருந்து ஆரம்பித்திருக்க வேண்டும். இன்றைய நாம் வழிபடும் பல கடவுள்கள் ஆதி காலத்தில் ஒரு குடியின் அல்லது குலத்தின் முன்னோர்களாகவோ, பண்டைய ஒரு நாட்டின் மன்னர்களாகவோ இருந்திருக்கலாம்.

மதங்களின் தோற்றம் குறித்து ஒரு பார்வை

பழங்காலத்தில் கடவுள் வழிபாடு வெறும் சம்பிரதாயமாக இருந்த காலத்தில் மதங்கள் தோன்றவில்லை. மேலும் வழிபாடு என்பது பெரும்பாலும் மூதாதையர் மற்றும் இயற்கை சார்ந்தே இருந்தது. கடல் வெள்ளப்பெருக்கில் புலம் பெயர்ந்து நாகரிகம் நன்கு வளர்ச்சியடைந்த பிறகே மதங்கள் தோன்றின. தற்போதைய தொல்பொருள் ஆதாரங்களின்படி பார்த்தால் உலகின் மிகப் பழைமையான நாகரிகமான சுமேரிய நாகரிகத்தில்தான் உலகில் முதன்முதலில் மதங்கள் தோன்றியிருக்க வேண்டும். பின்னர் காலம் செல்லச்செல்ல சுமேரிய நாகரிகம் சார்ந்து தோன்றிய நாகரிகங்களில் கடவுள் வழிபாடு சிறிது வேறுபட்டு பின்னர் அவற்றையே தங்கள் முக்கிய வழிபாடாக மாற்றி பின்னர் அதை தங்கள் மதமாக ஒரு புதிய மதத்தை உருவாக்கியிருக்க வேண்டும். இது கால மாறுபாட்டில், சில இனத்தினர் அல்லது அரசர்கள் ஆட்சி செய்தபோது, அவை சார்ந்த கடவுள்கள் முக்கியமாகக் கருதப்பட்டு அதை சார்ந்து ஒரு மதம் உருவாகியிருக்க வேண்டும். உலகில் தோன்றிய மதங்கள் எல்லாம், ஒன்று ஏற்கெனவே இருந்த மதத்தின் அடிப்படையில் சிறிது மாற்றங்களோடு ஒரு புதிய மதமாகவும் அல்லது அந்த மதத்தின் கொள்கைகளிலிருந்து வேறுபட்டு அம்மதத்திற்கு எதிராக ஒரு புதிய மதமாக உருவாகியிருக்க வேண்டுமே தவிர முற்றிலும் புதியதாக ஒரு மதம் உருவாகி இருந்திருக்காது.

உலகில் பல நாடுகளில் பல மதங்கள் இருக்கின்றன. அவற்றில் நூற்றுக்கணக்கான தொன்மங்களும் புனைவுகளும் இருக்கின்றன. ஆனால், அம்மதங்கள் எப்பொழுது தோன்றியது என்று அந்தந்த மதத்தைப் பின்பற்றும் பெரும்பாலானவர்களுக்குத் தெரிவதில்லை. சில மதங்களுக்கிடையே சில பொதுவான பெயர்களோ, தொன்மங்களோ, குறியீடுகளோ காணப்படுகிறது. சிலர் இந்த ஒற்றுமைகளை எடுத்துக்காட்டி தங்கள் மதத்திலிருந்துதான் மற்ற மதம் உருவாகியது என்று கூறிக்கொள்கிறார்கள். அவர்கள் தம் மதம் எப்பொழுது தோன்றியது என்று அறியாமல்,

வெறும் நம்பிக்கையைக் கொண்டு மட்டுமே அவ்வாறு கூறுகிறார்கள். உதாரணத்திற்கு கிருத்துவ மதத்தில் காணப்படும் மேரி என்ற பெயரே தமிழில் மாரி என்று உருமாறியது என்று நிறைய கிருத்துவர்கள் நம்புகிறார்கள். இதைப்போல் நிறைய ஒற்றுமைகளை மேற்கோள் காட்டி கிருத்துவ மதமே பழைமையானது என்று நம்ப வைக்க முயற்சி செய்கிறார்கள். இத்தகைய செயல், பேரன் பெயரை தாத்தாவுக்கு வைத்தார்கள் என்று கூறுவது போலாகும். இதேபோல் இஸ்லாமிய மதத்திலும், ரகு, ராம, என்ற பெயர்கள் போல் ரகுமான், ரமலான் என்ற பெயர்கள் காணப்படுவதால், முகநூலில் ஒரு இஸ்லாமிய அன்பர் ராமாயணம் இஸ்லாமிய கதை என்றும் அதுவே இந்து மதத்தில் பின்னாளில் மாற்றி எழுதப்பட்டது என்றும் கருத்து தெரிவித்துள்ளார்.

இதேபோல், இந்துக்களிடையே தற்போதைய இந்து மதம் என்பது இந்தியாவில் பழங்காலம் முதலே தோன்றியது என்றும் நம்புகிறார்கள். இதுவும் ஒரு கேள்விக்குரிய விஷயம்தான். ஏனெனில் பழங்கால வேதங்களில் இந்து மதம் என்ற சொல் காணப்படுவதில்லை. இந்து மதம் என்ற சொல் மிகவும் பிற்காலத்தில் உபயோகத்தில் வந்திருக்க வேண்டும். கிருத்துவ, இஸ்லாமிய மதங்கள் இந்தியாவில் நுழைந்து பரவிய பிறகு, புத்த மதம் மங்கிய பிறகு, கிருத்துவ மற்றும் இஸ்லாமிய மதங்கள் அல்லாத, அவை இந்தியாவிற்குள் வரும் முன்பு இந்தியாவில் இருந்த மதங்கள் எல்லாவற்றையும் சேர்த்து, குறிப்பாக சைவ மற்றும் வைணவ மதங்களை சேர்த்து இந்து மதம் என்று பெயர் வந்தது என்ற கூற்று உண்டு. உதாரணத்திற்கு பண்டைய தமிழகத்தில் பொ.யு. 6 – 7ஆம் நூற்றாண்டின் போல், பக்தி இயக்கம் தோன்றிய பொழுது சைவ மதமும், வைணவ மதமும், புத்த மற்றும் ஆசீவக மதமும்தான் இருந்தன என்று அறிய முடிகிறது. இந்து மதம் என்ற சொல் அக்கால இலக்கியங்களில் எங்கும் காணக் கிடைக்கவில்லை. கிரேக்கர்கள் சிந்து நதிக்கு கிழக்கே உள்ள நாட்டை இண்டஸ் என்று அழைத்தார்கள். பொ.யு. 13ஆம் நூற்றாண்டிற்குப் பிறகே ஹிந்து என்ற வார்த்தை மதத்தின் அர்த்தத்தில் உபயோகப்படுத்தப்பட்டது. அதன்பிறகு 14–18ஆம் நூற்றாண்டுகளுக்கு இடையில் வித்யாபதி, கபீர், ஏக்நாத் போன்ற கவிஞர்கள் ‘ஹிந்து தர்மா’ என்ற வார்த்தையை உபயோகப்படுத்தியிருக்கிறார்கள். பிற்காலத்தில் 1ஆம் நூற்றாண்டில் ஐரோப்பிய வாணிகர்கள் இந்தியாவில் உள்ள மதங்களை (புத்த, சீக்கிய, ஜைன மதம் உள்பட) பின்பற்றுபவர்களை ஹிந்து என்று அழைத்தனர். இஸ்லாம் மதத்தை பின்பற்றுபவர்களை முகமதியர் என்று அழைத்தனர். 19ஆம் நூற்றாண்டிலேயே ஆங்கிலேயர்கள் தங்களுடைய ஆவணங்களில் புத்த, சீக்கிய மற்றும் ஜைன மதங்களை ஹிந்து மதத்திலிருந்து வேறுபடுத்திக் காட்டினர்.

இதே போல் உலகில் உள்ள மதங்களில் நிறைய தெளிவில்லாத நம்பிக்கைகள் உள்ளன. எனவே, மேலே கூறிய காரணங்களால், உலகில் தற்போது உள்ள மற்றும் முன்பிருந்த மதங்கள் எப்பொழுது தோன்றியது என்பதையும், அவற்றின் மூல மதம் அல்லது கலாசாரம் எது என்பதையும் நாம் அறிந்துகொள்வது இன்றியமையாததாகும். இதன் மூலம் மதங்களைப்பற்றி நிறைய தெளிவான விஷயங்கள் நாம் அறியலாம்.

தற்போதைய தொல்பொருள் ஆய்வுகளின்படி உலகின் மிக பழைமையான மதம் சுமேரிய மதமாகும். இதன் காலம் பொ.யு.மு. 4000 – 3000 போலாகும். இந்த சுமேரிய மதத்திலிருந்து அக்காடிய, மற்றும் பாபிலோனிய மதங்கள் தோன்றின.

எகிப்திய மதமும், சுமேரியாவிலிருந்து பிரிந்து சென்று எகிப்தில் குடியேறிய மக்கள் தோற்றுவித்த மதமாக இருக்கலாம். எகிப்திய மதத்தின் தோற்ற காலம் பொ.யு.மு. 3000 போல். எகிப்திய மதம் தோன்றிய காலகட்டத்தில் சிந்து சமவெளி நாகரிகம் இன்றைய பாகிஸ்தான் மற்றும் ராஜஸ்தானில் தோன்றியது. இங்கு கடவுள் வழிபாடு பற்றிய தொல்பொருள் ஆய்வுகள் விரிவாக கிடைக்கவில்லை. கடவுள் வழிபாடு ஓர் எளிமையான பழங்குடிகள் வழிபாடு போல் இருந்திருக்க வேண்டும். சிந்து சமவெளி மக்கள் திராவிட இனத்தினர் என்று ஆய்வுகள் கூறுகின்றன. எனவே இது திராவிட மதம் என்று குறிப்பிட்டுக்கொள்ளலாம். மேலும் சிந்து சமவெளி தொல்பொருள் தடயங்களில் உள்ள குறியீடுகள், சித்திரங்கள், உருவச்சிலைகள் ஆகியவற்றை காண்கையில், அவற்றை சுமேரிய தொல்பொருள் தடயங்களோடு ஒப்பிட்டு நோக்கையில், அது மிகவும் பழைமையான, ஆரம்பகால, திறன் மேம்பட்ட வேலைப்பாடாக இருக்கிறது. இதனால் சிந்து சமவெளி, ஒருவேளை சுமேரிய நாகரிகத்திற்கு முன்னோடியாக இருக்கலாம் என்று தோன்றுகிறது. இது குறித்துப் பின்னால் நாம் பார்ப்போம்.

பொ.யு.மு 1500 போல் ஆரியர்கள் ரிக் வேதம் தோற்றுவித்தனர். இதில் அக்னி, இந்திரன், ருத்ரன், வருணன் போன்ற தெய்வங்கள் கூறப்பட்டுள்ளன. ரிக் வேதம் தோன்றிய இடம் தற்போதைய இரான் நாட்டில் இருக்கலாம் என்று கருதப்படுகிறது. நம்முடைய தற்போதைய இந்து மதத்தின் அடிப்படை ரிக் வேதமாகும். சில ஆரியக் குழுக்கள் புலம் பெயர்ந்து இந்தியாவிற்கு வந்தனர். இவர்கள் பொ.யு.மு 700 போல் வட இந்தியாவில் குடியேறினர். பின்னர் தென்னிந்தியாவிற்குக் குடியேறினர். சில ஆரியக் குழுக்கள் இரானிலேயே தங்கிவிட்டனர். எனவே, இவர்களை இரானிய ஆரியர்கள் என்று குறிப்பிடுகின்றனர். இவர்கள் மொழியான அவெஸ்தான் மொழிக்கும், சமஸ்கிருத மொழிக்கும் நிறைய ஒற்றுமை உள்ளது.

இந்த மதங்கள் எல்லாம் கிட்டத்தட்ட ஒரே நிலப் பகுதியில் அதாவது மேற்கு ஆசியாவில் மற்றும் அதன் அருகில் இருந்த எகிப்தில் தோன்றியதால் அவை ஒன்றோடு ஒன்று கலந்து பின்னர் அதிலிருந்து பல்வேறு மதங்கள் உருவாகின. அப்படி உருவாகிய ஒரு மதம்தான் ஹீப்ரு எனப்படும் யூத மதம். இதன் காலம் பொ.யு.மு. 1000 போல். இந்த யூத மதத்திலிருந்து கிருத்துவ மதம் தோன்றியது. கிருத்துவ மதத்தின் பழைய ஏற்பாடு யூத மதத்தின் பைபிளை சார்ந்ததாகும். கிருத்துவ மதம் தோன்றி கிட்டத்தட்ட 600 ஆண்டுகள் கழித்து, அதே யூத மதத்தின் பின்னணியில் இருந்து இஸ்லாம் மதம் தோன்றியது. அதனால்தான் கிருத்துவ மதத்திற்கும், இஸ்லாமிய மதத்திற்கும் பொதுவான ஒரே முன்னோர் பெயர் ஆபிரகாம் என்பதாகும்.

இந்தியாவில் பொ.யு.மு. 5ஆம் மற்றும் 6ஆம் நூற்றாண்டுகள் போல் ஜைன மதமும், புத்த மதமும் தோன்றியது. புத்தமதம் மேற்கு ஆசியா, தென்னிந்தியா, இலங்கை, தெற்காசிய நாடுகளுக்குப் பரவியது.

அதேபோல் சுமேரிய, அக்காடிய, யூத மத பழக்க வழக்கங்கள் கொண்ட ஆரியர்கள் இந்தியாவில் குடியேறியபொழுது, அவர்கள் அப்பொழுது இந்தியாவில் இருந்த திராவிட கலாசாரங்களோடு கலந்து தென்னிந்தியாவில் தோன்றியதுதான் சைவ மற்றும் வைணவ மதங்கள். இந்த மதங்கள் பின்னர் பக்தி இயக்கம் மூலம் வட இந்தியாவிற்கு பரவியது. பின்னர் கிருத்துவ மற்றும் இஸ்லாமிய மதம் இந்தியாவிற்குள் வந்த பொழுது, சைவ மற்றும் வைணவ மதம் இரண்டும் சேர்த்து இந்து மதம் எனக்

கூறப்பட்டது. எனவே இந்து மதத்தின் வேர்கள் ஆரியர்கள் கொண்டு வந்த மதங்களில் தான் இருக்க வேண்டும். இதைப்பற்றி பின்வரும் ஒரு தலைப்பில் நாம் ஆராயலாம்.

சீன நாகரிகத்தில் பொ.யு.மு. 6ஆம் மற்றும் 5ஆம் நூற்றாண்டு போல் தாவோ மற்றும் கன்புசியஸ் மதங்கள் தோன்றின. ஆனால் இவை உலகளவில் பரவவில்லை சீன நாட்டிலும், அது சார்ந்த நாடுகளில் மட்டும் பின்பற்றப்பட்டது.

மத தோற்ற அட்டவணை

வ.எ.	மதம் தோற்றம்	காலம்	இடம்	இன்றிலிருந்து
1	சுமேரிய மதம்	பொ.யு.மு. 4000 – 3000	மெசபடாமியா (இன்றைய இராக்)	6000 ஆண்டுகளுக்கு முன்
2	அக்காடிய, பாபிலோனிய மதம்	பொ.யு.மு. 2500 – 2000	மேற்காசியா	4500 ஆண்டுகளுக்கு முன்
3	எகிப்திய மதம்	பொ.யு.மு. 3000 – 2000	எகிப்து	5000 ஆண்டுகளுக்கு முன்
4	சிந்து சமவெளி மதம்	பொ.யு.மு. 3000 – 2000	சிந்து சமவெளி (இன்றைய பாகிஸ்தான், ராஜஸ்தான்)	5000 ஆண்டுகளுக்கு முன்
5	மினோயன் / மைசீனிய மதம்	பொ.யு.மு. 2500 – 2000	க்ரீட் தீவு	4500 ஆண்டுகளுக்கு முன்
6	வேத மதம் (பின்னாளில் இந்து மதம்)	பொ.யு.மு. 1300 போல்.	இரான் அல்லது சிந்து சமவெளி	3300 ஆண்டுகளுக்கு முன்
7	யூத மதம்	பொ.யு.மு. 1000 போல்	மேற்காசியா	3000 ஆண்டுகளுக்கு முன்
8	ஜோராஸ்ட்ரிய மதம்	பொ.யு.மு. 600	இரான்	2600 ஆண்டுகளுக்கு முன்
9	புத்த மற்றும் ஜைன மதம்	பொ.யு.மு. 500	இந்தியா	2500 ஆண்டுகளுக்கு முன்
10	கிரேக்க, ரோம மதங்கள்	பொ.யு.மு. 500	கிரேக்கம், ரோம்	2500 ஆண்டுகளுக்கு முன்
11	கிருத்துவ மதம்	பொ.யு. 20	மேற்காசியா	2000 ஆண்டுகளுக்கு முன்
12	இஸ்லாமிய மதம்	பொ.யு. 600	மேற்காசியா	1400 ஆண்டுகளுக்கு முன்

சுருக்கமாகச் சொல்லப்போனால், உலகில் கடைசியாகத் தோன்றிய ஒரு பெரிய மதம் இஸ்லாமிய மதம். உலகில் உள்ள எல்லா மதங்களுக்கும் அடிப்படை மதக் கோட்பாடுகள் சுமேரிய மதத்தில் இருந்து தான் வந்திருக்க வேண்டும். அதை கீழே கொடுத்துள்ள படத்தில் காணலாம். இதற்கான ஆதாரங்களை இந்த அத்தியாயத்தின் பின் பகுதியில் நாம் காணலாம்.

மதங்களின் கால வரையீடு

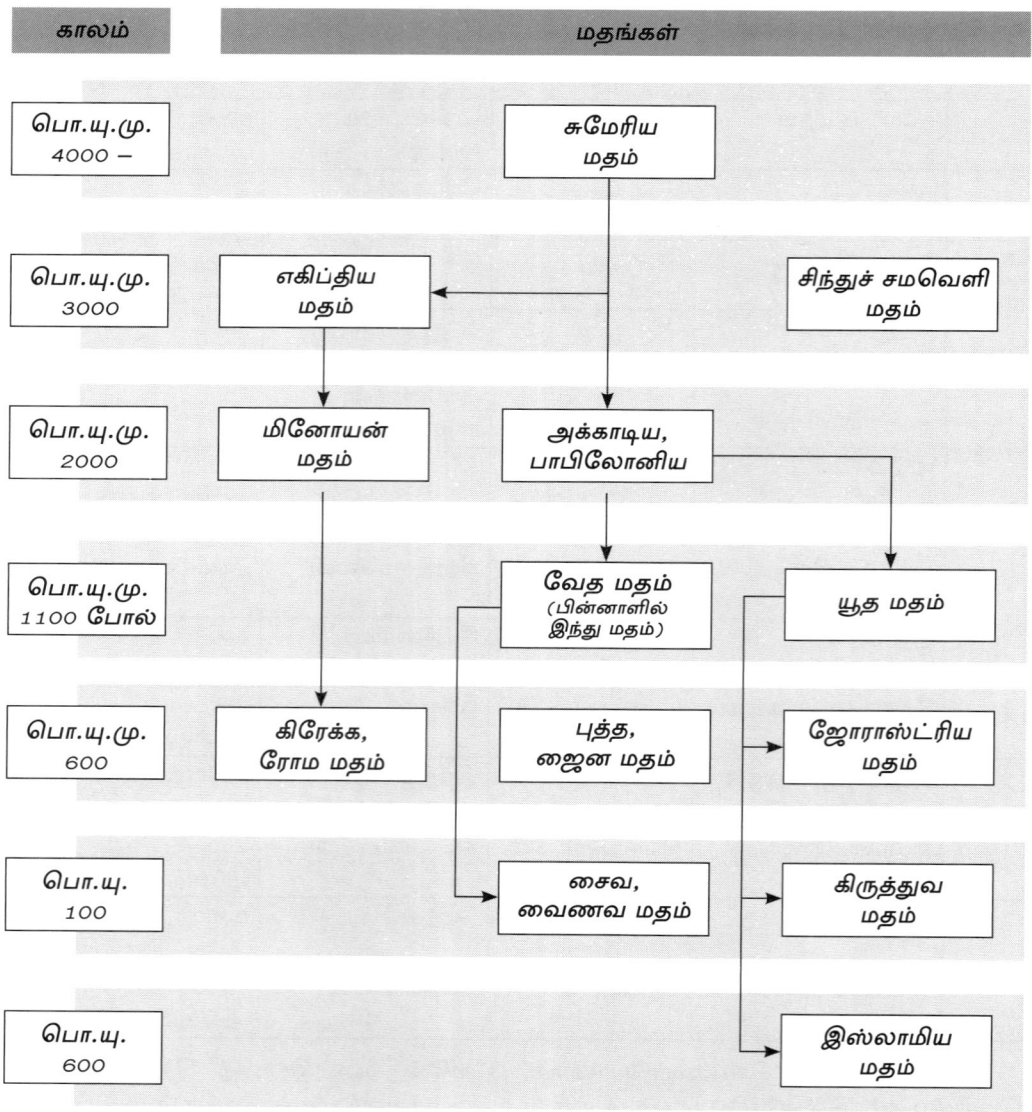

உலக பண்டைய நாகரிகங்களில் கடவுள் வழிபாடு

உலகின் மிகப் பழைய நாகரிகங்களான சுமேரிய, எகிப்து, சிந்து சமவெளி, மினோயன், கிரேக்க மற்றும் ரோம, சீன, திராவிட நாகரிகங்களில் பண்டைக்காலத்தில் வழிபடப்பட்ட கடவுள்களை பற்றி நாம் இங்கு காணலாம்.

சுமேரிய நாகரிகக் கடவுள்கள்

உலகின் மிகப் பழைமையான நாகரிகம் மெசொபட்டமியா அல்லது சுமேரிய நாகரிகம். சுமேரியர்கள் மெசொபட்டாமியாவில் பொ.யு.மு. 6500 போல் குடியேறினர். பின் நகரங்களை தோற்றுவித்தனர்.

பொ.யு.மு. 4000 போல் உலகில் முதல்முதலில் முறையான மதத்தை தோற்றுவித்தனர். இவர்களுடைய மதம் பல கடவுள் வழிபாடு கொண்டதாக இருந்தது. தாங்கள் உருவாக்கிய ஒவ்வொரு நகரத்திற்கும் ஒவ்வொரு கடவுளை இணைத்து வழிபட்டனர்.

உலகின் முதல் கோவில் சுமேரியர்களே கட்டினர். அதாவது இன்றைக்கு ஏறக்குறைய 5500 ஆண்டுகளுக்கு முன்பே சுமேரியர்கள் கோவில் கட்டினர். ஆனால் தென்னிந்தியாவில் பல்லவர் காலத்திலேயே இன்றைக்கு சுமார் 1500 வருடங்களுக்கு முன்பே கோவில்கள் கட்டப்பட்டது. அதாவது தென்னிந்தியாவை விட 4000 ஆண்டுகளுக்கு முன்பே சுமேரியாவில் கோவில் கட்டப்பட்டுவிட்டது.

இந்த சுமேரிய மதமே பிற்காலத்தில் ஜோராஸ்ட்ர, யூத, கிருத்துவ, இஸ்லாமிய போன்ற மதங்கள் உருவாக காரணாமாக இருந்தது.

கையில் வில்லுடன் உள்ள தெய்வம்

நீர்வளத் தெய்வம் – இந்தாரா

சுமேரியத்தில் தெய்வங்கள் இரு பிரிவுகள். ஒன்று, அனுன வகையைச் சேர்ந்த பெருந்தெய்வங்கள். மற்றொன்று அவையல்லாத தெய்வங்கள். இரு பிரிவுகளுக்குமே தலைவன் 'அன்'. அன் என்பது பொதுப்படையாக இறைவன் என்றும் கூறப்பட்டது.

இவருக்கு அடுத்ததாக என்லில். அடையாளம் உதய சூரியன். மலைஅரசன் இவரது அடைமொழி.

என்லில் –இன்னொரு பெயர் – உடு (சிவன் – உடுக்கை)

சந்திரக் கடவுள்

(இ.வ)நினுர்ட, இஸ்தார், சாமாஷ் (சூரிய) மற்றும் இயா (பொ.யு.மு. 2250)

இஷ்டார் தெய்வம்

சுமேரிய கடவுள்கள்

கடவுள் பெயர்	ஆங்கிலத்தில்	குணம்	குறிப்பு
அன்	An	வான் தெய்வம்	இதன் சுமேரியக் குறியீடு 'டின்கிர்'; டின்கிர் என்பது தின் (டின்கிர் – தின்கிர் – திர்கிர் – திரிகிரி; அதாவது மூன்று கிரி; திரி என்பதே தீன் என்று மருவியிருக்க வேண்டும்; திரிகிரி என்பதை திருப்பி வாசித்தால் கிரிதர் என்ற பெயர் வரும்.)
அருரு	Aruru	பிறப்பின் தெய்வம்	
டுமிழி/டுமிசி	Dumuzi	மேய்த்தல் தெய்வம்	
என்கி	Enki	பூமி, படைப்பு, ஞானம், தண்ணீர், கலை, குறும்பு – அதிதேவன்.	
என்லில்	Enlil	விதியின் தெய்வம்	
எரேஸ்கிகாள்	Ereskigal	பாதாள உலக தெய்வம்	
நேர்காள்	Nergal	போர்க் கடவுள்	காளி என்பதே காள் என்று மொழி பெயர்க்கப்பட்டிருக்கலாம்; பண்டைக் காலத்தில் நம் மன்னர்கள் போருக்குச் செல்லும் முன் காளியை வழிபடுவர்
இனன்ன (இஸ்தார்)	Inanna (Isthar)	காதல், சொர்க்கம் மற்றும் போர்க் கடவுள்	
நன்னா	Nanna	சந்திரக் கடவுள்	
உடு	Utu	சூரியக் கடவுள்	உடு – உதி – உதயம்

எர்ஷிகாள் (பாதாளம்) மற்றும் நேர்காள் (போர்)

நெரிப்டும் – மூன்று (அ) நான்முகக் கடவுள் (பொ.யு.மு. 1700)

இதேபோன்று இன்னும் பல சிறு தெய்வங்கள் சுமேரிய மதத்தில் வழிபடப் பட்டது. சுமேரியற்கு சற்று பின் தோன்றிய அக்காடிய நாகரிகத்திலும், சுமேரிய வழியில் அதேபோன்றே கடவுள் வழிபாடு செய்யப்பட்டது. எனவே சுமேரிய மற்றும் அக்காடிய கடவுள்களுக்கு நிறைய ஒற்றுமைகள் இருக்கும். அகத்திய என்ற சொல்லே அக்காடிய என்று மருவியது என்ற கூற்றும் உள்ளது.

இந்து மதத்தில் உள்ள பிரம்மாவைப்போல், சுமேரிய மதத்திலும் மூன்று அல்லது நான்முகக் கடவுள் உள்ளார். இவருக்கு நெரிப்டும் என்று பெயர்.

கண்ணர்கள் (canon) வழிபடும் ஒரு சிறுவக் கடவுளை 'பால்' என்று அழைக்கிறார்கள். இது பாலன் என்ற சொல்லின் திரிபாக உள்ளது. இந்து மதத்தில்

பால் கடவுள்

சிறுவக் கடவுள்களை 'பாலன்' என்று அழைப்பது வழக்கம். பாலமுருகன், பால கிருஷ்ணன், கோபாலன் என்பது போல. இந்தக் கடவுளின் நிறம் கருப்பு. இந்து மதத்தில் இருக்கும் கண்ணனின் நிறமும் கருப்பு. கண்ணனும் மாடு மேய்க்கும் ஆயர் சிறுவன்.

இந்து மதத்தில் காணப்படும் ராகு என்ற கிரகத்தை குறிக்கும் உருவம் போல் சுமேரிய மதத்திலும் உண்டு. சுமேரிய மதத்திற்கும், இதேபோல் இந்து மத தொன்மங்களில் காணப்படும் ஒரு முக்கியமான முனிவர் அகஸ்திய முனிவர்.

ராகு போல் உள்ள ஒரு உருவம்

அகத்தியர் போல் குள்ள உருவம் கொண்ட சிலை

இவர் குள்ளமான உருவம் உடையவர். அகஸ்தியர் காவேரி நதியை தன் கும்பம் மூலம் உருவாக்கியவர் என்ற தொன்மைக் கதை இந்து மதத்தில் உண்டு. இதனால் இவருக்கு கும்ப முனி என்ற பெயரும் உண்டு. இதே உருவக் குறியீடு போல் அக்காடிய மதத்திலும் ஒரு குள்ளமான உருவம் கொண்ட, கையில் கும்பத்துடன் ஒருவர் காணப்படுகிறார். அந்த கும்பத்திலிருந்து நீர் வெளியேறிச் செல்கிறது. ஆனால் இவருக்கு அகஸ்தியர்போல் முடியும், மீசையும், தாடியும் இல்லை. இவர் மழித்த முகத்துடன் காணப்படுகிறார். சுமேரிய கடவுள்களுக்கும் இந்து மதத்திற்கும் நிறைய ஒற்றுமைகள் உள்ளது. அவை குறித்து பின்னால் பார்ப்போம்:

எகிப்திய நாகரிகக் கடவுள்கள்

எகிப்திய நாகரிகத்தின் காலம் பொ.யு.மு. 4000 – 3500 போல் தோன்றியது. அதாவது சுமேரிய நாகரிகத்திற்கு ஏறக்குறைய 1000 வருடங்கள் கழித்தே எகிப்திய நாகரிகம் தோன்றியது. பொ.யு.மு. 3100 எகிப்திய அரசு தோற்றுவிக்கப்பட்டது. பண்டைய எகிப்தியரும் பல கடவுள் வழிபாடு செய்பவர்களாக இருந்தனர். எகிப்திய அரசனே கடவுள் வழிபாடு செய்வதற்கும், சடங்குகள் செய்வதற்கும் முதல் உரிமை

பெற்றவன். அரசர்கள் தங்களை கடவுளின் தூதன் என்று கூறிக்கொண்டார்கள். அரசன் கடவுளின் அவதாரம் என்றும் நம்பப்பட்டது. அரசனுக்குப் பிறகுதான் மத குருக்கள் சடங்குகள் செய்வதற்கு உரிமை பெற்றவர்கள்.

எகிப்திய கடவுள் வழிபாட்டில் கடவுள்களுக்கு தொன்மக்கதைகள் இல்லை. எகிப்திய கடவுள்கள் இயற்கை சக்திகளையும், இயற்கை நிகழ்வுகளையுமே உருவகித்தார்கள். எகிப்தியர்கள் கடவுள்களுக்கு சடங்குகள் செய்தும், காணிக்கைகள் செலுத்தியும் கடவுள்களை மகிழ்வித்தனர். எகிப்திய நாகரிகத்தின் காலத்தில், பல கால கட்டங்களில் வெவ்வேறு கடவுள்கள் முக்கியத்துவம் பெற்று மேன்மையாக வழிபடப்பட்டனர். எகிப்திய நாகரிகத்தின் வரலாற்றில் பல கடவுள் வழிபாடு இருந்தாலும், ஒரே ஒரு காலகட்டத்தில் 27 வருடங்கள் (பொ.யு.மு. 1353 – 1336) ஒரு கடவுள் வழிபாடு முறை கொண்டு வரப்பட்டது. இது அமெனோபிஸ் – அகெநாதன் அரசரின் காலத்தில், ஆதன் என்ற சூரியக்கடவுளை மட்டும் வழிபடும் முறை இருந்தது. அதன் பின்னர் மீண்டும் பல கடவுள் வழிபாடு கொண்டு வரப்பட்டது.

எகிப்திய கடவுள்கள் பலர் விலங்குகள் தலை உருவம் கொண்டவர்களாக இருந்தனர். எகிப்திய கடவுள்கள் மற்றும் மன்னர்கள் பற்றி, கடவுள் வழிபாடு மற்றும் சடங்குகள் பற்றி, அரசர்களை அடக்கம் செய்த பிரமிடுகளின் சுவர்களில் உள்ள சித்திரங்களின் மூலம் அறியப்படுகிறது. எகிப்திய நாகரிகத்தில் நூற்றுக்கும் மேற்பட்ட கடவுள்கள் இருந்தாலும், அதில் பத்திற்கும் மேற்பட்ட கடவுள்களே மிகவும் மேன்மை வாய்ந்தவர்களாக கருதப்பட்டனர். அப்படிப்பட்ட கடவுள்களின் பெயர்களை நாம் கீழே காண்போம்:

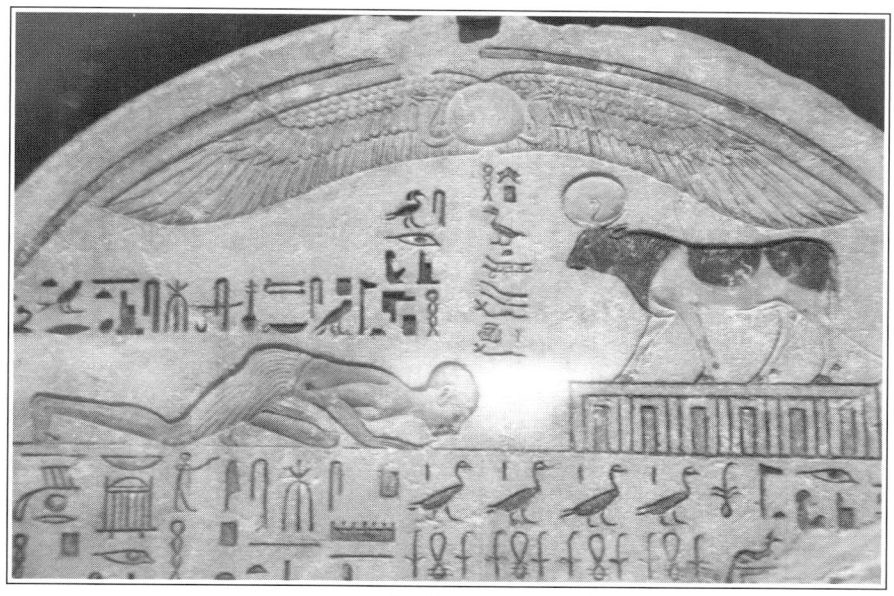

பண்டைய எகிப்தில் காளை வழிபாடு

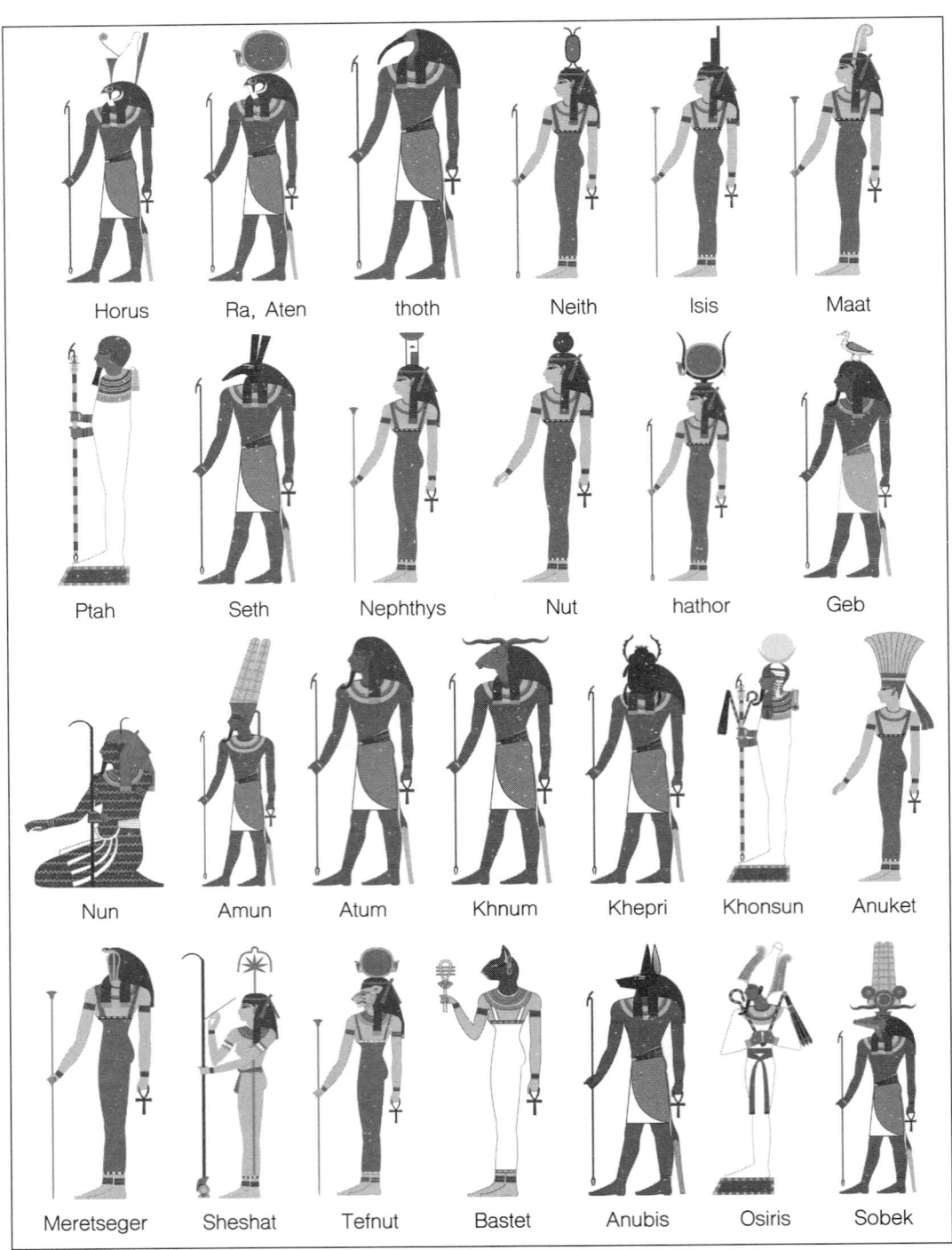

எகிப்திய கடவுள்கள்

எகிப்திய கடவுள்கள் அட்டவணை

கடவுள் பெயர்	ஆங்கிலத்தில்	குணம்	உருவம்	குறிப்பு
ஹோரஸ்	Horus	சூரியக் கடவுள்	பருந்து	ஹோரஸ் என்பது ஓரை
ரா, அதென்	Ra, Aten	சூரியக் கடவுள்		அதென் – சூரியனின் வட்டம்
தோத்	thoth	சந்திரன், எழுதுதல், அறிவின் கடவுள்.	கொக்கு போன்ற பறவை முகம்	
நெய்த்	Neith	வேட்டை, போர், அறிவுக் கடவுள்		
இசிஸ்	Isis	தாய்க் கடவுள்		ஐயை என்பதே இசிஸ் என்று மருவி யிருக்கலாம்
மாத்	Maat	சிறகுடைய தெய்வம்; புனித முறை (Sacred Order)		மாத் என்பதே மாதா என்று மருவியிருக்க வேண்டும்.
ப்தா	Ptah	படைக்கும் கடவுள்		
சேத், நேப்திஸ்	Seth, Nephthys	பாதாள உலகக் கடவுள்கள்	குதிரை போன்ற நீள்முகம்	
நுட்	Nut	வான் பெண் கடவுள்		
ஹாதோர்	hathor	பசு/மாடு கடவுள்		
கெப்	Geb	பூமி கடவுள்		நிலம்
நுண்	Nun	சமுத்திரக் கடவுள்		
அமுன்	Amun	காற்றுக் கடவுள், படைக்கும் கடவுள்		
அடும்	Atum	படைக்கும் கடவுள்		
க்னும்	Khnum	நைல் நதியின் ஆண் கடவுள்	ஆடு	

கேப்ரி	Khepri	மறுபிறவி		
கொன்சுன்	Khonsun	சந்திரன்	கழுகு	
அனுகெட்	Anuket	நைல் நதியின் பெண் கடவுள்		அணைக் கட்டு?
மெரெட்செகர்	Meretseger	அமைதி (நிசப்தம்)	நாகம்	
சேஷாத்	Sheshat	எழுத்து, அளவுகள்		
தெப்னுட்	Tefnut	ஈரப்பதம்,வளம்	சிங்கம்	
பாஸ்டேட்	Bastet	பூனைக் கடவுள், கர்ப்பிணிப் பெண்களை மற்றும் குழந்தைகளை காத்தல்	பூனை	
அனுபிஸ்	Anubis	இறந்தவர், இறுதி சடங்குகள்	ஓநாய்	
ஒசிரிஸ்	osiris	பாதாள உலகம், இறப்பிற்கு பின் உள்ள வாழ்வு		
சொபேக்	Sobek	முதலைக் கடவுள்	முதலை	

சிந்து சமவெளி கடவுள்கள்

சிந்து சமவெளி நாகரிகத்தின் காலம் பொ.யு.மு.3300 –பொ.யு.மு. 1300 வரையில் இருந்ததென்று வரலாற்று ஆய்வாளர்கள் கருதுகின்றனர். இதில் பொ.யு. மு. 2900 – பொ.யு.மு. 1900 வரை இந்த நாகரிகம் நன்கு மேம்பட்டு இருந்தது என்று கூறப்படுகிறது. சிந்து சமவெளியில் கிடைத்த தொல்பொருள் ஆதாரங்களில் காணப்படும் கடவுள் பசுபதி என்று கூறப்படுகிறது. இந்த உருவம் மாட்டின் கொம்பை தலையில் அணிந்து குத்துக்கால் இட்டு அமர்ந்திருப்பது போல் உள்ளது. இவருக்கு

பசுபதி என்ற தெய்வம் காணப்படும் முத்திரைகள்

மூன்று அல்லது நான்கு முகம் உடையவர் போல் தோன்றுகிறது. இவர் சிவன் அல்லது ருத்திரன் என்று பலர் கருதுகிறார்கள்.

இன்னொரு முத்திரையில் ஒரு பெண் தெய்வத்தை வணங்கும் சித்திரம் காணப்படுகிறது. இதில் பெண் தெய்வம் ஒரு மரத்திற்கு இடையில் உள்ளது போல் சித்திரிக்கப்பட்டுள்ளது. அந்த பெண் தெய்வம் விரித்த சடையுடன் தலையில் மாட்டுக் கொம்பு கிரீடம் அணிந்திருப்பது போல் உள்ளது. ஒரு மனிதன் முழங்காலிட்டு வணங்குவது போலவும், பல மனிதர்கள் கூடி நிற்பது போலவும், கூடவே ஒரு பெரிய ஆடு இருப்பது போல அந்த படத்தில் சித்திரிக்கப்பட்டுள்ளது. அதேபோல் நாக வழிபாடும் இருந்ததற்கான தடயங்கள் சிந்து சமவெளியில் கிடைத்துள்ளன.

பெண்தெய்வ வழிபாடு

சிந்துச் சமவெளி பெண் தெய்வம்

நாக வழிபாடு

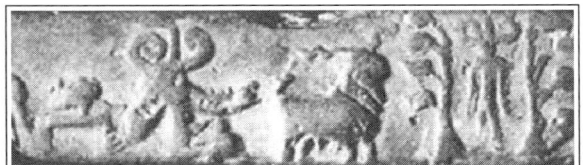
மரத்திலிருந்து தோன்றும் தெய்வம்

சிந்து மத வழிபாடு குறித்து முத்திரைகளில் காணப்படும் மாட்டுக்கொம்பு அணிந்த ஆண்தெய்வம், பெண்கடவுள், அரசமரம், நாகம் போன்ற உருவங்கள் எல்லாம் பழங்கால பழங்குடி மக்களின் வாழ்க்கை முறையிலிருந்து பெறப்பட்டவையாகும்.

மினோயன் நாககன்னிகை

மினோயன் நாகரிகக்கடவுள்கள்

மினோயன் நாகரிகம் மத்திய தரைக்கடல் பகுதியில் உள்ள கிரீட் தீவு களில் தோன்றியது. இதன் காலகட்டம் பொ.யு.மு. 2500 போலாகும். மினோயன் நாகரிகத்திற்கும் திராவிட நாகரிகத்திற்கும் பல ஒற்றுமைகள் காணப்படுகிறது. இது சுமேரிய மற்றும் எகிப்து நாகரிகங்களின் அடிப்படையில் தோன்றியிருக்கலாம். மினோயன் நாகரிகத்தின் பெயர் மினோஸ் என்ற அரசனின் பெயரிலிருந்து தோன்றியது என்று ஆய்வாளர்கள் கருதுகிறார்கள். மினோஸ் என்பது மீனவன் என்ற பெயரிலிருந்து மருவியிருக் கலாம். இவர்கள் பல கடவுள்களை வணங்கினார்கள். இவர்களின் முக்கிய தெய்வம் நாக கன்னிகை. கையில் வேலுடன் இருக்கும் ஓர் ஆண் தெய்வத்தையும் இவர்கள் வணங்கினார்கள். இது மட்டுமல்லாமல் வேறு பல தெய்வங்களையும் அவர்கள் வணங் கினார்கள்.

கிரேக்க மற்றும் ரோமானியக் கடவுள்கள்

கிரேக்க மற்றும் ரோமானிய நாகரிகங்கள் பொ.யு.மு. 5ஆம் நூற்றாண்டு போல் கிரேக்கத்திலும் தற்போதைய இத்தாலியிலும் தோன்றியது. கிரேக்க நாகரிகத்தின் அடிப்படையிலேயேதான் ரோமானிய நாகரிகம் தோன்றியது. எனவே இந்த இரு நாகரிகத்திலும் ஒரே போன்ற கடவுள் வழிபாடு இருந்தது. இந்த இரு நாகரிகங்களிலும் பல கடவுள் வழிபாடு இருந்தது. பெரும் கடவுள்கள், சிறு கடவுள்கள், தேவதைகள் என நிறைய கடவுள்கள் இந்த நாகரிகங்களில் இருந்தன. இந்த இரு நாகரிகங்களிலும் வழிபடப்பட்ட முக்கிய கடவுள்கள் பற்றி கீழே உள்ள அட்டவணையில் பார்க்கலாம்.

கிரேக்க மற்றும் ரோமானிய கடவுள்கள் அட்டவணை

வ.எ.	கடவுள் பெயர் (ஆங்கிலம்)	தமிழில்	குணம்	பாலினம்	இணையான ரோமனியக் கடவுள்
1	Aphrodite	அப்ரோடைட்	காதல், அழகு, ஆசை, இன்பம்	பெண்	வீனஸ் (Venus)
2	Appollo	அப்போல்லோ	இசை, அறிவு, நோய் தீர்த்தல், ஆணழகு, புலமை	ஆண்	சூல் (Sol)

3	Ares	அரெஸ்	போர், ரத்தம், வன்முறை	ஆண்	மார்ஸ் (மார்ஸ்)
4	Atemis	அடெமிஸ்	வேட்டை, மிருகம், பிறப்பு, நோய்	கன்னிப் பெண்	டயானா (Diana)
5	Athena	அதெனா	அறிவு, சாதுர்யம், அமைதி, கைவினைப் பொருட்கள்	பெண்	மினெர்வா (Minerva)
6	Demeter	டேமேட்டர்	விவசாயம், அறுவடை, தானியம், ஊட்டச்சத்து	பெண்	செரெஸ் (Ceres)
7	Dionysus	டியோனிசுஸ்	விழாக்கள், குடித்தல், குதூகலம், மது	ஆண்	
8	Hades/Pluto	ஹடெஸ்/ ப்ளுடோ	பாதாள உலகம், இறந்தோர்	ஆண்	
9	Hephaestus	ஹெபாஸ்டுஸ்	நெருப்பு, உலோக வேலைப்பாடு	ஆண்	வல்கண் (Vulcan)
10	Hera	ஹீரா	கடவுள்களின் அரசி, திருமணம், பிறப்பு,	பெண்	ஜூனோ (Juno)
11	Hermes	ஹெர்மேஸ்	எல்லை, பயணம், தரவு, மொழி, எழுதுதல்	ஆண்	மெர்குரி (Mercury)
12	Hestia	ஹெஸ்டியா	இருதயம், வீடு	கன்னிப் பெண்	வெஸ்டா (வேஷ்ட)
13	Poseidon	பொசெய் டொன்	கடல், ஆறு, வெள்ளம், வறட்சி, நிலநடுக்கம்	ஆண்	நெப்ட்யூன் (Neptune)
14	Zeus	சியஸ்	கடவுள்களின் அரசன், ஒலிம்பஸ் மலையை ஆள்பவன், வானம், இடி, மின்னல், சட்ட ஒழுங்கு, நீதி, (கையில் நெருப்பு, காளை மற்றும் கழுகு)	ஆண்	ஜுபிட்டர் (Jupiter)

சீனக் கடவுள்கள்

பழங்காலத்தில் சீன நாகரிகத்தில் பல கடவுள் வழிபாடு இருந்தது. இந்த கடவுள்கள் இயற்கை சார்ந்தோ, நோய் தீர்க்கும் குணம் சார்ந்தோ இருந்தன. தியன் *(Tian)*, டி *(Di)*, சியன் *(Xian)* என்ற சொற்கள் கடவுள்களை குறிக்கும் சொற்களாக இருந்தன. தியன் என்பது சொர்க்கத்தை குறிக்கும் சொல். சியன் என்பது சேயோன் என்ற சொல்லின் திரிபு போல் உள்ளது. தியன் என்பது தெய்வம் அல்லது தேயோன் என்ற சொல் போல் உள்ளது. டியோன் *(Dion)* என்ற கடவுள் ரோமானிய மதத்திலும் உள்ளது. இது சந்திரனை குறிக்கும் தெய்வம். பொ.யு.மு. 6ஆம் நூற்றாண்டு போல் தாவோ, மற்றும் கன்புசியஸ் ஆகிய மதங்கள் தோன்றின. பின்னர் புத்த மதம் சீனாவில் பெருமளவில் பரவியது. சீனாவில் வழிபடும் முக்கிய கடவுள்கள் கீழே உள்ள அட்டவணையில் காணலாம். இவையல்லாமல் பல சிறு கடவுள்களும், தேவதைகளும் சீனாவில் வழிபடப்படுகின்றன.

சீனக் கடவுள்கள் அட்டவணை

வ.எ.	கடவுள் பெயர் (ஆங்கிலம்)	தமிழில்	குணம்	பாலினம்
1	Yudi	யுடி	சொர்க்கத்தின் கடவுள்	ஆண்
2	Doumu	டௌமு	சொர்க்கத்தின் அரசி	பெண்
3	Pangu	பங்கு	வானம், பூமி	ஆண்
4	Xiwangmu	ஜிவங்க்மு	சக்தி, மேற்கு திசை அரசி, நெசவு, உருவாக்கம் மற்றும் அழித்தல்	பெண்
5	Yangwang	யங்வாங்	பாதாள உலகம், யங் சக்தி	ஆண்

திராவிடக் கடவுள்கள்

சிந்து சமவெளி திராவிட நாகரிகம் என்று கருதப்பட்டாலும், நம் பண்டைய தமிழகத்தில், சங்க காலத்தில் வழிபடப்பட்ட தெய்வங்கள் குறித்து நாம் காணலாம். சங்க இலக்கியங்களில் சேயோன், கொற்றவை, மால் என சில தெய்வப் பெயர்கள் குறிப்பிடப்பட்டிருந்தாலும், பல பண்டைய பழங்குடிகள் தாங்கள் வழிபட்டு வந்த தெய்வங்கள் குறித்தும் நாம் அறிந்து கொள்ள வேண்டியிருக்கிறது. இந்த தெய்வங்கள், பிற்காலத்தில், ஆரிய/வேத மத வழிபாடு வந்த பிறகு, இவை எல்லை தெய்வங்களாகவோ, சிறு தெய்வங்களாக ஆக்கப்பட்டு, வழிபடப்பட்டு வந்தன. அது மட்டுமில்லாமல் வேத மத பழக்க வழக்கங்கள் கதைகள் அதனுள் பரவி, கிட்டத்தட்ட இந்த கடவுள் வழிபாடுகள் வேத மத கடவுள் வழிபாடுகள் போன்றே ஆகிவிட்டது. பண்டைக் காலத்தில் இந்த திராவிடக் கடவுள்கள் வழிபாடு, கோவில்கள் இல்லாமல், சிலைகள் இல்லாமல், காவுகளிலும், பெரும் தோப்புகளில் ஒரு நடுகல் வழிபாடாக இருந்தது. பின்னாளில் வேத மதம் பரவிய பொழுது இந்த திராவிட கடவுள்களுக்கும், சிலைகள் செய்து, கோவில்கள் கட்டி வழிபட ஆரம்பித்தனர். இந்த சிலைகளும்,

கோவில்களும் வேத மதத்தின், கடவுள்களின் அடையாளங்களை கொண்டிருந்தது. வழிபாட்டுச் சடங்குகளும் பெரும்பாலும் வேத மத வழிபாட்டுச் சடங்குகள் போல் ஆகிவிட்டது.

இன்னொன்றும் சொல்லப்போனால், தற்போது தமிழ் நாட்டில் திராவிட இயக்கம் என்று கூறிக்கொண்டு, கடவுள் இல்லை என்று சொல்லிக்கொண்டு, நாத்திகம் பேசிக்கொண்டு இருப்பவர்கள், திராவிடமும் குலதெய்வ வழிபாடு கொண்டிருந்த நாகரிகம் என்று அறியவில்லை. நம்முடைய பண்டைய குலதெய்வங்கள் சுடலை மாடன், அய்யனார், கருப்பண்ணன், மாரியம்மன், சாத்தன் போன்ற தெய்வங்கள் எல்லாம் திராவிட தெய்வங்கள். அவை வேத கடவுள் வழிபாட்டோடு கலந்து, தற்போது எல்லாம் இந்து மதம் என்று ஒன்றாகி, பிரித்துப் பார்த்து அறிந்துகொள்ள முடியாமல் ஆகிவிட்டது. எனவே தற்போதைய திராவிட இயக்கங்கள் எல்லாம், கடவுள் வழிபாடு என்பது வேத கடவுள் வழிபாடு என்றும், ஆரியர் கொண்டு வந்தது என்றும், திராவிடம் என்பது கடவுள் வழிபாடு இல்லாதது என்றும் நினைத்து, அதை பகுத்தறிவு என்று கூறிக்கொண்டிருக்கிறார்கள்.

சுடலை மாடன், அய்யனார், கருப்பண்ணன், இசக்கி, செல்லாண்டி, சாத்தன், அங்காளம்மன், பிடாரி, அய்யனார், முனியாண்டி, மாசாணி அம்மன், சாமுண்டி, நீலி, சூலி, போன்ற கடவுள்கள்.

சுடலை மாடன்

சுடலை மாடன் வழிபாடு தென் தமிழகத்தில் கன்னியாகுமரி, திருநெல்வேலி, தூத்துக்குடி, ராமநாதபுரம் போன்ற பகுதிகளில் மிகவும் பிரசித்தி பெற்றது. சுடலை மாடன் வழிபாடு தமிழர்களின் மிகவும் பழைமையான வழிபாடுகளில் ஒன்றாகும்.

வேத மதக் கலப்பில்லாமல்
சுடலை மாடன்

வேத மத கலந்தபின்
சுடலை மாடன்

சாத்தன்

சங்க காலத்தில் சாத்தன் வழிபாடு பெருமைக்குரிய விஷயம். பலர் சாத்தனின் பெயர் கொண்டிருந்தனர். சீத்தலைச் சாத்தனார், பேருண் சாத்தன். சாத்தன் என்ற தெய்வம் வைதீக இந்து மதத்திற்கு உட்பட்டதன்று என்பதற்கு சிலப்பதிகாரத்தில் சான்று உள்ளது. சாத்தனை சிவனுக்கு மகனாக ஆக்கியதை அப்பர் கூறியிருப்பதால் அவருக்கு முன்னர் சாத்தன் இந்து மதக் கடவுளாக இல்லை. நான்கு, ஐந்தாம் நூற்றாண்டுகளில் மகனாக ஆக்கியிருக்கலாம். சாத்தனார் என்ற பெயர்கள் சங்க இலக்கியத்தில் காணப்படுகிறது. சாத்தன் வழிபாடு இன்னும் கேரளத்தில் உள்ளது. சாத்த என்பது வணிகப்பொருளை குறிப்பிடுவது. வணிகர்களை சாத்தன் என்று கூறுவதுண்டு. சாத்தன் – சாத என்ற குதிரையைக் குறிக்கிறது. சாத என்ற பெயர் முண்டா மொழியில் காணப்படுகிறது. சாத்தன் = அய்யனார்; சாத என்பது குதிரையைக் குறிக்கும். தமிழ்நாட்டில் வழிபடும் அய்யனாரும் குதிரை மேல்தான் அமர்ந்திருப்பார். சாஸ்தா என்று கூறப்படும் அய்யப்பனும், அய்யனாரும் ஒன்று தான்.

சாத்தன் என்ற பெயரே மேற்கு ஆசிய சில மதங்களில் சாத்தான் என்று ஆயிற்று. சில மதங்களில் இது சாஸ்தா என்று ஆயிற்று. பின்னர் சாஸ்தாவும், ஐயப்பன் என்ற மணிகண்டனும் ஒரே தெய்வம் என்று ஆயிற்று.

பல்லவர் காலத்தில், தமிழ்நாட்டில் பல கதைகள் உருவாக்கி ஆரிய தெய்வங்களையும் பழங்குடி மக்களின் தெய்வங்களையும் இணைத்து இந்து மத தெய்வ வரிசையை உண்டாக்கின. இக்காலத்தில் நாயன்மார்கள் பக்தி இயக்கம் தோன்றி பரவியது. கேரளத்தில் பாலக்காடு, மலப்புரம் பகுதிகளில் அதிகம் வாழும் ஆதிக்குடிகளில் ஒன்றான அலார் தங்களைச் சாத்தன் என்றே கூறிக்கொள்கின்றனர்.

பூத வழிபாடு

சங்க காலத்தில் பூத வழிபாடு மிகவும் வழக்கத்திலிருந்தது. ஆனால் தற்பொழுது தமிழகத்தில் காணப்படுவதில்லை. ஆனால் துளு பிரதேசத்தில் பூத வழிபாடு சில இடங்களில் காணப்படுகிறது. சங்ககாலத்தில் மன்னர்கள் உட்பட பலரும் பூதம் என்ற பெயரைக் கொண்டவர்களாக இருந்தனர். உதாரணமாக பூதத்தாழ்வார், மாத்ருபூதம், போன்ற பெயர்கள். பூதம் என்பது இயக்கனின் இன்னொரு பெயர். இதன் அர்த்தம் சக்தி என்பதாகும். வல் இயக்கன் என்பவர் வள்ளுவ இனத்தின் மூதாதையராக இருந்தார். இவரை வழிபடும் வழக்கமே வல்லியக்கன் வழிபாடு. இது பழைமையான யக்ஷ வழிபாடோடு தொடர்புடையது என்று இரகுபதி என்ற ஆய்வாளர் குறிப்பிடுகிறார். பஞ்ச பூதங்கள் என்பது ஐந்து இயற்கை சக்திகளைக் குறிப்பது.

நாக வழிபாடு

திராவிட கடவுள் வழிபாட்டில் மிக முக்கியமான வழிபாடு நாக வழிபாடு. இன்றும் தென்னிந்தியாவில் எல்லா கோவில்களிலும் நாக சந்நிதி காணப்படும். மேலும் கிராமங்களில் மரத்தினடியில் நாக வழிபாடு காணலாம். லிங்க வழிபாடு உள்ள இடங்களில் நாக வழிபாடு இருக்கிறது என்று ஆய்வுகள் கூறுகின்றன. இதே

போல் உலகெங்கிலும் சிந்து சமவெளி, எகிப்து, ஜப்பான், சீன ஆகிய நாகரிகங்களிலும் நாக வழிபாடு காணப்படுகிறது. ஜப்பானில் நாக என்ற பெயர் (நாகசாகி, இசநாகி,) பொதுவாக காணப்படுகிறது.

இந்து மதத்தின் வேர்களைத் தேடி

குறியீடுகள் மற்றும் அடையாளங்கள் பற்றிய படிப்பின் அல்லது ஆய்வின் மூலம் பலவிதமான சரித்திர தடயங்களை, சரித்திர நிகழ்வுளை அல்லது சரித்திரத்தின் மூலத்தைப் பற்றி நன்கு அறிய முடிகிறது. உலகில் பல மதங்களில் பல குறியீடுகள் உபயோகப்படுத்துகின்றனர். அப்படி உபயோகப்படுத்தப்படும் ஒவ்வொரு குறியீடுக்கும் ஒரு தத்துவ அல்லது சிந்தாந்த விளக்கங்கள் இருக்கும். உதாரணத்திற்கு விஷ்ணுவின் கையில் உள்ள சக்கரம் தீய சக்திகளை வெல்வதற்கு உடயோகப்படுவது என்று விளக்கம் கூறுவர். இந்த விளக்கங்கள் உலகில் தத்துவ, சித்தாந்த கொள்கைகள் உண்டான பிறகு இக் குறியீடுகளுக்கு பிற்காலத்தில் கொடுத்த விளக்கங்கள்.

ஆனால், இந்தக் குறியீடுகள் அதுபோல் தத்துவ சித்தாந்த விளக்கங்கள் கொடுப்பதற்கு முன்பே பரம்பரை பரம்பரையாக அந்தக் குறியீடுகளை உபயோகப்படுத்தியிருக்க வேண்டும். அது மத சம்பந்தப்பட்ட விசயம் தாண்டி, பழங்கால கலாசார குறியீடாக இருக்க வேண்டும். பின்னாளில் கடவுள் வழிபாடு தீவிரமான பிறகு, அந்த குறியீடுகளை மதத்தோடும், கடவுளோடும் சம்பந்தப்படுத்தி அதற்கு தத்துவ விளக்கங்கள் கொடுத்துவிட்டனர்.

இந்து மதத்தின் அடிப்படைக் கோட்பாடுகள் வேதங்களிலிருந்து தோன்றியது. இந்து மத பண்பாட்டுச் சடங்குகள் எல்லாம் ஆரியர்கள் கொண்டுவந்தது. ஆரியர்கள் மேற்காசியாவில் இருந்து இந்தியாவிற்குப் புலம் பெயர்ந்து வந்தவர்கள். எனவே இந்து மதத்தின் அடிப்படை வேர்கள் மேற்காசியாவில் இருந்து வந்திருக்க வேண்டும். இந்து மதம் என்ற சொல் வேதங்களிலும், சங்க இலக்கியங்களிலும் காணக்கிடைக்கவில்லை. பொ.யு. 10ஆம் நூற்றாண்டிற்கு பின்தான் இந்து மதம் என்ற சொல் உபயோகத்தில் வந்திருக்க வேண்டும். உதாரணத்திற்கு பண்டைய தமிழகத்தில் பொ.யு. 6 – 7ஆம் நூற்றாண்டில் போல் பக்தி இயக்கம் தோன்றிய பொழுது சைவ மதமும், வைணவ மதமும், புத்த மற்றும் ஆசீவக மதமும்தான் இருந்தன என்று அறிய முடிகிறது. இந்து மதம் என்ற சொல் அக்கால இலக்கியங்களில் எங்கும் காணக் கிடைக்கவில்லை. பிற்காலத்தில் கிருத்துவ, இஸ்லாமிய மதங்கள் இந்தியாவில் நுழைந்து பரவிய பிறகு, புத்த மதம் மங்கிய பிறகு, கிருத்துவ மற்றும் இஸ்லாமிய மதங்கள் அல்லாத, அவை இந்தியாவிற்குள் வரும் முன்பு இந்தியாவில் இருந்த மதங்கள் எல்லாவற்றையும் சேர்த்து, குறிப்பாக சைவ மற்றும் வைணவ மதங்களை சேர்த்து இந்து மதம் என்ற பெயர் வந்தது என்ற கூற்று உண்டு.

எனவே, இந்து மதத்தின் முக்கியப் பிரிவுகள் சைவ மற்றும் வைணவ சமயங்கள். இது அல்லாத சாக்த வழிபாடு எனப்படும் சக்தி வழிபாடும் இந்து மதத்தின் அங்கமாகக் கருதப்படுகிறது. சைவ மற்றும் வைணவ சமயங்கள் ஆரியர்கள் இந்தியாவில் குடியேறியபோது அது வழக்கில் வந்தது. எனவே, சைவ மற்றும் வைணவ சமயங்களின் வேர்கள் வேதங்களில் இருக்கிறது. வேத மதம், சுமேரிய,

எகிப்து மற்றும் அக்காடிய மதங்களின் கோட்பாடுகளில் இருந்து தோன்றியிருக்க வேண்டும். அந்த ஆதாரங்களை இந்தப் பகுதியில் நாம் தேடிப் பார்க்கலாம். அதாவது இந்து மத தொன்மங்களில் காணப்படும் விஷயங்களை சுமேரிய, மற்றும் எகிப்திய தொல்பொருள் தடயங்களிலும், தொன்மங்களிலும் காணக்கிடைக்கிறதா என்று நாம் ஒப்பிட்டுப் பார்ப்போம்.

கோவில்கள்

கடவுள் வழிபாடு செய்யப்படும் இடம் கோவில். ஆரியர்கள் என கருதப்படும் பிராமணர்கள் தென் இந்தியாவில் குடியேறிய பிறகே தென்னிந்தியாவில் கடவுள் வழிபாடு தீவிரமடைந்தது. பொ.யு. 5 – 7ஆம் நூற்றாண்டு போல் பக்தி இயக்கம் தோன்றியது. கடவுள் வழிபாடு அன்றாட வாழ்வின் அங்கமாயிற்று. பெரிய பெரிய கோவில்கள் கட்டப்பட்டன. தினமும் ஐந்து வேளை கடவுள் வழிபாடு என வழக்கம் உண்டாயிற்று. இந்த கோவில்கள் எல்லாம் ஆரியக்கடவுள்களுக்கு கட்டப்பட்டன. சிவன், விஷ்ணு ஆகியோர் ஆரியக்கடவுள்கள். சங்ககால இலக்கியங்களில் பெரிய கட்டடக் கோவில்கள் பற்றி குறிப்புகள் காணப்படவில்லை. சங்க கால தமிழகத்தில் கோவில்கள் என்பது ஒரு சிறிய குடிலோ, மரத்தினடியில் சிலை வைத்து வழிபடும் வழக்கம் இருந்தது.

பல்லவர் காலத்திலேயே தமிழகத்தில் பெரிய கோவில்கள் கட்டப்பட்டன. எனவே தென்னிந்திய கோவில்கள் எல்லாம் ஏறக்குறைய 1500 வருடங்களே பழைமையானவை. அதற்கு முன்பு தென்னிந்தியாவில் குறிப்பாக தமிழகத்தில் பெரிய கட்டட கோவில்கள் இருந்ததற்கான தொல்லியல் ஆதாரங்கள் இல்லை. மதுரை மீனாட்சி அம்மன் கோவில் 3000 வருடங்கள் பழைமையானது என்பர். ஆனால் கோவில் ஒரு மரத்தினடியில் சிறிய சிலை அமைத்து அல்லது குடில் அமைத்து வழிபட ஆரம்பித்தது 3000 வருடங்களுக்கு முன்பாக இருக்கலாம். ஆனால் அதன் கோபுரங்கள், கல் கட்டடங்கள் எல்லாம் படிப்படியாக பல காலகட்டங்களில் பல மன்னர்களால் பொ.யு. 7ஆம் நூற்றாண்டிற்குப் பிறகே கட்டப்பட்டது. ஆனால், எகிப்திலும், சுமேரியாவிலும் பொ.யு.மு. 3000 போல் பெரிய கோவில்கள் கட்டப்பட்டன. அதாவது இன்றைக்கு 5000 வருடங்களுக்கு முன்பே அங்கு பெரிய கோவில்கள் கட்டப்பட்டுவிட்டன. நம்முடைய கோவில்களின் கட்டட அம்சங்கள் எகிப்திய, இரானிய கட்டட அம்சங்கள் போன்று உள்ளன. முக்கியமாக கல்தூண்கள் எல்லாம் எகிப்திய கோவில் தூண்கள்போல் உள்ளன. எனவே திராவிடக் கட்டடக்கலை என்பது இரானிய அல்லது எகிப்திய கட்டடக்கலையிலிருந்து தோன்றியது. மேலும் அது 1500 வருடங்கள் பழைமையானதே. ஆனால் திராவிட இனம் என்பது 10000 முதல் 15000 வருடங்கள் பழைமையானது.

திராவிடக் கடவுள்களான மால், சுடலை மாடன், அய்யனார், கருப்பண்ணசாமி எல்லாம் மரத்தினடியில் சிலை அல்லது கல் வைத்து வழிபடப்பட்டனர். பிற்காலத்தில் கோவில் கலாசாரம் வந்த பிறகு இந்தக் கடவுள்களுக்கு கோவில் கட்டி, இந்தக் கடவுள் உருவங்களுக்கும் ஆரியக்கடவுள்கள் போல் கிரீடம், வாகனங்கள், நாமம், திருநீறு பட்டை எல்லாம் இட்டனர்.

எகிப்திய கோவில்கள்	**இந்திய கோவில்கள்**
(3000 – 4000 ஆண்டுகள் முன்பு)	(500 – 1500 ஆண்டுகள் முன்பு)

வெளிப்புறத் தோற்றம்

கோவில் உள்பகுதி

கோவில் முக வாயில்

சிதிலமடைந்த பிரஹாரங்கள்

உள்மண்டபம்

உள்மேற்கூரை சித்திரங்கள்

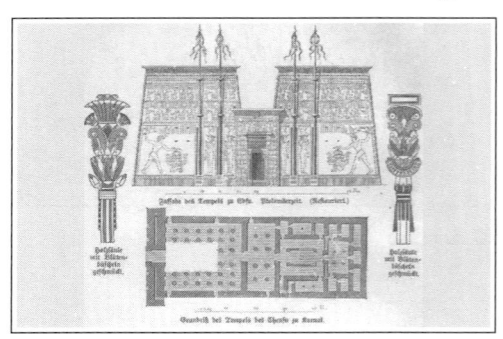 

கோபுரம்

நெஃபர்தாரி குடைவரை கோவில்

கன்ஹிரே குடைவரை கோவில் (மும்பை)

கனைஸ் குடைவரை கோவில்

மகேந்திரவாடி குடைவரை கோவில்

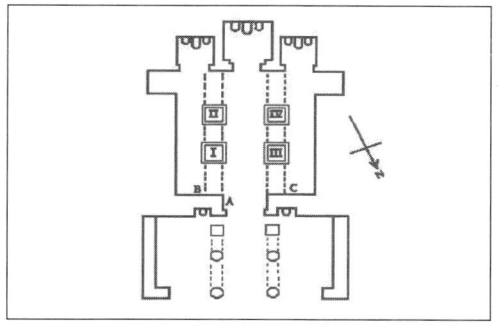

கனைஸ் கோவில் வரைபடம்

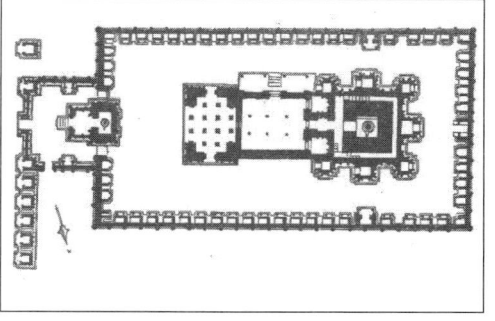

காஞ்சி கைலாசநாதர் கோவில் வரைபடம்

மூன்றாம் அமென்ஹோதெப் சிலைகள்

அய்யனார் சிலைகள்

கடவுளின் பின்னால் அலங்கார வளைவு

இந்து மதக் கடவுள்களின் உருவங்கள் பின்னால் தங்கத்தால் ஆன அலங்கரிக்கப் பட்ட அலங்கார வளைவுகள் இருக்கும். இதற்கு மகர தோரணம் என்று பெயர். இந்தத் தோரணம் வாயில் கதவைக் காக்கும் பொருளாக கருதப்படுகிறது. இந்த அலங்கார வளைவுகள் சிந்து சமவெளி மற்றும் சுமேரிய மதங்களில் காணப்படுகிறது.

சுமேரிய மதங்களில் காணப்படும் தோரணம்

சிந்து சமவெளி தோரணம்

இந்து மத தோரணம்

யாளி

இந்து சமய அடையாளங்களில் முக்கியமான ஒரு அடையாளம், இந்து கோவில்களின் மண்டபதூண்களில் காணப்படும் யாளி என்ற மிருகத்தின் உருவமாகும். இந்த யாளியின் சித்திர உருவங்கள் சுமேரிய மத அடையாளங்களிலும் காணப்படுகின்றன.

சுமேரிய மத யாளி சித்திரங்கள்

சுமேரிய மத யாளி புடைப்பு சிற்பங்கள்

இந்து மத யாளி சிற்பங்கள்

சைவ சமய வேர்கள்

சைவ சமயம் சிவனை ஆதி தெய்வமாக வழிபடும் சமயமாகும். சைவ சமயத்தில் காணப்படும் முக்கிய மத குறியீடுகள் அல்லது அடையாளங்கள் கமண்டலம், கடவுள்கள் வாகனம், மர வழிபாடு, காமதேனு, கழுத்தில் பாம்பு, பல கைகள் உடைய தெய்வ உருவங்கள் என பல உள்ளன.

சிவனடியார்கள்

சைவ சமயத்தில் தன்னை அர்ப்பணித்துக்கொண்டவர்களை சிவனடியார்கள் என்று கூறுவார்கள். அவர்கள் நன்கு மழித்த தலை மற்றும் முகத்துடனோ அல்லது நீண்ட சடை மற்றும் தாடி போன்ற முக அலங்காரத்தோடு இருப்பார்கள். எளிமையான

சுமேரிய அடியார்கள்

சைவ சமயத்தில் சிவனடியார்கள்

பெரும்பாலும் இடுப்பில் துண்டு போன்ற உடை உடுத்தியிருப்பார்கள். இதே போன்ற உருவ அமைப்பு உள்ள அடியார்கள் சுமேரிய நாகரிக தொல்பொருள் தரவுகளில் காணப்படுகிறார்கள்.

மிருக வாகனங்களில் மேல் கடவுள்கள்

சைவ அல்லது வேத மதக்கடவுள்கள் எல்லோரும் தங்களுடைய மிருக வாகனங்களில் உட்கார்ந்து அல்லது நிற்பது போல் இருக்கும். இதே போன்று சுமேரிய கடவுள்களும் தங்களுடைய மிருக வாகனங்களில் நிற்பது போல் காணப்படுகிறது.

மிருக வாகனங்களில் சுமேரிய மதக் கடவுள்கள்

மிருக வாகனங்களில் இந்து மதக் கடவுள்கள்

கமண்டலம்

சைவ சமயத்தில் காணப்படும் முக்கியமான ஒரு அடையாளம் கமண்டலம். முக்கியமாக முனிவர்கள் கையில் இது இருக்கும். மேலும் சில சிவன் சித்திரங்களிலும்

சுமேரிய மதத்தில் கமண்டலம்

எகிப்திய சித்திரத்தில் கமண்டலம்

சைவ சமயத்தில் கமண்டலம்

இது காணப்படுகிறது. இந்த அடையாளம் சுமேரிய மத அடையாளங்களில் காணப்படுகிறது. இது முக்கியமாக உப கடவுள்கள் அல்லது தேவதைகள் கைகளில் காணப்படுகிறது. கமண்டலம் புனித நீர் கொண்டு செல்வதற்கு உபயோகப்பட்டது என்று தொன்மங்கள் கூறுகின்றன. இந்தப் புனித நீர், மனிதனின் உடலில் உள்ள தீய சக்திகளை வெளியேற்றும் என்ற தத்துவக் கூறு உள்ளது. கமண்டலம், சைவ சமய வழிபாடுகளில் முக்கியமான பொருள்.

காமதேனு

இந்து/வேத மத தொன்மங்களில் காமதேனு எனப்படும் பசு தெய்வம் வணங்கப்படுகிறது. இதேபோன்ற பசு தெய்வ வழிபாடு சிந்து சமவெளி, மற்றும்

சிந்துச் சமவெளி மதத்தில் காமதேனு

சுமேரிய மதத்தில் காமதேனு   இந்து மதத்தில் காமதேனு

சுமேரிய நாகரிகங்களில் காணப்படுகிறது. சுமேரிய மதத்தில் காமதேனுவிற்கு ஆண் முகம் உடையதாக உள்ளது. சிந்து சமவெளியில் காணப்படும் இந்த உருவம் பெண் முகம் போன்றே உள்ளது. ஆனால் மிருக உடல் புலியின் உடலமைப்பு போலவும் தெரிகிறது.

கடவுள் கையில் ஆயுதங்கள்

இந்து மத கடவுள்கள் பல கைகள் கொண்டவையாக இருக்கின்றன. ஒவ்வொரு கைகளிலும் ஏதோ ஒரு ஆயுதமோ அல்லது பொருளோ இருக்கும். இதேபோன்ற உருவ அமைப்பு சுமேரிய கடவுள்களிடமும் காணப்படுகிறது. சுமேரிய கடவுள்களின் கைகளிலும் வில், வேல், அரிவாள், போன்ற ஆயுதங்கள் காணப்படுகின்றன. சுமேரிய கடவுள்கள் இரு கைகள் கொண்டதாகவே உள்ளது. ஆனால் அவைகளுடைய இரு தோள்களிலும் ஆயுதங்கள் இருக்கின்றன. இதுவே பிற்காலத்தில் சுமேரிய மதத்தின் அடிப்படையில் தோன்றிய வேத மதத்தில் பல கைகளாக உருவகப்படுத்தியிருக்க வேண்டும். கீழே உள்ள படங்களை ஒப்பிட்டு பார்க்கையில், இடது பக்கம் உள்ள சுமேரிய இஷ்டார் தெய்வத்தின் கையில் அரிவாள் உள்ளது. இதேபோல் வலது

சுமேரிய மத இஸ்டார்

இந்து மத காளி

படத்தில் உள்ள காளியின் கைகளிலும் அதேபோன்ற அரிவாள் உள்ளது. இஷ்டார் தெய்வத்தின் இரு தோள்களிலும் ஆயுதங்கள் உள்ளன. இதுவே பிற்காலத்தில் வேத மதத்தில் பல கைகளாக உருவகப்படுத்தியிருக்கவேண்டும்.

கழுத்தில் பாம்பு

சைவ சமயத்தின் முதன்மைக் கடவுளான சிவனின் கழுத்தில் பாம்பு உள்ளது. இதே போன்ற உருவ அமைப்பு உள்ள ஒரு சிறு கடவுள் சுமேரிய மதத்தில் காணப்படுகிறது. கீழே காணும் படத்தில் சூரியக் கடவுள் இந்திரனை காணச் செல்கிறார். அவர் தோளில் இருதலைப் பாம்பு ஒன்று உள்ளது. சிவனை சேயோன்

சுமேரிய மதத்தில் தோளில் பாம்பு உடைய சித்திரம்

சிவன் கழுத்திலும் தலையிலும் பாம்பு

என்றும் குறிப்பிடுவர். சேயோன் என்பது சூரியனைக் குறிக்கும். ரிக் வேதத்தில் அக்னியும், ருத்ரனும், இந்திரனுமே முதன்மைக் கடவுள்கள். சிவன் முதன்மைக் கடவுள் இல்லை. பிற்காலத்திலேயே சிவனும், விஷ்ணுவும் வேத மதத்தில் முதன்மைக் கடவுள்களாக ஆனார்கள்.

திருநீறு

சைவ சமயத்தைப் பின்பற்றுபவர்கள் நெற்றியில் மற்றும் உடலில் திருநீறு பூசுவார்கள். இதேபோல் பண்டைய எகிப்திய பிரமிடுகளில் நெற்றியில் திருநீறு பூசியவாறு உள்ள சித்திரங்கள் காணப்படுகின்றன.

நெற்றியில் திருநீறு (எகிப்திய பிரமிடு சித்திரம்)

முன்குடுமி அந்தணர்கள்

பிராமண பிரிவினரில், ஒரு சில பிரிவினர் முன்குடுமி வைத்திருப்பார்கள். அதேபோல் கேரளாவில் நாயர், நம்பூதிரிகள் போன்ற பிரிவினரில் சிலர் முன்குடுமி வைத்திருப்பார்கள். இந்த முன்குடுமி வழக்கம் எகிப்திய பிரமிடு சித்திரங்களில் காணப்படுகிறது.

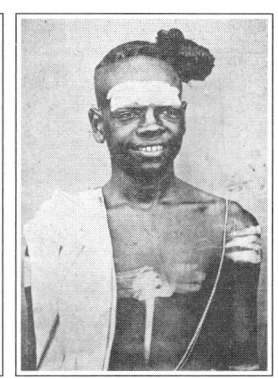

எகிப்திய பிரமிடு சித்திரங்களில் முன்குடுமி   தென்னிந்திய முன்குடுமி

கிரீடம்

பண்டைய தமிழகத்தில் கடவுள்களுக்கு கிரீடம் கிடையாது. கிரீடம் பற்றி சங்க இலக்கியங்களில் பழங்கால மன்னர்கள் கிரீடமாக மலர்களாலான கண்ணி எனப்படும் வளையத்தை தலையில் அணிவார்கள். இதே வழக்கம் கிரேக்கத்திலும் இருந்தது. கடவுள்களுக்கு கிரீடம் வைத்திருப்பது ஆரியர்களின் மதக் குறியீடு. ஆரியர்கள் தென்னிந்தியாவிற்கு வந்த பிறகு திராவிடக்கடவுள்களையும் தங்கள் கடவுள்களோடு இணைத்து விட்டனர். அப்படித்தான் தமிழ்க் கடவுளான முருகனை, சிவனின் மகனாக ஆக்கினார்கள். முருகனுக்கும் கிரீடம் வைத்தார்கள். பின்னர் காலம் செல்லச்செல்ல ஆரிய மத கலாசாரம் பரவிய பிறகு தமிழகத்தின் கிராமத்துத் தெய்வங்களுக்கும் கிரீடம் வைத்தனர்.

சுமேரியக் கடவுள்களின் கிரீடம்

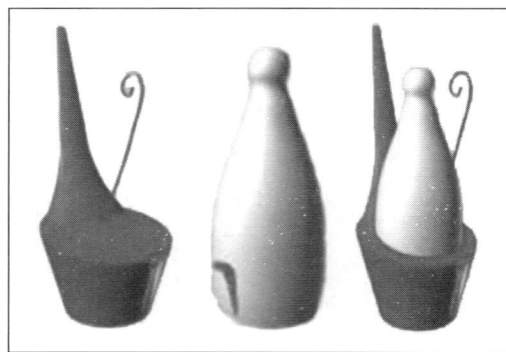

எகிப்திய கிரீடங்கள்   பல்லவர் கால கிரீடங்கள்

கிரீடம் வைப்பது எகிப்திய மற்றும் சுமேரிய நாகரிகங்களில் பின்பற்றப்பட்டது. அரசர்கள் கிரீடம் வைப்பது எகிப்திய கலாசாரத்தின் வழக்கம். எகிப்திய மன்னர்கள் தாங்கள் ஆளும் நாட்டைப் பொறுத்து இரண்டு வகையான கிரீடங்கள் வைத்தனர்.

வடக்கு எகிப்தை ஆண்ட அரசர்கள் ஒரு விதமான கிரீடமும், தெற்கு எகிப்தை ஆண்ட அரசர்கள் ஒரு விதமான கிரீடமும், இந்த இரண்டு எகிப்தையும் ஆண்ட அரசர்கள் இந்த இரண்டு கிரீடமும் சேர்ந்த ஒரு கிரீடத்தையும் அணிந்தார்கள். சுமேரிய நாகரிகத்திலும் ஆதிகாலம் தொட்டே கடவுள்களுக்கு கிரீடம் போல் ஒரு அமைப்பை உருவாக்கினார்கள். இந்த கிரீடம் கலாசாரமே பிற்காலத்தில் தோன்றிய மதங்களில் (யூத, இஸ்லாம் மதங்களில்), தொப்பி அணியும் வழக்கம் உண்டானது.

சுமேரிய நாகரிகத்தில் தட்சிணாமூர்த்தி மற்றும் துர்கை வழிபாடு

உலகின் பழைமையான நாகரிகம் என்று கருதப்படுகிற சுமேரிய நாகரிகத்தில் தட்சிணாமூர்த்தி வழிபாடு பற்றிய அறிகுறிகள் தென்படுகின்றன. நாம் ஏற்கெனவே சுமேரிய நாகரிகத்தில் வழிபடப்பட்ட கடவுள்கள் பற்றி இதற்கு முன்பு கண்டோம். சுமேரிய மதத்திலிருந்துதான் உலகில் மற்ற மதங்கள் தோன்றியது என்றும் கூட கண்டோம். வேத மதத்தின் மூல மதமும் சுமேரிய மதம்தான் என்று கண்டோம். தட்சிணாமூர்த்தி வழிபாடு, ஆரியர்கள் மூலம் இந்தியாவிற்கு வந்தது. சுமேரிய நாகரிகத்தில் உண்டாகியிருந்த தட்சிணாமூர்த்தி வழிபாடு பற்றி கீழே உள்ள படத்தின் மூலம் காணலாம்.

மேலே உள்ள படத்தில் ஐந்து மனித உருவங்கள் உள்ளன. மேலும் சிங்கம், மரம், பறவை, ஆடு/மாடு, மீன், பாயும் நீர், மேடுகள், பாறைகள் போன்ற உருவங்களும் உள்ளன. அதோடு இடது பக்கம் மேலே மொழிக் குறியீடுகள் உள்ளன. மனித உருவங்கள் கடவுள்களைக் குறிக்கின்றன. இறக்கை உள்ளது ஒரு பெண் தெய்வம். கையில் பறவை உள்ள தெய்வம்தான் தட்சிணாமூர்த்தி தெய்வமாக இருக்க வேண்டும். இவர் தனது ஒரு காலை ஒரு மேட்டின் மேல் வைத்துள்ளார். இங்கு மேடு என்பது மலையைக் குறிக்கும். அந்த மேட்டில் பாறைகள்போல் உள்ளது சிறு சிறு குன்றுகளைக் குறிக்கும். மேட்டின் மேல், காலை வைத்திருப்பதுபோல் இருப்பது, அந்தத் தெய்வம் அந்த மலைக்கு அதிபதி என்பதைக் குறிப்பதாகும். தட்சிணாமூர்த்தி படத்தில் அவர் குன்றுகள் உள்ள மலை மேல் அமர்ந்திருப்பார். இதில் ஒரு மரம் காண்பிக்கப்பட்டுள்ளது. இது புனித மரமாக இருக்கலாம். தட்சிணாமூர்த்தியும் மரத்தினடியில் உட்கார்ந்திருப்பார். பாயும் நீர் என்பது இரு நதிகளை குறிப்பிடுவது.

இது மெசொபட்டாமியாவில் உள்ள உபிரடேஸ் மற்றும் டைக்ரேஸ் நதிகளைக் குறிப்பிடுவதாக தொல்பொருள் ஆய்வாளர்கள் குறிப்பிடுகிறார்கள். தட்சிணா மூர்த்தி, சிவனின் இன்னொரு வடிவம். சிவனின் தலையில் இருந்து கங்கை நதி உருவாகிறது என்பது போல், இந்த நதிகள் உருவகிக்கப்பட்டிருக்கலாம். அந்தப் படத்தில் உள்ள இரு மலைகளுக்கிடையில், கடவுளின் காலின் கீழ் ஒரு மனித உருவம் கையில் கத்தியுடன் உள்ளது. இது தட்சிணாமூர்த்தி காலின் கீழ் கிடக்கும் நாகரைக் குறிப்பதாகும். இதே கடவுளின் காலின் கீழ் ஒரு ஆடு/மாடு உள்ளதுபோல் உள்ளது. இது தட்சிணாமூர்த்தி படத்தில் உள்ள மாட்டைக் குறிப்பதாகும்.

காலின் கீழ் நாக அரக்கன்

இன்னொரு மேட்டின் மேல் பெண் தெய்வம் உள்ளது. காளி அல்லது துர்க்கையின் உருவமாக இருக்கலாம். துர்க்கை, மலையின் பெண் தெய்வம். துர்க்கம் என்றால் மலை. பார்வதியும் துர்க்கைதான். பர்வதம் என்றால் மலை. இந்தப் பெண் கடவுளின் கையில்

இஷ்டார் போர்க் கடவுள்

துர்க்கை போர்க்கடவுள்   காளி போர்க்கடவுள்

உருண்டையாய் ஒரு பொருள் உள்ளது. அது மனிதனின் தலை போல் உள்ளது. இந்தப் படத்தில் இடது ஓரத்தில் சிங்கம் உள்ளது. சுமேரிய பெண் கடவுளான இஸ்தார் தன்னுடைய காலை சிங்கத்தின் மேல் வைத்திருப்பதாக சித்திரிக்கப்பட்டுள்ளது. இந்து மதத்தில் உள்ள காளி அல்லது துர்க்கை படங்களிலும் இதே போன்ற அமைப்புகள் உள்ளன. கீழே கொடுக்கப்பட்டுள்ள இன்னொரு படத்தையும் காணலாம்.

குன்றின் மேல் கடவுள்

இந்தப் படத்தில், குன்றுகளாக உள்ள ஒரு மலையின்மேல் ஒரு கடவுள் அமர்ந்துள்ளார். அவர் வலது கையில் வேல் அல்லது தண்டாயுதம் போல ஒரு ஆயுதம் உள்ளது. அந்த மலையின் கீழ் பாகத்தில் இரண்டு நாகங்களின் வாயில் இருந்து இரு நதிகள் பாய்ந்து ஓடுவதுபோல் காண்பிக்கப்பட்டுள்ளது. இதில் இரண்டு பெண்

உருவங்கள் அந்தத் தெய்வத்திற்கு வழிபாடு செய்வதுபோல் உள்ளது. இடது பக்கம் உள்ள பெண்ணின் கையில் விளக்குபோல ஒரு பொருள் உள்ளது. இது கோவில்களில் கடவுளுக்குக் காண்பிக்கப்படும் ஆரத்தீ விளக்குபோல் உள்ளது. இந்தப் பெண்ணின் பின்னால் ஒரு மரம் சித்தரிக்கப்பட்டுள்ளது. அதன் அருகில் ஓர் ஆண் உருவம் கையில் கம்பு அல்லது வேல் போன்ற ஆயுதம் வைத்திருப்பதுபோல் சித்திரிக்கப்பட்டுள்ளது. இந்த உருவத்தின் கீழ் நாகம்போல் உருவம் உள்ளது. இந்த ஒப்பீடுகளைப் பார்க்கும்போது பண்டைய சுமேரிய நாகரிகத்தில் தட்சிணாமூர்த்தி மற்றும் துர்க்கை அல்லது காளி வழிபாடு இருந்தது என்பது தெரிகிறது.

வைஷ்ணவ சமய வேர்கள்

வைஷ்ணவ சமயம், விஷ்ணுவை அதி தெய்வமாக வழிபடுகிறது. விஷ்ணு ஒரு வேதக் கடவுள். இதே வைஷ்ணவம் கிருஷ்ணனையும் விஷ்ணுவின் அவதாரமாகக் கருதி வழிபடுகிறது. ஆனால், கிருஷ்ணன் வேதக்கடவுள் இல்லை. ரிக் வேதத்தில் விஷ்ணு ஒரு உபக்கடவுள். அதில் அவர் முக்கியக் கடவுள் இல்லை. ரிக் வேதத்தில் விஷ்ணு பற்றிய சுலோகங்கள் முதலில் வரவில்லை. பின்பே வருகிறது. ரிக் வேதத்தில் அக்னியும், இந்திரனும், வருணனும் முக்கிய கடவுள்கள்.

வைஷ்ணவத்தின் தோற்றம் பற்றிய தெளிவான திடமான ஆதாரங்கள் கிடைக்கவில்லை. அதனுடைய பழைமையான ஆரம்பகாலத் தோற்றம் பற்றிய ஆதாரங்கள் தெளிவில்லாமல், சீராக இல்லாமல், அரிதாகவே கிடைக்கப்பெறுகிறது. தலால் என்ற அறிஞர் வைஷ்ணவம் 'பாக' என்ற வேதக்கடவுளிலிருந்து உருவாகிய 'பாகவதம்' என்ற சமயத்திலிருந்து தோன்றியிருக்கலாம் என்று கருதுகிறார். இதில் 'பாக' என்பது 'பகவா' அதாவது பகவன் என்பதாக இருக்கலாம். பிரேசியாடோ சொலிஸ் என்ற அறிஞர், 'வைஷ்ணவத்தின் ஆரம்ப வேர்கள் நரன் மற்றும் நாராயணன் என்ற வேதக்கடவுளிலிருந்து ஏற்பட்டிருக்கலாம்' என்று குறிப்பிடுகிறார்.

தண்டேக்கர் என்ற அறிஞர் பல கடவுள்களை வழிபட்டிருந்த பழைமையான சமூகப் பாரம்பரியங்கள், இந்தக் கடவுள்கள் எல்லாம் ஒரு கடவுளின் அவதாரம் என்று உணர்ந்து அப்பாரம்பரியங்களின் ஒருங்கிணைப்பில் ஏற்பட்ட சமயமே வைஷ்ணவம் என்று கூறுகிறார். இவர் கூற்றுப்படி வைஷ்ணவம் வேத காலத்தின் கடைசியில் வட இந்தியாவில் பொ.யு.மு. 700 – 800 போல் தோன்றியிருக்கலாம் என்று கூறுகிறார்.

கிருஷ்ணன் வழிபாடு வேத வழிபாட்டைச் சார்ந்தது இல்லை என்றும், பிற்காலத்தில் இது ரிக் வேதத்தின் விஷ்ணு வழிபாட்டோடு கலந்தது என்றும் கருத்து நிலவுகிறது. கிருஷ்ணன் விஷ்ணுவின் அவதாரமாக கருதப்படுவது பொ.யு. 100 – 400 போல் இயற்றப்பட்ட சமஸ்க்ருத இலக்கியங்களிலே காணப்படுகிறது. பகவத்கீதையும் மகாபாரதத்தில் கிருஷ்ணன் வழிபாடு காரணமாகவே இணைக்கப்பட்டது. பின்னாளில் நாராயணன் வழிபாடும் வைஷ்ணவத்தில் சேர்க்கப்பட்டது என்று கருதப்படுகிறது.

தென்னிந்தியாவில் கிருஷ்ண வழிபாட்டிற்கு ஒத்த 'மால் வழிபாடு' பற்றிக் குறிப்பிடுகின்றன. மால் வழிபாடு, கிருஷ்ண வழிபாடு வட இந்தியாவில் வருவதற்கு முன்பே இருந்ததாக இலக்கியத் தடயங்கள் தெரியப்படுத்துகின்றன. மால் என்பது மாயோன் வழிபாடாக இருக்கலாம். தென்னிந்தியாவின் மால் வழிபாடே,

வட இந்தியாவின் கிருஷ்ண வழிபாட்டிற்கு முந்தைய வடிவமாக இருக்கலாம். மாயன் வழிபாடே மாயாண்டி வழிபாடாக இருக்கலாம். கிருஷ்ணன், அவரது சகோதரர் மற்றும் பிரியமான காதலி போன்ற கதாபாத்திரங்களைப் பற்றி சிலப்பதிகாரமும், மணிமேகலையும் குறிப்பிடுகின்றன. மால் வழிபாட்டை கிருஷ்ணன் வழிபாடு என்பதை விட, கிருஷ்ணன் வழிபாட்டை மால் அல்லது மாயன் வழிபாடு என்றே கூறுவது சரி.

ஹார்டி என்ற அறிஞர் சமஸ்க்ருத பாகவத புராணங்கள், ஆழ்வார்கள் இயற்றிய தமிழ் பக்தி இலக்கியங்களில் இருந்தே மொழி பெயர்க்கப்பட்டது என்று வாதிடுகிறார். குப்த அரசர்கள் பெரும்பாலானோர்கள் உட்பட பரம பாகவதர்கள் அல்லது பாகவத வைஷ்ணவர்கள் என்று அறியப்பட்டனர். குப்தர் காலத்தில்தான் பெரும்பாலான வைஷ்ணவ புராணங்களும், தாந்த்ரீக வைஷ்ணவ சம்ஹிதைகளும் எழுதப்பட்டன. பொ.யு.மு. 500க்குப் பிறகுதான் நாராயண உபநிடதங்களும், பொ.யு. 1100 – 1400 போல் இராமாயண உபநிடதங்களும், பின் கிருஷ்ண உபநிடதங்களும் இயற்றப்பட்டன. இக்காலகட்டத்தில் ராமாயண காவியம் நன்கு பரவியதால், கம்பரும் வட மொழியிலிருந்த ராமாயணத்தை தமிழில் இயற்றினார் என்று கருதப்படுகிறது.

குப்தர்கள் காலத்திற்கு பின்பே கிருஷ்ண வழிபாடு வைஷ்ணவத்தில் நன்கு வளர்ச்சி கண்டது. தென்னிந்தியாவில் பக்தி இயக்கம் பொ.யு. 6–7ஆம் நூற்றாண்டில் தோன்றியது. பல்லவர்கள் தமிழகத்தை ஆண்டது பொ.யு. 3–7ஆம் நூற்றாண்டு வரை. பல்லவர் காலத்தில் புத்த மதமும் தமிழகத்தில் நன்கு பரவியிருந்தது. இந்த காலகட்டத்தில்தான் சமஸ்கிருதமும் தமிழகத்தில் நன்கு வளர்ச்சியடைந்து தமிழ் மொழிக்கு நிகராக ஆட்சி மொழியாக இருந்தது. தமிழ் மொழியில் சமஸ்கிருத சொற்கள் கலப்படம் அடைந்தது.

வைஷ்ணவ மதக் குறியீடுகள்

அப்படி வைஷ்ணவத்தில் உபயோகப்படுத்தும் குறியீடுகளை ஆய்வுசெய்து வைஷ்ணவத்தின் தோற்றத்தைக் கண்டறிவோம்.

வைஷ்ணவத்தில் உபயோகப்படுத்தப்படும் முக்கியக் குறியீடுகள்:

1. நாமம், 2. குடுமி, 3. கிரீடம், 4. மீசை தாடி இல்லா மழித்த முகம்
5. துலாபாரம், 6. கழுகு, கருடன், 7. தாமரை, 8. விஷ்ணுவின் நீல நிறம்

நாமம்

இந்தக் குறியீடு வைஷ்ணவத்தின் முக்கிய குறியீடு. நாமம் என்பது மூன்று நிலையான கோடுகளை திரிசூலம்போல் நெற்றியில் இடுவது. இது வெண்மை மற்றும் செந்தூர நிறத்தில் இருக்கும்.

நாம் ஏற்கெனவே கூறியபடி வைஷ்ணவம் வடஇந்தியாவில் தோன்றியது பொ.யு.மு. 700–500 போல். தென்னிந்தியாவில் அது பல்லவர் காலத்தில் வந்தது. வைஷ்ணவத்தில் குறிக்கப்படும் இரண்டு முக்கியமான விலங்குகள் கழுகும், ஆதிசேடன் பாம்பும். முக்கியமாக விஷ்ணு அவதரிப்பது பாற்கடலில் ஆதிசேடன்

பாம்பு மேல். எனவே, பாம்பு வைஷ்ணவத்தின் முக்கியக் குறியீடு. வைஷ்ணவம் ஆரியர்களின் மதம். ஆரியர்கள் மேற்கு ஆசியாவிலிருந்து இந்தியாவிற்குக் குடியேறியவர்கள். எனவே, மேற்கு ஆசியாவின் சரித்திர தொல்பொருள் ஆதாரங்களில் இந்தக் குறியீடுகள் எந்தப் பழைமையான நாகரிகத்தில் இருக்கிறது என்று பார்க்க வேண்டும். பழைமையான நாகரிகம் எது என்று சொன்னால், கிட்டத்தட்ட பொ.யு. மு. 2000 போல். ஏனெனில், அதன் பிறகுதான் ஆரியர்கள் இந்தியா நோக்கி புலம் பெயர்ந்து பொ.யு.மு. 1500 போல் சிந்து சமவெளிக்கு வந்தார்கள்.

அப்படி ஒரு பழைமையான நாகரிகம் எகிப்திய நாகரிகம். எகிப்திய தொல்பொருள் தடயங்களை உற்றுப்பார்க்கையில் மேலே கூறிய கழுகு மற்றும் பாம்பு ஆகிய இரண்டு குறியீடுகள் எங்கும் காணக்கிடைக்கிறது. எகிப்திய பிரமிடுகளில் உள்ள சித்திரங்களில் எங்கும் இந்த இரண்டு குறியீடு காணக் கிடைக்கிறது. அதுவும் இந்த இரண்டு குறியீடும் அரச குடும்பத்தினர் தலையில் அணியும் ஒரு குறியீடுகளாகவே உள்ளது. இதில் பாம்புக் குறியீடு எகிப்திய மன்னர்கள் தங்களுடைய கிரீடத்தில் வைத்து, படமெடுக்கும் பாம்பின் தலை தங்கள் நெற்றியில் வருவதுபோல் வைத்திருந்தார்கள். இதேபோல் பாம்புச் சின்னம் பழங்குடிகள் முக்கியமாக நாகர்கள் தங்கள் நெற்றியில் திலகம் போல் வரைவதுண்டு. கீழே கொடுக்கப்பட்டுள்ள படம் இதை விளக்கும்.

எகிப்திய பிரமிடுகளில் உள்ள சித்திரத்தில் பாம்பில் நாமம்

மேலே காட்டியுள்ள படங்களைப் பார்க்கும்போது, நாகம் எகிப்தியர்களுடைய முக்கியக் குறியீடு என்று நாம் அறிய முடிகிறது. அதில் சந்தேகம் எதுவுமில்லை. இந்த நாகக் குறியீடு நெற்றியில் உள்ளது. அதுவும் கூர்ந்து பார்க்கையில் நாகத்தின் கழுத்துப்பகுதி நெற்றியில் வருகிறது. நாகத்தின் அந்தக் கழுத்துப்பகுதியின் வரைவே காலம் ஆக ஆக நாமக் குறியீடாக மாறியது. மேலும், சில படங்களைப் பாருங்கள்.

எகிப்திய பிரமிடுகளில் உள்ள சித்திரத்தில் நாமம்

இந்த படங்கள் எகிப்திய பிரமிடுகளில் கிடைத்த படங்கள். இந்த படங்கள் எல்லாம் எகிப்தில் பொ.யு.மு. 2000-1500 போல் உள்ளவை.

குடுமி

வேத மதத்தின் குறிப்பாக வைஷ்ணவ சமயத்தின் முக்கியக் குறியீடு பின்குடுமி. எகிப்திய மன்னர்கள் தங்களுடைய தலை அலங்காரத்தின் பின்னால் குடுமி போன்று இட்டுள்ளனர். அதைப் பின்பற்றி அந்த குலத்தினர் பின்குடுமி வைத்திருக்கலாம். அந்த வழியில் வந்த குலத்தினர் பிற்காலத்தில் வேத மதம் உருவாக்கி அதை பின்பற்றுபவர்களாக மாறி, பின்னர் அவர்கள் புலம்பெயர்ந்து ஆரியர்களாக

இந்தியாவிற்கு வந்திருக்க வேண்டும். வைஷ்ணவ சமயத்தின் கடவுளான விஷ்ணுவின் ஒரு அவதாரமான வாமன அவதாரத்தில் இந்தப் பின்குடுமி சிகையலங்காரத்தைக் காணலாம். கீழே உள்ள படத்தில் எகிப்திய மன்னரின் குடுமியைக் காணலாம்.

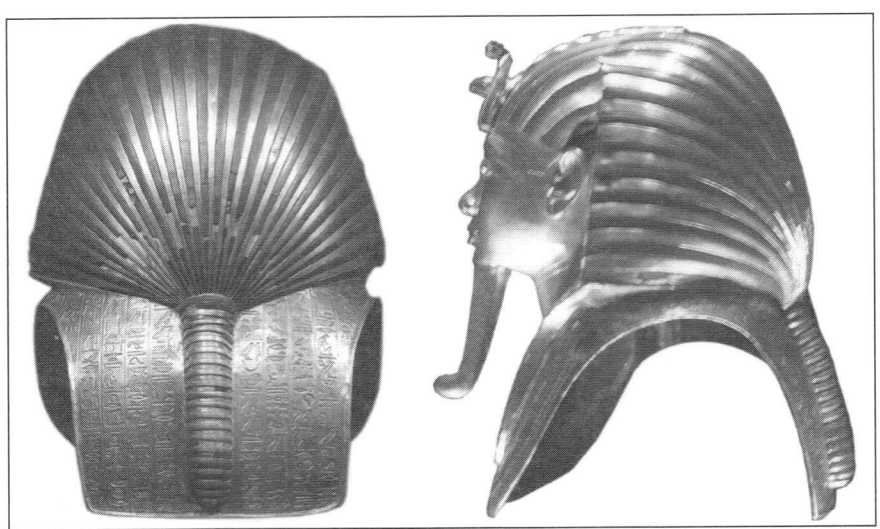

ஒரு எகிப்திய மன்னரின் பின்குடுமி

விஷ்ணுவின் ஒரு அவதாரமான வாமன அவதாரம் பின்குடுமி

கோவில்களில் கடவுள் கருவறைக்கு முன் வாகன சிலைகள்

நம்முடைய கோவில்களில் உள்ளே கருவறைக்கு முன்பு கடவுள் வாகன சிலைகள் இருப்பதை நாம் கண்டதுண்டு. இந்த வழக்கமும் எகிப்திய மத வழிபாடுகளில் இருந்து வந்ததுதான். மேலே உள்ள எகிப்திய பிரமிடில் இருந்து எடுத்த படத்தில் இதை நாம் காணலாம்.

கிரீடமும், கருவறைக்கு முன் கடவுள் வாகன சிலையும்

கடவுளுக்கு ஆரத்தீ காட்டுவதும், பத்தி பற்ற வைப்பதும்

கடவுள் சிலைக்கு ஆரத்தீ காட்டுவதும், பத்தி பற்ற வைப்பதும் ஆரியர்களின் வழிபாட்டு வழக்கம். பழங்கால திராவிட மக்களிடையே இந்த வழக்கம் இல்லை.

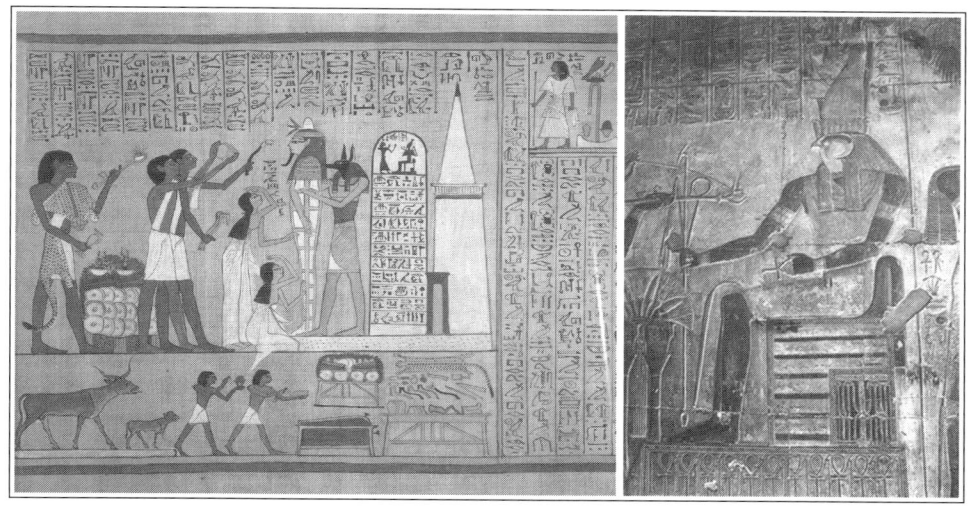

எகிப்திய வழிபாட்டில் ஆரத்தீ மற்றும் நறுமணப்புகை

ஆரியர்கள் வந்த பிறகே இந்த பழக்கம் திராவிட கலாசாரத்தில் நுழைந்தது. இந்த சித்திரங்கள் எகிப்திய பிரமிடுகளில் காணக்கிடைக்கின்றன. இந்த பிரமிடுகள் எல்லாம் ஆரியர்கள் இந்தியாவிற்கு வருவதற்கு முன்பே கட்டப்பட்டவை.

காணிக்கையும் உண்டியலும்

கீழே கொடுக்கப்பட்டுள்ள படத்தில் எகிப்திய அரசி இரு கைகளில் இரு கிண்ணங்களில் இரு பெண் கடவுள்களுக்கு காணிக்கை செலுத்துகிறார். அதற்கு

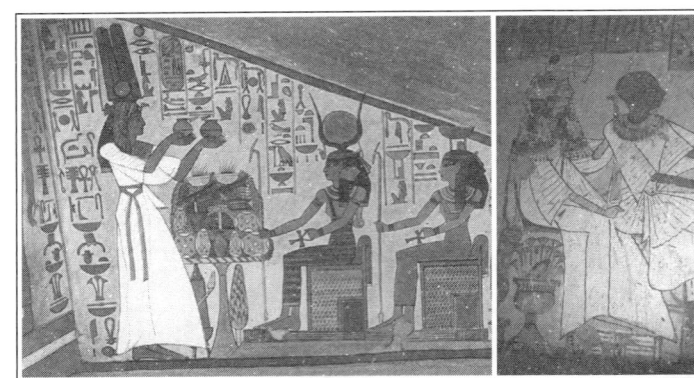

காணிக்கை

அருகில் ஒரு மேசையில் பல பொருள்கள் வைக்கப்பட்டுள்ளன. இவையெல்லாம் கடவுள்களுக்குப் படைக்கப்பட்ட காணிக்கைப் பொருள்கள். எகிப்திய பிரமிடுகளில் உள்ள கடவுள் அல்லது மரணமடைந்த அரசன் சித்திரங்களின் முன் இந்தக் காணிக்கை மேஜைகள் காணப்படுகின்றன. அக்காலத்தில் கடவுளுக்கு காணிக்கையாகக் கொடுப்பது எல்லாம் பொருட்களே. கடவுளுக்கு அல்லது இறந்த அரசனுக்கு விருப்பப்பட்ட பொருட்களோ, தம்மிடம் மிகையாக உள்ள பொருட்களோ காணிக்கையாகக் கொடுக்கப்பட்டுள்ளன. பிற்காலத்தில் பல ஆயிரம் ஆண்டுகளுக்குப் பின்பு, பணம் கண்டுபிடிக்கப்பட்ட பிறகு, மக்கள் பணத்தைக் காணிக்கையாக செலுத்த ஆரம்பித்தனர். இந்தப் பண அல்லது காசு காணிக்கையை மேஜை மேல் வைப்பதற்குப் பதிலாக, பத்திரமாக வைத்துக்கொள்ள உண்டியல் வழக்கம் ஆரம்பித்திருக்க வேண்டும்.

துலாபாரம்

எகிப்திய பிரமிடுகளில் உள்ள படங்களில் நிறைய கடவுள் வழிபாட்டுச் சித்திரங்களும், கடவுள் வழிபாட்டுச் சடங்குகள் சித்திரங்களும் காணக்கிடைக்கின்றன. அதில் ஒன்று துலாபாரம் கொடுக்கும் சடங்கு. துலாபாரம் கொடுப்பது ஆரியர்களின் வழிபாட்டுச்சடங்கு. வேண்டுதல் கூறியவர்களின் உடல் எடைக்கேற்ப வேண்டுதல் கூறிய பொருள்களை தராசில் வைத்து கடவுளுக்கு நேர்த்திக்கடன் கொடுப்பர். இந்தச் சடங்கின் சித்திரங்கள் எகிப்திய பிரமிடுகளில் காணப்படுகிறது.

எகிப்திய துலாபாரம் சித்திரம்

தாமரை

ஆரியக்கடவுள்கள் எல்லாம் தாமரை மேல் வீற்றிருப்பதாக நாம் காண்கிறோம். விஷ்ணுவும் தாமரை மேல் நிற்பதாக நாம் காண்கிறோம். இதனால் விஷ்ணுவின் பாதங்களை பத்மபாதம் என்று வர்ணிக்கிறோம்.

தாமரை மலரின் அடிப்பாகம் கடவுளுக்குச் சமர்ப்பித்தல்

அதுமட்டுமல்லாமல் விஷ்ணுவின் நாபியிலிருந்து தோன்றிய தாமரையில் பிரம்மன் தோன்றினார் என்பதால் அவருக்கு பத்மநாபன் என்ற பெயரும் உண்டு. எனவே தாமரைக்கு வைஷ்ணவத்தில் ஒரு முக்கிய பங்கு வகிப்பதால் அதுவும் வைஷ்ணவத்தின் ஒரு முக்கிய குறியீடு. எகிப்திய பிரமிடுகளில் உள்ள சித்திரங்களில் தாமரைப்பூவும், அதன் உள்பாகமும் முக்கிய வழிபாட்டுப் பொருளாக உள்ளது.

மழித்த முகம்

வைஷ்ணவர்களின் இன்னொரு முக்கியக் குறியீடு அவர்கள் தங்கள் முகத்தை நன்கு மழித்திருப்பார்கள். தாடியும் மீசையும் வைத்திருக்கமாட்டார்கள். எகிப்திய அரசர்களின் முகமும் இது போல்தான் இருக்கும். அவர்கள் தலையும் நன்கு மழித்து அதன் மேல் முடிபோல் ஒரு தலைப்பாகை அணிந்திருப்பார்கள். குழந்தைகள் தலையும் மொட்டைத்தலையாகவே காணப்படுகிறது. ஆனால் இந்த வழக்கம் சுமேரிய நாகரிகத்தில் காணப்படுவதில்லை. சுமேரியர்களின் கடவுள்கள் நன்கு நீண்டு வளர்ந்த தாடியும், மீசையும் வைத்திருப்பார்கள்.

பசு வழிபாடு

பசு வழிபாடு ஆரியர்களுடைய வழிபாடுகளில் மிக முக்கியமான ஒன்றாகும். ஆரியர்கள் ஆயர்கள், மேய்ச்சல் தொழில் கொண்டவர்கள். எனவே அவர்கள் பசுவை வழிபட்டார்கள். அதேபோல் திராவிடர்களும் ஆயர்களே. பண்டைய சங்க காலத்தில்

அவர்களுடைய முக்கியத் தொழில் மேய்ச்சல் தொழில். பண்டைய சங்க இலக்கியங்கள் ஆநிரை வளர்த்தலும், கவர்தலும் தமிழர்களின் முக்கியத் தொழிலாகக் குறிப்பிடுகிறது. அதேபோல் சல்லிக்கட்டு விளையாட்டும் திராவிடர்களுடைய கலாசாரம். திராவிடர்கள் காளை அல்லது பசுவை மதித்தார்கள். அதுவே அவர்களுடைய செல்வமாகக் கருதினார்கள். வருடத்திற்கு ஒரு முறை அறுவடை காலத்தில் அதற்கு மரியாதை செய்தார்கள். ஆனால், ஆரியர்களைப்போல் பசு வழிபாடு அன்றாட ஒரு முக்கிய சடங்காக அவர்களிடம் இருந்ததற்கான தொல்லியல் ஆதாரங்கள் இல்லை. கீழே கொடுக்கப்பட்டுள்ள படம் எகிப்திய கலாசாரப் படமாகும்.

சொர்க்கத்தின் மாடுகள் (பிரமிடுகள் சித்திரங்கள்)

இதில் ஒரு அரசன் காளையை வழிபடுவதாக சித்திரிக்கப்பட்டுள்ளது. இந்தப் படம் ஆரியர்கள் இந்தியாவில் புலம் பெயர்வதற்கு முன்பே உள்ள படமாகும். இதேபோல் எகிப்திய பிரமிடுகளில் பசு வழிபாடு சித்திரங்கள் பல உள்ளன. இந்த மாடுகள் சொர்க்கத்தின் மாடுகள் என்று அழைக்கப்பட்டன. ஆரியர்கள் தென்னிந்தியாவிற்கு வந்த பிறகு, பக்தி இயக்கம் தோன்றிய பிறகு, பசு வழிபாடு தீவிரமடைந்தது.

கடவுளின் நீலநிறம்

வைஷ்ணவர்களின் முக்கியக் கடவுளான விஷ்ணு நீல நிறம் உடையவராக சித்திரிக்கப்படுகிறார். இதற்கு பலவிதமான காரணங்கள் கூறப்படுகின்றன. ஒரு காரணம் அது வானத்தின் நிறத்தைக் குறிப்பிடுகிறது என்றும், வானம் எல்லையற்ற உருவமில்லா ஒரு சக்தி என்பதாலும், விஷ்ணுவும் வானத்தைப் போன்றவர் என்பதைக் குறிக்க நீல நிறத்தில் சித்திரிக்கப்படுகிறார். மற்றொரு காரணம், சமஸ்கிருதத்தில்

அடர்ந்த நிறங்களைக் குறிப்பதற்கும், நீல நிறத்தைக் குறிப்பதற்கும், 'நீல' என்ற வார்த்தையே உபயோகப்படுத்தப்படுகிறது. எனவே அண்டத்தின் நிறமான கருமை நிறத்தைக் குறிக்க சமஸ்கிருதத்தில் நீல என்ற வார்த்தை உபயோகப்படுத்தப்பட்டது. இதுவே பிற்காலத்தில் விஷ்ணுவை நீல நிறமுடையவர் என்பதாக மாறிவிட்டது என்ற காரணமும் உண்டு.

எகிப்தின் நீல நிறக் கடவுள்

ஆனால், இதன் எதார்த்தக் காரணம், எகிப்திய நாகரிகத்தில் நீல நிறத் தாமரை மிகவும் உபயோகப்படுத்தப்பட்டது. நீல நிறத் தாமரை மருத்துவ குணங்களும், வாசனை குணங்களும் உடையது. அவற்றின் ஒரு முக்கியமான மருத்துவ குணம் நீலத் தாமரையின் இதழ்கள் மனத்தை சாந்தப்படுத்தும் குணமுடையது. இறந்த மன்னர்களின், பெரியோர்களின் உடல்களைப் பதப்படுத்த நீல நிறத் தாமரை உபயோகப்படுத்தப்பட்டது. இதனால் அவர்களின் பதப்படுத்தப்பட்ட உடல் நீல நிறத்தில் இருந்திருக்க வேண்டும். பின்னர் மன்னர்களையே கடவுளின் அவதாரங்களாக வழிபட்டபோது விஷ்ணு வழிபாடு தோன்றியது. எனவே, விஷ்ணுவை நீல நிறமாகச் சித்திரித்தனர். அதுமட்டுமல்லாமல் அக்காலத்தில் நீல நிறச் சாய வாணிகம் மிகவும் பிரபலமாக இருந்தது. அக்காலத்தில் நீல நிற ஆடை அரச குடும்பத்தினர் மற்றும் உபயோகப்படுத்தப்பட்ட ஒன்று. இறந்த மன்னர்களின் பதப்படுத்தப்பட்ட உடல்களுக்கு நீல நிற ஆடை உடுத்துவது வழக்கமாக இருந்திருக்க வேண்டும். இதனால் விஷ்ணு நீல நிறம் என்று கூறப்பட்டிருக்கலாம்.

கடவுளருக்கு இரு மனைவிகள்

இந்து மதத்தில் பல கடவுளருக்கு இரு மனைவிகள் இருப்பதாக கூறப்படுகிறது. இதுவும் ஆரியர்கள் கொண்டு வந்த வழிபாட்டு கூற்றுகள். விஷ்ணு அல்லது நாராயணன், சிவன், முருகன், கிருஷ்ணன் என பல கடவுள்களுக்கு இரண்டு மனைவிகள் உண்டு. இதுவும் எகிப்திய கடவுள் வழிபாடுகளில் காணப்படுகிறது. எகிப்திய கோவில்களிலும் ஒரு ஆண் கடவுள், இரண்டு பெண் கடவுள்கள் உள்ள சிலைகளும், பிரமிடுகளில் இதே போன்ற சித்திரங்களும் காணப்படுகிறது. ஆனால் எகிப்திய நாகரிகத்தில் அது

கடவுளின் மனைவியர்கள் என்ற குறிப்பு காணப்படவில்லை. அவை ஒரு ஆண் கடவுளையும், இரு பெண் கடவுளையும் குறிக்கிறது. ஒரு வேளை பிற்காலத்தில் இரு பெண் கடவுளை ஆண் கடவுளின் மனைவியராக கருதியிருக்கலாம்.

மழு அல்லது கோடரி

தங்க மழு அல்லது கோடாரி

விஷ்ணுவின்பத்துஅவதாரங்களில் ஒன்றான பரசுராம் அவதாரத்தில், பரசுராமர் கையில் காணப்படும் முக்கிய ஆயுதம் பரசு எனப்படும் கோடரி. இந்தக் கோடரி மிகவும் சக்தி வாய்ந்தது எனவும், பண்டைய கேரளத்தில் கடல் பெருக்கு ஏற்பட்டபோது பரசுராமர் தன்னுடைய கோடரியை கடலில் எறிந்தார். அது கோடரி சென்று விழுந்த தூரம் வரை கடல் பின்வாங்கி, நிலம் மீண்டு வந்தது என்ற ஒரு தொன்மக்கதை உண்டு. எகிப்திய மற்றும் பண்டைய சுமேரிய, அக்காடிய நாகரிகங்களில் மழு அல்லது கோடரி சித்திரிக்கப்பட்டுள்ள படங்கள் தொல்பொருள் தரவுகளில் காணப்படுகிறது. முக்கியமாக 3500 வருடங்கள் பழைமையுள்ள ஒரு தங்கக் கோடாரி எகிப்திய அருங்காட்சியகத்தில் உள்ளது. மொத்த நீளம் 27.5 செ.மீ.; கோடரி தலை நீளம் 16.3 செ.மீ.; அகலம் 6.7 செ.மீ. கைப்பிடி மரத்தால் செய்யப்பட்டு பின் அதன் மேல் தங்கத்தால் பூசப்பட்டுள்ளது. கோடரி செம்பால் செய்யப்பட்டுள்ளது. இதன் காலம் பொ.யு.மு. 1570 என்று கூறப்படுகிறது. இந்த மழு எகிப்திய மன்னர்களின் செங்கோல் போல் உபயோகப்படுத்தப்பட்டிருக்கிறது. இது அஹ்மோஸ் என்ற எகிப்திய மன்னனின் மழு என்று கூறப்படுகிறது.

கையில் கோடரியுடன் அரசன்

கதாயுதம்

பண்டைய இந்து மத தொன்மங்களிலும், புராணங்களிலும் சித்திரிக்கப்படும் ஒரு முக்கியமான ஆயுதம் 'கதை'. இதனை கதாயுதம் என்று கூறுவர். மகாபாரதத்தில் பாண்டவரில் ஐவரில் ஒருவனான பீமனின் ஆயுதம் கதாயுதம் எனக் குறிப்பிடுவதுண்டு. இதே போன்ற ஆயுதம் சுமேரிய மற்றும் எகிப்திய கடவுள்கள் மற்றும் மன்னர்களின் கையில் காணப்படுகிறது. ஆனால் அதனுடைய அளவு சிறியதாக ஒரு பிரம்பு போல் அதனுடைய முனையில் ஒரு உருண்டை இருக்கிறது. எகிப்திய அருங்காட்சியகத்திலும்

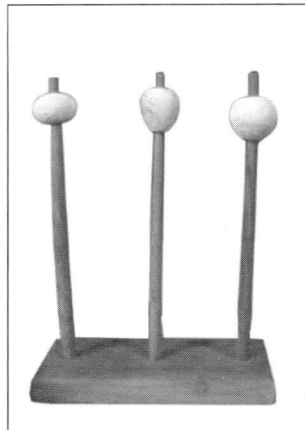
எகிப்திய அருங்காட்சியகத்தில் கதாயுதம்

சுமேரிய கடவுள் கையில் கதாயுதம்

எகிப்திய மன்னர் கையில் கதாயுதம்

பீமனின் கையில் கதாயுதம்

விஷ்ணுவின் கையில் கதாயுதம்

நரசிம்மர் கையில் கதாயுதம் மற்றும் கோடரி

இதே போன்ற ஆயுதம் காணப்படுகிறது. பிற்காலத்தில் சில ஆயிரம் வருடங்கள் கழித்து புராணங்களும் தொன்மங்களிலும் இவை பெரிதாகச் சித்திரிக்கப்பட்டிருக்க வேண்டும்.

ஒசிரிஸும் விஷ்ணுவும்

வைணவ சமயத்தின் கடவுள் விஷ்ணு. விஷ்ணுவே பல அவதாரங்கள் எடுத்ததாக புராணங்கள் கூறுகின்றன. இருக்கு வேதத்தில் விஷ்ணு ஒரு உப கடவுள். எனவே விஷ்ணு வழிபாடு வேத காலத்திற்குப் பின்பே மிகவும் பிரசித்தி பெற்றது. விஷ்ணு ஆரியர்களின் கடவுள். எனவே விஷ்ணு வழிபாட்டின் மூலம் மேற்காசியாவில் அல்லது எகிப்திய நாகரிகங்களில் இருந்து வந்திருக்க வேண்டும். எகிப்திய நாகரிகத்தின்

முக்கிய கடவுளான ஒசிரிஸ் என்ற கடவுளுக்கும் விஷ்ணுவுக்கும் நிறைய ஒற்றுமைகள் உள்ளன.

ஒசிரிஸ் என்ற லத்தின் மற்றும் கிரேக்க மொழியின் உச்சரிப்புகள். இது எகிப்திய மொழியில் வெசிர் அல்லது விசிர் என்ற பெயராகும். இந்தப் பெயரே கிரேக்க மொழியில் மொழிமாற்றம் அடையும்போது ஒசிரிஸ் என்று திரிந்துபோயிற்று. விசிர் என்பதே சமஸ்கிருத மொழியில் விஷ்ணு என்று கூறப்பட்டிருக்க வேண்டும். ஒசிரிஸின் இன்னொரு முக்கிய அடையாளம் திருஷ்டிக் கண். இந்த கண் காத்தலும், நல்ல ஆரோக்கியமும் கொடுக்கும் சின்னமாகக் கருதப்படுகிறது. இது ஒசிரிஸின் மகனான ஹோரஸ் என்ற கடவுளின் கண் என்றும் கூட கூறுவதுண்டு. ஹோரஸின் உருவம் பருந்து. குழந்தை ஹோரசின் பெயர் ஹோர்பா கெரெட் (*Horpakheret*). இதுவே கிரேக்கத்தில் ஹர்போக்ரேடஸ் என்று அழைக்கப்படுகிறது.

ஒசிரிஸின் கண்

ஒசிரிஸ் கையில் கொக்கி போன்ற தடியும், சாட்டை போன்ற கருவியும் இருக்கும். கொக்கி போன்ற தடிக்கு 'ஹெக்க' என்று பெயர். (இது ஊக்கு என்ற தமிழ் சொல்லின் திரிபாக இருக்கலாம்; ஊக்கு – ஹூக்கு – ஹெக்க). இந்தத் தடி மேய்ப்பர்கள் தங்களுடைய ஆடு மாடுகளை காப்பதற்கும், மரங்களில் இருந்து இலை, தழைகளை ஒடித்து அவற்றுக்குக் கொடுக்கவும் உபயோகப்படுத்தினர். சாட்டை போன்ற தடிக்கு 'நாகக்க' என்று பெயர். ஏரில் மாடு பூட்டி, நிலத்தை உழும்போது, மாட்டை விரட்ட சாட்டை உபயோகப்படுவதாக எகிப்திய சித்திரங்களில் காணப்படுகிறது. எகிப்தில், ஒசிரிஸ் வழிபாட்டின் முதல் தடயங்கள் பொ.யு.மு. 25ஆம் நூற்றாண்டில் காணப்படுகிறது. இருந்தாலும், அதற்கு முன்பே ஒசிரிஸ் வழிபாடு எகிப்தில் தொடங்கியிருக்க வேண்டும் என்று கருதப்படுகிறது. அதாவது இன்றிலிருந்து 5000 வருடங்களுக்கு முன்பு ஒசிரிஸ் வழிபாடு தொடங்கியிருக்க வேண்டும். ஒசிரிஸ் இறப்புக்கும், மறுவாழ்வுக்கும், வளத்துக்கும் உண்டான கடவுள் என்று கருதப்படுகிறார். அவரின் நிறம் பச்சை அல்லது நீலம். இது வளத்தை அல்லது மறுவாழ்வைக் குறிக்கிறது என்று நம்பப்படுகிறது. அவரது கையில் உள்ள 'கொக்கிக் கம்பு' மேய்ச்சல் தொழிலையும், சாட்டை உழவுத்தொழிலையும் குறிப்பிடுகிறது என நம்பப்படுகிறது. ஒசிரிஸ் காதலின் பிரபு, வாழ்வின் அரசன், என்றும் நிரந்தரப் பிரபு என்றும் அறியப்படுகிறார். ஒசிரிஸ் கடவுளோடு நாகம் மற்றும் கழுகு ஆகியவற்றைப் பிரதிபலிக்கும் இரு பெண்கள் உண்டு.

திருஷ்டிக் கண்

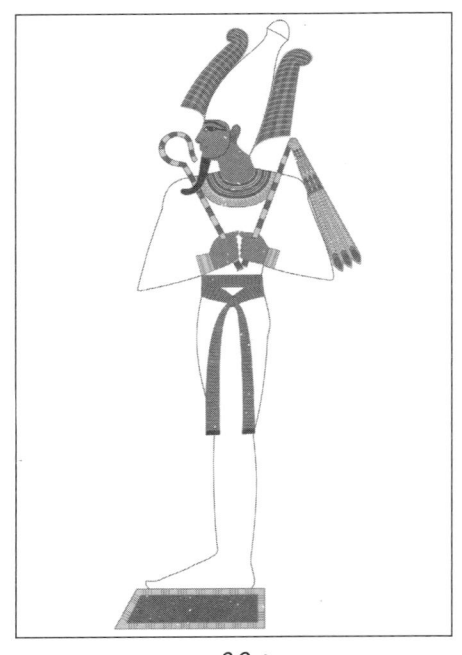
ஒசிரிஸ்

விஷ்ணு

ஒசிரிஸ் தலையின் மேல் நாகம்

விஷ்ணு தலையின் மேல் நாகம்

விஷ்ணுவின் முக்கியமான ஆயுதம் சக்கரம். ஒரு கையில் சங்கும், மற்றொரு கையில் சக்கரமும் ஏந்தி நிற்பவர். ஆனால் எகிப்திய அரசர்கள் அல்லது கடவுள்களின் கையில் மடித்த *V* வடிவம் போன்று ஒரு ஆயுதம் உள்ளது. இது வேட்டுவ பழங்குடி மக்களின் ஆயுதமான பூமராங் போன்றதாகும். பூமராங் எய்தால் அது இலக்கை தாக்கிவிட்டு மீண்டும் கைக்கு வந்து சேரும். விஷ்ணுவின் சக்கரமும் இதே போன்ற குணம் உள்ளதாக தொன்மங்களில் சித்திரிக்கப்படுகிறது. எனவே எகிப்திய அரசர் அல்லது கடவுள் கையில் உள்ள இந்த ஆயுதமே பிற்காலத்தில் சக்கரம் கண்டுபிடித்த பிறகு வட்டமான ஆயுதமாக மாறியிருக்கலாம்.

விஷ்ணுவின் நிறமும் நீலம். விஷ்ணுவின் அவதாரங்களான பலராமனும், கிருஷ்ணனும் விவசாயம் மற்றும் மேய்ச்சல் தொழில்களோடு சம்பந்தப்பட்டவர்கள். கிருஷ்ணனுக்கு கண்ணன் என்ற பெயரும் உண்டு. கண்ணன் என்றால் கண்காணிப்பவன். இன்றும் குழந்தைகளுக்கு முகத்தில் திருஷ்டிப் பொட்டு இடும் வழக்கம் நம்மிடையே உண்டு. விஷ்ணுவின் வாகனமும் பருந்து. அந்த பருந்தின் பெயர் கருடன். கருடன் பிறப்பையும், சொர்க்கத்தையும், நாக விரோதியையும் குறிப்பிடுபவர். கருடனுக்கு காகேஷ்வர (பறவைகளின் அரசன்), சுபர்ணா (அழகுள்ள சிறகு), நாகண்டகா என்ற பெயர்களும் உண்டு. ஒசிரிஸ் கையில் உள்ள சாட்டைக்கு நாகக்கா என்று பெயர். நாகண்டக்க, நாகக்கா என்ற பெயர்கள் ஒரேமாதிரி உள்ளன. எகிப்தில் குழந்தை ஹோரசை வழிபடுவதுபோல், குழந்தை கிருஷ்ணனையும் இந்துக்கள் வழிபடுகின்றனர். கருட என்ற சொல் குழந்தை ஹோரசின் பெயரான ஹோர்பா கெரெட் என்பதில் இருந்து வந்திருக்கலாம். 'கெரெட்' என்ற சொல் 'கருட' என்று சமஸ்கிருதத்தில் திரிந்து வந்திருக்கலாம். கிருஷ்ணனும் காதல் லீலைகள் புரிபவன். விஷ்ணு காக்கும் தொழில் புரிவதால் அவருக்கும் நிரந்தரக் கடவுள் என்று பெயர்.

ஒசிரிஸுக்கு அருகில் இரண்டு பெண்கள் இருப்பதுபோல் விஷ்ணுவுக்கு அருகிலும் இரண்டு பெண்கள் உண்டு. கீழ்க்காணும் படங்களில் அதைக் காணலாம்.

ஒசிரிஸும், இருபெண்களும்

விஷ்ணுவும் இரு மனைவிகளும்

ஒசிரிஸின் இடது பக்கத்தில் தலையில் பாம்பு மற்றும் கழுகு உருவம் கொண்ட இரு பெண்கள் உள்ளனர். விஷ்ணு கருட வாகனத்தில் தன் இரு மனைவிகளுடன் பறந்து செல்கிறார். கருடனின் காலில் பாம்பு உள்ளது.

ஒசிரிசின் கையில் சங்கு போன்ற ஒரு பொருள்

விஷ்ணுவின் கைகளில் சங்கும், சக்கரமும் இருக்கும். ஒசிரிஸின் கைகளில் கொக்கியும், சாட்டையும் இருக்கும். பிற்காலத்தில், இந்தக் கொக்கி சக்கரமாகவும், சாட்டை சங்காகவும் உருமாறியிருக்க வேண்டும். கீழே உள்ள படங்களில் ஒசிரிஸின் கைகளில் கொக்கியும், சாட்டைக்குப் பதிலாக சங்கு போன்ற உருவமுடைய ஒரு பொருள் உள்ளது. விஷ்ணுவின் மற்ற இரு கைகளில் ஒரு கையில் தாமரை மொட்டும், இன்னொரு கையில் தண்டாயுதமும் உள்ளது. ஒசிரிசின் கைகளில் உள்ள கொக்கி சக்கரமாக உருமாறிய பிறகு, அதன் கீழ்த் தடிப்பகுதி பிற்காலத்தில் தண்டாயுதமாக உருமாறியிருக்க வேண்டும். ஒசிரிஸின் முன் வைக்கப்பட்டுள்ள தாமரை மொட்டு பிற்காலத்தில் விஷ்ணுவின் கையில் உள்ளதாக சித்திரிக்கப்பட்டிருக்க வேண்டும். எனவே எகிப்தில் கிட்டத்தட்ட 3500 ஆண்டுகளுக்கு முன்பிருந்த ஒசிரிஸ் வழிபாடே பிற்காலத்தில் ஆரியர்களின் வேத மதத்தில் விஷ்ணு வழிபாடாக மாறியிருக்க வேண்டும்.

கீழே உள்ள படங்களை ஒப்பிட்டுப் பார்ப்போம். ஒசிரிஸ் சிங்க படுக்கையில் படுத்திருக்கிறார், அவருக்கு இரண்டு பக்கமும் இரு பெண்கள் நிற்கிறார்கள். முதல்

ஒசிரிஸ், சிங்கப் படுக்கையில்...

விஷ்ணு சிங்க (அ) டிராகன் படுக்கையில்
(தாய்லாந்து – 12ம் நூற்றாண்டு – 900 ஆண்டுகளுக்கு முன்)

படத்தில் மூன்று பறவைகள் ஓசிரிசின் மேல் பறந்துகொண்டிருக்கின்றன. கீழே உள்ள விஷ்ணுவின் படத்தைப் பாருங்கள். இந்த சிலை தாய்லாந்து நாட்டில் உள்ள கோவிலில் உள்ளது. இது பொ.யு. 12ஆம் நூற்றாண்டைச் சார்ந்தது. அதாவது 900 ஆண்டுகளுக்கு முற்பட்டது.

சுமேரியாவில் விஷ்ணு வழிபாடு

சுமேரிய உருளைச் சித்திரம் (பொ.யு.மு 1820 – 1730)

மேலே உள்ளது சுமேரிய நாகரிகத்தின் ஒரு உருளைச் சித்திரம். இடது பக்கம் உள்ளது உருளையாகும். அதில் உள்ள சித்திரமே வலது பக்கத்தில் களிமண்ணில் பதிக்கப்பட்டிருக்கிறது. காளையின் கால்கள் உருவம் கொண்ட ஆசனத்தில் கடவுள் அமர்ந்திருக்கிறார். கடவுளின் கையில் ஒரு பாத்திரம் அல்லது குடுவை உள்ளது. அவரின் கால்கள் கீழே இரு காமதேனு காளைகள் அல்லது பசுக்கள் அமர்ந்த நிலையில் இருக்கின்றன. அதன் அருகில் கருடன் மண்டியிட்டு அமர்ந்திருக்கிறார். கடவுளின் பின்புறம் மேலே மலை ஆடும், யாளியும் இருக்கின்றன. கடவுளுக்கு முன்பு ஒரு ஆடும், இரு கைகளை உயர்த்திய ஒரு குரங்கும் உள்ளன. ஆட்டின் அருகே பனை மரம் போன்ற ஒன்று உள்ளது. ஒரு அரச வழிபாட்டாளர் கடவுளை ஒரு கை கொண்டு கும்பிடுகிறார். இந்த கும்பிடும் முறை ஒரு கை கொண்டு கும்பிடும் முறையாக இருக்கிறது. இடது கை மார்பில் கட்டிக்கொண்டு, வலது கை மட்டும் கொண்டு கும்பிடுகிறார். இது சீனாவில் சாவ்லின் (*Shaolin*) கோவிலில் தற்காப்புக் கலை வீரர்கள் கும்பிடுவது போல் உள்ளது. அவரின் காலின் கீழ் முனிவர்கள் கையில் தவம் இருக்க பயன்படும் தடி போல் ஒன்று காணப்படுகிறது. இந்த உருளைச் சித்திரத்தின் காலம் பொ.யு.மு. 1820–1730 என கூறப்படுகிறது.

கருடன் விஷ்ணுவின் வாகனமாகும். இந்த சித்திரத்தில் கருடன் ஒரு கால் மண்டியிட்டு உட்கார்ந்திருக்கிறார். இந்து மத வழிபாட்டில் உள்ள கருடனும் பெரும்பாலும் மண்டியிட்டு அமர்ந்த நிலையிலேயே சித்திரிக்கப்படுகிறார். எனவே

சுமேரிய உருளைச்சித்திர கருடன்   இந்து தொன்மங்களில் கூறப்படும் கருடன்

இந்தச் சித்திரத்தில் இருப்பது கருடன் எனக் கூறமுடியும். அப்படியெனில் இந்தச் சித்திரத்தில் இருக்கும் கடவுள் விஷ்ணுவாக இருக்க வேண்டும். மேலும் இந்து மதக் கோவில்களில் பெரும்பாலும் யாளியின் சிற்பம் காணப்படும். இந்த சித்திரத்திலும் யாளி உள்ளது. எனவே இந்த சிற்பம் பண்டைய வைணவ மதத்தின் சித்திரமாக இருக்க வேண்டும். இதன் மூலமும் சுமேரியாவில் நான்காயிரம் ஆண்டுகளுக்கு முன்பே விஷ்ணு வழிபாடு இருந்தது என்று கூறலாம்.

சுமேரிய பிரபஞ்சம், வேத பிரபஞ்சம், சொர்க்கம் – கோட்பாடுகள்

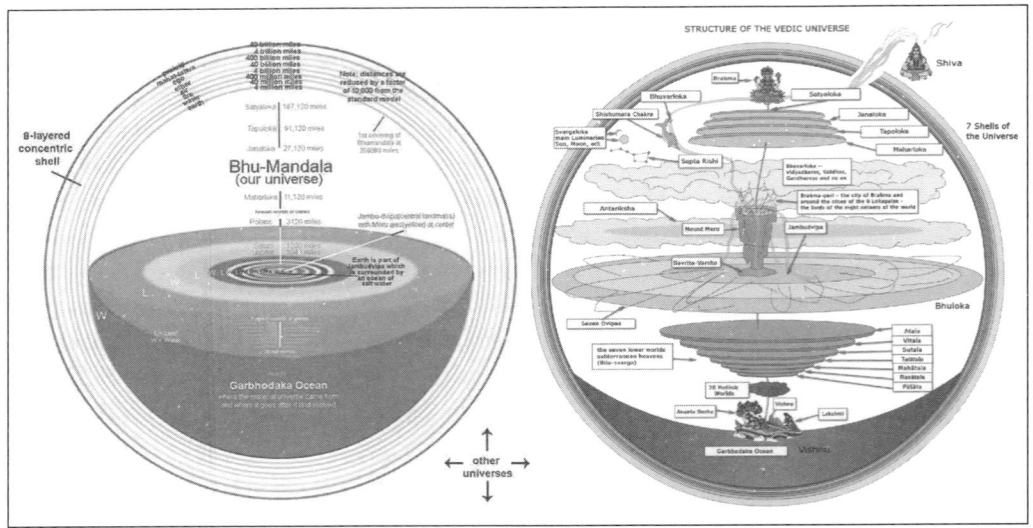

இந்து மத பிரபஞ்சக் கோட்பாடு

இந்து வேத மதத்தில் காணப்படும் முக்கியக் கோட்பாடுகளில் ஒன்று பிரபஞ்சம் மற்றும் சொர்க்கம், நரகம் பற்றிய கோட்பாடுகள் ஆகும். இது, பிரபஞ்சம் சொர்க்கலோகம், பூலோகம் மற்றும் பாதாள லோகம் என மூன்று லோகங்களால் ஆனது என்று கூறுகிறது. இதில் சொர்க்கலோகத்தில் மகரலோக, தபோலோக, ஜனலோக, சத்யலோக போன்ற பிரிவுகளும், பாதாளலோகத்தில் அதள, விதள, சுதள, மகாதள போன்ற பிரிவுகளும் இருப்பதாக கூறுகிறது. பூலோகத்தில் ஏழு தீபகற்பங்களும், அதில் ஜம்பு தீபகற்பமும், அதில் மேரு மலையும் இருக்கின்றன என்றும் கூறுகிறது.

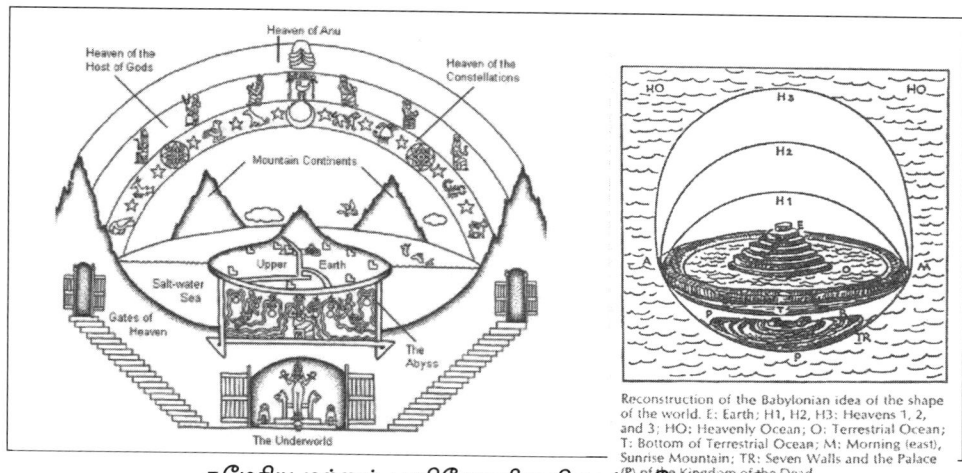

Reconstruction of the Babylonian idea of the shape of the world. E: Earth; H1, H2, H3: Heavens 1, 2, and 3; HO: Heavenly Ocean; O: Terrestrial Ocean; T: Bottom of Terrestrial Ocean; M: Morning (east), Sunrise Mountain; TR: Seven Walls and the Palace (P) of the Kingdom of the Dead.

சுமேரிய மற்றும் பாபிலோனிய பிரபஞ்ச கோட்பாடு

பண்டைய சுமேரிய மற்றும் பாபிலோனிய பிரபஞ்சத் தத்துவங்களில் இதே போன்ற கோட்பாடுகள் காணப்படுகின்றன. சுமேரிய கோட்பாட்டில் இந்தப் பிரபஞ்சம் சொர்க்கலோகம், பூலோகம் மற்றும் பாதாளலோகம் ஆகிய லோகங்களைக் கொண்டது என்று கூறுகிறது. இதில் சொர்க்கலோகத்தில் முதலில் நட்சத்திர கூட்டங்களின் உலகமும், அதற்கடுத்து கடவுள்களின் உலகமும், அதற்கு மேலே அன் என்ற தெய்வத்தின் உலகமும் இருப்பதாகக் கூறுகிறது. பூவுலகம், மலைகள் உள்ள கண்டங்கள் மற்றும் உப்பு நீர் மற்றும் நல்ல நீர் உள்ள கடலால் ஆனது என்றும் குறிப்பிடுகிறது.

சுமேரிய நாகரிகத்திலிருந்து தோன்றிய பாபிலோனிய நாகரிகப் பிரபஞ்ச கோட்பாடும் இதேபோன்று உள்ளது. பிரபஞ்சத்தின் மேல் பாகம் மூன்று சொர்க்கங்களால் ஆனது என்றும், இதனைச் சுற்றி சொர்க்கக் கடல் உள்ளது என குறிப்பிடுகிறது. இதற்குக் கீழே சூரியன் உதிக்கும் பெரிய மலை உள்ளது என்றும், அதில் பிரதேச கடல் உள்ளது என்றும், இந்தக் கடலில் நடுவில் பூமி உள்ளது என்றும் கூறுகிறது. இந்தப் பெரிய மலைக்குக் கீழே ஏழு சுவர்கள் கொண்ட மாளிகை உள்ளது என்றும், அந்த மாளிகை இறந்தவர்களின் ராஜ்ஜியம் என்றும் கூறப்படுகிறது.

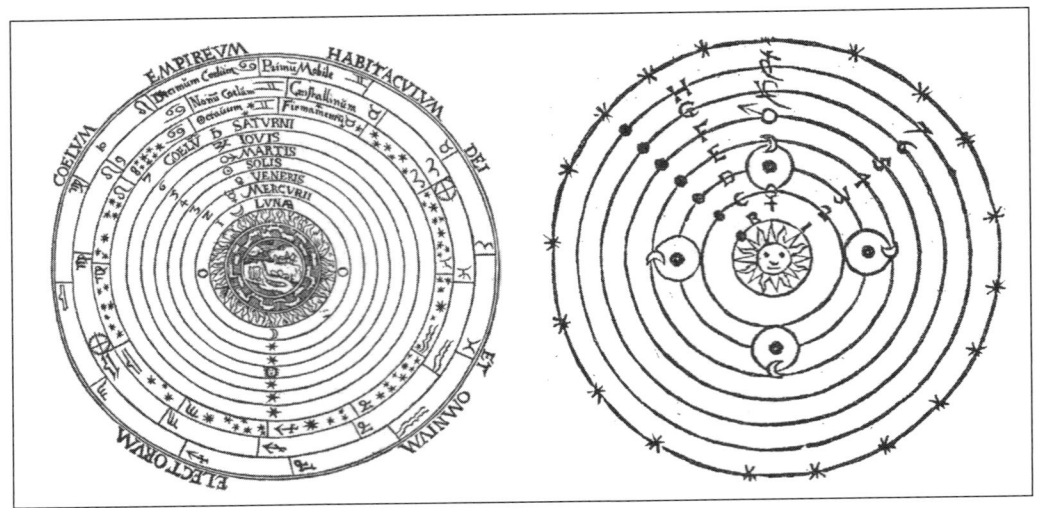

சுமேரிய பிரபஞ்ச வட்ட மைய விளக்கப்படம்

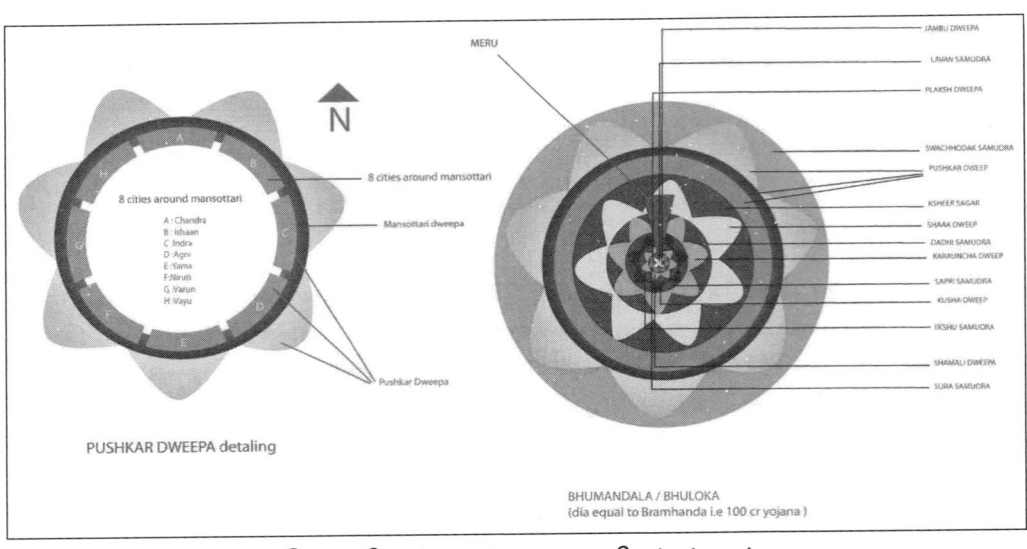

இந்து பிரபஞ்ச வட்ட மைய விளக்கப்படம்

உலகின் மிகப்பழைமையான நாகரிகம் சுமேரிய நாகரிகம் எனும்போது, மேலே கூறிய ஒப்பீடுகளைப் பார்க்கையில் இந்து மத பிரபஞ்ச கோட்பாடுகள், சுமேரிய பிரபஞ்ச கோட்பாடுகளில் இருந்தே பின்பற்றி வந்திருக்க வேண்டும் என்று கூறமுடியும். பின்னாளில் இது காலப்போக்கில் இந்துமத பிரபஞ்ச கோட்பாட்டில் பல தத்துவங்கள் சேர்க்கப்பட்டிருக்க வேண்டும்.

எகிப்தியர்கள் நாகர்களா?

எகிப்திய மன்னர்களுடைய தலையலங்காரம் தலை முடியை மறைத்து அல்லது மழித்து, அதன் மேல் கோடு போட்டுள்ள துணி ஒன்றை அணிந்திருப்பார்கள். அது மட்டுமில்லாமல் அதன் மேல் ஒரு பாம்பின் சின்னமும், கழுகின் சின்னமும் இருக்கும். இந்த இரு சின்னங்களுமே அவர்கள் பாம்பையும், கழுகையும் வழிபட்டனர் என்பதற்கான தொல்பொருள் தடயங்களாகும். மேலும் அவர்கள் பொய்யான ஒரு தாடியும் அணிந்திருப்பார்கள். கீழே உள்ள படத்தைப் பார்த்தால் இது தெரியும். ஏன் அவர்கள் பொய்யான தாடி வைக்க வேண்டும்..? ஏன் அவர்கள் தலைமுடி மழித்து அல்லது மறைத்து, கோடு போட்ட துணி அணிய வேண்டும்?

எகிப்திய மன்னனின் தலையின் மொத்த உருவமே நாக உருவம் தான்

அதற்கான காரணம் இதுதான். எகிப்திய தெய்வங்களுடைய உருவங்களைப் பார்த்தால் பெரும்பாலான கடவுள்களின் தலைகள் பறவை அல்லது மிருகத்தின் தலை உடையதாக இருக்கும். அதேபோல் எகிப்திய மன்னர்கள் தாங்கள் வழிபடும் விலங்கான பாம்பின் தலை உருவம்போல் தங்கள் தலையலங்காரத்தைச் செய்து கொண்டார்கள். கோடு போட்ட துணி பாம்பின் படமெடுக்கும் உருவத்தையும், பொய்யான தாடி படமெடுக்கும் பாகத்தின் கீழ் உள்ள பாம்பின் தண்டு வடத்தையும் குறிக்கிறது.

பழந்தமிழகத்தில் பக்தி இயக்கம்

பழந்தமிழகத்தில் பக்தி இயக்கம் பொ.யு. 7ஆம் நூற்றாண்டுபோல், பல்லவர் காலத்தில் தோன்றியது. ஆழ்வார்களும், நாயன்மார்களும் உருவாகி பக்தி இயக்கத்தை

பரப்பினார்கள். ஆழ்வார்கள் வைஷ்ணவத்தையும், நாயன்மார்கள் சைவத்தையும் பரப்பினார்கள். இது பின்னர், மெல்ல மெல்ல கர்நாடகம், மகாராஷ்டிரம் வழியாக வட இந்தியாவுக்குப் பரவியது. பொ.யு. 15ஆம் நூற்றாண்டுபோல் வங்காளத்திலும், வட இந்தியாவிலும் இது நன்கு பரவி நன்கு உச்சத்தை அடைந்தது. இந்தக் காலத்தில் பக்தி பாடல்களும், பல பக்தி இலக்கியங்களும் இயற்றப்பட்டது. இந்தியாவில் சமஸ்கிருதம் நன்கு வளர்ச்சி அடைந்தது.

பல்லவர் ஆட்சி பழந்தமிழகத்தின் வட பகுதியில் பொ.யு. 3ஆம் நூற்றாண்டு போல் தொடங்கி பொ.யு. 9ஆம் நூற்றாண்டு வரை இருந்தது. ஆரியர்கள் தென்னிந்தியாவில் குடி புகுதல் இந்தக் காலகட்டத்தில்தான் பெரியளவில் நடந்தது. சமஸ்கிருதமும், ஆரியக் கடவுள் வழிபாடும் இந்தக் காலகட்டத்தில்தான் மக்களிடையே புகுந்தது. சில மன்னர்களின் ஆட்சிக் காலத்தில் சமஸ்கிருதம் அரசு மொழியாக ஆக்கப்பட்டது.

சிவனும் முருகனும்

சிவன் என்ற சொல் தொல்காப்பியத்தில் மற்றும் சங்க இலக்கியங்களில் இல்லை. முருகன் வழிபாடுக்கு முன் வேல் வழிபாடும், மத வழிபாடும் இருந்துள்ளன. ஆரம்பத்தில் முருகன் வாகனம் யானை. சங்க இலக்கியங்களில் முருகு, சேய், செவ்வேள், நெடுவேள் என்ற பெயர்கள் காணப்படுகின்றன. கிருத்துவர்களின் பழைய ஏற்பாட்டில் பெத்தேல், பால் என்பது சிவ வழிபாட்டைக் குறிக்கிறது. காமம் என்பது வழிபடும் இடம். கதிர்காமம் என்பது கதிரை வழிபடும் இடம். இலங்கையில் கதிர்காமத்தில் முருகனை வழிபடுகிறோம். முருகனின் ஆறுமுகம் என்பது அதிகாலை, காலை, நண்பகல், பிற்பகல், மாலை, அந்தி என ஆறு பகல் பொழுதுகளைக் குறிப்பதாக இருக்கலாம். ஸ்கந்தன், கார்த்திகேயன், சுப்பிரமணியன், குகன் முதலிய பெயர்கள் சங்க இலக்கியத்தில் இல்லை. ஆறுபடை என்பது ஆறுபடை வீடுகள் இல்லை. அது ஆற்றுப்படை... அதாவது முருகனை ஆற்றுப்படுத்திப் பாடுவது. அப்படி ஆற்றுப்படுத்தி பாடிய இலக்கியமே திருமுருகாற்றுப் படை. ஆனால் திருமுருகாற்றுப்படை சங்க இலக்கியம் இல்லை. அது பக்தி இலக்கியம். அதாவது தென்னகத்தில் பக்தி இயக்கம் தோன்றிய பிறகு எழுதப்பட்ட இலக்கியமாகும்.

காடுகெழு செல்வியின் மகன்கள் – முருகன், சாத்தன், வைரவன். முருகன் காடுகெழு நெடுவேள். (அகம்.382). சங்க நூல்களில் முருகனை சிவனின் மகனாகக் கூறவில்லை. பல்லவர்கள் காலத்திலேயே முருகனை சிவனின் மகனாக்கினர். காடு கெழு செல்வியை உமா மற்றும் பார்வதியாக்கி சிவனுடன் இணைத்தனர். முருகனுக்கு தாய் ஆக்கினர். ஆனால் சாத்தனையும், வைரவனையும் அப்படி ஆக்கவில்லை.

கண்ணர்கள் (cannanite) பல கடவுள்களை வழிபடுபவர்களாக இருந்தனர். அவர்கள் கடவுள் சிலைகள் செய்து, அதை குன்று மேல் உள்ள கோவில்களில் வைத்து வழிபட்டார்கள். அதில் முக்கியமான தெய்வம் 'பால்' மற்றும் 'நந்தி'. பால், தெய்வத்தின் கையில். வேல் தலை கீழாக, வேலின் கீழ் பாகம் செடி. இது விவசாயத்தைக் குறிக்கும். மாடும் விவசாயத்திற்குப் பயன்படுவது. விவசாயம் கிருஷி எனப்படும். வலது கையில் கவண்போல ஆயுதம். முருகனும் பயிர்களைக் காவல் புரிந்தான்.

சிவன் வழிபாடு மற்ற கலாசாரங்களில்

சிவன் வழிபாடு பண்டைய தமிழகத்தில் இருந்து சுமேரியா, கிரீட், கிரேக்கம் மற்றும் ஐரோப்பா வரை பரவி இருந்தது. இந்த வழிபாடு நம்முடைய நாட்டின் சிவ வழிபாடாக இல்லாமல். அது மருவி சிவ வழிபாட்டை சார்ந்த வழிபாடாக இருந்தது. அதற்கான தொல்பொருள் தடயங்களும் நமக்குக் காணக்கிடைக்கின்றன. இரா, இல், எல், எலோசு, பால், அல், அல்லா, ஒசிரிஸ், யுபிதர், அசுர், சிவன், தேவன் என்ற பெயர்கள் எல்லாம் ஒளியைக் குறிக்கும் சொல் என அறிஞர்கள் கூறுகின்றனர்.

கிருத்துவர்களின் பழைய ஏற்பாட்டில் சிவ வழிபாடு பால் மற்றும் பெத்தேல் வழிபாடாக உள்ளது. பெத்தேல் என்பது லிங்கத்தைக் குறிக்கும். பாலஸ்தீனத்தில் லிங்கத்தை பெத்தேல் என்று கூறுகின்றனர். அங்கு லிங்கம் தெருவின் ஓரத்தில் அல்லது தெருமுனையில் நிறுவப்பட்டுள்ளது. அதற்கு அங்குள்ள மக்கள் எண்ணெய் ஊற்றி வழிபாடு செய்கின்றனர். பின்லாந்தின் காத்தல் கடவுள் பெயர் சிவன்.

கிரேக்கத்தில் சீயஸ் என்ற தெய்வம் சிவன் போன்ற அமைப்புகளைக் கொண்டவர். இந்த சீயஸ் கடவுள், காளைமாட்டின் மேல் அமர்ந்திருப்பார். இவரின் குடியிருக்கும் இடம் ஒலிம்பஸ் என்ற மலை. சீயஸின் கோவிலில் கொடுக்கும் பிரசாதம் சாம்பல். நம்முடைய சிவனும் காளைமாட்டில் அமர்ந்துள்ளார். அவர் குடியிருக்கும் இடம் கைலாய மலை. சிவன் கோவிலில் கொடுக்கப்படும் பிரசாதம் திருநீறு, சாம்பல்தான்.

கிரீட் நாகரிகத்தில் பழங்கால மன்னனின் பெயர் மீனாஸ். திருவாசகத்தில் சிவனுக்கு மீனவன் என்ற பெயர் உண்டு. திருவிளையாடல் புராணத்தில் சிவன் மீனவனாக வந்து திமிங்கலத்தைக் கொல்வதாக கதை உண்டு.

ரோமானியத்தில், சீயசுக்கு ஜுபிட்டர் என்ற பெயர் உண்டு. ஜுபிட்டர் என்பது குரு கிரகத்தைக் குறிக்கும். சீயசின் கையில் நெருப்பு உள்ளது. இந்து மதத்தில் குரு பகவான் பெயர் தட்சிணாமூர்த்தி. தட்சிணாமூர்த்தி சிவனின் ஒரு வடிவம். சீயசுக்கு பிடித்த ஆயுதம் மழு எனப்படும் கோடரி. சிவனும் மழு ஆயுதம் கொண்டவர். தட்சிணாமூர்த்தியின் கையிலும் நெருப்பு உள்ளது.

தொன்மங்களும், தத்துவங்களும், எதார்த்தங்களும்

இன்றைக்கு நம் வாழ்வு தத்துவங்கள் நிறைந்ததாக இருக்கிறது. முக்கியமாக கடவுள் வழிபாடுகளிலும், சடங்குகளிலும் நிறைய தத்துவங்கள் நிறைந்துள்ளது. மனிதனுடைய வாழ்வின் பரிணாமத்தில் இந்தத் தத்துவங்கள் எப்பொழுது தோன்றின அல்லது நுழைந்தன? மனிதன் காட்டுமிராண்டியாக இருந்து படிப்படியாக வளர்ச்சி அடைந்து ஆறறிவு பெற்று, கலாசாரம் வளர்த்து, நாகரிகம் அடைந்த பல கால நிலைகளில் எப்பொழுது தத்துவங்கள் மனிதனின் வாழ்வில் நுழைந்தது? மனிதன் தோன்றிய நாள் முதலாகவா அல்லது நாகரிக வளர்ச்சி அடைந்த பிறகா? நிச்சயமாக மனிதன் தோன்றிய நாள் முதலாக இருக்காது. கலாசாரம் தோன்றிய பிறகா என்று பார்த்தாலும் அது சந்தேகமாக இருக்கிறது. ஏனெனில் இன்றும் கலாசாரம் உள்ள பல

பழங்குடிகளின் வாழ்வில் மிகுதியான தத்துவ விளக்கங்கள் இல்லை. அவர்களுடைய வாழ்க்கை மிகவும் எதார்த்தமானதாகவே உள்ளது.

மேலும் தத்துவங்கள் என்பது மனிதனின் வாழ்வில் பெரும்பாலும் வழிபாடு சார்ந்ததாகவோ, மதத்தின் சார்பாகவே உள்ளது. எனவே தத்துவங்கள், கடவுள் வழிபாடும், மதங்களும் மனிதனின் அன்றாட வாழ்வில் மிக முக்கியமான அங்கமான பிறகே நிறைய தோன்றியிருக்க வேண்டும்.

கடவுள் வழிபாடு ஆரம்பத்தில் இயற்கை மற்றும் அதைச் சார்ந்த விசயமாக மட்டுமே இருந்தது. இக்காலகட்டத்தில் மனிதன் அறியாமை மிகுந்தவனாகவும், கள்ளம் கபடம் அதிகமில்லாதவனாகவும் இருந்தான். இப்படியான பழங்குடியாக மனிதன் இருக்கையில் அவன் கடைப்பிடித்த வழிபாடு முறைகள் எதார்த்தத்தோடு இருந்தவை. ஒரு காலகட்டம் வரை கடவுள் வழிபாடு என்பது ஒரு சடங்காக மட்டுமே இருந்து வந்தது. இந்த சடங்குகள் அன்றாட வாழ்வின் அங்கமாக இருக்கவில்லை. இது ஒரு மாதத்திற்கு அல்லது ஒரு வருடத்திற்கு அல்லது ஒரு பருவத்திற்கு ஒரு முறை வழிபடும் அல்லது செய்யும் சடங்காக மட்டுமே இருந்து வந்தது.

பிற்காலத்தில் கடவுள் வழிபாடு தீவிரமான பிறகு, அரசனை கடவுளின் அவதாரமாக நினைத்து வழிபட ஆரம்பித்த பிறகு, கடவுள் வழிபாடு மனிதனின் அன்றாட வாழ்வில் மிக முக்கியமான அங்கமாக மாறியது. நாகரிகம் வளர்ந்து கள்ளம் கபடம் அதிகமான பிறகு, மக்களை நெறிப்படுத்துவதற்கு, எதார்த்த நடைமுறைகளை தங்களுடைய சிந்தனையில் தோன்றிய கோட்பாடுகளோடு கலந்து அதை தத்துவ மார்க்கமாக மாற்றினர். கூடவே அவற்றோடு, பழங்கால கதைகள் எல்லாம் பரம்பரை பரம்பரையாக வாய்வழியே கூறப்பட்டு, அவை உருமாறி, மிகவும் அபரிதமான கற்பனைகள் சேர்க்கப்பட்டு பிற்காலத்தில் அவை இதிகாசங்களாகவும், காப்பியங்களாகவும், தத்துவக் கதைகளாகவும் மாறி கூறப்பட்டன.

குறிப்பாக, வெள்ளப்பெருக்கிலிருந்து புலம் பெயர்ந்து வந்த பிறகு, மக்கள் தங்களுடைய பழைய சொந்த நிலத்தில் நடந்த விசயங்களை, கதைகளாக பேசிக்கொண்டனர். அப்படிப்பட்டக் கதைகள் நாளாக நாளாக, பரம்பரை பரம்பரையாக, வாய்வழியே பேசப்பட்டு, பல கற்பனைகள் சேர்க்கப்பட்டு, அப்படி பேசப்பட்ட காலகட்டத்தில் இருந்த விசயங்களும் கதைகளோடு சேர்க்கப்பட்டு, புராணக்கதைகளாக மாறியது. பல குடிகளில் ஒரே கதை வேறு வேறு விதமாக பேசப்பட்டு, ஒரே கதை பல கதைகளாக ஆகிவிட்டது. எனவே எதார்த்த காலம் என்பது புலம் பெயர்தலுக்கு முற்பட்ட காலம். இன்னும் உலகில் பல இடங்களில் நாம் பழங்குடிகளிடம் அந்த எதார்த்த வாழ்க்கை முறையைக் காணலாம். ஆனால் நாகரிகம் நன்கு வளர்ந்த குடிகளிடம் அந்த எதார்த்த வாழ்க்கை முறையை விட தத்துவ அல்லது சித்தாந்த வாழ்க்கை முறையே மிகவும் காணப்படுகிறது.

தேவர், அரக்கர், கதைகள் தோன்றின. ஆரியர்கள் தங்கள் கருப்பு நிற எதிரிகளை அரக்கர்களாக சித்திரித்தனர். இந்த தத்துவ மார்க்கமே சித்தாந்தமாகவும், வேதாந்தமாகவும் மாறியது. இந்த தத்துவக் கூற்றுகள், எதார்த்த நடைமுறைகளை தங்கள் தேவைக்கேற்ப மாற்றி கூறப்பட்ட விஷயங்கள்.

உதாரணத்திற்கு, எல்லா புராணக்கதைகள், அவதாரக் கதைகள், அரக்கர் மற்றும் அசுரர் கூற்று, சொர்க்கம், நரகம், பாம்பை குண்டலினி சக்தியாக உருவகப்படுத்தியது விஷ்ணு, நாராயணன் பாற்கடலில் ஆதிசேஷன் மேல் இருப்பது போன்றவை எல்லாமே மிகைப்படுத்திய உருவகங்கள்.

'நெருப்பில்லாமல் புகை வராது' என்ற மொழி வழக்கு ஒன்று உள்ளது. எல்லா புராணக் கதைகளுக்குள்ளும் ஒரு எதார்த்த நெருப்பு உள்ளது. இந்த உருவகங்கள் எல்லாம் எதார்த்த நெருப்பை மிகைப்படுத்தி உருவகப்படுத்திய புகைகள். அப்புகைகளே பண்டைய மக்களிடையே பரவி எதார்த்த விசயங்கள் மறைக்கப்பட்டன. இது ஒரு புதுக்கவிதை எழுதும்போது உருவகப்படுத்துவதுபோல். எடுத்துக்காட்டாக, 'உன் விழியால் என் உயிரைப் பருகினாய்' என்ற கவிதை வாக்கியம்போல்! கண்களால் உயிரைக் குடிக்க முடியுமா? முடியாதல்லவா? அது போலத்தான் புராணக்கதைகளில் கூறப்பட்டுள்ள கதைகளும், விசயங்களும்.

தத்துவக் காலம் என்பது, நாகரிக வாழ்வில் கடவுள் வழிபாடு வாழ்வின் முக்கிய வழக்கமான பிறகு உள்ள காலத்தை குறிப்பதாகும். எதார்த்த காலம் என்பது நாகரிகம் உச்சம் அடைவதற்கு முன்பு, கடவுள் வழிபாடு வெறும் ஒரு சடங்காக, அன்றாட வாழ்வின் அங்கமாக ஆகாத காலத்தைக் குறிப்பதாகும். மிகைப்படுத்திய புகையின் உள்ளே புதைந்துள்ள எதார்த்த நெருப்பினை பின்வருவனவற்றில் நாம் காணலாம்.

சங்க இலக்கிய காலமும், பக்தி இயக்க காலமும்

சங்க இலக்கிய காலத்தில் தமிழகத்தில் இயற்கை சார்ந்த வாழ்வியல் முறையே இருந்தது. அது பழங்குடிகள் வாழ்க்கை முறையாக இருந்தது. அப்போது சமயம் என்பது பெரிதான விசயமாக இருக்கவில்லை. மதம் என்கிற விஷயம் அப்போது இல்லை. கடவுள் வழிபாடு என்பது அன்றாட வாழ்வில் ஒரு அங்கமாக இருக்கவில்லை. அது எப்போதேனும், மாதம் ஒரு முறையோ அல்லது வருடம் ஒரு முறையோ நடக்கும் ஒரு சடங்காக இருந்தது. பெரிதான கோவில்கள் எல்லாம் இல்லை. காவுகளிலும், மரத்தினடியில் மட்டுமே கடவுளென்று எண்ணப்பட்ட நடுகல்லையோ அல்லது மரத்துண்டையோ வணங்கினர். இக்காலத்திய கடவுள்களும் தற்போது சிறு கடவுள்களாக கருதப்படும் எல்லை அல்லது கிராமக் கடவுள்களையே வழிபட்டனர். மேலும் மூதாதையர் வழிபாடு மிகவும் முக்கியமாகக் கருதப்பட்டது. சங்க இலக்கியங்களில் கடவுள் வழிபாடு பற்றியும், அது சார்ந்த சடங்குகள் பற்றியும் விரிவான செய்திகள் இல்லை. அது பற்றி முக்கியத்துவம் கொடுக்கவில்லை.

பக்தி இயக்கம் தோன்றிய பிறகே சிவனும், விஷ்ணுவும் தென்னகத்தில் நுழைந்தனர். சமயமும், கடவுள் வழிபாடும் தீவிரமடைந்தது. கடவுள் வழிபாடு அன்றாட வாழ்வில் நுழைந்தது. அதைச் சார்ந்து பல நடைமுறைகளும், நியதிகளும், பழக்க வழக்கங்கள் தோன்றின. இக்காலத்தில் படைக்கப்பட்ட இலக்கியங்கள் எல்லாம் கடவுள் வழிபாடு சார்ந்த, அவற்றிற்கு முக்கியத்துவம் கொடுக்கும் இலக்கியங்களாக இருந்தன.

அக்னி

ரிக் வேதத்தில் முதல் செய்யுளில் போற்றப்படுவது அக்னியாகும். அக்னியே முதல் கடவுளாக வணங்கப்படுகிறது. அதன் பிறகே ருத்திரன், இந்திரன், வருணன், சோமன் போன்ற மற்ற கடவுள்கள் ரிக் வேதத்தில் போற்றப்படுகின்றனர். விஷ்ணுவும் சிவனும் ரிக் வேதத்தில் முக்கியமான கடவுள்கள் இல்லை. விஷ்ணு ஒரு உப கடவுளாகவே ரிக் வேதத்தில் வணங்கப்படுகிறார். அதுவும் மிகவும் பிற்காலத்தில் எழுதப்பட்ட செய்யுள்களில் தான் விஷ்ணுவின் பெயர் காணப்படுகிறது.

அக்னி முதல் கடவுளாக இருப்பதாலேயே யாகத்தில் அக்னி வளர்த்து அதில் பல வகையான விருப்ப பொருட்கள் இட்டு வணங்கப்படுகிறது. தமிழகத்திலும் தென் மாவட்டங்களில் அக்னி வழிபாடு பிரசித்தி பெற்றது. அவ்வழிபாடு சுடலை மாடன் வழிபாடாகவும், அக்னிகருப்பன் வழிபாடாகவும் செய்யப்படுகிறது. சுடலை என்பது சுடர் என்பதன் திரிபாக இருக்கலாம். மாடன் என்பது மேடு அல்லது மேரு என்பதன் திரிபாக இருக்கலாம். அதாவது மேட்டில் இருப்பவன். மேரு என்பதே மேடு என்று மருவியிருக்கலாம். மேலும் முருகனுக்கு இன்னொரு பெயர் அக்னிகருப்பன். சுடலை மாடன் உருவமே ஒரு பீடம் போன்ற தோற்றமும் அதன் உச்சியில் நெருப்பு பற்ற வைக்க சிறிய குழி போன்ற அமைப்பும் உடையது.

மேலும் சிவன் சோதி வடிவானவன் என்ற கூற்றும் உள்ளது. பரஞ்சோதி என்ற பெயரும் சிவனுக்கு உண்டு. அருட்பெருஞ்சோதி என்று வள்ளலாரும் சோதியை வணங்கியுள்ளார். திருவண்ணாமலையில் மலை மேல் சோதி ஏற்றுவதும் மிகப் பெரிய வழிபாடாக இன்றும் நடைபெறுகிறது. தீ மிதிப்பதும், தீச்சட்டி ஏந்துவதும் என நெருப்பு வழிபாடு மிக முக்கியமான வழிபாடாக பழங்காலம் தொட்டே, ஆரியர் வருவதற்கு முன்னும், அவர்கள் வந்த பின்னும் வணங்கப்பட்டு வருகிறது.

எனவே நெருப்பே முதன்முதலில் தெய்வமாக வணங்கப்பட்டது. அதுவே, கடவுள் வழிபாட்டிற்கு முன்னோடியாக மாறியது.

பழங்காலத்தில் மக்கள் ஏன் நெருப்பிற்கு முக்கியத்துவம் கொடுத்தார்கள்? அதை ஏன் மிகவும் போற்றி வணங்கினார்கள்? நெருப்பு இரவில் ஒளி கொடுப்பதற்கோ அல்லது உணவு சமைப்பதற்கு உதவியதால் அதை வணங்கினார்களா? அப்படியெனில் நீரும் மற்ற பல பொருட்களும் அதேபோல் வணங்கப்பட்டிருக்க வேண்டும். ஆனால் அப்படி எதுவும் வணங்கப்படவில்லை? பின் ஏன் நெருப்பு மட்டும் வணங்கப்பட்டது? ஒருவேளை நெருப்போடு தொடர்புடைய ஒரு இயற்கை சக்தி அக்காலத்தில் அம்மக்களுக்கு மிக முக்கியமான விசயமாக இருந்திருக்கலாம். எனவே அதை நெருப்பின் வடிவின் மூலம் அவர்கள் வணங்கியிருக்கலாம். அப்படிப்பட்ட இயற்கை சக்தி எது என்பதை நாம் பின்வருவனவற்றில் காணலாம்.

தட்சிணாமூர்த்தி

ஆரியர்கள் மத்திய ஆசியாவிலிருந்து வந்தவர்கள். மத்திய ஆசியாவிலிருந்து அவர்கள் புலம் பெயர்ந்தபோது, பல குழுவாக வடஆசியா, ஐரோப்பா, இந்தியா போன்ற இடங்களுக்கு புலம் பெயர்ந்தனர். இதில் இந்தியா நோக்கி புலம்

பெயர்ந்தவர்களில் சில குழுக்களுக்கு, தங்களுடைய மூதாதையர்களுடைய இடத்திற்குச் செல்ல வேண்டும் என்பது. ஆரியர்கள் தங்களுடைய மூதாதையர்கள் வாழ்ந்த இடம் தெற்கு திசையில் உள்ளது என்று கருதினர். ரிக் வேதச் செய்யுள் II–42ன் படி, தெற்கு திசையிலிருந்து பறவை கூவும் குரல் கேட்டால் நல்ல விசயம் என்று கருதினர். ஏனெனில் தெற்கு திசை என்பது தங்களுடைய மூதாதையர்களுடைய இடம் என்று நம்பினர். அப்படியெனில் தற்போதைய மத்திய ஆசியாவிலிருந்து தெற்கில் உள்ள இடம் எது? நிச்சயம் தற்போதைய அரபு நாடுகள் கிடையாது. ஏனெனில் ஆரியர்களுடைய மூதாதையர்கள், அதாவது சுமேரியர்களுடைய மூதாதையர்கள் கப்பலில் கடல் மூலமாக புலம் பெயர்ந்தனர் என்று கூறப்படுகிறது. அவர்களுடைய மூதாதையர் இடம் புண்ணிய பூமி அல்லது இறப்பில்லா பேரு வாழ்வு வாழ்ந்தவர்கள் இடம் என்று வர்ணிக்கப்படுகிறது. அவ்விடம் ஒளி படைத்தவர்கள் நாடு என்றும் கூறப்படுகிறது.

தட்சிணாமூர்த்தி

ஆரியர்கள் தங்களுடைய தெற்குத் திசை கடவுளை தக்ஷிணாமூர்த்தி என்று வழங்கினர். தக்ஷிணாமூர்த்தி என்பது தக்ஷிண் + மூர்த்தி; தக்ஷின் என்பது தெற்கு திசையை குறிப்பது;

தக்ஷின் – தெக்ஷின் – தெக்கன் திசை; தெக்கன் திசை தெற்கு திசை;

தட்சிணாமூர்த்தி உருவத்தை ஆராய்கையில் கீழ்க்கண்ட அமைப்புகள் காணக்கிடைக்கிறது:

1. விரிந்த சடை; 2. மரத்தின் கீழ்; 3. குன்றின் மேல்; 4. பாம்புத்தோல் சுற்றிய உடம்பு; 5. பூணூல் 6. வலது கையில் ஆயுதம்/பாம்பு; 7. இடது கையில் ஓலைச்சுவடி; 8. மற்றொரு இடது கையில் நெருப்பு 9. தன்னைச்சுற்றி பலவித தோற்றமுடைய முனிவர்கள்.

தட்சிணாமூர்த்திக்கு பிக்ஷாடனர் என்ற பெயரும் உண்டு. பிக்ஷாடனர் என்பது பிக்ஷ + ஆடன், அதாவது பித்த + ஆடன் = பித்தாடனார். ஆனால் சில தொன்மக்கதைகளில் அவர் பிச்சை எடுப்பவராக உருவெடுத்து வந்தவர் என்று கூறப்படுகிறது. இது அப்படியிருக்க வாய்ப்பில்லை. பித்த ஆடனார் என்பதே பொருத்தமானதாக இருக்கும் என்று தோன்றுகிறது.

சுமேரியர்களுடைய புராணக்கதைப்படி, அவர்கள் கடல் வெள்ளப்பெருக்கில் புலம் பெயர்ந்தபொழுது, உத்தமபிட்டர் என்பவர் புலம் பெயர உதவினார். உத்தம பிட்டர் என்பது உத்தம பித்தர் என்பதன் திரிபு. இந்த உத்தம பிட்டரே, கடல் வெள்ளப்பெருக்கில் மக்களைக் காப்பாற்றிய பாண்டிய மன்னன் மனு என்று கூறப்படுகிறது.

தக்ஷிணாமூர்த்திக்கு இணையான, அதேபோல் அமைப்பு உடைய ஒரு கடவுளை தமிழ் இலக்கியங்கள் கூறுகிறது. அவர் முதல் தமிழ்ச்சங்கத்தில் இருந்த முதன்மை உறுப்பினரான 'திரிபுரம் எரித்த விரிசடைக் கடவுள்'.

பிக்ஷடனாரை, அதாவது பித்தாடனரை விரிசடைக் கடவுள் என்று தமிழில் கூறுவதுண்டு. இந்த 'விரிசடைக்கடவுளே தக்ஷிணாமூர்த்தி' என ஆரியர்களால் கூறப் பட்டிருக்க வேண்டும்.

ரோமானியத்தில் சிவனை சீயஸ் என்று கூறுவர். சீயசுக்கு ஜூபிட்டர் என்ற பெயர் உண்டு. ஜோதிடத்தில் ஜுபிட்டர் என்பது குரு பகவான். குருபகவான் என்பவர் தட்சிணாமூர்த்தி. மேலும் ஜுபிட்டர் என்பது யுபிட்டர் என்பதன் திரிபு. அதாவது ஜ என்ற எழுத்து ய என்ற எழுத்தின் திரிபு.

ஜுபிட்டர் < யுபிட்டர் < உபிட்டர் < உத்தம பித்தர்.

அதாவது உத்தமபித்தர் என்பதே ஜுபிட்டர் என்று மருவியிருக்கவேண்டும்.

பித்தாடனார் என்பது பித்தம் பிடித்து ஆடுபவர் என்று கூட பொருள் படும். அப்படி ஆடும் கடவுள், இங்கு பித்தம் என்பது பக்தியின் உச்சநிலை ஆகும். இன்றும் நம்மூரில் பெண்களுக்கு பக்தி உச்சம் அடையும் போது சாமியாடுகிறார்கள் இல்லையா?! அந்த நிலையைக் குறிப்பதாக இருக்கவேண்டும். ஆடல் வல்லான் என்று கூறப்படுகிற நடராசர் என்ற நடன ராசர். தமிழ் பக்தி இலக்கியங்களும் "பித்தா, பிறை சூடி பெருமானே ..." என்றும், தென்னாடுடைய சிவனே என்று கூறுகிறது. ஆனால் சங்க இலக்கியங்களில் சிவன் என்ற சொல் இல்லை. சங்க இலக்கியங்கள் சேயோன் என்ற பெயரைக் குறிப்பிடுகின்றன. சேயோன் என்பதே சிவன் என்று மருவியிருக்கிறது என்ற கூற்றும் அறிஞர்களிடையே உண்டு. மேலும் சேயோன் என்பது கொற்றவையின் புதல்வன் என்றும் கூறுவதும் உண்டு. சேயோன் என்றால் சிவந்தவன் என்ற பொருளும் உண்டு என்று கூறப்படுகிறது.

எனவே, மேலே கூறுகின்ற தென்னாடு என்பது தற்போதைய தென்னிந்தியா இல்லை. ஏற்கெனவே நிலவியல் அத்தியாயத்தில் கண்டது போல், அது தற்போதைய தென்னிந்தியாவிற்கு தெற்கே அமைந்திருந்த நிலப்பரப்பு. அதாவது குமரிக்கண்டம் என்று பலரால் கருதப்படுகிற நிலப்பரப்பு. ஆனால் அப்படி நிலப்பரப்பு ஏதும் இருக்கவில்லை என்பதும் பலருடைய கருத்து. அப்படி ஒரு நிலப்பரப்பு இருந்ததா, இல்லையா என்று ஆராய்வதே இந்நூலின் முக்கிய நோக்கம்.

மேலே, முதல் தமிழ்ச்சங்கத்தில் கூறப்பட்ட 'திரிபுரம் எரித்த விரிசடைக்கடவுள்' என்ற வாக்கியத்தில் 'திரிபுரம் எரித்த' என்ற சொற்கள் மிக முக்கியமான சொற்கள். 'திரிபுரம் எரித்த' என்றால் ஒரு பெரிய நகரத்தை எரித்த என்று பொருள். இந்து

புராணக்கதைகளின் படி அது தாரகாசுரனின் மூன்று மகன்கள் ஆட்சி செய்த மூன்று கோட்டைகளை, அவர்கள் தேவர்களை வருத்தியதால், சிவன் எரித்தார் என்ற கதை உண்டு. இந்த மூன்று கோட்டைகளே திரிபுரம் என்று புராணங்கள் கூறுகின்றன.

மேரு மலை

மீண்டும் ரிக் வேதத்திற்கு வருவோம். ரிக் வேதத்தின் முதல் செய்யுளும், இரண்டாம் செய்யுளும் அக்னி பகவானைப்பற்றி பாடப்பட்டது. மேலும் இந்து மதமும், புத்த மதமும், மேரு மலையை மிகப் புனிதமான மலையாகவும், அதில் கடவுள்கள் வசிப்பதாகவும் கூறுகின்றன. இதேபோல் கிரேக்க மதமும், ஒலிம்பஸ் மலையை மிகப்புனிதமான மலையாகவும், அதில் கடவுள்கள் வசிப்பதாக முக்கியமாக சீயஸ் வசிப்பதாக கூறுகிறது.

புராணங்கள் மேரு மலையைப்பற்றி குறிப்பிடுகையில், சூரியனும் மற்ற கோள்களும் மேரு மலையை சுற்றுகின்றன என்றும், சூர்யா சித்தாந்தம் என்ற நூல், மேரு மலை பூமிக்கு மத்தியில், சம்புவ தீவில் இருந்தது என்று கூறுகிறது. மேரு அல்லாமல் சுமேரு மற்றும் குமேரு என்ற மலைகள் இரு துருவங்களில் இருந்தது என்றும் கூறுகிறது. மேலும் ஒரு இலக்கிய நூல், சுமேரு பூமிக்கு மத்தியில் இருந்தது, ஆனால் தற்போது காணப்படுவதில்லை என்று கூறுகிறது. மேரு மலை உச்சி பொன்னிறத்திலானது என்று கூறப்படுகிறது. அம்மலையின் உச்சியில் சிவன், பிரம்மா, விஷ்ணு மற்றும் பல கடவுள்கள் வசிப்பதாக கூறப்படுகிறது. புத்த மதமும் மேரு மலையைப்பற்றி குறிப்பிடுகையில் அது பூமிக்கு மத்தியில் உள்ளது என்றும். அது நான்கு கண்டங்களைப் பிரிக்கிறது என்றும், அதை அடைய ஏழு கடல்கள், ஏழு மலைகள் தாண்டி செல்லவேண்டும். அந்த ஏழு மலைகள் யுகந்தர, இசதர, கதிராக (காரவிக), சுதர்சன, அசுவகர்ண, விந்தர, நிமிந்தர என்ற மலைகள். இந்த ஒவ்வொரு மலைகளும் கடலால் பிரிக்கப்பட்டதால் ஏழு கடல்கள் இடைப்பட்டது.

சுமேரு மலை நான்கு தளங்களாக பிரிக்கப்பட்டுள்ளது. உச்சியில் உள்ள முதல் தளம் தேவலோகம் அல்லது சொர்க்க லோகம் எனவும், கூறப்படுகிறது. அடுத்து உள்ள மூன்று தளங்களும், நாகர், யக்ஷ, கந்தர்வ, மற்றும் கும்பந்தா ஆகிய நான்கு அரசர்களை பின்பற்றும் மக்களைக்கொண்டது எனக் கூறப்படுகிறது. (நாகர், இயக்க, கண்டா ஆர்வ, கும்ப அண்ட என்ற பழங்குடிகள்)

தலையில் ஒளி வட்டம்

நம்முடைய தெய்வங்களின் தலைக்கு பின்னால் ஒரு ஒளி வட்டம் இருப்பதாக நாம் உருவகித்து அதுபோல் உருவம் வைத்து வணங்குகிறோம். இந்து, கிருத்துவ, புத்த சீக்கிய மதங்களிலும் கடவுள்களுக்கு, அல்லது குருமார்கள் தலையின் பின்னால் ஒளிவட்டம் வரையப்பட்டிருப்பதை நாம் காண்கிறோம். இதன் அர்த்தம் என்ன? அது எதைக் குறிக்கிறது? அது புனிதத்தன்மையை குறிக்கிறதா இல்லை அறிவைக் குறிக்கிறதா இல்லை வேறொரு சக்தியை குறிக்கிறதா? அது அவர்கள் தெய்வசக்தி அல்லது தெய்வத்தன்மை உடையவர்கள் என்பதைக் குறிக்க அப்படி ஒளி வட்டம் வரையப்படுகிறது.

அக்னி, தட்சிணாமூர்த்தி, மேருமலை, ஒளி வட்டம் – தொடர்பு

இப்பொழுது, நாம் மேரு என்ற பெயருள்ள மலை ஏதாவது இந்தியப் பெருங்கடல் தீவு பகுதிகளில் உள்ளதா என்று பார்ப்போம். தன்சானியா நாட்டில் மேரு என்ற எரிமலை உள்ளது. அதேபோல் இந்தோனேசிய நாட்டில் உள்ள ஜாவா தீவில் மெராப்பி என்ற எரிமலை உள்ளது. மெராபி என்பது மேரு + அப்பி ஆகும். இதில் அப்பி என்பது இந்தோனேசிய மொழியில் நெருப்பைக் குறிக்கும். அப்பி என்பது அக்கி என்பதன் திரிபாக இருக்கலாம். இந்தோனேசியாவில் உள்ள இன்னொரு எரிமலையின் செமெரு. இது புத்த மத தொன்மங்களில் கூறப்படும் சுமேரு என்ற புனித மலையின் பெயரால் அழைக்கப்படுகிறது என்று கூறப்படுவதுண்டு. மேலும் இந்தோனேசிய பாலித் தீவில் கோவில் கோபுரத்தை மேரு என்று கூறுகிறார்கள்.

அக்கி என்பது நெருப்பைக் குறிக்கும். எரிமலையிலிருந்து வெளிவரும் நெருப்புக்குழம்பை அக்கிநீர் என்று அழைத்திருக்கலாம். அக்கிநீர் என்பதே அக்கினி என்று மாறி அக்னி என்று சமஸ்கிருதத்தில் மருவியிருக்கவேண்டும்.

மேலே கூறியவற்றைப் பார்க்கையில் மேரு மலை என்பது ஒரு எரிமலையாக இருக்கவேண்டும். மேரு என்பது ஒரே ஒரு மலையில்லை. அது பொதுவாக எரிமலையைக் குறிப்பதாக இருக்கலாம். பெருஞ்சோதி என்பது எரிமலைத்தீயை குறிப்பதாக இருக்கவேண்டும்.

யாகக் குண்டம் அல்லது பீடம் எரிமலையின் உருவகமாக இருக்கவேண்டும். எரிமலையில் உள்ள அக்னியை வணங்கிப் போற்றி சாந்தப்படுத்துவதே யாகத்தின் நோக்கமாக இருந்திருக்கலாம். கன்னியாகுமரி மற்றும் நாகர்கோவில் சுற்றியுள்ள இடங்களில் சுடலை மாடன் வழிபாடு மிகவும் பிரசித்தி பெற்றது. சுடலை என்பது சுடர் என்பதன் திரிபாக இருக்கவேண்டும். அல்லது ‘சுடு அலை’ என்பது சுடலை என்று சொல்லப்பட்டிருக்க வேண்டும். எரிமலையில் இருந்து சூடான பிழம்பு பெருகி வருவதால் அந்த பிழம்பிற்கு ‘சுடு அலை’ பெயர் இருந்திருக்கலாம். மாடன் என்பது மாடத்தில் இருப்பவன். இங்கு மாடம் என்பது மலையைக் கூட குறிக்கும்.

மேலும் மேரு மலையில் உள்ள நான்கு தளங்கள் நான்கு நிலங்களைக் குறிப்பதாக இருக்கலாம். உச்சியில் உள்ள முதல் தளம் தேவலோகம் அல்லது சொர்க்க லோகம் எனப்படுவது குறிஞ்சி நிலத்தையும், யக்ஷ (இயக்கர்கள்) எனப்படும் மக்கள் முல்லை நிலத்தையும், கந்தர்வ மற்றும் கும்பந்தா மக்கள் வாழும் இடம் மருத நிலத்தையும், நாகர் மக்கள் வாழும் இடம் நெய்தல் மற்றும் பாலை நிலத்தையும் குறிப்பதாக இருக்கலாம்.

இனி தட்சிணாமூர்த்தி உருவ அமைப்பின் எதார்த்த விளக்கங்களைப் பார்ப்போம்:

விரிந்த சடை

தக்ஷிணாமூர்த்தியின் முக்கியமான உருவ அமைப்பு விரிந்தசடை. அக்கால பழங்குடி மக்கள் வாழ்ந்த இடம் எரிமலைகள் உள்ள இடமாக இருந்தது. எரிமலைகள்

விரிசடைக்கோடு

வெடிப்பதும், அதனால் பூகம்பம் ஏற்படுவதும், எரிமலை வெடிப்பதால் மக்களுக்கு இன்னல் ஏற்படுவதும் வழக்கம். ஆனால் வெடிக்கும் எரிமலையில் இருந்து வெளிவரும் சாம்பல், மற்றும் சுடுநீர் ஊற்றுகள் மருத்துவ தன்மை மற்றும் நிலத்திற்கு வளம் தருவதாயிருந்தன. எனவே அந்த நிலம் வளமைமிக்கதாய் இருந்தது. எரிமலை வெடிப்பது அடிக்கடி நடப்பதில்லை. எப்போதாவது ஒரு முறைதான். பழங்குடி மக்கள், எரிமலையில் ஒரு சக்தி வாழ்வதாக நினைத்தார்கள். எரிமலையைக் கடவுளாக வணங்கினார்கள். அதை மனித உருவத்தோடு ஒப்பிட்டு வணங்கினார்கள். எரிமலை வெடித்து எரிமலைக்குழம்பு வழிந்து ஓடிய தடயங்கள் அது விரிந்த சடைபோல் காணப்படும். எனவே தட்சிணாமூர்த்தியின் முக்கிய அடையாளமாக விரிந்த சடையை வைத்தார்கள்.

விரிசடை அணிந்த பழங்குடிகள்

அதுமட்டுமல்லாமல் அந்த அடையாளத்தை பழங்குடி மக்கள் விரிந்த சடையாக வைத்துக்கொள்ள ஆரம்பித்தனர். நீண்ட முடி இல்லாதவர்கள், விரிந்த சடை போல் செயற்கையாக முடி செய்து தலையில் அணிந்துகொள்ள ஆரம்பித்தார்கள். இன்றும் ஆப்பிரிக்கப் பழங்குடிகள் இந்த விரிந்த சடையை அணிகிறார்கள். இந்தப் பழக்கமே பிற்காலத்தில் சவுரி அணியும் வழக்கமாக ஆகியது. கேசவிரி அல்லது சடைவிரி என்பதே சவுரி என்று மருவியிருக்கலாம். இந்த விரிந்த சடை ஆலமரத்தின் தொங்கும் வேர்களைக் கூட குறிப்பதாக இருக்கலாம். தட்சிணாமூர்த்தி ஆலமரத்தின் கீழ் அமர்ந்திருப்பதை குறிக்கும் விதமாகவும் விரிசடை அலங்காரம் செய்திருக்கலாம்.

நெற்றிக்கண்

தட்சிணாமூர்த்தியின் இன்னொரு முக்கியமான அடையாளம் நெற்றிக்கண். இது எரிமலையினுடைய வாய் அல்லது கண்ணைக் குறிக்கும். எனவே இது தட்சிணாமூர்த்தியின் மூன்றாவது கண்ணாக உருவகப்படுத்தப்பட்டது. இன்னொரு உதாரணம் பார்த்தால் ஆங்கிலத்தில் எரிமலைக்கு வல்கனோ (volcanoe) என்று பெயர்.

எரிமலை வாய் நெற்றிக்கண்

வல்கனோ என்பது வல்+கண்ண அல்லது ஒளி+கண்ண என்பதன் திரிபு. வல்கண் என்றால் பெரிய கண் என்று அர்த்தம். ஒளிக்கண் என்றால் ஒளியுடைய கண் என்று அர்த்தம்.

ஒளிக்கண்ண > வொளிக்கண்ண > வொள்க்கண்ண > வொல்கனோ

வல் கண்ண > வொல் கண்ண > வொல்கனோ

திருவிளையாடல் புராணத்தில் சிவன் நெற்றிக்கண் திறந்து நக்கீரரை எரிப்பது, எரிமலை வெடித்துச் சிதறுவதன் உருவகமாகும். இதேபோல் வைகுண்டம் என்ற சொல் வாய் குன்றம் என்ற சொல்லின் திரிபாகும். மேலும் குண்டம் என்பது நெருப்பு வைக்கும் சதுரமான அமைப்பைக் குறிப்பது. எரிமலை வாய் நெருப்பைக் கக்குவது அல்லது உடையது.

வாய் குன்றம் > வைகுன்றம் > வைகுண்டம்

வாய் குண்டம் > வைகுண்டம்

ஒளிவட்டம்

எரிமலை தகிக்கும்பொழுது அல்லது சீறும்பொழுது, இரவில் அதன் உச்சியில் சிவப்பு நிற ஒளி தோன்றும். இது காண்பதற்கு மிகவும் மனோகரமாக இருக்கும். இந்த நிகழ்வே தட்சிணாமூர்த்தியின் தலையின் பின்புறம் ஒளி வட்டமாக சித்திரிக்கப்படுகிறது. பின்னர் இதுவே எல்லா கடவுள்களுக்கும், குருமார்களுக்கும் அவர்களது தலையின் பின்னால் ஒளிவட்டம் இருப்பது போல் சித்திரிக்கப்பட்டிருக்க வேண்டும்.

ஒளிவட்டம் உடைய எரிமலை

மரத்தினடியில்

தட்சிணாமூர்த்தி அமர்ந்திருப்பது ஆலமரத்தினடியில். அவர் ஆலமரம் அல்லது அத்திமரத்தின் அடியில் இருப்பது, நம் மூதாதையர்கள் மரத்தில் வாழ்ந்ததன் அர்த்தமாக இருக்கலாம். மனிதன் குரங்கிலிருந்து தோன்றியபொழுது அத்திமரம் அல்லது ஆலமரத்தில் வாழ்ந்திருக்கலாம். அம்மரத்தின் பழங்கள் அவர்களுக்கு உணவாக அமைந்திருக்க வேண்டும். இதனைக் குறிக்கவே அவர் ஆல அல்லது அத்தி மரத்தின் அடியில் அமைந்திருப்பதாக உருவம் வரைந்திருக்கலாம்.

சில சித்திரங்களில் அவர் அத்திமரத்தினடியில் அமர்ந்திருப்பதாக சித்திரிக்கப் பட்டிருக்கிறார். ஆலமரமும் அத்திமரமும் ஒரே குடும்பத்தைச் சேர்ந்தவை. ஆலம்பழமும், அத்திப்பழமும் ஒரே போல் இருப்பவை. இந்த பழங்கள் குரங்குகளுக்கு மிகவும் விருப்பமான பழங்கள். இவை பெரும்பாலும் அம்மரத்தில் வாழ்பவை. மேலும் ஆப்பிரிக்க பழங்குடியினர்களில் குள்ளமான பழங்குடியினர் உண்டு. இவர்கள் மரங்களில் சிறிய பரண்போல் வீடு கட்டி வாழ்பவர்கள். இந்தக் குள்ள மனிதர்களைப் பற்றி நிறைய தொன்மக்கதைகள் நாம் கேட்டிருக்கிறோம். உலகில் உள்ள பல கலாசாரங்களிலும் இந்த குள்ள மனிதர்கள் பற்றிய கதைகள் உண்டு. இவர்கள் யார் என்று பின்னர் பார்ப்போம். இதன் காரணமாகவே தட்சிணாமூர்த்தி மரத்தினடியில் இருப்பதாக சித்திரிக்கப்படுகிறார்.

'அவதார்' என்ற ஆங்கிலப்படம் நம்முடைய முன்னோர்களின் கதையை வேற்று கிரஹத்தில் நடக்கும் கதையாக உருவகித்து எடுக்கப்பட்ட படமாகும். அதில் உள்ள மக்கள் ஒரு மிகப்பெரிய மரத்தில் வாழ்வதாக காண்பிக்கப்பட்டிருக்கும். மேலும் ஒரு தொலைக்காட்சி ஆவணப்படத்தில் சிம்பன்சி குரங்குகள் காட்டு அத்தி மரங்களில் வாழ்வதாக காட்டப்பட்டிருந்தது. அவை அம்மரத்தின் பழங்களை உண்டு அங்கு வாழ்ந்ததாகக் கூறப்பட்டது.

குன்றுகளின் மேல்

தட்சிணாமூர்த்தி பல குன்றுகள் சூழ இருக்கும் ஒரு இடத்தில் ஒரு குன்றின் மேல் அமர்ந்திருப்பதாக இருக்கிறது. இது அக்காலகட்டத்தில் அவர்கள் வாழ்ந்த இடத்தின் தன்மையை அல்லது அமைப்பை குறிப்பிடுவதாக இருக்கலாம்.

குன்றுகளுக்கிடையில் எரிமலை

அதாவது ஒரு எரிமலை பல குன்றுகள் சூழ இருக்கும் இடமாக இருந்திருக்க வேண்டும்.

பாம்புத்தோல், புலித்தோல் ஆடைகள்

பழங்குடி மக்களிடம் விலங்குகளுடைய தோலை உடையாகவோ, அலங்காரப் பொருளாகவோ, அல்லது உபயோகப் பொருளாக பயன்படுத்துவர். அப்படி முக்கியமாக உபயோகப்படுத்தும் தோல்கள் புலித்தோல், மான்தோல், பாம்புத்தோல் போன்றவை. இதில் பாம்புத்தோல் இடுப்பிலோ அல்லது பூணூல் போல் உடலில் அணிந்தனர். இது தங்கள் குல அடையாளமாக அவர்கள் அணிந்திருக்கலாம். இந்த அடையாளமே தட்சிணாமூர்த்திக்கும் அவர்கள் வழங்கியது. இதே போலத்தான் புலித்தோல் ஆடையும் அவருக்கு வழங்கியது.

மார்பில் பாம்புத்தோல் ஆபரணம்

புலித்தோல் ஆடை

காலடியில் நாக அரக்கன்

தட்சிணாமூர்த்தியின் காலடியில் கையில் நாகத்துடன் ஒரு அரக்கன் கிடப்பதாக சித்திரிக்கப்படுகிறது. இது புராணக் கதைகளில் தட்சிணாமூர்த்தி நாக அரக்கனை வென்றதை குறிப்பதாக கூறப்படுகிறது. உண்மையில் புராணக்கதைகள் கூறுவது போல் அரக்கர்கள் என்று ஒருவரும் இல்லை. அது வெறும் உருவகம்தான். இங்கு நாக அரக்கனாக காட்டப்படுவது நாகர் பழங்குடியினத்தினராக இருக்கலாம். காலடியில் இருப்பது அவர்கள் வாழும் இடத்தினை குறிப்பதாக இருக்கலாம். அதாவது தட்சிணாமூர்த்தியாக சித்திரிக்கப்படும் எரிமலை உள்ள இடத்தின் கீழ்ப்பகுதியில் நாகர் பழங்குடியினர் குடியிருந்தனர் என்பதை குறிப்பிடுகிறது.

பசு

தட்சிணாமூர்த்தி படத்தில் பசுவின் உருவம் இருப்பது, அக்காலத்தில் பழங்குடி மக்கள் மாடுகள் மேய்க்கும் தொழிலில் ஈடுபட்டதை குறிக்கிறது. இன்றும் ஆப்பிரிக்க பழங்குடி மக்கள் மாடுகள் மேய்க்கும் தொழிலில் ஈடுபட்டு வருகின்றனர். அவர்களுக்கு மாடு ஒரு புனிதமான மிருகம். மாட்டின் பாலும் மாமிசமும் முக்கிய உணவாகும். அதை அவர்கள் உண்பதால் அவர்களுக்கு மாட்டினுடைய புனிதத்தன்மை தங்களுக்கு கிடைப்பதாக கருதுகின்றனர். தமிழ் சங்க இலக்கியங்களும் மாடு மேய்க்கும் தொழிலை குறிப்பிடுகின்றன. மாடுகளை ஆநிரை என்றும், அவைகளையே செல்வம் என்றும் குறிப்பிடுகின்றன. பழங்குடி மக்களிடையே ஆநிரை கவர்தலும், அதை மீட்டு வருவதும் ஒரு கலாசாரமாக இருந்தது. அவர்களுக்கு மாட்டின் மாமிசம் முக்கியமான உணவு என்பதை சங்க இலக்கியங்கள் கூறுகின்றன.

முனிவர்கள்

ஆப்பிரிக்க பழங்குடியினர்

தட்சிணாமூர்த்தி படத்தில், பல முனிவர்கள் அவரை வணங்குவதாக காட்டப்பட்டிருக்கிறது. இங்கு முனிவர்கள் என்று குறிப்பிடுவது பழங்குடி இனத்தின் மூத்த பெரியவர்களாக இருக்கலாம். பழங்குடி இனத்தினர் ஆண்களை அவர்கள் வயதுக்கேற்ப சில குழுக்களாக பிரிக்கின்றனர். அதற்கேற்ப அவர்கள் செய்ய வேண்டிய வேலைகளை நிர்ணயிக்கின்றனர். இதில் சிறுவர்கள் சிறு சிறு வேலை செய்வதற்கும், இளைஞர்களை காவல் காப்பதற்கும், மத்திய வயதினரை நிர்வாகம் செய்வதற்கும், வயதில் மூத்தோரை அறிவுரை சொல்வதற்கும் நிர்ணயித்திருந்தனர். இவர்கள் தங்கள் குடிகளை நல்ல வழியில் வழிநடத்துபவர்கள். இன்றும் இந்த வழக்கம் அல்லது நடைமுறை பல பழங்குடி இனத்தினரிடையே இருக்கிறது. அந்தப் படத்தில் சில முனிவர்கள் காவி நிற உடையணிந்தும், சிலர் வெள்ளை நிற உடையணிந்தும் இருப்பது, குறிப்பிட்ட பழங்குடி இனத்தின் உடையின் நிறமாக இருக்கலாம். முனிவர்களுக்கு சடை முடியும், நீண்ட தாடியும் பிற்கால நாகரிகத்தில் தொன்மங்களில் சேர்த்திருக்கலாம்.

கையில் ஆயுதம்

தட்சிணாமூர்த்தியின் கையில் ஆயுதம் இருப்பது அக்கால பழங்குடி மக்கள் உபயோகித்த பொருள்களோ அல்லது அவர்கள் இருந்த இடத்தில் கிடைக்கும் பொருளாகவோ இருக்கலாம். பழங்குடி மக்கள் வேட்டைக்கு செல்லும் பொழுதோ அல்லது மேய்ச்சல் செய்யும் பொழுதோ அல்லது உழவு செய்யும் பொழுதோ அவர்கள் பல கருவிகள் உபயோகித்திருப்பார்கள். இதை உணர்த்தவே கடவுள்களுக்கு பல கைககள் இருப்பதாகவும், அக்கைகளில் கருவிகள் அல்லது பொருட்கள் இருப்பதாக சித்திரித்தனர். அவைகளே தெய்வத்தின் கையில் நெருப்பு இருப்பது எரிமலையின் நெருப்பை குறிக்கலாம். அல்லது நெருப்பு உண்டாகும் குச்சியை குறிப்பதாக இருக்கலாம். சங்கு அவர்கள் வாழ்ந்த இடத்தில் கிடைக்கும் பொருளாக இருக்க வேண்டும். அதுவும் வலம்புரிச் சங்கு அந்த இடத்தில் நிறைய கிடைத்திருக்க வேண்டும். இந்த சங்கு அவர்களுக்கு ஒலி எழுப்பும் பொருளாக இருந்திருக்க வேண்டும். இதே போல் உடுக்கையும் ஒலி எழுப்ப உதவும் கருவியாகும்.

கையில் ஏட்டுச்சுவடி இருப்பது எதைக் குறிப்பதென்றால் அக்காலத்தில் எழுத்து தோன்றியதை குறிப்பது. அகத்தியர், சிவ பெருமான் கூற தமிழ் எழுத்தை உருவாக்கினார் என்ற கூற்று புராண இலக்கியங்களில் உண்டு. அதுபோல் அகத்தியர் லிங்க உருவத்தை உருவாக்கினார் என்றும் புராணக்கதைகள் கூறுகின்றன. இங்கு லிங்கம் என்று குறிப்பிடுவது மொழியாக இருக்கலாம்.

மூர்த்தி பெயர்க்காரணம்

மூர்த்தி மற்றும் கீர்த்தி என்ற பெயர்கள் கடவுள்களுக்கு உண்டு. முக்கியமாக மும்மூர்த்திகள் என்பது சிவன், விஷ்ணு மற்றும் பிரம்மனைக் குறிக்கும்.

மூர்த்தி என்பது மேருத்தீ என்பதன் திரிபு ஆகும். மேலும் இந்தியப்பெருங்கடலில் மொரிஷியஸ் (*mauritius*) என்ற தீவு உள்ளது. இதில் *us* என்பது கிரேக்க, லத்தின் மொழிகளில் வரும் வழக்காகும். அதை எடுத்துவிட்டால், மொரிஷியஸ் என்பது மோரித்தீ என்று மாறும். இது மேருத்தீ அல்லது மேருத்தீவு என்பதன் திரிபு. மேலும் சமீபத்தில் தொல்பொருள் ஆய்வாளர்கள் மொரிசியஸ் தீவோடு தொடர்புடைய ஒரு நிலப்பகுதி கடலில் மூழ்கியிருப்பதை கண்டறிந்துள்ளனர். இந்தக் கண்டத்தை அவர்கள் மோரிதியா என்று கூறுகிறார்கள்.

ஆங்கிலத்தில் எரிமலையின் வாயிற்கு கிரேட்டர் (*crater*) என்று பெயர். இது கருத்தர், அதாவது கருப்பு நிறமுடையது என்ற அர்த்தமாக இருக்கலாம். நம்முடைய கிராமங்களில் வழிபடும் கருப்புசாமி தெய்வமும் இவராகவும் இருக்கலாம். கிரேக்க நாகரிகம் தோன்றியது கிரீட் (*crete*) நாகரிகத்தில். இம்மக்கள் தங்களுடைய வழிபாட்டில் எரிமலையும், மற்றும் கலாசாரத்தில் ஜல்லிக்கட்டு போன்ற காளை விளையாட்டு ஆடுபவர்கள். இவர்களில் கருப்பு நிறத்தவர்கள் இருந்திருந்தனர். கிரீட் என்பது கருத்த என்று பொருள் படலாம்.

மேலும் ஆப்பிரிக்காவில் வாழும் பழங்கால பழங்குடியினர் பலர் தங்களுடைய மூதாதையர் இறந்துவிட்டால் அவர்களுக்கு உரித்தான சடங்குகள் செய்து அவர்கள்

உடலை மலையில் உள்ள குகையில் பதப்படுத்தி வைத்துவிடுவர். பின்னர் வருடந்தோறும் அவ்வுடலை எடுத்து சடங்குகள் செய்து வணங்கி மீண்டும் அங்கேயே வைத்துவிடுவர். இது இறந்துபோன தங்களுடைய மூதாதையருடைய ஆன்மா தங்களை காக்கும் என்ற நம்பிக்கையில் செய்யப்படும் சடங்கு மற்றும் வழிபாடாகும்.

எனவே தட்சிணாமூர்த்தி வழிபாடு நம்முடைய மூதாதையர் மற்றும் எரிமலை வழிபாடும் சேர்ந்த வழிபாடாகும்.

சுடலை மாடன் உருவ அமைப்பும் எரிமலையைக் குறிப்பதே. மாடம் எரிமலையையும், அதன் மேல் நெருப்பு வைக்கும் இடம் எரிமலை நெருப்பையும் குறிப்பதாகும். திருவண்ணாமலையில் மலை மேல் ஏற்றும் தீபம் எரிமலை நெருப்பைக் குறிப்பதாகும். மேலும் திருவண்ணாமலையே ஒரு அணைந்து போன எரிமலை என்ற கூற்றும் உண்டு.

சுடலை மாடன் – எரிமலை வடிவமும்
அதன் மேல் உள்ள குழியும்

எரிமலை சுறுசுறுப்பாக இருக்கும் பொழுது இரவில் அதன் உச்சியில் ஒளி வட்டம் தோன்றும். அதை உணர்த்தவே தெய்வங்களின் தலையின் பின்னால் ஒளிவட்டம் வரைந்தனர். மேலும் மேருமலை மலை உச்சி பொன்னிறத்தால் ஆனது என்று கூறப்படுகிறது. இது எரிமலையின் பிழம்பு அல்லது நெருப்புக்குழம்பை குறிப்பதாகும். கோவில்களின் கோபுரங்கள் எரிமலையின் உருவகம். அதனாலயே அதன் உச்சியில் பொன்னிற கலசங்கள் நெருப்பைக் குறிப்பிட வைக்கப்பட்டது.

மும்மூர்த்தி

இந்து மத தொன்மங்களில் சிவன், விஷ்ணு, பிரம்மன் ஆகியோரை மும்மூர்த்திகள் என்று கூறப்படுவதுண்டு. மும்மூர்த்திகள் என்பது மூன்று எரிமலைகளை குறிப்பதாக இருக்கலாம். நம் முன்னோர்கள் வாழ்ந்த இடத்தில் மூன்று எரிமலைகள் இருந்திருக்கலாம். அவற்றை மூன்று கடவுள்களாக உருவகித்து வழிபட்டிருக்கலாம்.

மூர்த்தி, கீர்த்தி, ருத்திரன். (பிரம்மா – ருத்திரன்)

தீ என்ற சொல்லோடு தொடர்புடைய சொற்களைப் பார்க்கலாம்:

மூர்த்தி, கீர்த்தி (கிருத்தி/கார்த்தி), தீர்த்த, பூர்த்தி, ஆரத்தி, நேர்த்தி

மூர்த்தி என்பது மேருத்தீ, அதாவது எரிமலைத்தீ. மேரு என்பது மலையைக் குறிப்பது.

கார்த்தி என்பது மழைத்தீ. அதாவது மழை வேண்டி உருவாக்கப்படும் தீ.

கார்த்திகை மாதம் பொட்லி எனப்படும் நாட்டுவெடி வெடிப்பார்கள். இதை செய்தால் மழைவரும் என்று கார்த்தி என்பதே கார்ஷி மற்றும் கிருஷி என்று மருவி

விவசாயத்தை குறிப்பிடுவதாக இருக்கலாம். கார்த்தி என்பதே கீர்த்தி மருவியிருக்கலாம். கீர்த்தி என்பது கிரித்தீ என்பதன் திரிபாக இருக்கலாம், கிரித்தீ என்பது கிரி (மலை) மேல் ஏற்றப்படும் தீ என்று பொருள்படும். கார்த்திகை மாதம் திருவண்ணாமலை மலையில் தீ ஏற்றுவது போல்.

இந்து மதக் கடவுள் வழிபாடுகளில் கடவுளுக்கு ஆர்த்தி காண்பிப்பார்கள். அதேபோல் பல சடங்குகளிலும், புதிதாக திருமணமான தம்பதிகளுக்கும், ஒரு போரிலோ போட்டியிலோ கலந்துகொள்ள செல்லும் பொழுதோ, கலந்துவிட்டு வெற்றிபெற்று திரும்பிவரும் பொழுது ஆரத்தி எடுப்பது வழக்கம். ஆரத்தி என்பது ஆரத்தீ. ஆரம் என்றால் வட்டம். அதாவது ஆரத்தீ என்றால் வட்டமாக காட்டப்படும் தீ.

பூர்த்தீ என்பது பூரத்தீ. பூரம் நட்சத்திரத்தில் ஏற்படுத்தும் தீ. இதனாலேயே கேரளாவில் உள்ள கோவில்களில் பூரம் என்ற விழா கொண்டாடும் பொழுது நிறைய பட்டாசு மற்றும் வாணவேடிக்கைகள் வெடித்து கொண்டாடுவர். கேரளாவில் திருச்சூர் பூரம் மிகவும் பிரசித்திபெற்றது.

சதுர்த்தி என்பது சதுரத்தீ அல்லது நான்காம் தீ என்றும் பொருள் கொள்ளலாம். அதாவது நான்காவது நாளில் ஏற்றப்படும் தீ என்று பொருள் படலாம்..

நேர்த்தி என்பது நேராக்கும் தீ. அதாவது துன்பங்களை நேராக்கும் தீ. அதுவே நேர்த்தி கடன் என்று மருவியது.

குமேரு என்பது குறு மேரு என்பதாக இருக்கலாம். அதாவது சிறு எரிமலை. குறுமேரு என்பதே குமேரு என்றாகி குமேரன் ஆகி குமரன் என்று மருவியிருக்கலாம். குன்று தோறும் குடியிருக்கும் குமரன் என்று சொல்லப்படுவது இதனாலேயே என்று இருக்கலாம்.

இன்னொரு கூற்றுப்படி பார்த்தால் குமேரு என்பதே சுமேரு என்று மருவியிருக்கும். ஏனெனில் க், ட், த் போன்ற எழுத்துகள் மேலை நாட்டு மொழிகளிலும் சமஸ்க்ருதத்திலும் ஷ், மற்றும் ஸ் ஆக உருமாறுகிறது.

ருத்திரன்

ரிக் வேதத்தில் அக்னிக்கு அடுத்து குறிப்பிடும் தெய்வம் ருத்ரன். ருத்ரன் என்பது ருத்திரன் என்பதாகும். ருத்திரனின் அமைப்புகளும், தட்சிணாமூர்த்தியின் அமைப்பும் பல விதங்களில் ஒத்துப்போகிறது.

ருத்திரன் என்பது வெடிக்கும் அல்லது சீறும் எரிமலையைக் குறிப்பதாக இருக்கலாம். எரிமலை சீறும் பொழுது வானில் கருந்திரளாக மேகம் உருவாகும். கருந்திரள் என்பது கருத்திரன் என்று மருவி ருத்திரன் என்று ஆகியிருக்கலாம். ருத்திர என்றால் கோபம் என்று அர்த்தம். அல்லது கிருத்திரன் என்பது ருத்திரன் என்று ஆகியிருக்க வேண்டும். கிருத்திரன் என்பது கிரி தீரன் என்பதன் மருபாக இருக்கலாம். கிரி என்றால் மலைச் சிகரம். இதை ஒத்த ஒரு பெயர் தற்போதும் வழக்கத்தில் உள்ளது. அது கிரிதரன் என்ற பெயர்.

ருத்திரன் காலில் சூத்திரன், நாபியில் பிரம்மன், தலையில் சத்ரியன் தோன்றியதாக தொன்மங்கள் குறிப்பிடுகின்றன. தலையில் சத்ரியன் தோன்றியது என்பது

மலைப்பகுதியில் வாழும் வேட்டுவ இனத்தவர்களை குறிப்பிட்டது. இவர்கள் நல்ல வீரர்களாக இருந்தனர். நாபியில் அல்லது இடையில் பிரம்மன் தோன்றியது என்பது இடையர் குலத்தினரை குறிப்பது. இவர்கள் மேய்ச்சல் தொழிலும், உழவுத்தொழிலும் செய்தவர்கள். இவர்கள் ஆயர்கள், இவர்களே அய்யர் எனப்படும் பிராமணர்கள். காலில் சூத்திரன் தோன்றியது என்பது கடற்கரை மற்றும் வறண்ட நிலத்தில் வாழும் இனத்தவர்களைக் குறிப்பிட்டது. இவர்களுக்கு இயற்கை வளம் இல்லாததால் இவர்கள் சத்ரிய மற்றும் ஆயர் குலங்களைச் சார்ந்து வாழ்ந்தவர்கள். இவர்களுக்கு என்று சொல்லிக்கொள்ளும்படி தனியாக தொழில் என்று இல்லை. இவர்கள் பலவிதமான சார்பு தொழில்கள் செய்ததால், இந்த தொழில்கள் வளமாய் வாழ்ந்த மற்ற இரண்டு குடிகளுக்காய் இருந்ததால் இவர்களை தாழ்ந்த இனத்தவர்களாக, அடிமை (சார்ந்து என்ற பொருள்) இல்லை ஆண்டி என்று கருதப்பட்டனர். எனவே வருணாசிரமம் என்பது மேல்குடியினர் ஏற்படுத்திய பிரிவுகள் என்று சொல்வதைவிட அது வாழ்வியலின் பரிணாமத்தில் தோன்றிய வகைப்பாடு என்று சொல்வதே சரியாகும். ஏனெனில் இந்த வகைப்பாடு வந்த காலத்தில், தற்போது உள்ளது போல் மதங்களோ, சாதிகளோ, கடவுள் வழிபாட்டு முறை இல்லை. இதன் தொடர்ச்சியே பிற்காலத்தில், தத்துவ காலத்தில், நான்கு வருணாசிரமம் ஆக மாறியது. இதில் வைசியர் என்ற பிரிவும் சேர்ந்தது.

தென்னாடுடைய சிவன்

'தென்னாடுடைய சிவனே போற்றி' என்பது இந்து மத, குறிப்பாக சைவ சமய இலக்கியத்தில் குறிப்பிடும் ஒன்று. இங்கு தென்னாடு என்பதை தற்போதைய தென்னிந்தியாவைக் குறிக்கிறது என்று எல்லோரும் நினைக்கின்றனர். ஆனால் சங்க இலக்கியங்களில் சிவன் என்ற சொல் இல்லை. சிவன் என்ற சொல் பல்லவர்கள் காலத்தில், பக்தி மார்க்கம் தென்னிந்தியாவில் தோன்றிய பொழுது, நம் தென்னிந்தியாவில் ஆரியர்கள் மூலம் நுழைந்தது. ஆரியர்கள் தங்கள் மூதாதையருடைய கடவுள் தட்சிணாமூர்த்தி என்றும், தங்கள் மூதாதையர் வாழ்ந்த இடம் தெற்கில் உள்ளது என்றும், அதைக் காணவே அவர்கள் தென்னிந்தியாவிற்கு வந்தனர் என்று வரலாற்று கூற்றுகள் உண்டு.

தட்சிணாமூர்த்தி என்பது தெற்கு திசையில் உள்ள மூர்த்தி. அதாவது தெற்கு திசையில் உள்ள நாட்டில் இருக்கும் கடவுள். இதனாலேயே தென்னாடுடைய சிவன் என்ற வாக்கு தோன்றியது. எனவே தென்னாடுடைய சிவன் என்ற சொல் ஆரியர்கள் கூறிய வாக்கு. திராவிடர்கள் கூறியது இல்லை. அந்த வாய்ப்பும் இல்லை. ஏனெனில் சிவன் என்ற தெய்வம் திராவிடர்கள் தெய்வமாக பழங்காலத்தில் இல்லை. இங்கு தென்னாடு என்பது எந்த இடத்தைக் குறிக்கிறது என்று எதைக் குறிக்கிறது என்று கேள்வி எழுகிறது?

ஆரியர்கள் தங்கள் மூதாதையர்கள் வாழ்ந்த இடம் தெற்கு திசையில் உள்ளது என்றும், அந்த இடம் நல்ல வளங்கள் மிகுந்த இடம் என்றும் அறிந்திருந்தினர். எனவே அந்த இடத்தை தேடுகையில், தெற்கு திசையில் அப்படிப்பட்ட இடம் தென்னிந்தியா என்று நினைத்தனர். எனவே அவர்கள் தென்னிந்தியாவிற்கு புலம் பெயர்ந்து வந்தனர். ஆனால் மேலே நாம் கண்ட தட்சிணாமூர்த்தியின் கூற்றுகளைப் பார்க்கையில், அந்த

இடம் தீவுகள் உள்ள இடமென்றும், அங்கு எரிமலைகள் இருந்தன என்றும் கண்டோம். அந்த எரிமலையே மேரு மலை என்றும் கண்டோம். மேரு மலை என்பது ஒரு மலை இல்லை என்றும், பல மேரு மலைகள் அதாவது பல எரிமலைகள் இருந்தன என்றும் கண்டோம்.

நம் தென்னிந்தியாவில் எரிமலைகள் இல்லை. எனவே தென்னாடுடைய சிவனே போற்றி என்று குறிப்பிடப்படும் தென்னாடு நம்முடைய தென்னிந்தியா இல்லை. அதாவது தட்சிணாமூர்த்தி பெயரில் குறிப்பிடும் தெற்கு திசை என்பது தெற்கு திசையில் உள்ள இந்தியா இல்லை. இங்கு மேலும் ஒரு கேள்வி எழுகிறது. ஆரியர்கள் கூறும் தட்சிணாமூர்த்தி என்ற சொல் ஆரியர்கள் மேற்கு ஆசியாவில் இருந்த போது உருவாக்கிய சொல்லா அல்லது அதற்கு முன்பே அவர்கள் மூதாதையர் புலம் பெயர்ந்து வருவதற்கு முன்பே உருவாகிய சொல்லா என்ற கேள்வியும் எழுகிறது.

தட்சிணாமூர்த்தி என்ற சொல் மேற்கு ஆசியாவில் தோன்றியிருந்தால் அது ஒரு பொதுவாக தெற்கு திசையில் உள்ள ஒரே ஒரு மூர்த்தி என்று அர்த்தம். அதாவது ஆரியர்களுக்கு மூர்த்தி என்ற சொல் மட்டுமே அவர்கள் மூதாதையர்களிடமிருந்து கேட்டிருக்கவேண்டும். தட்சிணாமூர்த்தி என்ற சொல் ஆரியர்கள் மேற்கு ஆசியாவில் இருக்கும்போது உண்டாக்கியிருக்க வேண்டும். ஆனால் இந்த சொல் ஆரியர்களின் மூதாதையர் வாழ்ந்த இடத்தில் தோன்றியிருந்தால், அவர்கள் வாழ்ந்த இடத்தின் தெற்கு திசையில் உள்ள கடவுள் அல்லது எரிமலை என்று அர்த்தம். அப்படியெனில் வடக்கு திசையில் ஒரு மூர்த்தி அதாவது உத்தர மூர்த்தி அல்லது உத்தம மூர்த்தி என்று ஒன்று இருந்திருக்கவேண்டும். இதில் எது சரி? அந்த தெற்கு திசை இந்தியப்பெருங்கடலில் உள்ள ஒரு இடத்தை குறிக்கும். அது எந்த இடம் என்பதை பின்வருவனவற்றில் காண்போம்.

பிரமிடும், கோபுரமும், எரிமலையும்

இந்த எரிமலை வழிபாடே பிற்காலத்தில் வெள்ளப்பெருக்கில் மேற்கு ஆசியாவிற்கு அதாவது அக்கால சுமேரியாவிற்கு புலம் பெயர்ந்த பிறகு, அங்கு எரிமலை இல்லாததால் செயற்கையாக மலையை உருவாக்கி அதன் மேல் கோவில் எழுப்பி அங்கு அக்னியை வைத்து வழிபட்டனர். சுமேரியாவில் அப்படி கட்டப்பட்ட செயற்கை மலைக்கு பெயர் 'சிகுராத்'. சிகரத்தீ என்பதே சிகுராத் என்று மருவியிருக்க வேண்டும். சிகுராத் கட்டப்பட்டது பொ.யு.மு. 5000–4000 போல்.

பின் இதேபோன்று பல ஆயிரம் வருடங்கள் கழித்து எகிப்திலும் பொ.யு. மு. 3500 போல் பிரமிடுகள் கட்டப்பட்டன. பெருமேடு என்பதே பிரமிடு என்று மருவியிருக்கலாம். பழங்கால பழங்குடிகள் தங்கள் மூதாதையர் இறந்தவுடன் அவர்கள் உடலை பதப்படுத்தி மலையில் உள்ள குகைகளில் வைப்பது மரபு. அதே மரபு புலம் பெயர்ந்து வந்து எகிப்தில் குடியேறிய மக்களும் பின்பற்றினர். அரசர்களுக்கும் அரச குடும்பத்தினருக்கும் பிரமிடுகள் கட்டப்பட்டன. பின்னாளில் அரசன் கடவுள் அவதாரமாக கருதப்பட்ட பொழுது, அவர்களை கடவுளாக வணங்கப்பட்ட பொழுது கோவில்கள் கட்டப்பட்டன. முதலில் மலைகளில் குடைவறைக் கோவில்கள் கட்டப்பட்டு பின் மலை இல்லாத இடங்களில் அதே

மாதிரியுடன் கற்கோவில்கள் கட்டப்பட்டன. கோவில்கள் பிரமிடுகளையும் அதனுள் இருந்த அரசரின் கல்லறையையும் உருவகப்படுத்தி கட்டப்பட்டன. அரசரின் கல்லறை கருவறையாகவும், கோபுரங்கள், பிரமிடு மற்றும் எரிமலை மாதிரியாக கட்டப்பட்டது.

தமிழகத்தில் பல்லவர் காலத்தில் குடைவறைக் கோவில்களுள் கற்கோவில்களும் கட்டப்பட ஆரம்பிக்கப்பட்டது. பல்லவர் என்பவர்கள் பஹ்லவ அல்லது பல்லவ் என்ற மேற்கு ஆசிய அரச பரம்பரையை சேர்ந்தவர்களாக இருக்கவேண்டும் என்ற கருத்து பல சரித்திர அறிஞர்களிடையே நிலவி வருகிறது. ஏனெனில் பல்லவர் கால கட்டடக்கலை இரானிய மற்றும் எகிப்திய கட்டடக்கலையோடு ஒத்துப்போகிறது.

கடவுளின் கண்ணும், இல்லுமினாட்டியும்

அமெரிக்க அரசு முத்திரை பின்பக்கமும், பின் ஒரு டாலர் பணத்தாளிலும் ஒரு பிரமிடும் அதன் உச்சியில் ஒரு கண்ணும் அதைச்சுற்றி ஒரு ஒளிவட்டம் இருப்பது போல் ஒரு சித்திரம் இருக்கும். இந்தக் கண்ணிற்கு 'கடவுளின் கண்' என்று பெயர். அதாவது உலகில் நடப்பவற்றை எல்லாம் பார்க்கும் கடவுள் என்று இதற்கு அர்த்தம். இந்த முத்திரை 'எ ப்லுரிபஸ் உனும்' என்ற முத்திரையிலிருந்து பின்பற்றப்பட்டது. இந்த முத்திரையில் இரண்டு மனிதர்களும், பல அமெரிக்க மாநிலங்களுடைய சின்னங்களும், அதன் பின்னால் ஒரு மலையும், மலை மேல் கண்ணும், ஒளி வட்டமும் உள்ளது. அந்த மனிதர்கள் மேய்ப்பர்கள்போல் உள்ளனர். முதலில் 1797 ஆண்டு 'ப்ரீ மேசன்ஸ் மானிட்டர்' என்ற பதிப்பில் இது அச்சடிக்கப்பட்டது. மனிதனின் எண்ணங்கள், விருப்பங்களை, ஆசைகளை கடவுள் கண்காணிக்கிறார் என்ற அர்த்தத்தில் இது பதிப்பிக்கப்பட்டது.

இதேபோல் இல்லுமினாட்டி எனப்படும் ஒரு இயக்கத்தின் குறியீடும் இந்த பிரமிடும், கண்ணும்தான். இந்த இயக்கம் ஒரு ரகசிய இயக்கமாகும். இல்லுமினாட்டி என்பதற்கு 'ஒளி படைத்தது' என்று அர்த்தம். இந்த இயக்கத்தின் முக்கிய நோக்கங்கள் கடவுள் மற்றும் மத சம்பந்தப்பட்ட விஷயங்களை, மூட நம்பிக்கைகள், மற்றும் அதிகார துஷ்பிரயோகத்தை எதிர்ப்பதாகும். கிட்டத்தட்ட இது நம்முடைய திராவிட இயக்கம் போல் நாத்திகக் கோட்பாடு கொண்டது. 1790ஆம் ஆண்டு போல், ரோமன் கத்தோலிக் சர்ச் ஆதரவோடு இந்த இயக்கம் தடை செய்யப்பட்டாலும், இந்த இயக்கம் மறைமுகமாக இயங்கி வருகிறது என்று இன்றும் நம்பிக்கை உள்ளது. இந்த இயக்கமே பதினெட்டாம் நூற்றாண்டில் நடந்த பிரெஞ்சு போராட்டத்திற்குக் காரணம் என்று கூறப்படுகிறது.

மேலே கூறிய மலை முத்திரை எரிமலையைக் குறிப்பதாகும். பழங்காலத்தில் தம்முடைய முன்னோர்கள் வழிபட்ட இந்தக் கலாசாரமே பிற்காலத்தில் உருமாறி இந்த மலை முத்திரையாக அமெரிக்காவில் உபயோகப்படுத்தப்படுகிறது. ஆனால் இந்த உண்மை இன்றைய தலைமுறையினருக்கு தெரிந்திருக்க வாய்ப்பில்லை. இதையேதான் இல்லுமினாட்டி இயக்கத்தின் நாத்திகக் கோட்பாடு. ஆதிகாலத்தில் இயற்கையை வணங்கி வந்த மனிதன் பிற்காலத்தில் மனித உரு கொண்ட கடவுள்களை வழி பட ஆரம்பித்து, மதங்களை உருவாக்கி, அதிகார வர்க்கத்தை உண்டாக்கியதை எதிர்ப்பதை இந்த முத்திரையின் மூலம் உணர்த்துகிறார்கள்.

அமெரிக்க டாலரில் உள்ள
கடவுளின் கண் படம்

கடவுளின் கண் படத்தின்
மூல படம்

இந்த முத்திரை பரம்பரை வழியைச் சொல்லவேண்டுமென்றால், அமெரிக்கா விற்கு குடியேறியவர்கள் ஐரோப்பாவிலிருந்து சென்றவர்கள் ஐரோப்பாவில் குடியேறியவர்கள் பெரும்பாலும் ரோமானிய கலாசாரத்தின் தாக்கம் உடையவர்கள். ரோமானிய நாகரிகம் க்ரீட், எகிப்து மற்றும் சுமேரிய நாகரிகத்திலிருந்து தோன்றிய தாகும். சுமேரியர்கள் இந்தியப் பெருங்கடலில் உள்ள மடகாஸ்கர் போன்ற தீவுகளில் இருந்து புலம் பெயர்ந்து வந்தனர். சுமார் 7000 வருடங்களுக்கு முன்பு இருந்த அந்த கலாசாரத்தின் வழிபாட்டு எச்சமே இன்று அமெரிக்காவின் அரசு முத்திரையாக உள்ளது.

அகத்தியர்

பழங்கால புராணக்கதைகளில் மிகவும் போற்றப்படுபவரும், முக்கியமானவரும் அகத்திய முனிவர். இவரைப்பற்றி தமிழ் இலக்கியங்களும், வடநாட்டு புராணங்களும் குறிப்பிட்டு போற்றுகின்றன. மேலும் மெசொபட்டாமியா வரலாற்றிலும் இவரைப்பற்றிய குறிப்பு உள்ளது. அகத்தியரின் வழிவந்தவர்களே அக்காடிய குலத்தினர் என்ற கூற்று உண்டு. அகத்தியரே தமிழ் மொழியை தோற்றுவித்தவர் என்றும், அவருடைய கலசக் குண்டலத்தில் இருந்தே காவேரி ஆறு தோன்றியது என்றும் புராணக்கதைகள் கூறுகின்றன. மேலும் அகத்தியரே ஆரியர்களை தெற்கு நோக்கி தென்னிந்தியாவிற்கு வழி நடத்திக் கூட்டிக்கொண்டு வந்தார் என்ற கதையும் உண்டு. அகத்தியரே லிங்க வழிபாட்டை தொடங்கி வைத்தவர் என்ற கதைகளும் உண்டு. தமிழ் சங்ககால இலக்கியங்களிலும் அகத்தியர் பல கால கட்டங்களில் பல பாடல்களை இயற்றியுள்ளார். அகத்தியருடைய முக்கியமான அடையாளம் அவர் குள்ளமானவர், முனிவர் மற்றும் தமிழ் இலக்கியங்களில் பதினெட்டு சித்தர்களில் முதன்மையானவர். மேலே கூறியவற்றிலிருந்து பார்க்கையில் அகத்தியர் என்பவர் பல காலகட்டங்களில் பல இடங்களில் வாழ்ந்துள்ளார் என்று அறிய முடிகிறது. ஆனால் இது சாத்தியமா என்பது சந்தேகம்தான். சில அறிஞர்கள் அகத்தியர் என்ற பெயருடைய பல புலவர்கள் பல கால கட்டங்களில் வாழ்ந்திருக்கலாம் என்றும் கூறுகின்றனர்.

தட்சிணாமூர்த்தி சித்திரத்தில் பார்க்கும்பொழுது குள்ளமான முனிவரும் ஒருவர் உண்டு. உண்மையில் அகத்தியர் என்பது ஒருத்தரோ, பலரோ இல்லை. அகத்தியர் என்பது இரு குலங்களின் அல்லது குடிகளின் பெயராக இருக்கவேண்டும். அவை அக, துவா என்ற இரு பழங்குடிகள். இன்றும் ஆப்பிரிக்காவில் இந்த பழங்குடிகள் உள்ளனர். இவ்விரு இன மக்களும் குள்ளமானவர்கள். இவ்விரு குலங்களை சேர்த்து எழுதும் பொழுது அகத்துவர் என்று வரும். அகத்துவர் என்பதே அகத்தியர் என்று மாறியிருக்க வேண்டும். இந்த இரு குடிகளே உலகில் நாகரிகம் தோன்றுவதற்கு காரணமாக இருந்தவர்கள் என்று அறிஞர்கள் கூறுகின்றனர். இதில் துவா இனத்தினர் மரங்களில் வாழ்பவர்கள் என்று கூறப்படுகிறது.

அகத்தியர் வண்டு உருவங்கொண்டு மலரிலிருந்து தேனெடுத்து சிவ பூசை செய்ததால் லீங்கோய் மலை என்னும் சிவ தலம் உண்டாயிற்று என்ற புராணக்கதை உள்ளது. இதன் எதார்த்த அர்த்தம், அக, மற்றும் துவா மக்கள் தேன் சேகரிப்பவர்கள். இவர்கள் குள்ள உருவம் கொண்டதால், எரிமலையைப்போல் சிறு உருவம்செய்து வழிபட்டதால் லிங்க வழிபாடு உருவாகியது என்ற எதார்த்த அர்த்தம் உடையதாக இருக்கலாம். லீங்கோய் என்பது லிங்க கோய மலை என்ற பொருளாக இருக்கலாம். இந்த குள்ள பழங்குடியினருடைய மொழி அல்லது கலை *UNESCO Heritage* ஒரு அங்கீகாரம் கிடைத்துள்ளது. அகத்தியர் தமிழ் மொழி கொடுத்தார் என்ற கூற்று உள்ளது. இக்குல மக்கள் மொழியே தமிழ் மொழியாக ஆகியிருக்கலாம். இவர்கள் மற்ற பழங்குடியினருக்கு காடுகளில் வேட்டையாடும் பொழுது வழி காட்டியாகவும், காடு மற்றும் செடி கொடிகள் பற்றி நன்கு அறிந்து மற்ற இனத்தவருக்கு அவைகளின் உபயோகங்கள் பற்றியும் கூறியிருக்கலாம். எனவே இவர்களை ரீதி காட்டுபவர்கள் என்று அழைத்திருக்கலாம். மலையாள மொழியில் ரீதி என்றால் வழி என்று அர்த்தம். ரீதி என்ற சொல்லே பின்னாளில் சமஸ்கிருதத்தில் ரிஷி என்று உரு மாறியிருக்கலாம். (*Heritage* – எரிதக எரிது அகம்).

அகத்துவ பழங்குடியினர்

இந்த அகத்துவ குடியிலிருந்து வந்தவர்கள் பல பழங்குடிகளுக்கு வழிகாட்டுபவர்களாக இருந்திருக்க வேண்டும். அதனாலேயே இலக்கியங்களிலும், புராணக்கதைகளிலும் பல இடங்களில் அகத்தியர் வருகிறார். உண்மையில் இவர் ஒருவர் அல்லர். அகத்துவர் என்ற குடியைச் சார்ந்தவர்கள்.

துவார பாலகர்

கோவில்களில் கருவறைக்கு செல்லும் முன் வாசலின் இரு புறமும் துவார பாலகர்கள் இருப்பதுண்டு. இவர்கள் காவல் கடவுளர்கள் என்றும் இவர்களிடம் அனுமதி பெற்றே கோவிலின் அல்லது கருவறை வளாகத்தினுள் செல்ல வேண்டும் என்ற மரபு உண்டு. இங்கு துவார என்ற சொல் 'துவா' என்ற பழங்குடியினரை

குறிப்பதாகும். 'துவா' இனத்தினரை உயர்திணையில் அழைக்கும் பொழுது 'துவார்' என்று வரும். இங்கு பாலகர் என்பது பன்மை. பாலகர் என்பது பாலன் என்பதன் பன்மை. பாலன் என்பது சிறுவனை குறிப்பதாகும். அது எப்படி சிறுவர்களை காவல் வைக்க முடியும். உண்மையில் இது சிறுவர்களை குறிப்பதல்ல. அது குள்ள மனிதர்களை குறிப்பது. துவா இனத்தவர்கள் குள்ளமானவர்கள் என்று ஏற்கெனவே கண்டோம். எனவே துவார பாலகர் என்பது குள்ளமான துவா இனத்தை சார்ந்தவர்கள். இவர்கள் பல பழங்குடியினரை வழி நடத்துபவர்கள் என்று கண்டோம். எனவே அந்நியர்கள் ஒரு பழங்குடித் தலைவனை காண்பதற்கு அனுமதி வழங்கும் முன் துவார குள்ளர்களை ஆலோசித்து அனுமதி வழங்கியிருக்கலாம்.

துவா பழங்குடியினர்

துவார பாலகர்களுக்கு திக் பாலகர் என்ற பெயரும் உண்டு. திக் என்றால் திசை. பல பழங்குடிகளுக்கு வழி அல்லது திசை காட்டுபவர்கள் என்பதாலேயே இப்பெயர் அவர்களுக்கு வந்திருக்க வேண்டும். கோவில்களில் துவார பாலகர்கள் கோர முகத்துடன் இருப்பார்கள். இது பிற்காலத்தில், ஆரியர்கள் அவர்களை அரக்கர்களாக சித்திரித்ததால் ஏற்பட்டதாகும்.

ஈசன், சாம்பல், ஈடன்

சிவன், ஈசன் என்ற சொற்கள் சங்கத்தமிழ் இலக்கியங்களில் காணக்கிடைக்கவில்லை. இச்சொற்கள் பின்னாளில் பல்லவர் ஆட்சி மற்றும் பக்தி இயக்கம் தென்னிந்தியாவில் பொ.யு. 6-7ஆம் நூற்றாண்டில் ஆரம்பித்த பின் தமிழ் கலாசாரத்தில் நுழைந்தது. தென்னாடுடைய சிவனே போற்றி என்ற வாக்கியத்தில் உள்ள தென்னாடு என்ற சொல் தற்போதைய தென்னாட்டை குறிக்கிறதா இல்லை கடல்கொண்ட குமரிக்கண்டத்தை குறிக்கிறதா என்ற கேள்வியும் ஏற்படுகிறது.

ஈசன் என்ற சொல் ஈடன் என்ற சொல்லின் மருபாக இருக்கலாம். ஈடன் என்ற சொல் இடையன் என்ற சொல்லின் மருபாக இருக்கலாம்.

இடையன் > இசையன் > ஈசன்

(அல்லது)

ஆதன் > ஆடன் > ஈடன் > ஈசன் என்றும் மருவியிருக்கலாம்.

ஈழம் > ஈழன் > ஈசன் என்றும் மருவியிருக்கலாம்.

சிவன் அல்லது சிவனின் முக்கியமான அடையாளம் திருநீறு. திருநீறு என்பது சாம்பல். இதன் தத்துவ அர்த்தம் மனிதன் தன் வாழ்நாள் முடிவில் எரிக்கப்பட்டு சாம்பலாக மாறுகிறான் என்ற அர்த்தமும், மேலும் மனிதன்தான் எப்படி மேன்மையாக அல்லது தாழ்ந்து வாழ்ந்தாலும் கடைசியில் எல்லோரும் ஒரே இடத்தில் சாம்பலாக ஆகும் நிலையை குறிப்பதாகவும் அர்த்தம் உண்டு.

ஆனால் இதன் எதார்த்த அர்த்தம், சாம்பல் என்பது எரிமலையின் சாம்பலைக் குறிப்பதாகும். எரிமலை வெடிக்கும் பொழுது அதன் சாம்பல் நீண்ட தூரத்திற்குப் பரவும். எரிமலைக்குழம்பு மண்ணும், சாம்பலும் மருத்துவக்குணமும், வளமும் நிறைந்தவை. விவசாயத்திற்கு ஏற்ற வளம் நிறைந்த மண் எரிமலை மண்.

நந்திவர்மன் என்ற ஆசிரியர் “எரிமலைகள் வெடித்து அமைதியான பிறகு அந்தப் பகுதியில் உள்ள மண் வளமாக இருக்கும். இதனால் பல நாகரிகங்கள் எரிமலைகள் இருந்த இடத்திலேயே அமைக்கப்பட்டது. இது உலகப் பொது நியதியாக உள்ளது” என்று கடலடியில் தமிழர் நாகரிகம் என்ற தன்னுடைய நூலில் குறிப்பிடுகிறார்.

உதாரணத்திற்கு, பிற்காலத்தில் உருவான கிரீட் மற்றும் கிரேக்க நாகரிகங்கள் ஒலிம்பஸ் என்ற எரிமலை உள்ள இடத்தில் தோன்றியது. இதேபோல் கிழக்கில் ஜப்பானிய நாகரிகமும் எரிமலைகள் நிறைந்த தீவுகளில் அமைந்திருக்கிறது. இந்த நாகரிகங்களில் எரிமலை அவர்களின் வழிபாட்டில் ஒரு முக்கிய அங்கமாக அமைகிறது.

மேலும் எரிமலை சாம்பல் மருத்துவ குணம் நிறைந்தது. அதில் உள்ள சல்பர் வேதிப்பொருள் தோல் நோய் மற்றும் புண்ணிற்கு சிறந்த மருந்தாகும். இன்றும் எரிமலை உள்ள பகுதிகளில் தோன்றும் சுடு நீர் ஊற்றில் குளிப்பது உடல் நலத்திற்கு நல்லது என்று கூறப்படுகிறது. அதனாலேயே பழங்குடி மக்கள் சாம்பலை உடல் முழுவதும் பூசியிருக்கலாம். இதுவே பின்னாளில் கடவுள் வழிபாட்டின் தொடர்ச்சியாக ஆகிற்று. பின்னாளில் எரிமலை சாம்பல் கிடைக்காத பொழுது, மாட்டின் சாணத்தை எரித்து சாம்பலாக்கி திரு நீறாக உபயோகப்படுத்தியிருக்கவேண்டும். திருநீறும் மருத்துவ குணம் நிறைந்தது என்ற நம்பிக்கை உண்டு.

லிங்க வழிபாடு

சைவ மதத்தில் லிங்க வழிபாடு சிவ வழிபாட்டின் ஒரு அங்கமாக உள்ளது. அகத்திய முனிவரே லிங்க வழிபாட்டை தோற்றுவித்தவர் என்ற தொன்மம் உண்டு. எரிமலை வழிபாடே லிங்க வழிபாடாக மாறியிருக்க வேண்டும். தான்சானியாவில்

உள்ள ஒரு எரிமலைக்கு 'ஒள் டோய்நோ லிங்காய்' என்று பெயர். இது மாசை என்ற பழங்குடி மொழியாகும். இதற்கு 'கடவுளின் மலை' என்று அர்த்தம். ஒள் டோய்நோ என்பது எரிமலையையும், லிங்காய் என்பது கடவுளையும் குறிக்கும். இந்த லிங்காய் என்ற சொல் லிங்கம் என்ற சொல்லோடு ஒத்துப்போகிறது.

அலங்கரிக்கப்பட்ட லிங்கம் மற்றும் தட்சிணாமூர்த்தி

இந்து கோவில்களில் லிங்கத்திற்கு திருநீறு, கண், மூக்கு, நெற்றியில் பிறை அலங்காரம் செய்வார்கள். உண்மையில் லிங்க வழிபாடு தட்சிணாமூர்த்தி வழிபாடாகும். தட்சிணாமூர்த்தியின் தலை உருவமே லிங்க வழிபாடாக மாறியிருக்க வேண்டும். விரிந்த சடை உடைய தட்சிணாமூர்த்தியின் தலை லிங்க உருவம் போல இருக்கும். ஆதி காலத்தில் சிலை செய்யும் கலை உருவாகும் முன்பு, எரி மலையை லிங்க உருவத்தில் செய்து அதற்கு நெற்றிக்கண் வைத்து கடவுளாக வழிபட்டிருக்க வேண்டும். பின்னாளில் சித்திரம் மற்றும் சிலை செய்யும் கலை தோன்றிய பிறகு தட்சிணாமூர்த்தி உருவம் உருவாகியிருக்க வேண்டும்.

பின்குடுமி

பிராமணர்கள் தங்களுடைய தலையில் சிறியதாக பின் குடுமி வைப்பார்கள். அதாவது தலையை பாதியாக அல்லது முற்றிலும் வழித்து பின்னந்தலையில் ஒரு சிறிய குடுமி வைப்பார்கள். இதுவும் ஒரு முக்கிய வேத மதக் குறியீடு. ஏற்கெனவே பார்த்தது போல் வைஷ்ணவத்தின் ஒரு முக்கியப் பறவை கழுகு. கழுகுகளில் பல வகை உள்ளது. நாம் எப்பொழுதும் கருடன் கழுகையே பார்ப்போம். அதற்கு கழுத்தில் வெள்ளை நிறம் இருக்கும். இதையே விஷ்ணுவின் வாகனமாக நாம்

கழுகின் குடுமியும், பிராமணரின் குடுமியும்

கருதுகின்றோம். இதற்கு பின்னந்தலையில் குடுமி போல் இறகு இல்லை. ஆனால் பின்னந்தலையில் குடுமி போல் இறகு இருக்கும் கழுகைப் பார்த்திருக்கிறீர்களா? பின் தலையில் குடுமியுடன் காணப்படும் கழுகின் பெயர் ஹாக் ஈகிள் (Hawk Eagle). வேட்டையில் திறமை வாய்ந்தது. கழுகை விஷ்ணுவின் வாகனமாக கருதுவதால், அந்த கழுகின் இந்த அமைப்பே வைஷ்ணவத்தின் இரண்டாவது முக்கிய குறியீடாக பயன்படுத்தியிருக்கலாம்.

கழுகு சிறகுடைய இசிஸ் தெய்வம்

ஓம் என்னும் பிரணவ மந்திரம்

ஓம் என்ற சொல்லே இந்து சமயத்தில் முதன்மையான மந்திரம். மற்ற எல்லா மந்திரங்களும் ஓம் என்ற மந்திரம் உச்சரிக்கப்பட்ட பிறகே ஓத ஆரம்பிப்பார்கள். இந்த பிரபஞ்சம் முழுவதும் ஓம் என்ற ஒலியால் நிரம்பியுள்ளது என்று இந்து மதம் கூறுகிறது.

ஓம் என்ற சொல் சங்க இலக்கியங்களிலும், நம் திராவிட தொன்மங்களிலும் காணப்படுவதில்லை. ஓம் என்ற சொல் சமஸ்கிருத மந்திரங்களில் காணப்படுவது. எனவே அது ஆரியக்கடவுள்கள் வழிபாட்டில் உச்சரிக்கப்படுவது. ஆங்கிலத்தில் ஓம் என்று எழுதும்பொழுது *Aum* (அஉம்) என்றே எழுதுவர். ஓம் என்ற சொல்லின் தோற்றம் குறித்து இரு கூற்றுகளை நாம் காணலாம்.

முதல் கூற்று, ஆதியில் மொழி தோன்றிய பொழுது அ, உ, ம ஆகிய மூன்று எழுத்துக்களே முதலில் தோன்றியது என்றும், பின்னர்தான் மற்ற எழுத்துக்கள் தோன்றியது என்றும் கூற்று உண்டு. இந்த மூன்று எழுத்துக்கள் சேர்ந்தே அஉம என்பது ஓம் என்று மாறியிருக்கலாம்.

இரண்டாவது கூற்று, ஓம் என்ற சொல் அவம் என்ற சொல்லில் இருந்து மருவி வந்திருக்கலாம். 'அவ' என்பது ஆதி தெய்வம். அவ என்ற சொல் மருவி அப என்றாகி, இதுவே ஆங்கிலத்தில் ஏப் (*ape*அபே) என வழங்கப்படுகிறது. இந்த அவ என்ற சொல்லே அவ்வை என்றும், அப்ப என்றும் மருவிற்று. மேலும், அவன், அவள், அவர் என்ற சொற்கள் அவ என்ற சொல்லிலிருந்தே தோன்றியது.

அவ + அன் = அவன்

அவ +அள் =அவள்

அவ + அர்= அவர்

இதே போல், சிவ என்பது சிவம் என்றாவது போல், அவ என்பது அவம் என்றாகி, பின் இதுவே சமஸ்கிருதத்தில் ஓம் என்றாகியது. இன்னும் சொல்லப்போனால் சிவ என்ற சொல்லே சு+அவ என்ற சொல்லில் இருந்து வந்திருக்கலாம்.

நம சிவாய

இந்து சைவ சமயத்தில் நமசிவாய மந்திரம் மிகவும் முதன்மையானது. இந்த மந்திரத்தின் தோற்றம் பற்றி காணலாம். நமசிவாய என்பதைப் பிரித்துப் பார்த்தால் 'நம + சிவ + ஆய' என்று பொருள் படும். இதற்கான அர்த்தங்களை நாம் பார்ப்போம். முதல் அர்த்தம் நம் சிவ ஆயன் என்று பொருள் படலாம். அதாவது 'நம்முடைய சிவ ஆயன்' என்பதாக இருக்கலாம்.

நம – நம்; சிவ; ஆயன் – ஆயர்குலத் தலைவன் பெயர்.

நம் சிவ ஆயன் என்பதே நமசிவாய என ஆகியிருக்கலாம்.

இன்னொரு அர்த்தம், இது இரண்டு/மூன்று மூதாதையர் அல்லது முது குல பெயர்களாக இருக்கலாம். 'நம' என்னும் பழங்குடி மக்கள் ஆப்பிரிக்காவில் உள்ளனர்.

இவர்களுடைய நடனம் நம ஸ்டப் (*nama stap*). 'சிவ' என்பதும் ஒரு குலப்பெயராக இருக்கலாம். ஆயர் என்பதும் ஒரு குலப்பெயர். இந்த மூன்றும் சேர்த்து 'நம சிவ ஆயன்' என்று கூறப்பட்டிருக்கலாம். அதாவது பண்டைய குல/மூதாதையர் பெயர், அதற்கடுத்த பெயர் என்று வரிசைப்படுத்தி வரும் பெயர்கள் போல்.

உதாரணத்திற்கு,

பரமசிவன் என்பது பரம + சிவன்

பரஞ்சோதி என்பது பரன் + சோதி

பரந்தாமன் என்பது பரன் + தாமன்

சிவராமகிருஷ்ணன் என்பது சிவ + ராம + கிருஷ்ணன்

இதில் முதலில் சிவன்; சிவனுக்கு பின் ராமர்; ராமருக்கு பின் கிருஷ்ணன் தோன்றினர்.

எனவே நமசிவாய என்பது மூதாதையர் வழிபாட்டு மந்திரமாக இருக்க வேண்டும்.

நாராயணனும் பாற்கடலும்

தற்போதைய இந்து மதத்தில் நாராயணன் மிக முக்கியமான கடவுள். ஆனால் ரிக் வேதத்தில் அவர் முக்கிய கடவுளாக இல்லை. அவர் விஷ்ணுவின் ஒரு வடிவமாக வணங்கப்படுகிறார். விஷ்ணுவும் ரிக்வேதத்தில் ஒரு உப கடவுளாகவே கருதப் படுகிறார். நாராயணன் வழிபாடு மிகவும் பிற்காலத்தே ஏற் பட்டிருக்க வேண்டும். நாராயணனுடைய அடையாளங்கள் அவர் பாற்கடலில் ஆதிசேஷன் என்ற ஐந்து தலை பாம்பின் மேல் சயனத்திருக்கிறார். அவர் நாபியில் இருந்து பூத்திருக்கும் தாமரையில் பிரம்மன் அமர்ந்திருக்கிறார். அவரின் காலுக்கு அருகில் லட்சுமி தேவியும், மற்ற தேவர்களும் இருக்கின்றனர். நாராயணனுடைய நிறம் கருப்பு மற்றும் நீல நிறம்.

பாற்கடல் என்பது பால் கடல். இது நிஜமான பால் கடல் இல்லை. ஒரு உருவகம். அதாவது பால் வளம் உள்ள இடத்தை குறிப்பதாக இருக்க வேண்டும். அவ்விடத்திற்கு செல்ல கடல் தாண்டி செல்ல வேண்டி இருந்திருக்கலாம். நாராயணன் நாகத்தின் மேல் இருப்பதால் அவர் நாகர்களோடு சம்பந்தப்பட்டிருக்க வேண்டும். மேலும் அவர் கரிய நிறம் என்பதால் அவர் திராவிட அல்லது நாகர் இனத்தை சேர்ந்தவராக இருக்கவேண்டும். பண்டைய காலத்தில் நாகர்கள் கடல் வாணிகம் புரிந்தவர்களாக இருக்க வேண்டும். ஐந்து தலை நாகம் என்பது ஐந்து நாகர் குடிகளை குறிப்பதாக இருக்கலாம். அல்லது ஐந்து நாகர் குடிகளுக்கு தலைவனாக இருந்திருக்க வேண்டும்.

பாற்கடல் கதையை ஆராயும்பொழுது, தேவர்களும், அரக்கர்களும் மேருமலையை மத்தாக பயன்படுத்தி, வாசுகி என்ற நாகத்தை கயிறாகக் கொண்டு பாற்கடலை கடைகின்றனர். அப்படி கடையும் பொழுது அமிர்தம் கிடைக்கிறது. அந்த அமிர்தத்தை தேவர்கள் மற்றும் அரக்கர்கள் பங்கிட்டு கொள்ளும் பொழுது சண்டை ஏற்படுகிறது.

இக்கதையில் பாற்கடல் என்பது பால் வளம் உள்ள இடம். மேய்ச்சல் தொழில் செய்து மாடுகள் வளர்ப்பதால் அந்த இடம் பால் வளம் மிகுந்ததாக இருந்திருக்க வேண்டும். அந்த தொழிலை இருவிதமான குடிகள் செய்திருக்கலாம். ஒன்று மேட்டுக்குடி அவர்கள் மேடான மலைப்பகுதிகளில் வாழ்பவர்கள். அவர்களை தேவர்களாக உருவகித்திருக்க வேண்டும். அந்த இடம் மேருமலைகளை சுற்றி உள்ளதாக இருந்திருக்க வேண்டும். பாலை கடைந்து அவர்கள் நெய் உண்டாக்குகிறார்கள். அந்த நெய்யை வாங்கி நாகர்கள் வாணிகம் செய்கிறார்கள். இந்த வாணிகத்தில் அந்த இருவகையான குடிகளுக்கு இடையில் சண்டை வருகிறது. நாகர்கள் கடல் வாணிகம் செய்வதால் அவர்கள் கப்பல் வைத்திருக்கின்றனர். அந்த கப்பல் நாகத்தின் உருவம் போல் செய்யப்பட்டுள்ளது. இந்த வாணிகத்தின் தலைவன் நாகராயன். அதாவது நாகர் + ஆயன். இவருக்கு ஐந்து கப்பல்கள் இருந்து இருக்கலாம். ஐந்து, நாக உருவம் கொண்ட கப்பல்கள் உடையவராதலால் அவர் ஐந்து தலை நாகத்தின் மேல் சயனித்திருப்பதாக உருவகிக்கப்படுகிறது. அந்த நாகத்தின் பெயர் ஆதிசேஷன். அதாவது ஆதிசேடன். சேடன் என்பது சேதன். சேதன் என்பது சேது.

(சேது என்பது கப்பலைக் குறிப்பதாக இருக்கலாம். சேது சமுத்திர திட்டம் என்பதைக் கேட்டிருப்போம். சேது சமுத்திரம் என்பது கப்பல்கள் செல்லும் வழி. சேது, சேட்டு, செட்டி என்ற பெயர்கள் வாணிகர்களை குறிப்பதாகும். எனவே சேது என்பது வாணிகக் கப்பலை குறிப்பதாக இருக்கலாம்.).

மேலும் முதல் தமிழ்ச்சங்கத்தில் முடிநாகராயர் என்ற உறுப்பினர் இருந்ததாக குறிப்பிடப்பட்டுள்ளது. நாகராயர் என்பது நாகர்களுடைய ஆயன் அல்லது அய்யன் என்ற பொருளில் கூட இருக்கலாம். எனவே நாகராயன் என்பதே நாராயன் என்றாகி பின் நாராயணன் என்று கூறப்பட்டது.

நாகர் ஆயன் > நாகராயன் > நாராயன்

மேலும் இன்னொரு கூற்றும் நாம் பார்க்கலாம். நாகராயன் என்பது நாகர்களும் ஆயர்களும் வாழ்ந்த இடத்தை குறிப்பதாக இருக்கலாம். அங்கு பால்வளம் நன்கு இருந்திருக்க வேண்டும். அது கடலில் இருக்கும் ஒரு தீவாக இருக்கலாம். அந்த தீவை, கடலில் தூரத்தில் இருந்து பார்க்கையில் ஒரு மனிதன் படுத்துள்ளது போல் தோன்றியிருக்கலாம். ஐந்து தலை நாகம் என்பது ஐந்து வகையான நிலத்தை குறிப்பதாகவும் அல்லது அந்த தீவை சுற்றியுள்ள மற்ற தீவுகளை குறிப்பதாக இருக்கலாம். ஐந்து தலை பாம்பு என்பது ஐந்து எரிமலைகளை குறிப்பதாக கூட இருக்கலாம். சீன புராணங்களில் உள்ள டிராகன் என்ற தீ கக்கும் பாம்பு எரிமலையை குறிப்பதாக இருக்கலாம். மேலே சொன்ன இரண்டாவது கூற்றிற்கு மேலும் ஆதாயம் சேர்க்க கீழே உள்ள படங்களைப் பார்ப்போம்.

முதல் படம் ஒரு தீவின் படமாகும். அது ஒரு பெண் படுத்திருப்பது போல் தோற்றம் தெரிகிறது. தமிழ்நாட்டில், குறிப்பாக பொள்ளாச்சி ஆனைமலை பகுதியில் மாசாணி அம்மன் வழிபாடு பிரசித்தி பெற்றது. நாராயணன் போல் படுத்திருக்கும் நிலை கொண்ட இன்னொரு ஒரே தெய்வம் மாசாணி அம்மன் மட்டும் தான். மாசாணி அம்மனின் தலையில் நெருப்பு போன்ற அலங்காரம் உள்ளது. இது எரிமலையைக்

மாசாணி அம்மன்

நாராயணன்

குறிப்பதாக இருக்கலாம். அம்மனின் காலின் கீழ் நாகன் கையில் கத்தியுடன் இருப்பதாக சித்திரிக்கப்பட்டுள்ளது. மாசாணி அம்மன் திராவிட தெய்வம். நாராயணன் ஆரிய தெய்வம். திராவிடத்தில் தாய்தெய்வ வழிபாடே பிரதான ஒன்று. ஆரியத்தில் ஆண் தெய்வ வழிபாடே பிரதான ஒன்று. பண்டைய காலத்தில் இருந்த நில வழிபாடே பின்னாளில் ஆரியத்தில் நாராயண வழிபாடாக மாறியிருக்கலாம்.

நாரதர்

இந்து மத தொன்மங்களில் நாரதர் மிக முக்கியமான பாத் திரமாக இருப்பவர். அவர் கையில் வீணையுடன் தேவலோகம் முழுதும் சுற்றி வருபவராக சித்திரிக்கப்படுகிறார். அவர் செய்தி களை அல்லது கிசுகிசுப்புகளை பரப்புகிறவர் அல்லது தூது செல் பவர் என்ற கூற்று உண்டு. நாரதர் வந்தால் கலகம் ஏற்படும், ஆனால் நாரதர் கலகம் நன்மையில் முடியும் என்று கூறப்படுகிறது. எதார்த்தத்தில் நாரதர் ஒரு பழங்குடிகளுக்கிடையே ஒரு தூதுவராக அல்லது புலவராக அல்லது பாணர் குலத்தவராக இருக்க வேண்டும். பண்டைய காலத்தில் பாணர்கள் தூதுவர்களாக செல்லுவார்கள். அவர்கள் யாழிசைத்து பாட்டுப்பாடி ஒவ்வோர் ஊராக சென்று வாழ்பவர்கள். மன்னர்களைப் போற்றி பாட்டுப்பாடி அவர்களிடம் பரிசு வாங்கி வாழ்பவர்கள். சில சமயம் மற்ற நாட்டைப்பற்றி மன்னர்களிடம் தகவல் சொல்லுபவர்கள்.

நாரதன் என்ற பெயர் நாகரதன் என்ற சொல்லின் திரிபாக இருக்கலாம். நாகராயன் என்ற பெயர் நாராயணன் என்று மருவியது போல். நாகரதன் என்பது நாகர் ரதன் அல்லது நாகர் ஆதன் என்ற பொருள் படலாம். நாகர்கள் வாணிபம் செய்ய ஆரம்பித்த பிறகு நாகர்களுடைய தரகர்களாக இருந்தவர்களுக்கு நாகரதன் என்று பெயர் வந்திருக்கலாம். இவர்கள் மலைமேல் இருக்கும் மன்னர்களிடம் சென்று வாணிகத் தரகர்களாக

இருந்திருக்க வேண்டும். சில சமயம் இந்த வாணிகத்தில் மன்னர்களிடையே மனக்கசப்புகள் ஏற்பட்டிருக்கலாம். பின்னாளில் மதங்கள் உருவாகி தேவர்கள் பற்றிய தொன்மக்கதைகள் தோன்றிய பொழுது இந்த நாகரதர் என்ற பெயர் மருவி நாரதர் என்றாகி, அவர் லோகம் விட்டு லோகம் சென்று கடவுள்களிடையே செய்தியை அல்லது கலகத்தை உண்டு பண்ணுபவர் என்று கதைகள் சொல்லப்பட்டிருக்கலாம்.

நடராஜர் நடனம், ருத்ர தாண்டவம், பாண்டரங்கம்

நடராஜர் நாட்டியத்தின் அதிபதி. இதற்கு தத்துவ விளக்கம் பால் வெளியில் பிரபஞ்சம் நகர்வதோடு உருவகித்து கூறப்படுகிறது. நடராஜர் சிலையை பார்க்கும் பொழுது அவரைச் சுற்றிலும் வட்டமாக தீ ஜுவாலைகள் இருக்கும். இந்த தீ ஜுவாலைகள் பிரபஞ்சத்தில் உள்ள நட்சத்திரங்களை குறிப்பதாக விளக்கம் கூறுவர். அதில் அவர் ஒற்றை காலை தூக்கி ஆடுவது போல் நிற்பார். அதாவது நடராஜனாகிய ருத்திரன் இந்த உலகத்தை தன்னுடைய ஆடல் மூலம் வழி நடத்துகிறார் அல்லது கட்டுப்படுத்துகிறார்.

நடராஜர் சிலை

ஆப்பிரிக்க பழங்குடிகளின் வாழ்வியலில் மிக முக்கியமான வழக்கம் நடனம். அதுவும் ஆண்கள் குழுவாகவோ, அல்லது பெண்கள் தனியாக குழுவாகவோ அல்லது ஆணும் பெண்ணும் இணைந்து நடனம் ஆடுவது. பழங்குடிகளின் ஒரு முக்கியமான பொழுதுபோக்கு நடனம். அதுவும் இது அக்காலத்தில் இரவு நேரங்களில் தீயிட்டு அதைச்சுற்றி நடனமாடுவார். இதே பழக்கம் தான் இன்றும் நாம் மலை வாசஸ்தலங்களுக்கு சுற்றுலா செல்லும் பொழுது இரவு நேரங்களில் கேம்ப் பயர் என்று தீ மூட்டி அதைச்சுற்றி நடனமாடவோ, பாட்டுப்பாடியோ களிக்கிறோம். இந்த நடன முறை பழங்குடிகளுக்கு இடையில் மாறுபடும்.

பண்டைய தமிழகத்தில் கொற்றவைக் கூத்து என்ற ஒரு நடனம் இருந்தது. இந்த கூத்து இரவு நேரங்களில் நடக்கும். இந்த கூத்தில் வட்டமாக தீமூட்டி அதன் நடுவில் ஆடுவர். சு.வெங்கடேசன் தன்னுடைய வேள்பாரி புத்தகத்தில் இந்த கொற்றவை கூத்து பற்றி குறிப்பிட்டுள்ளார். இந்த கூத்தில் காதலர்கள் உடம்பில் தீக்களி பூசிக்கொண்டு

கேரளா பய்யனூர் தீ சாமுண்டி தெய்யம்

பப்புவா நியு கினியா தீவு பழங்குடி நடனம்

தங்கள் இணையோடு சேர்ந்து ஆடுவார்கள். இது பண்டைய தமிழகத்தில் இருந்த பழங்குடி இனத்தினரின் வழக்கம்.

தற்போதைய வட கேரளத்தில் பய்யனூர் என்ற ஊருக்கு அருகில் உள்ள கரிவெள்ளூர் என்ற இடத்தில் ஆண்டுக்கு ஒரு முறை நடக்கும் தீ சாமுண்டி என்ற தெய்யம் ஆட்டத்தில், பெரிய தீமூட்டி, அந்த தீ அணைந்த பின் அந்த கங்கின் மேல் விழுந்து நடனம் ஆடும் சடங்கு உள்ளது. இது போன்று உலகெங்கும் உள்ள பழங்குடிகளில் தீ நடனம் அவர்கள் வாழ்வின் ஒரு வழிபாட்டுச் சடங்காக உள்ளது.

ஆதாம் ஏவாள், சிவன் பார்வதி மாம்பழம்

ஆதாம் ஏவாள் கதை பற்றி நாம் கேள்விப்பட்டிருக்கிறோம். ஆதியில் ஈடன் தோட்டத்தில் வாழ்ந்த ஆணும் பெண்ணுமே ஆதாமும் ஏவாளும். இவர்களிலிருந்தே மனித இனம் தோன்றியது என்ற பழங்கதை, பழைய ஏற்பாடு பைபிள் கூறுகிறது. இக்கதையில் ஒரு நாகம் வந்து ஆதாம் மற்றும் ஏவாளுக்கு ஆப்பிள் பழம் கொடுக்கும். ஆதாம் அப்பழம் வேண்டாம் என்று சொல்ல ஏவாள் அதை கேட்காமல் அப்பழத்தை சாப்பிட அதனால் ஏவாள் தூய்மை இழந்து விடுவதாகவும் அதனால் மனித இனம் துன்பம் அனுபவிப்பதாகவும் இக்கதை கூறுகிறது. இக்கதையும் ஒரு தத்துவம் சார்ந்த கதை. உண்மையான எதார்த்த கதை வேறாக இருக்க வேண்டும். ஏனெனில் ஒரே ஒரு ஆண் பெண்ணிடமிருந்து எப்படி மனித குலம் உருவாக முடியும்? இக்கூற்று பல சிக்கல்களை உருவாக்கும். மேலும் நாகம் எப்படி ஆப்பிள் பழம் கொண்டு வந்து கொடுக்கும்? ஆப்பிள் பழம் சாப்பிட்டால் எப்படி நாணம், மடம் இழக்க முடியும்?

உண்மையில் ஆதாமும் ஏவாளும் தனித்தனி ஆட்கள் இல்லை. அது இரு பழங்குடி இனத்தை குறிப்பதாக இருக்க வேண்டும். ஆதாம் என்பது ஆதன் என்பதன் திரிபாக இருக்கவேண்டும். ஏவாள் என்பது அவ்வை அல்லது எவ்வி என்பதன் திரிபாக இருக்கவேண்டும். நாகமும் ஒரு பழங்குடி இனமாக இருக்க வேண்டும். அது நாகர் என்ற பழங்குடியைக் குறிப்பதாக இருக்கலாம். ஆப்பிள் பழம் ஒரு போதை தரும் பழமாக இருக்க வேண்டும் அல்லது ஒரு பழத்திலிருந்து உருவாக்கிய மது பானமாக இருக்க வேண்டும். ஆதன் பழங்குடியினர் அதை மறுத்திருக்கவேண்டும். மாறாக அவ்வை பழங்குடியினர் அதை உண்டு அல்லது குடித்து அக்குடி நிலைகெட்டு போயிருக்கவேண்டும். இக்கதையே வெள்ளப்பெருக்கில் சுமேரியாவிற்கு புலம் பெயர்ந்த பின் காலம் செல்ல செல்ல தற்போதைய ஆதாம் ஏவாள் கதையாக மாறியிருக்கிறது.

இந்த கதை இந்து மதத்தில் சொல்லப்படுகிற சிவன், பார்வதி, முருகன், பிள்ளையார் மாம்பழ கதையோடு ஒத்து போகிறது. சிவன் பார்வதியைக் காண வரும் நாரதர் ஒரு அரிய மாம்பழத்தை கொண்டு வருகிறார். அதை தம் பிள்ளைகளான முருகன் மற்றும் பிள்ளையாருக்கு கொடுக்க பார்வதி நினைக்கையில், அந்த பழம் அறுக்காமல் உண்ணவேண்டும் என்று நாரதர் கூறுகிறார். அதற்கு வேண்டி உலகைச் சுற்றி வரும் போட்டி ஒன்று வைக்கையில், முருகன் மயில் மீது ஏறிச்செல்ல, பிள்ளயார் சிவனையும் பார்வதியையும் சுற்றி போட்டியில் வென்று பழத்தை பெற்றுக்கொள்கிறார். இதை அறிந்த முருகன் கோபம் கொண்டு பழநி மலைக்குச்சென்று விடுகிறார். பின் அவ்வையார் வந்து பாட்டுப்பாடி முருகனை சாந்தப்படுத்துகிறார். இதே முருகன்

அவ்வை பசியோடு மரத்தினடியில் இருக்கும் பொழுது சுட்ட பழம் வேண்டுமா, சுடாத பழம் வேண்டுமா என்று கேட்டு நாவல் பழம் கொடுத்த கதை உண்டு. அதே போல் அவ்வை தனக்கு கிடைத்த அரிய நெல்லிக்கனியை அதியமானுக்கு கொடுத்த கதை உண்டு.

இக்கதையில் சிவன் பார்வதி பிற்காலத்தில் சேர்க்கப்பட்ட வர்கள். அதாவது பக்தி இயக்கம் பொ.யு. 7ஆம் நூற்றாண்டில் தோன்றிய பிறகு, கொற்றவை என்ற பார்வதியை சிவனுக்கு மனைவியாக்கி, அவள் மகனை முருகனையும், பின் பிள்ளை யாரையும் அவர்களுக்கு மகன்களாக ஆக்கினர். நாரதருக்கு கலகம் உண்டாக்குபவர் என்ற பெயரும் உண்டு. நாரதர் என்பவர் உண்மையில் நாகரதர். நாகரதர் என்பது மருவி நாரதர் என்றாயிற்று. நாகர் குடியினர் வாணிகம் செய்பவர்கள். நாகரதர் என்பவர் நாகர்களுடைய வாணிகத் தரகர். அவர் பல பழங்குடிகளுக்கு சென்று வாணிகத் தொடர்பு உண்டாக்குபவர். வாணிகத்தில் நிறைய சிக்கல்கள் ஏற்படுவதால் நாரதரை கலகம் உண்டாக்குபவர் என்ற கூற்று ஏற்பட்டுவிட்டது. இக்கதையில் பிள்ளையார் என்பது யானையை வணங்கும் அல்லது யானையைச் சின்னமாக கொண்ட பழங்குடியாக இருந்திருக்கலாம். முருகன் என்பது மயிலை வணங்கும் அல்லது மயிலைச் சின்னமாக கொண்ட பழங்குடியாக இருந்திருக்கலாம்.

இதே போல் ஒரு கதை சமீபத்தில் படிக்க நேரிட்டது. அது ஆனந்த விகடனில் தொடராக வந்த வேள்பாரி என்ற கதையில் படிக்க நேரிட்டது. (25.10.2017). இக்கதையில் பாரி கபிலருக்கு முருகனின் கதை கூறும் போது, முருகன் வள்ளியுடனான தன் காதலின் நினைவாக தன்னுடைய நண்பன் எவ்விக்கு பெரிய பூண்டு போன்ற ஒரு கிழங்கை கொடுப்பான். எவ்வி அக்கிழங்கை தன் கிராமத்திற்கு எடுத்துச்சென்று, அதை நீரில் இடுவான். அவ்வாறு நீரில் இடும்பொழுது அக்கிழங்கு நீரில் மூழ்கி கொஞ்சம் கொஞ்சமாக கரைந்து நுரை போல பொங்கி, மிகவும் வாசனை மிக்க பழச்சாறு போல ஆகிறது. அதை கிராம மக்கள் எல்லோரும் பருகி மகிழ்கின்றனர். அச்சாறை மேலும் மேலும் குடிக்க அது போதை கொடுக்கின்றது. இதுபோன்று சில நாள் வரை அக்கிழங்கு நீரில் கொஞ்சம் கொஞ்சமாக கரைந்து விடுகிறது. அக்கிழங்கு எங்கு கிடைக்கும் என்று யாருக்கும் தெரியவில்லை. ஆனால் அக்கிராம மக்கள் எல்லோரும் அந்த கிழங்கின் சாறிற்கு ஏங்கினர். அதன் பிறகு பல வருடம் கழித்து ஒரு கிழவி உணவு சேகரிக்க காட்டில் செல்லும் பொழுது, காட்டு பன்றிகள் ஒரு இடத்தில் மண்ணைத் தோண்டிக் கொண்டிருந்ததை கண்டாள். சிறிது நேரம் கழித்து இனிமையான வாசனையை அவள் நுகர்ந்தாள். அவ்வாசனை வந்தவுடன் பன்றிகள் அவ்விடத்தை விட்டு நகர்ந்து சென்று விட்டன. கிழவி அந்த இடம் சென்று பார்த்த பொழுது அவ்விடத்தை தேனீக்களும், வண்டுகளும் மொய்த்துக்கொண்டிருந்தன. அங்கு மண்ணுக்கடியில் பெரிய பூண்டு போன்ற ஒரு கிழங்கு இருந்ததை கண்டாள். அது பல வருடங்களுக்கு முன்பு இதே போன்ற கிழங்கை நீரில் ஊற வைத்த பானத்தை பருகியது நினைவுக்கு வந்தது. அக்கிழங்கை எடுத்துச்சென்று தன கிராமத்தில் கொடுத்து, நீரில் ஊற வைத்து பானம் உண்டாக்கி சில நாள் அக்கிராம மக்கள் பருகி போதையேறி மகிழ்ந்தனர். அக்கிழங்கிற்கும் அக்கிழவியின் பெயரையே இட்டனர். அக்கிழவியின் பெயர் சோமக்கிழவி. அதன் பின் அக்கிழங்கு சோமக்கிழங்கு என்று கூறப்பட்டது. இதுவே அக்கதை.

இக்கதை ஆதாம் ஏவாள் கதையோடு ஒத்துப்போகிறது. எவ்வி என்பதே ஏவாள் என்று ஆகியிருக்க வேண்டும். பின் ஆதனை ஆணாகவும், எவ்வியை பெண்ணாகவும் உருவகித்திருக்க வேண்டும். முருகன் நாகர் குடியைச் சேர்ந்தவராக இருக்கவேண்டும். முருகனோடு தொடர்புடையது மயில், சேவல் மற்றும் நாகம். நாகத்தை மலையாளத்தில் மூர்க்கன் என்று கூறுவர். மூர்கன் என்பதே முருகன் என்று மருவியிருக்க வேண்டும். அதையே உருவகமாக மாறி, காலப்போக்கில் நாகம் பழம் கொடுத்ததாக கதை மாறியிருக்க வேண்டும்.

மேலே கூறப்படுகிற கதைகளெல்லாம் வெள்ளப்பெருக்கு ஏற்படுவதற்கு முன்னால் பழங்கால குமரிக்கண்டத்தில் அதாவது கோயமூரிக்கண்டத்தில் நடந்த கதை. அது காலப்போக்கில் பல வகை கதைகளாக உருமாறி கூறப்பட்டு வருகிறது.

முருகன், வள்ளி, தெய்வானை

முருகனுக்கு வள்ளி தெய்வானை என்ற இரு மனைவியர் உண்டு என்று புராணங்கள் கூறுகிறது. முருகன் தமிழ்க் கடவுள் என்று சித்திரிக்கப்படுகிறார். ஆனால் இதில் மிகவும் சுவாரஸ்யமான விசயம் என்னவென்றால் சங்க இலக்கியங்களில் முருகன் என்ற பெயர் காணப்படவில்லை அல்லது குறிப்பிடப்படவில்லை. முருகு என்ற சொல் சில சங்க இலக்கியங்களில் வருகிறது. அதேபோல் வள்ளி, தெய்வானை பெயர்களும் சங்க இலக்கியங்களில் இல்லை.

முருகனைப் பற்றிய ஆற்றுப்படை நூலான திருமுரு காற்றுப்படை தென்னகத்தில் பொ.யு. 7ஆம் நூற்றாண்டில் பக்தி இயக்கங்கள் தோன்றிய பிறகு எழுதப்பட்டது. அதாவது புராணக்கதைகள் தென்னகத்தில் பிரசித்திபெற்ற கால கட்டத்தில் எழுதப்பட்டது. பழங்காலத்தில் எதார்த்தமாக நடந்த விசயங்களை கற்பனை கலந்து புராணமாக மாற்றியது இக்காலகட்டத்தில்தான். புராணக் கதையில் முருகன் வள்ளியை காட்டு யானையிடமிருந்து காப்பாற்றுவதாக கூறப்படுகிறது.

முருகன் குறிஞ்சி நில தெய்வம். குறிஞ்சித் திணையின் முக்கிய உணவு மரவள்ளிக் கிழங்கு. விலங்குகளிடமிருந்து பயிர்களை காக்க விளைநிலத்தில் பரண் அமைத்து குறிஞ்சி நில இளைஞர்கள் காவல் காப்பதுண்டு. அப்படிப்பட்ட இளைஞர்களை முருகு என்று அழைத்திருக்கலாம். தற்பொழுதும் நம் பேச்சு வழக்கில், சில இளைஞர்களை 'என்ன முறுக்கிக்கிட்டு திரிகிறான்' என்றும், 'முறுக்கேறிய உடம்பு' என்றும் கூறுவதுண்டு. முருக்கன் என்பது முருகன் என்று மருவியிருக்கலாம். மலையாளத்தில் நல்ல பாம்பை 'மூர்கன்' என்று கூறுவர். முருகனின் சின்னங்களில் பாம்பும் ஒன்று என்பதை அறிவோம்.

அதாவது உண்மையில் முருகன் என்பது காவல் காக்கும் இளைஞர்கள். வள்ளி என்பது மரவள்ளிக்கிழங்கை குறிப்பதாக இருக்கவேண்டும்.

தெய்வானை என்பது காட்டு யானையைக் குறிப்பது. யானைகளிடமிருந்து வள்ளிக் கிழங்கை காப்பது முக்கியமான வேலை. இந்த எதார்த்த நிகழ்வையே புராணக் கதையில், முருகன் வள்ளியை காட்டு யானையிடமிருந்து காப்பாற்றியதாக உருவகிக்கிறது. இதே கதை வேறு கலாசாரத்தில் அல்லது வழக்கில் யானையை,

தெய்வானை என்ற பெண்ணாக மாற்றியிருக்க வேண்டும். பின் இந்த இரண்டு கதைகளையும் ஒன்றாக்கி புராணக்கதையில் முருகனுக்கு வள்ளி, தெய்வானை என்ற இரண்டு மனைவிகள் என்று ஆக்கிவிட்டனர். மேலும் ஆதி காலத்தில் யானையே முருகனின் வாகனம். பின்னாளில் அது மயிலாக மாறிற்று.

விநாயகர்/கணேசர்/பிள்ளையார்

சங்க இலக்கியங்களில் பிள்ளையார் பற்றிய விவரங்கள் இல்லை. திருமுருகாற்றுப்படை முருகனின் மேல் பாடப்பட்ட ஆற்றுப்படையாகும். திருமுருகாற்றுப்படையில் பிள்ளையார் பற்றிய விவரங்கள் அல்லது குறிப்புகள் இல்லை. பல்லவர் காலத்தில்தான் பிள்ளையார் வழிபாடு தமிழகத்திற்கு வந்தது. பரஞ்சோதி என்ற பல்லவ தளபதி வாதாபி நகரத்தை வென்ற பின் அங்கிருந்து பிள்ளையார் சிலையை தமிழகத்திற்கு கொண்டு வந்து வழிபட ஆரம்பித்தான். அதன் பிறகே பிள்ளையார் வழிபாடு தமிழகத்தில் தோன்றியது. இந்த வழிபாடு ஆரிய அல்லது ரோம மதங்களின் மூலம் இந்தியாவிற்குள் வந்திருக்கலாம். ரோம கலாசாரத்தில் யானைத் தலை உடைய கடவுள் உண்டு. விநாயகர் வழிபாடும் முருக வழிபாட்டின் ஒரு வடிவமாக இருந்திருக்கலாம். முருகனின் ஒரு மனைவி பெயர் தெய்வானை. மேலும் முருகனின் ஆதி வாகனம் யானையாகும். முருகன் வள்ளியை ஒரு காட்டு யானையிடமிருந்து காப்பாற்றிய கதை உண்டு. எனவே முருகன் வழிபாடே பல்வேறு கலாசாரங்களில் மாறி மாறி விநாயகர் வழிபாடாக மாறியிருக்கலாம்.

இந்திரன், முருகன், கண்ணன்

இந்திரன், முருகன் மற்றும் கண்ணன் ஆகியோர் இந்து மதத்தில் உள்ள முக்கிய தெய்வங்கள். இவர்களுக்குள் உள்ள ஒற்றுமையை நாம் காணலாம். இந்திரனின் வாகனம் ஐராவதம் என்ற யானை. இந்திரன் தேவர்களின் தலைவன். முருகனும் தேவர்களின் தளபதி. இந்திரன் லோகமான தேவ லோகம் மலைமேல் வானில் உள்ளது. முருகனும் குன்றின் மேல் குடி கொண்டுள்ளான்.

இந்திரன் மழைக்காலத்தில் இடியோடு தொடர்புடையவன். முருகனின் மயில் வாகனம் மழை வருவதை கண்டு தோகை விரித்து ஆடும்.

கண்ணன் மாடுகளை மேய்ப்பவன். அதாவது கண்காணிப்பவன். கண்காணிப்பவனை 'கண்ணி' என்று கூறுவதுண்டு. கண்ணி ஆயன் என்பது கண்ணியன் என்பதாகும். கண்ணியன் என்பது கண்ணன் என்று மருவிற்று.

முருகனும் கண்காணிப்பவன். முருகனும் மாடு மேய்க்கும் பொழுது அவ்வைக்கு சுட்ட பழம் வேண்டுமா, சுடாத பழம் வேண்டுமா என்று கேட்டவன். முருகனின் வாகனம் மயில். கண்ணன் மயில் பீலி அணிபவன். கண்ணன் கடும் மழைக்காலத்தில் கோவர்த்தன மலையை குடையாக தாங்கி மக்களை காத்தவன். முருகனுக்கு கார்த்திகேயன் என்ற பெயரும் உண்டு. இது கார்த்திகை ஆயன் என்பதன் மருபு. கண்ணனும் ஆயன். பழனி மலை இருக்கும் இடம் திரு ஆவினன் குடி. ஆவினன் குடி என்பது ஆயர்கள் குடியிருக்கும் இடம்.

கண்ணன் இருந்தது ஆயர் பாடி. கண்ணனுக்கும் இரண்டு மனைவிகள். ராதா மற்றும் ருக்மணி. முருகனுக்கும் இரண்டு மனைவிகள். வள்ளி மற்றும் தெய்வானை. ருக்மணி என்பது அரிக்கமணி என்ற சொல்லின் திரிபாக இருக்கலாம். அரிக்கம் என்பது யானையைக் குறிக்கும் சொல்லாக இருக்கலாம்.

கார்த்திகை என்பது கிருத்திகை என்றும் கூறப்படுவதுண்டு. கிருத்திகையில் பிறந்ததால் கிருத்திணன் என்று அழைக்கப்படுகிறான். கிருத்திணன் என்பது வடமொழியில் கிருஷ்ணன் என்று மருவிற்று. வடமொழியில் கிருஷி என்றால் விவசாயம். இதை கார்ஷிகம் என்றும் கூறுவதுண்டு. கார்த்திகை என்பது கார் தொகை அதாவது மழைக்காலம் என்பதாகும். மழைக்காலத்தில் விவசாயம் செழிக்கும்.

எனவே இந்திரனும், முருகனும், கண்ணனும் ஒருவராக இருக்கலாம். இது அந்த காலத்தில் இருந்த பல்வேறு பழங்குடிகள் தங்கள் பண்பாட்டிற்கு அல்லது கலாசாரத்திற்கு ஏற்ப பெயர் வழக்கில் கொண்டிருக்கலாம். பழங்காலத்தில் நடந்த எதார்த்த நிகழ்வுகளே, பிற்காலத்தில் புராணக் கதைகளில் வெவ்வேறு தனித்தனி கதைகளாக உருமாறி கற்பனைகள் சேர்க்கப்பட்டு சொல்லப்பட்டிருக்கலாம்..

இந்திரனும், குபேரனும்

இந்திரனுக்கு இன்னொரு பெயர் இயக்கன் அல்லது இயகாபதி. குபேரனுக்கு இன்னொரு பெயர் இயக்கன். உபெர் என்றால் ஜெர்மானிய மொழியில் உயர அல்லது மேலே என்று அர்த்தம். உயர் என்ற தமிழ்ச்சொல்லே உபர் என்று மருவியிருக்க வேண்டும்.

உயர் > உவர் > உபர்

இந்திரன் தேவ லோகத்தின் அதிபதி மேலும் செல்வம் நிறைய உடையவன். அதேபோல் மற்றொரு புராணங்களில் குபேரன் செல்வத்தின் அதிபதி.

சுமேரிய கடவுள்களில் இந்தார் என்ற கடவுள் உண்டு. இந்த கடவுளுக்கு இயா அல்லது யோவா என்ற பெயர் உண்டு, இந்த கடவுள் நீர் வழங்கும் கடவுளாக சித்திரிக்கப்படுகிறார். இந்திரன் என்பது இன் தீரன் என்ற சொல்லாக இருக்கலாம். தீரம் என்பது நீர்நிலையை அல்லது நீர் நிலையின் கரையைக் குறிப்பது. கோவில்களில் புண்ணிய தீர்த்தம் என்பது கோவில் குளங்களைக் குறிக்கும். இன் தீரன் என்பது இனிய நீர் வழங்குபவன் என்று அர்த்தமாக இருக்கலாம்.

மேலும் அந்த நீர் வழங்குவதற்கு பானை தேவைப்படுகிறது. பானைக்கு 'குயம்' என்ற பெயர் இருந்திருக்கலாம். நீர் கோரும் பாத்திரத்திற்கு குவளை என்று பெயர். குவளை என்பது குய + வளை எனப் பொருள்படும். அதன் வாய் வளை போன்ற உருவம் உடையதால் அதற்கு குயவளை என்று பெயரிட்டிருக்க வேண்டும். குயவளை என்பதே குவளை என்று மருவியிருக்க வேண்டும். பானை செய்பவர்களை குயவர் என்று அழைக்கிறோம். பண்டைய நாகரிகத்தில் வாணிகம் என்பது பெரிய மண் சாடிகளில் பொருட்களை வைத்து பண்டமாற்று செய்வார்கள். எனவே பெரிய வாணிகர்களிடம் நிறைய பெரிய மண் சாடிகள் இருந்திருக்க வேண்டும். ஒருவேளை அவர்களையும் குயவர்கள் என்று அழைத்திருக்கலாம். எனவே குயவர்கள் அந்தக் காலத்தில் மிகவும் மேன்மையான நிலையில் இருந்திருக்க வேண்டும்.

குயவர் > குயபர் > குபேர் > க்உபேர் > உபேர்; ('க்' ஒலியற்று போகுதல்)

இயகாபதி : இயக்கன் > இயகன் > இயவன் > ஹியவன் > ஹெவன் (heaven);

இயக்கம் – இயக்கத்தின் அதிபதி இயகாபதி. இயக்கம் என்றால் செயல். இதன் எதிர்ப்பதம் மயக்கம்.

கடவுள் சிலைக்கு அபிஷேகம் மற்றும் ஆடை அலங்காரம் ஏன் செய்கிறார்கள்?

இந்து மதத்தின் கடவுள் வழிபாட்டில் கடவுள் சிலைகளுக்கு அபிஷேகம் செய்து பின் ஆடை அலங்காரம் செய்வது மரபு. இந்த வழக்கத்தை கடவுள் எதிர்ப்பாளர்கள் மூடபழக்கம் என்று கூறுவதுண்டு. இத்தகைய பழக்கம் சங்ககாலத்தில் இல்லை. இது ஆரியர்கள் தென்னிந்தியாவிற்கு வந்த பிறகு, முக்கியமாக பல்லவர் காலத்திலேயே ஏற்பட்டது. ஏனெனில் பல்லவர் காலத்திலேயே கோவில்கள் கட்ட ஆரம்பித்தனர். அவர்களுடைய காலத்திலேயே சிலைகள் நிறுவ ஆரம்பிக்கப்பட்டது. இத்தகைய வழக்கம் எகிப்திய கலாசாரத்தில் பல்லாயிரம் ஆண்டுகளுக்கு முன்பே காணப்படுகிறது. நாம் பெருமைகொள்ளும் திராவிட கட்டடக்கலை உண்மையில் திராவிடர்களுடைய கட்டடக்கலை அல்ல என்று ஏற்கெனவே நாம் கண்டோம். அது எகிப்திய அல்லது இரானிய கட்டடக்கலையை சார்ந்ததாகும். பல்லவர்களின் காலம் பொ.யு. 5ஆம் நூற்றாண்டு போல் ஆரம்பிக்கிறது. அதற்கு பிறகே கோவில்கள் தென்னிந்தியாவில் கட்டப்பட்டன. ஆனால் எகிப்தில் இத்தகைய கோவில்கள் பல்லவர் காலத்திற்கு 2000 ஆண்டுகள் முன்பே எகிப்தில் கட்ட ஆரம்பித்து விட்டனர்.

இந்தோனேசியாவில் மூதாதையர் வழிபாடு

எகிப்திய கோவில்கள் மிகப் பெரியவை. அங்கிருந்த சிலைகள் மிகப் பிரமாண்டமானவை. அந்த கோவில்களின் கருவறையில் இறந்த மன்னர்களின் உடல் பதப்படுத்தி வைக்கப்பட்டிருக்கும். இந்த வழக்கம் ஆப்பிரிக்க, மடகாஸ்கர் உள்பட உலகில் உள்ள பல பழங்குடியினரின் வழக்கமாகும். அவர்கள் தங்களுடைய மூதாதையர்களுடைய உடல்களை பதப்படுத்தி மலை மேல் அல்லது குன்றில் உள்ள குகைகளில் வைத்துவிடுவர். பின் ஒவ்வொரு வருடமும் அவர்கள் அந்த உடலை

மீண்டும் எடுத்து வந்து வீட்டில் வைத்து மீண்டும் பதப்படுத்தி, அலங்கராம் செய்து, வணங்கி விட்டு மீண்டும் அதை குன்றில் உள்ள குகைகளில் வைத்துவிடுவர். இந்தோனேசியாவில் உள்ள ஒரு தீவில் உள்ள ஒரு சமூகத்தினர் இன்றும் இந்த சடங்குகளை செய்கின்றனர்.

இந்த வழக்கமே எகிப்திய அரசர்களுடைய கலாசாரத்தில் தொடர்ந்தது. ஒரு காலகட்டத்தில் அரசனை தெய்வத்திற்கு இணையாக கருத ஆரம்பித்த பிறகு, இறந்த அரசர்களுக்கு என்று செயற்கையாக மலைகளும், அதில் குகை போன்ற வடிவமைப்பும் அமைத்து அதில் இறந்த அரசனின் பதப்படுத்திய உடலை வைத்து வணங்க ஆரம்பித்தனர். வருடத்திற்கு ஒரு முறை அதற்கு மீண்டும் புதிதாக பதப்படுத்தி வணங்கினர். இறந்த உடலை பாதுகாப்பாய் வைக்க சவப்பெட்டி செய்து அதில் வைத்தனர். பின் இந்த வழிபாட்டு முறை தீவிரமான பிறகு இந்த சடங்குகளை அடிக்கடி செய்ய ஆரம்பித்தனர். இறந்த உடலை மீண்டும் மீண்டும் பதப்படுத்துவதில் சிக்கல் ஏற்பட வேறொரு யோசனை செய்திருக்கவேண்டும். இறந்த பதப்படுத்திய உடலை மீண்டும் வெளியே எடுக்காமல் இருக்க, சவப்பெட்டியை இறந்தவர்களின் உருவம் போல் அமைத்து அதில் உடலை வைத்து அதை வணங்க ஆரம்பித்திருக்க வேண்டும். அந்த வழிபாட்டு சடங்கின்போது அந்த சவப்பெட்டியை நிற்க வைத்து அதை வணங்கினார்கள்.

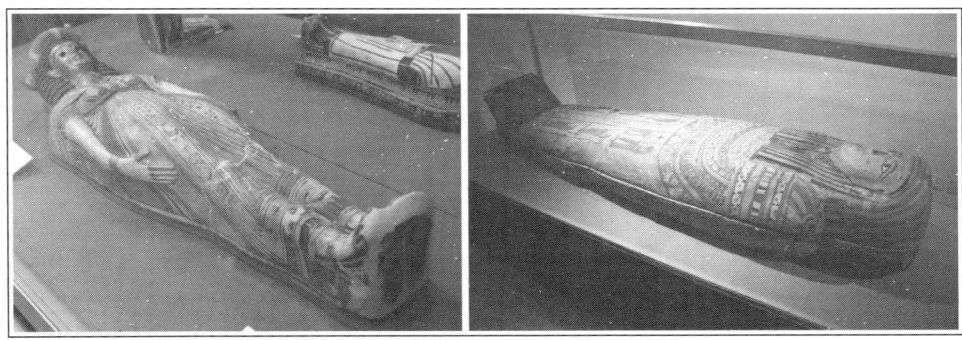

எகிப்து சவப்பெட்டிகள்

பின்னர் காலம் செல்லச்செல்ல இந்த வழிபாட்டு முறை, அடிக்கடி செய்ய ஆரம்பித்தனர். வேறு இடங்களுக்கு இது பரவ, அங்கு அந்த அரசன் உடல் போல் சிலை செய்து அதை நிறுவி வழிபட்டனர். மேலே கூறிய உடலை பதப்படுத்தும் வழக்கமே கடவுளின் சிலைக்கு வருடத்திற்கு ஒரு முறையோ, இரு முறையோ, மூலிகைச்சாந்து சாற்றும் வழக்கம் வந்தது. படையல் வைக்கும் பழக்கம் பிரசாதமாகவும் ஆனது. அந்த அரசனின் விருப்ப திரவ உணவுகளும், வாசனைப்பொருட்களும் அபிஷேகப் பொருட்களாயிற்று. பழங்குடிகளின் முக்கிய அன்றாட உணவு மாட்டின் பால். எனவே அதுவே பிரதான அபிஷேகப் பொருளாயிற்று. கடவுள் வழிபாடு மேலும் தீவிரமான பிறகு, அதை வழிநடத்த மத குருமார்கள் குலம் தோன்றிய பிறகு, வழிபாடுச்சடங்கு தினமும் ஐந்து முறை என்றாயிற்று.

பின் கடவுள் சிலைகளுக்கு தீபாராதனை காட்டுவதும், ஊதுபத்தி ஏற்றுவதும் தோன்றிற்று. எகிப்தில் உள்ள பிரமிடுகளில் உள்ளே உள்ள அறைகளின் சுவர்களில் உள்ள சித்திரங்களில் இதற்கான ஆதாரங்கள் உள்ளன. இதுவே கோவில்களில் கடவுள் சிலைக்கு அபிஷேகம் மற்றும் அலங்காரம் செய்யும் வழக்கம் வந்த காரணம். எனவே சிலை அமைத்து வழிபடும் முறை உண்மையில் நம்முடைய மூதாதையர்களை வழிபடுவது. தத்துவக் காலத்தில் அது மருவி கடவுள் வழிபாடாக மாறிவிட்டது.

எகிப்து பிரமிடில் கடவுள் வழிபாடு

தீபாராதனை, ஊதுபத்தி பற்றவைப்பது ஏன் செய்கிறார்கள்?

இந்து மத கடவுள் வழிபாட்டில் கடவுளுக்கு தீபாராதனை செய்யப்படுகிறது. இந்த வழக்கம் பண்டைய எகிப்திய நாகரிகத்தில் செய்யப்பட்டது என்று எகிப்திய பிரமிடுகளில் உள்ள சித்திரங்கள் மூலம் நாம் அறிகிறோம். ஏன் கடவுளுக்கு தீபாராதனை காட்டப்படுகிறது என்பதை நாம் காணலாம். ஆராதனை என்பது ஆர ஆதனை எனப் பொருள்படும். ஆரம் என்றால் வட்டம். ஆதனை என்பது போற்றுதல் எனப் பொருள்படலாம். பண்டைய எகிப்திய பிரமிடுகளில் உள்ளே இறந்த மன்னர்களுடைய உடல் குகை போல செய்யப்பட்ட அறைகளில் வைக்கப்பட்டிருந்து வழிபடப்பட்டது. பிரமிடுகளில் உள்ளே ஒளி வெளிச்சம் இருக்காது. எனவே வழிபாட்டில், கடவுளாக கருதப்பட்ட மன்னனின் முகம் தெரியவேண்டி தீபம் வட்டமாக காண்பிக்கப்பட்டிருக்க வேண்டும். அதேபோல், இருண்ட, காற்று புக முடியாத கட்டடத்திற்குள் பதப்படுத்திய உடல் வைக்கப்பட்டிருக்கும் அறையில் நிச்சயம் துர்வாசனை இருக்கும். அதுவும் அக்காலத்தில் வழிபாடு என்பது வருடத்திற்கு சிலமுறை என்று இருந்த பொழுது நிச்சயம் பிரமிடுகளின் உள்ளே துர்வாசனை இருந்திருக்கும். இன்றும் பாழடைந்த கோவில்களின் உள்ளே செல்லும்போது துர்வாசனையை நாம் நுகரலாம். இந்த துர்வாசனையை நீக்கவே அக்காலத்தில் நறுமணப்புகை உபயோகப்படுத்தியிருக்க வேண்டும். இந்த நறுமணப்புகை காட்டும் சித்திரங்களும் எகிப்திய பிரமிடுகளில் காணப்படுகின்றன. பின்னர் கடவுள் வழிபாடு பல இடங்களுக்கு பரவிய பிறகு, பிரமிடுகளுக்கு ஈடாக கட்டப்பட்ட கட்டடம் கோவிலாக மாறியது. அதில் கடவுள் சிலை வைக்கப்பட்ட இடம் கருவறை எனப்பட்டது. கருவறை எப்பொழுதும் இருட்டாகவே இருக்கும். கருவறையில் இருக்கும் கடவுளின் முகம் தெரிய தீப ஒளி வட்டமாக காண்பிக்கப்படுகிறது. பண்டைய வழிபாட்டின் தொடர்ச்சியாக ஊதுபத்தி பற்ற வைப்பதும் இன்றும் தொடர்கிறது.

தர்ப்பணம், காக்கை படையல்

தர்ப்பணம் என்பது நம் முன்னோர்களுக்கு செய்யும் நேர்த்திக்கடன். அது நம்முடைய முன்னோர்கள் இறந்த நாளன்று செய்யப்படும் சடங்காகும். இது குளக்கரையில், ஆற்றின் கரையில் அல்லது கடற்கரைகளில் செய்யப்படும். அப்படி

சடங்கு செய்த பிறகு நம் முன்னோர்களுக்கு அவர் விரும்பிய பொருள்களை படையல் வைத்து அந்த ஒரு பகுதியை காகத்திற்கு வைப்போம். காகத்தை நம் முன்னோர்களுடைய பிறவியாக கருதுகிறோம். ஏன் நீர் நிலைகளில் தர்ப்பணம் கொடுக்கிறோம்? ஏன் காகத்தை நம் முன்னோர்களாக கருதுகிறோம்? இதற்கான உண்மையான காரணம் என்ன?

இதன் பின்னணியில் இருப்பது கடல் வெள்ளப்பெருக்கு கதை. கடல் வெள்ளப்பெருக்கிலிருந்து தப்பி புலம் பெயர்ந்து வந்த பொழுது, அங்கிருந்த எல்லா மக்களும் புலம் பெயர்ந்து வந்திருக்க முடியுமா? எல்லோருக்கும் புலம் பெயர கப்பலில் இடம் கிடைத்திருக்குமா? ஒருவேளை வயதானவர்கள் புலம் பெயர முடியாமல் போயிருக்கலாம். அல்லது கப்பலில் இடம் இல்லாமல் இருந்ததனால் அவர்கள் அங்கேயே தங்கியிருந்திருக்கலாம். அதனால் வெள்ளப்பெருக்கில் இறந்திருக்கலாம். இதனாலேயே அவர்கள் நினைவாக நீர்நிலைகளில் நாம் தர்ப்பணம் கொடுக்கிறோம்.

இதற்கு இன்னொரு காரணமும் இருக்கலாம். ஆதிகால பழங்குடியினர் தம்முடைய மூதாதையர் இறந்தால் அவர்கள் உடலை பதப்படுத்தி மலையில் இருக்கும் குகைகளில் வைத்துவிடுவர். பின் ஒவ்வொரு வருடமும் அவர்கள் இறந்த தினத்தன்று அந்த உடலை எடுத்து வந்து வீட்டில் வைத்து அதற்கு சடங்குகள் செய்து, படையல் வைத்து, வணங்கி மீண்டும் உடலை புதியதாக பதப்படுத்தி மீண்டும் மலை குகைகளில் வைத்து விடுவர். தம்முடைய மூதாதையர் தங்களோடு அரூபமாக இருந்து தங்களை வழி நடத்துவதாக அவர்கள் நம்பிக்கை கொண்டிருந்தனர். இன்றும் ஆப்பிரிக்காவிலும், மடகாஸ்கர் தீவிலும், ஆசிய பசிபிக் தீவுகளிலும், சில இந்தோனேசியத் தீவுகளிலும் இந்த வழக்கம் பின்பற்றப்பட்டு வருகிறது. மலை இல்லாத இடங்களில் குன்று போல் மேடு அமைத்து அதில் வைத்துவிடுவர். வெள்ளப்பெருக்கில் தப்பி புலம் பெயர்ந்து வந்த பிறகு அவர்கள் நினைவாக அந்த சடங்கை தர்ப்பண சடங்காக, கடல் கடந்து தாம் விட்டுவிட்டு வந்த மூதாதையர்களின் நினைவாக, நீர் நிலைகளில் செய்து வந்தனர். அதையே பின்பற்றி நாமும் செய்கிறோம்.

ஏன் காகத்தை முன்னோர்களின் பிறவியாக நாம் நம்புகிறோம்? காகம் மிகவும் புத்திசாலியான பறவை. காக்கை பற்றிய ஒரு சிறு கதையை நாம் சிறு வயதிலிருந்து கேட்டிருப்போம். தாகமுள்ள காக்கை ஒன்று, சாடியின் கீழே உள்ள நீரைக்குடிக்க கற்களை எடுத்து சாடியில் இட்டு அந்த நீர் மேலே வர அதைக் குடித்து தாகம் தீர்த்துக்கொள்ளும் கதை அறிவோம். இது காக்கையின் புத்திசாலித்தனத்தை பற்றிக் கூறப்படும் கதையாகும். உண்மையிலேயே காக்கை இது போன்ற புத்திசாலிப் பறவைதான். இதற்கு உதாரணம் *(Crow Solves An 8 Step Puzzle to get Food./ https://youtu.be/Gui3lswQ0DI)* என்ற ஒளிக்காட்சியை யூ டிபிள் காணலாம். அதில் ஒரு உணவுப்பொருளை ஒரு சிக்கலான இடத்தில் வைத்து விடுவர். பின்னர் காக்கையை கூண்டிலிருந்து திறந்து விடுவார்கள். காக்கை அந்த உணவுப்பொருளை கற்கள் கொண்டும், சிறிய மற்றும் பெரிய குச்சி கொண்டு படிப்படியாக அந்த உணவுப்பொருளை எடுத்துவிடும். அவ்வளவு புத்திசாலியான பறவை.

பண்டைய காலத்தில் கடலில் வாணிகம் செய்பவர்கள் கரையைக் கண்டுபிடிக்க காக்கையை பயன்படுத்துவார்கள். நோவாவின் வெள்ளப்பெருக்கு கதையிலும்

பதினைந்து நாள் கடலில் அழைந்த பிறகு காக்கை தான் நிலத்தைக் கண்டுபிடித்த கதை சொல்வதுண்டு. இது பின்னாளில் காக்கைக்கு பதில் புறாவாக வேறு ஒரு மதத்தில் மாற்றிவிட்டார்கள். அமெரிக்காவில் பண்டைய சிவப்பிந்தியர்களில் காக்கையை சின்னமாக கொண்ட ஒரு இனம் இருந்தது. அமெரிக்க செவ்விந்தியர்கள் சிலரும் காக்கையை மதிப்பவர்கள். சிலர் இறந்த காக்கையின் உடலை பதப்படுத்தி தலையில் கிரீடமாக வைத்துக்கொள்வர்.

நோவாவின் வெள்ளப்பெருக்கு புலம் பெயர்தல் கதையில், கப்பலில் பதினைந்து நாட்கள் கடலில் திசை தெரியாமல் திண்டாடிய பொழுது காக்கையே நிலம் இருக்கும் திசையை காட்டியதாக கதை உண்டு. பின்னர் எல்லோரும் கரை சேர்ந்து தப்பியதாக கதை உண்டு. மேலே கூறியபடி இறந்த மூதாதையர்கள் அரூபமாக காக்கை உருவில் தங்களை வழி நடத்துவதாக அவர்கள் நம்பிக்கை கொண்டனர். அந்த மூதாதையரே காக்கை உருவில் நிலம் காட்டி தங்களை காப்பாற்றியதாக நம்பிக்கை கொண்டனர். அதனாலேயே தர்ப்பணம் செய்யும் பொழுது காக்கைக்கு படையல் வைத்து, காக்கை உண்ட பிறகே நாம் உண்கிறோம்.

திரிசூலம்

திரி சூல் என்பது மூன்று சூல். இங்கு சூல் என்பது விவசாயத்தோடு தொடர் புடையவை. சூல் என்பது விதை விதைப்பது. மகசூல் என்பது அறுவடை செய்வது. திரிசூல் என்பது ஒரே சமயத்தில் மூன்று கோடுகளில் நிலத்தை உழுது விதை விதைப்பது. இதற்கு உபயோகித்த கருவியே திரிசூலம். அல்லது உழுவதற்கும் அறுவடை செய்வதற்கும் உபயோகித்த கருவிகளை சேர்த்து வணங்க உருவாக்கியதே திரி சூலம். பின்னாளில் இந்த கருவி போர் புரிவதற்கும் உபயோகப்படுத்தியிருக்க வேண்டும். எனவே இந்து கடவுள்களின் கைகளில் திரிசூலம் இருப்பதாக சித்திரிக்கப் பட்டது.

தாமரை

தாமரை மலர் இந்து மதத்தில் முக்கியமான பொருளாகும். பல கடவுள்கள் தாமரை மேல் வீற்றிருக்கும் சித்திரங்களை நாம் கண்டிருக்கிறோம். முக்கியமாக வைணவக் கடவுள்கள் தாமரை மலர் மேல் வீற்றிருப்பார்கள். விஷ்ணுவின் இன்னொரு பெயர் பத்மநாபன். அதாவது தாமரை தொப்புள்கொடியன். தாமரை மலைப்பகுதிக்கும் தாழ்ந்த நிலப்பகுதிக்கும் இடையில் உள்ள நிலப்பகுதியில் பூத்திருக்கலாம். எனவே அதை வயிற்றில் உள்ள தொப்புள் கொடிக்கு உருவகித்திருக்கலாம்.

மேலும் தாமரை ஒரு முக்கிய வாணிகப்பொருளாக பழங்காலத்தில் இருந்திருக்கலாம். எகிப்தில் பழங்காலத்தில் தாமரைப்பூவை இறை வழிபாட்டிற்கும் மருத்துவத்திற்கும் பயன்படுத்தியுள்ளனர். தாமரைச்செடியின் பூ, தண்டு, வேர், விதை எல்லாம் மருத்துவ குணம் உடையவை. அது இருதய, கல்லீரல், சிறுநீரகம் போன்ற நோய்களுக்கு சிறந்த மருந்தாகவும், வாசனைப்பொருளாகவும் உபயோகம் உள்ளது. இது மட்டும் இல்லாமல் வேறு பல நோய்களுக்கு இது மருந்தாக உள்ளது. அதற்கான ஆதாரங்கள் எகிப்தில் உள்ள பிரமிடுகளில் உள்ள பழங்கால ஓவியங்கள் நிருபிக்கின்றன. இந்த தாமரை வாணிகத்தை செய்தது நாகர்களாக இருந்திருக்கலாம்.

தாமரையின் இந்த குணங்களாலேயே அதில் கடவுள் குடியிருக்கும் இடமாக கருதியிருக்கலாம்.

மகர தோரணம்

இந்து மத கடவுள்கள் மகர தோரணத்தின் கீழ் இருப்பதுபோல் சித்திரிக்கப் பட்டிருப்பார்கள். இந்த தோரணம் வாசலை குறிப்பதாக தொன்மக் கருத்துகள் உண்டு. ஆனால் உண்மையில் இது கோவிலில் உள்ள புனித மரத்தின் உருவமாகும். அதாவது மர வழிபாட்டின் வழித்தோன்றலே இந்த தோரண உருவம். ஆதியில் மரத்தை வழிபட்டனர். பின்னர் மரத்தின் கீழ் கடவுள் சிலை வைத்து வழிபட்டனர். இந்த இரண்டையும் சேர்த்து உருவமாக வரையும் பொழுது அல்லது சித்திரிக்கும் பொழுது, அந்த மர உருவம் காலங்கள் கடந்த பொழுது, தோரண உருவமாக மாறிற்று.

மரத்தின் கீழ் தெய்வம்

புனித மரத்திற்கு அரண் அமைத்தல்

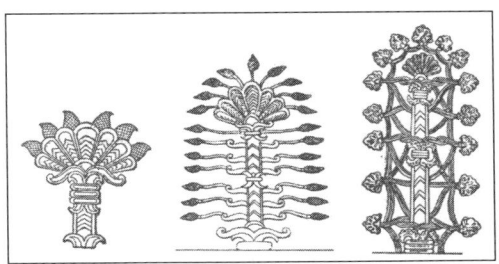

அரண் அமைத்த மரங்கள்

சிந்து சமவெளி சித்திரங்கள்

சுமேரிய சித்திரங்களை உற்று நோக்கும் பொழுது, அதில் அந்த புனித மரத்தைச் சுற்றி தோரணம் போல் ஒரு பாதுகாப்பு வளையம் அமைக்கப்பட்டிருப்பது தெரிகிறது. இது ஒருவேளை இந்துக்கள் இன்றும் மரத்தில், வரம் வேண்டி மரத்தில் கட்டப்படும் வேண்டுதல் பொருள்கள் கட்ட அமைக்கப்பட்டிருக்கலாம். இதை கீழே உள்ள படங்களில் காணலாம். எனவே புனித மரத்தின் உருவமே பிற்காலத்தில் இந்து மதத்தில் மகர தோரணமாக உருமாறியிருக்க வேண்டும்.

பசுவும், எருமையும்

பசுவும் எருமையும் இரண்டும் மாட்டு இனம் தான். இரண்டும் ஒரே போன்ற விலங்குகள்தான். ஆனால் புராணக்கதைகளில் பசு வளர்ப்பு மட்டுமே பெரிதாகக் கூறப்படுகிறது. எருமை வளர்ப்பு பற்றி எந்த தகவலும் இல்லை. பசும்பால் போல், எருமை பாலும் மிகவும் சத்துள்ள பாலாகும். ஆனால் பசுவிற்கு மட்டுமே மிகவும் முக்கியத்துவம் தரப்படுகிறது. புராணங்களில் எருமை எமனின் வாகனமாக சித்திரிக்கப்படுகிறது. பசுவை போல் அது புனிதமான விலங்காக கருதப்படவில்லை. அதன் காரணம் என்ன?

பசு ஆரியர்களின் செல்வம். எருமை ஒருவேளை வேறொரு குடியினர் வளர்த்த விலங்காக இருக்கலாம். ஒருவேளை பசு வளர்க்கும் குடியினர் தேவர்களாகவும், எருமை வளர்க்கும் குடியினர் அரக்கர்களாகவும் உருவகப்படுத்தப்பட்டிருக்கலாம். பசுவின் நிறம் வெள்ளை. எருமையின் நிறம் கருப்பு. இதனாலேயே தேவர்கள் வெண்மை நிறத்தினராகவும், அரக்கர்கள் கருப்பு நிறத்தினராகவும் உருவகித்திருக்கலாம். இதனாலேயே எருமையை மகிஷாசுரன் என்ற அரக்கனின் உருவமாக சித்திரித்திருக்கலாம்.

மகிஷம் > மகிடம் > மகிட > மா கிடை;

மா கிடை என்பது பெரிய கிடை. அதாவது கெடா மாடு அல்லது கெடா எருமை.

பண்டைய வேத மத மற்றும் இந்து மத தொன்மங்களிலும் புனைவுகளிலும் கூறப்படும் தேவர்அரக்கர் கதைகள், பசு வளர்க்கும் இனத்தினருக்கும், எருமை வளர்க்கும் இனத்தினருக்கும் இடையே நடந்த சண்டைகளை தேவர் அரக்கர் கதைகளாக உருவகித்திருக்கலாம்.

காக்கையும், கழுகும்

பண்டைய இந்து மத தொன்மங்களில் காக்கையும் கழுகும் இரு முக்கியமான பறவைகள். காக்கையை நம் பித்ருக்களாக அதாவது மூதாதையர்களாக கருதப்படுகிறது. அதோடு மட்டுமில்லாமல் காக்கையை சனி பகவானின் வாகனமாக சித்திரிக்கிறார்கள். கழுகு விஷ்ணுவின் வாகனமாக கருதப்படுகிறது. பண்டைய காலத்தில், இதுவும் இரு இனத்தினருடைய பறவை சின்னங்களாக இருக்கலாம். காக்கை ஒரு குடியினருடைய சின்னமாகவும், கழுகு மற்றொரு குடியினருடைய சின்னமாகவும் இருந்திருக்கலாம்.

காக்கை மிகவும் புத்தி வாய்ந்த பறவை என்று நாம் ஏற்கெனவே கண்டோம். நம் இந்தியாவில் காக்கையோடு சம்பந்தப்பட்ட இனம் நரிக்குறவர்கள் இனம்.

குறவர் என்பவர்கள் வேட்டை இனத்தினர். பண்டைக் காலத்தில் மலையில் வாழ்ந்த குடியினர். மலைத் தெய்வமாதலால் முருகனுக்கு குன்றக் குரவன் என்ற பெயர் உண்டு. குரவன் என்றால் தலைவன் அல்லது குரு என்ற அர்த்தமும் உண்டு. தலைவன் அல்லது குரு என்றால் வழி நடத்துபவன். காக்கையும் வழி அறிய உதவும் பறவை. காக்கைக்கு ஆங்கிலத்தில் குரோவ் (*crow*), ராவென்(*Raven*) என்ற பெயர்களுண்டு. குரவன் என்ற பெயரே மருவி இந்த இரு ஆங்கில பெயர்களாக மாறிற்று. குரவ என்பதே குரோவ் என்று மாறிற்று. இதே போல் குரவ என்ற சொல்லே சமஸ்கிருதத்தில் குரு என்று மாறிற்று.

குரவ > குரவ் > குரோவ்

அதே போல் குரவன் என்பதன் பிற்பகுதியே ராவென் என்று மாறியிருக்க வேண்டும்.

குரவன் > (க்) ரவன் > ராவென்

ராவணனின் உண்மைப்பெயர் குரவன் என்று இருந்திருக்கலாம். அதுவே சமஸ்கிருதத்தில் ராவென் என்றாகி, பின்னர் சமஸ்கிருதம் தமிழில் நுழைந்த போது ராவணன் என்று ஆகியிருக்க வேண்டும்.

குரவன் > (க்) ரவன் > ராவென் > ராவண் > ராவணன்

கழுகு வலிமை வாய்ந்த, கூர்மையான பார்வை உள்ள பறவை. வேட்டைக்கு உதவும் பறவை. வேட்டுவர்கள் பயன்படுத்திய பறவையாக இருக்கலாம். வேட்டுவர்களின் ஒரு பகுதியினர் இந்த கழுகு சின்னத்தை தங்களது சின்னமாக கொண்டிருக்கலாம். இவர்கள் பின்னாளில் கடல் வெள்ளப்பெருக்கில் புலம் பெயர்ந்த பிறகு ஆரியர்களாக மாறியிருக்கலாம். கழுகு விஷ்ணுவின் வாகனமாக மாறியிருக்கலாம்.

கழுகு சின்னம் கொண்ட குழுவினருக்கும், காக்கை சின்னம் கொண்ட குழுவினருக்கும் நடந்த சண்டையே கூட தொன்மைக்கதைகளாக மாறியிருக்கலாம். காக்கை கருப்பு நிறம். எனவே காக்கை இனத்தினரை அரக்கர்களாக உருவகித்திருக்க லாம். கழுகு இனத்தினரை தேவர்களாக உருவகித்திருக்கலாம். காக்கையை சனி பகவானுக்கு வாகனம் ஆக்கியிருக்கலாம். சனி பகவானை துன்பத்தின் காரண கர்த்தாவாக கூறியிருக்கலாம்.

நந்தவனம்

நந்தவனம் என்பது நந்திகளுடைய வனம். நந்தி என்பது மாடு. அதாவது மாடுகள் மேயும் வனம். நம்முடைய பெரிய கோவில்களில் நந்தவனம் இருப்பதுண்டு. ஆனால் அது பூச்செடிகள் வளர்க்கும் இடமாக கருதியதுண்டு. ஆனால் அது மாடுகள் வளர்க்கும் இடம். மாடுகள் அல்லது ஆநிரைகள் மேய்ப்பது ஆயர்களின் தொழில் உண்டு. கோவில்களில் மாடுகள் வளர்க்கும் இடம் கோசாலை எனப்படுகிறது.

நந்தி சிவனின் வாகனம். நந்தவனத்தில் அல்லது பிருந்தாவனத்தில் இருப்பது கண்ணன். ஆயர்களின் தெய்வம். ஏன் நந்தி கிருஷ்ணனின் வாகனம் இல்லை?

கண்ணன் என் காதலன்

கண்ணன் கோபியரின் பிரியமானவன். ஆனால் கண்ணன் என்பது ஒருத்தரை மட்டும் குறிப்பது இல்லை. கண்ணன் என்பதற்கு அர்த்தம் கண்காணிப்பவன். காவல் காப்பவன். பண்டைய காலத்தில், பெரும்பாலும் இளைஞர்களையே அப்படி காவல் காப்பதற்கு நியமிக்கப்படுவார்கள். அப்படி காவல் காக்கும் இளைஞர்களுக்கு கண்ணன் என்று பெயர். இவர்கள் காவல் காப்பது பயிர்களையும், தங்கள் இருப்பிடத்தையும், மற்றும் பெண்கள் குழந்தைகளையும் தான். குறிப்பாக பெண்கள் நீராடும் பொழுது மிருகங்கள் அண்டாமல் இருக்க மரங்களின் மேல் இருந்து காவல் காத்திருக்க வேண்டும். இந்த கண்ணன்களை கோபியருக்கு பிடிக்கும்.

இந்த வழக்கமே பிற்காலத்தில் புராணக் கதைகளில் கண்ணன் பெண்கள் நீராடும் பொழுது மரத்திலிருந்து பார்த்ததாகவும், அவர்களின் ஆடைகளை எடுத்து ஒளித்து வைத்து விளையாடியதாகவும் கூறப்பட்டது. பல கண்ணன்களை ஒரு கண்ணனாக மாற்றி கோபியர் எல்லோருக்கும் இந்த கண்ணன் மேல் காதல் இருந்ததாக சித்திரிக்கப்பட்டது.

கண்ணன் இருந்த இடம் மதுரா, பிருந்தாவனம், மற்றும் துவாரகை என மூன்று இடங்களைக் குறிப்பிடுகிறார்கள். இந்த மூன்று இடங்களும் வட இந்தியாவில் இருக்கிறது. மதுரா என்பது மதுரை என்பதன் திரிபாகும். இது பண்டைய வெள்ளப்பெருக்கில் மூழ்கிப்போன, முதல் தமிழ்ச்சங்கத்தில் குறிப்பிட்டுள்ள மதுரையை குறிப்பதாக இருக்கலாம். பிருந்தாவனம் என்பது விருந்தாவனம் ஆகும். விருத்த வனம் அல்லது விரிந்த வனம் என்பதே விருந்தாவனமாகி பின் பிருந்தாவனமாகியது. விருத்தாசலம் என்ற ஊர் தமிழகத்தில் உள்ளது. துவாரகை கடற்கரை நகரம். துவாரகை என்பது துவார அகம் எனப்பொருள் படும். ஆறு கடலில் கலக்கும் இடத்தை முகத்துவாரம் என்று கூறுவர். அகம் என்றால் வீடு அல்லது கிராமம் என்று பொருள்படும். மேலே கூறிய மூன்று இடங்களும் பண்டைய கடலில் மூழ்கிய தமிழகத்தின் பகுதிகளாக இருந்திருக்க வேண்டும். கடல் வெள்ளப்பெருக்கில் மக்கள் புலம் பெயர்ந்து வந்தபின், தாம் வாழ்ந்த ஊரின் பெயர்களை குடியேறிய இடத்தின் பெயர்களாக அவர்கள் இட்டிருக்கலாம்.

கண்ணியன் என்ற சொல் சங்க இலக்கியங்களில் காணப்படுகிறது. கண்ணி ஆயன் என்பதே கண்ணியன் அல்லது கண்ணையன் என்ற பெயராக ஆயிற்று.

ராமன் எத்தனை ராமனடி

தசாவதார கதைகளில் மூன்று ராமர்கள் வருகிறார்கள். பரசுராமன், ராமன், பலராமன், ஆகியோர். இதில் பலராமன் கிருஷ்ணவதாரத்தோடு வருகிறது. முதலில் வருவது பரசுராமன். இரண்டாவது ராமன்.

பரசு – பர – அதாவது பர ராமன். பர இனத்து ராமன்.

அதாவது கோடரி வைத்திருப்பவன். இவர் கடலில் கோடரி எறிந்து நிலப்பகுதியை உண்டாக்கியவர். அப்படி ஏற்பட்ட இடம்தான் தற்போதைய கேரளா

என்ற தொன்மம் உண்டு. இதே போன்ற கதை தமிழ்ச் சங்க இலக்கியங்களில் வருகிறது. வெள்ளப்பெருக்கில் இருந்து நிலத்தை மீட்ட பாண்டியனை நிலந்தருவிற் பாண்டியன் என்ற கூற்று உள்ளது. இதன் அர்த்தம் நிலம் தந்த வில் பாண்டியன். பாண்டியர்களிடம் 'மாறன்' என்ற பெயர் வழக்கம் உண்டு.

மாறன் என்பதற்கு மன்மதன் என்ற அர்த்தமும், பொருள் விற்பவன் அதாவது மாற்றுபவன் என்ற அர்த்தமும் உண்டு. மாறனை அழைக்கும்போது 'மாறா' என்று அழைப்போம். அப்படி மாறா, மாறா, என்று அழைக்கும்போது அது றாமா, றாமா, என்று உச்சரிப்பு மாறும். எனவே பேச்சு வழக்கில் மாறன் என்பது ராமன் என மாறியிருக்க வேண்டும்.

வெள்ளப்பெருக்கில் சுமேரியாவிற்கு புலம் பெயர்ந்த பிறகு மாறன் என்பது ராமன் என்று மாறியிருக்க வேண்டும். இங்கு ஒரு முக்கியமான விசயம் குறிப்பிடவேண்டும். சுமேரியாவில் பிற்காலத்தில் எழுதும் முறையும், வாசிக்கும் முறையும் வலமிருந்து இடமாக வழக்கத்தில் வந்தது. இப்படி பார்க்கையில் மாறா என்பது றாமா என்று வாசித்திருக்க வேண்டும்.

இரண்டாவது ராமன் வில் வைத்திருப்பவன். கோதண்ட ராமன். அதாவது வேடர் குலத்தவன். வேட்டுவன். வில் என்றால் தண்டம். அதாவது தண்டம் என்ற ஆயுதம் வைத்திருப்பவன். எனவே தண்டாயுதபாணி. ஆனால் தண்டாயுதபாணி என்பது முருகன் பெயர்.

மாறன் – மாறவன் – காப்பவன் – கண்ணன்

மூன்றாவது ராமன், ஏர் வைத்திருப்பவன். அதாவது விவசாயம் உண்டாக்கியவன். கிருஷ்ணன் என்றால் விவசாயி என்ற அர்த்தம் உண்டு. கிருஷி என்றால் விவசாயம். எனவே பலராமனும் கிருஷ்ணனும் ஒருவராக இருக்க வேண்டும்.

பழங்காலத்தில் இந்தியாவில் ராமன் என்ற பெயர் ராமாயணம் தவிர வேறெந்த மன்னர்களிடமோ அல்லது மக்களிடமோ அல்லது முக்கிய நபர்களின் பெயர்களாக இருந்ததற்கு ஆதாரங்கள் இல்லை. சங்க இலக்கியங்களில் கூட ராமன் என்ற பெயர் இல்லை. அதுவும் ராமாயணத்தில் பாண்டிய நாடு பற்றிய குறிப்பு வருகிறது, மேலும் ராமர் இலங்கைக்கு தென்னிந்தியா வழியே தான் இலங்கைக்கு சென்றார். இருப்பினும் சங்க இலக்கியங்களில் ராமர் அல்லது ராமாயணம் பற்றிய குறிப்பு இல்லை. இது மிகவும் ஆச்சரியமான விஷயம். இந்தியாவில் ராமாயணம் என்ற புராணக்கதை பொ.யு. மு 700 போல் பிரபலமான பிறகே ராமன் என்ற பெயர் மன்னர்களின் பெயராகவோ மக்களின் பெயராகவோ இருப்பதை காண முடிகிறது. ஆனால் ராமாயணம் நடந்ததாக சொல்லப்படும் காலம் பொ.யு.மு. 4000 போல், ஏன் அதற்குப்பிறகு ராமன் பெயர் இந்திய மன்னர்களிடம் காணப்படவில்லை? ராமனுக்கு முதலாம் ராமன், இரண்டாம் ராமன், என்று அதற்குப்பின் வந்த மன்னர்கள் பெயர் இருக்கவில்லை? இந்தியாவில் இப்படி முதலாம், இரண்டாம் என்று பெயரிடப்படும் வழக்கம் எப்பொழுது வந்தது?

ஆனால் ஒரு சுவாரஸ்யமான விசயம் என்னவென்றால் எகிப்தில் பொ.யு.மு.1500 போல் எகிப்து மன்னர் பெயர்களில் ராமன் என்ற பெயர் வருகிறது. முதலாம் ராம்செஸ்,

இரண்டாம் ராம்செஸ், மூன்றாம் ராம்செஸ் என்ற மன்னர் பெயர்கள் இருக்கிறது. இந்த ராம்செஸ் என்ற பெயர் பரமேஸ் என்றும் கூறப்படுகிறது. இந்திய மண்ணில் ஆண்ட ராமன் பெயர் இந்தியாவில் மன்னர்களின் வழித்தோன்றலில் இடப்படாமல், எகிப்து மன்னர்களின் வழித்தோன்றலில் எப்படி கடைப்பிடிக்கப்பட்டது?

பிற்கால மேற்கு ஆசிய மன்னர்களின் பெயர் பட்டியலில் தசரத மன்னன் பெயரும் வருகிறது. இதேபோல் ராமன் பெயரில் ஐரோப்பாவில் எப்படி நாட்டின் பெயரும், இடத்தின் பெயரும், உண்டாகின? ரோமானிய நாடும், ரோம் நகரமும், ரோமன் கலாசாரம் எப்படி தோன்றிற்று? இதேபோல் தென்னமெரிக்காவில் உள்ள நாடுகளில் ராமோன் என்ற பெயர் மக்களிடையே மிகவும் இடப்படும் பெயராக உள்ளது.

கன்னியாகுமரி, வேளாங்கண்ணி

தமிழ்நாட்டில் உள்ள கன்னியாகுமரியை கன்னிகை பார்வதியோடு ஒப்பிட்டு கருதுகின்றோம். இது ஆரியர்களால் உருவாக்கப்பட்ட ஒரு கருத்து. உண்மையில் அது கண்ணி ஆயன் கோயமூரீ என்பதாகும். கண்ணி என்பது காவல் காப்பது, அதாவது கண் காணிப்பது. ஆயன் என்பது மேய்ச்சல் செய்பவன். கோயமூரி என்பது நிலம். கண்ணி ஆயன் கோயமூரீ என்பதே கன்னியாகுமரி என்று மருவிற்று. அதேபோல் கண்ணையன் என்ற பெயர் தமிழில் உண்டு, இதுவும் கண்ணி ஆயன் என்பதன் திரிபு.

இதேபோல் தமிழகத்தில் வேளாங்கண்ணி என்ற ஊர் உண்டு. இந்த ஊரின் பெயர் வேளாண் கண்ணி என்ற பொருளுடையதாக இருக்கலாம். வேளாண்மை என்பது விவசாயத்தைக் குறிக்கும். கண்ணி என்பது காவல் காப்பது என்றும் கண்டோம். எனவே வேளாங்கண்ணி என்பது வேளாண்மை காப்பது என்ற பொருளாகவும் இருக்கலாம். இன்னொரு கூற்றுப்படி பார்த்தால், இந்த ஊரில் வெள்ளாறு என்ற ஆறு ஓடி, பின் கடலில் கலக்கிறது. ஆறு கடலில் கலக்கும் இடத்திற்கு கண் என்ற பெயரும் உண்டு. எனவே வெள்ளாறு கடலில் கலக்கும் இடம் 'வெள்ளாற்கண்' என்று அழைக்கப்பட்டிருக்கலாம். பின்னர் இது மருவி வேளாங்கண்ணி என்று மருவியிருக்கலாம்.

வெள்ளாறு கண் > வெள்ளாற்கண் > வெள்ளாங்கண் > வேளாங்கண்ணி.

சொர்க்கம், நரகம்

வேத அல்லது இந்து மதத்தில் சொர்க்கம் மற்றும் நரகம் பற்றிய தத்துவ கூற்றுகள் உள்ளன. ஒரு மனிதன் வாழும் காலத்தில் நல்லவனாக இருந்து நிறைய புண்ணியங்கள் செய்திருந்தால், அவன் இறந்த பிறகு அவனுடைய ஆத்மா சொர்க்கத்திற்கு செல்லும் என்றும், அவன் வாழும் காலத்தில் கெட்டவனாக இருந்து, நிறைய பாவங்கள் செய்திருந்தால் அவன் இறந்த பிறகு நரகத்திற்கு செல்லுவான் என்றும் நம்பிக்கைகள் உள்ளது. சொர்க்கம் என்பது பசுமையான, நல்ல இயற்கை வளங்கள் – பழங்கள், பூக்கள், அருவிகள் உள்ள இடமாக அது வர்ணிக்கப்படுகிறது. அது வானலோகத்தில் உள்ளது என்று சித்திரிக்கப்படுகிறது. சொர்க்கத்திற்கு செல்லும் ஆத்மா நல்ல அமைதியான சுகமான வாழ்வு வாழும் என்று நம்பப்படுகிறது.

அதேபோல் நரகம் என்பது கொடூரமான வறண்ட சூடான, வளங்கள் இல்லாத இடமாக வர்ணிக்கப்படுகிறது. இந்த இடம் பாதாள லோகத்தில் உள்ளதாக சித்திரிக்கப்படுகிறது. நரகத்திற்கு செல்லும் ஆத்மா கடினமான, தண்டனையுடைய வாழ்வு வாழும் என்று நம்பப்படுகிறது.,

இதன் எதார்த்த கூற்றுகளைக் காண்போம். சொர்க்கம் என்பது சுவ வர்க்கம் என்பதன் திரிபாக இருக்கவேண்டும். சுவ என்னும் சொல் நல்ல, புனித என்று அர்த்தங்கள் உடைய சொல். இந்த சுவ என்ற சொல்லே சுக என்று திரிந்து போயிற்று. ஒருவன் கஷ்டப்படாமல், எல்லா வளங்களும் இருந்து வாழ்ந்தால் அவனை சுக வாசி என்று நாம் கூறுவோம். அதேபோல் சுவ வர்க்கம் என்பது பசுமையான, குளிர்ச்சியான எல்லா இயற்கை வளங்களும் உள்ள இடத்தைக் குறிக்கும். இப்படிப்பட்ட இடம் மலையும் காடும் உள்ள இடம். இங்கு இயற்கையிலேயே பழங்கள், காய்கள் கிடைப்பதால் உணவிற்கு பஞ்சம் இல்லை. கஷ்டப்பட்டு உணவு தேடி அலைய வேண்டாம். சுகமான வாழ்வு வாழலாம். இங்கு வாழும் மக்கள் கஷ்டங்கள் இல்லாமல் சுகமான வாழ்வு வாழ்பவர்கள். எனவே இது சுவர்க்க பூமியாகும். இதனாலேயே சொர்க்கம் வானுலகில் உள்ளது என்ற தொன்மம் வந்தது. இங்கு வாழும் மக்கள் தேவர்கள் எனப்பட்டனர். இது பண்டைய கால எதார்த்தமாகும்.

அதேபோல் பண்டைய காலத்தில் நரகம் என்பது தாழ்ந்த வறட்சியான இடங்களில், கடற்கரை நிலங்களில் வாழ்பவர்கள். இவர்கள் அன்றாட உணவிற்கு கஷ்டப்படுபவர்கள். சில நேரங்களில் பல நாட்கள் உணவில்லாமல் கஷ்டப்படுபவர்கள். அப்படிப்பட்ட நேரங்களில் திருடியும், கொள்ளையடித்தும் வாழ்க்கையை வாழுபவர்கள். எனவே இந்த மக்கள் அரக்கர்கள் எனப்பட்டனர். இந்த இடம் பாதாள லோகத்தில் இருப்பதாக கூறப்பட்டது. சொல்லப்போனால், நாகரகம் என்பதே நரகம் என்று ஆகியிருக்க வேண்டும்.

நாகரகம் என்பது நாகர்கள் வசிக்கும் இடம். பண்டைய காலத்தில் நாகர்கள் ஒரு நாட்டின் அல்லது தீவின் கீழ்ப் பகுதியில் குடியிருந்தவர்கள். அதனாலேயே பண்டைய இந்து கடவுள்களின் சித்திரங்களில், கடவுளின் காலடியில் நாகர் கையில் கத்தி அல்லது அரிவாளுடன் இருப்பதாக சித்திரிக்கப்பட்டிருக்கும்.

இன்னும் உதாரணம் சொல்ல வேண்டுமானால், தற்போதைய தமிழகத்தில் நாகர்கோவில், நாகூர், நாகப்பட்டினம் என நாகர் சம்பந்தப்பட்ட இடங்கள் எல்லாம் கடற்கரையில் அமைந்திருக்கின்றன. இதே நாகரகம் என்ற சொல்தான் பிற்காலத்தில் நாகரிகம் என்ற சொல்லாக மாறிற்று. எப்படி? அதை பின்வரும் அத்தியாயங்களில் பார்க்கலாம்.

இந்திரன், ஐராவதம், பிள்ளையார், ஐங்கரன், ஜனவரி ஜானகி

தென்னகத்தில் பிள்ளையார் வழிபாடு பல்லவர் காலத்திலேயே வந்தது. அதாவது பொ.யு. 500–700 போல், பல்லவ தளபதியான பரஞ்சோதி சாளுக்கிய நாட்டில் இருந்த வாதாபி நகரத்தை வெற்றி கொண்ட பின் அங்கிருந்த பெரிய பிள்ளையார் சிலையை தமிழ்நாட்டிற்கு கொண்டு வந்து வழிபாடு செய்ய ஆரம்பித்த பின்னே பிள்ளையார் வழிபாடு மிகவும் பிரசித்தி பெற்றது. பிள்ளையார்பட்டி கோவிலும் ஒரு குடைவறை கோவில். அது பல்லவர் காலத்திலேயே குடைவரை கோவில்கள் கட்டப்பட்டன.

சங்க இலக்கியங்களிலும் பிள்ளையார் பற்றிய குறிப்பு காணப்படவில்லை. ஆனால் கிரேக்கர்கள் கலாசாரத்தில் இயானு என்ற தெய்வம் உண்டு. இயானு செயல்களின் தெய்வம். எந்த ஒரு செயல் ஆரம்பிப்பதற்கு முன் இயானுவை வழிபட்டு ஆரம்பிப்பார்கள். இந்த தெய்வம் யானை உருவம் கொண்டது. இயானு என்பது யானை என்பதன் திரிபு. பிள்ளையாரும் செயல்களுக்கு அதிபதி. ஏன் யானையை செயல்களுக்கு அதிபதி ஆக்கினார்கள்? அக்காலத்தில் மிகப்பெரிய பொருள்களை எடுத்துசெல்ல மிகவும் உறுதுணையாக இருந்தது யானை. மிகப்பெரிய கற்களையும், மரங்களையும் எடுத்துச்செல்ல யானையே பயன்படுத்தப்பட்டது.

பழங்காலத்தில் மரங்கள் ஏற்றுமதி மிக முக்கியமான வாணிகம். பொ.யு. மு. 3500 போல் இந்தியாவிலிருந்து தேக்கு மரங்கள் ஏற்றுமதி செய்யப்பட்டதாக கூறப்படுகிறது. தேக்கு மரத்தை எடுத்துசெல்ல யானையே பயன்படுத்தியிருக்க வேண்டும். இவ்வகையில் யானை வாணிகத்தில் ஒரு முக்கிய பங்கு வகிக்கிறது. எனவே வாணிகம் நல்லவிதமாக நடக்க யானையை வழிபட ஆரம்பித்திருக்கலாம். இதனாலேயே யானையை செயல்களின் அதிபதியாக்கி இருக்கலாம். அக்காலத்தில் மிகப்பெரிய கோவில் கட்டுவதற்கு யானை மிகவும் அவசியமாக இருந்தது. மேலும் கோவிலில் உற்சவர் நகர்வலம் வர யானையே பயன்படுத்தப்படுகிறது. அதனாலேயே கோவிலில் எப்பொழுதும் யானை இருக்கும். இந்த இயானு என்ற பெயர் ஜானு என்று திரிந்தது.

ஆனால் யானை வழிபாடு ஆதியில் எப்பொழுது ஆரம்பித்திருக்கும். புராணக் கதைகளில் யானை இந்திரனின் வாகனம். அதற்குப் பெயர் ஐராவதம். இது ஆயர் ரதம் என்பதன் திரிபாக இருக்கலாம். இதேபோல் ஆதிகாலத்தில் முருகனின் வாகனம் யானை. பிற்காலத்தில் புராணக் கதைகளில் பிள்ளையார் முருகனின் அண்ணனாக சித்திரிக்கப்படுகிறார்.

பசுபதி, அய்யப்பன், நரசிம்மர்

சிந்துசமவெளியில் கிடைத்துள்ள ஒரு முத்திரையில் ஒரு மனிதன் மரத்தின்மேல் அல்லது புலியின் மேல் அமர்ந்திருப்பது போல் ஒரு சித்திரம் உள்ளது. இரண்டாவது படத்தை உற்றுப்பார்த்தால் புலியின் மீது ஒரு ஆசனம் அமைத்து குத்துக்காலிட்டு அமர்ந்திருப்பது போல் தோன்றுகிறது. புலியின் முதுகின் மேலும் தோலாலான ஒரு விரிப்பு போல் உள்ளது. மனிதன் தலையில் குடுமி உள்ளது. புலியின் கழுத்தில் சங்கிலி போன்ற அமைப்பும் உள்ளது. இந்த சித்திரம் வேடன் புலி வேட்டையாடும் சித்திரம் என்று சில ஆய்வாளர்கள் கருதுகின்றனர். முத்திரைகள் ஏதேனும் ஒரு முக்கிய தொன்மக்கதைகளை சார்ந்தே செய்யப்பட்டிருக்க வேண்டும். எனவே இந்த புலி வேடன் முத்திரை ஏதேனும் ஒரு தொன்மக்கதையின் நினைவாக உருவாகியிருக்கலாம். நம் தென்னகத்தில் புலியை ஒத்த ஒரு தொன்மக்கதை உண்டெனில் அது அய்யப்பன் கதைதான். புலியின் பால் கொண்டு வர வேண்டி அய்யப்பன் காட்டிற்கு சென்று, புலியைக் கவர்ந்து, பின் புலியின் மேலேயே அமர்ந்து நாட்டிற்கு வந்த தொன்மக்கதை உண்டு. கீழே காணும் படங்களில் முதல் படத்தில் வேடன் மரத்தின் கிளையில் இருப்பது தெளிவாக தெரிகிறது. இரண்டாவது படத்தில் அது புலியின் மேலேயும் இருப்பது போலவும், மரத்தின் மேலேயும் இருப்பது போலவும் தெரிகிறது.

பிற்காலத்தில் இது வாய்வழி கதையாக பல தலைமுறைகள் கடந்து வந்தபொழுது அதில் வேடன் புலியின் மேலேயே அமர்ந்திருப்பது போன்று கதை மாறியிருக்கலாம். மூன்றாவது படம் அய்யப்பன் படமாகும். இதில் அய்யப்பன் கையில் வில் உள்ளது. இது வேடன் என்பதன் உருவகமாகும். முதல் இரண்டு படங்களில் உள்ளது போல் மரமும் மூன்றாவது படத்தில் உள்ளது.

சிந்து சமவெளி வேடன் புலி சித்திரம்

புலி மேல் அய்யப்பன்

இன்னொரு விசயமும் கூற வேண்டுமென்றால் 'சண்' என்ற ஆப்பிரிக்க பழங்குடி மக்கள் தாங்கள் வேட்டைக்குச் செல்லும்போது அந்த பகுதியில் உள்ள சிறுத்தையுடன் சேர்ந்து வேட்டையாட செல்வார்கள். சிறுத்தைகளுக்கும், சண் என்ற பழங்குடி மக்களுக்கும் ஒரு ஆத்மார்த்த உறவு உள்ளது. சண்முகம் என்ற பெயர் இந்த சண் பழங்குடிகளைக் குறிப்பதாக இருக்கலாம்.

சிந்து சமவெளியின் இன்னொரு முக்கியமான சித்திரம் பசுபதி சித்திரம். இந்த சித்திரத்தில் பசுபதி யோக நிலையில் அமர்ந்திருப்பதாக இருக்கும். உண்மையில்

சண்பழங்குடி மக்கள் சிறுத்தையுடன் வேட்டையாடுதல்

அது குத்துக்காலிட்டு அமர்ந்திருக்கும் நிலையாக இருக்க வேண்டும். இதேபோன்ற நிலையில் இருக்கும் ஒரு ஆரிய தெய்வம் நரசிம்மர். மற்றொரு தெய்வம் திராவிட தெய்வமான அய்யப்பன். மேலே கண்ட புலி வேடன் படத்திலும் குத்துக்காலிட்ட நிலை உள்ளது. பசுபதி என்றால் பசுக்களின் தலைவன் என்று பொருள். அய்யப்பன் என்பது ஆய அப்பன் என்று கூட பொருள்படும். ஆய என்பது மாடுகளைக் குறிக்கும் சொல். அப்பன் என்பது தலைவனை கூட குறிக்கும் சொல். எனவே பசுபதி என்ற சொல்லும், அய்யப்பன் என்ற சொல்லும் ஒருவரையே குறிக்கிறது. ஆரிய தெய்வமான நரசிம்மரும் இதேபோன்று குத்துக்காலிட்ட நிலையில் இருக்கிறார். ஆனால் அவர் தலைமட்டும் சிம்ம உருவம் கொண்டுள்ளது.

மேலே கண்ட சித்திரங்களில் புலி ஒரு முக்கியமான உருவமாக காட்டப் பட்டுள்ளது. கீழே காணும் இரண்டாவது படத்திலும் பசுபதியின் தலை அருகில் புலி ஒன்று பாய்வது போல் இருக்கிறது.

சிந்து சமவெளி பசுபதி சித்திரம்

நரசிம்மர் மற்றும் அய்யப்பன்

அதே தொன்மக்கதை ஆரியர்களிடம் வாய்வழியே தலைமுறை தலைமுறையாக கூறப்பட்டு, புலி என்பது சிங்கமாக மாறி, பின்னாளில் நரசிம்மன் என்று கூறப்பட்டு, பசுபதி சிங்கத்தலை உடையவராக சித்திரிக்கப்பட்டிருக்க வேண்டும். எனவே பசுபதி, நரசிம்மர், மற்றும் அய்யப்பன் ஆகிய மூன்று தெய்வங்களும் ஒருவராகத்தான் இருக்கவேண்டும்.

கருப்பண்ணசாமி

தமிழக கிராமங்களில் கருப்பண்ணசாமி வழிபாடு மிகவும் பிரசித்தி பெற்றது. தமிழகத்தில் பக்தி இயக்கம் ஆரம்பிப்பதற்கு முன்பே இது போன்ற காவல் தெய்வங்கள் வழிபாடு வழக்கத்தில் இருந்தது. இத்தெய்வங்கள் எல்லாம் ஊர் எல்லையில் சிலை வைத்து வழிபாடு செய்வார்கள். ஊர் எல்லையில் இருந்து இத்தெய்வங்கள் தங்கள் ஊரை காப்பதாக நம்பிக்கை உண்டு.

கருப்பண்ணசாமி என்பது கருப்பு+அண்ணா+சாமி என்று பொருள்படும். கருப்பு என்பது நிறம். அண்ணா என்பது மூத்தவர் அல்லது மேலே இருப்பவர் எனவும் பொருள்படும். மேலே பார் என்பதை அண்ணாந்து பார் என்றும் கூறுவோம். அண்ணாந்து என்பது அண்ணா + ஆழ்ந்து என்று பொருள் இருக்கலாம். அண்ணாமலை என்பதும் இதே போன்று அர்த்தம் உடையது.

கருப்பண்ணசாமியும் எரிமலையை குறிப்பதாக இருக்கவேண்டும். எரிமலையின் உச்சி கருப்பு நிறமாக இருக்கும். இது எரிமலைக்குழம்பு ஆறிப்போன பிறகு ஏற்படும் நிறமாகும். இதுவே விரிசடை போன்று காட்சியளிக்கும். இந்த கருப்பண்ணசாமியும் விரிசடைக்கடவுளும் ஒரே கடவுளாக இருக்கவேண்டும். இந்த கருப்பண்ணசாமியே மால் வழிபாட்டின் ஒரு மார்க்கமாக இருக்கவேண்டும். மால் என்றால் கருப்பு என்று அர்த்தம். முருகனுக்கு அக்னிக்கருப்பன் என்ற பெயரும் உண்டு.

இந்த கருப்பண்ணசாமியில் நொண்டி கருப்பண்ணசாமி என்ற கடவுளும் உண்டு. சங்ககாலத்திலும் முடத்திருமாறன் என்ற அரசன் இருந்தான். இவன் இரண்டாம் வெள்ளப்பெருக்கில் தப்பி வேறொரு இடத்திற்கு புலம் பெயர்ந்து மூன்றாம் தமிழ்ச்சங்கத்தை நிறுவியவன். எனவே இவனுக்கு கடல் கொள்ளப்பட்டு வந்த முடத்திருமாறன் என்ற பெயரும் உண்டு. இவன் இரண்டாம் தமிழ்ச்சங்கத்தின் கடைசி அரசன் மற்றும் மூன்றாம் தமிழ்ச்சங்கத்தின் முதல் அரசன். நொண்டி கருப்பண்ணசாமியும் இந்த முடத்திருமாறன் வழிபாடாக இருக்கலாம்.

திருமேனி

திருமேனி என்பது திரி மேனி என்பதன் திரிபாக இருக்க வேண்டும். திரி என்பதே திரு என்று தமிழிலும், ஸ்ரீ என்று சமஸ்கிருதத்திலும் மருவியிருக்கவேண்டும். திரி என்றால் மூன்று என்று அர்த்தம். திரிசங்கு, திரி (நூல்), திரி கடுகம் போன்றவை மூன்று என்ற அர்த்தம் உடைய சொற்களாகும். இதேபோல் திரிமேனி என்பது மூன்று மேனி என்ற அர்த்தம் உடையது. இதன் பொருள் மூன்று நிலங்களிலும் உள்ள மேனி என்பதாகும். மேல் நிலம், இடை நிலம் மற்றும் கீழ் நிலம். அதாவது மேரு மலையையும், அது உள்ள தீவும் நாராயணனின் அல்லது விஷ்ணுவின் உடலாக

கருதப்படுகிறது. மலை மேட்டுப்பகுதி தலையாகவும், நடுப்பகுதி இடையாகவும், கீழ்ப்பகுதி அதாவது கடற்கரை சார்ந்த நிலம் காலாகவும் கருதப்படுகிறது.

திருநீறு என்பதும் திரி நீறு என்பதன் திரிபாகும். திரிநீறு என்பது மூன்று நீறு அதாவது மூன்று பட்டைக்கோடாக இடப் படும் நீறு.

இடைப்பகுதியில் இருப்பவர்களை இடையர்கள் என்று அழைத்திருக்கலாம். இங்கு தான் ஆடு, மாடு மேய்ச்சல் தொழில் செய்ய முடியும். மலைபகுதியிலும், கடற்கரை பகுதியிலும் மேய்ச்சல் செய்ய முடியாது. இதனாலேயே மேய்ச்சல் தொழில் புரிபவர்களை இடையர்கள் என்று அழைத்திருக்கலாம்.

கால்நடைச்சமூகக் குடிப்பெயர்கள் குடவர், அண்டர், ஆயர், கோவலர், இடையர் என்பதாகும்.

வெட்சி என்பது ஆநிரை அதாவது மாடு கவர்தல். அதை மீட்பது கரந்தை.

வேடர்கள் இனக்குழு வாழ்க்கை வாழ்ந்தவர்கள். வேடர் இனக்குழுக்கள் வேடர், எயினர், மழவர், மறவர், என்று அழைக்கப்பட்டனர்.

வேடர் குழுத்தலைவர்கள் நெடுந்தகை, மதவலி என்று அழைக்கப்பட்டனர்.

"நிரை பல குழீஇய நெடுமொழிப் புல்லி
ஆநிரை கவர்வோர் மீளியாளர்;"

என்ற சங்ககாலப் பாடல் நெடுமொழிப் புல்லி என்று குழுத்தலைவரைக் குறிப்பிடுகிறது.

மீளியாளர் என்பது ஆநிரைகளைக் கவர்பவர்கள். மீளி எனப்படுவது ஆண்களுடைய ஒரு பருவம். மிலிட்டரி (military – மீளி தரை) என்ற சொல் இதிலிருந்து தோன்றியிருக்கலாம்.

கவர்ந்து செல்லப்பட்ட ஆநிரைகளை மீட்டு வருபவர் மறவர். பண்டைய காலத்தில் ஒருவரின் செல்வ மதிப்பு ஆநிரைகளின் எண்ணிக்கை கொண்டு இருந்தது. ஆநிரைகளே ஒருவரின் சீதனங்கள். சீதனங்களை கைப்பற்றியவர்களை வென்று சீதனங்களை மீட்டு வருபவர்கள் மறவர்கள். மறவர் என்பது மாறவர் என்றாகி பிற்காலத்தில் மாறர் என்று மருவியிருக்கலாம். மாற என்ற சொல் பேச்சு வழக்கில் ராம என்று மருவியிருக்க வேண்டும். மறவர்கள் வேட்டுவ இனத்தவர். வேட்டுவ இன ஆண்கள் எப்பொழுதும் கையில் வில் வைத்திருப்பார்கள். ராமனுடைய கையிலும் எப்பொழுதும் வில் உண்டு.

ஆநிரை கவர்தல், காத்தல், பதுக்கை, நடுகல் ஆகியவற்றை இணைத்துப் பார்க்கையில் ஆநிரை கவர்தலால் எழுந்த இரு கால்நடை இனக்குழுச் சமூகங்களுக்கு இடைப்பட்ட பூசல் – போர் என்பது பழங்குடி வாழ்வின் அங்கம் எனத் தெரிகிறது.

இன்றும் மடகஸ்கார் தீவு மற்றும் ஆப்பிரிக்க பழங்குடிகளில் இந்த கலாசாரம் உள்ளது. ஆநிரை கவர்தல் என்பது வீரமிகுந்ததாக கருதப்படுகிறது. ஆண்மகன் திருமணம் செய்யவேண்டுமானால் ஆநிரை கவர்ந்து வர வேண்டும்.

ரிக்வேதத்திலும் கால்நடைக்கொள்ளை, பூசல் ஆகியவை கால்நடைச் சமூகங்களுக்கு இடையில் ஆநிரை கவர்தலுக்காக நடந்த போராட்டங்களைக் குறிப்பிடுகிறது. ஆரியர்களும் கால்நடைச்சமூகமாக இருந்தனர் என்றும் அவர்கள் ஐந்து குடிகளாக இருந்தனர் என்று ரிக் வேதம் குறிப்பிடுகிறது.

எனவே திருமேனி என்பது திரி மேனி என்பதன் திரிபாகும். திருமேனி என்ற சொல்லின் சமமான சமஸ்கிருத சொல் என்னவாக இருக்கலாம் என்று யூகிக்க முடியுமா?

காயத்ரி மந்திரம்

காயத்ரி மந்திரம் மிகவும் சக்தி வாய்ந்த மந்திரம் என்று குறிப்பிடுவர். இது குரு மந்திரம், மகா மந்திரம் என்று போற்றப்படுவது. மந்திரங்களின் தாய் என்ற பெருமையுடையது. இதற்கு சாவித்திரி மந்திரம் என்ற பெயரும் உள்ளது. அப்படிப்பட்ட காயத்ரி மந்திரத்தை கீழே காண்போம்:

“ஓம் புர் புவ ஸ்வக,
தத் சவிதுர் வரேண்யம்,
பர்கோ தேவஸ்ய தீமகி,
தியோ யோனப் பிரச்சோதயாத்”

இதன் அர்த்தம்: பூர், புவ, சுவ ஆகிய மூன்று உலகையும் ஆளும் ஒளி படைத்த புனித சக்தியே... உன்னை நான் ஆராதிக்கிறேன்... என்னுடைய அறிவை நீ பிரகாசமாக்குவாயாக....

எனவே காயத்ரி மந்திரம் மூன்று லோகங்களை ஆளும் சக்தியை துதிப்பதாகும். இங்கு கூறப்படும் மூன்று லோகங்கள் என்பது மேலே குறிப்பிட்ட திரி மேனியை குறிப்பதாகும். அது எப்படி அது திரி மேனியைக் குறிக்கும் என்று கேள்வி எழுகிறதா? எப்படி என்று பார்ப்போம்.

காயத்ரி என்பது காயத்திரி என்பதன் திரிபு. காயத்திரி என்பது காயம் + திரி எனப் பொருள்படும். காயம் என்றால் உடல். ‘காயமே இது பொய்யடா வெறும் காற்றடைத்த பையடா..’ என்று கூறக் கேட்டிருக்கிறோம். திரி என்றால் மூன்று. எனவே காயத்திரி என்பது மூன்று உடலை குறிப்பிடும். எனவே காயத்திரி என்பதும் திரிமேனி என்பதும் ஒன்றுதான். மேலும் ஒளி பொருந்திய என்று வர்ணிக்கப்படுவதால் இது எரிமலையையும் குறிக்கலாம்.

யாகம்

யாகங்கள் நடத்துவது இந்து மதத்தில் ஒரு முக்கியமான சடங்காகும். அவை கோவில்களிலோ, வீடுகளிலோ, முக்கிய விசேஷங்களுக்கோ நடத்தப்படுகின்றன. அவை நல்ல சக்தியை வரவழைப்பதற்கோ, அல்லது கெட்ட சக்தியை விரட்டுவதற்கோ அல்லது ஒரு குறிப்பிட்ட இடத்தை சுத்தப்படுத்துவதற்கோ, அல்லது குறிப்பிட்ட இடத்தில் இருக்கும் ஆன்மாக்களை சாந்தப்படுத்துவதற்கோ நடத்தப்படும் சடங்காகும். இந்த சடங்கு முறை ஆரியர்களின் வழக்கமாகும். திராவிட கலாசாரத்தில்

இது கடவுளுக்கு பலி கொடுக்கும் சடங்காகவும், தீ மிதித்தல், தீச்சட்டி எடுத்தல், காவடி எடுத்தல் போன்ற சடங்குகளாக நடத்தப்பட்டன, இன்றும் நடத்தப்படுகின்றன. இந்த யாகச் சடங்கும் பழங்கால பழங்குடிகளின் சடங்காகும்.

ஆக என்ற சொல்லே யாக என்று மருவியிருக்க வேண்டும். ஆக என்றால் ஆகுதல் என்ற பொருள்படும். ஒரு விஷயம் ஆகுவதற்கு செய்யப்படும் சடங்கு 'ஆக' சடங்காயிருக்க வேண்டும். பின் இது மருவி யாக என்று ஆகியிருக்க வேண்டும்.

ஆக > யாக > யாகம்

கால்நடைச்சமூகத்தில் நடக்கும் வெட்சி கரந்தை போரில் புண்பட்ட தலைவனின் புண்ணை தீய சக்திகளிடமிருந்து காக்க வீட்டில் இரவ மரத் தழையோடு, வேப்பந்தழை கலந்து செருகினர். யாழில் நெய்தற் பண் மீட்டினர். கைபெயர்த்து ஆட்டின் நிணத்தை பூசி ஐயவி எனும் வெண்கடுகு சிதறினர். ஆம்பல் தண்டு ஊதினர், மணி அடித்தனர், வீட்டு எல்லைகளில் புகை எழுப்பினர்.

இந்தப் புகை எழுப்புதலை, யாக வழிபாடாக பிற்காலத்தில் ஆரியர்கள் நடத்தியிருக்க வேண்டும்.

கடவுள், இறைவன், தெய்வம், ஆண்டவன்

கடவுள், இறைவன், தெய்வம், ஆண்டவன் எல்லாம் நாம் வழிபடும் ஒரு விசயத்தைக் குறிப்பிடுவது. இந்த விசயங்களில் நம்பிக்கை உள்ளோருக்கு ஆன்மிகவாதி என்றும், நம்பிக்கை இல்லாதவருக்கு நாத்திகவாதி என்றும் கருதப்படுவர். ஆன்மிகத்தில் இந்த நான்கு சொற்களுக்கு தத்துவ விளக்கங்கள் நிறைய உண்டு. எதார்த்தத்தில் இந்த நான்கு சொற்களுக்குடைய உண்மையான அர்த்தம் பற்றி கீழே பார்க்கலாம்.

கடவுள் என்ற சொல்லிற்கு எல்லாம் கடந்து உள்ளிருக்கும் சக்தி என்று பொருள்படக் கூறுவர். இது ஒரு தத்துவ விளக்கமாகும். கடவுள் என்ற சொல்லிற்கு உள்ள எதார்த்த பொருள் கூற்றுகளை நாம் காணலாம்.

கடவுள் என்பது கடவுவேள்; கடவு என்றால் கடக்கும் இடும். இது காட்டிலோ, ஆற்றிலோ ஒரு கடக்கும் இடத்தை குறிப்பிடும். நாம் ஆற்றை கடக்கும்போது ஒரு குறிப்பிட்ட துறையில் இருந்துதான் கடப்போம். மேலும் நாம் வெளிநாட்டிற்கு செல்லும்பொழுது பாஸ்போர்ட் தேவைப்படும். பாஸ்போர்ட்டை தமிழில் கடவுச்சீட்டு என்று சொல்வோம். வேள் என்றால் தலைவன். அந்த கடக்கும் இடத்தின் தலைவன் என்ற சொல்லே கடவுள் என்று மருவியிருக்க வேண்டும். இந்த கடவு என்ற சொல்லே பிற்காலத்தில் கதவு என்று மருவி நம் வீட்டின் கதவை குறிக்கிறது. நாம் வீட்டினுள் செல்ல கதவை கடந்து செல்ல வேண்டும்.

மற்றொரு கூற்று கடவுள் என்பது கடிவேள் அல்லது கடிகை வேள் என்பதன் மருபாக இருக்கலாம். கடி என்றால் கடிதல் அதாவது திருத்துதல் அல்லது வழி நடத்துதல் என்று அர்த்தம். எனவே குடியை திருத்தும் தலைவன் என்ற அர்த்தத்தில் கடிவேள் என்பது கடவுள் என்று மருவியிருக்க வேண்டும். கடிகை என்றால் கற்றுக்கொடுக்கும் இடம். அதாவது குருகுலம். கற்றுக்கொடுக்கும் இடத்தின்

தலைவன் என்ற பொருளாகவும் இருக்கலாம். தமிழில் நடிகவேள் என்ற சொல் உண்டு. இந்த சொல்லிற்கு அர்த்தம் நடிப்பின் தலைவன் என்று அர்த்தம்.

மேலும் ஒரு கூற்று. கடவுள் என்பது கோடு வேள் என்பதன் மருபாக இருக்கலாம். கோடு என்றால் மலை; மலை நாட்டின் தலைவனை வேள் என்றும், மலை இனத்தினரை வேளிர் என்று கூறுவர். எனவே கோடு வேள் என்பதே கடவுள் என்று மருவியிருக்கலாம். ஏழு வள்ளல்களில் ஒருவனான பாரி வேந்தனை, வேள்பாரி அல்லது பாரிவேள் என்று கூறுவதுண்டு.

காளை மாட்டின் கொம்பை கோடு என்று கூறுவர். வேள் என்பது தலைவன். எனவே கோடு வேள் என்பது காளையின் கொம்பு அணிந்த தலைவன் எனப் பொருள்படும். சிந்து சமவெளியில் பசுபதி எனப்பெயரிடப்பட்ட காளைகொம்பு அணிந்த கடவுள் இருந்ததாக தொல்பொருள் ஆய்வுகள் உள்ளது.

இறைவன் என்ற சொல்லிற்கு எல்லா இடங்களிலும் இறைந்து அதாவது பரவி இருக்கும் சக்தி என்று அர்த்தம் கூறுவர். முதலாம் தமிழ்ச்சங்கத்தில் இரீஇயனார் என்ற சொல் உண்டு. மேலும் தொல்காப்பியத்திற்கு பொருள் எழுதியவர் இறையனார் என்ற ஒருவரும் உண்டு. தமிழ்ச்சங்கத்தில் உறுப்பினர்களாக இருந்தவர்கள் மன்னர்களும், புலவர்களும். சில நேரங்களில் மன்னர்களும் பாடல் இயற்றி பாடியதுண்டு. எனவே மன்னர்களும் புலவர்களாக இருந்திருக்கின்றனர். இப்படி மன்னன் புலவராக இருப்பவரை இரீஇயன் என்று கூறினார்கள். இந்த இரீஇயன் என்ற சொல்லே இறைவன் என்று மாறியது. இதற்கு ஒரு எடுத்துக்காட்டு திருவிளையாடல் புராணத்தில், பாண்டிய மன்னனின் சந்தேகத்தை தீர்க்கும் பொருட்டு தருமிக்கு பாட்டு எழுதிக்கொடுக்கும் புலவராக சிவன் வேடமிட்டு வருவார். இது உண்மையில் வேறொரு மன்னர் புலவராக இருந்ததை குறிப்பிடும் விசயமாகும்.

இன்னொரு கூற்றுப்படி பார்த்தால் இறைவ என்பது இறந்த அவ என்ற பொருளில் கூறப்பட்டிருக்கலாம். அவ என்பது ஆதி மூதாதையரைக் குறிப்பது. அவ என்பதன் பெண்பால் சொல் அவ்வை. கொற்றவை என்பது கொற்ற அவ்வை என பொருள் படும். இறைவ என்பது இறந்துபோன மூதாதையர்களைக் குறிப்பதாகும். ஒருவர் இறந்துவிட்டதை இறைவனடி சேர்ந்தார் எனக் கூறுவது இதன் அடிப்படையில் இருக்கலாம்.

தெய்வம் என்ற சொல் தெய்வ என்ற சொல்லின் பெயர்ச்சொல். தெய்வ என்ற சொல்லே சமஸ்கிருதத்தில் தேவ என்றாக மருவிற்று. சங்ககாலத்தில் மாலை நேரத்தை தெய்வம் என்று கூறுவர். தெய்வ என்பது தேய்+அவ என்பதாக இருக்கலாம். அதாவது தேயும் அவம் என்பது அதன் பொருள். சூரியன் மாலை நேரத்தில் தேய்ந்து மறைவதை குறிப்பதாக இருக்கலாம். மலையாளத்தில் மேற்கு திசையை படிஞாயிறு என்று கூறுவர். அதாவது படியும் சூரியன் என்று அதற்கு அர்த்தம். அல்லது தெய்வம் என்பது சந்திரனை குறிப்பதாக இருக்கலாம். சந்திரன் தேய்ந்து வளரக்கூடியது. சங்ககாலத்தில் அது வரும் நேரத்தை குறிப்பதே தெய்வம் எனப்பட்டிருக்கலாம்.

சந்திரன் என்பது சமஸ்கிருத சொல் என்று நினைக்கிறோம். அதுவல்ல உண்மை. அது ஒரு தமிழ்ச்சொல். சந்திர என்பது சந்தி ஆரம் எனப் பொருள்படும். சந்தி என்பது

இரண்டு அல்லது அதற்கும் மேற்பட்ட இடங்கள் அல்லது விஷயங்கள் அல்லது மனிதர்கள் சேரும்/கூடும் இடத்தை அல்லது நேரத்தை குறிப்பது. சந்திப்பு என்ற சொல்லும் இதையே குறிக்கிறது. சாயங்கால வேளைக்கு சந்தி வேளை என்று பெயர். அதாவது பகல் முடியும் பொழுது மற்றும் இரவு தொடங்கும் பொழுது ஆகிய இந்த இடைப்பட்ட வேளைக்கு சந்தி வேளை என்று பெயர். பிராமணர்கள் சாயங்கால வேளையில் 'சந்தியாவந்தனம்' என்ற வழிபாடு செய்வர். இந்த சந்தி வேளையில் சந்திரன் தோன்றும். ஆரம் என்பது வட்டம். சந்தி + ஆரன் என்பது சந்தி நேரத்தில் தோன்றும் வட்டம் எனப்பொருள்படும். அதே போல் சந்தியா வந்தனம் என்பது 'சந்தி ஆயன் வன் தனம்' அல்லது 'சந்தி ஆயன் வந்த அனம்' எனப் பொருள் படலாம்.

தேய் என்றால் தீயை குறிப்பதாகவும் இருக்கலாம். உதாரணமாக தேயிலை என்பது தீய் இலை அதாவது தீயில் இடும் இலை என்ற அர்த்தத்தில் இருக்கலாம். அவ என்றால் ஆணும் பெண்ணும் அல்லாத பொதுவான ஒரு சக்தியை குறிப்பதாக இருக்கலாம். இந்த அவ என்ற சொல்லிலிருந்தே அவன், அவள் என்று ஆண், பெண் பாலினத்தை குறிக்கும் சொல் உண்டாகியது. அவன் என்பது அவ + அன்; அவள் என்பது அவ + அள்; இந்த அவ என்ற சொல்லே அவ்வை என்றாகியது. எனவே தீய் அவ என்பது தீயின் இருக்கும் சக்தி அல்லது தீ சக்தியைக் குறிப்பது. இன்னொரு கூற்றுப்படி பார்த்தால் தெய்வம் என்பது தேய்ந்த அவம் என்பதன் திரிபாக இருக்கலாம். இதில் தேய்ந்த என்பது இறந்த என்ற அர்த்தம் உடையதாக இருக்கலாம். தெய்வம் என்பது இறந்து போன மூதாதையர்களை குறிப்பதாக இருக்கலாம்.

ஆண்டவன் என்ற சொல் பற்றிய கூற்றுகளை பின்வருவனவாறு நாம் காணலாம். கடவுள் வழிபாடு என்பது மூதாதையர் வழிபாட்டின் தொடர்ச்சி என்று நாம் கண்டோம். மூதாதையர் என்பவர் ஒரு குலத்தை ஆண்ட தலைவர்களை குறிப்பதாக கூட இருக்கலாம். அப்படி ஒரு குலத்தை ஆண்ட மூதாதையர்களை ஆண்டவன் என்று குறிப்பிட்டிருக்கலாம். இன்னொரு கூற்று, பண்டைக்காலத்தில் ஆண்டி என்ற ஒரு இனப்பிரிவு இருந்திருக்கலாம்.

காட்டுமிராண்டி சொல் காட்டில் வாழும் மனிதர்களைக் குறிப்பிடுவது. இதன் உண்மை அர்த்தம் காட்டு மர ஆண்டி. அதாவது காட்டு மரத்தில் வாழும் ஆண்டி என்று அர்த்தம். ஆப்பிரிக்காவில் இப்படி மரத்தில் வாழும் பழங்குடிகள் உள்ளனர். அந்த குடியினரின் பெயர் அக மற்றும் துவா குடியினர். இந்த குடியினரே உலகின் ஆதி மனிதர்களாக கருதப்படுகின்றனர். இவர்கள் குள்ளமானவர்கள். அகத்தியர் என்பது இந்த குடியினரைக் குறிப்பதாக இருக்கலாம் என்று ஏற்கெனவே நாம் விவாதித்திருந்தோம். மடகாஸ்கர் தீவில் உள்ள பழங்குடிகளில் அண்டேவோ என்றால் அடிமை அல்லது தாழ்ந்த இனத்தவர் என்று அர்த்தம். இது மேல் குடியினர் கருதிய வழக்காக இருக்கலாம். அன்ட்ரியான் (அண்டி அரியன்) என்றால் மேல் குடியினர். இது ஆண்டி அரியன் என்ற அர்த்தம் உடையதாக இருக்கலாம். ஹோவ என்றால் பொதுவான அல்லது நடுத்தர குடியினர். மாயாண்டி, விருமாண்டி, முனியாண்டி, சடையாண்டி போன்ற பெயர்கள் தமிழில் உண்டு. அண்டி (Andy) என்ற பெயர் ஆங்கிலத்திலும் உள்ளது.

ஆண்டி என்ற சொல் ஏழைகள் அல்லது எதுவும் இல்லாதவனை குறிக்கும். அது அடிமை அல்லது தாழ்ந்த இனத்தவர் என்ற பொருளிலும் கூறப்படலாம். அல்லது எல்லாம் துறந்தவனை கூட குறிப்பிடலாம். முனிவர்கள் கூட எல்லாம் துறந்தவர்கள். ஆண்டி என்றால் சன்னியாசி அல்லது சித்தரைக் குறிக்கும். ஆண்டிப்பண்டாரம் என்ற சொல் ஆண்டி பண்ட ஆரம் எனப் பொருள்படும். பண்ட ஆரம் என்பது பிட்சை எடுக்கும் பாத்திரம். கோவில் பண்டாரம் என்பது உண்டியல். ஆண்டி பற்றிய பிரசித்தி பெற்ற ஒரு பழைய பாடல் உள்ளது.

"நந்தவனத்தில் ஒரு ஆண்டி, அவன்
நாலாறு மாதமாய்க் குயவனை வேண்டிக்
கொண்டு வந்தானொரு தோண்டி, அதைக்
கூத்தாடிக் கூத்தாடிப் போட்டுடைத்தாண்டி"   (கடுவெளிச் சித்தர்)

அவம் என்பது தெய்வம். இதன் ஆண்பால் அவன். ஆண்டி என்ற இனத்தினரின் தெய்வம் 'ஆண்டி அவன்'. இதுவே ஆண்டவன் என்று மாறியிருக்க வேண்டும். மற்றொரு கூற்று, அண்டம் என்றால் வான்வெளி அல்லது மலை மேல் இருக்கும் நிலம். இந்த வெளியின் அல்லது நிலத்தின் தெய்வத்தைக் குறிப்பது ஆண்டவன்.

அண்டம் + அவன் = அண்டவன் > ஆண்டவன்.

கும்பிடுதல்

கைகூப்பி கும்பிடுவது சில சமயங்களில் அல்லது மதங்களில் கடைப்பிடிக்கப் படுவது. இது மரியாதைக்குரியதாகவோ அல்லது கடவுள் வழிபாட்டிற்காகவோ செய்யப்படுவது. இதன் உள்ளில் இருக்கும் சங்கேத அல்லது குறியீட்டு அர்த்தம் என்ன?

கும்பிடுதல் என்பது கூம்பு இடுதல் என்று அர்த்தம். அதாவது இரண்டு கைகளை கூம்பு போல் வைத்தல்; கூம்பு எரிமலையை குறிக்கும். இதேபோல் தலை முடியை (மயிரை), வாரி தலையில் கூம்பு போல் இடுதல். இதனாலேயே தலை சீவும் சீப்பிற்கு ஆங்கிலத்தில் கோம்ப் (comb) என்று பெயர் வந்திருக்கலாம். அல்லது மாட்டிற்கு கொம்பு இருப்பதை உணர்த்தும் விதமாக கோம்ப் என்று சொல்லியிருக்கலாம்.

இதேபோல் கார்த்திகை தீபத்திருநாளில் கூம்பு இடும் வழக்கம் உள்ளது. கூம்பு இடுதல் என்பது பழைய பொருட்களை குவித்து கூம்பு போல் அமைத்து அதை தீ இடுவர்.

எனவே கும்பிடுதல் என்பது எரிமலையை வணங்கும் செயலைக் குறிப்பது.

காவி நிறம், செந்தூரம்

இந்து சமயத்தின் மிகவும் புனிதமாக கருதப்படுகிற நிறம் காவி நிறம். பழங்கால முனிவர்களில் இருந்து, சித்தர்கள், குருக்கள், தற்கால சாமியார்கள், வரை உடுத்தும் நிறம் காவி. ஏற்கெனவே விவரித்துள்ளது போல் புராணங்களில் கூறப்படும் முதன்மையான ரிஷி அல்லது முனிவர் அகத்தியர். ஆனால் அகத்தியர் என்பவர் ஒரு தனி நபர் அல்லர். அது இரு குள்ளமான பழங்குடிகளை குறிப்பதாகும் என்று

கண்டோம். இந்த குள்ளமான பழங்குடிகள் உடுத்தும் ஆடை காவி நிறம். இதேபோல் ஆப்பிரிக்காவில் ஹிம்பா என்ற பழங்குடியினர் செந்தூரம் நிறத்திலான ஒரு நறுமண சாந்தை தயாரித்து தங்கள் உடல் முழுதும், மயிர் உள்பட பூசிக்கொள்கிறார்கள். இது அவர்கள் உடலை வெப்பத்திலிருந்து பாதுகாக்க உதவுகிறது.

கங்கை ஆறு

கங்கை ஆறு சிவ பெருமான் தலையில் இருந்து தோன்று வதாக அல்லது கங்கை ஆற்றை தலையில் வைத்திருப்பதாக இந்து சமயம் கூறுகிறது. இது ஒரு உருவகக் குறியீடு ஆகும். எதார்த்தத்தில் எங்கேனும் தலையில் ஆறு தோன்ற முடியுமா? ஆறு என்பது மலைகளில் தோன்றுவது ஆகும். எனவே இங்கு சிவன் எனப்படுவது மலையைக் குறிக்கும். ஏற்கெனவே முன்பு கூறியுள்ளது போல் சிவன் எனப்படும் தட்சிணாமூர்த்தி என்பது எரிமலையைக் குறிக்கும் உருவகமாகும். இந்த எரிமலைகள் மடகாஸ்கர் தீவிலும், அதன் அருகில் உள்ள தீவுகளிலும் உள்ளது. இங்கு அணைந்து போன எரிமலைகளின் வாய்களில் ஊற்று ஊறி, நீர் தேங்கி நின்று பெரிய ஏரி போல் காட்சியளிக்கும். இந்த ஏரிகளிலிருந்து தோன்றும் ஆறு, கங்கை ஆறு என அழைக்கப்பட்டிருக்கலாம். ஏனெனில் கங்கை என்பது கங்கு என்பதன் இலக்கணத் திரிபு. கங்கு என்பது உயிருடன் இருக்கும் எரிமலையில் இருந்து வெளிப்படும் தீக்குழம்பின் பெயர். எரிமலை சீறும் பொழுது இந்த கங்குக் குழம்பு ஆறு போல் வழிந்து ஓடும். அதேபோல் அணைந்த எரிமலையின் வாயில் உருவாகிய ஏரியில் இருந்து உருவாகும் ஆற்றிற்கு கங்கை ஆறு என அழைக்கப்பட்டிருக்கலாம். ஆறு என்ற சொல்லே ஆறிப்போன கங்கின் வழித்தடம் என்பதை குறிப்பதாக இருக்கலாம்.

அக்ரஹாரம்

அக்ராஹாரம் என்பது பிராமணர்கள் குடியிருக்கும் இடம். இங்கு தெருக்கள் ஒரே நேராக இருக்கும். தெருவின் இருபக்கமும் வீடுகள் வரிசையாக இருக்கும். அக்ரஹாரம் என்பது அகிரக ஆரம் என்பதன் திரிபு. கிரகம் என்பது வீட்டைக் குறிப்பது. கிரி அகம் என்பதே கிரகம் என்று ஆயிற்று.

க்ரஹா > கிரக > கிரி அகம் ; மலைமேல் உள்ள அகம் ;

புது வீட்டிற்கு குடி போவதை கிரஹப்பிரவேசம் என்கிறோம். ஆரம் என்பது வட்டத்தை குறிப்பதாகும். கிரஹ ஆரம் என்பது வட்டமாக உள்ள குடியிருப்புகளை குறிப்பது. அதாவது பழங்குடிகளின் குடியிருப்புகள் வட்டமாக இருக்கும். அதாவது மலைமேல் குடியிருக்கும் பழங்குடிகளின் இருப்பிடம் வட்டமாக வெளி அமைத்து இருக்கும். அதனுள் வீடுகள் இருக்கும். இதுவே கிரஹா ஆரம் என்று சொல்லப்பட்டிருக்க வேண்டும். பின்னாளில் நாகரிகம் வளர்ந்த பிறகு கட்டடங்கள் கட்ட ஆரம்பித்த பிறகு குடியிருப்புகளை வட்டமாக இல்லாமல் நீள வாக்கில் நடுவில் நேரான இடம் விட்டு இரு புறமும் வரிசையாக வீடுகள் கட்டினர். இடையில் உள்ள இடைவெளி தெரு வென்று கூறப்பட்டது. வட்ட வடிவமாக இல்லாத, நேராக உள்ள குடியிருப்புகள் அகிரக ஆரம் என்று அழைக்கப்பட்டது.

ஐயர், ஐயங்கார், அய்யனார்

ஆரியர்கள் இந்தியாவிற்குள் வந்த பொழுது அவர்களில் இரு பிரிவினர் மிக முக்கியமானவர்களாக இருந்தனர். ஒரு பிரிவினர் ஐயர் எனப்படுபவர் மற்றொரு பிரிவினர் ஐயங்கார் எனப்படுபவர். இதில் ஐயர் எனப்படுபவர் பெரும்பாலும் சைவ சமயத்தைச் சார்ந்தவர்கள். சிவனை அதி தெய்வமாக வழிபடுபவர்கள். ஐயங்கார் எனப்படுபவர் பெரும்பாலும் வைணவ சமயத்தைச் சார்ந்தவர்கள். விஷ்ணுவை அதி தெய்வமாக வழிபடுபவர்கள். ரிக் வேதத்தில் ஆரியர்களின் முக்கிய தொழில் மேய்ச்சல் தொழில் என்று கூறப்படுகிறது. அதுவும் மாடுகள் மேய்க்கும் தொழில். மாடுகளே அவர்களின் முக்கிய செல்வம். பழங்கால ஐயர்மார்களின் வீட்டில் பசுத்தொழுவம் இருக்கும். பசுவை தெய்வமாக அவர்கள் வழிபடுகிறார்கள். சங்ககாலத்தில் மேய்ச்சல் தொழில் புரிந்தவர்களுக்கு ஆயர் என்று பெயர். ஆயர்கள் வாழ்ந்த இடம் ஆயர்பாடி எனப்படும். இந்த ஆயர் என்ற சொல்லே மருவி அய்யர் என்று மாறியிருக்க வேண்டும்.

ஆயர் > அய்யர் > ஐயர்

ஐயங்கார் பிரிவினர் ஐயர் பிரிவினரைக் காட்டிலும் மிகுந்த ஆச்சாரமானவர்கள். இதற்கு முன்பே ஏற்கெனவே வைணவ சமயம் எகிப்தில் தோன்றியிருக்கலாம் என்று நாம் பார்த்தோம். மேலும் எகிப்தியர்கள் நாகர்களா என்று கூட சிந்தனை செய்தோம். பண்டைய நாகரிகத்தில் நாகர்கள் வாணிகம் செய்தவர்களாக இருந்ததால் அவர்கள் உயர்ந்த இடத்தில் இருந்திருக்க வேண்டும். ஆயர் மற்றும் நாகர் குடிகளின் சங்கமமே ஐயங்கார் பிரிவினராக இருக்கவேண்டும்.

ஆயன் + நாகர் = ஆயன்நாகர்

ஆயன்நாகர் > ஆயநாகர் > ஆயங்கார் > அய்யங்கார் > ஐயங்கார்

இந்த ஆயன் என்ற சொல்லே அய்யன் என்று ஆயிற்று. பின் அய்யன் என்ற சொல் மரியாதையாக அய்யனார் என்று அழைக்கப்பட்டது. அய்யப்பன் என்ற பெயரும் இதிலிருந்து தான் தோன்றியிருக்க வேண்டும்.

தீபாவளி, தசரா, கார்த்திகை தீபத்திருநாள்

தீபாவளியும், தசராவும் இந்தியா முழுதும் கொண்டாடப்படும் பண்டிகைகள். முதலில் தசரா கொண்டாடப்படுகிறது, பின்னர் தீபாவளி கொண்டாடப்படுகிறது. தசரா பண்டிகை கொண்டாடப்படுவதற்கு காரணங்கள் மாநிலங்களுக்கேற்ப வேறுபடுகிறது. தென்னிந்தியாவில், வடகிழக்கு இந்தியாவில் இது நவராத்திரியாக, துர்க்கா பூஜையாக கொண்டாடப்படுகிறது. பத்தாவது நாள் விஜயதசமியாக கொண்டாடப்படுகிறது. இந்த நாள் துர்கை மகிசாசுரன் என்ற எருமை அரக்கனை கொன்ற தினமாகும். வட இந்தியாவில், வடமேற்கு மாநிலங்களில் இது ராமர், ராவணனை கொன்ற தினமாக கருதப்படுகிறது. இதை சித்திரிக்கும் விதமாக, அன்றைய தினம் ராவணனின் பெரிய உருவத்தை அம்பு கொண்டு தீயிட்டு எரிக்கிறார்கள். இன்றைய தினத்திலிருந்து 21 நாள் தீபாவளி கொண்டாப்படுகிறது. அதாவது ராமர், ராவணனைக் கொன்ற பின் அயோத்திற்கு வந்த நாளே தீபாவளியாக கொண்டாப்படுகிறது. ஆனால் சில

மாநிலங்களில் தீபாவளி, கிருஷ்ணர் நரகாசுரனை கொன்றதால் கொண்டாப்படுகிறது. தீபாவளி அன்று மக்கள் பட்டாசு வெடித்து கொண்டாடுகிறார்கள்.

கார்த்திகை தீபதிருநாள் தமிழ்நாடு, கேரளா, மற்றும் இலங்கையில் கொண்டாடப்படுகிறது. இது கார்த்திகை மாதத்தில் பௌர்ணமி அன்று கொண்டாடப்படுகிறது. இந்த பண்டிகை தீபாவளிக்குப் பின் கொண்டாடப்படுகிறது. இது முருகன் பிறந்த அல்லது உருவான தினத்தை குறிப்பிடும் வகையில் கொண்டாடப்படுகிறது. இந்த தினத்தன்று வீட்டின் முன் அகல் விளக்கு ஏற்றி கொண்டாடப்படுகிறது. மேலும் இந்த தினத்தன்று வீட்டில் இயற்கை முறையில் செய்த பட்டாசு வெடித்து கொண்டாடப்படுகிறது. இதற்கு கார்த்திகை சுற்று அல்லது சுழற்று என்று பெயர். இந்த பண்டிகை பற்றி அகநானூறு பெருவிழா என்று கூறப்படுகிறது. இது தமிழர்களின் ஒரு முக்கியமான விழாவாகும். பக்தி சமயத்தில் இது சிவன் மாபெரும் ஒளிப்பிழம்பாக காட்சியளித்த நிகழ்வை கொண்டாடும் விழா என்ற கருத்தும் உண்டு. அதனாலேயே திருவண்ணாமலையில் மலைமேல் கார்த்திகை தீபம் ஏற்றப்படுகிறது.

தசரா, தீபாவளி, திருவண்ணாமலை தீபம்

ஒரு எரிமலை வெடிப்பு

மேலே கூறிய இந்த மூன்று பண்டிகைக்கும் ஒரு ஒற்றுமை உண்டு. அது, இந்த மூன்று பண்டிகைகளிலும் நெருப்பு மிக முக்கியமான அங்கமாக இருக்கிறது. பண்டைய குமரிக்கண்டத்தில், கடல் வெள்ளப்பெருக்கில் புலம் பெயரும் முன்பு, இந்த மூன்றும் ஒரே பண்டிகையாக இருந்திருக்க வேண்டும். அந்த பண்டிகை ஒரு எரிமலை சீற்றத்தின் அல்லது வெடிப்பின் நிகழ்வை பிரதிபலிக்கும் விழாவாக இருந்திருக்க வேண்டும். இந்த எரிமலை வெடிப்பின் மூலம் சில நல்ல நிகழ்வுகள் நடந்திருக்க வேண்டும். அதுவே அசுரர்கள் வதமாக புராணங்களில் தொன்மைக்கதைகளாக புனையப்பட்டிருக்க வேண்டும். கேரளாவில் இதேபோன்று, கோவில்களில் முக்கியமாக துர்கை அல்லது கோவில்களில் வெவ்வேறு காலங்களில் பூரம் என்ற பண்டிகை கொண்டாடப்படுகிறது. இந்த பூரம் பண்டிகையின் முக்கிய அம்சம் பூரம் வெடிகட்டு ஆகும். இதில் பட்டாசு வெடிப்பு மிகவும் பிரசித்தி பெற்றதாகும். இந்தப் பண்டிகையும் மேலே கூறிய காரணத்தின் பிரதிபலிக்கும் விசயமாக இருக்கலாம்.

சங்கு, சக்கரம், வில், கதாயுதம்

இந்து மத தொன்மங்களில் பலவிதமான ஆயுதங்கள் கூறப்பட்டிருக்கின்றன. இந்த ஆயுதங்கள் எல்லாம் பண்டைய பழங்குடி மக்கள் தங்கள் அன்றாட வாழ்வில் வேட்டைக்குச் செல்லும்போதும், மேய்ச்சல் புரியும் போதும் உபயோகப்படுத்தியிருக்க வேண்டும். குறிப்பாக வேட்டைக்குச் செல்லும்போது வில், வேல், கவண், அம்பு, சங்கு, போன்ற பலவிதமான ஆயுதங்கள் வைத்திருப்பார்கள்.

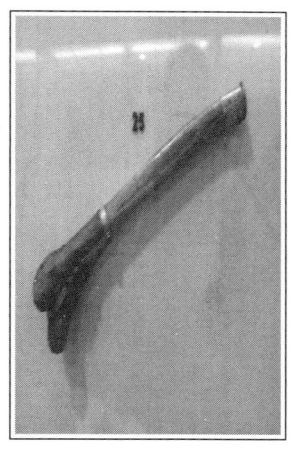
எலும்பாலான கதாயுதம்

பழங்குடி மக்கள் கையில் கதாயுதம்

பண்டைய காலத்தில் சங்கு மற்றும் கொம்பு இவைகள் ஒலி எழுப்புவதற்கு உபயோகப்படுத்தப்படும். மகாபாரதப் போரில் போர் தொடங்கவும், முடிக்கவும் சங்கு ஊதுவார்கள் என குறிப்பிடப்படுகிறது. பண்டைய பழங்குடி மக்களும் வேட்டையாடும் பொழுதும், போரின் போதும் சங்கு மற்றும் கொம்பு ஊதுவார்கள். பண்டைய பழங்குடி மக்களின் பூமராங் எனப்படும் ஆயுதமே பின்னாளில் சக்கரமாக மாறியிருக்கவேண்டும். தமிழில் இதற்கு வளறி என்று பெயர். அதாவது வளை எறி என்பதே இதன் அர்த்தம்.

இவைகளே பிற்கால தொன்மைக்கதைகளில் கடவுள்களின் கையில் ஆயுதங்களாக சித்திரிக்கப்பட்டுள்ளது. அதில் முக்கியமான ஆயுதம் கதாயுதம். கிட்டத்தட்ட எல்லா கடவுள்களின் கையிலும் கதாயுதம் இருக்கும். இந்த கதாயுதமும் பண்டைய பழங்குடி மக்களின் ஒரு வேட்டை ஆயுதமாகும். ஆரம்பத்தில் இந்த கதை ஆயுதம் மிருகத்தின் அல்லது மனித எலும்பின் ஒரு பகுதியாக இருந்திருக்க வேண்டும். பிற்காலத்தில் இது மரத்தாலும் பின் உலோகத்தாலும் செய்யப்பட்டிருக்க வேண்டும்.

சுமேரிய மற்றும் எகிப்திய கடவுள்கள் மற்றும் மன்னர்கள் கையில் இருக்கும் கதையும் இந்த பழங்குடி மக்களின் கதையின் அளவை ஒத்தே இருக்கிறது.

கோதண்டராமன், தண்டாயுதபாணி

கோதண்டராமன் என்பது கையில் வில் வைத்திருக்கும் ராமன். இங்கு கோதண்டம் என்பது வில்லைக் குறிப்பதாக கூறப்படுகிறது. ஆனால் தண்டம் என்றால் தடி. கோ என்றால் அரசன் அல்லது மாடு. மாடுகளைக் கட்டுப்படுத்தும் தடி கோதண்டம். அல்லது அரசன் கையில் இருக்கும் தண்டம் கோதண்டம். பின் எப்படி அது வில்லைக் குறிக்கும்.

தண்டாயுதபாணியா, கோதண்டராமனா..?

பழனி மலை முருகனுக்கு தண்டாயுதபாணி என்று பெயர் உண்டு. கையில் தடியோடு இருப்பதால் இவருக்கு தண்டாயுதபாணி என்று பெயர். எனவே தண்டம் என்றால் தடி ஆகும். வில் இல்லை.

தண்டாயுதம் என்பது தண்டு ஆயுதம் ஆகும். அதாவது மரத்தின் அல்லது செடியின் தண்டு கொண்டு செய்யும் ஆயுதம். ஒருவர் தவறு செய்தால் அவருக்கு தண்டனை கொடுப்பதுண்டு. பண்டைக் காலத்தில் தண்டனை என்பது தடி அல்லது பிரம்பு கொண்டு கொடுக்கப்படும் அடி. பள்ளியில் தவறு செய்தால் பிரம்படி கிடைக்கும்.

தண்டனை > தண்டு அணை > தண்டு கொண்டு கொடுக்கும் அடி.

வில்லும், தண்டு அல்லது பிரம்பு கொண்டு செய்யும் ஆயுதம் தான். மெல்லிய தண்டில் நாண் கட்டினால் அது வில்லாகிவிடும். இதுவே பின்னர் கோதண்டமாகியிருக்கலாம். அப்படியெனில் முருகனும் ராமனும் ஒன்றா? நிராயுதபாணி என்றால் ஆயுதம் இல்லாதவன்.

தசாவதாரம்

நம்மில் கிட்டத்தட்ட எல்லோருக்கும் தசாவதாரக் கதைகள் தெரிந்திருக்கும். வைணவ மதத்தில் இந்த தசாவதாரக் கதைகள் கூறப்படுகிறது. விஷ்ணு பத்து அவதாரங்கள் எடுத்ததை கூறுவது தான் தசாவதாரக் கதைகள். இதில் முதல் அவதாரம் மச்ச அவதாரம் என்கிற மீன் அவதாரம். பழங்காலத்தில் வெள்ளப்பெருக்கு ஏற்படும் முன் கடவுள் மீன் அவதாரம் எடுத்து, வெள்ளப்பெருக்கு ஏற்படும் விஷயத்தை மன்னனிடம் சொல்லி, மக்களை கப்பல் மூலம் புலம் பெயரைச்சொல்லி, கடவுள் மக்களை காப்பாற்றியதாக புராணக்கதை.

இரண்டாவது அவதாரம் கூர்ம அவதாரம். கூர்மம் என்றால் ஆமை. அதாவது கடல் ஆமை. தேவர்களும் அசுரர்களும் அமிர்தம் எடுக்க பாற்கடல் கடையும்பொழுது, அங்கு மத்தாக இருந்த மந்தார மலை மூழ்கும் பொழுது அதை கடவுள் கூர்ம அவதாரம் எடுத்து அந்த மலையை தாங்கிப்பிடித்தார் என்று கூறப்படுகிறது.

தசாவதாரங்களில் மூன்றாவது அவதாரம் வராக அவதாரம். அதாவது பன்றி அவதாரம். இதன் கதை ஹிரண்யக்ஷ என்ற அரக்கன் பூமியை கடலில் கீழ் கொண்டு போய் ஒளித்து வைத்ததாகவும், புவியை காக்க விஷ்ணு வராக அவதாரம் எடுத்து, கடலினுள் சென்று தன் மோப்ப சக்தியால் புவி இருக்கும் இடத்தை கண்டு பிடித்து தன் மூக்கினால் அதை தாங்கி கடலுக்கு மேல் கொண்டு வந்து வைத்தார் என்பதாகும்.

நான்காவது அவதாரம் நரசிம்ம அவதாரம். அதாவது மனித உடலும் சிங்கத்தலையும் கொண்ட உருவமாக அவதாரம் எடுத்தது நரசிம்ம அவதாரம். பிரகலாதன் என்ற சிறுவன் விஷ்ணு பக்தன். எந்நேரமும் விஷ்ணு நாமம் கூறுபவன். விஷ்ணுவே இந்த உலகத்தின் தலைவன் என்று கொண்டவன். அதை அவனுடைய தந்தை இரணியன் என்ற அரசன் ஏற்கவில்லை. விஷ்ணு எங்கிருக்கிறார் என்று காட்ட சொல்லும்பொழுது, அதற்கு அவன் விஷ்ணு தூணிலும் இருப்பார், துரும்பிலும் இருப்பார் என்று கூறியபொழுது, இரணியன் அங்கிருந்த தூணை உடைத்து அங்கு விஷ்ணுவை காட்ட சொல்லும் பொழுது, விஷ்ணு அந்த தூணிலிருந்து நரசிம்ம அவதாரம் எடுத்து இரணியனைக் கொல்லுவார்.

ஐந்தாவது வாமன அவதாரம். வாமன என்ற சிறுவன் உருவில், குடை பிடித்து, மாவேலி என்கிற ஹிரண்யகசிபு மன்னனிடம் மூன்று அடி இடம் கேட்டு, முதல் அடி

பூமியிலும், இரண்டாவது அடி வானிலும் மூன்றாவது பாதாள லோகத்தில் வைத்து, மூன்று உலகங்களையும் மாவேலி மன்னனிடமிருந்து பெற்றது. மாவேலியின் தலையில் காலை வைத்து மண்ணுக்குள் அழுத்தி புதையச் செய்து, வருடத்திற்கு ஒரு முறை வெளியே வந்து செல்லும்படி வரம் கொடுத்தது.

ஆறாவது அவதாரம் பரசுராமன்; கேரள நாட்டில் கடலில் கோடரியை எறிந்து, எறிந்த தூரம் வரையில் கடல் நீரை தள்ளிப்போகச் செய்து, நிலம் வெளிக்கொணர்ந்து வந்தான்.

ஏழாவது ராமன்; வில் ராமன். பதினான்கு வருடங்கள் காட்டில் இருந்து, சீதையைக் கடத்திய ராவணனுடன் போரிட்டு அவனைக் கொன்று, சீதையைக் காப்பாற்றி ராம ராஜ்யம் உண்டாக்கியவன்.

எட்டாவது கிருஷ்ண அவதாரம். மகாபாரதப் போரில் நடுநிலைமையாக நின்றவன். பாண்டவர்களோடு போரில் துணை நின்று பாண்டவர்களின் வெற்றிக்கு உதவியவன். கீதை என்னும் நெறி கொடுத்தவன்.

ஒன்பதாவது அவதாரம் புத்தர் அவதாரம். உலகில் உள்ள எல்லா துன்பங்களுக்கும் ஆசையே காரணம் என்று சொன்னவர். உலக ஆசைகளை துறக்கச் சொன்னவர்.

பத்தாவது அவதாரம் கல்கி அவதாரம். இன்னும் இந்த அவதாரம் பிறக்கவில்லை. கலியுகத்தில் அதாவது தற்போதைய யுகத்தில் இந்த அவதாரம் எடுக்கப்படும் என்ற நம்பிக்கை உள்ளது.

இதுமட்டுமில்லாமல் மேலும் பல அவதாரங்கள் விஷ்ணு எடுத்ததாக கூறப்படுகிறது. ஆனால் மிக முக்கியமான அவதாரங்களே தசாவதாரக் கதைகளாக கூறப்படுகிறது என்ற கூற்றும் உண்டு. மேலே கூறிய பத்து அவதாரங்கள் பற்றி எதார்த்த பார்வையில் நாம் ஆராய்ந்து பார்க்கலாம்.

தசாவதாரக் கதைகளில் முதல் எட்டு அவதாரங்கள் நடந்தது 5000 வருடங்களுக்கு முன்பு. ஆனால் தசாவதாரம் பற்றிய குறிப்புகள் பிற்காலத்தில் எழுதப்பட்ட, அதாவது பொ.யு. காலத்தில் எழுதப்பட்ட புராணங்களில்தான் காணப்படுகிறது. அது கருட புராணம், பாகவதம் போன்ற புராணங்களில் தான் கூறப்படுகிறது. வேதங்களில் தசாவதாரங்கள் பற்றி குறிப்பு இல்லை. ஏனெனில் அது ஆரியர்கள் இந்தியாவில் வந்து குடியேறி பல நூற்றாண்டுகள் கழித்தே அவர்கள் பரம்பரையாக கேட்ட கதைகளை புராணக்கதைகளாக எழுதினர். அப்படி எழுதும்போது அக்கதைகள் தாங்கள் குடியேறிய நிலத்தில் நடந்ததாக எழுதினார்கள். தாங்கள் கேட்ட கதையை தாங்கள் குடியிருக்கும் நிலத்தின் சூழ்நிலைக்கேற்ப செய்யுள் இயற்றி எழுதினார்கள்.

இதன் பிறகே இந்தியாவில் ராமன், கிருஷ்ணன் வழிபாடு ஆரம்பிக்க பெற்றிருக்க வேண்டும்.

புத்தர் ஞானம் பெறுவதற்கு முன்பு எந்த கடவுளை வணங்கினார்? ஏன் சிந்து சமவெளியில் ராமன், கிருஷ்ணன், விஷ்ணு வழிபாடு காணப்படவில்லை? சிந்து சமவெளி நாகரிகத்தின் காலம் பொ.யு.மு. 2500 – 1500 போல். இதில் ராமன், கிருஷ்ணன் அவதாரங்கள் எல்லாம் இதற்கு ௨000–1500 வருடங்கள் முன்பு

அவதரித்தனர். அப்படியெனில் சிந்து சமவெளியில் ராமன் வழிபாடும், கிருஷ்ணன் வழிபாடும் இருந்திருக்க வேண்டுமே. ஆனால் அதற்கான தொல்பொருள் ஆதாரங்கள் காணக்கிடைக்கவில்லை.

தசாவதாரங்களில் முதலாவது அவதாரம் மச்ச அவதாரம். அதாவது மீன் அவதாரம். இது உருவகக்கதை. அதாவது வெள்ளப்பெருக்கு ஏற்பட்ட காலத்தில் கடவுள் வழிபாடு என்பது மூதாதையர் வழிபாடாகவும், இயற்கை வழிபாடாகவும் மட்டுமே இருந்திருக்க வேண்டும். இந்து மதம் என்ற அடையாளம் அப்போது இல்லை. மதம் என்ற கோட்பாடே அக்காலகட்டத்தில் இருந்திருக்க வாய்ப்பில்லை. அவதாரக் கூற்று என்பது அக்காலகட்டத்தில் இருந்திருக்க வாய்ப்பில்லை.

உண்மையில் வெள்ளப்பெருக்கிற்கு முன் நடந்தது என்னவென்றாக இருந்திருக்க வேண்டுமென்றால், ஆழிப்பேரலை ஏற்படப்போவதை உணர்ந்த கடல் மீன்கள் கூட்டம் கூட்டமாக கடற்கரை நோக்கியும், பின் கழிமுகம் வழியாக ஆறுகளிலும் உள்ளே நுழைந்திருக்க வேண்டும். இதனால் ஆறுகள் முழுவதும் மீன்களாக நிறைந்திருக்க வேண்டும். இந்த இயற்கை நிகழ்வின் மூலம், மக்கள் ஆழிப்பேரலை வரப்போவதை அறிந்து மேடான இடத்திற்கு இடம் மாறி வெள்ளப்பெருக்கில் தப்பித்து இருக்கலாம். பின்னாளில் நிலம் கடலில் மூழ்குவதை அறிந்து, கப்பல் கட்டி புலம் பெயர்ந்தனர். இப்படி அப்பொழுது இயற்கையாக நடந்த விசயத்தை, பல ஆயிரம் வருடம் கழித்து, மதக் கோட்பாடு உண்டான பிறகு, அவதாரக் கூற்று உண்டான பிறகு, காலப்போக்கில், கூட்டம் கூட்டமாக வந்த மீன்களை ஒரு மீனாக உருவகித்து, அதை அவதாரமாக உருவகித்து, அது மன்னனிடம் வெள்ளப்பெருக்கு வரப்போவதாகவும், கப்பல் கட்டி தப்பித்து போகவும் என்று கூறியதாக கதை கூறிவிட்டனர். இந்த வெள்ளப்பெருக்கு கதை உலகெங்கிலும் உள்ள பல நாகரிகங்களிலும், கலாசாரங்களிலும் உள்ளது. ஆனால் அங்கு எல்லாம் அவதாரக் கூற்று இல்லை.

இரண்டாவது அவதாரம் கூர்ம அவதாரம். கூர்மம் என்றால் ஆமை. அதாவது கடல் ஆமை. (இந்த அவதாரக் கதையும் வெள்ளப்பெருக்கோடு சேர்ந்ததாக இருக்கலாம். அதாவது வெள்ளப்பெருக்கின்போது நிலம் நீரில் மூழ்கியபோது, கடவுள் ஆமை அவதாரம் எடுத்து அந்த நிலத்தை கடலில் மூழ்காமல் காப்பாற்றி மக்களை காப்பாற்றினார் என்பதாக அக்கதை கூறுகிறது) தேவர்களும் அசுரர்களும் அமிர்தம் எடுக்க பாற்கடல் கடையும் பொழுது, அங்கு மத்தாக இருந்த மந்தார மலை மூழ்கும் பொழுது அதை கடவுள் கூர்ம அவதாரம் எடுத்து அந்த மலையை தாங்கிப்பிடித்தார் என்று கூறப்படுகிறது. (நெய் மந்தாரை இலை, நெய் தாங்க முடியவில்லை, ஆமை ஓட்டில் நெய் சேகரித்து, வாணிகம்). இதன் எதார்த்தம், பெரிய அளவில் பாலைக்கடைந்து நெய் எடுக்க பெரிய மத்து உபயோகப்படுத்தியிருக்கவேண்டும். கடையும் பொழுது இந்த பெரிய மத்து ஒரு நிலையில் இல்லாமல் இருக்கும். கடையும் பொழுது மத்தை நிலைப்படுத்த கடலாமையின் ஓட்டினை கொண்டு மத்தின் மேல் தாங்கிப்பிடித்திருக்கவேண்டும். இதையே கூர்ம அவதாரமாக கதைப்படுத்தியிருக்க வேண்டும்.

இன்னொரு கூற்று என்னவென்றால், கடைந்தெடுத்த நெய்யை பத்திரமாக வைப்பதற்கு ஆமை ஓடு உபயோகப்பட்டிருக்கலாம். நெய் வைத்த ஆமை ஓட்டை

மந்தாரை இலை வைத்து மூடி பத்திரப்படுத்தியிருக்கலாம். இன்றும் மந்தார இலையில் செய்யப்பட்ட தொன்னை கொண்டு கோவில்களில் பிரசாதம் கொடுப்பதுண்டு.

இக்கதையில் வரும் கடல் ஆமைகள் உருவில் மிகவும் பெரியவை. இந்த ஆமைகள் இந்தியப்பெருங்கடலில் அக்காலத்தில் மிகவும் அதிகம். இக்கடல் ஆமைகள் கால பருவத்திற்கேற்ப கடல் நீரோட்டம் அறிந்து புலம் பெயரும். அந்தப் புலம் பெயர்தல் தீவு விட்டு தீவிற்கும், கண்டம் விட்டு கண்டத்திற்கும் கூட இருக்கும். பழங்காலத்தில் கடல் வாணிகர்கள் இக்கடல் ஆமைகள் கடலில் புலம் பெயரும் வழியில், கடல் நீரோட்டம் கண்டு கப்பலை சிறப்பாக செலுத்துவதற்கும், நிலம் கண்டறிவதற்கும் பயன்படுத்திக்கொண்டனர். எனவே கடல் ஆமைகள் அக்காலத்தில் கடல் வாணிகத்திற்கு மிகவும் உதவியாக இருந்தது. மேலும் இக்கடல் ஆமைகள் கடலில் நீண்ட தூரத்திற்கு புலம் பெயரும் பொழுது, சில நேரங்களில் நடுக்கடலில் கூட்டமாக ஓய்வெடுக்கும். இது காண்பதற்கு ஒரு சிறு தீவு போல் காணப்படும். இதைப் பல கப்பல்கள் நிலம் என்று கருதி அதை நோக்கி வந்து, இறங்கும் பொழுது, பின் ஆமை கூட்டம் என்று அறிந்து ஏமாந்து போயினர். மேலும், இந்தியப்பெருங்கடலில் உள்ள தீவுகளில் வசிக்கும் பழங்குடியினருக்கு இந்த கடல் ஆமைகள் முக்கியமான உணவாகும். மேலும் முதல் அவதாரத்தில் கூறியது போல், ஆமைகளும் ஆழிப்பேரலை வரப்போவதை அறிந்து அவைகளும் கூட்டம் கூட்டமாக கடற்கரை நோக்கி வந்திருக்கலாம். இதன் மூலமாகவும் மக்கள் வெள்ளப்பெருக்கு வருவதை அறிந்து தப்பித்திருக்கலாம். மேலே கூறிய விசயங்களே பிற்காலத்தில் கடவுள் ஆமை வடிவம் எடுத்து கடலில் நிலம் மூழ்காமல் தாங்கிப் பிடித்து காப்பாற்றியதாக அவதாரக் கதை உண்டாக்கியிருக்கலாம்.

தசாவதாரங்களில் மூன்றாவது அவதாரம் வராக அவதாரம். அதாவது பன்றி அவதாரம். இதன் கதை ஹிரண்யக்ஷ என்ற அரக்கன் பூமியை கடலில் கீழ் கொண்டு போய் ஒளித்து வைத்ததாகவும், புவியை காக்க விஷ்ணு வராக அவதாரம் எடுத்து, கடலினுள் சென்று தன் மோப்ப சக்தியால் புவி இருக்கும் இடத்தை கண்டு பிடித்து தன் மூக்கினால் அதை தாங்கி கடலுக்கு மேல் கொண்டு வந்து வைத்தார் என்பதாகும். (இரணிய அக்கன்) (இரானிய – இராணி ஆயன்) பூமியை பிரபஞ்சத்தில் கீழ் கொண்டு போகுதல், (இருள் சூழ்தல்,) பன்றி மேலே கொண்டு வருதல், பன்றிக்கும், விளக்கு எண்ணெய்க்கும் பண்ட மாற்றம், அல்லது பன்றிகொழுப்பில் எண்ணெய்.

இதன் எதார்த்தம், காட்டுப்பன்றிகள் நல்ல மோப்ப சக்தி உடையவை. அவை தங்களுடைய மோப்ப சக்தியால் பூமிக்கு அல்லது மண்ணிற்கு அடியில் உள்ள கிழங்கு வகைகளை கண்டறிந்து, அவற்றை தன் மூக்கினால் தோண்டி வெளிக்கொணர்ந்து அவற்றை உண்டு வாழும். இந்த செயலைக்கண்ட மனிதன் தானும் அப்படி கிழங்கினை கண்டறிந்து சாப்பிட ஆரம்பித்தான். இந்த செயல்கள் விவசாயம் உருவாக ஒரு காரணமாக இருந்தது. மனிதன் மண்ணைத் தோண்டி விவசாயம் செய்ய ஆரம்பித்தான். கிழங்கு வகைகளும், கடலை வகைகளும் விவசாயம் செய்ய ஆரம்பித்த பின், கடலைகளிருந்து எண்ணெய் எடுக்கும் தொழில்நுட்பம் அறிந்தான். இந்த எண்ணெய் கொண்டு தீப்பந்தம் உருவாக்கினான். தீப்பந்தம் மூலம் நீண்ட நேர வெளிச்சம் கிடைக்க ஆரம்பித்து. இதையே புராணக்கதையில், புவி இருளில்

மூழ்கியதாகவும், கடவுள் வராக அவதாரம் எடுத்து புவியை இருளில் இருந்து வெளிக்கொணர்ந்ததாகவும் கதையாக்கி சொல்லியிருக்க வேண்டும்.

இன்னொரு வகையாக சொல்லப்போனால், காட்டுப் பன்றிகள் பூமிக்கு அடியில் சில அரிய வகை கிழங்குகள் தோண்டி எடுக்கும். அதில் ஒருவகை பெரிய பூண்டு போன்ற கிழங்கு. இந்த கிழங்கு நல்ல மணமுள்ளது. இந்த மணம் பெரிய காட்டு வண்டுகளை ஈர்க்க வல்லது. எனவே இந்த கிழங்கினை காட்டு வண்டுகளிடமிருந்து பாதுகாத்து கொண்டு வரவேண்டும். இந்த கிழங்கை நீரில் ஊற வைத்து, சில நாள் கழித்து அந்த நீரை குடித்தால் நல்லதொரு போதை தரும் பானமாகும். இதையே சோம பானமாக கருதினர். இந்த பானத்திற்கு சில மருத்துவ குணங்கள் உண்டு. இதனால் மக்கள் நலமுடன் வாழ்ந்திருக்க வேண்டும். காட்டு வண்டுகளையே ஹிரண்யாக்ஷ என்ற அரக்கனாக உருவகப்படுத்தியிருக்க வேண்டும். எனவே இந்த எதார்த்தமே புராணக்கதையாக மாறியிருக்க வேண்டும்.

இன்னொரு கூற்றுப்படி பார்த்தால் காட்டுப்பன்றிகள் பூமியை தோண்டும் பொழுது, விலை மதிப்பான ரத்தினக் கற்கள் கிடைத்திருக்க வேண்டும். இந்த ரத்தினக் கற்களால் வாணிகம் மேம்பட்டு அந்த இடம் நல்ல செல்வம் கொழிக்கும் இடமாக மாறியிருக்க வேண்டும். இதையே இருளில் மூழ்கிய உலகத்தை வெளிச்சத்தில் கொண்டு வந்ததாக தொன்மக்கதைகள் உருவாகியிருக்க வேண்டும்,

(மூன்று வெள்ளப்பெருக்குகள் – முதல் வெள்ளப்பெருக்கு மீன் – இரண்டாவது வெள்ளப்பெருக்கு ஆமை – மூன்றாவது வெள்ளப்பெருக்கு வராகம்.)

நான்காவது அவதாரமான நரசிம்ம அவதாரம் எடுத்து பிரகலாதன் வாயிலாக இரணியனை கொல்லுவது, இரு பழங்குடிகளுக்கிடையே நடந்த சண்டையைக் குறிப்பிடுவதாக இருக்கலாம். பிரகலாதன் என்பது அந்த இரு பழங்குடிகளுக்கிடையே நடுநிலை வகித்த குள்ள பழங்குடியினரை குறிப்பதாக இருக்கலாம். குள்ள பழங்குடி என்பதால் சிறுவன் என உருவகித்திருக்கலாம். நரசிம்ம உருவம் என்பது சிங்கத்தை சின்னமாக கொண்ட பழங்குடியினராக இருக்கலாம் அல்லது சிங்கத்தின் பிடறி மயிர் தலையில் சூடியிருக்கும் பழங்குடித் தலைவனாக இருக்கலாம். இந்த பழங்குடி, குள்ள பழங்குடியினரின் உதவியுடன் பாறைகள் நிறைந்த இடத்தில் மறைந்திருந்து இன்னொரு பழங்குடியை வென்றிருக்கலாம். இன்னொரு கூற்றுப்படி பார்த்தால், ஆரண்யம் என்றால் காடு. ஆரண்யம் என்பதே ஹிரண்ய என்று சமஸ்கிருதத்தில் மருவியிருக்க வேண்டும். பிரகலாதன் என்பது அந்த காட்டின் மைந்தர்களாகிய குள்ள பழங்குடியினரை குறிப்பதாக இருந்திருக்கலாம். பிரகலாதன் என்பது 'பர குள்ள ஆத' என்ற குள்ள பழங்குடியினராக இருக்கலாம். இந்தக் காட்டை சிங்கத்தை வணங்கும் பழங்குடியினரை வைத்து அழித்து, விவசாயம் செய்ய நிலம் உண்டாக்கியதை குறிப்பிடுவதாக இருக்கலாம்.

(இந்த நிகழ்வே பிற்காலத்தில் நரம் + சின்; இரணியன், பிரகாலாதன் (பர கால ஆதன்; பர குல ஆதன்;, சிறுவன்), ஹிரண்யாக்ஷ நரசிம்மன் ஒரு பழங்குடித் தலைவன்.)

ஐந்தாவது அவதாரமான வாமன அவதாரம் ஒரு குள்ள மனிதன் அவதாரம். இந்த அவதாரத்தில் மாவேலி என்ற ஹிரண்யகசிபு என்ற மன்னனின் அகங்காரத்தை

அழிக்கும் அவதாரமாக உருவெடுத்தார் என்று கூறப்படுகிறது. இங்கு வாமன உருவம் குள்ள பழங்குடியினரை குறிப்பதாக இருக்கலாம். வாமன் என்பது வான மனு அதாவது வான்மனிதன் என்ற அர்த்தத்தில் இருக்கலாம். வான் மனு என்பது வாமனு என்று மருவியிருக்கலாம். குள்ள பழங்குடியினர் காட்டில் மரத்தின் மேல் வசிப்பவர்கள் என்று கூறப்படுகிறது. அல்லது வாமன என்பது துவா மனு என்ற குள்ள பழங்குடியினரை குறிப்பதாக இருக்கலாம். துவா என்ற குள்ள பழங்குடியினர் ஆப்பிரிக்காவில் இருக்கிறார்கள் என்று ஏற்கெனவே கண்டோம்.

துவா மனு > த்வாமன் > வாமன்

ஹிரண்யகசிபு என்பது ஒரு எரிமலை வெடித்து அதன் பிழம்பு கடலில் கலந்து ஏற்பட்ட சிறு தீவாக இருந்திருக்கலாம். ஹிரண்யகசிபு என்பது ஆரண்ய கசிவு என்பதாக பொருள் இருக்க வேண்டும். எரிமலைக் கசிவு மூலம் உண்டான தீவையும், அங்கு உள்ள காட்டையும் ஆரண்யம் என்று அழைத்திருக்கலாம். இது போன்ற தீவுகள் இன்றும் கடலில் ஏற்படுகின்றன என்பதை நாம் காணலாம். இதுபோன்ற தீவை குள்ள பழங்குடியினர் மூலம், காட்டை அழித்து விவசாய நிலமாக மாற்றியிருக்க வேண்டும். ஹிரண்யகசிபுவின் இன்னொரு பெயர் மாவேளி அல்லது மகாபாலி என்பதாகும். மாவேளி என்பது மா ஒளி என்பதன் திரிபாக இருக்கலாம். மா ஒளி என்பது பெரிய ஒளி எனப்பொருள்படும். பெரிய ஒளி என்பது எரிமலைத்தீ ஆகும்.

மா ஒளி > மாவொளி > மாவேளி

மகா ஒளி > மகாவொளி >மகாபலி

வாமனன் மூன்றடியால் மூவுலகை அளந்தான் என்பது உயர்வு நவிற்சியாக இருக்க வேண்டும். இங்கு மூன்றடி என்பது மூன்றடி உயரமுள்ள குள்ள பழங்குடியினரை குறிப்பிட்டிருக்க வேண்டும். பின்னாளில் இது மூன்று அடி என்று காலம் செல்லச்செல்ல மாறி புரிந்து கொள்ளப்பட்டிருக்க வேண்டும். இங்கு மூவுலகம் என்பது மலை நிலம், இடை நிலம் மற்றும் தரை அல்லது பாதாள நிலம் ஆகியவற்றை குறிப்பது.

இந்த குள்ள மனிதர்கள் உலகம் முழுதும் புலம் பெயர்ந்து பரவியுள்ளார்கள். அயர்லாந்தில் உள்ள துவா எனப்படும் குள்ள பழங்குடியினர் 10000 வருடங்களுக்கு முன்பாக அங்கு புலம் பெயர்ந்தனர் என்று ஆய்வுகள் கூறுகின்றன.

ஆறாவது அவதாரம் பரசுராமன் அவதாரம். கேரள நாட்டில் கடலில் கோடரியை எறிந்து, எறிந்த தூரம் வரையில் கடல் நீரை தள்ளிப்போகச் செய்து, நிலம் வெளிக்கொணர்ந்தவன் என்று கூறப்படுகிறது. பரசு என்பது கோடரி. ஆதியில் வேட்டைத் தொழில் மட்டுமே செய்துகொண்டிருந்த மனிதன், நாகரிக வளர்ச்சியில் காடுகளை அழித்து விவசாயம் செய்ய ஆரம்பித்தான். காடுகளை அழிப்பதற்கு உபயோகப்படுத்தப்பட்ட முக்கிய கருவி கோடரி. கோடாரி மூலம் மரங்களை வெட்டி, நிலங்களை சமன்செய்து பின்னர் அதில் விவசாயம் செய்தனர். இந்த வளர்ச்சி ஒரு கடல் வெள்ளப்பெருக்கிற்குப் பின் நடந்திருக்க வேண்டும். காட்டை வெட்டி சமன்படுத்தியது ஒருவராக இருக்க முடியாது. அது ஒரு குறிப்பிட்ட பருவத்தை எய்திய மாறன் என்ற நிலையை அடைந்த ஆண்களால் செய்யப்பட்டிருக்க வேண்டும். மாறன்

என்பது ராமன் என்று மருவியிருக்க வேண்டும். இதுவே பிற்காலத்தில், மரங்களை கோடரி வீசி வெட்டியதை, கடலில் கோடரி வீசி எறிந்து நிலம் மீட்டதாக தொன்மங்கள் உண்டாக்கியிருக்க வேண்டும். இதேபோன்ற தொன்மக்கதை சங்க இலக்கியத்தில் நிலந்தருவிற்பாண்டியன் என்பவன் கடல் வெள்ளப்பெருக்கில் இருந்து நிலத்தை மீட்டான் என்று கூறப்படுகிறது.

ஏழாவது அவதாரம் ராமன் அவதாரம். இந்த ராமன் வில் வைத்திருப்பவன். பதினான்கு வருடங்கள் காட்டில் இருந்து, ராவணனுடன் போரிட்டு அவனைக் கொன்று, சீதையைக் காப்பாற்றி ராம ராஜ்யம் உண்டாக்கியவன். இந்த அவதாரம் இதற்கு முந்தைய அவதாரத்தின் அடுத்த நிலையைக் குறிப்பது. விவசாயம் செய்ய ஆரம்பித்த பிறகு மேய்ச்சல் தொழிலும் வளர்ந்திருக்க வேண்டும். இக்காலகட்டத்தில் நாகரிகம் வளர்ச்சியடைந்து, நாட்டில் சட்ட ஒழுங்கு விதிமுறைகள் உருவாகியிருக்க வேண்டும். ராமன், ராவணன் சண்டை நம் சங்க இலக்கியங்களில் கூறப்படும் வெட்சி கரந்தை அதாவது மாட்டு மந்தைகளை கொள்ளையடித்து பின்னர் அவைகளை மீட்கும் சண்டைகளை அல்லது போர்களை குறிப்பதாக இருக்க வேண்டும். இதுவும் விவசாயம் மற்றும் மேய்ச்சல் தொழில் சம்பந்தப்பட்டது. இது நடந்தது திரேதா யுகத்தில்.

எட்டாவது அவதாரம் பலராமன் அவதாரம் ஆகும். இவர் கையில் ஏர் வைத்திருப்பவர். இந்த அவதாரம் விவசாயம் நன்கு மேன்மை அடைந்த நிலையைக் குறிக்கும் காலகட்டத்தை உணர்த்துவதாக இருக்கலாம். பலராமர் காடுகளை சமன் செய்து விவசாய நிலங்கள் உருவாக்கி கொடுத்திருக்க வேண்டும். ராமர் காலத்தில் வேட்டுவத் தொழிலும், மேய்ச்சல் தொழிலும் நன்கு மேம்பட்டு பின் உழவுத் தொழில் ஆரம்பித்திருக்க வேண்டும். பலராமன் காலத்தில் உழவுத் தொழில் நன்கு மேம்படைந்து அடுத்த நிலைக்கு எட்டியிருக்க வேண்டும்.

ஒன்பதாவது கிருஷ்ண அவதாரம். மகாபாரதப் போரில் நடுநிலைமையாக நின்றவன். பாண்டவர்களோடு போரில் துணை நின்று பாண்டவர்களின் வெற்றிக்கு உதவியவன். இந்த அவதாரம் மேய்ச்சல் தொழில் மேம்பாடு அடைந்ததையும், பின்னர் வியாபார முறை உருவாகியதையும் குறிப்பதாக இருக்கலாம். கிருத்தி – கிறிஸ்ஸி – கிருஷி; கிருஷி என்றால் விவசாயம் மற்றும் மேய்ச்சல் தொழில் புரிபவர்; விவசாயம் மற்றும் மேய்ச்சல் செய்பவன் கிருஷன், இதுவே கிருஷ்ணன் என்று மாறியிருக்கலாம். கிருத்தி என்பது வளத்தை குறிக்கும் சொல். இந்த கிருத்தி என்பதே காலப்போக்கில் ஒரு இனத்தினர் கீர்த்தி என்றும், இன்னொரு இனத்தினர் கிறிஸ்து எனவும் மற்றொரு இனத்தினர் கிருஷி எனவும் கூறியிருக்கலாம். இதே கிருத்தி என்ற சொல்லிற்கு மலையாளத்தில் 'சரியான' அல்லது 'துல்லியமான' என்று பொருள். இந்த அவதாரம் வியாபாரம் செய்யும் வழக்கம் வந்ததை குறிப்பிடுவதாக இருக்கலாம். பொ.யு.மு. 3000போல் மேற்காசியாவில் வியாபாரம் செய்தவர்கள் கண்ணர்கள் என்ற குலத்தினர். இவர்கள் நீல நிற சாயம் வியாபாரம் செய்தவர்கள். அதன் மூலம் துணி வியாபாரமும் செய்தவர்கள். மகாபாரதத்தில் துச்சாதனன் திரௌபதியின் சேலையை உருவும் பொழுது, கிருஷ்ணன் தடையின்றி சேலை வழங்கியது, அவர் துணி வியாபாரத்தில் ஈடுபட்டிருக்கலாம் எனத் தெரிகிறது.

ஒன்பதாவது அவதாரம் புத்தர் அவதாரம் எனக் கூறப்படுகிறது. ஆனால் இது குறித்து பல விவாதங்கள் இருக்கின்றன. ஏனெனில் கிருஷ்ண அவதாரம் நடந்ததாக கூறப்படும் காலம் பொ.யு.மு. 3300 போல். ஆனால் புத்தருடைய காலம் பொ.யு.மு. 600 போல். இந்த கிருஷ்ண அவதாரத்திற்கும், புத்த அவதாரத்திற்கும் இடைப்பட்ட காலம் 2700 ஆண்டுகள். அப்படியெனில் இத்தனை ஆயிரம் ஆண்டுகள் கடவுள் ஒரு அவதாரம் கூட எடுக்கவில்லையா என்ற மிகப் பெரிய கேள்வி ஏற்படுகிறது. எனவே புத்தரை ஒன்பதாவது அவதாரமாக கருதுவது சரியானதாக இருக்காது. இன்னொரு வகையில் பார்த்தாலும் புத்த வழிபாடு ஆரம்பித்த காலகட்டத்தில் குதிரையுடைய பயன்பாடு நல்ல நிலையை அடைந்திருந்தது.

தசாவதாரங்களில் பத்தாவது அவதாரம் கல்கி அவதாரம் என்று கூறப்படுகிறது. கல்கி அவதாரத்தின் விளக்கம் இந்த அவதாரம் மக்களை கொடுமையான ஆட்சிக்காரர் களிடமிருந்து மக்களை காப்பாற்றி விடுவிப்பார் என்பதாகும். அந்த அவதாரம் கடவுள் குதிரை மேல் இருப்பதாக சித்திரிக்கப்படுகிறது. அந்த அவதாரம் எங்கு தோன்றும் என்பது இன்னும் சர்ச்சைக்குரிய விசயமாகவே இருக்கிறது. பத்தாவது அவதாரத்தின் பெயர் கல்கி என்று கூறப்படுகிறது. இதில் ஒரு சுவாரஸ்யமான விசயம் உள்ளது. உண்மையில் பத்தாவது அவதாரத்தின் பெயர் கல்கியாக இருக்குமோ என்பது சந்தேகம் வருகிறது. ஏனெனில் கல்கி என்பது ‘கல் கீ அவதார், என்பதாயிருக்கலாம். கல் கீ என்றால் இந்தியில் ‘நாளைய’ என்று பொருள். எனவே கல்கி அவதாரம் என்பது நாளைய அவதாரம் என்று பொருள் படும். ஒருவேளை வாய்மொழியாக பேசப்பட்டதாலேயோ, அல்லது மொழி பெயர்ப்பு பிழையினாலேயோ ‘கல் கீ’ என்பது கல்கி என்று பெயர்ச்சொல்லாக ஆகிவிட்டது. அல்லது கலி கீ அவதார் அதாவது கலி யுகத்தின் அவதார் என்பதே கல்கி (கலிகீ) அவதார் என்று மருவியிருக்கலாம். இதில் இன்னொரு கூற்று என்னவென்றால் கலி என்பது தெருவை குறிப்பது. கலியுகம் என்பது தெரு யுகம் என்று அர்த்தம். அதாவது இதற்கு முன்பு இருந்த யுகங்களில் எல்லாம் முன்னோர்கள் குடியிருந்தது வட்டமான குடியிருப்புகளில். அங்கு தெருக்கள் என்பது கிடையாது. வெள்ளப்பெருக்கில் புலம் பெயர்ந்து வந்த பின்பு, சுமேரியாவிலும், சிந்து சமவெளியில் உள்ளது போல் சுடுகற்களில் நேராக தெரு அமைத்து அதன் இரு பக்கமும் வீடு அமைத்து, சாக்கடை அமைத்த காலத்திற்கு கலியுகம் என்று பெயரிட்டிருக்கலாம். இந்த கலியுகத்தின் அவதாரமே கலி கீ அவதாரம். இதுவே கல்கி என்று மாறியிருக்க வேண்டும்.

மேலும் கல்கி அவதாரம் என்பது குதிரையின் மேல் கையில் வாளுடன் அமர்ந்திருக்கும் அவதாரம். இந்த அவதாரம் இன்னும் எடுக்கப்படவில்லையென கூறப்படுகிறது. ஆனால் கல்கி அவதாரத்தின் உருவத்தைப் பார்த்தால் அந்த அவதாரம் ஏற்கெனவே எடுத்து முடித்திருக்க வேண்டும் என்றே தோன்றுகிறது. ஏனென்றால் குதிரையின் மீது வாளுடன் இருக்கும் உருவம் மன்னர்கள் ஆட்சிக் காலத்தைக் குறிப்பது. எனவே கல்கி அவதாரம் என்பது குதிரை உபயோகத்தின் காலத்தை குறிப்பதாக இருக்கலாம். அக்காலகட்டத்தில் உண்டாகியிருந்த மன்னர்களைக் குறிப்பதாக இருக்கலாம். குதிரைகள் உபயோகம் வந்த பின்பு ஒரு நாகரிகத்தில் நிறைய மாற்றங்களும், முன்னேற்றங்களும் வந்தது. உதாரணத்திற்கு, குதிரை உபயோகத்தால் அக்காலத்தில் போர் முறைகள் மாறியது. பல நாடுகளின் மேல் போர் தொடுக்க

முடிந்தது. அலெக்ஸ்சாண்டர் போல் உலகம் முழுக்க சென்று போர் தொடுக்க முடிந்தது. வாணிகம் பெருகியது. வாணிகத்தில் குதிரை முக்கிய பங்கு வகித்தது. குதிரையும் ஒரு முக்கிய வாணிகப்பொருளாக அக்காலகட்டத்தில் மாறியது. எனவே குதிரையின் மேல் வீற்றிருக்கும் அவதாரமாக பத்தாவது அவதாரத்தை சித்திரித்திருக்கலாம்.

பத்து அவதாரங்கள் குறித்து இன்னொரு விதமான கூற்று என்னவாயிருக்கலாம் என்று சிந்தித்து பார்த்தால், ஒவ்வொரு அவதாரமும் ஒரு குறிப்பிட்ட குடியினரை குறிப்பதாக இருக்கலாம். முதல் அவதாரம், மீன் சின்னத்தை அடையாளமாகக் கொண்ட குடி ஆண்ட காலத்தையும், இரண்டாவது அவதாரம் ஆமை சின்னத்தை அடையாளமாகக் கொண்ட குடி ஆண்ட காலத்தையும், மூன்றாவது அவதாரம் வராஹ சின்னத்தை அடையாளமாகக் கொண்ட குடி ஆண்ட காலத்தையும், நான்காவது அவதாரம் சிங்கச் சின்னத்தை அடையாளமாகக் கொண்ட குடி ஆண்ட காலத்தையும், ஐந்தாவது அவதாரம் வெண் கொற்றக் குடைச் சின்னத்தை அடையாளமாகக் கொண்ட குடி ஆண்ட காலத்தையும், ஆறாவது அவதாரம் பரசு சின்னத்தை அடையாளமாகக் கொண்ட குடி ஆண்ட காலத்தையும், ஏழாவது அவதாரம் வில் சின்னத்தை அடையாளமாகக் கொண்ட குடி ஆண்ட காலத்தையும், எட்டாவது அவதாரம் (பலராமன்) ஏர் சின்னத்தை அடையாளமாகக் கொண்ட குடி ஆண்ட காலத்தையும், ஒன்பதாவது அவதாரம் (கிருஷ்ணன்) மாடு சின்னத்தை அடையாளமாகக் கொண்ட குடி ஆண்ட காலத்தையும், பத்தாவது அவதாரம் குதிரை சின்னத்தை அடையாளமாகக் கொண்ட குடி ஆண்ட காலத்தையும் குறிப்பதாக இருக்கலாம்.

அவ்தார் என்ற சொல் சமஸ்கிருத சொல்லாகும். இதற்கு அர்த்தம் என்ன? இந்த சொல்லை பிரித்துப் பார்த்தால் பொருள் தருமா?

அவ் + தார் = அவ்தார்

இது என்ன பொருள் தருகிறது? சமஸ்கிருதத்தில் அவ் என்றால் என்ன? தார் என்றால் என்ன?

இதையே தமிழில் 'அவதார' என்று கூறுகிறோம். ஒருவர் பிறந்ததை அவதரித்தார் என்று கூட கூறுகிறோம்.

அவ + தரி = அவதரி

'அவ' என்றால் இறை சக்தி; தரி என்றால் உடலில் இடு என்பதாகும். ஆடை தரி என்றால் ஆடை உடுத்து என்று அர்த்தம். எனவே அவதரி என்பது இறை சக்தி உடலில் குடிகொள்வது என்று அர்த்தம். எனவே அவ்தார் என்ற சமஸ்கிருத சொல், அவதரி என்ற தமிழ் சொல்லாகும். அவதரி என்ற தமிழ் சொல் அவ்தார் என்று சமஸ்கிருதத்தில் மருவி, பின் இதையே மீண்டும் தமிழில் அவதாரம் என்று கூறுகின்றோம்.

மேலும் இந்த அவதாரங்கள் தோன்றிய இடங்களை பற்றி நாம் பார்த்தால் எல்லாமே தென்னிந்தியாவை அல்லது தீபகற்ப இந்தியாவில் இருக்கிறது. மச்ச, கூர்ம, வராஹ அவதாரங்கள் கடலோடு சம்பந்தப்பட்டவை / இந்தியாவில் கடல் உள்ள இடம் மத்திய, மற்றும் தென்னிந்தியா. மாவேலி, பரசுராமர் கேரளாவோடு தொடர்புடைய அவதாரம். நரசிம்ம அவதாரம் தோன்றிய இடம் சிவசைலம் என்று கூறப்படுகிறது.

இது தென்னிந்தியாவில். கிருஷ்ணர், பலராமர் இருந்த இடன் துவாரகை. இது மத்திய இந்தியா. ராமர் தோன்றியது இசவாகு அரசு. இதுவும் தென் மற்றும் மத்திய இந்தியா. எனவே இந்தியாவின் பண்டைய நாகரிகம் என்பது தென்னிந்தியா அல்லது தீபகற்ப இந்தியாவில் தான் இருந்தது என்று பிரபாகரன் என்ற ஆய்வாளர் கருதுகிறார்.

யுகங்கள் காலமும், தமிழ்ச்சங்கங்கள் காலமும்

யுகங்கள் நான்கு என்று புராணங்கள் கூறுகின்றன. அவை முறையே கிருதயுகம், திரேதாயுகம், துவாபரயுகம் மற்றும் கலியுகம் எனப்படும். இதில் கிருதயுகம் 4800 வருடங்கள், திரேதாயுகம் 3600 வருடங்கள், துவாபரயுகம் 2400 வருடங்கள் மற்றும் கலியுகம் 1200 வருடங்கள் என்று புராணங்கள் கூறுகின்றன. மேலும் அவ்யுகங்கள் பற்றி புராணங்கள் கீழ்க்கண்டவாறு கூறுகின்றன:

இதில் கிருதயுகம் என்பது முதல் யுகம், இதற்கு சத்யயுகம் என்றும் கூட பெயர் உண்டு. இந்த யுகத்தில் சத்தியமும், தர்மமும் நிறைந்திருந்தது. சாதியும், சமயங்களும் உருவாகவில்லை. விவசாயம் தோன்றியிருக்கவில்லை. மக்கள் நீண்ட ஆயுள் உடையவர்களாக இருந்தனர். அதாவது ஆயிரக்கணக்கான வருடங்கள் ஆயுள் கொண்டவர்களாக இருந்தனர். மக்கள் நோய் நொடியின்றி வாழ்ந்தனர். இந்த யுகத்தில் மச்ச, கூர்ம, வராக, நரசிம்ம, வாமன, கடைசியாக பரசுராமர் அவதாரங்கள் தோன்றின.

இதற்கு அடுத்தது திரேதாயுகம். இது இரண்டாவது யுகம் என்றாலும், திரேத என்றால் மூன்றாவது என்று அர்த்தம். இந்த யுகத்தில் சத்தியமும், தர்மமும் குறையத்தொடங்கியது. பல அரசுகள் அல்லது ராஜ்யங்கள் உருவாகி, மன்னர்கள் தோன்றி, போர்கள் நடந்தது. விவசாயம் கண்டுபிடிக்கப்பட்டது. இந்த யுகத்தின் தொடக்கத்தில் பரசுராமர், மற்றும் ராமர் அவதாரங்கள் தோன்றின.

இதற்கு அடுத்த யுகம் துவாபரயுகம். துவாபர என்றால் இரண்டு ஜோடி அல்லது இரண்டிற்கு அடுத்து என்று அர்த்தம். இந்த யுகத்தில் சத்தியமும், தர்மமும் நிலை குலையத் தொடங்கியது, மக்கள் நோய் நொடியுடன் வாழ்ந்திருந்தனர். மக்களிடையே சண்டைகள் நடக்கத் தொடங்கின. இந்த யுகத்தில் பலராமர் (சிலர் கருத்து), கிருஷ்ணர், புத்தர் (சிலர் கருத்து) போன்ற அவதாரங்கள் தோன்றின. இந்த யுகம் கிருஷ்ணர் இறந்து 32 ஆண்டுகள் கழித்து முடிந்தது என்று கூற்று உண்டு. அதாவது பொ.யு.மு. 3102 போல் முடிந்து, கலியுகம் ஆரம்பித்தது.

கடைசி யுகம் கலியுகம். தற்போது நடக்கும் யுகம். இந்த யுகம் இருட்டான, பாவங்கள் நிறைந்த யுகம். பொய்களும் புரட்டுகளும் நிறைந்தது. நாட்டில் பஞ்சமும், நோய்களும் நிறைந்திருந்தன. மக்களுடைய ஆயுள் குறைந்தது. இந்த யுகத்தில் கடவுள் கல்கி அவதாரம் எடுப்பார் என்று கூறப்படுகிறது.

மேலும் சிலர் கூற்றுப்படி, கிருதயுகத்தின் காலம் 1,728,000 ஆண்டுகள் என்றும், திரேதாயுகத்தின் காலம் 1,296,000 ஆண்டுகள் என்றும், துவாபரயுகத்தின் காலம் 864,000 ஆண்டுகள் என்றும் மற்றும் கலியுகத்தின் காலம் 432,000 ஆண்டுகள் என்றும் கூறுவர். ஆனால் இக்காலகணக்கு நடைமுறை வாழ்விற்கு உகந்ததாக இல்லை. ஏனெனில் அறிவியல் கூற்றுப்படி இவ்வுலகில் மனிதன் தோன்றி சில இலட்சம் ஆண்டுகளே ஆகின்றன. மேலே கூறிய காலக்கணக்கு நடைமுறை வாழ்க்கைக்கு

ஏற்றுக்கொள்ளக்கூடியதாக இல்லை. மேலும் இக்கணக்கு படி பார்த்தால், துவாபரயுகம் முடிந்தது பொ.யு.மு. 3102இல் என்றால், திரேதாயுகம் முடிந்தது இதற்கு 8,64,000 ஆண்டுகளுக்கு முன்பு. அதாவது பொ.யு.மு. 8,67,000 போல். அப்படியெனில் ராம அவதாரம், இன்றிலிருந்து 9 லட்சம் ஆண்டுகளுக்கு முன்பு தோன்றியிருக்க வேண்டும். இந்த கணக்கும் சரியில்லை. எனவே மேலே கூறிய காலகணக்கு தவறாகும்.

இதுமட்டுமல்லாமல் முதலில் கூறிய யுகங்களின் காலகணக்கும் கணித்துப்பார்க்கையில் கணக்கு ஒத்து வருவதில்லை. உதாரணத்திற்கு கலியுகம் பொ.யு.மு. 3102 போல் ஆரம்பித்திருந்தால் கலியுகம் பொ.யு.மு 1900 போல் முடிந்திருக்கவேண்டும். அதாவது இன்றிலிருந்து 3900 ஆண்டுகளுக்கு முன்பே கலியுகம் முடிந்திருக்க வேண்டும். அல்லது தற்பொழுது கலியுகம்தான் நடக்கிறது என்றால் துவாபரயுகம் பொ.யு. 800 போல்தான் முடிந்திருக்க வேண்டும். அதாவது பிற்காலச்சோழர்கள் காலத்தில். இந்த கணக்கும் சரிவரவில்லை. எந்த வகையிலும் கணக்கு போட்டுப் பார்த்தாலும், யுகங்களின் முடிவிலும் ஆரம்பத்திலும் சந்தி ஆண்டுகளும் எடுத்துக்கொண்டாலும் ஆண்டுகணக்குகள் சரியாய் வருவதில்லை.

யுகங்கள் காலகணக்கு போன்று தமிழ்ச் சங்க இலக்கியங்களில் ஒரு காலக்கணக்கு நமக்கு காணக்கிடைக்கிறது. அது நம் தமிழ்ச்சங்கங்களின் காலகணக்கு. இது கூறுவது என்னவென்றால் முதல் தமிழ்ச்சங்கம் நடந்தது 4440 ஆண்டுகள் என்றும், பின் இரண்டாவது தமிழ்ச்சங்கம் நடந்தது 3200 வருடங்கள் என்றும், பின் மூன்றாவது தமிழ்ச்சங்கம் நடந்தது 1950 ஆண்டுகள். மொத்தம் 9590 ஆண்டுகள். சங்க இலக்கிய ஆதாரங்களின் படி கடைச்சங்கம் அதாவது மூன்றாம் தமிழ்ச்சங்கம் நிறைவுற்றது பொ.யு. 20000 போல். அப்படியெனில்,

மூன்றாம் தமிழ்ச்சங்கத்தின் காலம்:
பொ.யு.மு. 1750 – பொ.யு. 200 = 1950 ஆண்டுகள்

இரண்டாம் தமிழ்ச்சங்கத்தின் காலம்:
பொ.யு.மு.4900 பொ.யு.மு. 1750 = 3200 ஆண்டுகள்

முதலாம் தமிழ்ச்சங்கத்தின் காலம்:
பொ.யு.மு. 9340 – பொ.யு.மு. 4900 = 4440 ஆண்டுகள்

முதலாம் தமிழ்ச்சங்கம் முடிவடைய காரணம் முதலாம் கடல் வெள்ளப்பெருக்கு. அதன் பின் புலம் பெயர்ந்து இரண்டாம் தமிழ்ச்சங்கம் அமைத்தனர். அது முடிவடைய காரணம் இரண்டாம் கடல் வெள்ளப்பெருக்கு. பின் புலம் பெயர்ந்து மூன்றாம் தமிழ்ச்சங்கம் அமைத்தனர். எனவே முதல் வெள்ளப்பெருக்கு ஏற்பட்ட காலம் தோராயமாக பொ.யு.மு. 5000 போலாகும். இரண்டாம் வெள்ளப்பெருக்கு ஏற்பட்ட காலம் தோராயமாக பொ.யு.மு 1750 போலாகும். மேலும் ஒவ்வொரு வெள்ளப்பெருக்கின் இடையிலும் புலம் பெயர்ந்து மீண்டும் சங்கம் அமைக்க சில நூற்றாண்டுகள் இடைவெளி ஏற்பட்டிருக்கும்.

தமிழ்ச்சங்கம் அமைப்பது என்பது கலாசாரம் நன்கு வளர்ந்த பின் நடந்திருக்கக் கூடிய விசயம். எனவே அந்த கலாசாரம் நன்கு வளர்ச்சி அடைய சில ஆயிரம் ஆண்டுகள் தேவைப்படும். அப்படிப் பார்க்கையில் 9350 ஆண்டுகள் கூட 3000 ஆண்டுகள்

சேர்த்தால் ஏறக்குறைய 12000 ஆண்டுகள் ஆகின்றது. புராணங்கள் கூறும் யுகங்களின் கணக்கும் 12000 ஆண்டுகள். ஆனால் புராணங்கள் கூறும் ஒவ்வொரு யுகத்தின் காலக்கணக்கு கணக்கிட்டு பார்க்கையில் கணக்கு சரியாக அமையவில்லை. எனவே புராணங்களின் கூறும் காலகணக்கு எதார்த்த காலத்தோடு ஒத்துப்போகவில்லை. அது தத்துவ காலகணக்கு. அதாவது ஆரியர்களின் காலக்கணக்கு. யுகங்கள் என்பது ஆரியர்களின் கோட்பாடு.

உண்மையில் ஒரு யுகம் என்பது ஒவ்வொரு வெள்ளப்பெருக்கின் இடையில் உள்ள கால அளவைக் குறிப்பதாக இருக்க வேண்டும். இதுவே எதார்த்த யுகத்தின் கால அளவு. இந்த எதார்த்த யுகங்களின் விளக்கம் நாம் எப்படி என்று கீழே காண்போம்.

முதலில் கிருதயுகம். இதன் இன்னொரு பெயரான சத்யயுகம் ஆரியர்களின் தத்துவ பெயராகும். கிருத என்பது கிராத யுகம் என்பதன் திரிபாக இருக்கலாம். அதாவது மனிதன் கிராதர்களாக இருந்த காலம். கிராதர் என்றால் வேடர்களாக இருந்த காலம். கிராத என்பது கிரி ஆதன் அதாவது மலையில் வேடர்களாக இருந்த காலம் எனவும் கூறலாம். அப்பொழுது விவசாயம் கண்டுபிடிக்கவில்லை. இந்த யுகத்தில் வேடர்களாக இருந்த மனிதன் படிப்படியாக கலாசாரம் மற்றும் நாகரிகம் அடைய ஆரம்பித்தான். இதனாலேயே இந்த யுகத்தில் நிறைய அவதாரக் கூற்றுகள் தோன்றியது. மச்ச அவதாரம் முதல் பரசுராம அவதாரம் வரை. ஆனால் இந்த அவதாரங்கள் வரிசை வெவ்வேறாக கூட இருக்கலாம். வராக அவதாரம் இந்த யுகத்தில் விவசாய அறிவை கொடுத்திருக்கலாம். ஆனால் விவசாயம் வளர்ந்தது திரேதா யுகத்தில்.

இரண்டாவது யுகம் திரேதா யுகம். த்ரேதா என்றால் மூன்று என்று அர்த்தம். அப்படியெனில் எப்படி மூன்றாவது யுகம் இரண்டாவது யுகமாக முடியும். யோசியுங்கள். குழப்பமாக உள்ளதா? வாருங்கள் விடை காண்போம். திரேதா என்றால் திரி + இட என்பதன் திரிபாக இருக்கலாம். திரி என்றால் மூன்று. எனவே திரி இடம் என்றால் மூன்று இடம் என்று பொருள். அந்த மூன்று இடங்கள் மேல் நிலம், இடை நிலம், மற்றும் கீழ் நிலம் என்பதாகும். மேல் நிலம் என்பது குறிஞ்சி நிலம் அதாவது மலை மேல் வாழ்பவர்கள். இரண்டாவது இடை நிலம் என்பது காடு நிலம். விவசாயம் ஆரம்பித்திருக்கும் நேரம். அதாவது மேய்ச்சல் மற்றும் விவசாயம் ஆரம்பித்திருக்கும் காலம். மூன்றாவது கீழ் நிலம் என்பது கடற்கரை சார்ந்தது. இது பரதவர் நிலம். இந்த மூன்று இடமும் சேர்ந்து திரி இடம் என்று அழைக்கப்பட்டு, விளிச்சொல்லாக திராவிடம் என்று ஆகியது, எனவே இரண்டாவது யுகம் திராவிட யுகம். திராவிட என்ற சொல்லே திரேதா என்று மருவியிருக்கலாம்.

திரி இட > திரியிட > த்ரேய்ட > த்ரேதா

திரி இட > திருவிட > த்ராவிட > த்ரேதா

இனி மூன்றாவது யுகம். துவாபரயுகம். இதன் தத்துவ விளக்கம் இரண்டு ஜோடி அல்லது இரண்டிற்கு பின் என்று கண்டோம். ஆனால் இதன் எதார்த்த விளக்கம் துவா மற்றும் பர என்ற இரண்டு பழங்குடிகள். துவா என்ற பழங்குடி மக்கள் குள்ளமானவர்கள். இவர்களைப்போல் அக என்ற குள்ளமான பழங்குடியினர் உண்டு. இவர்கள் நல்ல அறிவு படைத்தவர்கள். இவர்கள் இரண்டு பழங்குடியினர் சேர்ந்து

உண்டான பெயரே அக+துவா சேர்த்து அகத்துவா என்றும், இந்த அகத்துவா என்பதே அகத்தியர் என்று மருவிற்று என்று ஏற்கெனவே கண்டோம். பர என்ற பழங்குடியினர் இன்னொரு முக்கிய பழங்குடியினர். இந்த இரண்டு பழங்குடியினர் ஆதிக்கம் செய்த காலமே துவாபர யுகம். அதாவது இந்த அக மற்றும் துவா பழங்குடியினர் நல்ல அறிவுடையவர்கள். மருத்துவம், மொழி போன்றவற்றில் சிறந்தவர்கள்.

இவர்களே மொழியை கண்டுபிடித்தவர்கள் என்ற கூற்று உண்டு. சிவபெருமான் அகத்தியருக்கு மொழி சொல்லிகொடுத்தார் என்பதன் எதார்த்தம் இது தான். இவர்கள் மற்ற பழங்குடிகளுக்கு வழிகாட்டுபவர்களாக இருந்தனர். வழிகாட்டுவதை ரீதி என்பர். ரீதி என்பதே ரிஷி என்று சமஸ்கிருதத்தில் மருவிற்று. இந்த பழங்குடியினர் காட்டில் வாழ்பவர்கள். எனவேதான் புராணக்கதைகளில் ரிஷிகள் தவம் புரிய காட்டிற்கு செல்வதாக கூறப்படுகிறது. உண்மையில் அது தவம் புரிய அல்ல. தங்கள் சொந்த வீட்டிற்கு செல்வதை தவம் புரிய செல்வதாக கதைப்படுத்தியிருக்கின்றனர். தவம் என்பது துவம் என்ற சொல்லின் திரிபு. எடுத்துக்காட்டாக மருத்துவர் என்பது மருந்து + துவர் என்பதாகும். அதாவது மருந்து கொடுக்கும் துவா மனிதர்கள் என்று பொருள். அல்லது மர + துவர் என்று பொருள்படலாம். இதற்கு அர்த்தம் மரத்தில் வசிக்கும் துவர் என்பதாகும். பர என்ற பழங்குடிகள் நாட்டை ஆள்பவர்களாக அல்லது தொழில் புரிபவர்களாக அல்லது விவசாயம் மற்றும் மேய்ச்சல் தொழில் புரிபவர்களாக இருந்திருக்க வேண்டும்.

இவர்களே நம் தமிழ்க்குடியின் மூத்த முன்னோர்களான பரன் எனப்படுவோராக இருக்கலாம். துவா மற்றும் பர குடிகள் ஆதிக்கம் செய்த யுகமே துவாபர யுகமாக இருந்திருக்க வேண்டும். இந்த யுகத்தில் தான் பலராமன், மற்றும் கிருஷ்ணன் அவதாரங்கள் தோன்றின. பலராமன் ஏர் வைத்திருப்பவர். அதாவது உழவுத்தொழில் மேன்மையடையச் செய்தவர். பலராமன் என்பது பர ராமன் என்பதன் திரிபாக கூட இருக்கலாம். எனவே பலராமன் அவதாரம் பரசுராமன் அவதாரத்தையே இன்னொரு கதையாக்கி இருக்கலாம். மேலும் கிருஷ்ணன் என்ற சொல் கிரிஷி என்ற சொல்லோடு தொடர்புடையது. கிரிஷி என்பது உழவு மற்றும் மேய்ச்சல் (*agropastrol*) தொழில். எனவே கிருஷ்ணன் அவதாரமும் பலராம அவதாரமும் ஒன்றுதான்.

கடைசி யுகம் கலியுகம். கலி என்றால் பாவங்கள் நிறைந்த யுகம் என்கிறது தத்துவ விளக்கம். ஆனால் கலீ என்பது இந்தி மொழியில் தெரு என்று அர்த்தம். இந்த யுகத்தில், அதாவது கடல் வெள்ளப்பெருக்கில் இருந்து புலம் பெயர்ந்து சுமேரியாவிற்கு வந்தபின், அங்கு நாகரிகம் வளர்ச்சியடைந்தது. மக்கள் கற்கள் மூலம் வரிசையாக வீடுகள் கட்டி, தெருக்கள் அமைத்து வாழ ஆரம்பித்தார்கள். உதாரணத்திற்கு பிராமணர்கள் வாழும் அக்ராஹாரத்தில் தெருக்கள் ஒரே நேராகவும் சீராகவும் இருக்கும். அதாவது அதற்கு முன் நாடோடிகளாக இருந்த பழங்குடிகள் ஒரே இடத்தில் வாழ ஆரம்பித்தார்கள். இப்படி வாழ ஆரம்பித்த பிறகு வாழ்க்கை முறை மேமடைய ஆரம்பித்தது. இதற்கு முன், புலம் பெயரும் முன் தங்களுடைய மூதாதையர் இடத்தில் வசிக்கும் இடம் என்பது வீடுகள் ஆங்காங்கே இருக்கும். நாடோடி வாழ்க்கை முறையிலிருந்து நகர வாழ்க்கை முறைக்கு மாறிய யுகமே கலியுகம் என்று கூறப்பட்டிருக்க வேண்டும். கலீ என்றால் கழிவு நீர் வாய்க்கால் என்று கூட அர்த்தம். கழிவு நீர் வாய்க்கால் முறை

அமைத்து வாழ்ந்த காலமே கலியுகம் என்று கூட இருக்கலாம். சிந்து சமவெளி நாகரிகத்தின் ஒரு முக்கிய அம்சமே நன்கு திட்டமிடப்பட்டு கட்டமைத்த கழிவுநீர் வாய்க்கால் முறை தான் என்பதை நாம் ஏற்கெனவே அறிவோம்.

இந்த யுகத்தில், வெள்ளப்பெருக்கிற்கு முன் இருந்த தங்கள் மூதாதையர்களுடைய கதை பேசிப்பேசி, கற்பனை கலந்து, உருவகங்கள் பல சேர்த்து, தத்துவ விளக்கங்கள் சேர்த்து, வாய்மொழியாக அவைகளை புராணக்கதைகளாக மாற்றினர். அக்கதைகளைக் கேட்டு வளர்ந்த ஆரிய தலைமுறைகள், பின்னால் தாங்கள் குடியேறிய இடங்களில் இந்த கதைகள் நடந்ததாக இந்த கதைகளை வாய்மொழியாக இருந்தவற்றை புராணங்களாக எழுதினர். அந்த புராணங்களே ராமாயணமும், மகாபாரதமும், ஸ்ரீ பாகவதம் போன்றவை. இவை எல்லாம் எழுதப்பட்டது வட இந்தியாவில் பொ.யு. 200ற்கு பின், அதாவது ஆரியர்கள் யமுனை மற்றும் கங்கை நதிக்கரையில் குடியேறிய பின் பரம்பரையாக தாங்கள் கேட்ட மூதாதையர் கதைகளை யமுனை மற்றும் கங்கை சமவெளிகளில் நடந்ததாக கற்பனைகள் சேர்த்து எழுதினர்.

யுகங்கள் பெயர் பற்றி இன்னொரு கூற்றுப்படி கூடப் பார்க்கலாம். கிருதயுகம் என்பது வேட்டைத் தொழில் செய்த யுகமாக இருந்திருக்க வேண்டும். த்ரேதாயுகம் என்பது விவசாயத் தொழில் செய்த யுகமாக இருக்க வேண்டும். விவசாயம் செய்ய நிலத்தை திருத்தி, அதாவது மரங்களை வெட்டி, நிலத்தை சமன் செய்து இருக்க வேண்டும். திருத்த யுகம் என்பதே த்ரேதாயுகம் என்று மருவியிருக்க வேண்டும்.

திருத்த > திருத > த்ரேதா

துவாபர யுகம் என்பது வாணிகத் தொழில் செய்த யுகமாக இருக்க வேண்டும். வாணிகத்தில் உபயோகப்பட்ட முக்கிய கருவி தராசு. தராசுவிற்கு இன்னொரு பெயர் துலாபாரம். துலாபார என்பதே துவாபர என்று மருவியிருக்கலாம். கலியுகம் என்பது கல்லால் வீடுகள் கட்டி தமிழில் கல் யுகம் என்பதாக இருக்கலாம். அதாவது கல் கொண்டு வீடுகள் கட்டி, தெருக்கள் அமைத்து வாழ ஆரம்பித்த காலம் கலியுகம் எனக் கருதலாம். (தராசு – தர அச்சு)

எனவே புராணங்களில் கூறப்படும் யுகங்களின் காலம் தத்துவக்கால கூற்றுகளோடு ஒத்துப்போக அதற்கேற்றவாறு எழுதினார்கள். (தத்துவ என்பதே தன் துவா அல்லது தனித் துவா). எனவேதான் மூன்று என பொருள்படும் திரேதாயுகம் ஏன் இரண்டாவதாகவும், இரண்டு என பொருள்படும் துவாபரயுகம் ஏன் மூன்றாவதாக வந்தது என அவர்களால் கூறமுடியவில்லை. மேலும் உகம் என்ற தமிழ்ச்சொல்லே யுகம் என்று சமஸ்கிருதத்தில் மருவிற்று. உக என்றால் உகுந்தது. உகம் என்றால் உகுந்த இடம் என்று அர்த்தம் கொண்டதாக இருக்கலாம்.

சீவகம், ஆசீவகம் நெறிகள்

புத்த மத, ஜைன மத காலங்களில் ஆசீவக நெறி என்ற அமைப்பு தோன்றியது. சீவகம் என்றால் வாழ்தல் என்ற பொருள் உண்டு. சிவ அகம் என்பதே சீவகம் என்று மாறியிருக்கலாம். சீவன் என்றால் உயிர். அகம் என்ற சொல்லுக்கு வீடு அல்லது சமயம் என்ற பொருளும் இருக்கலாம். இறைவனடியை சேர்வதற்கு வீடுபேறு

அடைதல் என்று கூறுவதுண்டு. ஆகமம் அல்லது அகாமம் என்றால் இறை வழிபாடு சம்பந்தப்பட்டது. ஆகம விதி என்று கூறுவது வழிபாட்டு விதிகளாகும். சீவகம் என்பது கடவுள் நம்பிக்கை கொண்ட இயக்கத்தை குறிப்பதாக இருக்கலாம். கடவுள் நம்பிக்கை உடையவர்களை இன்றைக்கு ஆன்மிகவாதி என்று கூறுவது போல், அன்றைக்கு சீவகர்கள் என்று கூறியிருக்கலாம். இங்கு வாழ்தல் எனக் கூறப்படுவது சொத்து சுகங்களோடு பொருள் சார்ந்த வாழ்க்கையை வாழுதல். சிவ அகம் என்பது நல்ல பொருள் வளம், மற்றும் கட்டுமான வசதிகள் உடைய நாகரிகமான இடத்தை குறிப்பதாக இருக்கலாம். அகம் என்றால் வீடு. வீட்டிற்கு இல் (இல்லம்) என்ற பெயரும் உண்டும். அப்படியெனில் சிவகம் என்பது 'சிவ இல்' என்ற பெயரும் இருந்திருக்கலாம். 'கோ இல்' என்பதை கோவில் என்று சொல்லுவது போல, 'சிவ இல்' என்பது சிவில் என்று சொல்லப்பட்டிருக்கலாம். இந்த சிவில் என்ற சொல்லே ஆங்கிலத்தில் 'civil' என்ற பெயராகி, அதிலிருந்தே கட்டட வடிவமைப்பிற்கு 'சிவில் எஞ்சினியரிங்' (Civil Engineering) என்றும், நாகரிகத்திற்கு சிவிலைசேஷன் (Civilzation) என்றும் பெயர்கள் வந்திருக்க வேண்டும்.

ஆசீவகம் என்பது கடவுள் மறுப்பு கொள்கை உடைய இயக்கத்தைக் குறிப்பிடப்படுகிறது. அசீவகம் என்பதே ஆசீவகம் என்று மாறியிருக்க வேண்டும். ஆசீவகம் என்பது இந்திய மெய்யியல் கொள்கையும் துறவு இயக்கமும் ஆகும். இது பொ.யு.மு. 500 – 250 காலகட்டத்தில் ஜைன, புத்த மதங்களோடு ஒத்த காலத்தில் இருந்ததாக கருதப்படுகிறது. இந்த மெய்யியல் புத்த, ஜைன மதங்கள் போன்றே வேதத்தை மறுத்த இயக்கமாகும். கண்ணகியின் தந்தை மாநாய்க்கன், கண்ணகியும் கோவலனும் இறந்த செய்தி கேட்டு மனம் நொந்து தன்னுடைய செல்வத்தை எல்லாம் தானம் கொடுத்து விட்டு ஆசீவக மதத்தில் சேர்ந்து துறவு பூண்டதாக சிலப்பதிகாரம் நீர்ப்படைக்காதை கூறுகின்றது. தமிழ் மொழி நிகண்டான திவாரக நிகண்டும் ஆசீவக மதத்தைப்பற்றி குறிப்பிடுகிறது. சீவகம் என்றால் வாழ்தல் என்றால், ஆசீவகம் என்பது இறத்தல் என்று பொருளல்ல. அது துறத்தல் என்ற பொருளுடையது. அதாவது உலக ஆசைகளை துறந்து, துறவற வாழ்க்கை வாழுவது. இன்னும் சொல்லப்போனால் ஆசீவகம் என்பது கடவுள் மறுப்பு கொள்கை என்பதை விட, துறவறக் கொள்கையுடையதாகும். துறவறம் பூண்டாலும் கடவுள் நம்பிக்கையுடையவர்களாக இருப்பார்கள். அவர்கள் கடவுள் வழிபாடு மனதளவிலே செய்துகொண்டு, ஆடம்பரமான, ஆச்சாரமான பூஜை புனஸ்காரங்களில் நம்பிக்கை இல்லாதவர்களாக இருப்பார்கள்.

கடவுள் வழிபாடு முடிவுரை

ஆதி காலத்தில் பண்டைய மக்களின் இயற்கை மற்றும் மூதாதையர் வழிபாடே இன்றைய கடவுள் வழிபாட்டின் மூலமாகும். உலகில் உள்ள பெரும்பாலான பழங்குடிகளில் இன்றும் மூதாதையர் வழிபாடு மிக சிறப்பாக, மிக சிரத்தையோடு செய்யப்படுகிறது. தாய்த் தெய்வ வழிபாடு பல ஆயிரங்கள் வருடங்கள் முன்பே உலகில் உள்ள எல்லா நாகரிகங்களில் இருந்து வந்தது. அதேபோல் தாய்மகன் தெய்வ வழிபாடு பல ஆயிரம் வருடங்களுக்கு முன்பே எல்லா பண்டைய நாகரிகங்களில் இருந்தது. அதன் தொடர்ச்சியே பிற்காலத்தில் கிருத்துவ மதத்தில் அன்னை மேரி –

குழந்தை இயேசு வழிபாடாக தொடர்ந்தது. மர வழிபாடு பண்டைய நாகரிகங்களில் மிக முக்கியமான வழிபாடாக இருந்தது. இதன் தொடர்ச்சியே இந்து மத கோவில்களில் உள்ள ஸ்தல விருட்சம் வழிபாடு. இதே போல் மேற்கத்திய நாடுகளில் கிருத்துவ மதம் பரவும் முன் மர வழிபாடு இருந்தது.

இன்று உலகில் உள்ள எல்லா மதங்களுக்கும் அடிப்படை மதங்கள் சுமேரிய மற்றும் சிந்து சமவெளி மதங்களாகும். திராவிட மதம் என்பது ஆரியர்கள் இந்தியாவிற்குள் வருவதற்கு முன்பு இந்தியாவில் வழிபடப்பட்ட சுடலை மாடன், அய்யனார், கருப்பண்ணன், மால், கொற்றவை, முருகு போன்ற தெய்வங்களாகும். ஆரிய மதம் வந்து சிவன், விஷ்ணு வழிபாடு நுழைந்த பிறகு இந்த தெய்வங்கள் எல்லாம் சிறு தெய்வங்களாக ஆக்கிவிடப்பட்டன.

உலகில் உள்ள எல்லா நாகரிகங்களிலும் பண்டைய காலம் தொட்டே பல கடவுள் வழிபாடு இருந்திருக்கிறது. இந்து மதம், வேத மதத்தின் அடிப்படையில் தோன்றியது. பண்டைய இந்தியாவில் இந்து மதம் என்ற தனி மதம் இல்லை. புத்த, ஜைன, சைவ, வைஷ்ணவ என்ற பெயரிலேயே மதங்கள் இருந்தன. ஆரியர்கள் இந்தியாவிற்கு வந்த பிறகு சைவ மற்றும் வைஷ்ணவ சமயங்கள் தென்னிந்தியாவில் பரவின. பின் இவை பக்தி இயக்கம் மூலம் இந்தியா முழுவதும் பரவியது. பின்னாளில் கிருத்துவ மதமும், இஸ்லாமும் இந்தியாவிற்குள் வந்த பிறகு, 13-16ஆம் நூற்றாண்டு போல் இந்தியாவில் இருந்த இஸ்லாம் மற்றும் கிருத்துவர்கள் அல்லாத மதத்தை சார்ந்தவர்களை இந்துக்கள் என்று ஆங்கிலேயர்கள் அழைக்க ஆரம்பித்தனர்.

இந்து மதத்தின் அடிப்படை வேர்கள் சுமேரிய மற்றும் எகிப்திய மதங்களிலிருந்து வந்தது. குறிப்பாக சைவ சமயத்தின் வேர்கள் சுமேரிய மதத்திலிருந்தும், வைஷ்ணவ மதத்தின் வேர்கள் எகிப்திய மதங்களிருந்தும் தோன்றியிருக்க வேண்டும். தட்சிணாமூர்த்தி மற்றும் காளி அல்லது துர்கை வழிபாடு சுமேரிய மதத்தில் காணப்படுகிறது. விஷ்ணு வழிபாட்டின் மூலம் எகிப்திய மதத்தில் உள்ள ஒசிரிஸ் வழிபாட்டிலிருந்து தோன்றியிருக்க வேண்டும்.

திராவிடக் கட்டடக்கலை என்று நாம் கூறிக்கொள்ளும் தென்னகத்தின் கோவில் கட்டடக்கலை எதார்த்தத்தில் திராவிடக் கட்டடக்கலை கிடையாது. அது பண்டைய எகிப்திய மற்றும் மேற்காசியக் கட்டடக்கலையாகும்.

தட்சிணாமூர்த்தி வழிபாடு எதார்த்தத்தில் எரிமலை வழிபாடு ஆகும். இதேபோல் தமிழகத்தில் பண்டைய காலம் முதல் வழிபட்டு வரும் சுடலை மாடன் வழிபாடும் எரிமலை வழிபாடாகும். நடராஜர் வழிபாடும் பண்டைய பழங்குடிகளின் தீ நடனத்திலிருந்து தோன்றியிருக்க வேண்டும். சுடலை மாடன் வழிபாடே உலகின் முதல் கடவுள் வழிபாடாக இருக்கலாம்.

பைபிளில் கூறப்படும் ஆதம் ஏவாள் கதையும் பண்டைய பழங்குடிகளின் வாழ்வில் நடந்த நிகழ்வுகளின் தொன்மைக்கதையாகும்.

இந்திரன், முருகன், கண்ணன், விநாயகர், அய்யப்பன், பசுபதி, நரசிம்மர் ஆகிய எல்லாக் கடவுள் தொன்மங்களுக்கும் ஒருவிதமான ஒற்றுமை உள்ளது. ஆதிகாலத்தில் இவர்கள் எல்லாம் ஒரே கடவுளாக அல்லது வழிபடும் சக்தியாக இருந்திருக்க

வேண்டும். காலம் செல்லச் செல்ல வெவ்வேறு பழங்குடிகளின் தொன்மைக்கதைகளில் இவர்களுக்கு வேறு பெயர்கள் வந்து வெவ்வேறு கடவுள்களாக உருமாறியிருக்க வேண்டும்.

இந்து மதத்தில் கூறப்படும் தசாவதாரக் கதைகள் பண்டைய காலத்தில் நடந்த எதார்த்த நிகழ்வுகளிலிருந்து புனைந்து அவைகளை தொன்மைக்கதைகளாக, அவதார புருஷர்களாக மாற்றிவிட்டனர். அதேபோல் இந்து மதத்தில் கூறப்படும் யுகங்கள் என்பது எதார்த்தத்தில் கடல் வெள்ளப்பெருக்கோடு சம்பந்தப்பட்டிருக்க வேண்டும். சங்க இலக்கியங்களில் கூறப்படும் மூன்று தமிழ்ச்சங்கங்கள், மூன்று கடல் வெள்ளப்பெருக்குகள் ஏற்பட்டு புலம் பெயர்ந்ததால் அமைக்கப்பட்டது. இந்து மதம் கூறும் நான்கு யுகங்கள் இந்த கடல் வெள்ளப்பெருக்கோடும், மற்றும் நாகரிக வளர்ச்சியோடும் சம்பந்தப்படிருக்க வேண்டும். வேட்டைத் தொழில் செய்த காலத்தை கிருதயுகம் என்றும், விவசாயத் தொழில் செய்த காலத்தை திரேதாயுகம் என்றும், வாணிகத் தொழில் செய்த காலத்தை துவாபரயுகம் என்றும், நாகரிகம் வளர்ந்து கட்டடக்கலை வளர்ந்த காலத்தை கலியுகம் என்றும் கூறியிருக்கலாம்.

கண்ணனோ... முருகனோ... ராமனோ ..?!

இந்தப் பகுதியில் ஒரு முக்கியமான கேள்வி எழவேண்டும். சுமேரிய நாகரிகமும், சிந்து சமவெளி நாகரிகமும், திராவிட நாகரிகம் என்றால், திராவிட மதம்தானே உலகில் உள்ள எல்லா மதங்களுக்கும் அடிப்படையாக இருக்கவேண்டும் என்ற கேள்வி எழவேண்டும். அந்த திராவிட மதம் எங்கு தோன்றியிருக்கும்? அந்த இடம் பண்டைய குமரிக்கண்டமாக இருக்கலாம்.

துணை நூல்கள் மற்றும் கட்டுரைகள்

1. பி.எல். சாமி, 'தமிழ் இலக்கியத்தில் தாய்த்தெய்வ வழிபாடு'
2. சைவ சமய வரலாறு, ந.சி. கந்தையா, சந்தியா பதிப்பகம், 2010.
3. ரிக் வேத கால ஆரியர்கள், ராகுல சாங்கிருத்தியாயன், நியூ செஞ்சுரி புக் ஹவுஸ், 200அ.
4. கொடுங்கோளூர் கண்ணகி, வி. ஆர். சந்திரன், (தமிழில்: ஜெயமோகன்), யுனைடெட் ரைட்டர்ஸ், 2005.
5. Mother Goddess and Village Culture, www.harappa.com, Retrieved in 16.2.2016.
6. Indus Valley Civilisation, www.en.wikipedia.com, Retrieved October, 2018
7. Glastonbury, England, www.ezinenieuwemaan.nl
8. Celtic Groves,, www.en.wikipedia.com, Retrieved in December, 2018.
9. RedBad Movie, www.bakkeveen.nl, Retrieved in December, 2018
10. Cannanite God, Museum of Anatolian Civilisation, Ankara.
11. Chines Gods and Immortals, www.en.wikipedia.com, Retrieved in November, 2018.
12. History of China, www.en.wikipedia.com, Retrieved in November, 2018
13. Greek Mhythology, www.en.wikipedia.com, Retrieved in November, 2018
14. Gods and Godesses – Ancient Egypt, www.ancientegypt.co.uk, Retrieved in October, 2018.
15. History of Crete, www.en.wikipedia.com, Retrieved in November 2018
16. Indus Valley Civilization, www.en.wikipedia.com, Retrieved in October, 2018
17. List of Egyptian God and Godesses, www.simple.m.wikipedia.org, Retrieved October, 2018.
18. 15 Major Ancinet Egyptian God and Godesses You Should Know, www.realmofhistory.com, Retrieved October 2018.
19. List of Greek Mythological Figures, www.en.wikipedia.com, Retrieved in November, 2018.
20. List of Roman Deities, www.en.wikipedia.com, Retrieved in November, 2018.
21. Minoan Civilization, www.en.wikipedia.com, Retrieved in November, 2018.
22. Minoan Religion, www.en.wikipedia.com, Retrieved in November, 2018.
23. Sudalai Mada Samy, www.flickr.com, Retrieved in March, 2018.
24. Sudalai Madan, www.en.wikipedia.com, Retreived in March, 2018.
25. Pattinaththaar, www.tamilandvedas.com, Retrieved in December, 2018.
26. Kamadhenu – A mother godess of all cows, www.pinterest.com, Retrieved in October, 2018.
27. Benjamín PreciadoSolís (1984). The Kṛṣṇa Cycle in the Purāṇas: Themes and Motifs in a Heroic Saga. Motilal Banarsidass. pp. 1–16. ISBN 9780895812261.
28. Roshen Dalal (2010). The Religions of India: A Concise Guide to Nine Major Faiths. Penguin Books. pp. 54–55. ISBN 9780143415176.
29. Dandekar (1977), "Vaishnavism: an overview", in Jones, Lindsay, MacMillan Encyclopedia of Religion, MacMillan (Reprinted in 2005), ISBN 9780028657332
30. G. Widengren (1997). Historia Religionum: Handbook for the History of Religions Religions of the Present. Boston: Brill Academic Publishers.p. 270. ISBN 9004025987.

31. MONIUS, Anne E.: Dance Before Doom. Krishna In The NonHindu Literature of Early Medieval South India. In: Beck, Guy L., ed. Alternative

32. Krishnas. Regional and Vernacular Variations on a Hindu Deity. Albany: State University of New York Press 2005; Ch. 8. pp. 139149

33. Norman Cutler (1987) Songs of Experience: The Poetics of Tamil Devotion, p. 13

34. "Devotion to Mal (Mayon)". philtar.ucsm.ac.uk. Retrieved 20080522.

35. Klostermaier, K.K. (1998), A concise encyclopedia of Hinduism, Oneworld

36. Vadavur K. Duraiswami Ayyangar (1931), Long Missing Links or The Marvellous Discoveries about the Aryans, Jesus Christ, and Allah, Oriental Home University.

37. காயத்ரி மந்திரமும்! பெருமையும் அர்த்தமும், மு. ஹரி காமராஜ், விகடன்.காம், 10.7.17.

38. David N. Lorenzen 2006, Who invented Hinduism : Essays on releigon in History. Yoda. ISBN 9788190227261.Hindu, Wikipedia retreived 15.12.18

39. Pennington, Brian K., 2005, Was Hinduism Invented?: Britons, Indians, and the Colonial Construction of Releigion, Oxford University Press, ISBN 9780198037293)

40. ஆசீவகம். விக்கிபீடியா, www.ta.wikipedia.com.

41. Saivism, www.en.wikipedia.com

42. Srivaishnavism, www.en.wikipedia.com

43. ஆகோள் பூசலும் பெருங்கற்கால நாகரிகமும், ராஜ் கௌதமன், தமிழினி, 2009

44. தசாவதாரம், விக்கிபீடியா.

45. குமரிக்கண்டமா சுமேரியமா – பா. பிரபாகரன், கிழக்கு, உ௦கஉ

துணைப் படங்கள்

46. The identity of the Sumerians as seen in ancient, www.warlockasylum.files.wordpress.com,

47. Imagenes sumeranu, www.bibliotecapleyades.net

48. Sumerianart, www.pinterest.com

49. Ancient Civilizations, www.visioninconsciousness.org

50. Gudea, www.sumerianshakespare.com/25401, Retrieved in June 2016.

51. In the land of civilized lords, www.jhashard.wordpress.com

52. Opening of the mouth Ceremony, www.en.wikipedia.org,
Retreived in December 2016.

53. The judgementof the Dead in the presence of Osiris, www.commons.wikimedia.org, Retreived in December 2016.

54. Malerei: Judgement in the Underworld, www.kunstfueralle.org, Retreived in December 2016.

55. Egyptian Book of the Dead, www.ancient.eu, Retrieved in December 2016.

56. The origin of humans as told by the ancient sumerians, www.thespiritscience.net

57. The origins of human beings according to ancient Sumerian texts, www.hatoffoil.files.wordpress.com

58. Sumerian god with wings,www.mysteryoftheinquity.files.wordpress.com

59. VotiveGudea, www.westcler.org
60. Gods of sumeria, www.theancientaliens.com
61. Ancient Sumerian Annunaki Tree of Life, www.ufocontact.com
62. www.ilbe.com
63. Indus, www. swamiindology.blogspot.com
64. Palette of Narmer, www.en.wikipedia.com, Retreived December 2018.
65. www.egyptqueen.com
66. Ancientegyptiantemples, www.robertschoch.net
67. Templecourtyard, www.touregypt.net
68. InsideAbuSimbelTemples, www.wanderingtrader.com
69. Seti_I_Temple_at_Qurna, www.factsanddetails.com
70. Inside egyptian temple, www.factsanddetails.com
71. http://www.strangehistory.net/blog/wpcontent/uploads/2016/07/heliocentricmodel.jpg
72. https://haribhakt.com/wpcontent/uploads/2013/01/bhagwadgita_bhumandala_universe.jpg
73. https://www.google.com/url?sa=i&source=images&cd=&cad=rja&uact=8&ved=2ahUKEwjijpCbjMbmAhXMzTgGHQfkADwQjB16BAgBEAM&url=https%3A%2F%2Fanywayinaway.com%2Fphotography%2Fpapuanewguinea%2Fbainingfiredanceeastnewbritain%2F&psig=AOvVaw3ReElNJ_626EnKyQquCQ5a&ust=1576994501589746
74. https://www.google.com/url?sa=i&source=images&cd=&cad=rja&uact=8&ved=2ahUKEwi41oGsi8bmAhW2zDgGHRzpDOYQjB16BAgBEAM&url=https%3A%2F%2Fwww.dailymail.co.uk%2Fnews%2Farticle2195473%2FDancingdeathTheAmazontribesmenputtingcolourfuldisplaymemorialdisplaystretching centuries.html&psig=AOvVaw3ReElNJ_626EnKyQquCQ5a&ust=1576994501589746
75. https://www.google.com/url?sa=i&url=https%3A%2F%2Fnsuri.com%2Farticle%2Falookatthefascinatingbondbetweencheetahsandthesanpeoplephotos&psig=AOvVaw3tgTcjpJQFdOpsT5MMabma&ust=1596453051402000&source=images&cd=vfe&ved=0CAkQjhxqFwoTCJCC7qCx_OoCFQAAAAAdAAAAABAP
76. https://carmen4thepets.files.wordpress.com/2010/11/article13289110c07bf2b000005dc948_634x558.jpg

05

கலாசாரம்

"பரலுடை மருங்கிற் பதுக்கை சேர்த்தி
மரல்வகுந்து தொடுத்த செம்பூங் கண்ணியொடு
அணிமயிற் பீலி சூட்டி, பெயர் பொறித்து
இனிநட் டனரே! கல்லும்; கன்றொடு
கறவை தந்து பகைவர் ஓட்டிய
நெடுந்தகை கழிந்தமை அறியாது
இன்றும் வருங்கொல், பாணரது கடும்பே?"

(புறநானூறு-26)

பல்லாயிரம் ஆண்டுகளுக்கு முன்பிருந்தே உலகில் எல்லா இடங்களிலும் கலாசாரம் பரவியுள்ளது. மனிதன் தோன்றியது ஆப்பிரிக்காவில் என்றால் அவன் புலம் பெயர்ந்து உலகம் முழுவதும் பரவியபொழுது அவர்களிடையே கலாசார தொடர்புகள் அல்லது தடயங்கள் எஞ்சியிருக்க வேண்டும். ஏற்கெனவே கூறியுள்ளது போல், மனிதனின் புலம் பெயர்வு இரண்டு நிலைகளில் அல்லது கட்டங்களில் ஏற்பட்டிருக்கவேண்டும். முதல் புலம் பெயர்வு நாகரிகம் அடைவதற்கு முன், இரண்டாம் புலம் பெயர்வு நாகரிகம் அடைந்த பின் என இரு காலகட்டங்களில் நடைபெற்றிருக்க வேண்டும். இந்த இரண்டாம் புலம் பெயர்விற்கு முக்கிய காரணம் கடல் வெள்ளப்பெருக்காக இருக்க வேண்டும். இதில், நாகரிகம் அடைவதற்கு முன் ஏற்பட்ட புலம் பெயர்வில் கலாசாரங்கள் அவ்வளவாக முன்னேற்றம் அடைந்ததாக இருந்திருக்காது. நன்கு வளர்ச்சியடைந்த கலாசாரமே நாகரிகமாக உருவாக முடியும். தமிழ்க் கலாசாரம் நீண்ட தொடர்ச்சியான வரலாற்றை கொண்ட கலாசாரமாகும். இந்த நீண்ட தொடர்ச்சி பல்வேறு சமூக முறைகளை உருவாக்கியுள்ளன. இந்த அத்தியாயத்தில் நாம் பழங்கால கலாசார ஆதாரங்களை தேடி, அவற்றிற்கும் தமிழ் கலாசாரத்திற்கும் உள்ள தொடர்பை ஆராய முற்படலாம்.

நீத்தோர் புதைத்தல் கலாசாரம்

உலகில் உள்ள பல நாடுகளிலும், இடங்களிலும் உள்ள தொல்பொருள் ஆதாரங்களைப் பார்க்கையில் மனிதனின் முதல் கலாசாரப் பழக்கங்களில் ஒன்று இறந்தவர்களைப் புதைப்பது. அதுவும் தாழியில் வைத்தோ அல்லது குழி தோண்டி புதைத்து அதன் மேலே சிறு குன்று போல் மணல் அல்லது கல் கொண்டு மூடும் பழக்கம் இருந்தது. இன்னமும் அந்த பழக்கம் கிட்டத்தட்ட எல்லா நாடுகளிலும், எல்லா கலாசாரங்களிலும் காணப்படுகிறது.

உலகின் உள்ள எல்லா திசைகளிலும் உள்ள நாடுகளில், கிழக்கில் இருந்து மேற்கிலும், தெற்கில் இருந்து வடக்கிலும் உள்ள நாடுகளில் இது போன்ற புதை குன்றுகள் காணப்படுகிறது.

யூதர்களின் பழக்கவழக்கப்படி அவர்கள் இறந்தவர்களை புதைக்காமல் ஒரு உயரமான இடத்தில் (அதாவது குன்றின் மேல்) அந்த உடலை வைத்துவிடுவார்கள். அந்த உடலை வல்லூறுகளும் மற்ற மாமிச உண்ணி பறவைகள் வந்து உண்டு சென்றுவிடும்.

இந்தோனேசியத் தீவுகளில், சிலவற்றில் வாழும் மக்கள் இறந்தவர்கள் உடலை பதப்படுத்தி அதை ஒரு மர இருக்கையில் வைத்தோ அல்லது மூங்கில் பல்லக்கு போன்ற ஒன்றில் வைத்து அதை மலைகளில் உள்ள குகைகளில் வைத்துவிடுவார்கள். பின் ஒவ்வொரு வருடமும் அங்கு சென்று அதை வணங்கும் வழிபாடுச்சடங்கு செய்கிறார்கள். ஆப்பிரிக்க பழங்குடிகளிடமும் இந்த வழக்கம் காணப்படுகிறது.

கோண்டி இன மக்களிடமும் இதேபோன்ற வழக்கம் ஒரு கலாசாரப் பழக்கத்தை பின்பற்றுகிறார்கள். அவர்கள் வருடம் ஒருமுறை மலையில் உள்ள ஒரு குகையில் சென்று தங்கள் முன்னோர்களை வழிபடுகிறார்கள்.

நார்வே நாட்டில் உள்ள புதைமேடு அல்லது புதை குன்றுகளை ‘தம்முழி’ (*dummuzi*) என்றும் அல்லது ஹுகேல் கிரவே (*hugel grave*) என்றும் கூறுகிறார்கள். இதற்கு மௌன்ட் (*mound*) என்ற பெயரும் உண்டு. இது மா அந்த என்ற பொருளில் கூட இருக்கலாம். மா என்றால் பெரியது. அந்த என்றால் முடிவு என்று அர்த்தம். அந்த புதைமேட்டில் பல உடல்களை புதைத்து இருப்பதால் அதற்கு மா என்று பெயரிட்டிருக்கலாம். அதுவே மௌன்ட் என்று மருவியிருக்க வேண்டும்.

இதுபோன்ற வழக்கமே மேற்குடி மக்கள் அல்லது அரசகுலத்தினர் இறந்தால், அதை பதப்படுத்தி பிரமிட்டுகளில் வைத்தார்கள்.

ஆதியில் மனிதன் சூரியனை வழிபட்டனர். அது மலையில் தோன்றி மலையில் மறைவதாக நினைத்திருக்கலாம். அதாவது சூரியன் மலையில் உறைவதாக நினைத்தனர். எனவே இறந்தவர்களை மலைக் குன்றுகளில் புதைத்தனர் அல்லது வைத்தனர். மற்றும் அவர்களுக்கு மறுஜென்ம பற்றி நம்பிக்கை இருந்ததால் அவர்கள் உடலை மலைகளிலோ அல்லது மலை போன்று மேடு அமைத்து அதில் வைத்தார்கள். முருகன் மலையில் உறைவதாக குறிப்பிடுவது இதன் அடிப்படையாக இருக்கலாம்.

உலகில் பல நாடுகளில் உள்ள புதைமேடுகள்

இந்த கலாசாரம் நாகரிகம் வளர்ந்த பிறகு புதைமேடுகளை மண் கொண்டு மூடாமல், கல் கொண்டு மூடினார்கள். இதனால் அதன் பெயர் கல்திட்டை, கல்படை, கல்லறை, கற்கிடை, கல்குவை, கல்வட்டம் என்று பலவித பெயர்களில் அழைத்தார்கள். கல்திட்டை என்பதே ஆங்கிலத்தில் கதீட்ரல் என்று மாறியிருக்கலாம்.

இந்த புதைமேடு கலாச்சாரத்தை மிகவும் பின்பற்றியது எகிப்தியர்கள். ஆனால் எகிப்தியருக்கு முன்பே முதலில் பிரமிடு போன்ற தோற்றம் உடைய சிகுராத் என்ற கோவில் கட்டியவர்கள் சுமேரியர்கள்.

சுமேரிய கலாசாரம்

சுமேரிய நாகரிகத்தில் தொல்பொருள் தடயங்களில் கீழ்கண்ட தரவுகள் காணப்படுகின்றன:

சுமேரிய நாகரிகத்தின் தொன்மத்தின்படி என்கி என்ற தெய்வம் (அ) மன்னன் தான் அவர்களை சுமேரியாவிற்கு அழைத்து வந்தது என்று கூறப்படுகிறது. கடல் வெள்ளப்பெருக்கிலிருந்து புலம் பெயர்ந்து வந்து சுமேரியாவில் குடியேறிய பின் அந்த புதிய இடத்தில் வாழ்வைத்தொடங்க என்கி செய்த காரியங்கள் பட்டியல் பின்வருமாறு கூறப்படுகிறது:

- புது நாள்காட்டி உருவாக்கி புது ஆண்டை உருவாக்கி சங்கத்தின் முடிவுக்கு சமர்ப்பித்தான்.
- நிலங்களை பண்படுத்தினான்.
- களஞ்சியத்தில் தானியங்களை சேகரித்தான்.
- கூலங்களை உயரமாக அடுக்கினான்.
- எண்ணெய் பால் உற்பத்தி செய்ய ஏற்பாடு செய்தான்.
- மக்களுக்கு அவர்களுடைய உறைவிடங்களை வகுத்துக் கொடுத்தான்.
- சிலரை மந்தை வழியில் தங்கச் செய்தான்.
- வீடுகளில் இருந்த கொலை கருவிகளை அகற்றி அமைதி காத்தான்.
- நல்ல விதைகளை கொடுத்தான்.
- அவனது கை பட்டதால் வறண்ட பால் மாடு கன்றினை ஈன்றது. செம்மறியும் ஆடுகளும் குட்டியை ஈன்றன.
- கலப்பையையும் நுகத்தடியும் செய்தான்.
- செங்கல் சூளைகளை ஏற்படுத்தினான்.
- நூலால் அளந்து அஸ்திவாரம் போட்டான்.
- சங்கத்தின் உறுதுணையோடு புது வீடு கட்டி அதற்குப் புதுமனை புகுவிழா நடத்தினான் .
- நூற்பதையும் நெசவையும் கண்டுபிடித்தான்.

மேற்கூறியவை என்கி சுமேரியா குடி புக வந்த பொழுது செய்தவை என்று பென்சில்வேனியா அருங்காட்சியகத்தில் வைக்கப்பட்டிருக்கும் பழங்கால களிமண் ஏடுகளில் (பொ.யு.மு. 3300) உள்ள விவசாயக் கையேடுகளில் கூறப்படுகிறது.

(விவசாயக் கையேடு– பொ.யு.மு. 3300 களிமண் ஏடுகள் – பென்சில்வேனியா அருங்காட்சியகம்.)

உர் என்ற இடத்திலிருந்து கிடைத்த ஒரு கைவினை மரப் பெட்டியில் சுமேரிய கலாச்சாரத்தினை பற்றி அறிய முடிகிறது. இந்தப் பெட்டியின் காலம் பொ.யு.மு. 2600 ஆகும். இது 49.53 செ.மீ. நீளமும், 21.59செ.மீ. அகலமும் உடையது. இதில் இரண்டு பக்கமும் சித்திரங்கள் காணப்படுகின்றன. ஒரு பக்கம் போர் பற்றிய சித்திரங்களும், மறு பக்கத்தில் அன்றாட வாழ்வு பற்றிய சித்திரங்களும் காணப்படுகிறது. ஒவ்வொரு பக்கமும் மூன்று நிலைகளில் சித்திரங்கள் வரையப்பட்டிருக்கின்றன. போர் பற்றிய பக்கத்தில் மேல் நிலையில், போர்க்களத்தில் அரசன் மற்றும் அவனைச் சார்ந்தோர் இருப்பது போலவும், இரண்டாவது நிலையில் வீரர்கள் போர் கைதிகளோடு இருப்பது போலவும், மூன்றாவது நிலையில் தேர்கள் இருப்பது போலவும் சித்திரிக்கப்பட்டுள்ளது.

உர் பெட்டியில் உள்ள சித்திரங்கள்

அடுத்த பக்கத்தில், முதல் நிலையில் முதலாளிகள் இசை கேட்டும், மது அருந்தியும் இருப்பது போலவும், இரண்டாவது நிலையில் ஆடு, மாடு மற்றும் மேய்ச்சல் விலங்குகள் இருப்பது போலவும், மூன்றாவது நிலையில் மூட்டை தூக்குதல் போன்ற தொழிலாளிகள் இருப்பது போன்றும் உள்ளது. இதிலிருந்து சுமேரிய நாகரிகத்தில் 5000 வருடங்களுக்கு முன்பே அரசாட்சி, போர், முதலாளி மற்றும் தொழிலாளித்துவம் இருந்தது என்று அறியப்படுகிறது.

சுமேரியா ஒரு பரந்த சமவெளிப் பிரதேசம். அங்கு அதிகமான மரங்களோ, பாறைக் கற்களோ, கனிம வளங்களோ இல்லை. அங்கு அதிகமாக கிடைத்தது களிமண்ணாகும். ஆனால் சுமேரியர்கள் பல தொழில்நுட்பங்களை கண்டுபிடித்தனர். இதுதான் மிகவும் ஆச்சரியமளிக்கும் விசயமாக இருக்கிறது. பெரிதளவு இயற்கை வளங்கள் இல்லாத இடத்தில் எப்படி பல தொழில்நுட்பங்கள் கண்டுபிடிக்கமுடிந்தது என்பதாகும். பல வரலாற்று ஆசிரியர்கள் பல வருடங்கள் விவாதங்களுக்கு பிறகும் சுமேரியர்கள் எங்கிருந்து வந்தார்கள் என்று யாராலும் தீர்மானமாக கூறமுடியவில்லை.

ஜப்பானிய தொல்பொருள் தடயங்களும், சுமேரிய தொடர்பும்

1987 முதல் ஜப்பான் பெட்ரோகிளிப் இயக்கம் (Petroglyph), ஏறக்குறைய 3000 பாறை சித்திர கிறுக்கல்களை ஜப்பான் முழுவதும் கண்டுபிடித்து உள்ளனர். இவை ஜப்பானில் உள்ள புனித மலை உச்சியில் காணப்பட்டுள்ளன. இம்மலையை ஜப்பானின் ஆதிகுடிகள் தொழுதனர். இக்காலம் ஏறக்குறைய 12000–6500 ஆண்டுகளுக்கு முன்பு இருக்கலாம் என்று கூறுகின்றனர்.

பாறை சித்திர கிறுக்கல்கள்

அப்படி கிடைத்த ஒரு சித்திரத்தில், இரண்டு பெரிய பறவைகள் கோவில் போல உள்ள கட்டடங்களில் உள்ள மேல் மற்றும் கீழ்த்தளத்தில் வரையப்பட்டுள்ளது. அதற்கு அருகில் பிரமிடு போன்ற படமும் வரையப்பட்டுள்ளது. இந்த பறவைகள் சேவல் போன்ற உருவத்தில் உள்ளன. ஒருவேளை இது வானிலை மற்றும் திசைகாட்டி கருவியின் படமாக இருக்கலாம்.

ஜப்பானின் ஒகினாவோ என்ற கடல் பழங்குடியினர் தங்கள் மூதாதையர் நிலம் ‘நிடை கணை’ என்றும், அந்த இடம் சமுத்திரத்தில் வெகு தொலைவில் உள்ளதாக மிகவும் நம்புகின்றனர். அங்கு அவர்கள் மூதாதையர் மிகவும் மகிழ்ச்சியான வாழ்க்கை வாழ்ந்தனர் என்றும், பின் அந்த இடம் கடலில் மூழ்கியதாக நம்புகிறார்கள். சில அறிஞர்கள் அது கடலில் மூழ்கிய ‘மூ’ கண்டம் என்று கூறுகிறார்கள். மேலே கூறிய சித்திரங்களில் 12 கல் ஏடுகளில் உள்ள எழுத்துகள் (சித்திரங்கள்) 30% சுமேரிய க்யுனி பார்ம் எழுத்துகளோடு ஒத்து உள்ளது. சுமேரியர்களின் கோவில்கள் போல ஜப்பானின் சிகோகு, கிட்டக்யுசு ஆகிய இடங்களில் காணப்படுகின்றன. இவைகளை வைத்துப் பார்க்கையில் சுமேரியர்கள் ஜப்பானிற்கு பண்டைய காலத்தில் வந்திருக்கலாம் என்று ஜப்பானிய ஆய்வாளர்கள் கருதுகிறார்கள். சுமேரியர்களின் பழைமைக்கும், ஜப்பானியரின் பழைமைக்கும் நிறைய ஒற்றுமைகள் இருப்பதாகவும், சுமேரியர்கள் உலகின் முதல் சூரிய வழிபாட்டாளர்கள், அதுபோல ஜப்பானிலும் சூரிய வழிபாட்டோடு நாக வழிபாடும் ஒரு முக்கிய வழிபாடு என்றும், ஜப்பானிய பெட்ரோக்ராப் சங்கத்தின் அதிபர் நோபுஹிரோ யோசிடா கூறுகிறார்.

சுமேரிய கலாசாரத்தில் இறந்தோர் தர்ப்பணம்

சுமேரியாவில், ஈழமைட் (Elamite) காலத்தில் கிடைத்த ஒரு சிறிய உலோக படிமத்தில் இறந்தோருக்கு சுடுகாட்டில்/இடுகாட்டில் தர்ப்பணம் செய்யும் காட்சி செய்யப்பட்டுள்ளது. இதில் கல்லறைகளும், நடுகல்லும், தாழியும், சுடுகாட்டுத் தாவரங்களும் காணப்படுகிறது.

இறந்தோருக்கு தர்ப்பணம் கொடுத்தல்

இரு மனிதர்கள் முட்டியிட்ட நிலையில் இருக்கிறார்கள். ஒருவர் மற்றொரு வருக்கு கையில் ஒரு பொருளை காட்டுவது அல்லது கொடுப்பது போல் உள்ளது. இதில் ஒருவர் பூசாரியாகவும் மற்றொருவர் தர்ப்பணம் கொடுப்பவராகவும் இருக்கலாம். இந்து மத சடங்குகளில் முக்கியமான ஒரு சடங்கு இறந்தோருக்கு வருடம் தோறும் தர்ப்பணம் கொடுத்தல் சடங்காகும்.

எகிப்திய கலாசாரம்

பண்டைய எகிப்திய கலாசாரம் நன்கு மேம்பட்ட கலாசாரமாக இருந்தது. எகிப்திய பிரமிடுகளில் உட்புற சுவர்களில் காணப்படும் வர்ண சித்திரங்கள் மூலம் அவர்கள் கலாசாரத்தை நன்கு அறிய முடிகிறது. இதில் முக்கியமாக கருதப்படுவது இறந்து போன அரச குடும்பத்தினரை பதப்படுத்தி பிரமிடுகளில் வைப்பதும், பின் அவற்றை வழிபடுவதும் ஆகும். இறப்புச் சடங்கில் பெண்கள் வெள்ளை ஆடை அணிந்து தலைவிரி கோலமாக ஒப்பாரி வைப்பது இருந்திருக்கிறது.

தலைவிரி கோலத்துடன் இரங்கல்

இசையும் ஆடலும் எகிப்திய கலாசாரத்தின் ஒரு அங்கமாகும். பெண்கள் இசையிலும் ஆடலிலும் நன்கு தேர்ச்சி பெற்றவர்களாக இருந்தனர் என்று பிரமிடுகளில் காணப்படும் சுவர் சித்திரங்கள் மூலம் அறிய முடிகிறது.

இசை புரியும் பெண்கள்

விழாக்களில் அல்லது மத சடங்குகளில் ஊர்வலம் எகிப்திய கலாசாரத்தின் முக்கிய அங்கமாகும். சீர் அல்லது காணிக்கை பொருட்களை ஊர்வலமாக கொண்டு சென்றனர். சிறுவர்களுக்கு சுன்னத் செய்யும் வழக்கம் இருந்தது.

பள்ளிக்கூடமும், ஊர்வலமும்

உழவுத் தொழில்

கைவினை மற்றும் சிற்பத்தொழில்

விருத்த சேதனம் (சுன்னத்) செய்தல்

பீர் பருகுதல்

பீர் செய்யும் இடம்

விவசாயத்தொழில் நன்கு மேம்பட்டிருந்தது. பார்லியில் செய்த பெரும், திராட்சையில் செய்த மதுவும் மிகவும் விரும்பி பருகப்பட்ட பானம். நீரை விட இவற்றையே இவர்கள் அதிகம் பருகினர். கைவினைப்பொருட்கள் மற்றும் சிற்பங்கள் செய்வதில் இவர்கள் தேர்ச்சி பெற்றிருந்தனர். கல்வி மற்றும் எழுத்திலும் தேர்ச்சி பெற்றிருந்தனர். பள்ளிக்கூடங்கள் இருந்ததாக அறியமுடிகிறது. சிறுவர்களுக்கு சுன்னத் செய்யும் வழக்கம் எகிப்தியரிடம் இருந்தது.

சிந்து சமவெளி கலாசாரம்

சிந்துசமவெளி நாகரிகம் இருந்ததை கண்டுபிடிக்கும் முன் கங்கை சமவெளியில்தான் நாகரிகம் உருவாகி வளர்ந்ததாக நம்பப்பட்டு வந்தது. சிந்து சமவெளியில் ஹரப்பா, மொஹஞ்சதாரோ போன்றவை நன்கு திட்டமிடப்பட்ட நகர அமைப்பாக நான்காயிரம் ஆண்டுகளுக்கு முன்பே இருந்தது. இங்கு ஒரே அளவுள்ள செங்கல், மூடிய சாக்கடைகள், பொதுக்குளியல், நெற்களஞ்சியம். கோட்டை கொத்தளம், சிற்பம், முத்திரைகள் போன்றவை தொல்பொருள் அகழ்வாராய்ச்சி மூலம் கண்டறியப்பட்டது. ஐரோப்பாவில் பொது சுகாதாரம் பதினெட்டாம் நூற்றாண்டில் தான் ஆரம்பமாயிற்று. ஆனால் சிந்து சமவெளியில்பொ.யு.மு 2500 போலவே இவை அங்கு கடைப்பிடிக்கப்பட்டிருந்தது.

உலகத்திலேயே சிந்து சமவெளியில்தான் பருத்தி முதன் முதலாகப் பயிரிடப்பட்டது. பருத்திக்கு கிரேக்க மொழியில் சிந்தொன் என்று பெயர். சிந்து சமவெளியிலிருந்து கிரேக்கத்திற்கு பருத்தி ஏற்றுமதி செய்யப்பட்டிருக்கலாம் என்ற கருத்தும் கூட உண்டு. முக்கிய உணவுகள் கோதுமை, பார்லி, தினை, பால், மாட்டு இறைச்சி, ஆட்டு இறைச்சி, மீன் ஆகியவை ஆகும். சிந்து சமவெளியில் ஒவ்வொரு நகரத்திலும் இரண்டு பகுதிகள் அமைக்கப்பட்டிருந்தன. ஒரு பகுதி செயற்கையாக உருவாக்கப்பட்ட குன்றின் மேல், மற்றொன்று தரை மட்டத்தில் இருந்தன. உயரமான பகுதி அக்ரோப்போலிஸ் என்று அழைக்கப்பட்டது. இங்கு கோயில்கள், நெற்களஞ்சியங்கள், பொதுமக்கள் கூடும் அரங்கும் இருந்தன.

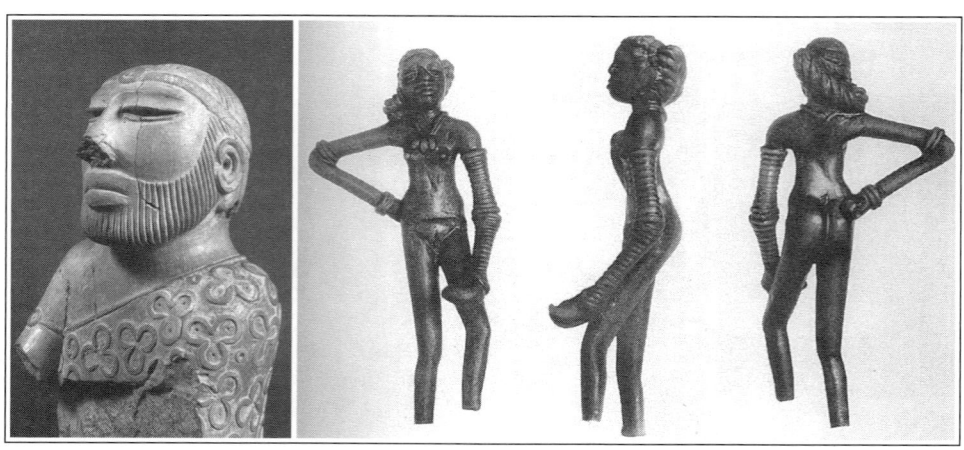

குடித்தலைவன் நடனமங்கை

பருத்தி, கம்பளி ஆடைகள் அணியப்பட்டன. சாதாரணமாக ஒரு துணி வேட்டி போல் உடுத்தப்பட்டது. இன்னொரு துணி மேல் துண்டாக பூணூல் மாதிரி வலது தோல் பட்டை தெரியுமாறு அணியப்பட்டது. ஆண்கள் நீண்ட முடி வைத்து அதை வகிடெடுத்து சீவினர்.

சிந்து சமவெளி அகழ்வாராய்ச்சியில் கிடைத்த இரண்டு சிறு சிற்பங்கள் மிகவும் புகாஹ் வாய்ந்தவை. ஒன்று பூசாரி மன்னன், இன்னொன்று நடன மங்கை. பூசாரி மன்னன் நன்கு வழித்து சீவிய முடியும், தாடியும், மழித்த மீசையும், நெற்றிச் சுற்றும், பூ வேலைப்பாடு உள்ள மேலங்கியும், புஜத்தில் தாயத்தும் அணிந்திருக்கிறார்.

மீனோன் (அ) கிரீட் கலாசாரம்

இந்த நாகரிகம் மத்திய தரைக் கடல் பகுதியில் இருக்கும் கிரீட் தீவில் இருந்த நாகரிகம். இதன் காலம் பொ.யு.மு. *2700 – 1450*. இக்கலாசாரம் மீனோஸ் என்ற மன்னன் பெயரிலிருந்து வந்தது. இந்த கலாசாரம் பல மாடி அரண்மனைகளுக்கு பெயர் போனது. நல்ல திட்டமிடப்பட்ட மாடி வீடுகளும், தெருக்களும், கழிவு நீர் வடிகால் முறையும் கட்டப்பட்டிருந்தன.

இவர்களுடைய முக்கியத்தொழில் வாணிகம். குங்குமப்பூ ஒரு முக்கிய வியாபாரப் பொருள். வீட்டு விலங்குகள் வளர்ப்பதும், தேனி வளர்ப்பும் முக்கியத் தொழிலாக இருந்தன. உணவு முறையில் கடல் உணவு முக்கியப் பங்கு வகித்தது.

ஆண்கள் இடுப்பாடையும், பெண்கள் நீண்ட அங்கியும் அணியும் வழக்கம் இருந்தது. பெண்கள் பெரும்பாலும் மார்பகத்தை மறைக்கும் வழக்கம் இல்லை.

பெண் தெய்வமே முதல் தெய்வம். நாக வழிபாடு இருந்ததாக தெரிகிறது. பெண்கள் முக்கிய பதவிகளில் பொறுப்பு களில் இருந்ததாக தொல்பொருள் தரவுகள் தெரிவிக்கின்றன. மதச்சடங்குகள் புனித குகைகளிலும், சிகரப் பகுதிகளிலும் செய்யப் பட்டன. இந்த இடங்களில் களிமண்ணால் செய்யப்பட்ட சிலைகளும், மனித உடல் பகுதிகளும் காணப்படுகின்றன.

ஏறு தாண்டுதல்

மல்யுத்த விளையாட்டு

கிரீட் இடிந்த அரண்மனை

இளவரசன்

காளை தாண்டுதல், குத்துச்சண்டை மற்றும் மல்யுத்தம் போன்ற விளையாட்டுகள் விளையாடப்பட்டன. படைகள் இருந்ததற்கான அறிகுறிகள் இல்லாததால் போரில்லாத கலாசாரமாக இருந்திருக்க வேண்டும் என்று தொல்பொருள் ஆய்வாளர்கள் கருதுகின்றனர். இறுதிச்சடங்குகளில் ஒருவரை பெரும்பாலும் எரிப்பதை விட புதைப்பதையே வழக்கமாக கொண்டிருந்தனர்.

கிரேக்க கலாசாரம்

மத்தியதரைக்கடல் பகுதியில் கிரீஸ் என்ற இடத்தில் தோன்றிய நாகரிகம். இதன் காலம் பொ.யு.மு. 1100 ஆகும். இதனைத் தோற்றுவித்தவர்கள் அக்கீனியர்கள் (Achaens). பாறைகள் நிறைந்த மலைகளும், சில எரிமலைகளும் நிறைந்த இடமாகும். கிரேக்கம் என்பது பல நாடுகள் சேர்ந்த ஒரு கூட்டமைப்பு. நகர ராஜ்ஜியங்கள் கொண்டது. நகர ராஜ்ஜியம் என்பது குன்றின் மீது கோட்டை, கோட்டைக்குள் கோவில், அடிவாரத்தில் நகரங்கள் மற்றும் கிராமங்கள். இதுபோன்ற நூற்றுக்கும் மேற்பட்ட ராஜ்ஜியங்கள் இருந்தன.

சமூகம் நான்கு பிரிவுகளாக இருந்தது. உயர்குடிகள், நடுத்தர குடிகள், கீழ்த்தட்டு குடிகள் மற்றும் அடிமைகள்

ஆலிவ் எண்ணெய் முக்கிய விவசாயப் பொருள். பார்லி, கோதுமை முக்கிய உணவாகும். பல கடவுள்களை வணங்குபவர்கள். வீடுகளில் பூஜை அறைகளும், நெருப்புக் குண்டங்களும் வைத்திருந்தனர். அக்னி வடிவில் தங்களுடைய முன்னோர்கள் இருப்பதாகவும், அவர்கள் தங்களை காப்பதாகவும் நம்பிக்கை கொண்டவர்களாக இருந்தார்கள். வீடுகளில் சாம்பிராணி இடும் வழக்கம் உடையவர்கள். சிலைகளுக்கு ஆலிவ் எண்ணெய் அபிசேகம் செய்பவர்கள். டித்ய்ராம் (Dithyram) என்ற கடவுளின் பாடல்கள் வழிபாட்டில் பாடுவதுண்டு. பிரமாண்டமான கோவில்கள் கட்டி, கடவுள்களுக்கு பூஜையும், நைவேத்தியங்களும், படையல்களும் செய்தனர். ஒவ்வொரு கடவுளுக்கும் பிரத்யேகமான வழிபாட்டு முறைகள் இருந்தன.

முக்கிய நாட்களில் தெய்வங்களை வீதி உலா செய்யும் வழக்கமும் இருந்தது. செய்வினை, பில்லி சூன்யம் ஆகியவைகளில் நம்பிக்கை கொண்டவர்களாக இருந்தனர். குறி கேட்கும் வழக்கம் உடையவர்கள். குறிப்பாக டெல்ஃபி *(Delphi)* என்னும் ஊரில் உள்ள அப்போல்லோ கோவிலில் குறி கேட்கும் வழக்கம் பிரசித்தி பெற்றதாக இருந்தது.

இறந்தவர்களை குளிப்பாட்டி, ஆடை அணிவித்து மலர் மாலை சூடுவார்கள். இறந்தவர் வாயில் நாணயம் ஒன்று வைக்கப்படும். மூன்று நாள் வீட்டில் மூலிகைகளால் பதப்படுத்தி வைத்து பின்னர் ஊர்வலமாக சுடுகாட்டிற்கு எடுத்துச் சென்று எரியூட்டி, மறுநாள் பானையில் அஸ்தியைப் போட்டு குழிதோண்டி புதைப்பார்கள்.

ட்யுனிக் *(tunic)* எனப்படும் நீண்ட ஆடைகளை ஆண், பெண் இருபாலரும் அணிவதுண்டு. இது ஆண்களுக்கு தொடை வரையிலும், பெண்களுக்கு முட்டி வரையிலும் நீளமானது. காலணி அணியும் பழக்கம் இருந்தது.

கூட்டுக்குடும்ப வாழ்வுமுறை இருந்தது. சமுதாயத்தில் ஆண்களே முக்கிய பங்கு உடையவர்கள். பெண்களுக்கு உரிமை கிடையாது. பெண்கள் வீட்டு வேலை செய்வதே பெண்களின் முக்கிய கடமை. பெற்றோர்கள்தான் வரன் தேடுவார்கள். வரதட்சனை வாங்கும் பழக்கம் இருந்தது. பெண்கள் தங்கள் பெற்றோர் பார்த்த வரனைத்தான் திருமணம் செய்துகொள்ள வேண்டும். திருமணம் சடங்குகள் உடையதாக இருந்தது. மணமகன் பெண் வீட்டிற்கு வண்டியில் குடும்பத்தினர், சுற்றம் மற்றும் நண்பர்களுடன் ஊர்வலமாக செல்ல வேண்டும். அங்கு விருந்து நடக்கும். பின் மணமகன் மணப்பெண்ணை அழைத்துக்கொண்டு தன் வீட்டிற்கு செல்ல வேண்டும். அங்கு உறவினர்கள், விருந்தினர்கள் மணமக்கள் மீது பழங்கள் மற்றும் பழக்கொட்டைகள் சொரிந்து ஆசீர்வாதம் செய்வார்கள். அதன் பின்னர் சாந்தி முகூர்த்தம் நடக்கும்.

(tunic – துணி; டித்ய்ராம் – ராமன்; அக்னி, பூஜை முறை, திருமண முறை – இந்திய ஆரியர்கள் போல், கிரேக்கர்கள் புலம் பெயர்ந்து வந்த ஆரியர்களாக இருக்க வேண்டும்)

கதைகள் கூறுவது, நாடகங்கள், ஒலிம்பிக் போட்டிகள் என பொழுது போக்கு அம்சங்கள் உடைய கலாசாரம். இலியட், ஒடிசி என இரு இதிகாசங்கள் இருந்தது. இவை ஒவ்வொரு வீட்டிலும் படிக்கப்பட்டவை.

மாயன் கலாசாரம்

மாயன் நாகரிகம் காலம் பொ.யு.மு. 2600 – பொ.யு. 900 வரை மத்திய அமெரிக்காவில் சிவப்பிந்தியர்கள் அல்லது அமெரிக்க இந்தியர்களிடையே இருந்த நாகரிகம். கொலம்பஸ் அமெரிக்காவில் காலடி பதிக்கும் முன்பே இரண்டாயிரம் வருடங்கள் பழைமையான நாகரிகம். இன்று மத்திய அமெரிக்காவில் ஐந்து நாடுகள் உள்ளன. அவை மெக்ஸிகோ, கவுதமாலா, பெலீஸ், ஹோண்டுராஸ், மற்றும் எல் சால்வடார் ஆகும். மாயன் நாகரிகம் பொ.யு.மு 2600இல் ஆரம்பித்தது என்றால் அதற்கு முன் அவர்கள் எங்கிருந்து வந்தார்கள்? என்பது கேள்விக்குறியாக உள்ளது.

மாயன் பிரமிடு

மாயன் பிரமிடின் உட்புறத் சித்திர வேலைப்பாடுகள்

மாயர்களின் எழுத்து முறை சித்திர எழுத்து முறை. அதாவது பண்டைய எகிப்து எழுத்து முறை போல். இவர்கள் வானியலில் நன்கு தேர்ச்சி பெற்றவர்களாக இருந்தனர். 3000 ஆண்டுகளுக்கு முன்பே நாள்காட்டிகள் உபயோகப்படுத்தினர். இவர்களுடைய நாட்காட்டிகள் நாட்கள், மாதங்கள், வருடங்கள் என பிரிக்கப்பட்டுள்ளன. இவர்களுக்கு மார்ச் 21, மற்றும் செப்டெம்பர் 23 ஆகிய நாட்களில் சூரியன் சம பங்கு நாட்கள் (Equinox) என்று அறிந்து வைத்திருந்தார்கள். இந்த நாட்களில் மட்டும் சூரிய வெளிச்சம் தங்களுடைய கோவில் சின்னங்களில் விழுமாறு கட்டியிருந்தார்கள். நம்மைப்போல், நாட்களுக்கு கிரகங்களின் அடிப்படையில் பெயரிடும் வழக்கம் உடையவர்களாக இருந்தனர்.

பண்டைய காலத்திலேயே மன்னர்கள், பிரபுக்கள், பூசாரிகள் என ஆட்சி முறை சீராக அமைக்கப்பட்டுள்ளது. ஒவ்வொரு பதவிகளுக்கும் பொறுப்புகள், அதிகாரங்கள்

ஆகியவை வரையறுக்கப்பட்டுள்ளன. இவர்கள் நாகரிகத்தில் பிரமிடுகள், கோவில்கள், அரண்மனைகள் பொதுச் சதுக்கங்கள் ஆகியவை இருந்துள்ளன. பிரமிடுகள் மற்றும் கோவில்களின் உள் சுவர்களில் சித்திர வேலைப்பாடுகள் செய்யப்பட்டுள்ளன. இவை எகிப்தியருடைய பிரமிடுகளின் சித்திர வேலைப்பாடுகளோடு ஒத்து இருக்கின்றன.

முக்கிய விவசாயம் சோளம். மாயர்கள் சோளத்திலிருந்து கடவுளால் படைக்கப் பட்டவர்கள் என்று அவர்களுடைய தொன்மங்கள் கூறுகின்றன.

மாயர்கள் உப்பு தயாரிப்பதிலும் சிறந்தவர்கள். கடல் நீரை தேக்கி வைத்து அதிலிருந்து உப்பு தயாரித்தார்கள். காய்கறிகள், மாமிசம் ஆகியவற்றை உப்பிலிட்டால் கெடாமல் இருக்கும் என்று அவர்களுக்கு தெரிந்திருந்தது. மாயர்களின் முக்கிய பானம் கோகோ பானம். நான்காயிரம் ஆண்டுகளுக்கு முன்பே கோகோ மரத்தை

உடை மற்றும் தலையலங்காரம்

பயிரிட்டவர்கள் என்று தொல்பொருள் ஆதாரங்கள் தெரிவிக்கின்றன. இவர்கள் கோகோ கொட்டைகளை நீரிலிட்டு கொதிக்க வைத்து அதன் கஷாயத்தை குடித்தவர்கள். இந்த பானத்திற்கு சொக்கால்டல் (Xocaltl) என்று பெயர். இதற்கு கசப்பான பானம் என்று பெயர். இந்த வார்த்தையிலிருந்துதான் சாக்லேட் என்ற பெயர் தோன்றியது.

மாயர்களின் கலாசாரத்தில் ஆடைகள் முக்கிய பங்கு வகித்தன. ஆடைகள் சமூக அந்தஸ்தை வெளிப்படுத்தும் ஒரு அடையாளப் பொருளாக இருந்தது. ஒவ்வொரு கிராமத்திற்கும் ஒவ்வொரு வகை உடைகள் இருந்தன. தலையலங்காரத்திற்கு மிக முக்கியத்துவம் கொடுப்பவர்கள். தலையில் நல்ல வண்ண வேலைப்பாடு அமைந்த சிறகுகள் அணிவதில் விருப்பமுடையவர்கள். பச்சைக்கல் நகைகள் அணிவதை மிகவும் விரும்பியவர்கள்.

இசையும் இவர்களுடைய கலாசாரத்தில் முக்கிய பங்கு வகித்தது. மத்தளம், நாதஸ்வரம், புல்லாங்குழல், சங்கு போன்ற இசைக்கருவிகள் உபயோகப்படுத்தப் பட்டன. நாதஸ்வரம் விருந்தினர் மற்றும் அரசர் வருவதை அறிவிப்பதற்கும், சங்கு ஊதுதல் வேட்டையாடும் போதும், போரின் போதும் மற்றும் சடங்குகளின் போதும் செய்யப்படுகிறது.

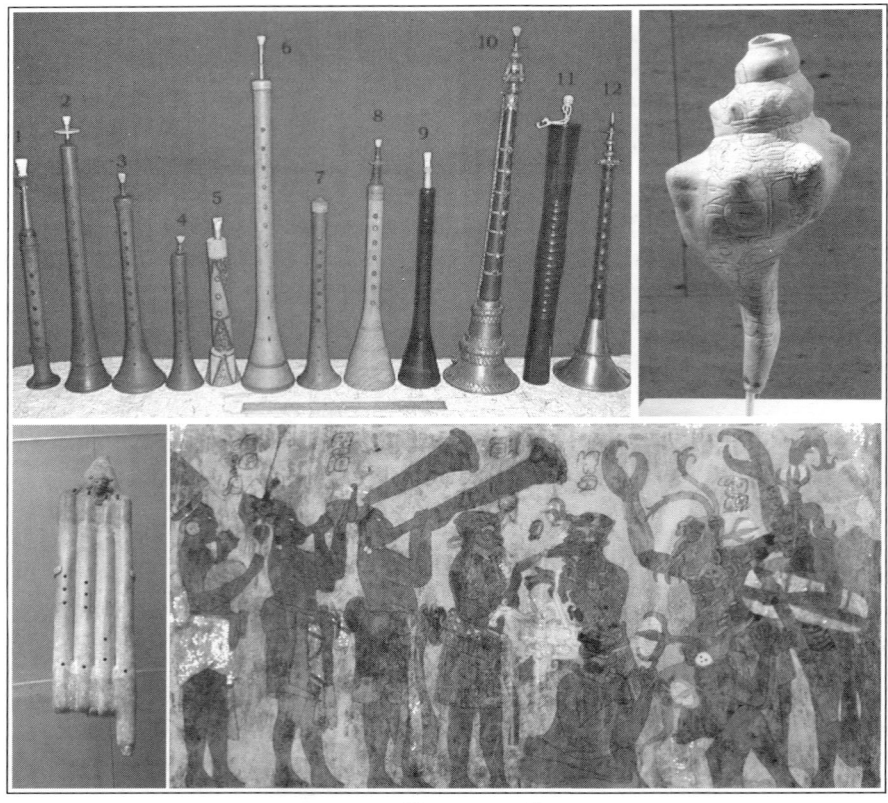

மாயன் இசைக்கருவிகள்

அரசர்கள் கடவுளின் அவதாரங்களாக கருதப்பட்டனர். மாயர்களின் ஆதி கடவுள் நாக உருவம் கொண்டவர். இந்த நாகத்திற்கு இரு சிறகுகள் இருக்கும். இவர்களின் இன்னொரு முக்கிய கடவுள் சூரியன் ஆகும். சூரிய வெளிச்சம் தங்கள் கோவில்களில் விழுவது நல்ல சகுனம் என்று கருதினார்கள். ஒவ்வொரு இயற்கைச் சக்தியும் ஒரு கடவுளாக கருதப்பட்டது. கோவில்களில் பலி கொடுத்தல், அதுவும் நரபலி கொடுத்தல் முக்கியச் சடங்காக இருந்தது.

இவர்கள் கலாசாரத்தில் இறுதிச்சடங்கு ஒரு முக்கிய நிகழ்வாகும். மறுபிறப்பில் நம்பிக்கை உடையவர்களாக இருந்தனர். இறந்தவர்களுக்கு மரியாதைகள், படையல்கள் செய்து அவர்களின் ஆவிகளை மகிழ்ச்சியுடன் வைத்திருக்க பல சடங்குகள் செய்தார்கள். இறந்தவர்களின் வாயில் சோளம் இடும் வழக்கம் உடையவர்கள். உடல்கள் புதைக்கப்பட்ட இடத்தில் கல்லறைகளும், கோவில்களும் கட்டப்பட்டன. தீய சக்திகளிடம் இருந்து காக்க தாயத்துகள் அணியும் பழக்க முடையவர்களாக இருந்தனர்.

மாயர்களின் தொன்மங்களில், உலகத்திற்கு சொர்க்கம், பூமி, பாதாளம் ஆகிய மூன்று பகுதிகள். நடுவில் பூமி. பூமிக்கு மேலே பதிமூன்று வகை பகுதிகள் கொண்ட சொர்க்கமும், பூமிக்கு கீழே ஒன்பது வகை பகுதிகள் கொண்ட பாதாள உலகமும் உள்ளன என்று நம்பப்படுகிறது. இந்த மூன்று உலகத்தையும் செழிக்க வைக்க பெரிய மரத்தை கடவுள் படைத்தார் என்று கூற்றுகள் உள்ளன. கிளைகள் சொர்க்கத்திலும், வேர்கள் பாதாளத்திலும் இருப்பதாக நம்பப்படுகிறது.

மாயன் நாகரிக சமுதாயப் பிரிவுகள்

மாயன் நாகரிகத்தில், ஒரு பிரமிடு கல்லறையில் கிடைத்த சித்திரத்தில் அவர்களுடைய சமுதாய பிரிவுகளை விளக்குவதாக இருக்கிறது. இச்சமுதாய பிரிவு நம்முடைய இந்திய சமுதாய பிரிவு முறையை அப்படியே ஒத்து இருக்கிறது. படம் நோக்குகையில், கோபுர உச்சியில் இருப்பது ஒரு அரசன், அதாவது சமுதாயத்தின் முதலாவது, உயர் நிலையில் இருப்பது அரசனும் அவர் குடும்பத்தினரும். அரசனுடைய முக்கிய பொறுப்பு நாட்டை நிர்வகிப்பதும் மற்றும் பாதுகாப்பதும். கோபுரத்தின் இரண்டாவது நிலையில் இருப்பது மத குருக்களும், அமைச்சர்களும். இவர்கள் சமுதாயத்தின் இரண்டாவது நிலையில் இருப்பவர்கள். இதில் அமைச்சர்களுடைய முக்கிய பொறுப்பு ஆலோசனை கூறுவதும், நிர்வாகத்தில் பங்கெடுப்பதும், மத குருமார்களின் முக்கிய பொறுப்பு கடவுள் வழிபாடு சம்பந்தப்பட்ட விசயங்களிலும். அடுத்த மூன்றாவது நிலையில் இருப்பவர்கள் சத்ரியர்கள். இவர்களுடைய முக்கிய பொறுப்பு போரில் பங்கெடுத்தல், நாட்டின் சட்ட ஒழுங்கு முறைப்படுத்துதல். இவர்களுடைய கையில் ஆயுதங்கள் காணப்படுகின்றன. அடுத்த நான்காவது நிலையில் இருப்பது வைசியர்கள் எனப்படுகிற வாணிகர்கள். இவர்களுடைய முக்கிய தொழில் வாணிகம். இச்சித்திரத்தில் அவர்கள் பொருள்கள் பண்டமாற்று செய்வது சித்திரிக்கப்பட்டுள்ளது. அடுத்த கடைசி ஐந்தாவது நிலையில் இருப்பது சூத்திரர்கள். இவர்களுடைய முக்கிய வேலை கட்டட வேலை, விவசாய வேலை, பொருள் தூக்கும் வேலை, முதலியன.

மாயன் சமுதாயப் பிரிவு

மேலே கூறியுள்ள சமுதாயப் பிரிவுகளை அவர்கள் உடுத்தியுள்ள ஆடைகளிலும் தலையலங்காரத்திலும் உள்ள வேறுபாடு மூலம் காணலாம். முதல் நிலையில் அரசனுடைய ஆடையும் (மேலாடையும், கீழாடையும்) தலையலங்காரமும் மிகவும் விரிவாக ஆடம்பரமாக உள்ளது. இரண்டாவது நிலையில் அமைச்சர்கள், மற்றும் மத குருக்களுடைய தலையலங்காரமும், ஆடையும் (மேலாடையும், கீழாடையும்) அரசனுடையதைவிட குறைவாக உள்ளது. அதற்கடுத்த மூன்றாவது நிலையில் சத்ரியர்களுடைய தலையலங்காரமும், ஆடையும் (மேலாடையும், கீழாடையும்) இரண்டாம் நிலையை விட குறைவாக உள்ளது. நான்காவது நிலையில் வாணிகர்களுடைய தலையலங்காரமும், ஆடையும் (மேலாடை இல்லை) மூன்றாம் நிலையை விட குறைவாக உள்ளது.

கடைசி ஐந்தாவது நிலையில் சத்ரியர்கள் கீழாடை மட்டும் அணிந்துள்ளனர். தலையலங்காரம் இல்லை.

இன்கா கலாசாரம்

இன்கா கலாசாரம் தற்போதைய மத்திய அமெரிக்க நாடான மெக்சிகோவில் இருந்த கலாசாரம். இது மாயன் நாகரிகத்தோடு தொடர்புடையது. இந்த கலாசாரத்தில் படகிற்கு கட்டமரன் என்று பெயர்.

இன்கா அரசு நான்கு நிலப்பகுதிகளாக பிரிக்கப்பட்டிருந்தது. பண்டைய தமிழ் நிலப் பரப்பு போல் குறிஞ்சி, முல்லை, மருதம், நெய்தல் என நான்காக பிரிக்கப்பட்டிருந்தது. இவர்கள் மகர சங்கராந்தி பண்டிகையை தென்னிந்திய முறையில் கொண்டாடுபவர்கள். இது நம்முடைய பொங்கல் பண்டிகை ஆகும்.

நம்முடைய தமிழ்ப் புத்தாண்டு மற்றும் விஷு பண்டிகை போல் (வட இந்தியாவில் சரக் பூஜா) மெக்சிகோவில் ஒரு பண்டிகை கொண்டாடுகிறார்கள். இதற்கு இண்டி ராய்மி என்று பெயர். இதை ஜூன் 2௬-ன் தேதி கொண்டாடுகிறார்கள். இது ஏப்ரல் 1௬- ஆக இருந்திருக்க வேண்டும். அல்லது இந்தியாவிற்கும், மெக்சிகோவிற்கும் உள்ள அட்ச ரேகை மற்றும் கடகரேகை வித்தியாசத்தில் இது ஜூன் 2௬-ல் கொண்டாடியிருக்கலாம். இந்த பண்டிகை பண்டைய சங்கத் தமிழ் இலக்கியங்களில் கூறப்படும் இந்திர விழா போன்று உள்ளது.

சூரியனை இண்டி என்று அழைக்கின்றனர். இது இந்திரன் என்ற பெயரோடு ஒத்துபோகிறது. இந்திரனும் இடியின் கடவுள். சூரிய கடிகாரத்திற்கு பச்ச உணச்சாக் *(Pacha Unachaq)* என்று பெயர். அவர்களுடைய ஆட்சி முறை நம் சோழர்களின் குடவோலை முறையை ஒத்து இருக்கிறது.

சீன கலாசாரம்

சீன நாகரிகம் உலகில் உள்ள பழைமையான நாகரிகங்களில் ஒன்று. கிழக்கு ஆசியாவின் கலாசாரம் சீன கலாசாரத்தின் அடிப்படையிலேயே உள்ளது எனத் தெரிகிறது.

சீனாவில் பொ.யு.மு 1500இல் எழுத்து வடிவ மொழி தோன்றியது. ஆரம்பத்தில் ஆமை ஓடுகளில் எழுதினார்கள். இக்காலத்தில் தசமக் கணித முறை கண்டுபிடிக்கப்பட்டது.

சீன கலாசாரத்திலும் வர்ணாசிரம முறை இருந்தது. பொ.யு.மு 221 போல் மக்களை நிலப்பிரபுகள், குடியானவர்கள், வாணிகர்கள் மற்றும் கைவினைப் புரிவோர் என நான்கு பிரிவுகளாக பிரித்தனர்; அரசர், மத குருக்கள், போர் வீரர்கள், பூசாரிகள் மட்டும் நகரினுள் வாழலாம். தொழிலாளிகள், விவசாயிகள், அடிமைகள் நகரத்திற்கு வெளியேதான் வாழவேண்டும்.

சீன கட்டட அமைப்புகள் கேரள கட்டட அமைப்போடு ஒத்துப்போகிறது. ஓடுகள் வேய்ந்த கட்டடங்களே மிகப் பிரதானமானவை. சில கோவில்களில் அல்லது வழிபாட்டுத் தலங்களில் கோபுரம் போல் சில கட்டடங்கள் இருக்கின்றன. இவைகளுக்கு பகோடா *(pagoda)* என்று பெயர்.

சீன மக்கள் ஆழ்ந்த மத நம்பிக்கை உடையவர்கள். இறந்த பிறகு மறுவாழ்வு உண்டு என்ற நம்பிக்கை உடையவர்கள். மதச் சடங்குகளில் பலி கொடுக்கும் வழக்கம் இருந்தது. மூதாதையர்வழிபாடும் ஒரு முக்கிய சடங்காகும். ஒவ்வொரு வருடமும் குயிங் மிங் *(Qing Ming)* என்ற விழாவின்போது இவர்கள் தங்களுடைய மூதாதையருடைய சமாதிகளுக்கு சென்று மரியாதை செலுத்துவார்கள். ஒருவர் இறந்த பிறகு அவருடைய உடலை குளிப்பாட்டி உடை அணிவிப்பர். பின் உடலை அஞ்சலிக்காக வைப்பார்கள்.

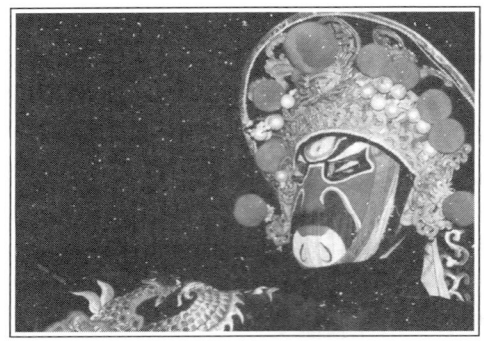
சீன முக அலங்காரம்

சீன டிராகன்

சீன கட்டிடக்கலை

கேரள கட்டிடக்கலை

ஒரு இரவு முழுதும் விழித்திருந்து உடலை பத்திரப்படுத்தும் சடங்கு செய்வார்கள். பின் உடலை ஊர்வலமாக புதைக்கும் இடத்திற்கு கொண்டு செல்வர். இறந்த பிறகு வாழ்வு உண்டு என்ற நம்பிக்கை இருப்பதால், இறந்தோர் புதைக்கும் சடங்கில் சடலத்தோடு விருப்பமான பொருட்களும் சேர்ந்து புதைக்கும் வழக்கம் இருந்தது.

சீனாவில் நான்காயிரம் ஆண்டுகளுக்கு முன்பே வானியல் பற்றிய அறிவு இருந்தது. அப்பொழுதே அக்குபஞ்சர் மருத்துவ முறை இருந்தது என்று கூறப்படுகிறது.

சீனாவில் கருப்பர்கள்

சீனாவில் உள்ள மஞ்சள் நிற மக்கள் பிற்காலத்திலேயே சீனாவில் குடியேறினர். அவர்களுக்கு முன்பு சீனாவை ஆண்டது கருப்பு இன மக்களே என்று ஆய்வுகள் தெரிவிக்கின்றன.

மிகப் பழங்காலத்திலிருந்து பொ.யு.மு. 1000 – 700 வரை சீனாவை ஆண்டது கருப்பு இன அரசர்களே. சிலர் கூற்றுப்படி ஆப்பிரிக்காவில் குஷ் என்ற இடத்திலிருந்து பொ.யு.மு. 5000 வாக்கில் மக்கள் ஒரு குழுவினர் தரை வழியாக ஆசியாவிற்குள் குடியேறி பின் காலம் செல்லச் செல்ல மத்திய ஆசியா வழியாக சீனாவிற்குள் குடியேறினர் என்றும், இன்னொரு குழுவினர் கடல் வழியாகிய புலம் பெயர்ந்து மெல்ல மெல்ல சீனாவை அடைந்தனர் என்று கூறுகின்றனர். இக்கூற்று உண்மையானால் கடல் வழியாக சென்ற குழு சீனாவை சீக்கிரம் அடைந்திருக்கலாம். ஆனால் மத்திய ஆசியா தரை வழியாக சென்ற குழுவினர் சீனாவை அடைய பல நூற்றாண்டுகள் ஆகியிருக்கலாம். பல தலைமுறை மாறியிருக்கலாம். அப்பொழுது அவர்கள் உடல் குணங்கள் மாறி தற்போதைய சீன மக்கள் (மங்கோலிய) உடலமைப்பு பெற்றிருக்கலாம். இவர்கள் சீனாவை அடைந்த பொழுது, அங்கு ஏற்கெனவே கடல் மூலம் சென்றடைந்த குழு சீனாவை ஆண்டு கொண்டிருந்திருக்கலாம்.

தெற்கு சீனாவின் நன்கு அறியப்பட்ட மிகப் பழைமையான கலாசாரம் டபென்கெங் கலாசாரம். இதனுடைய காலம் பொ.யு.மு. 5000 என்று ஆய்வாளர்கள் கூறுகிறார்கள். இக்கலாசாரத்தில் பெண்கள் மிகவும் மதிக்கப்பட்டார்கள். பெண்கள் மத சம்பந்தப்பட்ட விசயங்களில் ஈடுபட்டார்கள். இவ்வின மக்கள் மலையையும், நாகத்தையும் வழிபட்டனர். அவர்கள் வில்லும் அம்பும் கொண்டு வேட்டையாடினர். அவர்கள் புதைகுழி கலாசாரத்தை பின்பற்றினர். தற்போதைய வட தைவானிலும் இக்கலாசாரத்தின் எச்சங்கள் காணப்படுகின்றன. இவர்கள் தோட்டக்கலையிலும் பானை செய்வதிலும் வேட்டையாடுவதிலும் ஈடுபட்டார்கள். கடல் சிப்பிகளையும் மீன்களையும் சார்ந்திருந்தனர். தொல்பொருள் ஆய்வாளர்கள் கூற்றுப்படி இக்கலாசாரத்தின் பரிமாண வளர்ச்சியினுடைய ஆதாரங்கள் சீனாவிலும் தைவானிலும் கிடைக்கப்பெறவில்லை. ஆகவே இவர்கள் வேறொரு இடத்திலிருந்து இங்கு புலம் பெயர்ந்து வந்திருக்கவேண்டும் என்று குறிப்பிடுகிறார்கள்.

பண்டைய சீனப் பெண்கள் மற்றும் குழந்தைகள்

பழங்கால கருப்பு நிற சீனர்கள்

கருப்பு இன மக்கள் சீனாவில் பல பேரரசுகளை தோற்றுவித்தனர். அவற்றுள் மிகவும் முதன்மையான இரண்டு பேரரசுகள் சியா மற்றும் சாங் அல்லது யின் நாகரிகங்கள். இதில் முதலில் தோன்றியது சியா பேரரசு. இதன் காலம் பொ.யு.மு. 1900 – 1700. இதற்கு பின் தோன்றிய இரண்டாவது பேரரசு, சாங் அல்லது யின் நாகரிகம். இதன் காலம் பொ.யு.மு. 1700 – 1050.

இந்த இரு பேரரசுகளின் எழுத்துமுறை பழம் சஹாரா எழுத்து முறையிலிருந்து உருவாகியது. இக்கருப்பின மக்கள் திராவிட மற்றும் ஆப்பிரிக்க மொழிகளை பேசினர். இப்பேரரசுகளை ஆண்டது சுவான் டி என்ற கறுப்பின அரசர்கள். இவர்கள் சீனாவில் விவசாயத்தையும் எழுதுவதையும் அறிமுகப்படுத்தினர்.

சியா பேரரசின் முதல் அரசர் யு. இவர் நீரை நடைமுறைப்படுத்தியும் பல கால்வாய்களையும் கட்டினார். இவருடைய தந்தை குன். சியா பேரரசு லிங்க்ஷன் என்ற கலாசாரத்திலிருந்து தோன்றியது. தொல்பொருள் ஆய்வாளர்களின் கூற்றுப்படி இவர்களின் மூதாதையரும், ஓசியானிக் மக்களின் மூதாதையர்களும் மிகவும் ஒத்து இருப்பதாக குறிப்பிடுகின்றனர்.

சியா (xia) என்பதற்கு சூரிய உதயத்தின் மேன்மை என்று அர்த்தம். தமிழில் சேயோன் என்பது சூரியனைக் குறிக்கும். சியா என்பது சேயோ என்பதன் திரிபாக இருக்கலாம். சீனா என்ற பெயரே சேயோன் என்ற பெயரிலிருந்து தோன்றியிருக்கலாம்.

சேயோன் சேயோ – சியா – சியான் – சியானா – சீனா.

சாங் அல்லது யி பேரரசு, 'ட்சு' (tsu) என்ற குலத்திலிருந்து தோன்றியது. இக்குலத்தின் சின்னம் பறவை. பல கருப்பு இன குடிகள் 'டியோவ்யாவ்' (Diaoyao) என்று அழைக்கப்பட்டன. நீக்ரோ கருப்பர்களை மன் (man) என்றும், குன்லுங் (kun lung) என்றும் சீனர்கள் அழைத்தனர்.

சங் என்றால் சீன மொழியில் நகருதல் (to move) அல்லது வருகை (to attend) என்று அர்த்தம். தமிழில் சங்கம் என்றால் கூடும் இடம். கூடுதல் என்பது வருகையைக் குறிக்கும். எனவே சங் என்ற சீன சொல்லிற்கும், சங்க என்ற தமிழ்ச் சொல்லிற்கும் தொடர்பு உண்டு.

இந்திய திராவிட கலாசாரம்

திராவிடர்களுக்கு முன்பு இந்தியாவில் ஆஸ்ட்ரிக் பழங்குடிகள் இருந்தனர் அல்லது குடியேறினர். ஆஸ்ட்ரிக் பழங்குடிகளில் மூன்று முதன்மை பழங்குடிகள் சண்டாளர்கள், கொல்ஹா, முண்டர்கள் ஆகும். மற்றவை, ஹோ., பிர்ஹோர், காரியா ஆகிய பழங்குடிகள் ஆகும். (timesofindia, jun10,2006). ஆஸ்ட்ரிக் பழங்குடியினர் இந்திய நாகரிகத்திற்கு வழி வகுத்தனர். ஆஸ்ட்ரிக் என்பது தென்கிழக்கு ஆசியா, கிழக்கு இந்தியா, மற்றும் பசிபிக் தீவுகளில் பேசப்படும் மொழிகளுக்கு கூறப்படும் ஒரு பெயராகும். மடகாஸ்கர், இந்தோனேசியா, மலேசியா, தைவான், ஜப்பான், பசிபிக் தீவுகள், இந்தியாவின் சில பகுதிகள் ஆகிய நாடுகள் இதில் அடங்கும். ஜப்பானில் இதற்கு அய்னு மொழி என்று பெயர்.

ஆஸ்ட்ரிக் பழங்குடிகள் சங்கக்குடிகளான 'பழையர்' என்பவர்களாக இருக்கலாம். இவர்கள் வேட்டுவர்கள், கள் விற்போர் என்று சங்க நூல்கள் கூறுகிறது. (தாய்த்தெய்வ வழிபாடு, ப.18)

சி.பா. ஆதித்தனார் திராவிடர்கள் பற்றிக் கூறுகையில் திராவிடர்கள் என்பது திரி வடுகர்கள் என்பதன் திரிபாகும் என்று குறிப்பிடுகிறார். திரிவடுகர்கள் என்போர் ஆந்திரம், கலிங்கம், மற்றும் தெலுங்கானம் ஆகிய பகுதிகளில் வாழ்ந்தவர்கள். திராவிடர் என்ற சொல் தமிழர்களுக்கு பொருந்தாது என்று கூறுகிறார். (தமிழர் தந்தை சி.பா. ஆதித்தனார் என்ற நூலிலிருந்து)

சிந்து சமவெளி மக்கள் திராவிட நாகரிகம் என்று வரலாற்று அறிஞர்களால் கூறப்படுகிறது. சிந்து சமவெளி மக்கள் இந்தியாவில் வாழ்ந்தவர்கள். நன்கு வளர்ந்த நாகரிகம் உடையவர்கள். நகரங்களில் வாழ்ந்தவர்கள். திராவிடர்கள் பெரும்பாலும் நாகர் இனத்தை சேர்ந்தவர்களாக இருக்கலாம். நாகரிகம் என்ற சொல்லே நாகர் அகம் என்ற சொல்லின் திரிபாக இருக்கலாம். மேலும் சிந்து சமவெளிப் பகுதியில் பேசப்பட்ட மொழிக்கு தேவ நாகரி என்று பெயர்.

திராவிட நாகரிகம் திராவிட மொழிகள் பேசப்படும் மக்களைக் குறிப்பதாகும். தென்னிந்தியா, சிந்து சமவெளி மற்றும் கிழக்கு இந்தியாவின் சில இடங்கள் சேர்ந்த பகுதிகள் திராவிட மொழிகள் பேசப்படும் பகுதிகள். தமிழ் திராவிட மொழிகளில் முதன்மையான மொழியாகும். எனவே திராவிட கலாசாரத்தின் சாரம் என்பது தமிழ் கலாசாரத்தில் காணப்படும் பண்பாட்டுக் குறியீடுகள் மூலமாக அறியலாம். எனவே பண்டைய திராவிடக் கலாசாரத்தின் தரவுகளை நம் சங்க இலக்கியங்களில் இருந்து காணலாம்.

சங்க இலக்கியத்தில் பண்டைய தமிழகம் ஐந்து நிலப் பகுதிகளாக பிரிக்கப்பட்டிருந்தது. அவை: குறிஞ்சி, முல்லை, மருதம், நெய்தல், பாலை எனப்படும்.

குறிஞ்சி நிலம் மலையும், மலையும் சார்ந்த இடமாகும். இங்கு வாழ்ந்த மக்கள் வேடர் இனத்தவர் ஆவர்கள். இங்குள்ள வேடர், எயினர், மழவர், மறவர் போன்ற குடிகள் வாழ்ந்தனர். குறிஞ்சி நில மக்களுக்கு குறவர், பொருப்பன், வெற்பன், சிலம்பன், நாடன், கொடிச்சி மற்றும் கானவர் என்றழைக்கப் பட்டனர். குறிஞ்சி நிலத்

தெய்வம் சேயோன் ஆகும். வேடர்கள் இனக்குழு வாழ்க்கை வாழ்ந்தவர்கள். வேடர் குழுத்தலைவர்கள் நெடுந்தகை, மதவலி என்று அழைக்கப்பட்டனர்.

முல்லை நிலம் காடும், காடு சார்ந்த இடமாகும். இங்கு வாழ்ந்த மக்கள் ஆயர், ஆய்ச்சியர், இடையன், இடைச்சி, குடவர், அண்டர், கோவலர், இடையர், பூழியர் எனப்பட்டனர். இவர்கள் சமூகம் கால்நடைச் சமூகம். கால்நடை வளர்த்தல், விவசாயம் செய்தல் முக்கிய தொழிலாகும். முல்லை நிலத் தெய்வம் மாயோன் ஆகும். இவர்களின் குல விளையாட்டு ஏறு தழுவுதல் ஆகும். செம்மண் பரந்திருத்தலால் இந்த நிலம் செம்புலம் எனவும் அழைக்கப்படுகிறது. முல்லை நில தலைமை பெண்டிர், சமுதாய நடவடிக்கைகளில் ஈடுபட்டனர்.

மருத நிலம் வயலும், வயல் சார்ந்த இடமாகும். இங்குள்ள மக்கள் உழவன், உழத்தியர், கடையர், கடைசியர், மள்ளர், வினைஞர், சிலதர், வேளாளர் என்று அழைக்கப்பட்டனர். இவர்களுடைய முக்கியத் தொழில் உழவுத் தொழில். இந்த நிலத் தலைவர்கள் வேந்தன், மகிழ்னன், ஊரன், கிழவன் என்றும் அழைக்கப்பட்டனர். இந்நிலத்தின் கடவுள் இந்திரன். தொல்காப்பியம் “வேந்தன் மேய தீம்புனல் உலகமும்” என்று வேந்தன் என்பதே முல்லை நிலத் தெய்வமாக கூறுகிறது. வேந்தனே பிற்காலத்தில் இந்திரனாக மாறியிருக்கலாம் என்று ஆய்வாளர்கள் கருதுகின்றனர்.

நெய்தல் நிலம் கடலும், கடல் சார்ந்த இடமாகும். நெய்தல் நிலத் தலைவர்கள் கொண்கன், சேர்ப்பன், பரதவர், துறைவன், புலம்பன் என்ற பெயர்களால் அழைக்கப்படுகிறார்கள். இங்குள்ள மக்கள் சேர்ப்பன், நுளைச்சி, நுளையர், பரதவர், பரத்தியர் எனப்படுகிறார்கள். இவர்களுடைய முக்கியத்தொழில் மீன் பிடித்தல், உப்பு விற்றல், முத்துக் குளித்தல், கடல் கடந்த வாணிகம் ஆகும். இந்நிலத்தின் தெய்வம் வருணன் ஆகும்.

பாலை நிலம் என்பது குறிஞ்சி, முல்லை ஆகிய நிலங்களுக்கு இடையில் அமைந்த பாழ் நிலப்பகுதி ஆகும். இங்கு வெப்பம் அதிகமாக இருக்கும். மரம், செடி, ஆகியவை குறைந்த அளவில் இருக்கும். பாலை நில மக்கள் மறவர், விடலை, காளை,மற்றும் எயினர் எனப்பட்டனர். இவர்களுடைய முக்கியத் தொழில் வழிப்பறி செய்தல், கொள்ளையடித்தல் ஆகும். இந்நில தெய்வம் கொற்றவை ஆகும்.

சங்க இலக்கியத்தில் பண்டைய திராவிட நாட்டை நானிலம் என்று குறிப்பிடுகிறது. இது மருத நிலம் தோன்றுவதற்கு முன், அதாவது உழவுத்தொழில் தோன்றுவதற்கு முன் இருந்த நிலப்பரப்பை குறிப்பிடுவதாக இருக்கலாம். நம் சங்க இலக்கியங்கள் மூலம் பின்வரும் திராவிடக் கலாசாரங்களை நாம் அறியலாம்.

வேட்டைச் சமூகத்தில், பன்றிகள் கிண்டிய குழிகளில் திடீர் மழை பெய்து தேங்கிய கலங்கல் நீர் தான் குடி நீர். செம்மண் நிலத்தில் பள்ளமான இடங்களில் கூவல் எனும் குழிக்கிணறு தோண்டி அதில் ஊறிய செந்நிற நீரை சாடியில் சேகரித்து குடிநீருக்காக பயன்படுத்தினர். குடிசைகளையும் ஊர்களையும் சுற்றி முள் வேலி கட்டினர். (மாசை பழங்குடிகளும் இதேபோன்று செய்தனர்). குடியிருப்பு பகுதிகள் மன்றம், முற்றம் எனப்பட்டன.

எயினர் தாம் சேகரித்த புல்லரிசியை நில உரலில் போட்டு குறுங்காழ் உலக்கையால் குற்றினர். எயினர் ஆநிரை கவர்ந்ததாக குறிப்புகள் இல்லை. எயினர் இருக்கைகள் பெரிதும் வறண்ட நிலப்பகுதிகளில் குறும்பு என்ற அரணோடு காணப்படுகின்றன. எயினர் வேடர் செந்துவராடை அணிந்தனர். வேடர் ஆண்கள் செந்துவராடையே அணிந்தனர். காட்டுபகுதியில் இருந்த ஊர்கள் புராதன குடிகள் வாழ்ந்த இடங்களாக உள்ளன. மழவர்கள் மயில்தோகை இறகுகளால் மாலை கட்டிச் சூடியிருந்தார்கள். காடும் மலையும் கலந்த புவிப்பரப்பில் வாழ்ந்தார்கள்.

வேட்டை விலங்கினை அறுத்து கூறிட்டு பகிர்ந்து உண்ணும் முன் மறவேடர்கள் வேம்பில் தங்கியிருந்த தெய்வத்துக்கு விலங்கின் (பசுவின்) குருதியை படைத்தார்கள். மழவரின் ஆநிரைக் கவர்தலோடு வழியிலேயே பசுவைக் கொன்றுண்ணும் வழக்கம் சேர்ந்தே காணப்பட்டது.

வேட்டையாடிய விலங்கை நெருப்பில் சுட்டு சாப்பிடுதல் பண்டைய கால இயற்கையான முறையாகும். அது சுற்றித் திரியும் வாழ்க்கை கொண்ட குடிகளின் வழக்கமாகும். பின்னாளில் கலாசாரம் மேமடைந்து ஓரிடத்தில் நிரந்தரமாக குடி அமரும் கலாசார வாழ்க்கை முறை வந்த பிறகு வேட்டையாடிய விலங்கை, காய்கறிகளை நீரில் இட்டு வேக வைக்கும் முறை வந்தது.

மலைமேல் உள்ள பழங்குடிகள் வாழ்விடங்களுக்கு குன்றகச் சிறுகுடி என்று கூறப்பட்டது.

திராவிடக் கலாசாரத்தின் முக்கிய அம்சம் கால்நடை வளர்ப்பும், அது சார்ந்த வெட்சி, கரந்தை போர்களாகும். ஆநிரை என்பது மாட்டைக் குறிக்கும். வெட்சி என்பது ஆநிரை கவர்தலும்; கரந்தை என்பது கவர்ந்து சென்ற ஆநிரைகளை மீட்டலும் ஆகும்.

ஆநிரை கவர்வோர், மீளியாளர் என்று அழைக்கப்பட்டனர். கவர்ந்து சென்ற ஆநிரைகளை கரந்து மீட்டு வருவோர் மறவர் என்று அழைக்கப்பட்டனர். இந்த வெட்சி – கரந்தை போரின் தலைவர் உரையன் என்று அழைக்கப்பட்டான். இந்த ஆநிரை கவர்தல் இரவில் நடந்தது.

(மீளியாளர் மிலிட்டரி; மீளி தரை)

வெட்சி மேற்சென்று ஆநிரை கவர்ந்து வரும் குழுத் தலைவனுக்கு அவ்வூரில் பந்தர் இட்டு புதுமணல் பரப்பி கள் இறைச்சி படைத்து வரவேற்றதாக புறநானூறு (புற: 262) கூறுகிறது. உண்டாட்டு என்பது வெற்றிக்களிப்பு கொண்டாட்டத்தைக் குறிக்கும். ஆநிரைக் கவர்ந்து வந்த பின் அதைப் பகிர்ந்து கொடுத்த பின், குடித்து உண்டு ஆடும் கொண்டாட்டமே உண்டாட்டு எனப்படும்.

வெட்சி கரந்தைப் போரில் காயமடைந்த வீரர்களுக்கு காப்புச் சடங்கும், மாந்திரீகம் சார்ந்த சடங்குகளும் இனக்குழுச் சமூகங்களில் இருந்தன. புண்பட்ட தலைவனின் புண்ணை தீயசக்திகளிடம் இருந்து காக்க மனையில் இரவமரத் தழையொடு வேப்பந்தழை கலந்து செருகினர். யாழில் நெய்தற்பண் மீட்டினர். கைபெயர்த்து ஆட்டின் நிணத்தைப் பூசி, ஐயவி என்றும் வெண்கடுகு சிதறினர்.

ஆம்பல் தண்டு ஊதினர். மணி அடித்தனர். காஞ்சிப்பண் பாடினர். வீட்டு எல்லைகளில் புகை எழுப்பி இரவெல்லாம் பாடினர். பழங்குடி மக்களின் பூசாரி விறகு அறியாளர் என்று அழைக்கப்பட்டார். பேர் இல், மூதில் என்பது பண்டை இனக்குழுச் சமூகத் தலைவர்களின் இல்லங்களைக் குறிப்பதாக இருக்கலாம்.

(விரகு> பிரகு > பிருகு முனிவர்)

(இந்த வீட்டில் புகை போடும் வழக்கமே பிற்காலத்தில் யாக வழிப்பாடாக மாறியிருக்கலாம்)

(வீடு – அகம்; அக > யக>யாக)

பண்டைய திராவிடக் கலாசாரத்தில் இறந்தோரின் இறுதிச்சடங்கு ஒரு முக்கியமான சடங்காக இருந்தது. இறந்தோரை புதைத்த இடத்தில் நடுகல் நடுவது பண்டைய தமிழகத்தின் பெருங்கற்கால நாகரிகமாகும். புதைக்கும் ஈமச்சடங்கில் தாழி, குழிசி, கல், இடம்பெறுவது இந்நாகரிகத்தின் தனித்த பண்பாகும். இதன் இறுதி நிலை நடுகல்லாகும். கால்நடை இனக்குழு வாழ்ந்த ஊருக்கு வெகுதொலைவில் இருந்த பாறை முதிர்ந்த பறந்தலையில் கடுமான் தோன்றல் என்ற தலைவனின் நடுகல்லுக்கு பல் ஆன் கோவலர் படலை மாலை சூடி வழிபடுவர். கால் நடை வளர்க்கும் இனத்தலைவன் பெயர், மயில் பீலி அணிந்து பாதையோரச் சிறுவழியில் பந்தரிட்டு நாட்டப்பட்ட நடுகல் மீது எழுதப்பட்டது என்று வடமோதங்கிழார் பாடியுள்ளார்.

போரில் மாண்ட வீரனுக்கு நடுகல் எடுத்த பின், அவனுடைய மனைவிகள் கூந்தல் மழித்து, அணிகலன்கள் களைந்து "கைம்மை" விரதம் காத்த தகவல் புறநானூறு கூறுகிறது. (ஒப்புமை புற:280)இத்தகைய கைம்மை வழக்கம் இனக்குழுச் சமூகங்களில் குறிப்பிட்ட கால அளவுக்குட்பட்டதாக இருந்தது. வாழ்நாள் முழுதும் கைப்பெண்டிராக இருந்ததில்லை. அது உடைமை நாகரிகத்தைச் சமூக காலத்துப் பண்பாட்டைச் சேர்ந்த புதிய வழக்கமாகும்.

(ஆரிய கலாசாரத்தில் இப்பழக்கம் உள்ளது. இச்சமூகத்தில் வாழ்நாள் முழுதும் கைப்பெண்டிராக இருக்க நேரிடும்)

ஆநிரை கவர்தல், காத்தல், பதுக்கை, நடுகல் ஆகியவற்றை இணைத்துப் பார்க்கையில் ஆநிரை கவர்தலால் எழுந்த இரு கால்நடை இனக்குழுச் சமூகங்களுக்கு இடைப்பட்ட பூசல் – போர் என்பது பெருங்கற்கால பிற்பட்ட அம்சம் போலத் தெரிகிறது. வடநாட்டு ரிக் வேத சம்ஹிதைகளில் உள்ளபடி ஆநிரைகளை மேய்த்த இனக்குழுக்கள் மட்டும் மேல்நிலை வகித்த மாதிரி சங்க காலத்தில் இல்லை என்று தெரிகிறது என்று ராஜ் கௌதமன் என்ற மானிடவியலாளர் குறிப்பிடுகிறார்.

மகளிர் மட்டுமே உடைய பெண் பாலினக் குழுவை 'ஆயம்' என்றனர். ஆதிவாசி சமூகத்தில் பெண் குழந்தைகளுக்கு 6–8 வயதிலும், ஆண் குழந்தைகளுக்கு 10 –12 வயதிலும் குழந்தைப் பாலியல் வாழ்க்கை தொடங்குகிறது. குழந்தைகளின் விளையட்டுகள், பாட்டுகள், கதைகள், ஆட்டங்கள், பேச்சுகள் ஆகியவற்றில் பாலியல் தொடர்பான குறிப்புகளும் குறியீடுகளும் இடம்பெறும். பெண்கள் ஆயமாகக் கூடி விளையாடினர். ஆண்களும் ஒரு குழுவாக இயங்கினர். இருபாலரும் பருவம் வந்த

பின் தனித்தனி ஆயங்களாக தங்கினர். இக்காலத்தில் களவுக் காதல் தொடங்கும். இது வளரிளம் பருவத்தில் தற்காலிகமாகத் தோன்றிக் கடந்து செல்லக் கூடியதாகும். விளையாட்டுத்தனமான பாலியல் நடத்தைகள் திருமணத்திற்கான நிரந்தர உறவுகளுக்கு மாற்றமடைந்தன. திருமணத்திற்கு இருபாலரும் தயாராகின்றனர். சிறுவயதிலிருந்தே இவர்களுக்கு பழக்கம் இருப்பதால், இவர்கள் காதல், மர்மமான உணர்வாகவோ, ஒருவரை ஒருவர் தூரத்திலிருந்து வழிபடும் உணர்வாகவோ அல்லது நோயாகவோ, உயர்வு நவிற்சித்தனமான காதல் (romantic love) ஆகியவை இருப்பதில்லை.

எயிறு உண்கு – உதட்டோடு உதடு முத்தமிடல்.

விழாக்கால கொண்டாட்டங்களில் காமியக் கூறுகளே மிகுதி. ஊர் மன்றில் இவர்கள் சேர்ந்து கைகோர்த்து வட்ட வடிவில் நின்று சுற்றிச் சுற்றி நகர்ந்து ஆடினர் (குரவை). வரவர வேகம் அதிகரிக்கும், களைத்துப் போகும் வரை ஆடுவர். பாடும்போது பாலியல் குறிப்புகள் கலந்து பாடுவர்.

பெண்கள் உதட்டில் பாக்குச் சாயம் பூசுவர். பெண்களுக்கு ஒரு கீழாடை, ஒரு மேலாடை; உலர்ந்த தழைகள் கொண்ட ஆடை; ஆண்களுக்கு இடையில் அரைஞாணும் கோவணமும் மொத்த ஆடை; கற்றாழை நார்களால் ஆன ஆடை அணிவர்; ஆண் பெண் இருவரும் காதுகளில் வளையம் அணிவர்; பெண்கள் கூந்தலில் பூச்சூடுவர்; கடல் சங்குகளால் கழுத்தணி அணிவர்; நகங்களுக்கு சாயம் ஊட்டினர்; கால்களில் சிலம்பு அணிந்தார்கள்.

பண்டைய தமிழக பழங்குடி மக்களில் சில ஆதிவாசி குடிகளில் விருந்தோம்பல் குறித்து சொல்லுகையில் விருந்தோம்பலின் ஒரு அங்கமாக கீழ்க்கண்ட குறுந்தொகை பாட்டு கூறிகிறது.

நள்ளென வந்த நாரில் மாலை
பலர்புகு வாயில் அடைப்பக் கடவுநர்
"வருவீர் உளீரோ" எனவும்,
'வாரார் தோழி நம் காதலோரே' (குறு: 118)

மாலை நேரத்தில் சிறுகுடிப் பக்கமுள்ள வீடுகளில், அவ்வீட்டுப் பெண்கள் வீட்டுக் கதவை அடைக்கும் முன்னர் வாசலில் வந்து விருந்தினராக வருபவர்கள் யாரேனும் வெளியில் இருக்கிறார்களா எனக் குரல் கொடுப்பது வழக்கம். தொல் பெருங்குடிச் சமூகங்களில் ஒரு வீட்டிற்கு விருந்தினராக வரும் அதே குடியைச் சேர்ந்த ஆண் அவ்வீட்டுப் பெண்ணுடன் உறங்க அனுமதிப்பது விருந்தோம்பலின் ஒரு அங்கமாக ஏற்றிருந்தது தெரிகிறது. அது பெண்ணின் அனுமதியுடன்தான் நடக்க வேண்டும் என்ற விதியும் உண்டு. உலகெங்கிலும் உள்ள பல தொல் சமூகங்களில் இந்த வழக்கம் நடைமுறையில் இருந்துள்ளதாக தெரிய வருகிறது. உடன்போக்கு என்பது காதலனுடன் காதலி ஓடிப் போகுதல்; நெடுமொழி எனப்படுவது ஆட்சி புரிபவரின் ஆணை.

பண்டைய பழங்குடிச் சமூகத்தில் ஆநிரையே செல்வமாக கருதப்பட்டது. அதிக ஆநிரைகள் வைத்திருப்பவரே செல்வந்தர் எனக் கருதப்பட்டது. அச்சமூகத்தில் பெண் ஆநிரைக்குச் சமமாக கருதப்பட்டாள்.

பண்டைத் தமிழகத்தில் மாலை நேரத்தை 'தெய்வம்'என்றனர். ஒவ்வொரு பழங்குடிக்கும் குறி சொல்லும் ஒரு முதிய பெண்மணி இருப்பாள். இந்த பெண்மணிக்கு கட்டுவிச்சி என்று பெயர். இது (குறி)கேட்டல்விச்சி அல்லது கட்டும் ஆச்சி என்ற சொல்லின் திரிபாக இருக்கலாம். விச்சி என்பது ஆச்சி என்ற சொல்லின் திரிபாகும். மருத்துவம் செய்யும் பெண் மருத்துவச்சி, வேட்டை தொழில் செய்யும் பெண் வேட்டுவச்சி என்பது போல். கட்டுவிச்சி என்ற பெயரே ஆங்கிலத்தில் சூனியக்காரியை குறிக்கும் சொல்லான விட்ச் (*Witch*) என்ற சொல் வந்திருக்க வேண்டும்.

கேட்டல்/கட்டும் ஆச்சி > கட்டுவிச்சி > விச்சி > விச் (*witch*)

(வேட்டுவிச்சி, மருத்துவச்சி)

பண்டைக்காலத்தில் பழன்குடி சமூகத்தில் மழை பெய்யச் சடங்கு செய்ததாக சங்க இலக்கியங்களின் மூலம் அறியமுடிகிறது. இது குன்றக் குறவன் சடங்கு செய்து மழை பொழிந்தது என்ற வரிகளின் மூலம் அறியலாம்.

அதேபோல் சடங்குகளுக்கு குறிப்பிட்ட நேரம் சந்திரன் ரோகிணி கூடிய நன்னாளில் திருமணம் நடத்தப்பட்டுள்ளது என்று கூறப்படுகிறது. சோதிடத்தில் ரோகிணி நட்சத்திரம் இருக்கும் ராசி ரிஷப ராசி. சந்திரன் உச்சம் அடைவது ரிஷப ராசியில்.

பண்டைத் தமிழகத்தில் உணவிற்கு உணா, வல்கி, உண்டி, ஓதனம், அசனம், பகதம், இசை என்ற பெயர்கள் இருந்தது. சோற்றிற்கு அடிசில், அழினி, கூழ், அவிழ், கொன்றி, நிமிரல், புழுங்கல், பொம்மன், மிதவை போன்ற பெயர்கள் இருந்தன. கும்மாயம், பயிற்றுபோகம், மெல்லடை, மோதகம் (அப்பம்), தீஞ்சோறு (அப்பம்), பண்ணியம், பொரி, பாகவல் (அவல்) போன்ற தின்பண்டங்கள் இருந்தன என்று சங்க இலக்கியங்கள் மூலம் அறியப்படுகிறது. மாங்காய், ஊறுகாய், கருவாடு போன்ற பிற உணவுகளும் இருந்துள்ளன. அசைவ உணவிற்கு பைந்தடி, ஊன், பைந்துணி, வாடூன், உணங்கல் எனப்பட்டது.

மூன்று வகையான விருந்து வகைகள் கூறப்படுகின்றன. அவை பாதீடு, உண்டாட்டு, கொடை எனப்படும். கன்னடத்தில் உண்டட்டு என்றால் சாப்பிடு என்று அர்த்தம்.

துணிக்கு காருகம் என்று பெயர். (காருகம் என்ற பெயரிலிருந்தே ஜார்ஜெட் (*Georgette*) என்ற பெயர் ஆங்கிலத்தில் வந்திருக்கலாம்.) பருத்தி துணிக்கு துகில் என்று பெயர். துணி துவைப்பவர்கள் புலத்தியர்கள் எனப்பட்டனர். இந்த பெயரே பின்னாளில் ஆங்கிலத்தில் துணி துவைப்பதற்கு லாண்ட்ரி என்று பெயர் வந்திருக்கலாம்.

புலத்தியர் > லத்தியர் > லந்தியர் > லந்தி அறை > லாண்ட்ரி (*laundry*).

பழந்தமிழில் காழியர் என்ற சொல் வண்ணார் குலத்தைக் குறிக்கும் சொல். நுண்வினை என்பது சாயத்தொழிலைக் குறிக்கும் சொல்லாகும். வண்ணார் என்பது வர்ணார் என்ற சொல்லின் திரிபாக இருக்கவேண்டும். துணிகளுக்கு வர்ணம் (சாயம்/நிறம்) இடுபவரை வர்ணார் என்று கூறியிருக்க வேண்டும். ஆங்கிலத்தில் இவர்களுக்கு டோபி (*Doby*) என்று பெயர். துவை(த்தல்) என்ற சொல்லே டோபி என்று மாறியிருக்கவேண்டும்.

துவை > துபை > தோபை > டோபி

வேந்தர் மன்னர்களுக்கு நிலம் கொடுத்தல் தண்ணடை நல்கல் எனப்பட்டது.

குடை, முடி, கோல் –வேந்தர்

வெண்கொற்றக்குடை என்பது அரசன் அல்லது தலைவன் அக்குடியின் காவல் தொழில் பற்றிக் குறிப்பதாகும். மணிமுடி தரிப்பது என்பது அரசியல் தலைமையையும், கையில் செங்கோல் என்பது நீதி நிலைநாட்டுவதையும் குறிப்பதாகும்.

பண்டைய தமிழ்க்குடிச் சமூகத்தில் ஒருவரின் வயது பருவத்திற்கு ஏற்ப ஒரு பொதுப்பெயர் வழங்கப்பட்டிருந்தது.

ஆண்கள் வயது பருவத்திற்கேற்ப பெயர்கள்		பெண்கள் வயது பருவத்திற்கேற்ப பெயர்கள்	
வயது	பருவப்பெயர்	வயது	பருவப்பெயர்
1 முதல் 7	பாலன்	1 முதல் 8	பேதை
8 முதல் 10	மீளி	9 முதல் 10	பெதும்பை
11 முதல் 14	மறவோன்	11 முதல் 14	மங்கை
15	திறவோன்	15 முதல் 18	மடந்தை
16	விடலை	19 முதல் 24	அரிவை
17 முதல் 30	காளை	25 முதல் 29	தெரிவை
30 க்கு மேல்	முது மகன்	30 க்கு மேல்	பேரிளம்பெண்

தமிழர்களின் வாழ்வில் அவரவர் குடும்ப குழந்தைப் பேறு கொண்டிருக்கும் நிலையைப் பொறுத்து பட்டப்பெயர்கள் கொடுக்கப்பட்டிருக்கின்றன. அதில் மிகவும் அடிநிலையில் உள்ள பெயர் கொள்ளுபெயரன், கொள்ளுபெயர்த்தி ஆகும். இதில் மிகவும் மேல் நிலையில் உள்ள பெயர் பரன், பரை ஆகும்.

தமிழர் பரம்பரை	
ஆண் பால்	பெண் பால்
பரன்	பரை
சேயோன்	சேயோள்
ஓட்டன்	ஓட்டி
பூட்டன்	பூட்டி
பாட்டன்	பாட்டி
தந்தை	தாய்
மகன்	மகள்
பெயரன்	பெயர்த்தி
கொள்ளுப்பெயரன்	கொள்ளுப்பெயர்த்தி
எள்ளுப்பெயரன்	எள்ளுப்பெயர்த்தி

இந்த பரன், பரை என்ற சொற்கள் சேர்ந்தே பரம்பரை என்று ஆயிற்று. இந்த பரன் என்ற சொல்லே பிரான் என்று மருவியிருக்கலாம். பரந்தாமன், பரஞ்சோதி, பரங்குன்றம், பரம்பொருள் போன்ற பெயர்கள் பரன் என்ற சொல்லில் இருந்தே தோன்றியிருக்க வேண்டும்.

பரன் > பிரான்

பரன் + தாமன் > பரந்தாமன்

பரன் + சோதி > பரஞ்சோதி

பரன் + குன்றம் > பரங்குன்றம்

பரன் + பொருள் > பரம்பொருள்

பரன் என்ற சொல்லின் வினைப்பெயரே பரம் என்று ஆகியிருக்கலாம். பரமசிவன் என்ற பெயரே பரன்சேயோன் என்ற சொல்லின் திரிபாக இருக்கலாம். சேயோன் என்ற சொல்லே சிவன் என்று மாறியிருக்க வேண்டும் என்று அறிஞர்கள் கருதுகின்றனர். ஏனெனில் சங்க இலக்கியங்களில் சிவன் என்ற சொல் காணப்படவில்லை. சிவன் என்ற சொல் ஆரியர்களின் பெயராகும். அதாவது சேயோன் என்ற சொல்லையே ஆரியர்கள் சிவன் என்று வழங்கியிருக்க வேண்டும்.

சேயோன் தீ அல்லது ஆய தீ என்பதே ஜோதி என்று மருவியிருக்க வேண்டும். இன்றும் பல இடங்களில் ஜோதி என்பது ஜ்யோதி (Jyothi) என்று எழுதப்படுவதை நாம் காணலாம்.

சேயோன் தீ > சேயோதீ > ஜ்யோதி > ஜோதி

பழங்காலத்தில் ஒரு ஆண்மகனுக்கு பதின் வயதின் ஆரம்பத்திலேயே திருமணம் செய்யும் வழக்கம் இருந்தது. ஒரு ஆண்மகன் பெரும்பாலும் 15 வயதில் திருமணமாகி தந்தை ஆகியிருக்கலாம். அந்த முறைப்படி பார்த்தால் ஒரு ஆண்மகன், 30 வயதில் பாட்டன், 45 வயதில் பூட்டன், 60 வயதில் ஓட்டன், 75 வயதில் சேயோன், மற்றும் 90 வயதில் பரன் என்ற பட்டப்பெயர் கிடைக்கிறது. ஒரு மனிதனின் தீர்க்காயுள் 100 வருடம் என கணக்கிடப்பட்டிருக்கிறது. எனவே அதற்குப் பிறகு எந்த ஒரு பட்டப் பெயரும் கூறப்படவில்லை.

ஆரிய கலாசாரம்

ஆரியர்கள் மத்திய ஆசியாவிலிருந்து இந்தியாவிற்கு புலம் பெயர்ந்து வந்தவர்கள் என்று சில வரலாற்று ஆய்வாளர்கள் குறிப்பிடுகின்றனர். சில ஆய்வாளர்கள் ஆரியர்கள் இந்தியாவின் ஆதிகுடிகள் என்றும், பண்டைய இந்தியாவே மத்திய ஆசியா வரை பரவி இருந்தது என்ற கூற்றும் முன் வைக்கின்றனர்.

ஆரியர்களின் சமுதாயம் பல பழங்குடிகள் அமைப்பாக இருந்தது. பழங்குடி சமுதாயத்தில் மூதாதையர் வழிபாடு மிக முக்கியமான வழக்காகும். அவர்களிடம் நகர வாழ்க்கையோ, செங்கல் கட்டட அமைப்பு பற்றிய உருவகமோ காணப்படவில்லை. ரிக் வேதம் கிராம வாழ்க்கை கொண்ட மக்களின் பாடல்களின் தொகுப்பு. ஆரியர்களின்

முக்கிய இனக் குழுக்கள் புரு, யது, கர்வஷ், அனு, திருஹ்ய என்பதாகும். ஆரியர்கள் தம் இல்லங்களின் தொகுப்பை 'கிராமம்' என்றார்கள். இதற்கு தொகுப்பு என்று பொருள். கிராமம் என்பதன் உண்மையான அர்த்தம் தற்போதைய 'ஊர்' என்பதன் அர்த்தம் அல்ல. சில குழுக்கள் அல்லது குடிகள் ஒன்று சேர்ந்து ஊரு விட்டு ஊரு புலம் பெயர்ந்து செல்லும் நாடோடிக் குழு என்று அர்த்தம். ஆரியர்கள் மேய்ச்சல் தொழில் புரிந்தவர்கள். குதிரைகளும், பசுக்களும் அவர்களுடைய செல்வம். குழுக்களின் தலைவன் கோபன் என்றும், செல்வம் உடையவன் 'கோமத்' என்றும் அழைக்கப்பட்டனர். ஆநிரைக் கவரும் போருக்கு 'கவிஷ்டி' என்று பெயர்.

பசு வளர்ப்பு போல் குதிரையும் ஆரிய கலாசாரத்தின் முக்கிய அடையாளம். சமஸ்கிருதத்தில் குதிரைக்கு அஸ்வா என்று பெயர். ஐம்பதிற்கும் மேற்பட்ட குதிரை பெயர்கள் வேத காலத்தில் இருந்தது. சில பழங்குடிகளின் பெயர்கள் குதிரையின் பெயரிலேயே குறிப்பிடப்பட்டிருந்தது. ரிக் வேதத்தில் 215 முறை குதிரையின் வெவ்வேறு பெயர்களில் கூறப்பட்டுள்ளது. ஆரிய கலாசாரத்தின் இன்னொரு முக்கிய அடையாளம் அக்னி வழிபாடு. அதுவும் யாகம் வளர்த்து செய்யப்படும் அக்னி வழிபாடு. மிருகங்களை பலியிடும் வழக்கமும் ஆரிய கலாசாரத்தின் முக்கிய அடையாளமாகும். வேள்வியில் குதிரைகளும், எருதுகளும், காளைகளும், பசுக்களும், ஆடுகளும் போடப்பட்டிருந்தன.

ஆரியர்கள் விவசாயம் செய்தாலும் அவர்களின் முக்கிய செல்வங்கள் எருது, காளை, பசு, குதிரை, ஆடு ஆகியவை. மாமிசம் மிக முக்கியமான உணவாக இருந்தது. மேலே கூறிய எல்லா மாமிசங்களையும் அவர்கள் விரும்பி உண்டனர். ரிக் வேதத்தில் அரிசி பற்றிய குறிப்பு இல்லை. ஐவ்வரிசி முக்கியமான உணவாக இருந்தது. சோமம் என்ற மதுபானமும் அவர்களுடைய வாழ்வில் முக்கிய பங்கு வகித்தது. வழிபாட்டுச் சடங்குகளிலும் சோம பானம் படைக்கப்பட்டது. மாலை வேளைகளில் பானம் அருந்துவதும், நாட்டியமும் மிக முக்கிய பொழுது போக்காகும்.

ஆயுதங்கள் : அம்பு, வில், நாண், கவசம், கோடரி, பரசு, கத்தி; வஜ்ராயுதம்.

ததிசியின் எலும்பைக்கொண்டு இந்திரன் வஜ்ராயுதத்தை உருவாக்கியதாக புராணங்கள் கூறுகின்றன.

ஆரியர்களின் முன்னோர்களின் இருப்பிடம் 'ஆர்யானோ பாஇஜா' எனக் கூறப்படுகிறது. இதை இந்திய ஆரியர்கள் மறந்துவிட்டனர். ஈரானிய ஆரியர்கள் இதை ஞாபகம் வைத்துள்ளனர். ரிக் வேத நாயகர்களான திவோதாசும், சுதாசும் 'திரித்ஸு' – 'பரத' இனக் குழுவின் வீர தீர மன்னர்கள்.

ரிக் வேதத்தில் ஆரிய மக்களை பஞ்சஜன், பஞ்சம்ஷணி, பஞ்சஷிதி என்று கூறப்பட்டனர். எனவே அவர்கள் முதலில் ஐந்து இனக் குழுக்களாக இருந்திருக்க வேண்டும். பின்னர் இது பன்னிரெண்டுக்கும் அதிகமான குழுக்களாக மாறியிருக்கலாம்.

புரு: பருஷ்ணி நதிக்கு கிழக்கில்; பரத, திரித்சு, குஷிக் ஆகிய பிரிவுகள்; குஷிக் இனத் தலைவர் விஸ்வாமித்திரர்; பரதர்களின் ஒரு பிரிவு திரித்சு; பரதர்களின் தலைவர்கள் வத்ரயஸ்வன், திவோதாஸ், சுதாஸ் முதலியோர் தாத்தா, தந்தை,

மகன்கள்; புரு'க்களின் மூன்று மன்னர்கள் பெயர் புருகுத்ஸ> த்ரச்தஸ்யு> குருஸ்வரன் என ரிக் வேதத்தில் காணக்கிடைக்கின்றன. பிற்காலத்தில் புருக்களிலிருந்தே குரு வம்சம் தொடங்கியது என்று குருஸ்வரன் பெயரிலிருந்தே தெரிகிறது; பரதர்களின் புரோகிதர் பரத்வாஜ்.

யதுக்கள்: யாதவ இனத்தினர்; யது வம்சம்; துர்வசுக்கள், யாதவர்கள் இணைந்தே இருந்தனர்; இதனால் இவ்விரு மக்களின் வாழுமிடங்கள் நெருக்கம் புலனாகிறது; ரிக் வேதத்தில் இவ்விரு இனங்களின் பெயரும் பல இடங்களில் சேர்ந்தே வருகிறது; வசிஷ்டரின் சகோதரர் அகஸ்தியர்.

துர்வசுக்கள்: இளம் இந்திரன், இந்த துர்வசுக்களையும், யாதவர்களையும் தொலை தூர மேற்கு திசையிலிருந்து பத்திரமாக கொண்டு வந்து சேர்த்தான்; துர்வசுக்களும், யாதவர்களும் பரதர்களின் பகைவர்கள்; கன்வர்> வத்சர் ஆகியோர் புரோகிதர்கள்.

த்ருஹ்யுக்கள்: இவர்களின் புரோகிதர் பிருகு.

அனுக்கள்: த்ருஹ்யர்களுடன் நட்பாக இருந்தவர்கள்.

சிந்துசமவெளி நாகரிகத்தின் சிறப்புக்காலம் பொ.யு.மு. 2500 என்று கூறப்படுகிறது. இதன் பிறகு 1000 வருடங்கள் கழித்து பொ.யு.மு. 1500 போல் சிந்து சமவெளியில் ஆரியர்கள் பிரவேசித்தார்கள். அதன் பிறகு 300வருடங்கள் கழித்து பொ.யு.மு. 1200 போல் பரத்துவாஜர், வசிஷ்டர், விஸ்வாமித்திரர் ஆகிய ரிஷிகள் தம் 'ரிசா'க்களை இயற்றினார்கள். ஆரியர்கள் சிந்து சமவெளியில் முதலில் குடியேறிய பொழுது ரிக் வேதம் உருப்பெறவில்லை. வேத என்ற சொல்லிற்கு அறியப்படுவது என்று அர்த்தம். ரிக் வேதம் 1028 சூக்தங்கள் கொண்டது. இவைகள் எல்லாம் மத சடங்குகள் சம்பந்தப்பட்ட விஷயங்கள் அடங்கிய பாடல்களை கொண்டவை. இவை 10 மண்டலங்களாக எழுதப்பட்டுள்ளது. மண்டலம் இரண்டு முதல் ஏழு வரை உள்ள மண்டலங்கள் ஒவ்வொன்றும் ஒரே குடும்பம் அல்லது கோத்திரத்தை சேர்ந்த ரிஷிக்களால் எழுதப்பட்டது என்று கூறப்படுகிறது. இந்த பாடல்கள் முதலில் அக்னி பகவானை போற்றிப் பாட ஆரம்பித்துபின் இந்திரனை போற்றிப்பாட ஆரம்பித்து பின் மற்ற தெய்வங்களை போற்றிப் பாடுகின்றன. சிவன், விஷ்ணு போன்ற தற்போதைய இந்து கடவுள்கள் எல்லாம் ரிக் வேதத்தில் முக்கிய கடவுள்களாக கருதப்படவில்லை. காடும் ஒரு முக்கிய வழிபடும் பொருளாக இருந்தது. மூத்தோர் வழிபாடும் மிக முக்கிய வழிபாடாக இருந்தது.

ரிக் வேதத்தில் ஆரிய என்ற சொல்லிற்கு நல்ல அல்லது மேன்மையான என்ற அர்த்தம் கூறப்படுகிறது. பண்டைய காலத்தில் கல்வியறிவு உடையவர்கள் அக்கால சமுதாயத்தில் மிகவும் குறைவு. இவர்களே வேதங்கள் போன்ற பழங்கால இலக்கியங்கள் எல்லாம் எழுதினர். இப்படி குறைவான சதவீதம் கொண்ட நன்கு கல்வியறிவுடையவர்களால் எழுதப்பட்ட சமுதாயம் மற்றும் கலாசார விஷயங்கள் எல்லாம் சமூகம் முழுமைக்குமான விசயங்களாக ஏற்றுக்கொள்வது என்பது மிகவும் கேள்விக்குரியதுதான்.

ரிக் வேதத்தின் ஆரம்பகாலம் பொ.யு.மு. 1500. ரிக் வேதத்தில் ஆரம்பகால செய்யுள்களில் கூறப்படும் இடங்கள் மேற்கு எல்லை இடங்கள். மற்ற மூன்று வேதங்களில் கூறப்படும் இடங்கள் கங்கை சமவெளிப் பகுதிகள். இந்த பூமியை மனு என்பவர்கள் ஆண்டார்கள். ஏழாம் மனு காலத்தில் வெள்ளப்பெருக்கு ஏற்பட்டது என்று கூறப்படுகிறது. (சுமேரிய மன்னர்களின் பட்டியலில் எம்மென் என்ற அடைமொழிப் பெயர் வருகின்றது. இது எம்மான் அல்லது எம் மனு என்ற பெயராக இருக்கலாம்.)

பொ.யு.மு. 2000 போல் இமாலயப் பகுதி முழுவதும் கின்னர்கள் எனப்படும் கிராத இன மக்கள் வாழ்ந்தார்கள். கங்கை நதி பற்றி ரிக் வேதம் 10756இல் குறிப்பு உள்ளது. பிராமண உபநிஷத காலம் பொ.யு.மு. 700 போல் தோன்றியது. இந்த காலகட்டத்தில் கங்கை சமவெளியில் வங்க எல்லை வரை ஆரியர்கள் குடியேறினர். அதர்வண வேதம் தோன்றியது இந்த காலத்தில்தான். ஆரியர்கள் நீண்ட காலம் வரை வேதங்களை எழுதி வைக்கவில்லை. அதை எழுதி வைத்தால் அதன் ரகசியத் தன்மை வெளிப்பட்டுவிடும் என்று நினைத்து அதை எழுதவில்லை. வேத இலக்கியம் மட்டுமல்லாமல் புத்த, சமண நூல்களும் பல நூற்றாண்டுகள் வரை மனப்பாடம் மட்டுமே செய்யப்பட்டு வந்தன.

பின்னர் வந்த காலத்தில், மகாபாரதம் இயற்றப்பட்ட பொழுது, மகாபாரதத்தில் பருஷ்ணி (ராவி) நதிக்கரையிலிருந்த மன்னர்களை கங்கைக்கரையில் பாஞ்சால நாட்டு மன்னர்களாக மாற்றிவிட்டனர் என்று கூற்றும் நிலவுகிறது.

(பருஷ்ணி > பருஹ்னி > பொருணை; பாஹ்ரோனி – மடகாஸ்கர்)

இந்து மதத்தில் உள்ள தற்போதைய புராணங்கள் எல்லாம் பொ.யு. 700–1000 போல் எழுதப்பட்டன. இந்த புராணங்களில் கூறப்படும் தொன்மக்கதைகள் அதற்கு முன்பு சில ஆயிரம் ஆண்டுகளுக்கு நடந்தவை. ஆரியர் என்ற வார்த்தை பழங்காலத்தில் உபயோகத்தில் இல்லை. 19–ம் நூற்றாண்டில் போல் தான் ஆரியர் என்ற சொல் வழக்கு பழக்கத்தில் வந்தது.

ஆரியர்களுக்கும் சிந்துசமவெளி மக்களுக்கும் நடந்த சண்டைகளே ரிக் வேதத்தில் தேவர், அசுரர் யுத்தங்களாக வர்ணிக்கப்பட்டுள்ளன. சம்பரன் என்ற சிந்துசமவெளி மன்னனுக்கும், திவோதாஸ் என்ற ஆரிய மன்னனுக்கும் நடந்த சண்டை பற்றி ரிக் வேதம் 6314 குறிப்பிடுகிறது. பொ.யு.மு. 1500 போல் மிகவும் கொடூரமான போர் நடந்ததற்கான தொல்பொருள் தடயங்கள் ஹரப்பாவில் உள்ளது என்று மோர்டிமோர் வீலர் என்ற ஆய்வாளர் தன் ‘இண்டஸ் சிவிலை சேஷன்’ என்ற நூலில் குறிப்பிட்டுள்ளார். சிந்துசமவெளி மக்கள் ஆரியர்களைக் காட்டிலும் அதிக நாகரிகமானவர்களாகவும், நகரங்களில் வாழ்பவர்களாகவும் இருந்தனர்.

ரிக் வேத ஆறுகள்: பருஷ்ணி (ரவி), சரஸ்வதி, விபாட்/விதஸ்தா (ஜெலம்), சதுத்தி (சட்லெஜ்), கக்கர், அசிக்னி (சீனாப்), மருத்பிருதா, ஆர்ஜீகியா, சுஷோமா, த்ரிஷ்டாம, ரஸா, ஸ்வேத்யா, குபா, கோமதி, கிரமு, மெஹென்று.

தமிழகப் பழங்குடிகள்

தமிழகப் பழங்குடிகளில் மிகவும் தொன்மையானவர்களை ஆதிக்குடி என்று கூறுகின்றனர். அப்படிப்பட்ட ஆதிக்குடிகள் பட்டியலில் காடர், அலார், சோளநாயக்கன், செஞ்சு ஆகியோர் உள்ளனர். இவர்கள் வரலாற்றுக்கும் முன்பான மக்களின் வாழ்வியலின் சில பழக்க வழக்கங்களை கொண்டவர்களாக இருக்கின்றனர். இது அல்லாமல் திராவிட மொழி பேசும் பழங்குடிகள் யார் என்ற பட்டியலில் மாலர், ஒராவன், கோந்த், செஞ்சு, ஏனாதி, கோத்தர், தொதவர், காடர், காணிக்காரர், ஊராளி போன்றவர் உள்ளனர்.

தமிழ்ச் சமூகத்தின் முதல் விவசாயி பெண் தான். இவர்கள் பயன்படுத்திய தோண்டுகழி என்னும் கருவியே பின்னர் சூலாயுதமாக மாறி, பின்னர் வயல்வெளியைக் காக்கும் இளைஞர்கள் காவல் காக்கும் கருவியாக ஆனது. இதையே புராணக் கதைகளில் பார்வதி முருகனுக்கு சூலாயுதம் வழங்கும் நிகழ்வாக கூறப்படுகிறது. தமிழக தொல்பொருள் ஆராய்ச்சியில் காணப்படும் நிறைய வெற்றிடங்களுக்கான பதிலை ஆதிக்குடி அல்லது பழங்குடி மக்களின் வாழ்வியலை ஆராயும்பொழுது நாம் கிடைக்கப்பெறலாம்.

தமிழகப்பழங்குடிகளில் முதன்மையான தொதவர், கோத்தர், மற்றும் குறும்பர் ஆகிய பழங்குடிகள் கம்பட்ராயன் என்ற கடவுளின் வியர்வையிலிருந்து தோன்றியவர்கள் எனக் கூறுகின்றனர். கம்பட்ராயன் என்பது கம்புடை ராயன் என்பதன் திரிபாக இருக்க வேண்டும்.

மனிதர்கள் கடைப்பிடிக்கும் அல்லது விரும்பும் நாகரிக பழக்க வழக்கங்கள், மேல் குடியினர் வளர்த்துக்கொண்டது என்று நாம் எண்ணும் பழக்க வழக்கங்கள் இந்தியாவில் உள்ள பழங்குடிகளிடம் பெரிதும் காணப்படுகின்றன. சாதி முறை இல்லாத சமூகம், ஆண்பெண் சமத்துவம், ஆணாதிக்கம் குறைந்த சமூக வாழ்வு, காதலித்தோ விரும்பியோ திருமணம் செய்துகொள்ளுதல், தனி மனித சுதந்திரமும், தன்னியல்பு போக்கும் மிகுதியாகக் கொண்டிருத்தல் போன்ற பல வழக்கங்கள் தமிழக பழங்குடி பண்பாட்டில் உள்ளன. ஆந்த்ரே பெத்தேய்ல் என்ற அறிஞர் கருத்துப்படி, தென்னிந்தியா முதல் உலகின் அனைத்து பழங்கால பகுதிகளில், தற்கால நாகரிகம் கொண்ட மனிதர்களும், அதே நேரத்தில் ஆதிகால பழக்க வழக்கங்களை கொண்ட பழங்குடிகளும், இன்றும் சம காலத்தில் வாழ்ந்து வருவதைக் காணும் பொழுது, பழங்குடி நிலை அழிந்து நாகரிகம் தோன்றவில்லை, இரண்டும் தொடர்கின்றன என்று குறிப்பிடுகிறார். இதற்கான காரணம் என்னவெனில் வெள்ளப்பெருக்கில் புலம் பெயர்ந்த பழங்குடிகளில் சிலர் நாகரிக வளர்ச்சி அடைந்தார்கள். சிலர் நாகரிக வளர்ச்சி அடையாமல் தங்களில் பாரம்பரிய கலாசார வழக்கங்களை மட்டுமே கடைப்பிடித்தனர்.

திராவிடப் பழங்குடிகள்தான் இந்தியாவில் உள்ள எல்லா பழங்குடியினரைக் காட்டிலும் அதிகம் மக்கள் தொகை உடையவர்.

மலைக்குறவர்களின் தொன்மம் அவர்கள் மகாபாரத கௌரவர்களின் வாரிசு என்று கூறிக்கொள்கின்றனர். காட்டுநாயக்கர்கள் தாங்கள் மகாபாரதத்தில் வரும் இடமசூரனின் வழி வருபவர்கள் என்ற தொன்மம் கொண்டுள்ளார்கள்.

தமிழகப் பழங்குடிகளை அவர்கள் தொன்மத்தை வைத்து மூன்று வகையாக அய்யப்பன் என்ற ஆய்வாளர் பிரிக்கிறார்:

1. பல நூற்றாண்டுகளுக்கு முன் சமவெளிகளிலிருந்து மலைப்பகுதியில் குடியேறியவர்கள். இவர்கள் பழங்குடிகள் எனப்படுகின்றனர்.
2. சமவெளிகளிலிருந்து வராமல் பழங்காலம் முதல் நீண்ட காலமாக தத்தம் பகுதிகளில் வாழும் மண்ணின் மைந்தர்கள். இவர்கள் முதுகுடி எனப்படுகின்றனர்.
3. வரலாற்றுக்கும் முற்பட்ட காலத்திலிருந்தே இந்த துணைக்கண்டத்தின் இனக்கூறுகளை கொண்டிருப்பவர்கள். இவர்கள் தொல்குடி எனப்படுகின்றனர்.

இதில் தொல்குடிகளில், சில குடிகள் புலம் பெயர்ந்து வந்தவர்களாகவும் இருக்கலாம் என்றும், நீலகிரி மலையில் உள்ள தொதவர்கள் சுமேரியாவிலிருந்து வந்திருக்கலாம் என்ற கூற்றும் உண்டு. இவர்கள் சுமேரிய சடங்குக் கூறுகளையும் கொண்டவர்களாக இருக்கிறார்கள். ஆனால் அவர்கள் சுமேரியாவிலிருந்து வந்தவர்களாக இருக்க வாய்ப்பில்லை. இவர்கள் பண்டைய குமரிக்கண்டத்தில் இருந்து வந்திருக்கலாம். அதேபோல் சுமேரியர்களும் குமரிக்கண்டத்தில் இருந்து புலம் பெயர்ந்தவர்களாக இருக்கலாம். எனவேதான் இந்த இரு இனத்தினருக்கும் ஒரே போல் சடங்குக் கூறுகளை கொண்டவர்களாக உள்ளனர்.

காலனிய அதிகாரிகளின் பதிவுகளைப் பார்க்கும் பொழுது, மலை வாழ் பழங்குடிகள் ஆவி வழிபாட்டினர் என்று கூறுவதைக் காண முடிகிறது என்று பக்தவத்சல பாரதி என்ற ஆய்வாளர் குறிப்பிடுகிறார். இந்த ஆவி வழிபாடு என்பது மூதாதையர் வழிபாடாகும். இந்த வழக்கம் பண்டைய எகிப்தியர்களிடமும், மடகாஸ்கர் மற்றும் ஆப்பிரிக்க பழங்குடிகளிடமும் காணப்படுகிறது.

நீலகிரிப் பழங்குடிகளான தொதவர், கோத்தர், குறும்பர், படுகர், இருளர் ஆகியோரின் குடி அமைப்பு அடுக்கு முறையில் உள்ளது. மலையின் மிக உயர்ந்த உச்சிப்பகுதியில், கடல் மட்டத்திலிருந்து ஏறக்குறைய 5500 அடி உயரத்தில் தொதவர்கள் வாழ்கிறார்கள். இவர்கள் குடியிருப்பு 'மந்து' எனப்படும். இவர்களுக்கு கீழ், கோத்தர்கள் கடல் மட்டத்திலிருந்து ஏறக்குறைய 4500 அடி உயரத்தில் வாழ்கிறார்கள். இவர்கள் குடியிருப்பு 'கோகால்' எனப்படும். இவர்களுக்கு கீழ், படுகர்கள் கடல் மட்டத்திலிருந்து ஏறக்குறைய 3000 அடி உயரத்தில் வாழ்கிறார்கள். இவர்கள் குடியிருப்பு 'ஹட்டி' எனப்படும். கோத்தர்கள் மற்றும் படுகர்களோடு, குறும்பர்கள் இரு வேறு உயரங்களில் வாழ்கிறார்கள். இவர்களுடைய குடியிருப்பு 'கொம்பை' எனப்படும். இவர்களுக்கு கீழ், இருளர்கள் கடல் மட்டத்திலிருந்து ஏறக்குறைய 1500 அடி உயரத்தில் வாழ்கிறார்கள். இவர்கள் குடியிருப்பு 'மொட்ட' எனப்படும்.

தொதவர்கள்

தொதவர்களை ஆங்கிலேயர் தோடா என்று அழைத்தனர். ஆனால் தொதவர்கள் தங்களை தோடா என்று கூறிக்கொள்வதில்லை. இவர்கள் தங்களை 'ஒல்' என்று கூறிக்கொள்கிறார்கள். ஒல் என்றால் மக்கள் என்று அர்த்தம். ஆப்பிரிக்க பழங்குடிகள் சிலரிடமும் (மாசை பழங்குடி) இதே சொல் உள்ளது. ஒல் என்பது மலையைக் குறிக்கும்.

தெகெரொட் – சிறுவன் பால் கறக்கத் தகுதியுடைய சடங்கு.

நிரொதிடி – ஒருவனை பால் மாடத்திற்கு உரியவனாக்கும் சடங்கு.

துட்மூக்கல – தீமூட்டிக் கல்

தொதவர்கள் சைவ உணவு சாப்பிடும் பழங்குடிகள். உலகில் உயரமான மலைப்பகுதியில் வாழும் பழங்குடிகளில் தொதவர்கள் மட்டுமே சைவ உணவு சாப்பிடுபவர்கள். இவர்களுக்கு சைவ ஆயர் என்ற பெயரும் உண்டு. இவர்கள் பிராமணர்களை தீண்டத்தகாதவர்களாக நினைக்கின்றனர். பிராமணர்களை தங்களுடைய கோவிலான பால்மாடத்திற்குள் நுழைய அனுமதிப்பதில்லை.

தொதவ ஆண்கள்

தொதவர் குடில்

தொதவ கோவில்

தொதவர்களிடம் முன்பு பெண் குழந்தையை கொல்லும் வழக்கம் இருந்தது. இதனால் சமூகத்தில் பெண் பற்றாக்குறை இருந்தது. இதனால் ஆயர் சமூகத்தில் ஒரு பெண் பல ஆண்களை திருமணம் செய்யும் வழக்கம் இருந்தது. சில சமயம் ஒரு குடும்பத்தில் உள்ள எல்லா சகோதரர்களை மணம் செய்ய நேரிட்டது. மகாபாரதத்தில் திரௌபதி பஞ்ச பாண்டவர்களை மணந்தது இந்த வழக்கத்தை கடைப்பிடித்ததாக இருக்கலாம். இதே போன்ற வழக்கம் மாசை என்ற ஆப்பிரிக்க பழங்குடிகளிடம் உண்டு.

தொதவர்களின் குடியிருப்பு 5 குடில்கள் கொண்டதாக இருக்கும். இந்த குடில்கள் அரைவட்ட வடிவில் இருக்கும். இது வில் போன்ற அமைப்பு உள்ளதால் இந்த குடில்களின் தொகுப்பை வில் அகம் என்று கூறியிருக்கலாம். இந்த வில்லகம் என்ற சொல்லே ஆங்கிலத்தில் வில்லேஜ் என்று மருவியிருக்கவேண்டும்.

வில்லகம் > வில்லக > வில்லேஜ்

தொதவர்கள் எருமைகளை வளர்க்கும் ஆயர்கள். இவர்கள் நாவல் மரத்தை புனிதமாக நினைக்கிறார்கள்.

இருளர்கள்

இந்த பழங்குடியினர் தேன் சேகரிக்க செல்லும்பொழுது ஆண் பெண் சேர்ந்தே செல்வார்கள். மலைகளில் உள்ள மிக உயர்ந்த பாறைகளின் கீழ் உள்ள மலைத்தேன் அடைகளில் தேனெடுக்க இவர்கள் தாவரக்கொடிகளால் ஏணி செய்து அதை பாறை இடுக்குகளில் கட்டி அதில் தொங்கி ஆடியபடி தேன் எடுப்பார்கள். சில நேரங்களில்

இருளர் குடிப் பெண்கள்

தேனெடுத்தல்

ஏணி அறுந்து தேன் எடுப்பவர் கீழே விழுந்து இறக்க நேரிடும். இந்த தாவரக்கொடி ஏணியை இவர்கள் 'மால்' என்று கூறுவர். நல்ல சகுனம் கிடைத்தாலே இவர்கள் தேனெடுக்க செல்வார்கள். தாவரக்கொடியால் மால் (ஏணி) செய்து இறங்கும்பொழுது இந்த மால் அறுபடாமல் இருக்க முன்னோர்களையும், கடவுளர்களையும் வழிபடுவார்கள். இந்த மால் அறுபடாமல் இருக்க மனைவியின் சகோதரர்களை காவலுக்கு வைப்பார்கள். ஏனெனில் சொந்த சகோதரர்கள் சில சமயம் பொறாமை கொண்டு ஏணியை அறுத்துவிட்ட கதை உண்டு.

பணியர்கள்

பணி செய்பவர்கள் பணியர்கள் எனப்படும் பழங்குடியினர். தென்னிந்தியப் பழங்குடிகளில் கூலி வேலை செய்யும் அடிமை முறைக்கு ஆளான ஒரே பழங்குடி இவர்களாகும். இவர்கள் பெரும்பாலும் மலைத் தோட்டங்களில் வேலை செய்பவர்கள். அத்தோட்ட முதலாளிகள் தோட்டத்தை விற்கும்போது இவர்களையும் சேர்த்தே விற்றுவிடுவர்.

ரிக் வேதத்தில் வியாபாரம் செய்பவர்களை பணி இனத்தவர் என்ற குறிப்பு உள்ளது. (ரிக் வேத கால ஆரியர்கள்). ஆரியர்கள் வாணிபத்தையும், வியாபாரிகளையும் வெறுத்தார்கள். ஆரியர்களின் மூதாதையர்களின் பழைய தென்திசைப் பகைவர்களில் பணி இனத்தினரும் ஒருவர். பணியர்கள் திராவிட இனத்தைச் சேர்ந்தவர்கள் என்றும் மேலும் அவர்களுடன் ஆரியர்கள் நடத்திய சண்டை ரிக் வேத காலத்திற்கு முன்பே முடிவடைந்துவிட்டது என்று ரிக் வேத கால ஆரியர்கள் என்ற புத்தகம்

குறிப்பிடுகிறது. கேரளாவில் உள்ள பணிக்கர் இனத்தினரும் இந்த இனத்தினரோடு தொடர்புடையவராக இருக்கலாம்.

படுகர்கள்

இவர்கள் நீலகிரி மலைப்பகுதியில் வாழ்பவர்கள். இவர்கள் கிராமங்கள் ஹட்டி எனப்படும். இவர்களுடைய மொழி படுகு ஆகும். இவர்களுடைய முக்கிய திருவிழா தேவ்வ ஹப்பா. இவர்களுடைய முக்கிய சடங்குகள் குழந்தை பிறப்பு, பூப்படைதல், திருமணம், பெயர் வைத்தல், ஏழாவது மாத கர்ப்பம், புது மனை புகுதல் மற்றும் இறப்பு சடங்குகள் ஆகும். வேளாண் தொழில் இவர்களுடைய முக்கிய தொழிலாகும். இவர்களிடையே பல சாதிகள் அல்லது குலங்கள் உள்ளன. இவற்றில் லிங்காயத் மற்றும் வொடேயா ஆகியவை முதன்மையானவை. ஒவ்வொரு குலத்திற்கும் அவர்களின் முக்கியத்துவத்திற்கு ஏற்ப செயல்கள் கொடுக்கப்பட்டுள்ளன. லிங்காயத் வகுப்பினர் குரு பதவி வகிப்பவர்கள்.

கோத்தர்

கோத்தர் என்ற சொல் பற்றி இரு விதமான கருத்துகள் உள்ளது. ஒன்று, கோ என்றால் மலை, அர் என்றால் மக்கள், இரண்டும் சேர்த்து கோத்தர் என்று வழங்கிற்று என்பது ஒரு கருத்து. மற்றொன்று, மாட்டை பலி கொடுப்பவர்களுக்கு ‘கொஹட்ட’ என்று பெயர். இந்த பெயர் கோட்ட என்று மருவி பின்னர் கோத்தர் என்று ஆகிற்று என்ற கருத்தும் உண்டு.கோத்தர் தங்களை கோவ் என்று அழைத்துக் கொள்கின்றனர். மற்றவர்கள் இவர்களை கினாப், கோவ்தர், கோத்தர் என்றும் அழைக்கின்றனர்.

கோத்த கோவிலும் பூசாரியும்

மலசர்

மலையர் என்ற சொல் மலசர் என்று மருவியிருக்கலாம். மலையடிவாரத்தில் வாழும் மலசர்கள் அத்தி மரத்தைப் புனிதமாக கருதுகிறார்கள். தங்களுடைய குலச் சடங்குகளில் இந்த மரத்தின் கிளைகளைப் பெரிதும் பயன்படுத்துகிறார்கள். இவர்கள் பொன்னாலம்மாவை வணங்குகின்றனர். முக்கிய நிகழ்ச்சிகளில் ஏழு இலைகளில் படையல் வைத்து தங்களுடைய மூதாதையர்களை வணங்குகின்றனர். இவர்கள் பழங்காலத்தில் காட்டெரிப்பு முறையில் விவசாயம் செய்தனர். இப்படி விவசாயம் செய்வதை கொத்துக்காடு முறை என்பர்.

பளியர்

பழையோர் என்பதே பளியர் என்று மருவியது என்றும், பழனி மலைப் பகுதிகளில் வாழ்வதால் பழனியர் என்பது பளியர் என்று மருவிட்டது என்ற கருத்துகளும் உண்டு. இவர்களில் மேல்மலைப் பளியர், கீழ்மலைப் பளியர் என இரு பிரிவினர் உள்ளனர். மலையின் மேல் பகுதிகளில் வாழ்பவர்கள் மேல்மலைப் பளியர் என்றும், இவர்கள் கீழ்மலைப் பளியர்களை விட உயர்ந்தவர்கள் என்று கூறிக்கொள்கின்றனர். அவர்கள் கீழ்மலைப் பளியர் வீட்டில் சாப்பிடமாட்டார்கள், அவர்களுக்கு சமைத்த உணவை தரமாட்டார்கள். கீழ்மலைப் பளியர் மலையின் கீழ்பகுதிகளில் வாழ்பவர்கள். தங்களை கல்காட்டுப் பளியர் என்றும் அல்லது புடைப்பளியர் என்றும் கூறிக்கொள்கின்றனர். கார்ட்னர் என்பவர் பளியர்களைப் பற்றிய தன் ஆய்வில், பளியர்களிடம் பச்சை நிறத்தைக் குறிக்கும் சொல் இல்லை என்று குறிப்பிடுகிறார். ஆனால் திராவிட மொழிக் குடும்பத்தில் உள்ள எல்லா மொழிகளிலும் பச்சை என்ற சொல் உள்ளது. எனவே மேற்கூறிய கூற்று வியப்பாக உள்ளது. பளியர் தலைவன் இரண்டு மனைவிகளை வைத்துக் கொள்ளலாம் என்றும், மற்றவர்கள் ஒரு மனைவி மட்டுமே வைத்துக்கொள்ள வேண்டும் என்ற வழக்கமும் உள்ளது. முருகக்கடவுளின் மனைவி வள்ளி தங்கள் இனத்தை சேர்ந்த பெண் என்று கூறுகின்றனர். இவர்கள் மந்திர வித்தையில் கை தேர்ந்தவர்கள் என்று கூறப்படுகிறது.

குடியா

குடி என்றால் மலை உச்சி என்று அர்த்தம். மலை உச்சியில் வாழ்வதால் இவர்களை குடியா என்று அழைக்கின்றனர். கேரளத்தில் இவர்களை கௌடா என்று அழைப்பர். சுமேரிய நாகரிகத்தில் வழித்தோன்றிய குடிகளில் குடியா என்ற பெயர் உள்ளது.

ஆறு நாடன்

இவர்கள் பண்டைத் தமிழகமாக இருந்த தற்போதைய கேரளத்தின் பாலக்காட்டிற்கு அருகில் உள்ள மலையில் வாழ்பவர்கள். இவர்களிடம் கடந்த நூற்றாண்டு வரை ஒரு வழக்கம் இருந்து வந்தது. அதாவது இக்குடியில், தந்தை தன் முதல் மகளைத் தானே திருமணம் செய்து கொள்ளும் வழக்கம் பழங்காலம் முதல் இருந்து வந்தது. ஆனால் தற்பொழுது இந்த வழக்கம் கைவிடப்பட்டுவிட்டது என்ற சான்று அரசு இதழில் பதிவாகியுள்ளது.

குறும்பர்கள்

ஆதிகாலத்தில் குறும்பர்கள் எப்பொழுதும் கையில் அம்பு வைத்திருப்பார்கள். இந்த அம்பை 'முள்ளு' என்று கூறுவர். இதனால் இவர்களை முள்ளுக் குறும்பர் என்று அழைப்பார்கள். இதேபோல் தேன் சேகரிக்கும் குறும்பர்களை ஜேனு குறும்பர் என்று கூறுவர். இதேபோல் ஏழு வகையான குறும்பர்கள் இருப்பதாக கூறுகின்றனர்.

குறும்பர்கள் தங்களை வேடுவர் என்று கூறிக்கொள்கின்றனர். சில மாநிலங்களில் இவர்களை குறுமன் என்றும் குறுபா என்றும் கூறுவர். (கூர்ம அவதாரம் என்பது குறும அவதாரமாக இருக்கலாம். குறும என்பது குறம என்றாகி றாம என்று ஆகியிருக்கலாம்.)

ஆலு குறும்பர்கள் தொன்மக் கதைகளில் சிபிச் சக்ரவர்த்தியின் கதை கூறப்படுகிறது.

முதுவர்கள்

இவர்கள் சமூகத்தில் மணமக்களுக்கு பரிசாக தாங்களே செய்த வேலைப்பாடு மிகுந்த சீப்பை வழங்குவர். மணமான பெண் ஒருத்தி தனக்கு திருமணம் ஆகிவிட்டது என்பதற்கு அடையாளமாக இந்த சீப்பை தன் தலையில் செருகி இருப்பாள். இதேபோன்ற வழக்கம் ஆப்பிரிக்க பழங்குடியான ஹிம்பா இனத்தினரிடம் காணப்படுகிறது. ஆனால் இவர்கள் சீப்பிற்கு பதிலாக வேறொரு பொருளை தலையில் சூடியிருப்பார்கள். நியூகினித் தீவில் வாழும் பழங்குடிகளிடம் சிலரிடம் இந்த வழக்கம் உள்ளது.

பழங்குடிகள் தங்கள் முக்கிய தொழிலான வேட்டைத் தொழில் இன்று திருமணத்தில் நடத்தப்படும் ஒரு வேட்டைச் சடங்காக மிகவும் மாறிவிட்டது.

கோண்டி பழங்குடி

கோண்டி இனம் திராவிட இனங்களில் பழைமையான இனம். இந்தியாவின் மிக முக்கியமான பழங்குடியினர் கோண்டி இனத்தவர். இவர்கள் ஒரிஸ்ஸா, ஆந்திரப் பிரேதசம், வங்காளம், மஹாராஸ்டிர, மத்தியப் பிரேதச எல்லைப் பகுதி காடுகளிலும்,

கோண்டி இனத்தினரின் பண்டைய நிலம் (கற்பனை படம்)

மலைகளிலும் வசிப்பவர்கள். கோண்டி இனத்தினருடைய தொன்மைக்கதைகளில் வெள்ளப்பெருக்கு பற்றிய குறிப்புகள் உள்ளது. ஆதியில் கோண்டி இனத்தினர் கோயமூரி என்ற நிலத்தில் வாழ்ந்தனர். அங்கு மகா பிரளயம் ஏற்பட்டபொழுது, வெள்ளப்பெருக்கு ஏற்பட்டது. அந்த நிலத்தை வெள்ளம் சூழ்ந்த பொழுது 'அமூர்கோட்' என்ற மலைக்குன்று தான் ஒரே நிலப்பகுதியாய் இருந்தது. மக்கள் அந்த மலையில் ஏறி தங்களை காத்துக்கொண்டார்கள்.

அந்த வெள்ளத்தில் இருந்து தப்பிய ஒரு தம்பதியான சல்லா மற்றும் காங்ரா ஆவர். இந்த இரு வரையும் ஆண் பெண் சக்தியாக கருதி இதற்கு 'பரவென் சைலங்ரா' என்று பெயரிட்டனர். இவ்விருவரும் உயிர்கள் உருவாவதற்கு காரணம் என்ற நம்பிக்கை கோண்டி மக்களிடையே உள்ளது. இவ்விருவருக்கும் ஆண்டி ராவென் பெரியோலேண்ட் என்ற மகனும், சுக்மா பேரி என்ற மகளும் உண்டு. இவர்கள் சிங்கார்தீப் என்ற இடத்தில் குடியேறினார்கள். இது ஐந்து நிலங்கள் உள்ள கண்டம். இந்த சிங்கார தீவே தற்போதைய சிங்களத்தீவாக இருக்கலாம். முதலில் இம்மக்கள் குகைகளிலும், பாறை இடுக்கிலும் வாழ்ந்தனர். பின்னர் கிராமங்களை உருவாக்கினர். பின் பெண்கமேர்ஹிகோட் என்ற இடத்தில், குளித்தரா என்ற தலைவனுக்கு 'கோசோடும்' என்ற மகன் பிறந்து, அவன் பின் நிலம் முழுதும் ஆண்டு, முதல் 'சம்பு சேக்' ஆனான். இவன் மனைவி பெயர் 'மூலாடாய்'. இந்த அரசன் மக்கள் நலம் கருதி திரிசூல் உருவாக்கினான். இதை "மூன்ட்சூல் மார்க்" என்று அழைத்தனர்.

இவர்கள் நம்பிக்கை கொண்ட ஆண் பெண் சக்தியான பரவென் சைலங்ரா தற்பொழுது பர்சா பெண் என்று மருவி விட்டது. இதுவே 'புருசன் – பெண்' சாதி என்று மாறி, பேச்சு வழக்கில் சாதி என்பது 'பெண்' ணுடன் சேர்ந்து பெண்சாதி (பெஞ்சாதி) என்று மனைவியைக் குறிக்கும் சொல்லாக ஆயிற்று.

இந்த கோண்டி இன மக்கள் வணங்கும் முக்கிய தெய்வம் பாஹ்ண்டி பரி குபர் லிங்கோ. இந்த தெய்வத்தைப் பற்றிய தொன்மக்கதை உண்டு. புர்வகொட் என்ற நிலத்தின் தலைவர் புற்றாசி கோகு. இவருக்கு புல்சீவ் மற்றும் ஹோர்யாள் என்று இரண்டு மகன்கள். புல்சீவிற்கும், அவர் மனைவி 'ஹீர்பா' விற்கும் பிறந்த மகன் பாஹண்டி பரி குபர் லிங்கோ. இவரும், ராய்தார் ஜங்கோ என்பவரும் சேர்ந்து கோண்டி இனத்தின் சமூக அமைப்பை உருவாக்கினார்கள். லிங்கோவின் காலத்தில் கோயமூரி நிலம் சிறு சிறு அரசுகளாக இருந்தது. அவை பூர்வகோட், ஹர்வகோட், முர்வகோட், மற்றும் சிர்வகோட் என்பன. இதில் உம்மோகுட்டகோர் வட பகுதியாகும். லிங்கோ பிறந்த இடமான பூர்வகோட் இப்பகுதியில் இருந்தது. லிங்கோ விற்கு ரூபோலங் என்ற பெயரும் உண்டு. இதன் அர்த்தம் வெள்ளி போல் ஒளி உடையவன் என்பதாகும். கங்கை நதியில் கோயா பூவில் அழகான குழந்தை கிடைத்தது, அதுவே லிங்கோ என்ற கதை உண்டு. பாஹண்டி பரி குபர்லிங்கோ என்ற பெயரில், பாஹண்டி என்பது பெரிய என்ற அர்த்தம் உடையது. பரி என்பது குலப்பெயர். குபர்லிங்கோ என்பது குருவின் பெயராகும்.

கோண்டி குடி தெய்வம்

பாஹ்ண்டி பரி குபேர் லிங்கம்

மேலே கூறிய கோண்டி இனத்தவரின் தொன்மைக் கதைகளில் பல தொல் பொருள் தரவுகள் உள்ளன. கோயமூரி எனப்படுவது 'குமரி'யாக இருக்கலாம். அமர்கோட் என்பது அமரக்கோடு என்பதாகும். கோடு என்றால் மலை என்று அர்த்தம். எனவே அமரக்கோடு என்பது மேரு மலையை குறிப்பதாக இருக்கலாம். புர்வகோட் என்பது பூர்வகோடு என்பதாகும்.இந்த இடத்தில் லிங்கோ பிறந்தார் என்பது, லிங்க வழிபாடு தோன்றிய இடத்தைக் குறிப்பது. இது வட பகுதியில் இருந்ததாக கூறப்படுகிறது. பூர்வ அகம் என்பதே பூர்வீகம் என்பதாகும். கோண்டி இனத் தொன்மத்தில் அவர்கள் மலைகள் உள்ள இடத்தில் இருந்தனர் என்றும், அவர்கள் ஆதியில் குகைகளில் வாழ்ந்து பின்னர் கிராமங்களில் வாழ்ந்தனர் என்று அறிய முடிகிறது. இதனால் இவர்கள் வேட்டுவ பழங்குடிகளாக இருக்கலாம். பாஹண்டி

என்பது பாண்டி என்ற பெயராக இருக்கலாம். பரி என்ற குலப்பெயர் தமிழ் இலக்கியங்களில் நிறைய வருகிறது. பரி என்பது பாரி என்பதாகவும் இருக்கலாம். கோசோடும் என்ற அரசன் சம்பு சேக் எனப்பட்டது சம்புவதீவை குறிப்பதாக இருக்கலாம். மூன்ட்சூல் மார்க் என்பது மூன்று சூல் என்ற தமிழ் சொல்லாக இருக்க வேண்டும்.

குபர் என்பது குபேரனைக் குறிப்பதாக இருக்கலாம். குபேரன் செல்வத்தின் அதிபன், அதாவது வியாபாரி. இவர் ராவணனின் சகோதரர். சல்லா கங்ரா தம்பதியரின் மகன் பெயர் ஆண்டி ராவென் பெரியோலேண்ட். ராவென் என்பது ராவணனைக் குறிப்பதாக இருக்கலாம். கோண்டி இனத்தினரில் சில பிரிவினர் ராவணனை வணங்குபவர்கள். ராவணன் கோண்டி இனத்தினரின் ஒரு பண்டைய அரசன் என கருதப்படுகிறது. இவர்கள் தங்களை ராவிணனின் வம்சாவளியினர் என்று கூறிக்கொள்கிறார்கள். ராவணனை, குபேர லிங்கோ வழியில் வந்த தங்களுடைய பத்தாவது குலகுரு அல்லது குலத்தலைவன் என்று கூறிக்கொள்கிறார்கள். இவர்களுடைய தொன்மத்தில் ராமாயணத்தில் கூறப்படும் இலங்கை என்பது தற்போதைய இலங்கை இல்லை என்றும், அது ஒரு மலை சார்ந்த இடத்தை குறிப்பிடுகிறது என்றும் கருதுகின்றனர். ஒவ்வொரு வருடமும் ராவண திருவிழா பத்து நாள் விழாவாக கொண்டாடப்படுகிறது. ராவணன் சிலையை யானை சிலையில் வைத்து ஊர்வலம் கொண்டு செல்வர்.

ராவண விழா ஊர்வலம்

இவர்கள் கூற்றுப்படி, தசரா என்பது ராவணனை கொல்லும் பண்டிகை இல்லை என்றும், அது ஆயுதங்களை வணங்கும் பண்டிகை என்றும் கூறுகிறார்கள். தசரா பண்டிகையில் ராவணன் உருவத்தை எரிக்கும் சடங்கு 1838ஆம் வருடத்தில் இருந்து தான் ஆரம்பித்தது என்றும், ஆனால் இவர்கள் ராவணனை வணங்கும் வழக்கம் பழங்காலம் தொட்டே இருந்து வருகின்றது என்றும் கூறுகிறார்கள். இவர்களில் பலபேருக்கு ராவணன் பெயரிடப்பட்டுள்ளது. சிலர் தங்கள் பெயரில் இருந்த ராமன்

பெயரை மாற்றி ராவணன் என்று வைத்துக்கொண்டுள்ளனர். இவர்கள் தங்களை திராவிட முன்னோர் என்றும், இந்துக்கள் இல்லை என்றும் கூறுகின்றனர். ஆனால் தற்போது தங்களுடைய இனத்தில் ஆரிய பழக்க வழக்கங்கள், நடைமுறைகள், சடங்குகள் மிகுந்து விட்டது என்று கூறுகின்றனர்.

கோண்டி இனத்தினர் வெள்ளப்பெருக்கு ஏற்பட்டபொழுது கோயமூரீ நிலத்திலிருந்து சிங்கராத்தீவிற்கு முதலில் புலம் பெயர்ந்தனர். இது சிங்களத்தீவாக இருக்கலாம். கங்ரா என்பது கங்கைக் குறிப்பாக இருக்கலாம். மேற்கூறிய தொன்மக் கூற்றுகளில் நாம் அறிவது கோண்டி இனத்தினர் வெள்ளப்பெருக்கில் மலைகள் உள்ள குமரிக்கண்டத்திலிருந்து புலம் பெயர்ந்து இலங்கைக்கு வந்து பின் இந்தியாவிற்குள் புலம் பெயர்ந்திருக்கலாம். சங்க இலக்கியங்களும் குமரிக்கண்டம் 'பன்மலை அடுக்கம்' என்று குறிப்பிட்டு மலைகள் நிறைந்தது என்கிறது. மேலும் கங்கை என்ற ஆறு குமரிக்கண்டத்தில் இருந்திருக்க வேண்டும். மேலும் இந்த தொன்மைக்கதைகளில் பல தமிழ்ச்சொற்கள் காணப்படுவதால் அங்கு பேசப்பட்ட மொழியும் தமிழாக இருக்கலாம்.

கோண்டி இனத்தில் இறப்பவர்களின் நினைவாக எழுப்பும் 'கொடக்கல்' ஆதியில் திராவிடர்கள் பின்பற்றிய வழக்கமாகும். இவர்கள் இசைக்கருவியுடன் பாடும் தோட்டி இனத்தினரை "பாண' என்று கூறுவது பழங்கால பாணர்களை கூப்பிடுவது போல் உள்ளது. கோண்டி இனத்தினருடன் தோட்டி இனத்தினர் அண்டி வாழ்கின்றனர். இப்படி அண்டி வாழ்பவர்கள் இனத்தை மடகாஸ்கர் தீவில் அண்டி அல்லது ஆண்டி என்பர்.

கோண்டி இனத்தில் இளையவர்கூடம் – கோட்டுல், முதுவர்கள் ஆண்கள் கூடம் – இளந்தாரி மடம், பெண்கள் கூடம் குமரி மடம் என்றும் அழைக்கப்பட்டன. இதே போன்று மலைமலசர் குடியின் இளையவர்கூடம் 'சாவடி வீடு' எனப்படும். இளையோர் கூடங்கள் முதியவர்களின் மேற்பார்வையில் இயங்கின. கோட்டுல் என்ற சொல் கொட்டில் எனும் பழந்தமிழ்ச் சொல்லின் திரிபாக இருக்கலாம். பழங்காலத்தில் கொட்டில் என்பது வில்வித்தை கற்கும் இடமாக இருந்தது.

திருமணமான கோண்டிப்பெண்கள் தலையில் சீப்பைச் செருகி வைக்கும் பழக்கம் சிலரிடம் இருந்தது. அதுபோல் கோண்டி இனத்தினர் ஏழு என்பது ராசியான எண்ணாக நினைக்கின்றனர். மஞ்சள் மற்றும் சிவப்பு நிறம் கோண்டி வழிபாட்டுச் சடங்குகளில் முக்கிய நிறமாக இருக்கிறது. எருதின் கொம்பும் ஒரு முக்கியமான பொருளாக இருக்கிறது. விழா நடனங்களில் தலையில் மயிலிறகும், சேவல் இறகு போன்ற இறகும் சூடும் வழக்கமிருக்கிறது.

சம்புவ என்பது பிரிக்கப்படாத ஐந்து நிலங்களைக் குறிப்பதாக கோண்டி இன தொன்மம் குறிப்பிடுகிறது. சம் என்றால் ஐந்து என்றும், புவ என்றால் நிலத்தையும் குறிக்கும். சம்பு சேக் என்பது பண்டைய கோண்டி அரசர்களைக் குறிக்கும் சொல் எனப்படுகிறது. இந்த ஐந்து நிலங்கள் பண்டைத் தமிழ் இலக்கியங்கள் கூறும் ஐந்து திணைகளாக இருக்கலாம்.

எருதின் கொம்பும், மயில் தோகையும், இறகும், சிவப்பு மற்றும் மஞ்சள் நிறம்

கோண்டி மக்களின் இறப்பு சடங்கு தமிழரின் இறப்பு சடங்கு போல் உள்ளது. இதற்கு 'ஜீவாட்டுன் தொல்லி சியான' என்று பெயர். இவர்கள் இறந்தவரை புதைக்கும் பழக்கம் பாடையில் வெள்ளைத்துணி வைத்துக் கொண்டு செல்லுதல், மூத்த மகன் கையில் கோடரி மற்றும் பானையுடன் முன்னே செல்லுதல், இடுகாடு அருகில் வந்தவுடன் இறந்த உடலை திருப்புதல், சவக்குழியில் வைத்த பின் குழியில் மண்ணிடல், குழியை மூடியவுடன் அதன் மேல் கல் வைத்தல், பின் வீட்டிற்குள் செல்லுமுன் குளித்தல், வீட்டில் நுழையும் முன் தண்ணீரில் கால் கை கழுவுதல், வீட்டை சாணித் தண்ணீர் கொண்டு தெளித்தல் போன்ற நடைமுறைகள் பின்பற்றுகின்றனர்.

கோண்டி குடி அலங்காரம்

கோண்டி சடங்குகள்

கோண்டி பழங்குடியில் இலுப்பை பூவிலிருந்து தயாரிக்கப்பட்ட மது அருந்துதல் முக்கியமான வழக்கமாகும். அது விருந்தினரை வரவேற்பதற்கும், முக்கிய கொண்டாட்டங்கள் மற்றும் விழாக்களின் போதும் அவசியம் அருந்தப்படும் பொருளாகும். திருமண மற்றும் இறுதிச்சடங்கின் போதும் இது அதிக அளவில் அருந்தப்படுகிறது. மது அருந்துவது கோண்டி பழங்குடியில் ஏற்றுக்கொள்ளப்பட்ட

விசயமாகும். இது தங்களுடைய சமூக ஒருமைப்பாட்டை வளர்க்கும் விசயமாக கருதினர்.

முத்துப் பஹண்டி கோண்டி இன மத குரு கோண்டி இனத்தில் நல்வழிப் படுத்தியவர். இவருடைய 33 சீடர்கள் கோண்டோ நிலத்திலிருந்து தூர தேசங்களுக்கு சென்று தங்களுடைய குருவின் போதனைகளைப் பரப்பினர் என்று கூறப்படுகிறது. அப்படி முக்கியமாக சென்ற நிலம் கோயமூரி நிலம். அப்பொழுது கோயமூரி நிலம் நான்கு நிலப்பகுதிகளாக பிரிக்கப்பட்டிருந்தது என்று கூறப்படுகிறது.

முத்துப் பஹண்டி என்பது முத்துப்பாண்டி என்ற பெயராக இருக்கலாம். இவரே பிற்காலத்தில் முத்து மகரிஷியாக கூறப்பட்டிருக்கலாம். ராவணனுக்கு பத்து தலை என்னும் தொன்மக்கதை, ராவணன் பத்தாவது தலைவன் என்பதன் புனைவாக இருக்கலாம். தலைவனை, தலை என்று கூறுவது வழக்கம். பத்தாம் தலை ராவணன் என்பதே பத்து தலை ராவணன் என்று மாறியிருக்க வேண்டும். இதேபோல் முருகனுக்கு ஆறு தலை என்பது முருகன் ஆறாம் தலைவன் என்ற அர்த்தத்தில் இருக்கலாம். பிரம்மனுக்கு நான்கு தலை என்பது நான்காம் தலைவன் என்பதன் அர்த்தத்தில் இருக்கலாம்.

பழங்காலத்தில் வழிபடப்பட்ட தெய்வம் பர தேவ். பர என்பது தமிழ்ப் பரம்பரையின் முதல் தலைமுறையான பரன் என்பதை குறிப்பதாக இருக்கலாம். இசை குருவின் பெயர் ஹீரசுக பாடலிர். ஹீர என்பது கீர என்ற சொல்லோடு தொடர்பு இருக்கலாம். கீராவாணி என்பது ஒரு ராகத்தை குறிக்கும். பாடலிர் என்பது பாடலை அல்லது பாடுபவரைக் குறிக்கலாம்.

பில்லர் பழங்குடி

இவர்கள் திராவிடப் பழங்குடியாக இருந்தாலும், இவர்கள் வட இந்தியாவில் ராஜஸ்தான் தொடங்கி மத்தியப் பிரதேசம், குஜராத், மகாராஷ்டிரா போன்ற இடங்களில் வாழ்கின்றனர். இவர்கள் இந்தியாவின் பழங்குடிகளில் இரண்டாவது பெரிய பழங்குடி. உண்மையில் இந்த பழங்குடியின் பெயர் வில்லர்கள். வில் என்ற சொல் பில் என்றாகி, இவர்கள் பில்லர்கள் என்று அழைக்கப்பட்டனர். இவர்கள் சிறந்த வில் வீரர்கள். புராணங்களும். வேதங்களும் இவர்களைப் பற்றி குறிப்பிடுகின்றன. மகாபாரதத்தில் வரும் சிறந்த வில் வித்தகனான ஏகலைவன் இந்த பழங்குடியைச் சேர்ந்தவன்.

காணிகர்

பழங்காலத்தில் இவர்கள் சில இடங்களை ஆண்டுள்ளனர். பின்னர் ராஜபுத்திர மன்னர்கள் இவர்களைக் கைப்பிடித்து, இழிவாக நடத்தியுள்ளனர். இதனால் இவர்கள் இஸ்லாம் மதத்திற்கு

மாறினர், சிலர் அடர்ந்த காட்டுக்குள் தஞ்சம் புகுந்தனர். பின்னர் காலம் செல்லச் செல்ல தங்களுடைய திராவிட மொழியை மெல்ல மெல்ல மறந்து விட்டனர். ஆனால் திராவிட கலாசாரத்தின் பல வழக்கங்களை கொண்டுள்ளனர்.

ஆப்பிரிக்க பழங்குடிகள்

அக

ஆப்பிரிக்காவில் வாழும் ஒரு குள்ள பழங்குடியினரே அக பழங்குடிகள். குள்ள பழங்குடிகளை ஆங்கிலத்தில் பிக்மி என்று அழைப்பர். இவர்கள் தங்களை ஒருமையில் 'மிரகா' என்றும், பன்மையில் 'பேக்கா' என்றும் அழைத்துக்கொள்கிறார்கள். இவர்களுக்கு 'யக்வா, பயக்கா, பியாக்க' என்ற பெயரும் உண்டு. இவர்கள் காட்டில் வாழ்பவர்கள். காடுகளில் வேட்டையாடியும், உணவு சேகரித்தும் வாழ்பவர்கள். இவர்களுடைய மொழிகள் டியாக, பாண்டு, சங்கோ ஆகிய மொழிகள். இந்த பழங்குடிகள் ஏறத்தாழ 6000 ஆண்டுகளுக்கு மேல் காடுகளில் வசித்தார்கள் என்று அறிஞர்கள் கூறுகிறார்கள். இவர்கள் ஆப்பிரிக்காவின் முதல் குடிமகன்கள் என்ற கூற்று உள்ளது. அக குடிகள் மத்திய ஆப்பிரிக்காவில் மொழியாலும், குலத்தாலும் முக்கியத்துவம் வாய்ந்த முதல் பத்து குடிகளில் முக்கியமானவர்கள். இவர்களுடைய மொழியே இசை போல் இருக்கும். இந்த அக குடிகளின் வாய்மொழி பாரம்பரியம் ஒரு மிகச்சிறந்த மனித பாரம்பரியமாக UNESCO அறிவித்துள்ளது. மத்திய ஆப்பிரிக்க குடியரசின் தேசிய மொழி சங்கோ மொழியாகும்.

சில அக குடிகள் 'பெம்பே' என்ற கடவுளை நம்புகிறார்கள். இக்கடவுளுக்கு பாலினம் இல்லை. இவர்கள் டிஜெங்கி என்ற காட்டுசக்தியை வணங்குபவர்கள். இக்குடியில் உள்ள குணமாற்றுபவர்க்கு (Healer) 'நகங்கா' என்று பெயர். இவர்களுடைய மூதாதையர் ஆன்மாவை 'எட்ஜோ' என்று அழைப்பார்கள். அக குடிகள் தங்கள் உறவினர் இறந்த பிறகு அவர்கள் இந்த பூமியை விட்டு செல்வதில்லை என்று நம்பு கின்றனர். குழந்தை பிறந்தவுடன் அதற்கு கையிலும், கழுத்திலும், புஜத்திலும் காட்டுக்கொடியினால் ஆன கயிற்றை கட்டுகின்றனர். (நாம் தாயத்து கட்டுவது போல்; வேள்பாரி கதையில்?) இவர்களுடைய பெரிய அளவு கொண்டாட்டம் என்பது இறப்பு சடங்குதான். இந்த சடங்கிற்கு தூரத்திலிருந்து உறவினர்கள் வருவார்கள்.

இவர்களுடைய குடியில், ஆண், பெண் மற்றும் மக்கள் சமத்துவம் உள்ளது. இவர்கள் கௌரவத்திற்கு முக்கியத்துவம் கொடுப்பதில்லை. எத்தனை பெரிய காரியம் செய்தாலும் அதைப்பற்றி பெருமை கொள்வதில்லை. பகிர்ந்து கொடுக்கும் வழக்கம் உடையவர்கள். தன் தேவைக்கு மேல் சேகரிப்பவர்களை கிண்டல் செய்யும் வழக்கம் உள்ளவர்கள்.

இவர்கள் கூட்டாக தங்குபவர்கள். 25 – 35 நபர்கள், 5 – 7 குடில்களில் வசிப்பவர்கள். ஒரு குடும்பத்திற்கு ஒரு குடில் என்பது கணக்கு. வயது வந்த 2 – 3 விடலை சிறுவர்கள் தனியே குடில்களில் தங்குவார்கள். அதேபோல் வயது வந்த சிறுமிகள் தனியே குடில்களில் தங்குவார்கள். அக குடிகள் குடும்பத்தில் குழந்தைகளை மிகவும் அக்கறை கொண்டு வளர்ப்பது அப்பாக்கள் தான். இவர்கள்

தான் குழந்தைகளுடன் அதிக நேரம் செலவிடுகிறார்கள். இவர்கள் வாழ்வு அன்பும், பாசமும், மகிழ்வும் நிறைந்தது. சில நேரங்களில் பெற்றோர் இருவரில் யாரேனும் குழந்தையை அடித்துவிட்டால், அதைக் காரணம் கொண்டு விவாகரத்து செய்யும் உரிமை இவர்களிடம் உண்டு. இவர்களுடைய குழந்தைப் பருவம் கெட்ட பழக்கங்கள் இல்லாத பருவமாக இருக்கும்.

திருமணச் சடங்குகள் இவர்களிடம் இல்லை. பெண்ணின் வீட்டில் ஆண் தன்னுடைய வேல் கம்பை வைத்தால் அதுவே திருமணச் சடங்கு. இவர்கள் நூற்றுக்கணக்கான தாவரங் களையும், விலங்குகளையும் அறிந்தவர்கள். இவைகளில் 63 வகை தாவரங்களையும், 20 வகை பூச்சிகளையும், அ வகை வண்டு களையும் மற்றும் 28 வகை விலங்குகளையும் உணவிற்காக சார்ந்து இருப்பவர்கள். காட்டின் உள்ளே அடர்ந்த நிலத்தில் வாழ்பவர்கள். வேல்கள் கொண்டு பெரிய விலங்குகளையும், வலைகள் கொண்டு சிறிய விலங்குகளையும் பிடிப்பவர்கள். முள்ளம்பன்றியும், தேனும் முக்கிய உணவுகள். இவர்கள் இசையிலும், நடனத்திலும் சிறந்தவர்கள். இவர்கள் தேன், மற்றும் மாமிசத்திற்கு மாற்றாக காய்கறிகள் மற்ற பொருட்களை பண்டமாற்றாக பெற்றுக்கொள்வர். இவர்களுடைய பண்டமாற்றிற்கு நிகண்டு என்று பெயர்.

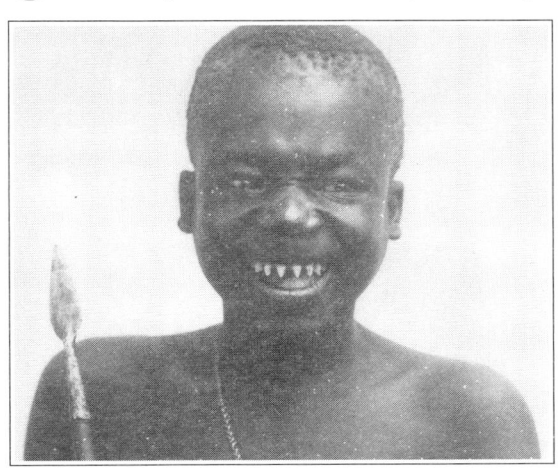

பற்கள் கூர் செய்யப்பட்ட அக குடி சிறுவன்

(இந்த குடிகள் அடர்ந்த காடுகளில் வாழ்வதால், இவர்களுடைய மிரகா என்ற ஒரு பெயரே மிருக என்று காட்டு விலங்குகளுக்கு பெயரிடப்பட்டிருக்க வேண்டும்.)

இவர்கள் எதார்த்த, எல்லோருக்கும் பகிர்ந்து கொடுக்கும், தங்களுக்கு என்று சேர்த்து வைத்துக்கொள்ளாத அப்பாவி மக்களாக இருப்பதால் இவர்களுடைய பேக்கா என்ற பெயரே ‘பேக்கு’ என்று, மடையன் அல்லது இளிச்சவாயன் என்ற அர்த்தத்துடன் கேலிப் பெயராக மாற்றியிருக்க வேண்டும். இவர்கள் காட்டு வேடர்கள். இயக்கர்கள் என்பவர்களும் காட்டு வேடர் பழங்குடியினர். இயக்க என்ற சொல்லே யக்வா என்று மருவியிருக்க வேண்டும். இலங்கையில் இயக்கர்கள் என்ற பழங்குடியினர் இருக்கின்றார்கள். மேலும் யக்வா என்பது யாகவா என்றும் மருவியிருக்கலாம். இவர்கள் பேசும் ஒரு மொழியான சங்க என்ற மொழி சங்கம் என்ற தமிழ் வார்த்தையோடு ஒத்துப் போகிறது. இவர்கள் மொழி இசை போல இருப்பதால் சங்க மொழியே, சங்க இதம் என்ற அர்த்தத்தில் சங்கீதம் என்று மாறியிருக்கலாம். இவர்களது பெம்பே என்ற கடவுள் பெயரே பம்பை என்ற பெயராக மாறியிருக்கலாம். இந்த பெயர் போம்பெய் *(Pompei)* என்ற பழம் இத்தாலிய நகர் பெயரோடும் ஒத்துப் போகிறது. போம்பெய் என்பதற்கு லத்தின் மொழியில் ஐந்து குடில்கள் உள்ள

அக பழங்குடி யாழ்

அக பழங்குடி நடனம் (முழங்காலில் சலங்கை போன்ற அணி)

குடில்கள் அல்லது குடும்பமாக குடியமர்ந்த குடி என்று அர்த்தம். அக குடிகளும் 5 – 7 குடில்களில் குடும்பமாக வசிப்பவர்கள். டிஜெங்கி என்ற காட்டுத் தெய்வம் தீ அங்கை என்ற தெய்வமாக இருக்கலாம். அங்கை என்பது அங்காள அம்மன் என்ற பெயரோடு ஒத்துப்போகிறது.

டிஜெங்கி < தியங்கி < தீ என்கி; என்கி என்ற கடவுள் சுமேரியரின் கடவுள்; அங்கை என்ற பெயரே என்கி என்று மாறியிருக்கலாம்.

குணமாக்குபவர்க்கு கூறப்படும் ந்கங்கா என்ற பெயர் நாக அங்கை அல்லது நாக்கு அங்க என்ற பெயராக இருக்கலாம். குணமாக்குபவர் வாய் வழி மந்திரம் மூலம் குணப்படுத்துவார்கள் எனவே நாக்கு அங்க என்ற பெயரே நகங்க என்று ஆகியிருக்கலாம். (எட்ஜோ இடையோ?)

துவா

இவர்களும் ஆப்பிரிக்காவின் ஒரு குள்ளப் பழங்குடியினர். இவர்கள் நான்கடி உயரம் உள்ளவர்கள். இவர்களுடைய இன்னொரு பெயர் அபத்வா, பத்வா என்பதாகும். இவர்களே உலகிற்கு நாகரிகம் மற்றும் சமயத்தை உருவாக்கினார்கள் என்ற கூற்று உண்டு. இவர்களின் முக்கிய ஆயுதங்கள் அம்பும், வில்லும் ஆகும். நாகரிக காலத்திற்கு முன்பே இவர்கள் உலகமெங்கும் புலம் பெயர்ந்தவர்கள். இவர்களே ஆப்பிரிக்காவில் இருந்து வெளி உலகிற்கு புலம் பெயர்ந்த முதல் மனிதர்கள் என்று கூறப்படுகிறது.

துவா பழங்குடி மக்கள்

10000 வருடங்களுக்கு முன்பே இவர்கள் அயர்லாந்து நாட்டில் குடி பெயர்ந்தவர்கள் என்று கூறப்படுகிறது. கனடாவில் வாழும் துவா குடியினருக்கு ஸ்கரய் லிங்க்ஸ் *(Skrae lings)*. இந்த பெயர் சிகர லிங்க என்ற பெயரோடு ஒத்துப்போகிறது. தெற்கு அரேபியாவில் குடியேறிய முதல் மனிதர்கள் என்றும் கூறப்படுகிறது. இவர்களே பண்டைய கால ஹீப்ருக்கள் என்று கருதப்படுகிறது.

இவர்களுடைய தொன்மங்களில் ஆதாம் கதையும், சொர்க்கத்தின் தோட்டம், புனித மரம் ஆகியவை உள்ளன. ஒரு தொன்மக்கதையில் கொல்லப்படும் ஒரு தந்தை கடவுளும், தந்தையை கொன்றவர்களை பழிவாங்கும் மகனை பெற்றெடுக்கும் புனித அன்னையும் உண்டு. இதுவே எகிப்திய தொன்மங்களில் ஒசிரிஸ், இசிஸ், ஹோரஸ் கதையாக மாறிற்று என்று கூறப்படுவதுண்டு.

குள்ளப் பழங்குடிகளும், நாகரிகமும்

பிக்மி கிதாப் என்ற புத்தகத்தில் ஹால்லேர் என்ற ஆசிரியர் இவ்வாறு குறிப்பிடுகிறார். காங்கோ நாட்டில் உள்ள எபே என்ற பழங்குடிகள் கலாசாரம் மற்றும் மத நம்பிக்கைகளுக்கும் பைபிளில் கூறப்படும் தொன்மைக்கதைகளுக்கும் தொடர்பு உண்டு என்று கூறுகிறார். பால் செபாஸ்டின் என்ற ஆய்வாளர் இந்த பழங்குடிகளுடன் *1920* முதல் *1950* வரை வாழ்ந்திருக்கிறார். அவர் கூறுவது, இந்த மக்களுக்கும் மற்ற வெளி உலக மக்களோடு தொடர்பு இல்லை என்றும், முக்கியமாக கிருத்துவ மிஷனரிகளோடு தொடர்பே இல்லை என்றும், இந்த பிக்மி குள்ள பழங்குடிகளின் தொன்மங்களே எகிப்து கலாசார தொன்மங்களில் சென்று பின் பைபிள் கதைகளாக மாறியிருக்க வேண்டும் என்கிறார். கிட்டத்தட்ட அ000 பிக்மி மொழி வார்த்தைகள், இந்தோ ஐரோப்பிய மொழிகளோடு தொடர்புடையது என்று கூறப்படுகிறது. பிக்மி கலாசாரத்தில் ஈடன் தோட்டம் பற்றியும், தகப்பன் கடவுள் பற்றியும், தீய

குள்ளப் பழங்குடிகள்

சக்தியிலிருந்து காக்கும் அவதாரம் பற்றியும் குறிப்பு உள்ளது. எகிப்திய, செமிடிக், இந்திய, ஸ்காண்டிநேவிய தொன்மக்கதைகள் பல பிக்மி தொன்மைக்கதைகளோடு ஒத்துப்போகிறது. பிக்மி தொன்மக்கதையில் எபே என்பவரே முதல் மனிதன் மற்றும் முதல் தகப்பன் என்று கூறப்படுகிறது. தாஹு என்ற மரம் மனிதர் தீண்டத்தகாத மரம் என்றும், ஆனால் ஒரு கர்ப்பமுற்ற மனைவி தன் கணவனிடம் அந்த மரத்தின் பழத்தை கொண்டுவருமாறு கூறினாள். அந்த பழத்தை அவர்களும் பின் மற்ற மக்களும் உண்டனர் என்று கூறப்படுகிறது.

பாண்டு (Bantu) மக்கள்

பாண்டு அல்லது பந்து எனப்படும் சொல் ஆப்பிரிக்காவில் உள்ள பாண்டு அல்லது பந்து மொழிகள் பேசும் 300 – 600 வகையான பழங்குடி பிரிவுகளுக்கு கூறப்படுவது. பாண்டு என்ற சொல்லுக்கு மனிதர்கள் அல்லது மக்கள் என்று அர்த்தம். ஏறக்குறைய 650 பாண்டு மொழிகள் ஆப்பிரிக்காவில் உள்ளன. ஆப்பிரிக்காவில் உள்ள பெருமளவு பழங்குடிகள் பாண்டு இன வகுப்பைச் சேர்ந்தவர்கள்.

சொந்த பந்தம் என்ற சொல்லில் பந்துக்கள் என்ற உறவைக் குறிக்கும் சொல் இதிலிருந்து வந்திருக்கலாம். நம் திராவிடத்தில் கூறப்படும் பாண்டி என்ற சொல் பாண்டு என்ற சொல்லிலிருந்து தோன்றியிருக்க வேண்டும்.

இந்த பழங்குடிகளின் தொன்மக்கதைப்படி மக்கள் இனம் ஒரு மரத்திலிருந்து தோன்றியது. அந்த மரம் அத்தி மரமாகும். இந்த மரத்திலிருந்து மூன்று குல மனிதர்கள் உருவானார்கள். தென்னாப்பிரிக்காவில், அந்நாட்டு சொந்த பண்டைய மக்களை பாண்டு என்று அழைப்பார்கள்.

பாண்டு கலாசாரத்தில் மூதாதையர்களுடைய ஆவி அல்லது ஆன்மா குறித்து நம்பிக்கை உள்ளது. அதேபோல் இயற்கை சக்தி குறித்தும் நம்பிக்கை உள்ளது. குறிப்பாக காட்டின் சக்தியை இவர்கள் நம்புகிறார்கள். அதற்கு மவேனம்பகோ (*Mwenembago*) என்று பெயர். இதற்கு அர்த்தம் காட்டின் பிரபு என்பதாகும். மவேனம்பகோ என்பது ‘மா வனம் பாகன்’ என்பதன் திரிபு போல் உள்ளது. பெரிய வனத்தின் பாகன் என்ற அர்த்தமாக அது இருக்கலாம்.

சுலு அல்லது முலு

இந்த பழங்குடியின் உண்மைப்பெயர் அமேசுலு அல்லது அமேழுலு. இவர்களின் மொழி இசி சுலு. இசி என்பது இசை என்ற சொல்லோடு ஒத்துப் போகிறது. இவர்களின் மூதாதையர் ஆன்மாவிற்கு அமதொங்கோ மற்றும் அமட்லோழி/அமட்லோசி எனப்படும். இந்த பழங்குடியின் பூசாரிக்கு சங்கோம என்று பெயர். சங்கோம என்பது சங்கம என்பது போல் உள்ளது. இந்த குடியின் மூலிகை மருத்துவருக்கு இனியங்கா

சுலு பழங்குடி சிறுவர்கள்

சுலு பழங்குடி
பாரம்பரிய புலித்தோல் ஆடை   கையில் புல்லாங்குழல்

என்று பெயர். அங்கம் என்பது உடல் உறுப்பைக் குறிக்கும். இனிய என்றால் நல்ல என்று பொருள் படும். நோயுற்ற அங்கத்தை நல்ல விதமாக்கும் நபரை இனியங்கா என்று அழைத்திருக்கலாம். இந்த குடியின் தலைவர் பெயர் சகா என்பதாகும். நம் மொழியில் சகா என்றால் தோழன் எனப் பொருள்படும்.

மாசை

ஆப்பிரிக்காவின் ஒரு முக்கிய பழங்குடி மாசை பழங்குடி யாகும். தற்போதைய மாசை குடியின் முக்கியத்தொழில் மேய்ச்சல் தொழிலாகும். மாடுகள்தான் இவர்களின் செல்வம். ஒருவரின் பொருளாதாரத்தை அவர்களிடம் இருக்கும் மாடுகளின் எண்ணிக்கை பொறுத்தே உள்ளது. இவர்களுடைய வீடு 'எங்கஜிசிக்' எனப்படும். இவர்களுடைய வீட்டுடமைகள் 'போமா' எனப்படும்.

இவர்களின் சமூகம் நல்ல கட்டமைக்கப்பட்ட மற்றும் சடங்குகள் நிறைந்த சமூகமாகும். ஒருவர் வயதின் பருவத்திற்கு ஏற்ப அவருடைய வாழ்வில் பல சடங்குகள் இருக்கும். இவர்களின் பால் குடிக்கும் சடங்கிற்கு 'எஒகொடோ இகுலே' (Eokoto ekule) எனப்படும். கொடோ என்பது கொடு அல்லது குடி என்பதாக இருக்கலாம். குலே என்பது கூழு என்ற சொல்லாக இருக்கலாம். அதேபோல் மாமிசம் உண்ணும் சடங்கிற்கு 'என்காங் ஊன் கிறி' (Enkang oon kiri) என்று பெயர். ஊன் என்பது மாமிசம் அல்லது உண்ணுதல் என்பதாகவும், கிறி என்பது கறி என்பதாகவும் இருக்கலாம்.

இவர்களின் இன்னொரு முக்கிய சடங்கு சுன்னத் எனப்படும் கவரடப்பு சடங்காகும். இதற்கு எமுரட்டா (*Emuratta*) என்று பெயர். அதாவது சிறுவர்கள் குறிப்பிட்ட வயது வந்தவுடன் அவர்களின் ஆணுறுப்பின் நுனியில் இருக்கும் தோலை அறுக்கும் சடங்கு. ரட்டா என்பது அறுத்து என்பதன் திரிபாக இருக்கலாம். எமு என்பது இமை என்ற சொல்லோடு தொடர்புடையதாக இருக்கலாம். கண்ணை மூடும் தோலிற்கு இமை என்று பெயர். அதே அர்த்தத்தில் ஆணுறுப்பை மூடும் தோலிற்கும் கூறப்பட்டிருக்கலாம். இதே போல் சடங்கு ஒரு குறிப்பிட்ட வயது வந்த சிறுமிகளுக்கும் செய்வதுண்டு. இந்த சடங்கு முடிந்தவுடன் அந்த சிறுவர்களுக்கு முகத்தில், திருநீறு போல் உள்ள பொருளால் அலங்காரம் செய்து தனியே ஒரு வீட்டில் பத்து நாட்கள் வரை தங்க விடுவார்கள். இந்த சடங்கை அவர்கள் கடந்து வந்து தேர்ச்சி பெற்றுவிட்டால் இவர்களுக்கு அடுத்த பொறுப்பு கொடுக்கப்படும். சுன்னத் செய்யப்பட்ட சிறுவனே ஆண் என்னும் தகுதி பெறுபவனாக கருதப்படுகிறான்.

அதேபோல் இளையவர் பெரியவர் சடங்கிற்கு ஒல்ங்கேசேர்ர் (*Olngesherr*) அல்லது ஒர்ங்கே சேர்ர் (*Ornge sherr*) என்று அழைக்கப்படும். இது ஒழுங்கு சேர் அல்லது ஒருங்கே சேர் என்பது போல் உள்ளது.

மூத்த சிறுவன் சடங்கிற்கு என்கிபாத (*enkipaata*) என்று பெயர். இந்த சடங்கு எமுரட்டா சடங்கிற்கு முன் செய்யப்படும் சடங்கு. இந்த சடங்கு செய்யும் சிறுவர்கள் (14 முதல் 16 வயது வரை) ஒரு குழுவாக தங்களுடைய நிலத்தில் உள்ள ஊர்களுக்கு நடந்து சென்று செய்யப்போகும் இந்த சடங்கு குறித்து அறிவிப்பார்கள். பாத என்ற சொல் பாத யாத்திரை என்ற சொல்லோடு ஒத்துப் போகிறது. இந்த சடங்கிற்கு பிறகு ஆண்குறி தோலறுத்தல் சடங்கு நடைபெறும்.

திருமண சடங்கிற்கு என்கிஅம (*Enkiama*) என்றும், போர் வீரன் மொட்டை அடித்தல் சடங்கிற்கு யுநோடோ (*Eunoto*) என்றும் கூறப்படுகிறது. மொட்டை அடித்தல் பொதுவான ஒரு சடங்காகும். நம்மூரில் காது குத்தி மொட்டை அடிப்பது போல். காலில் தீக்குறி இடும் சடங்கிற்கு இல்கிபிராட் (*Ilkipirat*) என்று பெயர்.

அதேபோல் அந்தப் பருவத்திற்கு ஏற்ப அவருக்கு பொறுப்புகள் கொடுக்கப்படும். மாசை பழங்குடியின் வயதுப் பிரிவு குறித்து கீழ்க்காணும் அட்டவணையில் காணலாம்:

வயது	பருவப்பெயர்	பொறுப்பு	குறிப்பு
8–18	லையோனி	மாடு மேய்த்தல்	இளையோன்> லையோனி
18 – 30	மோறன் (அ) இள்மோறன் (கொன்றி அங்க)	இளம் வீரன்; குடும்பத்தையும், குடியிருப்பையும் பாதுகாத்தல்	மாறன் (அ) இள மாறன்;
30 – 40	கிங்'ஒண்டே	முது மோறன்; இள மாறன்களுக்கு உதவுவதும், பிரச்சினைகளை தீர்த்து வைக்கும் வேலை. இவர்கள் இளமாறன்களுக்கு மானசீக குரு. இந்த மானசீக குருவிற்கு ஒள்பிரோன் என்று பெயர்	முது மோறன் என்பது நெடு மாறன் எனக்கூட கொள்ளலாம்;

40–60	மகா (50வயது வரை) சேயுரி (50 – 60 வயது வரை)	கலாசாரத்தை/பாரம்பரியத்தை பாதுகாத்தல்	
60–80	மேஷுகி	குலத்தின் பெரியவர்கள்; இவர்கள் உடல் சார்ந்த வேலைகள் செய்வதில்லை. முடிவு எடுப்பது இவர்கள் வேலை. உட்காருவதற்கு உரிமை உள்ளவர்கள். இவர்கள் மற்றவர்கள் தலையில் தங்கள் கை கொண்டு தட்டி ஆசீர்வாதம் செய்வார்கள். இவர்கள் காட்டு விலங்கு வாலும், மரத்தடியும் வைத்திருக்கும் அந்தஸ்து உடையவர்கள்.	

கிங்'ஒண்டே என்பதிலிருந்து கிங் எனப்படும் ஆங்கில சொல் வந்திருக்கலாம்.

ஒள்பிரோன் என்பது ஒளி பிரான் எனக் கொள்ளலாம். கிங்கரன் என்ற பெயரும் இதிலிருந்து வந்திருக்கலாம். கிங்கரன் என்றால் ஏவலாளன் அல்லது தூதன் என்று பொருள்.

பயமற்ற வீரனுக்கு இள் மேலுஅயா (*Il Meluaya*) என்று பெயர். மேலுஅயா என்பது மால் ஆயன் என்ற பொருளில் இருக்கலாம். மால் என்றால் இருட்டையும் கருப்பு நிறத்தையும் குறிக்கும். மால் ஆயன் என்ற சொல்லே மாலையன் என்ற சொல்லாக தமிழ் இலக்கியங்களில் கூறப்பட்டிருக்கலாம். மாலையன் என்ற சொல்லே மல்லையா என்று மருவியிருக்கலாம். இன்னொரு கூற்றுப்படி பார்த்தால் மேலுஅயா என்பது மல் ஆய, அதாவது மல்யுத்தம் செய்யும் ஆயன் என்ற பொருள் கொள்ளலாம். நாம் இன்றும் பயமில்லாமல் சண்டைக்கு வருபவனை மல்லுக்கு நிற்கிறான் என்று கூறுவதுண்டு.

மாசை இள வீரர்கள்

இளம் போர் வீரனுக்கு இள்பர்னாட் (*Ilbarnot*) என்றும், முது போர் வீரனுக்கு இள்மோரியோ (*Ilmorijo*) என்றும் பெயர்.

மேலே கூறிய இள் என்ற சொல் இள என்னும் தமிழ் சொல் லோடு ஒத்துப்போகிறது. இளமை, இளைஞன், இளந்தாரி, இளசு ஆகிய சொற்களோடு தொடர்புடையது.

குறி சொல்பவர்க்கு ஒலோய் போணி (*Oloiboni*) என்று பெயர். ஒலோய் என்பது ஓலம் என்ற சொல்லோடும், போணி என்பது

வாணி என்ற சொல்லோடும் ஒத்துப்போகிறது. ஓலம் என்றால் ஒலி என்றும், வாணி என்றால் இசை என்றும் அர்த்தம். குறி சொல்பவர்கள் நன்கு ஓலமிட்டு ஆட்டமாடி குறி சொல் வார்கள். அதேபோல் பொருள் விற்கும் இடத்தில், போணி ஆயிருச்சா, ஆகலையா என்று கேட்பதுண்டு.

தலையில் மயில் பீலி அணிந்த
மாசை இள மாறன்

இந்தப் பழங்குடி பெண்கள் கணவனை மட்டும் மணம் முடிப்பதில்லை. அந்த வயதுப் பிரிவு ஆட்கள் எல்லோரையும் மணக்கிறாள். இதேபோன்ற வழக்கம் பண்டைய தமிழகத்தில் உள்ள சில பழங்குடிகளிடம் இருந்ததாக கூறப்படுகிறது. இதேபோல் இன்னொரு முக்கிய வழக்கம், வீட்டின் கணவன் தங்கள் வீட்டிற்கு வரும் அதே வயது சார்ந்த குழு ஆண்மகன் விருந்தாளியாக வந்தால் தன்னுடைய படுக்கையைவிட்டு கொடுக்கும் வழக்கம் உள்ளது. ஆனால் விருந்தாளியுடன் உறவு கொள்வது மனைவியின் விருப்பத்தை பொறுத்தே ஆகும்.

இவர்களுடைய ஆடைகளில் சிவப்பு நிறமே பிரதானமான நிறமாகும். வண்ணம் நிறைந்த துணிக்கு சுகா (*Shuka*) என்று பெயர். சொக்காய் என்ற பெயரோடு இது ஒத்துப்போகிறது. சட்டைக்கு சொக்காய் என்று கூறுவோம். அதேபோல் தங்களுடைய உடலில் நிறைய பாசி மணி போன்ற அணிகலன்கள் இவர்கள் அணிந்திருப்பார்கள்.

மாசை எம்பி எம்பிக் குதிக்கும் நடனம்

துளையிட்ட தொங்கும் காது

இவர்கள் குடியில் இசையும் நடனமும் முக்கிய பங்கு வகிக்கிறது. இவர்கள் பாடல் ஒரு குழுவாக பாடப்படுவது. முதலில் ஒருவர் பாடல் பாட மற்றவர்கள் அதைப்பின்பற்றி பாடுவார்கள். முதலில் பாடுபவருக்கு ஒலரன்யானி என்று பெயர். ஒலர என்பது ஒலருதல் என்பது போல் இருக்கிறது. இவர்களின் முக்கிய நடனம் எம்பி எம்பிக் குதிக்கும் நடனமாகும். இதற்கு ஆடுமு என்று பெயர். ஆடு என்பது தமிழில் நடனத்தை குறிக்கும்.

காதில் துளையிட்டு அதைப்பெரிதாக்கி தொங்கும் காது வைத்துக்கொள்வது மாசை மக்களிடம் மிகவும் பொதுவான ஒன்று. இதேபோல் பழக்கம் நம் தமிழ் நாட்டிலும் மிக அண்மைக்காலம் வரை கிராமப்புறப் பெண்களிடம் இருந்திருக்கிறது.

மாசை மக்களின் குல தெய்வம் எங்கை ஆகும். இந்த கடவுளுக்கு இரு குணங்கள். ஒரு குணம் கருப்பு நிற 'எங்கை நரோக்' எனப்படும் சாந்தமான, அன்பான உதவும் குணம். இன்னொன்று சிவப்பு நிற 'எங்கை நன்யோகி' எனப்படும்

மயில் பீலி

சிங்க முக அலங்காரம்

கோபமான, வஞ்சின குணம். இந்த எங்கை கடவுள் 'ஒல் டோயன்யோ லெங்காய்' எனும் எரிமலையில் இருப்பதாக இவர்கள் நம்புகிறார்கள். எரிமலையின் சாந்தமான, மற்றும் சீற்றமான இரு குணங்களே எங்கை கடவுளின் குணங்களாக இவர்கள் கருதிக்கொண்டிருக்க வேண்டும். இந்த இரு குணங்களே பின்னாளில் இங்கிருந்து புலம் பெயர்ந்து சென்றவர்களின் கலாசாரத்தில் இரு கடவுள்களாக மாறியிருக்கலாம். உதாரணத்திற்கு மால் எனப்படும் கருப்பு நிற உலகைக் காக்கும் கடவுள், மற்றும் சிவன் எனப்படும் சிவப்பு நிற அழிக்கும் கடவுள். ஒருவேளை அரியும் சிவனும் ஒன்று என்பது இதுவாகத்தான் இருக்கலாம்.

மாசை தொன்மங்களில் நிலவிற்கும், மாதத்திற்கும் ஔப்பா என்று பெயர். இது ஒரு பெண்பாலின சிறு கடவுளாக கருதப்படுகிறது. ஔப்பா என்பது ஒளி அப்பு என்ற அர்த்தம் உடையதாக இருக்கலாம். தமிழிலும் நிலவிற்கும், மாதத்திற்கும் 'திங்கள்' என்ற ஒரே பெயர் இருப்பதை இங்கே குறிப்பிடவேண்டும். மாசைக் குடியின் இன்னொரு சிறு தெய்வம் நெய்தறுகோப் ஆகும். இதற்கு 'புவியை தொடங்கியது' என்று அர்த்தம்.

இவர்களின் பாரம்பரிய உணவு மாட்டின் பால், பச்சை மாமிசம் மற்றும் ரத்தம். தற்போது இவர்கள் உகளி எனும் கெட்டியான கஞ்சியையும், பாலும் முக்கிய உணவாக தினமும் உண்கிறார்கள். உகழி என்பது களி என்ற தமிழ் உணவோடு ஒத்துப்போகிறது. வெண்ணையும், மோரும் கூட உணவோடு சேர்த்துக்கொள்கிறார்கள்.

யானையை இவர்கள் அர்கன்ஜோவே என்று அழைக்கிறார்கள். இது அரிக்கன் அவ என்ற பெயராக இருக்கலாம். அரிக்கன் என்றால் பெரிய என்ற அர்த்தம் உடையதாக இருக்கலாம். அரிக்கம் என்றால் பெரிய கப்பலைக் குறிப்பதாக இருக்க வேண்டும். அவ என்பது தெய்வ சக்தியை குறிப்பது.

கையில் அலைபேசியுடன் தற்போதைய மாசை மனிதன்

யானை > அர்கன்ஜோவே (Arkanjowe) – அரிக்கன் அவ

மாசை குலங்களுக்கு விலங்குகள் பெயர் இடும் வழக்கம் உள்ளது. நம் தமிழகத்திலும் சில குலங்களுக்கு விலங்கு மற்றும் பறவை பெயர் உள்ளது. எ.கா. காடை குலம்.

Ilmakesen	–	இல்மகேசேன் – குரங்கு (மகா ஈசன்)
ilaiser	–	இல் அய்செர் – காண்டாமிருகம்
ilikumai	–	இல்இகுமை – காக்கை
Ilmolelian	–	இல்மொலேலியன் – யானை – மால் எலியன் – கருத்த; மால் ஆலயன்.
Iltaarosero	–	இல் டார்ரோசெரோ – கழுதைப்புலி. (டார்ரோசெரோ தாரு சிரி; தாரு – மாடு; செரோ சிரி; சிரிக்கும் மாடு)

ஹிமாபா

இந்தப் பழங்குடி இன மனிதனை ஒருமையில் ஒமுஹிம்ப (Omu Himba) என்று அழைப்பர். இவர்கள் பெரும்பாலும் பாலை நிலத்தில் வாழ்பவர்கள். ஹிமாபா என்பது இமவா என்ற பெயரின் திரிபாக இருக்கலாம். இவர்கள் முகுரு என்ற கடவுளையும், மற்றும் குலத்தின் மூதாதையரையும் வணங்குபவர்கள். இம்மக்கள் முகுரு ஆசீர்வாதம் மட்டும் புரிபவரென்றும், குல மூதாதையர் ஆசீர்வாதமும், சாபமும் கொடுப்பவரென்றும் நம்புபவர்கள். மூதாதையருக்கு தீ வளர்ப்பதை புனிதமாக கருதுகிறார்கள்.

பூப்படைந்த சிறுமி

இதற்கு ஒகுருவோ (Okuruwo) என்று பெயர். ஒவ்வொரு குடும்பத்திற்கும் தனித்தனியே மூதாதையர் தீ உண்டு. இந்த தீ வளர்ப்பவர் வாரத்திற்கு ஒரு முறை முகுருவோடு தொடர்பு கொள்ளும் சடங்கு நடப்பதுண்டு. நம்மூரில் பூசாரி குறி சொல்வது போல். ஒருவேளை முருகு என்ற சொல் முகுரு என்று மாறியிருக்கலாம். இம்மக்கள் ஒமிடி (Omiti) எனப்படும் பில்லி சூனிய சடங்கில் நம்பிக்கை உடையவர்கள். மிடி என்பது மிதி என்ற சொல் போல் இருக்கிறது. நம்மூரில் இதுபோன்று பில்லி சூனியம் செய்த எலுமிச்சை பழத்தை நடுத்தெருவில் போடுவார்கள். அதை மிதிக்கக் கூடாது என்று கூறுவதுண்டு.

சிறுவயது திருமணம் செய்யும் வழக்கம் உடையவர்கள். திருமணமான பெண்கள் தலையில் தோலாலான கிரீடம் போல் இருக்கும் தலையணியை அணிகிறார்கள்.

ஹிம்பா குடி ஆண்

கழுத்தில் பாம்பு போல் அணி

இதற்கு எனேம்பே (*Enembe*) என்று பெயர். மேலும் இம்மக்கள் தங்கள் கழுத்தில் ஒரு வளையம் போல் ஒரு அணியை அணிகிறார்கள். இது பார்ப்பதற்கு பாம்பின் உடல் போல் இருக்கும். பூப்படைந்த சிறுமிகள் தங்கள் தலைமுடியை பசை கொண்டு சிறு சிறு சடைகள் பின்னி அதைக் கொண்டு தங்கள் முகத்தை மறைத்துக் கொள்வார்கள்.

இவர்கள் பாலை நிலத்தில் வாழ்வதால் சூட்டிலிருந்து தங்களை பாதுகாக்க உடல் முழுவதும் செந்தூர நிறப் பசையை பூசிக்கொள்கிறார்கள். இந்த பசை வெண்ணெய், வாசனை பிசின் மற்றும் ஒச்ரே என்ற பொருள் கொண்டு தயாரிக்கப்படுகிறது. இதற்கு ஒட்ஜிசே என்று பெயர். நம்மூரில் அனுமான் கோவிலில் கொடுக்கப்படும் செந்தூரம் இதேபோன்று இருக்கும். இந்த செந்தூரமும் வெண்ணெய் கொண்டு செய்யப்படுவது. வாசனை பிசின் ஒமுஜும்ப என்ற செடியிலிருந்து எடுக்கப்படுகிறது.

திருமணமான சிறுவயது ஹிமாப பெண்கள்

செந்தூரப் பசை பூசிய ஜடா முடி

ஹிமாபா என்ற சொல் இமவா என்ற சொல்லாக இருக்கலாம். இந்த இமவர்கள் வாழ்ந்த மலை இமவமலையாக இருக்கலாம். இமவமலை பின் இமயமலை என்று ஆகியிருக்கலாம்.

நமிபியா நாட்டில் வட பகுதியில் உள்ள ஓவஹிம்பா மற்றும் ஓவசிம்பா பழங்குடிகளில் தம் வீட்டிற்கு வரும் விருந்தினரை உபசரிக்கும் ஒரு பழங்கால வழக்கம் இன்னும் தொடர்கிறது. இவர்கள் தங்கள் வீட்டிற்கு ஆண் விருந்தாளிகள் வந்தால்,

ஹிம்பா சிறுவர்கள்

தோல் கிரீடம் (சிந்து சமவெளியிலும் இதேபோல் உள்ளது)

அவ்வீட்டின் கணவன் தன் மனைவியை விருந்தினர்க்கு உறங்க அனுமதிக்கும் வழக்கம் உள்ளது. இச்சமயத்தில் கணவன் மற்றொரு அறையில் உறங்க நேரிடும். வேறொரு அறை இல்லையென்றால் கணவன் வீட்டின் வெளியில் தங்க நேரிடும். மனைவிக்கு விருப்பம் இல்லையென்றால் மறுப்பு தெரிவிக்கலாம், ஆனால் அந்த அறையிலேயே விருந்தினருடன் உறவு இல்லாமல் உறங்க வேண்டும்.

கிகுயு பழங்குடி (Kikuyu)

ஆப்பிரிக்காவில் உள்ள மிகப் பெரிய பழங்குடிகளில் கிகுயு பழங்குடியும் ஒன்று. இவர்கள் பாண்டு பழங்குடி மரபில் வந்தவர்கள். இந்த குடியின் உறுப்பினர்களை அகிகுயு என்று அழைப்பார்கள். கிகுயு என்றால் பெரிய ஆலமரம் என்று அர்த்தம். ஆங்கிலத்தில் இதற்கு சிகாமொரே *(Sycamore)* என்று பெயர். சிகாமொரே என்பது சிகை மரம் என்பதன் திரிபாக இருக்கலாம். சிகை என்றால் முடி. ஆலம் விழுதுகள் முடி போன்று இருப்பதால் இதற்கு சிகை மரம் என்று பெயர் வந்திருக்கலாம். இதற்கு இன்னொரு பெயர் முகுயு *(Mukuyu)*.

கிகியு குடி ஆண்

அகிகுயு என்றால் கிகுயு மரத்தின் பிள்ளைகள் என்று அர்த்தம். இவர்கள் நகை *(Ngai)* என்ற கடவுளை வணங்குபவர்கள். இந்த கடவுளின் இன்னொரு பெயர் முருங்கு *(Murungu)*. நகை என்பது நாக என்ற பெயரின் திரிபாக இருக்கலாம். முருங்கு என்பது முருகனைக் குறிப்பதாக இருக்கலாம். முருகனின் உருவப்படத்தில் பாம்பும் உண்டு. மலையாளத்தில் நல்ல பாம்பிற்கு மூர்கன் என்று பெயர். இந்த கடவுளுக்கு கொடுக்கப்படும் பலிகள் எல்லாம் முகுயு மரத்தின் கீழ் கொடுக்கப்படும். முகுயு மரம் இல்லையென்றால் முகுமோ *(Mugumo)* எனப்படும் அத்தி மரத்தின் கீழ் கொடுக்கப்படும். பெண்களுக்கு

கிகியு குடி பெண்கள் சுரைக்காய் குடத்துடன்

முட்டமையு (Mutamaiyu) எனப்படும் ஆலிவ் மரத்தை புனித மரமாகும். முட்டமையு என்பது முத்தம்மாயி என்ற சொல் போல் இருக்கிறது. நகை கடவுள் கிகுயுவையும், மும்பியையும் படைத்தார். இவர்களிடமிருந்தே மக்கள் தோன்றினார்கள் என்ற தொன்மம் உண்டு.

இந்த மக்கள், ஒருவரின் நலம் மற்றும் செல்வம் கண்ணுக்குத்தெரியாத ஒரு உள்சக்தியால் நடக்கிறது என்று நம்புகிறவர்கள். அந்த உள்சக்தி மூலம் நல்வினை செய்பவர்களுக்கு முகோ (Mugo), செய்வினை செய்பவர்களுக்கு முரோகி (Murogi) என்றும் பெயர். இந்த உள் சக்தி உடையவரும், அதைப் பரப்பும் சக்தி உடையவர்களுக்கு முகை என்று பெயர்.

முகை என்பது முகத்தைக் குறிப்பதாக இருக்கலாம். ஒருவரின் அகம் சுத்தமாக இருப்பின் முகம் நன்கு பிரகாசமாயிருக்கும் என்று கூறப்படுவதுண்டு. அகத்தின் அழகு முகத்தில் தெரியும் என்ற கூற்றும் நம்மிடம் உண்டு. நம் தமிழிலும் முகை என்று சொல்லப்படும் நறுமுகை என்ற சொல் உண்டு.

இந்த மொழியில் உண்மைக்கு 'மா' என்று பெயர். இடி இடிப்பதை நகை கடவுள் நகருவதாகவும், மின்னலை நகை கடவுளின் ஆயுதமாகவும் கருதுகிறார்கள்.

கிகியு பழங்குடி பெண்கள் உரல் உலக்கை இடித்தல்

கிகியு குடி பெண் அலங்காரம்

இவர்கள் குடியிலும் சுன்னத் செய்யும் பழக்கம் உண்டு. இவர்கள் காலத்தை குறிப்பதற்கும், இந்த சுன்னத் செய்யும் சடங்கிற்கும் தொடர்பு வைத்திருக்கிறார்கள். இதைச் சார்ந்தே இந்த குடிகளில் உள்ள சிறுவர்களும், சிறுமிகளும் ஒரு குறிப்பட்ட வயது குழுக்களாக ஆக்கப்பட்டு அந்தக் குழுக்களுக்கு ஒரு பெயர் வழங்கப்படுகிறது. அந்தக் குழுவின் பெயர் மூலமே அந்த சிறுவர்களும், சிறுமிகளும் அறியப்படுகிறார்கள்.

காலம் சென்றவுடன் இந்த குழுக்களே அந்த குடியை ஆட்சி செய்பவர்களாக ஆகிறார்கள். இதற்கு ஆட்சி தலைமுறை *(Ruling generation)* என்று பெயர். உதாரணமாக சிறுமி குழுக்களுக்கு மஞ்சிரி, தேனே, மவாங்கி, மைனா, சீரா, இருகி, மண்டோதி, மததி போன்ற பெயர்கள் உண்டு. ஒரு காலகட்டம் வரை மஞ்சிரி குழு ஆட்சியில் இருக்கும், பின் அது தேனே குழுவிற்கு கொடுக்கப்படும். அப்படி, ஐரோப்பியர்கள் குடி புகுந்த பொழுது மைனா குழு ஆட்சியில் இருந்தது. அதன் பின் மைனா குழுவிடமிருந்து மிவாங்கி குழுவிற்கு ஆட்சி கை மாறியது என்று குறிப்பு உண்டு. இந்த ஆட்சி முறைக்கு 'ரிக்கா முறை' என்று பெயர். ரிக்கா என்பது இருக்கை என்பதன் திரிபாக இருக்கலாம். இருக்கை என்பது உட்காரும் இடம் அதாவது நாற்காலியைக் குறிக்கும். இது ஒரு முக்கியமான கலாசார தடயமாகும்.

மர உரி ஆடையுடன்
கண்டா பெண்கள்

கண்டா

இக்குடி மக்களை பாகண்டா என்று அழைப்பர். இக்குடியின் தனிப்பட்ட நபரை ஒருமையில் முகண்டா என்று அழைப்பர். இவர்கள் பெரும்பாலும் ஆப்பிரிக்காவில் உள்ள உகாண்டா நாட்டில் வாழும் பழங்குடியினர்.

இவர்கள் தந்தை வழி சமூகத்தை பின்பற்றுபவர்கள். தந்தையே ஒரு குடும்பத்தின் தலைவர். தந்தையே எல்லா முடிவும் எடுப்பவர், அவர் சொல்லுக்கு மறுசொல் கிடையாது. இக்குடியின் குழந்தைகளை மூன்று வயதாகும் போது, அவர்களை தங்களுடைய சமுதாயத்தில் மேன்மை நிலையில் உள்ள வீடுகளுக்கு அனுப்பி அங்கு வளர விடுவார்கள். அக்குழந்தைகள் அங்கு சுய மரியாதை, தன்னம்பிக்கை, நல்ல ஒழுக்கத்தை கற்று வளர்வார்கள்.

சண் பழங்குடி

சண் பழங்குடிகள் ஆப்பிரிக்காவின் மிகப் பழைமையான பழங்குடிகளில் ஒரு பழங்குடியாகும். இவர்கள் பார்ப்பதற்கு மங்கோலிய உருவ சாடையில் இருப்பார்கள். மங்கோலியர்கள் இவர்கள் குடியின் வழி வந்தவர்களாக இருக்கலாம்.

சண் பழங்குடிகள்

இவர்களுக்கு சகொயன். சொன்குவ என்ற பெயர்களும் உண்டு. இவர்களைப் புதர் மனிதர்கள் என்றும் அழைப்பார்கள். இவர்கள் பெரும்பாலும் வறண்ட நிலங்களில் வசிப்பவர்கள். இதனால் இவர்களுக்கு நீர் என்பது வாழ்வின் மிக அரிதான ஒன்று. நீர் தேடி பல மைல் தூரம் செல்பவர்கள். நிலத்தடியில் இருக்கும் ஒரு வகைக் கிழங்கிலிருந்து நீரைப் பிழிந்து குடிப்பார்கள். தீக்கோழி முட்டையின் ஓட்டில் நீரைச் சேகரித்து குடிப்பவர்கள்.

இவர்கள் குடியில் பெண்களுக்கு மிக மரியாதை உண்டு. ஆணிற்கு இணையாக பெண்கள் மதிக்கப்படுவார்கள். பல விசயங்களில் பெண்களுடன் கலந்தாலோசித்து முடிவெடுப்பார்கள்.

இவர்கள் ஹூடியா கர்டோனி (Hoodia Gardonii) என்ற வறண்ட நில முள் தாவரத்திலிருந்து ஒரு மருந்து தயாரிக்கின்றனர். இந்த செடியின் பூ அழுகிய மாமிச வாடை கொண்டது. இந்த மருந்து பசியை கட்டுப்படுத்த வல்லது. சில நாட்கள் வரை பசியில்லாமல் இருக்க இந்த மருந்து உதவுகிறது. இவர்கள் சிறுத்தைகளுடன் ஒரு வித நல்லிணக்கம் கொண்டு வேட்டைக்குச் செல்லும் போது அவைகளை தங்கள் துணையாக பயன்படுத்திக் கொள்கின்றனர்.

ஹூடியா கர்டோனி தாவரம்

மடகாஸ்கர் பழங்குடிகள்

மடகாஸ்கரில் முக்கியமான பதினெட்டு பழங்குடிகள் உள்ளனர். மடகஸ்கார் மக்களை மலகாசி என்று அழைப்பர். இந்த பதினெட்டு பழங்குடிகளை இரு முக்கிய பிரிவுகளாக பிரித்துள்ளனர். ஒன்று உயர்நிலத்தில் வாழும் குடியினர் (Highlanders), மற்றொன்று கடற்கரை சார்ந்த பகுதிகளில் வாழும் குடியினர் (Coastal Dwellers) எனப் பிரித்துள்ளனர். பதினெட்டு குடிகளில் மெரினா, சிகனாக, மற்றும் பெட்சிலே ஆகிய மூன்று குடிகள் மட்டுமே உயர்நிலத்தில் வாழும் குடியினராக கருதப்படுகின்றனர். மற்ற குடியினரெல்லாம் கடற்கரைசார் குடிகள்.

இமெரினா

இமெரினா பழங்குடியினர் மடகாஸ்கர் மத்திய உயர்நிலத்தில் வாழும் குடியினர். இது தனன்அரிவே என்ற பகுதியில் அமைந்துள்ளது. இமெரினா என்பதற்கு அர்த்தம் எப்பொழுதும் வீட்டிற்கு திரும்பி வருபவர்கள் என்பதாகும். இது எந்த அர்த்தத்தில் கூறப்படுகிறது என்று தெரியவில்லை. தினமும் வீட்டிற்கு திரும்புவர்கள் என்று அர்த்தத்திலா இல்லை எங்கு புலம் பெயர்ந்தாலும் தங்கள் சொந்த இடத்திற்கு திரும்புபவர்கள் என்ற அர்த்தத்திலா என்று புலப்படவில்லை. இவர்கள் இந்தோனேசியாவில் இருந்து குடி பெயர்ந்தவர்கள் என்று கூறப்படுகிறது. இவர்களிடம் மூன்று வகையான சமூகப் பிரிவுகள் உள்ளன:

அன்ட்ரியானா (Andriana) – மேன்மையானவர்கள்; இவர்கள் மலபாரி என்ற சிவப்பு நிற உடை அணிபவர்கள்.

ஹோவா (Hova) – குடிமக்கள்

அண்டேவோ (Andevo) – அடிமைகள்

இமெரீனா மன்னன்

பெண்கள் லம்பா எனும் உடையும், ஆண்கள் மலபாரி எனும் உடையும் அணிவார்கள். அரிசி இவர்களின் முக்கிய உணவாகும். மூதாதையர்களுக்கு மிகவும் மதிப்பும் மரியாதையும் கொடுக்கும் குடியாகும். எந்த ஒரு சடங்கிலும் மூதாதையர் மற்றும் மூத்தோரை மரியாதை செய்யும் வழக்கம் உள்ளவர்கள். மூதாதையர் வழிபாடு மிக முக்கியமான ஒரு சடங்காகும். இறந்தவர்களின் உடலை சில காலம் கழித்து அவர்களுடைய சந்ததியினர் புது ஆடை அணிவித்து மகிழ்வார்கள். இதற்கு சடலம் திருப்புதல் என்று பெயர்.

திருமண சடங்கில் மணப்பெண்ணின் சகோதரர் களை மரியாதை செய்யும் வழக்கம் உள்ளது. இதற்கு தம்பிமசோ என்று பெயர். நம் திருமணச் சடங்கில் மணப்பெண்ணின் தாய்மாமன் மிக முக்கியமான நபர் ஆகும். தமிழில் தம்பி என்பது சகோதரனைக் குறிக்கும்.

மெரினா என்பது மேரு இனம் அல்லது மறு இனம் என்ற பெயர் படலாம். அண்ட்ரியான எனப்படும் மேன்மக்கள் குடிப் பெயர் அந்தண என்று மருவியிருக்கலாம். இந்தப் பெயரிலிருந்து ஆண்ட்ரியா, ஆண்ட்ரு போன்ற ஆங்கிலப்பெயர்கள் வந்திருக்கலாம்.

அண்ட்ரியான > அண்ட்யான > அந்தண

அண்டேவோ என்ற அடிமைகள் பெயரிலிருந்து ஆண்டி என்ற பெயர் வந்திருக்கலாம். ஆண்டி எனப்படுபவன் அடிமைகள் போல் எந்த பொருளும், உடைமைகளும் செல்வமும் இல்லாதவன். அண்டேவோ என்பது அண்டி இருப்பவன் என்ற அர்த்தமுடையதாக இருக்கலாம்.

பர

பர குடியினர் மடகாஸ்கரில் உள்ள குடியினர் ஆகும். இவர்கள் பாண்டு இன மக்கள் வழியைச் சார்ந்தவர்கள். பர என்ற சொல்லுக்கு உள்ளே இருப்பவர்கள் (காட்டின் உள்ளே) என்று அர்த்தம். இந்த குடியில் ஐந்து பெரிய பிரிவுகள் அல்லது குலங்கள் உள்ளன. இவர்கள் விந்த மற்றும் அந்திவோன்றோ பகுதிகளில் வசிப்பவர்கள். இவர்கள் சமுதாயம் மூன்று வகையான மக்களை கொண்டுள்ளது. மேன்மையான மக்கள், சாதாரண மக்கள், மற்றும் அடிமை மக்கள் எனப் பிரித்துள்ளார்கள். தந்தையே குடும்பத்தின் தலைவரும் பின் ஆன்மிக குருவும் ஆவார். குடும்பத்தின் வாரிசு உரிமை ஆண்களுக்கே செல்கிறது. ஆண்களின் வேலை வேட்டைக்குச் செல்வதும், நிலத்தை சீர் செய்வதும், வீடுகள் கட்டுவதும் போன்ற வேலைகளாகும். பெண்களின் வேலை களை எடுப்பதும், அறுவடை மற்றும் அரிசியை பதப்படுத்துவதும். நீர்

பர மக்கள்

கொண்டுவருவதும் உணவு சமைப்பதும் போன்ற வேலைகளாகும். 19 ஆம் நூற்றாண்டு வரை ஆண்கள் உண்ட பிறகே பெண்கள் உண்ண வேண்டும் என்ற வழக்கம் இருந்தது.

புளிய மரம் இவர்களுக்கு புனிதமான மரமாகும். கிராமப் புறங்களில் இந்த மரம் வளர்க்கப்பட்டிருக்கும். அதேபோல் போன்டோனா என்ற மரமும் புனிதமாக கருதப்படுகிறது. இந்த மரத்தின் கிளைகளில் இந்த மக்கள் வேண்டுதல் வேண்டி கயிறு கட்டுவதுண்டு. அதே போல் ஒவ்வொரு கிராமத்திலும் ஹசாமங்க (*Hazomanga*) என்ற மரத்தூண் நடப்பட்டிருக்கும். இது மிகவும் புனிதமான இடமாகும். இங்குதான் வழிபாடுகள் நடத்தப்படும். இதன் உயரம் 20 முதல் 30 அடியாகும். இதன் உச்சியில் புனித மூலிகைகளும், மண்ணும், மரச் சீவல்களும் கட்டப்பட்டிருக்கும். இங்கு வழிபாட்டைத் தொடங்கி வைப்பவருக்கு வேலோன (*Velona*) அல்லது ம்பிசொரோ (*Mpisoro*) என்று பெயர். வேலோன என்பது வேலன் என்ற தமிழ்ச் சொல்லோடு ஒத்துப்போகிறது. சங்க இலக்கியத்தில் சாமியாடி குறி சொல்பவருக்கு வேலன் என்று பெயர். இதற்கு வேலன் வெறியாடல் என்று பெயர். ம்பிசொரோ என்பது பூசாரி என்ற சொல்லாக இருக்கலாம். மருத்துவர், சோதிடர், ஆகியவை செய்பவரை ஓம்பியாச (*Ombiasa*) என்று கூறுவர். ஓம்பியாச என்பது ஓம்பு ஆசான் என்ற சொல்லாக இருக்கலாம். ஓம்பு என்றால் பேணுதல், பாதுகாத்தல், உபசரி என்ற அர்த்தம் உடையது. ஆசான் என்றால் வல்லுனர் என்று அர்த்தம்.

மாடு களவு இந்த மக்களின் முக்கிய பண்பாட்டுக் கலையாகும். மாடு களவு செய்த ஆண்மகனே திருமணம் செய்ய தகுதியானவன். வீரத்தை வெளிப்படுத்துவது ஒரு ஆண்மகனின் முக்கிய குணமாக கருதப்படுகிறது.

உணவு உண்ண ஒருவர் உபயோகப்படுத்திய பாத்திரங்களில் மற்றவர்களுக்கு உணவு வழங்கமாட்டார்கள். அதேபோல் உட்கார்ந்துகொண்டு அல்லது படுத்துக் கிடக்கும் ஒருவரை தாண்டுவது, பொருட்களை கொண்டு போவது என்பது பாவச் செயல் என்று கருதுபவர்கள்.

அதே போல் இறந்தவர்களை மலையின் மேல் அல்லது இயற்கையான இடங்களில் உள்ள குகைகளில் புதைப்பவர்கள். அப்படி குகைகள் இல்லாவிடில் குகைகள் போன்ற சமாதி அமைத்து அதில் புதைத்து விடுவார்கள்.

இறந்தோரை புதைக்கும் குகை

இவர்கள் சமூகம் வழி பாட்டுச் சடங்குகள் நிறைந்தது. முக்கியமான பாரம்பரிய வழிபாடு என்பது சனஹரி (*Zanahary*) என்ற படைக்கும் கடவுளை போற்று வதும், பின் காலங்காலமாக ரசா (*Raza*) எனப்படும் நஞ்சுக் கொடியை புதைக்கும் இடத்தை வழிபடுவதுமாகும். இந்த இடத்திற்கு தனின் தரசன (*Tanin*

Drazana) என்று பெயர். தனின் என்றால் நிலம். இது நிலத்தைக் குறிக்கும் திணை என்ற தமிழ்ச் சொல்லோடு ஒத்துப் போகிறது.

தங்கள் முன்னோர்களிடமிருந்து பெறப்பெட்ட புனித பொருட்களை வட கிழக்கு மூலையில் மறைத்து வைக்கும் வழக்கம் உள்ளவர்கள். இந்த பொருட்கள் நீண்ட கத்தி, தகர குவளை, மற்றும் கடல் சங்கு ஆகியவை. நீண்ட கத்திக்கு வி அரரா, வேரரா, வி லவ, வி மேங்கோகி என்று பெயர். இது பாதிக்கப்பட்டவனின் கழுத்தை அறுப்பதற்கு உபயோகப்படுத்துவது.

அரரா என்பது அறு என்ற சொல்லைக் குறிப்பதாக இருக்கலாம். குவளைக்கு பனோவை என்று பெயர். இது நீர் தெளிக்க பயன்படுத்தப்படுகிறது. பனோவை என்பது புனவை என்ற சொல்லாக இருக்கலாம். புனல் என்றால் நீர் என்று அர்த்தம். நீர் வைக்கும் பாத்திரத்தை புனவை என்று கூறியிருக்கலாம். கடல் சங்கிற்கு அட்சிவ என்று பெயர்.

தாயத்து அணிவது மிகவும் பொதுவான பழக்கம். லெமூர் விலங்கின் பாத எலும்பை தாயத்தாக அணிவார்கள். இதற்கு ட்சிமொகொட்ரோ *(Tsimokotro)* என்று பெயர்.

இவர்களுடைய விளையாட்டு எருது மல்யுத்தம் ஆகும். நம்முடைய ஜல்லிக்கட்டு விளையாட்டுப் போல். இவர்களுடைய நடனம் கரிடகி *(Karitaky)* எனப்படும். இது எருது உதைப்பதைக் கண்டு தோன்றியது என்று கூறப்படுகிறது. தமிழில் எருதுவிற்கு அதாவது எருமைக்கு கரி என்ற பெயர் இருந்திருக்கக் கூடும். யானைக்கும் தமிழில் கரி என்ற பெயர் உண்டு. கிளளகி *(Kilalaky)* என்பது இசை மற்றும் நடனத்தைக் குறிப்பதாகும். தமிழில் கிளவி என்பது ஓசையைக் குறிக்கும்.

சகலவ

இவர்கள் ஆப்பிரிக்க பாண்டு பழங்குடி இனத்திலிருந்து வழி தோன்றியவர்கள். சகலவ என்பதற்கு மலைகளுக்கிடையில் உள்ள செங்குத்தான, ஓடைகள் அல்லது ஆறுகள் ஓடும் பள்ளத்தாக்குகளில் வாழ்பவர்கள் என்று அர்த்தம். ஒவ்வொரு ஏழு வருடங்களுக்கு ஒருமுறை ஆண் பிள்ளைகள் உள்ள குடும்பத்தினர் ஆண் பிள்ளைகளுக்கு சுன்னத் செய்யும் விழா கொண்டாடு கின்றனர். இதில் ஒரு விநோத பாரம்பரிய வழக்கம் கடைப்பிடிக்கப்படுகிறது. பையனின் சுன்னத் செய்து அறுத்த தோலை, அவனின் தாத்தா சாப்பிடவேண்டும் என்பதாகும். இன்னொரு பாரம்பரிய வழக்கம் இறந்த மன்னருடைய எலும்புகளை தோணிஸ் *(Doanys)* எனப்படுவதில் வைக்கிறார்கள். ஒரு குறிப்பிட்ட கால இடைவெளியில் இந்த எலும்புகளை தாங்கள் வாழும் இடத்திற்கு கொண்டு வந்து, அவைகளை ஆற்று நீரில் சுத்தம் செய்து, பின் மீண்டும் தோனிசில் கொண்டு

சகலவ பழங்குடி

வைக்கப்படுகிறது. இந்த சடங்கிற்கு ஃபிடம்போஹா (*Fitampoha*) என்று பெயர். ஃபிடம்போஹா என்பது வீடு போக என்ற அர்த்தத்தில் இருக்கலாம். இவர்கள் த்ரோம்பாஸ் (*Trombas*) எனப்படும் சாமியாடிகள் அல்லது பேயாடிகள் என்பவர்களை உபயோகப்படுத்தும் வழக்கம் உடையவர்கள். இவர்களுடைய உடம்பில் மூதாதையருடைய ஆன்மா இறங்கி மற்றவர்களோடு பேசும்.

அண்டைஃபாசி

இவர்கள் மடகாஸ்கர் தீவில் தென்கிழக்கு கடற்கரை பரபங்கனா பகுதியில் வாழ்பவர்கள். அண்டைபாசி என்றால் மணலின் மக்கள் (*People of Sand*) என்று அர்த்தம். இந்தக் குடியை தோற்றுவித்தவர் ந்ட்ரெட்சிலேவ் (*Ndretsileo*) ஆவார். இவர் ஆப்பிரிக்காவில் இருந்து புலம் பெயர்ந்து வந்தவர். இவருடைய மகன் ந்ட்ரேம்போலனோனி (*Ndrembolanony*) மற்றும் பேரன் மரோஃபேல (*Marofela*) ஆவர். இவர்களுடைய சமுதாயம் ரண்ட்ராய், அன்ட்ரியன்சேரஅன, மரோஃபேல என மூன்று குலங்களாக பிரிக்கப்பட்டுள்ளது. மீன் பிடித்தலும், விவசாயமும் இவர்களின் முக்கியத் தொழில்கள். இவர்கள் இறந்தோரை புதைப்பதில்லை. தூரத்திலுள்ள புனித காட்டினுள்ளில் கிபோரி எனும் இறுதிச்சடங்கு வீட்டில் வைத்துவிடுவார்கள். அண்டைபாசி என்பது அண்டைவாசி என்பதன் திரிபாக இருக்கலாம். (பனம்போஅன (*Fanamfoana*) – கட்டாயக் கூலி வேலை; மரோஃபேல – மாற வேலன்)

அண்டம்பாஹோஅக

மடகஸ்காரின் தென் கிழக்கு கடற்கரை பகுதியில் (மணஞ்சேரி; மணல் சேரி – *mananjary;*) வாழும் சிறிய பழங்குடிகள். இவர்கள் குடி பத்தாம் நூற்றாண்டில் அரேபிய வழி வந்த அண்டைமொரோ பழங்குடிகளிடம் இருந்து தோன்றியது என்று கூறப்படுகிறது. இவர்களுடைய மூதாதையர் ராமினியா என்ற அராபியராகும் என்று கருதப்படுகிறது. இவர் மெக்காவிலிருந்து மடகாச்காருக்கு புலம் பெயர்ந்தார். இதற்கான காரணம் இரண்டு கூற்றுகளாக கூறப்படுகிறது. ஒன்று அரேபியாவில் கட்டாய இஸ்லாமிய சட்டம் கொண்டு வந்ததிலிருந்து தப்பிக்க என்றும், இன்னொன்று விவசாயம் செய்ய நல்லதொரு இடத்தைத் தேடி வந்ததாகவும் கூறப்படுகிறது. பின்னாளில் ராவலறிவோ என்பவர் மாசின்ட்றனோ என்ற சமூகத்தை ஆரம்பித்ததாகவும், இவர் ரதிஅம்பஹோஅக எனப்பட்டதாகவும் கூறப்படுகிறது. இதற்கு மக்களால் நேசிக்கப்படுபவர் என்று அர்த்தம்.

சோமன் தரசன (*Soman Drazana*) – குடிகள் பேசும் தன்மை கொண்டு இக்குடி குலங்களுக்கிடையில் உள்ள உறவை கொள்ளுதல்.

(ரதி – நேசத்தோடு தொடர்புடைய பெயர்; ராமினியா – ராமன்; ராவல் – ராவண்)

இந்தக் குடியில் ஏழு ஆண்டுகளுக்கு ஒருமுறை நடக்கும் சம்பத்ர விழா பிரசித்தி வாய்ந்தது. இது கூட்டமாக ஆண் சிறுவர்களுக்கு சுன்னத் செய்யும் சடங்காகும்.

இறந்துபோனமூதாதையருடைய ஆன்மாஅவர்களுடையவழித்தோன்றல்களை வழிநடத்தி காப்பார்கள் என்ற நம்பிக்கை உண்டு. இறந்தோரை கிபோரி எனப்படும் தூரமான காட்டில் இருக்கும் வீட்டில் புதைக்கும் வழக்கம் உடையவர்கள்.

இவர்களுடைய ஒரு முக்கிய நம்பிக்கை இரட்டைக் குழந்தைகளை வளர்ப்பது மிகவும் பாவப்பட்ட செயல் என்பதாகும். இரட்டைக் குழந்தை துரதிர்ஷ்டத்தை கொண்டு வரும் என்பது நம்பிக்கை. எனவே இரட்டைக் குழந்தை பிறந்தால், அதில் ஒரு குழந்தையை பிறந்தவுடனே கொன்றுவிடுவது அல்லது காடுகளில் சென்று விட்டுவிடுவது.

(இந்திய தொன்மைக்கதைகளில் இது போன்ற கதைகள் உண்டு. இரட்டைக் குழந்தை பிறந்தவுடன் அதில் ஒரு குழந்தையை காட்டிலோ அல்லது ஆற்றிலோ விட்டுவிடுவது)

மரப்பட்டைகளால் ஆன ஆடையை அணிபவர்கள். அந்த்ச (*Antsa*) என்ற பாடும் முறை பல பெண்களால் சேர்ந்து இசைக்கப்படுகிறது. முக்கிய விழாக்களில் அன்ட்சிவ (*Antsiva*) எனப்படும் சங்கு கொண்டு இசை இசைக்கப்படுகிறது. இவர்களுடைய முக்கியத் தொழில் மீன் பிடித்தல் ஆகும்.

சிக நாக

இந்தப் பழங்குடிகள் வாழ்வது அம்படோன்ட்ரசக (அம்படோன்ட்ரழக) என்ற இடத்தில். இது நல்ல வளமான நிலம் மற்றும் நெற்களஞ்சியம். இங்கு அலத்ரோ (*Alatrao*) என்ற ஏரி உள்ளது. அலத்ரோ என்பது ஆலந்துறை என்ற சொல்லோடு ஒத்துப்போகிறது. இவர்கள் வீடுகள் இலை, தழைகளால் கட்டப்பட்டிருக்கும். இவர்களுடைய வீரவிளையாட்டு மோரைங்கி (*Moraingy*) எனப்படும் விளை யாட்டாகும். இவர்கள் செவ்வாய்க்கிழமையில் வயலில் சென்று வேலை செய்ய மாட்டார்கள். இந்த்ரி லெமுர்களை இவர்கள் மிகப் புனிதமான விலங்காக கருதுகின்றனர்.

அம்பல வலோன் – பெண்ணின் மனதை வசியம் செய்பவர். (அம்பல வேலோன் அம்பலவாணர்)

அன்ட்ரீ பாபேய் – புனித கிராமம்.

அண்டை மோரோ

இந்தப் பழங்குடிகளின் மூதாதையர்கள் அரேபியாவிலிருந்து வந்தவர்கள் என்ற கூற்று உள்ளது. இவர்கள் மணக்கரை, பரபங்கான ஆகிய இடத்தில் வாழ்பவர்கள். இந்த குடியை தோற்றுவித்தவர் ராமகராவ்; இவர் மெக்காவின் ஒரு சுல்தான் என கருதப்படுகிறார். இவர்களில் பண்டைய சாதிப்பிரிவுகள் இன்னும் உள்ளது. மேன்மையானவர்கள் அண்டேஒனி (*Anteony*) என்றும், நடுத்தர மக்கள் அண்டலவ்தர (*Antalaotra*) என்றும் அழைக்கப்படுகிறார்கள். மூன்றாவது பிரிவினர் அடிமைகள் ஆகும்.

அண்டை மோரோ என்பது அண்டை மாறன் என்ற சொல்லோடு ஒத்துப் போகிறது. ராமகராவ் என்ற பெயரில் ராம மற்றும் ராவ் என்ற பெயர்கள் இந்திய பெயர்களோடு ஒத்துப்போகிறது.

பெட்சிலேவோ (Betsileo)

பெட்சிலேவோ என்றால் மிகவும் சக்திவாய்ந்தவர்கள் அல்லது வெல்வதற்கு கடினமானவர்கள் என்று அர்த்தம். இவர்கள் மலைப்பாங்கான பகுதியில் அரிசி விளைவிப்பதில் பெயர் பெற்றவர்கள். இவர்கள் ஃபாமடிஹனா (*Famadihana*) எனப்படும் இறந்தோர் வழிபாட்டுச் சடங்கிலும் பெயர் பெற்றவர்கள். இவர்கள் சமூகத்தில், பிரபலமான புதை மேடுகளும், வடோலஹி (*Vatolahy*) எனப்படும் கல் தூண்களும் நன்கு அறியப்படுபவை. இந்த கல் தூண்கள் விழாக்கள், மற்றும் முக்கிய சடங்குகள் நடத்தப்படும் இடமாக இருக்கிறது. இவர்கள் சமூகத்தில் குறி சொல்வது, சோதிடம் பார்ப்பது, ஆகிய வழக்கங்களும் உள்ளது.

இந்த சமூகத்தில் வீரத்தைக் காட்டும் பாரம்பரிய ஏறு விளையாட்டு மிகவும் பெயர் பெற்றது. இந்த சமூகத்தில் உள்ள சஃபிமனிரி (*zafimaniry*) என்ற பிரிவினர் மர வேலைப்பாடு செய்வதில் வல்லுனர்கள்.

பெட்சிமிசாரக

பெட்சிமிசாரக என்பதற்கு பிரிக்க முடியாதவர்கள் என்று அர்த்தம். இவர்களில் பெரும்பாலானோர் மீனவர்கள். சிலர் வெனிலா, கிராம்பு பயிரிடுபவர்கள். ஏறு விளையாட்டில் இறந்தோருக்கு ஃபிசோகொனஸ் (*Fisokonas*) எனப்படும் மரத்தூண் வைக்கும் வழக்கம் உள்ளது. இந்த மரத்தூணில் கொம்பு அலங்காரம் செய்யப்படுகிறது. இந்த மரத் தூண் மூதாதையர் ஆவியிடம் குறி கேட்க உபயோகப்படுகிறது. பலியிடப்பட்ட மாட்டின் ரத்தம் மரத் தூணில் தெளிக்கப்படுகிறது. இவர்களிடம் கலநோரோ (*Kalanoro*) எனப்படும், சிறிய, நீண்ட தலைமுடி மற்றும் மாயசக்தி உடைய ஒரு மாய படைப்பை நம்பும் வழக்கம் உள்ளது. (நம்முடைய விட்டலாச்சார்யா படத்தில் வரும் பிசாசுகள் போல்). தேர்ந்தெடுக்கப்பட்ட அரசனுக்கு ராமரோமநோம்பா என்று புது பெயர் கொடுப்பார்கள். தலைவன் இறந்த பிறகு அவருடைய பெயர் உச்சரிக்கக் கூடாது. அவரை புது பெயரிட்டே சொல்லப்படவேண்டும்.

பசெசா (*Basesa*) எனப்படும் நடனம் எல்லா சடங்குகளிலும் ஆடப்படுகிறது. பெண்கள் ஆண்களுக்கு முன்னால் நடந்து செல்ல அனுமதியில்லை. ஒரு பெண் ஆணுடன் செல்லும்போது, பொருட்களைப் பெண்ணே தூக்கி செல்ல வேண்டும். துக்க வீட்டில் பெண் தலைவிரி கோலமாக இருக்கவேண்டும்.

மாசி கொரோ

இவர்கள் குடி புராண மற்றும் தொன்மக்கதைகளுக்கும் பெயர் பெற்றது. இவர்களும், பர பழங்குடியும் ஒரே மூதாதையரை கொண்டவர்கள் என்று கூறப்படு கிறது. மாசி கொரோ என்பது மோசி கீரனார் என்ற பெயரோடு ஒத்துப் போகிறது.

அண்டநட்ராய்

இவர்கள் தெற்கு மடகாஸ்கரில் வாழ்பவர்கள். இதற்கு அர்த்தம் கூர் காடுகளில் வாழ்பவர்கள் என்று அர்த்தம். இவர்கள் வாழும் இடம் வறண்ட நிலப்பகுதியாகும்.

அதனால் பயிர் செய்யும் வசதி கிடையாது. எனவே இவர்களுக்கு அரிசி முக்கிய உணவாக இல்லை. இவர்கள் இன்னும் பண்டைய பழக்க வழக்கங்களை பின்பற்றுபவர்கள். இவர்களுடைய இசை பெகோ எனப்படும். இவர்களுடைய பாரம்பரிய நடனம் வேல், மத்தளம், மற்றும் புல்லாங்குழல் ஆகியவற்றுடன் சேர்த்து ஆடப்படுகிறது. இவர்களுடைய ஈமச் சடங்கில், உறவினர்களும், விருந்தினர்களும், இறந்தோருடைய எல்லா கால்நடைகளையும் சமைத்து உண்கிறார்கள். பின் இறந்தோருடைய வீட்டை எரித்து விடுகிறார்கள். இது இறந்தோருடைய ஆவி அந்த கிராமத்தை பிடிக்காமல் இருக்க செய்யப்படும் சடங்காகும். ஆனால், இறந்தோருடைய கல்லறை நன்கு ஒரு குறிப்பிட்ட விதிமுறைப்படி கட்டவேண்டும். இதற்கு சில சமயம் நீண்ட நாள் எடுக்கும்.

மகா ஃபலி

இவர்கள் தென்மேற்கு மடகாஸ்கர் பகுதியில் வாழ்பவர்கள். மகாபலி என்றால் புனிதம் செய்பவர்கள் அல்லது மகிழ்ச்சி அளிப்பவர்கள் என்று அர்த்தம். இவர்கள் சமுதாயப்பிரிவு மூன்று வகை மக்களைக் கொண்டது. அதிகார மக்கள், பொது மக்கள் மற்றும் வெளி மக்கள் என்பதாகும். பூசாரிக்கு ம்பிசொரோ (*Mpisoro*) என்று பெயர்.

இறந்த தங்கள் குடித்தலைவர்களுக்கு பெரிய சமாதி (*Tomb*) எழுப்பும் வழக்கம் உடையவர்கள். இவர்கள் அலோலோ (*Aloalo*) எனப்படும் கையால் செதுக்கப்பட்ட குலமரபு மரத்தூண்களுக்கு பெயர் பெற்றவர்கள். இவை இறந்தோருடைய சமாதியில் வைக்கப்படும். சமாதியில் எருதின் கொம்பு வைக்கப்படும் வழக்கம் உள்ளது.

வேசோ

இவர்கள் கிழக்கு ஆப்பிரிக்காவில் இருந்து புலம் பெயர்ந்து வந்தவர்கள் என்று கூறப்படுகிறது. இவர்கள் தெற்கு மடகாஸ்கரில் குடியிருப்பவர்கள். இவர்கள் பெரும்பாலும் மீனவர்கள். வேசோ ஒருபோதும் தரையில் உறங்கக்கூடாது என்று பெருமைப்பட்டுக் கொள்பவர்கள். இவர்களின் குறி சொல்பவர் ஹசாமங்க (*Hazomanga*) என்று அழைக்கப்படுகிறார். இறந்தோர் சடங்கு தூரத்தில் உள்ள காடுகளில் உள்ள கல்லறைகளில் செய்யப்படுகிறது.

அண்ட கரண

இதற்கு அர்த்தம் ஊசிப்பாறைகளில் வாழ்பவர்கள் என்று அர்த்தம். இவர்களின் முக்கியத் தொழில் வேட்டையாடுதல். இவர்களுடைய மூதாதையர்களை குகைகளில் வைத்துவிடுவர். ஒவ்வொரு ஏழு வருடத்திற்கு ஒருமுறை த்சங்கதசைன (*Tsangatsaina*) என்ற விருந்து விழா கொண்டாடுகிறார்கள்.

அண்டேசக

இவர்கள் கிழக்கு கடற்கரை பகுதியில் வங்கஇன்ட்ரனோ இடத்தில் வாழ்பவர்கள். இவர்கள் அமைதியான, நாணம் மிகுந்து காணப்படுபவர்கள். இவர்களின் முக்கியத் தொழில் அரிசி, காப்பி, மற்றும் வாழை பயிர் செய்தல்.

இவர்களில் இரட்டைக் குழந்தை பிறந்தால் குழந்தைகளை கொன்று விடுவர் அல்லது காடுகளில் விட்டு விடுவர். இறந்தவர்களை வீட்டின் கிழக்கு வாசல் பக்கம் கொண்டு செல்வர். பின் அங்கு பல வருடங்கள் அந்த உடலை உலர வைத்து எண்ணெய் பூசி வைப்பார்கள். ஒரு குறிப்பிட்ட காலம் சென்றவுடன் திரநோன்டோனோகை (*Tranondonokay*) என்ற சடங்கு கொண்டாடப்படுகிறது. இதற்குப் பிறகு அந்த உடலை காட்டில் உள்ள இடுகாட்டிற்கு கொண்டு சென்று இறுதிச்சடங்கு செய்கின்றனர். இந்த காட்டினுள் ஆண்கள் மட்டுமே செல்ல அனுமதியுண்டு.

ட்சிமிஹெட்டி

இதற்கு முடி வெட்டாதவர்கள் என்று அர்த்தம். இவர்கள் தாங்கள் நேசிப்பவர்கள் இறந்து போனால், அவர்கள் நினைவாக சில வருடங்களுக்கு நீண்ட முடி வளர்ப்பவர்கள். இவர்களுடைய முக்கியத் தொழில் புகையிலை, பருத்தி, பழங்கள் மற்றும் மற்ற உழவுப் பொருட்கள் பயிர் செய்தலாகும். மூத்த தாய் மாமனே குடும்பத்தின் தலைவர்.

தனலா

இதற்கு அர்த்தம் காடுகளில் வாழ்பவர்கள் என்பதாகும்.இவர்கள் தென்கிழக்கு மடகாஸ்கரில் உள்ள மழைக்காடுகளில் வாழ்பவர்கள். இவர்கள் பாரம்பரிய செடி வகைகளை பாதுகாப்பவர்கள். இவர்கள் தங்களுக்கு தேவையானதை மட்டுமே எடுத்துக்கொண்டு வாழ்பவர்கள்.

பேசனோசானோ

இவர்கள் மடகாஸ்கரின் பண்டைய பழங்குடிகளில் ஒருவர். இவர்கள் தற்போதைய முக்கியத் தொழில் நிலக்கரி எடுத்தல் ஆகும். இவர்கள் மோரமாங்க பகுதியில் வாழ்பவர்கள்.

அண்டநோசி

அண்டநோசி என்றால் தீவு மக்கள் என்று பெயர். இவர்கள் தெற்கு மடகாஸ்கர் பகுதியில் வாழ்பவர்கள்.

இலங்கை பழங்குடியினர்

வேடர்கள்

இவர்கள் இலங்கையின் ஆதிக்குடிகள் அல்லது முதல் குடியேறிகள். இதில் உள்ள மூன்று பிரிவுகளில் ஒரு பிரிவான வன்னியர், தமிழ் பேசுபவர்கள். காட்டுப்பன்றி, சேவல் ஆகியவற்றை சின்னங்களாக கொண்டவர்கள். ஆரியர்களுக்கு முற்பட்டவர்கள். இவர்கள் வழிபடும் கடவுள்களில் ஒரு கடவுள் முருகன். முருகன் வள்ளியை மணந்தது கதிர்காமத்தில் என்ற நம்பிக்கை இன்றும் உள்ளது. ஆண்கள் பெயர்கள் பாலன், சின்னான், கந்தன், வேலன், தூதன் போன்ற பெயர்களும் உள்ளன.

இலங்கை வேடர்கள்

பெண்கள் பெயர்கள் வள்ளி, காளி, தேவி, சின்னி போன்ற பெயர்கள் உள்ளன. இலங்கை வேடர்கள், தமிழகத்திலுள்ள முதுவர், வேடர், சோளிகர், இருளர் போன்ற பழங்குடிகளுடன் தொடர்பு இருக்கலாம் என கூறலாம்.

இயக்கர்கள்

இலங்கையின் மற்றொரு ஆதிகுடியினர் இயக்கர்கள். இவர்களை யக்ஷர்கள் என்று ஆரியர்கள் குறிப்பிட்டனர். இவர்கள் தென்னிந்தியாவில் வாழ்ந்தார்கள் என்றும், ஆரியர்களுக்கு எதிரிகள் என்றும் ராமாயணமமும், மகாபாரதமும் குறிப்பிடுகிறது. இவர்களை காட்டுமிராண்டிகள் என்றும், நரமாமிசம் உண்பவர்கள் என்றும் சித்திரிக்கப்பட்டுள்ளார்கள். ஆனால் இவர்கள் எளிமையான, வன்முறையற்றவர்கள் என்ற குறிப்பும் இலங்கை வரலாற்றில் உள்ளது.

நாகர்கள்

பண்டைகாலத்தில்யாழ்ப்பாணதீபகற்பம்நாகநாடுஎன்றுஅழைக்கப்பட்டதோடு அங்கு வாழ்ந்தவர்கள் நாகர்கள் என அழைக்கப்பட்டனர். நாகர்கள் நாகத்தை குலச்சின்னமாக கொண்டவர்கள். இவர்கள் வேடர்களை விட சற்றே கலாசார மேம்பாடு அடைந்தவர்கள். இவர்கள் எழு எனும் மொழி பேசியவர்கள் என்பதால் அப்பகுதி ஈழம் எனப்பட்டது. இவர்கள் தமிழறிந்தவர்கள் சங்கப்புலவர்களில் முடி நாகனார், இளநாகர், வெண் நாகர் போன்ற பெயர்கள் காணப்படுகின்றன.

இலங்கையில் குடியேறிய ஆரியர்கள் நாகர்களோடு கலப்பு மணம் செய்து கொண்டனர். துட்ட காமுனு என்ற அரசன் கலப்பு மணம் செய்தவன்.

நாகர்களும், கேரளாவில் உள்ள நாயர்களின் முன்னோர்களும் வழித்தோன்றல்கள் என்ற கருத்து உண்டு. இதற்கு ஆதாரங்களாக நாயர்களிடையே இருந்த பலதார மணம், விதவைத் திருமணம், நாக வழிபாடு போன்றவை குறிப்பிடப்படுகின்றன. இவைகள் கங்கை நதிப் பள்ளத்தாக்கில் இருந்து வந்தவர்களிடம் இல்லை.

இந்தோனேசிய பழங்குடிகள்

மதுரா குடிகள்

இந்தோனேசியாவின் முக்கிய குடிகளில் ஒன்று மதுரா பழங்குடிகள். இவர்கள் ஜாவா தீவில் கிழக்கில் உள்ள மதுரா என்ற சிறிய தீவில் வாழ்பவர்கள். இவர்களின் முக்கியத் தொழில் கால்நடை வளர்த்தல் மற்றும் சேவல் சண்டை போன்றவையாகும். கால்நடை இவர்கள் வாழ்வில் முக்கிய பங்காற்றுகிறது. இவர்களின் முக்கிய விளையாட்டு காளை விரட்டு விளையாட்டாகும். கடற்கரை பகுதியில் வாழும் மதுரா குடிகள் மீன் பிடிப்பு மற்றும் படகு செய்யும் தொழிலிலும் வல்லவர்கள். மேலும் இக்குடிகள் கடல் பயணம் செய்வதில் சிறந்தவர்கள் என்று பெயர் பெற்றவர்கள்.

காளை விரட்டு விளையாட்டு

இவர்களின் இன்னொரு முக்கிய கலாசாரம் குழுச்சண்டைகள். இதற்கு சரோக் அல்லது கரோக் என்று பெயர். இது வஞ்சினம் கொண்டு குழுக்களிடையே நடக்கும் கௌரவச் சண்டையாகும். இதில் மரணம் என்பது சகஜமான ஒன்று. பெரும்பாலும் இது பெண்கள் பாலியல் வன்முறை அல்லது சொத்து சம்பந்தப்பட்ட பிரச்சினைகளுக்காக நடக்கும்.

மதுரா என்ற பெயர் மதுரை என்ற பெயராக இருக்கலாம். இது பண்டைய குமரிக்கண்டத்தில் இருந்த மதுரை நகரத்தோடு தொடர்புடையதாக இருக்கலாம். மேலும் தமிழகத்தில் ஒரு மதுரையும், வாடா இந்தியாவில் யமுனை நதிக்கரையில் ஒரு மதுரையும் உள்ளது. இம்மக்கள் பண்டைய குமரிக்கண்டத்திலிருந்த மதுரையிலிருந்து புலம் பெயர்ந்து வந்த மக்களாக இருக்கலாம்.

சுண்டா

இந்தோனேசியாவில் உள்ள இன்னொரு இன மக்கள் சுண்டா மக்கள். சில வரலாற்று ஆசிரியர்கள் கூற்றுப்படி இவர்கள் தைவான் நாட்டிலிருந்து மூவாயிரம் ஆண்டுகளுக்கு முன்பு ஜாவா தீவிற்கு புலம் பெயர்ந்து வந்தனர் என்று கூறப்படுகிறது. சிலர் இவர்கள் பண்டைய ஜாவா கடலில் மூழ்கிய சுண்டா நிலம் என்ற பெரிய கண்டத்திலிருந்தவர்கள் என்றும் கூறப்படுகிறது. சுண்டா என்றால் நல்ல மக்கள் என்று அர்த்தம் என்று கூறப்படுகிறது. இது நல்ல என்ற அர்த்தமுடைய சு என்ற சமஸ்கிருத சொல்லில் இருந்து வந்தது எனக் கூறுபவர் உண்டு. விஷ்ணுவின் ஒரு பெயர் சுண்டா என்றும் கூறப்படுகிறது. சுண்டா என்ற சொல்லிற்கு பிரகாசமான, சுத்தமான மற்றும் வெள்ளையான என்ற அர்த்தம் கூட உண்டு. மேலும் இது சுந்தர என்ற சமஸ்கிருத சொல்லுடன் தொடர்புடையது என்றும் கூறப்படுகிறது.

இவர்களுடைய தொன்மங்களில் சங் ஹயங் கெர்ச என்ற கடவுள் பூமியில் உள்ள புனித நிலத்தில் ஏழு பத்ராக்களை படைத்தார் என்றும், இவர்களில் முதல் பத்ரா சிகள் என்பவரே கனக என்ற பழங்குடிகளின் மூதாதையர் என்றும் கூறப்படுகிறது. இன்னுமொரு தொன்மத்தின் படி இவர்கள் வரலாற்று காலத்திற்கு முந்தைய உயர்நிலத்தில் இருந்த ஏரியை பற்றி குறிப்பிடுகிறது. இன்னொரு தொன்மத்தின் படி சுண்டா மக்களின் முக்கிய நிலமான பரஹயங்கன் (பிரியங்கன்) என்ற உயர்நிலம் கடவுளின் (ஹாங்) புன்னகையிலிருந்து உருவானது என்று கூறப்படுகிறது.

பர ஆய நாகன் – பரஹயங்கன்

தென்கிழக்கத்திய பழங்குடிகள்

ஹுலி (பப்புவா நியு கினியா)

பப்புவா நியு கினியாவில் மத்திய மலைபகுதிகளில் வாழ்பவர்கள். இவர்கள் குலங்கள் ஹமிகினி என்று பெயர். வேளாண்மை முக்கியத்தொழில்.

ஹுலி ஆண்: இடையில் டம்பலே (*dambale*) எனப்படும் இடுப்புக் கச்சை; ஹோங்கோய (*Hongoia*) எனப்படும் எலும்புக் கத்தி. (கோய > கொய் > கொய்தல்). தோளில் இருந்து மார்பு வரை நு (*Nu*) எனப்படும் நூல் பை; பையில் முண்டு எனப்படும் புகையிலை மற்றும் புகைக்க உதவும் முண்டு பெ எனப்படும் மூங்கில் குழல்.

தெற்கு ஹுலி நிலத்திற்கு தரிஃபுரோரோ (*Tarifuroro*) என்று பெயர். தரி என்பது தரை என்பதாக இருக்கலாம்.

வயதான ஹுலி மனிதன் தலையில் பாரம்பரிய பொய்யான சிகை அலங்காரம். இதற்கு மண்ட என்று பெயர். தமிழில் தலைக்கு மண்டை என்று பெயர். வலது தோளில் அஜு எனப்படும் கோடரி உள்ளது. அஜு என்பது அச்சு என்ற சொல்லோடு ஒத்துப்போகிறது. கோடரிக்கு அச்சு என்ற பெயரும் இருந்திருக்கலாம். வண்டியின் சக்கரத்தின் அச்சு போல. இடது கையில் குளுபோப் (*Gulupobe*) எனப்படும் குழல் இசைக்கருவி உள்ளது. குளுபோப் என்பது குழல் பீப்பி என்ற தமிழ் பெயராக

மண்ட சிகை அலங்காரம், மஞ்சள் நிறம் முகத்தில் பூசுதல் மற்றும் பாம்புத்தோல் பூணூல்

இருக்கலாம். புட்டத்தை மறைக்க பஜாபு (*Pajabu*) எனப்படும் இலையாடை அணிந்துள்ளான். பஜாபு என்பது பச்சை பூ என்ற பெயராக இருக்கலாம்.

இளம்பெண்கள் பாரம்பரிய நடன உடை அணிந்திருக்கிறார்கள். இளம்பெண்கள் அம்ப்வா எனப்படும் மஞ்சள் களிமண்ணை முகத்தில் பூசியிருக்கிறார்கள். நம் தமிழ்நாட்டிலும் முகத்திற்கு மஞ்சள் பூசும் வழக்கம் இருந்தது இன்றும் இருக்கிறது. இவர்கள் ஹூர்வா எனப்படும் புல்லால் செய்த பாவாடை அணிந்திருக்கிறார்கள். உடலில் ம்பக்வா (ம்பக்வா) மரத்தின் எண்ணெயை பூசியிருக்கிறார்கள். நடனத்திற்கு மாலி என்று அழைப்பார்கள்.

பப்புவா நியு கினியா அங்கா பழங்குடிகள்

பப்புவா நியு கினியாவில் மொரோபே பகுதியில் உள்ள அங்கா பழங்குடி மக்கள் இறந்த தங்கள் மூத்தோரை நெருப்பு மற்றும் களிமண் கொண்டு பதப்படுத்தும் சடங்கை பின்பற்றும் வழக்கம் உள்ளவர்களாக உள்ளனர். இந்த பதப்படுத்தும் செயலில் முதலில் இறந்தவரின் உடலை வெட்டி திறந்து உடலில் உள்ள திரவங்களை வெளியே எடுத்து விடுகின்றனர். இந்த திரவத்தை உறவினர்கள் முடி மற்றும் தோலில் தடவிக்கொள்வதற்கும், சமைக்கும் எண்ணெயாகவும் உபயோகப்படுத்திக் கொள்வதுண்டு. இறந்த உடலில் உள்ள துவாரங்களை தைத்து விடுகின்றனர். இது அந்த உடலின் உள்ளே உள்ள பாகங்கள் கெட்டுப்போகாமல் இருக்க உதவுகிறது. நாக்கு, பாதம், மற்றும் கைகள் வெட்டப்பட்டு, இறந்தவரின் மனைவியிடமோ அல்லது கணவனிடமோ கொடுக்கப்படுகிறது. பின்னர் இறந்த உடலில் களிமண்ணைப்

இறந்தோர் பதப்படுத்திய உடல்கள்

இறந்தோர் பதப்படுத்திய உடல் சடங்கு

நூறு வருடம் பழமையான இறந்தவர் உடல்

பூசி அதை புகையில் ஒரு மாதத்திற்கு பதப்படுத்துகிறார்கள். இதனால் உடலில் உள்ள ஈரப்பதம் காய்ந்து, உடலை கெட்டுப்போக வைக்கும் பாக்டீரியாக்களை கொன்றுவிடுகிறது.

இப்படி பதப்படுத்திய உடலை குன்று மேல் உள்ள பாறைகளில் தங்களுடைய கிராமங்களை நோக்கி பார்க்கும்படி வைத்து விடுகிறார்கள் இதனால் முன்னோர்களுடைய ஆன்மா தங்களுடன் இருப்பதாக இவர்கள் நம்புகிறார்கள். இந்தப் பதப்படுத்தப்பட்ட உடல் சிதைய ஆரம்பிக்கும்போது குடும்பத்தினர் மீண்டும் அதைக் கிராமத்திற்கு கொண்டு வந்து அதை சீர் செய்கிறார்கள்.

குக் தீவு பழங்குடிகள்

இந்த தீவில் வாழும் ஒரு பழங்குடி பெயர் 'மகேய காரிக அரிக்கி'. இது தமிழ் வார்த்தை போல் உள்ளது. மாகேய என்றால் மகா ஆய என்றும், காரிக என்றால் காரிகை, அரிக்க என்றால் அரிக்கன் என்றும் பொருள் படலாம். இவர்களுடைய பாரம்பரிய நடனம் 'உர' நடனம். இந்த நடனம் கை, கால் மற்றும் இடுப்பு ஆகியவற்றை அசைத்து வித விதமான சைகைகள் காட்டி கதைகள் சொல்லும் நடனம். இந்த உர நடனம் பல வகைப்படும்.

சமோவன் பழங்குடியில் ஆடப்படும் தீ நடனத்திற்கு சிவா அப்பி எனப்படும். அப்பி என்றால் தீ என்று அர்த்தம். இவர்கள் மொழியில் பாடுவதற்கு 'பேசே' என்று கூறுவர். பேசே என்பது பேசு என்ற தமிழ் சொல்லோடு ஒத்துப்போகிறது.

மார்ஷல் தீவு மக்கள்

பண்டைய மார்ஷல் தீவு மக்கள் திறமையான கடல் மாலுமிகள். நீண்ட தூரங்களை படகுகள் மூலம் நட்சத்திரங்கள் மற்றும் சிப்பி மூலம் செய்யப்பட்ட வரைபடங்கள் மூலம் கடக்கும் திறமை கொண்டவர்கள். இவர்களுடைய படகுகள் அல்லது கப்பல்கள் தேக்கு கட்டைகளை பனைநாரினால் செய்யப்பட்ட கயிறு கொண்டு கட்டி செய்யப்படுபவை ஆகும். இவர்கள் மற்ற வெளிப்புற மக்களோடு தொடர்பற்ற தனித்த மக்களாவார்கள். ஆனால் இவர்களுக்குள் நல்ல உறவும், ஒருங்கிணைப்பும் உடையவர்கள். ஆண்களும் பெண்களும் இயற்கை பொருளால் நெய்யப்பட்ட பாவாடைகளையே அணிபவர்கள். இவர்கள் தாய் வழிச் சமூகத்தை பின்பற்றுபவர்கள். நிலமே இவர்களுடைய முதன்மையான சொத்தாகும். நிலமுள்ளவன் சமூகத்தில் நல்ல அந்தஸ்து உடையவனாக கருதப்படுவான். ஒரு குழந்தையின் முதல் பிறந்த நாள் ஒரு குடும்பத்தின் முக்கிய நிகழ்வாகும். இதற்கு கெமெம் என்று பெயர். இதில் நல்ல விருந்தும் ஆடல் பாடலுடன் கொண்டாடுகிறார்கள்.

மார்ஷல் குடி மக்கள்

இவர்கள் சமூகத்தில் தலைவர் பதவி இரூஜ் லப்லப் (*Irooj Laplap*) எனப்படுகிறது. தலைவர் சக்திவாய்ந்த மிகவும் புனிதமானவராக கருதப்படுகிறார். இவர் அருகில் செல்லும் பொழுது மண்டியிட்டே செல்கிறார்கள். தலைவர் சொல்வதை இவர்கள் கேட்கிறார்கள். தலைவருக்கு நல்ல உணவும், இடமும் மற்றும் பல மனைவிகள் வைத்துக்கொள்ளும் உரிமை இருந்தது. தலைவரின் முக்கிய கடமை மக்களை வழிநடத்துவதும், சமுதாய வேலைகள் செய்வதும் ஆகும்.

உடலில் பச்சை குத்திய பெரிய துளை காது உடைய ஆண்

தலைவருக்கு அடுத்தபடியாக இரூஜ் ரிக் என்ற சிறு தலைவர் பதவியும், கடைசியாக கஜூர் எனப்படும் பொது மனிதன் நிலையும் ஆகும். இவர்கள் சமூகம் பல குலங்கள் கொண்டதாகும். ஒவ்வொரு குலத் தலைவரும் அளப் எனப்படுகிறார். பணியாளர்கள் ரிஜெர்பல் எனப்படு கிறார்கள். அளப் நிலப் பராமரிப்பு மற்றும் தினசரி வேலை களை மேற்பார்வையிடுகிறார். பணியாளர்கள் பண்ணைத் தொழிலும், சுத்தம் செய்வதும் மற்றும் கட்டுமான வேலை யும் செய்கிறார்கள். உடலில் பச்சை குத்துதல் முக்கியமான செயலாகும். இவர்களுடைய கோவில் ஒரு சிறு குன்றின் மேல் அமைக்கப்பட்டிருக்கும். இவர்கள் பெரிய துளையுள்ள காதுகளை வைத்துக்கொள்ள விருப்பம் உடையவர்கள்.

பிஜி தீவு பழங்குடிகள்

பிஜி தீவுகள் ஆஸ்திரேலியா தாண்டி இருக்கும் தீவுக் கூட்டங் களாகும். இங்குள்ள பழங்குடிகள். இந்த தீவிற்கு பொ.யு.மு.3000 போல் முதலில் மக்கள் குடியேறினார்கள் என்று கூறப்படுகிறது. இவர்களுடைய தொன்மக்கதையில், பண்டைய காலத்தில் மேற்கே வெகு தூரத்தில் இருந்த நிலத்தில் மூன்று குலத் தலைவர்கள் இருந்தனர். இவர்கள் மூவரும் கூடிபேசி ஒரு பெரிய கப்பல் செய்ய முடிவெடுத்து ஒரு தச்சு வேலை செய்யும் குலத்தின் தலைவனிடம் கப்பல் செய்யச் சொல்லி, பின் அந்தக் கப்பலில் மூன்று குலத் தலைவர்களின் குடும்பங்களும், சேவகர்களும், மக்களும், பின் தச்சு வேலை செய்யும் குலத்தினரும் ஏறி கிழக்கு நோக்கி பயணம் செய்தனர். அந்தப் பயணத்தில் செல்லும் வழியில் இருந்த நிலங்களில் அல்லது தீவுகளில் சில மக்கள் இறங்கி அங்கேயே குடியமர்ந்தனர் என்றும், கடைசியாக அந்தக் கப்பல் புயலில் சிக்கி பிஜி தீவில் கரையேறி மீதமிருந்தோர் அங்கு குடியேறினர் என்று கூறப்படுகிறது.

மாமிசம் உண்ணும் மனிதர்கள்

இந்த மக்கள் படகு செய்வதில் வல்லவர்கள். பண்டைய பிஜி பாரம்பரியத்தில் ஒரு வகை மிளகுச்செடியின் வேர் மிகவும் புனிதமாக கருதப்பட்டது.

இந்த மக்களுக்கு மூன்று வகையான சடங்குகள் முக்கியமானவை: பிறப்பு, இறப்பு, திருமணம். திருமண நிச்சயம் என்பது திமிங்கலத்தின் பல்லை ஆண் பெண்ணிற்கு தருவது. முதல் குழந்தையின் முதல் பிறந்த நாள் சிறப்பாக கொண்டாடப்படும். இறந்தவர்களை புதைக்கும் வழக்கம். சில நாட்கள் கழித்து புதைக்கும் பழக்கம். புதையல் சடங்கு, நான்காம் நாள், பத்தாம் நாள் காரியம், ஆகியவை முக்கியமானவை. இறந்து நூறு நாட்கள் வரைக்கும் குடும்பத்தினர் சாங்கியம் கடைப்பிடிக்க வேண்டும். நூறு நாள் கழித்து இறந்த தீட்டு கழிக்கும் சடங்கிற்கு வகடரைசூலு (*Vakataraisulu*) என்று பெயர்.

பிஜி தீவு மக்கள் மனித மாமிசம் உண்ணும் மக்களாக பழங்காலத்தில் இருந்தனர். இந்த வழக்கம் பத்தொன்பதாம் நூற்றாண்டின் மத்திம காலம் வரை இருந்தது என்று கூறப்படுகிறது. ஆங்கிலேயர்கள் இங்கு வந்து இவர்களை மாற்றினர் என்றும் கூறப்படுகிறது. பிஜி என்ற பெயர் விடி (*Viti*) என்ற சொல்லிலிருந்து வந்ததாகும். விடி என்றால் கிழக்கு அல்லது சூரிய உதயம் என்று பெயர். தமிழிலும் விடி என்றால் சூரிய உதயத்தைக் குறிக்கும்.

SACRED STONES.

புனித கற்கள்

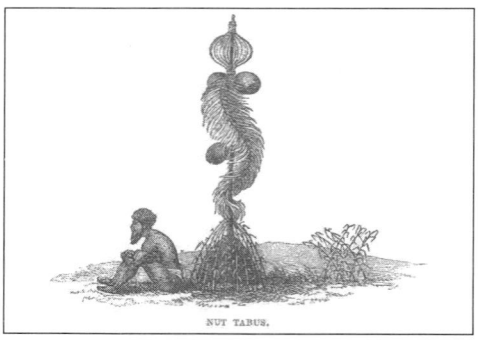

NUT TABUS.

விழாக் கம்பம்

இந்த குடியில் குறிப்பிட்ட விழாக்களுக்கு முன்பு மஞ்சள் பூசிய நீண்ட கல் அல்லது கம்பம் ஒன்றை நட்டு, அதன் அடியில் சுற்றிலும் மண் மேடு எழுப்பி அந்த மேட்டை செடி கொண்டு வேலி அமைப்பார்கள். இந்த கம்பம் நட்ட பிறகு அந்த குடியில் சில சம்பிரதாயங்கள் கடைப்பிடிப்பர். இதன் பிறகு விழா முடிந்த பின்பே இந்தக் கம்பத்தை பிடுங்குவார்கள். இதேபோன்ற கம்பம் நடும் சடங்கு நம் தமிழக விழாக்களிலும் உண்டு. அதே போல் இவர்கள் புனித நடுகல்லை வழிபடும் வழக்கம் இருந்தது. இது நம் கிராமங்களில் உள்ள மரத்தடி கோவில்களில் உள்ள நடுகல் போன்று அல்லது லிங்கம் போன்று உள்ளது.

இந்தப் பழங்குடிகளின் கோவில் ஒரு பெரிய மேடு மேல் உள்ள கூரை கட்டடம் ஆகும். இது பார்ப்பதற்கு சிறு பிரமிடு போல் உள்ளது. சில கோவில் கூரைகள் நம்முடைய கோவில் கோபுர உருவம் போல் உள்ளது.

பிஜி பழங்குடி கோவில்

மூக்கில் வாசிக்கும் புல்லாங்குழல்

கோபுரம் போல் கோவில்

பிஜி தீவு கிராமம்

இந்த மக்களில் மேற்கத்திய கலாசாரத்திற்கு மாறாத தங்கள் பாரம்பரிய முறைப்படி வாழும் மக்களை கை கோளோ (*Kai Colo*) என்று கூறுகின்றனர். நம்மூரிலும் கைக்கோளர் என்ற பிரிவினர் உண்டு. ஒவ்வொரு குலத்திற்கும் குல குரு மூலம் வரும் ஒரு கோத்திரப் பெயர் உண்டு. இந்தக் குலங்களுக்கு மடன்காளி (*matangali*) என்று பெயர். இவர்களின் ஒரு இசைக்கருவி மூக்கு மூலம் வாசிக்கப்படும் புல்லாங்குழல் ஆகும்.

ஆஸ்திரேலிய அபார்ஜினல் பழங்குடியும், தமிழகப் பழங்குடியும்

ஆஸ்திரேலியாவில் முதன்முதலில் குடியேறிய மக்களை அபார்ஜினல் மக்கள் என்று கூறுவர். இவர்கள் 50000 ஆண்டுகளுக்கு முன்பு இங்கு குடியேறியதாக கூறப்படுவதும் உண்டு. இவர்கள் கருப்பு நிற ஆப்பிரிக்க மக்கள் போன்ற தோற்றம் உடையவர்கள். சிலருடைய தோற்றம் சில தமிழ் பழங்குடிகள் போலும் உள்ளது. இவர்களில் பல குடிகள் உள்ளன. அதேபோன்று இவர்களில் வெவ்வேறு மொழிகள் பேசும் குடிகள் உள்ளனர். இவர்களுடைய கலாசார வழக்கங்கள் மற்றும் சடங்குகள் பலவை நம் பண்டைய தமிழ் கலாசாரத்தோடு ஒத்துப்போகிறது.

இவர்களில் போரா எனப்படும் சடங்கு இளம் சிறுவர்கள் ஆண் பருவம் எய்தும் வயதை கொண்டாடப்படும் சடங்காகும். போரா என்ற சொல் வீரா அல்லது போர்

என்ற தமிழ் சொல்லின் திரிபாக இருக்கலாம். பண்டைய பழங்குடிகளில் சிறுவர்கள் குறிப்பிட்ட பருவம் எய்தும்போது அவர்களை குடி காவல் வேலை கொடுக்கப்படும். அதற்கு முன்பு அவர்கள் சிறுவர்களாக இருக்கும்போது பெரும்பாலும் கால்நடைகள் மேய்ப்பதும் சிறு சிறு வேலைகள் செய்வதும் அவர்களுடைய முக்கிய பொறுப்பாகும். இவர்கள் பருவம் எய்திய பின் குடிக் காவல் மட்டும் அல்லாது வெட்சி கரந்தை போன்ற போர்களில் ஈடுபடுவர். எனவே பருவம் எய்திய சிறுவர்களை வீரன் என அல்லது போருக்கு தகுதியானவன் என கொண்டாடப்படும் சடங்காகும்.

கொட்ரோபோரி என்னும் விழா அபார்ஜினல் பழங்குடி மக்கள் சந்தித்துக்கொள்ளும் நிகழ்வாகும். இந்த நிகழ்ச்சியில் பல குடி மக்கள் தங்கள் பாரம்பரிய உடை, இசை மற்றும் நடனம் ஆடி கொண்டாடுவார்கள். அந்தந்த குடிகள் தங்கள் குலக்கதையை பாட்டாக பாடி, ஆடி நிகழ்ச்சிகள் செய்வர். பண்டைய தமிழகத்தில் இதே போன்று ஒரு நிகழ்ச்சி நடைபெறும். இதற்கு கொற்றவைக் கூத்து என்று கூறப்படும். இது கொற்றவையை வழிபடும் விழாவாகும். இது மலை வாழ் பழங்குடிகளில் வழக்கத்தில் இருந்த ஒன்று. இந்த விழாவில் மலை வாழ் பழங்குடிகள் எல்லாம் வந்து பல நாள் தங்கி இந்த விழாவில் பங்கெடுப்பர்.

பல நாட்கள் நடக்கும் இந்த விழாவில், ஒவ்வொரு நாள் இரவுக் கூத்து ஒவ்வொரு குடியினர் பொறுப்பாகும். அப்போது அந்தந்த குடியினர் தங்களுடைய குலக்கதையை தங்கள் இசை, நடனம், பாடல் மூலம் கூறுவார்கள் என்று கூறப்படுகிறது. கொட்ரோபோரி என்பது கொற்றவைகூத்து என்ற சொல்லோடு ஒத்துப்போகிறது. கூத்து என்ற சொல்லுக்கும் ஒப்பாரி என்ற சொல்லுக்கும் தொடர்பிருக்கலாம். ஒப்பாரி என்பது இறந்தவர்களின் வரலாறு மற்றும் பெருமையைப் பற்றி பாடும் சோகப் பாடலாகும். மேலே கூறிய இரு விழாக்களிலும் தங்கள் குலவரலாறு மற்றும் பெருமையை எடுத்துரைக்கும் நிகழ்ச்சிகளாகும். எனவே கொட்ரோபோரி என்பது கொற்ற ஒப்பாரி என்ற சொல்லின் திரிபாக இருக்கவேண்டும்.

கொற்ற ஒப்பாரி > கொற்றோப்பாரி > கொட்ரோ போரி

இந்தப் பழங்குடிகளில் காணப்படும் இன்னொரு சடங்கு புகைச் சடங்காகும். இந்த சடங்கின் போது தங்கள் குடியிருப்பு பகுதிகளில் தீமூட்டி அதில் மூலிகைகளை இட்டு புகைகளை உருவாக்குவர். இதனால் அங்கிருக்கும் தீய சக்தி விலகும் என்ற

கொட்ரோபோரி விழா

நம்பிக்கை இவர்களிடம் உண்டு. இதே போன்ற சடங்கு பண்டைய தமிழகத்தில் இருந்தது என சங்க இலக்கியங்கள் மூலம் அறியமுடிகிறது. போரில் காயம்பட்டு வந்த தலைவனை வீட்டில் வைத்து மருத்துவம் செய்யும் போது, அவ்வீட்டில் தீ மூட்டி, அதில் மூலிகைகளை இட்டு புகை மூட்டுவர். இது அவ்வீட்டில் உள்ள தீய சக்திகளை விரட்டும் என்ற நம்பிக்கையாகும்.

தமிழ் பழங்குடி விழா
(வேள்பாரி கதை படம்)

காட்டெரிப்பு வேளாண்மை செய்யும் வழக்கமும் இந்த குடிகளிடம் உண்டு. இவர்களில் உள்ள பல குடிகளில் சுரிங்கா எனப்படும் புனித கல் அல்லது மரக்கட்டையை வணங்கும் வழக்கம் உடையவர்கள். இது இவர்கள் மூதாதையர் உபயோகித்த பொருளாக இருக்கலாம் என்று கருதப்படுகிறது. சுரி என்றால் புனித அல்லது மாய என்ற அர்த்தமும், ரங்க என்றால் தனிப்பட்ட (அந்தரங்க) என்ற பொருளும்

ஆஸ்திரேலிய அபர்ஜினல் நடனம்

வேள்பாரி கதை கொற்றவை
கூத்து சித்திரம்

தமிழ் குடி, அபார்ஜினல் குடி
(திருநீறு, மஞ்சள் பச்சை நிறங்கள்)

உடையது. சுரிங்கா என்பது சுரங்கம் என்ற தமிழ்ச் சொல்லோடு ஒத்துப்போகிறது. இது பெரும்பாலும் அரந்த என்ற பழங்குடிகளிடம் காணப்படும் வழக்கம். அரந்த என்ற பழங்குடிப் பெயர் அருந்ததியர் என்ற பெயரோடு ஒத்துப்போகிறது. மேலும் இவர்கள் தொன்மங்களில் அல்திஜரா என்பவரே படைக்கும் கடவுள் என்றும், இவர் இனபெர்த்வா என்ற எளிய உயிர்களைக் கொண்டு நுமகுள்ள என்ற இரண்டு வான் கடவுள்கள் இந்தப் பூமியில் உயிரினங்களைப் படைத்தனர் என்று கூறப்படுகிறது. இன்பெர்த்வா என்பது இனப்பெருத்துவம் (இனப்பெருக்கம்; மருத்துவம் என்பது போல்) என்ற தமிழ் சொல்லோடு ஒத்துப்போகிறது. நுமகுள்ள என்பது இரு குள்ள பழங்குடிகளை (அக மற்றும் துவா ஆகிய குடிகள்) குறிப்பதாக இருக்கலாம். இந்த இரு பழங்குடிகள்தான் இந்த உலகின் ஆதி மனிதர்கள் என்று கூறப்படுவதுண்டு. மேலும் இந்த இரண்டு குடிகளின் பெயர்தான் அகத்தியர் என்று மருவியிருக்கலாம் என்று ஏற்கெனவே கண்டோம்.

மேலும் இந்த பழங்குடிகளில் வயதானவர்கள் துறவறம் செல்லும் மரபு உண்டு என்று கூறப்படுகிறது. அதாவது தங்கள் குடும்பத்தை விட்டு தூரமான இடங்களில் சென்று வாழும் வழக்கம் உள்ளது. பண்டைய தமிழக கலாசாரத்திலும் துறவறம் செல்லும் வழக்கம் இருந்திருக்கிறது என்று தொன்மைக்கதைகளில் கேட்டிருக்கிறோம். இந்தக் குடியில் உள்ள பாரம்பரிய குணப்படுத்துபவருக்கு நாகங்காரி என்று பெயர்.

திருநீறு போன்று பூசிய மக்கள்

அபார்ஜினல் பழங்குடி ஆட்டங்கள்

தமிழக கலாச்சார ஆட்டங்கள் சடங்குகள்

அபார்ஜினல் பழங்குடி குழந்தைகள் கரும்புள்ளி, வெள்ளைப்புள்ளி செம்புள்ளி

தமிழக கூத்தில் கரும்புள்ளி, வெள்ளைபுள்ளி

உடலில் திருநீறு போல் பூசிய அபார்ஜினல் குடி

ம.கிருஷ்ணகுமார்

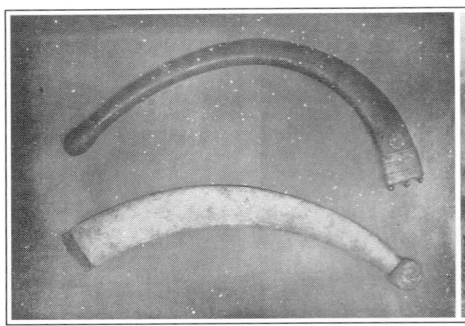

அபார்ஜினல் பூமெராங், தமிழகக் குடி வளரி   தமிழக தூண் சிற்பத்தில் வளரி

இந்தப் பழங்குடிகளிடம் உலகில் உள்ள மற்ற பழங்குடிகள் போல சிறுவர்களுக்கு விருத்த சேதனம் (சுன்னத்) செய்யும் வழக்கம் உள்ளது.

இந்தக் குடிகளின் முக்கிய ஆயுதம் பூமராங் எனப்படும் ஆயுதம். இந்த ஆயுதத்தை வீசினால் அது இலக்கை தாக்காவிட்டால் மீண்டும் எறிந்தவர் கைக்கே வந்து சேர்ந்து விடும். பண்டைய தமிழகப் பழங்குடிகளின் முக்கிய ஆயுதம் வளரி ஆகும். வளரி என்பது வளைந்த அல்லது வளைந்து திரும்பி வரும் எறி என்ற பொருளுடையது. இதுவும் பூமராங் போன்ற ஆயுதம்தான்.

இந்தப் பழங்குடிகள் தங்கள் உடல் முழுதும் வெள்ளை நிறச் சாம்பலை அல்லது பாசியைப் பூசிக்கொள்கின்றனர். இது தமிழர்களிடம் காணப்படும் திருநீறு பூசும் வழக்கம் போன்று உள்ளது. மேலும் இவர்கள் விழாக்களில் உடலில் செம்புள்ளி, கரும்புள்ளி, வெள்ளைப்புள்ளி அலங்காரம் செய்து கொள்வர். இது நம்மூரில் சில விழாக்களில் செம்புள்ளி, கரும்புள்ளி குத்தும் வழக்கம் போன்றதாகும்.

இக்குடிகளின் முக்கிய விளையாட்டு மல்யுத்தம் ஆகும். பண்டைய தமிழர்களின் முக்கிய விளையாட்டும் மல்யுத்தம் ஆகும்.

அய்யரும், அய்யங்காரும்

ஆரியர்கள் என கருதப்படும் பிராமணர்கள் தென் இந்தியாவில் குடியேறிய பிறகே தென்னிந்தியாவில் கடவுள் வழிபாடு தீவிரமடைந்தது. பொ.யு. 5–7ஆம் நூற்றாண்டு போல் பக்தி இயக்கம் தோன்றியது. கடவுள் வழிபாடு அன்றாட வாழ்வின் அங்கமாயிற்று. பெரிய பெரிய கோவில்கள் கட்டப்பட்டன. தினமும் ஐந்து வேளை கடவுள் வழிபாடு என வழக்கம் உண்டாயிற்று. இந்தக் கோவில்களில் பிராமணர்களே வழிபாடு சடங்கு செய்ய நியமிக்கப்பட்டார்கள். பிராமண சமூகத்தில் இரு முக்கிய பிரிவுகள் உள்ளன. ஒன்று அய்யர் எனப்படும் பிரிவு, இன்னொன்று அய்யங்கார் எனப்படும் பிரிவு. இதில் அய்யர் எனப்படுவோர் சைவ சமயத்தினர், சிவனை முதற் கடவுளாக வழிபடுவோர். உடலில் திருநீறு தரிப்பவர்கள். அய்யங்கார் பிரிவினர் வைஷ்ணவ சமயத்தினர், விஷ்ணுவை அதாவது நாராயணனை முதற் கடவுளாக வழிபடுபவர். இவர்கள் நாமம் தரிப்பவர்கள். இந்த இரண்டில் அய்யங்கார்கள் மிகவும் ஆச்சாரமானவர்கள்.

இந்த இரண்டு சமூகத்தினருடைய பெயர்க்காரணம் பற்றி நாம் காணலாம். இந்த இரண்டு சமூகத்தினரும் ஆரியர்கள் எனப்படுவர். ஆரியர்களின் முக்கியத் தொழில் மேய்ச்சல் தொழில். பசுக்களும், குதிரைகளும் அவர்களுடைய செல்வம். அதாவது ஆரியர்கள் ஆயர் இனத்தினர். இந்த ஆயர் என்ற சொல்லே மருவி அய்யர் என்று ஆயிற்று.

அய்யங்கார் என்ற பெயர் ஆயர் நாகர் என்ற சொல்லிலிருந்து மருவியது.

ஆயர் நாகர் → என்பது அய்யர் + நாகர் → அய்யநாகர் → அய்யங்கார்.

அய்யங்கார் சமூகம் வைஷ்ணவ சமயத்தினர் என்று பார்த்தோம். வைஷ்ணவ சமய தோற்றம் பற்றியும், அந்த சமயத்தின் முக்கிய குறியீடான நாமம் தோன்றிய விதமும் இந்தக் குறியீடு நாகத்தின் குறியீடு என்று ஏற்கெனவே நாம் பார்த்தோம். மேலும் இவர்கள் நாராயணனை வணங்குபவர்கள். நாராயன் என்பவர் நாகர் ஆயன் என்று ஏற்கெனவே பார்த்தோம். அதன் குறியீடே நாராயணன் ஆதிசேஷன் என்ற நாகத்தின் மேல் படுத்திருப்பது போல் சித்திரிக்கப்படுகிறார். மேலும் அய்யங்கார்கள், அய்யர்களை விட ஆச்சாரமானவர்கள் என்பது எதனால் என்றால் ஆயர் நாகர் என்பவர்கள் அரச குடும்பத்தோடு தொடர்புடையவர்களாக இருந்திருக்கலாம். ஏனெனில் வைஷ்ணவம் தோன்றியது எகிப்திய அரச பரம்பரையில் இருந்து என்றும், எகிப்திய அரசர்களின் முக்கிய சின்னம் நாகம் என்றும் நாம் ஏற்கெனவே பார்த்தோம்.

அய்யனார்

தமிழக காவல் தெய்வங்களில் முக்கியமான தெய்வம் அய்யனார். இவர் ஊரின் எல்லையின் நின்று ஊரைக் காவல் காப்பதாக நம்பிக்கை மக்களிடையே உண்டு. அய்யனார் என்ற சொல் அய்யன் என்ற சொல்லின் உயர்திணைச் சொல். அய்யன் என்ற சொல் ஆயன் என்ற சொல்லின் திரிபு. ஊரைக்காப்பது என்பது ஆநிரை செல்வங்களை காப்பது. ஆயன் என்போர் ஆநிரை மேய்ப்போர் அல்லது காப்போர்.

நாயனம்

நாயனம் வாசித்தல் என்பது வாய் வழியே இசைக் கருவி கொண்டு இசை எழுப்புதல். நாயனம் என்பது நா ஆயனம் என்பதாகும். நா என்றால் நாக்கு, ஆயனம் என்றால் அசைவது அல்லது நகருவது. அதாவது நாக்கை அசைத்து இசை எழுப்புவது.

கலாசாரத் தொடர்புகள்

நாக வழிபாடு

உலகெங்கிலும் பெரும்பாலான பண்டைய நாகரிகங்களிலும், பழங்குடி கலாசாரங்களிலும், நாக வழிபாடு காணப்படுகிறது. உலகின் பண்டைய நாகரிகங்களான சுமேரிய, எகிப்து, சிந்து சமவெளி, சீன, கிரீட், கிரேக்க, ரோம மற்றும் மாயன் நாகரிகங்களிலும், மேற்கே அமெரிக்க பழங்குடிகள் முதல் கிழக்கே ஜப்பான், பசிபிக் கடல் தீவுகள் பழங்குடிகள் வரை நாகவழிபாடு இருந்தது, இன்னும் இருக்கிறது.

சுமேரிய, சிந்து சமவெளி, எகிப்து

கிரீட், கிரேக்க, மாயன்

ஆப்பிரிக்க, அமெரிக்க பழங்குடிகள்

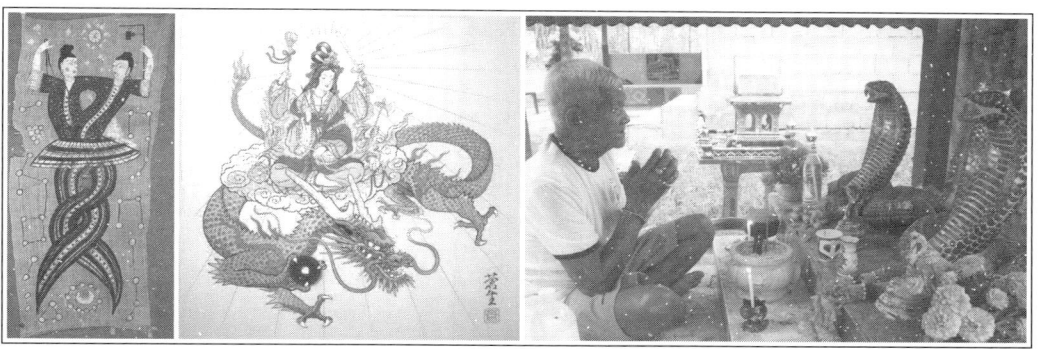

சீன, ஜப்பான், தாய்லாந்து

கொரியா, ஆஸ்திரேலியா அபார்ஜினல் பழங்குடி

சில கலாசாரங்களில் நாகம் மருத்துவ சின்னமாக கருதப்படுகிறது. ஆனால் ஆப்பிரிக்க பழங்குடிகளிடம் இந்த நாக வழிபாடு இருப்பதற்கான ஆதாரங்கள் அவ்வளவாக இல்லை. சில பழங்குடிகளிடம் ந்கை (*Ngai*) எனப்படும் கடவுள் வழிபாடு இருக்கிறது. இது நாக வழிபாடாக இருக்கலாம். நாகர் அகம் என்ற சொல்லே நாகரிகம் என்ற சொல்லாக மாறியிருக்கலாம்.

நாகர் + அகம் > நாகரகம் > நாகரிகம்

ஜல்லிக்கட்டு, மோரைங்கை, மல்யுத்தம்

ஏறு தழுவுதல் என்பது நம் பண்டைய தமிழகத்தின் ஒரு வீர விளையாட்டு. இந்த வீர விளையாட்டு உலகில் உள்ள பல பழங்குடிகளில் காணப்படுகிறது. ஆப்பிரிக்கா, மடகாஸ்கர், பண்டைய கிரீட் நாகரிகம் ஆகிய இடங்களில் இந்த விளையாட்டு காணப்படுகிறது. ஸ்பெயின், மெக்ஸிகோ போன்ற நாடுகளில் இதுபோன்ற விளையாட்டுகள் இன்றும் விளையாடப்படுகிறது.

கிரீட் ஏறு தாண்டுதல்

ஆப்பிரிக்க பழங்குடி ஏறு தாண்டுதல்

மடகாஸ்கர் ஏறு தழுவுதல்

தமிழ்நாடு ஜல்லிக்கட்டு

கிரீட் நாகரிகத்தில், நோஸ் என்ற இடத்தில் உள்ள பண்டைய அரண்மனை சித்திரத்தில் ஏறு தாண்டுதல் சித்திரம் காணப்படுகிறது. இந்த சித்திரத்தில் ஏறு தாண்டுபவர் கருப்பு நிறம்; காளைக்கு திமில் இல்லை. இரு பெண்கள், காளைக்கு முன்னும் பின்னும் இருக்கிறார்கள். இவர்கள் கையில் வளையல், மற்றும் கூந்தல் பின்னியிருக்கின்றனர்.

நம் பண்டைய தமிழ்ச் சங்க இலக்கியத்தில் ஏறு தழுவுதல் முல்லை நிலம் வீர விளையாட்டு என்றும், ஒரு ஆணுக்கு ஏறு தழுவுதல் வீரம் மற்றும் திருமணத் தகுதியை நிரூபிக்கும் விசயமாக கருதப்பட்டது என்றும் அறிய முடிகிறது. மடகஸ்கார் பழங்குடிகளிலும் சிலரிடம் இதே கோட்பாடு உள்ளது. ஆப்பிரிக்க பழங்குடிகள் சிலரிடம் இது ஏறு தாண்டும் விளையாட்டாக இருக்கிறது.

இந்த விளையாட்டு 7000 வருடங்களுக்கு முன்பிருந்தே இருக்கிறது என்று கூறப்படுகிறது. இது கலாசாரத்தின் மிகப் பழைமையான அங்கம் எனப்படுகிறது. ஏறக்குறைய உலகில் உள்ள எல்லா கலாசாரங்களிலும் இந்த விளையாட்டு காணப்படுகிறது.

அதேபோல் மாடு களவாடுதல் பண்டைய கால்நடைச் சமூகத்தில் பொதுவான விஷயம். இதையே நம் சங்க இலக்கியங்கள் ஆநிரை வெட்சி – கரந்தை என்று

மோரைங்கை

சுமேரிய மல்யுத்தம்

கூறுகிறது. இந்த மாடு களவாடுவதை பண்டைய தொன்மைக்கதைகளில் பெண்களை கடத்துவதாக கூறப்படுகிறது. எ.கா. ட்ராயின் ஹெலன் (helen of Troy), சீதை.

மோரைங்கை > மார கை > மார(அடி) கை – கர > கர அடி > கராத்தே; களரி.

வெற்றிலை பாக்கு இடும் வழக்கம்

வெற்றிலை பாக்கு இடுவது திராவிட கலாசாரத்தில் ஒரு முக்கிய பழக்கமாகும். அதுமட்டுமில்லாமல் பல சடங்குகளில் வெற்றிலை பாக்கு வைப்பது, வெற்றிலை பாக்கு மாற்றிக்கொள்வது என வெற்றிலையும் பாக்கும் திராவிட கலாசாரத்தில்

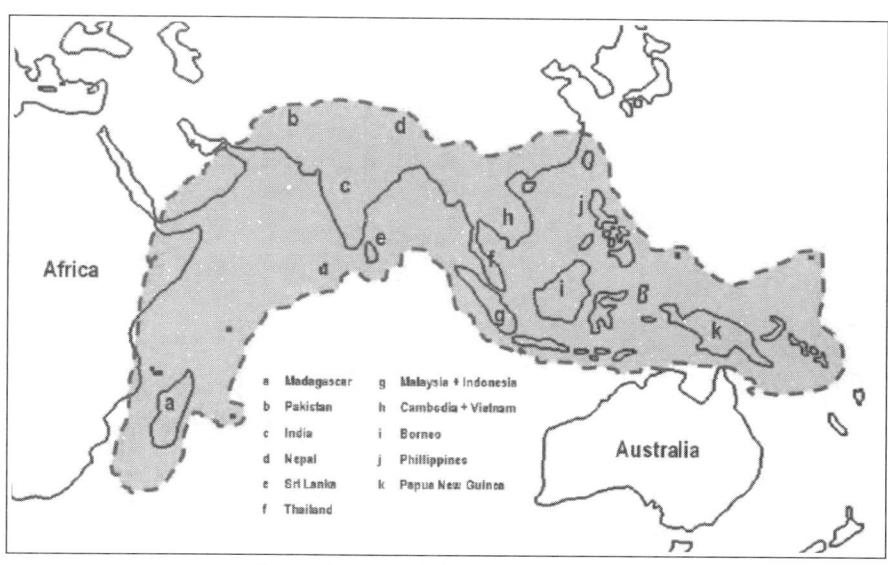
வெற்றிலை பயிரிடப்படும் நாடுகள்

ம.கிருஷ்ணகுமார்

ஒரு முக்கிய பங்கு வகிக்கிறது. இந்த வெற்றிலை பாக்கு போடும் பழக்கம் தென் கிழக்கு ஆசிய நாடுகளிலும், அதற்கு அப்பால் உள்ள பப்புவா தீவுகள் மற்றும் பசிபிக் தீவுகளிலும் காணப்படுகிறது. வெற்றிலை பாக்கு போடுவது வாய், பல் மற்றும் உதடுகள் சிகப்பாக இருக்கச் செய்யும் ஒரு அலங்காரப் பொருளாகவும், மற்றும் வெற்றிலையின் சாறு ஒரு மூலிகைப் பொருளாகவும் உபயோகப்படுத்தப்படுகிறது.

கீழ்க்கண்ட வரைபடத்தில் வெற்றிலை பாக்கு இடும் வழக்கமுள்ள பகுதிகளைக் காணலாம். மேற்கத்திய நாடுகளில் வெற்றிலை பாக்கு போடும் பழக்கம் காணப்படுவதில்லை. ஏனெனில் அங்கு வெற்றிலை மற்றும் பாக்கு வளரும் பருவ நிலை இருப்பதாக தெரியவில்லை. ஆனால் இந்த வெற்றிலை பாக்கு இடும் வழக்கத்தின் தொடர்ச்சியே உதட்டிற்கு லிப்ஸ்டிக் எனப்படும் சிவப்புச் சாயம் பூசும் வழக்கம் உண்டாகியிருக்கலாம்.

சங்கு

சங்கு என்ற பொருள் உலகெங்கிலும் உள்ள பல பழங் குடிகளில் ஒரு முக்கிய குறிப்பாக சடங்குகளில் உபயோகப்படுத்தும் பொருளாக இருந்திருக்கிறது. சங்கம் என்ற சொல்லே சங்கு என்ற சொல்லிலிருந்து வந்திருக்கலாம். சங்ககம் (சங்கு + அகம்) என்ற சொல்லிலிருந்து சங்கம் என்ற சொல் வந்திருக்கலாம். அகம் என்பது இங்கு 'அவை' என்ற சொல்லைக் குறிக்கும். 'அவை' கூட சங்கு ஒலி ஒலித்து அறியப்படுத்தியிருக்கலாம். அது மருவி 'சங்கம்' என உருவாகியிருக்கலாம்.

சங்கு+அகம்> சங்ககம் > சங்கம்

கிரேக்கத்திலும் உரோமிலும் 'சங்கம்' இருந்தது. சங்கு ஊதுதல் சில விசயங்களை அறிவிப்பதற்கு பயன்படுத்தி இருக்கலாம், வேலை தொடங்குவதற்கு, (ஆலையில் சைரென் அடித்தல்), போர் தொடங்குவதற்கு, யாராவது இறந்து விட்டால், சங்கு ஊதி ஊர்வலம் செல்லுதல் போன்றவை ஆகும்.

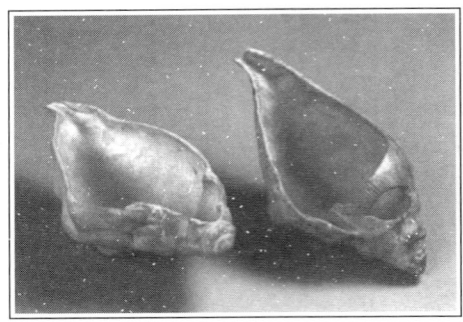

மாயன் சங்கு

தென் அமெரிக்க மாயன் சங்கு ஊதுதல்

மேலும் சங்கு குழந்தைக்கு பாலூட்டவும், மருந்தூட்டவும் பண்டைய காலத்தில் பயன்படுத்தப்பட்ட ஒன்று. பூஜை களில் சங்கில் நீர் எடுத்து அபிஷேகம் செய்வதுண்டு. சங்கு உடலில் அணியும் ஒரு அலங்காரப் பொருளாகவும் பயன்படுத்தப்பட்டுள்ளது.

திருநீறு பூசுதல்

இந்து மத பழக்கங்களில் ஒன்றான திருநீறு பூசுதல் பண்டைய பழங்குடிகளிடமிருந்து தொன்று தொட்டு பின்பற்றி வரும் பழக்கமாக இருக்க வேண்டும். ஆப்பரிக்க பழங்குடிகள், ஆஸ்திரேலிய பழங்குடிகள், பப்புவா நியுகினியா பழங்குடிகள் என பல பழங்குடிகள் தங்கள் முகம் மற்றும் உடலில் வெள்ளை நிற வர்ணம் பூசுவது உண்டு.

குறிப்பாக சிறுவர் மற்றும் இளைஞர்களுக்கு இந்த வெள்ளை நிறம் பூசுவதுண்டு. தமிழகத்தில் திருநீறு என்பது குறிப்பாக முருகக் கடவுளோடு சம்பந்தப்பட்டது. முருகன் பால முருகன் மற்றும் வேல்முருகன் என்று இரு வயது பருவத்தில் வணங்கப்படுகிறார்.

முக அலங்காரம், மஞ்சள் பூசுதல்

முகத்திற்கு மற்றும் உடலுக்கு மஞ்சள் பூசுதல் நம் திராவிட மக்களிடையே குறிப்பாக பெண்களிடையே இருந்த மற்றும் இருக்கும் வழக்கமாகும். இது மட்டுமல்லாமல் திருமணம், மற்றும் வேறு சில சடங்குகளிலும் மஞ்சள் பூசும் வழக்கம் இருக்கிறது. இதே வழக்கம் மடகாஸ்கர் மற்றும் தென்கிழக்கு ஆசிய பகுதிகளில்

மஞ்சள் பூசிய தமிழ்ப் பெண்

சாலமன் தீவு மஞ்சள் பூசும் வழக்கம்

ஹுலி பழங்குடி

மடகாஸ்கர் சகலவ பழங்குடி

உள்ள தீவுகளில், சாலமன் தீவுகளில், ஹுலி பழங்குடியினரிடையே காணப்படுகிறது. ஆப்பிரிக்க பழங்குடிகளிடம் இந்த மஞ்சள் பூசும் வழக்கம் இருப்பதாக தெரியவில்லை. ஹிம்பா பழங்குடியினர் மட்டும் தங்களுடைய உடலில் செந்தூர நிறமுடைய பசையை பூசிக்கொள்வார்கள். சாலமன் தீவுகளில் இந்த மஞ்சள் பூசும் வழக்கம் திருமணத்தின் ஒரு சடங்காகவும், விழாக்களில் செய்து கொள்ளும் அலங்காரமாகவும் இருக்கிறது.

பச்சை குத்துதல்

உடலில் பச்சை குத்தும் வழக்கம் உலகெங்கும் உள்ள பண்டைய பழங்குடிகளில் காணப்படுகிறது. நம் தமிழ் நாட்டிலும் பழங்காலத்தில் பச்சை குத்தும் வழக்கம் இருந்திருக்கிறது. கோண்டி இனத்தினரில் முகத்தில் பச்சை குத்தும் வழக்கம் இருக்கிறது. இந்த வழக்கம் பசிபிக் தீவுகளில் உள்ள பழங்குடிகள் தொடங்கி தெற்கு ஆப்பிரிக்க நாட்டில் உள்ள பழங்குடிகள் வரை இருந்திருக்கிறது. மார்ஷல் தீவுகளிலும், பிலிப்பின்ஸ்

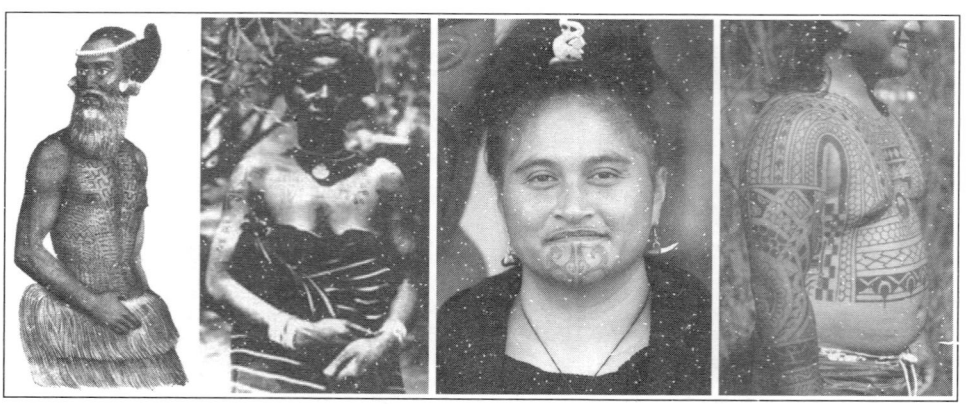

கோடாரி (மழு)

கோடாரி தமிழர், சுமேரியர், மினோயர் ஆகிய மூன்று பண்பாட்டிலும் முக்கிய குறியீடாக இருந்திருக்கிறது. கோடாரி என்பது உழவுத்தொழில் அல்லது பயிர் தொழில் வளர மிகவும் உபயோகமாக இருந்திருந்த கருவியாகும். வேட்டைச் சமூகமாகியிருந்த மக்கள், நாகரிக அல்லது கலாசார வளர்ச்சியில் அடுத்த நிலை அடைய காரணமாயிருந்த முக்கிய கருவி கோடாரியாகும். காட்டிலுள்ள மரங்களை வெட்டி, அதை விளை நிலமாக்க மிகவும் உதவிய கருவி கோடாரியாகும்.

நீண்ட துளையுள்ள காது வைத்தல்

நீண்ட துளையுள்ள காது வைத்துக்கொள்ளும் வழக்கம் உலகில் உள்ள பெரும்பாலான பழங்குடிகளில் பண்டைய காலம் தொட்டே காணப்படுகிறது. ஆப்பிரிக்காவில் உள்ள பல பழங்குடிகள் நீண்ட துளையுள்ள காது ஒரு அழகு உறுப்பாக கருதுகின்றனர். நம்முடைய தமிழகத்திலும் கிராமங்களில் தற்போது வயதான பெண்மணிகள் நீண்ட துளையுள்ள காது வைத்திருக்கிறார்கள்.

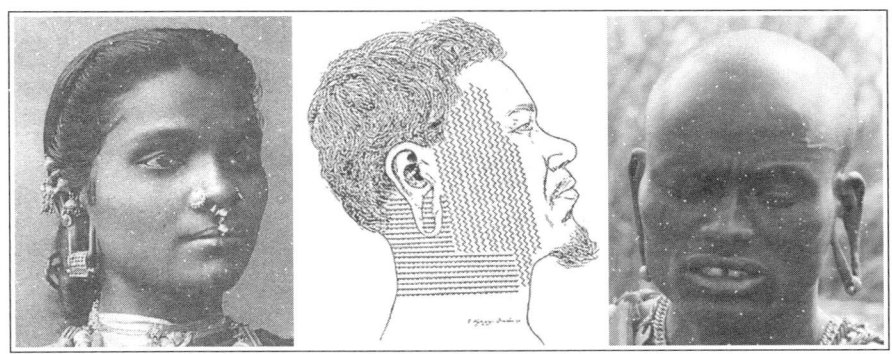

நீள் காது – இலங்கை தமிழ்ப் பெண், கிழக்கு ஆசிய தீவு, ஆப்பிரிக்க பழங்குடிகள்

ஆப்பிரிக்க, மார்ஷல் தீவு பழங்குடி மற்றும் தமிழக பெண்

தமிழக கோவில் பெண் சிற்பங்கள்

தமிழக பழங்குடிப் பெண்

மாயன் கடவுள்

இந்து கடவுள்

சாமி கும்பிடு விழாவில் பெட்டி எடுத்தல்

உலகில் உள்ள பல பழங்குடிகளில் ஆண்டு தோறும் கொண்டாடப்படும் திருவிழாக்களில் பெட்டி எடுக்கும் வழக்கம் இருந்தது. இன்றும் தென்னிந்தியாவில் பல குடிகளில் இந்த வழக்கம் உள்ளது. இந்த பெட்டியில் அக்குடியின் காலம் காலமாக மூதாதையரின் பொருட்கள் பத்திரப்படுத்தி வைக்கப் பட்டிருக்கும். அது கத்தி, அருவாள், மூதாதையரின் எலும்பு, உடை போன்றவை காணப்படும். இதே போன்ற வழக்கம் கிருத்துவர்களின் பழைய ஏற்பாட்டிலும் கூறப்பட்டிருப்பதாக கூறப் படுகிறது.

எகிப்து

சுமேரிய ஊர்வலம்

தமிழக பெட்டி எடுத்தல் பண்பாடு

யூத பெட்டி எடுத்தல் பண்பாடு

யூத பெட்டி எடுத்தல்

உடல் அலங்காரம்

உலகில் உள்ள பெரும்பாலான பழங்குடி மக்கள் உடல் அலங்காரம் செய்வதில் விருப்பமுள்ளவர்களாக இருந்தனர். இவை நெற்றிச்சுட்டி, கைவளை, காது குண்டலம், மேல் கையில் கேயூரம், கழுத்தில் பாசி மணிகள், போன்றவை ஆகும்.

முல்லை மருத நில மக்கள், காளை மற்றும் மழு சின்னம் உடைய பதக்கம் அணியும் வழக்கம் இருந்தது. அதற்கு ஆனேற்று அவிர் அணி என்று பெயர். ஆப்பிரிக்க

சிந்து சமவெளி பெண் – ஆப்பிரிக்க பழங்குடி

இந்திய – ஆப்பிரிக்க பழங்குடி

எகிப்து – ஆப்பிரிக்க – இந்திய பழங்குடி

பழங்குடிகள், எகிப்திய குடிகள், சிந்து சமவெளி குடிகள், இந்திய பழங்குடிகள் ஆகியவர்களிடையே உள்ள உடல் அலங்காரங்கள் இடையே நிறைய ஒற்றுமைகள் உள்ளன. அவைகளை கீழே உள்ள படங்களில் காணலாம்.

திருமணமான கோண்டிப்பெண்கள் தலையில் சீப்பைச் செருகி வைக்கும் பழக்கம் சிலரிடம் இருந்தது. அது போல் கோண்டி இனத்தினர் ஏழு என்பது ராசியான எண்ணாக நினைக்கின்றனர்.

தலையில் சிறகு அலங்காரம்

தலையில் சிறகு அலங்காரம் செய்வது பண்டைய காலத்திலிருந்தே பழன்குடிகளிடமிருந்த வழக்கமாகும். இந்து கடவுள்களில் முருகனும், கண்ணனும் தலையில் மயில் சிறகு வைத்திருப்பார்கள்.

அம்மி, உரல் – உலக்கை, குடம்

நம் பண்டைய திராவிடத்தில் அறுவடை செய்யப்பட்ட தானியங்களை உரலில் இட்டு உலக்கையால் இடிப்பார்கள். இது ஆப்பிரிக்க பழங்குடி மக்களிடம் காணப்படும் வழக்கமாகும். இதே போன்று அம்மியும் உலகில் உள்ள பெரும்பாலான பழங்குடி மக்களிடம் உபயோகப்படுத்தப்படுகிறது.

அமெரிக்க பழங்குடி பெண்கள், தமிழக பெண்கள் – அம்மி அரைத்தல்

ஆப்பிரிக்க பழங்குடி மற்றும் இந்திய பெண் – குடம் சுமத்தல்

வழிபாடு /கோவில்கள்

உலகெங்கும் உள்ள பழங்குடிகளில் மூதாதையர் வழிபாடு மற்றும் இயற்கை சக்தி மிகவும் முக்கியமான கலாசார நடைமுறையாகும். இங்கு மூதாதையர் என்பது ஒரு குடும்பத்தின் மூத்தோர்கள், மற்றும் ஒரு குலத்தின் தலைவனாகவும் இருக்கலாம். மூதாதையர்களுக்கு சமாதி எழுப்பி வழிபட்ட இந்த மூதாதையர் வழிபாடே பிற்காலத்தில் நாகரிகம் அடைந்த பிறகு கோவில்களில் கடவுள் வழிபாடாக மாறியிருக்க வேண்டும். குறிப்பாக இந்த கலாசார மாற்றம் சுமேரிய மற்றும் எகிப்து

ஆப்பிரிக்க பழங்குடி வழிபாட்டுத் தலம்

ஆப்பிரிக்க பழங்குடி வழிபாட்டுத் தலம்

மடகாஸ்கரில் உள்ள ஒரு சமாதி

பெரு நாட்டு பிரமிடு

தென் தமிழக சுடலை மாடம்

ம.கிருஷ்ணகுமார் | 381

நாகரிகத்தில் நடந்திருக்க வேண்டும். மூதாதையர் வழிபாட்டில் இருந்த சடங்குகளே இன்றைய கோவில் வழிபாட்டுச் சடங்குகளாக மாறியிருக்க வேண்டும்.

ஆட்டங்கள்

பண்டைய காலம் தொட்டே பொழுது போக்கிற்காக பல ஆட்டங்களும், நடனங்களும் பண்டைய குடிகளில் இருந்தே காணப்படுகிறது. கிட்டதட்ட எல்லா

சாலமன் தீவு பழங்குடி நடனம்

கானா நாட்டு பழங்குடி நடனம்; தமிழ் நாடு கரகாட்டம்

ஆப்பிரிக்க கரகாட்டம்; தமிழ் கரகாட்டம்

ராட்டினம் சுற்றுதல் – எகிப்து பிரமிடு உள்சுவர் சித்திரம் ; தமிழ் சிறுமிகள்

தாய விளையாட்டு – மாயன் கலாச்சாரம் ; தமிழ் கலாச்சாரம்

கயிறு இழுக்கும் போட்டி – ஆப்பிரிக்க பழங்குடி ; தமிழர்

பல்லாங்குழி – ஆப்பிரிக்க பழங்குடி; தமிழ்நாடு

பழங்குடிகளிலும் அவர்களுக்கென்று இசை மற்றும் நடனம் இருக்கிறது. பழங்குடிகள் எல்லோரும் இந்த நடனத்தை ஆடுவார்கள். இந்த நடனங்களில் வெவ்வேறு வகை உள்ளது. ஆண்கள் மட்டும் ஆடும் நடனம், பெண்கள் மட்டும் ஆடும் நடனம், இளவயது ஆண்கள் மற்றும் பெண்கள் சேர்ந்து ஆடும் நடனம் போன்றவை உள்ளது. சில நடனங்களில் பாலியல் குறிப்புகள், உடலசைப்புகள் போன்றவை இடம் பெரும். சங்க இலக்கியங்களும் இது போன்ற இசை நடனங்கள் நம்முடைய திராவிட கலாசாரத்தில் இருந்ததாக தெரிவிக்கின்றது. குரவைக் கூத்து, வள்ளிக் கூத்து போன்ற நடனங்களை நாம் சங்க இலக்கியங்களில் மூலம் அறிகிறோம். இன்றும் நம் கிராமிய விழாக்களில் கரகாட்டம் ஆடுவது ஒரு முக்கியம்மான கொண்டாட்டமாகும். கரகாட்டத்தில் பாலியல் குறிப்புகள், உடலசைப்புகள் போன்றவை உள்ளன. இது காலம் காலமாக நம் பண்டைய நடன கலாசாரத்தில் இருந்து வந்த வழி முறையாகும். ஆனால் நாம் அதை வேறு விதமாக நினைக்கறோம். உலகெங்கும் உள்ள பல பழங்குடி விழாக்களில் இது போன்ற நடனங்கள் இருக்கின்றன. அவர்கள் இந்த நடனம் ஆடுவதை பெருமையாக நினைக்கிறார்கள். ஆனால் நம்முடைய கலாசாரத்தில் இது ஒரு குறிப்பிட்ட சமுதாயத்தினர் மட்டும் ஆடும் விசயமாக இதை மாற்றிவிட்டோம். பரத நாட்டியமும் இதே போன்ற ஒரு பழங்குடி நடனமாக இருக்க வேண்டும். பரத நாட்டியமும் ஹவாய் தீவு நடனமும், சீன மற்றும் தென்கிழக்கு ஆசிய நாடுகளில் உள்ள நடனமும் ஒரே போன்று உள்ளன. பரதத்தில் அசைவுகள் வேகமாக இருக்கிறது. மேலே கூறிய மற்ற நாடுகளில் மெதுவாக இருக்கிறது.

இதே போன்று தமிழர்களின் பல பாரம்பரிய விளையாட்டுகள் உலகெங்கும் உள்ள பழங்குடிகளில் காணப்படுகின்றன. அவைகளில் முக்கியமானவை பல்லாங்குழி, தாயம், ராட்டினம் சுற்றுதல், கயிறு இழுக்கும் போட்டி ஆகியவை.

பல்லாங்குழிக்கு மற்ற மொழிகளில் மன்கலா(*mancala*) என்ற பெயர்; இது அரேபியா நகல (*nqala*) என்ற சொல்லின் திரிபு எனப்படுகிறது. நகல என்பதற்கு நகர்த்து என்று பொருள். தமிழில் நகலு என்றால் நகரு என்று பொருள். மேலும் இந்த விளையாட்டு மனத் திறமை சார்ந்த விளையாட்டு என்பதால் மனக்கலை எனபதே மன்கலா என்று மருவியிருக்கலாம்.

நாதஸ்வரம்

இன்றும் இந்தியாவில் குறிப்பாக திராவிட கலாசாரத்தில் பல திருமணச் சடங்குகள், திருவிழாக்களில், வழிபாட்டுச் சடங்குகளில் நாதஸ்வரம் ஒரு முக்கிய இசைக்கருவியாக உள்ளது. நாகஸ்வரம் எனபதே நாதஸ்வரமாக மாறியிருக்க வேண்டும் என்று கூறப்படுகின்றது. இந்த இசைக் கருவி உலகில் உள்ள பெரும்பாலான பழங்குடிகளில் காணப்படுகின்றது.

யூத வழிபாட்டில்

மாயன் வழிபாட்டில்

ஆப்பிரிக்க பழங்குடியில்

சீனாவில்

ஆஸ்திரேலிய பழங்குடியில்

குறி சொல்வது

உலகில் உள்ள பெரும்பாலான பண்டைய பழங்குடிகளில் பூசாரி குறி சொல்லும் வழக்கம் இருக்கிறது. இது ஆப்பிரிக்கா தொடங்கி, மடகஸ்கார், இந்தியா, தென்கிழக்கு ஆசியா, பசிபிக் தீவுகள், பிலிப்பைன்ஸ் மற்றும் அமேரிக்கா வரையில் உள்ள பழங்குடிகளிடம் காணப்படுகிறது. நாகரிகம் அடைந்த பிறகும் இன்றும் கூட பல நாட்டு மக்களிடம் இந்த வழக்கம் நடைமுறையில் உள்ளது.

மாடு பலியிடுதல்

வழிபாட்டுச் சடங்குகளில் வீட்டு வளர்ப்பு மிருகங்களை பலியிடும் வழக்கம் பண்டைய பழங்குடிகளில் காணப்படுகிறது. குறிப்பாக கால் நடைச் சமூகத்தில் மாடு பலியிடும் வழக்கம் தொன்று தொட்டு இருந்து வருகிறது. இது தற்போதும் ஆப்பிரிக்கா, மடகாஸ்கர், தென் கிழக்கு ஆசிய பழங்குடிகளிலும் காணப்படுகிறது. இந்தியாவிலும், தமிழ்நாட்டிலும் உள்ள பழங்குடியினரிடம் இந்த வழக்கம் காணப்படுகிறது. பண்டைய தமிழ் சங்க இலக்கியங்களில் வெட்சி, கரந்தை எனப்படும் ஆநிரை கவர்தல், மீட்டல் ஆகிய போர்களில் வெற்றி பெற்ற பின்பு மாடுகளை பலி கொடுக்கும் பழக்கம் இருந்ததென்று கூறப்படுகிறது. மேலும் இந்த பலியிடும் வழக்கம் உலகெங்கிலும் உள்ள பெரும்பாலான குடிகளில் இறப்புச்சடங்கின் ஒரு முக்கிய அங்கமாக இருந்திருக்கிறது இருந்தும் வருகிறது.

மது படைத்தல்

இறந்தோர் சடங்கில் இறந்தோருக்கு படையல் இடும்போது சாராயம் அல்லது மது படைக்கும் வழக்கம் இன்றும் பல கிராமப்புற வழிபாடுகளில் காணப்படுகிறது. பண்டைய தமிழ் சங்க இலக்கியங்களில் வெட்சி, கரந்தை எனப்படும் ஆநிரை கவர்தல், மீட்டல் ஆகிய போர்களில் வெற்றி பெற்ற பின்பு கள், மற்றும் மது அருந்தி, போர்களில் இறந்தோருக்கு மாடு பலி கொடுத்து, அதன் ரத்தத்தை இறந்தோரின் நடுகல் மீது தெளித்து, கல் மற்றும் சாராயம் படைத்து கொண்டாடியதாக கூறப்படுகிறது.

தமிழகத்தில் நெல்லை, தூத்துக்குடி, குமரி மாவட்டங்களில் உள்ள நாட்டார் தெய்வக் கோவில்களில் குறிப்பாக அம்மன் கோவில்களில் மதுக்கொடை, மதுவூட்டு என்ற பெயர்களில் கோவிலில் மது தயாரித்து படையலாக படைக்கும் வழக்கம் இருந்தது என்று அறிய முடிகிறது. இந்த மது தயாரிக்கும் முறை மிகவும் ரகசியமாக வைக்கப்படும் என்றும் கூறப்படுகிறது. தோப்பிக்கள், இல்லடுகள் என்று சங்க இலக்கியங்களில் கூறப்படும் கள் அரிசியிலிருந்து தயாரிக்கப்பட்டது என்ற செய்தி மேலே கூறிய வழக்கம் மூலம் உறுதி செய்ய முடிகிறது. அதே போன்று பீர் தயாரிப்பதில் இருக்கும் முளை விடல், மாவாக்குதல், வேக வைத்தல், நொதிக்க வைத்தல் போன்ற நிலைகளும் இந்த மது தயாரிப்பில் இருப்பதாக கூறப்படுகிறது. சுமேரிய மற்றும் எகிப்திய நாகரிகத்தில் மது அல்லது பீர் முக்கிய பானமாக இருந்தது.

பண்டைய தமிழக பழங்குடிகள் கள், பழைய சோறில் இருந்து சுண்டக்கஞ்சி என்னும் பானம், ஜாதிக்காய் போன்றவற்றிலிருந்து சாராயம் தயாரித்தல் என மது

வகைகள் அருந்தினர். மது வகை தயாரிப்பதில் ஊறல் என்ற நிலை உண்டு. இது மரப் பாத்திரத்தில் மூலப் பொருட்களை ஊற வைப்பதாகும். இந்த ஊறல் என்ற சொல்லே ஆங்கிலத்தில் பேரல் (*Barrel*) என்று மருவியிருக்கலாம்.

ஊறல் > வூறல்> பூறல்> பேரல் (*barrel*)

பீர் தயாரிக்க நொதித்தல் நிலை முக்கியமானதாகும். அதாவது தயிர் செய்ய பாலை நொதிக்க வைப்பது போலாகும். இதற்கு புரை ஊற்றுதல் என்பர். இந்த புரை என்ற சொல்லே ஆங்கிலத்தில் பீர் என்று மாறியிருக்கவேண்டும்.

(நாட்டார் வழக்காற்றியல் பற்றிய பேட்டி, விஷ்ணுபுரம் சரவணன் மற்றும் பேராசிரியர் ஆ.சிவசுப்ரமணியம், ஆனந்த விகடன், 6.11.19 ப. 102)

மடகாஸ்கர் பழங்குடிகளில் இது போன்ற வழக்கம் உள்ளது. ஒருவரின் இறுதிச்சடங்கு மற்றும் நினைவுச் சடங்கு இங்கு வெகு விமரிசையாக கொண்டாடப்படுகிறது. தூரத்து உறவினர்கள் எல்லாம் பங்கெடுத்து சிறப்பாக கொண்டாடுவார்கள். இந்த கொண்டாட்டத்தில் மது மிக முக்கிய பானமாகும்.

கொம்பு தலை அணி

பல பழங்குடி மக்கள் கலாசாரத்தில் மற்றும் பல நாகரிகங்களில் தலையில் மாட்டின் கொம்பு அல்லது மற்ற விலங்குகளின் கொம்புகளை அலங்காரமாக கிரீடம்

சிந்து சமவெளி, சுமேரிய, எகிப்து

அமெரிக்க சிவப்பு இந்தியர் பழங்குடி, செல்டிக் குடி

இந்திய பழங்குடிகள்

மத்திய் தரைக்கடல் இங்கிலாந்து வட ஐரோப்பா

ஜப்பானிய இபோஷி கபுடோ

ஆப்பிரிக்க பழங்குடி

போல் அணிவது வழக்கமாக இருந்திருக்கிறது. சுமேரிய நாகரிகம், சிந்து சமவெளி நாகரிகம், அமெரிக்க சிவப்பு இந்தியர்கள், ஐரோப்பிய நாகரிகம், இந்திய பழங்குடிகள், ஆப்பிரிக்க பழங்குடிகள், பசிபிக் தீவு பழங்குடிகள், ஜப்பானிய கலாசாரம் என உலகில் உள்ள பெரும்பாலான கலாசாரங்களில் இந்த வழக்கம் இருந்ததாக அறிய முடிகிறது.

பப்புவா நியு கினியா பழங்குடிகள்

தாயத்து அணிதல்

உலகெங்கும் உள்ள பல பழங்குடிகளில் தாயத்து அணியும் வழக்கம் உள்ளது. இந்த தாயத்து மந்திரித்து தீய சக்திகளும், நோய்களும் தங்களை தீண்டாது இருக்க அணியப்படுகிறது. மேலும் தங்களுக்கு சக்தி தரவும், வேட்டையின் போது காயங்கள் உண்டாகாமல் இருக்கவும் அணியப்படுகிறது. மனிதனின் வயது பருவத்திற்கு ஏற்ப தாயத்துகள் அணியப்படுகின்றன. இந்த தாயத்துகள் விலங்குகள் பற்கள், எலும்புகள், நகங்கள் போன்றவற்றிலும், மூதாதையர் எலும்புகள், பற்கள் போன்றவற்றிலும், மூலிகை மரங்களில் அல்லது செடிகளின் வேர்கள், காய்கள் போன்றவற்றிலும் செய்து அணியப்படுகின்றன.

காட்டெரிப்பு வேளாண்மை

உலகில் உள்ள பெரும்பான்மையான பழங்குடிகளில் காட்டெரிப்பு வேளாண்மை முறைக் கையாளப்பட்டுள்ளது. இது தமிழகப் பழங்குடிகள் பலர் காட்டெரிப்பு வேளாண்மையை செய்து வந்தவர்கள். சங்க காலம் முதல் சமீபத்திய ஆங்கிலேயர் காலம் வரை காட்டெரிப்பு வேளாண்மை தமிழகத்தில் கடைப்பிடிக்கப்பட்டது. இதற்கான சான்றுகள் சங்க இலக்கியங்களில் காணப்படுகிறது. இந்த வகை வேளாண்மையில் மலைப்பகுதிகளில் உள்ள காடுகள் தீயிட்டு அழிக்கப்பட்டு அங்கு வேளாண்மை செய்யப்படும். இந்த வகை வேளாண்மை பல புதிய வேளாண்மைக் கருவிகள் கண்டுபிடிப்பதற்கு மிகவும் வழி வகுத்தது. இந்த வகை வேளாண்மை போடு காடு, செப்புக்காடு, கொத்துக்காடு, புனம் விவசாயம், எனப்பட்டது. சில இடங்களில் இது கும்ரி எனப்பட்டது.

கும்ரி என்ற சொல் குமறு என்ற சொல்லோடு தொடர்புடையதாக இருக்கலாம். மனதில் உள்ள விசயத்தை வெளியே சொல்ல முடியாமல் தவிப்பதை

‘உள்ளுக்குள்ளேயே வைத்து குமறாதே’ என்று சொல்வர். நிலத்தை கொத்தி குமறுவதால், கும்ரி என்று சொல் வந்திருக்கலாம். ஒருவேளை இந்த கும்ரி வேளாண்மை செய்யும் இடமே குமரிக் கண்டம் எனப்பட்டிருக்கலாம். கன்னியாகுமரி என்பது கண்ணி ஆயன் கும்ரி என்ற சொற்றொடரிலிருந்து மருவியிருக்கலாம். அதாவது ஆயன் காவல் காக்கும் கும்ரி நிலம் எனப்படும் பொருளில் இது இருந்திருக்கலாம்.

குள்ள உருவம்

பண்டைய புராணங்களில் தொடங்கி மேற்கத்திய தொன்மங்கள் வரை குள்ள மனிதர்கள் பற்றி பெரும்பாலும் கதைகள் காணப்படுகிறது. இந்திய புராணங்களில்

ஆப்பிரிக்க குள்ள பழங்குடியினர்

இலங்கைத்தமிழ் குள்ள மக்கள்

அகத்தியர் தொடங்கி மேற்கத்திய தொன்மங்களில் கூறப்படும் பிக்மி என்ற குள்ள மனிதர்கள் வரை இந்த கூற்று நீளுகிறது. இவர்கள் அயர்லாந்து தொடங்கி பிலிப்பைன்ஸ் வரை பரவியுள்ளார்கள். இந்த குள்ளப் பழங்குடிகளின் சொந்த நிலம் ஆப்பிரிக்கா என்று தொல்பொருள் ஆய்வாளர்கள் கருதுகின்றனர். இவர்களே மனித குலத்தின் முன்னோடிகள் என்ற கூற்றும் நிலவுகிறது. இந்த குள்ள பழங்குடிகளில் தமிழ் மொழி உருவாக முக்கிய காரணமாயிருந்தவர் அகத்தியர் என்று இந்தியப் புராணங்கள் கூறுகின்றன. ஆப்பிரிக்காவில் இந்த குள்ள பழங்குடிகளில் முக்கிய குடிகள் அக மற்றும் துவா குள்ள பழங்குடியினர். இந்த இரு பழங்குடிகளின் பெயர்கள் சேர்ந்த பெயரே அகத்துவா எனப்படும். இந்த பெயரே பின்னர் அகத்துவர் என்று மாறி அகத்தியர் என்று மாறியிருக்க வேண்டும். தமிழரிலும் இந்த குள்ள உருவமுடையவர்கள் உண்டு. குறிப்பாக இலங்கைத் தமிழர் பழங்குடிகளில் இந்த குள்ளமான மக்கள் உண்டு.

தமிழ் பரம்பரைப் பெயர்கள்		
ஆண் வர்க்கம்	**பெண் வர்க்கம்**	**குறிப்புகள்**
பரன்	பரை	எகிப்தில் அரச பரம்பரைக்கு பரவோ என்று பெயர்.
சேயோன்	சேயோள்	கிரேக்க கடவுள் பெயர் சீயஸ். இது சேயோன் என்ற பெயரின் திரிபாக இருக்கலாம்
ஓட்டன்	ஓட்டி	ஓட்டோமான் என்ற மன்னர் பரம்பரை ஐரோப்பாவில் இருந்தது.
பூட்டன்	பூட்டி	
பாட்டன்	பாட்டி	கிரேக்கத்தில் படேர் என்ற சொல்லும், சமஸ்கிருத பட்டர் என்ற சொல்லும் பாட்டன் என்பதன் திரிபாக இருக்கலாம்.
தந்தை	தாய்	தாதா என்ற சொல் தந்தை என்பதன் திரிபாக இருக்கலாம்.
மகன்	மகள்	இந்தியில் மகிளா என்பது மகள் என்பதன் திரிபாக இருக்கலாம்
பெயரன்	பெயர்த்தி	
கொள்ளுப்பெயரன்	கொள்ளுப்பெயர்த்தி	
எள்ளுப்பெயரன்	எள்ளுப்பெயர்த்தி	

வயதுக் குழு

வயதுக் குழு *(Age Set)* அமைத்தல் பண்டைய பழங்குடிகளில் மிக முக்கிய நடைமுறையாகும். வயதுக் குழு என்பது ஒரே வயது சார்ந்த இளம் ஆண்களை ஒரு அணியாக தேர்வு செய்து அவர்களுக்கு ஒரு குறிப்பிட்ட பணியை கொடுப்பது. இந்த வயது ஒவ்வொரு 5 அல்லது 7 வருடங்களுக்கு நடை பெறும். அப்பொழுது ஒரு குறிப்பிட்ட 15 வயது முதல் 22 வயது வரை உள்ள ஆண்கள் ஒரு குழுவாக ஆக்கி

அவர்களுக்கு கிராமத்தை காக்கும் பணி, போன்ற பணிகள் கொடுப்பார்கள். இதே போன்று நம் பண்டைய திராவிட நாகரிகத்தில் இருந்திருக்கிறது. பண்டைய வேளிர் குலத்தில் ஒரு குறிப்பிட்ட வயது ஆண் பிள்ளைகளை காடறியும் பயிற்சி கொடுக்க ஒரு ஆசான் தலைமையில் காட்டிற்குள் பத்து பதினைந்து நாட்கள் அனுப்புவார்கள் என்று சங்க இலக்கியங்களின் மூலம் அறிய முடிகிறது.

அரக்கர்களுக்கு கூறிய பற்கள்

நம்முடைய புராணக்கதைகளில் அரக்கர்களுக்கு கூறிய பற்கள் இருப்பதாக கூறப்படுகிறது. அரக்கர்கள் காட்டில் வாழ்பவர்களாக சித்தரிக்கப்படுகிறது. இவை எல்லாம் ஒரு பழங்குடி கலாசாரத்தின் அம்சங்களாகும். ஆப்பிரிக்க குள்ள

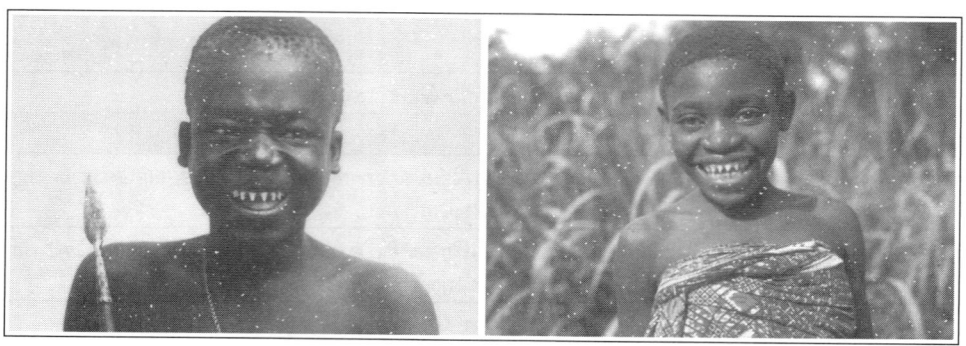

அக பழங்குடி சிறுவர்களின் கூர்மையான பற்கள்

பழங்குடிகளில் தங்களுடைய பற்களை கூர்மையாக தீட்டிக்கொள்வது அலங்கார அம்சமாகும். இவர்கள் கூரிய பற்கள் அழகை மேம்படுத்தும் என்று நம்புபவர்கள். இந்த பழங்குடியினர் வாழ்வது அடர்ந்த காடுகளில். இதுவே பிற்காலத்தில் அரக்கர்கள் என்று புனையப்பட்டிருக்கலாம்.

சமுதாயப் பிரிவுகள் /வர்ணாசிரம முறை

உலகில் உள்ள எல்லா நாடுகளிலும் மக்களை ஒரு வகை சமுதாயப் பிரிவுகளுக்குள் கொண்டு வருகிறார்கள். இந்த சமுதாயப் பிரிவு கோட்பாடு இரு வகையாக கூறப்படுகிறது. ஒன்று பண்டைய சாதீய அடிப்படையில், இன்னொன்று பொருளாதார அடிப்படையில்.

நம் நாட்டில் இன்றும் சாதீய முறைகள் கடைப்பிடிக்கப்பட்டு வருகின்றன. நம்முடைய அரசுச சாசனத்தில் சாதீய அடிப்படையில் மக்களை உயர் சாதி, இடை சாதி மற்றும் கீழ் சாதி என்று பிரிக்கிறார்கள். பொருளாதார அடிப்படையில், மக்களின் செல்வத்தின் அளவை அல்லது மக்கள் ஈட்டும் வருமானத்தின் அளவைப் பொறுத்து மேல் தட்டு மக்கள், இடைத்தட்டு மக்கள், கீழ்தட்டு மக்கள் என்று பிரிக்கிறார்கள். மேற்கண்ட இரு பிரிவுகள் அந்தந்த இடத்தின் தேவைகளைப் பொறுத்து உபயோகப்படுத்திக் கொள்ளப்படுகிறது. எடுத்துக்காட்டாக ஒரு அரசு வேலைக்கு

அல்லது திருமண செய்வதற்கு சாதீய அடிப்படையிலான பிரிவையும், வங்கியில் கடன் வாங்க பொருளாதார அடிப்படையிலான பிரிவையும் கடைப்பிடிக்கிறார்கள்.

மேலும் சாதீய அடிப்படையிலான பிரிவுகள் கிராமப் புறங்களிலும், பின் தங்கிய நகரங்களிலும் இன்று காணப்படுகிறது. நன்கு வளர்ந்த, நகரங்களில் பொருளாதார அடிப்படையில் பிரிக்கப்படுகிறது. எடுத்துக்காட்டாக சென்னை மாநகரத்தில், மேல் தட்டு மக்கள் என்பது பணக்கார மக்களை குறிப்பிடுவதாகும். இவர்கள் நகரத்தின் மையத்தில் குடியிருப்பவர்கள். இந்த பணக்கார வர்க்கத்தில் உயர்ந்த சாதியினரும் உண்டு, இடை சாதியினரும் உண்டு, மற்றும் தாழ்ந்த சாதியினரும் உண்டு. அதே போல, சென்னையின் இடைத்தட்டு, மற்றும் கீழ்த்தட்டு மக்களில் உயர்ந்த சாதியினரும் உண்டு, இடை சாதியினரும் உண்டு, மற்றும் தாழ்ந்த சாதியினரும் உண்டு. அதே போல் செய்யும் தொழில் வைத்து பிரித்த சாதீய அடிப்படை பிரிவுகள் இன்று பெரும்பாலும் மாறிக்கொண்டிருக்கிறது. உதாரணமாக, தாழ்ந்த சாதியினர் வேலை என்று கருதப்பட்ட முடி அலங்கார தொழில் இன்று உயர்ந்த சாதியினராலும் பியூட்டி பார்லர் என்று செய்யப்படுகிறது. பல பன்னாட்டு பியூட்டி பார்லர் கடைகளில் மேல் சாதியினர் வேலை செய்கின்றனர். அதே போல் சோதிடம் பார்ப்பது என்பது மேல் சாதியினர் தொழில் என்பது மாறி இப்பொழுது எல்லா சாதியினரும் சோதிடத் தொழில் செய்கின்றனர். ஒரு பிற்பட்ட சாதியினர் அமைச்சராகவோ, அரசு அலுவகங்களில் உயர்நிலை அலுவலராகவோ அடைய முடிகிறது. இந்த வகையான சமுதாயப் பிரிவினை கீழ்க்கண்ட படம் மூலம் குறிப்பிடுவார்கள்.

மேட்டுக் குடி, இடைக்குடி, கீழ்க் குடி,
மேல் சாதி, இடை சாதி, கீழ் சாதி
(ஜாதி > யாதி > ஆதி > ஆயத்தி)

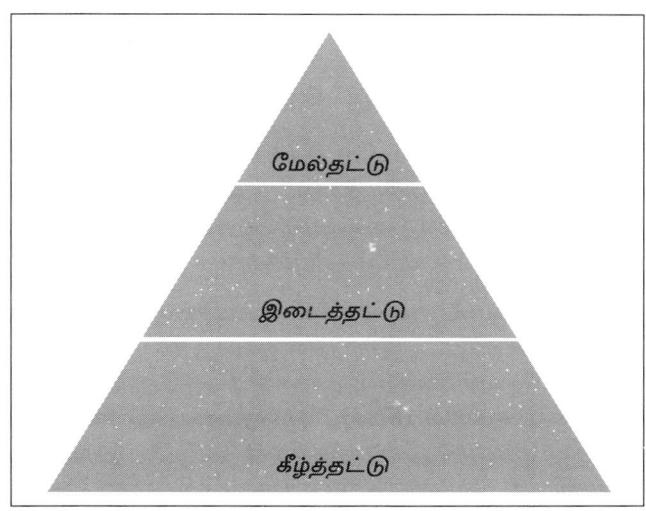

சமுதாயப் பிரிவுகள்

இந்த சாதீய அடிப்படை பிரிவுகள், ஆரியர்களின் ரிக் வேதத்தில் கூறப்பட்டிருக் கிறது என்றும் அதன் அடிப்படையிலேயே சாதீய பிரிவுகள் தோன்றியது என்றும் மக்களிடையே இன்றும் நம்பப்படுகிறது. ஆனால் நாம் இதற்கு முன் கண்ட உலகில் உள்ள பல பழங்குடி கலாசாரங்களில், பெரும்பாலான பழங்குடிகளில் இந்த வகையான சமுதாயப் பிரிவுகள் உள்ளன. இந்த இடங்களில் ஆரியர்கள் சென்றதாக தொல்பொருள் தரவுகள் இல்லை. ஆரியர்களின் மதங்களை இந்த பழங்குடி மக்கள் அறிந்ததும் இல்லை. எனவே சாதீய அடிப்படையிலான பிரிவுகளுக்கு ஆரியர்களின் ரிக் வேதம் தான் காரணம் என்று கூற முடியாது.

சமுதாயப் பிரிவு எதார்த்த விளக்கம்

ஆதியில் மக்கள் குடியிருந்த நிலப்பகுதியைச் சார்ந்து இந்த சமுதாய பிரிவுகள் தோன்றியிருக்க வேண்டும். மலை மேல் வாழும் மக்களுக்கு மேல் குடியினர் என்றும், இடைப்பகுதியில் வாழும் மக்களுக்கு இடைக் குடியினர் என்றும், சமவெளியில் வாழும் மக்களுக்கு கீழ்க் குடியினர் என்றும் பெயர் வழங்கியிருக்க வேண்டும். மலை மேல் என்பது மலையும், மலை சார்ந்த இடமாகிய குறிஞ்சி நிலத்தைக் குறிப்பது. இடைப்பகுதி என்பது மலை அடிவாரத்தில் உள்ள காடும், காடு சார்ந்த முல்லைப் பகுதியைக் குறிப்பதாகும். சமவெளி என்பது மலை அல்லாத பரந்த வெளியுடைய மருதம் மற்றும் பாலைப் பகுதியை கடல் பகுதியிலும், பாலைப் பகுதியியைக் குறிப்பதாகும். பண்டைய காலத்தில் நிலம் இந்த மூன்று இடங்களாக பிரிக்கப்பட்டிருக்க வேண்டும். இப்படி நிலத்தை மூன்று பகுதிகளாக திரித்ததால், அந்த நிலம் திருவிடம் என்று அழைக்கப்பட்டு திராவிடம் என்று மருவியிருக்க வேண்டும். இக்காலகட்டத்தில் வேளாண்மை முறை தோன்றியிருக்க வில்லை.

மலை மேல் வசிக்கும் மேல் குடி மக்கள் வேட்டையாடியும், உணவு சேகரித்தும் வாழ்ந்தனர். இங்கு உணவுப் பொருள் இயற்கையாகவே மிகுதியாக கிடைத்தது. சீதோஷ்ண நிலை வெப்பமில்லாமல் குளிர்ச்சியாக இருக்கும். எனவே இந்த நில மக்கள்கஷ்டப்படாமல், மிக மகிழ்வுடன் சுக வாழ்வு வாழ்ந்திருக்க வேண்டும். இவர்கள் யாரையும் சார்ந்து வாழ்ந்திருக்க வேண்டிய அவசியம் இல்லை.

இதற்கு கீழே உள்ள முல்லை நில மக்கள், ஆடு, மாடு மேய்த்து, உழைத்து அது சார்ந்த ஆயங்கள் மூலம் வாழ்ந்திருந்தனர். உழைத்தால் உணவு என்ற நிலையில் இருந்திருந்தனர். இங்கு சீதோஷ்ண நிலையும் நன்றாகவே இருந்திருக்கக்கூடும். இந்த நில மக்கள் வாழ்வாதாரமும் நல்ல மகிழ்ச்சியுள்ளதாக இருந்திருக்க வேண்டும்.

மூன்றாம் நிலையிலுள்ள சமவெளியில் பாலை நில மக்களுக்கு வாழ்ந்த மக்களுக்கு, மேலே கூறப்பட்ட இரு நிலங்களிலும் உள்ள வாழ்வாதாரங்கள் கிடைத்திருக்க வாய்ப்பு மிகவும் குறைவு. பாலை நிலத்திலும், கடலிலும் மனிதனின் முக்கிய வாழ்வாதாரமான உணவு மிகவும் குறைவாகவே கிடைத்திருக்கும். இந்த மக்களின் மேலே கூறிய இரண்டு நில மக்களைச் சார்ந்தே இருந்திருக்க வேண்டும். இவர்கள் அந்த மக்களிடம் வேலை செய்து பிழைத்திருக்க வேண்டும். முதலாளி, தொழிலாளி முறை இங்கே தான் தோன்றியிருக்க வேண்டும். எனவே இவர்களுக்கு அக்காலகட்டத்தில் சமுதாயத்தில் பெரிதளவு மரியாதை இருந்திருக்காது. அது

மட்டுமில்லாமல் இவர்கள் திருடுவதிலும், கொள்ளையடிப்பதிலும் ஈடுபட்டிருக்க வேண்டும்.

இதுவே ஆதியில் இருந்த ஆரம்ப சமுதாயப் பிரிவின் தோற்றமாகும். பின் மனிதன், நாகரிகம் வளர வளர, மக்கள்தொகை பெருக பெருக, இயற்கை வளம் குறைய குறைய, வாழ்வு முறை மாற மாற, மேற்கூறிய இந்த சமுதாய பிரிவு ஒவ்வொரு குடிக்குள்ளும் வர ஆரம்பித்தது. அதாவது மேல் குடி மக்களுக்குள்ளும் சாதீயப் பிரிவுகள் தோன்ற ஆரம்பித்தன.

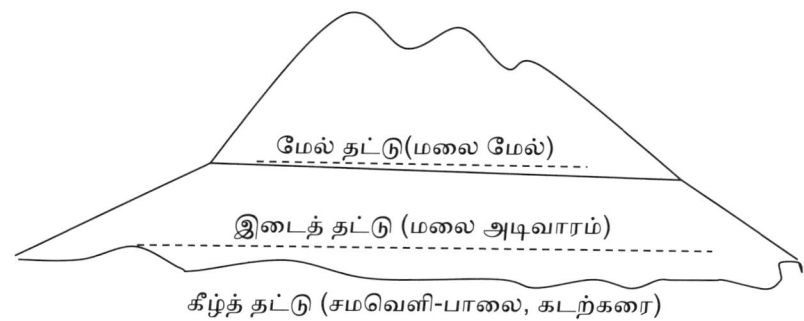

இதன் பிறகு மனிதன் நாகரிக வளர்ச்சியில் வேளாண்மை கண்டுபிடிக்கப்பட்டு, காடுகளை அழித்து நிலங்களை சமன் செய்து அங்கு வேளாண்மை செய்யப்பட்டது. இதன் பின்னர் மூன்று பிரிவுகளாக இருந்த நிலப்பகுதி நான்காக பிரிக்கப்பட்டு நானிலமாக மாறியது. இந்த நான்காவது நிலப்பகுதிக்கு மருதம் என்று பெயர் வந்தது.

இந்த காலகட்டத்தில் அரசாட்சி முறை தோன்றியிருக்க வேண்டும். இந்த நானிலங்களை ஆண்ட குடித் தலைவர்களுக்கு வேந்தர்கள் என்று பெயர் வந்திருக்கவேண்டும். இந்த நான்கு நிலங்களை ஆண்ட மன்னனுக்கு நானிலவேந்தன் என்ற பெயரும் வழங்கியிருக்க வேண்டும். அரசாட்சி வந்த பிறகு மன்னர்களுக்கிடையில் போர்கள் மூண்டிருக்க வேண்டும். அதற்கு முன் குடிகளுக்கிடையில் சண்டை நடந்ததுண்டு. ஆனால் அந்த சண்டையில் அந்த குடியின் ஆண்மகன்களே போரிடுவார்கள். தனியாக படை என்ற ஒன்று இல்லை. அரசாட்சி தோன்றிய பிறகு, போர் செய்ய வீரர்கள் அமர்த்தப்பட்டனர். தனியாக படைப் பிரிவு என்று தோற்றுவிக்கப்பட்டது.

மனிதனின் நாகரிக வளர்ச்சியில் இன்னொரு பெரிய மாற்றம் உண்டாகியது. அது வாணிகம் எனப்பட்ட பண்ட மாற்று முறை. அதுவும் குறிப்பாக கடல் கடந்த வாணிகம். இந்த வளர்ச்சி மனிதனின் சமுதாயப் பிரிவுகளில் மிகப் பெரிய மாற்றத்தை கொண்டு வந்திருக்க வேண்டும். அதாவது நிலம் சார்ந்த சமுதாயப் பிரிவுகள் மாறி, உடமை சார்ந்த சமுதாயப் பிரிவுகளாக மாறியிருக்க வேண்டும். கடல் வாணிகம் என்பது கடற்கரை, அதில் உள்ள துறைமுகம் சார்ந்ததாக இருந்தது. எனவே நான்காக இருந்த நிலப்பகுதி ஐந்தாக மாறியது. அதாவது நெய்தல் நிலப்பகுதி தோன்றியது.

கடல் வாணிகத்தில் முக்கிய பங்கேற்றவர்கள் கடற் பகுதியில் குடியிருந்த பண்டைய கீழ்க் குடி மக்கள். இவர்கள் நல்ல படகோட்டிகள். இவர்களில் சில குடியினர் கப்பல் செய்து கடல் வாணிகம் செய்திருக்க வேண்டும்.

கடல் வாணிகம் மனித சமுதாயத்தில், நாகரிக வளர்ச்சியில் மிகப்பெரிய மாற்றத்தை கொண்டு வந்தது. வாணிகம் மூலம் உலகெங்கும் உள்ள புது பொருட்கள் மக்களின் வாழ்க்கையில் நுழைய ஆரம்பித்தது. சமுதாயத்தில் வாணிகர்கள் மிக மரியாதை பெற்றனர். அரசர்களை விடவும் இவர்கள் செல்வந்தர்களாக இருந்தனர். நகரகங்கள் தோன்ற ஆரம்பித்தன. இந்த நகரகங்கள் பெரும்பாலும் கடற்கரை சார்ந்த இடங்களிலும், ஆறுகள் பாயும் சமவெளிகளில் நிறுவப்பட்டன. இந்த நகரங்களில் நாகரிக வளர்ச்சி நன்கு மேம்படைந்தது. மாட வீடுகள் கட்டப்பட்டன. வாழ்க்கை முறை மாறியது. கூடவே சட்ட ஒழுங்கு பிரச்சினைகள் தோன்றின.

இந்த நகரங்களில் வாழ மக்கள் மிகவும் விரும்பினர். நகரங்களுக்கு புலம் பெயர்ந்தனர். அரசர்கள் மாற மாற புதிய நகரங்கள் தோன்றின. இயற்கை சார்ந்த வாழ்வு முறை மாறி தொழில் சார்ந்த வாழ்வு முறை வளர ஆரம்பித்தது.

இதற்கிடையில் புதிய சமயங்களும், மதங்கள் தோன்ற ஆரம்பித்தன. மத சடங்குகள், கடவுள் வழிபாடுகள் வாழ்வின் முக்கிய நடைமுறை ஆகிற்று. மத குருமார்கள் சமுதாயத்தில் முக்கிய இடம் பெற்றனர். பண்டு தாங்கள் வாழ்ந்த புதிய இடங்களில் நடந்த கதைகளுக்கு புதிய அரிதாரம் பூசி, கற்பனைகள் கலந்து, தொன்மக் கதைகளையும், புராணங்களையும் தோற்றுவித்தனர். அதில் மக்களின் சமுதாயப் பிரிவுகளை வர்ணாசிரம முறை என்று கூறினார்கள். அதில் மக்களை நான்கு பிரிவுகளாக கூறினர். பிராமணன், சத்ரியன், வைசியன் மற்றும் சூத்திரன் என்று மக்கள் கூறப்பட்டார்கள். இதில் பிராமணன் மிக உயர் தகுதி உடையவன் என்றும், சத்ரியன் மற்றும் வைசியன் அடுத்த தகுதி உடையவன் என்றும், சூத்திரன் தாழ்ந்த நிலை உடையவன் என்றும் கூறப்பட்டன.

முன்பு மேல் குடி மக்கள் என்று சொல்லப்பட்ட மலை மக்கள் இந்த நாகரிக வளர்ச்சியில் பின் தங்கினார்கள். காலம் செல்ல செல்ல இவர்கள் பழங்குடி மக்கள் என்றும், நாகரிகம் அற்றவர்கள் என்றும் அழைக்கப்பட்டனர். இவர்கள் நாகரிகத்தால் தாழ்ந்த மக்கள் என்றும், பிற்படுத்தப்பட்டோர் என்றும் அடையாளப்படுத்தப் பட்டனர். எந்த மக்கள் கலாசாரம் மற்றும் நாகரிகத்திற்கு அடிப்படையாக இருந்தார்களோ, அவர்களையே நாகரிகம் அற்றவர்கள் என்று சொல்ல வேண்டிய நிலை காலம் கொண்டு வந்தது.

எனவே மக்களின் சாதீய அடிப்படையிலான பிரிவுகளுக்கு முக்கிய மூல காரணம், ஆதி காலத்தில் மக்கள் வாழ்ந்த பண்டைய கால நிலத்தின் அமைப்பை கொண்டு தோன்றியது ஆகும். பின்னர் கால பரிமாணத்தினாலும், நாகரிக பரிமாணத்தினாலும், அது நில அமைப்பின் அடிப்படையிலிருந்து மாறி, தற்கால சாதீய அடிப்படை பிரிவுகளாக மாறியது.

கேரள 'வேலகளி'யும், ஆப்பிரிக்க மாசை போர் நடனமும்

கேரளாவில் வேலகளி என்ற ஆட்டம் ஆடுவார்கள். இது பங்குனி மாதம் போல் தென் கேரளத்தில் ஆடப்படும். குறிப்பாக திருவனத்தபுரம் பத்மநாபசுவாமி கோவிலில் இது ஆடப்படும். இந்த மாதத்தில் பத்மநாபசுவாமி கோவிலில் முன்வாசல் முன் பாண்டவர்களின் ஐந்து பேரின் நான்கு ஆள் உயர பெரிய சிவப்பு நிற அங்கி அணிந்த உருவச் சிலை நிறுவுவார்கள். இந்த சிலைகளின் கைகளிலும், கழுத்திலும், கால்களிலும், நெற்றியிலும் சிவப்பு, வெள்ளை, நீலம் போன்ற நிறங்கள் உடைய அணிகலன்கள் அணியப்பட்டிருக்கும். இந்த ஆட்டம் மகாபாரதக் கதையோடு தொடர்புடையது. இது போர் வீரர்கள் ஆடும் ஆட்டம். இந்த ஆட்டத்தில் வீரர்கள் வேடம் தரித்தவர், தலையில் சிவப்பு நிறத் தலைப்பாகை, இடுப்பில் வேட்டியின் மேல் சிவப்பு நிறத் துண்டு, கையில் இடது கையில் கேடயம் மற்றும் வலது கையில் ஒரு குச்சி வைத்துகொண்டு ஆடுவார்கள். மார்பில் பாசிமணி மாலைச் சரம் அணிந்து ஆடுவார்கள்.

தருமர் சிற்பம்
(பத்மநாபசாமி திருவனந்தபுரம்)

இதே போல் ஒரு நடனம் ஆப்பிரிக்காவில் உள்ள மாசை பழங்குடிகளிடம் உள்ளது. இதுவும் வீரர்கள் ஆடும் நடனம். இவர்கள் கையில் கேடயமும், வேலும், தண்டமும் இருக்கும். மாசை பழங்குடி மக்களின் உடையின் முக்கிய நிறம் சிவப்பாகும். அவர்களின் அணிகலன்கள் சிவப்பு, வெள்ளை, நீலம் போன்ற நிறங்கள் உடைய பாசிமணிகள் ஆகும். இதை இவர்கள் கழுத்திலும், கையிலும், காலிலும், நெற்றியிலும் அணிந்திருப்பார்கள்.

மாசை வீரர்கள்

கேரள வேல களி

மாசை நடன வீரர்கள்

கலாசாரம் கூற்றுகள்

சுமேரியர்கள் புலம் பெயர்ந்த பின் செய்ததாக கூறப்படும் செய்திகள் மூலம் நாம் அறியப்படுவது என்னவென்றால்;

புது நாள்காட்டி உருவாக்கி புது ஆண்டை உருவாக்கி சங்கத்தின் முடிவுக்கு சமர்ப்பித்தான் என்பதன் மூலம் புது நாள்காட்டி என்பது புதிய இடத்திற்கு ஏற்ப புதிய கால அட்டவணை செய்வது. தமிழகத்தில் சித்திரை என்றால் சுமேரியாவில் ஆடி மாதம். அப்படியெனில் ஏற்கெனவே புலம் பெயர்வதற்கு முன் தங்களுடைய பழைய இடத்தில் நாள்காட்டி இருந்திருக்க வேண்டும். சங்கமும் இருந்திருக்க வேண்டும். அந்த சங்கமே மன்னனுக்கு அறிவுரைகள் வழங்கி இருக்க வேண்டும். கடல் வெள்ளப்பெருக்கிற்கு முன் சங்கம் இருந்த செய்தி நம் சங்க இலக்கியங்களில் கிடைக்கிறது.

நல்ல விதைகளை கொடுத்தான் என்ற செய்தி மூலம் தோன்றும் கேள்வி, நல்ல விதை எங்கிருந்து கிடைத்தது? தாங்கள் முன்பு குடியிருந்த இடத்திலிருந்து கொண்டு வந்தது. அப்படியெனில் அவர்கள் முன்பிருந்த இடத்தில் அவர்கள் ஏற்கெனவே விவசாயம் செய்திருக்க வேண்டும். ஆக சுமேரியாவில் முதலில் விவசாயம் செய்யவில்லை. நோவாவின் கதையில் கடல் வெள்ளப்பெருக்கிலிருந்து தப்ப பெரிய கப்பல் மூலம் தேவையான விதைகள், தாவரங்கள், விலங்குகள் எல்லாம் கொண்டு சென்றனர் என்று சொல்லப்படுகிறது.

எண்ணெய் பால் உற்பத்தி செய்ய ஏற்பாடு செய்தான் என்ற செய்தி மூலம் அவர்கள் புலம் பெயரும் முன்பே மேய்ச்சல் தொழிலில் நன்கு மேன்மை அடைந்திருக்க வேண்டும். எண்ணெய் உற்பத்தி செய்ய எங்கிருந்து அறிவு கிட்டியது? இங்கு எண்ணெய் எனப்படுவது பாலிலிருந்து நெய் உற்பத்தி செய்வதைக் குறிப்பதாக இருக்கலாம்.

சங்கத்தின் உறுதுணையோடு புது வீடு கட்டி அதற்குப் புதுமனை புகுவிழா நடத்தியது – அப்படியெனில் சுமேரியாவிற்கு புலம் பெயர்வதற்கு முன்பே சங்கம் இருந்திருக்க வேண்டும். நூல் அளந்து அஸ்திவாரம் போடும் அளவு அங்கு அறிவு வளர்ந்திருக்க வேண்டும். புதுமனை புகுவிழா நடத்தும் அளவுக்கு கலாசாரம் வளர்ந்திருக்க வேண்டும்.

மேற்கொண்ட செய்திகள் மூலம் அறியப்படுவது என்னவென்றால் சுமேரியர்கள் தாங்கள் புலம் பெயர்வதற்கு முன்பே நன்கு நாகரிகம் அடைந்தவர்களாக இருந்திருக்க வேண்டும். அப்படியெனில் சுமேரிய நாகரிகம் தான் உலகின் பழைமையான நாகரிகம் என்று கூறுவது கேள்விக்குரிய விஷயமாகிறது. ஆதலால் உலகின் மிகப் பழைமையான நாகரிகம் தோன்றிய இடம் சுமேரியர்களின் பூர்விக நிலம் தான். இந்த பூர்வீக நிலம் பண்டைய குமரிக்கண்டம்மாக இருக்கலாம்.

பண்டைய எகிப்திய கலாசாரம் நன்கு மேம்பட்ட கலாசாரமாக இருந்தது. இதில் முக்கியமாக கருதப்படுவது இறந்து போன அரச குடும்பத்தினரை பதப்படுத்தி பிரமிடுகளில் வைப்பதும், பின் அவற்றை வழிபடுவதும் ஆகும். இறப்புச் சடங்கில் பெண்கள் வெள்ளை ஆடை அணிந்து தலைவிரி கோலமாக ஒப்பாரி வைப்பது இருந்திருக்கிறது

மாயன் கலாசாரத்தில் சொர்க்கம், பூமி, பாதாளம் குறித்த தொன்மங்களும் மரம், இறுதிச்சடங்கு, நாகக்கடவுள், நாகஸ்வரம், சங்கு, புல்லாங்குழல், தலையலங்காரம். பிரமிடு, சித்திர வேலைப்பாடு, பச்சைக்கல் நகைகள் போன்றவை காணப்படுகின்றன. இவர்களுடைய பிரமிடுகளில் உள்ள சித்திர வேலைப்பாடுகளைப் பார்க்கையில் மாயன் நாகரிகம் எகிப்திய நாகரிகத்திலிருந்து தோன்றியிருக்கலாம் என்று கருத தோன்றுகிறது. எகிப்திலிருந்து புலம் பெயர்ந்து சென்று அவர்கள் தற்போதைய மத்திய அமெரிக்காவில் குடியேறியிருக்கலாம்.

பண்டைய திராவிடக் கலாசாரத்தின் முக்கிய அம்சம் கால் நாடை வளர்ப்பும், அது சார்ந்த வெட்சி, கரந்தை போர்களாகும். ஆநிரை என்பது மாட்டைக் குறிக்கும். வெட்சி என்பது ஆநிரை கவர்தலும்,; கரந்தை என்பது கவர்ந்து சென்ற ஆநிரைகளை மீட்டலும் ஆகும். பண்டைய திராவிடக் கலாசாரத்தில் இறந்தோரின் இறுதிச்சடங்கு ஒரு முக்கியமான சடங்காக இருந்தது. இறந்தோரை புதைத்த இடத்தில் நடுகல் நடுவது பண்டைய தமிழகத்தின் பெருங்கற்கால நாகரிகமாகும். புதைக்கும் ஈமச்சடங்கில் தாழி, குழிசி, கல், இடம்பெறுவது இந்நாகரிகத்தின் தனித்த பண்பாகும். இதன் இறுதி நிலை நடுகல்லாகும்.

ஆரியர்களின் சமுதாயம் பல பழங்குடிகள் அமைப்பாக இருந்தது. பழங்குடி சமுதாயத்தில் மூதாதையர் வழிபாடு மிக முக்கியமான வழக்காகும். ஆரியர்கள் மேய்ச்சல் தொழில் புரிந்தவர்கள். ஆரியர்களின் முன்னோர்களின் இருப்பிடம் ‘ஆர்யானோ பாஇஜா’ எனக் கூறப்படுகிறது. இதை இந்திய ஆரியர்கள் மறந்துவிட்டனர். ஈரானிய ஆரியர்கள் இதை ஞாபகம் வைத்துள்ளனர்

சீனாவில் உள்ள மஞ்சள் நிற மக்கள் பிற்காலத்திலேயே சீனாவில் குடியேறினர். அவர்களுக்கு முன்பு சீனாவை ஆண்டது கருப்பு இன மக்களே என்று ஆய்வுகள் தெரிவிக்கின்றன. எனவே சீனாவில் முதலில் குடியேறியது திராவிடர்களாக இருக்கலாம். இவர்களும் பண்டைய குமரிக்கண்டத்திலிருந்து குடியேறியிருக்கலாம்.

உலகில் உள்ள பல பழங்குடிகளிலும், கலாசாரங்களிலும் சிவப்பு மற்றும் மஞ்சள் நிறம் மிக புனிதமான நிறமாக கருதப்படுகிறது.

சுமேரிய, எகிப்து மற்றும் மாயன் நாகரிகங்களில் சமுதாயப் பிரிவுகள் பழங்காலத்திலேயே இருந்தன. மதங்கள் இல்லாத பழங்குடிகளிடமும் சமுதயாப் பிரிவுகள் உள்ளன. பண்டைய காலத்தில் மக்களிடத்தில் சமுதாயப்பிரிவு என்பது மக்கள் குடியிருக்கும் நிலத்தின் நிலை கொண்டு வந்திருக்கவேண்டும். தொல்காப்பியம் கூறும் ஐந்திணைகள் (குறிஞ்சி, முல்லை, மருதம், நெய்தல், பாலை) அதற்கு முன்பு மூன்று திணைகளாக இருந்திருக்க வேண்டும். தலை (மலை) நிலம், இடை நிலம் மற்றும் கடை நிலம். இந்த மூன்று நிலத்தின் அடிப்படையில் இங்கு வாழும் மக்களைக் கொண்டு மேல் குடி, இடை குடி, கீழ்க்குடி என சமுதாயப் பிரிவு வந்திருக்க வேண்டும். பின்னாளில் நாகரிகம் வளர்ந்த பிறகு, மதங்கள் உருவான பிறகு இது வர்ணாசிரம முறையாக மாறியிருக்கவேண்டும்.

பூர்வீக என்ற சொல் பூர்வ அக என்ற தமிழ் சொல்லாக இருக்கவேண்டும். பூர்வ என்ற முந்தைய என்ற அர்த்தம் உடையது. பூர்வ என்ற சொல் பரவ (பர அவ) அல்லது புர அவ என்ற சொல்லின் திரிபாக இருக்கலாம்.

முல்லை நில மக்களுக்கு கோவலர், ஆயர், அண்டர், இடையர், என்று அழைக்கப்படுகிறார்கள்.

கோவலர் என்பது கோபால, கோப என்று மருவியிருக்க வேண்டும். ஆயர் என்பது அய்யர் என்று மருவியிருக்க வேண்டும்.அண்டன் என்பது அந்தணன் என்று மருவியிருக்க வேண்டும்.

இடையன் என்பது ஈசன் என்று மருவியிருக்க வேண்டும்

முடிவுரை

இவ்வுலகெங்கிலும் உள்ள கலாசாரங்களில் உள்ள பழக்க வழக்கங்களை நோக்குகையில் அவைகளுக்குள் ஏதோ ஒரு வகையில் கலாசார தொடர்புகள் இருப்பதை காணமுடிகிறது. இது அந்த கலாசாரங்களின் பண்டைய ஆதி கலாசாரத்தில் இருந்து தொடர்ந்து வந்த வழக்கங்களாகும்.

மூத்தோர் வழிபாடு, புதைத்தல் கலாசாரம், ஜல்லிக்கட்டு, மல்யுத்தம், அணிகலன்கள், நாக வழிபாடு, விளையாட்டுக்கள், நடனங்கள், வர்ணாசிரம முறை, சமுதாய வழக்கங்கள், இசைக் கருவிகள் இன்றும் நாம் கடைப்பிடிக்கும் பல சடங்குகள் நம் பண்டைய பழன்குடிகளிடமிருந்து காலம் காலமாய் பின்பற்றப்படும் விசயங்களாகும்.

சுமேரியர்கள் தாங்கள் சுமேரியாவிற்கு புலம் பெயர்ந்து வரும் முன்பே நல்ல நாகரிக நிலை அடைந்தவர்களாக இருக்க வேண்டும். அந்த இடம் பண்டைய குமரிக்கண்டமாக இருக்கலாம்.

எகிப்தில் இறந்த மன்னனின் பெண்கள் வெள்ளை உடை அணிந்திருப்பதைக் காணமுடிகிறது. புதைத்தல் கலாசாரம் மற்றும் உடல் பதப்படுத்துதல் முறை எகிப்தியர்களிடம் மட்டுமில்லாமல் உலகில் பல பழங்குடிகளிடம் காணப்படுகிறது.

சுமேரிய, எகிப்து மாயன் நாகரிகங்களில் மற்றும் மதம் இல்லாத பல பழங்குடிகளில் சமுதாயப் பிரிவுகள் பழங்காலத்திலேயே இருந்தன.

பண்டைய திராவிடர்களும், ஆரியர்களும் இவர்களுக்கும் இடையே உள்ள ஒற்றுமை இருவரும் கால்நடை வளர்ப்புச் சமூகங்கள். வெட்சி, மற்றும் கரந்தை வழக்கங்கள் இரு சமூகங்களிலும் இருந்திருக்கின்றன.

உலகில் உள்ள பெரும்பாலான பழங்குடிகளில் மூதாதையர் வழிபாடு. சுன்னத், ஜல்லிக்கட்டு, வெற்றிலை பாக்கு, திருநீறு, முக மஞ்சள் பூசுதல், பச்சை குத்துதல், நீள் காத்து, வயதுக்குழு, நடனம், விளையாட்டு, சாராயம் படைத்தல், சங்கு, மாடு பலி, என பல பண்பாட்டு வழக்கங்கள் ஒரே போன்று உள்ளன.

பெரும்பாலான கலாசாரங்களில் மற்ற சடங்குகளை விட இறந்தோர் சடங்கே முக்கியமாகவும், விமரிசையாகவும் நடத்தப்படுகிறது அல்லது கொண்டாடப்படுகிறது என்று அறிய முடிகிறது.

இந்த கலாசார வழக்கங்கள் பண்டைய ஆப்பிரிக்காவிலிருந்தும், குமரிக் கண்டத்திலிருந்தும் உலகில் உள்ள மற்ற இடங்களுக்கு பரவியிருக்கவேண்டும்.

கலாசாரம் துணை நூல்கள்

1. புறநானூறு பாடல் 26
2. விவசாயக் கையேடு– பொ.யு.மு. 3300 களிமண் ஏடுகள் – பென்சில்வேனியா அருங்காட்சியகம்.)
3. குமரிக்கண்டமா சுமேரியமா – பா. பிரபாகரன், கிழக்கு, உ௦கஉ
4. Do Japanese Petroglyphs reveal prehistoric connections with the ancient SumerianAkkadian Elamite or Phoenician civilizations?, Nobuhiro Yoshida, President of Japan Petrograph Society, Japan http://japanesemythology.files.wordpress.com/2011/10/sumer11.jpg
5. Incas Of Peru Ancestors Tamils Celebrate Makara Sankaranti February 1, 2015 | Ramanan50 (http://www.translationdirectory.com/images_articles/languages/Old_Tamil_Inscription.jpg) (http://vedicempire.com/index.php?option=com_content&task=view&id=25&Itemid=9)
6. தமிழர் தந்தை சி.பா. ஆதித்தனார் என்ற நூலிலிருந்து)
7. ஆகோள் பூசலும் பெருங்கற்கால நாகரிகமும், ராஜ் கௌதமன், தமிழினி, 2009
8. குறுந்தொகை
9. சங்ககாலம், ப. சரவணன்,கிழக்கு பதிப்பகம், 2015
10. historiography of the concept of Aryan, romila thapar, national book trust, 2007
11. ரிக் வேத கால ஆரியர்கள், ராகுல சாங்கிருத்தியாயன், நியூ செஞ்சுரி புக் ஹவுஸ், 200அ.
12. Cultures and societies of Indus Tradition, Joanthan mark kenoyer
13. Agropastrolalism and the migration, Shereen Ratnagar
14. தமிழகப் பழங்குடிகள்
15. The Mummified Ancestors of Papua New Guinea's Anga Tribe By Charlie Hintz on June 27, 2014
16. நாட்டார் வழக்காற்றியல் பற்றிய பேட்டி, விஷ்ணுபுரம் சரவணன் மற்றும் பேராசிரியர் ஆ.சிவசுப்ரமணியம், ஆனந்த விகடன், 6.11.19 ப. 102)
17. Garden of Eden Originally a Pygmy Myth, Acharya.S., Murdock. D.M., www.freethoughtnation.com, 25.7.2011
18. Tattooing in Marshall Island, DirikH.R. Spennemann
19. Beer in Ancient Egypt, JOSHUA J. MARK, published on 16 March 2017, ancient history, www.ancient.eu
20. Ancient Egyptian Mortuary Rituals, Joshua J. Mark published on 01 March 2017, www.ancient.eu
21. blacks in china, richard e hill
22. Castes and Tribes of Southern India, Vol. 2 of 7
23. Edgar Thurston; Contributor: K. Rangachari, June 21, 2013 [EBook #42992]
24. Culture of the Cook Islands From Wikipedia, the free encyclopedia, Retrieved from https://en.wikipedia.org/w/index.php? title=Culture_of_the_Cook_Islands&oldid=697055358
25. Tribes of Madagascar,
26. Genesis Of Gonds, JJayseva Koyapunem, www. jayaseva.com
27. Gond : A Scheduled Tribe of Odisha, Prof. P. Panda & T. Sahoo, Scheduled Castes & Scheduled Tribes Research and Training Institute, Bhubaneshwar; 2012
28. SocioCultural History of the Gond Tribes of Middle India, Shamrao Koreti International Journal of Social Science and Humanity, Vol. 6, No. 4, April 2016

29. ASPECTS OF GOND ASTRONOMY, M.N. Vahia and Ganesh Halkare, Journal of Astronomical History and Heritage, 16(1), 2944 (2013).
30. The Huli People of Papua New Guinea Copyright ©1998 G. C. J. Lomas) (Photos copyright © 1998 Malachy McBride, ofmcap.; Drawings copyright ©1998 Alphonsus Mariot)
31. List of ethnic groups of Africa From Wikipedia, the free encyclopedia Retrieved from https://en.wikipedia.org/w/index.php?title=List_of_ethnic_groups_of_Africa&oldid=772981263
32. maasai people and elephants: values and perceptions, john kioko et.al, Indian Journal of Traditional Knowledge, Vol. 1(1), Jan 2015, 1319
33. Maasai Ceremonies and Rituals, Maasai Asscoiation
34. Maasai people From Wikipedia, the free encyclopedia Retrieved from https://en.wikipedia.org/w/index.php?title=Maasai_people&oldid=726350764
35. Maasais, Canaanites And the Inca Connection 20070609 0:00 By Philip Ochieng | allafrica.com
36. Marshallese culture From Wikipedia, the free encyclopedia
37. Inca Empire From Wikipedia, the free encyclopedia Retrieved from https://en.wikipedia.org/w/index.php?title=Inca_Empire&oldid=710886743
38. The AyarIncas (2 Volume Set): 1. Monuments, Culture, and American Relationship; 2. Asiatic OriginsMiles Poindexter,Former US Ambassador
39. Indigenous peoples of the Americas From Wikipedia, the free encyclopedia
40. Kikuyu people From Wikipedia, the free encyclopedia Retrieved from https://en.wikipedia.org/w/index.php?title=Kikuyu_people&oldid=722876577
41. Kikuyu, Meru, Gumba and Chuka Myths of Origin Updated on February 6, 2014 www.hubpages.com/education
42. Ol Doinyo Lengai From Wikipedia, the free encyclopedia Retrieved from https://en.wikipedia.org/w/index.php?title=Ol_Doinyo_Lengai&oldid=723532111
43. The Art of Nature: Tattoo History of Western Oceania. Lars Krutak
44. The Masai People of Kenya and Tanzania, Travel, 29.8.2012
45. Madurese People, Wikipedia
46. Sundanese People, Wikipedia
47. Australian Aboriginal culture From Wikipedia, the free encyclopedia
48. Garden of Eden Originally a Pygmy Myth, Acharya.S., Murdock. D.M., www.freethoughtnation.com, 25.7.2011
49. (the wonderful civilization of the ancient Twa of Africa, Mena T, May 31, 2013.
50. Christianity before Christ, John G Jackson
51. வேடுவர் (இலங்கை) "https://ta.wikipedia.org/w/index.php?title=வேடுவர்_(இலங்கை)&oldid=2224577"
52. Fijians – Wikipedia
53. Fiji – Wikipedia
54. A brief history of Cannibalism in Fiji, www.theculturetrip.com
55. Culture of Fiji, Wikipedia
56. Fijian traditions and customs, Wikipedia
57. The Fijinas A study of Decay of customs, Basil Thomson, Ebook of The Gutenberg Project, 2011

58. Fiji and the Fijians – The Islands and Their Inhabitants, Thomas Williams, 1858, Published by Alexander Heylin. Reprint 1983 by The Fiji Museum, Suva.
59. Ranade, Shirish & Soni, Anjali & Kumar, Nikhil. (2011). SPAR Profiles for the Assessment of Genetic Diversity Between Male and Female Landraces of the Dioecious Betelvine Plant (Piper betle L.). 10.5772/24753.

படங்கள்

நாக வழிபாடு படங்கள்

- https://www.google.com/url?sa=i&source=images&cd=&cad=rja&uact=8&ved=2ahUKEwjS2KLG45PmAhWMzDgGHePbDmQQjhx6BAgBEAI&url=http%3A%2F%2Fwww.ancientpages.com%2F2019%2F06%2F25%2Fthemysteryofserpent worship%2F&psig=AOvVaw0Yy9xaMuNkhTHtoTm5mLWU&ust=1575266585708311
- https://www.google.com/url?sa=i&source=images&cd=&cad=rja&uact=8&ved=2ahUKEwjU37CP5JPmAhVUzTgGHSxDDtEQjhx6BAgBEAI&url=http%3A%2F%2Fpentamegistus.blogspot.com%2F2018%2F08%2Ftheagathosdaimoningrecoegyptian.html&psig=AOvVaw0Yy9xaMuNkhTHtoTm5mLWU&ust=1575266585708311
- https://www.google.com/url?sa=i&source=images&cd=&cad=rja&uact=8&ved=2ahUKEwjXit7Z5JPmAhUdyzgGHcTKCzUQjhx6BAgBEAI&url=https%3A%2F%2Fen.wikipedia.org%2Fwiki%2FSerpent_(symbolism)&psig=AOvVaw0Yy9xaMuNkhTHtoTm5mLWU&ust=1575266585708311
- https://en.wikipedia.org/wiki/File:Mami_Wata_poster.png
- https://www.google.com/url?sa=i&source=images&cd=&cad=rja&uact=8&ved=2ahUKEwjonqT85ZPmAhVywjgGHYtDuMQjhx6BAgBEAI&url=http%3A%2F%2Fcosmology.com%2FIsGodAnExtraterrestrial.html&psig=AOvVaw3Ny845ioEQhoQwFcwAdoKo&ust=1575267201471918
- https://www.ancientorigins.net/sites/default/files/FuXiandNuWamythologicalserpents.jpg
- https://www.ancientorigins.net/sites/default/files/MinoanSnakeGoddess.jpg
- https://cdn1.iscmp.com/sites/default/files/styles/1200x800/public/images/methode/2018/04/06/b03ac578395411e8b7a41972cdd9f871_1280x720_190709.JPG?itok=lLv4BlyF
- https://www.google.com/url?sa=i&source=images&cd=&cad=rja&uact=8&ved=2ahUKEwiegfT55PmAhWFyjgGHeJVDzcQjhx6BAgBEAI&url=https%3A%2F%2Fwww.pinterest.com%2Fpin%2F566890671837708602%2F&psig=AOvVaw3VgRZbpaAN7NgXoAPBBpo&ust=1575267695931716
- https://upload.wikimedia.org/wikipedia/commons/thumb/a/a7/RainbowSerpent.jpg/300px RainbowSerpent.jpg (aborginals)
- https://journeyingtothegoddess.files.wordpress.com/2012/04/mawubylisahunt.jpg
- https://upload.wikimedia.org/wikipedia/commons/thumb/9/92/Nyaminyami.jpg/1200pxNyaminyami.jpg

06

வரலாறு

மலிதிரை யூர்ந்துதன் மண்கடல் வெளவலின்
மெலிவின்றி மேற்சென்று மேவார்நா டிடம்படப்
புலியோடு வில்நீக்கிப் புகழ்பொறித்த கிளர்கெண்டை
வலியினான் வணக்கிய வாடாச்சீர்த் தென்னவன்

(கலித்தொகை 104)

பண்டைய காலம் தொட்டு உலகெங்கிலும் பல நாடுகளில் பல அரசமைப்புகள் இருந்திருக்கின்றன. பல ஆயிரம் மன்னர்கள் ஆண்டு சென்றிருக்கிறார்கள். காலம் காலமாக ஆண்டு வந்த மன்னர்களைப் பற்றிய செய்திகளே வரலாறு எனப்படுகிறது. இந்த மன்னர்கள் பற்றிய செய்திகள் கல்வெட்டுகள் மூலமாகவோ, பண்டைய இலக்கியங்கள் மற்றும் காவியங்கள் மூலமாகவோ, பல மதங்களின் புனித நூல்கள் மூலமாகவோ, மற்றும் பண்டு தொட்டு வழங்கி வந்த தொன்மக் கதைகள் மூலமாகவோ அறியப்படுகிறது. பல காலகட்டங்களில் இந்த வரலாறு பற்றிய கூற்றுகள் பலவிதமாக கூறப்பட்டிருக்கிறது. தொல்லியல் பற்றிய படிப்பு வரும் வரை பண்டைய இலக்கியங்களும், காவியங்களும், தொன்மக்கதைகளுமே வரலாறு பற்றிய செய்திகளின் மூலமாக விளங்கிற்று. பின்னாளில் மேற்கத்திய தொல்லியல் ஆய்வாளர்கள், அகழ்வாராய்ச்சி, மற்றும் தொல் கட்டடங்கள் புனரமைப்பு மூலம் பல புதிய தகவல்களை உலகுக்கு வெளிக்கொண்டு வந்தனர். இதன் மூலம் வரலாறு பற்றிய செய்திகள் வரைமுறைப் படுத்தப்பட்டது. எடுத்துக்காட்டாக எகிப்து பிரமிடுகள் பற்றிய தொல்லியல் ஆராய்ச்சி, சிந்து சமவெளி அகழ்வாராய்ச்சி, மெசப்பட்டோமியா அகழ்வாராய்ச்சி, தமிழக பழங்கால கோவில்களின் கல்வெட்டு ஆய்வுகள் போன்றவை ஆகும். இந்த தொல்லியல் ஆராய்ச்சி மற்றும் ஆய்வுகள் உலகிற்கு புதிய தகவல்களைக் கூறியது.

சிந்து சமவெளி நாகரிகம் கண்டறியப்படும் முன்பு, கங்கை வெளி நாகரிகமே பழைமையானது என்று கருதப்பட்டு வந்தது. சிந்து சமவெளி நாகரிகம் கண்டுபிடித்த பின்பு அதுவே உலகின் பழைமையான நாகரிகம் என்று கூறப்பட்டது. பின்னர் சுமேரிய நாகரிகம் கண்டுபிடிக்கப்பட்ட பின்பு சுமேரிய நாகரிகமே உலகின் பழைமையான நாகரிகம் என்று கூறப்படுகிறது. இன்று வரை அது கூறப்பட்டு வருகிறது. ஆனால் சுமேரிய நாகரிகம் தான் உலகின் பழைமையான நாகரிகமா என்பதும் கேள்விக்குரிய விஷயம் தான். அதைப் பற்றிய தேடல் தான் இந்த புத்தகம். அதே போல் தமிழக வரலாற்றை எடுத்துப் பார்த்தால், 19ஆம் நூற்றாண்டிற்கு முன்பு மக்களிடையே சேர, சோழ, பாண்டிய மன்னர்களைப் பற்றிய வரலாறு யாருக்கும் தெளிவான அறிவு இருந்திருக்கவில்லை. அப்பொழுது பெரும்பாலும் வாய்வழிக் கேட்ட கதைகள் மூலமாகவே தமிழக மன்னர்கள் பற்றிய அரைகுறை வரலாறு தெரிந்து வைக்கப்பட்டிருந்தது. பின்னர் 19ஆம் நூற்றாண்டில் ஆங்கிலேயர்கள் கோவில் கல்வெட்டுகள், செப்பேடுகள் போன்றவற்றை ஆய்வு செய்த பின்னரே தமிழக மன்னர்கள் பற்றிய தெளிவான வரலாறு கிடைக்கப்பெற்றது. உதாரணத்திற்கு தஞ்சை பெரிய கோவில் கல்வெட்டுகளை ஆராய்ச்சி செய்யும் முன்னர், ராஜராஜ சோழன் பற்றிய செய்தி யாருக்கும் தெரியவில்லை. அதற்கு முன்னர் அந்த கோவிலைக் கட்டியது காடுவெட்டி சோழன் என்ற பேச்சே இருந்தது. தஞ்சை பெரிய கோவில், கல்வெட்டுகளை ஆய்வு செய்த பின்தான் ராஜராஜ சோழன் பற்றியும், சோழர்கள் பற்றியும், தமிழக வரலாற்றின் பல செய்திகள் பற்றியும் அறிய முடிந்தது. உலகெங்கிலும் உள்ள பண்டைய நாகரிகங்களில் இப்படி கிடைக்கப் பெற்ற மன்னர்களின் வரலாற்றை ஆய்வு செய்து அதன் மூலம் பண்டைய திராவிடத்தின் மூலங்களை அறிய முடியுமா என்று இந்த பகுதியில் நாம் முயற்சிப்போம்.

சுமேரிய மன்னர்கள்

சுமேரிய நாகரிகம் தான் உலகின் மிகப் பழைமையான நாகரிகம் என்று கருதப்படுவதால் இந்த நாகரிகத்தில் இருந்த மன்னர்களே உலகின் பழைமையான மன்னர்களாக இருக்கவேண்டும் என்று நம்பப்படுகிறது. சுமேரியாவில் பொ.யு.மு. 4000 போல் நகரமைப்பு அரசுகள் தோற்றுவிக்கப்பட்டன. ஒவ்வொரு நகரமும் ஒரு அரசு போல் செயல்பட்டது. எரிது, சுருப்பாக், உருக், சிப்பார் மற்றும் உர் போன்றவை முக்கியமான, வலிமை வாய்ந்த நகரமைப்பு அரசுகளாக இருந்தன. இந்த ஒவ்வொரு நகரத்திற்கும் ஒரு கடவுள் இருந்தன.

ஹெர்மான் என்ற ஜெர்மானியஅமெரிக்க தொல்பொருள் ஆய்வாளர் சுமேரியாவில் நிப்பூர் என்ற இடத்தில் கிடைத்த 5000 வருடம் பழைமையான குனிபார்ம் முறையில் எழுதப்பட்டிருந்த களிமண் ஏடை ஆய்வு செய்து அது பண்டைய சுமேரிய மன்னர்களின் அட்டவணை என்று கண்டுபிடித்தார். இந்த களிமண் ஏடு பொ.யு.மு. 2100 போல் எழுதப்பட்டிருக்கலாம் என்று கருதப்படுகிறது. இதேபோன்று வேறு சில களிமண் ஏடுகளில் கிடைத்த மன்னர்களின் தகவல் படி ஜேக்கப்சன் என்ற தொல்பொருள் ஆய்வாளர் முதன்முதலில் 1939ஆம் வருடம் சுமேரிய மன்னர்களின் பட்டியலை வெளியிட்டார். இந்த மன்னர்களின் பட்டியல் மனிதன் வரலாறு தொடங்கிய நாள் முதல் உள்ள மன்னர்களை பட்டியலிடுகிறது. இதில் பண்டைய கடல் வெள்ளப்பெருக்கு பற்றியும் கூறப்படுகிறது. இந்த பட்டியலின்படி, முதன்முதலில் மன்னர் வம்சம் சொர்க்கத்தில் ஆரம்பித்ததென்றும், பின்னர் அது எப்படி மற்ற இடங்களுக்கு பரவியது என்றும் கூறுகிறது. இந்த பட்டியல் மன்னர் வம்சம் அலோருஸ் (Alorus) என்ற மன்னரிடமிருந்து சொர்க்கத்தில் ஆரம்பித்தது என்றும், இவர் 1,62,000 வருடங்கள் ஆட்சி செய்தார் என்றும் கூறுகிறது. இவருக்கு பிறகு அலுலிம் (Alulim) என்ற மன்னர் 28,800 வருடங்கள் எரிடுக் (Eridug) என்ற இடத்திலிருந்து ஆட்சி செய்தார் என்றும், அதற்கு அடுத்து அலல்ஜர் (Alalajar) என்பவர் 36,000 வருடங்கள் அதே இடத்திலிருந்து ஆட்சி செய்தார் என்றும் கூறி பின் பட்டியல் தொடர்கிறது. இந்த பட்டியலில் கிட்டத்தட்ட 150 மன்னர்களின் பெயர்களை பட்டியலிடுகிறது.

மேற்கண்ட பட்டியலில் ஏற்படும் சந்தேகம் என்னவென்றால் ஒரு அரசன் 1,62,000 வருடங்கள் உயிரோடு இருக்க முடியுமா என்பதுதான்? இது நம்ப முடியாத விசயமாக இருக்கிறது. பண்டைய காலத்தில் மனிதர்கள் நீண்ட நாள் வாழ்ந்திருக்கலாம் என்றாலும், அது 200 ஆண்டுகளுக்கு மேல் நிச்சயம் இருந்திருக்காது. எனவே ஒரு மன்னன் பல்லாயிரம் ஆண்டுகள் ஆட்சி செய்வது என்பது மிகவும் மிகைப்படுத்தப் பட்ட விசயமாக இருக்க வேண்டும். குரங்கிலிருந்து மனிதன் தோன்றியே இரண்டு லட்சம் ஆண்டுகள் தான் ஆகியிருக்கவேண்டும் என்று அறிவியல் கூறுகிறது. பின் எப்படி ஒருவர் இத்தனை ஆண்டுகள் ஆட்சி செய்திருக்க முடியும். எனவே அந்த பட்டியலில் கூறப்படும் வருடங்கள் என்பது ஒன்று மிகைப்படுத்தப்பட்ட ஒன்று இல்லை வருடங்களின் கணக்கில் ஏதேனும் தவறு இருந்திருக்க வேண்டும். சிலர் கூற்றுப்படி, மன்னர்வம்சம் தோன்றியது சொர்க்கத்தில் இருந்ததாகும். எனவே இது தெய்வங்கள் ஆட்சி செய்த காலகட்டமாக இருக்கலாம் என்று கருதுகிறார்கள். ஆனால் இது எதார்த்த உலகத்திற்கு ஏற்றுக்கொள்ளும்படி இல்லை.

பைபிளிலும் இதுபோன்ற மன்னர்கள் பட்டியல் உள்ளது. அது ஒன்பது மன்னர்கள் 750 வருடங்கள் ஆட்சி செய்தனர் என்று கூறுகிறது. அது ஆதாமும், நோவாவும் 900 வருடங்கள் வாழ்ந்ததாக கூறுகிறது.

சுமேரிய களிமண் ஏடு பட்டியலின் படி முதல் எட்டு அல்லது பத்து மன்னர்கள் 2,41,000 வருடங்கள் ஆண்டார்கள் என்று கூறுகிறது. ஆனால் இது நம்பும்படி இல்லை. இருந்தாலும் இந்த தொன்மைக்கதைகளின் பின்னால் ஏதோ உண்மை இருக்க வேண்டும். வருடங்களின் எண்ணிக்கையில் வேண்டுமெனில் பிழையிருக்கலாம், ஆனால் மன்னர்களின் பெயர்கள் கற்பனையாக இருக்க முடியாது. எந்த ஒரு தொன்மக் கதையும், புராணக்கதையும் முழுக்க முழுக்க கற்பனையாக இருக்க முடியாது. அவைகள் பண்டைய காலத்தில் நடந்த ஏதோ ஒரு நிகழ்வின் அல்லது எதார்த்தத்தின் அடிப்படையில் மிகைப்படுத்தி புனையப்பட்டிருக்க வேண்டும். அந்த எதார்த்தத்தை வெளிக்கொண்டு வந்தால் வரலாறுகளின் உண்மை முகங்களை நாம் வெளிக்கொணர முடியும். அதற்கு அந்த பட்டியலில் உள்ள வருடங்களை கணக்கில் பார்ப்போம்.

அப்படிப் பார்க்கையில், அந்த பட்டியலில் மன்னர்களின் ஆட்சி வருடங்கள் ஒரே கால அளவைப் போல் இல்லை. உதாரணத்திற்கு, ஆரம்பத்தில் உள்ள மன்னர்களின் ஆட்சி காலம் பல்லாயிரக்கணக்கான வருடங்களாகவும், நடுவில் உள்ள மன்னர்களின் ஆட்சிக்காலங்கள் நூற்றுக்கணக்கான வருடங்களாகவும், கடைசியில் உள்ள மன்னர்களின் ஆட்சிக்காலங்கள் தற்போதைய எதார்த்த மனிதனின் வாழ்நாள் வருடங்களாகவும் உள்ளது.

இதை நாம் கூர்ந்து கணக்கிட்டால், மேற்கூறிய மூன்று நிலைகளில்,

– வெள்ளப்பெருக்கிற்கு முன்பு, மன்னர்களின் சராசரி ஆட்சிக்காலம் 30,000 வருடங்கள்

– வெள்ளப்பெருக்கிற்கு பின்பு, மன்னர்களின் சராசரி ஆட்சிக்காலம் 700 வருடங்கள்

– பொ.யு.மு. 4247 பின்பு, மன்னர்களின் சராசரி ஆட்சிக்காலம் 80 வருடங்கள்

என தெரிய வருகிறது.

காலம்/அரசு	மன்னர்கள் எண்ணிக்கை	ஆண்டுகள்	சராசரி ஆண்டுகள்
வெள்ளப்பெருக்கிற்கு முன்	10 மன்னர்கள்	2,70,000	27,000
வெள்ளப்பெருக்கிற்கு பின்	23 மன்னர்கள்	18,210	790
முதல் உனுக் அரசு	13 மன்னர்கள்	3,589	275
முதல் உரிம் அரசு	4 மன்னர்கள்	177	44

இந்த மூன்று நிலைகளில் எதனால் மன்னர்களின் ஆட்சிக்காலம் இப்படி திடீரென்று குறைந்தது என்று கேள்வி எழுகிறது. அதற்கான காரணம் என்னவென்று என அறிய ஆவல் ஏற்படுகிறது. ஒரு வேளை பரம்பரை நோய் காரணமாகவா

அல்லது மனிதன் மரபணு மாற்றத்தினாலா அல்லது காலத்தினால் ஏதேனும் ஒரு மாய நிகழ்வினாலா என்ற சிந்தனைகள் ஏற்படலாம். ஆனால் நன்கு சிந்தித்துப் பார்க்கையில் இதற்கான காரணம் வானியல் அல்லது கால கணக்குமுறையில் உள்ள கணக்கு வேறுபாடாக இருக்கலாம். அவை என்னவென்று பார்ப்போம்:

முதல் நிலையில் சராசரி ஆட்சிக்காலம் 30,000 வருடங்கள் என நாம் கண்டோம். ஆனால் எதார்த்த மனிதன் வாழ்நாள் கணக்கில் இது சாத்தியமில்லை. எனவே இங்கு 'வருடங்கள்' என்று கூறப்படுவது உண்மையில் 'நாட்களை'க் குறிப்பதாக இருக்க வேண்டும். இந்த கால கட்டத்தில், கால அளவீடு முறை அல்லது வானியல் தோன்றியிருக்க வாய்ப்பில்லை. பண்டைய நம் கல்வெட்டுகளில் ஒரு மன்னரின் ஆட்சிக் காலத்தை குறிக்க, மன்னரின் ஆட்சிக்காலத்தில் இத்தனையாவது நாள் என்றே குறிப்பிட்டுள்ளார்கள். எனவே உண்மையான காலத்தை அறிய மன்னர்களின் பட்டியலில் உள்ள கால அளவை 360 என்ற எண்ணோடு வகுக்க வேண்டும்.

இரண்டாவது நிலையில், சராசரி ஆட்சிக்காலம் 700 வருடங்கள் என நாம் கண்டோம். இதுவும், எதார்த்த மனிதன் வாழ்நாள் கணக்கில் இது சாத்தியமில்லை. எனவே இங்கு வருடங்கள் என்று குறிப்பிடுவது மாதங்களாக இருக்கலாம். இக்கால கட்டத்தில் வானியல் அறிவு வளர்ந்து 'மாதங்கள்' கால கணக்கு கண்டுபிடிக்கப்பட்டு அதை பின்பற்றியிருக்கலாம். எனவே இங்கு 700 வருடங்கள் என்பது 700 மாதங்களாக இருக்க வேண்டும். எனவே சரியான கால அளவை அறிய பட்டியலில் கூறப்பட்டிருக்கும் கால அளவை 12இல் (மாதங்கள்) வகுக்க வேண்டும்.

மூன்றாவது நிலையில், சராசரி ஆட்சிக்காலம் 80 வருடங்கள் என நாம் கண்டோம். இது தற்போதைய மனிதனின் வாழ்நாளோடு ஒத்துப் போகிறது. இக்காலகட்டத்தில் கால கணித முறையில் 'வருடம்' என்ற கால அளவு முறை தோன்றியிருக்க வேண்டும். எனவே பட்டியலில் கூறப்படும் கால அளவை அப்படியே நாம் எடுத்துக்கொள்ளலாம்.

மேற்கூறிய கூற்றுப்படி, சுமேரிய மன்னர்களின் பட்டியலில் உள்ள கால அளவை திருத்தி அமைத்தால், நமக்கு மன்னர்களின் சரியான ஆட்சி காலங்கள் எண்ணிக்கையும், ஆட்சி நடைபெற்ற ஆரம்ப மற்றும் முடிவு வருடங்களின் அளவும் கிடைக்க வாய்ப்பிருக்கிறது. அப்படி செய்வதற்கு முன்பு, தொல்பொருள் ஆய்வாளர்களால் ஏக மனதாக ஏற்றுக்கொள்ளப்பட்ட ஏதேனும் ஒரு மன்னரின் ஆட்சிக்காலத்தை நாம் அளவு குறியீடாக எடுத்துக்கொண்டு, அதிலிருந்து ஆட்சி நடைபெற்ற ஆரம்ப மற்றும் முடிவு வருடங்களை நாம் கணக்கிடலாம். உதாரணமாக, உர்நம்ம என்ற அரசரின் ஆட்சிக்காலத்தை பெரும்பாலான வரலாற்று ஆய்வாளர்கள் ஏற்றுக் கொள்கிறார்கள். இவருடைய தோராயமாக ஆட்சிக்காலம் பொ.யு.மு. 2112 – 2094 ஆகும். இதிலிருந்து 300 வருடங்கள் மாற்றம் இருக்கலாம். எனவே இந்த ஆட்சிக் காலத்தை வைத்து மற்ற மன்னர்களின் ஆட்சிக்காலத்தை நாம் கணக்கிடலாம். மேலும் இந்த மன்னர்களின் பட்டியலில், சில காலங்களில் மன்னர்கள் இல்லாமல் இருந்திருக்கிறார்கள். அவற்றையும் நாம் கணக்கில் கொள்ள வேண்டும். இணைக்கப்பட்டிருக்கும் அட்டவணையில் நாம் காணலாம்.

மன்னன் கையில் செங்கோல் மற்றும் வளையம், நீதி மணி, தூண்

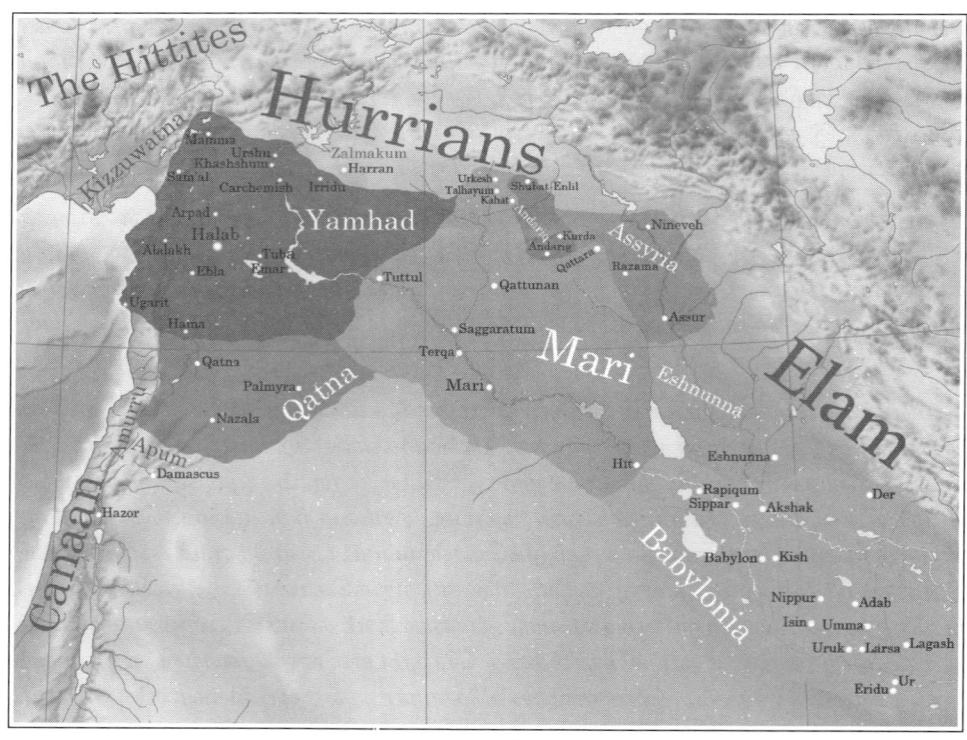

பண்டைய மேற்காசிய அரசுகள்

சுமேரிய அரசு ஆட்சிக்கு பின்னர் அக்காடிய அரசு, பாபிலோனிய அரசு, போன்ற அரசுகள் ஆட்சிக்கு வந்தன. இதே போல் மாரி, ஈழம், கண்ணன், அசிரிய போன்ற அரசுகளும் இருந்தன.

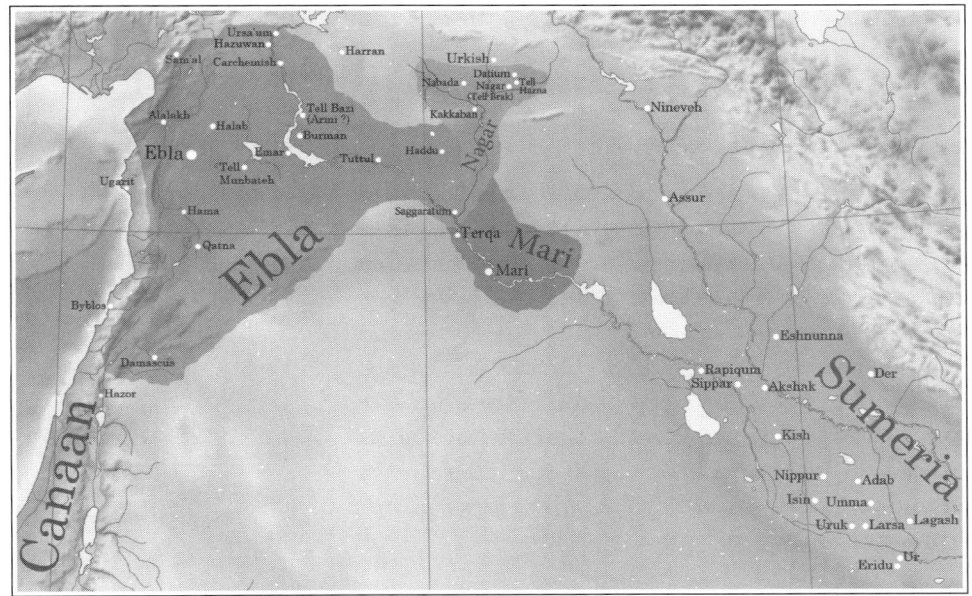

பண்டைய மேற்காசிய அரசுகள்

சுமேரியா என்பது பிற்கால இலக்கியச் சொல். சுமேரு என்பதே சரியான சொல்லாக இருக்கவேண்டும். இயா என்ற சொல் நிலத்தைக் குறிக்கும் சொல். ஆசியா, இந்தியா போன்ற பெயர்கள் போல். எனவே சுமேரியா என்பது சுமேரு + இயா என்பதாகும். லுகாள் என்பது அரசனைக் குறிக்கும். இதற்கு பெரிய மனிதன் என்று அர்த்தம். லுகா என்பது உலகு என்பதன் திரிபாக இருக்கலாம். ஆள் என்றால் மனிதன். லுகாள் என்பது உலகாள் என்ற சொல்லாக இருக்கலாம். உலகாளும் பெருமாள் என்று திருமாலைக் குறிப்பது உண்டு. 'என்' என்பது மன்னன் அல்லது பிரபுவைக் குறிக்கும் சொல்லாக இருக்கவேண்டும்.

சுமேரிய இளவரசி சிற்பம்
(பொ.யு.மு. 2150)

சிந்துசமவெளி மன்னர்கள்

சிந்து சமவெளி நாகரிகம் உலகின் மிகப் பழைமையான நாகரிகங்களில் ஒன்றானது என்று கருதப்பட்டாலும் அதனுடைய வரலாறு பற்றி தெளிவான தொல்பொருள் ஆதாரங்கள் கிடைக்கவில்லை. அங்கு ஒரு அரசமைப்பு இருந்ததற்கான நேரடி தகவல்களோ அல்லது ஆதாரங்களோ காணப்படவில்லை. ஆனால் சில

தொல்பொருள் தடயங்களில் இருந்து மறைமுக ஆதாரங்கள் மூலம் அறிய முடிகிறது. உதாரணத்திற்கு, பெரும்பாலான சிந்து சமவெளி நகரங்களில் உள்ள கட்டட அமைப்பு நேர்த்தியாக, நன்கு திட்டமிடப்பட்டு ஒரே போல் கட்டப்பட்டுள்ளதைப் பார்த்தால் இது ஒரு மத்திய ஆட்சி கட்டுப்பாட்டின் கீழ் கட்டப்பட்டதாக தோன்றுகிறது. ஆனால் அரசர்கள் இருந்ததற்கான தடயங்கள் மிகவும் குறைவாகவே உள்ளது. இங்குள்ள நகரங்கள் தங்களுக்கென்று ஒரு தலைவன் வைத்துக்கொண்டு ஒரு குடித்தலைவர் ஆட்சி போன்றே இருந்திருக்க வேண்டும். சிந்து சமவெளியில் கிடைத்த ஒரு சிறிய சிலை மூலம் அறியப்படுவது. சிந்து சமவெளி நகரங்கள் பண்டைய பழங்குடி குடித்தலைவன் அல்லது மத குரு என்பவரின் தலைமையின் கீழ் இருந்திருக்கலாம் என்று கருதப்படுகிறது.

சிந்து சமவெளி குடித் தலைவன்

எகிப்திய மன்னர்கள்

உலக வரலாற்றில் எகிப்திய மன்னர்களின் வரலாறு மிகவும் முக்கியம் வாய்ந்தது. எகிப்திய மன்னர்களின் பட்டியல் சேதி 1 என்ற மன்னரின் கோவிலில் காணக்கிடைக்கிறது. இந்த கோவிலின் சுவரில் மன்னர்களின் பட்டியல் சித்திர எழுத்து மூலம் எழுதப்பட்டிருக்கிறது. இந்த கோவில் அபைடோஸ் என்ற இடத்தில் உள்ளது.

எகிப்திய மன்னராட்சியின் காலம் பொ.யு.மு 3000 முதல் ஆரம்பித்து பொ.யு. மு.30 வரை நீள்கிறது. இந்த 3000 ஆண்டுகள் காலகட்டத்தில் 150 மேற்பட்ட மன்னர்கள் கிட்டத்தட்ட 30 அரசுகள் அமைத்து ஆண்டுள்ளனர். இதில் பெண்ணரசிகளும் அடங்கும். பொ.யு.மு. 5ஆம் நூற்றாண்டு போல் பாரசீக மன்னர்கள் எகிப்தை கைப்பற்றி ஆட்சி செய்ய ஆரம்பித்தனர். பின்னர் பொ.யு. மு. 3ஆம் நூற்றாண்டு போல் அலெக்ஸாண்டர் எகிப்தை கைப்பற்றினார். அதைத் தொடர்ந்து 25 வருடங்கள் கிரேக்கர்கள் எகிப்தை ஆண்டனர். பின்னர் 300 வருடங்கள் ப்டோலேமி அரசர்கள் எகிப்தை ஆண்டனர்.

முதல் அரசன் பெயர் 'அக' என்பதாகும். இவனுக்கு 'மேனி அல்லது மெனஸ்' என்ற பெயரும் உண்டு. இரண்டாவது அரசரின் பெயர் 'தியர்'. முதல் மற்றும் இரண்டாம் அரசர் பெயரை சேர்த்தால் அகத்தியர் என்று வருகிறது.

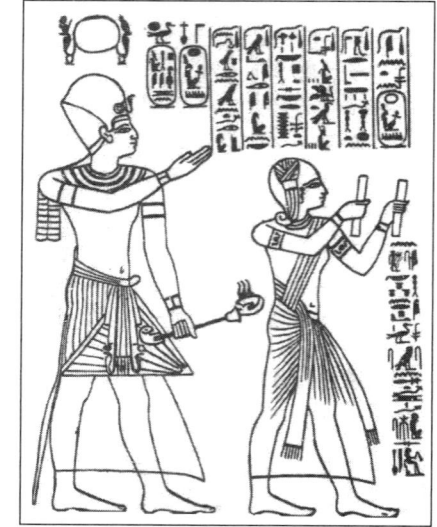

மன்னன் சேதி, மகன் ரமேசெஸ்

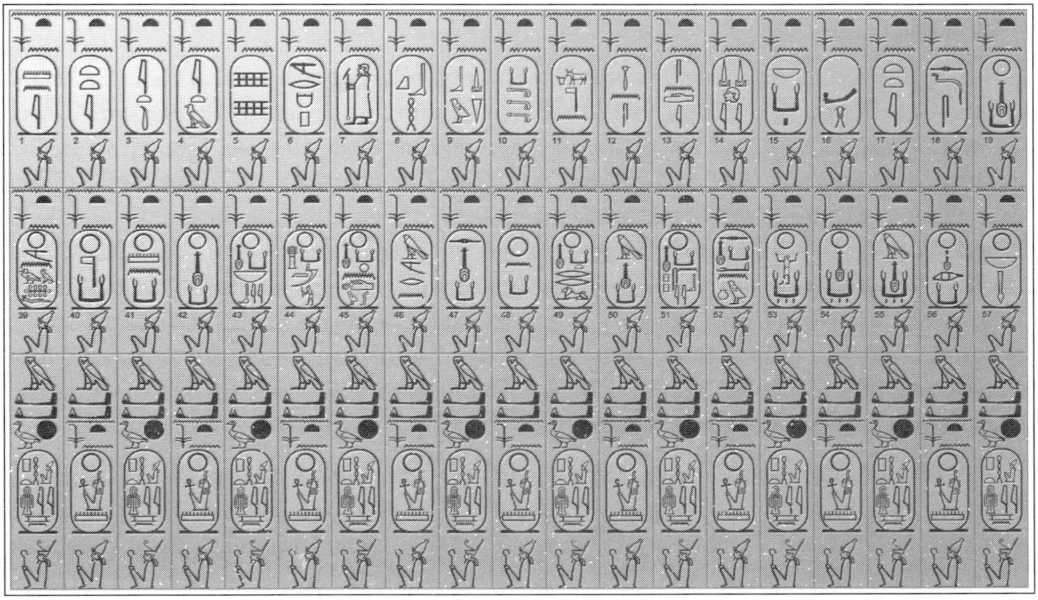

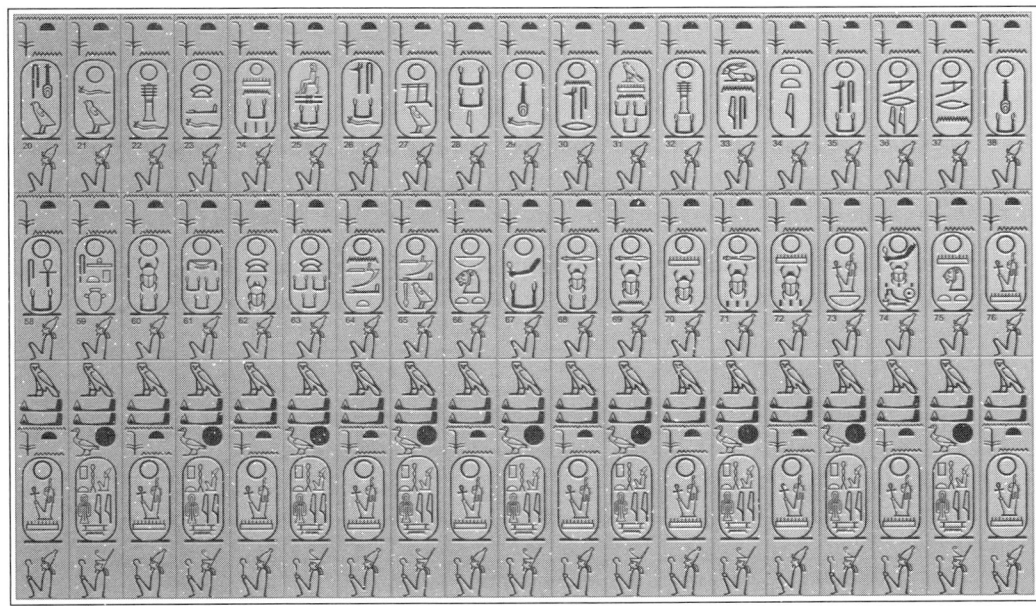

எகிப்து மன்னர்கள் பட்டியல்

முதல் அரசனின் இன்னொரு பெயரான 'மேனி அல்லது மெனஸ்' என்பது மனு என்ற பெயரோடு ஒத்துப்போகிறது. இந்திய புராணங்களின்படி முதல் அரசரின் பெயரும் மனு தான்.

இதேபோல் பல மன்னர்களின் பெயர்கள் இந்திய மற்றும் தமிழ்ப் பெயர்களோடு ஒத்துப்போகிறது. பொ.யு.மு. 1235 போல் ஆண்ட மன்னரின் பெயர் ராம்செஸ். இவரின் இயற் பெயர் பரமேசு. இவரின் மனைவியின் பெயர் சித்ரெ. இவர் முடிசூடும் முன்னரே திருமணம் செய்து கொண்டவர். இவரின் தந்தையின் பெயர் சேதி. இவர் ஒரு படைத்தளபதி. ராம்செஸ் என்பது ரமேஷ், ராம சேஷன் என்ற பெயரோடு ஒத்துப்போகிறது. சித்ரெ என்பது சித்ரா மற்றும் சீத என்ற பெயரோடு ஒத்துப்போகிறது. சேதி என்பது சேது என்ற பெயரோடு ஒத்துப்போகிறது. இந்தியாவில் காணப்படும் சேதுராமன் என்ற பெயர் தந்தை மற்றும் மகன் பெயர் சேர்ந்து கூறப்படும் வழக்கத்தோடு ஒத்துப்போகிறது. எகிப்தில் ராம்செஸ் மன்னராட்சி மிகவும் புகழ் வாய்ந்தது. இதில் இரண்டாம் ராம்செஸ் 66 ஆண்டுகள் ஆட்சி செய்தார். பதினோராம் ராம்செஸ் வரை இவருடைய சந்ததியர் ஆண்டார்கள்.

காக்கை, மாறன், சங்கர, அக, மாரி, ரானே, ராகவ், ராஜ்தேவ், சேனாதி, கோப்பெரு, குபேர், சேஷாத்திரி, கண்டேயர், சேகர், மோசி, ஆய், அகநாடன், தூதகாமன், போன்ற பெயர்களோடு ஒத்துப்போகிற பெயர்கள் எகிப்திய மன்னர்கள் பட்டியலில் காணப்படுகிறது.

மேலும் கீழ் எகிப்திய நாடான நுபியா மன்னர்களின் பட்டியலில் உள்ள பல பெயர்கள் தமிழ் பெயர்களோடு ஒத்துபோகிறது. அவை சங்க மாணிக்கம், அனல்மாயன், மலைமகன், கருகமணி, திலகமணி, பாஸ்கரன், சுப்பிரமணி, நாகராயன், மலைக்குறவர் போன்ற பெயர்களாகும்.

எகிப்தின் அண்டை நாடான பண்டைய எத்தியோப்பியா அரசர்கள் பெயர்கள் அமன்ரா என்ற அடைமொழியுடன் கூறப்பட்டது. ராம்சே II என்ற அரசன் நுபியா நகரத்தில் அவுப் சிம்பெல் என்ற குடைவரை கோவிலை கட்டினான்.

எகிப்திய மன்னர்களின் பல பெயர்கள் இந்திய அல்லது தமிழ் பெயரோடு ஒத்துப்போகிறது. உதாரணத்திற்கு கீழே உள்ள சில பெயர்களைக் காணலாம்:

1.	Akhenathen	அகன் நாதன்
2.	Tutankhamen	துடன் காமென் தூதன் காமன் /துத்தன் காமன்
3.	Kurigalzu	குரிகல்ஷு/குரிகல்மு கரிகால் சோழ
4.	Tushratta	துஷ்ரட்ட தசரத
5.	Hani	ஹனி ஹரி/ ஆனி
6.	Maireya	மைரேய – மாய ராய
7.	Abimilku	அபிமில்கு – அபிமன்யு
8.	Paraoh	பரவோ – பரவன்/பைரவன்/பரமன்/பரன்
9.	Shalmaneser	ஷால்மநேசெர் – சல்மான் ஈசர் /சுலைமான் ஈசர்

10.	lilkili	இல்கிலி – இளங்கிள்ளி
11.	Namyawaza	நம்யவ்சா – நமாயா வாசன்
12.	Itakkama	இடக்காம – இட்ட காமன்
13.	Arikdenili	அறிக்டேநிலி – அரிக்கன் கிள்ளி
14.	Makamaron	மகமரோன் – மக மாறன்
15.	Cronos	க்ரோனோஸ் – குரவன்/கர்ணன்
16.	Abibaal	அபிபால் – அபி பாலன்
17.	Hiram	ஹிராம் – இராம்
18.	Elulaios	எழுலையோஸ் – ஏழுமலை
19.	Baal eser	பால் எசேர் பால ஈசர்
20.	Eshbaal	எஷ்பால் – ஈஷ பாலன்
21.	Mahabaal	மஹா பால்
22.	Abbar	அப்பர் – அப்பர்

மன்னர்களின் பெயர்களில் முதலாம், இரண்டாம், மூன்றாம் .... என தங்களுடைய மூத்த மன்னர்களின் பெயர் கொண்டு அழைப்பது எகிப்தில் பொ.யு. மு. 2300 போலவே தொடங்கிவிட்டது. அதாவது இன்றிலிருந்து நான்காயிரம் ஆண்டுகளுக்கு முன்பே தொடங்கிவிட்டது. ஆனால் இந்தியாவில் இது பொ.யு. 200 போல் குப்த பேரரசில் தான் ஆரம்பித்தது. எனவே இந்தியாவில் முதலாம் சந்திரகுப்தன், இரண்டாம் சந்திரகுப்தன் என தங்கள் மூத்த மன்னர்கள் பெயரிட ஆரம்பித்தது எகிப்தில் தொடங்கிய கலாசாரத்தின் அடிப்படையில்தான் இருக்கவேண்டும்.

சுமேரிய நாகரிகத்திற்கு நிகரான நாகரிகமாக எகிப்திய நாகரிகம் இருந்தது. சுமேரிய நாகரிகம் எகிப்து நாகரிகத்தை விட மூத்த நாகரிகம் என்றாலும் இந்த இரு நாகரிகங்களும் ஒன்றை ஒன்று சார்ந்து இருந்ததா அல்லது தனித்தனியே ஒன்றை ஒன்று சார்ந்து இல்லாமல் தனித்தனியே வளர்ச்சி அடைந்ததா என்ற கேள்வி பல தொல்பொருள் ஆய்வாளர்களிடம் இருக்கிறது. இது ஏனெனில் சுமேரியர்கள் பற்றிய குறிப்பு எகிப்து நாகரிகத்திலும், எகிப்தியர் பற்றிய குறிப்பு சுமேரிய நாகரிகத்திலும் காணப்படவில்லை என்று தொல்பொருள் ஆய்வாளர்கள் கூறுகின்றனர்.

பண்டைய கீழ் எகிப்தில் மேரோ/மேரு என்ற ஒரு பண்டைய நகரம் இருந்தது. இது தற்போதைய சூடான் நாட்டில் செண்டி என்னும் இடத்திற்கருகில் நைல் நதியும் கிழக்கு கரையில் உள்ளது. இது பண்டைய குஷ் அரசின் தலைநகராக பல நூற்றாண்டுகள் இருந்தது. இங்கு பிரமிடுகள் கூட்டமாக கட்டப்பட்டுள்ளது. இங்கு அரசாளும் அரசியை கண்டகே (*Kandake*) என்று அழைத்தனர். இங்கு ஆண்ட ஒரு அரசியின் பெயர் கண்டகே அமணிதொரே (*Amanithore*) என்பதாகும். கண்டகே என்பது கண்டகி அல்லது கண்ணகி என்ற பெயரோடும், அமணிதொரே என்பது அம்மணித்திரை அல்லது மணித்துரை என்ற பெயரோடும் ஒத்துப்போகிறது. மேலும் இங்கிருந்த மன்னர்களின் பல பேரின் பெயர்கள் மணி என்று காணப்படுகிறது.

மேரோ நகர பிரமிடுகள் (எகிப்து)

கண்டகே அமநிதொரே

கீழே காணும் இரண்டாவது படம் அங்குள்ள நாக கோவிலில் காணப்படும் சித்திரமாகும். இதில் அரசி அமணித்தொரேயும், அரசன் நாடக மணியும் மற்றும் இரண்டு இளவரசர்களும் அபெடேமேக் (Apedemek) என்ற மூன்று முக சிங்கக் கடவுளை வழிபடுகின்றனர். இந்த சிங்கக்கடவுள் இந்து மதத்தின் நரசிம்மர் போன்று உள்ளது. இதனுடைய காலம் பொ.யு.மு. 100 முதல் பொ.யு. 100 வரை.

மனிதொரே, நாடகாமணி மற்றும் சிங்கக்கடவுள் சித்திரம்

இந்த குஷ் அரசின் காலம் பொ.யு.மு. 790 முதல் பொ.யு. 350 வரையாகும். இந்த குஷ் அரசு தான் இந்தியாவை ஆண்ட குஷான பேரரசாக இருக்கலாம். குஷான பேரரசின் காலம் பொ.யு. 30 முதல் பொ.யு. 350 வரையாகும். எகிப்தின் குஷ் அரசும், இந்தியாவின் குஷான அரசும் பொ.யு. 350இல் முடிவடைந்துள்ளது. இந்தியாவின் குஷான பேரரசின் முக்கிய மன்னர் கனிஷ்கர் ஆகும். கண்டகே என்ற பெயர்தான் கனிஷ்கா என்று மருவியிருக்கவேண்டும். இந்த குஷான பேரரசு காலத்தில் எகிப்திலிருந்து சைவ, மற்றும் வைஷ்ணவ மதங்கள் இந்தியாவிற்குள் வந்திருக்கலாம்.

கண்டகே > கண்ஸ்க > கனிஷ்கா

கீழே காணப்படுவது மேரோ நகரில் உள்ள சிதிலமடைந்த பிரமிடுகள் ஆகும். இவை பார்ப்பதற்கு தமிழகத்தில் உள்ள சிதிலமடைந்த கோவில் விமானங்கள் போல் உள்ளன.

அலெக்ஸாண்டர் கொந்த்ரேதவ் என்ற தொல்பொருள் ஆய்வாளர் கூற்றுப்படி எகிப்திய நாகரிகம் பின்தங்கிய நிலையிலிருந்து குறுகிய காலத்தில் திடீரென நல்ல நிலைக்கு வந்துள்ளது என்றும், இதற்கு காரணம் அங்கு ஒரு புதிய மக்கள் புலம் பெயர்ந்து குடியேறியிருக்கலாம் என்றும், இந்த மக்கள் தென்பகுதியிலிருந்த பண்டைய லெமுரியக் கண்டத்திலிருந்து வந்திருக்க வேண்டும் என்று குறிப்பிடுகிறார்.

சீன மன்னர்கள்

சீன வரலாறு பற்றிய பழங்கால ஆவணங்கள் பொ.யு.மு. 1500 போல் சாங் பேரரசிலிருந்து கிடைக்கப்பெறுகிறது. சீனாவில் மன்னராட்சி ஆரம்பம் பொ.யு.மு. 2000 போல் ஆரம்பித்தது என்று கூறலாம். சியா (*Xia dynasty*) பேரரசு பொ.யு.மு. 2070–1600 போல் ஆட்சியில் இருந்தது. இந்த காலகட்டத்தில் எழுத்து முறை இருந்தாலும், அதை ஒரு நிலையான பொருளில் எழுதி வைக்கப்படவில்லை. எனவே இவை காலப்போக்கில் அழிந்து விட்டன. இதன் பின்னர் சாங் (*Shang dynasty*) பேரரசு 1600–1046 வரை ஆட்சியிலிருந்தது. இந்த காலகட்டத்திலிருந்தே எழுத்து ஆவணங்கள் கிடைக்கப்பெற்றன. பின்னர் வந்த ழௌ அல்லது ஜௌ (*Zhou dynasty*) பேரரசில் சீன

கலாசாரமும், இலக்கியங்களும், தத்துவங்களும் நன்கு மேமடைந்தன. இதன் காலம் பொ.யு.மு 1046–256 ஆகும். இதன் பிறகு இந்த அரசு பல சிறு அரசுகளாக உடைந்து, பல மாநிலங்களாக ஆகியது. சிறிது காலத்திற்கு பிறகு கின் ஷி குவாங் (*Qin Shi Quang*) பொ.யு.மு. 221போல் இந்த உடைந்த அரசுகளை இணைத்து தன்னுடைய பெயரில் கின் (*Qin*) பேரரசை உருவாக்கினார். இந்த அரசின் காலம் பொ.யு.மு. 221–206 ஆகும். இதன் பின்னர் ஹன் பேரரசு (*Han dynasty*) பொ.யு.மு 202 BC– பொ.யு. 220 வரை, ஜின் பேரரசு (*Jin dynasty*) பொ.யு. 265–420 வரை, தங் பேரரசு (*Tang dynasty*) பொ.யு.618–907 வரை ஆட்சியிலிருந்தன.

கிரேக்க, ரோம மன்னர்கள்

கிரேக்க ரோம மன்னர்களின் காலம் பொ.யு.மு. 770 போல் ஆரம்பித்தது என்று கருதப்படுகிறது. பின்னர் இந்த அரசுகள் மாசிடோனியா, எகிப்து, பெர்கமன் மற்றும் ஆசிய மைனர் ஆகிய நாடுகளில் பொ.யு.மு. 500 போல் ஆட்சி செய்ய ஆரம்பித்தனர். இது பொ. யு. மு. 30 வரை இருந்தது.

பொ.யு.மு. 770 முதல் பொ.யு.மு. 500 ஆண்ட சில கிரேக்க மன்னர்களின் பெயர்கள் ரோமுலுஸ், நுமா போம்பிளியுஸ், துல்லுஸ் ஹோஸ்டிளியுஸ், அன்கஸ் மாரிகஸ், சேர்வயுஸ் துல்லியுஸ், போன்ற பெயர்களாகும். இவற்றில் சில பெயர்கள் ராமுலு, துளசி, அங்கு, மாரி, சேர்வன் போன்ற தமிழ் பெயர்களோடு ஒத்து இருக்கின்றன.

இதற்கு பின்னர் கிரேக்க அரசு பல குடியரசுகளாக மாறியது. இதில் மாசிடோனியா, பெர்க்மன், போண்டுஸ், பக்ட்ரியா, ஆசியா மைனர், எகிப்து போன்ற பகுதிகளில் அரசுகள் இருந்தன,

மாசிடோனியாவில் (*Macedonia*) பொ.யு.மு. 500 முதல் பொ.யு.மு. 168 வரை ஆண்ட மன்னர்களின் பெயர்கள் அலெக்ஸ்சாண்டர், பெர்டிக்காஸ், அற்கேலவாஸ், அரோபோஸ், பிலிப், காசண்டேர், போன்றவர்களாகும்.

கிரேக்கர்கள் எகிப்தை பொ.யு.மு. 306 முதல் பொ.யு.மு. 30 வரை ஆண்டார்கள். இந்த அரசிற்கு டாலமி (*Ptolamy*) அரசு என்று பெயர் இருந்தது, இதை ஆண்ட மன்னர்கள் முதலாம் டாலமி முதல் இருபதாம் டாலமி வரையும், முதலாம் கிளியோபாட்ரா முதல் ஏழாம் கிளியோபாட்ரா வரை ஏழு அரசிகளும் இந்த காலத்தில் ஆண்டார்கள்.

இதே காலகட்டத்தில் பொ.யு.மு. 306 முதல் பொ.யு.மு63வரைஆசியா மைனர் பகுதியை செலுகஸ் நிகடோர் மன்னர்கள் ஆண்டார்கள். முதலாம் செலுகஸ் முதல் ஆறாம் செலுகஸ் வரை, முதலாம் அன்டிகொஸ் முதல் பதிமூன்றாம் அன்டிகொஸ் வரை, முதலாம் தேமேதியோஸ் முதல் மூன்றாம் தேமேதியோஸ் வரை இந்த பகுதியை ஆண்டார்கள்.

பெர்கமன் என்ற பகுதியை அட்டலிட் என்ற அரசு பொ.யு.மு. 283 முதல் பொ.யு.மு 129 வரை ஆட்சி செய்தது. இதில் உமேனேஷ், அட்டலோஸ், அரிஸ்டோநிகஸ் போன்ற அரசர்கள் ஆண்டார்கள்.

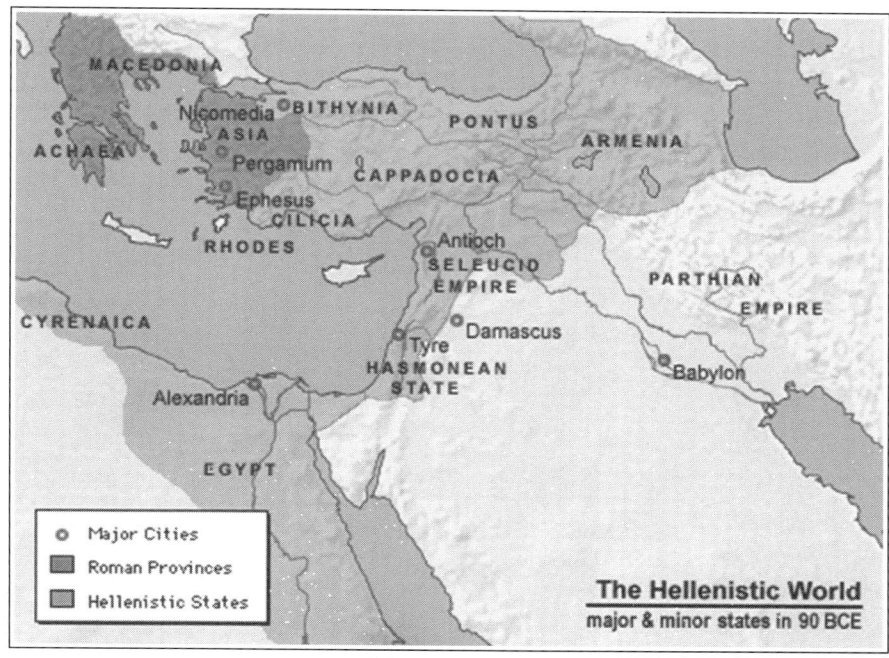

கிரேக்க அரசுகள்

போண்டுஸ் என்ற பகுதியை பொ.யு.மு. 280 முதல் பொ.யு.மு 63 வரை முதலாம் மித்ரிடடேஸ் முதல் ஆறாம் மித்ரிடடேஸ் வரை ஆண்டார்கள்.

பக்ட்ரியா பகுதியை பொ.யு.மு. 256 முதல் பொ.யு.மு 55 வரை டியோடோடோஸ், உதய்டெமோஸ் அன்டிமகொஸ், பண்டேலோன், அகதொக்லஸ், உக்கரடிதேஸ் போன்ற மன்னர்கள் ஆண்டார்கள்.

இந்திய மன்னர்கள்

இந்திய மன்னர்கள் வரலாறு பெரும்பாலும் ஆரியர்கள் இந்தியாவிற்குள் வந்தபிறகே காணப்படுகிறது. சிந்துசமவெளியில் ஆரியர்கள் பொ.யு.மு. 2000–1500 போல் நுழைந்தார்கள். பின்னர் படிப்படியாக புலம் பெயர்ந்து கங்கை சமவெளியில் குடியேறினார்கள். கங்கை சமவெளி நாகரிகம் பொ.யு.மு. 1000 போல் உருவானது. ஆரியர்கள் இந்தியாவிற்குள் நுழையும் போது பண்டைய பழங்குடி மக்களே அங்கு குடியிருந்தனர். இவர்கள் திராவிடர்கள் என்று கூறப்படுகிறது. இங்கு ஆரியர்கள் சிறு சிறு அரசுகளை நிறுவினார்கள். இது சுமேரியாவில் பொ.யு.மு. 4000 போல் தோற்றுவிக்கப்பட்ட நகர அரசமைப்புகள் போல் உள்ளன. பின்னர் பொ.யு.மு. 600 போல் இந்த சிறு சிறு அரசுகள் எல்லாம் சேர்ந்து பெரிய அரசுகளாக மாறியது.

சில ஆசிரியர்கள் கூற்றுப்படி பொ.யு.மு. 1700 போல் பிரிஹட்ரத அரசு தோன்றியது என்றும் இதன் முதல் அரசன் சோமதி என்றும் கூறுகிறார்கள். இவை வடஇந்தியாவில் மகாஜன பதங்கள் எனப்பட்டது. சிறு அரசுகள் எல்லாம் சேர்ந்து

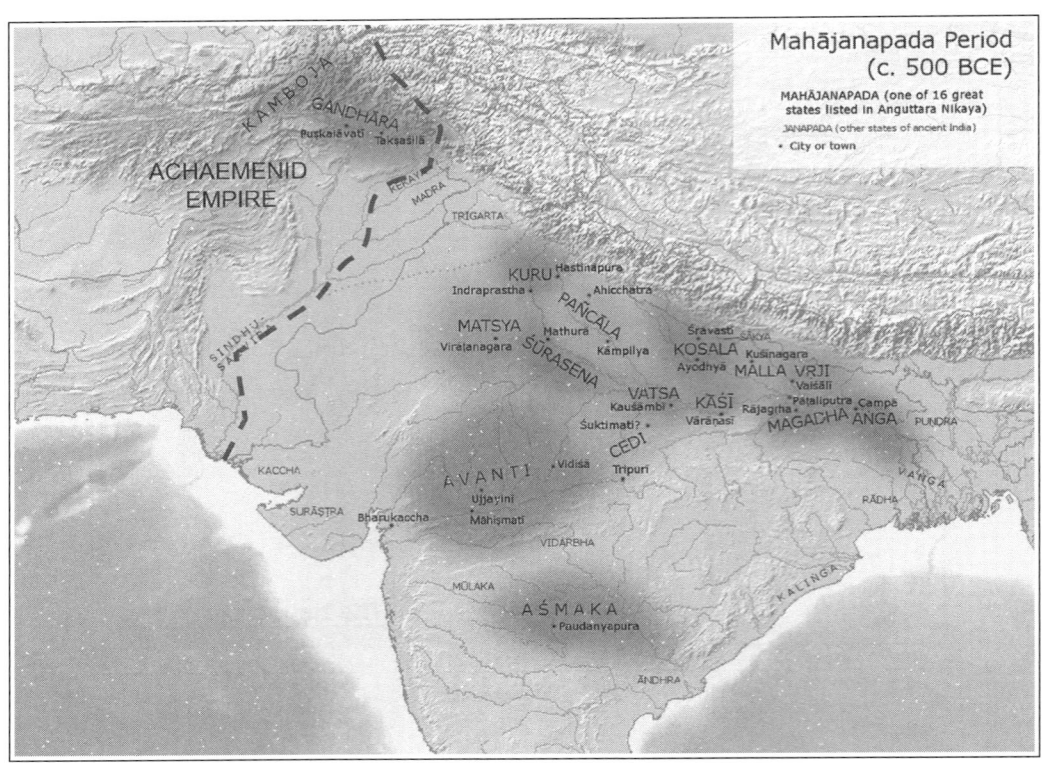

மகாஜனப்பத அரசுகள்

16 பெரிய அரசுகளாக மாறியது. அவை: குரு, பாஞ்சால, கோசல, அவந்தி, மத்ஸ்ய, சுரசேன, சேடி, காசி, மல்ல, மகத, அங்க, வத்ச, வர்ஜி, அஸ்மக போன்றவை. இவையே பண்டைய இந்தியாவின் முதல் அரசமைப்பு என்று கூறலாம். இவை எல்லாம் தற்போதைய வங்காள பகுதியில் இருந்தவை. இந்த காலத்தில் புத்த மதம், ஜைன மதங்கள் தோன்றியது..

அதன் பின் ஹர்யங்க பேரரசு, நந்த பேரரசு, சிசுநாக பேரரசு, மௌரியப் பேரரசு போன்றவை முறையே தோன்றியது. இதன் காலம் பொ.யு.மு. 300 – 185 ஆகும். மௌரியப் பேரரசின் முக்கிய மன்னர்கள் சந்திரகுப்தர், பிந்துசாரர், அசோகர் ஆகியோர். பின்னர் சுங்க பேரரசு பொ.யு.மு. 185 – 78 போல் தோன்றியது. அதன் பின்னர் சாதவாகன அரசு, குஷான பேரரசு முறையே தோன்றியன. குஷான பேரரசின் முக்கிய மன்னர் கனிஷ்கர் ஆவார். அதன் பிறகு குப்த பேரரசு பொ.யு. 320 – 650 வரை இருந்தது. இதன் முக்கிய மன்னர்கள் சந்திரகுப்தா 1, சமுத்ரகுப்தா, சந்திரகுப்தா 2 ஆகியோர் ஆவார்கள்.

திராவிட மன்னர்கள்

திராவிட நாடு என்பது தென்னிந்தியாவை முக்கியமாக குறிப்பிடப்படுவது ஆகும். இதில் முக்கியமான பகுதி தற்போதைய தமிழ்நாடும் மற்றும் கேரளாவும்.

இந்நிலத்தை மூவேந்தர்களான சேர, சோழ, பாண்டியர்கள் ஆண்டனர். சங்க இலக்கியங்களில் இந்த மூவேந்தர்கள் பற்றி ஏராளமான குறிப்புகள் உள்ளன. இதில் பாண்டிய மன்னர்களே மிகவும் பழைமை வாய்ந்தவர்கள் என்று கருதப்படுகிறது. இவர்களே மூன்று தமிழ்ச்சங்கங்கள் நடத்தி தமிழை வளர்த்தனர் என்று சங்க இலக்கியங்கள் மூலம் அறியப்படுகிறது. இதில் முதல் மற்றும் இரண்டாம் தமிழ்ச்சங்கங்கள் பண்டைய காலத்தில் கடலில் மூழ்கிய குமரிக்கண்டத்தில் தென் மதுரை மற்றும் கபாடபுரம் ஆகிய நகரங்களில் நடைபெற்றதாக கூறப்படுகிறது. ஒவ்வொரு தமிழ்ச்சங்கத்திலும் பல புலவர்கள் மற்றும் மன்னர்கள் இருந்து பல தமிழ் நூல்கள் இயற்றி விரிவுரையாற்றினர் என்று கூறப்படுகிறது.

சங்கம்	புலவர்கள்	உறுப்பினர்	வருடங்கள்	மன்னர்	நூல்/இடம்
தலைச் சங்கம்	அகத்தியர், திரிபுரம் எடுத்த விரிசடைக்கடவுள், குன்றரிந்த முருகவேல், முரிஞ்சியூர் முடிநாகராயர், நிதியன் கிழான்	4449	4440	காச்சின வழுதி, கடுங்கோன் (89 அரசர்கள்)	அகத்தியம்/ மதுரை
இடைச் சங்கம்	அகத்தியர், தொல்காப்பியர், இருந்தையூர் கருங்கோழி, மோசி, வெல்லூர் காப்பியன், திருபாண்டரங்கன், திரையன் மாற்றன், மதுரையன் மாறன், துவரைக்கோன், கீரந்தை	3700	3200	வெண்டேர் செழியன், முடத்திரு மாறன் (59 அரசர்கள்)	கபாடபுரம்
கடைச் சங்கம்	சிறு மேதாவியார், சேந்தம்பூதனார், அறிவுடையார், பெருங்குன்றுக் கிழார், இளந் திருமாறன், மதுரை ஆசிரியர் நல்லத்துவனார், மருத நில நாகனார், கணக்காயனார் மகன் நக்கீரனார்	449	1950	கடல் கொள்ளப் பட்டு வந்திருந்த முடத் திருமாறன், உக்கிர பெருவழுதி (49 அரசர்கள்)	உத்திர மதுரை

ஆறுமுக நாயனார் பிள்ளை எழுதிய நற்குடி வேளிர் வரலாறு என்ற புத்தகத்தில் தமிழக அரசர்கள் பற்றிய வரலாறு கூறப்பட்டிருக்கிறது. இதில் சேர, சோழ, பாண்டிய

மன்னர்களின் பரம்பரை பற்றி கூறப்பட்டுள்ளது. இருங்கோவேள் முதல், பாண்டிய வம்சாவளியினர் 201 பரம்பரை பற்றி அறியமுடிகிறது. இந்த புத்தகம் 1035 பாடல்கள் கொண்டது.

மூவேந்தர் கதை என்பது கர்ண பரம்பரைக் கதையாக பாண்டியர்கள் தலைமையில் மூவேந்தர்களும் சகோதரர்களாக கொற்கையிலிருந்து ஆண்டதாகவும் பின்னர் அதிலிருந்து சேரரும், சோழரும் பிரிந்ததாக கூறப்படும் கதையாகும். இதை இந்த நூலிலிருந்து ஒரு பாடல் குறிப்பிடுகிறது.

தலையவைக் காலத்துத் தலைவரிம்முறை
மாறன் வழுதி, மாறன் திரையன்
மாறன் பொறையன் ஓர் வகுப்பில் வந்தனர்
தமிழ் மூவரசரிவர் தாமா வாரே...

இதில் வழுதி என்பது பாண்டியரையும், திரையன் என்பது சோழரையும், பொறையன் என்பது சேரரையும் குறிப்பதாகும்.

சங்க கால பாண்டிய மன்னர்கள்

பெயர்	வழி	காலம்	ஆண்டுகள்
முடத் திருமாறன்	6	பொ.யு.மு 2082	
மாறன் வழுதி	10	பொ.யு.மு 1932	
திரு வழுதி	45	பொ.யு.மு 1002 – 960	
வீர பாண்டியன்	49	பொ.யு.மு 910 – 884	
பாண்டீசன்	50	பொ.யு.மு 884 – 832	
பல்சாலை முது குடுமி பெருவழுதி	66	பொ.யு.மு 500 – 450	50
கருங்கை ஒள்வாட் பெரும் பெயர் வழுதி	67	பொ.யு.மு 450 to 400	50
போர்வாள் வழுதி	68	பொ.யு.மு 400 to 380.	20
கொற்கை வழுதி – நற் தேர் வழுதி	69	பொ.யு.மு 380 – 340	40
தேவ பாண்டியன்	70	பொ.யு.மு 340 – 302	38
சேய புஞ்சன் – கடலுள் மாய்ந்த இளம் பெரு வழுதி	71	பொ.யு.மு 302 – 270	
பசும் பொன் பாண்டியன் (பசும் பூண்)	72	பொ.யு.மு 270–245	25
ஒல்லையூர் தந்த பூத பாண்டியன்	73	பொ.யு.மு 245 – 220	25
பாண்டியன் நன்மாறன்	74	பொ.யு.மு 220 – 200	20
நெடுஞ்செழியன் (அ) கடலன் வழுதி	75	பொ.யு.மு 200 – 180	20
மருங்கை வழுதி	76	பொ.யு.மு 180 – 160	20
பாண்டியன் உத்தமன் (அ) புலிமான் வழுதி	77	பொ.யு.மு 160 – 150	10
பாண்டியன் கீரன் (அ) சாத்தன்	78	பொ.யு.மு 150 – 140	10
காளி மான் வழுதி (அ) ஆண்டார் மகன் குறு வழுதி	79	பொ.யு.மு 140 – 120	

பாண்டியன் ஏனாதி (அ) நெடுங் கண்ணன்	80	பொ.யு.மு 120 – 100	20
கொற்கை வழுதி (அ) இரண்டாம் பசும்பொன் பாண்டியன்	81	பொ.யு.மு 100 – 87	13
தேவ பூதனன்(அ) இளவந்திகை பள்ளி துஞ்சிய நன்மாறன்	82	பொ.யு.மு 87 – 62	25
தலையானங்கானத்து செரு வென்ற நெடுஞ்செழியன்	83	பொ.யு.மு 62 – 42	20
கானப்பேரெயில் கடந்த உக்கிரப் பெரு வழுதி	84	பொ.யு.மு 42 பொ.யு.1	41
பாண்டியன் அறிவுடை நம்பி (புற: 184)	85	பொ.யு 1 – 30	29
வெள்ளியம்பலத்து துஞ்சிய பெரு வழுதி	86	பொ.யு 30 – 60	30
ஆரியப் படை கடந்த நெடுஞ்செழியன்	87	பொ.யு 60 – 117	57
வெற்றிவேள் செழியன்	88	பொ.யு 117 – 160	43
நெடுஞ்செழியன்	89	பொ.யு 160–198	38
உக்கிர மாறன் (அ) சித்திர மாடத்து துஞ்சிய நன்மாறன்	90	பொ.யு 198 – 220	22
பன்னாடு தந்த மாறன் வழுதி	91	பொ.யு 220 – 250	30
கொட்டகாரத்து துஞ்சிய மாறன் வழுதி	92	பொ.யு 250 – 270	20
தென்னவன் கோ	93	பொ.யு 270 – 297	27
பராக்கிரம பாகு (அ) நல் வழுதி	94	பொ.யு 298 – 310	12
காளியன் கூத்தன்	95	?	
கடலன் வழுதி	96	?	
பொற்கை பாண்டியன்	98		
பாண்டியன் கடுங்கோன்	103	பொ.யு 475 – 490	15
உக்கிர பாண்டியன்		பொ.யு 498	
சோம சுந்தர பாண்டியன்	105	பொ.யு 498 – 540	42

சங்க கால சேரர்கள்

பெயர்	காலம்	ஆண்டுகள்
வானவன் (அ) வானவரம்பன்	பொ.யு.மு 430 – 350	
குட்டுவன் உதியன் சேரலாதன்	பொ.யு.மு 350 – 328	22
இமய வரம்பன் நெடுஞ்சேரலாதன்	பொ.யு.மு 328 – 270	58
பல்யானை செல் கெழு குட்டவன்	பொ.யு.மு 270 – 245	25
களங்காய்க் கண்ணி நார்முடிச் சேரல்		
(நார்முடி – விரிசடை?)	பொ.யு.மு 245 – 220	25
பெருஞ்சேரலாதன்	பொ.யு.மு 220 – 200	20
குடக்கோ நெடுஞ்சேரலாதன்	பொ.யு.மு 200 – 180	20
கடல் பிறகோட்டிய வேல்கெழு குட்டுவன்	பொ.யு.மு 180 – 125	55

ஆடுகோட்பாட்டுச் சேரலாதன்	பொ.யு.மு 125 – 87	38
செல்வக் கடுங்கோன் வாழியாதன்	பொ.யு.மு 87 – 62	25
யானைகட் சேய் மாந்த சேரல் + மாரிவெண்கோ	பொ.யு.மு 62 – 42	20
தகடூர் எறிந்த பெருஞ்சேரல் இரும்பொறை	பொ.யு.மு 42 – 25	17
இளஞ்சேரல் இரும்பொறை	பொ.யு.மு 25 – 9	16
கருவூர் ஏறிய கோப்பெருஞ்சேரல் இரும்பொறை	பொ.யு.மு 9 – 1	8
வஞ்சி முற்றத்து துஞ்சிய அந்துவன் சேரல்	பொ.யு. 20 கி.பி. 10	30
பாலை பாடிய பெருங்கடுங்கோ	பொ.யு 1 – 30	30
கணையன் (கணைக்கால் இரும்பொறை)	பொ.யு 20 – 30	10
கோக் கோதை மார்பன்	பொ.யு 30 – 60	30
சேரன்செங்குட்டுவன்	பொ.யு 60 – 140	70
கோட்டம்பலத்து துஞ்சிய மாக்கோதை	பொ.யு 140 – 150	10
சேரமான் முடங்கிக் கிடந்தநெடுஞ்சேரலாதன்	பொ.யு 150 – 160	10
சேரமான் கணைக்கால் இரும்பொறை	பொ.யு 160 – 180	20
சேரமான் இளங்குட்டுவன்	பொ.யு 180 – 200	20
நம்பி குட்டுவன்	பொ.யு 200 – 220	20
பூரிக் கோ	பொ.யு 220 – 250	30
சேரமான் குட்டுவன் கோதை	பொ.யு 250 – 270	20
சேரமான் வஞ்சன்	பொ.யு 270 – 300	30
மாந்தரஞ்சேரல்(சமுத்குப்தன் கல்வெட்டு)	பொ.யு 330 – 380	50

இவர் தவிர சேரருள் குறுநில மன்னராக இருந்திருக்கலாம் என கருதப்படுவோர். சேரமான் எந்தை (குறு 22, அக 41); கரூவூர் சேரமான் சாத்தன் (குறு 268); மருதம் பாடிய இளங்கடுக்கோ(அக 96, 176 நற் 50); நன்னன், ஆட்டன் அத்தி என்போர்.

சங்க கால சோழர்கள்

பெயர்	காலம்	ஆண்டுகள்
முதற் கரிகாலன்	பொ.யு.மு 450 – 380	70
சேரமான் பாமளூர் எறிந்த நெய்தலங்கானல் இளஞ் சேட் சென்னி	பொ.யு.மு 380 – 320	60
செருப்பாழி எறிந்த இளஞ்சேட்சென்னி	பொ.யு.மு. 320 – 270	50
பெரும்பூண் சென்னி	பொ.யு.மு. 270 – 245	25
உருவப் பஃறேர் இளஞ்சேட் சென்னி	பொ.யு.மு. 245 – 232	13
கரிகாலன் II	பொ.யு.மு. 232 – 200	32
மணக்கிள்ளி	பொ.யு.மு. 200 – 180	20
வேல் ப்றடக்கை பெருவிற் கிள்ளி	பொ.யு.மு. 180 – 160	20
போரவைக் கோல் பெருநற் கிள்ளி	பொ.யு.மு. 160 – 125	35
முடித்தலை கோல் பெருநற்கிள்ளி	பொ.யு.மு. 125 – 87	38

கோப்பெருஞ் சோழன்	பொ.யு.மு. 87 – 62	25
ஒற்றுமை வேட்ட பெருநற் கிள்ளி (ராசசூய)	பொ.யு.மு. 62 – 40	22
சேட்சென்னி நலங்கிள்ளி + மாவளத்தான்	பொ.யு.மு. 40 – 22	18
குளமுற்றத்து துஞ்சிய கிள்ளி வளவன்	பொ.யு.மு 22 – 1	21
குராப்பள்ளி துஞ்சிய கிள்ளி வளவன்	பொ.யு 1 – 40	39
நெய்தலங் கானல் இளஞ்சேட் சென்னி	பொ.யு 40 – 60	
கரிகாலன் III	பொ.யு 60 – 110	50
மாவண் கிள்ளி	பொ.யு 110 – 130	20
நெடுமுடிக்கிள்ளி	பொ.யு 130 – 150	20
செங்கணான்	பொ.யு 150 – 180	30
இசை வெங்கிள்ளி	பொ.யு 180 – 210	30
கைவண்கிள்ளி	பொ.யு 210 – 240	30
பொலம் பூண் கிள்ளி	பொ.யு 240 – 260	20
கடுமான் கிள்ளி	பொ.யு 260 – 285	25
நல்லடி (அக 356)	பொ.யு. 285 – 330	45
ஆந்திர நாட்டில் சோழராட்சி	பொ.யு. 300 – 400	100

மன்னர்களின் பெயர் வகைகளைக் குறிக்கையில் முதுகுடி மன்னர், ஓரெயில் மன்னர், தண்பணைக் கிழவன், தொல்குடி மன்னர், குறுநில மன்னர் என வகைகள் இருந்ததாக தெரிகிறது. குறு நில மன்னர்கள் ஏழு பேர்கள் எனவும், இவர்கள் மூன்று சங்க காலத்திலும் இருந்ததாக சங்க இலக்கியங்கள் மூலம் அறிய முடிகிறது. முதல் சங்க கால குறு நில மன்னர்கள் முதல் ஏழு மன்னர்கள் எனப்படும் குமணன், சகரன், செம்மியன், துந்து, நளன், நிருதி, மாரி ஆகியோராகும். இடை சங்க கால குறு நில மன்னர்கள் இடை ஏழு மன்னர்கள் எனப்படும் அக்குரன், அந்திமான், அரிச்சந்திரன், கண்ணன், சந்திமான், சிசுபாலன், தந்தாவக்கரன் ஆகியோராகும். கடை சங்க கால குறு நில மன்னர்கள் கடை ஏழு மன்னர்கள் எனப்படும் பேகன், காரி, பாரி, ஆய், அதியன், நள்ளி, ஓரி ஆகியோராகும்.

மன்னன் என்ற சொல் மன்னு என்ற சொல்லிலிருந்து வந்ததாகவும், மன்னு என்றால் நிரந்தரமாக இரு, அழியாது பாதுகாத்தல் என்ற அர்த்தம் உடையது என்று கூறப்படுகிறது. வேளாண்மை வளர்ச்சியடைந்த கலாசாரத்தில் மன்னன் என்ற பெயர் வழக்கு தோன்றியிருக்கலாம் என்று கருதப்படுகிறது.

சங்க காலத்தை அடுத்து வந்த மன்னர்கள் காலம் முடி மன்னர்கள் காலம் என்று கூறப்படுகிறது. அதாவது களப்பிரர்கள், பல்லவர்கள், பிற்காலச் சோழர்கள், பிற்கால பாண்டியர்கள் ஆகியோர்கள் ஆண்ட காலம். அப்படியெனில் சங்க கால மன்னர்கள் எல்லாம் முடி மன்னர்கள் இல்லையா? அப்படியெனில் அவர்கள் ஆட்சி முறை எப்படி இருந்தது? சங்க காலத்தில் மன்னராட்சி இருந்தது என்பதைவிட வேளிர் ஆட்சி என்று சொல்லலாம். அதாவது குடித்தலைவன் ஆட்சி என்று சொல்லலாம். ஒரு குடியின் தலைவன் தன் குடி மக்களை வழி நடத்துவான். இவருக்கென்று தனி சலுகைகள்

கிடையாது. இவர் குடியிருப்பு அல்லது வீடு மட்டும் பெரிதாக இருக்கும். இந்த வீடு பெரும்பாலும் ஊரின் நடுவில் இருக்கும். இவர் சாதாரண குடி மகன் போல் தான் காட்சி அளிப்பார். தலைவன் என்ற சொல்லிற்கு அடையாளமாக ஒரு கம்பும் (பின்னாளில் இது செங்கோல் என்று மாறிற்று), பின் தலையில் ஏதேனும் பிரத்யேக விலங்கின் கொம்போ அல்லது பறவையின் சிறகோ அணிந்திருப்பர். தலைவனுக்கென்று காவல் வீரர்கள், அமைச்சர்கள் இல்லை. குடிமக்களிலேயே அவர்களின் வயது பருவத்தை ஒத்து அவர்களுக்கான வேலை நிர்ணயிக்கப்பட்டிருக்கும். சிறுவர்கள் ஆடு, மாடு மேய்க்கும் தொழிலும், இளைஞர்கள் ஊர்க் காவல் வேலைக்கும், மத்திம வயதுக்காரர்கள் வேட்டை, மற்றும் உழவுத்தொழிலுக்கும், வயதானவர்கள் குடித்தலைவராகவும், ஆலோசனை வழங்குபவர்களாகவும் இருப்பார்கள். பெரும்பாலும் ஊரின் மிக அனுபவமிக்க வயதான பெரியவரே குடித்தலைவராக இருப்பார். சங்க கால இலக்கியங்களில் கூறப்படும் மன்னர்கள் இதே போன்ற கட்டமைப்பில் தான் ஆட்சி செய்திருப்பார்கள்.

பின்னாளில் சங்கம் மருவிய காலத்தில் முடி மன்னர்கள் ஆட்சி வந்த பின், மன்னர்கள் தலையில் கிரீடம் சூட்டிக் கொள்ளுதல், தங்களுக்கென்று அரண்மனை, படை வீரர்கள், காவல் வீரர்கள், என்று தனித்த அதிகாரத்தோடு இருந்தார்கள். இவர்கள் வம்சா வளியினரே அரசர்களாக முடி சூட்டிக்கொள்வார்கள்.

கலிங்க மன்னன் காரவேலன் பொ.யு.மு. 150 போல் செதுக்கிய 'அதிகும்பா' கல்வெட்டு பாண்டிய மன்னன் தந்த கப்பம் பற்றி கூறுகிறது. பொ.யு.மு. 263 போல் தமிழக மன்னர்களின் கூட்டமைப்பு இருந்ததைப்பற்றி இக்கல்வெட்டின் மூலம் அறியமுடிகிறது. அசோகர் கல்வெட்டின் காலம் பொ.யு.மு. 273 முதல் பொ.யு.மு. 232 வரை எனக் கணக்கிடப்படுகிறது.

இந்திய தொன்மங்களின் படி, நாகர்கள் மத்திய இந்தியாவை வில்லவர் மற்றும் மீனவர்களிடம் இருந்து வென்றார்கள் என்று கூறப்படுகிறது. நாகர்கள் சிறந்த கடல் மாலுமிகள். இவர்கள் பெரும்பாலான இந்தியாவையும், இலங்கையையும், பர்மாவையும் ஆண்டார்கள். ஆரியர்கள் இவர்களை பாதி மனிதன், பாதி நாகம் என்று சித்திரித்தார்கள்.

(இதற்கு காரணம், நாகர்கள் பாம்பின் தோலை மார்பில் அல்லது இடுப்பில் சுற்றியிருப்பதால்). நாகர்கள் பற்றிய குறிப்பு ராமாயணத்திலும், மகாபாரதத்திலும் காணப்படுகிறது.

மகாபாரதத்தில், நாகர்கள் தலைநகரம் தக்காண பீடபூமியில் இருந்ததாகவும், அதன் மற்ற நகரங்கள் கங்கை நதிக்கும் யமுனை நதிக்கும் இடையில் பொ.யு.மு. 1300 போல் இருந்ததாகவும் கூறப்படுகிறது. (ஆனால் இது முரண்பாடாக உள்ளது; மகாபாரதம் நடந்தது பொ.யு.மு. 3300 போல், ஆனால் நாகர்கள் காலம் பொ.யு. மு. 1300; பின் எப்படி 2000 ஆண்டுகளுக்கு பின் வந்த நாகர்கள் பற்றி குறிப்பு மகாபாரதத்தில் வந்தது? மகாபாரதம் எழுதப்பட்டது பொ.யு 1000 போல்).

திராவிட இலக்கியமான சிலப்பதிகாரம் இந்தியாவின் முதல் பெரிய அரசு நாகநாடு என்று கூறுகிறது. நாகர்கள் எத்திப்பியாவிலிருந்து வந்திருக்கலாம் என்ற

கூற்று உள்ளது. நாகர்கள் திராவிட மொழி பேசும் குமரிநாடு (குமரிக்கண்டம்) மக்களிடம் தோற்றுப்போயினர். குமரிநாடு என்பது இந்தியாவிற்கும், கிழக்கு ஆப்பிரிக்காவிற்கும் இடையில் இருந்த ஒரு பெரிய தீவைக் குறிப்பதாக இருக்கலாம் என்று கருதப்படுகிறது. இந்த நிலப்பகுதி பற்றி சிலப்பதிகாரத்தில் கூறப்பட்டுள்ளது. இந்த நிலம் ஏழு நாடுகளாக இருந்துள்ளது.

குமரிநாடு பாண்டியர்களின் ஆட்சியில் இருந்தது. இதன் தலைநகரம் தென்மதுரை (தென்மதுரையா இல்லை தெல் மதுரையா? தெல் + அக்கு = தெற்கு; மேல் + அக்கு = மேற்கு;)

தெல்அவிவ் என்ற நகருக்கு *ancient hill of spring* என்று பெயர்; தெல் என்றால் பண்டைய மலை/குன்று என்று அர்த்தம்; எனவே தெற்கு என்பது பண்டைய மலை திசை; தெல் என்பது தொல் என்ற சொல்லாக இருக்கலாம்). பின் அது கடல்கோளில் மூழ்கியது. குமரிநாட்டின் மிகச்சிறந்த மன்னன் செங்கோன். திராவிட அறிஞர்கள் கூற்றுப்படி பாண்டியர்கள் குமரி அம்மனை வழிபட்டார்கள். இந்த அம்மன் என்ற சொல் பண்டைய எத்தியோப்பியர் கடவுளான அமன் (Amon) என்ற பெயரோடு ஒத்துப்போகிறது.

கலித்தொகை (104) யில் பாண்டியர்கள் கடல்கோளிற்கு பிறகு தென்னிந்தியா விற்கு புலம் பெயர்ந்த பொழுது, கடல்கோளில் இழந்த நிலத்தை மீட்க மற்ற நாடுகளுக்கு சென்று, அங்கு புலி சின்னத்தையும், வில் சின்னத்தையும் அகற்றி மீன் சின்னத்தை பொறித்து, எதிரிகளை மண்டியிட செய்தார்கள் என்று குறிப்பிடுகிறது.

(அப்படியெனில் பாண்டியர்களுக்கு முன்பே சேரர்களும், சோழர்களும் தென்னிந்தியாவில் இருந்தார்களா இல்லை புலம் பெயர்ந்து விட்டார்களா? இது முரண்பாடாக உள்ளது? ஏனெனில் இவர்களும் தமிழர்களே .... பின் எப்படி பாண்டியர்களுக்கு முன்பு இவர்கள் இங்கு குடியிருந்திருக்க முடியும் அல்லது புலம்பெயர்ந்து இருக்க முடியும்? எனவே இங்கு குறிப்பிடும் நிலம் தென்னிந்தியா இல்லை. பண்டைய குமரிக்கண்டம்)

இலங்கை மகா வம்சம் நூல் விஜயன் என்ற சிங்கள மன்னன், குலசேகர பாண்டியன் மகளை மணந்தான் என்று கூறுகிறது. சிங்கள மன்னன் விஜயனின் காலம் பொ.யு.மு. 5சா3 என்று கருதப்படுகிறது. நற்குடி வேளிர்கள் புத்தகத்தில் பாண்டியர்களின் பட்டியலில் குலசேகரப்பாண்டியன் பாண்டியன் பெயர் இல்லை. எனவே இலங்கை மகாவசம்ச நூல் படி குலசேகரப் பாண்டியன் ஆண்டது பொ.யு. மு. 5சா3 போல் இருக்கலாம்.

வியாசர் மகா பாரதம் பாண்டிய மன்னன் பாண்டவர்களுக்கு உதவியது பற்றி கூறுகிறது. புற நானூறு ஒரு பாடலில் பாரதப் போரில் இரு படைகளுக்கும் உதியன் சேரலாதன் உணவு கொடுத்ததை கூறுகிறது. வால்மீகி ராமாயணம் ராவணன் சீதையை கடத்தி சென்ற போது தாண்டிய நாடுகளில் ஒன்று பாண்டிய நாடு என்று கூறுகிறது.

அப்படியெனில் இராமாயண மகாபாரத காலங்களுக்கு முன்பே சேர, பாண்டிய நாடுகள் இருந்தனவா என்ற கேள்வி வருகிறது. ஏனெனில் ராமாயணமும் மகாபாரதமும் நடந்தது 5000 ஆண்டுகளுக்கு முன்பு என்று கூறப்படுகிறது. ஆனால்

தற்போதைய தமிழகத்தில் தமிழர்கள் குடியேறியது 3500 ஆண்டுகளுக்கு முன்புதான். பின் எப்படி இராமாயண மகாபாரத காலங்களில் பாண்டிய மற்றும் சேர நாடுகள் இருந்திருக்கும்?

சுமேரியாவிலிருந்து வந்தவர்கள் தமிழர்களா?

சில வரலாற்று ஆய்வாளர்கள் தமிழர்கள் தற்போதைய தமிழகத்திற்கு சுமேரியாவில் இருந்து குடியேறினார்கள் என்றும், சுமேரியாவே பண்டைய குமரிக்கண்டம் என்ற ஒரு கூற்றை வைக்கிறார்கள். தமிழர்கள் சுமேரியாவிலிருந்து குடியேறியிருந்தால், சுமேரியாவில் தங்கள் வரலாற்றினை களிமண் ஓடுகளில் பதிவு செய்தவர்கள், ஏன் தமிழகத்தில் அதை செய்யவில்லை? ஏன் தமிழகத்தில் களிமண் ஓட்டு பதிவுகள் கிடைக்கப்பெறவில்லை.

புதிய இடத்தில் வாழ்வைத் தொடங்க சுமேரியர்கள் செய்த காரியங்கள் பட்டியலில் செங்கல் சூளைகளை ஏற்படுத்தினர் என்ற ஒரு காரியம் கூறப்படுகிறது. அப்படியெனில் ஓடுகள் செய்திருப்பார்கள். தங்கள் வரலாற்றினை பதிவு செய்திருக்க வேண்டும். ஆனால் தமிழகத்தில் அதுபோல ஒரு ஓடு கூட கிடைக்காதது ஆச்சரியமாக இருக்கிறது.

மேலும் சுமேரியர்கள் 5000 ஆண்டுகளுக்கு முன்பே எல்லா வகையிலும் நல்லதொரு நாகரிக வளர்ச்சியை அடைந்து அதற்கான தொல்பொருள் தடயங்கள் சிகுராத், களிமண் ஏடுகள், ஏடுகளில் அரசர்களின் பட்டியல், உருளைச் சித்திரங்கள், நேர்த்தியான சித்திரங்கள், கலை கைவண்ணப் பொருட்கள் என ஏராளமாக அங்கு கிடைக்கிறது. இவையெல்லாம் 5000 ஆண்டுகள் பழைமையானவை. ஆனால் தமிழகத்தில் அது போன்ற அவ்வளவு பழைமையான தொல்பொருள் தடயங்கள் தமிழகத்தில் கிடைக்கவில்லை.

திணைகளும் மூவேந்தர்களும்

தொல்காப்பியம் நிலத்தை குறிஞ்சி, முல்லை, மருதம், நெய்தல் பாலை என்று ஐந்து வகையாக பிரிக்கிறது. ஆனால் அதற்கு முன்பு நிலம் மூன்று வகையாக பிரித்திருக்கப்பட்டிருக்க வேண்டும். அவை குறிஞ்சி, முல்லை, நெய்தல் என இருந்திருக்கலாம். மருதமும், பாலையும் பின்னாளில் வேளாண் தொழில் கண்டுபிடித்த பிறகு பிரித்திருக்கலாம். அத்திணைகளின் வகைப்படி பார்த்தால் சேரர்கள் குறிஞ்சி பகுதிகளில் ஆட்சி புரிந்தது சேரர்கள், முல்லை நிலத்தை ஆட்சி புரிந்தது சோழர்கள், நெய்தல் நிலத்தை ஆட்சி புரிந்தது பாண்டியர்களாக இருந்திருக்க வேண்டும். அதற்கேற்ப அவர்களின் சின்னமும் வந்திருக்கவேண்டும். குறிஞ்சி மலை நிலத்தின் மக்கள் வேட்டைத் தொழில் செய்வதால் வில் அவர்களின் சின்னமாக ஆகியிருக்கவேண்டும். சிகரத்தில் வாழ்வதால் அவர்களை சிகரர் என்று அழைத்திருக்கலாம். சிகரர் என்ற சொல்லே சேரர் என்று மருவியிருக்கலாம். சிவபாதசேகரன் என்ற பெயர் சிவ பாதத்தையும், தலையையும் (சிகரம்) குறிப்பதாக இருக்கவேண்டும்.

சிகரன் > சேகரன் > சேரன்

முல்லை நிலம் காட்டுப் பகுதியாகும். அதில் வாழும் முதன்மையான மிருகம் புலி. எனவே சோழர்கள் புலி சின்னம் வைத்திருக்க வேண்டும். நெய்தல் என்பது கடற்கரை நிலம். மீன் பிடித்தலே அவர்களின் முக்கியத் தொழில். எனவே பாண்டிய மன்னர்களின் சின்னம் மீன் சின்னமாக ஆகியிருக்க வேண்டும். அதுவே அவர்களின் குல தெய்வமாக மீனாட்சி என்று ஆகியிருக்க வேண்டும்.

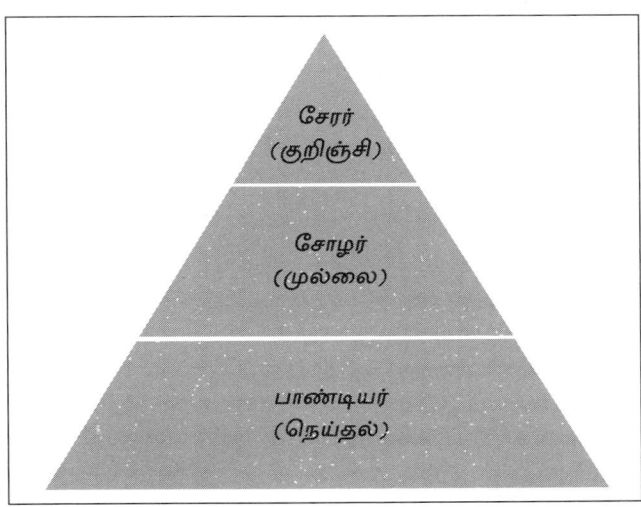

சேரர்	வில், குறிஞ்சி, விவசாயம் இல்லை, மேன்மை மன நிலை, பனம்பூ மாலை	வானவராயன், வீடு முக்கியத்துவம், வீட்டின் பெயர், மருமகள் தாயம், செந்தமிழ்
சோழர்	புலி (காடு), முல்லை, மருதம் வேளாண்மை, அத்திப்பூ மாலை சோழர் > கோசர் > கொய்ச	பைந்தமிழ்
பாண்டியர்	மீன் (மருதம், பாலை), வேப்பம் பூ மாலை, நீள் காது, வாணிகம், கள்ளர், முத்துக் குளித்தல்	கடுந்தமிழ்

பண்டைய சுமேரியாவில் ராமர் சித்திரமா?

ஈராக் நாட்டில், பண்டைய சுமேரியாவில் 5000 ஆண்டுகள் பழைமையுள்ள பாறை சித்திரங்களில் கையில் வில், கோடரி வைத்துள்ள மன்னர்களின் சித்திரங்கள் காணப்படுகின்றன. இந்த சித்திரத்தை ராமன் மற்றும் ஹனுமான் சித்திரம் என்று பலர் கருதுகிறார்கள். ஆனால் தொல்பொருள் ஆய்வாளர்கள் இதை 'நரம் சின்' என்ற மன்னனின் உருவம் என்று ஆய்வாளர்கள் கருதுகிறார்கள். நரம் சின் என்ற பெயரே பின்னாளில் நரசிம்மன் என்று மாறியிருக்கலாம் என்று கருதப்படுகிறது.

சுமேரியாவில் கிடைத்த தொல்பொருள் ஆதாரங்களில் முக்கியமான ஒன்று ஒரு மலைக்கணவாய் பாதையில் மலை மேல் பாறைகளில் பொறிக்கப்பட்ட ஒரு

பெளுலஸ் கணவாயில் பாறைச் சிற்பமும், அதன் மாதிரி வரைபடமும்

அரசனின் உருவம். இது தற்போதைய ஈராக் நாட்டில் பாக்தாத் நகருக்கு வடக்கே உள்ள பெலுளா (*Belula*) கணவாய் பாதையில் ஒரு குன்று மேல் ஒரு பாறையில் செதுக்கப்பட்டுள்ளது. இந்த உருவம் இடது கையில் வில்லுடன், இடுப்பில் கோடரியுடன் வலது கையில் கத்தி போன்ற ஆயுதத்துடன் காண்பதற்கு ராமர் உருவம் போல் இருக்கிறது என்று கூறப்படுகிறது. இந்த உருவத்திற்கு தலைமுடி, தாடி மீசை இல்லை. இந்த உருவத்தின் காலடியில் இரு மனிதர்கள் இருக்கிறார்கள். ஒரு மனிதன் இறந்து போயும், இன்னொரு மனிதன் கை கூப்பி கருணை பிச்சை கேட்பது போல் இருக்கிறது. இது நரம்சின் எனப்படும் அக்காடிய அரசனின் உருவம் என்று தொல்பொருள் ஆய்வாளர்கள் கருதுகின்றனர். இதன் காலம் பொ.யு.மு. 2200 போலாகும்.

கையில் கோடாரி உள்ள நரம்–சின் மன்னனின் சிற்பம்

சில இந்திய ஆர்வலர்கள் இது ராமரின் உருவம் என்று கருதுகின்றனர். சுமேரிய அரசர்கள் பட்டியலில் வரத் சின் மற்றும் நரம்சின் போன்ற அரசர்கள் பெயர்கள் காணப்படுகிறது. வரத் என்பது பரத என்ற பெயராகவும், நரம்சின் என்பது ராமர் பெயராகவும் சிலர் கருதுகின்றனர். சிலர்

இது இந்தியாவிலிருந்து சுமேரியாவுடன் வாணிகத்தொடர்பு வைத்திருந்த இந்திய வணிகர்கள் வரைந்திருக்கலாம் என்ற கூற்றும் வைக்கப்படுகிறது. இந்த கூற்றும் சரியானதாக இருக்க முடியாது, ஏனெனில் இந்தியாவில் அப்போது பொ.யு.மு. 2200 போல் அண்டை நாடுகளுடன் வாணிகத்தொடர்பு ஏற்பட்டிருக்க வாய்ப்பில்லை. ஆனால் கையில் வில் வைத்திருப்பதால் இது ராமர் என்று கூறமுடியாது. அதே போல் இந்த உருவத்தின் இடுப்பில் கோடரி இருக்கிறது. அப்படியெனில் இது பரசு ராமர் என்றும் கொள்ளலாம். இன்னொரு வகையில் கூறவேண்டுமென்றால் இந்த அரசனையே மேற்கே இருந்து புலம் பெயர்ந்து வந்து கங்கை சமவெளியில் குடியேறிய ஆரியர்கள் ராமனாக சித்திரித்திருக்க வேண்டும். அப்படி பார்த்தால் ராமாயணம் இந்தியாவில் நடந்திருக்காது. சிலர் அந்த காலத்தில் பாரதம் என்பது தற்போதைய ஈரான் வரை இருந்தது என்று கூறுகின்றனர். ஆனால் இந்த கூற்றும் சரியானது இல்லை.

நரம்சின் பாறை சிற்பங்கள்

மேலும் இந்த சிற்பம் போல் இன்னொரு உருவமும் ஈராக்கில் காணக்கிடைக்கிறது. இந்த சிற்பத்தில் இருக்கும் அரசனும் இடது கையில் வில்லும், வலது கையில் கோடரியும் வைத்திருக்கிறார். இவரின் கீழே சடை பின்னியிருக்கும் மனிதர்கள் இறந்து கிடக்கிறார்கள். இந்த மன்னருக்கு தாடி மீசை உள்ளது. அப்படியெனில் இவர் ராமரா அல்லது பரசுராமரா என்ற கேள்வி எழுகிறது.

ராமரும், பரசுராமரும் இந்தியாவில் இருந்திருந்தால் இந்த சிற்பத்தில் உள்ளவர்கள் அவர்களாக இருக்க முடியாது. இந்த சிற்பங்களில் உள்ளவர் ராமராக அல்லது பரசுராமராக இருந்தால், அப்படியெனில் ராமாயணம் இந்தியாவில் நடந்திருக்காது. இன்னொரு வகையில் பார்த்தால், ராமர் இந்தியாவை ஆண்டிருந்தால், சுமேரியாவில் நான்காயிரம் ஆண்டுகளுக்கு முன்பு ராமர் சித்திரத்தை பாறைகளில் செதுக்க முடிந்த போது ஏன் இதே போன்ற சித்திரம் இந்தியாவில் கங்கை சமவெளிப் பகுதியில் எங்கும் காணப்படவில்லை.

சுமேரிய மன்னர்களும் பழைய பைபிள் மன்னர்களும்

சுமேரிய மன்னர்கள் பட்டியலில் கடல் வெள்ளப்பெருக்கு ஏற்படும் முன் இருந்த மன்னர்கள் பத்து மன்னர்கள் என்று கூறுகிறது. இதேபோல் யூதர்களின்

பைபிளில் கடல் வெள்ளப்பெருக்கிற்கு முன்பு இருந்த மன்னர்கள் பத்து பேர் என்று கூறப்படுகிறது. சுமேரிய மதத்திலிருந்துதான் மற்ற மதங்கள் தோன்றின என்று ஏற்கெனவே கண்டோம். இந்த மன்னர்களின் பெயரை நாம் காணலாம்.

சுமேரிய மன்னர்கள் (கடல் வெள்ளப்பெருக்கிற்கு முன்)

வ.எ	அரசன் பெயர்கள்	குறிப்புகள்
1	ஆலோருஸ் (Alorus)	ஆலஅரசு; முதன் முதலில் ஆளுமை என்பது பண்டைய குடிகளில் ஆல மரத்தினடியில் கூட்டம் கூடி செய்யப்பட்டது. அதாவது பஞ்சாயத்து முறை.
2	ஆலுலிம் (Alulim)	ஆல அலிம்
3	ஆலல்ஜர் (Alaljar)	ஆல ஆலயர் (அல்லது) ஆல அல் ஆயர்; அல் என்றால் சந்திரன்;
4	என்மன்லு – அன (EnMenLuAna)	என் –மன் என்பது எம்மான் அல்லது மன்னன். அன என்பது அண்ணா என்ற அர்த்தம் உடையது. இதற்கு மூத்தவன், பெரியவன் அல்லது மேலிருப்பவன் என்று அர்த்தம். லு என்ற பெயர் தெலுங்கில் காணப்படுகிறது. வரலு என்பது போல்
5	என்மன் காள் அன (EnmenGalAna)	காள்அன என்பது காளியண்ணன் என்ற பெயராக இருக்கலாம்.
6	தமுழிட் அல்லது டமுசிட் (Dumuzid)	தமிழ் என்ற பெயரோடு ஒத்துப்போகிறது. இது ஆறாவது மன்னன் அல்லது தலைவன். தமிழ்க்கடவுள் முருகன். முருகனுக்கு ஆறு தலை. ஆறாவது தலைவன் என்பதே ஆறு தலை என்று பின்னாளில் மாறி கூறப்பட்டிருக்கலாம்.
7	என்சிபாத்சிட் அன (EnSipadZidAna)	சிபாத் என்பது சிவபாத என்ற பெயராக இருக்கலாம்.
8	என்மன்துர்அன (Enmendurana)	துர்அன என்பது துரையண்ணன் என்ற பெயராக இருக்கலாம்.
9	உபர்டுடு (UbarhTutu)	உபர் என்பது குபேர் (குபேரன்) என்ற பெயராக இருக்கலாம்.
10	உட – நபிசம் (UtaNapishm)	நபிசம் என்பது நாவிகன் என்ற பெயராக இருக்கலாம். நாவிகன் என்றால் கப்பலோட்டி. இந்த மன்னன் காலத்தில் தான் கடல் வெள்ளப்பெருக்கு ஏற்பட்டது. இந்த மன்னனைத்தான் பைபிளில் நோவா என்கின்றனர். நோவாதான் கடல் வெள்ளப்பெருக்கில் இருந்து கப்பல் மூலம் மக்களையும் பிற உயிரினங்களையும் காப்பாற்றி புலம் பெயர்ந்து கொண்டு சென்றார்.

யூத பைபிள் மன்னர்கள் (கடல் வெள்ளப்பெருக்கிற்கு முன்)

வ.எ	அரசன் பெயர்கள்	குறிப்புகள்
1	ஆடம் (Adam)	ஆதன் என்பது ஆடம் என்று மாறியிருக்கவேண்டும்
2	சேத் (Sethu)	சேது என்பது சேத் என்று மாறியிருக்கவேண்டும்
3	ஏனோஸ் (Enos)	
4	கைணன் (Cainan)	கண்ணன்
5	மகாலலீல் (Mahalaleel)	மகாளய (மகாளய அமாவாசை)
6	யாரேத் (Yared)	எருது ; எருது > யாருத் > யாரேத்
7	ஏனோச் (Enoch)	
8	மேதுசெலே (Methuseleh)	
9	லமேச் (Lamech)	கலமேஷ்; கலம் – கப்பல்; கப்பல் கலம் ஈசன் > கலமேச > கலமேஷ்; சுமேரிய மன்னர்களில் இந்த இடத்தில் வருபவர் குபேரன்; குபேரன் செல்வத்தின் அதிபதி; கப்பல் மூலம் வாணிகம் செய்து செல்வம் ஈட்டியிருக்கலாம்.
10	நோவா (Noah)	நாவிகன்; நாவாய் என்றால் கப்பல்

மேலே கூறப்பட்ட சுமேரிய மற்றும் பைபிள் மன்னர்கள் பத்து பேர்களின் பெயர்களில் தமிழ் பெயர்கள் காணப்படுகிறது. இந்த மன்னர்கள் எல்லாம் கடல் வெள்ளப்பெருக்கிற்கு முன் இருந்த மன்னர்கள். அதாவது கடல் வெள்ளப்பெருக்கில் புலம் பெயர்ந்து சுமேரியாவில் குடியேறும் முன் இருந்த மன்னர்கள். இந்த பெயர்களில் தமிழ் பெயர்கள் காணப்படுவதால் இவர்கள் புலம் பெயர்ந்து வந்தது பண்டைய குமரிக்கண்டத்திலிருந்து இருக்கலாம்.

இதில் வரும் உபர் என்ற மன்னனின் பெயருக்கு மேலே அல்லது உயரே என்று அர்த்தம். குபேர என்ற பெயர் குவேர என்ற பெயராகும். குவேர என்பது குரவ என்ற பெயரிலிருந்து மருவியிருக்கலாம். குரவன் என்றால் அரசன் என்று பொருள். குன்றக்குரவன் என்பது தமிழ்க் கடவுளைக் குறிக்கும்.

குரவ > குபர > குபேர > (க்)உபர >உபர்

முருகனுக்கு ஆறு தலை என்பது முருகன் பண்டைய குடியின் ஆறாவது தலைவனாக இருந்திருக்கக்கூடும். தலைவனை 'தலை' என்று கூறும் வழக்கம் உண்டு. எனவே முருகனுக்கு ஆறு தலை என்று பின்னாளில் சித்திரித்திருக்கக் கூடும். அப்படியெனில் ராவணனுக்கு பத்து தலை உண்டு. ஒருவேளை ராவணன் பத்தாவது தலைவனாக இருந்திருக்கலாம். அந்த கூற்றையும் இங்கு பார்க்கலாம். ராவணனின் மூதாதையர் அல்லது ஒன்று விட்ட சகோதரன் குபேரன் என்று இந்து தொன்மங்கள் கூறுகின்றன. இலங்கையில் ராவணன் ஆட்சிக்கு முன் குபேரன் ஆட்சி செய்ததாக நம்பப்படுகிறது. இந்த மன்னர்களின் பட்டியலில் குபேரன் ஒன்பதாவது மன்னராக

வருகிறார். பத்தாவதாக நாவிகன் என்ற அரசன் பெயர் வருகிறது. ராவணன் என்ற பெயர் குரவன் என்ற பெயரிலிருந்து வந்திருக்கலாம். குபேரன் என்ற பெயரும் குரவன் என்ற பெயரிலிருந்து வந்தது போல்.

குரவன் > (க்)ரவன் > ராவன் > ராவணன்

ராவணன் கப்பல் பல உடையவனாக இருந்தான் என்று புராணக்கதைகள் கூறுகின்றன.

ஆரிய மன்னர்களும், இந்திய மன்னர்களும்

சுமேரிய மன்னர்கள் பட்டியலில் உள்ள பெயர்களில் இந்து புராணங்களில் உள்ள பெயர்கள் இருப்பதாக கூறப்படுகிறது. இந்த பட்டியலின் காலம் பொ.யு.மு. 3378 முதல் பொ.யு.மு. 1736 வரை நீள்கிறது.

ராமா, பரத போன்ற பெயர்களும் இருப்பதாக கூறப்படுகிறது. இந்திர, புருரவாஸ், தசரத, பரசுராம, சத்யவிரத, இக்ஷ்வாகு, ஜனக, வசிஷ்ட, ஜனமேஜய, துஷ்யந்த, முசுகுந்த, துருபாத, ஹரிச்சந்திர, பாகீரத, லவ குஷ போன்ற பெயர்கள் இருப்பதாக கூறப்படுகிறது.

இதை வைத்து இந்து மதம் இந்தியாவிலிருந்து சுமேரியா, எகிப்து முதலிய நாடுகளுக்கு பண்டைய காலத்தில் பரவியது என்று சில கூற்றுகளை வைக்கின்றனர்.

ஆனால் இது சரியான கூற்றா என்று சந்தேகம் அளிக்கிறது. ஏனெனில் ஆரியர்கள் பொ.யு.மு. 1500 போல் தான் சிந்து சமவெளியிலும் பின்னர் கங்கை சமவெளியில் குடியேறினார்கள். சிறு சிறு அரசுகள் அமைத்தனர். இது சுமேரிய நாகரிகத்தில் தோற்றுவிக்கப்பட்ட நகர அரசமைப்புகள் போல் இருந்திருக்கவேண்டும். ஆரியர்கள் சுமேரியா மற்றும் எகிப்திலிருந்து வந்தவர்கள் என்பதால் அங்கிருந்த அரசமைப்பு போலவே இந்தியாவிலும் அமைத்திருக்கவேண்டும். அதன் பின்னர்தான் மகா ஜனப் பதங்கள் என்று அரசுகள் கங்கை சமவெளியில் அமைந்தது. அதற்கு முன்னர் இந்தியாவில் அரசுகள் இருந்ததற்கான தொல்பொருள் தரவுகள் கிடைக்கவில்லை.

ஆரியர்கள் கங்கை சமவெளியில் குடியேறி அரசுகள் அமைத்த பின் தாங்கள் வாழ்ந்த இடங்களில் நடந்த கதைகளை, வாய் வழியாக கேட்டு வந்த கதைகளை புராணக் கதைகளாக பல நூறாண்டுகள் கழித்து எழுதியிருக்க வேண்டும். ராமாயணமும், மகாபாரதமும் பொ.யு. 1000 போல் எழுதப்பட்டன. அதாவது தாங்கள் கங்கை சமவெளியில் குடியேறி ஏறக்குறைய 2000 ஆண்டுகள் கழித்து இந்த புராணக் கதைகள் எழுதப்பட்டன. தாங்கள் புலம் பெயர்ந்து வந்த இடத்தில் நடந்த கதைகளை இந்தியாவில் நடந்ததாக பின்னாளில் வந்த தலைமுறைகளால் நம்பப்பட்டிருக்கவேண்டும். எனவே இந்த கதைகள் இந்தியாவில் நடந்ததாக எழுதப்பட்டிருக்கவேண்டும்.

இந்த மன்னர்களின் பட்டியல் சுமேரியாவில் களிமண் ஏடுகளில் எழுதப் பட்டுள்ளது. இது ஒரு தொல்பொருள் தரவாக கிடைக்கிறது.

சங்கங்களின் கால அட்டவணை

மூன்றாம் தமிழ்ச்சங்கம் நடைபெற்ற காலம் 1950 ஆண்டுகள். வரலாற்று அறிஞர்கள் கூற்றுப்படி மூன்றாம் தமிழ்ச்சங்கம் நிறைவுற்றது பொ.யு. 200 போல். எனவே மூன்றாம் தமிழ்ச்சங்கம் ஆரம்பித்தது பொ.யு.மு. 1750 போல் இருக்க வேண்டும். அப்படியெனில் தற்போதைய மதுரைக்கு புலம் பெயர்ந்து வந்தது இதற்கு ஐம்பது வருடங்களுக்கு முன்பு அதாவது பொ.யு.மு. 1800 போல் இருக்கலாம்.

இதற்கு முன்பு சில காலம் மணவூரில் இருந்தனர். இதன் காலம் பொ.யு.மு 1950 போல் இருக்கலாம்.

இரண்டாம் தமிழ்ச்சங்கம் நடைபெற்ற கால அளவு 3200 ஆண்டுகள். எனவே இரண்டாம் தமிழ்ச்சங்கம் ஆரம்பித்த வருடம் பொ.யு.மு. 4950 போல் இருக்கலாம்.

முதலாம் தமிழ்ச்சங்கம் நடைபெற்ற கால அளவு 4440 ஆண்டுகள். எனவே முதல் தமிழ் சங்கம் ஆரம்பித்த வருடம் பொ.யு.மு 9390 போல் இருக்கலாம்.

சங்கங்கள்	ஆண்டுகள்	ஆண்டு கணக்கு	ஆரம்பித்த ஆண்டு
கடைச்சங்கம்	1950	1950 – 200	1750
இடைச்சங்கம்	3200	1750 + 3200	4950
முதல் சங்கம்	4440	4950 + 4440	9390

மேற்கண்ட கணக்குகளின் படி பார்த்தால் முதல் கடல் வெள்ளப்பெருக்கு பொ.யு.மு 5000 போல் நடந்திருக்க வேண்டும். இந்த சமயத்தில் தொல் மதுரை அழிந்து, கபாடபுரத்திற்கு புலம் பெயர்ந்திருக்க வேண்டும். இரண்டாம் வெள்ளப்பெருக்கு பொ.யு.மு. 1900 போல் நடந்திருக்கலாம். இந்த சமயத்தில் கபாடபுரத்திலிருந்து மணவூருக்கு புலம் பெயர்ந்திருக்க வேண்டும். இங்கு சில காலம் இருந்த பின் மூன்றாம் வெள்ளப்பெருக்கு பொ.யு.மு. 1500 போல் நடந்திருக்கலாம்.

மணவூர் என்பது மணலூர் என்பதாக இருக்கலாம். மணலூர் என்பது மணல் வெளி உள்ள இடத்தைக் குறித்திருக்க வேண்டும். இந்த இடம் சிந்து சமவெளியாக இருக்கலாம். பின்னர் அங்கிருந்து தற்போதைய தமிழகத்திற்கு வந்திருக்கலாம். இல்லையென்றால் மணலூர் என்பது தற்போதைய திருச்செந்தூராக இருக்கலாம். திருச்செந்தூருக்கு அருகில் உள்ள நிலம் செம்மண் நிலமாகும். இங்கிருந்து ஆதிச்ச நல்லூர் வழியாக மதுரைக்கு சென்று அங்கு கீழடியில் குடியேறியிருக்க வேண்டும்.

நோவாவின் கதை

நோவாவின் கதை மூலம் நாம் மேலும் சில விசயங்களை யூகித்து அறியலாம். கடற்கோளில் ஒரு கண்டம் அல்லது நாடு முழுதும் அழியுமா?! அல்லது வெள்ளப் பெருக்கு என்பது கடல் மட்டம் உயர்ந்ததாக இருக்கலாம்; ஏனெனில் கடற்கோள் ஏற்பட்டால் அழிவு உடனடியாக இருக்கும்; தப்புவதற்கு நேரம் கிடைக்காது. உடனடியாக கப்பல் கட்டி புலம் பெயர்ந்திருக்க முடியாது. புலம் பெயர நிறைய நாட்கள் தேவைப்படும். அப்படி கப்பல் கட்டி புலம் பெயர்ந்திருக்க வேண்டுமெனில்

கடல் மட்டம் மெல்ல உயர்ந்து உயர்ந்து அதைக்கண்டு, சுதாரித்து புலம் பெயர முடிவு செய்து, பெரிய கப்பல் கட்டி புலம் பெயர்ந்திருக்க வேண்டும்.

உலகம் முழுவதும், பொ.யு.மு. 6000 போல் உயர்ந்ததாக பதிவுகள் உள்ளன. பொ.யு.மு. 6000இல் கடல் மட்டம் மிகவும் உயர்ந்து இருக்கலாம். (எ.கா. நார்வே – இங்கிலாந்து நில இணைப்பு). மிகப்பெரிய கப்பல் செய்ய பல மாதங்கள் பிடிக்கும். அப்படியெனில் வெள்ளப்பெருக்கு உடனடியாக ஏற்படவில்லை. கடல் மட்டம் மெல்ல மெல்ல உயர்ந்திருக்கலாம். மேலும் அப்போது அந்த மக்களுக்கு கடல் வெள்ளப்பெருக்கு பற்றி முன்கூட்டியே அறியும் அறிவு திறன் நன்கு இருந்திருக்கிறது. பெரிய கப்பல் கட்டும் திறனும், மேலும் அதை செலுத்தும் நுண்ணிய அறிவும், தொழில் நுட்பமும் தெரிந்தவர்களாக இருந்திருக்க வேண்டும். காற்றின் வீசும் திசை, விசை பற்றிய அறிவு ஆகிய எல்லாவற்றிலும் நன்கு தேர்ச்சி பெற்றவர்களாக இருந்திருக்கவேண்டும்.

கப்பலில் பிராணிகள் கொண்டு சென்றதால் பிராணிகள் வளர்க்கும் கலாசாரம் மேம்பட்டவர்களாக இருந்திருக்கவேண்டும். அதோடு கூடிய விவசாயம் (வேளாண்மை) செய்யும் திறனும் பெற்றவர்களாக இருந்திருக்க வேண்டும்.

பெரிய கப்பல் கட்ட வேண்டுமென்றால் அதற்கு தேவையான மரங்கள் அடர்ந்த காடுகள் உள்ள இடமாக இருந்திருக்கவேண்டும். எனவே இந்த இடம் ஒரு பெரிய தீவாக இருந்திருக்க வேண்டும்.

நோவா மட்டும் கப்பல் செய்திருக்க முடியாது. பல குடிகள் சேர்ந்து கப்பல் கட்டியிருக்க வேண்டும். எனவே அந்த இடம் ஏற்கெனவே பல இனங்கள் அல்லது குடிகள் அல்லது குலங்கள் வாழ்ந்திருந்த இடமாக இருந்திருக்க வேண்டும். நோவா தலைமையில் மற்றவர்கள் சேர்ந்து கூட்டாக செய்திருக்கலாம். அந்த மாதிரி கப்பல் செய்யும் பொறியியல் திறன் இருந்திருந்தால் அங்கு நாகரிகம் நன்கு வளர்ச்சி அடைந்திருக்க வேண்டும். எனவே வெள்ளப்பெருக்கினால் புலம் பெயருவதற்கு முன்பே அவர்கள் நாகரிகம் நன்கு வளர்ந்த நிலையிலிருந்திருக்கவேண்டும்.

நோவாவின் கதைப்படி நோவா பெரிய அரக் (Arc) என்ற கப்பல் செய்து அதில் மற்றவர்களோடு புலம் பெயர்ந்தார் என்று கூறப்படுகிறது. இக்கதை பல கலாசாரங்களில் வாய் வழிக்கதையாக கூறப்பட்டுள்ளது. அப்படி வாய்வழியாக பரம்பரை பரம்பரையாக கூறி வரும்பொழுது பல விசயங்கள் மாறி புரியப்பட்டிருக்கலாம். உதாரணமாக நோவா என்பது கப்பலாகவும் அரக் என்பது மனிதனாகவும் இருந்திருக்கலாம். தமிழில் கப்பலுக்கு நாவாய் என்ற பெயரும் உண்டு. பழங்கால இலக்கியங்களில் நாவாய் என்ற பெயர் பல இடங்களில் கூறப்பட்டிருக்கிறது. நாவாய் என்பது காலப்போக்கில் நோவா என்று மாறியிருக்கலாம். அரக் என்பது அரக்கன் அல்லது அரசன் ஆக இருக்கலாம்.

நாவாய் > நாவா > நோவா

அரிக்கன் > அரக்கன் > அரக் > (அல்லது)

அரசன் > அரச > அரக் (Arc);

பாண்டிச்சேரி பக்கத்தில் அரிக்கமேடு (அரிக்கன் + மேடு) என்ற பழங்கால வணிக நகரம் ஒன்று இருந்தது.

அகத்தியர்

பண்டைய புராணக்கதைகளில் அகத்தியர் பற்றிய குறிப்புகள் நிறைய காணப்படுகிறது. அகத்தியர் தென்திசை புலம் பெயர்த்தல் குறித்து இந்திய ஆரிய மற்றும் திராவிட ஆகியவற்றின் மூலங்களில் காணப்படுவது சிந்து நாகரிகத்திற்கும் தென் திராவிடத்திற்கும் உள்ள முக்கிய தொடர்பை கூறுகிறது.

அகத்தியர் ஆரியர்களை தென்னிந்தியாவிற்கு கூட்டிக்கொண்டு வந்தார் எனும் கூற்று எப்படி அகத்தியர் தமிழ் மொழிக்கும், இலக்கியத்திற்கும், இலக்கணத்திற்கும் மூலத்தந்தை ஆனார் என்ற காரணம் கூறவில்லை. மேலே உள்ள கூற்று சிந்து சமவெளி நாகரிகம் என ஒன்று இருந்தது எனக் கண்டுபிடிக்கும் முன்பே ஏற்பட்ட கூற்று. ராகவா ஐயங்கார் தன்னுடைய வேலர் வரலாறு (1907) எனும் நூலில் வேளிர்யாதவ குலத்தினர் அகத்தியர் தலைமையில் குஜராத்தில் உள்ள துவாரகையிலிருந்து தென்னிந்தியாவிற்கு சரித்திர காலத்திற்கு முன் புலம் பெயர்ந்தார் எனக் குறிப்பிடுகிறார்.

அகத்தியரை கையில் இருக்கும் கமண்டலம் தடவு (நீர் குவளை) என்றும், அகத்திர் வடபால் முனிவன் என்றும் புறநானூறு குறிப்பிடுகிறது. (புறம்.201)

மேலே கூறிய புலம் பெயர்வு பற்றி நச்சினார்க்கினியர் தன்னுடைய தொல்காப்பிய உரையில் இரண்டு இடங்களில் (பாயிரம் மற்றும் பொருள்.34) குறிப்பிடுகிறார். அகத்தியர் 18 அரசர்களையும், 18 வேளிர் குடும்பங்களையும் தெற்கே கொண்டு வந்து காடுகளை சமன்செய்து நிலங்களை உழுதனர் என்று குறிப்பிடுகிறார்.

அகத்தியர் பொதிகை மலையில் (potiyil) உறைந்தார் (கடைத் தென்முகம்) என்று கூறப்படுகிறது.

அகத்தியர் என்பது தனிப்பட்ட நபருடைய பெயரோ அல்லது கோத்திரமோ இல்லை என்றும் அகத்தோன் எனப்படும் ஒரு பதவி என்றும் சிலரால் கருதப்படுகிறது.

பண்டைய குமரிக்கண்டத்தில், முதல் தமிழ் சங்கத்தில் அகத்தியர் இருந்தார் என்றும் கூறப்படுகிறது. பின் எப்படி பல ஆயிரம் ஆண்டுகள் கழித்து அவர் இந்தியாவில் தமிழகத்தில் உள்ள பொதிகை மலையில் உறைந்திருக்க முடியும். எனவே அகத்தியர் என்பது ஒருவரல்ல அது ஒரு குடியின் பெயராகும்.

சீன வரலாற்றில் சேர, சோழ பாண்டியர் பெயர்கள்

ராகவையங்கார் என்ற ஆசிரியர் தன் தமிழர் வரலாறு என்ற நூலில், சீன வரலாற்றில் அவர்களுடைய பண்டைய அரசர்களில் பண்டைய தமிழ் மூவேந்தர்களான சேர, சோழ, பாண்டியருக்கு போன்று மூன்று அரசர்களைப் பற்றிய குறிப்பு காணப்படுகிறது என்று குறிப்பிட்டுள்ளார். முதல் அரசன் பூஹி (Fuhi) என்றும் இவன் முக்கிய தொழில் வேட்டைத்தொழில் என்றும் கூறப்படுகிறது. புஹி என்பது பூழி என்ற பெயரின் திரிபாக இருக்கலாம். சேரர்களுக்கு பூழியர் என்ற பெயர் உண்டு. இன்றும் கேரளத்தில் பூழி என்று பெயர் உடைய இடங்கள் உள்ளன. சேரர்களின் சின்னம் வில் சின்னம். அவர்களுடைய முக்கியத் தொழில் வேட்டை.

அதற்கடுத்து ஷோஹாசென்னி என்ற அரசன் உருவாகினான் என்று கூறப்படுகிறது. ஷோஹாசென்னி என்பது சோழன் சென்னி என்ற பெயராக இருக்கவேண்டும் என்று கருதப்படுகிறது. இந்த அரசன் நீர் நிலைகள் உள்ள இடங்களில் நிலத்தை சீர் செய்து உழவுத்தொழில் செய்தான் என்று கூறப்படுகிறது. சோழர்களின் முக்கியத் தொழில் உழவுத்தொழில்.

அதற்கடுத்து மூன்றாவதாக ஹாண்டி என்ற அரசன் பற்றி கூறப்படுகிறது. இவன் தேர் போன்ற பொருட்களை உருவாக்கினான் என்றும், அறிஞர்களை வைத்து நூலாராய்ச்சி மற்றும் இசையின் அளவுகள் செய்தான் என்றும், கூறப்படுகிறது. ஹாண்டி என்ற பெயர் பாண்டி என்ற பெயரின் திரிபாக இருக்கவேண்டும். தமிழில் உள்ள ப என்னும் எழுத்து கன்னடத்தில் ஹ என்று உச்சரிக்கப்படுவது போல், சீனத்திலும் உச்சரிக்கப்பட்டிருக்க வேண்டும். பள்ளி என்பது ஹள்ளி என்று சொல்லப்படுவது போல்.

துஞ்சிய மன்னர்கள்

தமிழக மன்னர்களின் பெயர்களில் பல மன்னர்கள் பெயர்களில் 'துஞ்சிய' என்ற அடைமொழி வருகிறது. உதாரணமாக வெள்ளியம்பலத்து துஞ்சிய பெரு வழுதி, சித்திர மாடத்து துஞ்சிய நன்மாறன், கொட்டகாரத்து துஞ்சிய மாறன் வழுதி, வஞ்சி முற்றத்து துஞ்சிய அந்துவன் சேரல், கோட்டம்பலத்து துஞ்சிய மாக்கோதை, குளமுற்றத்து துஞ்சிய கிள்ளி வளவன், குராப்பள்ளி துஞ்சிய கிள்ளி வளவன் போன்ற பெயர்கள் காணப்படுகின்றன.

துஞ்சிய என்பதற்கு இறந்த அல்லது உறங்கிய என்ற அர்த்தம் உண்டு. இதற்கு வரலாற்று ஆசிரியர்கள் குறிப்பிட்ட போரில் அம்மன்னன் இறந்ததால் அதனால் அந்த அடைமொழி கொடுக்கப்பட்டது என்று கூறுகின்றனர். பண்டைய காலத்தில் போரில் இறந்தவர்களுக்கு நடுகல் எழுப்பும் வழக்கம் உண்டு. நடுகல் எழுப்பி, படையலிட்டு இறந்தவரை வழிபடும் வழக்கம் இருந்தது. இதுவே இறந்தது ஒரு மன்னனாயிருந்தால் நடுகல் என்பது பெரிய சமாதி போன்று கட்டப்படும். இந்த வழக்கம் நம்மிடையே இன்னும் உள்ளது. நம் முதல்வர்கள் சமாதி சென்னை மெரீனா கடற்கரையில் கட்டப்படுவது போல். இது ஒரு குறிப்பிட்ட பெரிய இடத்தில் கட்டப்படும். அந்த இடத்தின் பெயரும் அடைமொழியாக கூறப்படும். எனவே இங்கு கூறப்படும் வெள்ளியம்பலம், சித்திர மாடம், கொட்டகாரம், வஞ்சி முற்றம், கோட்டம்பலம், குளமுற்றம், குராப்பள்ளி என்பதெல்லாம் அந்த மன்னர்களின் சமாதி இருந்த இடங்களாக இருக்கவேண்டும்.

வரலாறு கூற்றுகள்

அரசாட்சி முறை சுமேரியாவில் ஆறாயிரம் ஆண்டுகளுக்கு முன் இருந்ததாக தெரிகிறது. பண்டைய சுமேரிய மன்னர்கள் பெயர்கள் களிமண் ஏடுகளில் பதிக்கப்பட்டிருக்கிறது. எகிப்தில் ஆறாயிரம் ஆண்டுகளுக்கு முன் பிரமிடுகளில் மன்னர்களின் பெயர் பட்டியல் காணப்படுகிறது. சிந்து சமவெளியில் அரசாட்சி இருந்ததற்கான உறுதியான தொல்பொருள் தடயங்கள் கிடைக்கவில்லை.

இந்தியாவில் ஐந்தாயிரம் ஆண்டுகளுக்கு முன்பு இருந்ததாக கூறப்படும் மன்னர்கள் பெயர்கள் புராணங்களில் மட்டுமே காணப்படுகிறது. அதற்கான

தொல்பொருள் தடயங்கள் கிடைக்கவில்லை. மேலும் சுமேரியாவிலும், எகிப்திலும் ஆறாயிரம் ஆண்டுகளுக்கு முன் இருந்த மன்னர்கள் பிரமிடுகள், கோவில்கள் கட்டியிருக்கிறார்கள். பல தொல்பொருட்கள் அங்கு காணக்கிடைக்கின்றன. அவைகளை இன்றும் காணமுடிகிறது. இந்தியாவில் இதுபோன்ற கோவில் அல்லது கட்டடங்கள் இரண்டாயிரம் ஆண்டுகளுக்கு முன்தான் காணக்கிடைக்கிறது.

கங்கை சமவெளியில் மூன்றாயிரம் ஆண்டுகளுக்கு முன்பு மகாஜனப் பதங்கள் அரசு ஆரம்பித்த பிறகே மன்னர்களின் பெயர்கள் உறுதியாக அறியமுடிகிறது. இந்த மன்னர்கள் பெயர்கள் புலம் பெயர்ந்து வந்த ஆரியர்களின் பண்டைய மன்னர்களின் பெயர்கள். தமிழகத்தில் மன்னர்களின் பட்டியல் பொ.யு.மு 500 இருந்தே ஆரம்பிக்கிறது.

இதன் படி பார்க்கையில் புராணங்களில் கூறப்படும் மன்னர்கள் பெயர்கள் சுமேரிய மற்றும் எகிப்திய மன்னர்களிடமிருந்தோ அல்லது அதற்கு முன்பு, பண்டைய குமரிக்கண்டத்திலிருந்த மன்னர்கள் அல்லது குடி தலைவர்கள் பெயராக இருக்கலாம்.

பண்டைய குமரிக்கண்டத்தில், முதல் தமிழ் சங்கத்தில் அகத்தியர் இருந்தார் என்றும் கூறப்படுகிறது. பின் எப்படி பல ஆயிரம் ஆண்டுகள் கழித்து அவர் இந்தியாவில் தமிழகத்தில் உள்ள பொதிகை மலையில் உறைந்திருக்க முடியும். எனவே அகத்தியர் என்பது ஒருவரல்ல அது ஒரு குடியின் பெயராகும்.

வரலாறு முடிவுரை

சுமேரிய நாகரிகத்தில் ஆறாயிரம் ஆண்டுகளுக்கு முன்பிருந்தே அரசமைப்பு இருந்ததாக அறியமுடிகிறது. சுமேரிய மன்னர்கள் பட்டியலில் கூறப்படும் லட்சக்கணக்கான ஆண்டுகள் அரசாண்ட அரசர்கள் ஆட்சிக்காலம் என்பது ஆண்டு கணக்காக இல்லாமல் நாட்கள் கணக்காக இருக்கவேண்டும். எகிப்தில் பல மன்னர்கள் பெயர்களில் தமிழ் பெயர்கள் இருப்பதைக் காணமுடிகிறது.

வட இந்தியாவில் ஆரியர்கள் அமைத்த மகஜனப்பதங்கள் என்ற அரசமைப்புகள், அதற்கு ஈராயிரம் ஆண்டுகள் முன்பு சுமேரியாவில் ஏற்படுத்தப்பட்ட நகர அரசமைப்புகள் போன்று ஏற்படுத்தியிருக்க வேண்டும். இது ஆரியர்கள் சுமேரியாவில் இருந்து வந்தவர்கள் என்பதற்கு ஒரு சான்றாக அமைகிறது. இந்து மத புராணங்களில் கூறப்படும் மன்னர்கள் பெயர்கள் பண்டைய சுமேரிய மன்னர்களின் மருவிய பெயராக இருக்க வேண்டும். சுமேரிய மன்னர்கள் பட்டியலில், மற்றும் பழைய பைபிளில் கூறப்படும் முதல் பத்து மன்னர்கள் வெள்ளப்பெருக்கிற்கு முன்பு பண்டைய குமரிக்கண்டத்திலிருந்து வந்திருக்க வேண்டும்.

தமிழகத்தில் திராவிட அரசர்கள் பெயர்கள் பட்டியலில் பொ.யு.மு. 500 லிருந்தே காணக்கிடைக்கிறது. எனவே தற்போதைய தமிழகத்திற்கு பொ.யு.மு. 1000 போல் தான் இருக்கவேண்டும். பண்டைய குமரிக்கண்டத்திலிருந்து தமிழர்கள் கடல் வெள்ளப்பெருக்கிலிருந்து தற்போதைய மதுரைக்கு புலம் பெயர்ந்து வரும்முன் சில காலம் மணவூர் என்ற இடத்தில் வாழ்ந்தனர் என்று கூறப்படுகிறது. இந்த இடம் சிந்து சமவெளி அல்லது திருச்செந்தூராக இருக்கலாம். ஆதிச்சநல்லூர் தொல்லியல் எச்சங்கள் இதற்கு ஒரு சான்றாக கொள்ளலாம். அகத்தியர் என்பவர் தனிப்பட்ட நபரைக் குறிப்பதாக இருக்காது. அது ஒரு குடியின் பெயராக இருக்கவேண்டும்.

துணை நூல்கள்

1. "Assyrian calendar", – Wikipedia, https://en.wikipedia.org/wiki/Assyrian_calendar.
2. Jacobsen. T, "The Sumerian King List", The University of Chicago Press, 4th Impression, 1973.
3. "Sumerian King List – Ancient Record Of Kingship That Has Long Been Of Great Interest", http://www.messagetoeagle.com/sumeriankinglistancientrecordofkingshipthathaslongbeenofgreatinterest/#ixzz4QjTx9MKZ, January 22, 2016.
4. "Sumerian King List", https://en.wikipedia.org/wiki/Sumerian_King_List.
5. "The Sumerian King List still puzzles historians after more than a century of research", http://www.ancientorigins.net/mythslegendsasia/sumeriankingliststillpuzzleshistoriansaftermorecenturyresearch001287, 30 January, 2014.
6. "The Sumerian king list: translation", http://etcsl.orinst.ox.ac.uk/section2/tr211.htm
7. "The real timeline of Mesopotamia", http://www.bibliotecapleyades.net/sitchin/ king_list0.htm.
8. "The Sumerian King list,", http://www.livius.org/sources/content/anet/266thesumeriankinglist/ The Sumerian King list.
9. "The Sumerian", http://www.crystalinks.com/SumerianKingList.html.
10. Wonderful Ethiopians of the ancient Cushite empire – Ch. IV The Amazing Civilization of Ethiopia.
11. Department of Greek and Roman Art, The Metropolitan Museum of Art October 2004.
12. நற்குடி வேளிர் வரலாறு, ஆறுமுக நாயனார் பிள்ளை.
13. "Nankudi 'Published by Irungovel Ilakkiya Kalai Manram,Sivakalai,Thirunelveli Dist.
14. ANCIENT AFRICAN KINGS OF INDIA – BY DR.CLYDE WINTERSOCTOBER 9, 2006 | DON JAIDE www.africaresources.com
15. குமரிக்கண்டமா சுமேரியமா – பா. பிரபாகரன், கிழக்கு, ௨௦௧௨
16. சங்ககாலம், ப. சரவணன்,கிழக்கு பதிப்பகம், 2015.
17. Never Before Seen: The Belula Pass Rock Relief written by Osama S. M. Amin, Ancient History, Published on April 14, 2015.
18. Finding the hidden NaramSin rock relief in Iraq,, Osama S. M. Amin Ancient History Published on February 23, 2015.
19. the book of Taha Bakir and Fouad Safr
20. Interpretting the Indus script, Dr. Iravatham Mahadevan
21. வேலர் வரலாறு, ராகவா ஐயங்கார் (1907)
22. தமிழ் வரலாறு, ரா. ராகவையங்கார், அண்ணாமலைப் பல்கலைக்கழகம், 1952
23. Hinduism Kings Gods In King List Sumeria DECEMBER 8, 2014 | RAMANAN50 | https://ramanan50.files.wordpress.com/2014/12/chronological_ist_sumerian_early_aryan_kings_550X649.jpg) Sumerian Kings, Chronological order,Kings List.
24. Abydos King List, Wikipedia, https://en.wikipedia.org/w/index.php?title=Abydos_King_List&oldid=735195698
25. Assyrian empire builders, Tyre and the other Phoenician citystates, www.ucl.ac.uk

26. Canaan, Joshua J. Mark published on 29 July 2010, www.ancinet.eu
27. History of China, Wikipedia
28. Egyptian Ruler Chronology, www.ancientcultures.info Egyptian Ruler Chronology November 2009.
29. Mahajanapadas, Wikipedia, https://en.wikipedia.org/wiki/Mahajanapadas.

படங்கள்

- By Keith SchengiliRoberts Own Work (photo), CC BYSA 2.5, https://commons.wikimedia.org/w/index.php?curid=1864537
- By Frederic Cailliaud Voyage a Meroe, Public Domain, https://commons.wikimedia.org/w/index.php?curid=68673268
- https://commons.wikimedia.org/wiki/File:Lion_temple_relief,_Naga_(Sudan).jpg#/media/File:Lion_temple_relief,_Naga_(Sudan).jpg
- https://commons.wikimedia.org/wiki/File:Sudan_Meroe_Pyramids_30sep2005_2.jpg#/media/File:Sudan_Meroe_Pyramids_30sep2005_2.jpg
- Ramani's blog
- Education Health Hinduism India Lifestyle News Scien

NO.	NAMES IN SUMERIAN KING LISTS AND MONUMENTS	DATE BCE (APPROXIMATE)	INDIAN LIST NAMES
1.	Ukusi of Ukhu City or Udu, Uduin, or Odin, Indar, Induru, Dur, Pur, Sakh, Sagaga, Zagg, Gaur, or Adar உகுசி, உடு, உடின், ஓடின், இந்தர், துர், புர், சகக, கௌர், அடர்	First Sumerian Dynasty 3378–3349 BCE	Ikshvku or Indra or Sakko or Pururavas இக்ஷ்வாகு, இந்திரா, சக்கோ, புருரவாஸ்
2.	Azag Ama Basam or Bakus, Tasia, Mukhla, Gin, Gan or Kan or Nim mirud அசக் அம பாசம், பகுஸ், தசிய, முக்லா, கின், கண், நிம்மிருட்	3348–3337 BCE	Ayus, AmaBasu or BikukshiNimi அயுஸ், அமபாசு, பிகுக்ஷி நிமி
3.	Azag Bakus or Gan at Unuk, Enoch or Erech City அசக் பகுஸ், கண, ஏனோச்	3336–3273 BCE	As Above அயுஸ், அமபாசு, பிகுக்ஷி நிமி
4.	Naksha, Enuzu, Anenzu, Unnusha, In, Enu நக்ஷ, எனுழு, அனேன்ழு, உன்னுஷ, இன், எனு	Second Sumerian Dynasty 3272–3248 BCE	Nahusha, Anenas or Janak நஹுசா, அநேனஸ், ஜனக்
5.	Udu, Uduk உடு, உடுக்	3247–3242 BCE	Udvasu, Yadu, Yayati, (?)King Puru உடவாசு, யது, யயாதி,
6.	Zimugun, Dumuzi சிமுகன், துமுழி	3241–3312 BCE	Janamejaya or Jina ஜனமேஜய, ஜின

7.	Uziwitar உசிவிடர்	3211–3206 BCE	Vishtara or Wishtara விஸ்தார
8.	Mutin Ugun முடின் உகுன்	3205–3195 BCE	Matinara மதினார
9.	Imuashshu or Pishmana இமுவாஷ்ஷு, பிஷ்மன	3194–3184 BCE	Vishamsu or Tamsu விஷாம்சு, தம்சு
10.	Naili (or Nandu) laxa Sumaddi or Duag நைலி,(நந்து), லச்சா சுமட்டி, துவாக்	3183–3181 BCE	Anila (?) Ucchaya, Dushyanta or (?) Sunanta அனில, உச்சய, சுனந்தா
11.	Baratutu, Bard, Barti Pirtu பரதுது, பர்டு, பர்தி பிர்து		Burata, Brihad, Prithu புரட்ட, ப்ரிஹாத், பிரிது
12.	Gaudumu or Ddumunu கௌடுமு, டுடுமுனு		Gautama, Dhundhumara கௌதம. துந்துமார
13.	DutuGindara டுடு – கிந்தர		Dwat, Candraashva த்வத், சந்திர –அஷ்வ
14.	Azag, or Ashitaab அசக், அசிட –அப்		Ajamidha or Siteshu அஜமிதா, சிடேஷு
15.	Ishzax or Gishax Gamesh இஷ்சக்ஸ், கிஷக்ஸ் காமேஷ்		Chaxus, Riksha, Rucaka or Rukmeshu சசுஸ், ரிக்ஷா, ருசாக, ருக் மேஷு
16.	UruashKhd, UrusagKhaddu, Barama'hasha or Arwasag உரஷ்கட், உருசக்கட்டு, பரம ஹஷ, அர்வசாக்	KingsUruash's Dynasty of "Paunch" (c. 3100 BCE)	Haryashva or Barmyashva ஹரயஷ்வ, பர்ம்யஷ்வ
17.	Magdal, AMagdal, Mukh மக்டல், அமகடல், முக்		Mudgala or Mogallo முட்கலா, மொகல்லோ
18.	Bidashnadi, Bidsar, Biugun or Biguaxu பிடஷ்னடி, பிட்சர், பிகுன்,		Badhryashya, L'asenadi or B'ujyu பத்ரியாஷ்ய, லசெனடி, புஜ்யு
19.	Enunnad Enashnadi எனுன்நட் எனஷ்நடி		Yuvanashwa யுவனஷ்வா
20.	Tarsi (Ene or "divine") or Dixxi (Di or "divine") தர்சி, டிச்சி		Dsa (Divo or "divine") or Trasa Dasyu I தச, திருச தஸ்யு
21.	Medi or Meti மேடி, மேடி		Mettiyo or Mitrayu மெட்டியோ, மிட்ரயு
22.	Kiuga, Mkuda கியுக, முகுட		Cyavana or Muckunda சையவன, முகுந்த
23.	Tarsi, Dixsaax or (?) ShuDix தர்சி, டிக்ஸ்சாக்ஸ், சுடிக்ஸ்		SuDsa, Dussaha or Trasa Dasyu II சுதச, துஸ்சஹா, திருச

24.	Tizama or Tizkar, திசம, திஸ்கர்		Somaka, Sambhuta சோமக, சம்புட
25.	Anda		Jantu
26.	The Great Gap of 430 years with 26 (or 27) Rumau or Pashipadda ("Mesanipadda"),	3180–2751 BCE	Prishada or Suvarna Roman
27.	Uruduki Raman Duruashipadda or Rutasa Rama ("Annipadda")	(c. 2900 BCE)	Drupada I, Hrashva Roman or Rohidashva
28.	Eama		Vyoman, Vasumanas
29.	Biama		Jimta
30.	Paunukha ("?Meshkalamdug")		Bhanu or Bankirti
31.	illegible		Satyabrata
32.	illegible		Harishcandra II
33.	illegible		Harita or Rohitashwa II
34.	Gungun, KingubiDudu		Cuncu or Dhundu
35.	Mamagal		Vijaya
36.	Kalbu or Kalburu		B'aruka or Ruruki
37.	Tuke		VriTaka or DhriTaka
38.	BaraGina, Purugin, ParduBazum or UruduGina, or UrukkaGina		PraCinvat, B'aradVaja, Bah or Bahuka or Puru II
39.	Zaggisi or Saggisi	2750–2726 BCE	
40.	Guni, SharGuni, Kin or Sargon Sargon's Dynasty	2725–2671 BCE	Kuni ShaKuni or Sagara
41.	Mush Uru	2670–2656 BCE	
42.	Manishtishu or Menes	First Egyptian Dynasty 2655–2641 BCE	Son of Sargon, AsaManja, Manasyu
43.	Naramsin	2640–2585 BCE	Grandson of Sargon, Anjana, Ansumat or Karamba
44.	Sharkalisharri	2584–2561 BCE	Bhagiratha
45.	Irgigi, Nigigi, Imi, Nanum, Iama (in interregnum) four kings	2560–2558 BCE	Bhagiratha
46.	Dudu	2557–2537 BCE	Dhundu
47.	Shdurkib	2536–2522 BCE	Suhotra II, Shruta Shrutyas
48.	UruNigin (?Nikin Uru of seal WSC. 390 2nd Erech Dynasty	2521–2519 BCE	Nabhin, Nbhga
49.	UrishGinar	2518 2513 BCE	HarishCandra or Ambarisha
50.	Tardu (or Kudda)	2512 2507 BCE	Sindhudhipa, Sanjaya
51.	BaShanini (or ama)	2506 2502 BCE	Sindhudhipa, Sanjaya

52.	Uruash (or an) uta	2501−2494 BCE	
53.	Guti occupation without kings Guti Dynasty	2493−2452 BCE	Kusha Dynasty Ayunāyus (or ? Duthaliyas, k. of Khatti)
54.	Muruta	2451−2449 BCE	Mūrtaya
55.	In Kishu or Gishu	2448−2443 BCE	Kusha
56.	Irilla Tax (or Warla Gaba)	2442−2437 BCE	
57.	Dugme or Ugme	2436−2431 BCE	
58.	Eamamesh (or Kashushamama)	2430−2425 BCE	Kushāmba or SarvaKāma
59.	Inima Bakies, Baesses, Bakus or Basam	2424−2420 BCE	Basu II or Bhaji
60.	Iziaush	2419−2414 BCE	
61.	Iārla Tax or Dax	2413−2399 BCE	Su Dāsa II
62.	Ibate	2398−2396 BCE	
63.	Iārla Gash or Kashushamama (2nd term)	2395−2393 BCE	
64.	Kushāmba (2nd term) Basium, Ba sam or Bakus (2nd term)	2392 BCE	Basu II or Bhaji (2nd term)
65.	Nikīm or Nigin	2391−2389 BCE	
66.	Lasirubum or LaSirab	2388−2387 BCE	Sarvabhauma
67.	Irarum	2386−2385 BCE	
68.	Darranūm	2384 BCE	
69.	Khāblum or KhabKalamu	2383−2382 BCE	Kalmāshupāda
70.	Suratāsh Sin or Sarati Gubi Sin	2381−2375 BCE	Sruta, UpaGupta
71.	Guda, Iārla Guashda or Gudia	2374−2368 BCE	Gādhi
72.	EnRidiPizir, Pisha Ruddu	2367−2361 BCE	VishvaRatha (son of Gādhi)
73.	Tirigan	2360 BCE	Trishanku
74.	Ashukhamukh or Utukhegal 3rd Erech Dynasty	2360−2353 BCE	Ashmaka
75.	UruashZikim Third Dynasty of Ur	2352−2335 BCE	UruRicika Mūlaka
76.	Dungi or Dukgin (Shamu)	2334−2277 BCE	Dagni or DagniJama
77.	PurashSin ("BurSin")	2276−2268 BCE	ParashuRāma (and his mas sacre) Dasharatha or (?)
78.	SuashSin ("GimilSin")	2267−2259 BCE	Shataratha or Sushena Shata ratha
79.	IllbilSin	2258−2233 BCE	Illbila or Ilivila
80.	IshbiAshuurra Isin Dynasty	2332−2200 BCE	Vishvasaha
81.	KatiniKat (or ShuLilishu	2199−2190 BCE	Khatvanga or Dilipa
82.	ItiashDakhu	2189−2169 BCE	Dirgabahu
83.	IshshibashDakhu	2163−2149 BCE	Raghu
84.	Libiash Ugun	2148−2138 BCE	Aja

85.	Dashashiurash, Muru	21372110 BCE	Dasharatha
86.	AmarSin, ("BurSin II")	21092089 BCE	Rama or RamaChandra
87.	Libi (Insakh)	20882084 BCE	Lava and Kusha
88.	Ashurra Iwiti or Urra Iwiti	20832076 BCE	
89.	Insakhbani	20752052 BCE	Atithi or Suhotra IV
90.	Zāmbi (3) Tenirpisha (4) Urdukuga, Sin Mapish (II)	2051 BCE	Nishadha
91.	Damiqilushu	2007 BCE	Nala
92.	AnuhaMubalit ("Sin Muballit" (20, of which four as emperor) First Babylonian Dynasty as emperors	20232004 BCE	Nabha or Nabhas
93.	KhammuRabi or "Great Lotus"	20031961 BCE	Pundarika or "Great Lotus"
94.	SāmsuiUduna	19601923 BCE	KshemaDhanvan
95.	Abieshu'a	19221895 BCE	Devānīka
96.			
97.	AmmiSatana or AmmiDitana	18941858 BCE	Ruru or (?) Sutorusta
98.	AmmiSaraga or AmmiSuduga	18571837 BCE	Ahinagu
99.	SāmsuSatana	18361806 BCE	Sudhanvan ofr Pariyatra
100.	SakhariBal SeaLand Dynasty	18051791 BCE	SahasraBala or Bala (with separate line)
101.	Xatal ("Gandash") Kassite Dynasty	17901775 BCE	Sthala or Gaya
102.	Aguum	17741753 BCE	Auka or Uktha
103.	Bisuiru ("Kashtiliash")	17521745 BCE	Vajranābha
104.	Ushigu	17441737 BCE	Shankha
105.	Abisuttash	1736 BCE	Ab'Yutthitashva or Dhyushitashva

Related articles

- (https://ramanan50.wordpress.com/2013/07/19/readmisinformationaryaninvasionarebuttal/)
- Read Misinformation 'Aryan Invasion' A Rebuttal
- (https://ramanan50.wordpress.com/2013/07/19/readmisinformationaryaninvasionarebuttal/)
- (https://ramanan50.wordpress.com/2013/10/26/fromwheredidthebrahminscome/) From
- Where Did The Brahmins Come? (https://ramanan50.wordpress.com/2013/10/26/fromwheredidthebrahminscome/)
- (https://ramanan50.wordpress.com/2013/05/05/ramaspoketamilinayodhya/) Rama Spoke
- Tamil In Ayodhya (https://ramanan50.wordpress.com/2013/05/05/ramaspoketamilinayodhya/)
- (https://ramanan50.wordpress.com/2014/08/10/shivainstalledbylordramaantarvedidakshinakasi/) Shiva Installed By Lord Rama Antarvedi Dakshina Kasi
- (https://ramanan50.wordpress.com/2014/08/10/shivainstalledbylordramaantarvedidakshinakasi/)
- One thought on "Hinduism Kings Gods In King List Sumeria"

Dated Chronological List of Sumerian or Early Aryan Kings to Kassi Dynasty c. 1,200 BC

Years of Reign are within brackets – L.A. Waddell

Date B.C. (approximate).	Sumerian Names in King Lists and Monuments.	Dynasty.	Indian List Names.	No.
3378–3349	Ukusi of Ukhu City or Udu, Uduin, or UDIN, Indar, Induru, Dur, Pur Sakh, Sagaga, Zagg, Gaur or Adar (30)	1ST DYNASTY	Ikshvāku or Indra or Sakko or Purū (-ravas)	1
3348–3337	Azag Ama Basam or Bakus, Tasia Mukhla, Gin, Gan or Kan (12)	—	Āyus, Ama-Basu or Bikukshi-Nimi	2
3336–3273	Azag Bakus or Gan at Unuk, Enoch or Erech City (64)	2ND DYNASTY	(As above)	
3272–3248	Naksha, Enuzu, Anenzu, Unnusha, In, Enu (25)	—	Nahusha, Anenas or Janak	3
3247–3242	Udu, Uduk (6)	—	Udā-vasu, Yadu, Yayati, ((?) Puru)	4
3241–3312	Zimugun, Dumuzi (30)	—	Janamejaya or Jina	5
3211–3206	Uziwitar (6)	—	Vishtara or Wishtara	6
3205–3195	Mutin Ugun (11)	—	Matinara	7
3194–3184	Imuashshu or Pishmana (11)	—	Vishamsu or Tamsu	8
3183–3181	Naili (or Nandu) Iaxa Sumaddi or Duag (3)	—	Anila, (?) Ucchaya, Dushyanta or (?) Sun-anta	9
3180– (or 27) Kings.	Baratutu, Bardū, Barti Pirtu	—	Burata, Brihad, Prithu	10
	Gaudumu or Dūdumunu	—	Gautama, Dhundhumara	11
	Dutu-Gindara	—	Dwat, Candra-ashva	12
	Azag, or Ashita-ab	—	Aja-midha or Siteshu	13
	Ishzax or Gishax Gamesh	—	Chaxus, Riksha, Rucaka or Ruk-meshu	14
	Uruash-Khād, Urusag-Khaddu Bara-ma'hasha or Arwasag ((?) 30)	URUASH'S DYN. of " Panch "	Haryashva or Barmyashva	15
	Madgal, A-Madgal Mukh	—	Mudgala or Mogallo	16
	Bi(d)ashnadi, Bi(d)sar, Biugun or Biguaxu	—	Badhryashva, Pasenadi or B'ujyu	17

இனிச் சீன தேசச் சரித்திரத்து, தமிழ் மூவேந்தரோடு பலவகையினுமொத்த ஆதிமூன்றரசர்கள் கூறப்படுகின்றனர். அவருள் முதல்வன் பூஹி(Fuhi) (பூழியன்) என்பான் என்றும், அவன் தன் வில்வலியால் வேட்டமாடி உயிர்வாழ்ந்து தன் நாட்டார்க்குத் தலைமை யெய்தினனென்றும், அதன்பின் ஷோஹா-ஷென்னி (சோழன்) உண்டானான் என்றும், அவன் நீர்நிலை கண்டு நிலங்களைத் திருத்திப் பயிர்களை வளர்த்துத் தன் நாட்டை உணவால் வளம்படுத்தினவன் என்றும், தன்நாட்டார் நீடுவாழ்வதை விரும்பி மருந்து முறைகளை மேம்படுத்தினனென்றும், இதன்பின் ஹாண்டி (பாண்டியன்) உண்டாயினனென்றும், அவன் தேர் முதலியவை ஆக்கினன் என்றும், அரண் பல வகுத்தனன் என்றும், உலக வரலாறறிந்த பலவறிஞரைத் திரட்டி நூலாராய்ச்சி செய்தனன் என்றும், இசையளவு கண்டானென்றும் கேட்கப்படுவது. இங்குக் கூறியுள்ளன தமிழ் மூவேந்தர் வரலாற்றுக்குப் பெரும்பாலும் ஒத்தலால் இக்கதை தென்னாட்டினின்று இமயத்துக்கு அப்பாற் புகுந்ததோவென்று ஐயுறுதற்கு இடந்தருகின்றது. இதன்கண் ஹாண்டி என்பது பாண்டியன் என்பதன் மரூஉ என்பது எளிதில் உணரத்தகும். பாண்டியன் நாடு பாண்டிநாடு என வருதல் அறிக. தமிழில் பள்ளி என்பது கன்னடத்தில் ஹள்ளி என்பதுபோல, பாண்டி ஹாண்டியாயிற்று என நினைக்கத்தகும். ஷோஆங் என்பது சோழன் என்னுஞ் சொல்லை அவர்கள் ஒலித்த முறையாகும். பூஹி என்பது பூழியன் என்னுஞ் சேரன் பெயராகும். (இவற்றைப்பற்றி சமயம் நேர்ந்துழி விவரிக்கப்படும்.)

07

வாணிகம்

நளியிரு முந்நீர் நாவாயோட்டி
வளி தொழிலாண்ட வுரவோன் மருக

(புறநானூறு 66:1-3)

பல்லாயிரம் ஆண்டுகள் முன்பு தொட்டே உலகில் வாணிகம் நடந்து வருகிறது. ஒரு நாட்டின் அல்லது மக்களின் நாகரிக வளர்ச்சிக்கு மிக முக்கிய காரணம் வாணிகத் தொடர்பே. பண்டைய காலத்தில் குறிப்பிட்ட நாடுகளுக்கு இடையே கடல் வாணிகத் தொடர்பு இருந்தது. அக்காலத்தில் தரைவழி வாணிகத் தொடர்பு இருந்தாலும் கடல் கடந்த வாணிகமே மிக முக்கிய பங்காற்றி வந்தது. இது குறித்து பல தொல்பொருள் தரவுகள் பல நாடுகளில் கிடைக்கப் பெறுகின்றன. பண்டைய காலத்தில் மக்கள் உலகில் பல்வேறு இடங்களுக்கு புலம் பெயர்ந்து சென்றிருந்தாலும், எங்கெல்லாம் வாணிகத்தொடர்பு இருந்ததோ அங்கெல்லாம் நாகரிகம் நன்கு வளர்ச்சியடைந்தது. வாணிகத் தொடர்பு இல்லாத இடங்களில் மக்கள் பெரும்பாலும் இன்னும் பண்டைய பழங்குடி வாழ்க்கை முறையையே கடைப்பிடித்து வருகின்றனர். இந்த வாணிகத்திற்கு செல்லும்போது பல மக்கள் தாம் சென்ற நாடுகளிலேயே குடி பெற நேர்ந்ததும் இருக்கிறது. வாணிகம் நடைபெறும் இடமான சந்தைக்கு ஆங்கிலத்தில் மார்கெட் என்று பெயர். இந்த பெயர் மார்குட்டுஸ் (*marcutus*) என்ற லத்தின் மொழி வார்த்தையிலிருந்து வந்தது. மார்கெட் என்ற வார்த்தை மாறி கட்டு என்ற தமிழ் சொல்லிலிருந்து வந்திருக்கலாம். அதாவது பொருள் வாங்கிய பின் அதை விற்பவரிடமிருந்து வாங்குபவருக்கு மாற்றி கொடுப்பது என்ற அர்த்தமாகும்.

மாறி கட்டு > மாற்கட்டு > மார்கெட்

மாறு என்ற தமிழ் சொல்லிற்கு பரிமாற்றம் என்ற அர்த்தம் உடையதாகும். இந்த பரிமாற்றம் செய்பவனை மாறன் என்று சொல்வதுண்டு. மணி மாறன் என்றால் மணி விற்பவன், பூமாறன் என்றால் பூ விற்பவன். கன்னடத்தில் மாறு என்றால் விற்பனை என்று பொருள். பாரதியார் பாடிய 'சிந்து நதியின் இசை நிலவினிலே...' பாடலில் கங்கை நதிப்புறத்துக் கோதுமை பண்டம் காவிரி வெற்றிலைக்கு மாறு கொள்வோம்' என்ற வரி வருவதுண்டு. இந்த வரி கோதுமையையும் வெற்றிலையையும் பண்டமாற்று செய்வதைக் குறிப்பிடுகிறது.

பட்டுப்பாதை

பண்டைய கடல் மற்றும் தரைவழி வணிகப்பாதையை பட்டுப் பாதை என்று கூறப்படுவதுண்டு. சீனாவிலிருந்து பட்டுத்துணி இந்த பாதைகளின் வழியே மேற்காசிய நாடுகளுக்கு கொண்டு செல்லப்பட்டதால் இதற்கு இந்தப்பெயர் ஏற்பட்டது. இந்த வாணிகத்தின் காலம் பொ.யு.மு. 200 லிருந்து ஆரம்பித்தது. இந்த பட்டு வாணிகம் சீனா, கொரியா, இந்தியத் துணைக்கண்டம், அரேபியா, ஐரோப்பா ஆகிய நாடுகளில் நாகரிக வளர்ச்சி அடைவதற்கு மிகவும் முக்கிய பங்கு வகித்தது.

கடல் வழி வாணிகப் பாதையை நறுமணப்பொருள் வணிகப்பாதை என்றும், தரை வழி வாணிகப்பாதையை பட்டு வழி வாணிகப்பாதை என்றும் கூறப்பட்டது.

சுமேரிய நாகரிக வாணிகம்

உலகின் மிகப் பழைமையான நாகரிகம் என்று கருதப்படுகிற சுமேரிய நாகரிகத்தில் வாணிகம் குறித்த பல தொல்பொருள் தரவுகள் கிடைக்கின்றன.

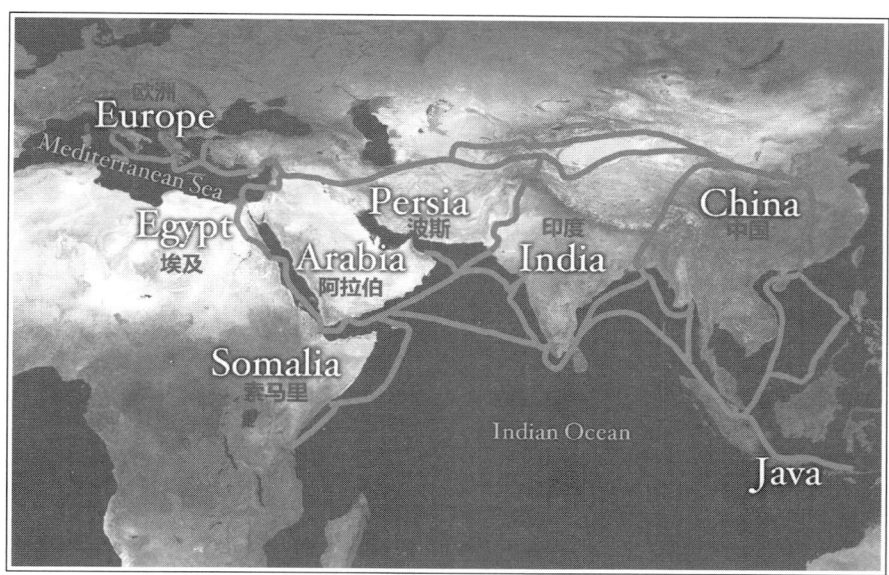

பட்டுப்பாதை

இவர்களே உலகில் முதன் முதலில் கடல் வாணிகத்தை தொடங்கியவர்கள் என்று கூறப்படுகிறது. சுமேரியாவில் இயற்கை கனிம வளங்கள் இல்லாததால் அவர்கள் இப்பொருட்களை வேறு நாட்டிலிருந்து இறக்குமதி செய்ததாக கூறப்படுகிறது. பொ.யு.மு. 3500 போல் தாமிரம், தகரம், வெண்கலம், வெள்ளி மற்றும் தங்கம் போன்ற உலோகங்கள் இறக்குமதி செய்யப்பட்டன. தில்முன் என்ற இடத்திலிருந்தும், சிந்து சமவெளி மற்றும் தெற்கு நாடுகளிலிருந்தும் இப்பொருட்கள் இறக்குமதி செய்யப்பட்டன என்று கூறப்படுகிறது. தில்முன் என்பது இன்றைய பஹ்ரைன் தீவு என்று சில ஆராய்ச்சியாளர்கள் கருதுகின்றனர். ஆனால் இந்த தீவு ஒரு சிறிய தீவாகும். இங்கு இத்தனை இயற்கை வளங்கள் இருந்திருக்க வாய்ப்பில்லை. எனவே பஹ்ரைன் தீவு பல நாடுகளிலிருந்து வரும் வாணிக பொருட்களை மாற்றும் இடமாக இருக்கவேண்டும். இல்லை கப்பல்கள் வந்து இளைப்பாறி செல்லும் இடமாக இருந்திருக்க வேண்டும். இது மட்டுமல்லாமல் தேன், தேக்கு மரம், மிளகு, கிராம்பு போன்ற பொருட்களும் இறக்குமதி செய்யப்பட்டன.

தில்முன் கொர்கினா என்ற துறைமுகம் இருந்ததாகவும், இந்த இடம் கதிரவன் உதிக்கும் நாடு என்றும் கூறப்படுகிறது. இங்கிருந்து கப்பல்கள் சுமேரியாவிற்கு சென்றதால் தில்முனில் இருந்து வந்த பொருட்கள் பஹ்ரைன் தீவே வழியாக வந்ததால் பஹ்ரைனை தில்முன் என்று தவறாக நினைத்திருக்கலாம். தற்போதைய துபாய், மற்றும் சிங்கப்பூர் போல், அக்காலத்தில் பஹ்ரைன் இருந்திருக்க வேண்டும். பொ.யு. மு. 3500 போல் சுமேரியாவில் அயல்நாட்டு வாணிகம் கொடிகட்டி பறந்தது என்று கூறப்படுகிறது.

புர்னபரிஷ் என்ற மன்னன் ஆட்சியின் போது நிப்பூர் என்ற இடத்தில் கிடைத்த களிமண் ஏடுகளில் தில்முன் அதிகாரிகள் நிப்பூர் ஆளுநருக்கு எழுதிய கடிதங்கள்

சுமேரிய முத்திரைகளில் காணப்படும் படகுகள் (5000 ஆண்டுகளுக்கு முன்பு)

பற்றி குறிப்பு காணப்படுகிறது. அப்படியெனில் பொ.யு.மு. 3500 காலத்திலேயே கடிதத் தொடர்பு இருந்திருக்கிறது என்று அறியலாம்.

சுமேரியாவில் பொ.யு.மு. 2600 வீடு, நிலம் விற்றதற்கான ரசீது

சுமேரியாவில் உள்நாட்டு வாணிகம் கூட்டு வாணிக முறைப்படி கூண்டு வண்டிகளின் மூலம் நடைபெற்றது. வணிகக்குழுக்களும், வணிகத் தரகர்களும், வாணிக சங்கமும் இருந்ததாக அறியமுடிகிறது. வாணிகப் பொருள்களுக்கு வரிகளும் விதிக்கப்பட்டது.

பொ.யு.மு. 10 சாலமன் என்ற அரசன் உர் என்ற இடத்தில் சந்திரக்கடவுளுக்கான கோவிலை புனரமைக்கையில் சேர நாட்டின் மலபார் என்ற இடத்திலிருந்து இறக்குமதி செய்யப்பட்ட தேக்கு மரத்தைக் கொண்டு புனரமைப்பு செய்தனர்.

பினீசியர்கள் என்ற க(ண்)ணர்கள்

சுமேரிய, அக்காடிய மற்று பாபிலோனிய நாகரிகங்களின் காலத்தில் பினீசியர்கள் என்ற மக்கள் கடல் வாணிகத்தில் திறமை வாய்ந்தவர்களாக இருந்தனர். குறிப்பாக மத்திய தரைக்கடல் பகுதிகளில் பண்டைய கிரேக்க, ரோம பேரரசுகளுடன் வாணிகத் தொடர்பு வைத்திருந்தவர்கள். பினீசியர்கள் பண்டைய காலத்தில் உலக வாணிகத்தில் கொடி கட்டி பறந்தவர்கள். இப்போலசுக்கு முன்பே நடுக்கடலில் பருவக்காற்றை அறிந்து கப்பலோட்டியவர்கள். இவர்கள் கப்பல் ஓட்டுவதில் மிகவும் திறமை வாய்ந்தவர்கள். பொனீசியர்கள் மரங்களை கப்பலில் கட்டி, கடலில் மிதக்க விட்டு, இழுத்துச்சென்று மற்ற நாடுகளில் வாணிகம் செய்தனர்.

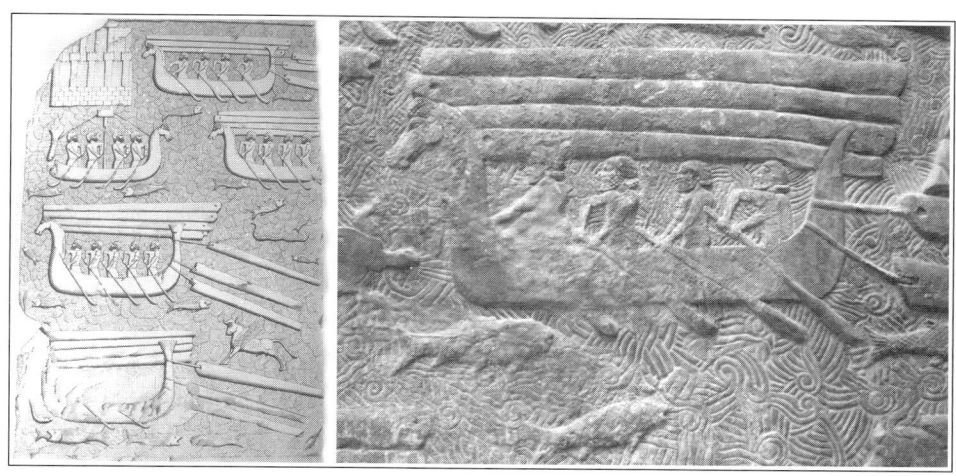

ஐரோப்பியர்களுக்கு அ முதல் ன வரை 16 எழுத்துகள் வழங்கியவர்கள். ஐரோப்பா என்ற பெயர் பிநீசியர்களின் பெண் தெய்வமான யுரோப்பா என்ற பெயரிலிருந்து வந்ததாகும். இவர்கள் பண்டைய காலத்தில் இந்தியாவின் தென்முனையிலிருந்து தற்போதைய சிரியா, ஜோர்டான் போன்ற நாடுகளில் குடிபெயர்ந்தார்கள் என்று கூறப்படுகிறது. பின்னர் தற்போதைய இஸ்ரேல் நாட்டில் குடியமர்ந்ததாக கூறப்படுகிறது. இவர்கள் அங்கு தென்னை, பனை ஆகிய மரங்களை அறிமுகம் செய்தனர் என்று கூறப்படுகிறது. இவர்களுடைய உண்மையான பெயர் கணன் (*Canan*) என்பதாகும். இவர்கள் கரு நீல நிற சாயம் விற்பனை செய்த வணிகர்கள். இதற்கு இத்தாலிய மொழியில் போய்னியோஸ் (*Phoinios*) என்று பெயர். இதனால் ரோமர்கள் இவர்களை பினீசியர்கள் என்று அழைத்ததால் பொ.யு.மு. 500 முதல் இவர்களுக்கு அந்த பெயர் நிலைத்துவிட்டது. நத்தையின் சிப்பியிலிருந்து கருநீல நிற சாயம் செய்தவர்கள். இவர்களுடைய காலம் பொ.யு.மு. 3000 – 539 போலாகும்.

இவர்கள் கனான் (*canaan*) என்ற மதத்தை பின்பற்றியவர்கள். கணன் என்ற பெயர் கண்ணன் என்ற பெயரிலிருந்து மருவியிருக்கலாம். சுமேரியாவில் பொ.யு. மு. 1400 – அமாம களிமண் செப்பேடுகளில் – தங்களை கெனானி அல்லது

கினானி என்று கூறிக்கொண்டதாக குறிப்பு உள்ளது. பண்டைய கணன் என்ற நிலப்பகுதியை பின்னாளில் இஸ்ரேல் என்று பெயர் பெயர் மாற்றியதாக பைபிளில் ஒரு குறிப்பு காணப்படுகிறது. கணர்கள் கடற்கரை பகுதிகளில் வாழ்ந்தவர்கள் என்று கூறப்படுகிறது. சில அறிஞர்கள் கணன் என்ற நிலப்பெயர் தாழ்ந்த நிலப்பகுதியை குறிக்கலாம் என்றும், இது அரம் (*Aram*) என்ற சொல் உயர் நிலப்பகுதியை குறிப்பது போல், கணன் என்பது கீழ் நிலப்பகுதியைக் குறிப்பிடுகிறது என்று கூறுகின்றனர்.

தமிழில் உள்ள அரண்மனை என்ற சொல் அரம் மனை என்ற அர்த்தத்துடன் உயர் நிலத்தில் உள்ள வீட்டைக் குறிப்பிடுவதாக இருக்கலாம். அரண் என்றால் மேல் நிலத்தைக் குறிப்பதும் கூட. கணர்கள் மூன்றடுக்கு அதிகார முறையை பின்பற்றியவர்கள். இவை அரசன், மதகுருக்கள் மற்றும் மூத்த அறிஞர்களின் அறிவுரையாகும். இவர்கள் குரங்கு வளர்த்தவர்கள். இவர்களுடைய முக்கிய கடவுள்கள் எல், பால், அஷ்டர்டே, தம்முழ் ஆகும். தம்முழ் என்பதற்கு அர்த்தம் மறைந்திருப்பது என்பதாகும்.

பொனீசியர்கள் கப்பல்

பொனீசியர்கள் குரங்குடன்

ஹீப்ருக்களின் பைபிளில் கணன் என்ற வார்த்தை மிகப் பொதுவாக பயன் படுத்தப்பட்டிருக்கிறது. ஏறக்குறைய 160 முறை கண்ணர்கள் பற்றி ஹீப்ரு பைபிளில் கூறப்பட்டுள்ளது. கணர்களின் கலாசாரம் அரேபிய சுற்றுப்புற நாடோடி மேய்ப்பர் குழுவிலிருந்தும் கிழக்கே வேட்டுவக் குழுவிலிருந்தும் பொ.யு.மு. 6200 போல் உருவாகி, விவசாயத்தையும், பிராணி வளர்ப்பதையும் கண்டுபிடித்தனர் என்றும் கூறப்படுவதுண்டு. நோவாவின் ஒரு பேரன் பெயர் கண்ணன். கண்ணனின் தந்தை பெயர் ஹாம்.(*ham*). தொல்பொருள் ஆதாரங்களின் படி பார்த்தால் இஸ்ரேலியரும் கண்ணர்களே என்று கூறலாம். இன்னொரு கூற்று: கண்ணர்கள் என்பது ஒரு குலத்தின் பெயர் அல்ல என்றும் அது பொதுவாக வணிகர்கள் என்ற பொருள் உடையது என்றும் ஹீப்ரு பைபிளில் எடுத்துக்காட்டு கூறப்பட்டுள்ளது. (*Job 40:30; proverb 31:24*). எப்லா ஓடுகளில் (பொ.யு.மு. 25002200) தாகோன் கண்ணர்களின் பிரபு என்று குறிப்பிடப்பட்டுள்ளது.

எகிப்து நாகரிக வாணிகம்

எகிப்தில் பொ.யு.மு. 3000 போல் கடல் வாணிகம் நடந்திருக்கலாம் என்று கருதப்படுகிறது. இந்த காலகட்டத்தில் தான் எகிப்தியர்கள் கப்பல் கட்டுமானம் குறித்து அறிந்தனர் என்று கருதப்படுகிறது. அமெரிக்க தொல்பொருள் நிறுவனத்தின் அறிக்கைபடி எகிப்தில் கண்டறியப்பட்ட பழைமையான கப்பலின் தொல்பொருள் தடயங்கள் பொ.யு.மு. 3000 போல் என்று கூறப்படுகிறது. இது அக என்ற எகிப்திய பரோவின் (*Paraoh*) சுமேரியா, சிந்து சமவெளி, சீனா மற்றும் இந்தியா ஆகிய நாடுகளுடன் வாணிகத்தொடர்பு இருந்ததாக கூறப்படுகிறது. தற்போதைய ஆப்கானிஸ்தான் பகுதியிலிருந்து ரத்தினக் கற்கள் இறக்குமதி செய்யப்பட்டது என்பதற்கு ஆதாரங்கள் கிடைத்திருக்கிறது. பொ.யு.மு. 1000 போல் சீனாவில் தயாரித்த பட்டுத் துணி பண்டைய எகிப்தில் கண்டறியப்பட்டுள்ளது.

எகிப்து நாட்டில் பண்டைய துறைமுகங்கள் என கருதப்படுவது குசெர் அல் காடின் மற்றும் பெரேணிகெ (*Berenike*) என்ற துறைமுகங்கள் ஆகும். இங்கு கண்டெடுக்கப்பட்ட பானை சில்லுகளில் பனை ஒறி, சாதன், கணன், கொற்பூமான் என்ற பெயர்கள் தமிழ் பிராமி எழுத்துகளில் பொறித்திருந்தது என்று கண்டுபிடிக்கப்பட்டிருக்கிறது. இதனுடைய காலம் பொ.யு.மு. 1 மற்றும் பொ.யு. 1 என்று கூறப்படுகிறது.

சிந்து சமவெளி நாகரிக வாணிகம்

தொல்பொருள் தடயங்கள் மூலம் அறியப்படுகிற மிகவும் பழைமையான கடல் வாணிகத் துறைமுகம் பொ.யு.மு. 2400 போல் இந்தியாவில் லோத்தல் என்ற இடத்தில் கட்டப்பட்ட துறைமுகம் என்று கருதப்படுகிறது.

சிந்து சமவெளிக்கு மேலுஹா என்ற பெயரும் அக்காலத்தில் இருந்ததாக வரலாற்று ஆய்வாளர்கள் கூறுகின்றனர். சுமேரிய, எகிப்திய, கிரேக்க ரோம நாகரிகங்கள் சிந்து சமவெளியோடு வாணிகத் தொடர்பு கொண்டிருந்தனர் என்று கூறப்படுகிறது.

கோவாவில் 4500 ஆண்டுகளுக்கு (பொ.யு.மு. 2500) முந்தைய துறைமுகம் கண்டுபிடிப்பு. கோவா பாறை சித்திரங்கள் பொ.யு.மு. 20000 – 30000;

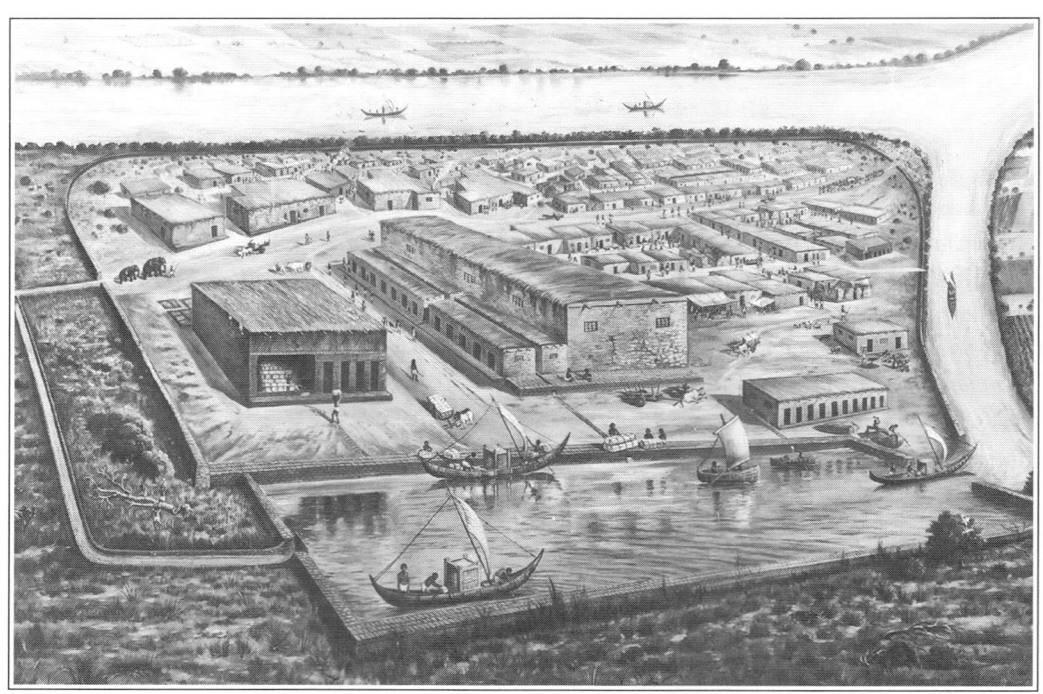

இரான் மற்றும் ஆப்கானிஸ்தானிலிருந்து தாதுக்களும், சீனாவிலிருந்து பச்சைக் கற்களும், வாணிகம் மூலம் பெறப்பட்டது என்று கூறப்படுகிறது. தங்கம், வெள்ளி, முத்து . பானை, உலோகங்கள் போன்ற பொருட்களும் வாணிகத்தில் இருந்தன என்று அறிய முடிகிறது.

கிரேக்க ரோம நாகரிக வாணிகம்

கிரேக்க மற்றும் ரோம நாகரிகங்களின் வாணிகம் பொ.யு.மு. 750 போல் தான் ஆரம்பித்தது. முதலில் இவர்கள் கிரீட் மற்றும் மினோயான் நாகரிகத்தோடு வாணிகத் தொடர்பு கொண்டிருந்தனர். பின்னர் இந்த நாகரிகங்கள் வீழ்ந்த பிறகு எகிப்துடன் வாணிகத்தொடர்பு கொண்டிருந்தனர். பொ.யு.மு. 1100 முதல் பொ.யு.மு. 800 வரை மத்திய தரைக்கடல் பகுதியில் கண்ணர்கள் எனப்படும் போநீசியர்களே கடல் வாணிகத்தில் மேலோங்கி இருந்தனர்.

கிரேக்க நாகரிகத்தில் வாணிகத்திற்கு எம்போரியா (*Emporia*) என்றும், வணிகர்களுக்கு எம்போரோய் (*Emporoi*) என்று பெயர் இருந்தது. எம்போரோய் என்பது தமிழில் வணிகக்குழுவிற்கு இருந்த ஒரு பெயரான எண்பேராயம் என்ற பெயரோடு ஒத்துப்போகிறது. கிரேக்கத்தில் நல்ல மண் வளம் இல்லாததால் கோதுமை

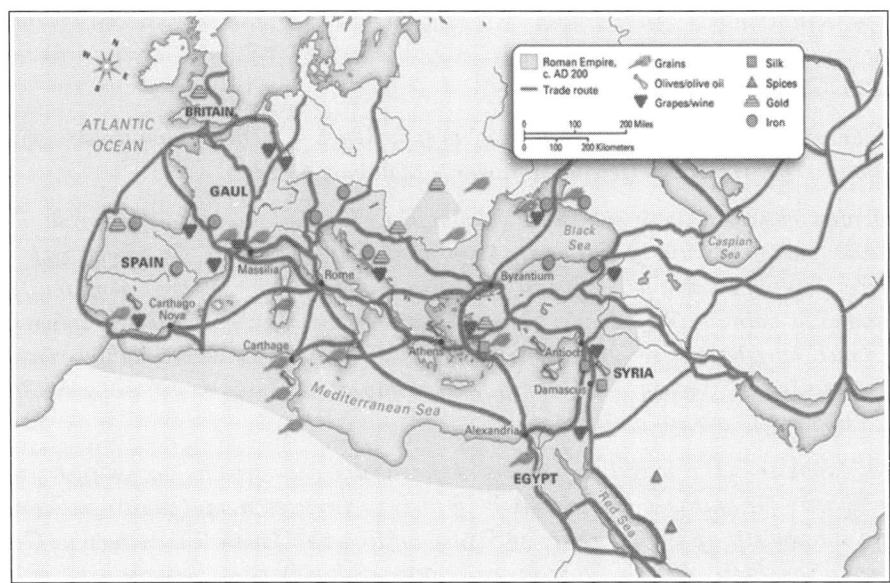

ரோம நாகரிக வாணிக வழி

போன்ற முக்கிய தானியங்கள் அங்கு நன்கு வளரவில்லை. எனவே தானியங்களுக்கு அவர்கள் இறக்குமதியை சார்ந்து இருக்க வேண்டியதாக இருந்தது. அங்கு திராட்சை நன்கு வளர்ந்ததால் திராட்சை மது (Wine) உற்பத்தி நன்கு இருந்தது. இந்தியாவுடனான வாணிகத்தொடர்பு அலெக்ஸ்சாண்டர் இந்தியா மீது படை எடுத்த காலத்திற்கு பிறகே அதாவது பொ.யு.மு 300க்கு பிறகே நன்கு விரிவடைந்தது.

சீன நாகரிக வாணிகம்

பொ.யு.மு. 600 லிருந்தே சீனாவிற்கும் தமிழகத்திற்கும் வாணிகத்தொடர்பு இருந்தது. சீனாவிலிருந்து ஏற்றுமதி செய்யப்பட்ட முக்கிய பொருள் பட்டுத்துணி யாகும். இது மட்டுமில்லாமல் உப்பு, தேயிலை, சர்க்கரை, பீங்கான் போன்ற பொருட்களும் ஏற்றுமதி செய்யப்பட்டன. சீனாவிலிருந்து பட்டுத்துணி ஏற்றுமதி செய்யப்பட்டதால் இந்த வணிகக் குழுக்கள் செல்லும் பாதைக்கு பட்டுப்பாதை என்று பெயர் வந்தது. இதனால் அக்காலத்தில் சீனா ஒரு மிக முக்கிய வணிக நாடாக அக்காலத்தில் விளங்கியது.

திராவிட வாணிகம்

சங்க இலக்கியங்களில் காணப்படும் வாணிகக் குறிப்புகளின் படி பொ.யு.மு. 600 பிறகே சங்க கால தமிழகத்தில் கடல் வாணிகம் ஆரம்பித்திருக்க வேண்டும் எனக் கூறலாம்.

வணிகர்களுக்கு என்று தனியே வணிக பாதுகாப்புப்படை ஒன்றை பண்டைய வணிகர்கள் வைத்துக் கொண்டனர். ஏலம், இலவங்கம், மிளகு போன்ற பொருட்கள் தமிழகத்திலிருந்து சுமேரியா, எகிப்து, கிரேக்கம், சீனா போன்ற நாடுகளுக்கு

ஏற்றுமதி செய்யப்பட்டது. பொ.யு.மு. 1500 போல் யூதர்களின் தலைவர் மொசெஸ் கடவுள் வழிபாட்டிற்கு ஏலக்காயை உபயோகப்படுத்தினார் என்ற தகவல்கள் கிடைக்கப்பெறுகிறது.

பொ.யு.மு. 3000 சால்டியா நாட்டிற்கு தேக்கு மரம், கப்பலில் ஏற்றுமதி செய்யப்பட்டது. (*Dr. SajeeHewiit, W.Logan's Malabar, pp.207*).

தாய்லாந்து நாட்டில் கண்டெடுக்கப்பட்ட பொன் உரைகல் ஒன்றில் பெரும் பதன் கல் என்ற பெயர் தமிழ் எழுத்துகளில் பொறிக்கப்பட்டு இருந்தது என்று கண்டுபிடிக்கப்பட்டுள்ளது. இதன் காலம் பொ.யு. 1 என்று கூறப்படுகிறது. இலங்கையில் கண்டெடுக்கப்பட்ட பழங்கால காசு ஒன்றில் பெருவழுதி என்ற பெயர் தமிழ் பிராமி எழுத்துகளில் பொறிக்கப்பட்டிருக்கிறது. இதே போன்று இலங்கையில் கண்டெடுக்கப்பட்ட வேறு சில பொருட்களில் சாதன், உதிரன், கபதி, கடலன் போன்ற தமிழ் பெயர்களும் காணப்படுகிறது.

குதிரையும் ஒட்டகமும் பற்றி தொல்காப்பியத்தில் குறிப்பு வருகிறது. ஆனால் இவை இரண்டும் தமிழக விலங்குகள் இல்லை. பின் எப்படி இவை தமிழகத்தில் வந்தன? வாணிகம் மூலமாக தமிழகத்திற்கு வந்திருக்க வேண்டும். (அப்படியெனில் தொல்காப்பியத்தின் காலம் பொ.யு.மு. 1000 பின் இருக்க வேண்டும். இல்லை தொல்காப்பியம் தற்போதைய தமிழகம் இல்லாமல் இதற்கு முந்தைய இரண்டாம் தமிழ்ச் சங்க காலத்தில் எழுதப்பட்டிருக்க வேண்டும்.)

தானியம் விற்கும் வாணிகத்திற்கு கூல வாணிகம் என்று பெயர். கப்பல் மாலுமிகளுக்கு நீகான்கள் என்று பெயர். பண்டைய காலத்தில் வணிக முத்திரை மோதிரங்களில் குறவன், தாயன், தித்தன், வேட்டுவன், குட்டுவன் கோதை, மாக்கோதை, பெருவழுதி,கொல் இரும்பொறை, சாத்தன் போன்ற பெயர்கள் பதிக்கப்பட்டு இருந்ததாக கூறப்படுகிறது.

தித்தன் என்ற பெயர் பின்னாளில் கிரேக்க நாகரிகத்தில் டைடன் (Titan) என்று மாறியிருக்கலாம். இது திடகாத்ரமான உருவம் கொண்டவன் என்பதைக் குறிக்கும் 'திடன்' என்ற சொல்லாகவும் இருக்கலாம்.

முதல் கரிகாலனுக்கு முன்னோர் ஒருவர் காற்றைப்பயன்படுத்தி கப்பல் செலுத்தும் நுட்பத்தை கற்று நடுக்கடலில் கப்பலோட்டிச் சென்றவர் என்று வெண்ணிக் குயத்தியார் என்னும் புலவர் புறநானூற்றுப் பாடலில் பாடியிருக்கிறார். இதனுடைய காலம் பொ.யு.மு. 350 போலாகும்.

நளியிரு முந்நீர் நாவாயோட்டி
வளி தொழிலாண்ட வுரவோன் மருக (பு.நா. 66:13)

சோழன் நலங்கிள்ளி குறித்து உறையூர் முதுகண்ணன் சாத்தனார் பாடிய பாடல் வரிகளில் கீழ்க்கண்டவாறு குறிப்பிடுகிறார்.

கூம்பொடு மீப்பாய் களையாது மிசை பரந்தோண்டாது
புகாஅர்ப் புகுந்த பெருங்கலத் தகாஅர்
இடைப் புலப் பெருவழிச் சொரியும்
கடல்பல் தாரத்த நாடு கிழ வோய! (புறம்.30: 10–15)

கூம்புடன் மேற்பாயைக் கழற்றாமலும், பாரத்தைக் குறைக்காமலும் ஆற்று முகத்துவாரத்தில் நுழைந்த பெரிய கப்பலில் இருந்த பல பொருட்கள் ஆற்றின் இடை வழியில் செல்லும்போது கீழே விழுகின்றன. அது பற்றி கவலைப்படாது கப்பலில் இருந்த ஆட்கள் செல்லுகின்றனர். இது போன்ற செல்வ செழிப்பு உடைய நாட்டை உடைய மன்னனே என்று பாடுகிறார்.

பாண்டியன் பல்யாக சாலை முதுகுடுமிப் பெருவழுதியைப் பற்றி பாடிய காரிகிழார்

"செய்வினைக்கு எதிர்ந்த தெவ்வர் தேஎத்துக்
கடற்படை குளிப்ப மண்டி..." (புறம் 6:11–12)

செய்யும் தொழிலுக்கு எதிராக இருந்த பகைவர்களை அவர்கள் தேசமே மூழ்கும் அளவு பெரும் கடற்படையை அனுப்பினான் என்று கூறுகிறார்.

மாறோக்கத்து நப்பசலையார் என்ற புலவர் மலையமானைப் பற்றி பாடும் பாடலில் சேரர்களின் கடல் வாணிகத்தைப் பற்றி குறிப்பிடுகையில்

சினமிகு தானை வானவன் குட கடல் பொலந்தரு நாவாய் ஓட்டிய
அவ்வழிப் பிறகலம் செல்கலாது அனையேம் (புறம் 126:14–16)

என்று பாடுகிறார். இதன் அர்த்தம் மேற்கு கடலில் பொன் தரும் சேரனின் கப்பல்கள் செல்லும் போது சேரனின் ஆணையை மீறி வேறு கப்பல்கள் அந்த கடலில் செல்ல முடியாது என்று கூறுகிறார்.

அக்காலத்தில் கடல் வாணிகம் மூலம் வந்த வியாபாரப் பொருட்களைப்பற்றி சங்க இலக்கியங்களில் குறிப்புகள் காணப்படுகின்றன.

நீரின் வந்த நிமிர்பரிப் புரவியும்
காலின் வந்த கருங்கறி மூடையும்
வடமலைப் பிறந்த மணியும் பொன்னும்
குடமலைப் பிறக்க ஆரமும் அகிலும்
தென்கடல் முத்தும் குணகடல் துகிரும்
கங்கை வாரியும் காவிரிப் பயனும்
ஈழத் துணவும் காழகத் தாக்கமும்
அரியவும் பெரியவும் நெரிய ஈண்டி
வளந்தலை மயங்கிய நனந்தலைம (பட்டினப்பாலை 185–193)

குதிரை, மிளகு, மணி, பொன், அகில், முத்து, துகில், உணவு போன்ற பொருட்கள் வாணிகத்தில் பரிவர்த்தனை செய்யப்பட்டன என்று தெரிய வருகிறது.

அக்காலத்தில் கடல் வாணிகம் செய்தவர் நாவிகர் அல்லது நாவாய்க்கண் எனப்பட்டனர். பெரிய கப்பல்கள் வைத்து பெரிய அளவில் வாணிகம் செய்தவர்கள் மாநாவிகர் அல்லது மாநாய்க்கண் என்று அழைக்கப்பட்டனர். நாவாய்க்கண் என்ற பெயரே பின்னாளில் நாய்க்கண் என்று மருவியிருக்கவேண்டும். சிலப்பதிகாரத்தில் கண்ணகியின் தந்தை பெயர் மாநாய்க்கண் ஆகும்.

பண்டைய இந்தியாவில் இருந்த பண்டைய துறைமுகங்கள் தமிழகத்தில் கொற்கை, தொண்டி, பூம்புகார், சோபட்டினம், அரிக்கமேடு (பாண்டிச்சேரி) ஆகியவையும், கேரளத்தில் முசிறி, கொல்லம், மாந்தை (கண்ணனூர்) ஆகியவையும், கர்நாடாகாவில் மங்களூரும், ஆந்திராவில் நெல்லூரும், ஒரிசாவில் கலிங்கப் பட்டினமும், வங்காளத்தில் தம்ரலிப்தி (கங்கை) ஆகியவையாகும்.

எகிப்தில் கண்டெடுக்கப்பட்ட பானையில் 'பனை ஓரி' என்ற எழுத்து

சுவஸ்திக்

சுவஸ்திக் சின்னம் இந்தியர்களின் குறிப்பாக இந்துக்களின் முக்கிய சின்னமாகும், பழங்காலம் தொட்டே உலகெங்கிலும் எல்லா நாடுகளிலும் சுவஸ்திக் சின்னம் பயன்படுத்தப்பட்டுள்ளது. அதற்கான தொல்பொருள் தடயங்கள் உலகெங்கும் காணப்படுகிறது.

புத்தம், சமணம், கிறித்துவம், யூதம் போன்ற பல மதங்களிலும் இந்த சின்னம் காணப்படுகிறது. சீனா, கிரேக்கம், இந்தியா, ஐரோப்பா, ஆர்மேனியா, கிழக்கு ஆசியா, ஜப்பான், டென்மார்க், அயர்லாந்து, பின்லாந்து போன்ற பல்வேறு நாடுகளிலும் இந்த சின்னம் உபயோகப்படுத்தப்பட்டுள்ளது.சுவஸ்திக் சின்னம் அதிர்ஷ்டம், செல்வம், வெற்றி போன்றவற்றை தரும் சின்னம் என்று நம்பப்படுகிறது. உலகில் பண்டைய முன்னணி நாகரிகங்கள் தோன்றுவதற்கு முன்பே இருந்து சுவஸ்திக் சின்னம் உபயோகத்திலிருந்ததாக தொல்பொருள் தரவுகள் மூலம் தெரிய வருகிறது. சுமேரிய நாகரிகத்தில் பொ.யு.மு. 4000 போல் உபயோகப்படுத்தப்பட்ட பானைகளில் இந்த சுவஸ்திக் சின்னம் காணப்படுகிறது.

சிந்து சமவெளி நாகரிகத்தில் பொ.யு.மு. 2600 – 1900 உபயோகப்படுத்தப் பட்டுள்ளது. சிந்து சமவெளி நாகரிகத்திலும் மிக அதிக அளவில் இச் சின்னம் உபயோகப்படுத்தப்பட்டுள்ளது.

பொ.யு.மு. 10000 ஆண்டுகளுக்கு முன்பே சுவஸ்திக் சின்னம் பயன்படுத்தப் பட்டுள்ளது. முதன் முதல் சுவஸ்திக் சின்ன பதிவு, உக்ரைன் நாட்டில் பொ.யு.மு. 10000 வருடங்களுக்கு முன்பு காணப்படுகிறது என்று ஆய்வாளர்கள் கூறுகிறார்கள். பல்கேரியா நாட்டில் பொ.யு.மு. 6000 ஆண்டுகளுக்கு முன்பு, செராமிக் பானையில். இந்தியாவில் பொ.யு.மு. 3000 முன்பு. ஆப்பிரிக்காவில் பானையில் இச்சின்னம் பதிக்கப்பட்டுள்ளது.

சுவஸ்திக் தோற்ற கூற்றுகள்

சுவஸ்திக் சின்னம் சிலுவை சின்னம் என்றும், சூரியன் சின்னம் என்றும் பல கூற்றுகள் உள்ளன. இந்த சின்னத்தின் நான்கு கரங்கள் சூரியன், காற்று, நீர், நிலம் ஆகிய நான்கு இயற்கை சக்திகளைக் குறிப்பிடுவதாகும் என்றும் கூறப்படுகிறது.

சுவ வசு திக்கு – வாசு திக்கு – வாஸ்து

சுவஸ்திக் சின்னம் பெரும்பாலும் வாணிகத்தோடு தொடர்புடையதாகவே தெரிகிறது. அதிலும் குறிப்பாக கடல் வாணிகத்தோடு மிகவும் தொடர்புடையதாக தெரிகிறது. தொழில் சிறப்புடன் விளங்க நல்ல வருமானம் ஈட்ட வேண்டி வழிபடும் சின்னம். செய்கின்ற காரியங்களில் வெற்றி பெற வேண்டி வழிபடும் சின்னம். திரைகடல் ஓடியும் திரவியம் தேடு என்ற சொல்லுக்கேற்ப பல ஆயிரம் ஆண்டுகளுக்கு முன்பு கடல் வாணிகம் நன்கு நடைபெற்றது. கடலில் கப்பல் நல்லபடியாக செலுத்த நல்ல காற்று தேவை. காற்றின் திசையறிந்து கப்பல் செலுத்தினாலே சென்றடைய வேண்டிய இடத்திற்கு தக்க முறையில் சரியான நேரத்தில் சென்றடைய முடியும். கப்பல்கள் கடலில் ஏற்படும் பல வித ஆபத்துகளில் எந்தவித பாதிப்புக்குள்ளாகாமல், சரியான வழியில் சென்று வெளி நாட்டிற்கு சென்று வாணிகம் செய்து, பின் அதே போல ஈட்டிய பொருள்கள் எல்லாம் பத்திரமாக சொந்த நாட்டிற்கு வந்து சேரவேண்டும். எனவே கப்பல்கள் கடல் வாணிகத்தில் முக்கிய பங்காற்றின. கப்பல்களை சரியான வழியில் செலுத்துவதற்கு கப்பலின் சுக்கான் முக்கிய பங்கு வகிக்கிறது. அந்த சுக்கானின் வடிவமே சுவஸ்திக் வடிவமாக கூட இருக்கலாம்.

சுவ வசு திக்கு என்ற சொல் சுவஸ்திக் என்று மருவியிருக்கலாம். வசு என்ற சொல்லுக்கு அக்னி, பொன், செல்வம், நீர் போன்ற அர்த்தங்கள் உடையது. எனவே வசுதிக்கு என்பது மேலே கூறிய பொருட்கள் இருக்கும் அல்லது பொருட்கள் வரும் திசையை குறிப்பதாக இருக்கலாம். வஸ்து என்றால் பொருள் அல்லது செல்வம் அல்லது வசதி என்று அர்த்தம். சுவ வஸ்து திக்கு என்பது சுபமான பொருள் வரும் திசை என்றும் கூட பொருள் கொள்ளலாம்.

கப்பலின் சுங்கான்

பல்வேறு சுவஸ்திக் சின்னங்கள்

மேலே உள்ள படங்களில் நடுவில் சூரியன், நான்கு திசைகள், மீன்கள் – இது கடலில் திசையைக் குறிப்பதாக இருக்கலாம். அதாவது கடல் வாகத்தொடு தொடர்புடையது.

ம.கிருஷ்ணகுமார்

ஒபிர் துறைமுகம்

பைபிளில் ஒபிர் என்ற துறைமுகம் அல்லது இடம் பற்றி குறிப்பு வருகிறது. சாலமன் அரசன் காலத்தில் இந்த இடத்திலிருந்து தங்கம், வெள்ளி, முத்து, தந்தம், குரங்குகள், சந்தன மரம், மயில்கள் போன்ற பொருட்கள் மூன்று வருடத்திற்கு ஒரு முறை கொண்டு வரப்பட்டது என்று கூறப்படுகிறது. அதற்குப் பிறகு மற்றொரு மன்னன் காலத்தில் ஒபிர் துறைமுகத்திற்கு கப்பலில் செல்ல முற்படும்போது, அங்கு சேரும்முன் அந்தக் கப்பல் பாறைகளில் மோதி உடைந்து சிதறிவிட்டது என்று கூறுகின்றனர். மேலும் ஒபிர் துறைமுகத்தை எளிதாக அடைய முடியாது என்றும், அதற்கு மிகுந்த முன் ஆயத்தமும், கடல் பயணத்தில் அனுபவம் வாய்ந்தவர்களின் உதவி தேவைப்படும் என்றும் குறிப்புகள் காணப்படுகிறது. இந்த இடத்தில் தங்கம் மற்றும் விலையுயர்ந்த கற்கள் அதிக அளவில் கிடைத்தது என்றும் கூறப்படுகிறது. இந்த இடத்தின் வேறுபட்ட உச்சரிப்பு பெயர்கள் சொபிர், சௌபிர், சொபெர் என்றும் கூறப்படுகிறது. இந்த இடத்திற்கு சாலமனின் கப்பல் ஒரே ஒரு முறை தான் சென்று வந்தது என்றும் கூறப்படுகிறது.

தற்போதைய டெல்அவிவ் பகுதியில் கண்டெடுக்கப்பட்ட பானைச் சில்லில், பழைய ஹீப்ரு மொழியில் ‘ஒபிரின் தங்கம், பெத்ஹோரோனு’க்கு’ என்று எழுதப்பட்டிருக்கிறது. இதன் மூலம் ஒபிர் என்ற இடத்திலிருந்து தங்கம் இறக்குமதி செய்யப்பட்டது என்று உறுதியாகிறது. இந்த ஒபிர் இடம் எங்கிருந்தது என்பது பற்றி பல்வேறு கூற்றுகள் வரலாற்று மற்றும் தொல்பொருள் ஆராய்ச்சியாளர்களிடம் நிலவுகிறது. சிலர் ஒபிர் என்பது தென் இந்தியாவில் உள்ள ஒரு இடம் என்றும், இந்த இடம் திருவனந்தபுரத்திற்கு அருகில் உள்ள பூவார் என்ற கடற்கரை நகரம் என்றும், சிலர் கோழிக்கோடு அருகில் உள்ள பேபூர் (Beypore) என்ற கடற்கரை நகரம் என்றும் கருதுகின்றனர். சிலர் தற்போதைய குஜராத்தில் சிந்து நதிக் கரையில் உள்ள அபிரா என்ற இடமாக இருக்கலாம் என்று எண்ணுகிறார்கள். யூத நம்பிக்கைகளின் படி ஒபிர் என்பது இந்தியாவோடு தொடர்புடைய இடம் என்றும், சிலர் இது இலங்கையின் பண்டைய பெயரோடு தொடர்பு உடையது என்றும் கூறுகின்றனர். சிலர் இந்த இடம் ஆப்பிரிக்காவில் உள்ள ஜிம்பாப்வே நாட்டிலும், மொசாம்பிக் நாட்டிலும், துனிசியா நாட்டிலும், சோமாலிய நாட்டிலும் மற்றும் சிவப்புக் கடல் தீரத்திலும் இருந்திருக்கலாம் என்று கூறுகின்றனர். சிலர் ஒபிர் என்பது குகையைக் குறிக்கும் சொல், எனவே இந்த இடம் குகை வாழ்மனிதர்கள் இருந்த இடம் என்று கருத்து தெரிவித்தனர். சிலர் இது பிலிப்பைன்ஸ் தீவு என்று கூறுகின்றனர்.

புத்த மதத்தின் பண்டைய தொன்மங்களான மகாவம்சம் போன்ற புராணக்கதை களில் சுவர்ணபூமி பற்றிய குறிப்புகள் வருகிறது. ஒபிருமும், சுவர்ணபூமியும் ஒரே இடமாக இருக்கலாம் என்று சிலர் ஆய்வாளர்கள் கருதுகின்றார்கள். இந்த சுவர்ணபூமி எந்த இடமாக இருக்கலாமென்று பல்வேறு கருத்துகள் நிலவுகின்றன. இது தென்னிந்தியா அல்லது தென்கிழக்கு ஆசியா பகுதியில் இருக்கலாமென்று சிலர் கருதுகின்றனர். இது மலேசிய தீபகற்பம், சுமத்ரா தீவு, போர்னியோ ஆகிய பகுதிகளில் இருக்கலாமென்று பல்வேறு கருத்துகள் நிலவுகின்றன. சிலர் கூற்றுப்படி அக்காலத்தில் தென்கிழக்கு ஆசிய பகுதிகளோடு தொடர்பு இருக்கவில்லையென்றும், இலங்கை

தாண்டி செல்லவில்லையென்றும், (மகாவம்சத்தில் இலங்கையின் பண்டைய பெயர் தாமிரபரணி) எனவே சுவர்ணபூமி என்பது பாண்டிய அல்லது சோழ நாட்டில் இருந்திருக்கவேண்டுமென்று கருதப்படுகிறது. பலர் இது வங்காளதேசமென்றும், பல பண்டைய கூற்றுகளில் வங்காளம் தங்கத்தோடு தொடர்பு படுத்தி பேசப்பட்டது என்றும், கங்கை மண்ணின் நிறம், அரிசி மற்றும் மாம்பழம் நிறம், வங்காள மக்களின் நிறம் ஆகியவை தங்க நிறத்தோடு ஒப்பிட்டு பேசப்பட்டதால், வங்காளதேசமே சுவர்ணபூமியாக இருக்கலாம் என்று கூறுகின்றனர். வங்காள மக்களும் தங்கள் நாட்டை தங்க வங்காளம் என்று சொல்லிக்கொள்கிறார்கள். வங்காள நாட்டின் தேசிய கீதமும் 'என்னுடைய தங்க வங்காளம்' என்று இதே கருத்தைக் கொண்டுள்ளது.

கடல் ஆமையும், கடல் வாணிகமும்

உலகை சுமக்கும் ஆமை

பண்டைய காலத்தில் கடல் ஆமைகள் கடல் வாணிகத்திற்கு உதவியாக இருந்தன என்று கூறப்படுகிறது. பழங்காலத்தில் கப்பல் மாலுமிகள் இந்த ராட்சத ஆமை கூட்டங்களை காணும் பொழுது அதை ஒரு தீவு என்று நினைத்து கப்பலை கரையேற்றி நிறுத்த நினைத்து அதில் இறங்கும்பொழுது ஆமைகள் நகர்ந்து ஆட்கள் மூழ்கியது உண்டு என்ற செய்திகளும் உண்டு. மனிதர்களுடைய தோற்றத்திற்கு பல ஆயிரம் ஆண்டுகளுக்கு முன்பே இவ்வாமைகள் உயிர் வாழ்ந்திருந்தது என்றும், இவைகள் மடகாஸ்கர் முதல் இந்தியா, இந்தோனேசியா மற்றும் பசிபிக் கடல்

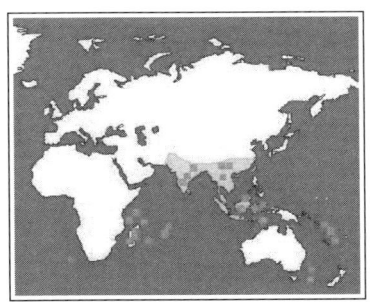

பெரிய ஆமைகள் உள்ள வரைபடம்

வரை வாழ்ந்திருந்தது. இவை ஏறக்குறைய 2.5 மீட்டர் நீளமும், 1.7 மீட்டர் உயரமும் அளவு உடையது. இதனுடைய எடை ஏறக்குறைய 1000 கிலோகிராம். இதனுடைய ஆயுள் ஏறக்குறைய 100 வருடங்களுக்கு மேல். இவ்வாமைகள் பருவக்காற்று காலத்தில் இனப்பெருக்க முட்டையிடுவதற்கு வேண்டி பல ஆயிரம் மைல் கடலில் நீரோட்டம் அறிந்து புலம் பெயர்ந்து வேறொரு கடற்கரையில் முட்டையிடும். பின்னர் அடுத்த பருவக்காற்று காலத்தில் மீண்டும் புலம் பெயர்ந்து தங்கள் சொந்த இடத்திற்கு வரும். கப்பல் மாலுமிகள் இவ்வாமைகள் செல்லும் நீரோட்ட வழியில் எளிதாக கப்பல் ஓட்டி செல்வர். இவ்வாமைகள் தங்கள் கப்பல்களுக்கு வழிகாட்டியாக இருப்பதாக கடல் வாணிகம் செய்பவர்கள் நினைத்தார்கள்.

நாவாய்

கடல் வாணிகத்திற்கு மிகவும் முக்கியமானது கப்பல் ஆகும். இதற்கு நாவாய் என்ற பெயரும் உண்டு. கப்பல் வைத்திருப்பவரை நாயக்கன் அல்லது மாநாயக்கன் என்று கூறுவார். நாவாய்க்கன் என்ற சொல்லே நாயக்கன் என்று மருவியிருக்கவேண்டும். இந்த நாவாய் என்ற சொல் நாக வாய் என்ற சொல்லிலிருந்தே உருவாகியிருக்கவேண்டும். ஏனெனில் பண்டைய காலத்தில் கப்பல் முகங்களுக்கு உருவங்கள் செய்வதுண்டு. அவை நாகம், குதிரை போன்ற உருவங்கள் கொண்டவை. நாக உருவம் கொண்ட கப்பல்களை 'நாகவாய்' என்று அழைத்திருக்க வேண்டும். அதுவே நாவாய் என்று பின்னாளில் மருவியிருக்கவேண்டும். கேரளாவில் நடத்தப்படும் படகு போட்டியில் பங்கேற்கும் படகுகள் பாம்புப் படகு (Snake Boat)

சுமேரிய நாகரிக பாம்புப் படகு (5000 ஆண்டுகளுக்கு முன்)

சீன பாம்புக் கப்பல்   கேரள பாம்புப் படகு

ஆகும். பண்டைய காலத்தில் கப்பல் வாணிகத்தை செய்தது நாகர்களாக இருக்கலாம். எனவே அவர்கள் தங்கள் கப்பல்களுக்கு நாக உருவம் செய்திருக்கலாம். இதற்கு சாட்சியாக தமிழகத்தில் உள்ள கடற்கரை ஊர் பெயர்கள் நாகப்பட்டினம், நாகூர், நாகர்கோவில் என நாகப் பெயர்கள் உள்ளன.

பூம்புகார்

பண்டைய தமிழகத்தில் இருந்த முக்கிய துறைமுகங்களில் ஒன்று பூம்புகார் துறைமுகம். இது கடல் வெள்ளப்பெருக்கில் மூழ்கிவிட்டது என்று வரலாறு கூறுகின்றது. இதற்கு இன்னொரு பெயர் காவிரி பூம்பட்டினம். பூம்புகார் பெயரொத்த வேறு பண்டைய துறைமுகங்கள் போம்பெய் மற்றும் பம்பாய் (மும்பாய்) ஆகும். போம்பெய் என்பது பண்டைய கிரேக்க நாட்டு துறைமுகம்.

பூம்புனல் என்பது புது வெள்ளம் என்பது போல், பூம்புகார் என்பது புதிய புகார் என்று பொருள். அப்படியெனில் (பழைய) புகார் என்பது எதைக் குறிக்கும். ஒருவேளை அது தமிழர்கள் புலம் பெயர்ந்து வந்த பண்டைய குமரிக்கண்டத்தில் இருந்திருக்கலாம். பண்டைய கால மக்கள் புலம் பெயரும் போது தாங்கள் வாழ்ந்திருந்த நிலத்தின் இடப் பெயர்களை புலம் பெயர்ந்து சென்ற இடத்தின் இடங்களுக்கும், பொருள்களுக்கும் இடுவதுண்டு. இன்றும் நம்மிடையே புதிதாக அமைக்கும் நகர்களுக்கு பெயர்கள் இடும் போது இந்த வழக்கம் இருக்கிறது. புதுப்பேட்டை, புதுச்சேரி என்பது போல். எனவே பண்டைய குமரிக்கண்டத்திலிருந்து திராவிட மக்கள் தற்போதைய தமிழகத்திற்கு புலம் பெயர்ந்து வந்த பொழுது, அங்கு இருந்த புகார் என்ற துறைமுகத்தின் பெயரை இங்கு தாங்கள் குடியேறிய துறைமுக நகருக்கு பூம்புகார் (புது புகார்) என்று பெயர் சூட்டியிருக்கலாம். புகார் என்பது புகு ஆரம் என்ற பொருளில் வந்திருக்கலாம். கப்பல் புகும் வட்டமான இடம் என்பதே புகு ஆரம் ஆகும். இதே போல் இதற்கு வேறு சொல்லாக கப்பல் 'புகும் வாய்' என்ற சொல் போம்பெய் என்று மாறியிருக்க வேண்டும். பண்டைய சுமேரிய, கிரேக்க நாகரிகங்களில் துறைமுகங்கள் இந்த வடிவில்தான் இருந்தன.

புகும் ஆர > புகார > புகார்

புகும் வாய் > புகும்பாய் > போம்பெய்

புகும் வாய் > புகும்பாய் > பும்பாய் > பம்பாய்

புகும் வாய் > புகும்பாய் > (பு)ம்பாய்> மும்பாய்

புகார் என்ற துறைமுகம் பண்டைய குமரிக்கண்டத்தில் இருந்திருக்கலாம்.

பொ.யு. 2இல் வணிக ஒப்பந்தம் – பாப்பிருஸ் (*papyrus*)

(சஞ்சி (மலையாளம்) – பை – சஞ்சிகை – சேன்ஜ்(*change*)

எச்ச சஞ்சி – எக்ஸ்சேன்ஜ்(*exchange*);

பண்டைய கால வாணிக முறை பார்ட்டர் (Barter) முறைப்படி நடந்தது. பார்ட்டர் என்ற சொல் வர்த்தகர் என்ற சொல்லிலிருந்து வந்திருக்கலாம்.

போம்பெய் துறைமுகம்

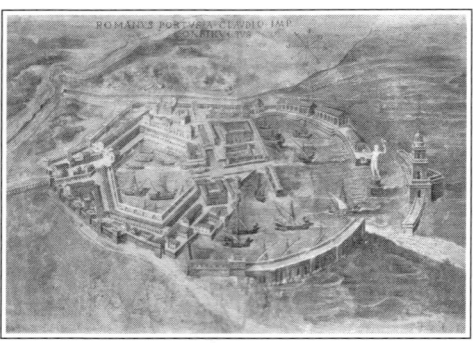

ஒஸ்தியா துறைமுகம்

பிரயுஸ் துறைமுகம் (கிரேக்கம்)

வர்த்தகர் > பர்த்தகர் > பார்ட்டர்(*barter*);

வாணிகத்திற்கு ஆங்கிலத்தில் ட்ரேட் (*Trade*) என்று பெயர். இது திரட்டு என்ற சொல்லிலிருந்து வந்திருக்கலாம்.

திரட்டு > திரடு > ட்ரேட் (*Trade*)

வாணிகத்தில் முதலீடு என்ற சொல்லுக்கு கேப்பிட்டல் (*Capital*) என்று ஆங்கிலத்தில் கூறுவர். கேப்பிட்டல் என்பது காப்பு இடல் என்ற சொல்லிலிருந்து மருவியிருக்கலாம்.

காப்பு இடல்/காப்பு ஈட்டல் > கேப்பிட்டல் (*capital*);

வாணிகத்தில் வருவாய் வருவதை ஆங்கிலத்தில் இன்கம் (*Income*) என்று கூறுவார்கள். தமிழில் ஆக்கம் என்றால் வருவாயைக் குறிக்கும். இன்ஆக்கம் அதாவது இனிய ஆக்கம் என்பதே ஆங்கிலத்தில் இன்கம் என்று மருவியிருக்கவேண்டும்.

மேலும் பரிசு என்ற சொல்லே ஆங்கிலத்தில் பிரைஸ் (Price/Prize) என்று மாறியிருக்கவேண்டும். அதேபோல் விலை என்ற சொல்லே ஆங்கிலத்தில் வேல்யு (Value) என்று மாறியிருக்கவேண்டும்.

பணத்திற்கு ஆங்கிலத்தில் மணி (Money) என்று பெயர். இது மணி (முத்து மணி) என்ற சொல்லிலிருந்து மருவியிருக்க வேண்டும்.

கப்பல் நிற்கும் துறைமுகத்திற்கு ஆங்கிலத்தில் போர்ட் (Port) எனப்படும். இது பொருந்து அல்லது பொருத்து என்ற சொல்லிலிருந்து வந்திருக்கலாம். அதாவது கப்பலை கடற்கரையோடு பொருத்தும் இடம் என்பதாகும். கணினியில் (Computer) போர்ட் என்பது வயரை பொருத்தும் முனையைக் குறிக்கும்.

பொருத்து > பொருட் > போர்ட்

வாணிகக் கூற்றுகள்

பொ.யு.மு. 3500 போல் சுமேரியாவில் அயல்நாட்டு வாணிகம் கொடிகட்டி பறந்தது என்று கூறப்படுகிறது. ஆனால் சிந்து சமவெளியின் காலம் பொ.யு.மு. 2500 போல் எனக் கூறப்படுகிறது. அப்படியெனில் எந்த நாட்டுடன் இந்த அயல் நாட்டு வாணிகம் நடந்திருக்க வேண்டும்.? இந்தியாவுடன் என்றால் தென் இந்தியாவில் மூன்றாம் சங்க காலத்தின் காலம் பொ.யு.மு. 1500 தான் ஆரம்பித்திருக்க வேண்டும். மேலும் இதே சமயத்தில் தான் வட இந்தியாவில் கங்கை சமவெளியில் மகா ஜன பதங்கள் என்ற குடியரசுகள் தோன்றின. இந்த காலத்திற்கு முன் இந்தியாவில் குடியிருந்தவர்கள் ஆஸ்ட்ரிக் பழங்குடி மக்களாக இருக்கவேண்டும். எனவே பொ.யு.மு. 3500இல் இந்தியாவுடன் வாணிகத்தொடர்பு இருந்திருக்குமா என்பது சந்தேகம்தான். சீனாவிலும் இந்த காலகட்டத்தில் வாணிகம் செய்யும் அளவு நாகரிகம் அடைந்த மக்களும் இருந்திருக்கவில்லை. அப்படி இருந்திருந்தால் இந்தியாவில் கரை ஒதுங்காமல் சென்றிருக்க முடியாது. பொ.யு.மு. 600 லிருந்தே சீனாவிற்கும் தமிழகத்திற்கும் வாணிகத்தொடர்பு இருந்தது என்று கண்டோம். மேலும் பொ.யு.மு. 1000 போல் சீனாவில் தயாரித்த பட்டுத் துணி பண்டைய எகிப்தில் கண்டறியப்பட்டுள்ளது. இது கடல் வாணிகம் மூலம் சென்றதா இல்லை தரைவழி வாணிகம் மூலம் சென்றதா என்று தெரியவில்லை. பட்டுப்பாதை வாணிகத்தின் காலம் பொ.யு.மு. 200 லிருந்து ஆரம்பித்தது என்றும் கூறப்படுகிறது. எப்படி பார்த்தாலும் பொ.யு.மு. 1000 க்கு முன்பு சீனாவுடன் கடல் வாணிகத் தொடர்பு ஏற்பட்டிருக்க வாய்ப்பில்லை என்று சொல்லலாம். அப்படியெனில் சுமேரிய மக்கள் எந்த நாட்டுடன் வாணிகத் தொடர்பு வைத்திருந்திருக்க வேண்டும் என்று பார்த்தால், அது ஒருவேளை பண்டைய குமரிக்கண்டமாக இருக்கலாம்.

மேலும் சுமேரிய தொன்மைக்கதைகளின் படி அவர்கள் குல குரு உத்தனபிட்டர் என்பவர் ஒரு படகில் சுமேரியாவிலிருந்து தங்களுடைய மூதாதையர் நிலமான தில்முன் சென்று வந்தார் என்று கூறப்படுகிறது. இது சுமேரியர்கள் தாங்கள் புலம் பெயர்ந்து வந்த பின்பும் தங்களுடைய பண்டைய நிலத்தோடு தொடர்பு கொண்டிருந்தனர் என்று அறிய முடிகிறது. அவர்கள் வாணிகம் செய்தது தில்முன் எனப்படும் அவர்களுடைய மூதாதையர் நிலம் என்று கூறப்படுகிறது.

கண்ணர்கள் வணிகர்கள் என்றால் எங்கிருந்து வந்திருப்பார்கள்? ஒருவேளை கண்ணன் வழி வந்தவர்கள் என்றால் இந்தியாவிலிருந்து வணிகத்திற்கு சென்றிருக்கலாம் அல்லது சுமேரியாவிலிருந்து குஜராத்தில் குடியேறியிருக்கலாம். கண்ணனின் கடைசிக்காலம் துவாரகை, குஜராத் என்று தொன்மங்கள் கூறுகின்றன. அகமதாபாத்தில் இன்றும் சாய வியாபாரம் சிறப்பாக நடக்கிறது. சூரத் துணிகளுக்கு பெயர் போன நகரம். கனரா வங்கியின் பெயர் கண்ணர் என்ற பெயரின் அடிப்படையில் அமைந்திருக்குமா என்ற கேள்வியும் எழுகிறது.

கண்ணர்கள் ஊதா நிற சாயம் செய்ததால் தங்களுடைய கடவுளுக்கும் அதே நிறத்தை கொடுத்திருக்கலாம். இதன் அடிப்படையிலேயே ராமன், கண்ணன் போன்ற கடவுள்கள் நீல நிறம் உடையவர்களாக சித்திரித்து இருக்கலாம்.

கண்ணர்கள் தமிழகத்திலிருந்தும் சென்றிருக்கலாம். கணன் என்ற வார்த்தை பழங்கால வணிக சாடிகளில் எழுதப்பட்டுள்ளதை காண்கிறோம். கண்ணி என்ற வார்த்தை தமிழ் வார்த்தை. பெரிய கப்பல் வைத்திருப்பவரை நாவாய்க்கண் அல்லது நாய்க்கண் என்று கூறப்பட்டுள்ளது. கண்ணியன், கண்ணையன் என்ற வார்த்தை பழங்கால தமிழ் இலக்கியங்களில் காணப்படுகிறது.

கண்ணர்கள் நீலநிற சாயம் விற்றது பொ.யு.மு. 3000 போலேயே சுமேரியாவில் வாணிகம் செய்ததாக கூறப்படுகிறது. ஆனால் இந்தியாவில் இருந்து வாணிகம் ஆரம்பித்தது பொ.யு.மு. 1100 போலாகும். அப்படியெனில் கண்ணர்கள் பண்டைய குமரிக்கண்டத்திலிருந்து வாணிகம் செய்தவர்களாக இருந்திருக்கலாம்.

வாணிகம் முடிவுரை

உலகில் பழங்கால வாணிகம் என்றாலே பெரும்பாலும் பட்டுப்பாதை பற்றிதான் கூறப்படுகிறது. இதன் காலம் பொ.யு.மு. 1500 போலாகும். ஆனால் உலகின் மிகப்பழைமையான நாகரிகமான சுமேரிய நாகரிகத்தில் பொ.யு.மு. 3500 முன்பிருந்தே அதாவது இன்றிலிருந்து 5500 வருடங்களுக்கு முன்பே வாணிகம் நடந்ததற்கான தொல்பொருள் தரவுகள் காணக்கிடைக்கிறது. இந்த கடல் வாணிகத்தில் மிக முக்கிய பங்காற்றியவர்கள் க(ண்)ணர்கள் எனப்படும் மக்களாகும்.

எகிப்திய நாகரிகத்தில் பொ.யு.மு. 3000 முன்பிலிருந்து வாணிகம் நடைபெற்றது என்று கூறப்படுகிறது. உலகின் இன்னொரு பழைமையான சிந்து சமவெளியில் சுமேரிய மற்றும் எகிப்து ஆகிய நாடுகளுடன் வாணிகத்தொடர்பு இருந்ததாக கூறப்படுகிறது. ஆனால் சிந்துசமவெளியின் காலம் பொ.யு.மு. 2500 என்று பெரும்பாலான தொல்லியல் ஆய்வாளர்கள் கூறுகின்றனர்.

பண்டைய இந்தியாவிலும், கிழக்கு ஆசியா மற்றும் தென் கிழக்கு ஆசியாவிற்கும் வாணிகத்தொடர்பு பொ.யு.மு. 1000 போலே ஆரம்பித்தது. அக்காலத்திலேயே சுமேரியாவிற்கும் மற்ற வெளிநாடுகளுக்கும் கடல் வாணிகம் நடைபெற்றது என்று கூறப்படுகிறது.

மேலே கூறியவற்றையெல்லாம் ஒப்பிட்டுப் பார்த்தால், பண்டைய சுமேரியர்கள் பொ.யு.மு. 3500 போல் எகிப்து, சிந்து சமவெளி, இந்தியா, சீனா, கிழக்கு ஆசிய

நாடுகள் ஆகியவற்றுடன் வாணிகத் தொடர்பு கொண்டிருக்க வாய்ப்பில்லை என்றே தோன்றுகிறது. எனவே பண்டைய சுமேரியர்கள் வாணிகத்தொடர்பு கொண்ட இடம் தாங்கள் கடல் வெள்ளப்பெருக்கில் இருந்து புலம் பெயர்ந்து வந்த அவர்களுடைய மூதாதையர் நிலமாக இருக்க வேண்டும். அங்கு ஓபிர் என்ற துறைமுகம் இருந்திருக்க வேண்டும். இந்த இடம் பண்டைய குமரிக்கண்டமாக இருக்க வேண்டும். பூம்புகார் என்பது பண்டைய குமரிக்கண்டத்திலிருந்த புகார் என்ற துறைமுகத்தின் புதிய பெயராக இருக்கலாம்.

சுவஸ்திக் சின்னம் என்பது கடல் வாணிகத்தோடு தொடர்புடைய சின்னமாக இருக்கவேண்டும். பின்னாளில் அது வாணிகத்தில் பொருள் ஈட்டும் வழிபாட்டுச் சின்னமாக மாறியிருக்கவேண்டும்.

துணை நூல்கள்

1. Sumer, https://en.wikipedia.org/wiki/Sumer
2. Sumerian Foreign Trading Connections, http://www.unm.edu/~gbawden/328for/328for.htm
3. Ancient Egyptian trade, wikipedia, Retrieved fromhttps://en.wikipedia.org/w/index.php?title=Ancient_Egyptian_trade&oldid=897735337
4. Schuster, Angela M.H. "This Old Boat", Dec. 11, 2000. Archaeological Institute of America.
5. phonecia https://en.wikipedia.org/wiki/Phoenicia
6. S. R. Rao (1985). Lothal. Archaeological Survey of India. pp. 27–29.
7. Harappan Culture, courses.lumenlearning.com/sunyhccc worldcivilization/chapter/harappan culture/
8. நிகமம், தமிழ்ப் பல்கலைக்கழகம்.
9. நாவாய், கட்டுரைத் தொகுப்பு நூல், தமிழ்ப் பல்கலைக்கழகம்.
10. ancienttradenetworks,ancientportsantiques.com/afewports/ancienttradenetworks/
11. Silk Road by Joshua J. Mark published on 01 May 2018 https://www.ancient.eu/Silk_Road/
12. Silk Road https://en.wikipedia.org/wiki/Silk_Road
13. Economy of ancient Greece, Wikipedia, www.en.wikipeida.org.
14. Trade in Ancient Greece, by Mark Cartwright, published on 22 May 2018, https://www.ancient.eu/article/115/tradeinancientgreece/
15. Dr. SajeeHewiit, W.Logan's Malabar, pp.207).
16. புறநானூறு
17. பட்டினப்பாலை
18. ஓபிர், விக்கிபீடியா
19. சுவர்ணபூமி, விக்கிபீடியா
20. Swastika, https://en.wikipedia.org/wiki/Swastika
21. K. Peters, Ofir nach den neuen Entdeckungen (1908); PaulyWissowa, s.v. Saba; B. Moritz, Arabien (1923), 63ff.; J.A. Montgomery, Arabia and the Bible (1934), 38ff.; J. Eitan, in: HUCA, 12–13 (1937–38), 61; G.W. Van Beck, in: JAOS, 78 (1958), 141–52; R.D. Barnett, A Catalogue of the Nimrud Ivories (1957), 59ff., 168.
22. உலகளாவுதல், குமரி மைந்தன், செப்.200அ, பக்.2கூ
23. குமரிக்கண்டமா சுமேரியாமா – பா. பிரபாகரன், கிழக்கு, உ௦கஉ
24. சங்ககாலம், ப.சரவணன், கிழக்கு, 2015
25. தமிழர் கப்பற்கலை, விக்கிபீடியா, https://ta.wikipedia.org/w/index.php? title=தமிழர்_கப்பற்கலை &oldid=2188068
26. Bill of sale of a field and house, from Shuruppak; circa 2600 BC; height: 8.5 cm, width: 8.5 cm, depth: 2 cm; Louvre By Unknown, Public Domain, https://commons.wikimedia.org/w/index.php?curid=30543186

08

வானியல்

தொல் முறை இயற்கையின் மதிய
… ….. … மரபிற்று ஆக,
பசும் பொன்னுலகமும் மண்ணும் பாழ்பட,
விசும்பில் ஊழுழ் செல்லக் கருவளர்
வானத் திசையில் தோன்றி
உருவறி வாரா ஒன்றன் ஊழியும்
செந்தீச் சுடரிய ஊழியும்
பனியோடு தண்பெயல் தலைஇய ஊழியும்
அவையிற் வெள்ளமூழ்கி ஆர்தருபு

(பரிபாடல் 2)

வானியல் கோட்பாடுகள் மனிதனின் வாழ்வில் பல வகைகளில் முக்கிய பங்காற்றுகிறது. அது அஸ்ட்ரோநமி என்ற வகையில் அறிவியல் மற்றும் தொழில்நுட்ப துறைகளிலும், அஸ்ட்ரோலோகி என்ற வகையில் மனிதனின் சமயம் அல்லது மதம் சார்ந்த நம்பிக்கை மிகவும் பயன்படுகிறது. இந்த இரு முறைகளும் பண்டைய காலம் தொட்டே மக்களிடையே தோன்றி பின்னர் படிப்படியாக வளர்ந்திருக்கிறது. இந்த அத்தியாயத்தில் பண்டைய நாகரிகங்களில் இருந்த வானியல் கூற்றுகள், நாள்காட்டிகள், சோதிட முறைகளை ஆய்வு செய்து அதிலிருந்து பண்டைய திராவிடம் பற்றி தரவுகள் ஏதேனும் காணக்கிடைக்கிறதா என்று அறிய முற்படலாம்.

வானியல் தோற்றக்கூற்றுகள்

வான வெளியில் கோள்களும், நட்சத்திரங்களும் செய்து கொண்டிருக்கும் இயக்கங்கள் பற்றிய ஆய்வுத்துறைக்கு வானவியல் அல்லது வானியல் (Astronomy) என்று பெயர். இந்த கோள்கள் நிலையாக ஓரிடத்தில் நில்லாமல் தங்களைத் தானே சுற்றிக்கொண்டு மற்றும் ஒரு நீள் வட்டப் பாதையில் நகர்ந்து கொண்டே இருப்பதால் அதன் மூலம் ஏற்படும் சலனங்களை ஆய்வு செய்து அவை இந்த உலகில் உள்ள மனிதர்கள் மீது ஏற்படுத்தும் தாக்கத்தை பற்றிக் கூறுவது சோதிடவியல் (Astrology) எனப்படும். வானியலின் அடிப்படையிலிருந்தே சோதிடவியல் தோன்றியிருக்க வேண்டும்.

சோதிடக்கலையின் தோற்றம் பொ.யு.மு. 15000 முன்பே இருந்தது என்று சார்லஸ் டுபுயுஸ் என்ற அறிஞர் தன்னுடைய ஒரு கட்டுரையில் குறிப்பிட்டுள்ளார். இதே சோதிடக்கலை பொ .யு.மு. 26000 ஆண்டு முதலே இருந்தது என்று பேராசிரியர் ஆர்தர் ஹார்டிங் என்பவர் குறிப்பிட்டுள்ளார். சுதந்திர போராட்ட வீரர் திலகர், ரிக் வேத சோதிடக்கலையை ஆராய்ந்து அதன் காலம் பொ.யு.மு.6000 என்று கணித்தார்.

வான வெளியில் இருக்கும் நட்சத்திரங்களும், கோள்களும் பகல் பொழுதில் தெரிவதில்லை. இவைகளை இரவில் மட்டுமே பார்க்க முடியும். பகலில் சூரியன் கோள் மட்டுமே தெரியும். இதன் நகர்வை வைத்து பண்டைய காலத்தில் மனிதன் ஒரு பகல் பொழுதின் நேரத்தை அறிய மட்டுமே பயன்படுத்திக் கொண்டான். ஆனால் மனிதனுக்கு பழங்காலத்தில் இரவில் வேலை இல்லை. சாயும்காலம் ஆரம்பித்த சில நேரங்களுக்கெல்லாம் உறங்க போய் விடுவர். பின் எதற்கு வானவியல் கண்டுபிடிக்க வேண்டும்? இரவில் தூங்கும் மனிதனுக்கு அதைப்பற்றி அக்கறை எதற்கு? இரவில் தெரியும் விண்மீன்கள் மற்றும் கோள்கள் மூலம் மனிதன் நேரத்தை மாதம் மற்றும் வருடம் எனப்படும் ஒரு பெரிய கால நேரங்களை அறிய பயன்படுத்திக் கொண்டான். மேலும் இதன் அடிப்படையில் ஏற்படும் பருவ மாற்றகங்களை கொண்டும் காலத்தின் அளவை அறிய பயன்படுத்திக் கொண்டான்.

இந்த கால மாற்றங்களை பயன்படுத்தி பண்டைய காலத்தில் மனிதன் தான் செய்து வந்த தொழில்களை மேம்படுத்த ஏற்பாடு செய்து கொண்டான். வேட்டை தொழில், உழவுத்தொழில், மீன் பிடிக்கு தொழில் போன்ற தொழில்களில் இவை மிகவும் பயன்பட்டன. உழவுத் தொழிலில் அதிகாலையில் வானில் விடிவெள்ளி தெரிவதை வைத்து தினமும் வயலுக்கு செல்லுவதும், எப்போது மழை வரும், காற்று

வீசும், கோடை வரும் என பல கால மாற்றங்களை அறிந்து அதற்கேற்ப தன் உழவுத் தொழிலை மேம்படுத்த கற்றுக் கொண்டான். இதே போன்று இரவில் செய்யும் மீன்பிடித் தொழிலுக்கும், வேட்டை தொழிலுக்கும் விண்மீன்களும் கோள்களும் துணை புரிந்தன. மிகக் குறிப்பாக கடலில் சென்று மீன் பிடித் தொழிலுக்கு கால நேரத்தை அறிய, திசை அறிய விண்மீன்கள் பற்றிய அறிவு மிகவும் தேவை. பின்னர் இந்த மீன் பிடித்தொழிலின் மூலத்திலிருந்து உருவான கடல் வாணிகத்திற்கும் இவை மிகவும் பயன்பட்டன. கடல் வாணிகர்களுக்கு, கடலில் கப்பல் செலுத்தும்போது, இரவில் நட்சத்திரங்களும், சில கோள்களும் மட்டுமே வழிகாட்டி. அதனால் கடல் வாணிகமே வானவியல் பற்றிய அறிவு மேம்படுவதற்கும், அது குறித்து மேலும் ஆராய்ச்சி செய்வதற்கும் அடிப்படையாக இருந்திருக்க வேண்டும்.

பழங்காலத்தில் விண்மீன் கூட்டங்களின் உருவத்திற்கு கதை கற்பிப்பது பழங்குடி மக்களின் மரபு. *(தாய்த்தெய்வ வழிபாடு, பக். 25)*

பண்டைய காலத்தில் முதலில் காலத்தின் கணக்கு நாள் கணக்கிலிருந்து ஆரம்பித்திருக்க வேண்டும். இது சூரியனின் நகர்வு மூலம் கணக்கிடப்பட்டிருக்க வேண்டும். சூரியன் தோன்றும் நேரம் முதல் சூரியன் மறைந்து மீண்டும் அடுத்த நாள் சூரியன் மறுபடியும் தோன்றும் வரை ஒரு நாள் என்று கணக்கிடப்பட்டது. ஆரம்பத்தில் நேரம் பார்ப்பது தோராயமாக இருந்து, பின்னர் சாமம், நாழிகை, மணித்துளி, நொடி என்று மிகத் துல்லியமாக கணக்கிடப்பட்டிருக்க வேண்டும்.

இதனை அடுத்து திதி கணக்கு சந்திரனின் வளரும் மற்றும் தேயும் குணம் கொண்டு கணக்கிடப்பட்டிருக்க வேண்டும். அமாவாசை, பிரதமை என ஆரம்பித்து சதுர்த்தசி, பௌர்ணமி வரை 15 நாள் கணக்கில் திதிகள் கணக்கிடப்பட்டிருக்க வேண்டும். இதன் பின்னர் மாதக் கணக்கு சந்திரனின் அதாவது அமாவாசை அடுத்த நாள் முதல் பிறை முதல் பின்னர் அடுத்த அமாவாசை வரை ஒரு மாதம் என்று கணக்கிடப்பட்டிருக்க வேண்டும். பின்னர் இந்த மாதங்களுக்கு பெயரிட்டிருக்க வேண்டும். இது இரு வகையாக செய்யப்பட்டிருக்கவேண்டும். ஒன்று விண்மீன் கூட்டங்களுக்கு உருவம் அமைத்து அந்த உருவத்தின் பெயரை மாதங்களுக்கு இட்டிருக்க வேண்டும். இது மேசம், ரிஷபம் என்று ஆரம்பித்து மீனம் வரை என்று அமைந்தது. இன்னொரு விதம் இயற்கை கால மாற்றம், தட்பவெப்ப நிலைகளுக்கு ஏற்ப பெயரிட்டிருக்க வேண்டும்.

பின்னர் வருடக் கணக்கு காலையில் கிழக்கில் சூரியன் தோன்றும் புள்ளியிலும், பருவ நிலைகள் வைத்தும் கணக்கிடப்பட்டிருக்க வேண்டும். சூரியன் தோன்றும் புள்ளியை வைத்து உத்தராயணம் மற்றும் தட்சிணாயனம் என்று கணக்கிடப்பட்டிருக்க வேண்டும். உத்தராயணம் என்பது சூரியன் கிழக்கு மற்றும் வடகிழக்கு திசையில் உதிக்கும் காலம். தட்சிணாயனம் என்பது சூரியன் கிழக்கு மற்றும் தென்கிழக்கு திசையில் உதிக்கும் காலம். இதன் பின்னர் பண்டைய மக்கள் கிரகங்கள் பற்றிய அறிவை வளர்த்திருக்க வேண்டும்.

நாட்களின் கணக்கு சூரியனின் உதயத்தை கண்டு கணக்கிடப்படுகிறது. மாதத்தின் கணக்கு நிலாவின் வளரும் மற்றும் தேயும் நிலையைக் கொண்டு கணக்கிடப்படுகிறது. ஆனால் வருடங்களின் கணக்கு பருவங்களைக் கொண்டு

கணக்கிடப்பட்டது. முதலில் ஒரு வருடத்திற்கு 360 என்ற கணக்கே இருந்தது. பின்னாளில், சில ஆயிரம் வருடங்களுக்கு பிறகு வானவியல் வளர்ச்சி அடைந்த பிறகு காலத்தின் கணக்குகள் துல்லியமாக கணக்கிடப்பட ஆரம்பித்த பிறகு ஒரு வருடத்திற்கு 365 நாட்கள் என்ற கணக்கு கூறப்பட்டிருக்கலாம்.

பண்டைய சுமேரிய மற்றும் எகிப்திய நாள்காட்டிகளே மிகவும் பழைமையான நாள்காட்டிகளாக கருதப்படுகிறது. இதற்கு பின் வந்த பாபிலோனிய நாள்காட்டியின் அடிப்படையிலேயே மற்ற நாள்காட்டிகள் தோன்றின என்று கூறப்படுகிறது. காலண்டர் என்ற சொல் காலண்டே (Calendae) என்ற ரோம சொல்லிலிருந்து வந்ததாகும். இதற்கு மாதத்தின் முதல் நாள் என்று அர்த்தம். காலாண்டே என்ற சொல் கால ஆண்டு என்ற தமிழ் சொல்லிலிருந்து வந்திருக்கலாம். அல்லது கால அந்தம் என்ற சொல்லிலிருந்து வந்திருக்கலாம். அந்தம் என்றால் முடிவு என்று அர்த்தம். கால அந்தம் என்றால் கால முடிவை குறிப்பது. கால முடிவு அறிந்தால் தானே அடுத்த கால தொடக்கத்தை அறிய முடியும். பஞ்சாங்கத்திலும் ஒரு நட்சத்திரத்தின் கால அளவை இது முடிய என்று தான் கூறும். அதாவது அசுவினி நட்சத்திரம் இன்று மதியம் ஒரு மணி வரையில், அதற்கு அடுத்து பரணி நட்சத்திரம் நாளை காலை பதினொரு மணி வரை என்று குறிப்பிடும்.

சுமேரிய நாகரிக வானியல் கோட்பாடுகள்

உலகின் மிகப் பழைமையான நாகரிகம் என்று கருதப்படுகிற சுமேரிய நாகரிகத்தில் வானியல் கோட்பாடுகள் கடைப்பிடிக்கப்பட்டது என்று தொல்லியல் ஆதாரங்களின் மூலம் அறியமுடிகிறது. வெள்ளப்பெருக்கில் சுமேரியாவிற்கு புலம் பெயர்ந்த பிறகு புதிய இடத்தில் வாழ்வைத்தொடங்க என்கி செய்த காரியங்கள் பட்டியலில் புது நாள்காட்டி உருவாக்கி புது ஆண்டை உருவாக்கி சங்கத்தின் முடிவுக்கு சமர்ப்பித்தான் என்று கூறப்படுகிறது. இதன் மூலம் சுமேரிய நாகரிக காலத்திலே அதாவது இன்றிலிருந்து கிட்டத்தட்ட 6000 ஆண்டுகளுக்கு முன்பே நாள்காட்டி முறை கண்டுபிடிக்கப்பட்டுவிட்டது என்று அறிய முடிகிறது.

பண்டைய சுமேரிய நாட்காட்டி ஒரு வருடத்திற்கு 12 சந்திர மாதங்கள் உடையதாக இருந்தது. மாதங்கள் 29 அல்லது 30 நாட்கள் உடையதாக இருந்தது. அமாவாசை அடுத்த முதல் பிறை தினமே ஒரு மாதம் ஆரம்பிக்கும் தினமாகும். இந்த மாதங்களுக்கு ஒரு சீரான பெயர்கள் இல்லை. சுமேரியாவில் அக்காலத்தில் பல மத கோட்பாடுகள் இருந்ததே இதற்கு காரணம். எனவே சுமேரியர்கள் மாதங்களை முதல் மாதம், இரண்டாம் மாதம் என்ற அடிப்படையிலேயே குறிப்பிட்டனர் என்று கருதப்படுகிறது. சுமேரிய நாட்காட்டியில் வாரங்கள் இல்லை. வேலை விடுமுறை நாள் என்பது மாதத்தின் முதலாம், ஏழாம், பதினைந்தாம் நாட்களாகும். ஒரு நாளைக்கு 12 மணி நேரங்களே வழக்கத்தில் இருந்தது. பகல் 6 மணி நேரமும், இரவு 6 மணி நேரம் என கணக்கில் இருந்தது.

பண்டைய சுமேரிய அரசர்களின் பட்டியல் குறித்து வரலாறு அத்தியாயத்தில் கண்டோம். அதில் ஆரம்ப மன்னர்களில் ஆட்சிக்காலம் லட்சக்கணக்கான வருடங் களாகவும், இடைப்பட்ட மன்னர்களில் ஆட்சிக்காலம் ஆயிரக்கணக்கான வருடங்களும், பட்டியலின் பின்னால் உள்ள மன்னர்கள் ஆட்சிக்காலம் நூற்றுக்கும் கீழான வருடங்களும் இருந்ததாக கூறுகிறது. எதார்த்தத்தில் இத்தனை வருடங்கள் ஆட்சிக்காலங்களாக இருக்க

வாய்ப்பில்லை. எனவே பட்டியலில் முதலில் கூறப்படும் லட்சக்கணக்கான வருடங்கள் என்பது நாட்களைக் குறிப்பதாக இருக்கலாம். ஆயிரக்கணக்கான வருடங்கள் என்பது மாதங்களைக் குறிப்பதாக இருக்கலாம். நூற்றுக்கும் கீழான வருடங்களே எதார்த்த வருடங்களாக இருக்கவேண்டும். மாதங்களை கால அளவீட்டின் ஒரு மதிப்பாக பொ.யு. மு. 6000–5750 போல் ஆரம்பித்திருக்கலாம். அதே போன்று வருடக் கணக்கு பொ.யு. மு. 4500 போல் ஆரம்பித்திருக்கலாம். இதற்கு சான்றாக, ஆரியர்களின் சந்திரன் மூல நாட்காட்டி பொ.யு.மு. 4750 ஆரம்பிக்கிறது. இந்த நாள்காட்டியில் மாதங்களின் பெயர் இயற்கை மற்றும் பருவம் சார்ந்த பெயராக இருக்கிறது. விண்வெளி கோள்களோடு ஒப்பிட்டு அவைகளின் பெயர் இடப்படவில்லை.

கால அளவில் வாரக்கணக்கு என்பது பின்னாளில் விண்வெளி கோள்களைப் பற்றிய அறிவு நன்கு வளர்ந்த பிறகு நாட்களை இந்த கோள்களோடு சம்பந்தப்படுத்திய பிறகு தோன்றியிருக்கலாம்.

சுமேரிய உருளை சித்திர வரைபடம் – சூரியன் மற்றும் கோள்கள்

அக்காடிய உருளை சந்திரன், சூரியன், கும்பம், மீனம் (பொ.யு.மு. 2220–2159)

ம.கிருஷ்ணகுமார்

மேலே இருக்கும் படம் சுமேரிய நாகரிகத்தின் ஒரு உருளை முத்திரையாகும். இதன் காலம் பொ.யு.மு. 2220 – 2159 போல் எனக் கூறப்படுகிறது. இதில் நான்கு ராசிகள் பதிக்கப்பட்டிருக்கின்றன. மீன் படம் மீன ராசியையும், நீர் வழியும் பாத்திரம் கும்ப ராசியையும் குறிக்கிறது. மேலும் இரண்டு படங்களில் சூரியனும், சந்திரனும் இருக்கின்றன. இவை இரண்டும் எந்த ராசியைக் குறிக்கின்றன என்பது குழப்பமாக உள்ளது. சந்திரன் கடக ராசிக்கு அதிபதி. சூரியன் சிம்ம ராசிக்கு அதிபதி. அதே போல் சந்திரன் ரிஷப ராசியில் உச்சமடைகிறார். சூரியன் மேஷ ராசியில் உச்சமடைகிறார். இந்த மேஷ மற்றும் ரிஷப ராசிகள் ராசி சக்கரத்தில் கும்பம், மீனம், மேஷம், ரிஷபம் என்ற வரிசையில் இருக்கின்றன. எனவே இங்கு இருக்கும் சந்திரனும், சூரியனும் முறையே கடக, சிம்ம ராசிகளைக் குறிக்கின்றனவா இல்லை ரிஷப, மேஷ ராசிகளைக் குறிக்கின்றனவா என்று குழப்பம் உள்ளது.

புத்தாண்டு தொடங்குவதைக் கொண்டாடுவது பண்டைய காலத்திலிருந்தே வரும் கலாசார பண்பாடாகும். சுமேரிய நாகரிகத்தில் பொ.யு.மு. 3000 ஆண்டிலேயே புத்தாண்டு கொண்டாடப்பட்டதாக தொல்பொருள் தரவுகள் மூலம் அறிய முடிகிறது. அக்காலத்தில் புத்தாண்டு கொண்டாடுவது என்பது ஆண்டின் முதல் மாதத்தில் பார்லி விதையை விதைத்து தொடங்கப்படும். இந்த விழா விதைக்கும் விழா என்று கூறப்பட்டது. இது மார்ச்/ஏப்ரல் மாதத்தில் நடைபெறும்.

சுமேரிய நாகரிக காலத்தில் சுமேரிய நாகரிகத்தை அடிப்படையாக கொண்டு அசிரியன், பாபிலோனியன் போன்ற நாகரிகங்கள் தோன்றின. இந்த நாகரிகங்களின் நாட்காட்டிகள் சுமேரிய நாகரிகத்தின் நாட்காட்டியின் அடிப்படையில் தோன்றின.

இந்த நாள்காட்டிகள் பன்னிரெண்டு மாதங்களைக் கொண்டதாக இருந்தது. இந்த மாதங்களுக்கு தனித்தனி பெயர்களும், அந்த மாதங்களுக்கு தனித்தனி கடவுள்களும் இருந்தனர்.

அசிரியன் நாட்காட்டி

அசிரியன் மாதம்	மாதக்குறிப்பு	தெய்வம்	ஆங்கில மாதம்
நிசான்	மகிழ்ச்சி (happiness)	என்லில் (எல் நிலா)	March/April
இய்யர்	அன்பு/காதல் (love)	கயா	April/May
ஷ்சிரின்	கட்டுதல் (Building)	சின்	May/June
தமுழ்	அறுவடை (harvesting)	தம்முழ்	June/July
திடப்பக்	(பழம் பழுத்தல்) Ripen ing fruit	சாமேஸ்	July/Aug
எலுள்	விதை தூவுதல் (Sprin kling seeds)	இஸ்தார்	Aug/Sep
திசிரின் I	கொடுத்தல் (giving)	அனு	Sep/Oct
திசிரின் II	விதை முளைத்தல் (Awak ening of burried seed)	மர்டுக் (மருது/மாரி தொடக்க?)	Oct/Nov
கணன் I/சிஸ்லயு	சூல் கொள்ளுதல் (Conceiving)	நேர்காள்	Nov/Dec

கணன் II/ தெவெட்	ஓய்வு (Resting)	நாஷோ	Dec/Jan
செவத்	வெள்ளப்பெருக்கு (Flood ing)	ராமன்	Jan/Feb
அடர்	துர் ஆவி (Evil spirit)	ரோகதி	Feb/mar

(செவேத் மாதத்திற்கு ராமன் என்ற கடவுள் அதிபதியாக இருக்கிறார். இந்த மாதம் வெள்ளப்பெருக்கு மாதம் என்று கூறப்படுகிறது. இங்கு ராமன் என்பது பரசுராமரைக் குறிப்பதாக இருக்கலாம். பரசுராமர் கடல் வெள்ளப்பெருக்கில் மூழ்கிய நிலத்தை தன் கோடரியை எறிந்து மீட்டுக்கொடுத்தார் என்றும் தொன்மக்கதைகள் உண்டு. இது கும்ப ராசி. பதினோராவது மாதம்)

பாபிலோனிய நாட்காட்டி

பாபிலோனியர்கள் ஒரு வருடத்தை வசந்த, கோடை, இலையுதிர், மற்றும் குளிர் காலம் என நான்கு பருவங்களாக பிரித்தனர்.

பாபிலோன் மாதம்	மாதக்குறிப்பு	ஆங்கில மாதம்
நிசான்	பறத்தல்/மிதத்தல் (flight)	March/April
இய்யர்	இயற்கை சிகிச்சை (natural healing)	April/May
சிவன்	வெளிச்சம் (bright)	May/June
தம்முழ்	மறைந்த (hidden)	June/July
அவ்	தந்தை (father)	July/Aug
எலுல்/இலுள்	வெட்டியான (vainthing nothingness)	Aug/Sep
திஷ்ரி	ஆரம்பம் (beginning)	Sep/Oct
கேசவன்	எட்டு/நோவாவின் வெள்ளம் eight (flood of noah)	Oct/Nov
கிச்லேவ்	காப்பு, தூக்கம் (Security; sleep)	Nov/Dec
தெவெட்	நல்ல, புனித, கருணை (Good,divine, grace)	Dec/Jan
செவத்	வாழ்க்கை மரம் (Tree of life)	Jan/Feb
அடர்	திடம், நல்ல நம்பிக்கை (Strength good faith)	Feb/mar

யூத நாள்காட்டி

யூத மாதம்	மாதக்குறிப்பு	ஆங்கில மாதம்
அபிப் (Abib)	பார்லி விதைத்தல்	March/April
ஜிப் (Zif)	பொது அறுவடை	April/May
சிவன் (Sivan)	திராட்சை செடி கொடி கட்டுதல்	May/June
தம்முழ் (Tammuz)	திராட்சை பழம் முதல் அறுவடை	June/July
அவ்	கோடைக் கால பழங்கள்	July/Aug

எலுல்/இலுள்	ஆலிவ் அறுவடை	Aug/Sep
எதனிம் (Ethanim)	உழுதல்	Sep/Oct
புல் (Bull)	தானியம் விதைத்தல்	Oct/Nov
கிச்லேவ் (Kislev)	முதல் மழை	Nov/Dec
தெவெட் (Tevet)	குளிர்காலம்	Dec/Jan
செவத் (Shevet)	அடைமழை	Jan/Feb
அடர் (Adar)	அல்மண்ட் (Almond) பூப்பூத்தல்	Feb/mar

அசிரிய நாள்காட்டியில் மாதங்கள் பெரும்பாலும் உழவுத்தொழில் சார்ந்து உள்ளது. ஆனால் பாபிலோனிய நாள்காட்டியில் அது பெரும்பாலும் தத்துவ அடிப்படையில் உள்ளது. யூத நாள்காட்டியின் மாதங்கள் அசிரிய, பாபிலோனிய நாள்காட்டிகளின் அடிப்படையில் உருவானது. ஆனால் இதன் மாதங்கள் அசிரியன் நாள்காட்டிப்போல் உழவுத்தொழிலை சார்ந்து உள்ளது. இதில் ஒரு உழவை மட்டும் சொல்லாமல் பார்லி, திராட்சை, ஆலிவ் என இரண்டு மூன்று பயிர்களின் உழவுகள் வருகின்றன.

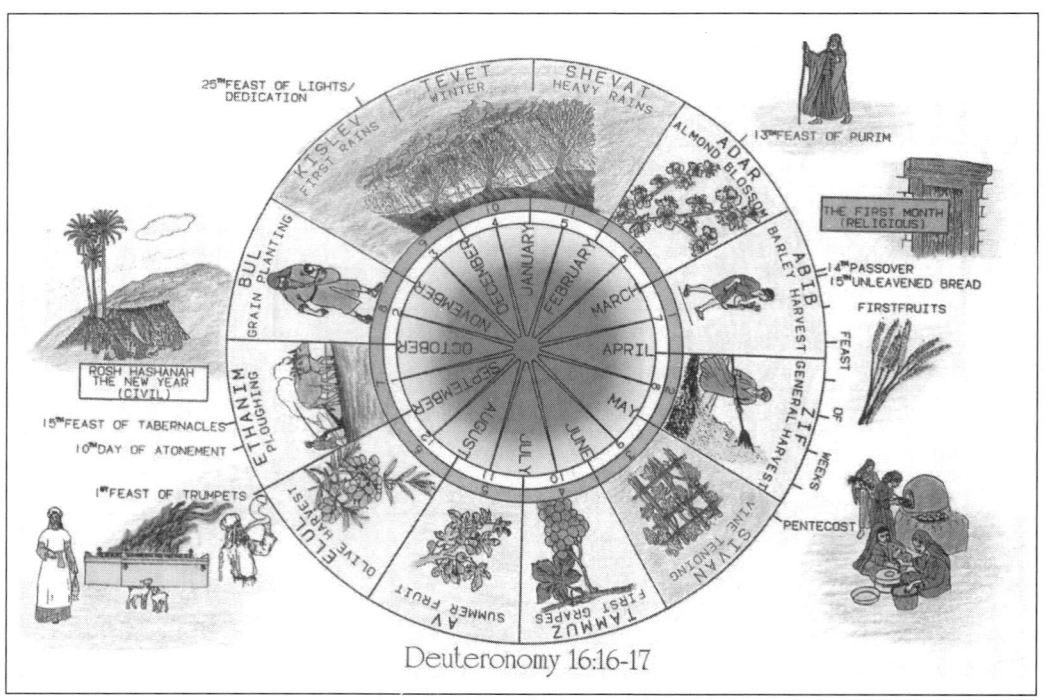

இந்த நாள்காட்டிகளில் நீசன் (நிசான்), இயற் (இய்யர்), சிவன், தமிழ் (தம்முழ்), அவ (அவ்), கேசவன், அடர் போன்ற தமிழ்ச் சொற்கள் காணப்படுகின்றன. யூத நாள்காட்டியில் இரண்டு விதமான வருடப் பிறப்பு இருந்தது. ஒன்று மதம் சார்ந்தது,

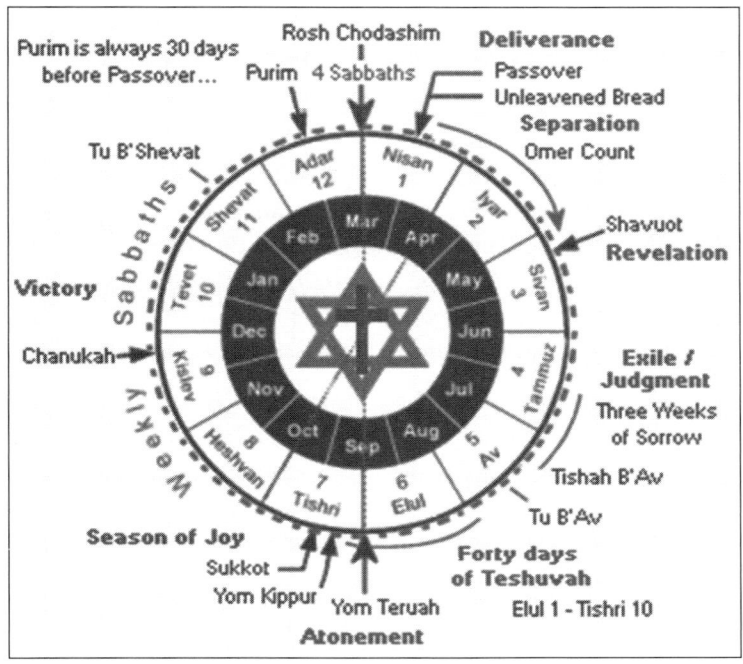

யூத நாள்காட்டி

இன்னொன்று பொது மக்கள் சார்ந்தது. மதம் சார்ந்த வருடப்பிறப்பு மார்ச்/ஏப்ரல் மாதத்தில் கடைப்பிடிக்கப்பட்டது. இது அபிப் எனப்படும் பார்லி விதைத்தல் மாதமாகும். நம் கணக்குப்படி பங்குனி/சித்திரை மாதம். பொது மக்கள் சார்ந்த வருடப்பிறப்பு செப்டம்பர்/அக்டோபர் மாதத்தில் வருகிறது. இது எதனிம் எனப்படும் உழுதல் மாதமாகும். நம் கணக்குப்படி இது ஆவணி/புரட்டாசி மாதம்.

எகிப்து நாகரிக வானியல் கோட்பாடுகள்

பண்டைய எகிப்திய நாட்காட்டி சூரிய நாட்காட்டி வகையைச் சார்ந்தது. இந்த நாள்காட்டியில் வருடத்திற்கு 365 நாட்கள் இருந்தன. ஒரு வருடம் மூன்று பருவங்களாக பிரிக்கப்பட்டு ஒவ்வொரு பருவமும் 120 நாட்கள் கொண்டதாக இருந்தது. இந்த பருவங்கள் குளிர்காலம், கோடை காலம் மற்றும் வெள்ளப்பெருக்கு காலம் என்று அழைக்கப்பட்டது. மீதமுள்ள 5 நாட்கள் ஒரு குறை மாதமாக கருதப்பட்டது. இந்த 5 நாட்கள் ஒசிரிஸ், ஹோரஸ், சேத், இசிஸ், மற்றும் நெப்திஸ் ஆகிய கடவுள்களின் பிறந்த நாட்களாக கொண்டாடப்பட்டது. ஒவ்வொரு பருவத்திலும் 30 நாட்கள் கொண்ட நான்கு மாதங்கள் இருந்தது. இந்த மாதங்கள் அந்த மாதங்களில் உள்ள முக்கிய பண்டிகைகளின் பெயரால் அறியப்பட்டன. ஒவ்வொரு மாதமும் மூன்று பத்து நாட்கள் கொண்ட காலப் பிரிவுகளைக் கொண்டதாக இருந்தது. இவை டெக்கன்ஸ்(Decans) என்று கூறப்பட்டது. இந்த மூன்று பிரிவுகள் முதல், இடை மற்றும் கடை என்று அழைக்கப்பட்டதாக தெரிகிறது.

இந்த நாள்காட்டியின் காலம் பொ.யு.மு. 2500 என்று கருதப்படுகிறது. சில வரலாற்று ஆசிரியர்கள் எகிப்தியர்கள் சுமேரிய நாகரிகத்தின் நாள்காட்டியை அடிப்படையாக கொண்டு தங்கள் நாள்காட்டியை உருவாக்கினர் என்று கூறுகின்றனர்.

மேற்கத்திய வானியல் அறிஞர்களான தாலமி மற்றும் கோபெர்னிகஸ் ஆகியோர் எகிப்திய நாள்காட்டியின் அடிப்படையிலேயே கோள்களின் நகர்தலை கணித்தனர் என்று கூறப்படுகிறது. வெள்ளப்பெருக்கு காலம் என்பது நைல் நதியில் ஆண்டுக்கு ஒரு முறை ஏற்படும் வெள்ளப்பெருக்கை குறிக்கும் காலம். இந்த வெள்ளப்பெருக்கு ஒரு விழாவாக கொண்டாடப்பட்டது. நம் தமிழகத்திலும் இதே போன்று நதியில் வெள்ளம் வரும் மாதத்தில் ஆடிப்பெருக்கு பண்டிகை கொண்டாடப்படுகிறது. மேலும் வேனில்காலத்தில் சாம் எல்நெச்சிம் என்ற வேனில்விழா கொண்டாடப்பட்டது.

சில வானியல் துறை ஆய்வாளர்கள் வானியல் முறை 17000 ஆண்டுகளுக்கு முன்பே தோன்றியிருக்க வேண்டும் என்றும், அது எகிப்திய நாகரிகத்தின் பண்டைய பழங்குடிகளிடமிருந்து தோன்றியிருக்கலாமென்றும் கூறுகிறார்கள். ஏனெனில் பண்டைய வானியல் முறை குறித்த பழைமையான தொல்பொருள் தரவுகள் பண்டைய எகிப்திய சின்னங்களிலும், பாரம்பரியத்திலும் காணக்கிடைப்பதால் இந்த கூற்றை முன்வைக்கிறார்கள்.

மேலும் இந்த வானியல் முறை தோன்ற நில அமைப்பு முக்கிய பங்கு வகித்திருக்க வேண்டும் என்று கருதுகிறார்கள். விண்வெளியில் உள்ள கிரகங்களை மற்றும் நட்சத்திரங்களை ஆய்வு செய்ய பூமத்திய ரேகை பகுதியில் விழும் மழை மற்றும் வட துருவ பனிப்பொழிவு ஆகியவை இடையூறு இல்லாத வானப் பகுதியாக இருக்க வேண்டுமென்றும், இந்த இடம் ஒரு வெப்ப மண்டலப்பகுதியின் (Tropic) எல்லையில் இருக்கவேண்டுமென்றும், இந்தப் பகுதி இரண்டு கடல்களுக்கு இடையில் இருக்கவேண்டுமென்றும், நல்ல நதியும் மற்றும் இயற்கையாகவே மண்வளம் நிறைந்த பகுதியாக இருக்கவேண்டுமென்றும் கூறுகிறார்கள். இந்த அமைப்புகள் எகிப்திய நாகரிகத்தில் அமைந்திருப்பதால் வானியல் முறை எகிப்திய நாகரிகத்தின் பண்டைய பழங்குடி மக்களிடமிருந்து தோன்றியிருக்க வேண்டும் என்று கருதுகின்றனர்.

பின்னர் எகிப்திய நாகரிகம் வளர்ச்சி அடைந்த பின்னர் மத வழிபாடுகள் ஆரம்பித்த பின்னர் நட்சத்திரங்கள் மற்றும் கிரகங்கள் மனிதனின் வாழ்வியல் பொருளாதார உற்பத்தி முறைகளோடு சம்பந்தப்பட்டிருப்பதால் அவைகளை வழிபட ஆரம்பித்தனர் என்றும் கூறுகின்றனர். இதன் அடிப்படையிலேயே நைல் நதியின் வெள்ளப்பெருக்கு காலத்தை கும்ப ராசி அல்லது கும்ப மாதமாகவும், உழவு செய்யும் மாதத்தை ரிஷப ராசி அல்லது எருது மாதமாகவும், வறண்ட நிலங்களிலிருந்த கொடிய மிருகங்கள் நதிகளில் நீர் குடிக்க வரும் மாதத்தை சிம்ம ராசி அல்லது சிம்ம மாதமாகவும், முதல் அறுவடை செய்யும் மாதத்தை கன்னி ராசி அல்லது கன்னி மாதமாகவும், சூரியன் கடக ரேகையை அடைந்து திரும்புவதை நண்டு முன்னும் பின்னும் செல்வதால் அதற்கு கடக ராசி அல்லது கடக மாதம் என்றும், அதே போல் சூரியன் ஒரு ஆண்டில் தன் பாதையில் உச்ச நிலையை அடையும் நிலையை, காட்டு ஆடு அல்லது மலை ஆடு மலை உச்சிகளில் ஏறி விளையாடுவதை ஒப்பிட்டும் அதற்கு

மகர ராசி அல்லது மகர மாதம் என்றும், ஒரு நாளில் பகலும், இரவும் சரி சமமாக இருக்கும் காலத்தை தராசின் நடுநிலையைக் குறிக்கும் துலா ராசி அல்லது துலா மாதம் என்றும், வெப்பச் சலனம் உள்ள காலங்களில் வரும் காற்று தேளின் விஷம் போன்று கடுகடுப்பு தருவதால் விருச்சிக ராசி அல்லது விருச்சிக மாதம் என்றும், உழவில் ஆட்கள் சேர்ந்து வேலை செய்வதைக் குறிக்க மிதுன ராசி அல்லது மிதுன மாதம் என்றும், இதேபோல் மீனும், ஆடும் பெருகும் காலத்தை முறையே மீன ராசி மற்றும் மேஷ ராசி என்றும் அழைத்தனர் என்று வானியல் ஆய்வாளர்கள் கருதுகின்றனர்.

ட்ராபிக் (Tropic) என்ற சொல் த்ரோபோஸ் (Tropos) என்ற கிரேக்க சொல்லிலிருந்து வந்ததாகும். இதற்கு அர்த்தம் திரும்புதல் என்பதாகும். திருப்பு என்ற தமிழ் சொல்லிலிருந்து இந்த சொல் வந்திருக்கலாம்.

திருப்பு > திருப்போ > த்ரோபோஸ் > ட்ராபிக்

(கும்பம் என்பது வெள்ளப்பெருக்கை குறிப்பதாக இருக்கலாம்; மிதுனம் என்பது இரட்டையர்களோடு சம்பந்தப்பட்டிருக்கலாம். மடகாஸ்கர் தனல பழங்குடிகள் இரட்டையர்கள் பிறந்தால் கொன்று விடுவது அல்லது காட்டில் விட்டுவிடுவது; இதே போன்ற கதைகள் நம் இந்திய சினிமாவிலும் (அடிமைப்பெண்,), பண்டைய தொன்மங்களிலும் உள்ளது; மிதுனம் என்பது மெய்த்துணை > மைத்துனை > மிதுன)

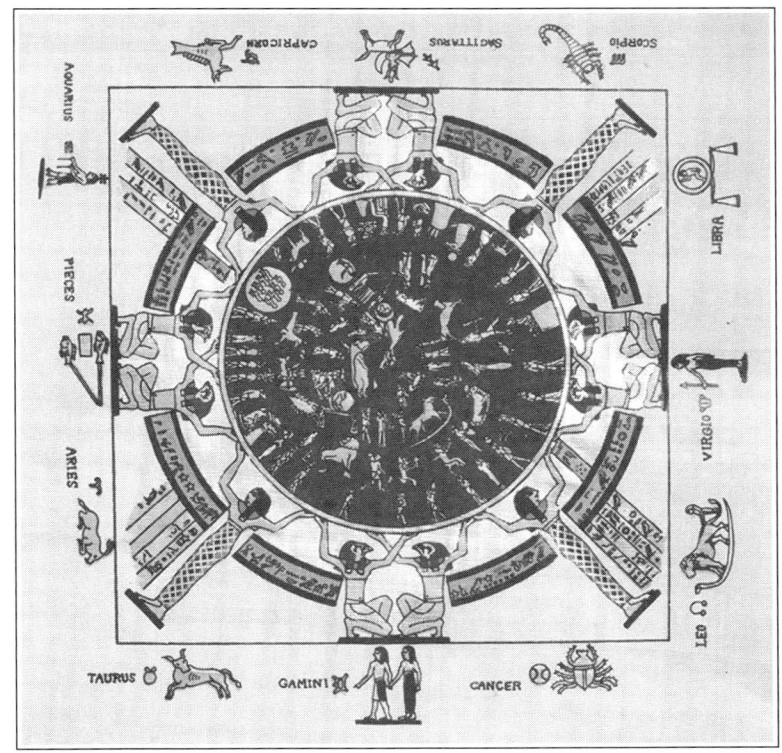

எகிப்து ராசி மண்டலம்

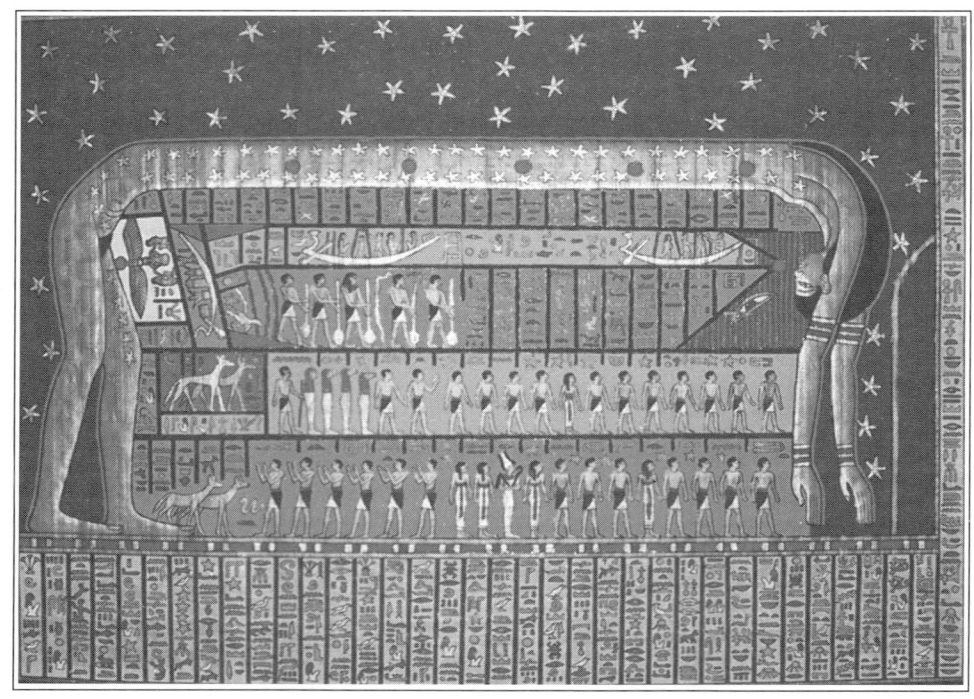

எகிப்து ராசி மண்டலம்

எகிப்து உழவு சித்திரங்கள்

Agri-Cycle	Kemetic		Gregorian
Akhet Harvest	Tehuti	1	January
	MenKhet	2	Febuary
	HetHeru	3	March
	Renutt	4	April
Shemu Inundation	ShefBdet	5	May
	Rekh-Nedjs	6	June
	Rekh-Wr	7	July
	Ka-Her-Ka	8	August
Pert Planting Seeds	Khenti-Kheti	9	September
	Khonsu	10	October
	Ipet	11	November
	Mes-Ra	12	December
	Wep Renpet		5 Days Over

எகிப்து நாள்காட்டி மாதங்கள்

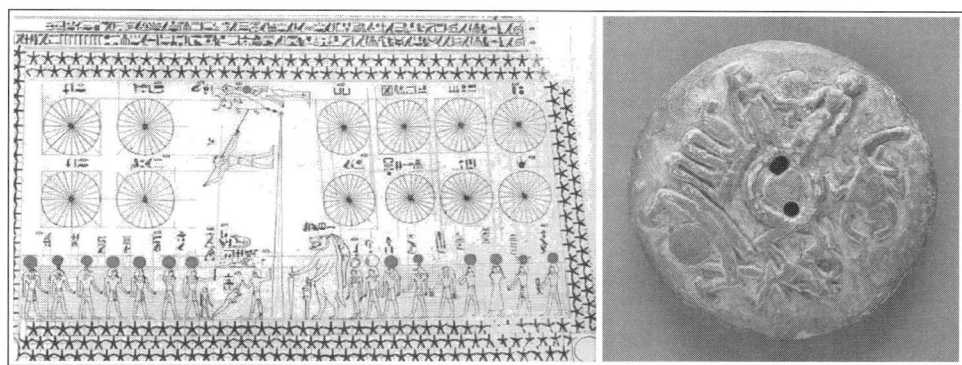

எகிப்திய ராசி படங்கள்

விண்வெளி கோள்களைப் பற்றிய அறிவு எகிப்தியர்களுக்கு பழங்காலம் முதலே இருந்தது. வானில் தோன்றும் கோள்களின் நிலையை அறிந்து அதற்கேற்ப பிரமிடுகளை கட்டியுள்ளனர். எகிப்தில் பிரபலம் வாய்ந்த அடுத்து அடுத்து ஒரே நேர் கோட்டில் உள்ள மூன்று பிரமிடுகள் கிசா (Giza) என்ற இடத்தில் உள்ளது. இந்த பிரமிடுகளின் காலம் பொ.யு.மு. 3000 போல் என்று தொல்பொருள் ஆய்வாளர்கள் கூறுகின்றனர். இந்த மூன்று பிரமிடுகளும் வானில் புதன், வெள்ளி மற்றும் சனி கோள்கள் ஒரே சமயத்தில் ஒரே நேர்கோட்டில் தோன்றும் போது அவற்றின் நிலையைக் குறிக்கும் விதத்தில் இந்த மூன்று பிரமிடுகளும் கட்டியுள்ளனர். இந்த

மூன்று கோள்களும் 2737 வருடங்களுக்கு ஒரு முறை இப்படி நேர்கோட்டில் வரும் என்று வானியலாளர்கள் கூறுகின்றனர். கடைசியாக இந்த நிகழ்வு கடந்த 2012 ஆண்டு டிசம்பர் 31ஆம் தேதி தோன்றியது.

அப்படியெனில் இதற்கு முன்பு நடந்த இதே இரண்டு நிகழ்வுகள் பொ.யு.மு. 725, மற்றும் பொ.யு.மு. 3462இல் நடந்திருக்கவேண்டும். எனவே இந்த மூன்று பிரமிடுகளும் பொ.யு.மு. 3350 போல் கட்டப்பட்டிருக்க வேண்டும்.

சிந்து சமவெளி நாகரிக வானியல் கோட்பாடுகள்

சிந்து சமவெளி நாகரிக தொல்பொருள் தரவுகளில் வானியல் பற்றிய விரிவான தகவல்கள் கிடைக்கவில்லை. அங்கு கிடைத்த முத்திரை எழுத்துகளில் அல்லது படங்களில் வானியல் பற்றிய குறிப்புகள் இருப்பதாக சில அறிஞர்கள் கூறுகிறார்கள். அஸ்கோ பர்போலா என்ற ஆராய்ச்சியாளர் அங்குள்ள முத்திரை எழுத்துகளுக்கு யூகத்தின் அடிப்படையில் மீன், வெள்மீன் (வெள்ளி), மும்மீன், அறுமீன் (கார்த்திகை), எழுமீன் (சப்தரிஷிகள்), பொட்டுமீன் (ரோஹிணி), பசு மீன் (புதன்), மைம்மீன் (சனி), வடமீன் (அருந்ததி) என குறிப்பிட்டுள்ளார்.

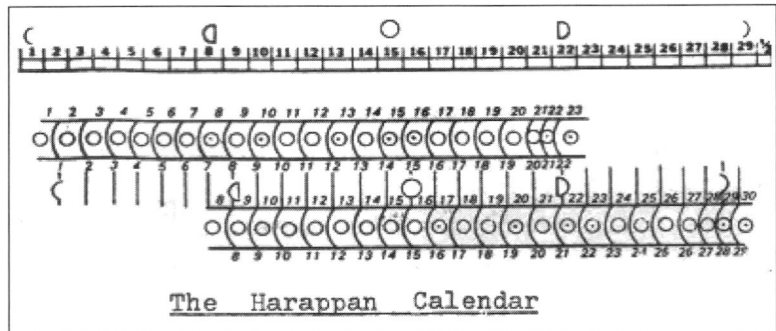

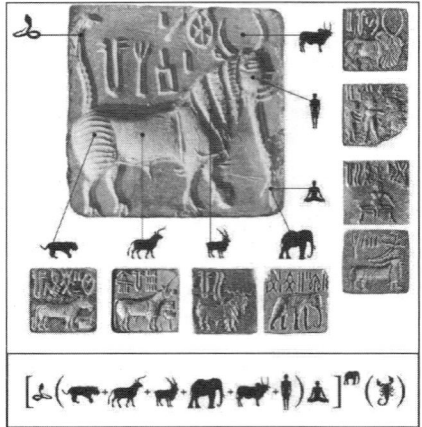 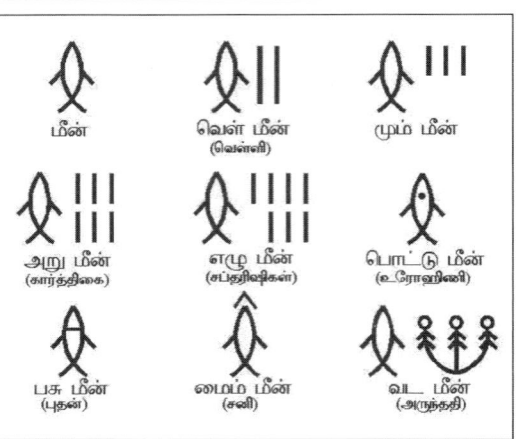

கி.மு. 1500 க்கு முற்பட்ட சிந்துவெளி எழுத்துகள் சிலவற்றுக்கு அஸ்கோ பர்போலா கொடுத்துள்ள ஊகத்தின் அடிப்படையிலான விளக்கங்கள்.

சீன நாகரிக வானியல் கோட்பாடுகள்

சீன நாள்காட்டியில் ஒரு நாள் என்பது நடு இரவு முதல் நடு இரவு வரை. ஒரு மாதம் என்பது அமாவாசை முதல் அமாவாசை வரை. புது வருடம் ஆரம்பம் என்பது குளிர் சங்கிராந்தி (Winter Solistice) மற்றும் கோடை உத்தராயணம் (Spring Equinox) ஆகிய இரண்டுக்கும் நடுவில் வரும் அமாவாசை தினத்தன்று ஆரம்பிக்கின்றது. சூரியனோடு சம்பந்தப்பட்ட விஷயங்கள் சீன நாள்காட்டியில் மிகவும் முக்கியமான அங்கங்களாகும்.

Chinese Weekdays

	Style 1			Style 2					
English	漢字	Meaning	Chinese	漢字	Meaning	読み Japanese		한글 Korean	
Sunday	星期日	Sun's day	Xīngqí rì	日曜日	Sol day	にち ようび	*Nichi yōbi*	일 요일	*Il yoil*
Monday	星期一	First star's day	Xīngqí yī	月曜日	Luna day	げつ ようび	*Getsu yōbi*	월 요일	*Wol yoil*
Tuesday	星期二	Second star's day	Xīngqí èr	火曜日	Mars day	か ようび	*Ka yōbi*	화 요일	*Hwa yoil*
Wednesday	星期三	Third star's day	Xīngqí sān	水曜日	Mercury day	すい ようび	*Sui yōbi*	수 요일	*Su yoil*
Thursday	星期四	Fourth star's day	Xīngqí sì	木曜日	Jupiter day	もく ようび	*Moku yōbi*	목 요일	*Mog yoil*
Friday	星期五	Fifth star's day	Xīngqí wǔ	金曜日	Venus day	きん ようび	*Kin yōbi*	금 요일	*Geum yoil*
Saturday	星期六	Sixth star's day	Xīngqí liù	土曜日	Saturn day	ど ようび	*Do yōbi*	토 요일	*To yoil*

சீன வார நாட்கள்

சீன மாதத்தில் 29 அல்லது 30 நாட்கள் இருக்கின்றன. 30 நாட்கள் உள்ளது நீண்ட மாதம் எனவும், 29 நாட்கள் உள்ளது குறைவான மாதம் என்றும் கூறப்படுகிறது. பண்டைய சீன நாள்காட்டியில் நேரம் என்பது ஷி–கே (ShiKe) அல்லது கெங்டியன் (GengDian) முறையில் அமைந்ததாக இருந்தது. ஒரு நாள் என்பது 10 கெங் அல்லது 12 ஷி, 60 டியன் அல்லது 100 கே உடையது.

மாயன் நாகரிக வானியல் கோட்பாடு

மாயன் நாள்காட்டி முறை என்பது பல நாள்காட்டிகள் பல மெசோ அமெரிக்க கலாசாரங்களில் பண்டைய காலத்தில் பொ.யு.மு. 500 போல் பின்பற்றப்பட்ட முறைகள் ஆகும்.

மாயன் நாள்காட்டி வேறுபட்ட கால அளவுகள் கொண்ட சில காலச்சுற்றுகளை கொண்டதாகும். அறிஞர்களால் கடைப்பிடிக்கப்படும் 260 நாட்கள் கொண்ட தசால்கின் (Tzolkin) என்ற நாள்காட்டியையும், ஹாப் (Haab) எனப்படும் 365 நாட்கள் கொண்ட நாள்காட்டியையும் இணைத்து முறையாக சீராக்கப்பட்ட காலச்சுற்று 52 ஹாப்கள் வரை கொண்டது ஒரு நாள்காட்டி சுற்று எனப்பட்டது.

பெரிய கால அளவுகளை அறிய வேறு ஒரு நாள்காட்டி உபயோகப்படுத்தப் பட்டது. இது நீண்ட கணக்கு அல்லது எண்ணிக்கை எனப்பட்டது. இது தொன்மக் கதை காலத்திலிருந்து ஆரம்பிக்கும் நாட்களின் கணக்கு ஆகும். மேற்கத்திய வானியல் ஆய்வாளர்கள் சிலர் இந்த நாள்காட்டி ஆரம்பிக்கும் காலம் கிரிகோரியன் நாள்காட்டியில் பொ.யு.மு. 311 ச ஆகஸ்ட் 11 என்று கூறுகிறார்கள்.

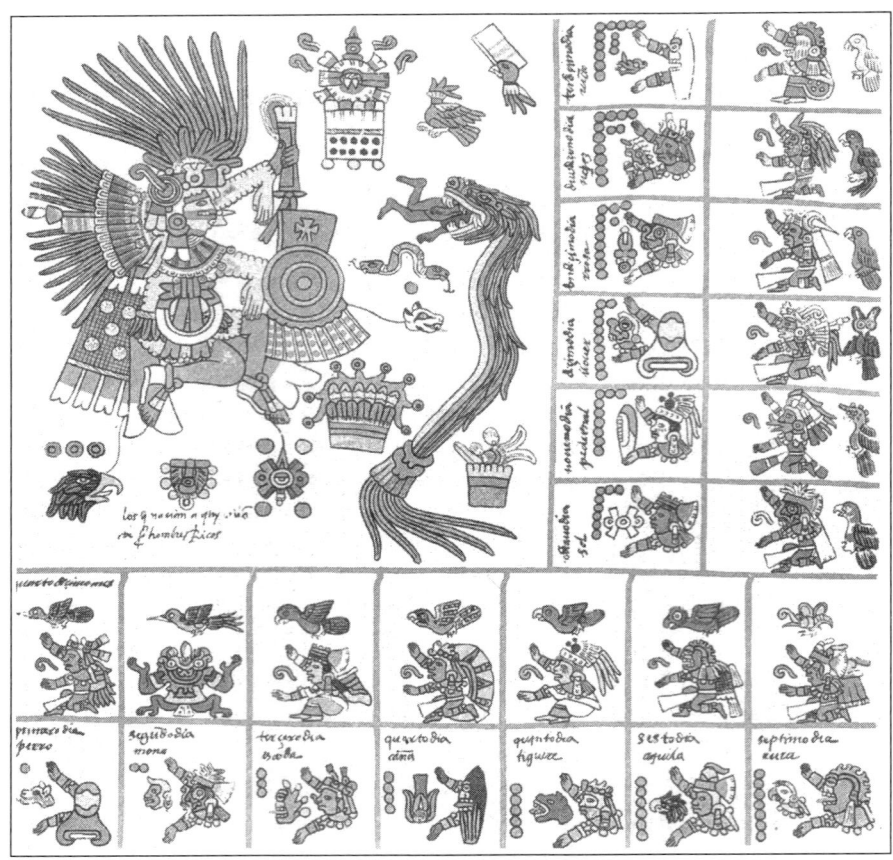

மாயன் நாள்காட்டி

தசால்க் என் என்ற சொல்லிற்கு நாட்களின் எண்ணிக்கை என்று அர்த்தம். (திதன் – தேதி எல் கினை; தேதி எல்க் என்)

இதே போன்ற நாள்காட்டிக்கு மாய நாகரிகத்தின் இன்னொரு மொழியில் தோணல் போஹு வள்ளி (*Tonalpohualli*) (தோணல் பாஹை புள்ளி/ தோணல் போகும் வழி?) மாயன் எண்ணிக்கை முறை பத்து (*Decimal*) எண்ணிக்கை முறை இல்லாமல் இருபது (*Vigesimal*) எண்ணிக்கை அடிப்படையைக் கொண்டது.

Table of Long Count units

Long Count unit	Long Count period	Days	Approximate Solar Years
1 K'in		1	
1 Winal	20 K'in	20	
1 Tun	18 Winal	360	1
1 K'atun	20 Tun	7,200	20
1 B'ak'tun	20 K'atun	144,000	394
1 Piktun	20 B'ak'tun	2,880,000	7,885
1 Kalabtun	20 Piktun	57,600,000	157,704
1 K'inchiltun	20 Kalabtun	1,152,000,000	3,154,071
1 Alautun	20 K'inchiltun	23,040,000,000	63,081,429

மாயன் கால அட்டவணை

ஹாப் நாள்காட்டி இருபது நாட்கள் கொண்ட பதினெட்டு மாதங்கள் கொண்டிருந்தது. வருடத்தில் கடைசியில் வரும் மீதமுள்ள ஐந்து நாட்கள் வாயெப்

எனப்பட்டது. இந்த இரு நாள்காட்டிகளின் நாட்களின் எண்ணிக்கை 18,980 நாட்களாகும். அதாவது நாள் ஏறக்குறைய 52 வருடங்கள் கொண்டது. அதாவது இன்றைய நாள் அடுத்த முறை திரும்பி வர 52 வருடங்கள் ஆகும். 52 வருடங்கள் கழித்து வரும் ஒரு நாளைக் குறிக்க இன்னொரு நாள்காட்டி பயன்படுத்தப்பட்டது. இதற்கு நீண்ட எண்ணிக்கை (large Count) நாள்காட்டி என்று பெயர்.

இந்த நீண்ட எண்ணிக்கை நாள்காட்டியில், நாள் என்பது கின் (K'in) எனப்பட்டது. 20 கின்கள் விநாள் (Winal) அல்லது உய்நாள் (Uinal). பதினெட்டு விநாள் ஒரு துண் (Tun) எனப்பட்டது. இருபது துண்கள் காடுன் (K'atun). இருபது காடுன்கள் ஒரு பாக் துண் (Ba'k'tun). இதற்கு மேலும் அரிதாக பயன்படுத்தப்பட்ட நான்கு கால அளவுகள் உள்ளன. அவை முறையே பிக் துண் (Piktun), காலப்துண் (Kalabtun), கிஞ்சில்துண் (Kinchiltun), மற்றும் அலவ்துண் (Alautun) ஆகும். மாயன் நாள்காட்டியின் இன்னொரு அம்சம் ஒவ்வொரு இரவையும் ஒன்பது கடவுள்களில் ஒரு கடவுள் ஆளுகிறார். ஒன்பது இரவுகளுக்கு ஒரு கடவுள் ஆட்சி உண்டு. இதே போன்று ஒவ்வொரு ஒன்பது இரவுகளை எந்தெந்த கடவுள் ஆளுவார் என்ற அட்டவணை உள்ளது.

கிரேக்க மற்றும் ரோம வானியல்

பண்டைய கிரேக்கத்தில் ஒரு ஆண்டுக்கு பன்னிரண்டு சந்திர மாதங்கள் இருந்ததாக கூறப்படுகிறது. லீப் வருடத்தில் வரும் மிகு நாட்களை இந்த நாள்காட்டியில் குறிப்பிடவில்லை. இந்த மிகு நாட்களை ஒரு மாதமாக கருதி அதற்கு எம்போலிமொசொர் (Embolimosor) என்று பெயரிடப்பட்டது. இந்த பெயர் அம்புலிமாசம் என்பதோடு ஒத்துப்போகிறது. அம்புலி என்றால் சந்திரன். மாதத்தின் முதல் நாள் அல்லது முதல் பிறைக்கு நௌமேனியா (Noumenia) என்று பெயர். இது நவமணி என்ற சொல்லோடு ஒத்துப்போகிறது. நவ அல்லது நய என்றால் புதிய என்ற அர்த்தம் உண்டு.

ரோமர்கள் அவர்கள் பெயர்கள் இடும் போது மூன்று பெயர் முறையை பின்பற்றினர். முதல் பெயர் பெரும்பாலும் குடும்பபெயராகும். இந்தப் பெயரிடும் முறைக்கு ப்ரநோமேன் (Pranomen) என்று பெயர். இது பிரநாமம் என்ற சொல்லோடு ஒத்துப்போகிறது. சமஸ்கிருதத்தில் பிர என்றால் முதல் என்றும், நாமம் என்றால் பெயர் என்றும் அர்த்தம்.

ரோமர்கள் நாள்காட்டியில் ஒரு வாரத்திற்கு எட்டு தினங்களும், ஒவ்வொரு எட்டு தினங்களுக்கும் ஒரு சந்தை தினம் என மொத்தம் ஒரு வாரத்திற்கு ஒன்பது தினங்கள் இருந்தது. இந்த முறைக்கு நண்தினுமோர் (Nundinumor) என்று பெயர். இது நயன்தின முறை என்பது போல் இருக்கிறது. நயன் என்றால் நவ அர்த்தத்தில் ஒன்பதைக் குறிக்கும்.

வழக்கமான பண்டிகை நாள்காட்டிகள் கூட அரசியல் நாள்காட்டி ஒன்றையும் இவர்கள் உபயோகப்படுத்தினர். இது அரசு அலுவல்கள் சம்பந்தப்பட்ட நாள்காட்டி யாகும். கிரேக்க அரசியலில் சங்கம் இருந்தது. இந்த சங்கம் 500 உறுப்பினர்கள் கொண்டதாக இருந்தது. இந்த சங்கம் அரசனுக்கு, திட்டம் வகுத்தல், முடிவெடுத்தல் போன்ற விசயங்களில் ஆலோசனை கூறுவதாகும். இந்த சங்கத்தில் ஒவ்வொரு

பழங்குடிகளிலிருந்தும் சிலர் பிரதிநிதியாக இருப்பார்கள். இந்த பிரதிநிதிக்கு கிரேக்க மொழியில் ப்ரிதானி (Prytany) என்று பெயர். இந்த சொல் பிரதான என்று அர்த்தம் உடைய பிரதானி என்ற சொல்லோடு ஒத்துப்போகிறது. இந்த உறுப்பினர்களுக்கு தினமும் கொடுக்கப்படும் அலுவல்களை குறிப்பிடும் நாள்காட்டி அரசியல் நாள்காட்டியாகும். ஒருமுறைக்கு மேல் ஒருவர் இந்த சங்கத்தில் உறுப்பினராக இருக்கமுடியாது. எனவே இந்த அவையின் உறுப்பினராக இருக்கும் காலம் சம்பந்தப்பட்டே வருடங்களுக்கு எண்ணிக்கை கொடுக்கப்பட்டது. இதே போன்று நம் பண்டைய தமிழகத்திலும் தலைச்சங்கம், இடைச்சங்கம், கடைச்சங்கம் என்று இருந்தது.

பண்டைய ரோம நாள்காட்டி ஆண்டுக்கு 304 நாட்களும், 10 மாதங்களும் கொண்டதாக இருந்தது. ஆண்டின் முதல் மாதம் மார்ச் மாதமாக இருந்தது. பின்னர் பொ.யு.மு. 45 போல் ஜூலியஸ் சீசர், இந்த நாள்காட்டியில் இரண்டு மாதங்கள் கூட சேர்த்து பன்னிரண்டு மாதங்கள் ஆக்கினார். இந்த நாள்காட்டி ஜூலியன் காலண்டர் எனப்பட்டது. ஜூலியஸ் சீசர் ஞாபகமாக ஐந்தாம் மாதத்திற்கு ஜூலை மாதம் என்று பெயர் சூட்டப்பட்டது. ஐரோப்பாவில் பொ.யு. 1582 வரை இந்த நாள்காட்டியே உபயோகத்தில் இருந்தது.

கிருத்துவ ஐரோப்பா

ஐரோப்பாவில் பொ.யு. 6ஆம் நூற்றாண்டுகள் வரை அவர்களின் கலாசாரத்திற்கு ஏற்ப பலவிதமான நாள்காட்டிகளை உபயோகித்து வந்தனர். இது பழைய ஏற்பாட்டின் அடிப்படையில் அமைந்தவை. ஆறாம் நூற்றாண்டில் டியோனிசிஸ் என்ற ஒரு கிருத்துவ பிக்கு அன்னோ டொமினி (Anno Domini) என்ற முறையைக் கொண்டுவந்தார். இந்த முறை ஐரோப்பாவில் பொ.யு. பதினொன்றாம் நூற்றாண்டிற்கும், பதினான்காம் நூற்றாண்டிற்கும் இடையில் படிப்படியாக நடைமுறைக்கு வந்தது. பதினான்காம் நூற்றாண்டில் போர்ச்சுகல் நாடுதான் இந்த முறையை முழுமையாக நடைமுறைக்கு கொண்டு வந்தது என்று கூறப்படுகிறது.

அன்னுஸ் (annus) என்றால் வருடம் என்று அர்த்தம். தமிழில் வருடத்திற்கு ஆண்டு என்று பெயர் உண்டு. ஆண்டு என்ற சொல்லே அனுஸ் என்று மாறியிருக்க வேண்டும்.

ஆண்டு > ஆண்ஸு > அன்னுஸ்

கிருத்துவர்களுக்கும் யூதர்களுக்கும் வரலாற்று முக்கியம் வாய்ந்த தேதி என்று கருதப்பட்டது தோற்றத்தின் அன்னுஸ் முண்டி (Annus Mundi) வருடமாகும். இது தோராயமாக பொ.யு.மு. 5500 போல் என்று கிரேக்க, ருசிய போன்ற பலவிதமான தேவாலயங்கள் வகுத்தன.

இந்திய/இந்து வானியல் கோட்பாடுகள்

இந்தியாவில் உபயோகப்படுத்தப்படும் நாள்காட்டி ஆரியர்களின் வேதங்களில் கூறப்படும் வானியல் கோட்பாடுகளை அடிப்படையாகக் கொண்டது. பலவிதமான பிராந்திய இந்து நாள்காட்டிகள் குப்த பேரரசு காலத்தில் பொ.யு.மு. 200 போல் அந்தந்த

மொழி பேசும் இடங்களில் உருவாகின என்று கூறப்படுகிறது. குப்த பேரரசு காலத்தில் இருந்த ஆர்யபட்டா மற்றும் வராஹமித்திரர் போன்ற வானியலாளர்கள் இந்து வானியலை இந்தோகிரேக்க வானியல் மூலமாக திருத்தி அமைத்தனர். நேபாளம், வங்காளம், தமிழ், மலையாளம், ஆந்திரா, தெலுங்கு என அந்தந்த மொழிகளில் சம்ஸ்கிருத நாள்காட்டியின் அடிப்படையில் சிறு சிறு உச்சரிப்பு மாற்றங்களோடு தற்போது நடைமுறையில் உள்ள நாள்காட்டிகள் உருவாக்கப்பட்டன. கம்போடியா, மியான்மார், இலங்கை, தாய்லாந்து போன்ற நாடுகளின் நாள்காட்டிகளும் பழைய இந்து நாள்காட்டியின் அடிப்படையில் உருவானவையே.

பண்டைய வேத கால நாள்காட்டியில் ஒரு ஆண்டுக்கு பன்னிரண்டு மாதங்கள் உள்ளன. இந்த நாள்காட்டி பண்டைய சுமேரிய நாகரிகத்தில் இருந்த நாள்காட்டி போல் இரு வகையைச் சார்ந்தது. ஒன்று அன்றாட வாழ்வில் மக்கள் பயன்படுத்தப்படுவது, இன்னொன்று மத வழிபாடு சார்ந்தது. அன்றாட வாழ்வு நாள்காட்டியில் மாதங்கள் சைத்ரம், வைசாகம், ஜ்யேஷ்டம், என ஆரம்பிக்கும். மதம் சார்ந்த நாள்காட்டி மேஷம். ரிஷபம், மிதுனம் என ஆரம்பிக்கும். ஒவ்வொரு மாதத்தை இரு 16 தின காலப்பிரிவுகள் உள்ளன. இவை திதிகள் எனப்பட்டன. திதிகள் அமாவாசை நாள் முதல் பௌர்ணமி வரை 16 நாள் கணக்கு வரும். ஒவ்வொரு ஆண்டிற்கும் பெயர் உள்ளது. இது பிரபவ, விபவ, சுக்கில என 60 ஆண்டு பெயர்கள் வரிசை செல்லும். ஒரு கால சக்கரம் 60 ஆண்டுகள் ஆகும். பிறகு மீண்டும் ஆண்டின் பெயர் முதலில் இருந்து ஆரம்பிக்கும். இந்த 60 ஆண்டுகள் கணக்கு என்பது சூரிய குடும்பத்தில் இருக்கும் கிரகங்கள் நிலை 60 ஆண்டுகள் கழித்து மீண்டும் அதே நிலைக்கு வரும்.

மதம் சார்ந்த நாள்காட்டி மாதங்கள்	மேஷம், ரிஷபம், மிதுனம், கடகம், சிம்மம், கன்னி, துலாம், விருச்சிகம், தனுசு, மகரம், கும்பம், மீனம்
பொது நாள்காட்டி மாதங்கள்	சைத்ரம், வைசாகம், ஜ்யேஷ்டம், ஆஷாடம், ஆராவணம், காத்ரும், ஆஷ்வனம், கார்த்திகம், ஆக்ரஹாவனம், பவுசம், மகம், பால்குனம்
திதிகள்	அமாவசை, பிரதமை, துவிதியை, திரிதியை, சதுர்த்தி, பஞ்சமி, சஷ்டி, சப்தமி, அஷ்டமி, நவமி, தசமி, ஏகாதசி, துவாதசி, திரயோதசி, சதுர்த்தசி, பௌர்ணமி
வாரம்	சமஸ்கிருதம்: பானுவாசர, இந்துவாசர, பௌமவாசர, சௌம்யவாசர, குருவாசர, சுக்ரவாசர, சனிவாசர இந்தி: ரவிவார், சோமவார், மங்கள்வார், புத்வார், பிரகஸ்பதிவார், சுக்ரவார், சனிவார்.

திதி என்பது தியதி என்பதன் திரிபாக இருக்கலாம். தியதி என்பது தீய் அதி என்பதாக இருக்கவேண்டும். தீய் அதி ஒரு குறிப்பிட்ட நாளிற்கு யார் அல்லது எந்த கடவுள் தீயின் அதிபதியாக இருப்பார் என்ற கூற்றாக இருக்கலாம். அதாவது இன்று யாருக்கு தீபாராதனை காண்பிக்கவேண்டும் என்பது போல்.

திதி < தியதி < தீ அதி

இந்து மத நாள்காட்டியின் வருடங்களின் பெயர்கள் கீழே வருமாறு:

1. பிரபவ	2. விபவ	3. சுக்கில	4. பிரமோதூத
5. பிரசோத்பத்தி	6. ஆங்கீரச	7. சிறிமுக	8. பவ
9. யுவ	10. தாது	11. ஈசுவர	12. வெகுதானிய
13. பிரமாதி	14. விக்ரம	15. விச	16. சித்திரபானு
17. சுபானு	18. தாரண	19. பார்த்திப	20. விய
21. சர்வசித்த	22. சர்வதாரி	23. விரோதி	24. விகிர்தி
25. கர	26. நந்தன	27. விசய	28. சய
29. மன்மத	30. துன்முகி	31. ஏவிளம்பி	32. விளம்பி
33. விகாரி	34. சார்வரி	35. பிலவ	36. சுபகிருது
37. சோபகிருது	38. குரோதி	39. விசுவாவசு	40. பராபவ
41. பிலவங்க	42. கீலக	43. சவுமிய	44. சாதாரண
45. விரோதி கிருது	46. பரிதாபி	47. பிரமாதீச	48. ஆனந்த
49. இராட்சச	50. நள	51. பீங்கள	52. காளயுக்தி
53. சித்தார்த்தி	54. ரவுத்ரி	55. துன்மதி	56. துந்துபி
57. உருத்ரோத்காரி	58. இரக்தாட்சி	59. குரோதன்	60. அட்சய

பெரும் கால அளவுகள்

மாயன் கால அட்டவணையில் மிகப்பெரும் கால அளவுகள் இருப்பது போல் இந்து தர்ம கால அட்டவணையிலும் மிகப்பெரும் கால அளவுகள் உள்ளன. அவை யுகங்கள் எனப்படுகின்றன.

கால பெயர்கள்	கால அளவு
கிருத யுகம்	1,728,000 ஆண்டுகள்
திரேதா யுகம்	1, 296,000 ஆண்டுகள்
துவாபர யுகம்	864000 ஆண்டுகள்
கலி யுகம்	432000 ஆண்டுகள்
1 மகாயுகம்/திவ்ய யுகம்	4 யுகங்கள் /4.32 மில்லியன் ஆண்டுகள்
1 மன்வந்திரம்	71 மகா யுகங்கள்
1 கல்பம்	14 மன்வந்திரங்கள் / 1000 மகாயுகங்கள் / 4.32 பில்லியன் ஆண்டுகள்

திராவிட நாகரிக வானியல் கோட்பாடுகள்

சங்ககாலம் தொட்டே தமிழர்கள் வானியல் சார்ந்த அறிவில் நன்கு தேர்ச்சி பெற்றிருந்தார்கள் என்ற சங்க இலக்கியங்கள் மூலம் அறியப்படுகிறது. ஆனால் வானியலுக்கு என்றே தனியாக இலக்கியங்கள் இருந்ததாக தெரியவில்லை. சங்க இலக்கியங்களில் உள்ள செய்யுள்களில் குறிப்பிடப்படும் கோள்களும், விண்மீன்களும் மூலமே பண்டைய தமிழகத்தில் இருந்த வானியல் பற்றிய அறிவை அறிய முடிகிறது. வானில் நிகழும் மாற்றங்களை நன்கு கணித்து அறிந்து அதை தங்கள் பாடல்கள் மூலம்

உலகுக்கு எடுத்துரைத்த தமிழ்ப் புலவர்கள் இருந்தனர். கணியன் பூங்குன்றனார், கணிமேதாவியார், பக்குடுக்கை நன்கணியார் போன்ற பெயருடைய புலவர்கள் சங்க காலத்தில் இருந்தனர் போன்ற செய்திகளே இதற்குச் சான்றாக அமைகிறது. வானில் எல்லோராலும் எளிதில் பார்க்கமுடிகின்ற சூரியன் மற்றும் சந்திரன் சேர்த்து, சாதாரணமாக எளிதில் காணமுடியாத செவ்வாய், புதன், குரு, வெள்ளி, சனி போன்ற மற்ற கோள்களைப் பற்றிய தகவல்களும் சங்க இலக்கியங்களில் காணமுடிகிறது. செந்நிற செவ்வாய் கிரகத்தை செம்மீன், அழல், படிமகன் என்று புறநானூறு, பதிற்றுப்பத்து, பரிபாடல் ஆகியவை குறிப்பிடுகின்றன. புதன் கிரகத்திற்கு புந்தி, அறிவன் என்ற பெயர்களில் அறியமுடிகிறது. குரு அல்லது வியாழன் கிரகத்திற்கு அந்தணன் என்று குறிப்பிடுவதைக் காணமுடிகிறது. வெண்மை நிறத்திலுள்ள வெள்ளி கிரகம் வெண்மீன், வைகுறுமீன், வெள்ளிமீன் போன்ற பெயர்களில் குறிப்பிடப்படுகிறது. கரிய நிறமுடைய சனிக்கிரகத்தை காரிக்கோள், கரியவன், மைம்மீன் போன்ற பெயர்களில் அறியமுடிகிறது.

இதே போன்று பல்வேறு நட்சத்திரங்களைப் பற்றியும் அறியமுடிகிறது. கார்த்திகை அறுமீன் எனவும், அருந்ததி வடமீன் எனவும், மகம் மகவெண்மீன் எனவும், பரணி வேழம் எனவும், அவிட்டம் முடப்பனையத்து நாள் என குறிப்பிடப்படுகின்றன. உரோகிணி, ஓணம், ஆதிரை போன்ற நட்சத்திரங்களின் பெயர்களும் காணப்படுகின்றன.

சிலேட்டர் எனும் வானியல் அறிஞர் தமிழர்களுடைய வான நூர்கணித முறையே வழக்கிலுள்ள எல்லாக் கணிதங்களிலும் நிதானமானது என்று குறிப்பிடுகிறார்.

விசும்பில் ஊழூழ் செல்லக் கருவளர்
வானத் திசையில் தோன்றி
உருவறி வாரா ஒன்றன் ஊழியும்
செந்தீச் சுடரிய ஊழியும்
பனியோடு தண்பெயல் தலைஇய ஊழியும்
அவையிற் வெள்ளமூழ்கி ஆர்தருபு (பரிபாடல் 2)

மீன் திகழ் விசும்பின் பாய் இருள் அகல
ஈண்டு செலல் மரபின் தன் இயல் வழா அது
உரவுச் சினம் திருகிய உருகெழு ஞாயிறு.. (புற நானூறு 26)

நளி கடல் இருங் குட்டத்து
வளி புடைத்த கலம் போலக்... (புற நானூறு 27)

மைம் மீன் புகையினும் தூமம் தோன்றினும்
தென்திசை மருங்கின் வெள்ளி ஓடினும்
வயல் அகம் நிறைய, புதற்பூ மலர... (புற நானூறு 117)

புற நானூற்றுப் பாடல்கள் 109,129,229,270,297,396,398 ஆகியவை வானியல் தொடர்பான செய்திகளைக் கொண்டுள்ளன.

திருவள்ளுவர் நிலவின் பரப்பில் உள்ள குழிகளை மங்கையர் முகத்தில் உள்ள மருக்களுக்கு ஒப்பிட்டு பார்க்கிறார்.

அறுவாய் நிறைந்த அவிர்மதிக்கும் போல
மறுஉண்டோ மாதர் முகத்து. (வள்ளுவர் – குறள்:1117)

கரியவன் புகையினும் புகைக்கொடி தோன்றினும்
விரிகதிர் வெள்ளி தென்புலம் படரினும் (நடுகாண்காதை: 105)

மேற்கூறிய சங்க இலக்கியங்களில் மற்ற நாகரிகங்களில் காணப்படுவது போல் வானியல் பற்றிய விரிவான தகவல்கள் இல்லை. அதாவது மாதங்கள் வரிசை பற்றி, கிழமைகள் பற்றி, நட்சத்திரங்கள் பற்றி விரிவான தகவல்கள் இல்லை. பக்தி இயக்க காலத்தில் உருவான பக்தி இலக்கியங்கள் திருப்பாவை, திருமுருகாற்றுப்படை, போன்ற இலக்கியங்களில் தான் சமஸ்கிருத அடிப்படையில் உருவான வானியல் பற்றிய தகவல்கள் உள்ளன. இன்னும் சொல்லப்போனால் தற்போதைய தமிழக நாள்காட்டி இந்து வானியல் மற்றும் இந்தோகிரேக்க வானியல் அடிப்படையில் குப்த பேரரசு காலத்தில் பொ. யு.மு. 200 நூற்றாண்டு போல் உருவான நாள்காட்டியின் அடிப்படையில் உருவானது. எனவேதான் இந்த காலகட்டங்களில் உருவான சங்க இலக்கியங்களில் விரிவான வானியல் தகவல்கள் இல்லை. ஆனால் இந்த நாள்காட்டி முறை பின்னாளில் சில நூற்றாண்டுகள் கழித்து தமிழகத்தில் நன்கு உபயோகத்தில் வந்த பிறகு, பக்தி இயக்கம் பொ.யு. 6ஆம் நூற்றாண்டு போல் தோன்றிய பிறகு, அதன் பின் தோன்றிய பக்தி இலக்கியங்களில் மாதங்கள், நட்சத்திரங்கள், கிழமைகள், பற்றிய தகவல்கள் இடம்பெறுகிறது.

வெள்ளி எழுந்து வியாழம் உறங்கிற்று
புல்லும் சிலம்பினக்காண்
போதரிக் கண்ணினாய்... (திருப்பாவை 13)

அழல் சேர் குட்டத்து அட்டமி ஞான்று (சிலம்பு 23:134)

ஜோடியாக் (*Zodiac*) என்னும் ஆங்கில பன்னிரண்டு ராசி முறையின் பெயர் சோதிட என்ற சொல்லிலிருந்து வந்திருக்கலாம்.

செவ்வாய் வானத் தையேனத் தோன்றி
யின்னும் பிறந்தன்று பிறையே... (குறுந். 302)

வடமீன் போற்றேமுதேத்த (கலித். 1–22)

வடமீன் என்பது அருந்ததி நட்சத்திரத்தைக் குறிப்பது.

சாலியொரு மீன் (சிலம்பு 151)

அறுமீன் சேரும் (அகம் 141)

அறுமீன் என்பது ரோகினியை நட்சத்திரத்தைக் குறிப்பது.

மறைந்த வொழுக்கத் தோரையு நாளுந்
துறந்த வொழுக்கங் கிழவோற் கில்லை (தொல்.களவி 44)

இங்கு ஓரை என்னும் சொல் கோள்களின் நிலையைக் குறிப்பதாகும். இந்த ஓரை என்னும் சொல்லே ஹோரா என்று கிரேக்கத்தில் மாறி பின் ஹவர் (*Hour*) என்று ஆங்கிலத்தில் வழங்கப்பட்டது என்று கூறப்படுவதுண்டு.

தமிழில் ஒரு வார நாளுக்கு கிழமை என்று பெயர். இது கிழான் என்ற சொல்லிலிருந்து வந்திருக்கலாம். கிழான் என்றால் பிரபு என்ற அர்த்தம் உடைய சொல். நிலக் கிழான் என்றால் நிலப் பிரபு என்று அர்த்தம். குறிப்பிட்ட அந்த நாளை ஒரு கிரகம் ஆள்வதால் கிழமை என்ற பெயர் வந்திருக்க வேண்டும்.

தமிழ் மாதங்கள்	சித்திரை, வைகாசி, ஆனி, ஆடி, ஆவணி, புரட்டாசி, ஐப்பசி, கார்த்திகை, மார்கழி, தை, மாசி, பங்குனி
வாரம்	ஞாயிற்றுக்கிழமை, திங்கள்கிழமை, செவ்வாய்க்கிழமை, புதன்கிழமை, வியாழக்கிழமை, வெள்ளிக்கிழமை, சனிக்கிழமை

ஜோதிட மாதங்களை தமிழில் மேழம், விடை, ஆடவை, கடகம், மடங்கல், கன்னி, துலை, நளி, சிலை, சுறனம், கும்பம், மீனம் எனக் கூறப்படுகிறது.

மடங்கல் (ஆவணி) தமிழ்ப்புத்தாண்டாக இருந்தது என்று தொல்காப்பியத்தில் குறிப்பு உள்ளதாக கூறப்படுகிறது. கேரளாவிலும் ஆவணி (சிம்மம்) மாதம் தான் புத்தாண்டு கொண்டாடுகின்றனர். அன்று கோவில்களில் புது நெல்லை வைத்து பூஜிப்பார்கள். பக்தர்களுக்கு புது நெல் பயிரை கொடுப்பார்கள்.

கோண்டி பழங்குடி வானியல் கோட்பாடுகள்

இந்தியாவில் உள்ள கோண்டி பழங்குடிகள் மிகப் பழைமையான பழங்குடிகளில் ஒன்று. இவர்கள் திராவிட பழங்குடிகள். இவர்கள் குடியில் சூரியனுக்கு லிங்கோ, புர்பால், பேரா, வீரா, தின், தினாட், சுர்யால் என்பதாகும். சந்திரனுக்கு ஜங்கோ, சந்தல், நளேந்த் அல்லது நளன், என்பதாகும். கோண்டி மக்களுக்கு சூரிய மற்றும் சந்திர கிரகணங்கள் பற்றிய அறிவு இல்லை. வளர்பிறைக்கு அவஸ் *(Avas)* என்றும், தேய்பிறைக்கு புன்வி *(Punvi)* என்றும் பெயர். சந்திரனை சுற்றியிருக்கும் ஒளி வட்டத்திற்கு கொண்டோர் *(Kondor)* என்று பெயர். இந்த ஆயில் வட்டம் சந்திரனுக்கு அருகில் இருந்தால் மழை தூரத்தில் இருக்கிறதென்றும், சந்திரனுக்கு தூரத்தில் இருந்தால் மழை அருகில் இருக்கிறதென்றும் கூறப்படுகிறது. புது வருடம் ஆரம்பிப்பது குடி பட்வா எனப்படுகிறது. ஒரு மாதம் என்பது அமாவாசை முதல் அமாவாசை வரை. திசை பெயர்களில் கிழக்கிற்கு சிலளின் *(Silalin)*, மேற்கிற்கு பரயின் *(Farayin)*, வடக்கிற்கு கால்வடா *(Kalvada)* மற்றும் தெற்கிற்கு தல்வடா *(Talvada)* என்று பெயர். தல்வடா என்பது தலை திசை மற்றும் கால்வடா என்பது கால் திசையைக் குறிப்பதாக இருக்கலாம். ஏனெனில் கோண்டி இனத்தினரின் இறந்தோரை புதைக்கும் சடங்கில் இறந்தவரின் தலையை தென்திசை நோக்கியும், காலை வடதிசை நோக்கியும் வைத்து புதைப்பர்.

கோண்டி நாள்காட்டியில் மாதங்கள் பெயர்கள் கொண்டும், எண்ணிக்கை முறை கொண்டும் குறிப்பிடப்படுகின்றன. மாதங்களின் பெயர்கள் நட்சத்திர பெயர்களும், பண்டிகை பெயர்களும் அடங்கியது. கோண்டி இன பழங்குடி மாதங்களின் படி வருடத்தின் முதல் மாதம் ஏப்ரல் மாதம் ஆகும். அதாவது சித்திரை மாதம். சித்திரை மாதத்திற்கு சைத என்று பெயர்.

ஆங்கில மாதம்	கோண்டி மாதம்	கோண்டி மாத எண்ணிக்கை	தமிழ் எண்ணிக்கை
January	புஸ் (Pus)	Pado Man/படோ மன்	பத்தாம் மாதம்
February	மகோ (Maho)	Padu Man/படு மன்	பதினொன்றாம் மாதம்
March	குராடி (Ghuradi)	Pandu Man/பண்டு மன்	பன்னிரெண்டாம் மாதம்
April	சைத (Chaita)	Undo Man/உண்டோ மன்	ஒன்றாம் மாதம்
May	பாவை (Bhaavai)	Chindu Man/ சிந்து மன்	இரண்டாம் மாதம்
June	புத் பாவை (Bud Baavai)	Kondo Man/ கொண்டோ மன்	மூன்றாம் மாதம்
July	ஆகாடி (Aakhadi)	Naalo Man/ நாலோ மன்	நாலாம் மாதம்
August	போரா (Pora)	Sayyo Man/சய்யோ மன்	ஐந்தாம் மாதம்
September	அகர்பூர் (Akarpur)	Saro Man/சரோ மன்	ஆறாம் மாதம்
October	திவாளி (Divali)	Yero Man/ ஏரோ மன்	ஏழாம் மாதம்
November	கார்த்திகா (kartika)	Aro Man/அரோ மன்	எட்டாம் மாதம்
December	சதி (Sati)	Naro Man/ நரோ மன்	ஒன்பதாம் மாதம்

தமிழ் கிழமை	கோண்டி கிழமை பெயர்
ஞாயிற்றுக்கிழமை	பூர்வ நெட்
திங்கள்கிழமை	நல்ல நெட்
செவ்வாய்க்கிழமை	சுர்க நெட்
புதன்கிழமை	சுர்வ நெட்
வியாழக்கிழமை	முத நெட்
வெள்ளிக்கிழமை	நிலு நெட்
சனிக்கிழமை	ஆறு நெட்

ஆஸ்திரேனேசிய பழங்குடிகளின் கடல்சார் மற்றும் வானியல் அறிவு

சில அறிஞர்கள் கூற்றுப்படிபொ.யு.மு. 13000 முதல் பொ.யு.மு. 5000 வரை, முக்கியமாக காலநிலை மாறுதல் மூன்று பெரிய வெள்ளப்பெருக்கு ஏற்பட்டது. இக்காலகட்டத்தில் சுண்டா கண்டம் மூழ்கியது. இங்கிருந்த மக்கள் ஆஸ்திரேலியா மற்றும் தைவான் போன்ற இடங்களுக்கு குடி பெயர்ந்தனர். சீனாவிற்கு பொ.யு.மு. 8000 போல் குடியேறினர். இப்பழங்குடிகள் கப்பல் அல்லது படகு செலுத்துவதில் சிறந்த கடலாடிகளாக இருந்தனர். அதாவது சிறந்த கடல் மாலுமிகளாக இருந்தனர். இவர்கள் பரவியிருந்த இடம் மடகாஸ்கர் முதல் நியூசிலாந்து வரையிலும் பரவியிருந்தது. ஆஸ்திரேலியா பழங்குடிகளும் ஆஸ்ட்ரிக்பழங்குடிகளும் மிகவும் தொடர்பு உடையவர்கள். இவர்களுக்கும் திராவிடர்களுக்கும் நிறைய ஒற்றுமை உள்ளது. உடல் ஒற்றுமையிலிருந்து பல கலாசார ஒற்றுமை வரை.

என்செபைன் டிசான் என்ற அறிஞர் கூற்றுப்படி இவர்கள் புலம் பெயர்தல் பொ.யு.மு.7000–6000 முன்பு ஆரம்பித்திருக்கவேண்டும். இப்புலம் பெயர்தலுக்கு மிக உறுதுணையாக இருந்தது நல்ல கலம்/கப்பல்/படகுகள் மட்டும் இருந்திருக்க

முடியாது. இவை மட்டுமல்லாமல், கடலில் செலுத்தும் நல்ல நுட்பங்களை அவர்கள் அறிந்து உபயோகித்திருக்க வேண்டும். வானிலை அறிதலும், செலுத்தும் திறன்களும், கடலில் இரவிலும், பகலிலும் திசை அறியும் நுட்பங்களும், திசை நிலை நிறுத்தும் ரேகை, கோணம் அறிந்து கப்பல் செலுத்தும் நுட்பம் அறிந்து உபயோகித்திருக்க வேண்டும்.

சில அறிஞர்கள் கூறுவது, இவர்கள் சுண்டா நிலத்திலிருந்து அல்லது தென் கிழக்கு ஆசியா நிலங்களிலிருந்து புலம் பெயர்ந்திருக்க வேண்டும் என்பதாகும். அப்படியெனில் மடகாஸ்கர் வரை வந்தவர்கள் ஏன் ஆப்பிரிக்காவில் குடியேறவில்லை? ஆயிரக்கணக்கான மைல்கள் கடலிலே புலம் பெயர்ந்து வந்தவர்கள் ஏன் மடகாஸ்கர் தாண்டி செல்லவில்லை? மடகாஸ்கருக்கும் ஆப்பிரிக்காவிற்கும் சில நூறு கிலோ மீட்டர் தூரமே. எளிதில் படகிலேயே கடந்து சென்றிருக்க முடியும். ஆனால் அவர்கள் ஏன் செல்லவில்லை?

இம்மாலுமிகள் வானவியலாளராகவும், நிலவியலாளராகவும் இருந்திருக்கிறார்கள். பகல் பொழுதில் சூரியனைக்கொண்டும், இரவில் நட்சத்திரங்களைக் கொண்டும் திசையறிந்திருக்கிறார்கள். இதற்கு அவர்கள் சில திசை காட்டும் கருவிகளை உபயோகப் படுத்தியிருக்க வேண்டும். நட்சத்திரங்கள் உதிக்கும், மறையும் புள்ளிகள் மூலம் திசைக்காண்பிக்கும் திசைக்காட்டிகள் உபயோகப்படுத்தியிருக்கிறார்கள்.

நாம் வெவ்வேறு அட்சரேகையில் இருந்தால் கூட, நட்சத்திரங்கள் உதிப்பதும், மறைவதும் ஒரே நிலையான அட்சரேகை புள்ளியில்தான். அந்த நிலையான புள்ளியை கொண்டு எட்டு திசைகளை அறிய முடியும். மோசமான வானிலை நேரங்களில், சூரியன் அல்லது நட்சத்திரங்கள் கொண்டு திசையறிய முடியாது. இந்த காலங்களில், அலைகள் மற்றும் கடல் நீரோட்டம் மூலம் திசையறிந்திருக்கிறார்கள். கடல் நீரோட்டம் ஒரு வருடத்தில் பருவ காலத்திற்கு ஏற்ப சில குறிப்பிட்ட திசைகளிலே ஓடுகின்றன.

இப்பழங்குடியினர் சூரியன் மறையும் நேரத்தில் உதிக்கும் நட்சத்திரங்களைக் கொண்டு கடல் நீரோட்டத்தை கூறுகின்றனர். கோள் திசை காட்டியை பயன்படுத்தி அலைகளின் தன்மை அறிந்து, அதற்கேற்ப அலை திசைகாட்டியை பயன்படுத்தியிருக்கின்றனர். காற்றின் திசையறிந்து அதன் மூலம் திசைகளை அறிய முடிந்திருக்கிறார்கள். இதற்கு காற்றின் திசைகாட்டி ஏற்படுத்தியிருக்கின்றனர். மேற்சொன்ன திசை காட்டிகள் அல்லாமல், தங்கள் உள்ளுணர்வு (உயிர்க்கடிகாரம்) திசை காட்டியும் கொண்டிருக்கிறார்கள்.

இப்பழங்குடிகள் நிறைய நட்சத்திரங்கள் பெயர்களை அறிந்திருக்கிறார்கள். பகலிலோ, இரவிலோ எத்திசையில் பயணம் செய்தாலும், தங்களுடைய வீட்டின்/ நிலத்தின் திசையை கூற முடிந்தவர்களாக இருந்திருக்கிறார்கள். இப்பழங்குடி சிறுவர்களுக்கு இத்திறமை இருக்கிறது. துருவ நட்சத்திரங்களைக் கொண்டு அட்ச ரேகை நிலையை கண்டுபிடிக்க முடிந்தவர்களாக இருந்திருக்கின்றனர்.

இவர்கள், கடலின் சூழ்நிலை, கடல் உயிரினங்கள், தட்ப வெப்பம், கடல் நீரின் உப்புத்தன்மை, நீரோட்டம், மற்றும் பல காரணங்கள் கொண்டு அட்ச ரேகையை அறிய முடிந்தவர்கள். சில நேரங்களில், வாளி கொண்டு கடல் அடியில் இருந்து மண் எடுத்து அதை சோதித்து நிலை/திசை அறிகின்றனர்.

கடல் பயணத்தில் நிலத்தை கண்டுபிடிக்க, சில நுட்பங்களை கடைப்பிடிக்கிறார்கள். கடல் பறவை கண்டு, கடல் அலை தன்மை, வானில் மேகங்களில் ஒளி பிரதிபலிக்கும் அளவு ஆகியவற்றை கொண்டு கண்டு பிடிக்கிறார்கள். மேகங்களின் நிறம் மற்றும் அதன் தன்மை கண்டு வானிலை அறியும் முறை தெரிந்திருக்கிறார்கள். கொலம்பஸ், மற்றும் மெகல்லன் ஆகியோர் கருவிகள் கொண்டு அட்சரேகை கொண்டு மட்டுமே கப்பல் செலுத்த அறிந்திருந்தனர். ஆனால் ஆஸ்திரேனேசிய பழங்குடிகள், பல வித வகைகளில், கப்பல் செலுத்த அறிந்திருக்கிறார்கள்.

மேலே கூறிய திறமைகள், இப்பழங்குடிகள் ஒரு கண்டத்திலோ அல்லது தீப கற்பத்திலோ இருந்திருந்தால் வந்திருக்காது. அவர்கள் தீவுகள் நிறைந்த, சூழ்ந்த இடத்தில் இருந்திருக்க வேண்டும். தீவு விட்டு தீவு செல்லும் பொழுது இத்திறமைகள் அவர்கள் கற்றிருக்க வேண்டும். பழங்காலத்தில் இந்தியாவில் ஆஸ்ட்ரிக், மற்றும் ஆஸ்திரேனேசிய பழங்குடிகள் இருந்தனர் என்று சில ஆய்வாளர்கள் கூறுகின்றனர்.

சோதிடம் பெயர்க்காரணம்

வானில் உள்ள கிரகங்களின் அசைவுகள் பூமியில் உள்ள மனிதன் மீது ஏற்படுத்தும் தாக்கங்களை அறிய முற்படும் துறை தான் சோதிடவியல். சோதிடம் என்ற சொல்லே ஜோதிஷம் என்றாகி ஜோசியம் என்று மருவிற்று. சோதியம் என்றால் கேள்வி கேட்டல் என்ற அர்த்தம் உண்டு. இது சோதனை என்ற சொல்லோடு தொடர்பு உடையது. ஒருவரின் அறிவை சோதிப்பதற்கு கேள்விகள் கேட்பதுண்டு. மலையாளத்தில் கேள்விக்கு சோதியம் என்று பெயர். எனவே சோதியம் கேட்கும் இடமே சோதிடம் என்றாகியிருக்கவேண்டும். ஒருவரின் வாழ்வில் ஏற்படக்கூடும் நிகழ்வுகளை அல்லது விளைவுகளை சென்று கேட்கும் இடம். இன்னொரு வகையில் பார்த்தால் சோதியம் என்ற சொல் வடமொழியியல் ஜோஷ்யம் என்றாகி, சமஸ்கிருதத்தில் ஜோதிஷம் என்றாகியிருக்கலாம். ஜோதிஷம் என்ற சொல்லை தமிழாக்க சோதிடம் என்று சொல்லியிருக்கலாம்.

சோதிடம் > ஜோதிடம் > ஜோதிஷம் > ஜோஷ்யம்

சோதியம் > ஜோஷ்யம்

சோதியம் > ஜோதிஷம் > ஜோதிடம்

சோதிடத்தில் காலத்தை அறிய உபயோகப்படுத்தும் புத்தகம் பஞ்சாங்கம். பஞ்சாங்கம் என்பது பஞ்ச அங்கம் என்ற அர்த்தம் உடையது. காலத்தை குறிக்கும் பஞ்ச அங்கங்கள் அதாவது ஐந்து கால அளவுகள் வாரம், நட்சத்திரம், திதி, யோகம் மற்றும் கரணம்.

ராசி ஆய்வுகள்

சோதிடவியலின் முக்கிய அம்சம், ராசிகள் ஆகும். ஒரு ராசி என்பது அண்டத்தில் உள்ள பல நட்சத்திரக் கூட்டங்களின் ஒரு நட்சத்திர கூட்டத்தைக் குறிப்பதாகும். இரவில் விண்வெளியில் தெரியும் நட்சத்திர கூட்டங்களை மனிதன் கண்டு அதில் தான் அறிந்த சில உருவ அமைப்புகளை கண்டு, அந்த உருவ அமைப்பின் பெயரையே அந்த

நட்சத்திரக் கூட்டங்களுக்கு பெயர் கொடுத்தான். தனக்கு மேலே வட்டமாக இருக்கும் விண்வெளியில் இருக்கும் இந்த நட்சத்திர கூட்டங்களை பன்னிரண்டு கூட்டங்களாக தேர்ந்தெடுத்து ஒரு மாதத்திற்கு ஒரு நட்சத்திரக் கூட்டம் என ஒதுக்கி அதன் பெயரை அந்த மாதத்திற்கு இட்டனர். இவையே பன்னிரண்டு ராசிகள் எனப்படும். இந்த பன்னிரண்டு ராசிகளை வட்டத்தில் குறிப்பார்கள். இதுவே ராசிசக்கரம் எனப்பட்டது. பின்னாளில் எளிதாக புரிவதற்கும், எழுதுவதற்கும் இந்த ராசி சக்கரத்தை சதுர கட்டமாக வரைந்தார்கள். இதுவே தற்போது ஒருவர் ஜாதகத்தில் வரையப்படும் ராசிக் கட்டமாகும்.

அவை:

1. மேஷம் – ஆடு;   2. ரிசபம் – மாடு;   3. மிதுனம் – ஆண்/பெண்;
4. கடகம் – நண்டு;   5. சிம்மம் – சிங்கம்; 6. கன்னி – பெண்;
7. விருச்சிகம் – தேள்; 8. துலாம் – தராசு; 9. தனுசு – வில்;
10. மகரம் – ஆடு;   11. கும்பம் – குடம்;   12. மீனம் – மீன்;

இந்த ராசி சக்கரம் பெரும்பாலும் வலது சுற்று முறையிலேயே எழுதப்படும். ஆனால் சில கலாசாரங்களில் மற்றும் இடங்களில் இது இடது சுற்று முறையிலேயே எழுதப்படுகிறது. வட இந்தியாவில் இது இடது சுற்று முறையில் எழுதப்படுகிறது. அதே போல் தமிழகத்தில் உள்ள பல பழங்கால கோவில்களின் உள் மேல்கூரையில் இந்த ராசி சக்கரம் இதே போன்று இடது சுற்று முறையில் வரையப்பட்டுள்ளது.

திண்டுக்கல் மலைக்கோட்டை கோவிலில் உள் மேல்கூரையில் உள்ள ராசி சக்கரத்தில் ராசிகள் எதிர் வரிசையில் உள்ளன. அதாவது தற்போது வழக்கத்தில் உள்ள கடிகாரச் சுற்று போல் இல்லாமல் எதிர்ச்சுற்றில் உள்ளன. மேலும் மிதுன ராசிக்கு இரட்டையர் படம் இல்லாமல் ஒரு பெண் வீணை வாசிப்பது போல் உள்ளது.

திண்டுக்கல் மலைக்கோட்டை கோவிலில் உள் மேல்கூரை

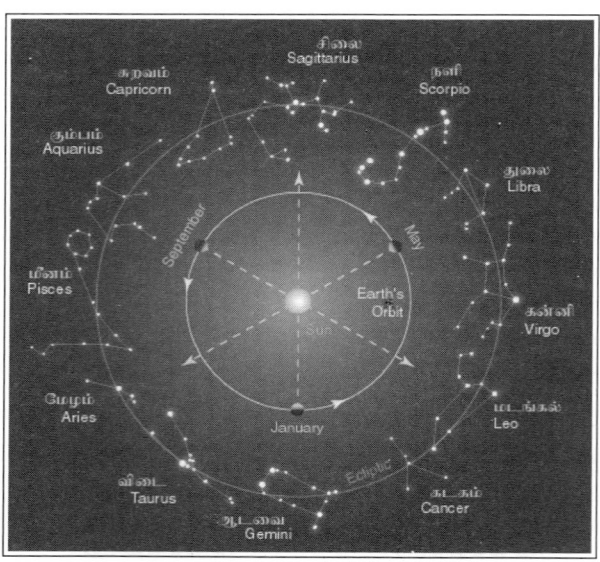

(துலாம்–துலா–துல்லியம் – வாணிகத்தில் துல்லியம் முக்கியம்.
மிதுனம்–மைதுனம் – மையல்/மெய் துணை)

ராசி சக்கரத்தில் உள்ள உருவங்கள் மனிதனின் அன்றாட வாழ்வில் முக்கியமாக பங்கு பெற்ற உயிரினங்கள் மற்றும் பொருட்களின் உருவங்கள். அந்த வகையில் பார்த்தால்

நண்டு, மீன்	கடல் உயிரினம்;
ஆடு, மாடு	வளர்ப்பு உயிரினம்;
ஆண்/பெண்	வாழ்வு, நேசம், உணர்ச்சி, உணர்வு, உறவு,
சிம்மம்	காடு;
தேள்	காடு, வயல்;
தராசு	வாணிகம்;
வில்	வேட்டை, காவல்;
குடம்/குவளை	அத்தியாவசியப் பொருள்; சேகரிப்பு; நீர்; வெள்ளப்பெருக்கு

மேலே கூறியவற்றில் ஆராய்ந்து பார்க்கையில், வானவியல் உருவாக்கியபோது அவர்கள் வாழ்ந்த நிலத்தின் தன்மை எவ்வாறு இருந்திருக்கும் எனப் பார்த்தால் நட்சத்திரங்களையும், கோள்களையும் நன்கு பார்க்க மேடான இடம் வேண்டும். அப்படியெனில் மலை கட்டாயம் இருந்திருக்க வேண்டும். நண்டு, மீன் என கடல்வாழ் உயிரினங்கள் இருப்பதால், அவ்விடம் கடல் சார்ந்த இடமாக இருந்திருக்க வேண்டும். சிங்கம், உள்ளதால் காடு உள்ள பகுதியாக இருந்திருக்க வேண்டும்.

(சிங்கத்திற்கும், புலிக்கும் அக்காலத்தில் அதிக வேற்றுமை இல்லாமல் இருந்திருக்கலாம். அல்லது தமிழ் நாட்டு கோவில்களில் காண்பது போல், யாளி (சிங்கம் போல் தோற்றமுடைய விலங்கு) இருந்திருக்கலாம்).

சோதிடவியலில் ஆரம்பத்தில் சிங்கத்திற்கு பதிலாக புலியோ அல்லது மானோ இருந்திருக்கலாம். பின்னாளில் அது சிங்கமாக மாறியிருக்க வேண்டும். வில் இருப்பதால் வேட்டைதொழில், காவல் முறையும் இருந்திருக்கலாம்.

ஆடு மாடு உள்ளதால், அவ்விடத்தில் மேய்த்தல் தொழில் நல்ல வளர்ச்சியடைந்து இருக்கலாம். பானை, குடம், குவளை இருப்பதால் நல்ல நீர்வளமும், சேகரிப்பு வழக்கமும் இருந்திருக்கலாம். மேலும் இது வெள்ளப்பெருக்கை குறிப்பிடுவதால் அங்கு நல்ல ஆறுகள் ஓடியிருக்க வேண்டும். அதில் வெள்ளப்பெருக்கு ஆண்டுக்கு ஒருமுறை வந்திருக்க வேண்டும்.

ஆண், பெண் இருப்பதால், சமுதாயத்தில் ஆண், பெண் உறவுக்கு நல்ல முக்கியத்துவம் கொடுத்திருக்க வேண்டும். தலைவன், தலைவி உறவு முறை இருந்திருக்கலாம். காதல் என்ற உறவுக்கு முக்கியத்துவம் கொடுத்திருக்கலாம். குடும்ப முறை நன்கு வளர்ச்சியடைந்து இருக்கலாம். தராசு உருவம் இருப்பதால் அங்கு வாணிகம் நடைபெற்றிருக்க வேண்டும்.

இன்னொரு கூற்றுப்படி பார்த்தால், ஆதியில் வானவியல் தோன்றியபொழுது கூறப்பட்ட உருவங்கள் பின்னாளில் வேறு இடத்திற்கு புலம் பெயர்ந்து சென்ற பொழுது அது மாறியிருக்கலாம். உதாரணத்திற்கு சிம்ம ராசிக்கு சிங்கம் என்பது ஆதியில் வேறொரு மிருகமாக இருந்திருக்கலாம். விருச்சிக ராசிக்கு தேள் என்பது முதலையாக இருந்திருக்கலாம். எகிப்திய நாகரிகத்தில் முதலை உருவம் ஒரு முக்கிய வழிபாட்டுச் சின்னமாக இருந்தது. மிதுன ராசிக்கு சில இடங்களில் இரு சிறுவர்கள் உருவமும், ஆண் பெண் ஜோடி உருவமும், பெண் வீணை வாசிக்கும் உருவமும் இருக்கிறது. எனவே கால மாற்றத்தில் சில ராசிகளின் உருவமும் மாறியிருக்கலாம்.

ராசி என்ற சொல் ராடி என்ற சொல்லிலிருந்து வந்திருக்கலாம். ஆங்கிலத்தில் வட்டத்தின் ஆரத்திற்கு ரேடியஸ் (*Radius*) அல்லது ரேடியன் (*Radian*) என்று பெயர். இதற்கு தமிழில் ஆரம் என்று பெயர். வட்டத்தின் வளைவிற்கு ஆடி என்ற பெயர் உண்டு. எனவே ஆர ஆடி என்பதே ரேடியஸ் என்று மருவியிருக்கவேண்டும்.

ஆரஆடி > (ஆ)ராடி > ராடி > ராசி

ரேகை > ரேகா > ராசி; ரேடியன் > ராசி

இந்திய முறைப்படி ஒருவரின் ஜாதகத்தில் அவர் என்ன ராசி என்பது சந்திரன் நிற்கும் ராசியாகும். சந்திரன் ரிஷப ராசியில் இருந்தால் அவருடைய ராசி ரிஷப ராசியாகும். ஆங்கில முறைப்படி ஒருவரின் ராசி என்பது சூரியன் நிற்கும் ராசியாகும். இந்திய முறையில் மாதம் என்பது சூரியன் நிற்கும் அல்லது வலம் வரும் ராசியே அந்த மாதத்தின் பெயராகும்.

ஓரை

ஓரை என்ற சொல் இந்து நாள்காட்டியில் காணப்படுகிறது. ஆங்கிலத்தில் ஹவர் (*Hour*) என்ற சொல் ஒரு மணி நேரத்தைக் குறிக்கும். ஹவர் என்ற சொல் ஹோர்ஸ் (*Hours*) என்ற கிரேக்க சொல்லிலிருந்து வந்ததாகும். இதன் அர்த்தம் பருவநிலை என்பதாகும். ஓரை என்ற சொல்லே ஹோரரை என்று மருவியிருக்க வேண்டும். இயற்கையில் ஏற்படும் பருவ நிலைகளை மனிதர்களோடு உருவகப்படுத்தி அவைகளை வழிபடும் முறை ஆரம்பித்து, பின்னாளில் அது கடவுள் வழிபாடாக மாறியது. கார்ல் கேரேன்யி என்ற அறிஞர் ஹோரர என்பது சரியான தருணம் என்ற பொருள் கொண்டது என்று கூறுகிறார். பருவநிலை மாற்றங்களை ஹோரரைகளின் நடனம் என்று கூறுவதுண்டு. பூப்பூக்கும் காலம், காய் கனி தோன்றும் காலம் என இயற்கையின் பருவநிலைகள் இந்த ஹோரரையின் செயல்களாக கருதப்படுகிறது. இதே போன்று சட்ட ஒழுங்கைக் குறிக்கும் முறையில் நீதி, ஆணை மற்றும் அமைதி என்ற சில ஹோரரைகள் வழக்கில் இருந்தன. கிரேக்கத்தில் பொதுவாக உபயோகத்தில் இருந்தது மூன்று ஹோரரைகள் ஆகும். அவை தல்லோ (*Thallo*), ஆசோ (*Auxo*), மற்றும் கார்போ (*Carpo*) ஆகிய இயற்கையின் வழி வந்த பெண் கடவுள்களாகும். தல்லோ என்பது பூப்பூக்கும் காலத்தைக் கொண்டு வரும் ஓரையாகும். இதன் கடவுள் தாலாட்டே (*Thalatte*) ஆகும். ஆசோ என்பது பெருக்கத்தை குறிக்கும் ஓரையாகும். இதன் கடவுள் ஆசேசிய (*Auxesia*) ஆகும். கார்போ என்பது பழம் பழுக்கும் காலத்தையும், அறுவடை செய்யும் காலத்தையும் குறிப்பது. கற்பூர் (*Karpoor*) என்பது இதன் தெய்வம் ஆகும்.

தல்லோ என்ற சொல் தளிர் அல்லது தழை என்ற சொல்லோடு ஒத்துப்போகிறது. செடி, கோடி தழைத்தல் என்பது தளிர் விடுதல் என்பதாகும். ஆசோ என்பது ஆகு என்ற சொல்லோடு ஒத்துப்போகிறது. ஆகுதல் என்பது செய்தல் என்ற அர்த்தத்துடன் உற்பத்தியைக் குறிக்கும். கார்போ என்ற சொல் கற்பு அல்லது பூ கருவாகி பழமாவதைக் குறிக்கும் சொல்லோடு ஒத்துப்போகிறது.

முதலில் ஒரு நாளைக்கு ஒன்பது ஹோரரைகளும், பின்னர் பத்து மற்றும் பன்னிரண்டு ஹோரரைகள் என்று மாறி தற்போதைய பன்னிரண்டு மணி நேரத்தைக் குறிக்கும் முறை வந்தது.

ஓரை என்ற தமிழ் சொல்லுக்கு கூட்டம் என்ற அர்த்தம் உண்டு. நட்சத்திரங்கள் கூட்டமாய் இருப்பதற்கு ஓரை என்று கூறப்பட்டிருக்க வேண்டும். ஓரை என்பது ஓராய் (அதாவது ஒன்றாய் இருப்பது) என்றதிலிருந்து திருந்திருக்கலாம். வானில் உள்ள நட்சத்திரக் கூட்டங்களை பன்னிரண்டு கூட்டங்களாய் பிரித்து அதற்கு ராசிகள் என்று பெயரிட்டனர்.

மாத ஆய்வுகள்

ஆங்கில நாள்காட்டி மாத தொடக்கம்

ஆங்கில நாள்காட்டி ரோம நாள்காட்டியின் அடிப்படையில் உருவானது. ஆரம்பத்தில் ரோம நாள்காட்டியில் பத்து மாதங்களே இருந்தன. மார்ச் முதல் டிசம்பர் வரை. மார்ச் மாதமே ஆண்டின் முதல் மாதமாக இருந்தது. ரோமானிய மன்னன் ஜூலியஸ் சீசர் பொ.யு.மு. 35 போல் இரு மாதங்களை உபரியாக சேர்த்தான். அவை ஜனவரி மற்றும் பெப்ரவரி மாதங்களாகும். அதன் பின்னர் ஜனவரி முதல் மாதமாயிற்று. ஜனவரி என்பது இயனுவரி என்பதன் திரிபாகும். இயான் என்பது கிரேக்க மொழியில் யானையைக் குறிக்கும். மார்ச் மாதம் செவ்வாய் கிரகத்தையும், ஏப்ரல் மாதம் அப்ரோடைட் என்ற பெண் தெய்வத்தின் பெயரின் அடிப்படையில் வைத்த பெயர். இது வீனஸ் (வெள்ளி) கிரகத்தைக் குறிக்கும் தெய்வம். மே மாதம் மாய் என்ற பெயரின் அடிப்படையில் வந்தது. இது மாயன் என்ற பெயரோடு ஒத்துப் போகிறது.

ஏகாம்பர்,	துவம்பர்,	திரியம்பர்;
சதுரம்பர்;	பஞ்சம்பர்;	சச்டமபர்;
சப்டம்பர்;	நவம்பர்;	டிசம்பர்

அம்பர் என்பது சந்திரனைக் குறிக்கும் சொல். அம்பர் என்பது அம்பாரம் (அம்ப ஆரம்) என்ற சொல்லிலிருந்து வந்திருக்கலாம். அம்ப என்றால் மலை அல்லது வானம்; ஆரம் என்றால் வட்டம். மலையிலிருக்கும் அல்லது வானிலிருக்கும் வட்டம் என்ற பொருள் உடையது. இதே போல் அம்புலி என்பது அம்ப புள்ளி அல்லது ஆன் புள்ளி என்ற பெயரிலிருந்து வந்திருக்கலாம். செப்டம்பர் மாதம் சப்த என்னும் ஏழாம் எண்ணைக் குறிக்கும். எனவே செப்டம்பர் என்பது ஏழாவது மாத சந்திரனைக் குறிப்பது. இதே போல் அக்டோபர் என்பது அட்ட அம்பர் என்ற அர்த்தத்தில் எட்டாவது மாதத்தையும், நவம்பர் என்பது நவ அம்பர் அர்த்தத்தில் ஒன்பதாவது மாதத்தையும், டிசம்பர் என்பது முறையே தச அம்பர் என்ற அர்த்தத்தில் பத்தாவது மாதத்தையும் குறிக்கிறது. கிருஸ்துமஸ் மாதத்தை *Xmas* மாதம் என்று கூறுவர். இதில் *X* என்பது ரோம எண்ணில் பத்தாவது எண்ணைக் குறிப்பதாகும். மஸ் என்பது மாசம் என்பதாகும். எனவே *XMas* என்பது பத்தாவது மாதமாகும்.

(சஷ்டி – சகட?)

இதே போல் முதல் ஆறு மாதங்களுக்கும் பெயர் வைத்தால், ஏகாம்பர், துவாம்பர், திரியம்பர், சதுரம்பர், பஞ்சம்பர், சஷ்டம்பர் என்று வந்திருக்கும். ஏகாம்பர் என்பது ஏகாம்பரம் என்ற பெயரோடு ஒத்துப்போகிறது.

பழைய ஆங்கில காலத்தில் செப்டம்பர் மாதத்திற்கு ஹளிகோமொனாத் (*Haligmonad*) மற்றும் ஹேர்பெஸ்ட்மோனத் (*Haerfestmonad*) என்று பெயர் இருந்தது. இதற்கு அறுவடை மாதம் என்று அர்த்தம்.

எனவே பண்டைய ஆங்கில நாள்காட்டியில் செப்டம்பர் மாதம் அறுவடை மாதமாக இருந்திருக்கிறது. அறுவடை அல்லது அறு வெட்டு என்ற சொல்லே ஹார்வெஸ்ட் என்று மருவியிருக்கலாம்.

அறுவடை > ஹறுவட் > ஹருவேஸ்ட்

வெட்டு விழா அல்லது வெற்றி விழா என்பது பெஸ்டிவல் என்று மருவியிருக்கலாம்.

பெஸ்டிவல் – வெட்டுதல்;

ஆங்கில நாள்காட்டிக்கு கிரிகோரியன் காலண்டர் (gregorian calendar) என்ற பெயர் உண்டு. இந்த பெயர் கிரக ஓரையன் என்ற பெயரிலிருந்து வந்திருக்கலாம்.

கிரிகோரியன் காலண்டர் > கிரக ஓரையன் கால அந்தர்

ராசிகள் தமிழ் பெயர்கள் : மேழம், விடை, ஆடவை, கடகம், மடங்கல், கன்னி, துலை, நளி, சிலை, சுறனம், கும்பம், மீனம்

(பௌர்ணமி – பூரண அமி; அமாவாசை – அமி வாச)

தமிழ்	ராசி	நட்சத்திர வகையில்	சூரிய மாதம்
சித்திரை	மேஷம்	சித்திரை	Mathu/மது
வைகாசி	ரிஷபம்	விசாகம்	Madhava/மாதவ
ஆனி	மிதுனம்	அனுஷம்	Sukra/சுக்ர
ஆடி	கடகம்	பூராடம்	Suci/சுசி
ஆவணி	சிம்மம்	திருவோணம்	Nabha/நபா
புரட்டாசி	கன்னி	பூரட்டாதி	Nabhasya/நபாஷ்ய
ஐப்பசி	துலாம்	அசுவினி	Isa/இசா
கார்த்திகை	விருச்சிகம்	கிருத்திகை	Urja/உற்ச
மார்கழி	தனுசு	மிருகசீரிஷம்	Saha/சக
தை	மகரம்	பூசம்	Sahasya/சகஷ்ய
மாசி	கும்பம்	மகம்	Tapa/தப
பங்குனி	மீனம்	பூரம்	Tapasya/தபஷ்ய

ஜோதிடத்தில் உள்ள சின்னங்கள் எல்லாம் எந்த இடத்தோடு தொடர்புடையவை?

ஆடு, மாடு, மிதுனம், நண்டு, சிங்கம், கன்னி, தராசு, தேள், வில், ஆடு, குடம், மீன். (வீனஸ் – சுக்கிரன் – வேணு)

தமிழ்	சோதிடம்	மலையாளம்	சமஸ்கிருதம்	ஆங்கிலம்
சித்திரை	மேஷம்	மேடம்	சைத்ரம்	அரிஸ்
வைகாசி	ரிஷபம்	எடவம்	வைசாகம்	தாருஸ்
ஆனி	மிதுனம்	மிதுனம்	ஜ்யேஷ்டம்	ஜெமினி
ஆடி	கடகம்	கர்கிடகம்	ஆஷாடம்	கான்சர்
ஆவணி	சிம்மம்	சிங்கம்	ஆராவணம்	லியோ
புரட்டாசி	கன்னி	கன்னி	காத்ரும்	விர்கோ
ஐப்பசி	துலாம்	துலாம்	ஆஷ்வனம்	லிப்ரா
கார்த்திகை	விருச்சிகம்	விருச்சிகம்	கார்த்திகம்	ஸ்கார்பியோ
மார்கழி	தனுசு	தனு	ஆக்ரஹாவனம்	சகிட்டரயுஸ்
தை	மகரம்	மகரம்	பவுசம்	கேப்ரிகார்ன்
மாசி	கும்பம்	கும்பம்	மாகம்	அக்குவரயுஸ்
பங்குனி	மீனம்	மீனம்	பால்குனம்	பிச்செஸ்

வேத இந்து நாள்காட்டியின் மேஷம், ரிஷபம் என வரிசையில் வரும் சூரியமான முறை மாதங்களின் பெயர்களை ஆய்வு செய்து பார்க்கலாம்.

முதல் மாதமான மேஷ மாதத்தின் சின்னம் ஆடு ஆகும். ஆட்டிற்கு தமிழில் மேடம் என்ற பெயரும் உண்டு. மேடம் என்ற சொல்லே மேஷம் என்று மருவியிருக்கவேண்டும். இன்னொரு வகையில் பார்த்தால் ஆட்டிற்கு கிடா என்ற பெயர் உண்டு. பெரிய ஆட்டிற்கு மா கிடா என்று பெயர் கூறலாம். மாகிடா என்பது மகிடம் என்றாகி பின் அது மேடம் என்று திரிந்திருக்கலாம். மகிடம் என்றால் எருமையைக் கூட குறிக்கும்.

மா கிடா > மகிட > மேட > மேஷ

அடுத்த இரண்டாவது ராசியான ரிஷபம் காளையை அல்லது ஏறு அல்லது மாட்டைக் குறிப்பதாகும். இந்த ராசிக்கு தமிழில் இடவம் என்று பெயர். தமிழில் ஏறுவிற்கு இன்னொரு பெயர் இடவம் ஆகும். பெரிய ஏறுவிற்கு பேரிடவம் என்ற பெயர் கூறப்பட்டிருக்கலாம். பேரிடவம் என்ற சொல்லே ரிஷபம் என்று மருவியிருக்க வேண்டும்.

பேரிடவம் > (பே)ரிடபம் > ரிஷபம்

மூன்றாவது ராசியானது மிதுனம் அல்லது மைதுனம் ஆகும். இது இரட்டையரை அல்லது ஆண் பெண் இணையைக் குறிப்பது. இரட்டையர் என்ற வகையில் பார்த்தால், இரட்டையர் என்றால் ஒன்றாக அதாவது உடல் துணையாக பிறந்தவர்கள். மெய் துணை என்ற சொல்லே மிதுன என்று மருவியிருக்கலாம். ஆண் பெண் இணை என்ற வகையில் பார்த்தால் இது ஆண் பெண் உறவைக் குறிப்பதாகும். மைதுனம் என்பது உடல் சுகத்தை குறிக்கும் சொல் கூட. இந்த உறவிற்கு தமிழில் மையல் என்று பெயர். மையல் துணை என்ற சொல்லே மைதுனம் என்று மருவியிருக்க வேண்டும்.

மெய் துணை > மைதுன > மிதுன

மையல் துணை > மைய துணை > மைதுன > மிதுன

அடுத்த ராசியான நான்காவது ராசி கடக ராசியாகும். இது நண்டைக் குறிப்பது. இந்த ராசியின் உண்மைப்பெயர் கார்க்கிடகம் என்பதாகும். தமிழில் நண்டிற்கு கார்கடகம் என்று பெயர் உண்டு. கார்காலத்தில் மழை நன்கு பெய்து குளம் குட்டைகளில் நீர் நன்கு நிரம்பி இருக்கும் போது நண்டு வளை தோண்டி நிரம்ப இருக்கும். இந்த மழைக் காலத்தில் இந்த நண்டுகள் பண்டைய மக்களுக்கு ஒரு முக்கிய உணவாகும். இந்த நண்டு உணவு உடல் வெப்பத்தைக் கொடுக்கக்கூடியது. இந்த நண்டுகள் கரைகளில் வாழும் பிராணி. கரைக்கடகம் என்பதே கார்கடகம் என்றும் மருவியிருக்கலாம்.

ஐந்தாவது ராசியானது சிம்ம ராசியாகும். இது சிங்கத்தைக் குறிப்பதாகும். சிங்கம் என்ற சொல்லே சிம்மம் என்று மருவியது.

அடுத்த ஆறாவது ராசியானது கன்னி ராசியாகும். இது கன்னிப்பெண்ணைக் குறிப்பதாகும்.

ஏழாவது ராசியானது துலா ராசியாகும். இது தராசு சின்னமாகும். இது நடு நிலையைக் குறிப்பதாகும். தராசுவிற்கு சமஸ்கிருதத்தில் துலாம் என்பதாகும். எனவே இதற்கு துலா ராசி என்று பெயர் வந்தது. இந்த துலாம் என்ற பெயர் துல்லியம் என்ற தமிழ் சொல்லிலிருந்து வந்திருக்க வேண்டும். வணிகத்தில் தராசு என்பது வணிகப் பொருட்களை துல்லியமாக நிறுத்த பயன்படுவது. மேலும் தராசு என்ற சொல் தர அச்சு அல்லது தர அசை என்ற தமிழ் சொல்லிலிருந்து மருவியிருக்க வேண்டும். அச்சு என்பது நடுவில் உள்ள முள்ளைக் குறிக்கலாம். தர அசை என்பது இரு பக்கமும் அசையும் கருவி என்ற அர்த்தத்தில் கூறப்பட்டிருக்கலாம்.

துல்லியம் > துல்லாம் > துலாம்

தர அச்சு > தரச்சு > தராசு

தர அசை > தரசை > தராசு

எட்டாவது ராசியானது விருச்சிக ராசியாகும். இது தேள் சின்னத்தைக் குறிப்பதாகும். தமிழில் தேளிற்கு விருச்சிகம் என்ற பெயர் உண்டு. கை போன்ற உறுப்பில் வீரியம் உடைய நச்சை அல்லது எச்சில் உடையதால் இதற்கு விருச்சிக என்று பெயர் வந்திருக்கலாம். வீரியன் என்ற சொல் கட்டு வீரியன் பாம்பிற்கும் கூறப்படுவதுண்டு.

வீரிய எச்சில் கை > வீரெச்சிகை > விருச்சிக

வீரிய நச்சு கை > வீரினச்சுகை > விருச்சிக

அடுத்த ராசி ஒன்பதாவது ராசி தனுசு ராசியாகும். இது வில்லைக் குறிப்பதாகும். இதற்கான பெயர்க்காரணம் மூன்று வகைகளில் பார்க்கலாம். தண்டு என்பது கம்பைக்குறிக்கும். பழங்காலத்தில் பழங்குடிகள் வேட்டைக்குச் செல்லும்போது கையில் தண்டு கொண்டு செல்வார்கள். இதில் மெல்லிய, வலிய கயிறு ஒன்று

தளர்வாக கட்டப்பட்டிருக்கும். தேவைப்படும்போது அந்தக் கம்பில் இந்த கயிற்றை இறுக்கமாக கட்டி, அதை வில் போல பயன்படுத்துவர். தண்டு என்பது கம்பாகவும், வில்லாகவும் தேவைப்படும்போது பயன்படுத்திக்கொள்ளலாம். இந்த தண்டு என்ற சொல்லே தனுசு என்று மருவியிருக்கவேண்டும். இன்னொரு வகையில் பார்த்தால் தானு என்ற சொல்லிற்கு காற்று என்ற பொருள் உண்டு. வில்லிலிருந்து கிளம்பும் அம்பு காற்றைக் கிழித்துக்கொண்டு செல்லும் என்பதால் இதற்கு தானு என்ற பெயர் இடப்பட்டிருக்கலாம். இன்னொரு வகையில் பார்த்தால் தாணு என்ற சொல்லிற்கு குற்றி என்ற பொருள் உண்டு. குற்றி என்பது குற்றுதல் என்ற பொருளுடையது. அம்பு குற்றும் ஆயுதம் என்பதால் இதற்கு தாணு என்று பெயர் வந்திருக்கலாம்.

தண்டு > தன்சு > தனுசு

தானு > தனுசு

தாணு > தனுசு

பத்தாவது ராசியானது மகர ராசியாகும். இது ஆடு மற்றும் நீர் விலங்கு இரண்டும் கலந்த கலப்பின உருவமாகும். கடல் ஆடு (*SeaGoat*) என்று கூட இதைக் குறிப்பிடுவதுண்டு. இந்த உருவத்தின் மேல் பகுதி ஆடு போலவும், கீழ் பகுதி நீர் விலங்கு போலவும் உள்ளது. இந்த நீர் விலங்கு எது என்பது குறித்து கருத்து வேறுபாடுகள் உள்ளன, சிலர் இது மீன் என்றும், சிலர் இது முதலை என்றும் கூறுகின்றனர். இந்த இரு கூற்றுகளின் அடிப்படையிலும் இந்த ராசிக்கான பெயர்க்காரணத்தைப் பார்க்கலாம். முதலில் ஆடுமீன் கூற்றில், ஆட்டிற்கு சோரான் அல்லது கோரான் என்ற பெயர் உண்டு. மீனிற்கு மச்சம் (மற்சம்) என்ற பெயர் உண்டு. மற்சசோரான் அல்லது மற்சகோரான் என்பதே மகரம் என்று மாறியிருக்கலாம். இன்னொரு ஆடு – முதலை கூற்றுப்படி, ஆட்டிற்கு மை என்ற பெயரும். முதலைக்கு கராம் என்ற பெயரும் உண்டும். மைகராம் என்ற சொல்லே மகரம் என்று மருவியிருக்க வேண்டும்.

மற்சகோரான் > மச்சகொரா > மக்கரா > மகர

மைகராம் > மைகரா > மகர

பதினோராவது ராசி கும்ப ராசி ஆகும். இது நீர் கொண்டு வரும் குவளை அல்லது பாத்திரம் சின்னம் கொண்ட மாதம். இந்த மாதம் வெள்ளப்பெருக்கு ஏற்படும் மாதமாக இருக்கலாம். அதைக் குறிக்க குவளையை சின்னமாக சொல்லியிருக்கலாம். அசிரியன் நாள்காட்டியில் செவத் என்ற மாதம் வெள்ளப்பெருக்கு மாதம் என்று ஏற்கெனவே நாம் கண்டோம்.

கடைசி பன்னிரெண்டாவது ராசியானது மீன ராசியாகும். இது மீன் சின்னமாகும். இது மீன் என்ற தமிழ் சொல்லிலிருந்தே வந்ததாகும்.

மேற்கண்ட கூற்றுகளின் படி பார்த்தால் இந்து வேத ராசி சக்கரத்தில் கூறப்பட்டிருக்கும் மாதங்களின் பெயர்கள் எல்லாம் தமிழ்ப் பெயர்கள் என்று கூறலாம்.

மேலே செய்தது போல ஆங்கில ராசிகளின் பெயர்களை ஆய்வு செய்து பார்க்கலாம்.

இதில் முதல் ராசி அரிஸ் (Aries) எனப்படும் மேஷ ராசியாகும். இது ஆடு சின்னம். ஆங்கிலத்தில் ராம் (Ram) எனப்படும் ஆட்டைக் குறிப்பது. பண்டைய தமிழ் மொழியில் அரி என்ற சொல்லுக்கு குதிரை, பன்றி என்ற பெயர்களே உள்ளன. அரி என்றால் சிங்கம் என்றும் கூறுவர். இது பின்னாளில் வந்த மரபு திரிந்த பொருளாக இருக்கலாம். அதாவது சங்கம் மருவிய காலத்தில் சமஸ்கிருத மொழி தமிழகத்தில் வந்த காலத்தில் இது மருவியிருக்க வேண்டும். ஆட்டிற்கு அரிணம் அல்லது அருணம் என்ற பெயர் உண்டு. அரிஸ் என்ற சொல் இந்த சொல்லிலிருந்து வந்திருக்கலாம்.

அடுத்த இரண்டாவது ராசியானது தாருஸ் (Taurus) எனப்படும் ரிஷப ராசியாகும். இது காளை அல்லது எருது சின்னம் உடையது. தமிழில் பெரிய எருதிற்கு தூர்வகம் அல்லது துரியம் என்று பெயர் உண்டு. இந்த சொல்லே தாருஸ் என்று மருவியிருக்க வேண்டும்.

தூர்வக > தூர்வச > தோரச > தாருஸ்

துரிய > துரிச > தாருஸ்

மூன்றாவது ராசி ஜெமினி (Gemini) எனப்படும் மிதுன ராசியாகும். இது இரட்டையர்கள் அல்லது ஆண் பெண் ஜோடி சின்னமாகும். ஆண் பெண் ஜோடி சின்னம் மோகத்தை அல்லது காமத்தைக் குறிப்பது. காம இணை என்ற சொல்லே ஜெமினி என்று மருவியிருக்க வேண்டும். காமன், காமினி என்ற சொற்கள் சமஸ்கிருதத்தில் உண்டு. பின்னாளில் இந்த ஆண் பெண் ஜோடி சின்னம் இரட்டையர் சின்னமாக கால மாற்றத்தில் மாறியிருக்க வேண்டும்.

காம இணை > காமினை > ஜெமினி

நான்காவது ராசி கான்செர் (Cancer) எனப்படும் கடக ராசியாகும். கான்செர் என்ற சொல்லுக்கு லத்தின் மொழியில் நண்டு என்று பெயர். பண்டைய கிரேக்க சொல்லான கர்கினோஸ் (karkinos) என்ற சொல்லிற்கு நண்டு என்று பெயர். இந்த இரண்டும் முதன்மைஇந்தோஐரோப்ப மொழியிலிருந்த கார்க் (Qark) என்ற சொல்லிலிருந்து வந்ததாகும். கான்சர் என்ற சொல்லை கண்கர் என்றும் உச்சரிக்கலாம். கர்கிநோஸ் என்பது கர்கண் என்ற சொல்லின் திரிபாக இருக்கலாம். இந்த சொல் திருப்பி போட்டால் கண்கர் தமிழில் நண்டிற்கு கார்கடகம் என்ற பெயருண்டு என்று ஏற்கெனவே நாம் கண்டோம். கார்கிடகம் என்ற சொல்லே கார்க் என்று மருவியிருக்க வேண்டும். எனவே கான்சர் என்ற சொல் கார்கடகம் என்ற தமிழ் சொல்லிலிருந்து வந்திருக்க வேண்டும்.

அடுத்த ஐந்தாவது ராசி லியோ எனப்படும் சிம்ம ராசியாகும். இதன் சின்னம் சிங்கமாகும். லத்தின் மொழியில் சிங்கத்திற்கு லியோ என்று பெயர். ஜெர்மன் மொழியில் லியோன் அல்லது லியோபோல்ட் என்ற சொல்லாகும். இதற்கு துணிச்சலானவர்கள் என்று அர்த்தம். சிறுத்தைக்கு ஆங்கிலத்தில் லியோபர்ட் (Leopard) என்று பெயர். புலிக்கு தமிழில் வல்லியம் என்ற பெயர் உண்டு. வல்லியம் என்ற சொல்லிலிருந்தே லியோ என்ற பெயர் வந்திருக்க வேண்டும். வல்லிய என்றால் வலிமை என்ற பொருள் உண்டு.

வல்லியம் > (வ)லிய > லிய > லியோ

ஆறாவது ராசி விர்கோ (*Virgo*) எனப்படும் கன்னி ராசியாகும். இது கன்னிப் பெண்ணைக் குறிப்பதாகும். இது விடலைப்பருவம். இந்த பருவத்தில் விரகதாபங்கள் அதிகமாக இருக்கும். விரகம் என்ற சொல்லிலிருந்தே விர்கோ என்ற சொல் வந்திருக்க வேண்டும்.

விரக > விர்கோ

அடுத்த ஏழாவது ராசி லிப்ரா (*Libra*) எனப்படும் துலாம் ராசியாகும். இது தராசு சின்னத்தைக் குறிப்பது. இது பொருள் நிறுத்தல் அளவிடும் கருவியாகும். அளவு ஆரம் என்ற சொல்லிலிருந்து வந்திருக்கலாம். ஆரம் என்பது வட்டமான தராசுத் தட்டை குறிப்பதாகும்.

அளவு ஆரம் > (அ)ளவார > ளபரா > லிப்ரா

எட்டாவது ராசி ஸ்கார்பியன் (*Scorpion*) எனப்படும் விருச்சிக ராசியாகும். இது தேள் உருவம் கொண்டது. தேள் கருப்பு நிறம் கொண்டது. கருப்பியன் என்ற சொல்லே ஸ்கார்பியன் என்று சொல்லப்பட்டிருக்கலாம். ஸ்கார்ப்பியன் ஒரு அரசன் அல்லது கடவுளாக எகிப்திய நாகரிகத்தில் வழிபடப்பட்டார். எனவே கருப்பு ஆயன் என்பது ஸ்கார்ப்பியன் என்று வழங்கப்பட்டிருக்கலாம். ஒரு பொருள் எரிந்து கருகிவிட்டால் அதற்கு ஆங்கிலத்தில் ஸ்கார்ச்சிடு (*Scorched*) என்று கூறுவார்.

சு கருப்பு ஆய > கருப்பையா > ஸ்கார்பியோ

ஒன்பதாவது ராசி சகிட்டரியுஸ் (*Sagitarius*) எனப்படும் தனுசு ராசியாகும். இதன் உருவம் வில். சகிட்டரியுஸ் என்பதற்கு மூதாதையர் அல்லது முது தலைவன் என்று அர்த்தம். சுமேரிய மொழியில் சக் என்றால் தலைவனைக் குறிப்பதாகும். இது தமிழில் சிகை என்ற சொல்லாக இருக்கவேண்டும். சிகை என்றால் தலையைக் குறிப்பது. சகிட்டரியுஸ் என்பது சிகைத்தாரி என்றதமிழ் சொல்லிலிருந்து வந்திருக்கலாம். தமிழில் தாரி என்றால் தரிப்பவன் என்று அர்த்தம். அவதாரம் எடுப்பவன் அவதாரி. சிகைத்தாரி என்பவன் தலையில் தரித்தவன் அதாவது தலைவன் என்று அர்த்தம். கன்னடத்தில் தாரி என்றால் வழி என்று அர்த்தம். எனவே வழி நடத்துபவன் என்றும் கூட பொருள் கொள்ளலாம். பண்டைய காலத்தில் தலைவர்களின் முக்கிய ஆயுதம் வில்லாகும்.

சிகைத்தாரி > சகித்தாரி > சகிட்டரியுஸ்

அடுத்த பத்தாவது ராசி கேப்ரிகார்ன் (*Capricorn*) எனப்படும் மகர ராசி. இதன் உருவம் ஆடு அல்லது ஆடும் மீனும் கலந்த உருவம். தமிழில் கவரி என்ற சொல் ஆடு, மாடு, மான் ஆகிய விலங்குகளை குறிப்பிடுகிறது. அதே போல் காரான் என்ற சொல் எருமையை அல்லது குட்டி ஈன்ற ஆடு, மாடு ஆகியவற்றைக் குறிப்பதாகும். காராம்பசு என்றால் அண்மையில் கன்று ஈன்ற பசுவைக் குறிப்பதாகும். இந்த கவரி காரான் என்ற சொல்லே கேப்ரிகார்ன் என்று மருவியிருக்க வேண்டும்.

கவரி காரன் > காவ்ரி காரன் > கேப்ரி கார்ன்

பதினொன்றாவது ராசி அக்குவரியஸ் எனப்படும் கும்ப ராசியாகும். இதன் உருவம் நீர் நிரம்பி வழியும் பாத்திரம் அல்லது நீர் கொண்டு வருபவர் அல்லது நீர்

இறைப்பவர் என்பதாகும். லத்தின் மொழியில் அக்குவா என்றால் நீர் என்று அர்த்தம். தமிழில் குவளை என்றால் பாத்திரம் என்று பொருள் உண்டு. குவம் என்பது நீரில் பிறப்பதற்கு பெயர். குவலயம் என்றால் நெய்தல் நிலத்தைக் குறிக்கும் சொல். நெய்தல் நிலம் வயலும் வயல் சார்ந்த இடமாகும். அங்கு நீர்நிலைகள் நிறைய இருக்கும். கூவம் என்றால் தமிழில் கிணறு என்ற பொருள் உண்டு. சென்னையில் ஓடும் ஆறு கூவம் ஆறு. கோரு என்றால் நீரை அள்ளுதல் அல்லது முகத்தல் என்ற அர்த்தம் உண்டு. ஆங்கிலத்தில் குவாரி என்றால் கல் அல்லது தாது எடுக்கும் இடம். நீர் கோருபவருக்கு குவளைக்கோரி அல்லது குவக்கோரி என்று அழைத்திருக்கலாம். இந்த குவக்கோரி என்ற சொல்லே அக்குவாரி என்று மாறியிருக்கலாம். தமிழில் கூவம் என்ற சொல்லுக்கு வார்புனல் கரை அதாவது நீரோடும் கரை என்ற பொருளும் உண்டு.

குவக்கோரி > அக்கோரி > அக்குவரியஸ்

கடைசி ராசி பன்னிரெண்டாவது ராசியான பிஸ்கஸ் (*Pisces*) எனப்படும் மீன ராசியாகும். இதன் உருவம் மீன். மீனிற்கு ஆங்கிலத்தில் பிஷ் (*Fish*) என்று பெயர். இந்த பெயர் பிசிகன் என்ற பண்டைய ஜெர்மானிய மொழியில் இருந்து வந்தது. பிசிகன் என்ற பெயர் பிசுக் என்ற முதன்மை இந்தோஐரோப்ப மொழியிலிருந்து தோன்றியதாகும். பிசுக் என்பது பிசுபிசுப்பு என்ற அர்த்தம் உடைய பிசுக்கு என்ற சொல்லிலிருந்து வந்திருக்கலாம். மீன் பிசுபிசுப்பு தன்மை உடையது. கையில் எளிதில் பிடிக்க முடியாது. பிங்காசி என்ற ஒரு மீன் வகை உண்டு. தமிழில் மீனிற்கு பழல் என்ற பெயரும் உண்டு.

பிசுக்கு > பிசுக் > பிஸ்கஸ்

பிங்காசி > பிக்காசி > பிஸ்காசி > பிஸ்கஸ்

பழல் > பசல் > பசக் > பிஸ்க் > பிஸ்கஸ்

மேற்கண்ட கூற்றுகளின்படி பார்த்தால் ஆங்கில ராசிப்பெயர்கள் எல்லாம் தமிழ்ப் பெயர்களிலிருந்து தோன்றியது எனக்கூறலாம். ஆங்கில ராசிகளின் தன்மையைக் கீழ்க்காணும் அட்டவணையில் காணலாம்.

ஆங்கில ராசியும் நிலத்தின் தன்மையும்

ஆங்கில ராசி	தமிழ் இணைப் பெயர்	சின்னம்	தன்மை
அரிஸ்	அரி	ram	mineral land
தாருஸ்	தாறு	bull	farms
ஜெமினி	யாமம்/யாமினி	twile	pleasure haunt
கான்சர்		crab	lakes+ponds
லியோ	புலியன்/அரியன்/		
அலியன்/	lion	caves+forest	
விர்கோ	விரகம்	virgin	boudoir
லிப்ரா	கலிவர	scale (சகலே)	bazaar
ஸ்கார்பியோ	கருப்பன்	scorpion	flinty regions

சகிட்டரயுஸ்	சகித்தாரி	archer	barracks
கேப்ரிகார்ன்	காப்ரி(காவ்ரி) கோரன்	goat	rivers
அக்குவரயுஸ்	அக்குவளை	water bearer	water pot
பிச்செஸ்	பிசுக்கு (பிசு பிசு)	fish	sea

மேலே உள்ள அட்டவணைப்படி அந்த நிலங்களின் தன்மை பற்றி அறியலாம். அந்த நிலத்தில் தாதுக்கள் கிடைத்தது, விவசாய நிலம், காதல்/களவு நிறைந்த இடம், குளங்கள், ஏரிகள் உள்ள இடம், குகைகள் மற்றும் காடுகள் உள்ள இடம், சந்தை, நதிகள் உள்ள இடம், கடின வறண்டநிலப்பாங்கான இடம். கூட்டு குடியிருப்பு உள்ள இடம், வெள்ளப்பெருக்கு உள்ள இடம், கடல் உள்ள இடம். இவை எல்லாம் பண்டைய சங்க இலக்கியங்களில் கூறப்பட்டுள்ள இடத்தோடு ஒத்துப்போகின்றன. இது பண்டைய குமரிக்கண்டமாக இருக்கலாம்.

கிழமை ஆய்வுகள்

கிரேக்கர்கள் சந்திர மாதத்தின் நாட்களை சந்திரனின் தோற்றத்தைக்கொண்டு ஒருவகையாக பிரித்தார்கள். முதல் பிறை (முதல் நாள்), வளர் அரை நிலவு (ஏழாம் நாள்), முழு நிலவு (பதினான்காம் நாள்), தேய் அரை நிலவு (இருபத்தியோராம் நாள்), கடைசி பிறை (இருபத்திஎட்டாம் நாள்), அமாவாசை (முப்பதாம் நாள்). பின்னாளில் இது ஏழு நாட்கள் உடைய ஒரு வாரமாக மாறி ஒவ்வொரு நாளுக்கும் ஒரு கிரகம் என வழக்கில் வந்தது. ஒரு நாளுக்கு ஒரு கிரகம் என்ற முறையை கொண்டு வந்தது கிரேக்கர்கள். ஒரு வாரத்தின் ஒரு நாளை தேயோன் ஹெமேரை (*Theon Hemerai*) என்று கூறினர். இதன் அர்த்தம் கடவுளின் நாட்கள் என்பதாகும்.

தற்போது வழக்கிலிருக்கும் ஆங்கில வாரத்தின் நாட்கள் பண்டைய கிரேக்க மற்றும் லத்தின் நாள்காட்டியின் அடிப்படையில் அமைந்தது. பின்னர் அதிலிருந்து ஜெர்மானிய, பழைய கால ஆங்கிலம் மற்றும் மத்திய கால ஆங்கில முறை என்று மாறி தற்போதைய முறைக்கு வந்தது.

ஞாயிற்றுக் கிழமைக்கு சுன்னேன், சோலிஸ், மற்றும் ஹெலியோவ் என்ற பெயர்கள் கூறப்படுகிறது. சுன்னேன் என்பது சுள்ளான் என்ற சொல்லின் திரிபாக இருக்கலாம். சுள் என்பது வெயிலின் தாக்கத்தைக் குறிக்கும் சொல். வெயில் சுள் என்று அடிக்கிறது என்று கூறுவது போல். சோலிஸ் என்பது சூல் அல்லது சுள் என்ற சொற்களைக் குறிக்கலாம். சோளி என்பது ஒளியோடு தொடர்புடையதாகக் கூட இருக்கலாம். ஒளி>யொளி>சோளி. ஹெலியோவ் என்பது ஒளி அல்லது எல் என்ற சொல்லோடு தொடர்புடையதாக இருக்கலாம்.

திங்கள்கிழமைக்கு மொனேன், லுனே மற்றும் செலேனேஸ் என்ற பெயர்கள் கூறப்படுகிறது. சந்திரன் மனதோடு தொடர்புடைய கிரகம். மனன் என்ற சொல் மோனேன் என்று மருவியிருக்கலாம். அல்லது சந்திரன் முனை (பிறை) உடையதாக இருப்பதால் முனை என்ற சொல் மோனேன் என்று வந்திருக்கலாம். செலேனேஸ் என்பது சலனம் என்ற சொல்லோடு தொடர்புடையதாக இருக்கலாம். சந்திரன் மனச் சலனத்தோடு தொடர்புடைய கிரகம். சந்திரனுக்கு அல் என்ற பெயர் உண்டு. அல்லன்

என்ற சொல் லுனே என்று மாறியிருக்கலாம். அதேபோல் நிலா என்ற சொல் திருப்பி உச்சரிக்கப்பட்டு லுனே என்று வந்திருக்கலாம்.

அல்> அல்லன் > ல்லன் >லுனே;

நிலா >லாநி > லுனே

செவ்வாய்க்கிழமைக்கு டேவேஸ், மார்டிஸ், அரியோஸ் என்ற பெயர்கள் கூறப்படுகிறது. டேவேஸ் என்பது தேவ என்ற சொல்லில் இருந்து மருவியிருக்கலாம். மார்டிஸ் என்பது மார்ஸ் (Mars) எனப்படும் செவ்வாய் கிரகத்தைக் குறிப்பதாகும். அரியோஸ் என்பது ஏரீஸ் (Aries) எனப்படும் மேஷ ராசியின் பெயராகும். மேஷ ராசியின் அதிபதி செவ்வாய் கிரகமாகும். (பண்டைய காலத்தில் அரி என்ற சொல் ஆட்டினைக் குறிப்பதாக இருந்திருக்கலாம். பின்னாளில் அது சிங்கத்தைக் குறிப்பதாக மாறியிருக்கலாம்) . செவ்வாய்க்கிழமைக்கு இந்தியில் மங்கள்வார் என்று பெயர். மங்களம் என்பதற்கு தமிழில் தூய என்ற அர்த்தம் உண்டு. மங்களம் என்பது தேவ என்ற சொல்லோடும் ஒத்துபோகும். எனவே செவ்வாய்க்கிழமை என்பது தூய தினம் அல்லது தேவ தினம் என்பதாகும். தூய தினம் அல்லது தேவ தினம் என்பதையே ஆங்கிலத்தில் தூயஸ்டே அல்லது தேவஸ்டே என்று சொல்கிறார்களோ?

புதன்கிழமைக்கு வோட்னேஸ், மெர்குரி மற்றும் ஹெர்மு என்ற பெயர்கள் கூறப்படுகிறது. வோட்னேஸ் என்ற சொல் வோடேன் என்ற சொல்லைக் குறிப்பதாகும். இது காட்டு வேட்டையின் தலைவன் பெயர். வேடன் என்ற சொல் வோடன் என்று மருவியிருக்கவேண்டும். மேலும் வது என்றால் திருமண மக்களைக் குறிக்கும். ஆங்கிலத்தில் திருமணத்திற்கு வெட்டிங் (Wedding) என்ற பெயர் உண்டு. திருமணத்திற்குரிய தினமான வது தினம் என்பதே வெட்னேஸ்டே என்றும் கூறப்பட்டிருக்கலாம். மெர்குரி என்பது புதன் கிரகத்தைக் குறிப்பதாகும். (மெர்குரி என்பது மேற்குறி அதாவது மேற்கு திசையில் தெரியும் குறி என்ற அர்த்தத்தில் பெயர் கூறப்பட்டிருக்கலாம்). ஹெர்மு என்ற பெயர் இறந்தவர்களை கொண்டு செல்லும் கடவுள் என்று கூறப்படுகிறது. இந்து தொன்மங்களில் மரணத்தின் கடவுள் எமன் ஆகும். எமனின் வாகனம் எருமை. எருமை என்ற சொல்லே ஹெர்மு என்று திரிந்திருக்கலாம். எருமை > ஹெர்ம > ஹெர்மு.

வியாழக்கிழமைக்கு துரே, துன்றேஸ், ஜோவிஸ், டியோஸ் என்று பெயர்கள் கூறப்படுகிறது. துன்றேஸ் என்பது தண்டர் (Thunder) என்று ஆங்கிலத்தில் கூறப்படும் இடியைக் குறிப்பதாகும். இந்து மத தொன்மங்களில் ருத்திரனே இடி, மின்னலோடு தொடர்புடையவர். ருத்திரன் என்பது தட்சிணாமூர்த்தியைக் குறிக்கும். தட்சிணாமூர்த்திக்கு இன்னொரு பெயர் குரு பகவான். ஜுபிட்டர் கிரகத்திற்கு இந்து மதத்தில் குரு என்று பெயர். ருத்திர என்ற பெயரே தோர் கடவுளாக கிரேக்கத்தில் மற்றும் ரோம மதங்களில் கூறப்பட்டிருக்கலாம். தமிழில் கூறப்படும் துரை என்ற பெயரே தோர் என்று மருவியிருக்கலாம். துரைப்பாண்டி, துரைமுருகன், துரை சிவம், போன்ற பெயர்கள் வழக்கில் உள்ளன. துரை என்ற பெயர் தலைவன் அல்லது பிரபுவைக் குறிக்கும். ருத்திர என்ற சொல்லிலிருந்து துரை என்ற பெயர் வந்திருக்கலாம். தாரு என்பது காளையைக் குறிக்கும். சிவனின் வாகனம் காளை. ஆங்கில ராசியில்

ரிஷப ராசிக்கு தாருஸ் என்று பெயர். காளையான தாருவின் தினம் தாருஸ்டே என்பதே தர்ஸ்டே எனக் கூறப்பட்டிருக்கலாம்.

வியாழ(ன்) > வியாஸ் > வியாச(ர்)

சமஸ்கிருதத்தில் வியாஸ் என்றால் தொகுப்பவர் அல்லது குரு எனப்படுவார். இந்த வியாஸ் என்ற சொல் வியாழ என்ற சொல்லிலிருந்து வந்திருக்க வேண்டும். வியாழன் என்பது குருவாரத்தைக் (வியாழக்கிழமை) குறிக்கும். இந்த நாளின் அதிபதி குரு பகவான் ஆகும்.

வெள்ளிக்கிழமைக்கு ப்ரிய, வேனேரிஸ், அப்ரோடிடேஸ் என்று பெயர்கள் கூறப்படுகிறது. ப்ரிய என்பது காதல், அழகுக்கு உரிய கடவுள். ப்ரிய என்பது பிரியா மற்றும் பிரியம் என்ற சொல்லோடு தொடர்புடையது. வேனேரிஸ் என்பது வீனஸ் எனப்படும் வெள்ளி கிரகத்தைக் குறிப்பதாகும். கிரேக்கத்தில் வீனஸ் கிரகத்தோடு தொடர்புடைய கடவுள் அப்ரோடிடேஸ் ஆகும். வெள்ளி கிரகத்திற்கு இன்னொரு பெயர் சுக்கிரன் ஆகும். சுக்கிரன் காதல், அழகு, காமம் ஆகியவற்றிற்கு உரிய கிரகம். வெள்ளி என்பது வெள்ளை நிறத்தோடு தொடர்புடையது. சுக்கிரன் என்பதும் வெள்ளை நிறத்தைக் குறிப்பதாகும்.

சனிக்கிழமைக்கு சடேர்னஸ், சதுர்னி, க்ரோனோ என்ற பெயர்கள் கூறப்படுகிறது. இது சாட்டர்ன் (*Saturn*) எனப்படும் சனி கிரகத்தைக் குறிக்கும் பெயர்கள். சதுரன் என்ற பெயரே சாட்டர்ன் என்று மாறியிருக்கவேண்டும். சதுரன் என்பது சதுரங்க விளையாட்டோடு தொடர்புடையதாக இருக்கலாம். சகுனி சதுரங்க விளையாட்டில் வல்லவன். சகுனி என்ற பெயரே சனி என்று மாறியிருக்கலாம். சனி பகவானின் வாகனம் காக்கை ஆகும். காக்கைக்கு ஆங்கிலத்தில் குரோ (*Crow*) என்றும், ராவென் (*Raven*) என்று பெயர். குரோ என்ற பெயரே கிரேக்கத்தில் குரோனோஸ் என்று மருவியிருக்கலாம்.

கிழமைகளின் மத்திம ஆங்கிலம், பழைய ஆங்கிலம் கிரேக்க, மற்றும் லத்தின் மொழி பெயர்கள் கீழே உள்ள அட்டவணையில் கொடுக்கப்பட்டுள்ளது.

மத்திய கால ஆங்கிலம் Middle English	பழைய கால ஆங்கிலம் Old English	லத்தின் Latin	பண்டைய கிரேக்கம் Ancient Greek
சுன்னேன் டே (sone(n)day or sun(nen)day)	சுன்னேன் டாயக் (sunnandæg")	தியஸ் சோலிஸ் (dies solis)	ஹெமேரா ஹெலியோவ் (hemeraheli(o)u)
மோனேன் டே (mondayor mone(n)day)	மோனன் தாயக் mon(an)dæg"	தியஸ் லுனே (dies lunae)	ஹெமேரா செலேனேஸ் (hemeraselenes")
டேவேஸ் டே (tiwesdayor tewesday)	டிவேஸ் தாயக் (tiwesdæg") (ஆங்கிலேய. ஜெர்மானிய போர் மற்றும் வான் கடவுள்)	தியஸ் மார்டிஸ் (dies Martis) (ரோம போர்க் கடவுள்)	ஹெமேரா அரியோஸ் (hemeraAreos") (கிரேக்க போர்க்கடவுள்)

வோட்னேஸ் டே (wodnesday, wednesday, or wednesdai)	வோட்னேஸ் தாயக் (wodnesdæg"Woden's day.) வோடேன் காட்டு வேட்டையின் தலைவன் (வேடன்)	டியஸ் மெர்குரி (dies Mercurii) வாணிகம், திருட்டு, அறிவியல், பயணம் குறித்த ரோம கடவுள்	ஹெமேரா ஹெர்மு (hemeraHermu)" வாணிகம், திருட்டு, அறிவியல், பயணம் குறித்த ரோம கடவுள் இறந்தவர்களை கொண்டு செல்லும் கடவுள். (ஹெர்மு>எருமை).
துரே டே thur(e)sday	துர்ஸ்/துன்றேஸ் டாயக்(Thursdæg, thun resdæg) இடி நாள்	டியஸ் ஜோவிஸ் (dies Jovis) ஜுபிட்டர் தினம். ஜோவே >யோவே >ஓவே	ஹெமேரா டியோஸ் (hemera Dios) சீயஸ் – சொர்க்கத்தின் கிரேக்க கடவுள்
பிரிடாய் (fridai)	ப்ரிகே டாயக் (frigedæg"Freya's day") ப்ரிய காதல், அழகு கடவுள்	டியஸ் வேனேரிஸ் (dies Veneris) வீனஸ் தினம்	ஹெமேரா அப்ரோடிடேஸ் (hemeraAphrodites")
சடேர் டே (saterday)	சடேர்னஸ் டாயக் (sæter(nes)dæg")	டியஸ் சதுர்னி (dies Saturni")	ஹெமேரா க்ரோனு (hemeraKhronu")

டே (Day) என்பது டாய்/தாய் என்ற உச்சரிப்பு வரும். தமிழில் தாஅய் என்றால் பரவி என்று அர்த்தம். ஞாயிறு என்பது சூரியன் சக்தி பரவி இருக்கும் நாள் என்பதைக் குறிப்பதாக இருக்கவேண்டும். எனவே சூல்தாய் என்பது சண்டே என்று மருவியிருக்க வேண்டும்.

கிழமைகளும் அவற்றிற்குரிய விலங்குகளும் கீழே உள்ள அட்டவணையில் கொடுக்கப்பட்டுள்ளது:

தமிழ் கிழமை	விலங்கு	குறிப்பு
ஞாயிற்றுக்கிழமை	பரி, புரவி	
திங்கள்கிழமை	மான்	சுமான் தாய் > monday
செவ்வாய்க்கிழமை	ஆடு	
புதன்கிழமை	யாளி/பசு	
வியாழக்கிழமை	வேழம்	வேழம் > வியாழம்
வெள்ளிக்கிழமை	பரி	பரி தாய் friday
சனிக்கிழமை	காகம்/எருமை	

ஓரை = கூட்டம், மகளிர் விளையாட்டு, இராசி(களில் ஒன்று)

ஆங்கில கிரக பெயர்கள்

கிரகங்களின் ஆங்கில பெயர்களும் அவைகளின் தமிழ் பெயர்களைக் கீழே காணலாம்.

கிரகங்கள்	
ஆங்கில பெயர்கள்	**தமிழ் பெயர்கள்**
வீனஸ் (Venus)	வேணு
மெர்குரி (Mercury)	மேற் குறி /மாரி குறி
மார்ஸ் (Mars)	மாரி
எர்த் (Earth)	இயற்கை /இயற்று
ஜுபிட்டர் (Jupiter)	யுபிட்டர் ஆய பித்தர், ஆய பிட்டர்
சடர்ன் (Saturn)	சதுரன், சாதுர்யன்
உரேனஸ் (Uranus)	ஊரன், ஊரணி
நெப்டியூன் (Neptune)	நவ துணை
ப்ளுடோ (Pluto)	புளுத்த, பழுத்த

நட்சத்திரங்களும் அதன் சின்னங்களும்

நட்சத்திரம்	சின்னம்
அசுவினி	**குதிரை**
பரணி	மண் பாத்திரம், **அடுப்பு**, முக்கோண வடிவம்
கார்த்திகை	**கத்தி**, வாள் மற்றும் ஹோம தீ ஜுவாலை
ரோகிணி	**தேர்**, வண்டி, கோவில், ஆலமரம் மற்றும் சக்கரம்
மிருகசீரிடம்	**மான் தலை** மற்றும் தேங்காயின் கண்
திருவாதிரை	**மனித தலை**, வைரம் மற்றும் நீர்த்துளி
புனர்பூசம்	**வில்** மற்றும் அம்புக்கூடு
பூசம்	**தாமரை**, புடலம் பூ, அம்பு மற்றும் பசுவின் மடி
ஆயில்யம்	**சர்ப்பம்** மற்றும் அம்மி
மகம்	வீடு, **பல்லக்கு** மற்றும் நுகம்
பூரம்	**கட்டிலி**ன் இரு கால்கள், சங்கு மற்றும் மெத்தை
உத்திரம்	**கட்டில் கால்கள்** மற்றும் மெத்தை
அஷ்டம்	கைகள் அல்லது **உள்ளங்கை**
சித்திரை	**முத்து** மற்றும் ஒளி பொருந்திய ரத்தினக் கற்கள்.
சுவாதி	புல்லின் நுனி மற்றும் காற்றில் அசையும் தீபச்சுடர்
விசாகம்	முறம், தோரணம் மற்றும் **பானை செய்யும் சக்கரம்**
அனுஷம்	குடை, மலரும் **தாமரை** மற்றும் வில் வளைவு

கேட்டை	**குடை**, குண்டலம் மற்றும் ஈட்டி
மூலம்	அங்குசம், **சிங்கத்தின் வால்** மற்றும் யானை தும்பிக்கை
பூராடம்	விசிறி, முறம் மற்றும் கட்டில் கால்கள்
உத்திராடம்	யானை தந்தம், மெத்தை விரிப்பு, **கட்டில் கால்கள்**
திருவோணம்	காது, மூன்று பாதச்சுவடுகள் மற்றும் **அம்பு**
அவிட்டம்	**மிருதங்கம்** மற்றும் உடுக்கை
சதயம்	**பூங்கொத்து** மற்றும் வட்ட வடிவம்
புரட்டாதி	இரு கால்கள், **வாள்** மற்றும் இரு மனித முகங்கள்
உத்திரட்டாதி	**கட்டில்** கால்கள் மற்றும் இரட்டையர்கள்
ரேவதி	**மீன்** மற்றும் மத்தளம்

மகரரேகை, கடகரேகை, பூமத்திய ரேகை

பூமியில் ஏற்படும் பருவ நிலை மாற்றங்களுக்கு முக்கிய காரணங்கள் பூமியின் சுய சுழற்சியும், அதன் சாய்வான நிலையும், பின்னர் சூரியனை நீள் வட்டப்பாதையில் சுற்றுவதும் ஆகும். இதனால் பூமியில் கோடைக் காலம், குளிர் காலம், காற்று வீசும் பருவங்கள் என பருவ நிலைகள் மாறுகிறது. அதேபோன்று பூமியில் தினமும் சூரிய உதயம் ஒரே இடத்தில் இருப்பதில்லை. அது ஒரு வருடத்தில் வடகிழக்கு, கிழக்கு மற்றும் தென்கிழக்கு திசையில் என நகர்ந்து உதிக்கும். இப்படி சூரியன் நகர்வதை ஆயணம் எனப்படும். சூரியன் நடு கிழக்கில் சரியாக உதிப்பது நடுநிலை நாள் எனப்படும். இந்த நாளில் பகல், இரவு சரி சமமாக இருக்கும். இது மார்ச் மற்றும்

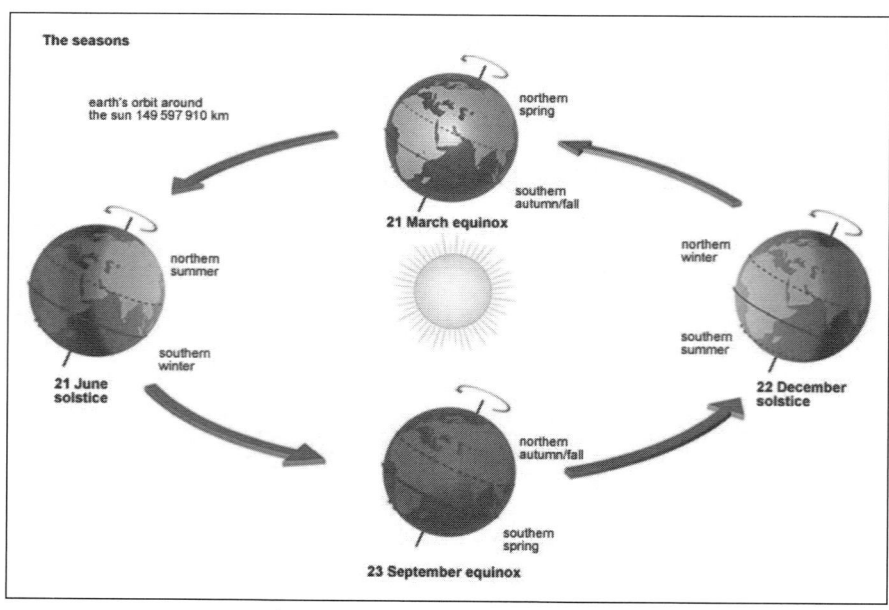

பூமி சுற்றுப்பாதை மற்றும் சங்கராந்தி

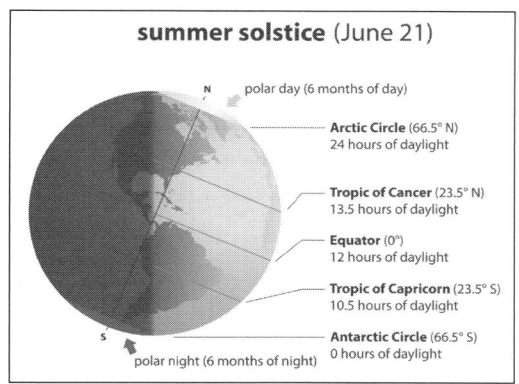

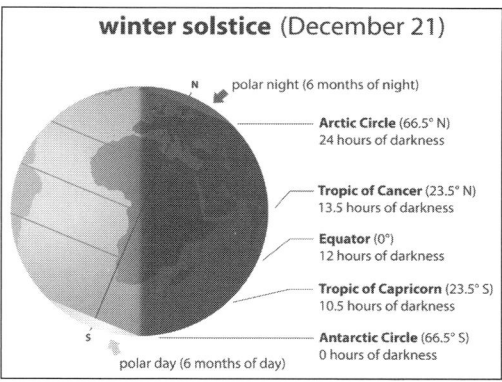

கோடை சங்கராந்தி

குளிர் சங்கராந்தி

செப்டம்பர் மாதங்களில் இருக்கும். இந்த நிலையிலிருந்து சூரியன் வடக்கே நகர்வது உத்தராயணம் என்றும், தெற்கே நகர்வது தட்சிணாயனம் என்றும் கூறப்படும். சூரிய வடக்கே நகர்ந்து வடகிழக்கு மூலை வரை சென்று திரும்புவது டிசம்பர் மாதத்திலும், பின்னர் மீண்டும் நகர்ந்து தெற்கே வந்து தென்கிழக்கு மூலை வரை சென்று திரும்புவது ஜூன் மாதத்திலும் நடக்கும். இப்படி சூரியன் இரு மூலைகளுக்கும் சென்று திரும்பும் இடம் கடகரேகை மற்றும் மகரரேகை எனப்படும். கடகரேகை வடகிழக்கு மூலையில் கடக ராசியில் சூரியன் திரும்பும் இடம், மகரரேகை தென்கிழக்கு மூலையில் சூரியன் மகர ராசியில் திரும்பும் இடமாகும். எனவே இந்த இரு ரேகைகளுக்கும் இடையே உள்ள கால அளவு ஆறு மாதங்கள்.

டிசம்பர் மாதம் பூமியின் தென்பகுதியில் கோடைக் காலம். ஜூன் மாதம் பூமியின் தென்பகுதியில் குளிர் காலம். அதாவது தென்பகுதியில் மகர மாதத்தில் குளிர் காலம். தை மாதம் கோடைக் காலம். அதாவது பருவ நிலைப்படி மாதங்களைப் பார்த்தால் தென்பகுதியில் ஜூன் மாதம் என்றால் வடபகுதியில் டிசம்பர் மாதம்.

(மகரரேகை இடங்களில் இருப்பவர்க்கு மார்ச் மற்றும் செப்டம்பர் மாதங்களே சங்கிராந்தி. ஜூன், டிசம்பர் மாதங்கள் உத்தராயணம். (கேரளாவில் ஆவணி/சிங்கம் 1 மாதம் புது நெல். அதாவது அறுவடை; ஆனால் தமிழகத்தில் தை 1 அறுவடை; ஆடிப்பட்டம் தேடி விதை;)

வானியல் கூற்றுகள்

தமிழ் மாதங்களும், சரியான பெயர்களும்

பழங்காலத்தில் மாதங்களின் பெயர்கள் நட்சத்திரங்களின் அடிப்படையில் கொடுக்கப்பட்டது. தற்போது உள்ள தமிழ் மாதங்களின் பெயர்களும் நட்சத்திரங்களின் பெயரிலேயே முதலில் இருந்திருக்க வேண்டும். எனவே சித்திரை மாதம் என்பது சித்திரை நட்சத்திரத்தின் பெயராகும். வைகாசி மாதம் விசாகம் நட்சத்திரத்தின் பெயர். இப்படி நட்சத்திரங்களின் பெயர்களின் அடிப்படையில் மாதங்களின் பெயர் வந்திருக்கவேண்டும். இதை சம்ஸ்கிருத மாதங்களின் பெயர்களோடு ஒப்பிட்டு

பார்த்தால் புரிந்து கொள்ளமுடியும். எனவே ஒரு நட்சத்திரம் எந்த ராசியில் உள்ளது அந்த ராசிக்கு அந்த நட்சத்திரத்தின் பெயர்தான் மாதப் பெயராக இருக்கவேண்டும். இன்னொரு கூற்றுப்படி பார்த்தால் சித்திரை மாதம் என்பது சித்திரை நட்சத்திரம் எந்த ராசியில் உள்ளதோ அது சித்திரை அந்த மாதம் சித்திரை மாதம் என்று எடுத்துக்கொண்டால், அது துலாம் ராசியில் வரும். மேலும் ஒரு கூற்றுப்படி ஒரு மாதத்தின் பெயர் அந்த மாதத்தில் கொண்டாடப்படும் முக்கிய பண்டிகைகளில் இருந்து வந்திருக்க வேண்டும்.

வைகாசி விசாகம், ஆவணி அவிட்டம், தைப் பூசம், ஆனி மூலம், மாசி மகம், பங்குனி உத்திரம், மார்கழி திருவாதிரை என்று.

நட்சத்திரம்	தமிழ் பெயர்கள்
அசுவினி	பரி, புரவி, வாசி, **ஐப்பசி**, இரலை, புரவி, ஏறு, யாழ், தலை நாள், மருத்து நாள், சென் பூதம், குதிரை
பரணி	காடு கிழவோன், தாழி, அடுப்பு, முக்கூட்டு, வேழம், சோறு, பகடு, பகலவன், தாசி
கார்த்திகை	அறுமீன், அழல், ஆரல், அளக்கர், எரி, அங்கி, ஆல், ஆறாமீன், அறுவாய், நாவிதன், அளகு, இறால், நாடன், வாணன், தழல்
ரோகிணி	பண்டி, மாட்டு வண்டி, உருள், வையம், ஊறல், பிரம நாள், சதி, அயன் நாள், தேர், விமானம், சகடம்
மிருகசீரிடம்	மான் தலை, மாழ்கு, மும்மீன், நரிப்புறம், பாலை வெய்யோன்
திருவாதிரை	செங்கை, யாழ், சடை, இறை நாள், மூதிரை, ஈசன் தினம்
பூசம்	கொடிறு, வண்டு, காற்குளம், வியாழன் நாள், அண்டம், குருவின் நாள்
ஆயில்யம்	அரவு நாள், கௌவை, பாம்பு
மகம்	வேள்வி, வேட்டுவன், கொடுங்கம், வாய்க்கால், **மாசி**, முதலில் வரும் சனி, பிதிர் நாள், எழுவாயேழுஞ்சனி,
பூரம்	எலி, கணை, இடை எழும் சனி, துர்கை, பகவதி, நாவிதன்
உத்திரம்	மானேறு, கதிர் நாள், கடை எழும் சனி, **பாற்குனி**, மாரி நாள்
அஷ்டம்	ஐவிரல், கைம்மீன், களிறு காமரம், அங்கி நாள், கௌதத்துவம், நவ்வி, கயினி
சித்திரை	நெய்ம்மீன், பயறு, அறுவை, நடுநாள், ஆடை, தூசு, சுவை, தச்சன், துவட்டா நாள், நேர்வான்
சுவாதி	விளக்கு, வீழ்க்கை, வெறுநகம், மரக்கால், காற்றி நாள், முத்து, பவள, சோதி, அனில், காற்று
விசாகம்	முறம், முறில், சுளகு, காற்றினாள், **வைகாசி**, அனில நாள், சேட்டை
அனுஷம்	பனை, புள்தேள், நட்பு நாள், புல், தாளி, பெண்ணை, தேள், போந்தை, மித்திர நாள்
கேட்டை	தழல், துளங்கொளி, வல்லாரை, இந்திரன் நாள், சேட்டை, வேதி, எரி, பின்று
மூலம்	அன்றில், வில், குருகு, கொக்கு, தேட்கடை, சிலை, **ஆனி**, அசுர நாள்
பூராடம்	உடை குளம், முற்குளம், நீர்நாள்

உத்திராடம்	**ஆடி**, கடைக்குளம், ஆனி, விச்சுவ நாள்
திருவோணம்	முக்கோல், உலக்கை, மாயோன் நாள், சிரவணம், சோணை, வயிரம்
அவிட்டம்	பறவை, காக்கை, வசுக்கள் நாள், புள், **ஆவணி**
சதயம்	நீர் நாள், செக்கு, குன்று, போர், சுண்டன், வருணன் நாள்
புரட்டாதி	நாழி, முக்கொழுங்கோல், புரட்டை
உத்திரட்டாதி	மன்னன், அறிவன் நாள், பிற்கொழுங்கோல்
ரேவதி	இரவி நாள், கலம், தோணி, நாவாய், தொழு, பஃறி, ஆ நாள், கடை நாள், சூலம், பெரு நாள் பூடா நாள், கடை மீன்

நட்சத்திரங்களும் அவைகளின் தமிழ் மாதப் பெயர்களும்

ஆனால் பிற்காலத்தில் நாள்காட்டி முறை இடத்திற்கேற்ப மாற்றி எழுதும்போது மாதத்தின் பெயர்கள் பௌர்ணமி தோன்றும் நட்சத்திரத்தோடு மாற்றி எழுதியிருக்க வாய்ப்புண்டு.

பொதுவாக ஒரு மாதத்தில் பௌர்ணமி தினம் கொண்டாடப்பட்டது. ஒரு மாதத்தில் பௌர்ணமி தினம் எந்த நட்சத்திரத்தில் வருமோ அந்த நட்சத்திர பெயரே அந்த மாதத்திற்கு வைக்கப்பட்டது என்ற கூற்று உள்ளது. சில நேரங்களில் ஒரு பௌர்ணமி ஒரு நட்சத்திரம் முன் பின் வரலாம். அப்படி பார்த்தால் சித்திரை மாதம் என்பது அந்த மாதத்தில் பௌர்ணமி சித்திரை நட்சத்திரத்தில் வரும். இப்படி தான் எல்லா மாதத்திற்கும் பெயர்கள் வந்திருக்கவேண்டும். ஆனால் ராசி சக்கரத்தின் படி சித்திரை மாதம் மேஷ ராசியில் வரும் மாதம் என்று கூறப்படுகிறது. இந்த வரிசையிலேயே மற்ற மாதங்களும் வரும்.

ஆனால் மேஷ ராசியில் இருக்கும் நட்சத்திரங்கள் அசுவினி, பரணி மற்றும் கிருத்திகை ஒன்றாம் பாதம் ஆகும். மேஷ ராசியில் சித்திரை நட்சத்திரம் இல்லை.

இதற்கு இன்னொரு காரணம் மக்களின் புலம் பெயர்வு மற்றும் சூரியன் சங்கிராந்தி, மற்றும் உத்தராயண முறையாக இருக்கலாம்.

தற்போதைய தமிழ் மாதம்	மாதத்தின் நட்சத்திரப் பெயர்	ராசிகள்	ராசியின் நட்சத்திரங்கள்	திருத்திய மாதங்கள்
சித்திரை	சித்திரை	மேஷம்	அசுவினி, பரணி, கிருத்திகை 1	ஐப்பசி (அசுவினி)
வைகாசி	விசாகம்	ரிஷபம்	கிருத்திகை ரோஹினி, மிருகசீரிஷம்	கார்த்திகை (கிருத்திகை)
ஆனி	அனுஷம்	மிதுனம்	மிருகசீரிஷம், திருவாதிரை, புனர்பூசம்	மார்கழி (திருவாதிரை)

ஆடி	பூராடம்	கடகம்	புனர்பூசம் பூசம் ஆயில்யம்	தை (பூசம்)
ஆவணி	திருவோணம்	சிம்மம்	மகம் பூரம் உத்திரம்	மாசி (மகம்)
புரட்டாசி	பூரட்டாதி	கன்னி	உத்திரம் அஸ்தம் சித்திரை	பங்குனி (உத்திரம்)
ஐப்பசி	அசுவதி	துலாம்	சித்திரை சுவாதி விசாகம்	சித்திரை (சித்திரை)
கார்த்திகை	கிருத்திகை	விருச்சிகம்	விசாகம் அனுஷம் கேட்டை	வைகாசி (விசாகம்)
மார்கழி	மிருகசீரிஷம்	தனுசு	மூலம் பூராடம் உத்திராடம்	ஆனி (மூலம்)
தை	பூசம்	மகரம்	உத்திராடம் திருவோணம் அவிட்டம்	ஆடி (உத்திராடம்)
மாசி	மகம்	கும்பம்	அவிட்டம் சதயம் பூரட்டாதி	ஆவணி (அவிட்டம்)
பங்குனி	பூரம்	மீனம்	பூரட்டாதி உத்திரட்டாதி ரேவதி	புரட்டாசி (பூரட்டாதி)

தை மாசம் என்பது தாய் மாதம் என்ற அர்த்தத்தில் சொல்லியிருக்கலாம். தாய் என்பது குழந்தை பெறுதலோடு சம்பந்தப்பட்டது. இதை பயிர் அறுவடை செய்வதோடு ஒப்பிட்டு சொல்லியிருக்கலாம். எனவே அறுவடை செய்யும் மாதத்தை தாய் மாதம் என்று சொல்லியிருக்கலாம். இந்து நாள்காட்டியில் இருக்கும் நட்சத்திரங்களுக்கு தமிழ் பெயர்கள் கீழே உள்ள அட்டவணையில் கொடுக்கப்பட்டுள்ளது. இதில் ஒரு நட்சத்திரத்திற்கு பல தமிழ் பெயர்கள் கூறப்பட்டுள்ளன. இதில் சில நட்சத்திரங்களுக்கு தமிழ் மாத பெயர்களும் உள்ளன. அசுவினிக்கு ஐப்பசி, மகத்திற்கு மாசி, உத்திரத்திற்கு பங்குனி, விசாகத்திற்கு வைகாசி, மூலத்திற்கு ஆனி, உத்திராடத்திற்கு ஆடி, அவிட்டத்திற்கு ஆவணி என்று கொடுக்கப்பட்டுள்ளன. எனவே இந்த வகையிலும் பார்த்தால் மேலே கூறிய திருத்திய மாதங்கள் ஒத்துப்போகின்றன. எனவே இந்த திருத்திய மாதங்களே உண்மையான தமிழ் அல்லது திராவிட நாள்காட்டியின் மாதங்களாக இருக்கவேண்டும். மேலும் கீழே உள்ள அட்டவணையில் சித்திரை

நட்சத்திரத்திற்கு அறுவை என்று பெயர் இருக்கிறது. இது அறுவடையைக் குறிப்பது. பண்டைய சுமேரிய நாள்காட்டியில் அறுவடை மாதமே ஆண்டின் முதல் மாதமாக வருகிறது. ஆனால் நம்முடைய தற்போதைய தமிழ் நாள்காட்டியில் தை மாதம் தான் அறுவடை என்று கூறப்படுகிறது. அப்படிப் பார்த்தால் தை மாதமே சித்திரை மாதமாக இருக்க வேண்டும்.

சுமேரிய புலம் பெயர்ந்தபின் செய்த செயல்கள்

வெள்ளப்பெருக்கில் சுமேரியாவிற்கு புலம் பெயர்ந்த பிறகு புதிய இடத்தில் வாழ்வைத்தொடங்க என்கி செய்த காரியங்கள் பட்டியலில் புது நாள்காட்டி உருவாக்கி புது ஆண்டை உருவாக்கி சங்கத்தின் முடிவுக்கு சமர்ப்பித்தான் என்று கூறப்படுகிறது. பல வரலாற்று ஆசிரியர்கள் கருதுவது போல் புலம் பெயர்தல் சுமேரியாவிற்குள்ளேயே (அதாவது தற்போதைய அரபி துணைக்கண்டத்தின் கடற்கரையிலிருந்து மெசொபடோமியாவிற்கு) நடந்திருந்தால் புது நாள்காட்டி உருவாக்க தேவையில்லை. ஒரு நாடு விட்டு ஒரு நாடு புலம் பெயரும் பொழுதோ அல்லது ஒரு குறிப்பிடத்தக்க தூரத்திற்கு புலம் பெயரும் பொழுது புது நாள்காட்டி தேவை. உதாரணத்திற்கு இந்தியாவிற்குள் புலம் பெயரும் பொழுது புது நாள்காட்டி உருவாக்க தேவையில்லை. இந்தியாவிலிருந்து அரேபியாவிற்கு புலம் பெயர்ந்தால் புது நாள்காட்டி உருவாக்க வேண்டி வரலாம். புது நாள்காட்டி என்பது புதிய இடத்திற்கு ஏற்ப புதிய கால அட்டவணை செய்வது. தமிழகத்தில் சித்திரை என்றால் சுமேரியாவில் ஆடி மாதம். எனவே சுமேரியாவிற்கு புலம் பெயர்ந்தது பண்டைய குமரிக்கண்டத்தில் இருந்து சென்றிருக்கலாம். அப்படியெனில் ஏற்கெனவே தங்களுடைய பழைய இடத்தில் நாள்காட்டி இருந்திருக்க வேண்டும். சங்கமும் இருந்திருக்க வேண்டும்.

வானியல் ஆரம்பித்த இடம் மலையும், கடலும் சார்ந்த இடமாக இருக்க வேண்டும். குறிப்பாக அது ஒரு தீவாகவோ அல்லது தீவுக்கூட்டம் உள்ள இடமாகவோ இருந்திருக்க வேண்டும். பூமியின் வட துருவத்திலிருந்து வானியல் தோன்றியிருக்க வாய்ப்பில்லை. ஏனெனில் அங்கு வருடத்தில் பாதி நாட்கள் குளிராக இருக்கும். பாதி நாட்களுக்கு மேல் சூரியன் மறையாது.

வானியல் ஆரம்பித்த இடம் பூமிக்கு மத்திய இடத்திலிருந்து தோன்றியிருக்க வேண்டும். அங்கு உழவுத் தொழில் நன்கு நடைபெற்றிருக்க வேண்டும்.

சூரியன் உதிக்கும் நாடு

சுமேரியர்கள் தங்கள் மூதாதையர்கள் நிலமான தில்முன் பற்றி விவரிக்கும் பொழுது அது சூரியன் உதிக்கும் நாடு என்று கூறுகின்றனர். இந்த கூற்று வினோதமான கூற்றாக உள்ளது. ஏனெனில் இந்த உலகில் சூரியன் உதிக்காத நாடு என்று எதுவுமில்லை. எல்லா நாட்டிலும் சூரியன் உதிக்கும். அப்படியெனில் இந்த கூற்று எதைக் குறிப்பிடுவதாக இருக்கலாம். இங்கு சூரியன் உதிப்பது என்பது வேறொரு சூரியன் சம்பந்தப்பட்ட வேறொரு வானியல் நிகழ்வாக இருக்கலாம். அது சூரியன் வடசெலவு, தென்செலவு மற்றும் நடுநிலை பற்றிய கூற்றாக இருக்கலாம்.

தமிழ்ப்புத்தாண்டு எப்போது?

இன்றைய தமிழகத்தில் தமிழ்ப் புத்தாண்டு கொண்டாடப்படுவதில் சில கருத்து வேறுபாடுகள் உள்ளன. சிலர் சித்திரை ஒன்றாம் தேதி தான் தமிழ்ப்புத்தாண்டு என்றும் சிலர் தை ஒன்றாம் தேதி தான் தமிழ்ப்புத்தாண்டு எனவும் கூறுகின்றனர். புது வருடம் என்பது அறுவடை நாளிலா அல்லது விதைக்கும் நாளிலா? அல்லது கோடை காலத்திலா? (பண்டைய காலத்தில் புத்தாண்டு என்பது உழவுத்தொழிலோடு சார்ந்து இருந்தது. புத்தாண்டு என்பது அறுவடை செய்யும் காலத்தில் கொண்டாடப்படுமா அல்லது உழவு ஆரம்பிக்கும் போது கொண்டாடப்படுமா அல்லது விதை விதைக்கும் போது கொண்டாடப்படுமா?)

இந்தியா முழுதும் பெரும்பாலான மாநிலங்களில் அல்லது சித்திரை 1 புது வருடமாக அல்லது பண்டிகையாக கொண்டாடப்படுகிறது. தமிழ்நாட்டில் தமிழ்ப்புத்தாண்டு, கேரளாவில் விஷு, ஆந்திரா, கர்நாடகாவில் உகாதி, மகாராஷ்டிராவில் குடி பட்வா, உத்தரபிரதேஷத்தில் சைத்ர ப்ரதிபாத, பஞ்சாபில்

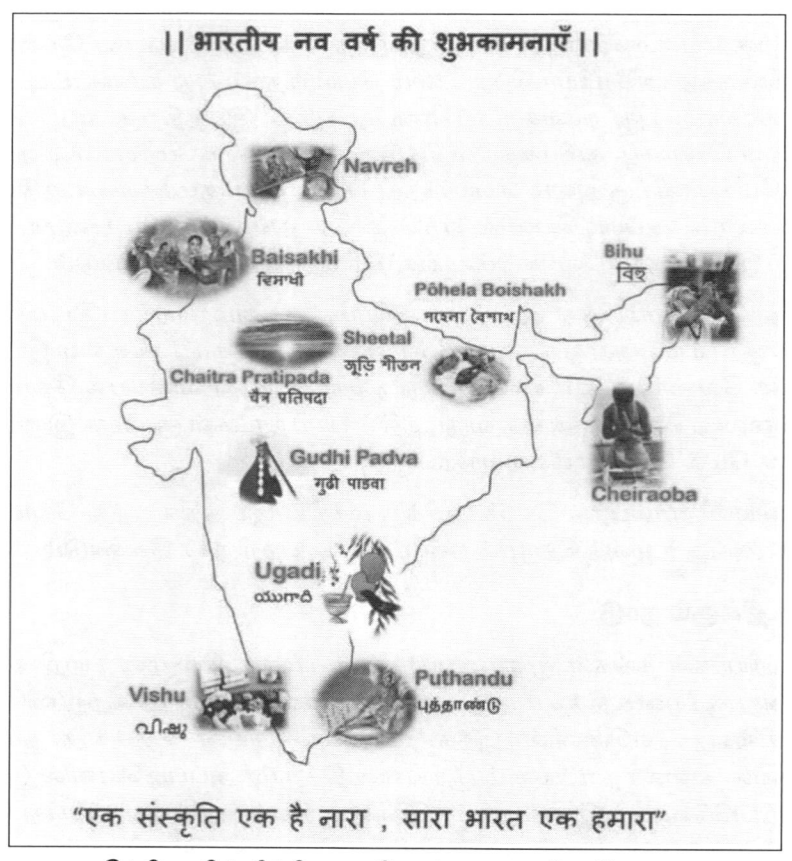

இந்தியாவில் சித்திரை 1 கொண்டாடப்படும் இடங்கள்

பைசாகி, காஷ்மீரில் நவரெ, பீகாரில் ஷீதல், வங்காளத்தில் பொஹெல பைசாக், மணிப்பூரில் செயரோப, அஸ்ஸாமில் பிஹு என புத்தாண்டாக கொண்டாடப்படுகிறது. இது இந்து வேத நாள்காட்டியின் அடிப்படையில் கொண்டாடப்படுகிறது. பண்டைய சுமேரிய, அசிரிய, யூத நாள்காட்டிகளில் ஆண்டின் முதல் மாதம் தற்போதைய ஆங்கில மார்ச்/ஏப்ரல் மாதங்களில் இருந்தது. இந்த மாதத்தில் பார்லி தானியம் விதைத்தல் அல்லது அறுவடை செய்யப்பட்டது. பின்னர் இந்த நாகரிகத்தில் இருந்து வந்த வேத கால ஆரியர்கள் இந்தியாவிற்கு வந்த பொழுது அந்த நாள்காட்டியே வேதங்களில் குறிப்பிடப்பட்டதால் அந்த முறையே இந்தியாவில் இந்து நாள்காட்டியில் பின்பற்றப்பட்டது. இந்தியா பூமத்தியரேகைக்கு மேலே இருப்பதாலும், கடக ரேகை இந்தியாவிற்கு மத்தியில் செல்வதாலும் இந்து வேத நாள்காட்டியில் பெரிய வித்தியாசம் இருக்க வாய்ப்பில்லை.

கடக ரேகை, மகர ரேகை மற்றும் பூமத்திய ரேகை நிலைகளோடு பருவ நிலைகளை வைத்துப்பார்க்கையில் கடக ரேகைக்கும், மகரரேகைக்கும் இடையே உள்ள கால அளவு ஆறு மாதங்களாகும். அப்படியெனில் இந்த இரு ரேகைகளுக்கும், பூமத்திய ரேகைக்கும் இடையே உள்ள கால அளவு மூன்று மாதங்களாகும்.

(அப்ரோடிடே – கண்ணாடி ; சிப்பி; சிப்பியிலிருந்து முத்து – இன்னொரு பெயர் பரல் – பரல் >ஏப்ரல்)

பண்டைய சுமேரிய மற்றும் எகிப்திய நாள்காட்டிகளே மிகவும் பழைமையான நாள்காட்டிகளாக கருதப்படுகிறது. இதற்கு பின் வந்த பாபிலோனிய நாள்காட்டியின் அடிப்படையிலேயே மற்ற நாள்காட்டிகள் தோன்றின என்று கூறப்படுகிறது. காலண்டர் என்ற சொல் காலண்டே (*Calendae*) என்ற ரோம சொல்லிலிருந்து வந்ததாகும். இதற்கு மாதத்தின் முதல் நாள் என்று அர்த்தம். காலாண்டே என்ற சொல் கால ஆண்டு என்ற தமிழ் சொல்லிலிருந்து வந்திருக்கலாம். அல்லது கால அந்தம் என்ற சொல்லிலிருந்து வந்திருக்கலாம். அந்தம் என்றால் முடிவு என்று அர்த்தம். கால அந்தம் என்றால் கால முடிவை குறிப்பது. கால முடிவு அறிந்தால் தானே அடுத்த கால தொடக்கத்தை அறிய முடியும். பஞ்சாங்கத்திலும் ஒரு நட்சத்திரத்தின் கால அளவை இது முடிய என்று தான் கூறும். அதாவது அசுவினி நட்சத்திரம் இன்று மதியம் ஒரு மணி வரையில், அதற்கு அடுத்து பரணி நட்சத்திரம் நாளை காலை பதினொரு மணி வரை என்று குறிப்பிடும்.

நட்சத்திரங்களின் பெயர் மூலங்கள்

நட்சத்திரம்	நாள் குறிப்பு
அசுவினி	தலை நாள், மருத்து நாள்
பரணி	
கார்த்திகை	
ரோகிணி	அயன் நாள்,
மிருகசீரிடம் (மான் தலை)	

திருவாதிரை (மனித தலை – மிதுனம்)	இறை நாள்
புனர்பூசம் (வில் – தனுசு)	அதிதி நாள்
பூசம்	வியாழன் நாள், குருவின் நாள்
ஆயில்யம்	அரவு நாள்
மகம்	பிதிர் நாள்
பூரம்	
உத்திரம்	கதிர் நாள், மாரி நாள்
அஷ்டம்	அங்கி நாள்
சித்திரை	நடுநாள், துவட்டா நாள்
சுவாதி	காற்றி நாள்
விசாகம்	அனில நாள்
அனுஷம்	நட்பு நாள், மித்திர நாள்
கேட்டை	இந்திரன் நாள்
மூலம்	அசுர நாள்
பூராடம்	நீர்நாள்
உத்திராடம்	விச்சுவ நாள்
திருவோணம்	மாயோன் நாள்
அவிட்டம்	வசுக்கள் நாள்
சதயம்	வருணன் நாள்
புரட்டாதி	
உத்திரட்டாதி	அறிவன் நாள்
ரேவதி	இரவி நாள் ஆ நாள் கடை நாள், பெரு நாள் பூடா நாள்

இருபத்தியேழு நட்சத்திரங்களின் பெயர்கள் ஒரு வகையான முறைப்படி கொடுக்கப்பட்டிருக்க வேண்டுமென தோன்றுகிறது. அதாவது கடைசியாக வரும் நட்சத்திர பெயர்கள் அதற்கு முன்பு வரும் நட்சத்திர பெயர்களை சேர்த்து வருகிறது. உதாரணத்திற்கு பார்த்தால் புரட்டாதி நட்சத்திரத்தின் பெயர் பூரம், அட்டம் (அஸ்தம்) நட்சத்திரங்களின் பெயர்கள் சேர்த்து வருகிறது. இதே போல் உத்திரட்டாதி நட்சத்திரமும் உத்திரம், அஸ்தம் (அட்டம்) நட்சத்திரங்களை சேர்த்து வருகிறது. இனி நட்சத்திரங்களின் பெயர் முறைகளை பார்க்கலாம்:

பெயர் ஆரம்ப ஒற்றுமை; பெயர் முடிவு ஒற்றுமை; ஆனி, ஆடி, தீர, சிவ, அவ,உவ

பெயர் தொடக்கம் ஒற்றுமை

நட்சத்திரங்களின் பெயர்களின் ஆரம்ப எழுத்துகள் அல்லது உச்சரிப்பு ஒற்றுமைகள்

ச	அ	ப	க	உ	ம
சித்திரை சுவாதி சதயம்	அசுவினி ஆதிரை ஆயில்யம் அட்டம் அனுத்தம் (அனுஷம்) அவணம் (ஓணம்) அவிசாக (அவைகாடி) அவிட்டம்	பரணி புனர்பூசம் பூசம் பூரம் பூராடம் புரட்டாதி	கிருத்திகை கேட்டை	உரோகிணி உத்திரம் உத்திராடம் உத்திரட்டாதி உரோவதி	மிருகசீரிடம் மகம் மூலம்

பெயர் முடிவு ஒற்றுமை

ரை	னி	தி	ம்	ம்
சித்திரை ஆதிரை கார்த்திரை உத்திர	அசுவினி பரணி உரோகிணி	மிருகசீராதி சுவாதி அவைகாதி பூராடி உத்திராடி புரட்டாதி உத்திரட்டாதி உரோவதி	புனர் பூசம் பூசம்	ஆயில்யம் மகம் பூர அத்தம் அனுத்தம் அவிட்டம் சதயம்

ணி/னி என்று முடிவது ஆணி/ஆனி/; தி என்று முடிவது ஆடி; திரை என்ற முடிவது தீர

சி என்பது சிவ; அ என்பது அவ; உ என்பது உவ

நட்சத்திரம்	தமிழ் பெயர்கள்
அசுவினி	அசுவ ஆணி
பரணி	பூரணி; பூர ஆணி
கார்த்திகை	கார் தீர
ரோகிணி	உரோவ ஆணி
மிருகசீரிடம் /மகயிரம்	மக தீர
திருவாதிரை (ஆதிரா)	அவ தீர
புனர்பூசம்/புனர்த்தம்	புனர் பூசம் / புனர் அத்தம்

பூசம்	பூச
ஆயில்யம்	அவ
மகம்	மக
பூரம்	பூர
உத்திரம்	உவ தீர
அஷ்டம்	அட்டம்
சித்திரை	சிவ தீர
சுவாதி	சிவ ஆதி
விசாகம்/ வைகாடி	அவ ஆடி
அனுஷம்/அனுத்தம்	அனு அத்தம்
கேட்டை	
மூலம்	மூல
பூராடம்	பூர ஆடி
உத்திராடம்	உத்திர ஆடி
திருவோணம் (ஓணம்)	அவ ஆணி
அவிட்டம்	அவ அட்டம்
சதயம்	சிவ அத
புரட்டாதி	பூர அட்ட ஆதி
உத்திரட்டாதி	உத்திர அட்ட ஆதி
ரேவதி	உரோ ஆதி

பரணி – பூரணி – பூர ஆணி
நட்சத்திர பெயர் பிரித்து எழுதும் ஆய்வு முயற்சி

நட்சத்திரம்	சிவ/அவ/உவ/			
அசுவினி (சிவாணி)	சிவ/சுவ			ஆணி
பரணி (பூரணி)		பூர		ஆணி
கார்த்திகை (கார்த்தீர)				
கார்த்தியாயனி		கார்		தீர
ரோகிணி	உவ	ரேக		ஆணி
மிருகசீரிடம் /மகயிரம்		மக		தீர
திருவாதிரை (ஆதிர)	அவ			தீர
புனர்பூசம்/புனர்த்தம்				
(பூர பூசம்)		புனர்	பூசம்/ அட்ட	
பூசம்/பூயம்		பூ	ஆய	
ஆயில்யம்	அவ	இல்	ஆய	
மகம்		மக	ஆய	
பூரம் (புனரம்)		பூர	ஆய	

உத்திரம்	உவ			தீர
அஷ்டம்/அட்டம்	அவ			ஆடி
சித்திரை	சிவ/சுவ			தீர
சுவாதி	சிவ/சுவ			ஆடி
விசாகம்/ வைகாடி	அவ			ஆடி
அனுஷம்/அனுத்தம்	அவ	ஆணி	அட்ட	
கேட்டை (கார் அட்ட)		கார்	அட்ட	
மூலம்		மூல		
பூராடம்		பூர		ஆடி
உத்திராடம்	உவ	தீர		ஆடி
திருவோணம் (ஓணம்)	அவ			ஆணி
அவிட்டம்	அவ		அட்ட	
சதயம்	சிவ/சுவ	அத்த	ஆய	
புரட்டாதி		பூர	அட்ட	ஆடி
உத்திரட்டாதி	உவ	தீர	அட்ட	ஆடி
ரேவதி /ரேகாடி	உவ	ரேக		ஆடி

அசுவினி (சிவாணி) சுவாதி சித்திரை	ரோகிணி ரேவதி/ரேகாடி ரேகார்த்திகை (கார்த்தீர)	பரணி (பூரணி) பூராடம் புரட்டாதி/பூரத்தீர	திருவோணம் (ஓணம்)/ஆவணி திருவாதிரை (ஆதிர) அவிட்டம் /அவாடி
உத்திரம்/உவ தீர உவாடி/உகாதி/ விசாகம்/ வைகாடி/	அனுட்ட (அனிஷ) கார் அட்ட (கேட்டை)		
மகர சீரிட		புனரம் (பூரம்) மகரம் (மகம்) உத்திரட்டாதி	அட்டம் அனுத்தம் கேட்டை மூலம் சதயம்

வானியல் முடிவுரை

உலகின் மிகப் பழைமையான 6000 வருடங்களுக்கு முந்தைய நாகரிகமான சுமேரிய நாகரிகத்திலிருந்தே மக்களிடையே வானியல் முறை நிலவி வந்துள்ளது. அக்காலம் தொட்டே இரு வகை நாள்காட்டிகள் வழக்கில் இருந்து வந்துள்ளன. ஒரு வகை நாள்காட்டி பொதுவாழ்விற்கும், இன்னொரு வகை நாள்காட்டி மதம் சார்ந்த செயல்களுக்கும் பயன்படுத்தப்பட்டுள்ளன. பொது வாழ்வில் உபயோகப்படுத்தப்பட நாள்காட்டி பருவநிலை சார்ந்தும், மதம் சார்ந்த நாள்காட்டி வானில் உள்ள நட்சத்திரங்கள் நிலை சார்ந்தும் ஏற்படுத்தப்பட்டன. மாதங்கள் சூரியனின் நிலையைக் கொண்டும், சந்திரன் நிலையைக் கொண்டும் இருவகையாக இருந்தன. சுமேரிய கால நாள்காட்டிகளில் சிவன், ராமன், நீசன், தம்முழ் போன்ற கடவுள் பெயர்கள் சில மாதங்களின் கடவுள்களாக காணப்படுகிறது.

சுமேரிய நாகரிகம் ஆரம்பித்து பின்னர் அந்த நாகரிக வழி வந்த அக்காடிய, பாபிலோனிய, யூத, துருக்கி கலாசாரம் வரை உள்ள நாள்காட்டியில் ஒரே ஒரு மாதம் மட்டும் பெயர் மாறாமல் பல ஆயிரம் வருடங்களாக இருந்து வந்தது. அந்த மாதம் தம்முழ் அல்லது தம்முஸ் எனப்படும் மாதம். இந்த மாதம் அறுவடை மாதம். மேலும் இந்த மாதத்தின் கடவுள் பெயரும் தம்முழ் என்பதாகும். தம்முழ் என்பது தமிழ் என்ற பெயரின் திரிபாக இருக்கலாம்.

பொதுவாழ்வில் வழக்கில் இருந்த நாள்காட்டியில் புத்தாண்டு பொதுவாக அறுவடை மாதத்தில் கொண்டாடப்பட்டது. சில கலாசாரங்களில் சூரியனின் வடசெலவு (உத்தராயணம்) கொண்டு புத்தாண்டு கொண்டாடப்பட்டது. அதேபோல் பொது வாழ்வு நாள்காட்டியில் புத்தாண்டு வேறொரு மாதமாகவும், மதம் சார்ந்த நாள்காட்டியில் புத்தாண்டு வேறொரு மாதமாகவும் இருந்தது. பண்டைய காலத்தில் தற்போது உள்ளது போல் உலகெங்கும் பொதுவான நாள்காட்டி இருக்கவில்லை. அந்தந்த இடங்களில் இருந்த பருவநிலையை வைத்தே நாள்காட்டி பின்பற்றப்பட்டது. எனவே புத்தாண்டு என்பது பருவ நிலையின் படி அந்த அந்த நாடுகளில் அறுவடை மாதம் வந்தால் அதுவே புத்தாண்டு. அந்த வகையில் பார்த்தால் வடபகுதியில் சித்திரை மாதம் அறுவடை வந்தால், தென் அல்லது மத்திய பகுதியில் தை மாதம் அறுவடை வரும். எனவே புத்தாண்டு என்பது அறுவடை எப்பொழுது செய்யப்படுகிறதோ அந்த மாதமே புத்தாண்டாக கொள்ளலாம். அதுவும் பொது வாழ்வுமுறை நாள்காட்டி பயன்படுத்தப்பட்டால்.

இந்தியாவில் பயன்படுத்தப்படும் இந்து வேத நாள்காட்டி பொ.யு.மு. 200 போல் அந்தந்த மொழி பேசும் இடங்களில் உருவாகின என்று கூறப்படுகிறது. குப்த பேரரசு காலத்தில் இருந்த ஆர்யபட்டா மற்றும் வராஹமித்திரர் போன்ற வானியலாளர்கள் இந்து வானியலை இந்தோகிரேக்க வானியல் மூலமாக திருத்தி அமைத்தனர்.

இந்துவேத, ஆங்கில ராசி மற்றும் ஆங்கில பொது மாதங்களின் பெயர்கள் எல்லாம் தமிழ் மொழியில் இருந்தே மருவி வழங்கப்பட்டிருக்க வேண்டும். அதேபோன்று ஆங்கில வார நாட்களின் பெயர்களும் தமிழ் பெயர்களிலிருந்தே வந்திருக்கவேண்டும் எனத் தெரிகிறது. அதே போன்று இந்து வேத நாள்காட்டியில் கூறப்படும் 60 ஆண்டுகளின் சமஸ்கிருதப் பெயர்கள் தமிழ்ப் பெயர்கள் அடிப்படையில் கூறப்பட்டிருக்க வேண்டும். மேலும் தற்போதைய ஆங்கில நாள்காட்டியின் எதார்த்த முதல் மாதம் மார்ச் மாதமாகும். ஜனவரி மாதம் இல்லை.

தற்போது உள்ள தமிழ் நாள்காட்டியில் உள்ள தமிழ் மாதங்கள் நட்சத்திரங்கள் பெயர்களில் இருந்து கொடுக்கப்பட்டிருக்கவேண்டும். அந்த வகையில் பார்த்தால் தற்போதைய சித்திரை மாதம் என்பது புரட்டாசி மாதமாக இருக்க வேண்டும். இது பண்டைய குமரிக்கண்டத்தில் பின்பற்றப்பட்டதாக இருக்கலாம். வெள்ளப்பெருக்கில் வேறு நாட்டிற்கு புலம் பெயர்ந்த போது பருவநிலை, நட்சத்திர நிலை கொண்டு நாள்காட்டி மாற்றி அமைக்கையில் இந்த வேறுபாடு வந்திருக்கவேண்டும்.

வானியல் தோன்றிய இடம் கடல் சூழ்ந்த இடமாகவும், ஆறுகள், மலைகள் மற்றும் வறண்ட நிலப்பகுதிகள் உள்ள இடமாக இருந்திருக்க வேண்டும். அது பூமத்திய ரேகைக்கும், மகர ரேகைக்கும் இடையில் உள்ள நிலப்பகுதியாக இருந்திருக்க வேண்டும். அது பண்டைய குமரிக்கண்டமாக இருந்திருக்கலாம்.

துணை நூல்கள், கட்டுரைகள்:

1. பி.எல். சாமி, 'தமிழ் இலக்கியத்தில் தாய்த்தெய்வ வழிபாடு'
2. Charles F. Dupuis, whose three monumental works, The Origin of Constellations, The Origin of Worship and The Chronological Zodiac, are marvels of meticulous research.
3. (http://tamilan vedas.com/2014/05/21)
4. The Origin, History & Symbolism of No Ruz (Nowruz)by: Massoume PriceLast Updated: October, 2009
5. (Volney's Ruins of Empires, pp. 120–122, New York, 1926)
6. M.N.Vahia and Ganesh Halkare, Aspects of Gond Astronomy, Journal of Astronomical History and Heritage, 16(1), 2944 (2013)
7. Horae, From Wikipedia, the free encyclopedia
8. Why Does the Ninth Month Come from the Word "Seven"? September 1, 2014 by: Dictionary.com (http://blog.dictionary.com/author/dictionarycomblog/) 467 Comments (http://blog.dictionary.com/september/#comments)
9. மார்கழி மாத சிறப்பு www.inidhu.com
10. Liddell&Scott "Lexicon of Classical Greek".
11. The ancient Athenian Calendar, Pavlos, 21.9.2001
12. A History of the Months and the Meanings of their Names, Lawrence A. Crowl, crowl@cs.orst.edu, 27 September 1995
13. Assyrian calendar, Retrieved from "https://en.wikipedia.org/w/index.php?title=Assyrian_calendar&oldid=686961746
14. Capricornus, Retrieved from "https://en.wikipedia.org/w/index.php? title=Capricornus&oldid=913470668
15. Chinese calendar, Retrieved from https://en.wikipedia.org/w/index.php?title=Chinese_calendar&oldid=691834319
16. Egyptian calendar, "https://en.wikipedia.org/w/index.php? title=Egyptian_calendar&oldid=909307171
17. Ethiopian calendar, https://en.wikipedia.org/w/index.php?title=Ethiopian_calendar&oldid=684782386
18. Hindu calendar, https://en.wikipedia.org/w/index.php?title=Hindu_calendar&oldid=691211500
19. History of calendars, wikipeida
20. Beginnings of Indian Astronomy with Reference to a Parallel Development in China Asko Parpola, History of Science in South Asia, 1, 2003 (2178)
21. Astronomy in Indus Civilization and during Vedic Times, A.K.Bag
22. Japanese calendar, https://en.wikipedia.org/w/index.php?title=Japanese_calendar&oldid=691853588
23. Korean calendar, https://en.wikipedia.org/w/index.php?title=Korean_calendar&oldid=680924511

24. Manu Smriti, https://en.wikipedia.org/w/index.php?title=Manu_Smriti&oldid=749453332
25. Maya calendar, https://en.wikipedia.org/w/index.php?title=Maya_calendar&oldid=691127669
26. Names of the days of the week, https://en.wikipedia.org/w/index.php?title=Names_of_the_days_of_the_week&oldid=722356876
27. Roman calendar, https://en.wikipedia.org/w/index.php?title=Roman_calendar&oldid=693455862
28. Turkish months, https://en.wikipedia.org/w/index.php?title=Turkish_months&oldid=677678483
29. Yuga, https://en.wikipedia.org/w/index.php?title=Yuga&oldid=749323965
30. சங்ககால வானியல், விக்கிபீடியா
31. ஒரு சொல் பல பொருள், நிகண்டு வழி, விக்கிபீடியா

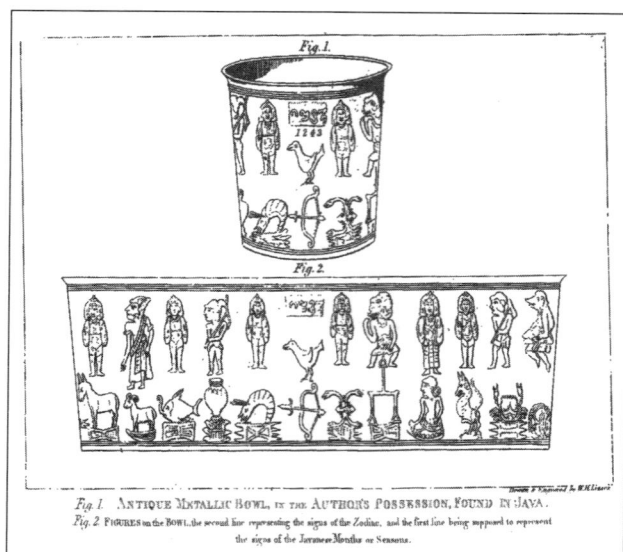

Fig. 1. ANTIQUE METALLIC BOWL, IN THE AUTHOR'S POSSESSION, FOUND IN JAVA.
Fig. 2. FIGURES on the BOWL, the second line representing the signs of the Zodiac, and the first line being supposed to represent the signs of the Javanese Months or Seasons.

09

குமரிக்கண்டம்

சுதர்சனாய வித்மஹே
மஹா ஜ்வாலாய தீமஹி
தந்நோ சக்ரப் பிரசோதயாத்...

(சக்ரத்தாழ்வார் காயத்ரி மந்திரம்)

இதுவரை முன் கண்ட அத்தியாயங்களில், பண்டைய குமரிக்கண்டத்தைப் பற்றிய தொல் தரவுகளை அல்லது தடயங்களை பல்வேறு பரிமாணக் கோணங்களில் கண்டறிய முயற்சி மேற்கொள்ளப்பட்டது.

புவியியல் அத்தியாயத்தில் லெமுரியா அல்லது குமரிக்கண்டம் என்ற ஒரு நிலப்பரப்பு ஒன்று இருந்திருக்கக் கூடுமா என்பதற்கான ஆதாரங்களை முன்வைக்கப் பட்டது.

மொழி அத்தியாயத்தில், தமிழ் மொழிக்கும் சமஸ்கிருதத்திற்கும் ஆங்கிலத்திற்கும் என்ன தொடர்பு என்றும், இதில் தமிழ் மொழிதான் பழைமையான மொழி என்றும், சமஸ்கிருதம் ஆங்கிலம் இரண்டு மொழிகளும், மருவிய தமிழ்மொழிகள்தான் என்றும் கோட்பாடுகள் முன்வைக்கப்பட்டன.

கடவுள் வழிபாடு அத்தியாயத்தில் மதங்களின் தோற்றம் பற்றியும், இந்து மத சமயங்கள் தோன்றிய இடங்கள் பற்றியும், இந்து மதத்தில் கூறப்படும் தொன்மங்களின் மற்றும் கடவுள்களின் எதார்த்தக் கோட்பாடுகள் பற்றியும் விவரிக்கப்பட்டது.

கலாசாரம் அத்தியாயத்தில் உலகின் உள்ள பல பண்டைய நாகரிகங்களின் கலாசாரங்களையும், பல நாடுகளில் உள்ள பல்வேறு பழங்குடிகளின் கலாசாரங்கள் பற்றியும் விவரித்து திராவிட கலாசாரத்தோடு மற்ற கலாசாரங்களில் உள்ள பல்வேறு கலாசாரத் தொடர்புகள் என்னவென்று வரிசையிட்டுக் காட்டப்பட்டது.

வரலாறு அத்தியாயத்தில் உலகில் பல்வேறு நாகரிகங்களில் இருந்த மற்றும் தொன்மங்களில் கூறப்படும் மன்னர்களைப் பற்றி பட்டியலிட்டு, அவர்களின் கால அளவையும் கூறி, அவர்களில் முன்னோடி மன்னர்கள் பண்டைய குமரிக்கண்டத்தில் இருந்தவர்களாக இருக்கவேண்டும் என்ற கருதுகோள்கள் முன்வைக்கப்பட்டது.

வாணிகம் அத்தியாயத்தில், பண்டைய சுமேரிய நாகரிகத்தில் இருந்த வாணிகத் தொடர்பு, பண்டைய குமரிக்கண்டத்தோடு இருந்த வாணிகத் தொடர்பாக இருக்கலாம் என்ற கருத்தும் முன் மொழியப்பட்டது.

வானியல் அத்தியாயத்தில், வானியல் மற்றும் சோதிடவியல் பற்றி எடுத்துரைத்து, உலகில் இருந்த பண்டைய நாகரிகங்களின் நாள்காட்டிகளை ஒப்பிட்டுப் பார்த்து, அதில் கூறப்படும் கால அளவுகளை மற்றும் விண்வெளிக் கூற்றுகளை வைத்து வானியல் தோன்றிய இடம் பண்டைய குமரிக்கண்டமாக இருக்கவேண்டும் என்ற கோட்பாடும் கூறப்பட்டது.

முன்கண்ட அத்தியாயங்களில் ஆரம்பத்தில் கூறப்பட்டிருந்த பழம்கூற்றுகள், பாடல்கள் மற்றும் செய்யுள்களை வைத்தும், மற்றும் வேறு பல சங்க இலக்கிய பாடல்கள், வரலாற்றுக் குறிப்புகள், தொல்லியல் ஆதாரங்கள் கொண்டு மற்றும் அந்த அத்தியாயங்களில் ஆய்வு செய்த விசயங்களைக் கொண்டு, தொல்திராவிடம் என்பது எது..? எந்த இடம்? போன்ற விசயங்களை இங்கு காண முற்படலாம்.

மண் தோன்றும் முன்பே தோன்றிய குடியா தமிழ்க் குடி ?!

கல்தோன்றி மண்தோன்றாக் காலத்தே
வாளோடு முன் தோன்றிய மூத்த குடி (புறப்பொருள் வெண்பா மாலை)

இந்த வாக்கியம் நம் திராவிடக் கலாசாரத்தின் பழைமையைப் பற்றிக் கூறப்படும் முதுமொழியாகும். இதன் அர்த்தம் இந்த உலகத்தில் கல் தோன்றி, மண் தோன்றுவதற்கு முன் தோன்றிய குடியாகும் என்பதாகும். அதாவது உலகில் தோன்றிய மிகப் பழைமையான குடி தமிழ்க்குடி என்று கூறப்படுகிறது. ஆனால், இந்தக் கூற்று உண்மையில் சரியானதா அல்லது உயர்வு நவிற்சியில் கூறப்பட்டதா? உண்மையில் இந்தக் கூற்று சரியானது இல்லை. இந்த உலகத்தில் உயிரினம் தோன்றுவதற்கு ஒரு முக்கிய காரணி மண்ணாகும். மண் தோன்றிய பிறகே ஒரு செல், இரு செல் உயரினங்கள் தோன்றி, தாவரங்கள் தோன்றி, விலங்குகள் தோன்றி பின் மனிதன் தோன்றினான். அப்படியிருக்க மண் தோன்றும் முன் மனிதன் எப்படி தோன்றியிருக்க முடியும்? இந்த முது மொழி ஒரு உயர்வு நவிற்சியாக கூறப்பட்டிருந்தாலும் இவ்வளவு பெரிய தவறான கூற்றை உயர்வு நவிற்சியாக நம் முன்னோர்கள் கூறியிருப்பார்களா? நிச்சயம் அப்படி கூறியிருக்க மாட்டார்கள். பின் எப்படி இந்த முது மொழி வந்தது? உண்மையில் இந்த வாக்கியம் ஒரு பழைய வாக்கியத்தில் இருந்து மருவிய வாக்கியமாக இருக்கவேண்டும்.

அதாவது நாம் இன்று பல பழமொழிகள் கூறுகிறோம். ஆனால், அவை உண்மையான பழமொழியிலிருந்து மருவி வேறு விதமாக கூறப்படுகிறது. உதாரணமாக, 'கழுதைக்குத் தெரியுமா கற்பூர வாசனை?' என்று ஒரு பழமொழி உண்டு. இது ஒரு பொருளின் உபயோகத்தை அல்லது ஒரு விசயத்தின் அருமையை தெரியாமல் குறை கூறுபவர்களை இப்படிச் சொல்லுவார்கள் என்று கருதப்படுகிறது. உண்மையில் இந்தப் பழமொழி, 'கழு தைப்பவர்களுக்குத் தெரியுமா கற்பூர வாசனை?' என்பதாகும். அதாவது கழு தைப்பவர்களுக்கு அந்த வாசனை பழகிப்பழகி கற்பூர வாசனையை அவர்கள் உணர முடியாமல் போய்விடும் என்பதுதான் அதன் அர்த்தம். இது போன்றுதான் நம் தமிழ்க் குடியின் பழைமையை கூறும் முதுமொழி வேறு ஒரு முது மொழியிலிருந்து திரித்து சொல்லப்பட்டிருக்க வேண்டும். அப்படியெனில் அந்த பழைய வாக்கியம் என்னவாக இருக்கலாம்? அது குறித்த சில கூற்றுகளை நாம் காணலாம்.

'காள் தோன்றி மன் தோன்றா காலத்தே வாளோடு முன் தோன்றிய மூத்த குடி' என்ற வாக்கியமாக இருக்கலாம். 'காள்' என்பது காளி என்ற கடவுளை அல்லது முதல் மூத்த மனிதனைக் குறிப்பதாக இருக்கலாம். அல்லது ஒரு இயற்கைச் சக்தியை குறிப்பதாக இருக்கலாம். 'மன்' என்பது மன்னன் ஆட்சி முறையைக் குறிப்பதாக இருக்கலாம். மனு என்ற அரசனைக் குறிப்பதாக இருக்கலாம். அதாவது காள் என்னும் தெய்வம் தோன்றி, மன்னன் என்ற ஆட்சி முறை ஆரம்பிக்கும் முன்பாகவே தோன்றிய குடி என்பதன் அர்த்தமாக இருக்கலாம். வாளோடு தோன்றிய என்பதற்கு வாள் என்ற ஆயுதத்தை கண்டுபிடித்த குடியாக இருக்கலாம். காள் எனப்படும் தெய்வ வழிபாடு முறை தோன்றி மன்னன் ஆட்சி முறை தோன்றுவதற்கு முன்பே வாள் எனும் ஆயுதத்தை கண்டுபிடித்து உபயோகித்த பழைமையான குடி என்ற அர்த்தமாக இருக்கவேண்டும்.

இன்னொரு வகையாகப் பார்த்தால் 'கான் தோன்றி மண் தோன்றாக் காலத்தே வாளோடு முன் தோன்றிய மூத்த குடி' என்பதாக இருக்கலாம்.

கான் என்பது காட்டினைக் குறிக்கும். மண் என்பது உழவு நிலம். இதன் அர்த்தம், காடு தோன்றிய பின், வேட்டுவக் குடியினராக இருந்த மக்கள், நாகரிக வளர்ச்சியில் அந்தக் காட்டை அழித்து உழவுத்தொழிலைக் கண்டுபிடித்தனர். காட்டை அழிக்க வாள், கோடரி போன்ற ஆயுதங்கள் உபயோகப்படுத்தியிருக்க வேண்டும். கான் என்பது கல் என்று பேச்சுவழக்கில் நாள்பட நாள்பட மாறியிருக்கலாம்.

சுமேரிய நாகரிகத்தில் காள் என்ற கடவுள் வழிபடப்பட்டது. நேர்காள், எர்ஷிகாள் போன்ற கடவுள்கள் அங்கு வழிபடப்பட்டன. காள் என்பது தமிழில் காளி என்ற பெயராக மருவியிருக்கலாம். காளி என்ற பெயர் ஆண் பெயராகவும், பெண் பெயராகவும் தமிழில் உள்ளது.

இன்னொரு கூற்று பார்ப்போம். 'கல் தோன்றி மண் தோன்றா காலத்தே வாளோடு முன் தோன்றிய மூத்த குடி' என்ற வாக்கியத்திற்கு, கல் தோன்றி என்பது மலையைக் குறிப்பதாக இருக்கலாம். மண் என்பது உழவுத்தொழிலைக் குறிப்பதாக இருக்கலாம். மலையில் வாழும் குடி வேட்டுவக்குடியே உலகின் முதல் குடி. அதன் பின்னர் உழவுத் தொழில் தோன்றிய பின்னர் நாகரிகம் முன்னேறியது. உலகில் பலப்பல புதிய குடிகள், நாகரிகங்கள் தோன்றின. எனவே, தங்களுடைய குடியின் பழைமையைக் குறிப்பிட இந்த முதுமொழியைக் கூறியிருக்க வேண்டும்.

இந்த முதுமொழியை பிற்காலத்தில் வந்த உரையாசிரியர்கள் இந்த உலகத்தில் கல் தோன்றிய காலத்திற்கு பின்னர், மண் தோன்றிய காலத்திற்கு முன்னர் நம் குடி தோன்றியதென்று அர்த்தம் கொண்டு அங்ஙனமே உரை எழுதினர்.

எது பழைமையான நாகரிகம்? சுமேரியமா அல்லது சிந்து சமவெளியா?

உலகின் பழைமையான நாகரிகம் என்று சுமேரிய நாகரிகத்தைக் கூறுகிறோம். இந்த நாகரிகம் இருந்ததென்று கண்டுபிடிக்கும் முன் சிந்து சமவெளி நாகரிகமே மிகப் பழைமையானது என்று கருதப்பட்டது. சுமேரிய நாகரிகத்தின் காலம் பொ.யு.மு. 5000 போல் எனக் கணக்கிடப்படுகிறது.

சிந்து சமவெளியின் காலம் பொ.யு.மு. 3500 முதல் 2500 வரை என தொல்லியல் ஆய்வாளர்கள் கூறுகிறார்கள். இந்தக் கணக்கு அந்த இடங்களில் கிடைத்த தொல்பொருள்களை கார்பன் டேட்டிங் சோதனை செய்து இந்தக் கால அளவுகளைக் கூறுகிறார்கள். கார்பன் சோதனை பெரும்பாலராலும் ஏற்றுக்கொள்ளப்பட்ட சோதனை என்றாலும், அதிலும் பல விதமான பிழைகள் ஏற்பட வாய்ப்புண்டு. உதாரணத்திற்கு எடுத்துக்கொண்டால் ஒரு பண்டைய நாகரிகத்தில் ஒரு பானை ஓடு கிடைக்கப்பெற்று அதை கார்பன் சோதனை செய்யும்போது அதன் கணக்கு 5000ஆண்டுகள் என்றால், உடனே அந்த நாகரிகத்தின் காலம் பொ.யு.மு. 3000 என்று கணக்கிடுகிறார்கள். இதில் சில பிழைகளும் இருக்கலாம். ஏனெனில், அந்தப் பானை அந்த நாகரிகத்திற்கு வேறொரு இடத்திலிருந்து பரம்பரையாக 1000 ஆண்டுகளுக்கு பின் கொண்டு வரப்பட்டிருக்கலாம்.

அப்படியெனில் அந்த நாகரிகத்தின் காலம் பொ.யு.மு. 2000 ஆண்டுகளாக இருக்கலாமே ஒழிய பொ.யு.மு. 3000மாக இருக்க முடியாது. மேற்கூறிய இரண்டு நாகரிகங்களின் தொல்பொருள் தரவுகளில் உள்ள சின்னங்கள், அடையாளங்கள், சித்திரங்கள், உருவாக்கிய நேர்த்தி போன்றவற்றை கண்கொண்டு நோக்கி ஆராய்ந்து பார்த்தோமானால் சுமேரிய நாகரிகத்தை விட சிந்து சமவெளி நாகரிகமே பழைமையானது என்று நினைக்கத் தோன்றுகிறது.

இதற்கான காரணங்களை நாம் பார்க்கலாம். சில இடங்களில் ஒப்பிட்டுப் பார்க்க இன்னொரு பழைமையான நாகரிகமான எகிப்து நாகரிகத்தின் தொல்பொருள் தரவுகளையும் நாம் எடுத்துக் கொள்ளலாம். முதலில் இந்த மூன்று நாகரிகங்களின் ஒரு முக்கியமான தொல்பொருள் தரவான வழிபாட்டு கட்டட அமைப்பை பார்க்கலாம்.

சிந்து சமவெளி நாகரிகத்தின் முக்கிய வழிபாட்டுக் கட்டடம் மொஹஞ்சதாரோ ஆகும். சுமேரிய நாகரிகத்திற்கு ஜிகுராட் ஆகும். எகிப்திற்கு பிரமிடு ஆகும். இந்த மூன்று கட்டட அமைப்பை ஒப்பிட்டுப் பார்க்கும்போது மொஹஞ்சதாரோ, ஜிகுராட், பிரமிட் இவை மூன்றும் முறையே சிந்து சமவெளி, சுமேரிய மற்றும் எகிப்திய நாகரிகங்களைச் சேர்ந்தது. இவை மூன்றும் மூதாதையர் வழிபாடோடு தொடர்புடையவை. இவை மூன்றையும் ஒப்பிட்டு பார்க்கையில் மொஹஞ்சதாரோ கட்டட அமைப்பு மற்ற இரண்டையும் விட மிகவும் பழைமையானதாகத் தெரிகிறது.

செங்கல் வைத்து கட்டப்பட்டிருந்தாலும் கட்டட நேர்த்தி, ஜிகுராத் கட்டடத்தைக் காட்டிலும் குறைவாக உள்ளது. அதற்கு அடுத்து ஜிகுராட் கட்டட அமைப்பு மொஹஞ்சதாரோவைக் காட்டிலும் நேர்த்தியாக, முன்னேறிய அமைப்பாக, பிரமிட் அமைப்பை விட பழையதாகவும் தெரிகிறது. இந்த மூன்றில் பிரமிட்தான் முன்னேறிய கட்டட அமைப்பாகத் தெரிகிறது.

பிரமிடுகள் வெளிப்புறத்தில் இருந்து பார்க்கும்போது சாதாரண கட்டட அமைப்பாகத் தெரிந்தாலும் அதன் உள்கட்டுமான வேலைகள் பிரமிக்க வைப்பவை. பிரமிடுகளின் காலம் பொ.யு.மு. 3000-2500 போல். மொஹஞ்சதாரோ மற்றும் ஜிகுராட் கட்டடங்களில் உள்ளே உள்ள சுவர்களில் வேறு எந்த ஒரு சித்திரங்களோ அல்லது ஓவியங்களோ காணப்படவில்லை. ஆனால் பிரமிடுகளின் உள்ளே உள்ள

மொஹஞ்சதாரோ

சிகுராத்

பிரமிட்

சுவர்களில் நல்ல சித்திர வேலைப்பாடுகள் உள்ளன. அவை அந்த நாகரிகம் மற்ற இரண்டு நாகரிகங்களைக் காட்டிலும் நன்கு முன்னேறிய நாகரிகமாகத் தெரிகிறது.

அடுத்ததாக இந்த நாகரிகங்களில் கிடைக்கப்பெற்ற முத்திரைகள், அடையாளங்கள், சித்திரங்களை நாம் ஒப்பிட்டுப் பார்க்கலாம். இந்த இரண்டு நாகரிகங்களிலும் முத்திரை அச்சுகள் மற்றும் உருளைகள் உபயோகப்படுத்தப்பட்டன. அந்த முத்திரைகளில் உள்ள படங்களின் நேர்த்தி மற்றும் வேலைப்பாடுகளை பார்க்கும்போது சிந்து சமவெளி படங்கள் நேர்த்தி மற்றும் வேலைப்பாடு, சுமேரிய நாகரிகத்தை விட பின் தங்கியதாகவே அல்லது ஆரம்ப நிலையில் உள்ளதாகவே தெரிகிறது. இதில் உருளை முத்திரைகள் பெரும்பாலும் சுமேரிய நாகரிகத்தில்தான் அதிகமாக உபயோகப்படுத்தப்பட்டுள்ளன. சிந்து சமவெளியில் சதுர அல்லது செவ்வக முத்திரைகளே பெரும்பாலும் உபயோகப்படுத்தப்பட்டுள்ளன. சதுர முத்திரையைக் காட்டிலும் உருளை முத்திரையே நாகரிக வளர்ச்சியைக் காட்டுகிறது. இந்நாகரிகங்கள் சிந்து சமவெளி நாகரிகத்தோடு வாணிகத் தொடர்பு கொண்டிருந்ததாகக் கூறப்படுகிறது. அப்படியென்றால் நன்கு வளர்ச்சியடைந்த சுமேரிய மற்றும் எகிப்திய கலாசாரங்களின் தடயங்கள் சிந்து சமவெளியில் இருந்திருக்க வேண்டும். ஆனால் அது கிடைக்கவில்லை.

அதேபோல், கீழ் காணும் சிந்து சமவெளி முத்திரையில் ஒரு மனிதன், இரு புலிகளை தன் இரு கைகளால் அடக்குவதைக் காணமுடிகிறது.

இதே சித்திரம் சுமேரிய நாகரிகத்தில் எப்படி மாறியிருக்கிறதென்று பாருங்கள். புலி, யாளியாக மாறியிருக்கிறது மனிதனின் ஆடை அலங்காரத்தைப் பார்த்தால் சிந்து சமவெளி நாகரிகத்தைவிட மிகவும் பிற்காலத்திய நாகரிகமாக தெரிகிறது.

இது கிட்டடத்தட்ட 2000 ஆண்டுகள் பிற்பட்டதாக இருக்கலாம். இதேபோன்று அதற்கு கீழே உள்ள இரண்டு சித்திரங்களையும் பார்த்தால் மனித உருவமுள்ள மாடு, மற்றொன்று மரத்தின் இடையில் உள்ள பெண் தெய்வம் ஆகிய சித்திரங்களைப் பார்க்கும்போது சிந்து சமவெளி நாகரிகமே பழைமையான நாகரிகம் என்று தோன்றுகிறது.

மேலும் கடவுள் வழிபாடு கூற்றில் நோக்கினால் சிந்து சமவெளி நாகரிகத்தில் கடவுள் வழிபாடு பற்றிய தொல்பொருள் தரவுகள் மிகக்குறைவாகவே இருக்கிறது. குறிப்பிடும்படி கடவுள்கள் பெயர்கள் இருந்ததாக அறியப்படவில்லை. பசுபதி என்ற கடவுளை அல்லது குடித்தலைவனை வழிபட்டிருக்கலாம் என்று தெரிகிறது. பெயரறியா பெண் கடவுளும் இருந்ததாகத் தெரிகிறது.

சிந்து சமவெளி

சுமேரிய நாகரிகம்

சிந்து சமவெளி

சுமேரியம்

சிந்து சமவெளி

சுமேரியம்

மற்றபடி பெரிதளவான மதச் சடங்குகளும் மற்றும் பல கடவுள் வழிபாடும் இருந்திருக்கவில்லை. இதற்கு மாற்றாக சுமேரிய நாகரிகத்தில் பலவகையான கடவுள்கள் வழிபடப்பட்டனர். அந்தக் கடவுள்களுக்குத் தெளிவான உருவங்களும் கொடுக்கப்பட்டிருந்தது. எனவே, இதை வைத்து நோக்கும்போதும்கூட சிந்து சமவெளி நாகரிகமே பழைமையானது என்று தோன்றுகிறது.

ஆரியர்கள் பொ.யு.மு. 1500 ஆண்டு சமவெளிக்கு வந்திருந்தால் அவர்களுடைய கலாசாரம் அங்கு பரவியிருக்க வேண்டும். முக்கியமாக மத வழிபாடு. ஏனென்றால் பொ.யு.மு. 1500 போல் சுமேரிய நாகரிகம் மறைந்து பின்னர் அக்காடிய, பாபிலோனிய நாகரிகங்கள் தோன்றி நூற்றுக்கணக்கான மன்னர்கள், பலப்பல அரசுகள் தோன்றி ஆட்சி செய்திருந்தன. மதங்கள் நன்கு பரவியிருந்தன. வாணிகமும் நன்கு வளர்ச்சியடைந்திருந்தது. சிந்து சமவெளி நாகரிகத்தோடு வாணிகத் தொடர்பும் இருந்தது என்று ஆய்வாளர்கள் கூறுகின்றனர்.

அப்படியெனில், சிந்து சமவெளி நாகரிகங்களோடு தொடர்பிருந்திருந்தால் அந்த நாகரிகங்களிலிருந்த கலாசார சின்னங்கள், அடையாளங்கள், மத வழிபாட்டுச் சடங்குகள் சிந்து சமவெளியில் இருந்திருக்க வேண்டும். சுமேரிய நாகரிகத்தின் தொல்பொருள் தரவுகளில் பண்டைய மன்னர்கள் பட்டியல் கிடைக்கிறது. சிந்து சமவெளி நாகரிகம் தோன்றியது பொ.யு.மு. 2500 போல் தோன்றியது என்றால், அதை சுமேரிய அல்லது அக்காடிய அல்லது பாபிலோனிய மன்னர்கள் போர் தொடுத்து எளிதில்

கைப்பற்றியிருக்க வேண்டும். ஆனால் அதற்கான தடயங்கள் எதுவும் இதுவரையில் கிடைக்கப் பெறவில்லை.

அந்த நாகரிகங்களிலிருந்து புலம் பெயர்ந்து வந்த ஆரியர்கள் சிந்து சமவெளியில் நூற்றாண்டுகளாக தங்கியிருந்திருந்தால் மத வழிபாட்டுச் சின்னங்கள், சித்திரங்கள், ஓவியங்கள் அங்கு இருந்திருக்க வேண்டும். பல்லாயிரம் ஆண்டுகளுக்கு முன்பே ஏறு தாண்டும் விளையாட்டு உலகெங்கிலும் பல நாகரிகங்களிலும், கலாசாரங்களிலும் விளையாடப்பட்டது.

சிந்து சமவெளி நாகரிகத்தில் ஏறு தாண்டும் விளையாட்டு முத்திரை காணப்படுகிறது. இதேபோன்று ஏறு தாண்டும் சித்திரம் மினோயன் நாகரிகத்தில் இருந்த ஒரு அரண்மனையில் காணப்படுகிறது. இதன் காலம் பொ.யு.மு. 2000 போலாகும்.

இந்த இரு சித்திரங்களை ஒப்பிடும்போது சிந்து சமவெளி முத்திரையில் காணப்படும் சித்திரம் மிகவும் பழைமை வாய்ந்ததாகத் தெரிகிறது.

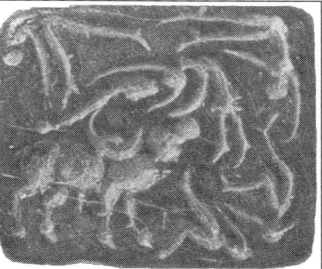

சிந்து சமவெளி ஏறு தாண்டும்
விளையாட்டு முத்திரை

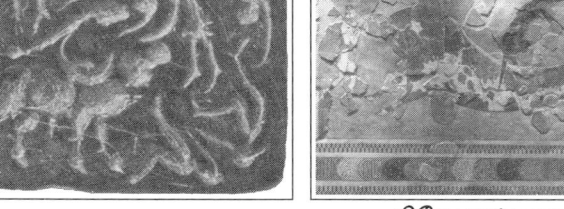

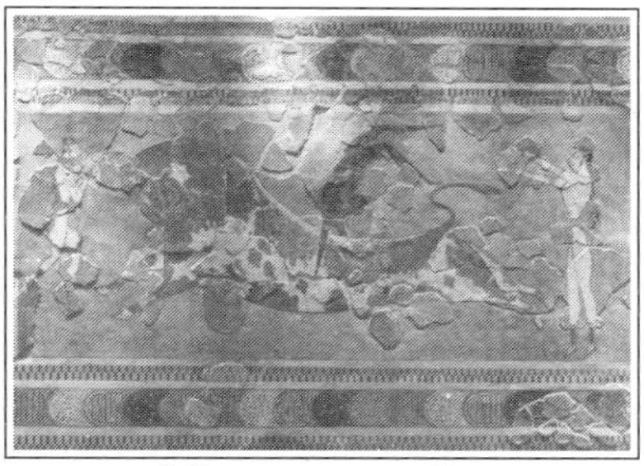

மினோயன் நாகரிகம்
ஏறு தாண்டும் சித்திரம்

சிந்து சமவெளி நாகரிகம் தோன்றியது பொ.யு.மு. 2500 போல் தோன்றியது என்று கூறப்படுகிறது. ஆனால், சுமேரிய மற்றும் எகிப்து நாகரிகங்கள் அதற்கு இரண்டாயிரம் மற்றும் ஆயிரம் ஆண்டுகளுக்கு முன்பே தோன்றி நல்ல வளர்ச்சி அடைந்திருந்தது. அப்படியெனில் இந்த நாகரிக மக்கள் எங்கிருந்து வந்தார்கள்? இவர்கள் சுமேரிய மற்றும் எகிப்திலிருந்து வந்திருந்தால் அந்த நாகரிகங்களின் வளர்ச்சி இங்கும் இருந்திருக்கக் வேண்டும்.

இன்னொரு காரணத்தைப் பார்க்கலாம். அது வானியல் பற்றிய அறிவு. சிந்து சமவெளி நாகரிகத்தில் வானியல் பற்றிய விரிவான மற்றும் தெளிவான தொல்பொருள் தரவுகள் கிடைக்கவில்லை. ஆனால் சுமேரிய நாகரிகத்தில் வானியல் பற்றிய தொல்பொருள் தரவுகள் தெளிவாகக் கிடைக்கிறது. மேலும் சிந்து சமவெளி நாகரிகம் பொ.யு.மு. 2500 போல் இருந்திருந்தால் நிச்சயம் சுமேரியாவுடன் வாணிகத் தொடர்பு இருந்திருக்க வேண்டும். அப்படி இருந்திருந்தால் நிச்சயம் வானியல் பற்றிய அறிவு அவர்களுக்குக் கிடைத்திருக்கும். அதை அவர்கள் சுமேரியர்கள் போல் பதிவு செய்து வைத்திருப்பார்கள். ஆனால் அப்படிப்பட்ட தொல்பொருள் தரவுகள் கிடைக்காததால்

சிந்து சமவெளி நாகரிகத்திற்கும், சுமேரிய நாகரிகத்திற்கும் நல்ல தொடர்பு இருந்திருக்க வாய்ப்பில்லை என்றே நினைக்க முடிகிறது. அதாவது சுமேரிய நாகரிகத்திற்கு முன்பே சிந்து சமவெளி நாகரிகம் முடிந்து, இங்கிருந்து மக்கள் சுமேரியாவிற்கு புலம் பெயர்ந்திருக்க வேண்டும் என்றே நினைக்கத் தோன்றுகிறது.

மேலே கூறிய காரணங்களை பார்க்கும்போது சிந்து சமவெளி நாகரிகம் சுமேரிய நாகரிகத்தைக் காட்டிலும் பழைமை வாய்ந்ததாகத் தெரிகிறது. மேலும் சிந்து சமவெளி நாகரிக முத்திரைகளில் காணப்படும் மர வழிபாடு, மனித தலை கொண்ட மாடு, தலைவன் கையில் வளையம், மனிதன் இரு புலிகளை இரு கைகளால் அடக்குதல் போன்ற சித்திரங்கள் சுமேரிய நாகரிக சித்திரங்களில் மேம்பட்டு தெரிகிறது. இதிலிருந்து நாம் அறிய முடிவது என்னவென்றால் சுமேரிய நாகரிகம் தோன்றும் முன்பே சிந்து சமவெளி நாகரிகம் தோன்றியிருக்க வேண்டும். சிந்து சமவெளி நாகரிகத்திலிருந்து மக்கள் புலம் பெயர்ந்து மெசபட்டோமியாவில் குடியேறியிருக்கவேண்டும்.

சிந்து சமவெளி நாகரிகத்திற்கு மக்கள் எங்கிருந்து வந்திருக்க வேண்டும்? சிந்து சமவெளி நாகரிகத்திற்கு மக்கள் பண்டைய லெமுரியா அல்லது குமரிக்கண்டத்திலிருந்து கடல் வெள்ளப்பெருக்கில் புலம் பெயர்ந்து வந்திருக்கலாம். பின்னர் சிந்து சமவெளியில் சில நூற்றாண்டுகள் தங்கிவிட்டு பின்னர் சுமேரியாவிற்கு புலம் பெயர்ந்திருக்கலாம்.

திராவிடமும் ஆரியமும்

உலகின் தற்போதைய பழைமையான நாகரிகம் என்று கருதப்படுகிற சுமேரிய நாகரிக மக்கள், சுமேரியாவிற்கு கடல் வெள்ளப்பெருக்கில் புலம் பெயர்ந்து வந்தார்கள் என்று கூறப்படுகிறது. இவர்கள் முதல் கடல் வெள்ளப்பெருக்கில் இருந்து புலம் பெயர்ந்து பண்டைய குமரிக்கண்டத்திலிருந்துதான் வந்திருக்கவேண்டும். முதலில் இவர்கள் சிந்து சமவெளியில் குடியேறி, பின் அங்கிருந்து சுமேரியாவிற்கு புலம் பெயர்ந்திருக்கவேண்டும். சுமேரிய மதத்திலிருந்து அக்காடிய, பாபிலோனிய, யூத மதங்கள் தோன்றின. சுமேரிய மற்றும் எகிப்து மதத்திலிருந்தும்தான் ஆரிய மதம் தோன்றியிருக்கவேண்டும் என்பதற்கான தொல்லியல் ஆதாரங்கள் கூறப்பட்டன. ஆரியர்கள் மூதாதையர் நிலம் தெற்கு திசையில் இருந்தது என்று ரிக் வேதம் குறிப்பிடுகிறது. ஆரியர்கள் மேற்கு ஆசியாவிலிருந்து இந்தியாவிற்கு வந்தார்கள். எனவே ஆரியர்கள் சுமேரியர்கள் வழி வந்தவர்களாகத்தான் இருக்கவேண்டும். சுமேரியர் வழி வந்த ஆரியர்கள், தங்கள் மூதாதையர் நிலம் சிந்து சமவெளிக்கு தெற்கே இருந்தது என்று கருதி, தங்கள் மூதாதையர் நிலத்திற்கு செல்ல வேண்டி, சிந்து சமவெளி வழியாக இந்தியாவிற்குள் புலம் பெயர்ந்து, இந்தியாதான் தங்கள் மூதாதையர் நிலம் என்று நினைத்து சில ஆரிய குழுக்கள் வடஇந்தியாவில் கங்கை சமவெளியிலும், சில ஆரிய குழுக்கள் தென் இந்தியாவில் குடியேறியிருக்க வேண்டும். ஆரியர்கள் தென்னிந்தியாவில் குடியேறியபோது திராவிட நாகரிகம் அங்கு நிலைத்திருந்தது.

பண்டைய குமரிக்கண்டத்தில் ஏற்பட்ட இரண்டாவது அல்லது மூன்றாம் வெள்ளப்பெருக்கில் இருந்து புலம்பெயர்ந்து, தற்போதைய தமிழகத்தில் குடியேறிவர்கள் திராவிடர்கள் என்று கூறப்படுகிறது. ஆரியர்கள் குடியேறிய காலத்தில்

திராவிட கலாசாரம் சங்க இலக்கியங்கள் கூறும் வாழ்வியல் முறையும், சிறு தெய்வ வழிபாடுகளும் இருந்தது. மதம் என்ற கோட்பாடுகள் அப்போது திராவிட கலாசாரத்தில் இல்லை. நல்ல கட்டுமானம் உடைய பெரிய கோவில்கள் எல்லாம் இல்லை.

ஆரியர்கள் தென்னிந்தியாவில் குடியேறிய பிறகு தங்களுடைய மத கோட்பாடுகளையும், தங்களுடைய தெய்வங்களையும் திராவிட கலாசாரத்தோடு கலக்கச் செய்தனர். சுமேரிய மற்றும் எகிப்திய கலாசாரத்தில் இருந்ததுபோல் கோவில்கள் கட்டப்பட்டன. சமஸ்கிருத மொழி, தமிழ்மொழியோடு கலந்தது. சங்கம் மருவிய காலத்தில், ஆரிய மதம் தென்னகம் முழுதும் பரவி பக்தி இயக்க காலமாக மாறியது. ஆரிய தெய்வங்கள் எல்லாம் பெருந்தெய்வங்களாகவும், திராவிட தெய்வங்கள் எல்லாம் சிறு தெய்வங்களாகவும் மாற்றப்பட்டது.

உண்மையில், ஆரியர்களும், திராவிடர்களும் கடல் வெள்ளப்பெருக்கிற்கு முன்பு பண்டைய குமரிக்கண்டத்தில் இருந்தவர்கள். இன்னும் சொல்லப்போனால் ஆரியர்களும் ஒருவகையில் திராவிடர்களே. முதல் வெள்ளப்பெருக்கில் சுமேரியாவிற்கு புலம் பெயர்ந்து சென்ற கருப்பு நிற திராவிடர்கள் பல்லாயிரம் ஆண்டுகள் நாகரிக வளர்ச்சியில், கால மாற்றத்தில் மற்றும் தட்பவெப்ப நிலை காரணமாக வெள்ளை நிற ஆரியர்களாக மாறி இந்தியாவிற்கு தங்கள் மூதாதையர் நிலம் தேடி வந்தனர். சுமேரியர்கள் கருப்பு நிறத்தவர்கள் என்ற குறிப்பு தொல்லியல் தரவுகளில் காணப்படுகிறது.

மேலும் திராவிடர்களுக்கும், ஆரியர்களுக்கும் பல ஒற்றுமைகள் உள்ளன. இரு குடிகளுக்கும் முக்கிய தொழில் மேய்ச்சல் தொழிலாகும். ஆயர் என்ற சொல்லே அய்யர் என்றும், ஆயன் நாகர் என்ற சொல்லே அய்யங்கார் என்றும் மருவியிருக்கவேண்டும். பண்டைய குமரிக்கண்டத்தில் இரு குடிகளுக்கிடையே நடந்த வெட்சி – கரந்தை போர்களே தேவர் அரக்கர் போர்களாக வேதங்களில் கூறப்பட்டிருக்க வேண்டும். திராவிடர்களின் முக்கிய காவல் தெய்வம் சுடலை மாடன். சுடலை மாடன் (சுடர் அலை மாடன்) என்பதே மூர்த்தி (மேரு தீ) என்று சமஸ்கிருதத்தில் கூறப்பட்டது. மேலும் சேயோன் என்பதே சிவனாகவும், காளி என்பதே காள் என்ற சுமேரிய கடவுளாகவும், ஐயை என்பதே இசிஸ் என்ற சுமேரிய கடவுளாகவும், கிருத்திரன் என்பதே ருத்ரனாகவும் அக்கி நீர் என்பதே அக்னியாகவும் ஆரியத்தில் மாறியது. பாண்டியர்களுக்கு பஞ்சவர் என்ற பெயர் உண்டு. ஆரியர்களும் ஐந்து குழுக்களாக இருந்தவர்கள். ஆரியர்கள் கலாசாரத்தில் காணப்படும் பல சடங்குகள் பண்டைய பழங்குடி மக்களிடம் இருந்த சடங்குகளின் மருவிய சடங்குகளே ஆகும். உதாரணமாக ஆரியர்களின் ஒரு சடங்கான வீடுகளில் செய்யப்படும் ஹோமம் என்பது சங்க இலக்கியங்களில் கூறும் போரில் காயம்பட்ட தலைவன் குணமடைய வீட்டில் தீயிட்டு அதில் மூலிகைகள் இட்டு புகை மூட்டும் வழக்கத்தில் இருந்து மருவி வந்ததாகும். ரிக் வேதத்தில் கூறப்படுபவை எல்லாம் பண்டைய குமரிக்கண்டத்தில் நடந்த வாழ்வியல் முறைகளைப்பற்றி இருக்கவேண்டும்.

தென்னிந்தியா தங்களுடைய மூதாதையர் நிலம் என்று கருதிய ஆரியர்கள், தாங்கள் பரம்பரை பரம்பரையாக தங்கள் மூதாதையர் நிலத்தில் நடந்ததென்று கேட்டு வந்த விஷயங்கள் எல்லாம் தென்னகத்தில் நடந்ததென்று நினைத்து, தென்னகத்தில்

இருந்த பல இடங்களில் அந்த விஷயங்கள் நடந்தது என்று கூறினார்கள். அதனால்தான் தென்னகத்தில் உள்ள பல கோவில் தல புராணங்கள் கூறும் கிருத, திரேதா மற்றும் துவாபர யுகத்தில் அந்த கோவில் இடத்தில் நடந்ததென்று கூறும் விஷயங்கள் எல்லாம் பண்டைய குமரிக்கண்டத்தில் நடந்த எதார்த்த விசயங்களாக இருக்கவேண்டும்.

எனவே ஆரியர்கள் என்பவர்கள் சுமேரிய திராவிடர்கள் அல்லது மருவிய திராவிடர்கள் என்று கூறலாம்.

புவியியல்

அடியிற் றன்னள வரசர்க் குணர்த்தி
வடிவே லெறிந்த வான்பகை பொறாது
பஃறுளி யாற்றுடன் பன்மலை யடுக்கத்துக்
குமரிக் கோடுங் கொடுங்கடல் கொள்ள
வடதிசைக் கங்கையும் இமயமுங் கொண்டு
தென்றிசை யாண்ட தென்னவன் வாழி
(சிலப்பதிகாரம் காடு காண் காதை : 1729)

வரலாற்றுத் தொன்மங்களின்படி பார்த்தால் பண்டைய காலத்தில் கடல் வெள்ளப்பெருக்கில் பண்டைய குமரிக்கண்டம் அல்லது லெமுரியாக் கண்டம் மூழ்கிவிட்டது என்று குறிப்பிடப்படுகிறது. ஆனால் அந்த வெள்ளப்பெருக்கில் பண்டைய நிலம் முழுதும் மூழ்கி விட்டதா அல்லது குறிப்பிட்ட நிலப்பகுதி மட்டும் மூழ்கியதா என்று தெளிவாகக் கூறப்படவில்லை. இந்த கடல் கோள் பற்றி சிலப்பதிகார செய்யுளில்,

'பஃறுளி யாற்றுடன் பன்மலை யடுக்கத்துக்
குமரிக் கோடுங் கொடுங்கடல் கொள்ள..'

எனக் கூறப்பட்டிருப்பதை பார்க்கையில், உரையாசிரியர்கள் இதை பஃறுளி ஆறும், பன்மலை அடுக்கமும், குமரிக்கோடும் கடல் கொண்டுவிட்டது என்று அர்த்தம் கொண்டு பண்டைய குமரிக்கண்டம் முழுதும் அழிந்துவிட்டது என்று உரை எழுதி விட்டனர். ஆனால் இந்த வரிகளின் நன்றாக படித்துப் பார்க்கையில், இன்னொரு விஷயம் புலப்படும். பன்மலை யடுக்கத்துக் குமரிக் கோடு என்பது பல மலைகள் உள்ள அடுக்குத் தொடரில் இருக்கும் குமரிக்கோடு என்ற மலையைக் குறிப்பது. எனவே இந்த வாக்கியத்தின் எதார்த்த அர்த்தம் பஃறுளி ஆறும், குமரிக் கோடும் கடல் வெள்ளப்பெருக்கத்தில் மூழ்கியது என்றும், பன்மலை அடுக்கம் கடலில் மூழ்கவில்லை என்பதாகும். எனவே அந்த பன்மலை அடுக்கம் இன்னும் கடலில் மூழ்காமல் இருக்கவேண்டும். அது எந்த இடம்?

இதே செய்யுள் எதனால் கடல் வெள்ளப்பெருக்கு ஏற்பட்டிருக்க வேண்டும் என்ற ஒரு விசயத்தைப் பற்றியும் ஒரு சிறு குறிப்பு கொடுக்கிறது. அந்தக் குறிப்பு...

'வடிவே லெறிந்த வான்பகை பொறாது'

என்ற வாக்கியத்தின் மூலம் அறியலாம். இந்த வாக்கியத்திற்கு உரையாசிரியர்கள் பாண்டிய மன்னன் வேல் எறிந்து கடலை வென்றதாகக் கூறுகிறார்கள். ஆனால் இந்த

அர்த்தம் சரியானதாக இருக்குமென்று தோன்றவில்லை. இந்த வாக்கிய அமைப்பு 'வடிவேல் எறிந்த வான் பகை பொறாது' என்பது 'வடிவேல்' என்ற ஒரு மனிதன் அல்லது கடவுள் அல்லது வேறொன்று எறிந்த, 'வான் பகை' வானிலிருந்து வந்த பகை அல்லது தீங்கு அல்லது ஆபத்து, 'பொறாது' என்பது தாங்காது என்ற அர்த்தம். அதாவது வடி வேல் என்ற ஒன்று எறிந்த ஆபத்து வானிலிருந்து வந்து கடலில் வீழ்ந்து அதனால் கடல் வெள்ளப்பெருக்கு ஏற்பட்டு அதில் பஃறுளி ஆறும், குமரிக்கோடும் மூழ்கியது என்று அர்த்தம் கொள்ளலாம். அப்படியெனில் வடி வேல் என்பது எதுவாக இருக்கும்? வடி வேல் என்பது வடிவேள் என்பதாக இருக்க வேண்டும். (வேள் என்பது காலப்போக்கில் வேல் என்று மருவியிருக்கலாம். வேலன் என்றால் ஊர்த் தலைவன் என்ற அர்த்தம் உண்டு). வடிவேள் என்பது வடியும் வேள் என்ற அர்த்தமுடையது. வேல், வேலன் என்பது மலைத்தலைவனைக் குறிப்பது. வடிவேள் என்பது வடியும் மலை என்பதாக இருக்க வேண்டும். இது எரிமலையைக் குறிப்பதாக இருக்க வேண்டும். எரிமலையிலிருந்து அக்னிக்குழம்பு வடியும். அதனால் இந்த உருவகம் வந்திருக்கலாம். எரிமலை சீற்றம் ஏற்படும்போது அதிலிருந்து புகையும், நெருப்புக் கற்களும் வானில் தெறித்துப் பறந்து வந்து விழும். மேலும் அந்த சமயத்தில் நிலநடுக்கம் ஏற்படும். இந்த இரண்டும் சேர்ந்து வரும்பொழுது கடல் வெள்ளப்பெருக்கு ஏற்படும். அதாவது கடலருகில் உள்ள எரிமலை அல்லது ஒரு தீவில் உள்ள எரிமலை சீற்றம் ஏற்படும் பொழுதே இந்த நிகழ்வு நடைபெறும். எனவே பண்டைய குமரிக்கண்டத்தில் அல்லது லெமூரியக் கண்டத்தில் எரிமலை இருந்திருக்க வேண்டும்.

'வடிவேலேறிந்த வான்பகை பொறாது' என்ற வாக்கியத்தில் 'வான் பகை' என்பது 'வான் புகை' என்று இருந்திருக்கலாம். இது நாளடைவில் புகை என்பது மருவி பகை என ஆகியிருக்கலாம்.

வடிவேல் எறிந்த; வடிவேள் – வடியும் வேள் – எரிமலை
எறிந்த வான் பகை (புகை) – வான் புகை பொறாது

மேலும் வடதிசைக் கங்கையும், இமயமும் கொண்டு என்பதற்கு அர்த்தம் இந்த இடங்களை வென்றிருக்க வேண்டும் என்பதாக இருக்க வேண்டுமில்லை. தான் இருந்த நிலத்தின் அமைப்பைக் குறிப்பதாக இருக்கலாம். அதாவது வடக்கில் கங்கையும், இமயமும் உடைய ஒரு நிலத்தின் தென்பகுதியை ஆண்ட தென்னவன் என்ற அர்த்தமாக இருக்கலாம்.

அதேபோல் பஃறுளி ஆறுக்கும், குமரிக்கோடுக்கும் இடையே உண்டாயிருந்த தூரம் 700 காதம் என்று அறியப்படுகிறது. 700 காதம் என்பது எவ்வளவு தூரம்? ஒரு காதம் என்பது சப்தமிட்டால் காது கேட்கும் தூரம்.

தமிழ் வரலாற்று ஆசிரியர்கள் கூற்றுப்படி குமரிக்கண்டத்தில் சிறு எரிமலைகளும், நில அதிர்ச்சியும், ஆங்காங்கு சிறுமலைக் கொடுமுடிகளும் இருந்தன என்று குறிப்பிடுகிறார்கள்.

மேலும் பண்டைய தொன்மங்களின் படி குமரிக்கண்டத்தின் இன்னொரு பெயர் நாவலந்தீவு என்பதாகும். இதன்படி பார்த்தால் பண்டைய குமரிக்கண்டம் ஒரு தீவாகும். நாம் நினைப்பதுபோல் தற்போதைய தமிழகத்தின் தொடர்ச்சியாக

இருந்திருப்பதாக நினைக்கும் ஒரு தீபகற்பம் அல்ல. அப்படியெனில் அந்தத் தீவு முழுமையாக அழிந்துவிட்டதா இல்லை அதன் மூழ்காத பகுதி இன்னும் உள்ளதா?

மேலே கூறிய குறிப்புகளைப் பார்க்கையில், பண்டைய குமரிக்கண்டம் என்பது ஒரு தீவு, பல மலைகள் உள்ள ஒரு தொடரைக் கொண்டிருந்தது, அங்கு எரிமலை இருந்தது, பின்னர் அது ஏறக்குறைய 700 காதம் நீளமான இடம். இப்படிப்பட்ட இடம் எது? இன்னொரு குறிப்பைப் பார்க்கலாம். குமரிக்கண்டத்திற்கு லெமூரியாக்கண்டம் என்ற பெயரும் உண்டு. இந்த பெயர் அந்தக் கண்டத்தில் லெமூர் என்ற விலங்கினம் அங்கு வாழ்ந்ததால் ஏற்பட்டது. தற்போதைய காலத்தில் லெமூர் விலங்கினம் இந்த உலகத்தில் மடகாஸ்கர் தீவில் மட்டுமே காணப்படுகிறது. மேலும் அந்த விலங்கு அந்த தீவிற்கு மட்டுமே உரித்தான விலங்கு.

எனவே நாம் கூறும் இந்த குமரிக்கண்டம் அல்லது லெமுரியாக் கண்டம் என்பது மடகாஸ்கர் தீவாகத்தான் இருக்கவேண்டும். இந்தத் தீவின் நடுவில் வடக்கிலிருந்து தெற்காக பன்மலை தொடர் உள்ளது. இந்தத் தொடரில் நான்கு முதல் ஏழு அடுக்குகள் உள்ளன.

மடகாஸ்கர் தீவு உலகின் நான்காவது பெரிய தீவாகும். இதன் நீளம் 1000 மைல்கள், அகலம் சராசரியாக 250 மைல்கள். 1000 மைல்கள் நீளமுள்ள இந்த

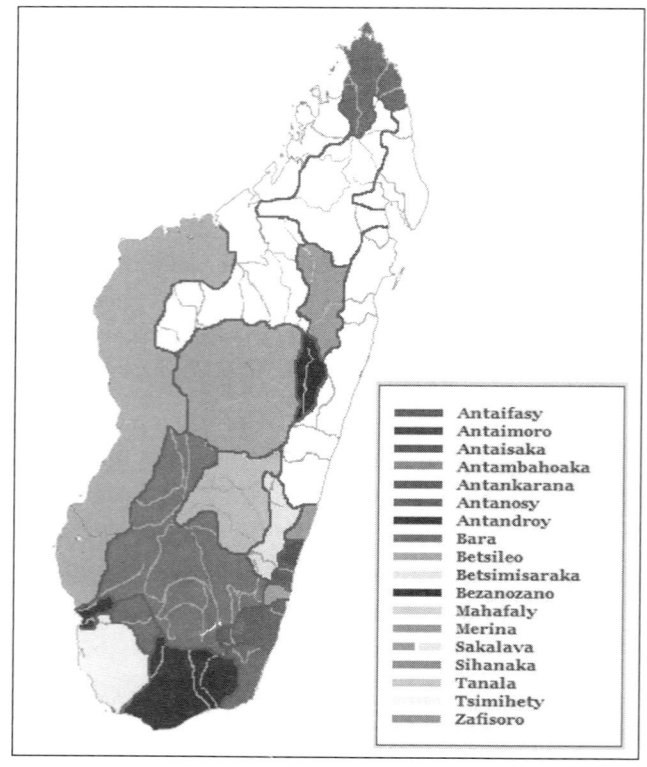

மடகாஸ்கர் தீவு

தீவில் மலைத்தொடர்கள் வடக்கிலிருந்து தெற்கு வரை மனிதனின் முதுகுத்தண்டு போல் கிழக்கு கடற்கரைக்கு நேர் சமமாக நீண்டு கிடக்கிறது. இந்த மலைகளின் கிழக்குப் பகுதி மிகவும் செங்குத்தாகவும், மேற்குப்பகுதி சீராக படிப்படியாக சரிந்து கீழே செல்கிறது. இந்த தீவின் வட பகுதி தென்பகுதியைக் காட்டிலும் ஈரப்பதம் மிகுந்தது. மழைப்பொழிவு கிழக்கு கடற்கரைப்பகுதியில் மிக அதிகமாக காணப்படும். இங்கு மழைக்காடுகள் அடர்ந்து காணப்படுகின்றன. தெற்குப்பகுதி வறண்ட நிலப்பகுதியாகும். வடபகுதியில் மலை கடற்கரை அருகிலிருந்தே ஆரம்பிக்கிறது. வடபகுதியில் மலைகளின் உயரம் அதிகமாகவும், பின்னர் தென்பகுதியில் செல்லச்செல்ல உயரம் சீராக குறைந்து தென்கோடி பகுதியில் முடிவடைகிறது. தென்பகுதி முட்புதர்களும், சிறு மரங்களும் நிறைந்த வறண்ட பாலை நிலமாகும். மடகாஸ்கர் தீவில் பல எரிமலைகள் உள்ளன. இவைகளில் சிலவை இன்னும் உயிரோடும், சிலவை உயிர்ப்பில்லாமலும் இருக்கின்றன. இதில் சிலவை எரிமலையாகவும், சிலவை எரிநிலமாகவும் இருக்கிறது. குறிப்பாக மத்தியப் பகுதியில் இது எரி நிலமாக இருக்கிறது. இங்கு இரண்டு எரி நிலங்கள் இருக்கின்றன.

ஆரம்பத்தில் கூறிய செய்யுளில் இன்னொரு கேள்வியும் வரலாம். அந்த செய்யுளின் கடைசி இரண்டு வரிகளின் அர்த்தம் என்ன? கங்கையும், இமயமும் தற்போதைய இந்தியாவில் தானே உள்ளது என்ற கேள்வி எழலாம். இதற்கான இரண்டு கூற்றுகள் இருக்கலாம். ஒன்று கங்கை மற்றும் இமயம் என்ற பெயர்கள் பண்டைய குமரிக்கண்டத்தில் இருந்திருக்கலாம். இரண்டு சிலப்பதிகாரம் எழுதப்பட்டது கடைசி சங்க காலத்தில் என்று கூறப்படுவதுண்டு. ஆனால் கடல்கோள் என்பது அதற்கு முந்தைய சங்க காலத்தில் நடந்த விஷயங்கள். சிலப்பதிகாரம் எழுதும்போது பண்டைய கடல்கோள் கூற்றையும், அது நடந்தது தற்போதைய தமிழகத்தின் தொடர்ச்சியாக இருந்ததென்று கருதப்பட்ட குமரிக்கண்ட தீப கற்பமென்ற நிலம் என்று கருதப்பட்டதால் இந்நிலத்திற்கு வடக்கே இருக்கும் கங்கை ஆற்றையும், இமய மலையையும் சேர்த்து எழுதப்பட்டிருக்கலாம்.

கங்கை என்பது எரிமலையில் இருந்து தோன்றும் ஆற்றைக் குறிப்பிடுவதாக இருக்கலாம். இமய மலை என்பது இமவ மலை என்ற பெயரின் திரிபாகும். இமவ என்றால் பனி என்று அர்த்தம். இமவ மலை என்றால் பனி மலை என்று அர்த்தம். பனி மலை என்பது உலகில் பல நாடுகளில் உள்ளது. மடகாஸ்கரில் குளிர் காலத்தில் உச்சியில் பனி மூடியிருக்கும் ஒரு மலை உண்டு. மேலும் இன்னொரு சுவாரஸ்யமான விசயத்தைப் பார்க்கலாம். இதே சிலப்பதிகாரத்தில் 'தடநீர்க்குமரி வடபெருங்கோட்டின் காறுங் கடல்கொண்டு ஒழிதலால்' என்று அடியார்க்கு நல்லார் கூறுகிறார். இங்கு வட பெருங்கோடு என்று குறிப்பிடப்படுவது எதை? வடபெருங்கோடு என்பது வடக்கே உள்ள பெரிய மலையைக் குறிப்பதாகும். இந்தியாவில் வட பெருங்கோடு என்பது இமய மலையைக் குறிப்பதாகும். ஆனால் இமய மலை வரை கடல் இல்லை. எனவே இது இமய மலையை குறிப்பதாக இருக்க முடியாது. ஏனெனில் வடபெருங்கோடு வரை கடல் கொண்டதாக கூறப்படுவதால், இது தற்போதைய இந்தியாவில் உள்ள இமய மலையைக் குறிப்பதாக இருக்க முடியாது.

இது தற்போதைய தமிழகத்தின் தொடர்ச்சியாக கன்னியாகுமரிக்கு தெற்கே பண்டைய குமரிக்கண்டத்தின் உள்ள மலையைக் குறிப்பதாக இருந்தால், அது சரியென்று கூறமுடியுமா என்று தெரியவில்லை. ஏனெனில் மேற்குத்தொடர்ச்சி மலை தற்போது நாகர்கோவில் அருகே முடிவடைந்துவிடுகிறது. எனவே இங்கு கூறப்படுவது மடகாஸ்கர் தீவில் உள்ள மலையைக் குறிக்கலாம். இது மடகாஸ்கர் தீவில் உள்ள மாரமொன்கொற்ற என்ற மலையைக் குறிப்பதாக இருக்கலாம் இல்லை மடகாஸ்கர் தீவின் வட பகுதியில் கடற்கரை பகுதியில் உள்ள மாசோல என்ற இடத்தைக் குறிப்பதாக இருக்கலாம். மடகாஸ்கர் தீவின் வரைபடத்தை பார்த்தால் இந்த இடத்தில் கடல் உள்வாங்கி இருக்கும்.

மேலும் இன்னொரு கூற்று. சங்க இலக்கியங்களின் படி, பாண்டியர்கள் மூன்றாம் கடல் வெள்ளப்பெருக்கில் தற்போதைய தமிழகத்திற்கு புலம் பெயர்ந்து பின் மதுரையில் குடியேறினார்கள். இதன் காலம் பொ.யு.மு. 1300 போல் எனக் கூறலாம். அதன் பிறகு அரசு ஆட்சி அமைத்து படையெடுத்து வடக்கே இமய மலை வரை சென்று அதை வெல்ல ஏறக்குறைய இன்னும் சில நூற்றாண்டுகள் ஆகியிருக்கலாம். எனவே பாண்டியர்கள் நிலையான அரசாட்சி மதுரையில் அமைத்தது பொ.யு.மு. 1000 போல் இருக்கவேண்டும். நற்குடி வேளிர் வரலாறு என்ற நூலில் பாண்டியர்களின் மூன்றாம் சங்க கால மன்னர்கள் பட்டியலில் பொ.யு.மு. 500 போல் தான் பாண்டிய மன்னர்களின் பெயர் கூறப்பட்டிருக்கிறது.

வடதிசைக் கங்கையும் இமயமுங் கொண்டு
தென்றிசை யாண்ட தென்னவன் வாழி
தென்குமரி வட பெருங்கல்
குணக் குட கடலா எல்லை
குன்று மலை காடு நாடு
ஒன்றுபட்டு வழி மொழிய .. (புறம். 17)

வடாஅது பனிபடு நெடுவரை வடக்கும்
தெனாஅது உருகெழு குமரியின் தெற்கும்
குணா அது கரைபொரு தொடுகடல் குணக்கும்
குடாஅது தொன்றுமுதிர் பௌவத்தின்
குடக்கும் .. (புறம் 6)

நெடியோன் குன்றமும், தொடியோன் பௌவமும்
தமிழ் வரம்பு அறுத்த தன் புனல் நல் நாட்டு
மாட மதுரையும், பீடு ஆர் உறந்தையும்
கலிகெழு வஞ்சியும் ஒலி புனல் புகாரும்
மன்னன் மாரன்
வளங்கெழு பொதியில் மாமுனி பார் (சிலம்பு : வேனிற் காதை ..1)

வடவேங்கடம் தென்குமரி
ஆயிடைத்
தமிழ்கூறு நல்லுலகத்து... (தொல்காப்பிய உரை – பனம்பாரனார்)

வடவேங்கடமும் திருவேங்கடமும்

சங்க இலக்கியங்களில் உள்ள வேங்கடத்தைப் பற்றிய குறிப்புகளையும், தற்போதைய வேங்கடத்தின் குறிப்புகளையும் ஒப்பிட்டுப் பார்த்தால் வேறுபட்டனவை யாக இருக்கிறது என்று கூறப்படுகிறது. (சப்தகிரியில் – அக்டோபர் 1989 வந்தது)

கண்ணனார் பாடிய அகப்பாடலில் வேங்கட நெடு வரை என்ற தொடர் காணப்பெறுகின்றது. இது நீண்ட மலைத்தொடர் என்ற அர்த்தத்தில் வருகிறது.

ஈன்று நாள் உலந்த மென்னடை மடப்பிடி
கன்றுபசி களைஇய பைங்கண் யானை
முற்றா மூங்கில் முளை தரு பூட்டும்
வென்வேல் திரையன் வேங்கட நெடுவரை
நன்னாட் பூத்த நாகிள வேங்கை .....   (அகம். 85)

.... பல்பொறிப்
புலிக்கேழ் உற்ற பூவிடைப் பெருஞ்சினை
நரந்த நறும்பூ நாண்மலர் உதிரக்
கலைப்பாய்ந்து உகளும் கல்சேர் வேங்கைத்
தேங்கமழ் நெடுவரைப் பிறங்கிய
வேங்கட வைப்பிற் சுரன் இறந்தோரே.   (அகம். 141)

நக்கீரர் தம் பாடலில் நெடுவரைப் பிறங்கிய வேங்கட வைப்பு என்று குறிப்பிடுகிறார். மாமூலனார் என்ற புலவர்

கோடுயர் பிறங்கல் குன்று பல நீந்தி
....
....
தேன்தூங்கு உயர்வரை நன்னாட்டு உம்பர்
வேங்கடம் இறந்தனர் ஆயினும் ஆண்டவர்
நீடலர் ....   (அகம். 393)

சிகரம் உயர்ந்த பாறைகளுடைய மலைகள் பலவற்றை கடந்து செல்கின்றான் என்று வேங்கடத்தைக் குறிப்பிடுகிறார்.

கல்லாடனார் என்ற சங்கப் புலவரும்
மாஅல் யானை மறப்போர்ப் புல்லி
காம்புடை நெடுவரை வேங்கடத்து உம்பர்....   (அகம். 209)

என்று குறிப்பிடுகிறார்.

மேலே சங்க இலக்கியங்களில் கூறப்படும் வேங்கட மலை நெடுவரை அதாவது நீண்ட மலைத்தொடரை குறிப்பது. அங்கு பல மலைகள் இருந்திருக்கின்றன. திருப்பதி மலையை குன்றம் அல்லது குன்று என்று கூறலாம். இதன் உயரம் 980 மீட்டர் உயரமாகும். அதன் பரப்பளவு 10 சதுர கிலோமீட்டர் அளவுதான். ஆனால் அதை நெடுவரை என்று கூறுவது பொருத்தமாக இருக்குமா என்று தெரியவில்லை. மேலும்

வேங்கடம் வடகிழக்கு பகுதியில் உள்ள ஒரு சிறிய இடமாகும். அதை ஒரு எல்லையாக குறிப்பிடும்படி பெரிய மலை இல்லை. மேலும் சில பாடல்களில் வடதிசை இமயம் என்றும், சில பாடல்களில் வட வேங்கடம் என்றும் எல்லைகளாக குறிப்பிடப்படுகிறது. இதுவும் முரண்பாடாக உள்ளது. அது மட்டுமில்லாமல் வட எல்லையாக வேங்கட மலையைக் குறிப்பிட்டு, பின் இமய மலையைக் குறிப்பிடுகின்றனர். இதற்கிடையில் வேறு பெரிய மலைகள் ஏதுமில்லையா, அவைகளுக்கு பெயர் இல்லையா என்ற கேள்விகளும் எழுகிறது. இந்த இரு மலைகளுக்கிடையில் ஆயிரக்கணக்கான மைல்கள் தூரம் இருக்கின்றது. எனவே இந்த சங்க இலக்கிய பாடல்களில் குறிப்பிடும் வேங்கட மலையும், இமய மலையும் இந்தியாவில் உள்ள மலைகளைக் குறிப்பதாக இருக்க முடியாது என்ற சந்தேகம் எழுகிறது.

இந்த நில எல்லைகள் மடகாஸ்கர் தீவில் உள்ள நில எல்லைகளைக் குறிப்பதாக இருக்கலாம். உலகில் மடகாஸ்கர் தீவில் மட்டும் காணப்படும் வங்கிடா எனும் பறவை இனம் மடகாஸ்கர் தீவில் வடகிழக்கு பகுதியில் உள்ள மலைகளில் காணப்படுகிறது. இந்த பறவையினம் பழங்கால மடகாஸ்கர் பழங்குடியினர் வழிபடும் பறவையினமாக இருந்திருக்கலாம். பழங்காலத்தில் இந்த மலையை வங்கிட மலை என்று கூறியிருக்கலாம். அதே போல் இந்த வட பகுதியில் மடகாஸ்கரின் உயரமான மலையான மாரோமொகொற்ற (*Maromokotra*) மலை உள்ளது. இந்த மலையில் மட்டுமே குளிர்காலத்தில் மலையுச்சியில் பனி காணப்படும். இமவ என்றால் பனி

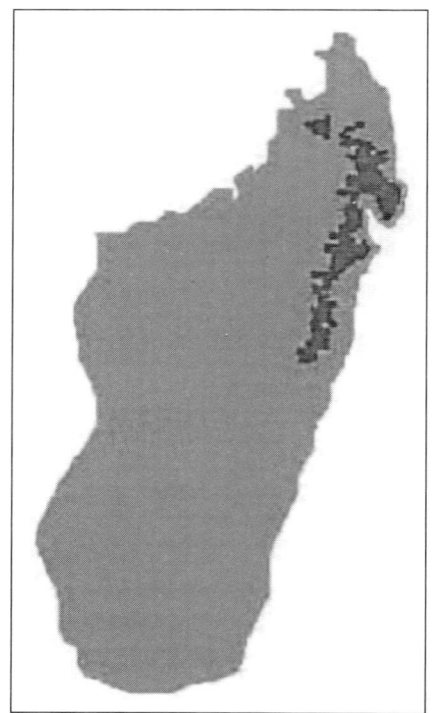

வங்கிடா பறவை உள்ள இடம்

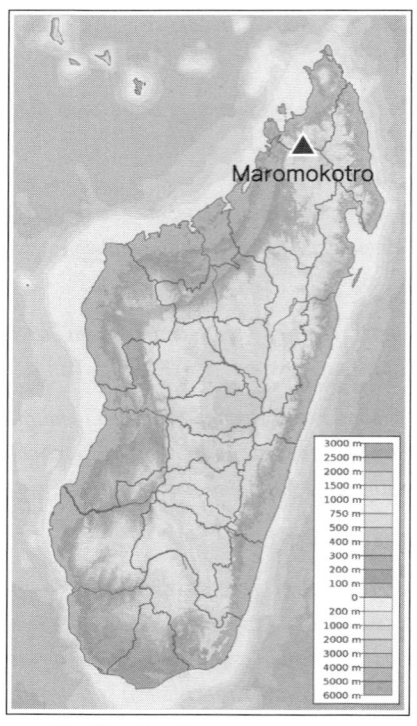

மாரோமோகொற்ற மலை வரை படம்

மடகாஸ்கர் மாரோமோகொற்ற மலை

இந்திய கைலாய மலை

என்று அர்த்தம். இந்த மலையும் மேலே கூறிய வங்கிடா மலைப்பகுதியில் வட எல்லையில் உள்ளது. இந்த மலை மடகாஸ்கரில் வட பகுதியில் வசிக்கும் மக்களுக்கு புனிதமான மலையாகும். இந்த மலை ஏற நினைப்பவர்கள் அங்குள்ள கிராமத் தலைவரிடம் அனுமதி பெற்ற பிறகே மலை ஏற முடியும். இதன் மலையுச்சியில் இருக்கும்போது கடவுள்களுக்கு பொருள் காணிக்கைகள் செய்யவேண்டும் என்பது அங்குள்ள பழங்குடிகளின் நம்பிக்கை. இந்த மலையில் அடர்ந்த வனங்களும், எண்ணற்ற அருவிகளும் உள்ளன. அடர்ந்த காடுகள் உடையது என்பதால் இந்த மலைக்கு அவ்வளவாக மக்கள் செல்வதில்லை. பண்டைய சங்க இலக்கியங்களில் கூறப்படும் வேங்கட மலையும், இமய மலையும் அருகருகே இருந்திருக்க வேண்டும். அதனாலேயே சங்ககாலத்தில் சில புலவர்கள் தமிழகத்தின் வட எல்லை வேங்கட மலை என்றும், சிலர் இமய மலை என்றும் கூறியிருக்கவேண்டும்.

மேலும் பண்டைய தமிழகத்தின் அதாவது கடல்கோளால் கொள்ளப்பட்ட குமரிக்கண்டத்தின் நிலத்தைப் பற்றிக் குறிப்பிடும்போது, அதில் ஏழ் தெங்க, ஏழ் மதுரை, ஏழ் குன்ற, ஏழ் குணகரை, ஏழ் குறும்பனை, ஏழ் முன்பாலை, ஏழ் பின்பாலை என ஏழு நாடுகள் இருந்ததாகக் கூறப்படுகிறது. சில வரலாற்று ஆசிரியர்கள் இங்கு ஏழ் என்பது ஏழு என்ற எண்ணைக் குறிப்பதாக கூறுவார்கள். அப்படி ஏழு நாடுகளில் ஏழு சிறு பிரிவுகள் இருந்ததென்று கூறி மொத்தம் 49 சிறு பிரிவுகள் இருந்ததென்று கூறுவர். ஏழு என்பது பண்டைய காலத்தில் புனித எண்ணாக கருதப்பட்டிருக்கலாம்.

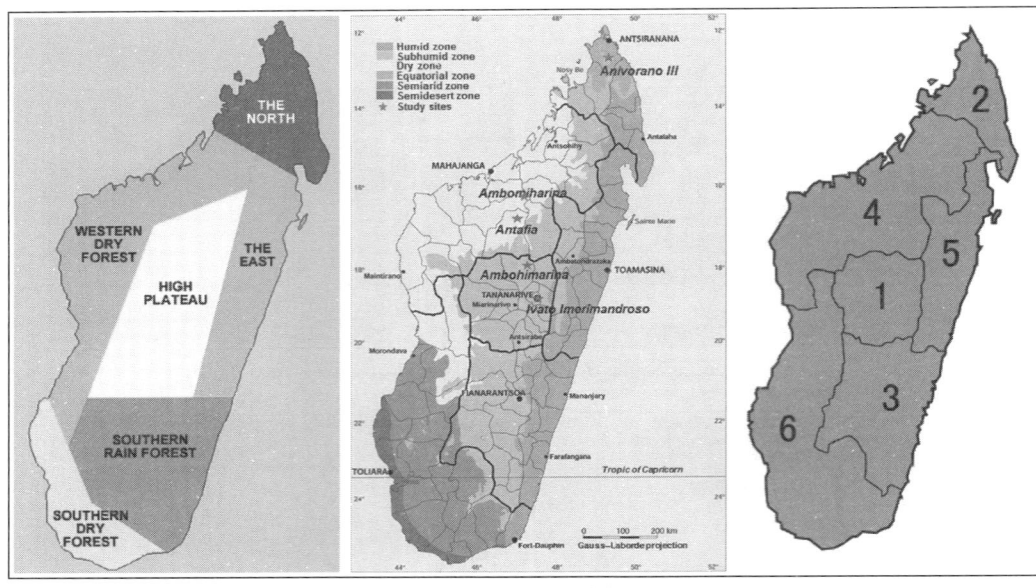

மடகாஸ்கர் நிலப் பிரிவுகள்

உதாரணத்திற்கு திருப்பதி மலையை ஏழுமலை என்று கூறுவதுண்டு. ஏழ் என்பது எழு அல்லது ஈழ என்ற சொல்லைக் குறிப்பதாக இருக்கலாம். எழு என்பது எழுந்த என்ற அர்த்தத்திலும், ஈழ என்பது பண்டைய ஆதிகால பழங்குடியைக் குறிப்பதாக இருக்கலாம். எழுந்த என்பது எழும் மலையைக் (எரிமலை) குறிப்பதாக இருக்கலாம். மேலே கூறிய ஏழு நிலப்பகுதிகள் மடகாஸ்கர் தீவில் உள்ள நிலப்பகுதிகளோடு ஒத்துப் போகிறது.

மடகாஸ்கர் தீவின் நிலப்பகுதி ஆறு வகையாகப் பிரிக்கப்பட்டுள்ளது. மேலும் ஆறு மாகாணங்களாக பிரிக்கப்பட்டுள்ளது. இந்த ஆறு மாகாணங்களும் ஆறு நிலப்பகுதியின் அடிப்படையில் கொண்டே பிரிக்கப்பட்டுள்ளது.

இந்த ஆறு நிலப்பகுதியை சங்க இலக்கியங்கள் கூறும் பண்டைய குமரிக்கண்டத்தின் நிலப்பகுதிகளோடு ஒத்துப் பார்க்கலாம்.

மடகாஸ்கர் நிலப்பகுதி பெயர்	மாகாணப் பெயர்	சங்க இலக்கிய நிலப் பெயர்	குறிப்பு
உயர் பள்ளத்தாக்கு (High Plateau; SubHumid Zone;)	அன்டணன்அரிவோ (Antananarivo)	ஏழ் குன்றம்	இந்த பகுதி உயரமான மலைப் பகுதியாகும்.
வடக்கு பகுதி (The North; Equato rial zone)	அன்ட்சிரணனன (Antsiranana)	ஏழ் தெங்க (அ) ஏழ் குறும்பனை	அன்ட்சிரணனன என்றால் தனியே கூட்டு இல்லாமல்; that is at seaside கடல் அடுத்து உள்ள பகுதி

தெற்கு மழைக்காடு (Southern Rain Forest)	பியனர்அன்ட்சோவ (Fianarantsoa)	ஏழ் மதுரை	good education; கடல் கொண்ட மதுரை இங்கு இருந்திருக்கலாம்;
மேற்கு வறண்ட காடுகள் (Western Dry Forest)	மகாஜுங்க (Mahajunga)	ஏழ் குறும்பனை (அ) ஏழ் தெங்க	பனை வறண்ட இடத்தில் வளரும்
கிழக்குப் பகுதி (The East)	தோவமாசின/ தமதவே (Toamasina/ Tamatave)	ஏழ் குணகரை	கிழக்கு கரைப் பகுதி; கீழக்கரை; குண திசை என்றால் கிழக்கு திசை; குண கரை என்றால் கிழக்கு கரை
தெற்கு வறண்ட முட்காடு (Southern Spiny Forest; Desert and Arid Zone)	தொலியரா (Toliara)	ஏழ் முன் பாலை & ஏழ் பின் பாலை	

(மங்க – புனிதம்; அம்போஹி – மலை; அம்போஹிமங்க – புனித மலை; மங்கலம் – மங்க ஆலம் அல்லது மங்களம் – மங்க அளம்; புனித ஆலம் அல்லது புனித அளம் என்று பொருள்)

மடகாஸ்கர் பெயர்க்காரணம்

மடகாஸ்கர் தீவின் சரியான பெயர் மாடகாசிகரம் எனப்படும். இந்த பெயருக்கான காரணம் இந்த தீவு முழுவதும் மலை அடுக்குகள் வடக்கிலிருந்து தெற்கு வரை மாடங்கள் போல் இருப்பதால் இதற்கு இந்த பெயர் வந்திருக்கலாம். மாடகசிகரம் என்றால் மாட அக சிகரம் என்ற அர்த்தம் கொள்ளலாம். இந்த தீவின் நடுப்பகுதியான மத்திய உயர்நிலைப் பகுதியில் உள்ள அண்டனஅரிவோ நகரப்பகுதியில் உள்ள குன்றுகள் மேல் மூதாதையர் நினைவு மாடங்கள் கட்டப்பட்டிருப்பதால் இதற்கு இந்த பெயர் வந்திருக்கலாம்.

சுமேரிய மூதாதையர் நிலம் தில்முன் மடகாஸ்கரா?

சுமேரிய நாகரிகத்தின் தொன்மங்களில் கூறப்படும் அவர்களுடைய மூதாதையர் நிலமான தில்முன் என்பது மடகாஸ்கர் தீவாக இருக்கவேண்டும். தில்முன் பற்றி விவரிக்கப்படும் அமைப்புகள் மடகாஸ்கர் தீவின் அமைப்போடு ஒத்துப்போகிறது. திரிமுனை என்ற சொல்லே தில்முன் என்று மருவியிருக்க வேண்டும் என்று கூறினோம். திரிமுனை என்பது மூன்று கடல்கள் சந்திக்கும் இடமாக இருக்கவேண்டும். இது மடகாஸ்கரின் தென்பகுதியில் உள்ளது. திரிமுனை என்பது திரிந்த முனை அதாவது கடல் வெள்ளப்பெருக்கில் உருமாறிய முனை என்ற அர்த்தத்தில் இருக்கலாம். அல்லது கப்பல் கடலில் திரும்பும் முனை என்ற அர்த்தத்தில் கூட இப்பெயர் சொல்லப்பட்டிருக்கலாம்.

தில்முன்னிலிருந்து தேக்கு, வாசனைப்பொருட்கள் போன்றவை இறக்குமதி செய்யப்பட்டன என்று கூறப்படுகிறது. மடகாஸ்கர் தீவு நல்ல இயற்கை வளம், கனிம வளம் உடையது. மேலே கூறிய பொருட்கள் எல்லாம் மடகாஸ்கரில் கிடைக்கின்றன.

தில்முன்னில் சாகாவரம் பெற்ற பெரியோர் வாழும் இடமாக இருந்தது என்று குறிப்பிடுகிறது. இது அங்கு நல்ல மூலிகைகள் கிடைப்பதால், நோயின்றி மக்கள் நீண்ட காலம் வாழ்ந்ததை குறிப்பிட்டிருக்கலாம். தமிழ் இலக்கியங்களில் சித்தர்கள் மூலிகை மருத்துவம் செய்பவர்கள். சித்தர்கள் நீண்ட காலம் உயிர் வாழ்பவர்கள் என்று கூறப்படுகிறது. இவர்களையே சாகாவரம் பெற்றவர்கள் என்று குறிப்பிட்டிருக்கலாம். மடகாஸ்கர் தீவில் நிறைய மூலிகைகள் இருக்கின்றன. உலகில் பல மூலிகைகளின் பிறப்பிடம் மடகாஸ்கர் தீவாகும். உதாரணமாக, நம் வீட்டில் நாம் வளர்க்கும் நித்தியகல்யாணிப்பூ ஒரு மூலிகையாகும். இது சர்க்கரை நோயைக் குறைக்கும் தன்மை கொண்டது. இதன் பிறப்பிடம் மடகாஸ்கர் தீவாகும். இதன் ஆங்கிலப்பெயர் மடகாஸ்கர் பெரிவின்கில் (*Periwinkle*) எனப்படும். மடகாஸ்கர் பழங்குடிகளுக்கு இந்த மூலிகைகளைப் பற்றிய நல்ல அறிவு உள்ளது.

தில்முன், நீப்ரு என்ற தேசத்தில் இருந்ததாகவும் அங்கு துறிஞ்சி நிம்பர் என்ற நகரமும், இடுசாலா என்ற நதியும் இருந்ததாக கூறப்படுகிறது. நீப்ரு என்பது நாகர் என்ற பெயரின் திரிபாக இருக்கலாம் என்று புவியியல் அத்தியாயத்தில் கூறினோம்.

நாகர் > நாகரு > நாவரு > நீப்ரு

மடகாஸ்கரின் ஒரு பகுதியை பண்டைய காலத்தில் நாகர் தேசம் என்று கூறியிருக்கலாம்.

மடகாஸ்கரில் இசாலோ என்ற தேசியப்பூங்கா 'மணிய' என்ற நதிக்கரையில் உள்ளது. இடுசால என்ற பெயர் இசாலோ என்று மாறியிருக்கலாம். இந்த இடத்தின் பெயரே பண்டைய காலத்தில் நதியின் பெயராக கூறப்பட்டிருக்கலாம்.

தில்முன் கதிரவன் உதிக்கும் நாடு எனப்படுகிறது. இது மடகாஸ்கர் தீவாக இருக்கலாம் என்பதற்கு இந்த அத்தியாயத்தில் வானியல் தலைப்பில் விளக்கப்பட்டுள்ளது. தில்முன் ஒளி பொருந்திய நாடு எனப்படுகிறது. இது அங்கு எரிமலை இருந்ததை குறிப்பிடுவதாக இருக்கலாம். மடகாஸ்கர் தீவில் எரிமலையும், எரி நிலங்களும் உள்ளன.

நாஞ்சில் நாடு

தற்போதைய தமிழகத்தில் நாஞ்சில் நாடு என்பது கன்னியாகுமரிப் பகுதிகளைக் குறிப்பதாகும். நாஞ்சில் என்றால் கலப்பை என்று அர்த்தம். அதாவது உழுவதற்கு பயன்படும் ஏர் என்ற கருவியின் ஒரு உறுப்பான கலப்பை வடிவத்தில் கூரான அமைப்பு இருப்பதால் இது இருப்பதால் இதற்கு நாஞ்சில் நாடு என்று பெயர் வந்தது என்று கருதுகின்றனர். ஆனால் தமிழக வரைபடத்தில் கன்னியாகுமரிப் பகுதியைப் பார்த்தால் அப்படி மிகவும் சரியான கலப்பை வடிவம் உடையதாக இருப்பதாக தெரியவில்லை. ஆனால் சங்க இலக்கியங்களில் சில இடங்களில் நாஞ்சில் என்ற இடப்பெயர் வந்ததாலும், அது பண்டைய தமிழகத்தின் தென்பகுதி குமரிக்கண்டம் என்று

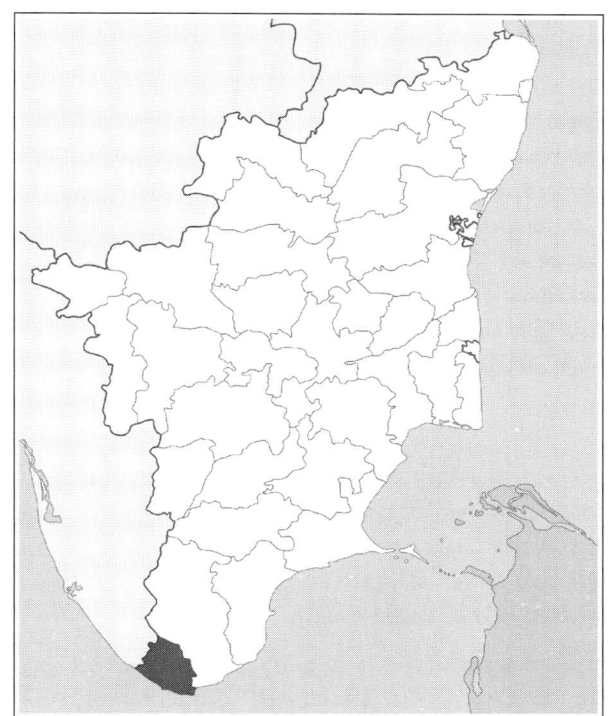

கன்னியாகுமரி இருப்பிட வரைபடம்

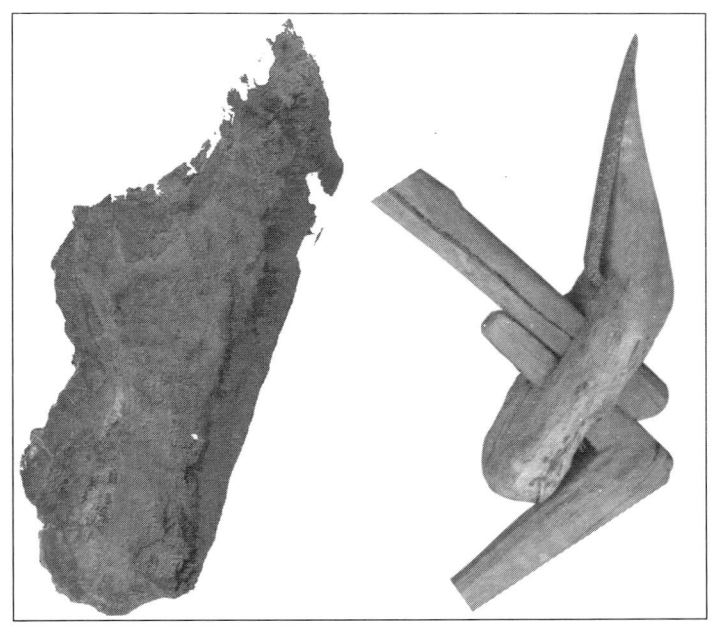

மடகாஸ்கர் வரைபடமும், கலப்பை வடிவமும்

வரலாற்று உரையாசிரியர்கள் கருதியதாலும் இந்தப் பகுதியை நாஞ்சில் உருவமாகக் கருதி இதற்கு நாஞ்சில் நாடு என்று அழைத்திருக்கவேண்டும். உண்மையில் சங்க இலக்கியங்கள் குறிப்பிடும் நாஞ்சில் என்ற இடம் பண்டைய குமரிக்கண்டத்தில் இருந்த இடமாக இருக்கவேண்டும் அல்லது பண்டைய குமரிக்கண்டத்திற்கு நாஞ்சில் என்ற பெயர் இருந்திருக்கவேண்டும். பண்டைய குமரிக்கண்டம் என்பது மடகாஸ்கர் தீவாக இருக்கவேண்டும் என்ற கூற்றை இங்கு முன் வைப்பதால், அதற்கு இன்னொரு காரணம் அதன் நில அமைப்பும் இந்த நாஞ்சில் உருவ அமைப்பாக இருக்கிறது என்பதுதான். மடகாஸ்கர் தீவின் வடமுனை கலப்பையின் முனை போன்றும், தென்முனை கலப்பையின் தலை போன்றும் உள்ளது. எனவே சங்க இலக்கியங்களில் கூறப்படும் நாஞ்சில் இடம் என்பது பண்டைய குமரிக்கண்டமாக இருந்திருக்கும் மடகாஸ்கர் தீவை குறிப்பிடுவதாக இருக்கலாம்.

நாவலந் தீவு

தமிழ் நாகரிகம் முதன்முதலில் நாவலன் தீவு என்று அழைக்கப்பட்ட குமரிக்கண்டம் என்று கூறப்படுகிறது. இந்த பெயர் இந்த தீவில் நாவல் மரங்கள் அதிகம் காணப்பட்டதால் வந்தது என்று கூறப்படுகிறது. நாவலன் தீவு என்பது நாகர்கள் வலம் வரும் தீவு என்ற அர்த்தமாக இருக்கலாம். அதாவது நாகர்கள் வசிக்கும் தீவு என்ற அர்த்தத்தில் கூறப்பட்டிருக்கலாம்.

நீக்ரோ என்ற சொல் ஆப்பிரிக்க கருப்பு நிற மக்களைக் குறிப்பிடுவது. நாகர் பழங்குடி மக்களும் கருப்பு நிற மக்களாகும். நீக்ரோ என்ற சொல் நாகர் என்ற சொல்லிலிருந்து வந்திருக்க வேண்டும். நாகர் என்ற பெயர் அந்த மக்கள் நாகத்தை வழிபடுவதால் வந்திருக்கலாம். அல்லது அவர்கள் ஒரு இடத்தில் நிலையாக தங்காமல் எப்போதும் நகர்ந்துகொண்டே இருக்கும் நாடோடி குடிகளாக இருந்திருக்கலாம். எனவே நாகர் என்ற பெயர் வந்திருக்கலாம். இலங்கையில் இன்றும் நாகர் பழங்குடிகள் உண்டு. இந்தியாவில் வடகிழக்கு பகுதியில் உள்ள மாநிலங்களில் குறிப்பாக நாகலாந்தில் நாகர் பழங்குடியினர் உள்ளனர். ஆனால் இவர்கள் வெண்மையான நிறம் உடையவர்கள். இது அந்த இடத்தின் தட்பவெப்ப நிலையால் வந்திருக்கலாம்.

ஜம்புத்தீவு

கடலில் மூழ்கிய பண்டைய நிலத்திற்கு ஜம்புத் தீவு என்ற பெயர் வடமொழியில் கூறப்படுகிறது. ஜம்பு என்றால் நாவல் மரத்தை குறிப்பதென்றும் அதனாலேயே மேற்கூறிய நாவல் மர கூற்று காரணத்தினால் இதற்கு ஜம்புத் தீவு என்று பெயர் வந்தது என்று கருதப்படுகிறது. மடகாஸ்கர் தீவின் வடகிழக்கு பகுதியில் சாம்பவ என்ற இடம் உள்ளது. இது ஒரு கடற்கரை இடமாகும். இங்கிருந்து நூற்றி ஐம்பது கிலோமீட்டர் தூரத்தில் வோஹிமார் (Vohemar) என்ற பண்டைய துறைமுகம் உள்ளது. மேலும் சாம்ப என்ற பழங்குடியினர் இருந்த தீவை சாம்பவத் தீவு என்று குறிப்பிட்டிருக்கலாம். சோழர்களுக்கு செம்பியர் என்ற பெயரும் உண்டு. எனவே சாம்பவத் தீவு அல்லது செம்பியர் தீவு என்ற பெயர் ஜம்புத் தீவு என்று மருவி அழைக்கப்பட்டிருக்கலாம். சோழர்களின் புகார் நகருக்கு நாகர்களோடு தொடர்புடைய 'சம்பாதி' என்ற பெயரும் உண்டு.

மொழி

அக்னி மிலே புரோஹிதம்
யக்ஞஸ்ய தேவம்ருத்விஜம்
ஹோடாரம் ரத்னதாதமம்   (ரிக் வேதம் முதல் செய்யுள்)

சமஸ்கிருத மொழி தமிழ் மொழியின் சங்கேத மொழி என்று மொழி அத்தியாயத்தில் கண்டோம். சமஸ்கிருத மொழியின் மற்றும் ஆரியர்களின் மிக முக்கிய நூலாக கருதப்படுவது வேதங்கள் என்று பெரும்பாலானோருக்கு தெரியும். மேலே கூறப்பட்டிருக்கும் செய்யுள் வேதங்களில் முதல் வேதமான ரிக் வேதத்தின் முதல் செய்யுளாகும். இது அக்னி பகவானைத் துதிக்கும் செய்யுளாகும். இந்த செய்யுளின் சுருக்கமான அர்த்தம், 'அக்னியே புரோகிதன், வேள்வியின் தேவன், ரித்விக், ஹோதா, செல்வங்களின் இருப்பிடம். போற்றுவோம்' என்று கூறப்படுகிறது. சம்ஸ்கிருத மொழி தமிழ் மொழியின் சங்கேத மொழி என்றால் இந்த செய்யுளை தமிழ்ப் படுத்த முயற்சிக்கலாம்.

'அக்கிநீர் மேலே பறைஇதம்
ஆகனட்டிய தெய்வ அமிர்தவியம்
ஓதுஅறம் ரத்தினதாது அமம்..'

அக்கிநீர் > அக்கிநி > அக்னி; அக்கி என்றால் கண்; (எரிமலை) கண்ணிலிருந்து வழியும் நீர், எரிமலைக் குழம்பு;

மேலே > மிலே; சமஸ்கிருதத்தில் அல்லது இந்தியில் மிலே என்றால் சந்தித்தல் என்று அர்த்தம். மேலே என்ற சொல்லும் சந்திப்பு, அதாவது ஒன்றோடொன்று மேலே /ஒன்றின் மேல் ஒன்று வைத்தல் என்ற அர்த்தம் உடையது.

பறைஇதம் > பரஹிதம்> புரோஹிதம்; பறை என்றால் சொல்லுதல் என்று பொருள்; மலையாளத்தில் பறை என்றால் சொல்லு என்று அர்த்தம். இதம் என்றால் நல்ல என்ற அர்த்தம் உடையது. பறைஇதம் என்றால் நல்லது சொல்லுதல்; நல்லவிதமாக சொல்லுதல்;

ஆகனட்டிய > ஆக்ன ஸ்ய > யாகனஸ்ய > யக்ஞஸ்ய; ஆகம் என்றால் யாகம்; நட்டிய என்றால் நடத்திய; அதாவது யாகம் நடத்தி என்று பொருள்;

தெய்வ > தேவ; தெய்வம் என்ற தமிழ் சொல்லே தேவ என்ற சம்ஸ்கிருத சொல்லாக மாறியது

அமிர்தவியம் > அமிர்தம் விடம்; வியம் என்றால் வழி என்றும் அர்த்தம்; அமிர்த வழி என்றும் கூட பொருள் படும்.

ஓதுஅறம் > ஹோது அறம்> ஹோதராம்; அறம் செய்ய ஓதுதல்;

ரத்தின தாது > ரத்ன தாத;

ரத்தின என்றால் சிவப்பு நிறத்தைக் குறிப்பதாகும்; தாது என்பது மண் என்று பொருள் படலாம்; எனவே இது சிவப்பு மண் என்ற பொருளாக இருக்கலாம்.

அமம் என்றால் முடிவு அல்லது முடியும் இடம் என்ற பொருள்; ஆமென் என்று சொல்வது போல். (இறந்தவரை அமரர் என்று சொல்வது போல்).

எனவே இந்தசெய்யுளின் அர்த்தம் 'அக்கி நீர் மேலே இதமாக சொல், ஆகம் நடத்தி தெய்வம் அமிர்தம் உள்ள வழி, அறம் செய்ய ஓது சிவப்பு மண் உள்ள இடத்தில்' என பொருள் கொள்ளலாம்.

இதே போன்று கம்ப ராமாயணத்தில் அகத்தியர் பற்றி குறிப்பிடும் ஒரு செய்யுளில் கம்பர் கீழே உள்ளவாறு குறிப்பிடுகிறார்:

உழக்கு மறை நாலினு முயர்ந்துலக மோதும்
வழக்கினு மதிக்கவி னினும் மரபி னாடி
நிழற்பொலி கணிச்சிமணி நெற்றியுமிழ் செங்கட்
டழற்புரை சுடர்க்கடவுட்தந்ததமிழ் தந்தான்

(கம்ப.ராமா.ஆரணி.அகத்தி. ச1)

நான்கு வேதங்களால் உயர்ந்த உலகம் ஓதும், பேச்சு வழக்கின் மற்றும் அறிவார்ந்த கவிதையின் மரபை பின்பற்றி, (நிழல் தரும்) மரங்களை வெட்டும் கோடரியும், மணி போன்ற நெற்றியும், அந்த நெற்றியில் உள்ள செங்கண் உமிழும் நெருப்புப் பொறியும் உடைய சுடர்க் கடவுள் தந்த தமிழ் மொழியை அகத்தியர் கொடுத்தார் என்பதே இதன் பொருளாகும். இங்கு சுடர்க்கடவுள் என்று குறிப்பிடுவது சிவபெருமானையாகும்.

(நிழற்பொலி – நிழல் தரும் மரங்களை வெட்டும்; கணிச்சி – கோடரி; தழல் – நெருப்புக்கங்கு; புரை – பொறிதல்/பொங்குதல்புரை ஊற்றுதல்;)

இங்கு சுடர்க்கடவுள் என்பது எரிமலையைக் குறிப்பதாக இருக்கவேண்டும். அதன் நெற்றியில் உள்ள கண்ணிலிருந்து நெருப்புக் கங்கு பொங்குதல் என்பது அக்கினிக் குழம்பு பொங்கி வழிதலை குறிப்பிடுவதாக இருக்க வேண்டும். எனவே தமிழ் மொழி தோன்றிய இடம் நெருப்புக் கங்கு வழிந்தோடுகின்ற எரிமலை உடைய இடமாக இருக்கவேண்டும். மடகாஸ்கரில் எரிமலையும் எரிநிலமும் உண்டு.

(மணிமேகலையில் கூறப்படும் நாக நன்னாட்டு நானூறி யோசனை வியன்பா நிலத்து வீழ்ந்து கேடெய்தும் என்பது மடகாஸ்கர் தென்பகுதியைக் குறிப்பதாக இருக்கலாம்)

தமிழ் பெயர்க் காரணம்

தமிழ் என்ற சொல் தம்முழ் என்ற சொல்லிலிருந்து மருவியிருக்கலாம். சுமேரிய நாகரிகத்தில் தம்முழ் (*Dummuz*) என்ற பெயருடைய தெய்வமும், அரசரும் உண்டு.

தம்முழ் > தமுழ் > தமிழ்

தம்முழ் என்பது தம்ம முழ் என்று பொருள் படலாம். தம்ம என்பது மாட்டை அல்லது மாட்டின் திமிலைக் குறிக்கலாம். தாமு என்பது மேட்டைக் குறிக்கும் சொல்லும்கூட. ஆங்கிலத்தில் டோம் (*Dome*) என்றால் அரைகோள வடிவத்தைக் குறிப்பது. புத்த மதத்தில் ஸ்தூபம் அரைகோள வடிவமுடையது. புத்தரின் போதனை நூல் தம்மபதம் எனப்படும். தாமன் அல்லது தாமு என்ற பெயர்கள் நம்மிடையே

உள்ளன. முழ் என்பது சொல்லுதல், பேசுதல் என்ற பொருள் படலாம். முழக்கம், முழங்கு என்ற சொற்கள் முழ் என்ற வேர்ச்சொல்லில் இருந்து வந்திருக்க வேண்டும்.

முழக்கம் > முழ் அக்கம்; அக்கம் (பக்கம்) சொல்;

முழங்கு > முழ் அங்கு; அங்கு (சென்று) சொல்;

அகநானூறில் ஒரு பாடல் வரியில் கீழ்கண்டவாறு குறிப்பிடுகிறது.

நெடும் பெருங் குன்றத் திமிழ் கொள வியம்புங்
கடுங்கதிர் திருகிய வேய் பயில் பிறங்கல்... (அகம் 17)

இதன் பொருள், நெடிய பெரிய குன்றத்தின் சிகரத்தை (திமிழை) அகப்பற்ற விரும்பும் கடுமையான கதிர்கள் என்று கொள்ளலாம். ஆனால் சில உரையாசிரியர்கள் இதற்கு குன்றத்து இமிழ் என்று சொல்லி இமிழ் என்றால் எதிரொலி என்று பொருள் கூறுகின்றனர். ஆனால் இமிழ் என்ற சொல் இந்த செய்யுளோடு ஒத்துப்போகவில்லை. ஏன் கடுமையான கதிர்கள் பெரிய குன்றத்தின் எதிரொலியைக் கைப்பற்ற நினைக்க வேண்டும்? இது முரணாக உள்ளது. எனவே திமிழ் என்பது மலையின் சிகரம் என பொருள் கொள்வதே சரியாக இருக்க முடியும். திமிழ் என்பதே திமில் என்று மருவியிருக்க வேண்டும்.

மடகாஸ்கர் மொழியில் மற்ற மொழி வார்த்தைகள்

மடகாஸ்கரில் பெரும்பான்மையாக பேசப்படும் மொழி மலகாசி எனப்படும் மொழியாகும். இது ஒரு ஆஸ்த்ரோநேசிய மொழிக் குடும்பத்தைச் சேர்ந்தது. மலகாசி என்பது மலைவாசி என்ற சொல்லின் திரிபு போல் உள்ளது. மலையாள மொழியும் மலைஆள் என்ற அர்த்தம் உடையது. மடகாஸ்கரில் சில கிராமங்களில் குறிப்பாக மேற்கு கடற்கரைப்பகுதியில் மகோவ (Makoa) என்ற ஆப்பிரிக்க பாண்டு இன மொழியும் பேசப்படுகிறது. மலகாசி மொழியில் பாண்டு மொழியின் தாக்கம் அதிகமாக இருக்கிறது என்று சில வரலாற்று ஆய்வாளர்கள் கூறுகின்றனர். இதற்குக் காரணம் ஒன்று கிழக்கு திசையிலிருந்து புலம் பெயர்ந்து வந்த ஆஸ்ட்ரோநேசிய மக்கள் ஆப்பிரிக்கா வரை புலம் பெயர்ந்து பின் மடகாஸ்கரில் குடியமர்ந்திருக்க வேண்டும். மற்றொன்று ஆஸ்ட்ரோநேசிய மக்கள் புலம் பெயர்ந்து வருவதற்கு முன்பே மடகாஸ்கரில் ஆப்பிரிக்க மக்கள் குடியேறியிருக்க வேண்டும் என்று சில வரலாற்று ஆசிரியர்கள் கருதுகின்றனர். மேலும் மலகாசி மொழியில் நிறைய சமஸ்கிருத வார்த்தைகள் காணப்படுகிறது. இதற்கு காரணம் இந்த வார்த்தைகள் பழைய மலாய் மற்றும் ஜாவா மொழிகளிலிருந்து இந்த வார்த்தைகள் மலகாசி மொழியில் வந்திருக்கலாம் என்று கூறப்படுகிறது. ஏனெனில் மடகாஸ்கர் தீவிற்கு ஆரியர்கள் செல்லவே இல்லை.

காஞ்சிப்பெரியவர் சங்கராச்சாரியார் அவர்கள் 1932 ஆம் ஆண்டு சென்னையில் நடத்திய உரையில் மடகாஸ்கரில் உள்ள இடங்களின் பெயர்களில் 75% பெயர்களில் சமஸ்கிருத பெயர்கள் காணப்படுகிறது என்று கூறியுள்ளார். இது மடகாஸ்கரில் உள்ள பெரும்பாலான பழங்குடிகள் இந்தோனேசியாவிலிருந்து பொ.யு.மு. 500 போல் புலம் பெயர்ந்து குடியேறினர் என்றும், அந்த காலகட்டத்தில் இந்தோனேசியாவில்

தென் இந்தியாவில் இருந்து சென்ற இந்து அரசு நன்கு வளர்ச்சியடைந்தது என்றும் கூறப்படுகிறது. இந்தோனேசியாவில் பண்ட அசே (Banda Aceh) என்ற பகுதியில் மூலவர்மன் என்ற அரசனால் பொ.யு.௪00 போல் தூண் கல்வெட்டில் சமஸ்கிருத மொழி அல்லது பல்லவ மொழியில் எழுதப்பட்ட சாசனத்தில் பிராமணர்களுக்கு தானம் கொடுத்தது பற்றி கூறப்பட்டுள்ளது. மூலவர்மன் தந்தை அஸ்வவர்மன் என்றும், இவரின் தந்தை பெயர் குண்டுங்கா என்றும் இதில் கூறப்பட்டுள்ளது. குண்டுங்கா என்ற பெயர் சமஸ்கிருதப் பெயர் இல்லை. எனவே அஸ்வவர்மனே இந்து மதத்தை பொ.யு. 350 போல் தழுவியிருக்கலாம் என்று கூறப்படுகிறது. இந்த பொ.யு.மு. 500 காலகட்டத்தில் தான் மடகாஸ்கருக்கு புலம் பெயர்தல் நடந்திருக்கவேண்டும் என்று கூறப்படுகிறது.

இந்தியாவிலிருந்து இந்து மதம் பொ.யு. 700 போல் மலேசிய மற்றும் இந்தோனேசிய நாடுகளுக்கு பரவிய பின்னர் அங்குள்ள மொழிகளில் சமஸ்கிருத வார்த்தைகள் கலந்திருக்கவேண்டும் என்று கூறப்படுகிறது. ஆனால் இதற்கு கிட்டதட்ட இரண்டு நூற்றாண்டுகளுக்கு முன்பே பொ.யு. 500 போல் இம்மக்கள் மடகாஸ்கருக்கு புலம் பெயர்ந்து வந்துவிட்டனர் என்று கூறப்படுவதால், எப்படி மலகாசி மொழியில் அத்தனை சமஸ்கிருத வார்த்தைகள் வந்திருக்க முடியும் என்ற கேள்விக்குறி எழுகிறது. எனவே இன்னொரு வகையில் மாற்றி யோசித்தால் சமஸ்கிருத மொழி பண்டைய மடகாஸ்கரில் அதாவது குமரிக்கண்டத்தில் தோன்றியிருக்க வேண்டும். அக்காலகட்டத்தில் தமிழ் மொழி ஒரு குடியினரும், பின்னர் அது வழி வந்த சமஸ்கிருத மொழி இன்னொரு குடியினரும் பேசியிருக்க வேண்டும். பின்னர் கடல் வெள்ளப்பெருக்கில் உலகின் பல்வேறு இடங்களுக்கு புலம் பெயர்ந்து சென்ற பின் இந்த மொழிகளின் பேச்சு வழக்கு மாறி வேறு வேறு மொழிகள் தோன்றியிருக்க வேண்டும். அதன் பின்னர் புத்த, மற்றும் இந்து மதங்கள் இந்த நாடுகளுக்கு பரவிய பின், பின்னாளில் இந்த மதங்களின் முக்கிய மொழியான சமஸ்கிருதம் மூலம் பல சமஸ்கிருத வார்த்தைகள் இந்த மொழிகளில் கலந்திருக்க வேண்டும் என்று வரலாற்று ஆசிரியர்கள் கருதியிருக்க வேண்டும்.

மலகாசி மொழியில் மைந்தி (Mainty) மைந்தி என்றால் கருப்பு என்று அர்த்தம். தமிழில் மை என்றால் கருப்பு நிறத்தைக் குறிக்கும். மையல், மைந்தன் (மண்ணின் மைந்தன்) போன்ற வார்த்தைகள் கருப்போடு தொடர்புடைய வார்த்தைகள்.

மேன/மீன (Mena) என்றால் சிவப்பு (Red) அல்லது ஆரஞ்சு நிறம் முதல் பழுப்பு நிறம் வரை உள்ள நிறங்களைக் குறிப்பதாகும். மினுமினுப்பு என்பது பிரகாசமான நிறங்களோடு தொடர்புடையது. நன்கு அலங்காரம் செய்யும் பெண்ணை 'மேனா மினுக்கி' என்று கூறுவர். இந்திர லோகத்தில் மேனகை என்ற பெண் இருந்தாள் என்று புராணங்கள் கூறுகின்றன. மேனகை என்பது சிவப்பான மற்றும் அழகான பெண்ணைக்' குறிப்பதாக இருக்கலாம்.

பொட்சி (Fotsy) என்றால் வெள்ளை நிறத்தைக் குறிப்பது. இது வெட்டை என்ற தமிழ் சொல்லிலிருந்து மருவியிருக்கலாம். வெட்டை என்பது தமிழில் வெளிச்சமான அல்லது வெள்ளை நிறத்தோடு தொடர்புடையது. வெட்ட வெளிச்சம், வெட்ட வெளி என்பது போல்.

இந்த குடியின் மொழியில் வரிக்கு (Tax) பணம்போயன (Fanampoana) என்று பெயர். வரி என்பது பணத்தோடு சம்பந்தப்பட்டது. இது பணம் போகுதல் என்ற அர்த்தம் போல் உள்ளது. ஒரு தம்பதியருக்கு முதல் குழந்தை பிறக்கும் போது கோம்பை எனப்படும் ஒரு குறிப்பிட்ட வீட்டில் தான் பிரசவம் பார்ப்பர்.

தசர (tsara) என்றால் நல்ல என்று அர்த்தம். தர என்ற சொல் தசர என்றோ, அல்லது தீதற என்ற சொல் தசர என்று மாறியிருக்கலாம்.

த்சியெநிம்பரிஹி (Tsienimparihy) சமவெளி (பரிஹை – பாரி அகை)

திரியம்பரிகை

பெயர்கள்

ராமனண்டனசோவ (Ramanantenasoa)	ராமன் அண்டன சிவா
ட்சியம்போண்டி (Tsiampondy)	திரியம் பாண்டி (மகாபலி குடியின் கடைசி அரசன்)
ம்பிசொரோ (Mpisoro)	பூசாரி
அம்போசித்ரா	சித்ரா, சிற்ற
அம்போன்த்ரோன	துரோண
பீமாறிவோ	பீமன்
ஆலன் அஞ்சா	அஞ்சாவின் காடு;
ஆலன்	காடு; ஆலமரம்;
ரஹாவ்வளேட்டி (rahaovalety)	ராகவா, ரகு, வேல டி
ரனோம்ஃபன	ராணா பனை/வன
தசரதன் ஃபன	தசர தன்வன
Panesy, Masimana	(மாசி மணி)
Tsiaroha, Tsivahiny	(திரி வாகினி)
Andriamanondrikony, Manendy	(மணியாண்டி)
Tsimano	(திரி மானே)
Raminovola	ராமன வேலோ
Andrianiarana and Menahy	மேனகை
Ramangavato	ராமங்க வடோ
Rangorobemana	ரங்கா ரவி மணி
Andriamanikandro	அண்ட்ரிய மணிகண்ட
Andriamanibola	அண்ட்ரிய மணி வேலா
Safary (சவாரி)	journey
Fahasivy (பாஹசிவி – வாஹா சிவா)	"Ancestors"
தலேய் (Taley):	
குடும்பத்தின் தலைவன்	(thalai)தலை
(Vady – spouse; vadhu – வது)	

Managara	(மனக்கரை/மணிக்கரை)
Sahakondro	(சஹா கொன்றோ)
Analamaloka	(அனல மா லோக)
Somotra	(சோம தர, சோம தீர)

இடப்பெயர்கள்

அண்டனனரிவோ (Antananarivo) – அந்தணன் அரி வாய் (அரி என்பது எரிமலையைக் குறிப்பதாக இருக்கலாம். சிவன் என்பதும் எரிமலையைக் குறிப்பது என்று கண்டோம். 'அரியும் சிவனும் ஒன்று' என்ற கூற்று இதனால் கூறப்பட்டிருக்கலாம்.)

பெமொகொட்ரோ (Bemokotro) – பே மா கொற்றம் அல்லது பீமோ கொற்றம் (பே என்றால் மலகசி மொழியில் பெரிய என்று அர்த்தம்; பீமன் உருவத்தில் பெரியவன். பே மன் என்றால் பெரிய மனிதன் என்று அர்த்தம்).

மேலும் பல இடப்பெயர்களை கீழே பார்க்கலாம்.

மோரபெனோ (morafeno)	மாறன் பனை (மொர என்றால் எளிது ; feno என்றால் முடித்தல்; எளிதாக முடித்தல்)
மாறொன் தவா (Morondava)	மாறன் தேவ
மடிரோவலோ (madirovalo)	மதுரை வேலா
அம்பசித்ர (Ambasitra)	அம்பா சித்திரை
மனகர (manakara)	மனக்கரை; – மனோகரம் (கரமண என்ற இடம் திருவனந்தபுரத்தில் உள்ளது)
தோவாமாசின (Toamasina)	தேவ மாசின
மகாஜங்கா (Mahajanga)	மகா கங்கை
ட்சிங்கி (Tsingy)	திரிசங்கு
பிரவாகன (Firavahana)	பிர/வீர வாகன – பிரவாகம் ?
த்சரடனனா (Tasaratanana)	தசரதன்அன (நல்ல நகரம் என்று அர்த்தம்; தனன – நகரம் (தானை))
மறோன்டசேத்ர (Maroantsetra)	மாறன் அண்ட சத்திர / மறவன் சத்திரம்
மகாவேலோன (mahavelona)	மகா வேலன்
ஃபேனேரிவே (Fenerive)	பனை அறிவே; பனை மரங்கள் வரிசையாக இருக்கும் ஊர்.
இவோங்கோ (Ivongo)	வேங்கை, வங்கா
மனோம்பனே (manompane)	மனம் பனை
மாசோல (masoala)	மா சோலை
சாம்பவ (Sambava)	சம்பு
அம்போஹி மாங்கா (Ambohimanga)	அம்போஹி (மலை) மங்க (புனித) புனித மலை / நீல மலை; மங்க – மங்களம் அல்லது நீலம் (நீலகிரி)
ஆலசோர (Alasora)	ஆலசூர(ன்)

அம்படோமாங்கா	நீலப்பாறை/ புனித பாறை
அம்போத்ர (Ambotra)	அம்பாத்துறை (திண்டுக்கல் அருகே காந்திகிராமத்தில் உள்ள ரயில் நிலையம், சிறுமலை அடிவாரத்தில்)
இலவை /அம்போஹித்ராகங்க (Ilafy/Ambohitrakanga)	அம்பா துறை கங்கை
அம்பாரிஹை (Ambarihy)	அம்பாரிகை (புனித ஏரி) – அம்பா ஏரி
அம்படோசோல (Ambatosola)	அம்பட்ட சோலை

அம்பலவாவ் *(Ambalavao)* என்ற இடம் உள்ளது. இதற்கு தெற்கே செல்வதற்கான கதவு என்ற அடைமொழி உண்டு. அம்பலவாவ் என்பது அம்பலவாய் என்ற சொல்லாக இருக்கலாம். ஒரு இடத்திற்கு உள்ளே நுழையும் பாதைக்கு வாய் என்று தமிழில் கூறுவதுண்டு. ஆலவாய், சீரலைவாய் என்பதுபோன்று.

வரதர *(Varatra)* என்றால் வடக்கு. இது வரத என்ற பெயர் போல் இருக்கிறது. வரதராஜன் என்பது வடக்கு ராஜன் என்ற அர்த்தமா? ட்சிமோ *(Tsimo)* என்றால் தெற்கு; ட்சி என்ற சொல்லுக்கு மருவிய அல்லது இல்லாத அல்லது நகல் என்ற அர்த்தம். திரி என்ற சொல்லே ட்சி என்று மருவியிருக்கலாம். ட்சி மோ என்பது திரிமுனை என்பதாக இருக்கலாம். மடகாஸ்கரின் தெற்குப்பகுதி கடல்வெள்ளப்பெருக்கால் திரிந்து இருந்ததால் இதற்கு திரிமுனை என்று வந்திருக்கலாம். தமிழில் கூறப்படும் திரு என்ற சொல்லுக்கு அர்த்தம் திரிந்த அல்லது நகல் என்ற அர்த்தம் இருக்கவேண்டும். இதுவே பின்னாளில் மதிப்பிற்குரிய என்ற அர்த்தத்தில் கூறப்பட்டிருக்கவேண்டும். திருநங்கை என்பது திரி நங்கை என்பதாகும். பெண்போல் திரிந்து இருப்பதால் இதற்கு அந்த பெயர் வந்திருக்கவேண்டும்.

பெட்சிமிசராக குடியில் தேந்தெடுக்கப்பட்ட அரசனுக்கு ராமரோமொன்ம்பா என்று புது பெயர் கொடுப்பார். இது ராம ராமன் ஒம்போ என்ற பெயர் போல் உள்ளது. இங்கிருந்த ஒரு மன்னனின் மகளின் பெயர் மாதவே *(Matave)* என்பதாகும். இது மாதவி என்ற தமிழ் பெயர் போல் உள்ளது.

தீவுகளின் பெயர்கள்:

நோசி *(Nosy)* என்பது தீவைக் குறிப்பது. இது தமிழில் மூக்கைக் குறிக்கும் சொல்லான நாசி என்ற சொல்லோடு ஒத்துப்போகிறது.

தணிகேளை (Tanikely)	தணிகை
கோம்ப (komba)	கோம்பை/கொம்பன்
வோரோன (Vorona)	வருண
இரஞ்ஜ (Iranja)	இரணிய
வலிஹா (Valiha)	வாலி
பாலி (Faly)	(மகா) பலி / வாலி
மங்கபே (mangabe)	மாங்கா
நவன (Navana)	நவீன
வராக (Varaka)	வராகம்

ஊர்ப்பெயர்கள் ஆய்வு

தென்கிழக்கு மடகாஸ்கர் பகுதியில் உள்ள இடங்களின் பெயர்களை ஆய்வு செய்து நோக்கியபோது பெரும்பாலும் அவை தமிழ் அல்லது சமஸ்கிருத பெயர்களோடு ஒத்துப்போகிறது. இருநூற்றி எண்பது இடங்களின் பெயர்களில் இவோஹி என்று ஆரம்பிக்கும் இடங்களின் எண்ணிக்கை 56 ஆகும். இவோஹி என்பது வாகை என்ற தமிழ் சொல்லோடு ஒத்துப்போகிறது. அம்போஹி என்று ஆரம்பிக்கும் இடங்களின் எண்ணிக்கை 25. அம்போஹி என்பது அம்பை என்ற சொல்லோடு ஒத்துப்போகிறது. அம்பாசமுத்திரம், அம்பாத்துரை, அம்பாறை, அம்பிளிக்கை என்ற ஊர்ப்பெயர்கள் தமிழகத்தில் உள்ளன. அம்படோ என்று ஆரம்பிக்கும் இடங்களின் எண்ணிக்கை 15 ஆகும். அம்பத்தூர் என்ற ஊர் தமிழகத்தில் உள்ளது. மாறோ என்று ஆரம்பிக்கும் இடங்களின் எண்ணிக்கை 11 ஆகும். மாறன் என்ற பெயர் தமிழ் பெயராகும். சக என்று ஆரம்பிக்கும் இடங்களின் எண்ணிக்கை 9 ஆகும். சக என்ற பெயர் தமிழில் பல இடங்களில் உபயோகப்படுத்தப்படுகிறது. அம்பாடி என்று ஆரம்பிக்கும் இடங்களின் எண்ணிக்கை 6 ஆகும். அம்பாடி என்ற பெயர் தமிழகத்திலும், கேரளத்திலும் பல இடங்களில் காணப்படுகிறது. அம்பாலா என்று ஆரம்பிக்கும் இடங்களின் எண்ணிக்கை 5 ஆகும். அம்பாலா என்ற இடம் இந்தியாவில் உண்டு. அம்பலம், அம்பலவாணன் போன்ற பெயர்கள் தமிழில் உண்டு. ஆல என்று ஆரம்பிக்கும் இடங்களின் எண்ணிக்கை 6 ஆகும். ஆலவாய், ஆலங்குடி, ஆலங்காடு போன்ற இடங்கள் தமிழகத்தில் உள்ளன. இதேபோன்று அம்பி, சங்க, அங்கார, தல, காரி, வேல, கந்தோ, தனம், மாங்கர, வங்க, இரண்ய, இராம, கர்ண, சார என்று ஆரம்பிக்கும் இடங்களின் பெயர்களும் இவற்றுள் அடக்கம்.

மேற்கண்ட ஆதாரங்கள் மூலம் பண்டைய குமரிக்கண்டம் என்பது மடகாஸ்கர் தீவாக இருக்கலாம் என்பதற்கு இதுவும் ஒரு சான்று.

கடவுள் வழிபாடு

“திங்கட் செல்வன் திருக்குலம் விளங்கச்
செங்கணா யிரத்தோன் திறல்விளங்கு ஆரம்
பொங்கொளி மார்பிற் பூண்டோன்வாழி
முடிவளையுடைத்தோன் முதல்வன்
சென்னியேன் றிடப் பெருமழை
யேய்தா தேகப் பிழையா
விளையுட்பெருவளஞ்சுரப்ப மழை
பிணித்தாண்ட மன்னவன் வாழ்கெனத்
தீதுதீர் சிறப்பிற் றேன்னனை வாழ்த்தி” *(சிலப்பதிகாரம்: காடு காண் காதை)*

செங்கண் ஆயிரத்தோன் என்பது எரிமலை நிலத்தைக் குறிப்பதாக இருக்கவேண்டும். எரிமலை நிலத்தில் ஆங்காங்கு சிவந்த எரிவாய்கள் இருக்கும். இந்த எரிவாய்களையே செங்கண் என கூறியிருக்க வேண்டும். பொங்கொளி மார்பில் என்பது இந்த எரிவாய்களில் வழி வெளிவரும் நெருப்பு ஒளியைக் குறிப்பதாக

இருக்கவேண்டும். இந்த இடம் மடகாஸ்கர் தீவில் மத்திய உயர்நிலப்பகுதியில் உள்ள எரிமலை நிலத்தைக் குறிப்பதாக இருக்கவேண்டும். முடிவளையுடைத் தோன் என்பது எரிமலை உச்சியில் உள்ள வளைவான எரிமலை வாயை அல்லது எரிமலை சீரிய பின் மேலே எழும் வட்டமான புகை மூட்டத்தை குறிப்பதாக இருக்கவேண்டும். எரிமலை சீறி புகை மூட்டம் உண்டாகும் பொழுது இடி இடித்து, மின்னலடித்து மழை பெய்திருக்க வேண்டும். மேலே கூறும் நில அமைப்பு மடகாஸ்கர் தீவின் நில அமைப்போடு ஒத்துப் போகிறது. இது குறித்த விவரங்களை பின்வரும் தலைப்புகளில் காணலாம்.

நாராயணன்

நாராயணன் என்ற பெயர் நாகர் ஆயன் என்ற பெயரிலிருந்து மருவியிருக்க வேண்டும் அல்லது நாக ராயன் என்ற பெயரிலிருந்து மருவியிருக்கலாம். முதல் தமிழ் சங்கத்தில் முடி நாகராயர் என்ற புலவர் இருந்ததாக கூறப்படுவதுண்டு.

நாகர் ஆயன் > நாகராயன் > நாராயன்

மேலும் இன்னொரு கூற்றும் நாம் பார்க்கலாம். நாகராயன் என்பது நாகர்களும் ஆயர்களும் வாழ்ந்த இடத்தைக் குறிப்பதாக இருக்கலாம். அங்கு மாடு வளர்த்தல் முக்கிய தொழிலாக இருந்திருக்க வேண்டும். அதனால் பால்வளம் நன்கு இருந்திருக்க வேண்டும். நாகர்கள் மருத்துவம், குறி சொல்லுதல் போன்ற வழிபாடு சம்பந்தப்பட்ட தொழில் செய்பவர்களாக இருந்திருக்க வேண்டும். ஆயர்கள் மாடு வளர்ப்பு, உழவு போன்ற தொழில் செய்பவர்களாக இருந்திருக்க வேண்டும். இந்த இடம் கடலில் இருக்கும் ஒரு பெரிய தீவைக் குறிப்பதாக இருந்திருக்கலாம். இந்த தீவு கடலில் தூரத்தில் இருந்து பார்க்கும் போது ஒரு மனிதன் படுத்திருப்பது போல் தோன்றியிருக்கலாம். ஐந்து தலை நாகம் அல்லது ஏழு தலை நாகம் என்பது அங்குள்ள ஐந்து அல்லது ஏழு நிலங்களை அல்லது மலைகளைக் குறிப்பதாக இருக்கலாம். நாம் சிறு வயதில் கேட்ட மாயாஜாலக் கதைகளில் கூறப்படும் ஏழு கடல், ஏழு மலை தாண்டி செல்ல வேண்டும் என்ற சொற்றொடர் இந்த இடத்தைக் குறிப்பதாக இருந்திருக்க வேண்டும்.

பெண் படுத்திருப்பது போல ஒரு தீவு

இந்த தீவு மடகாஸ்கர் தீவை குறிப்பதாக இருந்திருக்க வேண்டும். இங்கு ஐந்து எரிமலைகளும், ஏழு வகை நிலங்களும் உள்ளன.

மடகாஸ்கர் தீவின் வடக்கிலிருந்து தெற்காக உள்ள நடுப்பகுதி மலைப்பாங்கான பகுதியாகும். அதிலும் குறிப்பாக அதைச்சுற்றியுள்ள கிழக்கு, மேற்கு மற்றும் வட பகுதிகள் காடுகள் உள்ள பகுதியாகும். தென்பகுதி வறண்ட சூடான பகுதியாகும். இந்த நடுப்பகுதியே நாராயணனாக உருவகிக்கப்பட்டிருக்க வேண்டும். சுற்றியுள்ள காடுகள் நாகத்தின் உடலாகும், தெற்கே உள்ள வறண்ட பகுதி பாம்பின் தலையாகவும் உருவகித்திருக்க வேண்டும். தீவை சுற்றியுள்ள கடல் பகுதி பாற்கடல் என கற்பனை செய்திருக்க வேண்டும். மேலும் மடகாஸ்கர் தீவில் உள்ள பழங்குடிகளின் முக்கிய தொழில் மாடு வளர்ப்புத் தொழில். எனவே பண்டைய காலத்தில் அங்கு பால் உற்பத்தி நிறைவாக இருந்திருக்க வேண்டும். இதுவே பிற்காலத்தில் புலம் பெயர்ந்த பிறகு பாற்கடலாக தொன்மக்கதைகள் பரம்பரையாக வாய்வழியே கற்பனையில் சொல்லப்பட்டிருக்க வேண்டும்.

அதேபோல் நாராயணின் நாபியிலிருந்து பிரம்மா உருவானதாக கூறப்படும் தொன்மக் கதை, மடகாஸ்கர் தீவின் நட்ட நடுப்பகுதியான அண்டனஅரிவோ என்ற இடமாக இருக்க வேண்டும். நாம் ஏற்கெனவே பார்த்தபடி இது மேரு மலைப் பகுதியாக இருக்க வேண்டும். இது இமெரினா பழங்குடியினர் வாழும் பகுதியாகும். மடகாஸ்கரில் இந்த பழங்குடியினரே மற்ற பழங்குடியினரைக் காட்டிலும் மிகவும் மேன்மையான குடியினராக கருதப்படுகின்றனர். அண்டனஅரிவோ என்பது தான அறிவோ என்றும் அழைக்கப்படுவதுண்டு. மலகாசி மொழியில் தான என்றால் நிலம், அறிவோ என்றால் ஆயிரம் என்று பொருள். எனவே இதற்கு ஆயிரம் நிலம் அல்லது ஆயிரம் நகரம் என்று பொருள். இந்த நிலப்பகுதி அங்கராட்ரா (*Ankaratra*) என்ற எரிமலை நிலப்பகுதியாகும். அதாவது எரிநிலப் பகுதியாகும். பண்டைய காலத்தில் இந்த எரிநிலத்தில் ஆங்காங்கு சிறு சிறு எரி குழிகள் இருந்திருக்க வேண்டும். எனவே இந்த நிலம் ஆயிரம் வாய் நிலம் என்று கூறப்பட்டிருக்கலாம். எரிமலை வாயை எரிமலைக்கண் (வல் கண்) என்றும் கூறுவதுண்டு. அந்த அர்த்தத்தில் பார்த்தால் இது ஆயிரம் கண்ணுடைய நிலம் ஆகும். தமிழில் சிலருக்கு கண்ணாயிரம் என்ற பெயருண்டு. ஆதி பராசக்திக்கு ஆயிரம் கண்ணுடையாள் என்றும் பெயருண்டு.

இரானிய ஆரியர்கள் தங்கள் மூதாதையர் நிலத்திற்கு 'ஆர்யானோ பாயிஜா" என்று பெயர் உண்டு என்று கூறுகிறார்கள். பாயிஜா என்பது வாயியா என்ற சொல்லாக இருக்க வேண்டும்.

வாயியா > வாயிஜா > பாயிஜா

வாயியா என்பது வாய் இயா என்ற பொருளுடையது. இயா என்றால் நிலம். வாய் நிலம் என்பது இதற்கு அர்த்தம். வீட்டின் வாயில் வாய் இல் அதாவது இல்லத்தின் வாய் என்பது போல் வாயியா என்பது நிலத்தின் வாய் என்ற அர்த்தம் உடையது. ஆர்யானோ என்பது அரியான என்ற சொல்லாக இருக்கலாம்.

இந்த பழங்குடியில் உள்ள உயர்குடிகளை அண்ட்ரியான என்ற அடைமொழிப் பெயருடன் கூறப்படுவதுண்டு. அதேபோல் சில மன்னர்கள் பெயர் அண்ட்ரியான என்று அடைமொழியுடன் கூறப்படுவதுண்டு. இதை அண்ட அரியன என பிரித்து

எழுதலாம். தமிழ் மொழியில் மன்னன் பதவிக்கு வருவது அரியணை ஏறுதல் என்று கூறுவதுண்டு. அரியன என்பது அரி அன என்று பிரித்து எழுதலாம். (அரியானா என்ற மாநிலம் இந்தியாவில் உண்டு). அரி என்பது கடவுளைக் குறிக்கும். மடகாஸ்கர் மக்களின் முக்கிய கடவுள் பெயர் சனஹரி (Zanahary) என்பதாகும். சன என்பது இறந்த மூதாதையரைக் குறிக்கும் சொல். அரியன (அரி அன) என்பது கடவுள் அருகில் உள்ளவர் என்ற பொருள் கொள்ளலாம். எனவே நாராயணன் நாபியில் பிரம்மன் தோன்றினான் என்பது பிராமண குலம் தோன்றியதைக் குறிப்பதாக இருக்கலாம். இந்த பிரம்மனுக்கு நான்கு முகம் என்பது நான்கு வேதங்கள் கூறும் பிராமணர்கள் அதாவது நான்கு பிராமண குடிகளைக் குறிப்பதாக இருக்கவேண்டும்.

அதேபோல் பிராமணர்களுக்கு அந்தணன் என்ற பெயரும் உண்டு. அண்டனஅரிவோ என்பதில் அண்டன என்பதை அண்ட அன என்று பிரிக்கலாம். அண்ட என்றால் அண்டம் அதாவது மேல் உலகம் என்ற அர்த்தமுடையது. மேல் உலகம் என்றால் மலை மேல் உள்ள நிலம். எனவே அண்டன என்பது மேல் நிலத்தில் இருப்பவர் என்ற பொருள் கொள்ளலாம். இந்த அண்டன என்ற சொல்லே அந்தண என்று மருவியிருக்க வேண்டும்.

மடகாஸ்கரும், நாராயணனும்

எனவே நாராயணன் என்பது மடகாஸ்கர் தீவைக் குறிப்பதாக இருக்கவேண்டும். பண்டைய காலத்தில் கடல் வெள்ளப்பெருக்கில் சில குடிகள் சுமேரியா மற்றும் எகிப்து ஆகிய இடங்களுக்கு புலம் பெயர்ந்த பிறகு, நாகரிகம் வளர்ந்து மத வழிபாடு தோன்றிய பிறகு தம்முடைய பண்டைய நிலத்தை நாராயணன் என்ற கடவுளாக உருவகித்து வழிபட்டனர்.

இதேபோல் சில மக்கள் தற்போதைய தமிழகத்தில் குடிபெயர்ந்தபோது, இந்த மடகாஸ்கர் தீவை அம்மனாக வழிபட்டனர். அந்த அம்மனுக்கு ஆயிரம் கண்ணுடையாள் என்று அழைத்தனர். நாராயணன் போன்றே படுத்திருக்கும் கோலத்தில் அம்மனை வழிபட்டிருக்க வேண்டும். அந்த அம்மனே மாசாணி அம்மனாக இருக்க வேண்டும்.

மாசாணி அம்மன்

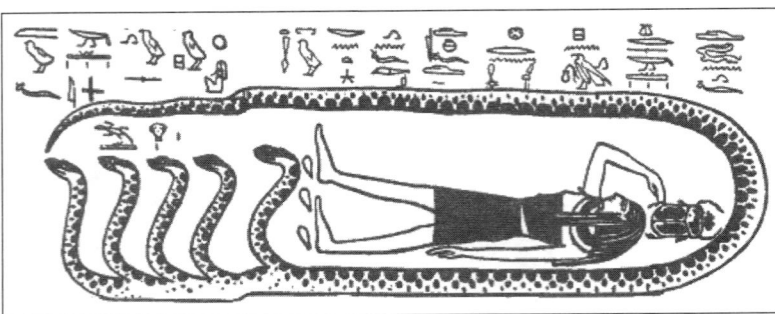

எகிப்தில் படுத்த நிலையில் ஒரு கடவுள்

பண்டைய சுமேரிய நாகரிகத்தின் ஒரு நகராட்சிக்கு பைன் அல்நஹ்ரைன் (bain alnahrayn) என்று பெயர். இது பொ.யு.மு. 3000 போல் அமைக்கப்பட்ட நகரம். இது தற்போது தற்போதைய தெற்கு இராக் பகுதியில் உள்ளது. நஹ்ரைன் என்பது நாகராயன் என்ற பெயரின் திரிபு போல் உள்ளது.

எகிப்திய கடவுள் தொடர்பு

எகிப்திய கடவுள்களில் முக்கியமான ஒரு கடவுளான தோத் (Thoth) என்ற கடவுளின் உருவம் கொக்கு போன்ற ஒரு பறவையின் உருவமாகும். இதன் நிறம் நீலம்,

தோத் கடவுள்

பல்குளியா பறவை

சயலோனாயியஸ் பறவை

வங்கிடா பறவை இனம்

மற்றும் வெள்ளை நிறமுடையது. இந்த பறவையினம் உலகத்தில் மடகாஸ்கர் தீவில் மட்டும் காணப்படும் பறவையாகும். இந்த பறவை இனம் வங்கிடா (*Vangidae*) என்ற இனத்தை சேர்ந்தது. இந்த இனத்தில் கிட்டத்தட்ட 15 வகை பறவைகள் உள்ளன. அதில் ஒரு பறவைக்கு நீண்ட வளைந்த அலகு உள்ளது. இந்த உருவமே எகிப்திய கடவுள் தோத் உருவமாகும். மேலும் இந்த கடவுளின் தலை நிறம் நீலம் மற்றும் வெள்ளை நிறம் இதே பறவை இனத்தை சேர்ந்த இன்னொரு பறவையின் நீளம் மற்றும் வெள்ளை நிறமாகும். மேலும் எகிப்தியக் கடவுள்கள் உடைகளின் நிறங்கள் இந்த பறவை இனத்தின் நிறங்களைச் சார்ந்தே இருக்கின்றன.

சுமேரியாவில் தட்சிணாமூர்த்தி வழிபாடு இருந்ததென்று அருகில் உள்ள படத்தின் மூலம் கடவுள் வழிபாடு அத்தியாயத்தில் நாம் கண்டோம்.

இந்த சித்திரத்தில் ஒரு மலை அல்லது குன்றுகள் நிறைந்த மலை மீது கடவுள் அமர்ந்திருக்க, அந்த மலையிலிருந்து இரு பக்கமும் நதிகள் பாய்கின்றது. இந்த நிலா அமைப்பு சுமேரிய நாகரிக நில அமைப்பாக தெரியவில்லை. ஏனென்றால் சுமேரியா ஒரு நீண்ட சமவெளிப் பிரதேசம். அங்கு

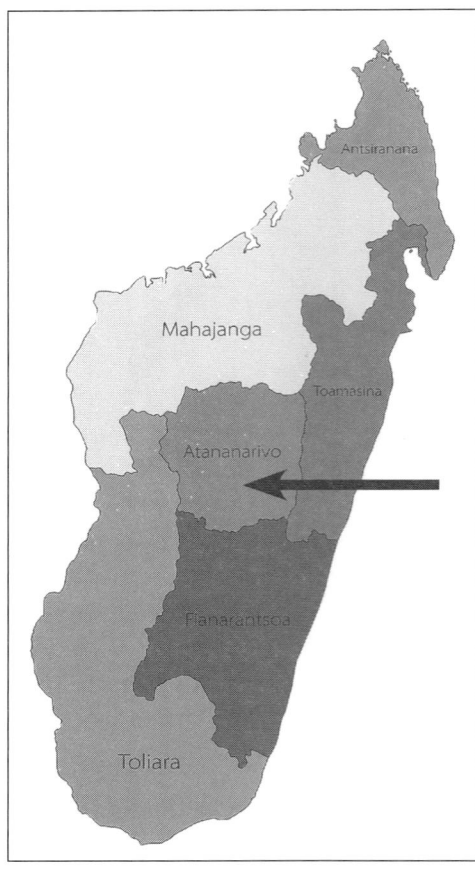

மடகாஸ்கர் அண்டனஅரிவோ பகுதி (அம்புக்குறி)

மலைகள் அவ்வளவாக இல்லை. இந்த இரு நதிகளும் யூப்ரடிஸ் மற்றும் டைக்ரிஸ் நதிகள் என்று கூறமுடியாது. இந்த நிலா அமைப்பு சுமேரியர்களின் பூர்வீக நில அமைப்பாக இருக்கவேண்டும். இந்த நில அமைப்பு மடகாஸ்கர் தீவின் நில அமைப்பு போல் இருக்கிறது. இங்கு பல குன்றுகள் அடங்கிய பன் மலை அடுக்கங்கள் உள்ளது. இந்த தீவின் மத்திய மத்திப் பகுதி மலைகள் இருக்கும் உயரமான பகுதியாகும். இங்கு தான் மடகாஸ்கர் தலைநகர் அண்டனஅரிவோ உள்ளது. இந்த பகுதியில் பல புனித மலைகள் உள்ளன. இந்த பகுதியின் சுற்றளவில் இருந்து இகோப மற்றும் பெட்சிபோக எனும் இரண்டு பெரிய நதிகள் உருவாகின்றன. மேலே இருக்கும் சித்திரத்தில் இருக்கும் நில அமைப்பு இந்த இடத்தின் நில அமைப்பாக இருக்கலாம்.

இந்திரன் எப்படி நீர் தெய்வம் ஆக ஆனார்?

சுமேரிய தொல்லியல் சித்திரங்களில் முக்கியமாக காணப்படும் சித்திரம் நீர்க்கடவுள் ஆகும். இந்த கடவுளின் இரு தோள்களிலிருந்து இரு நதிகள் பாய்வது போல் காணப்படுகிறது. சுமேரிய தொல்லியல் ஆய்வாளர்கள் சுமேரிய நாகரிகத்தில் இந்த நீர்க்கடவுளுக்கு இந்தார அல்லது ஜோவே அல்லது இயா என்று பெயர் இருந்ததாக கூறுகின்றனர். கீழே காணும் இரண்டு படங்களில் சுமேரிய நீர்க்கடவுள் சித்திரிக்கப்பட்டிருக்கிறார். முதல் படத்தில் கடவுளின் இரு தோள்களில் இருந்து இரு நதிகள் பாய்கிறது, அதில் மீன்கள் நீந்துவதாக சித்திரிக்கப்பட்டிருக்கிறது. இந்த கடவுள் சிறு குன்றுகள் உடைய மலையின் மேல் கால் வைத்திருக்கிறார். இந்த படத்தில் ஒரு விசித்திரம் என்னவென்றால் தோள்களில் இருந்து பாயும் நதிகளில் மீன்கள் எதிர்ப்புறத்தில் நீந்துவது போல் சித்திரிக்கப்பட்டுள்ளது. ஏன் அப்படி இருக்க வேண்டும்? இரண்டாவது படத்தில் கடவுளின் தோளில் இருந்து இரு நதிகள் பாய்வது போல் மட்டும் சித்திரிக்கப்பட்டுள்ளது, ஆனால் இதில் மீன்கள் காணப்படவில்லை. இந்த இரு படங்களில் முதல் படமே இரண்டாவது படத்தைவிட பழைமையானதாக இருக்கவேண்டும்.

உண்மையில் முதல் படத்தில் சித்திரிக்கப்பட்டுள்ளது கடவுளின் தோளில் இருந்து நதிகள் பாய்வது போல் சித்திரிக்கப்படவில்லை. அந்த கடவுள் இரு நதிகள்

சுமேரிய நீர்க்கடவுள்

தோன்றி பாயும் நிலத்திற்கு இடையில் உள்ள ஒரு மலையின் மீது கால் வைத்து நிற்கிறார். இந்த நதிகள் இரண்டும் ஒரு இடத்தில் சேர்கின்றன. நதிகளில் மீன்கள் சித்திரித்து இருப்பது அது நதி என்று குறிக்கவும் மேலும் நதிகள் பாயும் திசையைக் குறிக்கவும் சித்திரிக்கப்பட்டிருக்க வேண்டும். இது பார்ப்பதற்கு கடவுளின் தோளில் இருந்து நதிகள் தோன்றி பாய்வது போல் இருக்கிறது. இதைத்தான் காலப்போக்கில் பின்னால் வந்த சுமேரிய சந்ததியினர் கடவுளின் தோளிலிருந்து நதிகள் பாய்கின்றது என்று நினைத்து இது நீர்க்கடவுள் என்று பின்னாளில் குறிப்பிட்டிருக்கலாம்.

மேலே கூறியதுபோல் இந்த இடம் மடகாஸ்கரின் மத்திய உயர்நிலப் பகுதியான அண்டன அரிவோ பகுதியைக் குறிப்பதாக இருக்கலாம். இந்த பகுதயில் வாழும் பழங்குடியினர் இமெரினா/மெரினா மக்கள். பண்டைய காலத்தில் இவர்கள் அரசன் அடைமொழிப்பெயர் அன்ட்ரியான என்பதாகும். இதுவே இந்திரன் என்று திரிந்திருக்கலாம்.

அன்ட்ரியான > அந்திரியன் > இந்திரன்

இன்னொரு கூற்றும் பார்த்தால் மடகாஸ்கர் மொழியில் நீருக்கு திரானோ *(Drano)* என்று பெயர். இந்திர என்ற பெயர் இன் தீர என்ற பொருள் உடையதாக இருக்கலாம். இன் என்றால் இனிய என்றும், தீரம் என்றால் கரை (நதியின் கரை) என்றும் பொருள்படலாம். இந்திரன் என்றால் இனிய நீரை வழங்குபவர் என்ற அர்த்தம் இருக்கலாம். இந்திரன் என்ற சொல் மருவி திரானோ என்ற பெயர் வந்திருக்கலாம்.

இந்திரன் > (இ)ந்திரன > திரானோ

சுமேரிய தொன்ம யாளியும், மடகாஸ்கர் யானைப் பறவையும், சங்க இலக்கிய அசுணப் பறவையும்

சுமேரிய புராணங்களில் இந்தாரா என்ற கடவுள் ஒரு யாளிப் பறவையை வெட்டுவது போல் காணப்படுகிறது. இந்த யாளிப் பறவை மடகாஸ்கரில் இருந்த யானைப் பறவையைக் குறிப்பதாக இருக்கலாம். இந்த யாளிப் பறவை மனிதனின் உயரத்தோடு அல்லது உயரத்தை விட கூடுதலான உயரம் கொண்டது. இந்தப் பறவை 17ஆம் நூற்றாண்டு வரை மடகாஸ்கர் தீவில் இருந்தது. இது வேட்டையாடப்பட்டதால் அழிந்துவிட்டது என்று தொல்விலங்கியல் ஆய்வாளர்கள் கூறுகின்றனர்.

இந்தாரா என்ற கடவுள் ஒரு யாளிப் பறவையை வெட்டுவதுபோல்

சுமேரிய தொல்லியல் தரவுகளில் காணப்படும் பறவை

கீழே கொடுக்கப்பட்டுள்ளது மடகாஸ்கர் தீவில் மட்டும் உண்டாயிருந்த யானைப் பறவையின் படிம எச்சங்களிலிருந்து வரையப்பட்ட படமாகும். சுமேரிய தொல்பொருள் தடயங்களில் காணப்படும் பறவை போலவே இந்தப் பறவை காணப்படுகிறது.

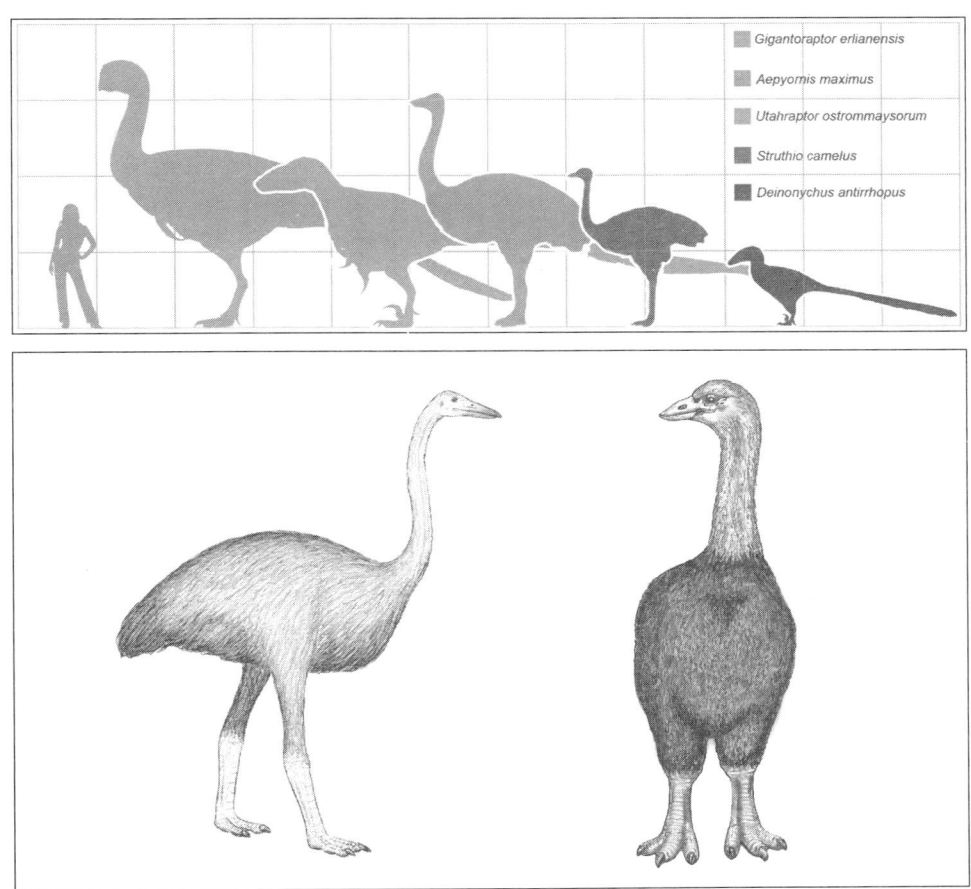

மடகாஸ்கர் யானைப் பறவை (தொல்லியல் எச்ச வரைபடம்)

இதேபோன்ற பறவை பற்றி சங்க இலக்கியத்தில் ஒரு குறிப்பு வருகிறது. அது அசுணம் என்ற ஒரு விலங்கு பற்றிய செய்தியாகும். நற்றிணைப் பாடல் 244, 304, அகநானூறு 88, நான்மணிக்கடிகை, பாடல் 3 ஆகியவற்றில் இந்த பறவை பற்றி கூறப்பட்டுள்ளது. இந்த பறவை மெல்லிய இசை ஒலிக்கு மயங்கும் என்றும், அதேபோல் மிகப் பெரிய ஓசை கேட்டால் இறந்து விடும் என்றும் கூறப்படுகிறது. வேடர்கள் இந்தப் பறவையை வேட்டையாட முதலில் யாழ் இசைத்து அந்த பறவையை மயங்க வைத்து, பின்னர் அது அருகில் சென்று, பெரிய டமார ஓசை எழுப்பி அதை கொன்றுவிடுவர் என்ற செய்தியை சங்க இலக்கியங்கள் குறிப்பிடுகிறது.

இதே போன்ற ஹோமா என்ற விலங்கு அல்லது பறவை பற்றி வேதத்தில் குறிப்பு வருகிறது என்று கூறப்படுகிறது.

சங்க இலக்கியங்களில் இந்தப் பறவை மலைப்பகுதியில் குகையில் வாழும் பறவை என்று கூறப்படுகிறது. சுமேரியா பரந்த சமவெளிப்பகுதியாகும். எனவே இந்தப் பறவை சுமேரியாவில் இருந்திருக்குமா என்பது சந்தேகம்தான்.

மலைப்பகுதி குகையில் வாழும் பறவை

மடகாஸ்கர் தீவு பன்மலைத் தொடர்கள் உள்ள தீவாகும். சங்க இலக்கியங்களில் கூறப்படும் அசுணப் பறவை பண்டைய குமரிக்கண்டத்தில் இருந்த பறவையைக் குறிப்பதாக இருக்கவேண்டும். ஏனெனில் இந்தப் பறவை குறித்த தொல்லியல் படிம எச்சங்கள் தமிழகத்தில் கிடைக்கவில்லை. எனவே, சுமேரிய புராணங்கள், வேதம் மற்றும் சங்க இலக்கியங்கள் கூறும் இந்தப் பறவை மடகாஸ்கர் தீவில் வாழ்ந்த பறவையாக இருக்க வேண்டும். எனவே பண்டைய குமரிக்கண்டம் என்பது மடகாஸ்கர் தீவாக இருக்கவேண்டும் என்பதற்கு இது ஒரு சான்றாகும்.

முருகன் வழிபாடு என்பது மனிதனின் ஒரு பருவத்தின் வழிபாடா?

கடவுள் வழிபாடு என்பது பண்டைய காலத்தில் வாழ்ந்திருந்த பழங்குடிகளின் மூதாதையர் மற்றும் இயற்கை வழிபாடே பின்னாளில் மாறியது என்று கண்டோம். இது மட்டுமில்லாமல் இன்னொரு கூற்றும் உண்டு. பழங்குடி மக்களின் வாழ்வியல் முறையை பார்க்கும் பொழுது, அவர்களிடம் மனிதனின் ஒவ்வொரு பருவ வயது அடையும்போதும் சில சடங்குகள் செய்து அதை கொண்டாடுவதை வழக்கமாக கொண்டுள்ளார்கள். அது அந்த பருவ வயது அடையும்போது அவர்கள் வாழ்வின் முக்கியமான தருணத்தை அடைகிறார்கள் என்றும், அதன் மூலம் அவர்களுக்கு

சமூகத்தில் சில முக்கிய பொறுப்புகள் கொடுக்கப்படுகின்றன. உதாரணத்திற்கு சிறுவன் என்ற நிலை வரும்போது சுன்னத் செய்வது மிக முக்கியமான சடங்காகும். இந்த வயது அடையும் போது இவர்களுக்கு மாடு மேய்ப்பதும், மாடுகளைக் காப்பதும் முக்கிய பொறுப்பாகும். பின்னர் இளைஞன் என்ற பருவம் எய்தும் போது வீரன் என்ற பொறுப்பு கொடுக்கப்படுகிறது. இந்த பருவத்தில் பயிர்களைக் காப்பதும், தங்கள் குடிகளை எதிரிகள் மற்றும் காட்டு விலங்குகள் ஆகியோரிடம் காப்பதும், எதிரிகள் மாடுகளைக் கடத்திச் சென்றால் போரிட்டு அவைகளைக் காக்கும் போர் வீரன் பொறுப்பும் வருகிறது.

பின்னர் மத்திம வயது எட்டும்போது வேட்டைக்கு தலைமை தாங்குவதும், போர் தலைமை தாங்குவதும், வேளாண்மை செய்வதற்கு தலைமை தாங்கும் பொறுப்பு கொடுக்கப்படும். பின்னர் மேலும் வயதாகும் போது குடியின் தலைவன் பொறுப்பு, குடி மக்களை வழி நடத்துதல், நீதி வழங்குதல் போன்ற பொறுப்புகள் கொடுக்கப்படும். இன்னும் நன்கு வயதாகும்போது எந்தப் பொறுப்பும் கொடுக்கப்படுவதில்லை. இந்தப் பருவத்தில் இவர்கள் அறிவுரை மற்றும் ஆசிகள் மட்டுமே வழங்குவார்கள். இந்த பருவ சடங்குகளே பிற்காலத்திலும் திருவிழாவாகவும், கடவுள் வழிபாட்டின் ஒரு பகுதியாகவும் மாறியிருக்க வேண்டும். உதாரணத்திற்கு முருகன், குழந்தை கிருஷ்ணன் ஆகியவை குழந்தை பருவ வழிபாட்டையும், பால முருகன், பால கிருஷ்ணன் வழிபாடு பாலகன் அல்லது சிறுவ பருவ வழிபாட்டையும், வேல் முருகன், ராதா கிருஷ்ணன் வழிபாடு வாலிப பருவ வழிபாட்டையும், குறிப்பதாக இருக்க வேண்டும். இங்கு முருகன், கிருஷ்ணன் என்பது ஒரு தனிப்பட்ட மனிதன் இல்லை. இவை அந்த பருவம் அடையும்போது இருக்கும் எல்லா சிறுவர்கள் அல்லது வாலிபர்களைக் குறிப்பது. இதே போன்று சிவன் என்பது சேயோன் என்ற சொல்லிலிருந்து மருவியிருக்க வேண்டும். சேயோன் என்பது திருமணம் செய்து குழந்தைகள் பெற்று குடும்பம் நடத்தும் மத்திய வயதுடைய குடும்பத்தலைவன் பருவத்தைக் குறிப்பதாக இருக்கவேண்டும். இந்த குடும்பத்தையே சிவன் பார்வதி குடும்பமாக உருவகித்திருக்க வேண்டும். அதேபோல் மகா (அ) மகான் என்ற பெயர் ஒரு மனிதன் முதிர்வயது ஆரம்பிக்கும் பருவம் வரும்போது வேலைகளிலிருந்து ஓய்வு பெறும் வயது வரும்போது கொடுக்கப்படும் பெயராக இருக்கவேண்டும். ஆப்பிரிக்க மாசை பழங்குடிகளில் இந்த வயதுடையவரை மகா என்று அழைக்கப்படுவதுண்டு. மஹா சிவன், மஹா விஷ்ணு, காந்தி மகான் என்று அழைக்கப்படுவது இந்த வழக்கத்தில் தான். இதே போன்று பரன் என்பது நன்கு முதிர்ந்த வயதுடைய நிலை அடையும்போது கொடுக்கப்படும் பெயராக இருக்கவேண்டும். பரமசிவன், பரந்தாமன், போன்ற பெயர்கள் இது போன்று தோன்றியிருக்கலாம்.

பர மகா சிவன் > பரமகாசிவன் > பரமசிவன்

முருகன்

முருகக் கடவுள் வழிபாடும் பழங்குடி மக்களின் சிறுவன் மற்றும் வாலிப பருவத்தில் நடத்தப்பட்ட வழிபாடு ஆகும். பழங்குடிகளில் ஆண் சிறுவர்கள் ஒரு குறிப்பிட்ட வயது அடையும் போது சில சடங்குகள் செய்வார்கள். இந்த சடங்கின் போது தங்கள் குடியில் உள்ள அந்த வயது அடையும் எல்லா சிறுவர்களுக்கும்

அந்த ஆண்டில் ஒரு குறிப்பிட்ட தினத்தில் சடங்கு செய்வார்கள். இந்த சடங்கு கொண்டாட்டம் ஒரு வாரம் வரை நடக்கும். இந்த சடங்கில் சிறுவர்களின் மன மற்றும் உடல் தைரியத்தை சோதிக்கும் சடங்காகும். இந்த நேரத்தில் சிறுவர்களை தனியே குடிலில் பத்து பதினைந்து நாள் தங்க வைப்பார்கள். இதே போன்ற குத்தியோட்டம் என்ற ஒரு நேர்த்திக்கடன் சடங்கு கேரளாவில் செய்யப்படுவதுண்டு. சிறுவர்களுக்கு நேர்த்திக்கடன் செய்ய வேண்டி அவர்களை பத்து பதினைந்து தினம் கோவிலில் தங்க வைப்பார்கள். இந்த சமயத்தில் அவர்கள் வெறும் வேஷ்டி அல்லது துண்டு மட்டுமே அணிய வேண்டும். பதினைந்து நாள் முடிவில் உடலில் வேல் குத்தி ஊர்வலமாக செல்வார்கள். கீழே கொடுக்கப்பட்டுள்ள பாலமுருகன் படத்தையும், மடகாஸ்கர் தநோசி பழங்குடி சிறுவன் படத்தையும் ஒப்பிட்டு பார்ப்போம்.

முருகன் படம் ஆரியர்கள் கலாசாரப்படி வெள்ளையாக இருக்கிறது. முருகனின் சரியான நிறம் கருப்பு. கையில் வேல், முன்தலையில் தலை ஆரம், மார்பில் அணி மணிகள் மற்றும் பூணூல் போன்ற அணி, புஜத்தில் கேயூரம் எல்லாம் உள்ளன. இன்னொரு பழங்குடி வீரன் நெற்றியில் வட்டமான நெற்றிச்சுட்டி உள்ளது. இந்த நெற்றிச்சுட்டி கட்டும் வழக்கமே பிற்காலத்தில் நெற்றியில் வட்டமாக குங்குமம் இடும் வழக்கமாக மாறியிருக்க வேண்டும்.

பழநி மலை முருகன்

‘காக்க காக்க கனகவேல் காக்க
நோக்க நோக்க நொடியினில் நோக்க
தாக்க தாக்க தடையறத் தாக்க..’ – கந்த சஷ்டி கவசம்

பழனி மலை முருகன் தொன்மக்கதையில் முருகன் மாம்பழத்திற்கு ஆசைப்பட்டு கோபம் கொண்டு ஆண்டி கோலத்தில் பழனி மலை மீது நின்றதாக கூறப்படுகிறது. பழம் நீ என்பதே பழநி என்று மருவியதாக கூறுவர். ஆனால் எதார்த்தத்தில் அப்படி இருக்க வாய்ப்பில்லை. உண்மையில் பழனி முருகன் கோலம் ஆண்டிக் கோலம் இல்லை. மொட்டைத்தலையும் இல்லை. அது வீரன் கோலமாகும். நன்கு வழித்து

சீவிய தலையாகும். முருகனுக்கு பால் அபிஷேகம் செய்யும் பொழுது இது நன்கு தெரியும் என்று கூறுபவர் உண்டு.

மேற்கூறிய பருவ வழிபாட்டின் கூற்றுப்படி அது வாலிப, வீர பருவத்தின் வழிபாடாகும். வீரர்கள் தங்கள் குடியையும், குடும்பத்தையும் எதிரிகளிடமிருந்தும், இயற்கை பேரிடர்களிலிருந்தும் காப்பாற்ற வேண்டும். அதனால்தான் கந்த சஷ்டி கவசத்தில் 'காக்க காக்க கனகவேல் காக்க...' என்று வரிகள் வருகின்றன. பழனி முருகனின் உடல் அலங்காரமும், ஆப்பிரிக்க மாசை பழங்குடி வீரர்களின் உடல் அலங்காரமும் பல விதங்களில் ஒத்துப் போகிறது.

கீழே உள்ள படங்களை ஒப்பிட்டுப் பார்ப்போம். முதலில் முருகன் நெற்றியில் அணிந்திருக்கும் ஆரமும் அதன் நடுவில் இருக்கும் நெற்றிச்சுட்டி ஆகியவற்றை அதே போல் மாசை வீரர்கள் அணிந்திருப்பதை

பழனி முருகன்

பாருங்கள். இரண்டும் ஒரே போல் இருக்கிறது. குறிப்பாக முருகனின் நெற்றிச்சுட்டும், மாசை வீரர்களின் நெற்றிச்சுட்டும் அம்புக்குறி போல் இருப்பதை பாருங்கள். பின் முருகனின் காதுகளின் மேலே கொம்பு போன்று அமைப்பு இருப்பதை பாருங்கள். இங்குள்ள மூன்றாம் படத்திலும், கடைசி படத்திலும் உள்ள மாசை வீரனின் காதுகள் அருகே அதே போன்று அமைப்பு தொங்கிக் கொண்டிருப்பதைக் காணலாம். முருகன் சிலை கல்லில் நவ பாஷணக் கல்லில் அமைந்திருப்பதால் இந்த அமைப்பு பக்கவாட்டில் நீண்டு இருப்பது போல் அமைக்கப்பட்டிருக்கிறது. மேலும், முருகனின் காதணியை, கடைசி படத்தில் இருக்கும் மாசை வீரனின் காதணியோடு ஒப்பிட்டுப் பார்த்தால் இரண்டும் ஒரே அமைப்பாக இருக்கிறது. அதே போல் முருகனின் நெற்றிப்பொட்டில் வட்டமான பெரிய பொட்டு காணப்படுகிறது. கடைசி படத்தில் உள்ள மாசை வீரனின் நெற்றிப்பொட்டில் வட்டமான நெற்றிச்சுட்டி இருப்பதைக் காணலாம்.

கீழே உள்ள முருகனின் படத்தில் மார்பின் நடுவில் கருப்பாக பறவை போன்று ஒரு உருவம் உள்ளது. மேலே உள்ள நான்காவது படத்தில் உள்ள மாசை வீரனின் நெற்றியில் பறவை போல் செந்தூர நிறத்தில் உருவம் இடப்பட்டுள்ளது.

ம. கிருஷ்ணகுமார்

கீழே கொடுக்கப்பட்டுள்ள படங்களில் முருகனின் மார்பில் மற்றும் வயிற்றுப்பகுதி வரை பூணூல் போன்ற ஒன்று அணிந்திருப்பதைக் காணலாம். இதிலிருந்து ஒரு கயிறு அரைஞாண் கயிறோடு இணைந்திருப்பதைக் காணலாம். அதே போன்று மாசை வீரர்களும் அணிந்திருப்பதைக் காணலாம். முருகனின் மணிக்கட்டிலும், புஜத்திலும் கேயூரம் போன்ற அணி அணிந்திருப்பதைப் பார்க்கலாம். அதேபோல் முருகன் காலிலும், மாசை வீரர்களின் காலிலும் அணிகள் இருப்பதைக் காணலாம். முருகனின் உடல்வாகும், இரண்டாம் படத்தில் உள்ள இரண்டாம் வீரனின் உடல்வாகும் ஒரே போன்று இருப்பதைக் காணலாம். மேலே கூறிய ஒப்புமைகளைப் பார்க்கையில் எதார்த்தத்தில் முருகன் என்பது பண்டைய பழங்குடி வீரர்களின் பருவ வழிபாடு எனக் கூறலாம்.

மாசை பழங்குடி தற்போது ஆப்பிரிக்காவில் உள்ள பழங்குடி. ஆனால் அவர்கள் தொன்மங்களின் படி அவர்கள் அகன்ற, ஆழமான, சுற்றிலும் உயரமான அரண்களை உடைய ஒரு அணைந்த எரிமலையின் வாயிலிருந்து புலம் பெயர்ந்து வந்தனர் என்று கூறப்படுகிறது. இந்த இடம் மடகாஸ்கர் தீவில் இருக்கலாம். மடகாஸ்கரில் மூன்று எரிமலைகளும், எரி நிலங்களும் மற்றும் கல்டேர எனப்படும் அகன்ற எரிமலை வாய் நிலமும் உள்ளது.

நடராஜர் வழிபாடு எதைக்குறிக்கிறது?

நடராஜர் வழிபாடு இந்து மதத்தில் முக்கிய வழிபாடாகும். அதிலும் வட இந்தியாவை விட தென்னிந்தியாவிலேயே மிகவும் இது நடைமுறையில் உள்ளது.

அன்டண்ட்ராய் நடனம்

அன்டண்ட்ராய் தீ நடனம்

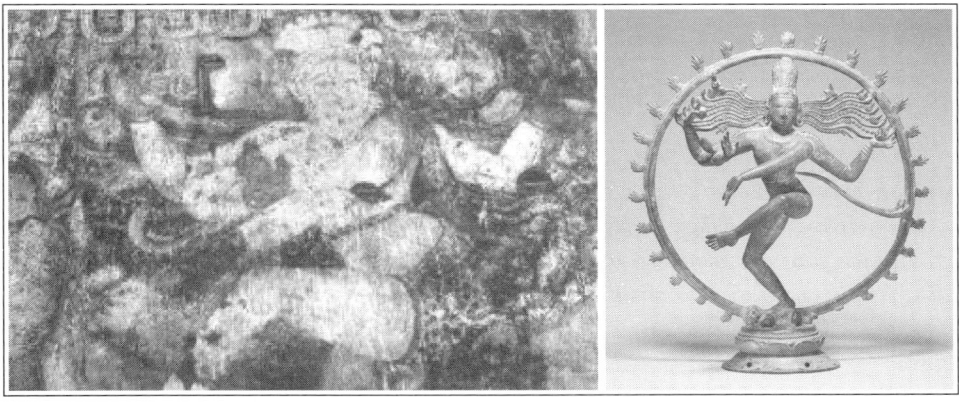

நடராஜர் குறித்து இந்து சமயத்தில் பல சித்தாந்த விளக்கங்கள் காணப்படுகின்றன. நடராஜர் என்பது பிரபஞ்சம் முழுதும் பரவியிருக்கும் சக்தியைக் குறிப்பதாகவும், இடைவிடாது அசையும் அந்த சக்தியைக் குறிப்பதுதான் நடராஜர் உருவத்தின் விளக்கம் என்று இந்து மத தத்துவங்கள் குறிப்பிடுகின்றன. இது பின்னாளில் மதங்கள் உண்டான பிறகு ஏற்பட்ட தத்துவ விளக்கமாக இருக்கவேண்டும் என்றும், நடராஜர் உருவம் பழங்குடிகளின் வாழ்வியலைக் குறிப்பாக அவர்களின் வழிபாட்டு நடனமுறையைக் குறிப்பதாக இருக்கவேண்டும் என்று ஏற்கெனவே நாம் கடவுள் வழிபாடு அத்தியாயத்தில் நாம் கண்டோம்.

மடகாஸ்கர் தீவில் தென்கோடிப் பகுதியில் வாழும் அண்டன்ட்ராய் என்ற பழங்குடிகளின் நடன அமைப்பு நடராஜர் நடன அமைப்பை ஒத்து இருக்கிறது.

மேருமலை, சம்பவத் தீவு

இந்து மதம் மற்றும் புத்த மத தொன்மங்களில் மிக புனிதமான மலையாக மேரு மலை கருதப்படுகிறது. இந்த மேரு மலையில் பிரம்மா, விஷ்ணு, சிவன் மற்றும் பல கடவுள்கள் வசிப்பதாக கருதப்படுகிறது. புராணங்கள் மேரு மலையைப் பற்றி குறிப்பிடுகையில் சூரியனும், மற்ற கோள்களும் மேரு மலையை சுற்றுகின்றன என்றும், மேரு மலை சம்பவத் தீவில் உள்ளது என்றும் கூறுகின்றன. அங்கு மேரு மலை மட்டும் இல்லாமல் அதன் இரு துருவங்களில் சுமேரு மற்றும் குமேரு என்ற மலைகள் இருந்ததாக கூறப்படுகிறது. ஒரு இலக்கிய நூல் மேரு மலை உச்சி பொன்னிறத்தால் ஆனது என்றும், அது இப்போது காணப்படுவதில்லை என்றும் கூறுகிறது. கிரேக்க மதம் ஒலிம்பஸ் மலையை மிகப் புனிதமான மலையாக கருதுகிறது. இந்த மலையில் சீயஸ் தெய்வம் வசிப்பதாக கூறுகிறது. சீயஸ் கடவுளும், சிவனும் ஒரே கடவுளைக் குறிப்பதாகும். மேரு மலை பூமிக்கு மத்தியில் உள்ளதாகவும் அது நான்கு கண்டங்களைப் பிரிக்கிறது எனவும் கூறப்படுகிறது. மேரு மலையை அடைய ஏழு மலைகள், ஏழு கடல்கள் தாண்டி செல்ல வேண்டும் என்று தொன்மங்கள் குறிப்பிடுகின்றன. அந்த ஏழு மலைகள் இசதர, கதிராக (காரவிக), சுதர்சன, அசுவகர்ண, நிமிந்தர, உகந்தர, மற்றும் விந்தர மலைகள் ஆகும். மேரு மலை நான்கு தளங்களாக பிரிக்கப்பட்டுள்ளது. உச்சியில் முதல் தளம் தேவலோகம் அல்லது சொர்க்க லோகம் எனவும், அதற்கு அடுத்துள்ள மூன்று தளங்களும் யக்ஷ, கந்தர்வ, நாகர் மற்றும் கும்பந்தா ஆகிய நான்கு அரசர்களைப் பின்பற்றும் மக்களைக் கொண்டது எனக் கூறப்படுகிறது.

மேலே கூறப்படும் மேரு மலையின் அடையாளங்களை மடகாஸ்கர் தீவில் இருக்கும் மலைகளோடு ஒப்பிட்டுப் பார்க்கலாம். சூர்ய சித்தாந்தம் நூல் குறிப்பு படி மேரு மலை பூமிக்கு மத்தியில், சம்புவ தீவில் இருந்தது என்றும் கூறுகிறது. இந்த சம்புவ தீவு மடகாஸ்கர் தீவை குறிப்பதாக இருக்க வேண்டும். மடகாஸ்கரில் வடகிழக்குப் பகுதியில் உள்ள ஒரு மாவட்டம் மற்றும் நகரத்தின் பெயர் சாம்பவ என்பதாகும். மேரு மலை பூமிக்கு மத்தியில் இருப்பது என்பது மடகாஸ்கர் தீவிற்கு மத்தியில் இருப்பது என்பதாகும். இங்கு பூமி என்பது மடகாஸ்கர் தீவைக் குறிப்பதாக இருக்க வேண்டும். ஏனெனில் பண்டைய காலத்தில் பூமி என்பது தற்போதைய பூமி உருண்டையை குறிப்பதாக இருந்திருக்க முடியாது. ஏனெனில் அக்காலத்தில் இந்த

பூமி முழுவதும் பற்றிய அறிவு அவர்களுக்கு இருந்திருக்காது. அவர்கள் பூமி என்று குறிப்பிடுவது தாம் வாழ்ந்த நிலப்பகுதியாக இருக்கவேண்டும். மடகாஸ்கர் தீவின் மத்திய பகுதியின் நடுவில் இருப்பது மத்திய உயரமான (Central Highland) பகுதியாகும். மடகாஸ்கரில் இந்த நிலத்தில் வசிக்கும் குடியினர் இமெரினா பழங்குடியினர் ஆகும். இவர்கள் மடகாஸ்கர் பழங்குடிகளில் மேன்மையான குடியினர். இமெரினா என்பது மெரினா என்றும் கூறலாம். மெரினா என்பது மேரு இனம் என்ற பொருளாக இருக்கலாம். இந்த பகுதியில் இரண்டு எரிநில, மற்றும் குறு எரிமலைகள் உள்ளன. அவை அங்கராட்ரா மற்றும் இடசி எரி நிலங்கள் ஆகும். அங்கராட்ரா குறு கூம்பு எரிமலை (Cinder Cone) பகுதியாகும். இது மடகாஸ்கர் தலைநகர் அண்டனஅரிவோ நகரத்திலிருந்து 50 கி.மீ. தூரத்தில் உள்ளது. அண்டனஅரிவோ நகரம் பன்னிரண்டு புனித குன்றுகள் உள்ள இடமாகும். மடகாஸ்கர் மக்கள் பலர் இங்கு புனித யாத்திரை செய்யும் இடமாகும். இந்த பன்னிரெண்டு குன்றுகளில் மெரினா இன மக்களின் மூதாதையர்களின் சமாதிகள் உள்ளன.

மேலும் இந்த மேரு மலைக்கு இரு துருவங்களிலும் சுமேரு மற்றும் குமேரு என்ற மலைகள் இருந்தன என்று கூறப்படுகிறது. மடகாஸ்காரின் வட துருவத்தில் மொரோமோகொட்ரா என்ற மலை உள்ளது. இதுதான் மடகாஸ்கரின் உயரமான மலை. மொரோமோகொட்ரா என்பது 'மேரு மகா கொற்றம்' என்ற அர்த்தமுடையதாக உள்ளது. இந்த மலையும் மடகாஸ்கர் மக்களின் ஒரு புனித மலையாகும். அண்டனஅரிவோ நகரத்தின் தெற்கு பக்கத்தில் ஏறக்குறைய 500 கிலோமீட்டர் தூரத்தில் அம்போன்ட்ரோம்பே என்ற மலை உள்ளது. இந்த மலையில் தங்களுடைய மூதாதையருடைய ஆன்மாக்கள் உறைவதாக மெரினா இன மக்களும் மற்றும் இங்குள்ள மக்களின் நம்பிக்கை.

மேரு மலையை அடைய ஏழு மலைகள் தாண்டி செல்லவேண்டும் என்பது மடகாஸ்கர் தீவில் உள்ள முக்கிய மலைகளைக் குறிப்பதாக இருக்கவேண்டும்.

மேரு மலை நான்கு தளங்களாக பிரிக்கப்பட்டுள்ளது என்பது குறிஞ்சி, முல்லை, மருதம் மற்றும் நெய்தல் போன்ற நான்கு திணைகளை அல்லது நிலங்களைக் குறிப்பதாக இருக்கலாம். இதில் யக்ஷ, கந்தர்வ, நாகர், மற்றும் கும்பந்தா என்ற அரசர்கள் இயக்க, கண்ட, நாகர், கும்பா அண்ட ஆகிய பழங்குடிகளைக் குறிப்பதாக இருக்கலாம்.

மேரு என்ற பெயர்க்காரணம்

மேரு மலைக்கு அந்தப் பெயர் வரக்காரணம், மடகாஸ்கரில் வாழும் லெமூர் விலங்கு இனங்கள் என்று கூறலாம். மூர் என்பவர்கள் உலகின் ஆதி மனிதர்கள் என்று கூறப்படுகிறது. மடகாஸ்கர் மக்களும் லெமூர் விலங்கினமே தங்களுடைய மூதாதையர்கள் என்று நம்புகிறார்கள். லெமூர் என்பதே மேரு என்று மருவியிருக்கலாம்.

லெமூர் > மூர் > மேரு

மேலும் லெமூர் என்ற சொல்லே ஆலமர் (செல்வன்) என்ற தமிழ்ச் சொல்லிலிருந்து தோன்றியிருக்க வேண்டும்.

ஆலமர் > லமர் > லெமூர்

ஆலமர் செல்வன் என்பது தக்ஷிணாமூர்த்தியைக் குறிப்பதாகும். தட்சிணாமூர்த்தி என்பது எரிமலையைக் குறிப்பதாகும் என்று ஏற்கெனவே கண்டுள்ளோம். லெமூர்கள் மரங்களில் வசிப்பவை. குறிப்பாக ஆலமரத்தில் பழங்கள் காய்க்கும் காலங்களில் அங்கு வசிப்பவை. லெமூர் என்ற மூதாதையரையும், எரிமலை என்ற இயற்கை சக்தியையும் சேர்த்த வழிபாடே இந்த தட்சிணாமூர்த்தி வழிபாடு.

மாரன் என்றால் மன்மதன் என்று அர்த்தம். மாறன் என்பது பாண்டியன் பெயர். மாரர் என்றால் மரணம் அடைந்தவர் என்றும்கூட பொருள்படும். அமரர் என்றால் இறந்தவர் என்று அர்த்தம். இறந்தவர்களை அடக்கம் செய்யும் மலை அமரர் மலை. அமர என்ற சொல்லே மேரு என்று மருவியிருக்க வேண்டும்.

அமர > (அ) மர > மேரு

கோண்டி பழங்குடி இன தொன்மங்களில் அமர்கோட் என்ற இடத்தைக் குறிப்பிடுகிறது.

சனஹரி – வான் கடவுள்; வடோ அன்றி – பூமி கடவுள்; வடோ என்றால் பூமி அல்லது பாறை;

(வடவன் ஹரி > வடோன்ஹரி > வடோனன்றி)

சுமேரிய பாபிலோனிய பிரபஞ்ச கோட்பாடு குறிப்பிடுவது குமரிக்கண்டத்தையா?

கடவுள் வழிபாடு அத்தியாயத்தில் சுமேரிய, பாபிலோனிய மற்றும் இந்து மத பிரபஞ்ச கோட்பாடுகளை ஒப்பிட்டு பார்த்தோம். இந்து மத பிரபஞ்ச கோட்பாடு சுமேரிய பிரபஞ்ச கோட்பாட்டிலிருந்து வந்திருக்கவேண்டும் என்று கண்டோம். பின் அதற்கான எதார்த்த அர்த்தம் அல்லது விளக்கங்களை முன்வைத்தோம். அதன்படி பார்க்கையில், இந்த பிரபஞ்ச கோட்பாடுகள் முதலில் தோன்றியது சுமேரியர்களின் பூர்வீக நிலத்தில் இருந்திருக்க வேண்டும். அக்கால கட்டத்தில் மக்களுக்கு வானத்தில் உள்ள நட்சத்திரங்களை அறிந்த அளவிற்கு பூமி பற்றி முழுவதுமாக அறிந்திருக்க வாய்ப்பில்லை. எனவே இங்கு அவர்கள் சொர்க்கம், பூமி மற்றும் பாதாள லோகம் என்று குறிப்பிடுவது தாங்கள் வாழ்ந்த பண்டைய நில அமைப்பை குறிப்பதாக இருக்கவேண்டும்.

அந்த இடம் மடகாஸ்கர் தீவாக இருக்கவேண்டும். இங்கு சொர்க்கம் என்பது மடகாஸ்கரின் மத்திய உயர் நிலப்பகுதியை குறிப்பதாக இருக்கவேண்டும். பூமி என்பது அதற்கு கீழே உள்ள இடைப்பட்ட பகுதியைக் குறிப்பதாக இருக்கவேண்டும். பாதாள லோகம் என்பது மடகாஸ்கரின் தென்கோடிப் பகுதியான வறண்ட பாலை நிலத்தையும் அது சார்ந்த கடற்கரைப் பிரதேசத்தைக் குறிப்பதாக இருந்திருக்கவேண்டும்.

மடகாஸ்கரின் மத்திய உயர்நிலப்பகுதி பல மலைகள் கொண்ட பகுதியாகும். இது மெரினா பழங்குடி வாழும் பகுதியாகும். இவர்கள் மடகாஸ்கர் பழங்குடிகளில் உயர்ந்த குடியினர் ஆகும். இதன் அரசர்களுக்கு அண்ட்ரியன் என்ற அடைமொழிப்

பெயர் உண்டு. பல மன்னர்கள் இங்குள்ள ஒவ்வொரு மலையையும் அவர்கள் நாடாக ஆண்டனர். அந்த மன்னர்கள் இறந்த பிறகு அந்த மலைகளில் அல்லது குன்றுகளில் அவர்களுக்கு சமாதிகள் கட்டப்பட்டன. இதனால் அந்த மலைகள் புனித மலைகள் என்று கருதப்படுகின்றன. இறந்துபோன அரசர்கள் வழிபாடே பின்னாளில் கடவுள் வழிபாடாக மாறியது. எனவே இந்த இடம் கடவுள்களின் சொர்க்கம் என்று அழைக்கப்பட்டிருக்க வேண்டும். (இது சில நூற்றாண்டுகள் முன்பு நடந்த வழக்கமாக இருந்தாலும், இவை காலம் காலமாக பல்லாயிரம் ஆண்டுகளுக்கு முன்பு இருந்து வந்த வழக்கத்தின் தொடர்ச்சியாக இருக்கவேண்டும்.)

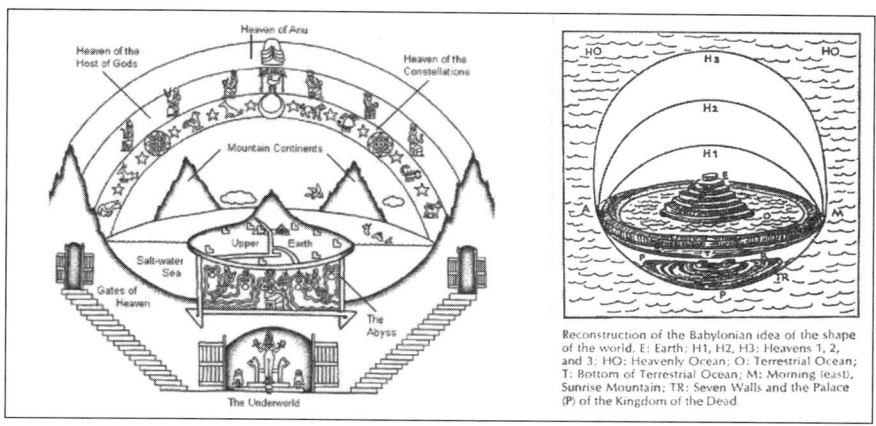

Reconstruction of the Babylonian idea of the shape of the world. E: Earth; H1, H2, H3: Heavens 1, 2, and 3; HO: Heavenly Ocean; O: Terrestrial Ocean; T: Bottom of Terrestrial Ocean; M: Morning (east), Sunrise Mountain; TR: Seven Walls and the Palace (P) of the Kingdom of the Dead.

சுமேரிய மற்றும் பாபிலோனிய பிரபஞ்ச கோட்பாடு

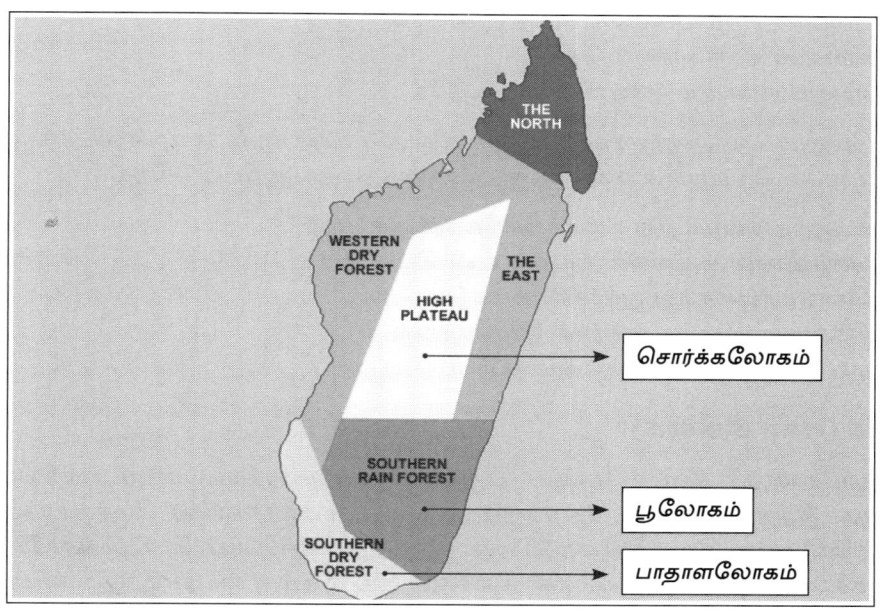

அண்ட்ரியன் என்ற பெயர் இந்திரன் என்று மருவி பின் இது இந்திரலோகம் என்று கூறப்பட்டிருக்க வேண்டும். சொர்க்கலோகத்திற்கு இந்திரலோகம் என்ற பெயரும் உண்டு.

பூலோகம் என்பது மழைக்காடுகள் நிறைந்த இடத்தைக் குறிப்பிட்டு இருக்கலாம். இதற்கும் தெற்கே உள்ள வறண்ட பாலை நிலப்பகுதியை பாதாள லோகம் என்றும் குறிப்பிட்டு இருக்கலாம். இந்த இடம் வறண்ட, முட்புதர்காடுகள், பாறைகள் நிறைந்த இடம் என்பதால் இதையே நரகம் என்று பின்னாளில் குறிப்பிட்டு இருக்கலாம். நரகம் என்பது நாகரகம் (நாகர் அகம்) என்ற சொல்லின் திரிபாக இருக்கவேண்டும்.

ஒருவர் இறந்த பின் அவர் சொர்க்கத்துக்கு போவாரா அல்லது நரகத்திற்கு செல்வாரா என்ற நம்பிக்கைகள் இதன் அடிப்படையில் தோன்றியிருக்க வேண்டும். பண்டைய காலத்தில் ஒருவர் இறந்த பின் அந்த உடலை புதைக்கும் இடம் அல்லது வைக்கும் இடம் எங்கு என்பது அவர்கள் வாழ்நாளில் செய்த காரியத்தின் அடிப்படையில் இருந்திருக்கலாம். மலை மேல் உள்ள இடத்தில் என்றால் அது சொர்க்கம் எனவும், வறண்ட பாலை நிலத்தில் என்றால் அது நரகம் எனவும் கூறப்பட்டிருக்கலாம். மேலும் பாபிலோனிய பிரபஞ்ச கோட்பாட்டில் பாதாள லோகம் என்பது ஏழு சுவர்கள் உடைய மாளிகையில் இறந்தவர்களின் ராஜ்ஜியம் என்று கூறுகிறது. சுவர்க்கம் நரகம் பற்றி நம்பிக்கை சங்க காலத்தில் இருந்தது என்ற செய்தி கீழ்க்கண்ட சங்க இலக்கியப் பாடல்கள் மூலம் அறியமுடிகிறது.

வீரவாழ்க்கை வாழ்ந்து தாம் செய்யவேண்டிய கடமைகளைச் சிறந்த முறையில் முடித்தவர்கள் விண்ணுலகம் செல்வர் என்பதை புறநானூறு 27 பாடல் மூலம் அறியமுடிகிறது.

‘புலவர் பாடும் புகழுடையோர் விசும்பின்
வலவன் ஏவா வான வூர்தி
எய்துப என்பதம் செய்வினை முடித்தே’

மேலும், புறநானூறு 264ஆம் பாடலில், கோப்பெருஞ்சோழன் வடக்கிருந்ததை கூறும் பாடல் தொய்யா உலகம் என்று சொர்க்கத்தைக் குறிப்பிடுகிறது.

‘உயர்ந்த வேட்டத்து உயர்ந்திசினோர்க்குச்
செய்வினை மருங்கின் எய்தல் உண்டெனின்
தொய்யாவுலகத்து நுகர்ச்சியும் கூடும்
தொய்யாவுலகத்து நுகர்ச்சி இல்லெனில்
மாரிப்பிறப்பின் இன்மையும் கூடும்’

கங்கை (கண் அங்கை)

மடகாஸ்கர் தீவின் மத்திய பகுதியில் ‘அங்கராத்ரா; என்ற எரிநிலப்பகுதி உள்ளது. இந்த பகுதியில் தோன்றும் ஒரு நதி மடகாச்காரின் மேற்குப்பகுதியில் “மகாஜங்க” என்ற இடத்தில் கலக்கிறது. இந்த நதியின் பெயர் ‘பெட்சிபோகே’ என்று அழைக்கப்படுகிறது. இது கடலில் கலக்கும் இடம் நம்முடைய இந்தியாவில் உள்ள கங்கை நதி கடலில் கலக்கும் இடம் போல் உள்ளது. இந்த நதியின் இரு முக்கிய துணை

நதிகள் இகோப (*Ikopa*) மற்றும் கமோரோ (*kamoro*) நதிகள் ஆகும். பெட்சிபோக நதியின் நீர் செம்மண் நீராக ஓடும்.

இந்த நதியே கங்கை நதியாக இந்தியாவில் குடியேறிய ஆரியர்களால் கூறப் பட்டிருக்க வேண்டும். இதற்கான காரணங்களைப் பார்க்கலாம். பெட்சிபோக நதி உருவாகும் இடம் மடகாஸ்கர் தீவின் மத்தியில் இருக்கும் தலைநகரான அண்டனஅரிவோ பகுதியில் இருக்கும் அங்கராத்ரா என்ற எரிநிலப்பகுதி. அங்கராத்ரா என்பது அங்கை ஆரத் தீர என்ற பெயரின் திரிபாக இருக்கலாம். அங்கை என்பது கண்ணைக் குறிப்பதாக இருக்கலாம். இந்தி மொழியில் ஆங்க் என்றால் கண் என்று அர்த்தம். ஆங்காரம் என்பது கோபத்தைக் குறிப்பது. கோபத்தின் அறிகுறி கண்ணின் வழியே காணமுடியும். இன்னொரு கூற்றும் பார்த்தால் ஆரத்தீர என்பது அகத்தீ என்ற சொல்லாக இருக்கலாம். அங்கராத்ரா என்ற எரிநிலப்பகுதியில் தோன்றிய ஆறுக்கு கங்கா என்ற பெயர் வந்திருக்கலாம். செவ்வாய் கிரஹத்திற்கு அங்காரகன் என்ற பெயர் உண்டு.

கங்கா என்ற சொல் கண் அக்கி என்ற சொல்லின் திரிபாக இருக்கலாம். அக்கி என்பது சூடு அல்லது கண்ணைக் குறிக்கும். கண் அக்கி என்ற சொல்லே கங்கா என்று மாறியிருக்கவேண்டும்.

கண் அக்கி > கண்ணக்கி > கண்கி > கங்கா

மேலும் சிவப்பான தீக்கனலுக்கு கங்கு என்று பெயர் உண்டு. எனவே தங்கள் தாய்நிலம் என்று கருதி இந்தியாவிற்கு புலம் பெயர்ந்து வந்த ஆரியர்கள் வட இந்தியாவில் இமய மலையில் இருந்து தோன்றி வந்த நதியை தங்கள் மூதாதையர் நிலத்தில் இருந்த நதியின் பெயரை இட்டிருக்கவேண்டும். மேலும் இன்னொரு காரணம் பார்க்கலாம். கங்கை நதியின் முக்கிய துணை நதி யமுனை நதியாகும். இங்கு தான் கண்ணன் பிறந்த இடம் மதுராவும், பிருந்தாவனமும் உள்ளது. (இந்த மதுரா என்ற பெயரும் தாங்கள் வாழ்ந்த மூதாதையர் நிலத்தில் இருந்த இடத்தின் பெயராகும்). இந்த இடம் கோபர்கள் வாழ்ந்த இடம் என்று கூறப்படுகிறது. இதே போன்று பெட்சிபோக நதியின் முக்கிய துணை நதி இகோப நதி. இகோப நதி கங்கை நதியின் துணை நதியாகிய யமுனை நதியாக இருக்கலாம். இகோப என்பது கோப என்ற சொல்லாக கோபன் (நந்தகோபன்) என்ற அர்த்தமுடையதாக இருக்கலாம்.

பெட்சிபோக நதியின் இன்னொரு துணை நதியான கமோரோ என்பது குமரி என்ற சொல்லின் திரிபாக இருக்கலாம். சங்க இலக்கியங்கள் குமரி நதி பற்றி குறிப்பிடுகிறது. பட்சி போக நதியின் பெயரில் போக என்பது வாகை என்ற பெயராக இருக்கலாம். (வெற்றிவாகை சூடுதல் என்பது போல். ஒருவேளை பெட்சிபோக என்பது வெற்றிவாகை என்ற பெயராக இருக்கலாம்). இந்த வாகை என்ற பெயரே வைகை என்று பின்னாளில் மாறியிருக்க வேண்டும். வைகை ஆற்றின் கரையில் மதுரை நகரம் உள்ளது. அதே போல் பெட்சிபோக ஆற்றின் கரையில் மடிரோமிரஃபி (*Madiromirafy*) மற்றும் மடிரோவலோ (*Madirovalo*) என்ற நகரங்கள் உள்ளன. இதில் மடிரோவலோ என்ற இடத்தில் இந்த ஆறு நன்கு வளைந்து செல்கிறது. (தமிழ்நாட்டில் வலஞ்சுழி என்பது போல்.)

இன்னொரு காரணம் பார்த்தால் கங்கை நீர் கடலில் கலக்கும் இடத்தின் தன்மை பெட்சிபோக நதி கடலில் கலக்கும் இடத்தின் தன்மை போன்று உள்ளது.

பெட்சிபோக நதி முகத்துவாரம்

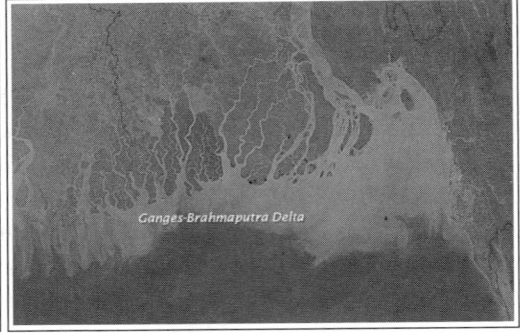
கங்கை நதி முகத்துவாரம்

மடகாஸ்கர் தலைநகர் அண்டனன்அரிவோ நகரிலிருந்து 30 கிலோமீட்டர் வடக்கே இலபி (Ilafy) என்ற குன்று உள்ளது. இந்த இடத்தின் பண்டைய பெயர் அம்போஹிதீரகங்கா (Ambohitrakanga). இதில் கங்கா என்ற பெயர் வருவது குறிப்பிடத்தக்கது.

சிவன் தலையில் கங்கை

இந்து மத தொன்மங்களில் கங்கை ஆறு சிவன் தலையில் உதிப்பதாக கூறப்படுகிறது. சிவன் என்பது எரிமலையைக் குறிப்பது என்ற கூற்றை ஏற்கெனவே கண்டோம். உயிரோடில்லாத எரிமலையின் வாயில் தோன்றும் ஏரியில் இருந்து ஆறுகள் உருவாவது இயற்கை. ஆனால் அவை வடிந்து ஆறாக மாறி ஓடும். சுமேரிய நாகரிக தொன்மங்களில் இந்திரன் தோள்களில் இருந்து இரு நதிகள் தோன்றி ஓடுவதாக சித்திரிக்கபடுகிறது. ஆனால் சிவனின் தலையில் இருந்து கங்கை பீய்ச்சி அடிப்பதாக சித்திரிக்கப்படுகிறது. இது எரிமலை உள்ள பகுதிகளில் நீர் நிலத்திலிருந்து பீய்ச்சி அடிக்கும் ஒரு இயற்கை நிகழ்வை குறிப்பதாக இருக்க வேண்டும். இந்த நீரின் கார, மற்றும் அமிலத்தன்மையினால் நாளாக நாளாக அந்த நீர் பீய்ச்சி அடிக்கும் இடத்தை sutrilum உப்பு சேர்ந்து அது மேடு போல் ஆகிவிடும். இப்போது அந்த இடம் அந்த மேடான பகுதியிலிருந்து பீய்ச்சி அடிப்பது போல் காணப்படும். இதற்கு கெய்செர் (Geyser) என்று பெயர். உலகில் பல நாடுகளில் எரிமலை உள்ள இடங்களில் இது உள்ளது. மடகாஸ்கரிலும் இது உள்ளது. இது மடகாஸ்கரின் தலைநகரிலிருந்து மேற்குப்பகுதியில் 120 கிலோமீட்டர் தூரம் இருக்கிறது. ஆனால் மடகாஸ்கரில் இது உள்ள இடத்தில் எரிமலைப் பகுதி இல்லையென்றும், இது செயற்கையாக உருவாக்கப்பட்டதென்றும் கூறப்படுகிறது. இது அங்கு சுரங்கப் பகுதியிலிருந்து வெளியேறும் நீர் குழாய் வழியாக செல்லும்பொழுது குழாய் உடைந்த பகுதியில் இருந்து நீர் பீய்ச்சி அடிப்பதாக கூறப்படுகிறது. நீரின் கார, அமிலத்தன்மையினால் அந்த இடத்தைச் சுற்றி பாறை போன்ற அமைப்பு உருவாகிவிட்டது என்று கூறப்படுகிறது. ஆனால் உண்மையில் இந்தப் பகுதி எரிமலைப் பகுதியாகும். இடாசி (Itasy) என்ற நில எரிமலைப் பகுதியாகும். இந்த எரிமலை உயர்ந்து நிற்கும் எரிமலையாக இல்லாமல் தரையோடு சேர்ந்து இருக்கும் (Vulcanoic Field) எரிநிலப்பகுதியாகும். இந்த எரிமலைப்

பகுதியில் உருவான இடாசி ஏரி இங்கிருந்து 30 கிலோமீட்டர் தூரத்தில் உள்ளது. எனவே இது இயற்கையாக உருவாகி இருக்கவேண்டுமே தவிர செயற்கையாக உருவாக்கப்பட்டிருக்காது.

மடகஸ்கார் கெய்செர் (அனலவோரி)

உலகில் உள்ள மற்ற சில கெய்செர்

புறநானூறு பாடல் (91) ஒன்றில் ஔவையார் சிவபெருமானை,

'பால்புரை பிறைநுதல் பொலிந்த சென்னி
நீலமணிமிடற்று ஒருவன்...'

என்று பாடுகிறார். இதில் பால்புரை என்பது பால் போன்று சொரியும் நீரை குறிப்பிட்டதாக இருக்கவேண்டும்.

சிவபாத சேகரன் > சிவ பாத சிகரன்

சிவபாதசேகரன் என்ற பெயர் சிவ பாதமுடைய சிகரன் என்று பொருளுடையதாக இருக்க வேண்டும். சிகரன் என்று குறிப்பது மடகாஸ்கர் தீவை குறிப்பதாக இருக்க வேண்டும். சிவ பாதம் என்பது மடகாஸ்கரின் தென் பகுதியைக் குறிப்பதாக இருக்கலாம். தென்பகுதியில் உள்ள அண்டன்ட்ராய் பகுதியை சிவ பாதமாக கருதியிருக்க வேண்டும். இதற்கு காரணம் சிபாக (*Sifaka*) என்ற லெமூர் வசிக்கும் இடம் மடகாஸ்கர் தென்பகுதியில்தான். இந்த லெமூர் புனித விலங்காக இங்கு கருதப்படுகிறது.

கருடனா, காக்கையா

இந்து மத புராணங்களிலும் தொன்மங்களிலும் கருடன் ஒரு உபகடவுளாக கருதப்படுகிறது. கருடனின் அடையாளம் அதன் கழுத்துப்பகுதி வெண்மை நிறத்தில் இருக்கும். இது விஷ்ணுவின் வாகனமாக கருதப்படுகிறது. அதே போன்று காக்கையும் இந்து மத வழிபாட்டில் ஒரு முக்கிய பறவையாகும். இந்து மத தொன்மத்தில் இறந்து போன மூதாதையர்கள் காக்கை உருவில் வருவார்கள் என்று நம்பப்படுகிறது. மூதாதையர் வழிபாடே பிற்காலத்தில் கடவுள் வழிபாடாக மாறியது என்று கண்டோம். காக்கை சனி பகவானின் வாகனம். மேலும் காக்கை மிக புத்திசாலியான பறவை. நோவா கடல்வெள்ளப்பெருக்கிலிருந்து தப்பித்து கப்பல் மூலம் புலம் பெயர்ந்து செல்லும்போது, கடலில் இருந்து நிலம் உள்ள திசையை அறிய காக்கையை பயன்படுத்தினார் என்று கூறப்படுகிறது. பண்டைய கால கடல் வாணிகத்திலும் கப்பல் மாலுமிகள் இதே போன்று காக்கையை வைத்து கடற்கரையை இருக்கும் திசையை அறிந்தனர். இதனால் தான் வீட்டில் காக்கை வந்து கத்தினால் விருந்தினர் வருவார்கள் என்ற கூற்றும் வந்தது.

மடகாஸ்கர் காக்கை

மடகாஸ்கரில் உள்ள காக்கைக்கு கருடன் போன்று கழுத்து மற்றும் மார்புப்பகுதியில் வெள்ளை நிறம் காணப்படுகிறது. எனவே பண்டைய குமரிக் கண்டத்தில், திராவிடர்கள் காக்கையையே கடவுளின் வாகனமாக, அதாவது மூதாதையரின் வாகனமாக கருதியிருக்க வேண்டும். இது பின்னாளில் சுமேரியா மற்றும் எகிப்து நாடுகளுக்கு புலம் பெயர்ந்த பின், அங்கு மதங்கள் தோன்றியபிறகு, ஆரியர்கள் என்று மாறிய பிறகு, இதுபோன்ற காக்கை அங்கு இல்லாத காரணத்தினால், காக்கைக்கு பதில் கருடன் கடவுளின் வாகனமாக ஏற்றுக்கொள்ளப்பட்டிருக்க வேண்டும். அதாவது விஷ்ணுவின் வாகனமாக. எகிப்து கடவுளான ஒசிரிஸ்தான் விஷ்ணுவாக இந்து மத

தொன்மங்களில் கூறப்படுகிறது என்று நாம் கடவுள் அதிகாரத்தில் கண்டோம். ஒசிரிஸ் ஒரு எகிப்திய மூதாதையர் மன்னராக இருக்கவேண்டும் என்று பிரமிடுகளில் உள்ள சித்திரங்கள் மூலம் அறியமுடிகிறது.

அனுமாரும், லெமூரும்

இந்து மத தொன்மங்களில் இருக்கும் ஒரு முக்கிய உப கடவுள் அனுமன் ஆகும். அனுமன் வாயு தேவனின் புத்திரன் என்று இந்து மத தொன்மங்கள் குறிப்பிடுகிறது. அனுமான் பற்றிய தொன்மக்கதைகள் பெரும்பாலும் ராமாயணத்தோடு தொடர்புடையது. அனுமன் சீதையைக் கண்டுபிடிக்க ராமனுக்கு உதவினார் என்றும், ராவணனோடு போர் புரியும்போது அவருக்கு உதவியாக இருந்தார் என்றும் ராமாயணம் மூலம் அறிகிறோம். அனுமான் சுக்ரீவனின் குலத்தில் இருந்தார். அனுமானுக்கு மாருதி என்ற பெயரும் உண்டு. அனுமன் என்றால் அன்(அண்) மன் என்று கூறலாம். அன் என்றால் வான் என்றும், மன் என்றால் மனிதன் என்ற பொருள்படும். அதாவது வான மனிதன் என்று அர்த்தம். தரையில் வாழாமல் உயரத்தில் வாழ்பவர் என்று அர்த்தம்.

அனுமன் குரங்கா அல்லது லெமுரா?!

சீதையைக் கண்டுபிடிக்க வான் மார்க்கம் மூலம் இலங்கைக்கு சென்று அசோகவனத்தில் சீதையைக் கண்டு பின்னர் ராவணனைக் கண்டு சீதையை விடுவிக்க வேண்டினார். ஆனால் ராவணன் இதைக் கேட்காமல் அனுமானின் வாலில் தீ வைக்கிறார். அங்கிருந்து தப்பிய அனுமான் இலங்கையின் தலைநகரத்திற்கு தீ வைத்து அழித்து பின்னர் ராமரிடம் திரும்புகிறார்.

அனுமனுக்கு உருமாறும் திறன் இருந்ததாக கூறப்படுகிறது. சிறிய பூனை உருவம் முதல் பெரிய உருவம் வரை உரு மாறக்கூடிய திறமை இருந்தது என்றும், இதை அனுமன் சூரிய பகவானிடமிருந்து பெற்றதாக கூறப்படுகிறது. போரில் காயம்பட்ட லக்குமனை காப்பாற்ற மூலிகைகள் உடைய சஞ்சீவி மலையை தூக்கி வந்தார் என்று தொன்மம் கூறுகிறது. மகாபாரதத்தில் போரில் அர்ஜுனன் தேரில் இருந்த கொடியில் அனுமனின் உருவம் பொறிக்கப்பட்டிருந்தது என்று கூறப்படுகிறது.

அழிந்து போன ஆளுயர மற்றும் கொரில்லா அளவுள்ள லெமூர் (வரைபடம்)

மடகாஸ்கர் தீவில் வாழும் லெமூர்கள் குரங்குகள் போன்றே அமைப்பை உடையவை. ஆனால் அவை குரங்கு இனத்தைச் சேர்ந்தவை இல்லை. இந்த லெமூர்கள் மடகாஸ்கர் நாட்டின் தேசிய விலங்காகும். சில லெமூர்கள் மனிதர்கள் போன்ற தோற்றம் உடையவை. மடகாஸ்கரில் நூற்றுக்கும் மேற்பட்ட லெமூர் வகைகள் உள்ளன. சிறிய எலி உருவ அளவு முதல் பெரிய குரங்கு உருவ அளவு வரையுள்ள லெமூர்கள் இருக்கின்றன. இவை மரத்தில் வாழ்பவை. பெரும்பாலும் இரவு நேரத்தில் திரிபவை. மடகாஸ்கரில் 2000 ஆண்டுகளுக்கு முன்பு கொரில்லா உருவ அளவில் லெமூர்கள் இருந்தன. பல மடகாஸ்கர் மக்களுக்கு லெமூர்கள் அவர்களுடைய மூதாதையர் ஆன்மா என நம்பிக்கை உள்ளது.

பெரும்பாலான லெமூர்கள் இலைகளையும், பழங்களையும் உண்டு வாழ்பவை. மற்றவை இவற்றோடு பூச்சிகளை உண்டு வாழ்பவை. அத்திப்பழம் மற்றும் ஆலம்பழம் இவைகளுக்கு முக்கிய உணவாகும். லெமூர்கள் உண்ணும் பழங்களில் வைட்டமின்சி அதிகமாக இருக்கும். வைட்டமின்–சி அதிகமாக இரும்பு சத்தை உறிஞ்சும் சக்தி கொண்டது.

இதனால் சில லெமூர்களுக்கு குறிப்பாக வாலில்லா லெமூர்களுக்கு ஹீமொசிடோரேசிஸ் (*Hemosiderosis*) என்ற ஒரு வகை குறைபாடு ஏற்படுகிறது. இது இரும்பு சத்து உடலில் கூடுதலாக ஏற்படும்போது ஏற்படக்கூடிய குறைபாடாகும். சில லெமூர்கள் மண்ணை உண்ணும் தன்மை கொண்டவை. இந்த மண்ணில் உள்ள தாதுக்களும், உப்புகளும் லெமூர்களுக்கு செரிமானத்தை அதிகரிக்கச் செய்கின்றன. சிபாக (*Sifaka*) என்ற லெமூர் கறையான் புற்று மண்ணை உண்கிறது.

சில லெமூர்கள் மரத்தில் தாங்கள் வாழும் எல்லையை மற்ற லெமூர்களிடமிருந்து பாதுகாக்க பலவிதமான செய்கைகள் செய்யும். சில நேரங்களில் முறைத்துப் பார்ப்பதும், உறுமுவதும், வாசனைத்தடம் பதிப்பதும், மரக்கிளையில் குதிப்பதும் போன்றவற்றை செய்கின்றன. இந்திரி என்ற லெமூர் வகை பாட்டுப்போட்டி (*Singing Battles*) நடத்தும்.

பெரிய தங்க மூங்கில் லெமூர்கள் (*Giant Golden Bamboo Lemur*) பெரிய மூங்கில் மரத்தை விரும்பி உண்பவை. இந்த மரத்தின் தாவரவியல் பெயர் *Cathariostachys Madagascariensis*. இது மடகாஸ்கரில் மட்டும் காணப்படும் மூங்கில் மரம். இந்த மரத்தின் இலையின் அடிப்பகுதியிலும், முளைக்கும் பகுதியிலும் சயனைட் என்ற நஞ்சு உடையது. இந்த நஞ்சு இந்த லெமூர் இனத்தை ஒன்றும் செய்யாது. இந்த வகை லெமூர்கள் மற்ற பாலூட்டிகளை மரணமடையச் செய்யும் சயனைட் நஞ்சின் அளவை விட 12 மடங்கு அளவு சயனைட் நஞ்சை தினமும் உண்ணும் திறன் உடையது. சில லெமூர்கள் நஞ்சை உண்ணும் போது, அந்த நஞ்சினால் அவைகளுக்கு ஒன்றும் நேரவில்லை ஒரு அமெரிக்க ஆய்வு மையம் தெரிவிக்கிறது. சில லெமூர்கள் மூலிகைகளை விரும்பி உண்பவை.

சில லெமூர்கள் நன்கு ஓசை எழுப்பி பாடுவது போல் ஓசை எழுப்பும். இந்த ஓசை பல மைல் தொலைவு உள்ள லெமூர்களோடு தகவல் தொடர்பிற்கு உதவுகிறது.

எலி போன்ற லெமூர் மற்றும் பெரிய லெமூர்

சுமேரியஉருளைச் சித்திரத்தில் காணப்படும் குரங்கு

சிபாக லெமூர்

லெமூர்கள் சில மரங்களின் மகரந்த சேர்க்கைக்கு உதவியாக இருக்கிறது. முக்கியமாக ரவேனால என்ற மரம் இதைச் சார்ந்து இருக்கிறது. மடகாஸ்கர் தொன்மங்களில் இந்திரி என்ற லெமூர் மனிதர்களுக்கு உதவும் பண்பு கொண்டது என்று கூறுகிறது. இதற்கு மலகாசி மொழியில் பாபாகோட்ட (babakota) என்று பெயர். இதற்கு 'தந்தையுடைய மகன்' அல்லது 'மனிதனின் மூதாதையர்' என்று அர்த்தம்.

தென் மடகாஸ்கர் பகுதியில் காணப்படும் சிபாக (Sifaka) எனப்படும் லெமூர் உடலெங்கும் வெள்ளை நிறமுடையது. இவை தாவர உண்ணிகள். உணவு தேடாத

சிபாக லெமூர் குதித்து குதித்து செல்லும் படம்

போது இவை கிளைகளில் சாய்ந்து சூரியக்குளியல் எடுக்கும். சில லெமூர்கள் தங்கள் உடம்பை சூடாக வைத்துக்கொள்ள தங்களின் உடல் சூட்டை உபயோகிக்காமல் சூரிய வெப்பத்தை உபயோகித்துக் கொள்கின்றன. இந்த சிபாக லெமூர்கள் நன்றாக மரம் விட்டு மரம் தாண்டக்கூடியது. இது பார்ப்பதற்கு பறந்து செல்வது போல் இருக்கும். இவை தரையில் செல்லும்போது பக்கவாட்டில் குதித்து குதித்து செல்லும். இது பார்ப்பதற்கு நடனமாடுவது போல் தோன்றும்.

ஆமை வழிபாடு

இந்து மத வழிபாட்டுத் தலங்களில் ஆமை சின்னம் காணப்படுகிறது. குறிப்பாக இந்து கோவில்களில் உள்ள கொடி மரத்தை அல்லது விளக்கு தூண்களை சுமந்து கொண்டு இருப்பது போல் காணப்படுகிறது. இந்த ஆமை உருவம் தட்டையான உருவ அமைப்பு உடையதாக காணப்படுகிறது. அதன் பிற்பகுதியில் சிறிய வால் போன்ற அமைப்பு காணப்படுகிறது. இந்த வகை ஆமை மடகாஸ்கரில் காணப்படுகிறது.

இந்து கோவில்களில் காணப்படும் ஆமை உருவம்

எரிம்னோசெலிஸ் மடகாஸ்கரினேசிஸ் (Erymnochelys Madagascarenesis)

இதற்கு பெரிய தலை ஆமை (big headed turtle) என்று பெயர். இதனுடைய விலங்கியல் பெயர் எரிம்னோசெலிஸ் மடகாஸ்கரினேசிஸ் (Erymnochelys Madagascarenesis) என்று பெயர். இந்த வகை ஆமை மடகாஸ்கர் தீவில் மட்டுமே காணப்படும் ஆமை. இதுவும் மடகாஸ்கர் பண்டைய குமரிக்கண்டமாக இருக்கலாம் என்பதற்கு ஒரு சான்றாகும்.

தெய்வம், ஆண்டவன், இறைவன், கடவுள் கூற்றுகள்

தெய்வம் என்ற சொல் தேய் அவம் என்ற பொருளில் சந்திரனைக் குறிப்பதாக இருக்கலாம் என்ற கூற்றை வைத்தோம். இதேபோல் இன்னொரு கூற்று என்னவாக இருக்கலாமென்றால் தேயம் என்ற சொல் நாட்டை அல்லது ஒரு நிலப்பகுதியைக் குறிப்பது. அவ என்றால் மூதாதையரைக் குறிப்பது. எனவே தேய அவம் என்ற சொல்லே தெய்வம் என்று மருவியிருக்க வேண்டும். இந்த சொல்லே சமஸ்கிருதத்தில் தேவன் என்று மாறியிருக்கவேண்டும்.

இதே போல் ஆண்டவன் என்ற சொல்லும் அண்ட அவம் என்ற சொல்லிலிருந்து வந்திருக்க வேண்டும். அண்ட என்றால் நிலத்தைக் குறிக்கும் குறிப்பாக மலை மேல் உள்ள நிலத்தைக் குறிப்பதாகும். எனவே மலை நில மூதாதையரைக் குறிக்கும் சொல் ஆண்டவன்.

அண்ட அவன் > அண்டவன் > ஆண்டவன்;

இதே போன்ற சொல் மலகாசி மொழியில் அன்ட்ரியான என்று சொல்லப் படுகிறது. இதற்கு மாண்புமிகு என்று அர்த்தம். அண்ட அரி அன என்ற சொல்லிலிருந்து இது வந்திருக்கவேண்டும். அண்ட என்றால் நிலம்; அரி (ஹரி) என்றால் மூதாதையர் அல்லது சக்தி; சனஹரி என்பது மடகாஸ்கர் மக்களின் முதன்மை தெய்வம். அன என்ற சொல் மூத்த அல்லது மேலே என்ற அர்த்தமுடைய மரியாதை சொல்லான 'அண்ண' என்பதைக் குறிப்பதாகும்.

அண்ட அரி அன > அன்ட்ரியான;

அண்டார்டிக்கா – அண்ட ஆர்டிக் – அண்ட ஆர திக்கு;

ஆர்டிக் என்ற சொல்லே ஆரத் திக்கு என்பதாக இருக்கவேண்டும்.

வேதங்கள் எதைக் குறிக்கின்றன?

இந்து மதத்தின் முக்கியமான நூல்களுள் வேத நூல்களாகும். வேதங்கள் தொன்றுதொட்டு நூலாக எழுதப்படாமல் பரம்பரை பரம்பரையாக வாய்வழியே உருவாக்கி, வாய்வழி மட்டுமே பயிற்றுவிக்கப்பட்டும், ஓதப்பட்டும் வந்தன. ஓராயிரம் ஆண்டுகளுக்கு முன்புதான் அவை நூல்களாக எழுதப்பட்டன. வேத நூல்கள் ரிக், யஜுர், சாம மற்றும் அதர்வண வேதங்கள் என நான்கு வகைப்படும்.

ஆதியில் வேதம் ஒரே நூலாக இருந்தது என்றும் துவாபர யுகத்தில் அது நான்காகப் பிரிக்கப்பட்டது என்றும் கூறப்படுகிறது. இதில் ரிக் வேதமே பழைமையானது என்றும், அதர்வண வேதம் கடைசியாக தோற்றுவிக்கப்பட்டது என்று கூறுவர். வேதம் த்ரயி (வேதம் மூன்று) என்பதன் மூலம் முதலில் ரிக், யஜுர், மற்றும் சாம ஆகிய மூன்று வேதங்களே இருந்தன என்றும், பின்னாளில் அதர்வண வேதம் வந்தது என்றும் கூறுவர்.

வே என்ற தமிழ் சொல்லுக்கு மறை (மறைத்து வைத்தல்/ஒளிந்த) என்ற அர்த்தம் உடையது. உதாரணமாக தாவரத்தின் வேர் மண்ணில் மறைந்து இருப்பதால் 'வேர்' எனப்பட்டது. வீட்டை மறைத்து அதைச் சுற்றி பாதுகாப்பாக மறைப்பு உண்டாக்குவதால் அது வேலி என்று சொல்லப்பட்டது. மறைந்திருந்து விலங்குகளை தாக்கி வேட்டையாடும் மனிதன் வேடன் எனப்பட்டான். வீட்டில் மேலே கூரைகள் இட்டு மறைக்கும் செயலுக்கு வேயுதல் என்று பெயர். இதே போன்று வேதம் எனப்படுவது 'வே ஓதம்' அல்லது 'வே அதம்' மறைத்து ஓதுதல் என்ற அர்த்தத்தில் இருக்கலாம். அதம் என்பது அதட்டுதல் என்பதோடு தொடர்புடையது. வேதம் மற்ற சமூகத்தினருக்கு தெரியாமல் அல்லது சொல்லிக்கொடுக்காமல் ஒரு குறிப்பிட்ட சமூகத்தினர் மட்டுமே மறைத்து ஓதப்பட்டு வந்ததால் அதற்கு வேதம் என்று பெயர் வந்திருக்கலாம். வேதத்திற்கு தமிழில் மறை என்று பெயர். மறை என்பது மறைத்த என்ற அர்த்தம் உடையது.

ரிக் வேதம் தேவதைகளை துதி கூறி வணங்கும் பொருளைத் தருகிறது. இந்த தேவதைகள் அக்னி, வருணன், இந்திரன், ருத்ரன், வாயு ஆகியவை ஆகும். இவற்றுடன் எல்லாம் வல்ல ஒரு சக்தியை பற்றியும் துதிகள் கூறப்படுகின்றன. ரிக் வேதத்தில் பிற்பகுதியில் வரும் செய்யுள்களில் விஷ்ணு பற்றிய துதிகள் வருகின்றன.

யஜுர் வேதம் உயிர் நீத்த முன்னோர் கர்மங்கள், யாகங்கள் புரிவது, தானங்கள் கொடுப்பது பற்றிய விளக்கங்கள் கூறப்பட்டுள்ளன. நோன்பு விரதங்கள், வேள்வி, பலிகள் முதலியவை பற்றி யஜுர் வேதத்தில் விளக்கங்கள் உள்ளன.

சாம வேதம் தெய்வ சக்தி வழிபாட்டையும், பாவம் நீக்கும் வழிகளையும் கூறுகின்றது. 'ரிக்'கில் கீதியைச் சேர்த்து இசைத்தால் சாமம் எனப்படும். இசை இந்த வேதத்திலிருந்தே வளர்ந்து உள்ளது என்று கூறுவர். ரிக் வேதத்தில் வரும் செய்யுள்களின் மாதிரியானவையே சாம வேதத்திலும் வருகின்றது என்று கூறுவர். இதில் ஞானத்திற்கு பதில் தெய்வங்களை வணங்குவதாகவும், பிரார்த்தனை செய்வதாகவும் கூறப்படுகின்றது.

அதர்வண வேதம் மந்திர, தந்திரங்கள் செய்யும் சடங்குகளைக் கூறுகிறது. எதிரிகளை வென்றழிக்கவும், ஏவல் இடர்ப்பாடுகளை உண்டாக்கவும், சூதாட்டம், போர் முதலியவற்றில் தொடர்ந்து வெற்றி பெறவும், பிராயசித்தம் செய்யும் வழிகளையும் கூறுகிறது. தருவ என்றால் அச்சம் எனப் பொருள்படும். அதருவ என்றால் அச்சமற்ற தன்மை என்று பொருள் என்று கூறப்படுகிறது. மனிதரில் மனதில் அல்லது வாழ்வில் ஏற்படும் அச்சத்தை நீக்க ஓதப்படும் வேதம் என்பதால் இதற்கு அதர்வண வேதம் என்று பெயர் ஏற்பட்டது என்றும் கருதுகின்றனர்.

மேற்கூறிய விளக்கங்களை உற்று பார்க்கையில் நான்கு வேதங்கள் என்பது நான்கு வகையான நிலங்களில் அல்லது நான்கு யுக காலங்களில் இருந்த வாழ்வியல் முறைகளை உரைப்பதாக இருக்கலாம். ரிக் வேதம் மனிதன் ஆதி காலத்தில் குறிஞ்சி நில அல்லது முதல் யுகமான கிருத யுகத்தின் வாழ்வியலைக் குறிப்பதாக இருக்கவேண்டும். இக்காலத்தில் வழிபாடு என்பது நெருப்பு, மழை, இடி, மின்னல் ஆகிய இயற்கை சக்திகளை வணங்குவதாக இருந்தது. இவையே ரிக் வேதத்தில் அக்னி, இந்திரன், வருணன், ருத்ரன் ஆகிய தேவதைகளாக வர்ணிக்கப்பட்டன. ரிக்

வேதத்தில் விஷ்ணு பற்றிய செய்யுள்கள் பிற்பகுதியில் வருகின்றது. விஷ்ணு என்ற பெயர் வேட்டன் (வேடன்) என்ற சொல்லிலிருந்து வந்திருக்கலாம் என்று கடவுள் வழிபாடு அத்தியாயத்தில் கண்டோம். வேடன் அல்லது வேட்டன் என்பது குறிஞ்சி நில மக்களைக் குறிப்பது. கிருத யுகம் என்பது வேட்டுவத் தொழில் செய்து வந்த காலத்தைக் குறிப்பதாக இருக்கவேண்டும். எனவே ரிக் வேதம் என்பது குறிஞ்சி நில மற்றும் கிருத யுக மக்களின் வாழ்வில் இருந்த வழிபாடு முறைகளை கூறுவதாக இருக்கவேண்டும். ரிக் என்ற சொல் இருக்கு அல்லது அரிக்க என்ற சொல்லின் திரிபாக இருக்கவேண்டும். இருக்கு அல்லது அரிக்க என்பது மலை அல்லது குன்றுகளைக் குறிக்கும் சொல்லாக இருக்கலாம். இருக்கன்குடி, அரிக்கமேடு ஆகிய இடப்பெயர்கள் தமிழகத்தில் உண்டு. இருக்கு வேளிர் பற்றி கபிலர் கூறியுள்ளார். பாரியின் மகளிரை இருக்கு வேள் என்ற சிறு அரசனை கபிலர் வேண்டியதாக சங்க இலக்கியங்களில் குறிப்பு உள்ளது.

யஜுர் வேதம் என்பது மேய்ச்சல் மற்றும் உழவுத்தொழில் ஏற்பட்ட காலத்தில் உள்ள வாழ்வியல் முறைகளைக் குறிப்பதாக இருக்கலாம். ஆயர் என்ற சொல்லே யஜுர் என்று மருவியிருக்கவேண்டும். எனவே யஜுர் வேதம் என்பது ஆயர் வேதம் என்பதாக இருக்கலாம். ஆயர்களின் வாழ்வியலில் மூதாதையர் வழிபாடு முக்கியமாக இருந்திருக்கும். இது திரேதா யுகத்தைக் குறிப்பதாக இருக்க வேண்டும். இந்த யுகத்தில் வேட்டுவத்தொழிலில் இருந்து மக்கள் உழவுத்தொழில் செய்ய ஆரம்பித்தனர். இந்த யுகத்தில் குடிகளுக்கிடையில் ஆநிரை கவர்தல் போர்கள் நடந்திருக்கும். அதில் இறந்த தலைவர்களுக்கும், வீரர்களுக்கும் நடுகல் நட்டு வணங்கி, அவர்களின் பெயரில் கால்நடைகள் தானமாக கொடுத்து பலியிடப்பட்டிருக்க வேண்டும். எனவே ஆயர் குல மற்றும் திரேதா யுக மக்களின் வாழ்வியல் முறைகளைக் கூறும் வேதம் தான் யஜுர் வேதமாக இருக்கவேண்டும்.

சாம வேதம் என்பது பெரிய அரச அமைப்புகள் உண்டான பிறகு, வாணிகத் தொழில் நன்கு வளர்ச்சியடைந்த காலகட்டத்தில் இருந்த வாழ்வியல் முறையைக் கூறுவதாக இருக்கலாம். இந்த காலத்தில் அரசர்கள் தெய்வங்களாக அல்லது கடவுள்களாக வழிபடப்பட்டனர். மக்கள் பல கடவுள்களை வழிபட்டனர். இக்காலகட்டத்தில் மதங்கள் தோன்றின. இது துவாபர யுகத்தின் வாழ்வியல் முறையாகும். தத்துவங்களும், தொன்மங்களும் இக்காலத்தில் வளர்ச்சியடைந்தன. கோவில்களும், இசை வழிபாடுகளும் தோன்றின. எனவே சாம வேதம் என்பது மருத நில அல்லது வாணிக யுக வாழ்வியலைக் குறிப்பதாக இருக்கவேண்டும்.

அதர்வண வேதம் என்பது பாலை நில அல்லது கலி யுக வாழ்வியலைக் குறிப்பதாக இருக்கவேண்டும். பாலை நில மக்களின் தெய்வம் கொற்றவை மற்றும் காளி ஆகும். இதன் வழிபாட்டுச் சடங்குகள் மந்திர, தந்திரங்கள் மற்றும் ஏவல் சடங்குகள் நிறைந்தது ஆகும். பாலை நில மக்களின் தொழில், போர் புரிந்து அல்லது ஏமாற்றி கொள்ளையடித்தல் ஆகும். இப்படிப்பட்ட நிகழ்வுகள் நடந்த காலத்தையே கலி யுகம் என்று குறிப்பிட்டனர்.

எனவே நான்கு வேதங்களும் நான்கு நில அல்லது நான்கு யுக மக்களின் வாழ்வியல் முறைகளை சங்கேத மொழியில் மறைவாக செய்யுள்களின் மூலம் கூறுகின்றன.

கலாசாரம்

பரல் உடை மருங்கின் பதுக்கை சேர்த்தி
மரல் வகுத்து தொடுத்த செம்பூங் கண்ணியோடு
அணிமயில் பீலி சூட்டி, பெயர் பொறித்து
இனிநட் டனரே! கல்லும்; கன்றோடு
கறவை தந்து பகைவர் ஓட்டிய
நெடுந்தகை கழிந்தமை அறியாது
இன்றும் வருங்கொல், பாணரது கடும்பே? (புறநானூறு 264)

பகைவர்கள் கவர்ந்து சென்ற ஆநிரைகளையும் அவற்றின் கன்றுகளையும் மீட்டு கொணர்ந்து கொண்டு வந்து சேர்த்த போரில் இறந்த வீரனுக்கு நடுகல் நட்டு அதைச் சுற்றிலும் கல்லால் ஆன பதுக்கை கட்டி, அந்த நடுகல்லிற்கு செம்பூ மாலையும், மயில் தோகையும் சூட்டி அலங்கரித்து வழிபட்டனர் என்று புறநானூறு 264ஆம் பாடலின் மூலம் அறியமுடிகிறது.

பண்டைய திராவிடக் கலாசாரத்தில் இறந்தோர் இறுதிச்சடங்கு ஒரு முக்கியமான வாழ்வியல் முறையாக இருந்தது. இவர்கள் வாழ்வியலில் முக்கியமான வழக்கம் வெட்சி – கரந்தை எனப்படும் மாடுகளைக் கவர்ந்து செல்லும் போரும், பின் அவைகளை மீட்டு வரும் போரும் முக்கிய அங்கமாக இருந்தது. இதுவே ஒரு குடியின் பெருமையை உணர்த்தும் செயலாக இருந்தது. இந்தப் போர்களில் இறந்தோர்க்கு கொடுக்கப்படும் இறுதிச்சடங்கு மிகவும் முக்கியமான ஒன்று. இந்த போரில் இறந்த வீரனுக்கு அவன் இறந்த இடத்தில் அல்லது ஊரில் அவனுக்கு நடுகல் நட்டு அதற்கு மாலையணிந்து, படையல்கள் இட்டு வணங்கும் வழக்கம் இருந்தது. கால் நடை வளர்க்கும் இனத்தலைவன் பெயர், மயில் பீலி அணிந்து பாதையோரச் சிறுவழியில் பந்தரிட்டு நாட்டப்பட்ட நடுகல் மீது எழுதப்பட்டது என்று வடமோதங்கிழார் பாடியுள்ளார். இறந்தோரை புதைத்த இடத்தில் நடுகல் நடுவது பெருங்கற்கால நாகரிகமாகும். புதைக்கும் ஈமச்சடங்கில் தாழி, குழிசி, கல், இடம்பெறுவது இந்நாகரிகத்தின் தனித்த பண்பாகும். இதன் இறுதி நிலை நடுகல்லாகும். கால்நடை இனக்குழு வாழ்ந்த ஊருக்கு வெகுதொலைவில் இருந்த பாறை முதிர்ந்த பறந்தலையில் கடுமான் தோன்றல் என்ற தலைவனின் நடுகல்லுக்கு பல் ஆன் கோவலர் படலை மாலை சூடி வழிபடுவர். நடுகல்லைச் சுற்றிலும் கல் அடுக்கி அதனைப் பதுக்கை ஆக்குவர். இந்த நடுகற்களுக்கு 'வல்லாண் பதுக்கைக் கடவுள்' என்று பெயர். நடுகல்லோடு சேர்த்து மயிற்பீலிகளைக் கட்டுவர். உடுக்கு அடிப்பர். தோப்பி என்னும் கள் வைத்துப் படைப்பர். உயிரினங்களைப் பலியிடுவர். இந்தப் பதுக்கைக் கோயில்கள் வழிபாதைகள் கூடுமிடத்தில் அமைக்கப்பட்டிருக்கும் என்று சங்க இலக்கியங்கள் மூலம் அறியப்படுகிறது. வெட்சிப் போரில் இறந்தவர் கல் வேடியப்பன் கல் என்றும், கரந்தைப் போரில் இறந்தவர் கல் சாணாரப்பர் கல் என்றும் கூறப்பட்டது.

மேலே கூறப்படும் கலாசார சடங்குகள் மடகாஸ்கர் தீவில் உள்ள பழங்குடிகளில் இன்றும் காணப்படும் வழக்கமாகும். ஆனால் காலத்திற்கேற்ப சில மாற்றங்கள் ஏற்பட்டுவிட்டன. மயில் பீலிக்கு பதிலாக கொடிகள் நடப்படுகின்றன. மடகாஸ்கரில்

மடகாஸ்கர் கல் பதுக்கை

நடுகல்லும் அதனைச் சுற்றி கல் பதுக்கைகள்

இறந்தோர் இறுதிச்சடங்கே மிகவும் பெருமை வாய்ந்த கொண்டாட்டமாகும். இந்த சடங்கும், கொண்டாட்டமும் பல நாட்கள் நடைபெறும். இந்த கொண்டாட்டத்தின் முக்கிய பொருள் மாடு ஆகும். இந்த சடங்கில் மாடுகள் இறந்தவரின் வசதிக்கேற்ப பலியிடப்படும். சில நேரங்களில் மாடுகளின் எண்ணிக்கை நூற்றுக்கணக்கில் இருக்கும். இந்த சடங்கிற்கு தொலை தூரத்திலிருந்து உறவினர்கள் வருவர். இந்த கொண்டாட்டத்தில் மது மிகவும் முக்கிய பொருளாகும். நடுகல் மற்றும் கல்பதுக்கை கலாசாரம் இன்றும் மடகாஸ்கரில் உள்ளது. சங்க இலக்கியங்களில் கூறப்பட்டிருப்பது போல் பாதையோரங்களில் நடுகல், மற்றும் ஊருக்கு தொலைவில் பாறை முதிர்ந்த இடத்தில் பதுக்கை போன்றவை காணப்படுகின்றன. மடகாஸ்கரில் உள்ள பல பழங்குடிகளில் இன்றும் காளை கவர்வது அதாவது வெட்சிப் போர் நடக்கிறது. ஆனால் இது பண்டைய காலத்தில் வேல் ஆயுதம் கொண்டு செல்வதில்லை. இப்போது துப்பாக்கியை வைத்து இந்த கவர்தல் நடக்கிறது. ஒரு பழங்குடியில் ஒரு ஆண், காளை கவர்தல் செய்திருந்தாலே அவன் திருமணம் செய்ய தகுதியானவன் ஆகிறான்.

காளை உருவம் பொறித்த நெடிய நடுகல்

பாதையோரம் நடுகற்கள்

ஊருக்கு தூரத்தில் பறந்தலையில் நடுகல்பதுக்கை

இந்த நடுகல் மற்றும் கல்பதுக்கை வழக்கமே பிற்காலத்தில் இங்கிருந்து மக்கள் வெள்ளப்பெருக்கில் சுமேரியா மற்றும் எகிப்து ஆகிய இடங்களுக்கு புலம் பெயர்ந்த பிறகு சிகுராத் மற்றும் பிரமிடுகள் அமைக்க காரணமாக இருந்திருக்க வேண்டும். அதுவே கடவுள் வழிபாடாகவும், கோவில்கள் கட்டி வழிபடும் கலாசாரமாக பிற்காலத்தில் மாறியிருக்க வேண்டும் என்று கடவுள் வழிபாடு அத்தியாயத்தில் கண்டோம்.

மது படைத்தல்

இறந்தோருக்கு படையல் இடும்போது மது படைக்கும் வழக்கம் இன்றும் தென்னிந்தியாவில் பல குலங்களிடம் காணப்படுகிறது. பண்டைய சங்க இலக்கியங்களில் வெட்சி, கரந்தை எனப்படும் ஆநிரை கவர்தல், மீட்டல் ஆகிய போர்களில் இறந்த வீரர்களுக்கு நடுகல் நட்டு, கள் படைத்து, மாட்டினை பலி கொடுத்து அதன் ரத்தத்தை அந்த நடுகல் மீது தெளிப்பர். மடகாஸ்கர் பழங்குடிகளிடம் இதுபோன்ற வழக்கம் இன்றும் உள்ளது. ஒருவரின் இறுதிச்சடங்கில் அல்லது நினைவுச்சடங்கில் சாராயம் அல்லது கள் படைத்து, மாடுகள் பலி கொடுத்து அதன் ரத்தத்தை சமாதியை சுற்றிலும் தெளிப்பர்.

சமுதாயப் பிரிவுகள்

கலாச்சாரம் அத்தியாயத்தில் ஒரு சமுதாயத்தில் மக்களிடையே குல ரீதியான பிரிவுகள் எப்படி தோன்றியிருக்கும் என்ற ஒரு கருத்தை கண்டோம். அது மக்கள் வாழ்ந்த நில அமைப்பைப் பொறுத்தே தோன்றியிருக்க வேண்டும் என்று கூறப்பட்டது.

மேலே கூறியது போல் உள்ள குடிமுறை அமைப்பு மடகாஸ்கர் தீவில் உள்ள பழங்குடிகளிடமும் காணப்படுகிறது இந்த குடிமுறை அமைப்பே பின்னாளில் நாகரிகம் தோன்றிய பிறகு சாதி முறை அமைப்பாக மாறியிருக்க வேண்டும். மலையின் மேல் பகுதியில் வாழ்ந்த குடிகள் மேல்குடி அல்லது மேட்டுக்குடி என்றும், கீழ்ப்பகுதிகளில் வாழ்ந்த குடிகள் கீழ்க்குடி என்றும் ஆகியிருக்க வேண்டும். கீழ்க் குடிப் பகுதியில் இயற்கை வளங்கள் பெரிதும் இல்லாததால், இந்த குடிகள் இயற்கை வளம் மிகுந்த மேட்டுக்குடிகளை சார்ந்து வாழ வேண்டி இருந்தது. இதனாலேயே

மடகாஸ்கர் மத்திய உயர் நில மெரீனா இன குடியிருப்புகள்

கீழ்க்குடி என்பது தாழ்ந்த குடியினர் என நினைக்க வழி வகுத்தது. எனவே சாதி முறை என்பது மனிதன் தனித்தே வகுக்காமல் அது வாழ்க்கை முறையின் ஒரு பரிணாமமாக உருவாகி வந்தது.

மேலும் பண்டைய காலத்தில் பல்லாயிரம் ஆண்டுகளுக்கு முன்பு மலை மேல் வாழ்ந்த பழங்குடிகள் புவியியல் அமைப்பின்படி மேட்டுக்குடிகள் என்று கூறப்பட்டிருந்தால் பின்பு எப்படி தற்போதைய காலத்தில் மலை மேல் வாழும் பழங்குடிகள் பிற்படுத்தப்பட்ட வகுப்பினர் ஆனார்கள்? அதற்குக் காரணம் என்னவாயிருக்கும்?

அதற்கு காரணம் என்னவாயிருக்குமென்றால் வாணிகத் தொடர்பும் மற்றும் வாணிக மற்றும் நாகரிக வளர்ச்சியும் ஆகும். எப்படி? பல்லாயிரம் ஆண்டுகளுக்கு முன்பு மலை மேல் வாழ்ந்த பழங்குடிகள் புவியியல் அமைப்புப்படி மேட்டுக்குடிகள் என்று கூறப்பட்டது மலை மேல் வாழ்ந்த இயற்கை வளம் கொண்டு சுகமான வாழ்வு வாழ்ந்ததனால் இருந்திருக்க வேண்டும் என்று ஏற்கெனவே பார்த்தோம். ஒரு

நிலத்தின் கீழ்ப்பகுதி அல்லது பாலை அல்லது அது சார்ந்த கடற்கரை பகுதிகளில் வாழ்ந்தவர்கள் கீழ்க்குடிகள் என்று கருதப்பட்டது அவர்களுக்கு இயற்கை வளம் பெரிதளவு இல்லாததால் அவர்கள் வாழ்வு கடினமானதாகவும், மலைமேல் வாழ்ந்த மக்களைச் சார்ந்து வாழ்ந்திருந்ததனாலும் ஆகும். இது ஆயிரக்கணக்கான ஆண்டுகள் வரை வேட்டைத்தொழில் இருந்த காலம் தொடங்கி, உழவுத்தொழில் கண்டுபிடிக்கப்பட்ட காலம் வரை இருந்திருக்கவேண்டும். இந்த காலங்களுக்கு அடுத்து வாணிகத்தொழில் வளர்ச்சி அடைந்திருக்க வேண்டும். குறிப்பாக கடல் கடந்த வாணிகத் தொழில் வளர்ச்சி அடைந்திருக்க வேண்டும். இந்த வாணிகத்தில் கப்பல் கரையை அடைந்தபின் வாணிகர்கள் முதலில் சந்தித்த மக்கள் கடற்கரை பகுதிகளில் வாழும் கீழ்க்குடி மக்களாகும். இவர்களே வாணிகர்களுக்கு மேல்குடி மக்களுடன் வாணிகத் தொடர்பை ஏற்படுத்திக் கொடுத்திருக்க வேண்டும். பின்னர் நாளடைவில் இவர்களே வாணிகர்களாக மாறியிருக்க வேண்டும். ஏற்கெனவே கடற்கரை பகுதிகளில் வாழ்ந்ததனால் படகுகளின் மூலம் கடல் பயணம் நன்கு தெரிந்தவர்களாக இருந்ததனால் இவர்களுக்கு கடல் வாணிகம் எளிதில் கைகூடியிருக்க வேண்டும். பின்னாளில் பெரிய கப்பல்கள் செய்யும் தொழில்நுட்பம் கற்றுத் தேர்ந்தவர்களாக ஆகியிருக்க வேண்டும்.

கடல் வெள்ளப்பெருக்கு ஏற்பட்ட பொழுது இவர்களே பெரிய கப்பல்கள் மூலம் எளிதல் புலம் பெயர்ந்திருக்க வேண்டும். வாணிகத் தொழில் மூலம் வெளிநாட்டில் இருந்து வந்த வளர்ச்சியடைந்த நாகரிகம் வாழ்வு முறை இவர்களுக்கு வந்திருக்க வேண்டும். புதிய கண்டுபிடிப்புகள் இவர்கள் கண்டுபிடித்து இவர்கள் வாழ்வு மேம்படைந்திருக்க வேண்டும். ஆனால் இந்த வகை நாகரிக வளர்ச்சி மலைமேல் வாழ்ந்த பழங்குடி மக்களுக்கு அரிதாகவே கிடைத்திருக்க வேண்டும். அவர்கள் இயற்கையோடு சார்ந்த பண்டைய கலாசார வாழ்வு முறையை தொடர்ந்திருக்க வேண்டும். இன்றும் உலகில் பல பழங்குடிகள் பல்லாயிரம் ஆண்டுகளுக்கு முன்பிருந்த கலாசார வாழ்வு முறைப்படியே வாழ்ந்து கொண்டிருக்கின்றனர். இவர்களை நாம் ஆதிவாசிகள் என்றும், தொல்குடிகள் என்றும், பழங்குடிகள் என்றும் கூறி பிற்படுத்தப்பட்ட வகுப்பில் இணைத்து விட்டோம். அதேபோல் வளர்ச்சியடைந்த சமூகத்திலும் பொருளாதார அடிப்படையில் நன்றாக பொருள் வசதி உள்ள மக்கள் மேல்குடி மக்கள் என்றும், மத்திய பொருளாதார வசதி உள்ள மக்கள் நடுத்தர மக்கள் என்றும், பொருளாதார வசதி இல்லாத மக்கள் கீழ்க்குடி மக்கள் என்றும் ஒரு வகையான சமுதாயப்பிரிவுகள் ஏற்பட்டது.

(மடகாஸ்கரில், தெற்குப்பகுதியில் அனோசி பகுதியில் நிலம் வறண்ட நிலமும், பின் கடற்கரை சார்ந்த நிலமும் ஆகும். இங்கு ஒரு துறைமுகம் உண்டு. பல நூற்றாண்டுகளுக்கு முன்பு, இந்த பகுதியே மடகாஸ்கருக்கு முக்கிய துறைமுகம் ஆகும்)

புளிய மரமும், பேயும்

தமிழக நாட்டுப்புற வழக்கில் புளியமரத்தில் பேய் இருக்கும் என்ற பேச்சு கூறப்படும். சங்க காலத்தில் வாழ்ந்த மக்களிடம் பேய் நம்பிக்கை இருந்தது கீழே காணும் புறநானூறின் வரிகள் மூலம் அறிய முடிகிறது.

வாய்வன் காக்கையும் கூகையும் கூடிப்
பேய் ஆயமொடு பெட்டாங்கு வழங்கும் காடு (பு.நா. 238)

போர்க்களத்தில் கழுகுகளும், நரிகளும், பேயோடு சேர்ந்து பிணங்களை தின்றதாக மக்கள் நம்பினர் என்று புறநானூறும் (373), தலைவிரித்த பேயைப்பற்றி பதிற்றுப்பத்தும் (13), இறந்த வீரரின் இரத்தத்தைத் தலையில் தடவித் தலைவாரும் பேய் பற்றி புறநானூறும் (62), குறிப்பிடுகின்றன. (தமிழர் பண்பாடும், கலையும், அண்ணாமலைப்பல்கலைக்கழகம், எம்.ஏ தமிழ் பாடப் புத்தகம்)

சிந்து சமவெளி முத்திரையில் காணப்படும் பிசாசு படம்

மடகாஸ்கரில் புளிய மரத்திற்கு கிளி/ கிலி என்று பெயர். இங்குள்ள மக்களுக்கு குறிப்பாக தென்பகுதியில் உள்ள தன்ட்ராய் என்ற பழங்குடிகளுக்கு இது புனிதமான மரமாகும். இந்த மக்கள் தங்களுடைய மூதாதையர்களுடைய ஆன்மா புளிய மரத்தில் உறைகிறது என்று நம்புகின்றனர். எனவே புளியமரத்தின் கிளைகளை உடைக்க மாட்டார்கள். நம்முடைய தமிழ் தொன்மத்தில் அல்லது நம்பிக்கைகளில் இதோடு தொடர்புடைய நம்பிக்கை உண்டு. அதாவது புளிய மரத்தில் பேய் இருக்கும் என்ற நம்பிக்கை. இது பண்டைய காலத்தில்கடல் வெள்ளப்பெருக்குகிற்கு முன் நாம் வாழ்ந்து வந்த இடத்திலிருந்து வந்த பழம் நம்பிக்கையாகும். அதே போல் நாம் கேட்ட பழைமையான தொன்மக்கதைகளில் அரக்கன் கதைகளில் அரக்கனின் உயிர் ஏழு கடல், ஏழுமலை தாண்டி போனால் அங்கு ஒரு கிளி இருக்கும் அந்த கிளியின் உடம்பில் தான்

மடகாஸ்கர் காட்டில் கண்டதாக கூறப்படும் பிசாசின் வரையப்பட்ட படம்

மடகஸ்கார் தீவில் இருக்கும் ஒருவகை லேமூர்கள்

இருக்கிறது என்று கூறக் கேட்டிருக்கிறோம். கிளி என்பது மடகாஸ்கரின் புளிய மரத்தைக் குறிப்பதாக இருக்கலாம். அதுமட்டுமில்லாமல் இன்னொரு கூற்றும் உள்ளது.

ஆலமர உச்சியில் நின்று பேயொன்று ஆடுதுன்னு ... என்ற பாடல் வரிகள் கேட்டதுண்டு. மடகாஸ்கர் லெமூர் விலங்குகள் பார்ப்பதற்கு குரங்குமனிதன் உருவம் போன்று இருக்கும். இவைகளுக்கு மிகப் பெரிய வட்டமான கண்கள் உண்டு. இவைகளுக்கு ஆலம் பழமும், புளியம் பழமும் பிடித்தமானவை. இவைகளில் சில இனத்தவை இரவினில் உணவு தேடிச் செல்லும். இரவில் இவைகளைப் பார்க்கும் போது பேய்கள் போன்று தோன்றும். லத்தின் மொழியில் லேமுரேஸ் என்றால் பேய் என்று அர்த்தம். லெமூர்கள் மரங்களில் உச்சியில் வாழ்பவை.

புனித மரம் அல்லது காவல் மரம்

உலகின் பழைமையான நாகரிகங்களான சுமேரிய மற்றும் சிந்து சமவெளி நாகரிகங்களில் கிடைத்த தொல்பொருள் சித்திரங்களில் மர வழிபாடு இருந்ததை நாம் கண்டோம். இந்த மரம் மடகாஸ்கரில் உள்ள பயணிகள் பனை (*travelers palm*) என்ற மரத்தைக் குறிப்பது போல் உள்ளது. இந்த மரம் மடகாஸ்கரில் தோன்றிய மரமாகும். எனவே இதன் தாவரவியல் பெயர் ரவேநல மடகாஸ்கரின்சிஸ் (*Ravenala Madagascariensis*) என்பதாகும். இது மடகாஸ்கரின் தேசிய மரமாகும். மலகாசி மொழியில் இதற்கு ராவினால (*Ravinala*) என்று பெயர். இதற்கு அர்த்தம் காட்டு இலைகள் என்பதாகும். ராவினால என்பது ராவண இலை என்பது போல் உள்ளது. ராவணனுக்கு பத்து தலை இருப்பது போல், இந்த மரத்திற்கும் விசிறி போல் பல கிளைகள் உள்ளது. இது பனை மர இனத்தைச் சார்ந்தது. இன்றைய தமிழ் நாட்டின் மாநில மரமும் பனை மரம் தான்.

அருகில் உள்ள இரு படங்களும் சுமேரிய சித்திரங்களாகும். இரண்டுமே பல்லாயிரம் ஆண்டுகளுக்கு முற்பட்டது. இரண்டுமே ஒரே காட்சியை சித்திரிக்கின்றன. ஆனால் இவைகளுடைய காலங்கள் வேறு வேறானவை. இடது பக்கத்தில் உள்ளது

ராவினால மரம்

சிந்து சமவெளி சித்திரங்களில் உள்ள மரம்

சுமேரிய சித்திரங்களில் மர வழிபாடு

மடகாஸ்கர் ஒரு பழங்குடி புனித மரம்

மிகவும் வலது பக்கத்தில் உள்ளதை விட மிகவும் பழைமையானது. காலப்போக்கில் ஒரே சித்திரம் எப்படி மாறியிருக்கிறது என்பதைக் காட்டும் படங்களாகும். இடது பக்க படத்தில் பாம்பு உள்ளது. வலதில் அது இல்லை. இடதில் நடுவில் உள்ள மரம் கிளைகளோடு உள்ளது. வலதில் அது ஒரு செடி போன்று காட்டப்பட்டுள்ளது. இடதில், வலப்பக்கத்தில் உள்ளவர் தலையில் கொம்பு உடைய தலைக் கவசம் அணிந்துள்ளார், கைகளில் பொருளேதும் இல்லை. வலதில், அதே நபர் தலைப்பாகை அணிந்துள்ளார், வலது கையில் வளையமும், கயிறும், கோலும், இடது கையில் கோடரியும் வைத்திருக்கிறார். இடதில் உள்ள மரம் மடகாஸ்கரில் உள்ள ராவனேல மரத்தை சித்திரிப்பதாக உள்ளது.

அன்டண்ட்ராய் கரகம்

சங்க இலக்கியங்களில் கூறப்படும் தமிழ்க் கலாசாரத்தில் ஒவ்வொரு அரச மரபும் ஒவ்வொரு மரத்தைத் தன் குலமரபுச் சின்னமாகக் கொண்டிருந்தது. அதைக் கடிமரம் அல்லது காவல் மரம் என்று கருதினர். பகை அரசர்கள் அதை நெருங்காதவாறு காத்தனர். காவல் மரத்தை வெட்டுவது பகையரசரின் மரபாக இருந்தது. அதனை வெட்டி முரசு செய்து கொள்வது எதிரிகளை இழிவு படுத்துவதாக நம்பப்பட்டது. காவல் மரத்தை வழிபடும் வழக்கமும் சங்க காலத் தமிழரிடையே இருந்துள்ளது. சுமேரிய நாகரிகத்திலும் இதேபோன்ற காவல் மரம் இருந்திருக்கிறது. இதற்கு வேலி அமைத்து காவல் காத்தனர்.

மடகாஸ்கர் தீவில் உள்ள பழங்குடிகளில் ஒவ்வொரு குடியும் தங்கள் இருப்பிடங்களில் புனித மரத்தூண் நட்டு, அதை வணங்கும் வழக்கம் உள்ளது. இந்த மரத்திற்கு கால்நடைகளை பலியிடும் வழக்கம் உள்ளது.

பதினெட்டு பட்டி, பதினெட்டாம் படி

பதினெட்டு எண் தமிழக அல்லது திராவிட கலாசாரத்தில் பல இடங்களில் கூறப்படுகிறது. ஊர்களின் கூட்டமைப்பை கூறுகையில் பதினெட்டு பட்டி என்ற சொல் கூறப்படுவதுண்டு. அதாவது 'பதினெட்டு பட்டிக்கும் இவர்தான் தலைவர்' என்ற வார்த்தை கிராமங்களில் அடிக்கடி கூறப்பட்ட வாக்கியமாகும். அதே போல் சபரிமலையில் ஐயப்பன் கோவிலில் பதினெட்டு படி மிகவும் புனிதமாக கருதப்படுகிறது. ஆதியில் மனித இனம் தோன்றியது ஆப்பிரிக்காவில் இருந்த பதினெட்டு பெண்களிடமிருந்து என்ற கூற்றும் உள்ளது. எதார்த்தத்தில் இந்த பதினெட்டு பெண்கள் என்பது பதினெட்டு வகையான குரங்கு வகைகளைக் குறிப்பதாக இருக்கலாம். இவற்றிலிருந்து தோன்றிய குடிகள் பதினெட்டு குடிகளாக இருக்கலாம். இது மனிதன் குரங்கிலிருந்து பிறந்தான் என்ற டார்வின் கொள்கைப்படி ஏற்றுக்கொண்டால். மடகாஸ்கரில் உள்ள முக்கிய பழங்குடிகளின் எண்ணிக்கை பதினெட்டு ஆகும். இவர்கள் ஆதிகாலத்தில் ஆப்பிரிக்காவில் இருந்து இங்கு புலம் பெயர்ந்து வந்திருக்கலாம். மடகாஸ்கர் பழங்குடிகளின் நம்பிக்கைப்படி பார்த்தால் அவர்கள் மூதாதையர்கள் லேமுர்களிலிருந்து தோன்றினார்கள் என்று கூறப்படுகிறது. இந்த கொள்கைப்படி பார்த்தால், உலகின் மனிதன் தோன்றியது மடகாஸ்கரில் இருந்த பதினெட்டு வகையான லேமுர்களிலிருந்து இருக்கலாம். பின்னர் இவர்கள் ஆப்பிரிக்கா உட்பட உலகெங்கும் புலம் பெயர்ந்து இருக்கலாம். இதுவே தமிழகத்திற்கு புலம் பெயர்ந்த திராவிடர்கள் கூறும் பதினெட்டுபட்டி என்ற சொல் வழக்காடாக இருக்கலாம்.

பண்டைய திராவிட குடிகளில் ஆண்டு தோறும் நடைபெறும் விழா சடங்குகளில் ஒவ்வொரு நாளும் ஒவ்வொரு குடியின் பொறுப்பாக மற்றும் உரிமையாக இருந்திருக்க வேண்டும். இதன் அடிப்படையிலேயே சபரிமலை ஐயப்பன் கோவில் பதினெட்டு படி என்பது பதினெட்டு குடிகளைக் குறிப்பதாக இருக்கலாம். அதே போல் தமிழ்க் குடியில் கூறப்படும் சித்தர்கள் பதினெட்டு சித்தர்கள். இந்த பதினெட்டு பேரும் பதினெட்டு குடிகளின் குல குருக்களாக இருந்திருக்கலாம்.

அகத்தியர் என்பவர் அக துவா என்ற பழங்குடியினராகும். கோராக்கர், நேபாளில் உள்ள கோர்க்கா என்ற பழங்குடியினராக இருக்கலாம். போகர் என்பது

பெட்சிபோக அல்லது அண்டம்போக என்ற மடகாஸ்கர் பழங்குடியாக இருக்கலாம். பாம்பாட்டி சித்தர் நாகர் பழங்குடியாக இருக்கலாம். கொங்கணர், மடகாஸ்கரில் உள்ள இகொங்கோ பழங்குடியாக இருக்கலாம். வான்மீகி, உயர்நிலப்பகுதியில் வாழும் மெரினா பழங்குடியினராக இருக்கலாம்.

மொஹஞ்சதாரோவும், மகா குளியல் குளமும்

மொஹஞ்சதாரோவில் காணப்படும் ஸ்தூபம் புத்த ஸ்தூபம் என்று சில தொல்பொருள் ஆய்வாளர்கள் குறிப்பிடுகிறார்கள். அங்கு புத்தரின் சிறிய சிலை ஒன்று கண்டுபிடிக்கப்பட்டதாக கூறியதால் இது புத்த ஸ்தூபம் என்று கூறுகிறார்கள். ஒரு பக்கம் இருந்து பார்த்தால் ஸ்தூபம் போன்று தெரியும். ஆனால் இந்த கட்டட அமைப்பை முழுமையாகப் பார்த்தால் ஸ்தூபம் என்று சொல்ல முடியாது. புத்த

மொஹஞ்சதாரோ ஸ்தூபம்   சாஞ்சி புத்த ஸ்தூபம்

மொஹஞ்சதாரோ இன்னொரு பக்கம்

ஸ்தூபம் என்பது அரை கோள வடிவமைப்பு உள்ள கூரை போன்ற வடிவமாகும். இது புத்த தொன்மங்களின்படி மேரு மலையைக் குறிப்பதாக கூறப்படுகிறது. ஆனால் மொஹஞ்சதாரோவில் காணப்படுவது அரை கோள கூரை வடிவமில்லை. மாறாக இது அரை வட்ட திறந்த வடிவமாகும். இதில் மேல் பக்கமும், மறு பக்கமும் மூடியிருக்கவில்லை. மாறாக திறந்திருக்கிறது. இது எரிமலையின் வாய் போல்

எரிமலை வாய்

சிவன் தலையில் கங்கை

எரிமலை ஊற்று

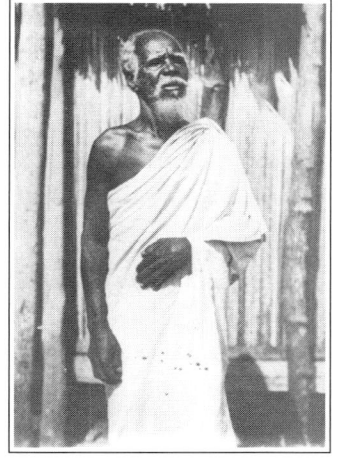
ஒரு மடகஸ்கார் பழங்குடி மனிதர்

தொதவ பழங்குடி ஆண்கள்

இது உள்ளது. எனவே மொஹஞ்சதாரோ என்பது எரிமலையைக் குறிப்பதாக இருக்கலாம். கடல் வெள்ளப்பெருக்கில் புலம் பெயர்ந்து வந்த பின் தம்முடைய நிலத்தின் வழிபாட்டு சின்னத்தை அவர்கள் இங்கு நிறுவியிருக்க வேண்டும். மொஹஞ்சதாரோவை சுற்றியுள்ள குளியல் குளம் எரிமலையிலிருந்து வெளிவரும் நீர் ஊற்றும், அதனால் ஏற்படும் குளத்தைக் குறிப்பதாக இருக்க வேண்டும். நாம் ஏற்கெனவே கண்டது போல், சிவன் தலையில் கங்கை வெளிப்படும் கோட்பாடுதான் மொஹஞ்சதாரோவின் உருவகமும். மேலும் இதுவும் சிந்து சமவெளி நாகரிகம் சுமேரிய மற்றும் எகிப்திய நாகரிகங்களைவிட பண்டைய நாகரிகம் என்பதற்கு ஓர் அடையாளம்.

மகா பலி மன்னனின் உண்மை தோற்றம் (ஊகம்)

ம.கிருஷ்ணகுமார்

உறவினர் விருந்தோம்பல்

சங்க இலக்கியத்தில் தலைவன், தலைவி பற்றி பாடும்போது வீட்டிற்கு விருந்தாளிகள் யாரேனும் வருகின்றனரா என்று தலைவியின் தாய் அழைப்பதை கீழ்க்கண்ட பாடல் மூலம் அறியலாம்.

நள்ளென வந்த நாரில் மாலை
பலர்புகு வாயில் அடைப்பக் கடவுநர்
'வருவீர் உளீரோ' எனவும்
வாரார் தோழி நம் காதலோரே'   (குறு: 11அ)

மாலை நேரத்தில் சிறுகுடிப் பக்கமுள்ள வீடுகளில், அவ்வீட்டுப் பெண்கள் வீட்டுக் கதவை அடைக்கும் முன்னர் வாசலில் வந்து விருந்தினராக வருபவர்கள் யாரேனும் வெளியில் இருக்கிறார்களா எனக் குரல் கொடுப்பது வழக்கம். தொல் பெருங்குடிச் சமூகங்களில் ஒரு வீட்டிற்கு விருந்தினராக வரும் அதே குடியைச் சேர்ந்த ஆணுக்கு அவ்வீட்டுப் பெண்ணைப் புணரத் தருவது விருந்தோம்பலின் ஒரு அங்கமாக ஏற்றிருந்தது தெரிகிறது. உலகெங்கிலும் தொல் சமூகங்களில் இந்த வழக்கம் நடைமுறையில் இருந்துள்ளது.

சில ஆப்பிரிக்க பழங்குடிகளிலும், மடகாஸ்கர் அன்டண்ட்ராய் பழங்குடிகளில் இந்த வழக்கம் உண்டு. அன்டண்ட்ராய் பழங்குடியில் ஒருவருடைய இறப்பு சடங்கே மிகவும் முக்கியமான சடங்காகும். இந்த சடங்கு பத்து பதினைந்து நாட்கள் நடக்கும். அப்போது பல ஊர்களிலிருந்து உறவினர்கள் வருகை சில நாட்கள் தங்கி சடங்கில் பங்கெடுப்பார்கள். அப்போது தனியாக வரும் ஆண் உறவினர், அதே போன்று தனியாக வரும் பெண் உறவினருடன் சேர்ந்து உறங்க வேண்டும். இந்த இருவரில் யாரேனும் மறுத்தால் அதற்கு மறுத்தவர் அபராதம் கொடுக்க வேண்டும்.

ஒரு புராணக் கதையில் முனிவர் ஒருவர் வேடன் வீட்டிற்கு விருந்தினராக சென்ற போது, அன்றைய இரவு வீட்டில் மூன்று பேர் உறங்க இடம் இல்லாததால் வேடன் வீட்டினுள் முனிவரையும், தன் மனைவியையும் உறங்க விட்டு வேடன் வீட்டிற்கு வெளியே தங்கினான் என்று கூறப்படுகிறது. இது மேலே கூறிய விருந்தோம்பலின் அடிப்படையில் திரிந்த நிகழ்வாக இருக்கலாம்.

தாயத்து கட்டுதல்

உலகெங்கும் உள்ள பழங்குடிகளில் தாயத்து கட்டும் வழக்கம் இருக்கிறது. திராவிட பண்பாட்டிலும் இந்த வழக்கம் தொன்றுதொட்டு இருக்கிறது. ஆப்பிரிக்க அக பழங்குடியினர் குழந்தை பிறந்தவுடன் அதற்கு கையிலும், கழுத்திலும், புஜத்திலும் காட்டுக்கொடியினால் ஆன கயிற்றை கட்டுகின்றனர். (நாம் தாயத்து கட்டுவது போல்; வேள்பாரி கதையில்?)

மடகாஸ்கர் பழங்குடியில் உள்ள பழங்குடிகளில் பல விதமான தாயத்துகள் கட்டுகின்றனர். மலகாசி மொழியில் தாயத்திற்கு ஓடி (Ody), தமங்கோ (Tamango), மோஹர (Mohara) என்ற பெயர்கள் உள்ளன. குறிப்பாக தனல பழங்குடிகள் பல

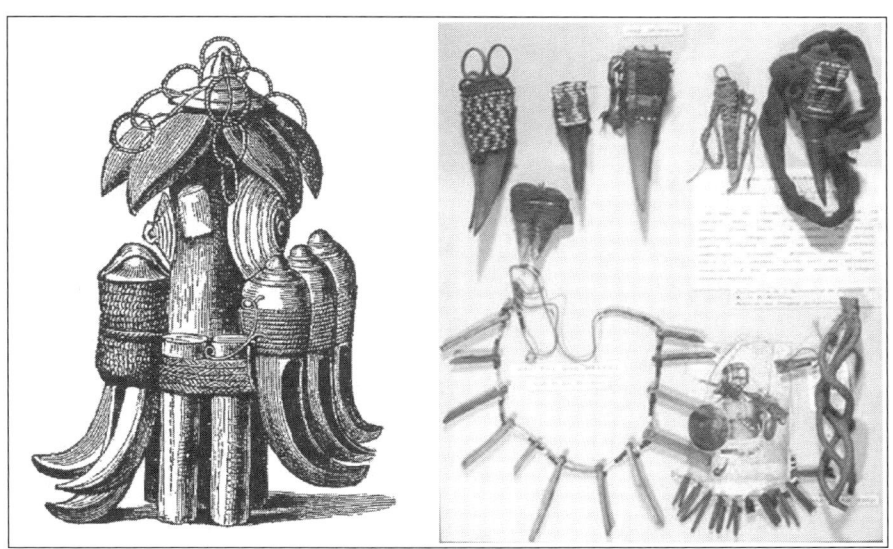

பல வகை தாயத்துகள்

தாயத்துகள் உபயோகிக்கின்றனர். ஒவ்வோர் கிராமத்திற்கும் ஒன்று அல்லது இரண்டு தாயத்துகள் உள்ளன. முதன்மையான தாயத்திற்கு தெபநோனி (*Tepanony*) என்று பெயர். இரண்டாவது தாயத்திற்கு கோவாவி (*Kovavy*) என்று பெயர். இது எதிரிகளிடமிருந்து தங்கள் கிராமத்தைக் காக்க கட்டுகின்றனர். இது போன்று பல தாயத்துகள் உள்ளன.

மாடு தாயத்து, குழந்தை பெறும் தாயத்து, பயிர் வளர தாயத்து, மல்யுத்தம் தாயத்து, நோயிலிருந்து காக்க தாயத்து, இடி மின்னலிடமிருந்து காக்க தாயத்து, அதிர்ஷ்டம் வர தாயத்து என பல்வகை தாயத்துகள் உள்ளன.

மற்ற சில தொடர்புகள்

இறந்தோர் துக்க வீட்டில் பெண்கள் தலை விரி கோலத்துடன் ஒப்பாரி வைப்பது திராவிட பண்பாடாகும். இதே போன்று மடகாஸ்கர் பழங்குடிகளும் இறந்தோர் வீட்டில் பெண்கள் தலை விரி கோலமாக இருப்பார்கள்.

திராவிட சில குலங்களின் திருமணத்தில் மாப்பிள்ளைக்கு நெற்றிச்சுட்டி கட்டுவார்கள். மடகாஸ்கர் பழங்குடி ஆண்கள் எப்போதும் நெற்றிச்சுட்டி கட்டும் பழக்கம் உள்ளது.

மடகாஸ்கர் தலைநகர் அண்டன அறிவோ நகரத்தில் ஒரு பழைய விழா நம் பொங்கல் பண்டிகை போன்று உள்ளது.

திராவிட கலாசார வாழ்வியலில் ஆலமரம் மிக முக்கிய சின்னமாக இருக்கிறது. நம் கிராமங்களில் ஆலமரம் இன்றும் பல விசயங்களில் முக்கிய பங்களிக்கிறது. ஆல மரத்தினடியில் மக்கள் ஓய்வு எடுப்பதற்கும், கிராம கூட்டங்கள் நடத்துவதற்கும், பஞ்சாயத்து தீர்ப்புகள் எடுப்பதற்கும், கடவுள் சிலை வைத்து வழிபாடு நடத்துவதற்கும்

இறந்தோர் துக்க கோலம்
தலை விரி கோலம்

அண்டனஅறிவோ நகரில் ஒரு பண்டிகை
(பொங்கல் பண்டிகை போல்)

உபயோகப்படுத்தப்படுகிறது. இதே போன்று மடகாஸ்கர் தீவிலும் பல பழங்குடிகளில் ஆலமரம் அவர்கள் வாழ்வியலில் மிக முக்கிய பங்காற்றுகிறது. சில குடிகளில் மக்கள் ஆலமரத்தினடியில் குடிசை கட்டி அதில் வாழ்கிறார்கள்.

ஆரிய கலாசாரத்தில் சில குலங்களில் முன் குடுமி வைத்துக்கொள்ளும் வழக்கம் உள்ளது. குறிப்பாக கேரளத்தில் உள்ள சில குலங்களில் இந்த வழக்கம் உள்ளது. இதே போன்ற முன்குடுமி வைக்கும் வழக்கம் மடகாஸ்கர் சில குடிகளில் உள்ளது. அண்டைமொரோ என்ற குடியில் முன் குடுமி வைத்திருக்கும் சிறுவன் படம் கீழே கொடுக்கப்பட்டுள்ளது.

மடகாஸ்கர் துலியர் என்ற இடத்தில் ஆலமரம்

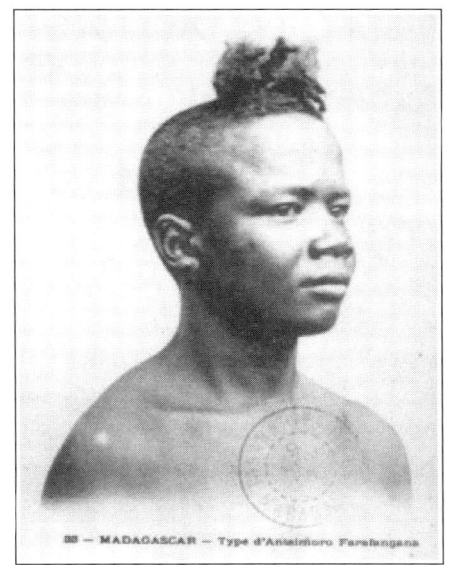 

அண்டைமோரோ பழங்குடி சிறுவன்   வீணை போன்ற இசைக் கருவி

வீணை என்பது இந்திய இசையில் ஒரு முக்கிய இசைக் கருவியாகும். இந்த வீணை போன்ற இசைக்கருவி மடகாஸ்கர் தீவில் உபயோகப்படுத்தப் படுகிறது. இந்த இசைக்கருவியிலிருந்து வீணை தோன்றியிருக்கலாம்.

மடகாஸ்காரும், ஆஸ்ட்ரோநேசிய மக்களும்

ஏன் மடகாஸ்கரில் பண்டைய தொல்பொருள் இல்லை அல்லது தொல்குடி மக்கள் இல்லை?

தற்போதைய வரலாற்று ஆசிரியர்களின் கூற்றுப்படி மடகாஸ்கரில் முதலில் குடி யேறிய மக்கள் மலேசிய, மற்றும் இந்தோனேசியாவிலிருந்து 1500 ஆண்டுகளுக்கு முன்பு பொ.யு.மு. 500 போல் குடியேறினார்கள் எனப்படுகிறது. ஆனால் இது கேட்பதற்கு ஆச்சரியமாக உள்ளது. ஏனெனில் உலகில் மனிதன் தோன்றியது ஆப்பிரிக்காவில் என்று எல்லோராலும் ஏற்றுக்கொள்ளப்பட்ட ஒன்று. இங்கிருந்து மக்கள் பண்டைய காலத்தில் உலகம் முழுவதும் புலம் பெயர்ந்து சென்றிருக்கிறார்கள். உதாரணத்திற்கு ஆப்பிரிக்காவிலிருந்து அயர்லாந்திற்கு துவா பழங்குடியினர் 10000 ஆண்டுகளுக்கு முன்பு புலம் பெயர்ந்து சென்றனர் என்று தொல்பொருள் ஆய்வாளர்கள் கூறுகின்றார்கள். அதேபோல் ஆஸ்திரேலியாவில் உள்ள அபார்ஜினல் பழங்குடிகள் இதே போல் பல்லாயிரம் ஆண்டுகளுக்கு முன்பு குடியேறினார்கள். இவர்கள் மடகாஸ்கர் தீவு கடந்தே இங்கு குடியேறி வந்திருக்க வேண்டும். அவ்வளவு தூரம் கண்டம் விட்டு கண்டம் பல ஆயிரம் மைல்கள் புலம் பெயர்ந்து குடி செல்ல முயன்ற ஆப்பிரிக்க மக்களுக்கு, நானூறு மைல்கள் அருகில் உள்ள மடகாஸ்கரில் ஏன் புலம் பெயர்ந்து குடியேறவில்லை? அதுவும் அங்கு எல்லா இயற்கை வளமும் நிறைந்திருந்த ஒரு பெரிய தீவு. மக்கள் அங்கு சுகமாக வாழ்ந்திருக்க முடியும். ஆனால் ஏன் மக்கள்

1500 ஆண்டுகளுக்கு முன்பு தான் குடியேறினார்கள் என்று ஆய்வுகள் கூறுகிறது. இது வரலாற்றில், மற்றும் தொல்பொருள் ஆய்வில் மிக முக்கியமான கேள்வியாகும். ஏன் மக்கள் மலேசியாவிலிருந்தும், இந்தோனிசியாவிலிருந்தும் இங்கு குடியேறினார்கள்?

இதற்கு காரணம் இம்மக்கள் தங்கள் பூர்வீக நிலத்தை தேடி திரும்பி வந்ததாகும். மடகாஸ்கர் தீவில் பல்லாயிரம் ஆண்டுகளுக்கு முன்பே அதாவது கிட்டத்தட்ட 10000 ஆண்டுகளுக்கு முன்பே மக்கள் ஆப்பிரிக்காவிலிருந்து குடியேறியிருக்கலாம் அல்லது மடகாஸ்கர் தீவில்தான் மனித குலம் லெமூர்களிலிருந்து தோன்றியிருக்கலாம். பின்னர் அங்கிருந்து அவர்கள் புலம் பெயர்ந்து உலகம் முழுதும் சென்றிருக்க வேண்டும். இந்த புலம் பெயர்வு இரண்டு விதமாக நடந்திருக்க வேண்டும். ஒரு விதமான புலம் பெயர்வு இயற்கையான புலம் பெயர்வாக இருந்திருக்க வேண்டும். இது இம்மக்கள் நாகரிகம் அடைவதற்கு முந்தைய புலம் பெயர்வாக இருக்க வேண்டும். இந்த வகையில் புலம் பெயர்ந்தவர்களுக்கு தங்களுடைய பூர்வீக நிலம் பற்றிய அக்கறை இருக்காது. தாங்கள் சென்று வேறொரு இடத்தில் குடியமர்ந்து அங்கு கலாசார வளர்ச்சியடைந்து நல்ல முறையில் வாழ்ந்த பின் அதுவே அவர்களுடைய பூர்வீக நிலமென்று கருதியிருக்கவேண்டும்.

இன்னொன்று வகையான புலம் பெயர்வு கட்டாய புலம்பெயர்வாக இருக்க வேண்டும். இது கடல் வெள்ளப்பெருக்கு, நிலநடுக்கம், போன்ற இயற்கை பேரழிவுகள் காரணமாக இருந்திருக்க வேண்டும். இது நாகரிகம் வளர்ச்சியடையும் போது நிகழ்ந்திருக்க வேண்டும். இந்த இயற்கை சீரழிவுகள் காரணமாக இவர்கள் கட்டாயமாக தாங்கள் வாழ்ந்த இடத்தை விட்டு வேறு வழியில்லாமல் புலம் பெயர வேண்டியிருந்திருக்கும். எனவே இப்படி புலம் பெயர்ந்த மக்களுக்கு தங்களுடைய மூதாதையர் அல்லது பூர்வீக நிலம் பற்றிய எண்ணங்கள், ஏக்கங்கள் எப்போதும் இருந்திருக்கும். இதை அவர்கள் தங்கள் பூர்வீக நிலம் பற்றிய தொன்மக்கதைகள் மூலம் வாய் வழியே பரம்பரை பரம்பரையாக கூறியிருக்கவேண்டும். அத்தொன்மங்களில் தங்கள் மூதாதையர் நிலம் சொர்க்க பூமியாக இருந்தது என்று கூறியிருக்க வேண்டும். இத்தகைய தொன்மக்கதைகள் உலகம் முழுவதும் உள்ள கலாசாரங்களில் காணப்படுகிறது. இதைக் கேட்டு வளர்ந்த இந்தோனேசிய மக்கள், பின்னாளில் சில ஆயிரம் ஆண்டுகள் கழித்து அவர்கள் தங்கள் பூர்வீக இடமான மடகாஸ்கர் நோக்கி புலம் பெயர்ந்திருக்க வேண்டும். இந்த புலம் பெயர்வு 1500 ஆண்டுகளுக்கு முன்பு நடந்திருக்க வேண்டும். பல்லாயிரம் ஆண்டுகளுக்கு முன்பு பண்டைய மடகாஸ்கரில் வாழ்ந்திருந்த மக்களின் தொல்பொருள் ஆதாரங்கள் இயற்கை சீற்றங்களால் அழிந்திருக்கவேண்டும்.

இப்படி நடந்த புலம் பெயர்வை பலூன் ஊதல் தாக்கம் என்று கூறலாம். பலூனின் வாய் வழியே ஊதப்படும் காற்று பலூனை விரிவடையச் செய்து, பின்னர் பலூனை விடும்பொழுது காற்று மீண்டும் அந்த பலூனின் வாய்வழியே வெளியேறும் நிகழ்வு போலத்தான் இந்த இரண்டு புலம் பெயர்வு நிகழ்வுகள். 1. மடகாஸ்கர் தீவில் இருந்து புலம் பெயர்தல் 2. மீண்டும் பல ஆயிரம் வருடங்கள் கழித்து மூதாதையர் நிலம் நோக்கி திரும்பி வருதல். ஆனால் இதைத்தான் வரலாற்று ஆசிரியர்கள் இந்தோனேசியாவில் இருந்து மடகாஸ்கருக்கு புலம் பெயர்ந்து வந்தனர்

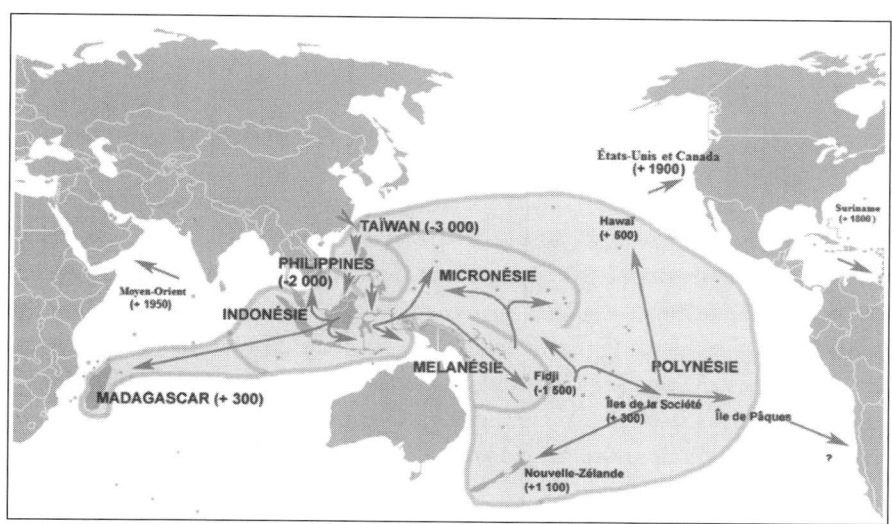

ஆஸ்ட்ரேனேசிய மக்கள் புலம் பெயர்வுப்பாதை

என்று கூறினார்கள். அவர்களுக்கு ஒரு கேள்வி மட்டும் தோன்றவேயில்லை? அது ஏன் பசிபிக் பெருங்கடலில் மற்றும் இந்தோனேசியாவில் உள்ள ஆயிரக்கணக்கான அல்லது நூற்றுக்கணக்கான தீவுகளில் இருந்து மக்கள் எல்லோரும் ஆயிரக்கணக்கான மைல்கள் தூரத்தில் மேற்கே உள்ள ஒரே ஒரு தீவை நோக்கி புலம் பெயர்ந்து வந்திருக்க வேண்டும்? அப்படி ஆயிரக்கணக்கான மைல்கள் தூரம் புலம் பெயர்ந்து வந்தவர்கள், அருகில் உள்ள மிகப் பெரிய கண்டமான ஆப்பிரிக்காவிற்கு ஏன் செல்லவில்லை? என்ற கேள்விதான்.

புலம் பெயரும் போது இடத்திற்கு மற்றும் நதிக்கு பெயர் இடுதல்

மடகாஸ்கர் பழங்குடிகளில் சில குடிகளில் குறிப்பாக தனல பழங்குடியில், தாங்கள் புலம் பெயர்ந்து வேறு இடத்திற்கு போகும் போது, தாங்கள் குடியிருந்த நிலத்தின் மண்ணை அல்லது நதியின் நீரை எடுத்துச் சென்று, தாங்கள் குடியேறும் இடத்தில் அந்த மண்ணை வைத்து அதை வழிபடும் இடமாகவும் மற்றும் அங்குள்ள நதியில் ஊற்றி அந்த நதிக்கு தாங்கள் முன்பு குடியிருந்த நதியின் பெயரை இடுவார்கள். இதனால்தான் ஒரு ஊரின் பெயர் பல இடங்களில் ஒரே பெயராக இருப்பதன் காரணமாக இருக்கமுடிகிறது.

இந்து மத தொன்மத்தில் காவிரி நதியின் தோற்றம் பற்றி குறிப்பிடும் போது அது அகத்தியரின் கமண்டலத்திலிருந்து தோன்றியது என்று கூறப்படுகிறது. இது சொல்லப்போனால், அகத்தியர் புலம் பெயர்ந்து வரும்போது தங்களுடைய இடத்திலிருந்து தாம் கொண்டுவந்த நீரை தாம் புலம் பெயர்ந்து வந்த இடத்தில் உள்ள நதியில் தெளித்து அதற்கு காவிரி என்று பெயரிட்டிருக்கலாம். இந்த கலாசார வழக்கத்தினால்தான் நம்முடைய தமிழ்நாட்டிலும் இதனால்தான் பல ஊர்களுக்கு ஒரே பெயர் காண முடிகிறது.

காவுகள்

தற்போதைய கேரளத்தில் காவுகள் மிகவும் புனித தலங்களாக கருதப்படுகின்றன. காவுகள் பெரிய அடர்த்தியான மரங்கள் சூழ்ந்த நடுவில் சிறு நடுகற்கள் உள்ள இடமாகும். இவை சிறு தெய்வங்கள் அல்லது குறிப்பிட்ட குடிகளின் தெய்வங்கள் அல்லது மூதாதையர்கள் சமாதி உள்ள இடமாகும். தற்போது பல காவுகள் கோவில்கள் உடையதாக இருக்கின்றன. இத்தகைய காவுகள் தான் தமிழகத்தில் பல குலங்களுக்கு குல தெய்வ கோவில்களாக இருந்தன. குலதெய்வக் கோவில்கள் பெரும்பாலும் மரங்கள் சூழ்ந்த தோப்பில், நடுவில் ஒரு மரத்தினடியில் தெய்வ சிலையோ அல்லது புனிதக் கல்லோ இருக்கும். இதேபோன்று வடகிழக்கு இந்திய மாநிலங்களில் உள்ள பல பழங்குடியினரும் இதுபோன்ற காவுகள் காணப்படுகின்றன. வடகிழக்கு இந்திய மாநிலங்களில் உள்ள மக்கள் திராவிடப் பழங்குடிகள் என்று கூறப்படுகிறது. அந்த மாநிலங்களின் பெயர்கள் எல்லாம் திராவிடப் பெயர்களாக இருப்பதைக் காணலாம்.

நாகலாந்து	–	நாகர் நிலம்;	மணிப்பூர்	–	மணி புரம்;
மிசோரம்	–	மிழை ஆரம்;	திரிபுரா	–	திரி புரம்;
சிக்கிம்	–	சிகை அகம்;	மேகாலயா	–	மேக ஆலயம்;
அருணாச்சல்	–	அருண தல;			

கேரள மற்றும் திரிபுரா புனித காவுகள்

மடகாஸ்கரில் உள்ள பல பழங்குடிகளில், குறிப்பாக மத்திய உயர்நிலப்பகுதி குடிகளின் மூதாதையர்கள் புதைக்கப்பட்ட இடம் இப்படிப்பட்ட புனித காவுகளாக கருதப்படுகின்றன. சில பழங்குடிகளில் ஒரு மலையோ அல்லது ஒரு தீவோகூட இப்படி புனித இடங்களாக கருதப்படுகின்றன. சில குடிகளில் இந்த இடங்களுக்கு சாதாரண மனிதர்கள் வேறு யாரும் செல்லக்கூடாது என்ற கட்டுப்பாடு உள்ளது. ஒரு குடியின் குறிப்பிட்ட பெரிய மனிதர்கள் மட்டுமே அங்கு செல்ல அனுமதி உண்டு. மேலும் வேறு குடி மனிதர்கள் இந்த இடங்களுக்கு செல்லவே கூடாது என்ற கட்டுப்பாடு இன்றும் மடகாஸ்கரில் பின்பற்றப்படுகிறது.

மடகாஸ்கர் புனித காவுகள்

எனவே நம் திராவிட கலாசாரத்தில் காணப்படும் இந்த புனித காவு பண்பாட்டு வழக்கம் பண்டைய குமரிக்கண்டத்தில் இருந்து வந்த பண்பாட்டு வழக்கம். இந்த வழக்கம் இன்றும் மடகாஸ்கரில் தீவிரமாக பின்பற்றப்பட்டு வருகிறது. எனவே மடகாஸ்கரே பண்டைய குமரிக்கண்டமாக இருக்கவேண்டுமென்பதற்கு இதுவும் ஒரு சான்று.

வரலாறு

மலிதிரை யூர்ந்துதன் மண்கடல் வெளவலின்
மெலிவின்றி மேற்சென்று மேவார்நா டிடம்படப்
புலியோடு வில்நீக்கிப் புகழ்பொறித்த கிளர்கெண்டை
வலியினான் வணக்கிய வாடாச்சீர்த் தென்னவன்   (கலி 104)

மேலே உள்ள கலித்தொகை பாடல் பண்டைய பாண்டிய மன்னனின் பெருமைகளைக் கூறுகிறது என்று கூறப்படுகிறது. பாண்டிய நாட்டை கடல்கொண்டது என்றும், அதன் பின் பாண்டிய மன்னன் தான் இழந்த நாட்டிற்கு பதிலாக சேர நாட்டையும், சோழ நாட்டையும் கைப்பற்றினான் என்று இந்தப் பாடல் கூறுகிறது என்று விளக்கம் கொடுக்கப்படுகிறது.

இதற்கு இன்னொரு பொருளையும் காணலாம். அலைகள் நிறைந்த இடத்தில் இருந்து ஊர்ந்து சென்று, மண்கடல் வழியாக தடையின்றி மேலே சென்று மேவார் (பகைவர்) நாடு இடிபட புலியோடு (சோழன்) சேர்த்து வில்லையும் (சேரர்) வென்று கிளர்கெண்டை (மீன்) சின்னம் பொறித்த வலிமையான, (வணக்கிய) நொந்துபோன/ குன்றிப்போன/வற்றிப்போன, ஆனால் வாடாத சிரமுடைய தென்னவன் என்பதே இதன் பொருளாகும்.

இதன் மூலம் அறியப்படுவது பாண்டிய நாடு கடற்கரை நாடு. அதாவது தென் கடற்கரை நாட்டிலிருந்த மன்னன், தன் நாட்டிலிருந்த பாலை நிலம் வழியாக

சோர்வின்றி மேலே சென்று பகைவர் நாடுகளை வெற்றிகொண்டு புலிக் கொடியையும், வில் கொடியையும் நீக்கி தன்னுடைய மீன் கொடியை நிறுவினான், வலிமையான மன்னர்கள் போர் தொடுத்து குன்றிப்போன ஆனால் வாடாத சிரமுடைய தென்னவன் என்பதாகும்.

இப்பாடலில் பாண்டியன், சேரன், சோழன் என்ற சொற்கள் உபயோகப்படுத்த வில்லை. எனவே இச்சொற்கள் பிற்காலத்தில் உரையாசிரியர்களால் உபயோகத்தில் வந்திருக்கவேண்டும். அதாவது தற்போதைய தமிழகத்தில் புலம் பெயர்ந்து வந்த பிறகு இந்த பெயர்கள் தோன்றியிருக்க வேண்டும்.

இப்பாடல் குறிப்பிடும் நில அமைப்பு தற்போதைய தமிழகத்தில் இல்லை. இதில் பாண்டியரின் கடற்கரை நாட்டில் பாலைவனம் இருந்ததைக் குறிப்பிடுகிறது. அது தற்போதைய தமிழகத்தில் இல்லை. பாண்டியன் ஆட்சி புரிந்தது மதுரையில். இங்கு கடல் இல்லை. மேலும் இம்மன்னன் மேலே சென்று சோழர்களையும், சேரர்களையும் வென்றான் என்று கூறுகிறது. சேரர்கள் இருந்தது மேற்கு திசையில், சோழர்கள் இருந்தது வடக்கு திசையில், எப்படி இருவரையும் மேற்சென்று வென்றிருக்க முடியும்? சிலர் கரூர் சேர நாடு என்றும், அதற்கடுத்து சோழ நாடு என்றும் எனவே இருவரையும் ஒரு சேர வென்றிருக்க முடியும் எனக் காரணம் கூறமுடியும். ஆனால் தமிழ்நாட்டில் உள்ள கருவூர் (கரூர்), சேர நாடு என்பது இன்றும் பல வரலாற்று ஆசிரியர்கள் ஏற்றுக்கொள்ளவில்லை. கருவூர் என்பது கேரளாவில் எர்ணாகுளத்திற்கு அருகில் உள்ள கோதைமங்கலத்தில் உள்ள திருக்காரியூர் (கருவூர் அல்லது கரோரை) என்ற இடமே ஆதி சேரர்களின் தலைநகரம் என்று நம்பப்படுகிறது.

எனவே கலித்தொகை 104 பாடல் கூறும் வரலாற்று குறிப்பு பண்டைய குமரிக்கண்டத்தில் இருந்த நில அமைப்பாகும்.

மடகாஸ்கர் தென்கோடிப் பகுதி பாலை நிலம் என்று ஏற்கெனவே கண்டோம். அதற்கு மேலே உள்ளது மழைக்காடுகள் உள்ள நிலம். அதற்கு மேலே மத்திய உயர் நிலப் பகுதி என்று கண்டோம். புலி என்பது முல்லை நில சின்னம். வில் என்பது குறிஞ்சி நில சின்னம். எனவே தென்கோடி மடகாஸ்கர் அலை நிறைந்த கடற்கரைப் பகுதியை ஆண்ட மீன் சின்னம் உடைய மன்னன், தன் நாட்டில் உள்ள பாலை நிலத்தை சோர்வில்லாமல் கடந்து மேலே சென்று, தன் நாட்டின் அடுத்துள்ள மழைக்காடு நாட்டின் புலி சின்னம் கொண்ட மன்னனை வென்று, பின் மேலும் மேலே சென்று, உயர் நிலப்பகுதியில் குன்றுகள் நிறைந்த நாட்டில் வில் சின்னம் கொண்ட மன்னனை வென்றான்.

மடகாஸ்கர் வரலாறில் மேலே கூறிய நாடுகளில் இருந்த பழங்குடி அரசர்களுக்கிடையில் போர்கள் அடிக்கடி நடந்ததென்று தொன்மங்கள் கூறுகின்றன. ஆனால் மடகாஸ்கரில் மனிதர்கள் குடியேறியது பொ.யு. 5ஆம் நூற்றாண்டில் போல் என்று வரலாற்று மற்றும் தொல்லியல் ஆய்வாளர்கள் கருதுவதால், மேலே கூறிய தொன்மங்கள் பொ.யு. 16ஆம் நூற்றாண்டில் இருந்த மன்னர்களுக்கிடையில் நடந்த போர் என்று கருதுகின்றனர். ஆனால் இந்த தொன்மங்கள் கடல் வெள்ளப்பெருக்கிற்கு முன்பு மடகாஸ்கரில் இருந்த பண்டைய பழங்குடிகளிடம் நடந்த தொன்மமாக இருக்கவேண்டும். பல்லாயிரம் ஆண்டுகளுக்கு முன் கடல் வெள்ளப்பெருக்கில்

புலம் பெயர்ந்து வேறு ஒரு நாட்டிற்கு சென்ற மக்கள், பின் 1500 ஆண்டுகளுக்கு முன்பு மீண்டும் தங்கள் மூதாதையர் நிலமான மடகாஸ்கருக்கு மீண்டும் திரும்பி புலம் பெயர்ந்து வந்திருக்கவேண்டும் என்ற கருதுகோளை ஏற்கெனவே கண்டோம்.

எனவே பண்டைய குமரிக்கண்டம் என்பது மடகாஸ்கர் தீவாக இருக்கவேண்டுமென்று இதுவும் ஒரு சான்று.

சின்னமனூர் செப்பேடுகள் கூறும் குறிப்புகள்

சின்னமனூர் செப்பேடுகளில் காணப்படும் பெரிய சாசனத்தில் உள்ள ஒரு செய்யுள் பண்டைய பாண்டிய மன்னர்களின் பெருமைகளைப் பாடுகிறது. அந்த செய்யுள் கீழ் வருமாறு உள்ளது.

வானவெல்லைவரைத் தாண்டும் வளைகடல் கடைந்து அமிர்தம் கொண்டு
நானிலத்தோர் விஸ்மயப்பட நாற்கடலொரு பகலாடியும்
மறுகிலொளிர்மணிமுடியோடு சங்க வெள் வளை தரித்தும்
நிலவுலகம் வலம் செய்தும் நிகரில் வென்றியமரர்க்குப்
பலமுறையும் தூதுய்த்தும் பாகசாசனன் ஆரம்வவ்வியும்
செம்மணிப் பூணொடு தோன்றித் தென்றமிழின்கரைகண்டும்
வெம்முனை வேலொன்று விட்டும் விரைவரவிற்கடன் மீட்டும்
பூழியனெனெப் பெயரெய்தியும் போர்க்குன்று ஆயிரம் வீசியும்
பாழியம் பாயலில் இனிதமர்ந்தும் பஞ்சவனெனும் பெயர் நிறீஇயும்
வளமதுரை நகர் கண்டும் மற்றதற்கு மதில்வகுத்தும்
உளமிக்க மதியதனால் ஒண்டமிடமும் வடமொழியும்
பழுதறத்தான் ஆராய்ந்து பண்டிதரின் மேந்தோன்றியும்
மாரதர்மலை களத்தவியப் பாரதத்திற் பகடோட்டியும்
விசயனை வசு சாப நீக்கியும் வேந்தழியச் சுரம் போக்கியும்
வசையில்மாக் கயல்புலிசிலை வடவரை நெற்றியில் வரைந்தும்
தடம்பூதம் பணிகொண்டு தடாகங்கள் பல திருத்தியும்
அடும்பசிநோய் நாடகற்றி அம்பொற்சித்திர முயர்த்தும்
தலையாலங்கானத்தில் தன்னொக்கு மிருவேந்தரைக்
கொலை வாளில் தலைதுமித்துக் குறைத்தலையின் கூத்தொழித்தும்
மகா பாரதம் தமிழ் படுத்தும் மதுராபுரி சங்கம் வைத்தும் ....
(சின்னமனூர் செப்பேடுகள் – பெரிய சாசனம்)

இச்செப்பேடுகளில் கூறப்படும் பாண்டிய மன்னர்களில் சிலரே சங்க இலக்கியங்களில் காணப்படுகின்றனர். பல பாண்டியர்கள் பற்றி கதைகள் மூலமே அறியமுடிகிறது. இந்தப் பாடலில் கூறப்படும் நிகழ்வுகள் பெரும்பாலும் பண்டைய குமரிக்கண்டத்தில் நடந்தவையாகும்.

இதில் (தொடு)வானத்தின் எல்லையைத் தாண்டி இருக்கும் வளைகடல் கடந்து அமிர்தம் கொண்டு என்பதில் வளைகடல் என்பது எதைக்குறிக்கிறது. இது வளைந்து செல்லும் கடல் என்ற அர்த்தமுடையதாகும். பாண்டியர்கள் தென் திசை ஆண்டவர்கள். அமிர்தம் கடைந்த தொன்மக்கதை நிச்சயம் தற்போதைய தமிழகத்தில் இல்லை.

எனவே வளைகடல் என்பது பண்டைய குமரிக்கண்டத்தின் தென்திசையில் உள்ள கடலைக் குறிக்கும். மடகாஸ்கரின் தெற்கு பகுதியில் கடல் வளைந்து இருக்கிறது.

நாற்கடலொரு பகலாடி என்பது நான்கு கடல்களில் பகல் பொழுதில் நீராடுதல் என்பதாகும். பண்டைய காலத்தில் கடல் நீராடுதல் புனிதமாகக் கருதப்பட்டது. இங்கு நான்கு கடல் என்று குறிப்பிடுவது குமரிக்கண்டம் இடம் நான்கு பக்கமும் கடலால் சூழப்பட்டது என்று தெரிகிறது. அதாவது பண்டைய குமரிக்கண்டம் ஒரு தீவு என தெளிவாக தெரிகிறது. நானிலத்தோர் என்பது நான்கு நில மக்களைக் குறிப்பிடுகிறது. எனவே அந்த தீவு குறிஞ்சி, முல்லை, மருதம், நெய்தல் + பாலை என நான்கு வித நிலங்களைக் கொண்டது. அப்படியெனில் அந்த தீவு ஒரு பெரிய தீவாக இருக்கவேண்டும். இந்த நான்கு வித நிலங்களும் மடகாஸ்கரில் உள்ளது.

பண்டைய காலத்தில் நிலத்தை இன்னொரு வகையாகவும் பிரித்தனர். அது வானுலகம், நிலவுலகம் மற்றும் பாதாளலோகம் என்று மூன்று வகையாக பிரிக்கப்பட்டது. வானுலகம் என்பது மலை மேல் உள்ள நாடு, நிலவுலகம் மலைக்கு கீழே உள்ள நாடு, மற்றும் பாதாள உலகம் என்பது கடற்கரை சார்ந்த நாடு ஆகும். எனவே இங்கு கூறப்படும் 'நிலவுலகம் வலம் செய்தும்', என்பது கடற்கரை நாட்டை ஆண்ட பாண்டியன் தனக்கு மேலே இருந்த நிலவுலகத்தை வென்றதைக் குறிப்பிடுவதாகும். பாகசாசனன் என்பது இந்திரனைக் குறிப்பதாகும். இந்திரன் நாடு வானுலகம் ஆகும். 'பாகசாசனன் ஆரம் வவ்வியும்' என்பது இந்திரனுடைய வட்டவடிவ மலை நாட்டை வென்றது என்பதாகும். இந்த வட்டவடிவ மலை நாடு மடகாஸ்கர் தீவின் மத்திய உயர்நிலப்பகுதியாக இருக்கவேண்டும். இங்குள்ள அரச வம்ச புனைப்பெயர் 'அண்ட்ரியான' என்பதாகும். 'இந்திர அண்ண' என்பதே அண்ட்ரியான என்று மருவியிருக்கவேண்டும். மேலும் மடகாஸ்கரின் புனித விலங்கான லெமூருக்கு இந்திரி என்ற பெயரும் உண்டு.

'செம்மணிப் பூணொடு தோன்றி' என்பது இது மன்னனைக் குறிப்பதாக இருக்காது. இது எரிமலையைக் குறிப்பதாகும். எரிமலை வழிபாட்டில் அதை தங்களை ஆளும் சக்தியாக கருதி, அதையும் மன்னனாக எண்ணியிருக்கவேண்டும். எரிமலை அக்னிக் குழம்பு வழிந்து ஓடுவது செம்மணிப் பூண் என்று கூறப்பட்டிருக்க வேண்டும். அல்லது அந்த காலத்தில் இருந்த மன்னர்கள் இந்த நிகழ்வை தங்கள் உடலில் செம்மணி பூணாக அணிந்திருக்கவேண்டும்.

போர்க்குன்று ஆயிரம் வீசியும் என்பது போர்கள் நடக்கும் குன்றை வென்றது என்பதாக இருக்கலாம். மடகாஸ்கர் தலைநகர் அண்டனஅறிவோ இருப்பது உயர்மத்திய நிலப்பகுதியின் நடுவிலாகும். இங்கு பல குன்றுகள் உள்ளன. பண்டைய காலத்தில் இந்த குன்றுகள் எல்லாம் ஒவ்வொரு மன்னர்களின் நாடாக இருந்தது என்றும், இந்த மன்னர்களுக்கிடையில் அடிக்கடி போர் நடக்கும் என்று கூறப்படுகிறது. எனவே இவைகள் போர்க் குன்றுகள் என்று கூறப்பட்டிருக்கலாம். அண்டனஅறிவோ என்பதற்கு அர்த்தம் 'ஆயிரம் நிலம்' அல்லது 'ஆயிரம் பேர்களுக்கு உடைய நிலம்' என்பதாகும். இது பண்டைய காலத்தில் ஒரு போரில் ஆயிரம் வீரர்களுடன் இந்த இடத்தை தன் எதிரிகளிடமிருந்து ஒரு மன்னன் கைப்பற்றியதால் இதற்கு இந்த பெயர் வந்தது என்று கூறப்படுகிறது.

பாழியம் பாயலில் இனிதமர்ந்தும் என்பது ஒரு மன்னன் இறந்தபின் துஞ்சிய இடத்தைக் குறிப்பிடுவதாக இருக்கலாம். பாயல் என்பது பாய், படுக்கை, உறக்கம் ஆகியவற்றைக் குறிப்பதாகும். பாழியம் என்பது அந்த இடத்தின் பெயராக இருக்கலாம். மடகாஸ்கரில் பாலி (Faly) என்ற சிறிய தீவு உள்ளது. இந்த தீவு இங்குள்ள சகலவ என்ற பழங்குடிகளின் புனித தீவாகும். இங்கு இவர்களுடைய மூதாதையர்கள் புதைக்கப்பட்ட இடமாகும்.

பஞ்சவன் எனும் பெயர் நிறீஇயும் என்பது பஞ்சவன் என்ற பெயர் கொண்டவன் என்ற அர்த்தமுடையது. மடகாஸ்கர் மொழியான மலகாசி மொழியில் 'பஞ்சக' (Mpanjaka) என்றால் மன்னன் என்று அர்த்தம். பஞ்சவ என்ற பெயரே பஞ்சக என்று மருவியிருக்கவேண்டும்.

'வளமதுரை நகர் கண்டும் மற்றதற்கு மதிலமைத்தும்' என்பது பண்டைய தென் மதுரை நகர் தோற்றுவித்தும், அதற்குப்பிறகு கபாடபுரத்திற்கு மதில் எழுப்பி என்ற பொருளாகும். எனவே இந்தப் பாடலில் கூறும் பல்வேறு நிகழ்வுகள் பண்டைய குமரிக்கண்டத்தில் நடந்த நிகழ்வுகளாகும்.

மாரதர் மலை என்பது மடகாஸ்கர் மத்திய உயர்நிலப் பகுதியைக் குறிப்பதாக இருக்கலாம். இங்கு தான் மெரினா (மேரு இன) மக்கள் வாழ்கிறார்கள். பண்டைய காலத்தில் இது மாரதர் மலை என்று அழைக்கப்பட்டிருக்கலாம். அல்லது மடகாஸ்கரின் வடக்கு பகுதியில் 'மாரமாகொட்ரோ' என்ற மலை உள்ளது. இந்த மலையை மாரதர் மலை என்று கூறியிருக்கலாம்.

அடும்பசி நோய் நாடகற்றி என்பது வறட்சியான காலத்தில் பஞ்சம் ஏற்படும் போது மக்கள் உணவு கிடைக்காது கொடும் பசியால் வாடுவார்கள். தடாகங்கள் திருத்தி இந்த வறட்சியை சரி செய்து, கொடும் பசி நோயை அகற்றியதைப் பற்றிய குறிப்பாகும். தென்கோடி மடகாஸ்கரில் உள்ள வறண்ட பாலை நிலத்தில் இந்த பஞ்சம் அடிக்கடி வரும் என்று அங்கு ஆய்விற்கு சென்ற மேற்கத்திய ஆய்வாளர்கள் தங்கள் கட்டுரைகளில் கூறியுள்ளனர். அந்த பஞ்ச காலத்தில் இங்கு வாழும் அந்தண்ட்ராய் பழங்குடி மக்கள் தங்கள் கால்நடைகள், உடைமைகள் ஆகியவற்றை உணவிற்காக விற்று விடுவார்கள். பஞ்சம் மிகக் கொடியதாக இருந்தால் தங்கள் மனைவியையும் விற்றுவிடுவார்கள். ஒரு மேற்கத்திய ஆய்வாளர், சில நேரங்களில் மக்கள் தங்கள் உடைகளைக் கூட விற்று நிர்வாணமாக திரிவார்கள் என்று கூட குறிப்பிட்டுள்ளார்கள்.

அம்பொற்சித்திரமுயர்த்தும் என்பது ஒரு இடத்தோடு தொடர்புடைய சொல்லாக இருக்கலாம். மடகாஸ்கரில் அம்போசித்ரா என்ற இடப்பெயர்கள் உள்ளன.

மேற்கூறிய பாடல் கூறும் தகவல்கள் மூலம் பண்டைய குமரிக்கண்டம் என்பது மடகாஸ்கர் தீவாக இருக்கவேண்டும் என்பதற்கு சான்றுகள் ஆகும்.

நோவா கதையின் மூலம் ஆதாரம்

பழைய திராவிட மக்கள் தமது நாட்டை விட்டு உவண்ணா, ஓடக்கோன் என்பவர்களின் தலைமையில் சுமேரியாவிற்கு புலம் பெயர்ந்தார்கள் என்று பாதிரியார் எச்.சா.ராசு குறிப்பிடுகிறார். இதுவே நோவாவின் கதையாக பிற்காலத்தில் யூத

மதத்தில் கூறப்பட்டிருக்கவேண்டும். உவண்ணா என்பது நோவா என்று மருவியிருக்க வேண்டும்.

வெள்ளப்பெருக்கிலிருந்து தப்பித்து கப்பல் மூலம் புலம் பெயர்ந்த நோவா கரை சேர்ந்தது சுமேரியா அல்லது சிந்து சமவெளியாக இருக்கவேண்டும். அப்படியெனில் எங்கிருந்து அந்தக் கப்பலில் வந்திருக்க வேண்டும்? சுமேரியாவிற்கு தெற்கே மட்டும் தான் பெரிய கடல் உள்ளது. அதற்கு வடக்கே கருப்புக் கடலும், காஸ்பியன் கடலும் உள்ளது. ஆனால் இவை நிலம் சூழ்ந்த கடல்கள். எனவே இங்கு கடல் வெள்ளப்பெருக்கு ஏற்பட்டிருக்க வாய்ப்புகள் குறைவு. அப்படியிருந்தாலும் கப்பலில் புலம் பெயர அவசியம் இல்லை. எனவே நோவா புலம் பெயர்ந்து வந்தது தெற்கே அரபிக்கடல் தாண்டி உள்ள ஒரு பெரிய தீவில் இருந்துதான் வந்திருக்கவேண்டும். அப்படி அங்கு உள்ள பெரிய தீவு மடகாஸ்கர் தீவாகும். ஆனால் இங்கு இன்னொரு கேள்வியும் வருகிறது. அது, ஏன் வெள்ளப்பெருக்கில் இருந்து தப்பியவர்கள் அருகில் உள்ள ஆப்பிரிக்காவிற்கு செல்லவில்லை என்ற கேள்வியாகும். இது அம்மக்கள் அந்த நிலத்திலிருந்து வெகு தொலைவில் உள்ள நிலத்திற்கு செல்லவேண்டும் என்று நினைத்து அவர்கள் சென்றபொழுது, கப்பல் சுமேரியா அல்லது சிந்து சமவெளியில் கரை சேர்ந்திருக்கலாம். ஆப்பிரிக்காவிற்கு சென்றால் அங்கு மீண்டும் இந்த கடல் வெள்ளப்பெருக்கால் பாதிக்கப்படலாம் என்ற எண்ணத்தில் இருக்கலாம்.

துஞ்சிய மன்னர்கள்

சங்க இலக்கிய பாடல்களில் குறிப்பாக அரசனைப்பற்றி பாடும்போது சில பாடல்களில் துஞ்சிய என்று அடைமொழிப்பெயருடன் குறிப்பிடப்படுகின்றனர். இது அந்த மன்னன் போரில் இறந்த இடத்தையோ அல்லது அவனின் உடல் புதைக்கப்பட்டு நடுகல் இட்ட இடத்தையோ குறிப்பிடுவதாகும்.

சோழன் குளமுற்றத்து துஞ்சிய கிள்ளி வளவனை எருக்காட்டூர்த் தாயங் கண்ணனார் பாடிய பாட்டு:

செறுவிற் பூத்த சேயிதழ்த் தாமரை
அறுதொழில் அந்தணர் அறம்புரிந்து எடுத்த
தீயோடு விளங்கு நாடன் வாய்வாள்
வலம்படு தீவிற் பொலம்பூண் வளவன்...

சேற்றில் பூத்த சிவந்த இதழ்கள் உடைய தாமரை மலரை அறுக்கும் தொழில் புரியும், அறம் செய்து மூட்டிய தீயோடு விளங்கும் நாட்டை உடையவன் என்றும், வலம்படு தீவில் பொன்னாலான ஆபரணங்கள் பூண்ட வளவன் என்பது இதன் பொருளாகும். தீயோடு விளங்கு நாடன் என்பது எரிமலை உள்ள இடத்தைக் குறிப்பதாகும். மேலும் வலம்படு தீவு என்பது ஒரு தீவைக் குறிக்கிறது. இந்த பாடலில் குறிப்பிடப்படும் இடம் எரிமலை உடைய தீவு அங்கு பொன் வளம் இருந்திருக்கிறது. எனவே இந்த இடம் தற்போதைய தமிழகமாக இருக்கமுடியாது. இது மடகாஸ்கர் தீவாக இருக்கலாம். இங்கு எரிமலையும், தங்கம் மற்றும் கனிம வளங்கள் உள்ள இடமாகும்.

மடகாஸ்கர் மத்திய உயர் நிலப்பகுதியில், அதன் தலைநகரான அண்டனஅறிவோ நகரின் அருகில் பன்னிரண்டு புனிதமலைகள் உள்ளன. இந்த மலைகளில் பண்டைய அரசர்களின் சமாதிகள் இருப்பதால் இவை புனித மலைகள் என்று கருதப்படுகிறது. வெள்ளியம்பலத்து துஞ்சிய, மாடத்து துஞ்சிய என்பது மலைகளில் அல்லது குன்றுகளில் புதைக்கப்பட்டு இருக்கும் மன்னர்களைக் குறிப்பதாக இருக்கவேண்டும்.

மேலும் மடகாஸ்கரில் பல பழங்குடிகளில் தலைவன் இறந்தபிறகு அவருடைய பெயரை உச்சரிக்கக்கூடாது. அவரை புதிய பெயரிட்டே கூறப்படவேண்டும். இந்த வழக்கமும் பண்டைய தமிழகத்தில் இறந்த மன்னர்களை, அவர்கள் இறந்த அல்லது புதைத்த இடத்தின் பெயர்கொண்டு அழைப்பதன் வழக்கமோடு தொடர்புடையதாக உள்ளது.

மடகாஸ்கர் மன்னர்களின் நீண்ட பெயர்கள்

இளவந்திகை பள்ளி துஞ்சிய நன்மாறன், தலையானங்கானத்து செரு வென்ற நெடுஞ்செழியன், கானப்பேரெயில் கடந்த உக்கிரப் பெரு வழுதி, களங்காய்க் கண்ணி நார்முடிச் சேரல், கடல் பிறகோட்டிய வேல்கெழு குட்டுவன், தகடூர் எறிந்த பெருஞ்சேரல் இரும்பொறை, கருவூர் ஏறிய கோப்பெருஞ்சேரல் இரும்பொறை, வஞ்சி முற்றத்து துஞ்சிய அந்துவன் சேரல், கோட்டம்பலத்து துஞ்சிய மாக்கோதை, சேரமான் முடங்கிக் கிடந்தநெடுஞ்சேரலாதன் போன்ற அரசர் பெயர்கள் இருந்தன.

இந்த முறைப்படியே பிற்காலத்தில் மடகாஸ்கர் மன்னர்கள் தங்கள் பதினேழாம் நூற்றாண்டில் இருந்த மடகாஸ்கர் மன்னர் பெயர்கள் மிக நீண்ட பெயர்கள் கொண்டதாக இருந்தன. மெரினா அரசை தோற்றுவித்த அரசன் பெயர் ‘அண்ட்ரியன் அம்போய்மெரினதம்போகோஇந்திரந்திர’ என்பதாகும். இதற்கு அர்த்தம் மெரினா அரசை நிறுவிய அரசன் மற்றும் மெய்யான தலைவன்/கடவுள் என்பதாகும்.

இதே போன்று இன்னொரு அரசன் பெயர் ‘அண்ட்ரியன் ட்சிமிடோவியாமின் அண்ட்ரியன் டேஹிபே’ என்பதாகும். இதன் அர்த்தம் ‘உன்னத அரசர்க்கெல்லாம் நிகரில்லா அரசன்’ என்பதாகும். இன்னொரு அரசன் பெயர் ‘அண்ட்ரியன் ட்சிமிடோவியாமின் அண்ட்ரியன் திராசக’ ஆகும். இதன் அர்த்தம் ‘முன்னோர்களுக் கெல்லாம்/சகோதரர்களில் நிகரில்லா அரசன்’ என்பதாகும்.

இதுபோன்று நீண்ட பெயர்கள் வைப்பது பண்டைய சங்க கால மன்னர்களிடம் இருந்தது என்று சங்க இலக்கியங்கள் மூலம் அறியமுடிகிறது.

ஒரு அரசன் இறந்தபிறகு அவனுக்கு புதிய பெயர் இட்டு அழைக்கவேண்டும் என்ற மரபு பல மடகாஸ்கர் பழங்குடிகளிடம் இருந்தன. அதனால் மடகாஸ்கர் மன்னர்களுக்கு மேலே கூறிய பெயர்கள் வந்திருக்கலாம். இறந்த மன்னர்களுக்கு புதிய பெயர் இடுவது சங்க காலத்திலும் இருந்து வழக்கம் என்று சங்க இலக்கியங்கள் மூலம் அறியமுடிகிறது.

பாண்டியர் – வழுதி, பஞ்சவர், பழயர், செழியர், கௌரியர்;

சோழர் – செம்பியர், சென்னியர், வளவர், கிள்ளிகள்

சேரர் – வானவர், கொங்கர், வில்லவர், பொறையர், கோதைகள், குடவர், குட்டுவர் (கோட்டுவன்?)

(சாம்பியா – செம்பியன்; கென்யா – கண்ணையா' சென்னியா; காங்கோ – கொங்கர்;)

சோழ நாடு; இரு பிரிவு; உறையூர்ச் சோழன் – வளநாட்டுச் சோழன்; புகார்ச் சோழன் – நாக நாட்டுச் சோழன்; நாக நாட்டை "பாதாள உலகம்" என்று புரிந்து கொண்டவர் பலர். (இதுவே நாகரகம் என்பது நரகம் என்று மருவியிருக்க வேண்டும்)

குமரி நில நீட்சி

சிலர் குமரிக்கண்டமே தமிழர்களின் தாயகம்; அது மூழ்கியபோது தப்பிச்சென்றவர்களே சிந்து சமவெளி, சுமேரிய மற்றும் எகிப்து நாகரிகங்களை தோற்றுவித்தனர் என நம்புகின்றனர்.

மறைந்த கண்டம் அல்லது கடல் கொண்ட கண்டம் பற்றி எழுதியவர்கள் குமரிக்கண்டம், லெமூரியாக்கண்டம், கோண்டுவானாக் கண்டம் ஆகிய மூன்றும் ஒரே நிலப்பகுதி என்று எண்ணினர். ஆனால் இவை காலத்தாலும், உருவாக்கத்தாலும் வெகுவாக மாறுபட்டவை. (இம்மூன்றும் ஏன் அப்பொழுது மூன்று தனித்தனி நிலப்பகுதிகளாக இருந்திருக்கக்கூடாது? லெமுரியா என்பது மடகாஸ்கர், குமரிக்கண்டம் என்பது கொமொரோஸ் தீவு, கோண்டுவான என்பது மொரிஷியஸ்/ஆப்பிரிக்க/மாலத்தீவுகள் ஆகியவையாக இருக்கலாம்)

செங்கோன் தரைச்செலவு – குமரிக்கண்டம் இருந்ததற்கான ஆதாரங்களை மேற்கோள் காட்டும் நூல். பழந்தமிழரின் நில வழிச்செலவுகள் பற்றி எழுதுகையில் இதை குமரிக்கண்ட மன்னர்களின் ஒருவரான செங்கோன் மேற்கொண்ட தரைச்செலவை கூறும் நூல் எனக் குறிப்பிடப்படுகிறது, (இரா. மதிவாணன், லெமுரியா முதல் அரப்பா வரை ப. 141) மறைந்து போனதாக கருதப்படும் நூல். இந்நூல் பற்றி 1902ஆம் ஆண்டு 'முதலூழித் தனியூர் சேந்தனியற்றிய செங்கோன்றரைச் செலவு – மூலமும், உரையும் என்ற நூல் மூலம் அறியமுடிகிறது. (சுந்தர பாண்டிய ஓதுவார், ஸ்ரீ மீனாம்பிகை அச்சுக்கூடம், மதுரை.)

இந்நூலில் குமரியாற்றிற்கும், பஃறுளியாற்றிற்கும் இடையே பெருவள நாட்டரசன் முதலூழித் தனியூர் சேந்தன், பாடியதாக பஃறுளியாற்றுத் தலைப்பாய்ச்சல் ஏழ் தெங்க நாட்டு முத்தூர் அகத்தியன் பாட்டால் விளங்குகிறது.

சிலப்பதிகாரத்தில் மாடலன் நீராடியதாக கூறும் பாடல் :

மாமறை முதல்வன் மாடலன் என்போன்
மாதவ முனிவன் மலைவலங் கொண்டு
குமரியம் பெருந்துறை கொள்கையிற்படிந்து...

(அடைக்கல காதை; வரிகள் 1315)

உரையாசிரியர் அடியார்க்கு நல்லார் குமரியம் பெருந்துறை என்பது குமரியாற்றுத் துறையைக் குறிக்கும் என்பதாக 'குமரியாற்றில் தீர்த்தமாடு முறைமையின் ஆடி' என

விளக்கி கூறுகிறார். ஆனால் கா. அப்பாதுரை என்ற ஆசிரியர் குமரியம் பெருந்துறை என்பது கன்னியாகுமரியின் துறைமுகத்தை குறிப்பது என்றும், அக்காலத்து யவன வணிகர்கள் குமரிக்கடலின் கரையில் அமைந்த துறைமுகத்தைக் குறிப்பிடுகின்றனர் என்றும், ஆகவே கோவலன் காலத்திற்கு முன்பே குமரியாறு கரைந்து போய்க் குமரிக்கடலின் கரையில் அமைந்த துறைமுகம் ஏற்பட்டுவிட்டது எனக் குறிப்பிடுகிறார். ஆனால் துறை என்பது குளிக்கவோ அல்லது படகில் பயணப்படவோ நீர்நிலைகளில் ஆட்கள் இறங்குவதற்கு ஏற்றவாறு படிகளுடன் அமைந்திருக்கும் இடம். தற்போதும் தமிழகத்தில் ஆற்றின் கரைகளில் உள்ள ஊர்களுக்கு துறை என்ற பெயரிருக்கும். பெருந்துறை, மாந்துறை, மயிலாடுதுறை, என்பது போல்.

சிந்துபாத் கதை குறிப்புகள்

சிந்துபாத் என்ற கடல் வாணிகனின் தீரசாகச கடல் பயணக் கதைகள் மிகவும் பிரபலம் வாய்ந்தது. சிந்துபாத் கதையில் வைரங்கள் நிறைந்து கிடக்கும் பள்ளத்தாக்கு, குரங்குகள் ஆட்சி செய்யும் தீவு, என மிகைப்படுத்தப்பட்ட விஷயங்கள் கதைகளில் உள்ளது.

மடகாஸ்கரில் ரத்தின சுரங்கங்களும், தங்க சுரங்கங்களும் இன்றும் உள்ளன. லெமூர்கள் புனித மிருகமாக வணங்கப்படுகிறது. எனவே அவை ஆட்சி செய்வதாக சிந்துபாத் கதையில் சித்திரித்திருக்கலாம். உலகில் மிகப்பெரிய ஆமைகள் இருப்பது மடகாஸ்கரில்தான்.

2000 ஆண்டுகளுக்கு முற்பட்ட புத்த நூல்கள் இலங்கையை தாப்பபண்ணி என குறிப்பிடுகின்றன. அசோகரின் பொ.யு.மு. 300 கிர்னார் கல்வெட்டிலும் இலங்கையை தாம்பபன்னி என குறிப்பிட்டுள்ளார். தாப்ரபனே என்பது தாமிரவருணி என்ற பெயரின் திரிபு.

பண்டைய காலத்தில் தாமிரவருணி நதி இலங்கை வரை பாய்ந்திருக்க வேண்டும். எனவே அதன் கழிமுகத்தில் இருந்த தீவை தாமிரவருணி என்று அழைத்திருக்க வேண்டும். அதை தாப்ரவனே என்று மேற்கத்தியர்கள் அவர்களுடைய மொழியில் குறிப்பிட்டிருக்க வேண்டும்.

மடகாஸ்கர் உயர்நிலப்பகுதி கோட்டை நுழைவாயில் உள்ள வட்டக்கல் கதவு

1920களில் தமிழகத்தில் லெமூரியா கண்டத்திற்கு நாவலந்தீவு என்ற பெயரும் சூட்டினர். நாவலந்தீவில் பல எரிமலைகள் இருந்தன. எரிமலை வெடிப்பால் பல பகுதிகள் அழிந்து விட்டன. (ந.சி.கந்தையா பிள்ளை, நமது நாடு)

சுமேரிய மன்னர்கள் பட்டியலில் வெள்ளப்பெருக்கிற்கு முன் உள்ள பத்து மன்னர்கள் பட்டியலில் சிபாட் அல்லது சிபாத் என்ற மன்னர் பெயர் வருகிறது. இது சிந்துபாத் என்ற பெயரோடு ஒத்துப்போகிறது.

தலையாலங்கானம்

சங்க இலக்கியங்களில் மூவேந்தர்களைப் பற்றி பாடும் போது ஒரு முக்கியமான போரைப் பற்றி பல இடங்களில் கூறப்படுகிறது. அது தலையாலங்கானம் என்ற இடத்தில் நடந்த போரைப் பற்றியாகும். இந்த இடம் தற்போது திருவாரூர் அருகே உள்ள தலையாலங்காடு என்ற ஊர் என்று கூறப்படுகிறது. இந்தப் போர் மதுரையில் ஆரம்பித்து பின்னர் தலையாலங்கானத்தில் முடிந்ததாக கூறப்படுகிறது. இந்தப் போரைப் பற்றி அகநானூறு 36ஆம் பாடல் குறிப்பிடுகிறது.

கொய்கவற் புரவிக் கொடித்தேர்ச் செழியன்
ஆலங்கானத்து அகன்தலை சிவப்பச்
சேரல் செம்பியன் சினங்கெழு திதியன்
போர்வல் யானைப் பொலம்பூண் எழினி
நாரறிநறவின் எருமையூரன்
தேங்கமழ் அகலத்துப் புலர்ந்த சாந்தின்
இருங்கோ வேண்மான் இயல்தேர்ப் பொருநன் என்று
எழுவர் நல்வலம் அடங்க ஒருபகல்
முரசொடு வெண்குடை அகப்படுத்து உரைசெலக்
கொன்று களம் வேட்ட ஞான்றை
வென்றிகொள் வீரர் ஆர்ப்பினும் பெரிதே... (அகம்: 36)

பாண்டியன் நெடுஞ்செழியன் தலையாலங்கானம் என்ற இடத்தில் சேரன், செம்பியன், திதியன், எழினி, எருமையூரன், இருங்கோ வேண்மான், பொருநன் ஆகிய ஏழுபேரை போரில் வென்றான் என்று கூறப்படுகிறது. இப்போர் ஒரு பகல் பொழுதில் நடந்து முடிந்துவிட்டது என்று கூறுகிறார்கள். சில ஆசிரியர்கள் இந்தப் போர் மதுரையில் ஆரம்பித்து தலையாலங்கானம் என்ற இடத்தில் முடிவுற்றது என்று கருதுகின்றனர். இப்பெரும்போர் தஞ்சை மாவட்டத்தில் உள்ள தலையாலங்கானம் என்ற ஊரில் முடிவுற்றது என்று வரலாற்றாசிரியர் கே.வி.ராமன் கூறியுள்ளார்.

மதுரைநகரைமுற்றுகையிட்டபகைவர்களைதுரத்திச்சென்றுதலையாலங்கானம் என்ற இடத்தில் ஒரு பகல் பொழுதினுள் தோற்கடித்தான் எனப்படுகிறது. இங்கு சில கேள்விகள் எழுகிறது. மதுரைக்கும், தலையாலங்கானத்திற்கும் இடையே உள்ள தூரம் ஏறக்குறைய 250 கிலோமீட்டர்கள் ஆகும். ஒரு நாளுக்குள் இவ்வளவு தூரத்தை போர் செய்து கடக்க முடியுமா என்பதாகும். போர் என்பது பொதுவாக ஒரு இடத்தில் இருந்து செய்வதாகும். என்ன தான் புறமுதுகிட்டு ஓடினாலும் ஒரு நாளில் இருநூறு

கிலோமீட்டர் ஓட முடியுமா? ஒரு வேளை தேரில் சென்றாலும் ஓய்வெடுக்கலாம் ஓடிக்கொண்டே போர் செய்ய முடியுமா? என்பது சந்தேகம் தான். ஒரு வேளை போர் ஆரம்பித்து நடந்த இடம் தலையாலங்கானம் என்றால் அது சோழ நாட்டினுள் வெகு தொலைவு உள்ளே உள்ள இடம். எனவே இந்தப் போர் நடந்த இடம் தற்போது கூறப்படும் தலையாலங்கானமாக இருக்குமா என்பது சந்தேகம் தான்.

இன்னொரு கூற்றுப்படி பார்த்தால், இந்த எழுவர் கூட்டணி அமைந்த விதம், அவர்களுடைய இட அமைப்பை பார்க்கும்போது அது தற்போதைய தமிழகத்தில் நடந்திருக்க வாய்ப்பு வெகு குறைவுதான். ஏனெனில் எருமையூரன் என்பது தற்போதைய மைசூர் ஆகும். செம்பியன் தவிர்த்து மற்றவர்கள் எல்லோரும் வேளிர்கள். மலை அரசர்கள். இவர்கள் இருந்த இடம் பெரும்பாலும் மேற்கு தொடர்ச்சி மலை. இந்த வகையில் பார்த்தால் இந்த தலையாலங்கானப்போர் பண்டைய குமரிக்கண்டத்தில் நடந்திருக்கவேண்டும். அதை பண்டைய பாடல்களில் கூறியிருக்கலாம். அதுவே புலம் பெயர்ந்து வந்த பிறகு பின்னாளில் வந்த பாடலிலும் பாடப்பட்டிருக்கலாம்.

இன்னொரு வகையில் பார்த்தால் தலை ஆலங்கானம் என்பதில் தலை என்பது முதல் என்ற அர்த்தம் உடையது. முதல் தமிழ்ச்சங்கத்தை தலைச்சங்கம் என்று கூறுவது போல். எனவே தலையாலங்கானம் என்பது முதல் ஆலங்கானம் என்ற அர்த்தமாகும். அந்த வகையில் தலையாலங்கானப் போர் பண்டைய குமரிக்கண்டத்தில் அதாவது தற்போதைய மடகாஸ்கர் தீவில் நடந்திருக்க வேண்டும். மடகாஸ்கரில் ஆல என்று தொடங்கும் இடப்பெயர்கள் பல உள்ளன. ஒரு இடத்தின் பெயர் 'அம்போடில்ஆலங்கின' (*Amobodilalangina*). ஆலங்கின என்பது ஆலங்கான என்ற பெயரோடு ஒத்துப்போகிறது.

காலிய நெடுந்தேர்க் கைவண் செழியன்
ஆலங் கானத்து அமர்கடந்துயர்ந்த
வேலினும் பல்லூழ் மின்னி... (அக 175)

மேலே காணும் அகநானூறு பாடலில் ஆலங்கானத்து கடந்துயர்ந்த வேலினும் பல் ஊழ் மின்னி என்பதில் பல் ஊழி என்ற சொல் பெரும்பாலும் சங்க இலக்கியங்களில் பண்டைய குமரிக்கண்டத்தில் நடந்த நிகழ்வுகளோடு இணைத்து கூறப்படுகிறது. எனவே இந்த ஆலங்கானப் போர் என்பது பண்டைய குமரிக்கண்டத்தில் நடந்த போராக இருக்கவேண்டும்.

சுமேரிய மன்னர்கள் பெயர்களும், மடகாஸ்கர் இடப் பெயர்களும்

சுமேரிய மன்னர்கள் முதல் பத்து மன்னர்கள் பெயரில் முடிவில் காணப்படும் அண்ண (*Ana*) என்ற பெயர் மடகாஸ்கரில் உள்ள மன்னர்கள், குடித்தலைவர்கள் மற்றும் பல இடங்களின் பெயர்களில் காணப்படுகிறது. அண்ண என்பது மரியாதையாக கூப்பிடும் முறையாகும். நம் வயதில் மூத்தோரை அண்ணா என்று கூப்பிடுவதுண்டு. மேலே பார்ப்பதை அண்ணாந்து பார் என்கிறோம். அண்ணாமலை என்பது உயர்ந்த மலை என்ற அர்த்தம் உடையது. எனவே அண்ணா என்ற சொல் மூத்தவர், உயர்ந்த என்ற மரியாதையான அர்த்தம் உடைய சொல்லாகும்.

அண்ட்ரியன (இந்திர அண்ண)

வலோன (வேலன் அண்ண)

ராணவலோன (ராணி வலோன)

Ampangorinana	*Maevatananana*	*Tasaratanana*
Atsinanana	*Antsiranana*	*Antsiranana*
Bealanana	*Fandriana*	*Farafangana*
Fenoarivo	*Atsinanana*	*Ifanadiana*
Manandriana	*Manjakandriana*	*Soavinandriana*

மடகாஸ்கரின் பழைமையான கிராமங்களில் ஒரு கிராமத்தின் பெயர் ஆலசோர (Alasora) என்பதாகும். இதற்கு அர்த்தம் 'நாட்டின் மூத்தவர் மற்றும் மன்னர்களின் தோற்றம்' என்று அர்த்தம். இந்த இடம் மடகாஸ்கரின் மத்திய உயர்நிலப்பகுதியான மெரினா அரசில் இருந்தது. இந்த குடியினரே மடகாஸ்கரின் உயர்ந்த குடியாகும். இந்த குடியில்தான் அண்ட்ரியன் எனப்படும் அரசவம்சாவளி தோன்றியது. இந்த அண்ட்ரியன் என்பதே இந்திரன் என்று கூறப்பட்டிருக்கலாம். இந்த கிராமம்தான் தங்கள் மூதாதையர் தோன்றிய இடம் என்று இமெரினா குடிமக்களால் நம்பப்படுகிறது. இந்த இடம் இங்குள்ள பன்னிரெண்டு புனித மலைகளுள் ஒன்றாகும். பதினாறாம் நூற்றாண்டில் அண்ட்ரியமனேலோ என்ற அரசானால் இந்த கிராமம் முழுதாக கட்டப்பட்டு, இதனைச் சுற்றிலும் பகைவர் நுழையமுடியாத படி அகழி தோண்டி, நுழைவாயிலில் கல்திட்டை எழுப்பி, அதனருகில் அத்தி மரத்தை அரசின் அடையாளமாக நட்டான் என்று கூறப்படுகிறது. அத்திமரம் ஆலமர வகையைச் சார்ந்தது.

இரண்டாம் தமிழ்ச்சங்கம் இருந்த கபாடபுரம் அகழிகளால் சூழப்பட்டு சுற்றிலும் மதில்கள் எழுப்பப்பட்டு இருந்த நகரம் என்று கூறப்படுகிறது. சோழர்கள் சூடிய பூ அத்திப்பூ ஆகும். எனவே சோழர்களின் மரம் அத்திமரமாக இருந்திருக்கலாம். அண்ட்ரியமனேலோ என்ற பெயரின் அர்த்தம் குடை கொண்ட அரசன் என்பதாகும். சங்க இலக்கியங்களில் ஒரு மன்னனின் அரசாட்சியை 'வெண்கொற்றக் குடை' என்று கூறுவதுண்டு. மேலே கூறிய ஆலசூர கிராமம் அமைத்த மன்னன் தன் மூதாதையர் வழிப்படி இந்த கிராமத்தை அமைத்திருக்கலாம்.

சுமேரிய மன்னர்களின் பட்டியலில் காணப்படும் முதல் மன்னன் பெயர் ஆலோருஸ் (Alorus) என்பதாகும். ஆலோசோர என்ற பெயரே ஆலோருஸ் என்று உச்சரிக்கப்பட்டிருக்கலாம். இந்த மன்னர் சொர்க்கத்திலிருந்து ஆட்சி புரிந்தார் என்று சுமேரிய மன்னர் பட்டியல் கூறுகிறது. சுமேரிய மன்னர்களின் பட்டியலில் முதலில் அரசு சொர்க்கத்தில் இருந்தது என்றும், பின்னர் அது பூமிக்கு வந்தது என்றும் கூறப்படுகிறது. இதன் அர்த்தம் ஆதிகாலத்தில் அரசமைப்பு முதலில் மலைமேல் உயர்ந்த நிலத்தில் தோன்றி பின்னர் காலம் செல்ல செல்ல இடைநிலத்திற்கு வந்திருக்கவேண்டும். மேலும் சொர்க்கம் என்பது மலைமேல் வாழும் இடத்தையும், பூமி என்பது இடைநிலத்தையும், பாதாளம் அல்லது நரகம் என்பது கீழ்நிலத்தையும் குறிப்பதாக இருக்கவேண்டும் என்ற கூற்றை கடவுள் வழிபாடு அத்தியாயத்தில் பார்த்தோம். ஆலசோர என்பது 'ஆலசூர(ன்)' என்ற பெயராக இருக்கலாம். ஆலசூரன் என்பது ஆலமரத்தடியில் உறையும் தட்சிணாமூர்த்தியைக் குறிப்பதாக இருக்கவேண்டும்.

வாணிகம்

நளியிரு முந்நீர் நாவாயோட்டி
வளி தொழிலாண்ட வுரவோன் மருக

சங்க இலக்கியங்கள் பல இடங்களில் முந்நீர் என்ற குறிப்புகள் வருகிறது. இந்த முந்நீர் என்பது எதைக் குறிப்பதாக இருக்கும்? சில உரையாசிரியர்கள் கடல் என்பது மழைநீர், ஆற்றுநீர், உப்பு நீர் ஆகிய மூன்றும் சேர்ந்து இருப்பதால் அது முந்நீர் என்று கூறப்பட்டது என்று குறிப்பிடுகின்றனர். ஒரு பாடலில் 'முந்நீருண்டு முந்நீர் ஒட்டி' என்று ஒரு பாடலில் இரண்டு முறை முந்நீர் என்ற குறிப்பு வருகிறது. இதில் ஒரு முந்நீர் என்பது பனை நீர், இளநீர், கரும்பின் நீர் ஆகிய மூன்றைக் குறிப்பதாக கூறப்படுகிறது. முந்நீர் என்பது ஒருவேளை முந்நீர் என்பது மூன்று கடல்களைக் குறிப்பதாக இருக்கலாம். பண்டைய குமரிக்கண்டம் என்பது ஒரு பெரிய அகலமான தீவு என்று இலக்கியங்கள் மூலம் அறியமுடிகிறது. இந்த தீவில் தென்பகுதியை ஆண்டு அங்கிருந்து பண்டைய தமிழர்கள் வாணிகம் செய்திருக்க வேண்டும் என்று கூறலாம். ஏனெனில் சங்க இலக்கியங்கள் தென்னவர் என்று பண்டைய தலைச் சங்க மன்னர்களைக் குறிப்பிடுகின்றன. எனவே இது கிழக்கு, தெற்கு மற்றும் மேற்கு என மூன்று கடல்களில் கப்பல் செலுத்தி வாணிகம் செய்திருக்கவேண்டும். எனவே பண்டைய குமரிக்கண்டத்தின் தெற்குப்பகுதி நல்ல பரந்த மற்றும் வளைந்த நிலப்பகுதியாக இருந்திருக்கவேண்டும். தற்போதைய தமிழக குமரி முனை போல் கூராக இல்லாமல், தெற்கு நிலக் கடல் என்று தனியாக கூறுமளவிற்கு பரந்த நிலமாக இருந்திருக்கும்.

மேலும் கீழே கொடுக்கப்பட்டுள்ள புறநானூறு பாடல், மேற்குக் கடலை தொன்றுமுதிர் பௌவம் என்றும், தெற்கு எல்லையாக உருகெழு குமரி என்று குறிப்பிடுகிறது.

வடாஅது பனிபடு நெடுவரை வடக்கும்
தெனாஅது உருகெழு குமரியின் தெற்கும்
குணா அது கரைபொரு தொடுகடல்
குணக்கும்
குடாஅது தொன்றுமுதிர் பௌவத்தின்
குடக்கும்... *(புறம் 6)*

ஏன் மேற்குக் கடலை மட்டும் பௌவம் என்று கூறப்படுகிறது? பௌவம் என்பது இரு நிலப்பரப்புகளுக்கிடையில் உள்ள குறுகிய கடலைக் குறிப்பதாக இருக்கவேண்டும். ஆங்கிலத்தில் பே *(Bay)* என்பது போல். பே என்பது பௌவம் என்ற சொல்லிலிருந்து வந்திருக்கலாம். தொன்றுமுதிர் என்பது தொன்று தொட்ட காலம் முதலே அந்தக் குறுகிய கடலில் அந்த இரு நிலங்களுக்கிடையில் கடல் பயணம் செய்துகொண்டிருந்திருக்க வேண்டும். அதனாலேயே அதற்கு தொன்றுமுதிர் பௌவம் என்று அதனைக் குறிப்பிட்டிருக்கவேண்டும்.

மேலும் உருகெழு குமரி என்பதில் உருகெழு என்பது 'மிகுந்த அச்சம் கொடுக்கும்' என்ற அர்த்தம் உடையது. எந்த வகையான இடம் மிகுந்த அச்சம் கொடுக்கக்கூடியதாக

இருக்கும். நிச்சயம் அது கொடும் பாலை நிலமாகத்தான் இருக்கும். அப்படியெனில் தெற்கு குமரிப் பகுதி பாலை நிலமென்று அறியமுடிகிறது. ஆனால் தற்போதைய குமரி நிலம் பாலை நிலம் இல்லை.

மேலே கூறிய நில அமைப்புகள் மடகாஸ்கர் தீவில் உள்ளது. இந்த தீவின் மேற்கே உள்ள கடல் கிழக்கு ஆப்பிரிக்காவிற்கும், மடகாஸ்கருக்கும் உள்ள குறுகிய கடலாகும். ஆப்பிரிக்காவில் மிக பண்டைய காலம் தொட்டே மனிதர்கள் வசித்து வருகிறார்கள். தொன்று தொட்ட காலம் முதலே ஆப்பிரிக்காவிற்கும், மடகாஸ்கர் இந்தக் கடலில் பயணம் செய்திருப்பார்கள்.

மடகாஸ்கர் தெற்குப் பகுதி அரை வட்ட வடிவமாக, பரந்த நிலமாக இருப்பதால் கிழக்கு, மேற்கு, தெற்கு என மூன்று கடல்கள் வழக்கில் இருந்திருக்கும். எனவே முந்நீர் என்று பெயர் வந்திருக்கும்.

இந்த தெற்குப் பகுதி மிகுந்த வறண்ட பாலை நிலமாகும். இங்கு மிகப்பெரிய ராட்சச மரங்களும், முட்புதர் காடுகளும், வறட்சியான கல், மணல் பிரதேசங்களும் நிறைந்து பார்ப்பதற்கு அச்சம் கொடுக்கும் வகையில் அமைந்த இடமாகும். எனவே பண்டைய குமரிக்கண்டம் என்பது மடகாஸ்கர் தீவாக இருக்கவேண்டுமென்பதற்கு இதுவும் ஒரு சான்றாகும்.

தென்குமரி வட பெருங்கல்
குணக் குட கடலா எல்லை
குன்று மலை காடு நாடு
ஒன்றுபட்டு வழி மொழிய... *(புறம். 17)*

ஒபிர் துறைமுகம்

பைபிள் தொன்மைக்கதைகளில் சாலமன் அரசன் ஒபிர் துறைமுகத்திலிருந்து தங்கம், தந்தம், குரங்கு, மயில்தோகை, சந்தன கட்டை, இரத்தினக்கற்கள் இறக்குமதி செய்ததாக கூறப்படுகிறது. இந்த துறைமுகத்திற்கு ஒரே ஒரு முறைதான் சாலமன் அரசரின் கப்பல் சென்றுள்ளது என்றும் கூறப்படுகிறது. மற்ற தடவை செல்லுவதற்கு மேற்கொண்ட முயற்சிகள் எல்லாம் தோல்வி அடைந்தன. ஒரு முறை கப்பல் பாறைகளில் மோதி உடைந்துவிட்டது. ஒபிர் துறைமுகம் செல்ல நல்ல தொழில் நுட்பம் உள்ள கப்பலும், திறமை வாய்ந்த மாலுமிகளும் தேவை. அதுமட்டுமில்லாமல் வெளி ஆட்கள் உதவியில்லாமல் அங்கு செல்ல முடியாது என்றும் கூறப்பட்டன. ஒபிர் துறைமுகம் என்பது எங்கு இருந்தது என்பது பற்றி வெவ்வேறு கூற்றுகள் உள்ளன. அவைகள்: சிவப்புக் கடலில் உள்ள ஒரு தீவு என்றும், இந்தியாவின் மேற்கு கடற்கரையில் குஜராத் அருகில் இருந்தது என்றும், தமிழகத்தில் என்றும், கேரளாவில் திருவனந்தபுரத்திற்கு அருகில் உள்ள பூவார் எனவும், அரேபியா தீபகற்பத்தின் கடற்கரையில் இருந்தது என்றும், சிலர் அது பிலிப்பின்ஸ் தீவு என்றும், ஆப்பிரிக்காவில் உள்ள சோமாலிய நாடு என்றும், ஜிம்பாப்வே என்றும், சாலமன் தீவுகள் என்றும், இலங்கை என்றும் கருதுகின்றனர்.

ஆனால் ஒபிர் என்பது மடகாஸ்கர் தீவாக இருக்க வேண்டும். அதற்கான காரணங்கள் :

மடகாஸ்கரில் இயற்கை வளங்கள் நிறைய இருக்கின்றன. தேக்கு, கிராம்பு, மிளகு போன்ற பொருட்கள் போன்றவை உள்ளன. தங்கம், ரத்தினக் கற்கள், மற்றும் கனிம வளங்கள் இருக்கின்றன. உலகில் மற்ற நாடுகளில் இல்லாத அளவு பல்வேறு வகையான விலங்கு இனங்கள் அதிலும் உலகில் வேறெங்கும் இல்லாத அபூர்வ விலங்கினங்கள் காணப்படும் இடமாகும். குறிப்பாக லெமூர் விலங்கினம் உலகில் வேறெங்கும் காணப்படாத விலங்கினம் மடகாஸ்கரில் மட்டுமே உள்ளது.

பண்டைய சுமேரிய மற்றும் பாபிலோனிய தொல்லியல் சித்திரங்களில் வாணிகர்கள் குரங்குகள் கொண்டு செல்வது காணப்படுகிறது. கடல் வாணிகத்தில் குரங்குகள் ஏன் கொண்டு செல்லப்பட்டன? குரங்குகள் எல்லா நாட்டிலும் உள்ளன; எனவே அவைகளை எதற்கு கொண்டு சென்றிருக்க வேண்டும்; வேலை செய்வதற்காகவா? ஒரு வேளை அவைகள் குரங்குகளாக இல்லாமல் லெமூர்களாக இருந்திருக்கலாம். லெமூர்கள் மடகாஸ்கரில் மட்டுமே உள்ளது. அவைகள் கடல் பயணத்திற்கு உதவியிருக்கலாம். (வேள்பாரி, சு. வெங்கடேசன், ஹிப்பாலஸ்; தேவாங்கு; வடக்கு நோக்கி அமரும் குணம்; வைப்பூர் துறைமுகம்)

ஒபிர் துறைமுகம் பற்றி கூறும்போது அது எளிதில் செல்ல முடியாத இடம் என்று கூறப்படுகிறது. அக்காலத்தில் மடகாஸ்கர் தீவும் அவ்வளவு எளிதாக சென்றடைய முடியாத இடமாக இருந்திருக்கவேண்டும். அதை அடைய பல தீவுகள் கடந்து செல்ல வேண்டும். அதுவும் அது சுமேரியாவிலிருந்து வெகு தூரத்தில் தென்கோடியில் உள்ளது.

ஒபிர் துறைமுகம் எந்த இடமாக இருக்கும் என்பது பற்றி மேலே கூறும் இடங்களில் பிலிப்பைன்ஸ் தவிர மற்ற இடங்களுக்கு எளிதில் செல்லலாம்; முக்கியமாக பல இடங்களுக்கு தரை வழியாகவும் செல்லலாம்;

சுமேரியர்கள் சுமேரியாவிற்கு புலம் பெயர்ந்த பிறகும் தங்கள் பூர்வீக நிலத்துடன் தொடர்பு இருந்ததாக சுமேரிய புராணக்கதைகள் குறிப்பிடுகின்றன.

சுமேரியர்களுடைய குலகுரு உத்தனபிட்டர் என்பவர் ஒரு படகோட்டியுடன் படகிலேறி தங்களுடைய பூர்வீக நிலத்திற்கு சென்று வந்தார் என்று கூறப்படுகிறது. இதன் மூலம் அறியப்படுவது என்னவென்றால் சுமேரியர்கள் தங்கள் பூர்வீக நிலத்துடன் வாணிகத் தொடர்பு கொண்டிருக்கலாம் என்பதாகும். எனவே சுமேரியர்கள் தங்கள் பூர்வீக நிலத்தில் இருந்து முதன் முதலில் புலம் பெயர்ந்த பொழுது, எல்லா மக்களும் புலம் பெயர்ந்திருக்கவில்லை என்றே தோன்றுகிறது. எனவே மடகாஸ்கர் தீவிலேயே ஒபிர் துறைமுகம் இருந்திருக்கவேண்டும். ஒருவேளை பண்டைய குமரிக்கண்டத்திலிருந்த புகார் துறைமுகமே ஒபிர் துறைமுகமாக இருக்கலாம்.

பின்னாளில் ஒருவேளை இன்னொரு கடல் வெள்ளப்பெருக்கில் அந்த பூர்வீக நிலத்துடன் தொடர்பு அற்று போயிருக்கவேண்டும். அத்துடன் சில ஆயிரம் ஆண்டுகளுக்கு அவர்கள் பூர்வீக நிலம் பற்றிய செய்திகள் தொன்மக்கதைகளாக மாறியிருக்கவேண்டும்.

சுமேரியர்கள் போன்று வேறு இடங்களுக்கும் குறிப்பாக தென்கிழக்கு ஆசியா பகுதிகளுக்கு புலம் பெயர்ந்து சென்ற மக்களின் தொன்மங்களில் இந்த பூர்வீக இடம் பற்றி பரம்பரை பரம்பரையாக கேட்டறிந்ததால், பின்னாளில் அவர்கள் அந்த இடங்களிலிருந்து குறிப்பாக இந்தோனேசியாவிலிருந்து தங்கள் பூர்வீக நிலமான மடகாஸ்கருக்கு 1500 ஆண்டுகளுக்கு முன்பு புலம் பெயர்ந்து வந்திருக்கவேண்டும் என்று தோன்றுகிறது. இதே போன்று அரேபியாவிலிருந்தும் மக்கள் தங்கள் பூர்வீக நிலம் நோக்கி புலம் பெயர்ந்து வந்திருக்கவேண்டும். அதன்பின் ஐரோப்பியர்களின் கப்பல் விபத்தில் சிக்கி அங்கு அவர்கள் கரையேறியபோது மடகாஸ்கர் பற்றி வெளியுலகத்திற்கு தெரிய வந்தது.

ஒபிர் துறைமுகம் பற்றி இன்னொரு கூற்றும் பார்த்தோமானால், கேரளாவில் கோழிக்கோடு அருகே பேபூர் (Beypore) என்ற துறைமுகம் உள்ளது. இங்கு பாய்மரக் கப்பல் செய்யும் தொழில் பெயர் பெற்றது. சங்க இலக்கியங்களில் கூறப்படும் வைப்பூர் துறைமுகமும் இதுவாக இருக்கலாம். இந்த பேபூர் துறைமுகமே ஒபிர் துறைமுகமாக கூறப்பட்டிருக்கலாம்.

வைப்பூர் > ஒய்பூர் > ஒபிர்

வைப்பூர் > பைப்பூர் > பேபூர்

ஆனால் இதுதான் ஒபிர் துறைமுகம் என்றால் சாலமன் அரசன் வாணிகத் தொடர்பு வைத்த காலம் பொ.யு.மு. 1000 போல் தான் இருந்திருக்க வேண்டும்.

பூம்புகார்

பூம்புகார் பற்றி வாணிகம் அத்தியாயத்தில் கண்டோம். பூம்புகார் என்பது புதிய புகார் என்ற அர்த்தம் உடையது என்றும், எனவே பழைய புகார் என்பது பண்டைய குமரிக்கண்டத்தில் இருந்திருக்கலாம் என்று கண்டோம். புகார் என்பது கப்பல் புகு ஆரம் என்று அர்த்தமுடையது.

மடகாஸ்கர் தீவின் ஒரு முக்கிய துறைமுகம் அதன் தென்கிழக்கு பகுதியில் உள்ள தலங்காரோ என்ற துறைமுகமாகும். சில நூற்றாண்டுகள் முன்பு ஆங்கிலேயர்கள் இந்த

தலோங்கரோ புகு ஆரம்

தலோங்கரோ (மலைகள் பின்னில்)

துறைமுகத்தில்தான் வாணிகம் செய்தார்கள். இதன் வடிவம் இயற்கையாகவே இந்த துறைமுகம் ஆர\ வடிவில் உள்ளது. இந்த துறைமுகத்தில் ஒரு சிறிய மலை உள்ளது. மேலும் இந்த துறைமுகத்திற்கு மேற்கே மலைத்தொடர் உள்ளது.

மேலும் பூம்புகார் பற்றிய சிலப்பதிகார குறிப்புகளில் புகார் நகரில் மலையிலிருந்து வீசிய தென்றலும் நகரை வலம் வந்தது என்ற குறிப்பு உண்டு. ஆனால் பூம்புகாரில் மலை இல்லை. பின் எப்படி மலையிலிருந்து வந்த தென்றல் நகரை வலம் வரும். மடகாஸ்கர் தொலக்னரோ துறைமுகத்தில் மலை உள்ளது.

எனவே பண்டைய புகார் என்பது இந்த தலோங்கரோ துறைமுகமாக இருக்கலாம். பூம்புகார் என்பது புதிய புகார் என்பது போல், பழைய புகாருக்கு தலைப்புகார் என்ற பெயர் இருந்திருக்கலாம். தலைப்புகார் என்பது தலோங்கரோ என்று மருவியிருக்கலாம். அல்லது தலைநகரம் என்ற சொல் தொலோங்கரோ என்று மருவியிருக்கலாம்.

தலைப் புகார் > தலன்புகார > தளங்கரோ > தலோங்கரோ (talongaro)

தலைநகரம் > தலங்கர > தலோங்கரோ

வானியல்

தொல் முறை இயற்கையின் மதிய
... . மரபிற்று ஆக,
பசும் பொன்னுலகமும் மண்ணும் பாழ்பட,
விசும்பில் ஊழூழ் செல்லக் கருவளர்
வானத் திசையில் தோன்றி
உருவறி வாரா ஒன்றன் ஊழியும்
செந்தீச் சுடரிய ஊழியும்
பனியோடு தண்பெயல் தலைஇய ஊழியும்
அவையிற் வெள்ளமூழ்கி ஆர்தருபு (பரிபாடல் 2)

பரிபாடலின் இரண்டாம் பாடலாகிய இது கடவுள் வாழ்த்துப் பகுதியில் திருமாலின் பெருமையைப் பற்றி கூறும் பொழுது திருமால் பல ஊழிக்காலங்களாக விளங்கினார் என்று கூறி, அந்த ஊழிகளின் பெயர்களைக் குறிப்பிடுகின்றது. இது வெளி, காற்று, தீ, நீர், நிலம் ஆகிய ஐம்பூதங்களின் தோற்றம் குறித்து இப்பாடல் பாடுகிறது என்றும், இது உலகம் எப்படி தோன்றியது என்று இந்தப்பாடல் விளக்குகிறது என்றும் கூறப்படுகிறது. இதில் முதலில் வெளி தோன்றியது என்றும், பின்னர் அதில் காற்று தோன்றியது என்றும், பின்னர் தீ தோன்றியது என்றும், பின்னர் நீர் தோன்றியது என்றும், கடைசியாக நிலம் தோன்றியது என்றும் கூறப்படுகிறது. ஆனால் இது சரியான விளக்கமாக இருக்கமுடியுமா? என்று தெரியவில்லை. இந்த பாடலில் கூறப்படுவது பண்டைய குமரிக்கண்டத்தில் தோன்றிய மூன்று ஊழிகளைக் குறிப்பிடுவதாக இருக்கலாம்.

இந்தப் பாடல் கூறும் அர்த்தம், தொல்காலத்தில் இயற்கையின் மரபு அல்லது தன்மை அற்று போகுமாறு, அதாவது தற்போதைய புவிவெப்பமயமாதல் (Global Warming) நிகழ்வால் பருவங்களும், தட்பவெப்ப நிலையும் மாறியது போல், அக்காலத்தில் பருவங்கள் இயற்கையிலிருந்து மாறியிருக்கலாம். அப்போது பொன்னுலகமும், மண்ணும் பாழ்பட்டு போகுமாறு, பல ஊழிக்காலத்திற்கு முன் தோன்றிய விண்வெளி யிலிருந்து, வானின் வழியே, உருவம் அறியாத ஒன்று இந்த உலகைத் தாக்கி, அதன் மூலம் ஏற்பட்ட ஊழி என்று முதல் ஊழியைக் குறிக்கிறது. இது விண்வெளியிலிருந்து விழுந்த ஒரு விண்வெளிக்கல்லால் ஏற்பட்ட கடல் வெள்ளப்பெருக்காக இருக்கலாம்.

பின்னர் செந்நிற தீயால் ஏற்பட்ட ஊழியும், என்று இரண்டாவது ஊழியைக் குறிக்கிறது. இது எரிமலை சீற்றத்தால் ஏற்பட்ட நிலநடுக்கத்தாலும், அதனால் உண்டான கடல் வெள்ளப்பெருக்காக இருக்கலாம். பின்னர் பனிக்கட்டிகள் உருகி, கடல் மட்டம் உயர்ந்து அதன் மூலமாக நிலம் கடலில் மூழ்கி அதனால் ஏற்பட்ட ஊழி என்று மூன்றாம் ஊழியைக் குறிக்கிறது.

இந்த மூன்று ஊழிக்காலங்களாக திருமால் விளங்கினார் என்று ஏன் கூறப்பட்டது. இங்கு திருமால் என்பது மடகாஸ்கர் தீவைக் குறிப்பதாக இருக்கலாம். மால் என்பது மலையைக் குறிப்பதாகும். ஏற்கெனவே நாராயணன் என்பது மடகாஸ்கர் தீவைக் குறிப்பதாக இருக்கலாம் என்று நாம் கண்டோம்.

மேலே கூறிய மூன்று ஊழிகளும் மடகாஸ்கர் தீவில் ஏற்பட்டிருக்கும் என்பதற்கு ஆதாரங்கள் காணக்கிடைக்கின்றன. பல்லாயிரம் ஆண்டுகளுக்கு முன்பு மடகாஸ்கர் பகுதியில் விண்வெளிக்கல் விழுந்திருக்கலாம் என்பது குறித்து ஏற்கெனவே புவியியல் அத்தியாயத்தில் கண்டோம். மடகாஸ்கர் தீவில் ஐந்து எரிமலை, மற்றும் எரிநிலங்கள் உள்ளன. இதில் ஒரு எரிமலை கடைசியாக வெடித்தது பொ.யு.மு. 6000 போல் என எரிமலை ஆய்வாளர்கள் கூறுகின்றனர். மடகாஸ்கருக்கு தெற்கே அண்டார்டிக்கா கண்டம் உள்ளது. இதிலிருந்து பனிப்பாறைகள் உருகி இந்த வெள்ளப்பெருக்கு ஏற்பட்டிருக்கலாம்.

எனவே மடகாஸ்கர் தீவே பண்டைய குமரிக்கண்டமாக இருக்கவேண்டும் என்பதற்கு இதுவும் ஒரு சான்றாகும்.

சுமேரிய புலம் பெயர்ந்தபின் செய்த செயல்கள்

வெள்ளப்பெருக்கில் சுமேரியாவிற்கு புலம் பெயர்ந்த பிறகு புதிய இடத்தில் வாழ்வைத்தொடங்க என்கி செய்த காரியங்கள் பட்டியலில் புது நாள்காட்டி உருவாக்கி புது ஆண்டை உருவாக்கி சங்கத்தின் முடிவுக்கு சமர்ப்பித்தான் என்று கூறப்படுகிறது. பல வரலாற்று ஆசிரியர்கள் கருதுவது போல் புலம் பெயர்தல் சுமேரியாவிற்குள்ளேயே (அதாவது தற்போதைய அரபி துணைக்கண்டத்தின் கடற்கரையிலிருந்து மெசொபடோமியாவிற்கு) நடந்திருந்தால் புது நாள்காட்டி உருவாக்க தேவையில்லை. ஒரு நாடு விட்டு ஒரு நாடு புலம் பெயரும் பொழுதோ, அல்லது ஒரு குறிப்பிடத்தக்க தூரத்திற்கு புலம் பெயரும் பொழுது புது நாள்காட்டி தேவை. உதாரணத்திற்கு இந்தியாவிற்குள் புலம் பெயரும் பொழுது புது நாள்காட்டி உருவாக்க தேவையில்லை. இந்தியாவிலிருந்து அரேபியாவிற்கு புலம் பெயர்ந்தால் புது நாள்காட்டி உருவாக்க வேண்டி வரலாம். புது நாள்காட்டி என்பது புதிய இடத்திற்கு ஏற்ப புதிய கால அட்டவணை செய்வது. தமிழகத்தில் சித்திரை என்றால் சுமேரியாவில் ஆடி மாதம். எனவே சுமேரியாவிற்கு புலம் பெயர்ந்தது பண்டைய குமரிக்கண்டத்தில் இருந்து சென்றிருக்கலாம்.

வானியல் ஆரம்பித்த இடம் மலையும், கடலும் சார்ந்த இடமாக இருக்க வேண்டும். குறிப்பாக அது ஒரு தீவாகவோ அல்லது தீவுக்கூட்டம் உள்ள இடமாகவோ இருந்திருக்க வேண்டும். பூமியின் வட துருவத்திலிருந்து வானியல் தோன்றியிருக்க வாய்ப்பில்லை. ஏனெனில் அங்கு வருடத்தில் பாதி நாட்கள் குளிராக இருக்கும். பாதி நாட்களுக்கு மேல் வானியல் ஆரம்பித்த இடம் பூமிக்கு மத்திய இடத்திலிருந்து தோன்றியிருக்க வேண்டும். அங்கு உழவுத் தொழில் நன்கு நடைபெற்றிருக்க வேண்டும்.

எகிப்திய வானியல் கோட்பாடுகளை ஆராய்ந்த தொல்லியலாளர்கள் கூற்றுப்படி, விண்வெளியில் உள்ள கிரகங்களை மற்றும் நட்சத்திரங்களை ஆய்வு செய்ய பூமத்திய ரேகை பகுதியில் விழும் மழை மற்றும் வட துருவ பனிப்பொழிவு ஆகியவை இடையூறு இல்லாத வானப் பகுதியாக இருக்க வேண்டுமென்றும், இந்த இடம் ஒரு வெப்ப மண்டலப்பகுதியின் (Tropic) எல்லையில் இருக்கவேண்டுமென்றும், இந்தப் பகுதி இரண்டு கடல்களுக்கு இடையில் இருக்கவேண்டுமென்றும், நல்ல நதியும்

மற்றும் இயற்கையாகவே மண்வளம் நிறைந்த பகுதியாக இருக்கவேண்டுமென்றும் கூறுகிறார்கள். இந்த கோட்பாடுகள் எகிப்திய நாகரிகத்தின் பண்டைய பழங்குடி மக்களிடமிருந்து தோன்றியிருக்க வேண்டும் என்று கருதுகின்றனர்.

மேலே கூறிய நில அமைப்புகள் உடைய இடம் மடகாஸ்கர் தீவாகும். அது மகரரேகையில் அமைந்துள்ளது, இரண்டு கடல்களுக்கும் இடையில் உள்ளது, இங்கு நதிகளும், எரிமலை சீற்றத்தால் உண்டான நல்ல மண் வளம் உடைய நிலமும் இருக்கிறது. இந்த தீவின் நெடுகிலும் மலைத்தொடர்கள் இருப்பதால் விண்வெளி நட்சத்திரங்களும், கிரகங்களும் நன்றாக பார்க்க முடிந்திருக்கலாம். இந்த பண்டைய மக்கள் வேறொரு இடத்திலிருந்து புலம் பெயர்ந்து வந்தனர் என்றும் அந்த இடம் ஆப்பிரிக்காவில் உள்ள புண்ட் *(Punt)* என்ற நாடு என்கின்றனர். இது பண்டு என்ற அர்த்தத்துடன் அதாவது பாண்டிய நாடு என்ற பெயரோடு ஒத்துப்போகிறது. இன்னொரு கூற்றுப்படி, பாண்டு பழங்குடி இன மக்கள் இருந்த ஆப்பிரிக்க பகுதியை குறிப்பிட்டு இருக்கலாம். இவர்கள் மடகாஸ்கரிலிருந்து எத்தியோப்பியா மூலமாக பண்டைய எகிப்தில் குடியேறி இருக்கலாம்.

எகிப்தில் உழவில் விதை விதைக்கும் போது மாடு பலி கொடுக்கும் வழக்கம் இருந்தது என்று கண்டோம். இதே போன்ற வழக்கம் மடகாஸ்கர் தனல இகோங்கோ பழங்குடி *Tranoambo* திறனோஅம்போ/திருநம்போ அரிசி பதப்படுத்தும்/அரைக்கும் இடம்; அரிசி விதைக்கும் / நடவு செய்யும்போது எருமை பலியிடுவர்.

ஆங்கில ராசிகளின் நிலத்தன்மை மூலம் ஆதாரம்

வானியல் அத்தியாயத்தில் ஆங்கில ராசிகளின் நிலத்தின் தன்மை பற்றி கண்டபோது அந்த நிலங்களின் தன்மை பற்றி பின்கண்டனவாறு கூறப்பட்டது. அந்த நிலத்தில் தாதுக்கள் கிடைத்தது, விவசாய நிலம், காதல்/களவு நிறைந்த இடம், குளங்கள், ஏரிகள் உள்ள இடம், குகைகள் மற்றும் காடுகள் உள்ள இடம், சந்தை, நதிகள் உள்ள இடம், கடின வறண்டநிலப்பாங்கான இடம். கூட்டு குடியிருப்பு உள்ள இடம், வெள்ளப்பெருக்கு உள்ள இடம், கடல் உள்ள இடம். இவை எல்லாம் பண்டைய சங்க இலக்கியங்களில் கூறப்பட்டுள்ள இடத்தோடு ஒத்துப்போகின்றன.

மேலே கூறப்பட்ட நிலத்தின் தன்மை மடகாஸ்கர் தீவின் நிலத்தின் தன்மையோடு ஒத்துப்போகிறது. இங்கு கனிம மற்றும் தாது வளம் நிறைந்துள்ளது. விவசாய நிலமும், காடுகளும், குகைகளும் நிறைந்த இடம். இந்த தீவு நெடுக மலைத்தொடர்கள் உள்ளன. பல நதிகள் ஓடுகின்றன. இங்குள்ள பல பழங்குடிகளிடம் ஒரு ஆணும், பெண்ணும் திருமணத்திற்கு முன்பு சுதந்திரமாக பழக உரிமை இருந்துள்ளது. சில குடிகளில் திருமணத்திற்கு முன்பு குழந்தை பெற்றுக்கொள்ளவும், பின் திருமணம் செய்துகொண்டால்தான் அந்த குழந்தை அந்த ஆணின் வாரிசாக ஆகமுடியும் என்ற நியதியும் உண்டு. இங்குள்ள பல குடிகளில் மாடும், குழந்தைகளுமே முக்கிய செல்வங்கள். இங்குள்ள பல பழங்குடிகள் கூட்டு குடியிருப்பு வாழ்வையே வாழ்கின்றனர். மடகாஸ்கரின் தென் பகுதி வறண்ட நிலங்களால் ஆனது. இந்த இடம் வருடம் தோறும் புயலால் தாக்கப்படும். மேலும் திடீரென்று பொழியும் மழையால் இங்குள்ள ஒரு நதியில்அடிக்கடி வெள்ளப்பெருக்கு ஏற்படும்.

சூரியன் உதிக்கும் நாடும், மகர ரேகையும்

சுமேரியர்கள் தங்கள் மூதாதையர்கள் நிலமான தில்முன் பற்றி விவரிக்கும் பொழுது அது சூரியன் உதிக்கும் நாடு என்று கூறுகின்றனர். இந்த கூற்று வினோதமான கூற்றாக உள்ளது. ஏனெனில் இந்த உலகில் சூரியன் உதிக்காத நாடு என்று எதுவுமில்லை. எல்லா நாட்டிலும் சூரியன் உதிக்கும். அப்படியெனில் இந்த கூற்று எதைக் குறிப்பிடுவதாக இருக்கலாம். இங்கு சூரியன் உதிப்பது என்பது வேறொரு சூரியன்

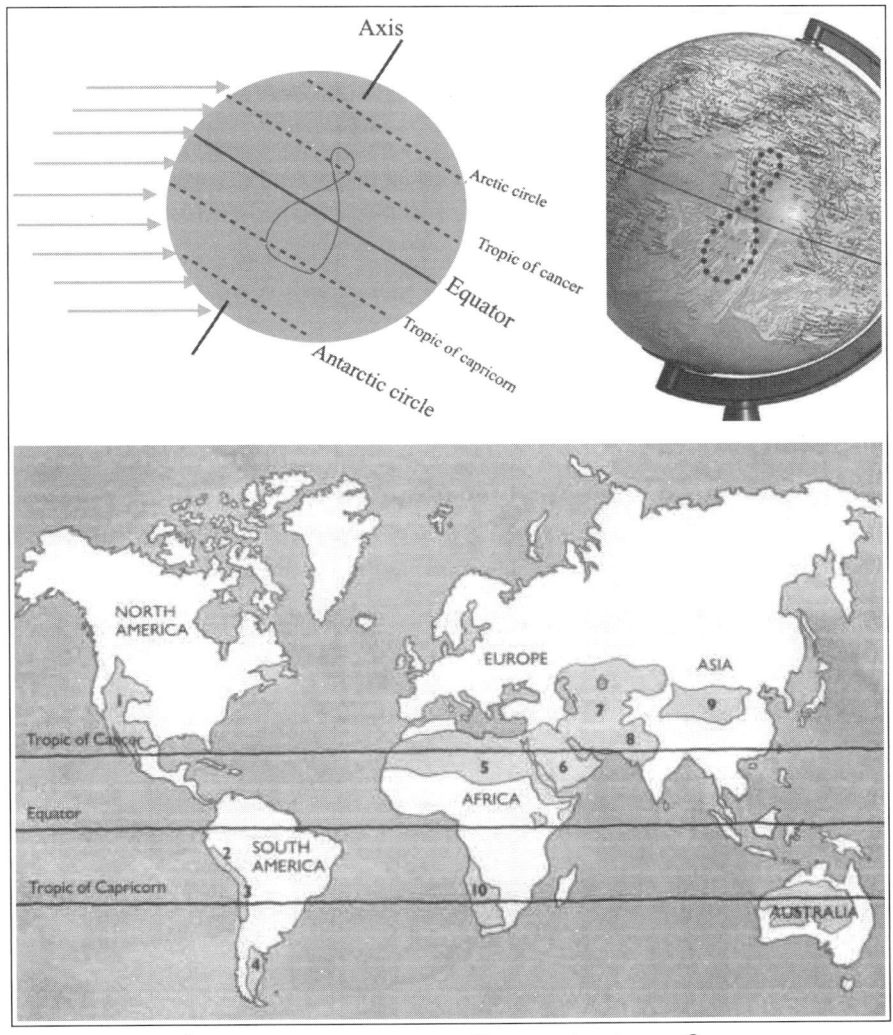

சூரியன் நகரும் பாதை, கடகரேகை மற்றும் மகரரேகை

சம்பந்தப்பட்ட வேறொரு வானியல் நிகழ்வாக இருக்கலாம் என்று கண்டோம். இங்கு சூரியன் உதிக்கும் நாடு என்பது சூரியன் திரும்பும் நாடு என்ற அர்த்தத்தில் இருக்கலாம்.

இது சூரியன் வடசெலவு, தென்செலவு சென்று அது திரும்பும் இடத்தைக் குறிப்பதாக இருக்க வேண்டும். இப்படி சூரியன் செல்லும் பாதையை வரைந்தால் அது எட்டு என்ற எண் வடிவத்தில் இருக்கும். இப்படி சூரியன் திரும்பும் இடம் தான் தெற்கில் மகர ரேகை என்றும் வடக்கில் கடகரேகை என்றும் கூறப்படுவது. இதில் கடகரேகையில் சூரியன் திரும்பும் பாதை குறுகிய வளைவாகவும், மகர ரேகையில் திரும்பும் பாதை அகன்ற வளைவாகவும் இருக்கும். பண்டைய சுமேரியாவிலிருந்து (தற்போதைய ஈராக்) பார்த்தால், கடகரேகையில் சூரியன் திரும்பும் இடம் சுமேரியாவிற்கு சற்று கீழேயாகும். அதே போன்று மகர ரேகையில் சூரியன் திரும்பும் இடம் சரியாக தென்கோடி மடகாஸ்கர் தீவிலாகும். சூரியன் திரும்பும் இடம் என்பதால் இது சூரியன் உதிக்கும் நாடு என்று கூறப்பட்டிருக்கலாம்.

ஆங்கிலத்தில் கடகரேகைக்கு ட்ராபிக் ஆப் கேன்சர் (Tropic of Cancer) என்றும், மகரரேகைக்கு ட்ராபிக் ஆப் கேப்ரிகார்ன் (Tropic of Capricorn) என்றும் பெயர். ட்ராபிக் (Tropic) என்ற சொல் த்ரோபோஸ் (Tropos) என்ற கிரேக்க சொல்லிலிருந்து வந்ததாகும். இதற்கு அர்த்தம் திரும்புதல் என்பதாகும். திருப்பு என்ற தமிழ் சொல்லிலிருந்து இந்த சொல் வந்திருக்கலாம்.

திருப்பு > திருப்போ > த்ரோபோஸ் > ட்ராபிக்

தமிழ்ப்புத்தாண்டு எது?

தற்போதைய தமிழ் மாதங்களின் திருத்திய மாதங்களை வானியல் அத்தியாயத்தில் கீழ்கண்டவாறு கண்டோம். அதாவது தற்போதைய தமிழ் மாதத்திற்கும், திருத்திய தமிழ் மாதத்திற்கும் உள்ள கால இடைவெளி ஆறு மாதமாகும்.

தற்போதைய தமிழ் மாதம்	மாதத்தின் நட்சத்திரப் பெயர்	ராசிகள்	ராசியின் நட்சத்திரங்கள்	திருத்திய மாதங்கள்
சித்திரை	சித்திரை	மேஷம்	அசுவினி பரணி கிருத்திகை 1	ஐப்பசி (அசுவினி)
வைகாசி	விசாகம்	ரிஷபம்	கிருத்திகை ரோஹினி மிருகசீரிஷம்	கார்த்திகை (கிருத்திகை)
ஆனி	அனுஷம்	மிதுனம்	மிருகசீரிஷம் திருவாதிரை புனர்பூசம்	மார்கழி (திருவாதிரை)
ஆடி	பூராடம்	கடகம்	புனர்பூசம் பூசம் ஆயில்யம்	தை (பூசம்)

ஆவணி	திருவோணம்	சிம்மம்	மகம் பூரம் உத்திரம்	மாசி (மகம்)
புரட்டாசி	பூரட்டாதி	கன்னி	உத்திரம் அஸ்தம் சித்திரை	பங்குனி (உத்திரம்)
ஐப்பசி	அசுவதி	துலாம்	சித்திரை சுவாதி விசாகம்	சித்திரை (சித்திரை)
கார்த்திகை	கிருத்திகை	விருச்சிகம்	விசாகம் அனுஷம் கேட்டை	வைகாசி (விசாகம்)
மார்கழி	மிருகசீரிஷம்	தனுசு	மூலம் பூராடம் உத்திராடம்	ஆனி (மூலம்)
தை	பூசம்	மகரம்	உத்திராடம் திருவோணம் அவிட்டம்	ஆடி (உத்திராடம்)
மாசி	மகம்	கும்பம்	அவிட்டம் சதயம் பூரட்டாதி	ஆவணி (அவிட்டம்)
பங்குனி	பூரம்	மீனம்	பூரட்டாதி உத்திரட்டாதி ரேவதி	புரட்டாசி (பூரட்டாதி)

மடகாஸ்கரில் நவம்பர் மாதம் முதல் ஏப்ரல் மாதம் வரை மழைக்காலம் மற்றும் சூடான காலமாகும். மே மாதம் முதல் அக்டோபர் மாதம் வரை குளிர் மற்றும் வறட்சியான காலமாகும். மடகாஸ்கர் தீவிற்கும், சுமேரியாவிற்கும் உள்ள கால இடைவெளி ஆறு மாதமாக இருக்கும். அதாவது மடகாஸ்கரில் குளிர்காலம் என்றால் சுமேரியாவில் கோடைக் காலமாக இருந்திருக்கும். அதனாலேயே வெள்ளப்பெருக்கில் புலம் பெயர்ந்து சென்று சுமேரியாவில் குடியேறிய பிறகு பண்டைய குமரிக்கண்டத்தில் உபயோகப்படுத்திய நாள்காட்டியை புதுப்பித்து புதிய நாள்காட்டியை உருவாக்கியிருக்க வேண்டும். பின்னர் சுமேரியாவிலிருந்து மருவிய திராவிடர்களான ஆரியர்கள் இந்தியாவிற்கு வந்த பொழுது அதே நாள்காட்டி முறையை உபயோகப்படுத்தியிருக்க வேண்டும். தமிழ்நாட்டிற்கும், மடகாஸ்கருக்கும் உள்ள கால இடைவெளி மூன்று மாதமாக இருக்கலாம். பண்டைய குமரிக்கண்டத்தில் தை மாதம் தமிழ்ப் புத்தாண்டாக இருந்திருக்கவேண்டும். மேற்கொண்ட கால இடைவெளியினால் தற்போதைய தமிழ்நாட்டில் தை மாதம் என்பது சித்திரை மாதமாக மாறியிருக்கவேண்டும். அதனாலேயே தமிழ்ப் புத்தாண்டு தை மாதத்திலிருந்து சித்திரை மாதமாக மாறியிருக்கவேண்டும்.

மெரினா பழங்குடி சூரிய நாள்காட்டி (Merina lunar calendar):

1.	Alahamady (NE)	அலஹமடி – அல் அக மாடி
2.	Adizaoza (E)	ஆடிசாஒசா
3.	Asorotany (SE)	அசுர தானி
4.	Adaoro (E)	அட ஒரோ / ஆடி ஒரோ
5.	Adimizana (SW)	ஆடி மிசன
6.	Alakarabo (W)	அழகா ராபோ
7.	Alakosy (W)	அலஹா ஓசி
8.	Adijady (NW)	ஆடி ஜாடி / ஆடி யாடி
9.	Alahasaty (S)	அலஹா சதி
10.	Adalo (N)	ஆடி ஆலோ
11.	Asombola (S)	அசுபோல
12.	Alohotsy (N)	அலஹஒட்சி

நவம்பர் – ஏப்ரல் – மழை மற்றும் சூடு;

மே – அக்டோபர் – குளிர் மற்றும் வறட்சி

மடகாஸ்கர் பழங்குடி நாள்காட்டி குறிப்புகள்

மடகாஸ்கரில் தென்கிழக்கு பகுதியில் உள்ள தனல என்ற பழங்குடி மக்களின் நாட்காட்டியில்உள்ள பெயர்கள், நம் தமிழ் நாள்காட்டியில் உள்ள சில பெயர்களோடு ஒத்துப்போகிறது.

தனல இகொங்கோ பழங்குடிகள் தங்கள் நாள்காட்டியில் காலத்தை பன்னிரண்டு வருடங்களாகவும், ஒரு வருடத்திற்கு பன்னிரண்டு மாதங்களும், ஒரு மாதத்திற்கு 2 அல்லது 3 நாட்கள் கொண்ட பன்னிரண்டு வாரங்களாக பிரிக்கப்பட்டுள்ளது. ஒவ்வொரு வருடத்திற்கும் ஒரு பெயர் கொடுக்கப்பட்டு, பன்னிரண்டு வருடம் முடிந்து பதிமூன்றாம் வருடத்திற்கு மீண்டும் முதல் வருடத்தின் பெயர் வரும். தமிழகத்தில் மகா மகம் பன்னிரண்டு வருடங்களுக்கு கொண்டாடுவது போல். ஒவ்வொரு மாதத்திற்கும் இருபத்தியெட்டு நாட்கள். அமாவாசை அடுத்த நாளான முதல் பிறை அன்று மாதத்தின் முதல் நாள் ஆரம்பிக்கிறது.

அண்டைமோரோன என்ற பழங்குடிகள் நாள்காட்டிக்கு விண்ட அல்லது விண்டன என்று கூறுகின்றனர். தமிழில் விண்டு என்றால் வானம் என்ற அர்த்தம் உண்டு.

அபனிங்கினி (apaninginy) – பங்குனி;

அசொத்ரி (asotry) – சித்திரை;

அபோச (afosa) – பூசம்;

அஹிவினி (Ahifiny) – அசுவினி

பரணி (farany) – பரணி

மக (maka) – மகம்

அட்சிக (Atsiha) – அத்தம்

ஆஸ்திரேனேசிய பழங்குடி கடல்சார் வானியல் அறிவு

இப்பழங்குடிகள் நிறைய நட்சத்திரங்கள் பெயர்களை அறிந்திருக்கிறார்கள். பகலிலோ, இரவிலோ எத்திசையில் பயணம் செய்தாலும், தங்களுடைய வீட்டின்/நிலத்தின் திசையை கூறமுடிந்தவர்களாக இருந்திருக்கிறார்கள். இப்பழங்குடி சிறுவர்களுக்கு இத்திறமை இருக்கிறது. துருவ நட்சத்திரங்களைக் கொண்டு அட்ச ரேகை நிலையை கண்டுபிடிக்க முடிந்தவர்களாக இருந்திருக்கின்றனர்.

இவர்கள், கடலின் சூழ்நிலை, கடல் உயிரினங்கள், தட்ப வெப்பம், கடல் நீரின் உப்புத்தன்மை, நீரோட்டம், மற்றும் பல காரணங்கள் கொண்டு அட்ச ரேகையை அறிய முடிந்தவர்கள். சில நேரங்களில், வாளி கொண்டு கடல் அடியில் இருந்து மண் எடுத்து அதை சோதித்து நிலை/திசை அறிகின்றனர்.

கடல் பயணத்தில் நிலத்தை கண்டுபிடிக்க, சில நுட்பங்களை கடைப் பிடிக்கிறார்கள். கடல் பறவை கண்டு, கடல் அலை தன்மை, வானில் மேகங்களில் ஒளி பிரதிபலிக்கும் அளவு ஆகியவற்றை கொண்டு கண்டு பிடிக்கிறார்கள். மேகங்களின் நிறம் மற்றும் அதன் தன்மை கண்டு வானிலை அறியும் முறை தெரிந்திருக்கிறார்கள். கொலம்பஸ், மற்றும் மெகல்லன் ஆகியோர் கருவிகள் கொண்டு அட்சரேகை கொண்டு மட்டுமே கப்பல் செலுத்த அறிந்திருந்தனர். ஆனால் ஆஸ்திரேனேசிய பழங்குடிகள், பல வித வகைகளில், கப்பல் செலுத்த அறிந்திருக்கிறார்கள்.

மேலே கூறிய திறமைகள், இப்பழங்குடிகள் ஒரு கண்டத்திலோ அல்லது தீப கற்பத்திலோ இருந்திருந்தால் வந்திருக்காது. அவர்கள் தீவுகள் நிறைந்த, சூழ்ந்த இடத்தில் இருந்திருக்க வேண்டும். தீவு விட்டு தீவு செல்லும் பொழுது இத்திறமைகள் அவர்கள் கற்றிருக்க வேண்டும். பழங்காலத்தில் இந்தியாவில் ஆஸ்ட்ரிக், மற்றும் ஆஸ்திரேனேசிய பழங்குடிகள் இருந்தனர் என்று சில ஆய்வாளர்கள் கூறுகின்றனர். இந்த ஆஸ்திரேனேசிய பழங்குடிகளின் பூர்வீகம் மடகாஸ்கர் தீவாக இருக்குமென்று ஏற்கெனவே நாம் கண்டோம். எனவே வானியல் தோன்றிய இடம் மடகாஸ்கராக இருக்கலாம் என்பதற்கு இதுவும் ஒரு சான்றாகும்.

மற்ற நூல் ஆதாரங்கள்

மற்ற சில இலக்கியங்கள், உரைநடை நூல்களில் இருந்து கிடைக்கும் ஆதாரங்களைப் இப்பகுதியில் பார்க்கலாம்.

வேள்பாரி (சு. வெங்கடேசன்)

எழுத்தாளர் சு. வெங்கடேசன் எழுதிய வேள்பாரி என்ற வரலாற்றுக் கதையில் இருந்து சில ஆதாரங்களைப் பார்க்கலாம். இந்த கதையில் பண்டைய காலத்தில் இருந்த விலங்கினங்கள், தாவரங்கள் பற்றிய குறிப்புகள் கூறப்படுகின்றன. இதில் கருங்கிளி என்ற பறவை பற்றிய குறிப்பு வருகிறது. இந்த கருங்கிளி உலகில் காணக்கிடைப்பது மடகாஸ்கர் தீவின் அருகில் உள்ள செய்செல்லெஸ் (*Seychelles*) தீவில் மட்டுமே காணப்படுகிறது. இதற்கு பர்க்கிளி (*barkliy*) என்று பெயர். இது அதனுடைய உயிரியல் பெயராகும். இது அங்குள்ள பிரசிலின் தீவில் உள்ள பனங்காடுகளில் வாழ்கின்ற பறவையாகும். இந்த தீவில் பல்வேறு வகை பனைமரங்கள் உள்ளன.

கருங்கிளி

உலகின் மிகப்பெரிய பனங்கொட்டைகள் உள்ள பனைமரம் இந்த தீவில் உள்ளது. இந்த கருங்கிளி மடகாஸ்கர் தீவிலும் காணக்கிடைக்கிறது.

பாரி வேளின் நாடு பரம்பு நாடு என்று கூறப்படுகிறது. இந்த நாட்டின் அடையாளம் தேவாங்கு என்ற விலங்காகும். இந்த விலங்கு லெமூர் விலங்கு இனத்தைச் சேர்ந்தது. மடகாஸ்கரின் தேசிய விலங்கும் லெமூர் விலங்கு ஆகும். மடகாஸ்கரில் சிறு எலி போன்ற உருவம் முதல் கரடி போன்ற அளவு உள்ள பல வகையான லெமூர்கள் உள்ளன.

பரம்பு நாடு வடக்கும், தெற்குமாக நீண்டு கிடக்கும் பச்சை மலைத்தொடரின் அடர் கானகத்தில் இருந்தது. பரம்பு என்பது பர அம்பு என்ற சொல்லாக இருக்கலாம். மடகாஸ்கரில் பர என்ற பழங்குடியினர் உண்டு. மலகாசி மொழியில் அம்பு என்றால் மலை. பரம்பு என்பது பர என்ற பழங்குடியினரின் மலையாக இருக்கலாம்.

பச்சை மலை நான்கு அடுக்குகள் கொண்டது. சில இடங்களில் இது ஏழு அடுக்கு கொண்டது. முதல் அடுக்கு காரமலை. மூன்றாம் அடுக்கு ஆதிமலை. இங்குதான் பாரி இருந்திருந்தான் எனக் கூறப்படுகிறது. இந்த நீண்ட மலைத்தொடரில் வடக்கிலிருந்து தெற்கு வரை குடியிருப்பவர்கள் தான் பதினான்கு வேளிர் குடியினர் என்று கூறப்படுகிறது. மடகாஸ்கர் தீவிலும் வடக்கு தெற்காக நீண்டு கிடக்கும் மலைத்தொடர் நான்கு அடுக்குகள் கொண்டது. சில இடங்களில் அது ஏழு அடுக்குகள் உடையது. இந்த மலை அடுக்குகளில் வடக்கு கொடியிலும், மேற்குப் பகுதியிலும் கூரான சுண்ணாம்பு பாறைகள் கொண்ட மலைப்பள்ளத்தாக்கு உள்ளது. இதற்கு த்சிங்கி (*Tsingy*) என்று பெயர். மடகாஸ்கரின் வடக்கிலிருந்து தெற்கு வரை பதினெட்டு பழங்குடிகள் இருக்கின்றனர்.

வேளிர் குலத்தை உருவாக்கியது எவ்வி என்றும், அது உருவான இடம் எவ்வியூர் என்றும் குறிப்பு வருகிறது. தெற்கு மடகாஸ்கரில் சில பழங்குடிகள் தங்களுடைய மூதாதையரை ஆவி (*Avy*) என்று அழைக்கின்றனர். அவி என்று முடியும் பெயருடைய மனிதர்களும், இடமும் மடகாஸ்கரில் உண்டு.

மேலும் ஆதாம், ஏவாள் கதையில் இந்த இரண்டு பெரும் தனித் தனி மனிதர்களாக இருக்க வாய்ப்பில்லை என்றும் அவர்கள் இரு பழங்குடிகளாக இருக்கலாம் என்று ஏற்கெனவே முந்தைய அத்தியாயங்களில் கூறினோம். இதில் ஆதாம் என்பது ஆதன் என்ற குலமாக இருக்கலாம். ஏவாள் என்பது எவே (*Eve*)

அல்லது எவ்வி அல்லது அவ குலமாக இருக்கலாம். வேளிர் குலம் இருக்கும் இடம் ஆதிமலை. ஆதிமலையில் வாழும் ஆண் ஆதன் என்று கூறப்படலாம். அங்கு வாழும் பெண் ஆதினி எனப்படலாம். பாரியின் மனைவி பெயர் ஆதினி.

பரம்பு நாட்டில் கோட்டைச் சுவர்கள் செம்மண் குழைத்து கட்டப்பட்டிருந்தது என்று கூறப்படுகிறது. மடகாஸ்கர் தீவிலும் வீடுகள் செம்மண் சுவர்களால் கட்டப்படுகிறது.

வேள்பாரி கதையில் வேளிர்களின் செல்வம் புதைக்கப்பட்டிருக்கும் இடம் பாழி நகர் என்று கூறப்படுகிறது. இந்த நகரை உருவாக்கியது முருகன். மடகாஸ்கர் தீவிலும் பாழி என்ற இடம் உள்ளது.

மதுரைக் கோட்டைத் தளபதி பெயர் சாகலைவன். மடகாஸ்கரில் ஒரு பழங்குடியின் பெயர் சகலவ என்பதாகும். அதுபோல் முடிநாகன் என்ற பெயரும் இந்த கதையில் காணப்படுகிறது. மடகாஸ்கரில் சிகநாக என்ற பழங்குடி உள்ளது. சிகை என்றால் முடி என்று அர்த்தம். எனவே சிகநாக என்பது முடிநாக என்ற சொல்லாக இருக்கலாம்.

இந்தக் கதையில் ஒரு இடத்தில் கடல்காற்று மேலேறி வந்து தாழை மரங்களுக்கு இடையில் இருந்த ஊஞ்சலை ஆடிச்சென்றது என்று கூறப்படுகிறது. தற்போதைய தமிழ்நாட்டில் இருந்ததாக கூறப்படும் பரம்பு நாட்டில் கடற்காற்று எங்கிருந்து வந்தது? அப்படி இருந்தால் அந்த இடம் ஒரு தீவாக இருக்க வேண்டும்.

பகரி என்ற ஒரு பறவையைப் பற்றி இந்தக் கதையில் ஒரு குறிப்பு வருகிறது. இது பறவைகளின் தலைவன் என்றும், இந்த பறவை தன் உடலின் வழி பெரு வெப்பத்தைக் கடத்தக் கூடியது என்று கூறப்படுகிறது. டிராகன் என்ற விலங்கு இது போன்ற தன்மை உடையது. டிராகன் பறவையும், மிருகமும் சேர்ந்த ஒரு உயிரினம். இதன் வாயிலிருந்து தீ வெளிப்படும் என்று தொன்மக்கதைகள் கூறுகின்றன. இந்து மதத்திலும் இதே போன்று பறவையும்(கழுகு), மிருகமும் (சிங்கம்) சேர்ந்த உடலமைப்பு கொண்டது சரபம் எனப்படும். இது பறவைகளின் தலைவன் என்று கூறப்படுகிறது. பண்டைய பல்லாயிரம் ஆண்டுகளுக்கு முன்பிருந்த மடகாஸ்கர் தீவில் இந்த வகை உயிரினம் இருந்திருக்கலாம். யானைப் பறவை என்ற ஒரு பறவை மடகாஸ்கர் தீவில் பதினெட்டாம் நூற்றாண்டு வரை இருந்தது என்றும், பின்னர் அது அழிந்து விட்டது என்றும் தொல்லியல் ஆய்வாளர்கள் கூறுகின்றனர். இந்த பறவை யானை அளவு பெரிதாக இருந்தது என்று கூறப்படுகிறது. அதே போல் மடகாஸ்கர் தீவில் கொண்டை கழுகுகள் (*Malagasy Crowned Eagle*) என்ற பெரிய பறவையினம் பொ.யு. 1500 வரை இருந்தது. இதனுடைய எடை 7 கிலோ வரை இருக்கும். இந்த பறவை லெமூர்களை வேட்டையாடி வாழ்ந்தது என்று கூறப்படுகிறது.

அதேபோல் சுண்டாப்பூனை என்ற விலங்கைப் பற்றிய குறிப்பு உள்ளது. இது பார்ப்பதற்கு சிறுத்தை போல் இருக்கும் என்றும், இதன் வாயில் இரண்டு பற்கள் தந்தம் போல் நீண்டு இருக்கும் என்று குறிப்பிடப்படுகிறது. மடகாஸ்கர் தீவில் காணப்படும் சிறுத்தை அல்லது புலி அல்லது சிங்கம் போன்று இருக்கும் காட்டுப் பூனைக்கு போசா என்று பெயர். மலையாள மொழியில் பூனைக்கு பூச்சை என்று பெயர்.

மடகாஸ்கர் காட்டுப்பூனை

பாரியின் ஒரு மகளின் பெயர் அங்கவை. இது அங்கை அவ்வை என்று பொருள் படும். ஆப்பிரிக்க பல பழங்குடிகளின் குல தெய்வம் எங்கை எனப்படும். மடகாஸ்கரின் ஒரு எரிமலை யின் பெயர் அங்கராத்ரா.

இந்தக் கதையில், ஆதியில் நாகக் குடியினர் பரம்பில் வந்து சேர்ந்த பொழுது ஐந்து குடும்பங்கள் மட்டுமே இருந்தனர் என்ற குறிப்பு வருகிறது. இது நாகர்கள் ஆப்பிரிக்காவில் இருந்து மடகாஸ்கர் வந்த பொழுது அவர்களில் ஐந்து குலங்கள் இருந்திருக்கலாம். தெற்கு மடகாஸ்கரில், கிழக்கு ஆப்பிரிக்காவில் இருந்து புலம் பெயர்ந்து வந்ததாக கூறப்படும் மகாபலி என்ற பழங்குடியினரின் சமுதாய அமைப்பு ஐந்து வகையான உறவு முறைகளால் பின்னப்பட்டுள்ளன. இந்து தொன்மங்களில் ஐந்து தலை நாகத்தை குறிப்பாக நாராயணன் தலைக்கு மேலிருக்கும் ஐந்து தலை நாகம் இந்த ஐந்து நாக குலத்தினரை குறிப்பிடுவதாக இருக்கலாம்.

கூவல் குடியினர் என்ற மக்கள் பற்றி இக்கதையில் கூறப்படுகிறது. இவர்கள் நல்ல குரல் வளம் உடையவர்கள் என்றும் இவர்கள் எழுப்பும் ஒலி பல மைல்கள் தூரத்திற்கு கேட்கும் என்றும் குறிப்பு வருகிறது. இவர்கள் தங்கள் ஒலி சைகை மூலம் வெகு தூரத்தில் இருக்கும் ஆட்களோடு தொடர்பு செய்ய முடியும் என்று கூறப்படுகிறது. இவர்கள் பரம்பின் ஆதி மைந்தர்கள் எனவும் குறிப்பு வருகிறது. இது போன்ற விசில் மூலம் மொழி பரிமாற்றம் செய்யும் மக்கள் துருக்கி நாட்டின் குஸ்காய் கிராமத்திலும், இந்தியாவின் மேகாலயா மாநிலத்தில் உள்ள கொங்கதொங் என்ற கிராமத்திலும் உள்ளனர். மடகாஸ்கரில் உள்ள இந்த லெமூர்கள், பாடும் லெமூர்கள் எனக் கூறப்படுகிறது. இவை எழுப்பும் பாடல் போன்ற ஓசை பல மைல்கள் தூரத்திற்கு கேட்கும். இது தங்களுக்குள் தகவல் தொடர்பு செய்து கொள்வதற்கு இப்படி ஓசை எழுப்புகின்றன. இந்த பாடலோசை மூன்று நிமிடம் வரை கூட நீடிக்கும். இது பெரும்பாலும் பெரிய ஜோடி லெமூர்களால் டூயட் பாடல் போல பாடப்படுகிறது. நம்முடைய பழைய திரைப்படங்களில் தொலைந்து போன தன் குடும்பத்தினரைக் கண்டுபிடிக்க குடும்பப்பாட்டு பாடுவது இந்த வழிவந்த பண்பாட்டுச் சின்னமாக இருக்கலாம். அதே போல் திரைப்படங்களில் வரும் டூயட் பாடலும் இதன் அடிப்படையில் இருக்கலாம். நம்முடைய திரைப்படப்பாடல்களும் மூன்று நிமிடம் வரை உள்ளதுதான் என்று ஞாபகப்படுத்திக் கொள்ளவேண்டும். மேலே கூறிய இந்திரி லெமூர்கள் இருப்பதிலேயே பெரிய லெமூர்கள். இவைகள் தான் நம்முடைய

மூதாதையர் என்று மடகாஸ்கர் மக்கள் நம்புகிறார்கள். கூவல் குடியினர் பரம்பு நாட்டின் ஆதி மைந்தர்கள் என்பது இதோடு கூட ஒத்துப் போகிறது.

கொற்றவைக்கூத்தில் உடலில் தீக்களி பூசிக்கொண்டு நெருப்பில் இறங்கி ஆடுவதாக குறிப்பு வருகிறது. இந்த தீக்களியை பூசிக்கொண்டால் உடலில் நெருப்பு சுடுவதில்லை என்று கூறப்படுகிறது. ஆப்பிரிக்காவில் உள்ள ஹிம்பா பழங்குடியினர் இதே போன்ற ஒரு செந்தூர நிற பசையை தங்கள் உடலில் பூசிக்கொள்கிறார்கள் என்று ஏற்கெனவே கலாசார அத்தியாயத்தில் பார்த்தோம். இவர்கள் வறண்ட பாலை நிலத்தில் வாழ்பவர்கள். இந்த பசை அவர்களை வெயில் வெப்பத்திலிருந்து காத்துக்கொள்ளவும், உடல் நறுமணத்திற்கும் பூசிக்கொள்கிறார்கள்.

ஆட்கொல்லி மரம் பற்றிய குறிப்பு இக்கதையில் வருகிறது. இந்த மரத்தினடியில் சென்றால் மனிதர்களும், விலங்குகளும் இறந்து விடுவார்கள் என்று கூறப்படுகிறது. பத்தொன்பதாம் நூற்றாண்டில் அமெரிக்காவின் நியூயார்க் வோர்ல்ட் என்ற பத்திரிகையில் ஸ்பென்சர் என்பவர் எழுதிய கட்டுரையில் மடகாஸ்கர் தீவில் மனிதர்களை தின்னும் மரம் இருப்பதாக கூறியிருந்தார். இது அப்போது மிகுந்த பரபரப்பை ஏற்படுத்தியது. பின்னர் 1998 ஆம் ஆண்டு இது குறித்து தெற்கு மடகாஸ்கரில் ஆய்வு செய்யச் சென்ற இவான் என்ற ஆய்வாளர் அங்கு மனிதர்களை தின்னும் மரம் இல்லை என்று சொன்னார். அங்குள்ள மக்கள் மனிதர்களை தின்னும் மரங்கள் இல்லை என்றும் ஆனால் மனிதர்களை கொல்லும் மரம் இருக்கிறதென்று கூறியதாக கூறினார். இந்த மரத்திற்கு அங்குள்ள மக்கள் குமங்கா (Kumanga) என்றும், அந்த மரம் பூ பூக்கும் பொழுது அந்த பூக்களின் மணமோ அல்லது அதன் மகரந்தமோ

மடகாஸ்கர் ஆட்கொல்லி மரம் (கற்பனை படம்)

மடகாஸ்கர் பாலை நில முட்தாவரம்

விஷத் தன்மை வாய்ந்ததாக இருக்கலாம். அவர்கள் அந்த மரத்தை விஷவாயு முகமூடியணிந்து பார்க்க சென்ற பொழுது அப்போது அந்த மரம் பூ பூத்திருக்கவிலை என்றும், ஆனால் அந்த மரத்தினடியில் ஒரு பறவையின் மற்றும் ஒரு ஆமையின் எலும்புக்கூடு இருந்தது என்றும் அவர் கூறினார். வேள்பாரி கதையில் கூறப்படும் ஆள்கொல்லி மரத்தின் குறிப்பும் இதே போன்று உள்ளது.

அடுத்ததாக பொதினி மலையில் மருத்துவக் குடிகள் அதிகமாக இருக்கிறார்கள் என்று இவர்கள் எண்ணற்ற தாவரங்களையும், தாதுக்களையும் மருந்தாக மாற்றி வைத்துள்ளனர் என்ற குறிப்பு வருகிறது. மடகாஸ்கரில் தென்கிழக்கு பகுதியில் வாழும் பழங்குடிகள் நூற்றுக்கணக்கான தாவரங்களை மருத்துவத்திற்காக உபயோகப்படுத்துகிறார்கள் என்று கூறப்படுகிறது. மடகாஸ்கர் முழுவதும் எண்ணற்ற மூலிகை செடிகள் இருப்பதாக கூறப்படுகிறது.

மணமுடித்துச் செல்லும் குல மகளோடு பதினெட்டு குடிகளை அனுப்பி வைப்பது பொதினி வேளிர்களின் குல மரபு. மடகாஸ்கரில் உள்ள முக்கிய பழங்குடிகளின் எண்ணிக்கை பதினெட்டு.

மறையாறு என்ற ஆறு பற்றி ஒரு குறிப்பு இந்தக் கதையில் வருகிறது. இந்த ஆறு காட்டு மரங்களுக்கு இடையில் ஓடி மறைந்துவிடுகிறது என்று கூறப்படுகிறது.

மடகாஸ்கர் தீவில் இதே போன்ற நில அமைப்பு உள்ளது. தென்மேற்கு பகுதியில் உள்ள மகாபாலி பள்ளத்தாக்கில் லிண்டா மற்றும் ஒனிலஹி ஆறுகளுக்கிடையே உள்ள நிலப்பரப்பில் சிறிய ஆறுகள் எதுவும் இல்லை. இங்கு வரும் நீர் எல்லாம் இங்குள்ள மணல் மற்றும் சுண்ணாம்பு கற்களுக்கு இடையே சென்று மறைந்து விடுகிறது.

வேள்பாரி கதையில் பச்சைமலைத் தொடரில் உப்பறை என்ற இடம் பற்றியும் அங்குள்ள குளம் பற்றியும் குறிப்பு வருகிறது. இந்த குளம் உப்புத்தன்மை வாய்ந்தது எனவும், அங்குள்ள மிருகங்கள் எல்லாம் ஆண்டிற்கு ஒருமுறை இங்கு வந்து அந்த நீரையும், மண்ணையும் உண்டுவிட்டுச் செல்கின்றன என்ற குறிப்பு வருகிறது. இங்கு தான் ஆதியில் உழவு கண்டுபிடிக்கப்பட்டதாக கூறப்படுகிறது.

மடகாஸ்கர் தென்மேற்குப் பகுதியில் இருக்கும் மகாபலி பள்ளத்தாக்கில் உள்ள இயற்கை காட்டில் ஒரு ஏரி உள்ளது. இந்த ஏரி நீர் வெள்ளை நிறத்தில் இருக்கும். இதற்கு காரணம் அங்குள்ள மண் சுண்ணாம்புத் தன்மை உடையதாக இருக்கிறது. இந்த இயற்கை காப்பு (*Nature Reserve*) காடுகள் நானூறு சதுர கிலோமீட்டர் பரப்பளவு உடையது. இந்த காடு உலகில் பாதுகாக்கப்படும் காடுகளில் மிக முக்கியமான ஒன்றாகும். இங்கு உள்ள பல தாவரங்கள், உயிரினங்கள் உலகில் இங்கு மட்டுமே காணப்படும் ஒன்றாகும். இங்குள்ள மண் நல்ல தாது சத்துகள் நிறைந்தது என்று கூறப்படுகிறது. இந்த இடத்தின் சில முக்கிய விஷயங்கள் என்னவென்றால் இங்குள்ள ஒரு சுண்ணாம்புக்கல் குகைத்தொடரில் உள்ளே உள்ள நிரந்தர குளத்தில் கண்பார்வையற்ற மீன்கள் காணப்படுகின்றன. உலகிலேயே இந்த இடத்தில் மட்டும் தான் இத்தகைய மீன்கள் உள்ளன. இந்த இடம் புனிதமான இடமாக கருதப்படுகிறது.

இந்தக் கதையில் ஆதிமலையின் வடகோடி அடிவாரத்தில் வாழ்பவர்கள் கட்டையர்கள் என்றும், இவர்கள் வித்தைகள் பல கற்றிருந்தனர் என்றும் கூறப்படு கிறது. மடகாஸ்கரில் பழங்காலத்தில் முதன் முதலாக குடியேறியவர்கள் குள்ளமான மனிதர்கள் என்று கூறப்படுகிறது. உலகின் முதல் குள்ள பழங்குடியினர் அக மற்றும் துவா குடியினர் என்றும், இந்த இரு குடியினர் பெயரை சேர்த்தே அகத்துவ என்ற பெயர் இந்து தொன்மங்களில் வந்திருக்க வேண்டும் என்று ஏற்கெனவே நாம் கண்டோம். இந்த பழங்குடியினர் வித்தைகள் பல தெரிந்தவர்கள்.

காலம்பன் என்ற மனிதன் தெய்வ விலங்கான தேவாங்கை பிடிக்க வருவதாக சித்திரிக்கிறது. தெற்கு மடகாஸ்கரில் காலம்பதிரிதீர (*Kalambatritra*) என்ற இயற்கை காப்பு காடு உள்ளது. மேலும் ஆயிமலை என்ற மலை பற்றிய குறிப்பு இந்த கதையில் வருகிறது. மடகாஸ்கரில் உள்ள ஒரு லெமூர் இனத்தின் பெயர் அயே – அயே (*Aye – Aye*).

பரம்பில் நடக்கும் கொற்றவைக் கூத்தில் ஒவ்வொரு நாளும் ஒவ்வொரு குடிக்கு உடையது. எட்டாம் நாள் கூத்து கூவல் குடியினருக்கு உடையது.

நீராட்டுச் சடங்கு பற்றி குறிப்பிடுகையில், நீர் நிறைந்த மூதாதையர் எலும்புகள் பச்சை மண் குடத்தை வைத்து சடங்கு நடத்துவர். மடகாஸ்கரில் மூதாதையர் வழிபாடு எல்லா பழங்குடிகளிடமும் முக்கியமானவை. வருடந்தோறும் அவர்களுடைய எலும்புகளை கொண்டு வந்து வழிபாடுகள் நடத்தி மீண்டும் அவைகளை கல்லறையில் கொண்டு வைப்பார்கள்.

இந்த கதையில் ஒரு இடத்தில் காட்டிலிருந்து கடற்கரை சென்றனர். பின்னர் அங்கிருந்து பாலை நிலம் நோக்கி சென்றனர் என்ற குறிப்பு வருகிறது. இதுபோன்ற இடம் தமிழ்நாட்டில் இருக்கிறதா என்பது சந்தேகம் தான்.

வள்ளிக்கூத்தில் தேனில் இருந்து செய்யப்பட்ட மதுவை பெண்கள் அருந்துவர் என்ற குறிப்பு வருகிறது. இதே போல் மடகாஸ்கர் சில பழங்குடிகள் தேனும், நீரும் சேர்த்த மதுவை தயாரிக்கின்றனர். மேலும் வேறு சில மது பானம் செய்யும் முறையை அறிந்திருக்கின்றனர். ஒவ்வொரு சடங்கு கொண்டாட்டங்களில் மது அருந்துதல் முக்கிய செயலாகும்.

செம்பன் என்பவன் அறுக நாட்டின் சிறுகுடி மன்னன் என்ற குறிப்பு வருகிறது. மடகாஸ்கர் தன்ட்ராய் பழங்குடி மக்களில் சம்போ என்ற பெயர் காணப்படுகிறது.

பாரியின் பாதுகாப்பிற்காக அனுப்பப்பட்ட வீரனின் பெயர் விண்டன் என்று குறிப்பு வருகிறது. மடகாஸ்கரில் பர என்ற பழங்குடியின் ஒரு பிரிவின் பெயர் விண்ட என்பதாகும்.

ஓங்கலம் என்ற மூங்கில் மரம் பற்றி இதில் குறிப்பு வருகிறது. இதன் தோகை பட்டாலோ, கணு குத்தினாலோ விலங்குகளுக்கு மயக்கம் ஏற்படும் என்று சொல்லப்படுகிறது. மடகாஸ்கரில் இதே போன்ற மூங்கில் மரம் உள்ளது. இது பெரிய மூங்கில் (Giant bamboo) என்பர். இதற்கு தாவரவியல் பெயர் Cathariostachys madagascariensis. மலகாசி மொழியில் இதை வோலோஹோசி (Volohosy) என்பர். இதன் தோகை அடியிலும், கணுக்களிலும் சயனைட் விஷம் உள்ளது. இந்த மூங்கில் மடகாஸ்கரில் மட்டும் காணப்படும் மூங்கிலாகும்.

குறுங்காது முயல் பற்றி வேள்பாரி கதையில் குறிப்பு வருகிறது. மடகாஸ்கரில் இது போன்று ஒரு விலங்கு உள்ளது. இதற்கு பெயர் மடகாஸ்கர் பெரிய எலி

மடகாஸ்கர் காரமலைகள்

(*Madagaascar Giant Rat*) என்று பெயர். இது முயல் அளவிற்கு வளரக்கூடியது. இது மூன்று அடி வரை குதித்து குதித்து ஓடக்கூடியது. இது முயல் போல இருந்தாலும், இதன் காதுகள் எலியின் காதுகள் போல் தான் இருக்கும். எனவே இதற்கு குறுங்காது முயல் என்று பெயர் வந்திருக்கலாம்.

ஆளி என்ற கொடூர விலங்கு பற்றியும், மற்றும் பரம்பு மலையில் ஆளிகள் வசிக்கும் காடு இருந்ததாக இக்கதையில் கூறப்படுகிறது. ஆளிக்குட்டியின் முதல் வேட்டை யானை என்றும், அதன் தந்தத்தைப் பிய்த்து, அதன் குருதியை விரும்பி உண்ணும் என்றும் கூறப்படுகிறது. மலை முழுவதும் சுற்றித் திரியும் யானைகள் ஆளிக் காட்டுக்குள் நுழைவதில்லை என்று குறிப்பு சொல்லப்படுகிறது. ஒருவேளை இதனால்தான் இந்து கோவில்களில் யாளி சிற்பத்தின் கீழ் சிறிய யானை சிற்பம் வைத்து அதன் துதிக்கை யாளியின் வாயில் இருப்பது போல் இருக்கும் சிற்பத்தை நாம் இன்றும் காணலாம். இங்கு கூறப்படும் மடகாஸ்கர் தீவில் சில நூற்றாண்டுகள் முன்பு வரை இருந்த யானைப் பறவையைக் குறிப்பதாக இருக்கலாம்.

காரமலை என்ற மலை பற்றிய குறிப்பு இந்தக் கதையில் வருகிறது. இந்த மலை காரத்தன்மை உடைய பாறைகள் உடையவை என்றும் சொல்லப்படுகிறது. இதே போன்ற தன்மை உடைய மலைகள் மடகாஸ்கர் தீவில் நிறைய உள்ளன.

பாரியின் பரம்பு மலை பனை மரங்கள் நிறைந்த மலை என்றும் கருதப்படுகிறது. தற்போதைய தமிழகத்தில் மலை மேல் பனைமரங்கள் நிறைந்த இடம் எங்கு உள்ளது என்று தெரியவில்லை. ஆனால் மடகாஸ்கர் தீவில் தெற்குப் பகுதியில் மலை மேல் பனைமரங்கள் நிறைந்த இடம் உள்ளது. மேலும் மடகாஸ்கர் தீவின் அருகில் உள்ள செய்செல்லெஸ் (*Seychelles*) தீவில் உள்ள பிரசிலின் தீவில் உள்ள பனங்காடுகள் உள்ளன. இந்த தீவில் பல்வேறு அரிய வகை பனைமரங்கள் உள்ளன. உலகின் மிகப்பெரிய பனங்கொட்டைகள் உள்ள பனைமரம் இந்த தீவில் உள்ளது.

கபாடபுரம், நா. பார்த்தசாரதி

பண்டைய குமரிக்கண்டத்திலிருந்ததென்று கூறப்படும் கபாடபுரம் என்ற நகரில் நடந்த வரலாற்றுக் கதையில் கூறப்படும் தகவல்களைக் கொண்டு என்ற நூலில் பண்டைய பொருநையாறு கடலோடு கலக்கும் முகத்துவாரத்தில் கபாட புரம் நகரம் அமைத்து ஆளத்தொடங்கியவர்கள் பாண்டியர்கள். மடகாஸ்கரின் மத்திய கிழக்கு கடற்கரையில் பரோனி (*Faraony*) என்ற ஆறு உள்ளது. பொருநை என்பது பரோனி என்று மருவியிருக்கலாம்.

கபாடபுரம் முத்தும், ரத்தினமும் தேர்களும் செய்த இடம் என்று கூறப்படுகிறது. ரத்தினச் சுரங்கங்கள் இருந்த இடம். மடகாஸ்கர் தீவில் விலையுயர்ந்த கற்கள் நிறையக் கிடைக்கிறது. நிறைய சுரங்கங்கள் உள்ளன. சுரங்க குழிகளில் தேங்கியிருந்த நீர் கண்ணாடியாக மின்னியது.

முதல் பாண்டிய மன்னன் – வெண்தேர்ச் செழியன்; வெண்தேர்ச் செழியன் மகன் – அநாகுல பாண்டியன் – மகன் – சார குமாரன்.

மடகாஸ்கர் சுரங்கம் மற்றும் ரத்தினக்கற்கள்

அநாகுல என்பது நாக குல அல்லாத என்ற அர்த்தமுடையதாக இருக்கலாம். அநாகுல பாண்டியன்ம ஒளி நாட்டு பெண்ணை (திலோத்தமை) கடிமணம் புரிந்தவன்; ஒளிநாடு என்பது எரிமலை அல்லது எரிநில இருந்த இடத்தைக் குறிப்பதாக இருக்கலாம். இது மடகாஸ்கரின் மத்திய உயர்நிலப்பகுதியாக இருக்கலாம்.

கபாடபுரத்தின் எல்லையைப் பற்றி குறிப்பிடுகையில் கிழக்கே பொருநை, தெற்கும், மேற்கும் கடல், வடக்கு நோக்கி விரியும் நிலவெல்லையில் ஒரு பகுதி மட்டும் பொருநை கால்வாய் இருந்தது என்று கூறப்படுகிறது. மடகாஸ்கரின் பரோனி ஆறு கடலில் கலக்கும் முன்பு அதன் ஒரு பகுதி கால்வாய் போல் கடற்கரை ஓரமாகவே வடக்கு நோக்கி இருக்கிறது.

கபாடபுரத்தில் குங்கும நிறப்பூக்களை உடைய ஞாழல் மரங்கள் நிறைய இருந்தன என்று கூறப்படுகிறது. இந்த ஞாழல் மரத்தின் தாவரவியல் பெயர் தேலோனிக்ஸ் ரேசியா (*Delonix Resia*) என்று பெயர். இதற்கு ஆங்கிலத்தில் ஃப்லேம் ட்ரீ (*Flame Tree*) என்பர். அதாவது சுடர் மரம் என்று இதற்கு அர்த்தம். இந்த பூக்கள் காண்பதற்கு தீச்சுடர் போல் இருப்பதால் இதற்கு இந்த அடைமொழி வந்திருக்கவேண்டும். இந்த மரம் மடகாஸ்கர் தீவின் பூர்வீக மரமாகும்.

அநாகுல பாண்டியன் மகன் சாரகுமாரனுக்கு மலை சந்தனம் போல் மணம் உடையவனாதனால் அவனுக்கு சார குமாரன் என்று பெயர் இடப்பட்டது என்ற குறிப்பு வருகிறது.

மடகாஸ்கர் சகலவ பழங்குடிப் பெண்கள் தங்கள் முகத்தில் சந்தனம் பூசும் வழக்கம் உள்ளது. சந்தனம் முக அலங்காரப் பொருளாக இங்கு பயன்படுத்தப்படுகிறது. சந்தனம் கொண்டு தங்கள் முகத்தில் பல வடிவங்கள் வரைந்து கொள்வார்கள்.

இந்தக் கதையில் வரும் தேர்ப்பாகன் பெயர் முடி நாகன் என்பதாகும். மடகாஸ்கரில் உள்ள பழங்குடிகளில் ஒரு குடியின் பெயர் சிக நாக (*Shikanaka*) என்பதாகும். சிகை என்றால் தமிழில் தலைமுடி என்று அர்த்தம். எனவே சிகநாக என்பது முடி நாகன் என்ற பெயரோடு ஒத்துப்போகிறது. மேலும் மலையிலிருந்து வரும் பரோனி ஆற்றின் கரையில் உள்ள ஒரு ஊரின் பெயர் சகசிநாக (*Sahasinaka*) என்பதாகும்.

644 | குமரிக்கண்டமும் தொல்திராவிடமும் ஆரியமும்

சகலவ பழங்குடி சந்தன முக அலங்காரம்

கபாடபுரம் இருந்த நிலம் பதினாலு புவனங்கள் உடைய நிலம் என்று கூறப்பட்டுள்ளது. இது பதினான்கு பழங்குடிகள் இருக்கும் இடத்தை குறிக்கும் சொல்லாக இருக்கலாம். மடகாஸ்கரில் முன்பு பண்டைய காலத்தில் பதினான்கு குடிகள் இருந்திருக்கலாம். அவர்களின் குடி இருப்பிடங்களை பதினான்கு புவனங்கள் என்று குறிப்பிட்டிருக்கலாம்.

கடற்கரைப் புண்ணை தோட்டத்திற்குச் சற்றே தள்ளி வடபுறமுள்ள சிறு சிறு குன்றுகளில், புகழ் பெற்ற ரத்தினச் சுரங்கங்கள் இருந்தன. இதிலிருந்து நாம் அறிவது கடற்கரை அருகிலேயே பல குன்றுகள் இருந்தன என்று அறியமுடிகிறது. இப்படிப்பட்ட நிலஅமைப்பு மடகாஸ்கர் தீவில் உள்ளது.

இந்த குன்றுப்பகுதி முழுதும் 'முக வசீகரம்' – எனப்படும் விசேஷமான எலுமிச்சை மரங்கள் அடர்ந்து வளர்ந்தன. புட்பகத்திலிருந்தும், சாவகத்திலிருந்தும் தருவித்த பயிர் செய்யப்பட்ட முகவர்ணம், முக வசீகரம் ஆகிய சாதி எலுமிச்சை மரங்களின் பூக்கள் மணம் பரப்பின.

மடகாஸ்கரில் குறிப்பாக மழைக்காடுகளில் சுற்றுலா சுமை தூக்குபவர்கள் எப்போதும் கையில் ஒரு எலுமிச்சை பழம் வைத்திருப்பார்கள். எலுமிச்சை பழம் அவர்களுக்கு பல வகைகளில் உதவுகிறது. காலில் அட்டைப்பூச்சி கடிக்காமல் இருக்க, பாதங்களில் ஏற்படும் புண்கள் ஆறுவதற்கு போன்ற வகைகளில் அது அவர்களுக்கு பயன்படுகிறது. இந்த பழக்கம் தொன்றுதொட்டு இருந்துவரும் பழக்கமாக இருக்கவேண்டும். நம்மூரிலும் எலுமிச்சை பழம் பல வகைகளில் நாம் அன்றாட வாழ்வில் பயன்படுத்துகிறோம்.

குன்றுகள் யாவற்றுக்கும் உயரமான இடத்திற்கு மகேந்திர மலை அல்லது மணி மலை என்று பெயர்.

(மணி மலை – மணி தீரம் மணித்தீர; மகேந்திர மலை – மகா இந்திரி மலை மடகாஸ்கர்)

மடகாஸ்கர் எலுமிச்சை பழம்

மணிமலை சுற்றுப்புற மண்ணே சிவப்பு பொடியாகவும், நீலப் பொடியாகவும், பச்சைப் பொடியாகவும் செய்து தூவினாற் போல் ரத்தினங்களில் நிறக் கலவையும், ஒளி வண்ணமும் செறிந்து தோன்றும். இதே போன்ற பல நிற மண் நில அமைப்பு மொரிசியஸ் தீவில் உள்ளது. பண்டைய காலத்தில் வெள்ளப்பெருக்கிற்கு முன்பு மொரிசியஸ் தீவு மடகாஸ்கர் தீவோடு இணைந்திருந்திருக்க வேண்டும்.

மொரிசியஸ் தீவு பல வர்ண நிலம்

மகேந்திர மலை குன்றுகளில் நீர்வளம் அதிகம்; அப்படியெனில் அது ஒரு சிறுமலை அல்ல; பல குன்றுகள் உள்ள மலை. மகேந்திர மலை என்பது மகா இந்திர மலை எனப் பொருள்படும்.

கபாடபுரத்தில் தாழை மரங்கள் நிறைந்து இருந்தன என்று விவரிக்கப்பட்டுள்ளது. தாழை மரத்தின் பொதுவான தாவரவியல் பெயர் பண்டனுஸ் (*Pandanus*) என்பதாகும். இதில் பல வகைகள் உள்ளன. பெரும்பாலும் இவை வெப்ப நிலத்தில் அதிலும்

கடற்கரை பிரதேசத்தில் வளருபவை. இந்த மரம் மனிதர்களுக்கு பல வகைகளில் உதவுகிறது. உணவுப் பொருளாகவும், கைவினைப்பொருட்கள் தயாரிக்கவும், பயன்படுகிறது. இதன் பூவிற்கு தாழம்பூ என்று பெயர். நல்ல மணம் உடைய மலர் என்பதால் இதை சங்க கால மகளிர் கூந்தலில் சூடிக்கொள்வர் என்று சங்க இலக்கியங்கள் குறிப்பிடுகின்றன. இதன் வேர்கள் மண் அரிப்பை தடுக்க பயன்படுகிறது. இதில் ஒரு வகை தாழை மரம் பண்டனுஸ் உடிலிஸ் (*Pandanus Utilis*) என்ற மரம் மடகாஸ்கர் தீவில் தோன்றியது என்று கருதப்படுகிறது. இந்த மரம் பனை மரம் போன்ற தோற்றம் கொண்டது. பாண்டியர்கள் கடற்கரை பகுதியில் வாழ்ந்தவர்கள். இவர்களுக்கு பாண்டியன் என்ற பெயர் பண்டனுஸ் என்ற இந்த தாழை மரத்தின் பெயரால் வந்திருக்குமோ என்ற கேள்வியும் எழுகிறது.

பண்டனுஸ் உடிலிஸ் (தாழை மரம்)

இந்தக் கதையில் எயினர் நாடு அல்லது தீவு பற்றி குறிப்பு வருகிறது. இந்த தீவின் ஒரு முனை மரங்கள் அடர்ந்த மலைப் பகுதி என்றும், இங்கிருந்த மக்கள் கரிய நிறமும், வளையம் வளையமாக சுருண்ட செம்பட்டை முடி, இடுப்பைச்சுற்றி ஒரு சிவப்பு நிற மரப்பட்டையை கச்சையாக அணிந்திருந்தனர் என்றும் குறிப்பிடப்படுகிறது. இவர்களில் குள்ள எயினர்கள், வலிய எயினர்கள் என்ற இருவகையினர் இருந்தனர் என்றும், இவர்கள் கையில் நீண்ட கோல் வைத்திருந்தனர் என்று விவரிக்கப்பட்டுள்ளது.

மடகாஸ்கரில் நிலவி வரும் தொன்மக்கதைகளில் பண்டைய மடகாஸ்கர் தீவில் முதன்முதலில் குடியேறியது வசிம்பா (*Vazimba*, வழிம்ப) என்ற பழங்குடியினர் என்ற நம்பிக்கை உள்ளது. இவர்கள் இந்தோனேசியாவிலிருந்து குடியேறிய மக்கள் என்றும் நம்பப்படுகிறது. இவர்கள் குள்ளமான மனிதர்கள் என்றும், சுருட்டை முடியும் உடையவர்கள் என்றும் கருதப்படுகிறது. ஆனால் இவர்களைப்பற்றிய தொல்பொருள் தடயங்கள் எதுவும் கிடைக்கவில்லை. தொன்மங்களின் படி இவர்கள் மூன்று வகையான இடங்களில் குடியேறினர் என்றும், ஒரு பகுதியினர் மலை நிலத்திலும், இன்னொரு பகுதியினர் நீர் நிலைகள் உள்ள ஆறு மற்றும் கடற்கரை பகுதிகளிலும், இன்னொரு பகுதியினர் கரடு முரடான பாறைகள் நிறைந்த மலைகளில் உள்ள குகைகளில் குடியேறினர் என்றும் கூறப்படுகிறது. இவர்கள் மடகாஸ்கரில் மத்திய உயர் நிலப்பகுதியில் குடியேறியவர்கள் முதன்முதல் அரசமைப்பை நிறுவினார்கள் என்றும், இதன் பெயர் அண்டிரியன்திராவின்திராவின் (*Andriandravindravin*) எனப்பட்டது என்றும் கதைகள் கூறுகின்றன. திராவின் என்பது திராவிடம் என்ற சொல்லோடு ஒத்துப்போகிறது. இந்த அரசை பெரும்பாலும் அரசிகள்தான் ஆண்டனர் என்று கூறப்படுகிறது. இவர்களை பின்னாளில் மெரினா குடியினர் வென்று இங்கு குடியேறினர் என்று நம்பப்படுகிறது. கீழே காணும் வசிம்ப மக்கள் வரைபடத்தில் அவர்கள் சிவப்பு நிற ஆடை இடுப்பில் கட்டியுள்ளனர், கையில் நீண்ட கோல் வைத்துள்ளனர்.

வசிம்ப பழங்குடி
(தோராய வரைபடம்)

கபாடபுரத்தில் மக்கள் விளையாடும் வீர விளையாட்டாக மல்லர்கள் – மற்போர் விளையாட்டு பற்றி இந்தக் கதையில் கூறப்பட்டுள்ளது. மடகாஸ்கரில் உள்ள பல பழங்குடிகளில் காணப்படும் வீர விளையாட்டு மல்யுத்தமும், ஏறு பிடித்தலும் ஆகும் என்று ஏற்கெனவே கண்டோம்.

தென் பழந்தீவுகளில் வசித்து வந்த முரட்டு குடிமக்கள் கடற் குரும்பர்கள் என்றும், இவர்கள் செந்தீப்போல் சடையிட்டுத் திரிந்த தலை முடியுமாக கொலையரக்கர்கள் போல தோன்றுவார்கள் குறும்பர்கள் என்று கூறப்படுகிறது.

ஆப்பிரிக்காவில் உள்ள மாசை மற்றும் ஹிம்பா பழங்குடியினர் தங்கள் தலைமுடிக்கு செந்நிற சாயம் பூசும் வழக்கம் உள்ளவர்கள். இவர்கள் பண்டைய காலத்தில் மடகாஸ்கர் அருகில் உள்ள தீவுகளில் குடியிருந்திருக்கலாம்.

மாசை பழங்குடி செஞ்சடை

கபாடபுரத்திற்கு அருகில் இருந்த ஒரு தீவின் பெயர் கொடுந்தீவு என்றும் அதில் வாழும் மனிதர்கள் கொலை மறவர்கள் என்றும், இவர்களிடம் நரபலி கொடுக்கும் வழக்கம் இருந்தது என்ற குறிப்பு வருகிறது.

பிஜி தீவில் இருக்கும் சில பழங்குடிகளிடம் நரபலி கொடுக்கும் மற்றும் நரமாமிசம் உண்ணும் வழக்கம் கடந்த நூற்றாண்டு வரை இருந்தது என்று கூறுகின்றனர். இந்த பழங்குடியினர் பார்ப்பதற்கு பயமுறுத்தும் வகையில் இருப்பார்கள். இந்த மக்கள் தொன்மக்கதைகளின் படி இவர்களின் மூதாதையர்கள் பல்லாயிரம் ஆண்டுகளுக்கு முன்பு மேற்கே வெகு தொலை தூரத்தில் இருந்து கப்பல் மூலம் புலம் பெயர்ந்து தற்போதைய பிஜி தீவிற்கு வந்தனர் என்று கூறப்படுகிறது. இது குறித்து கலாசாரம் அத்தியாயத்தில் நாம் கண்டோம். அந்த இடம் தற்போதைய மடகாஸ்கர் தீவின் அருகில் இருந்த ஏதாவது ஒரு தீவில் இருந்து புலம் பெயர்ந்து வந்திருக்கலாம்.

பிஜி தீவு நர மாமிசம் உண்ணும் பழங்குடிகள்

ஆடகத் தீவு என்ற இடம் தங்கச் சுரங்கங்கள் நிறைந்த இடம் என்று குறிப்பு வருகிறது. மடகாஸ்கர் தீவில் நல்ல தங்க வளம் உள்ளது. இங்கு பாறைப் படிமங்களிலும், வண்டல் மண் படுகைகளில் தங்கம் காணப்படுகிறது. இன்றும் மக்கள் ஆற்றுப் படுகைகளில் தங்கம் அரித்து எடுக்கின்றனர்.

மடகாஸ்கர் தங்க மணி மற்றும் ஆற்றில் தங்கம் அரித்து எடுத்தல்

மடகாஸ்கர் தங்கச் சுரங்கம்

கபாடபுரத்தில் இசை நுணுக்க இலக்கணம் அறிந்த அறிஞர்கள் இருந்தனர் என்று குறிப்பு உள்ளது. மடகாஸ்கர் பழங்குடிகளின் வாழ்வியலில் இசையும், நடனமும் முக்கிய அங்கமாகும். ஒவ்வொரு சடங்குகளிலும் இசையும் ஆடலும்

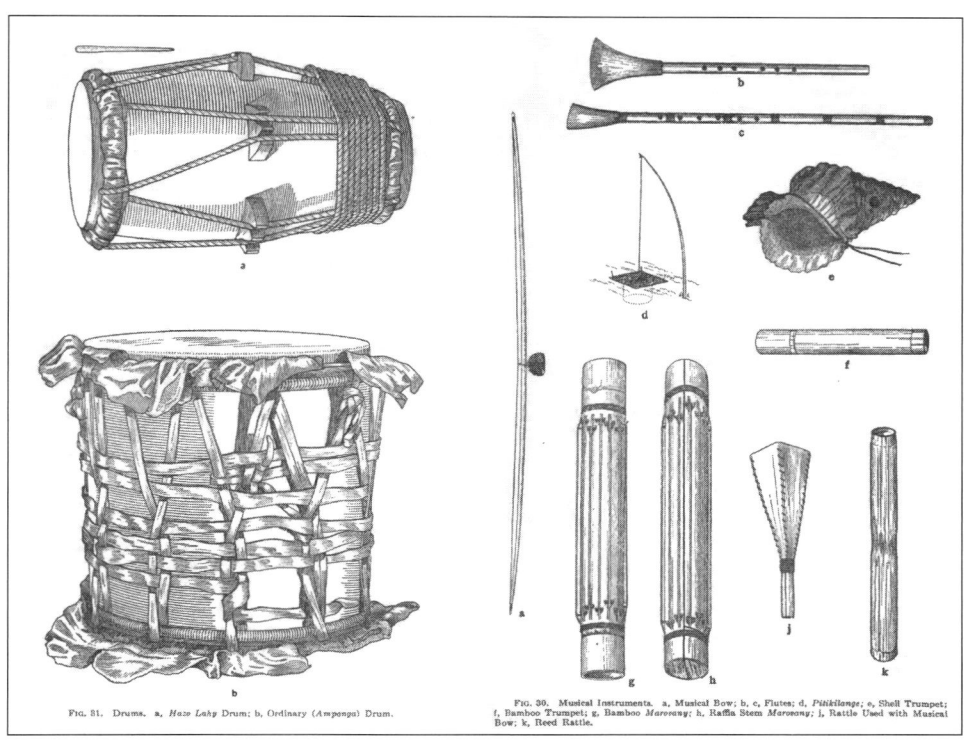

Fig. 31. Drums. a, *Hazo Lahy* Drum; b, Ordinary (*Amponga*) Drum.

Fig. 30. Musical Instruments. a, Musical Bow; b, c, Flutes; d, *Pitikilange*; e, Shell Trumpet; f, Bamboo Trumpet; g, Bamboo *Marovany*; h, Raffia Stem *Marovany*; j, Rattle Used with Musical Bow; k, Reed Rattle.

தனல பழங்குடி இசைக்கருவிகள்

முக்கியமானவை. பலவகையான இசைக்கருவிகள் உபயோகப்படுத்தப்படுகின்றன. நாகஸ்வரம், வில் யாழ், சங்கு, தவில், புல்லாங்குழல் போன்ற இசைக்கருவிகள் உபயோகப்படுத்தப்படுகின்றன.

மூழ்கிய கண்டம்

மடகாஸ்கர் தீவுதான் குமரிக்கண்டம் எனில் கடல் வெள்ளப்பெருக்கில் மூழ்கிய பகுதி எது என்ற கேள்வி எழும். பண்டைய சங்க இலக்கியங்களின் படி பண்டைய குமரிக்கண்டம் எழுநூறு காத தூரம் இருந்ததென்றும் அந்த நிலம் மூழ்கிவிட்டது என்றும் கூறப்படுகிறது. மடகாஸ்கரின் மொத்த நீளமே எழுநூறு காத தூரம் தான் இருக்கும். எனவே சங்க இலக்கிய கூற்றுப்படி பார்த்தால் மடகாஸ்கர் முழுவதும் மூழ்கியிருக்க வேண்டும். ஆனால் மடகாஸ்கர் தீவு இன்னும் முழுதாக இருக்கிறது. அப்படியெனில் எந்த நிலம் கடல் வெள்ளப்பெருக்கில் மூழ்கியது? இதற்கு விடை காண மடகாஸ்கர் தீவின் புற எல்லை அமைப்பைப் பார்க்கலாம். இதன் புற எல்லை அமைப்பு மற்ற தீவு அமைப்புகளை போன்று அல்லாமல் சிறிது வித்தியாசமாக உள்ளது. பொதுவாக ஒரு தீவின் அமைப்பு நீள் வட்ட வடிவில் இரு பக்கமும் ஒரே போன்ற அமைப்பில் இருக்கும். ஆனால் மடகாஸ்கரின் கிழக்கு கடற்கரைப் பகுதி ஒரே நேர்கோடாக உள்ளது. எனவே கடல் வெள்ளப்பெருக்கில் மூழ்கிய பகுதி மடகாஸ்கர் தீவின் கிழக்கு

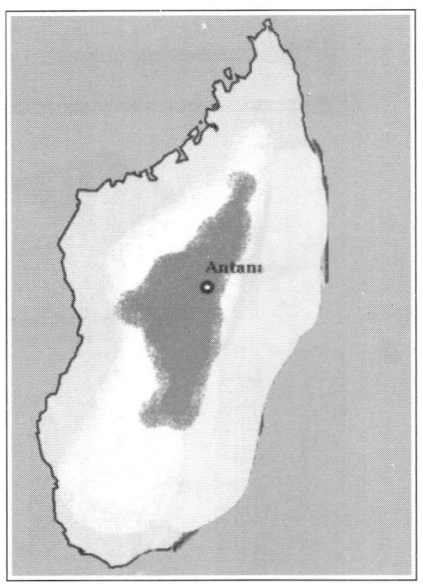

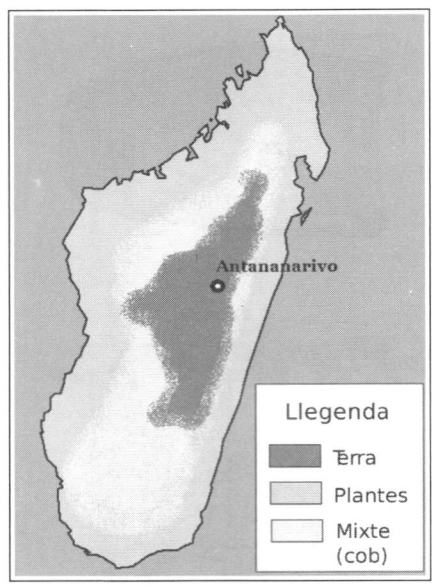

மடகஸ்கார் தீவின் கிழக்குப் பகுதி
கடலில் மூழ்கும் முன்
(முந்தைய நிலை)

மடகஸ்கார் தீவின் கிழக்குப் பகுதி
கடலில் மூழ்கிய பின்
(தற்போதைய நிலை)

(ஆசிரியரின் யூகம்)

பகுதியாக இருக்கலாம். ஆனால் இதில் இன்னொரு கேள்வியும் எழுகிறது. கிழக்குப் பகுதி கடல் வெள்ளப்பெருக்கில் மூழ்கினாலும், அதாவது சுனாமி ஏற்பட்டு கடல் நீர் நிலத்திற்குள் வந்திருந்தாலும் அந்த நிலத்தின் அமைப்பை அல்லது வடிவத்தை போன்றே நீர் உள்ளே சென்று நிலத்தை மூழ்கடித்திருக்க வேண்டும். இதே போன்று ஒரே நேர்கோடாக நிலத்தை மூழ்கடித்திருக்காது. ஆனால் இந்த நேர்க்கோடு எப்படி ஏற்பட்டிருக்கும்? கடல் வெள்ளப்பெருக்கு பற்றி இன்னொரு சந்தேகமும் எழுகிறது. அதாவது கடல் நீர் மட்டம் உயர்ந்து நீர் நிலத்தின் உள்ளே புகுந்து நிலம் மூழ்கியதா அல்லது நிலநடுக்கம் ஏற்பட்டு நிலம் தாழ்ந்து கொஞ்சம் கொஞ்சமாக கடலில் உள்ளே சென்று மூழ்கியதா என்பதாகும்.

சுனாமி ஏற்பட்டு மூழ்கியிருந்தால் அது திடீரென்று நிகழ்ந்திருக்கும். கப்பலில் ஏறி தப்பி செல்ல நேரம் கிடைத்திருக்காது. நிலம் உடைந்து கொஞ்சம் கொஞ்சமாக கடலில் மூழ்கியிருக்க வேண்டும். அதைக்கண்டு மக்கள் கப்பலில் ஏறி புலம் பெயர்ந்து சென்றிருக்க வேண்டும். அப்படியெனில் எதனால் நிலம் உடைந்திருக்கும். நிலநடுக்கம் ஏற்பட்டதால் இருக்குமா? அப்படி நிலநடுக்கம் ஏற்பட்டு நிலம் துண்டாக உடைந்திருந்தாலும் அது ஒரே நேர்கோடாக உடைந்திருக்குமா என்பது சந்தேகம் தான். மேலும் மடகாஸ்கர் கிழக்கு கடற்கரைப்பகுதியில் கடலின் அடியில் பார்த்தால் எந்த ஒரு நில அமைப்பும் சீராக உயரம் குறைந்து செல்வது போல் இருக்கவில்லை. மேலும் இந்த கடலுக்கு அடியில் ஒரே நீண்ட நேர்க்கோடு நீளவாக்கில் காணப்படுகிறது. இந்த

கோடு நம் உடலில் தோல் கிழிந்து நீள் காயம் ஏற்படும் போது அந்த இடத்தில் தையல் போட்டால் எப்படி இருக்குமோ அது போன்று காணப்படுகிறது.

இந்த புத்தகத்தின் புவியியல் அத்தியாயத்தில் ஒரு விண்வெளிக்கல் கிட்டத்தட்ட பொ.யு.மு. 5000 போல் மடகாஸ்கர் கடல் பகுதியில் விழுந்தது என்று தொல்லியியல் ஆதாரங்கள் கண்டோம். இதனால்தான் கடல் வெள்ளப்பெருக்கு ஏற்பட்டிருக்க வேண்டும் என்று கருதப்பட்டது. இந்த விண்வெளிக்கல் கடலில் வீழாமல் மடகாஸ்கர் தீவின் கிழக்குப் பகுதி மேல் விழுந்திருக்கலாம். இதனால் மடகாஸ்கரின் கிழக்குப் பகுதி நீள்வாக்கில் நேராக இரண்டாக உடைந்திருக்கலாம். இதனாலேயே அந்த நேர்க்கோடு ஏற்பட்டிருக்கவேண்டும். இப்படி உடைந்த கிழக்குப்பகுதி கொஞ்சம் கொஞ்சமாக கடலில் மூழ்கியிருக்க வேண்டும். இதுபோன்ற நிகழ்வு குறித்து சிலப்பதிகாரத்தில் ஒரு குறிப்பு காணப்படுகிறது.

கடல் வயிறு கிழித்து மலைநெஞ்சு பிளந்தாங்கு
அவுணரைக் கடந்த சுடரிலை நெடுவேல்
நெடுவேள் குன்றம் அடிவைத் தேறிப்... (சிலம்பு : கட்டுரை காதை – 21)

இது முருகன் சூரனைப் போரில் வென்ற கதையைக் குறிக்கிறது. முருகவேள் எறிந்த வேல் கடலின் வயிறைக் கிழித்து, மலையின் நெஞ்சு பிளந்தது என்று கூறப்படுகிறது. இங்கு வேல் என்பது விண்வெளிக்கல் ஆக இருக்கலாம். மலையின் நெஞ்சு என்பது மடகாஸ்கரின் கிழக்கு பகுதியைக் குறிப்பதாக இருக்கலாம்.

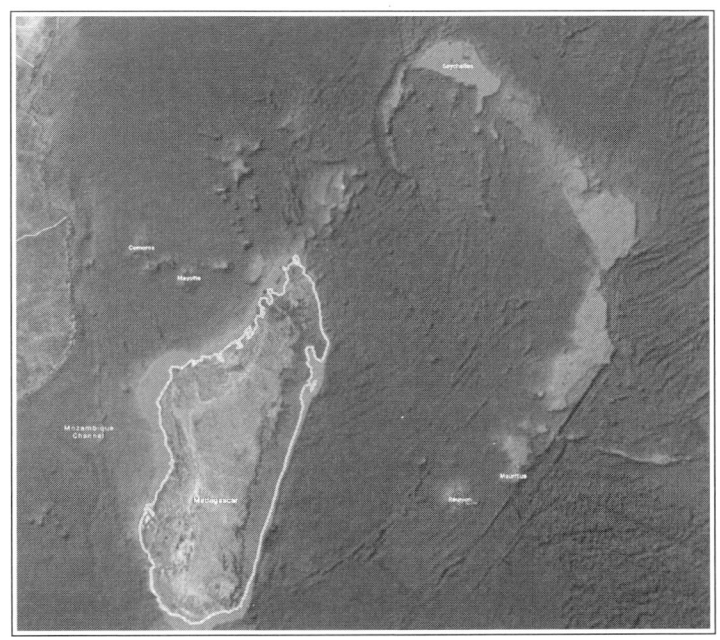

கடலில் மூழ்கிய உடைந்த நிலப்பகுதி (வலதுபக்கம்)

கடலில் அடியில் நீளமான கோடு

மோரித்தீ கண்டம் மற்றும் மடகாஸ்கர் ஒட்டிய நிலையில்

இதே சமயத்தில் மடகாஸ்கர் தீவில் உள்ள எரிமலைகள் சீற்றம் அடைந்திருக்க வேண்டும். இதனாலும் மக்கள் மடகாஸ்கரிலிருந்து புலம் பெயர்ந்திருக்க வேண்டும். தொல்லியல் ஆதாரங்களின் படி மடகாஸ்கரின் மத்தியப் பகுதியில் உள்ள இடசி எரிநிலப் பகுதி கடைசியாக சீறியது பொ.யு. மு. 6050 போல் எனக் கூறப்படுகிறது. எனவே இந்த விண்வெளிக்கல் விழுந்த காலமும் இந்த காலமாக இருக்கவேண்டும். இப்படி உடைந்த நிலம் மடகாஸ்கரின் கிழக்குப்பகுதியில் கடலில் மூழ்கியிருக்க வேண்டும். இந்த நிலம் தான் முதல் அத்தியாயத்தில் நாம் கண்ட மோரித்தீ என்ற கடலில் மூழ்கிய கண்டமாக இருக்க வேண்டும்.

இந்த மூழ்கிய நிலத்தின் வடிவத்தை வெட்டி மடகாஸ்கர் கிழக்குப்பகுதியில் சேர்த்து வைத்துப் பார்த்தால் அது ஒத்துப்போகிறது. இப்படி இணைக்கும் போது தற்போதைய மொரிசியஸ் தீவு மடகாஸ்கரின் தென்பகுதியோடு இணையும். எனவே பண்டைய குமரிக்கண்டத்தின் தென்பகுதியில் மொரிசியஸ் தீவு ஒரு அங்கமாக இருந்திருக்கும்.

துணை நூல்கள்:

1. The Origin, History & Symbolism of No Ruz (Nowruz)by: Massoume PriceLast Updated: October, 2009
2. சிலப்பதிகாரம் காடு காண் காதை
3. புறநானூறு
4. தொல்காப்பிய உரை – பனம்பாரனார்
5. சப்தகிரி – அக்டோபர் 19அ9
6. அகநானூறு
7. ரிக் வேதம் முதல் செய்யுள்
8. கம்ப ராமாயணம், ஆரண்ய காண்டம்
9. சிலப்பதிகாரம் : காடு காண் காதை
10. The Origin, History & Symbolism of No Ruz (Nowruz)by: Massoume PriceLast Updated: October, 2009
11. tamilandvedas.com சப்தம் கேட்டால் இறந்துவிடும் அதிசய மிருகம் ‘அசுணமா’!! லண்டன் சுவாமிநாதன், கட்டுரை எண்—980; தேதி— 15 ஏப்ரல் 2014.
12. அசுணம் பற்றிய சங்ககால ஈழத்துப் புலவரின் பாடல்., Avanthika, 31 Jul 2019, https://roar.media/tamil/main/history/asunambird/
13. மடகாஸ்கர்நடுகற்கள் https://live.staticflickr.com/65535/32819057997_578782188d_b.jpg
14. http://www.archivesnationales.gov.mg/wpcontent/uploads/2015/11/entr%C3%A9eouest.jpg, https://wikivisually.com/wiki/Rangita
15. Collective and single burial in Madagascar, Denis Regnier, Mike Pearson, 4162, 2018/07/01
16. குறுந்தொகை
17. கலித்தொகை
18. சின்னமனூர் செப்பேடுகள் – பெரிய சாசனம்
19. கடலடியில் தமிழர் நாகரிகம், நந்திவர்மன், உலகத் தமிழாராய்ச்சி நிறுவனம், 2010
20. குமரி நில நீட்சி
21. (இரா. மதிவாணன், லெமுரியா முதல் அரப்பா வரை ப. 1௪1)
22. (ந.சி.கந்தையா பிள்ளை, நமது நாடு)
23. பரிபாடல்
24. வேள்பாரி (சு. வெங்கடேசன்)
25. (the Madagascan Maneating tree – More than just a Monstrous myth?, karl shuker, www.karlshuker.blogspot.com., 8.12.2012)
26. medicinal plants of eastern region of madagascar, Julia W.Novy, Journal of Ethnopharmacology, vol. 55 (2), 1997
27. கபாட புரம், நா. பார்த்தசாரதி (மணிவண்ணன்), தமிழ்ப் புத்தகாலயம், சென்னை 17, 4ம் பதிப்பு, 2002
28. சிலம்பின் காலம்

10

தொல் திராவிடம்

நிரைஏழ் அடுக்கிய நீள் இலைப் பாலை
அரைவரை மேகலை, அளிநீர்ச் சூழி
தரை விசும்பு உகந்த தண்
பரங்குன்றம்

(பரிபாடல்)

மடகாஸ்கர் தான் பண்டைய குமரிக்கண்டம் எனில், நம் தொன்மங்களிலும் சங்க இலக்கியங்களிலும் கூறப்படும் தென்னாடு என்பது எதைக்குறிக்கிறது? இன்றைய இந்தியாவிற்கு தெற்கில் உள்ள கண்டம் என்ற அர்த்தத்தில் மடகாஸ்கர் தீவு முழுமையுமே தென்னாடு என்று பொருள்படுமா அல்லது மடகாஸ்கரில் உள்ள தென் பகுதியைக் குறிப்பிடுமா? நாம் ஏற்கெனவே மேலே புவியியல் தலைப்பில் கண்டது போல் வேங்கடம், இமய மலை மடகாஸ்கர் வட பகுதியில் இருப்பதைக் குறிக்கிறது என்று கண்டோம். அப்படியெனில் தென்பகுதியில் எந்த இடம் என்று காண முயற்சிக்கலாம்.

பொதிகை மலை

பண்டைய புராணங்களின் படி அகத்திய முனிவர் வட திசையிலிருந்து தென் திசைக்கு பதினெண் வேளிர்களையும், மற்றும் குடிகளையும் தென் திசைக்கு புலம் பெயர்ந்து கொண்டு வந்து தற்போதைய தமிழகத்தின் தென் திசையில் குடியமர்த்தினார் என்றும், பின்னர் அவர் பொதிகை மலையில் உறைந்தார் என்றும் கூறப்படுகிறது. இந்த மலையில் தான் சிவபெருமான் அகத்தியருக்கு தமிழ் மொழி உரைத்தார் என்றும் கூறப்படுகிறது. அதனாலேயே தமிழகத்தின் தென்மேற்கு பகுதியில் உள்ள மலைக்கு பொதிகை மலை என்றும், அவர் உறைந்த மலைக்கு அகஸ்தியர் மலை என்றும் கூறப்படுகிறது. மேலும் பதினெட்டு சித்தர்களில் ஒருவரான அகத்தியரின் ஸ்தலம் இந்த பொதிகை மலைக்கு மேற்கு திசையில் உள்ள திருவனந்தபுரம் என்று கூறப்படுகிறது. ஆனால் இந்த தொன்மக் கதையில் ஒரு முரண்பாடு உள்ளது.

தமிழ் மொழி உலகின் மிகப் பழைமையான மொழி என்று நாம் கருதுகின்றோம். தமிழ் மொழி தோன்றிய பிறகு பல நூறு ஆண்டுகள் கழித்தே முதல் தமிழ்ச்சங்கம் தோன்றியிருக்க வேண்டும். முதல் தமிழ்ச்சங்கம் தோன்றிய இடம் பண்டைய மதுரை ஆகும். இது பண்டைய குமரிக்கண்டத்தில் இருந்தது. அதாவது தற்போதைய கன்னியாகுமரிக்கு தெற்கே 700 காதங்கள் தள்ளி இருந்திருக்க வேண்டும். மேலும் தற்போதைய தமிழகத்திற்கு மூன்றாம் வெள்ளப்பெருக்கிற்கு பிறகே புலம் பெயர்ந்து வந்தோம் என்று சங்க இலக்கியங்கள் கூறுகின்றன. அப்படியெனில் அகத்தியர் பதினெண் வேளிரையும், பழங்குடிகளையும் புலம் பெயர்ந்து கொண்டு வந்தது தற்போதைய தமிழகம் இல்லை. பண்டைய குமரிக்கண்டமாகும். அந்த பண்டைய குமரிக்கண்டம் மடகாஸ்கர் தீவாக இருக்கலாம் என்ற கூற்றை நாம் முன் வைக்கிறோம். அப்படியெனில் மடகாஸ்கர் தீவில் இந்த பொதிகை மலை இருக்க வேண்டும், அப்படி இருந்தால் அது எங்கு இருக்கிறது என்பதை நாம் கண்டறிய வேண்டும்.

அதற்கு பொதிகை மலையைப்பற்றி தொன்மங்கள் என்ன கூறுகின்றன என்று பார்ப்போம். பொதிகை மலையைப் பற்றி குறிப்புகள் இந்து மத தொன்மங்களிலும், புத்த மத தொன்மங்களிலும் காணப்படுகிறது. இந்து மத தொன்மங்களில் இந்த மலைக்கு பொதிகை பொட்டயில், சிவ ஜோதி மலை என்றும், புத்த மத தொன்மங்களில் இதற்கு பொட்டலக என்றும் கூறப்படுகிறது. பொதிகை என்றால் பொதி அகை என்று பொருள். அதாவது பொதி என்றால் மூட்டை அல்லது பொட்டலம் என்று பொருள் படும். எனவே பொதிகை என்பது பொதிந்த அகம், பொட்டலம் போன்ற

அகம் என்று பொருள் படும். இந்த இடம் மலைகளால் சூழப்பட்டிருக்கவேண்டும். புத்த மத தொன்மங்களின் படி இதற்கு பொட்டலக என்று பொட்டல் என்றால் பொட்டலம் என்றும், பொட்டல் நிலம் என்றும் பொருள் படும். பொட்டல் நிலம் என்பது வறண்ட நிலத்தைக் குறிப்பதாகும். பொட்டையில் எனப்படுவது பொட்டை இல் எனப் பொருள்படும். அதாவது வறண்ட இல்லம் அல்லது பொதிந்த இல்லம் எனப் பொருள்படலாம். (கேரள மாநிலம் திருவனந்தபுரத்தில் பொட்டையில் என்ற இடம் உள்ளது.) மேலும் சிவஜோதி மலை என்பதில் ஜோதி என்பது நெருப்பைக் குறிப்பதாகும். எனவே இது ஒரு எரிமலையைக் குறிக்கும் சொல்லாகும். மேலே கூறிய இந்த மூன்று விளக்கங்களைக் கொண்டு பார்க்கும் பொழுது பொதிகை மலை என்பது பொதிந்த, மலைகள் சூழ்ந்த, வறண்ட, எரிமலை சார்ந்த இடம் என்று தெரிய வருகிறது.

இந்த தன்மைகள் உடைய ஒரு இடம் மடகாஸ்கர் தீவின் தென்கோடிப் பகுதியில் உள்ளது.

(வீட்டின் முன் இருக்கும் இடத்திற்கு வரண்டா என்ற பெயர் இதிலிருந்து வந்திருக்க வேண்டும். இந்த இடம் காய்ந்த இடம்மாக நெல் தானியங்களை பிரிக்கும் இடமாக வைத்தனர்)

மடகாஸ்கரின் தென் பகுதியில் இருக்கும் பகுதி தொலியாரா (*Toliara*) மாகாணமாகும். இந்த மாகாணம் மூன்று மாவட்டங்களாக பிரிக்கப்பட்டுள்ளது. அவை அட்சிமோ அண்ட்ரேபன, அண்ட்ராய் மற்றும் அனோசி ஆகும். இந்த மாகாணத்தில் கடைக்கோடியில் வசிக்கும் இரண்டு பழங்குடிகள் அந்தண்ட்ராய், மகாபலி என்ற இரு பழங்குடிகளாகும். இந்த அனோசி பகுதியில் உள்ள தென் அம்போவசேரி (*Amboasary*) என்ற மாவட்டத்தின் புவியியல் அமைப்பு வித்தியாசமான அமைப்பாகும். இங்கு மண்ட்ரரே (*Mandrare*) என்ற ஆறு ஓடுகிறது.

மண்ட்ரரே ஆற்றுப் பகுதியில், அதனுடைய புவியியல் அமைப்பு மற்ற மடகாஸ்கரின் மற்ற பகுதிகளின் புவியியல் அமைப்போடு ஒப்பிட்டுப் பார்க்கையில் சற்றே மாறுபட்டு இருக்கிறது. இந்த பகுதி எல்லா பக்கங்களிலும் மலைகள் சூழ்ந்து இருப்பதால் இதற்கு வட்ட வடிவ அமைப்பு இருக்கிறது. வடக்கு பாகத்தில் இவகோனி (*Ivakoany*) மலையும், கிழக்கு பாகத்தில் அனோசயேன்னே (*Anosyenne*) என்ற மலை அடுக்கும் உள்ளது. மண்ட்ரரே ஆறு பேஅம்பிங்கராத்ர மலையில் த்ரபோனஓம்பி (*Trafonaomby*) என்ற சிகரத்தில் தோன்றுகிறது. முதலில் இந்த ஆறு வடக்கு திசையில் குறுகலான, பாதாளமான பள்ளத்தாக்கில் பாய்ந்து, பல அருவிகளைக் கடந்து பின் கிழக்கு மேற்காக திரும்பி, சில கிலோமீட்டர்கள் ஓடி, பின் தெற்கு – மேற்காக ஓடி, பின் இபோடோக (*Ifotoka*) என்ற இடத்தில் எரிமலை தடத்தினால் திசை மாற்றப்பட்டு தென் கிழக்காக ஓடி பின் கடலில் கலக்கிறது. மண்ட்ரரே ஆற்றின் 6 உப படுகைகள் (*Sub – Basin*) உள்ளன.

மேலே கூறிய நிலப் பகுதி சுற்றிலும் மலையினால் சூழப்பட்டிருப்பதாலும், திடீரென்று ஏற்படும் புயல் வெள்ளத்தினாலும் மழைக்காலத்தில் ஆற்றில் திடீர் திடீரென்று வெள்ளப்பெருக்கு ஏற்படும்.

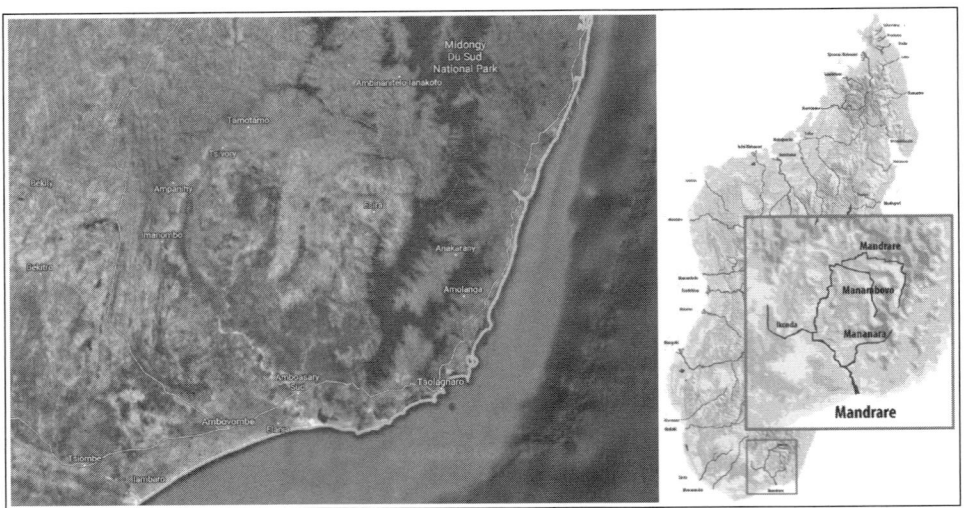

சங்கு போல் தெரியும் பகுதி மற்றும் மண்ட்ரரே ஆறு

அதே போல் இதற்கு மேற்கே லிண்டா மற்றும் ஒனிலஹி ஆறுகளுக்கிடையே உள்ள மகாபாலி பள்ளத்தாக்கில் சிறிய ஆறுகள் எதுவும் இல்லை. இங்கு வரும் நீர் எல்லாம் இங்குள்ள மணல் மற்றும் சுண்ணாம்பு கற்களுக்கு இடையே சென்று மறைந்து விடுகிறது.

(maasif – மாசிவ; மண்ட்ரரே – மன்ற ஆறு; mount மூண்டு (தீ மூன்டுதல்) 6 உப படுகைகள் முருகன்; சரவண பொய்கை – சிரவண அன)

இந்த மண்ட்ரரே ஆறின் இரு முக்கிய துணை ஆறுகள் மன்ரன்ற *(Manrandra)* மற்றும் அண்ட்ரத்தின *(Andratina)* ஆறுகளாகும்.

இந்த பகுதி வட்டமான வடிவமாக இருப்பதற்கு காரணம் இது ஒரு எரிமலை வாய்ப்பகுதியாகும். அதாவது கல்டெரா *(Caldera)* எனப்படும் ஒருவகை எரிநிலப் பகுதியாகும். இது ஒரு பெரிய எரிமலை சீறும்போது, அதன் வாய்நிலம் அழுத்தத்தால் பலூன் போல் ஊதி, பின் சீற்றம் முடிந்த பின், அழுத்தம் குறைந்து அந்த வாய் நிலம் அங்கேயே உள்வாங்கி ஒரு வட்ட வடிவ பள்ளத்தாக்கு போன்று மாறும். இங்கு சிறு சிறு எரிமலை குன்றுகள் *(Cones)* தோன்றி அதிலிருந்து அக்னிக் குழம்பு வடியும். ஒரு குன்றில் வடிந்து முடிந்த பிறகு இன்னொன்று புதியதாக தோன்றி அதில் அக்னிக் குழம்பு வடியும். அப்படிப்பட்ட பகுதிதான் மடகாஸ்கரின் இந்த பகுதி. ஆனால் இந்த கல்டெரா இப்போது உயிர்ப்புடன் இல்லை. இதன் பரப்பளவு கிட்டத்தட்ட 9000 சதுர கிலோமீட்டர் ஆகும். இது ஒரு மாவட்டத்தின் அளவு ஆகும். இங்கு நிறைய சிறு சிறு குன்றுகளும், சில மலைகளும் உள்ளன. விண்ணிலிருந்து இந்த பகுதியை பார்க்கும் போது சங்கு வடிவம் போன்றும் தெரிகிறது.

மேலே கூறிய இந்த மண்ட்ரரே ஆறு பாயும் கல்டேர எரிநில பகுதியே பண்டைய பொதிகை இடமாக இருக்கலாம். இங்கு இபொடக *(Ifotaka)* என்ற இடம் உள்ளது என்று கண்டோம். இந்த பெயர் பொதிகை என்ற பெயருடன் ஒத்துப்போகிறது.

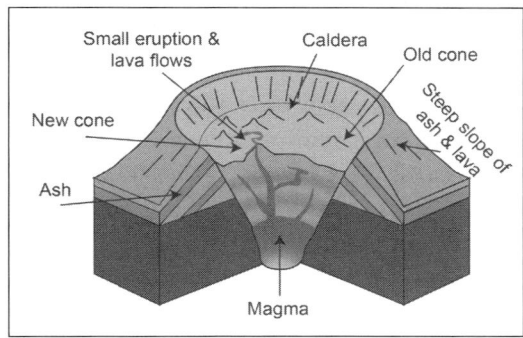

கல்டெரா எரிமலை

அம்போசரி தெற்கு (வட்டப் பகுதி)

இபொடக > (இ)பொடக > பொடக > பொதிகை

இந்த இடத்திற்கு வடக்கே பெபோடக (*Befotaka*) என்ற இடமும் உள்ளது. மேலும் மடகாஸ்கரில் அம்போடக (*Ampotaka*) என்ற பெயர் கொண்ட சில இடங்கள் உள்ளன. இந்த பெயர்களும் பொதிகை என்ற பெயரோடு ஒத்துப்போகிறது.

பொதினி மலை

சங்க இலக்கியங்களில் கூறப்படும் இன்னொரு மலை பொதினி மலை. இந்த இடம் தற்போதைய பழனி மலை என்று கூறப்படுகிறது. இந்த மலையைப் பற்றி குறிப்பிடுகையில் ஆறு மலைமுகடுகளைக் கொண்டது ஆனைமலை. அதில் ஒரு முகடு பொதினி ஆகும். இதனைத் தலைநகராக கொண்டு ஆண்ட சங்ககால மன்னன் முருகன். பொதினி நகரில் வைரக் கற்களுக்கு பட்டை தீட்டும் தொழில் நடைபெற்று வந்தது என்றும், இது பொன்வளம் கொழிக்கும் ஊராக இருந்தது என்றும் கூறப்படுகிறது. இதன் அரசன் நெடுவேள் ஆவி. இந்த பெயர் முருகன் பெயர்களுள் ஒன்று. மேலும் வையாவிக் கோப்பெரும் பேகன், வேளாவிக்கோமான் பதுமன் ஆகியோரும் இவ்வூர் ஆவியர் குடிமக்களின் அரசன். ஆவியர் குடி வாழ்ந்ததால் இந்த ஊருக்கு ஆவினன் குடி என்ற பெயரும் உண்டு என்று சங்க இலக்கியங்கள் மூலம் அறியப்படுகிறது.

இந்த பொதினி மலையும் மடகாஸ்கரில் உள்ள மண்ட்ரரே ஆறு மலைப்பகுதியும் ஒரே போன்று உள்ளன. மண்ட்ரரே ஆற்றின் நிலப் பகுதியில் ஆறு (6) உப படுகைகள் உள்ளன. இந்த பகுதியில் வாழும் பழங்குடி மக்களின் முன்னோர் பெயரும் ஆவி (*Avy*) எனப்படுகிறது. மேலும் இந்த பகுதியின் கிழக்குப் பகுதியில் எசிரா (*Ezira*) என்ற இடத்தில் இரத்தினக்கற்கள் கிடைக்கும் சுரங்கம் உள்ளது. இதற்கு அருகில் மனேவி (*Manevy*) என்ற ஊரும் உள்ளது. இது மன் ஆவி என்ற பொருள்படும். பேஹர (*Behara*) என்ற ஊரும் உள்ளது. இது பேகன் என்ற பெயரோடு ஒத்துப்போகிறது.

பொருணை ஆறு

தமிழகத்தில் உள்ள தாமிரபரணி ஆற்றின் பண்டைய பெயர் பொருணை ஆறு ஆகும். இது பொதிகை மலையில் உருவாகி பின்னர் தூத்துக்குடி அருகே கடலில் கலக்கிறது. தாமிரபரணி என்பது தாமிர பரணி என்று பொருள்படும். தாமிரம் என்றால் செம்பு. தாமிர தாதுக்கள் நிறைந்த ஆறு என்பதே தாமிரபரணி என்று அழைக்கப்பட்டிருக்கலாம். அல்லது தாமரை பரணி என்று கூட பொருள் கொள்ளலாம். ஏனெனில் ஒரு தொன்மக்கதையில் அகத்தியர் ஒன்பது தாமரை இலைகளை தாமிரபரணியில் மிதக்க விட்டார். அவை கரை ஒதுங்கிய இடங்களே நீராடி சிவபெருமானை வழிபட்டால் முக்தி அடையலாம் என்று கூறப்படுகிறது. பொருணை என்ற பெயரே பரணி என்று மருவியிருக்கலாம். சில சங்க இலக்கியங்களில், கல்வெட்டுகளில் இதற்கு தன் பொருந்தம் என்று பெயர் என்று குறிப்பிடப்படுகிறது. பொருந்தம் என்பதே பொருணை என்று மருவியது என்று கூறுவர். இந்த ஆறு குறித்து மகாபாரதம், ராமாயணம், ரகுவம்சம் போன்றவற்றில் குறிப்பு காணப்படுகிறது. வால்மீகி ராமாயணத்தில் கிட்கிந்தா காண்டத்தில் காணப்படும் சுலோகங்களில் ஒரு சுலோகத்தில் தாமிரபரணி பற்றி குறிப்பு உள்ளது.

அதஸ்யாஸ்னம் நகல்யாக்ரே மலயங்ய
தாம்ரபரணம் க்ராஹா ஜிஷ்டாம்த்ரச்யத்

இதன் பொருள் (பொதிகை) மலையில் அமர்ந்தவர் அகத்திய முனிவர், தாமிரபரணி ஆறு முதலைகள் நிறைந்தது என்பதாகும். தாமிரபரணி ஆற்றுக்கு கங்கையின் தங்கை என்று பெயர். மேலே கூறிய மண்ட்ரரே நதி இந்த பொருணை நதியோடு ஒத்துப்பார்க்கலாம். மண்ட்ரரே என்ற பெயர் மன்ற ஆறு என்ற பெயரிலிருந்து வந்திருக்கலாம். மன்றம் என்றால் பழங்காலத்தில் ஊருக்கு நடுவில் இருக்கும் இடம் என்று அர்த்தம். இது மக்கள் கூடும் இடமாகும். மலைகள் சுற்றி உள்ள இடம் மன்றம் என்று கூட பொருள் படும். மன்றாட்டு என்றால் கால்நடை வளர்ப்பு.

மண்ட்ரரே ஆற்றில் முதலைகள் காணப்படுகின்றன. சில மடகாஸ்கர் பழங்குடி மக்களுக்கு முதலைகள் புனிதமாக மிருகமாகும். (பெரேன்டை என்றால் பெரிய ஈல்; ஈல் என்ற பெயர் பாம்போடு தொடர்புடையது.) இந்த ஆற்றின் கரையில் பெரேன்டை *(Berenty)* என்ற இடம் உள்ளது. பொருந்தம் என்ற பெயர் பெரேன்டை என்ற பெயரோடு ஒத்துப்போகிறது.

இன்னொரு கூற்றும் பார்க்கலாம். தாமிரபரணி என்ற பெயரில் பரணி என்பது பூரணி என்பதன் திரிபாக இருக்கவேண்டும். வானியல் அத்தியாயத்தில் பரணி என்ற நட்சத்திரத்தின் பெயர் பூரணி (பூர ஆணி) என்ற பெயரின் திரிபாக இருக்கலாம் என்று கண்டோம். பூரம் என்ற சொல் நெருப்போடு தொடர்புடையது. கற்பூரம் என்பது கல் பூரம் ஆகும். இதற்கு அர்த்தம் எரியும் கல் என்பதாகும். அதே போன்று கேரளாவில் கோவில்களில் கொண்டாடப்படும் பூர திருவிழாக்களின் முக்கிய அம்சம் வாணவேடிக்கை ஆகும். தாமிரபரணி என்பது தீ மேரு பூரணி என்பதாக இருக்கலாம். மேரு என்றால் மலை. தீ மேரு என்றால் எரிமலை. எனவே தாமிரபரணி என்பது எரிமலையில் தோன்றும் ஆற்றை குறிப்பதாக இருந்திருக்கலாம்.

தீ மேரு பூரணி > திமேரபரணி > தாமிர பரணி

பஃறுளி ஆறும், பொருணை ஆறும் ஒரே ஆறா?

பஃருளி > பஃருனி > பொருணை

பஃருளி > பருளி (பாலக்காடு அருகே உள்ள ஆறு)

பஃருளி > பஃருனி > ஃபரோனி (மடகாஸ்கர் ஆறு)

பஃறுளி ஆறு என்பது பல் துளி ஆறு என்று பொருள்படும் என்று கூறப்படுகிறது. மலையில் தோன்றும் ஆறு நீண்ட தூரம் ஓடாமல் தனித்தனியாக கடலில் கலப்பதால் பல்துளி ஆறு எனப்பட்டது என்று கருதப்படுகிறது. இந்த கூற்றின் படி பார்த்தால் ஒரு ஆறு கடலில் கலக்கும் முன் பலதாக பிரித்து பின் கடலில் கலப்பதைக் கூறுவதாக இருக்கலாம். இப்படி கடலில் கலக்கும் முன் பலவாக பிரிந்து கடலில் கலக்கும் ஆறு மடகாஸ்கரில் உள்ளது. நாம் ஏற்கெனவே கங்கை நதியோடு ஒப்பிட்டு பார்த்த பெட்சிபோக ஆறு இதுபோன்று பிரிந்து கடலில் கலக்கிறது. எனவே பெட்சிபோக ஆறே பஃறுளி ஆறாக இருக்கலாம். இன்னொரு கூற்றும் பார்த்தால் மடகாஸ்காரின் தென்மேற்கு பகுதியில் உள்ள பிஹெரன (Fiherana) ஆறு கடலில் கலக்கும் இடத்தில் உள்ள ஒரு நகரத்தின் பெயர் துளியர (Toliara) என்பதாகும். இந்த பெயர் துளி ஆறு என்ற பெயரோடு ஒத்துப் போகிறது. மேலும் இந்த நகரத்தில் உள்ள இபடி (Ifaty) என்ற கடற்கரை நீருக்கும், மணலுக்கும் பெயர் பெற்றது. துளியர என்ற பெயர் பஃறுளி என்ற பெயரிலிருந்து வந்திருக்கலாம். அல்லது பிஹெரன என்ற ஆற்றின் பெயர் பஃறுளி என்ற பெயரிலிருந்து மருவியிருக்கலாம். மேலும் பிஹெரன என்ற பெயர் தற்போதைய தாமிரபரணி ஆற்றின் இன்னொரு பெயரான பொருணை ஆற்றைக் கூட குறிப்பதாக இருக்கலாம்.

தென்பாலி முகத்தின் வட எல்லையான பஃறுளி ஆறு என்ற குறிப்பு சிலப்பதிகாரத்தில் வருகிறது. மடகாஸ்கரின் தென்பகுதியில் மகாபலி என்ற பழங்குடி மக்கள் வசிக்கும் பகுதி உள்ளது. இதன் நிலம் தெற்கே மேனரன்ட்ரா (Menarandra) நதிக்கும் ஒனிலஹி (Onilahy) நதிக்கும் இடைப்பட்ட பகுதியாகும் என்று கூறப்படுகிறது. ஒனிலஹி நதிக்கு வடக்கே உள்ள அடுத்த நதி பிஹெரன நதியாகும். எனவே மேற்கூறிய கூற்றுப்படி பஃறுளி ஆறு என்பது ஒனிலஹி அல்லது பிஹெரன நதியாக இருக்கலாம். இந்த இரு நதிகளுக்கு இடையே உள்ள தூரம் 60 கிலோமீட்டர் தூரம்தான். எனவே பஃறுளி ஆறு என்பது பிஹெரன நதியாக இருக்க வாய்ப்பிருக்கிறது.

தென்னாடுடைய சிவனே போற்றி

தென்னாடுடைய சிவனே போற்றி என்பது பண்டைய திராவிட நாகரிகத்தின் தென் பகுதியில் உண்டாகியிருந்த சிவனைக் குறிப்பதாகும். பண்டைய திராவிடம் மடகாஸ்கர் என்றால், தென்னாடுடைய சிவன் என்பது இதன் தென்பகுதியில் இருந்த சிவனைக் குறிப்பதாகும். சிவன் என்பது ஒரு எரிமலையைக் குறிப்பது என்று ஏற்கெனவே குறிப்பிட்டோம். சிவன் என்ற சொல் சேயோன் என்ற சொல்லிலிருந்து வந்திருக்க வேண்டும். ஏனெனில் சங்க இலக்கியங்களில் சிவன் என்ற சொல் காணப்படுவதில்லை. சேயோன் என்ற சொல் காணப்படுகிறது. இந்த சேயோன் என்ற

சொல் சூரியனையும் அல்லது முருகனையும் குறிப்பிடுகிறது என்று சங்க இலக்கிய உரையாசிரியர்கள் கூறுகின்றனர். ஆனால் சேயோன் என்பது சிவந்த நிறத்தைக் குறிப்பது என்றும், சேய் என்பது குழந்தையைக் குறிப்பது என்றும் கூறப்படுவதுண்டு. இது சிவந்த நிறமுடைய சிறு எரிமலையைக் குறிப்பதாக இருக்கலாம். அதாவது பெரிய எரிமலையில் இருந்து தோன்றிய சிறு எரிமலைக் குன்றைக் குறிப்பிடலாம்.

இந்த சிவந்த சிறிய எரிமலை என்பது மேலே கூறிய கல்டேர எரிமலை வாய் நிலத்தில் இருந்த சிறு குன்று எரிமலையைக் குறிப்பிடுவதாக இருக்கவேண்டும். மேலும் சிந்து சமவெளி நாகரிகத்தில் காணப்படும் மொஹஞ்சதாரோ என்பது ஒரு எரிமலையை சித்திரிப்பதாக இருக்கலாம் என்று ஏற்கெனவே கூறினோம். மேலும் சிந்து சமவெளியில் கிடைத்த கடவுள் உருவம் பசுபதி என்றும், பசுபதி என்பது சிவனைக் குறிக்கும் சொல் என்பதும் நாம் அறிவோம். இந்த மொஹஞ்சதாரோவின் வடிவம் மேலே கூறிய சிறு குன்று எரிமலையின் வடிவமாக இருக்கலாம். இதேபோன்ற வடிவமுடைய சிறு குன்று எரிமலை மடகாஸ்கரின் தெற்குப் பகுதியில் உள்ள அனோசி பகுதியில் இருக்கும் கல்டேர எரிமலை வாய் நிலப்பகுதியில் உள்ளது. சிந்துசமவெளி மக்களின் மூதாதையர்கள் கடல் வெள்ளப்பெருக்கிற்கு புலம் பெயர்வதற்கு முன்பு இருந்த இடம் இந்த கல்டேர பகுதியாக இருக்கலாம். இந்த எரிமலைக் குன்றின் நினைவாக சிந்து சமவெளிக்கு புலம் பெயர்ந்த பின் அங்கு முஹஞ்சதாரோவை கட்டியிருக்கவேண்டும். கல்டேர பகுதியில் உள்ள இந்த எரிமலைக் குன்று செம்மண் நிறத்தில் உள்ளது. இதனாலேயே இந்த சிறிய குன்றை சேயோன் என்று கூறியிருக்கலாம். எனவே சேயோன் என்பதே சிவன் என்று மருவியிருக்க வேண்டும்.

'தென்னாடுடைய சிவனே போற்றி' என்பதைவிட 'தென்னாடுடைய சேயோனே போற்றி' என்பதே சரியான கூற்றாக இருக்கமுடியும்.

மொஹஞ்சதாரோ (இடது); மடகாஸ்கர் கல்டேர பகுதி எரிமலைக் குன்று* (வலது)
(*கூகுள் மேப் மூலம் எடுக்கப்பட்டது; இதில் புள்ளி புள்ளியாக தெரிவது பெரிய மரங்கள் ஆகும்)

நெற்றிக்கண், கடவுளின் கண்

அமெரிக்க டாலர் பணத்தில் உள்ள பிரமிட் உச்சியில் ஒரு கண் இருக்கும். இதை கடவுளின் கண் *(Eye of Providence)* என்று கூறுவர். இது எரிமலையைக் குறிப்பது என்று கடவுள் வழிபாடு அத்தியாயத்தில் கூறினோம். அந்த பிரமிடில் பதிமூன்று செங்கல்

அமெரிக்க டாலரில் உள்ள
கடவுளின் கண் படம்

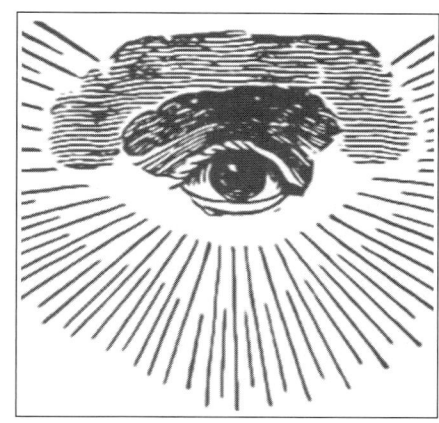

கடவுளின் கண்
இன்னொரு படம்

அடுக்குகள் காணப்படும். இது அமெரிக்காவின் பதிமூன்று மாகாணத்தைக் குறிப்பதாக கூறப்படுகிறது. இந்த படத்தில் அன்னுட் கொயேப்டிஸ் *(Annuit Coeptis)* என்ற வாக்கியம் இருக்கும். இந்த வாக்கியம் ரோமப் புலவர் விர்கில் எழுதிய ஒரு வரியின் அடிப்படையில் இருந்து எடுக்கப்பட்டது. இந்த வரி ஜுபிட்டர் தெய்வத்தை போற்றும் வரியாகும். இதன் அர்த்தம் ஜுபிட்டர் தெய்வம் எங்களுடைய வேண்டுகோளை கேட்பராக என்பதாகும். ஜுபிட்டர் கடவுள் தட்சிணாமூர்த்தி கடவுளின் ரோம வழிபாடென்று கூறப்படுகிறது. அதே போல் இன்னொரு கடவுளின் கண் படத்தில் மேகங்களுக்கு இடையில் கண் இருப்பது போலவும், அதனடியில் அரை வட்ட வடிவத்தில் ஒளி வட்டம் இருப்பது போலவும் சித்திரிக்கப்பட்டுள்ளது.

அதே போல் இந்து மதத்தின் தட்சிணாமூர்த்தி கடவுளுக்கு நெற்றிக்கண் உண்டு என்றும், இந்த தட்சிணாமூர்த்தி என்பது எரிமலையைக் குறிப்பது என்றும், இதுவே லிங்கத்தைக் குறிப்பது என்றும் ஏற்கெனவே கண்டோம். தட்சிணாமூர்த்தி

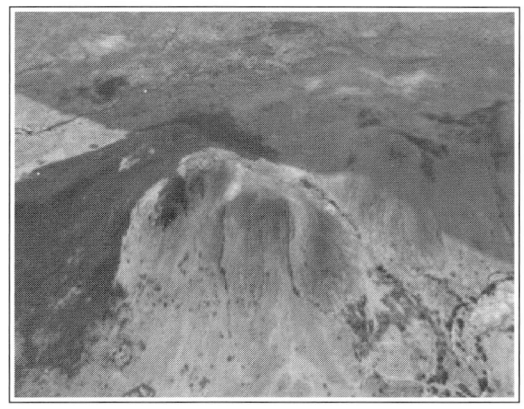

மலையின் முழுப் படம் (தூரப்பார்வை)
(முன் பகுதி மொஹஞ்சதாரோ வடிவம்;
பின் பகுதி காடுகள்)

மலையின் முன் பகுதி நெற்றியில் கண்
போன்ற அமைப்புடன்

என்பது பண்டைய குமரிக்கண்டத்தின் தெற்கே உள்ள எரிமலையைக் குறிப்பது என்ற கூற்று ஏற்கெனவே கூறப்பட்டது. பண்டைய குமரிக்கண்டம் மடகாஸ்கர் தீவு என்று கூறப்பட்டால் அந்த தீவின் தெற்கு பாகத்தில் எரிமலை எங்கு இருக்கிறது என்று மேலே கூறப்பட்டது. அங்கு தென்னாடுடைய சிவனைக் குறிக்கும் மலை ஒன்றை மேலே நாம் கண்டோம். இந்த மலை ஒரு பகுதி மொஹஞ்சதாரோ போல் உள்ளது என்றும் கண்டோம். இந்த மலையின் முழு வடிவத்தில், இன்னொரு பகுதி அதாவது பின் பகுதி காடுகள் நிறைந்தது.

இந்த மலையின் முன் பகுதியில் நெற்றி போன்ற இடத்தில் ஒரு கண் போன்ற அமைப்பு காணப்படுகிறது. இதன் கீழ் ஓடை ஒன்று காணப்படுகிறது. இது அக்கினிக் குழம்பு அல்லது சுடுநீர் ஓடிய தடமாக இருக்கலாம்.

பிராமணர்கள் பின் குடுமி வைக்கும் காரணம் இந்த மலையின் உருவத்தைக் குறிப்பதாக இருக்கலாம். இந்த மலையின் முன் பகுதி மரங்கள் இல்லாமல் சிவந்த நிறத்துடன் காணப்படுகிறது. இந்த பகுதியில் தான் இந்த கண் போன்ற அமைப்பு உள்ளது. இந்த மலையின் பின் பாகத்தில் காடுகள் அடர்ந்துள்ளது. இந்த இடத்தைக் குறிக்கும் விதமாக பண்டைய பழங்குடிகள் தங்கள் தலையில் முன்பகுதியில் பாதி அளவிற்கு முடியை வழித்து விட்டு பின்னால் முடி வைத்திருக்கலாம். இதுவே கடல் வெள்ளப்பெருக்கில் புலம் பெயர்ந்த பின் எகிப்து மன்னர்கள், மற்றும் பிராமணர்கள் கடைப்பிடித்திருக்கலாம்.

மகேந்திர மலை

முருகன், சிவன் முதலிய தமிழ்த் தெய்வங்கள் மகேந்திர மலையில் உறைந்தனர் என்றே தமிழர்கள் கொண்டனர். இந்த பெயர் கொண்ட மலை தற்போதைய நாகர்கோவில் அருகே உள்ள பனங்குடி பகுதியில் உள்ளது. ராமாயணக் கதையில் அனுமான் சீதையைக் காண இலங்கை செல்லும்போது இந்த மலையின் மேலிருந்துதான் குதித்து சென்றார் என்று கூறப்படுகிறது.

மடகாஸ்கரின் தண்ட்ராய் பகுதியின் கிழக்குப் பகுதியில் பண்டைய குடியான மகேந்திரவடோ என்ற குடி வாழ்ந்திருந்தனர். பின்னர் அவர்கள் பர மற்றும் அந்தனோசி அகதிகளால் வெளியேற்றப்பட்டுவிட்டனர். வட்டமான மண்ட்ரரே ஆற்றுப் பகுதியின் நடுவில் ஒரு மலை உள்ளது. இந்த இடத்தில் தான் மகேந்திரவடோ என்ற குடியினர் வாழ்ந்திருக்கவேண்டும். இது மகேந்திர வடோ எனப் பிரிக்கலாம். வடோ என்பது

மகேந்திர மலை (தூரப்பார்வை)

மகேந்திர மலை இன்னும் அருகில்

மகேந்திர மலை

மலகாசி மொழியில் பெரிய பாறை அல்லது மலை என்று அர்த்தம். எனவே மகேந்திர வடோ என்பது மகேந்திர மலை என்று அர்த்தம் கொள்ளலாம்.

இந்த மகேந்திர மலையே மந்தாரை மலை என்று இந்து மத தொன்மங்களில் கூறப்பட்டிருக்க வேண்டும். மந்தார மலையை மத்தாக கொண்டு பாற்கடல் கடைந்த தொன்மக்கதை உண்டு.

மண்ட்ரரே என்பது மகேந்திர ஆறு என்பதாக இருக்கலாம்.

மகேந்திர ஆறு > மந்திராறு > மண்ட்ரரே

பாற்கடல் கடைதல்

இந்து மத தொன்மங்களில் தேவர்களும் அசுரர்களும் பாற்கடலை மந்தார மலையை மத்தாகக் கொண்டு, வாசுகி எனும் பாம்பை கயிறாகக்கொண்டு பாற்கடலைக் கடைந்தனர். தேவர்கள் வட பாகத்திலும், அசுரர்கள் தெற்கு பாகத்திலும் நின்று கடைந்தனர். அப்பொழுது அமிர்தம் தோன்றியது. இந்த அமிர்தத்திற்கு தேவர்களும், அசுரர்களும் சண்டையிட்டனர் என்று புராண கதைகள் உண்டு.

இதன் எதார்த்த அர்த்தம் பற்றி ஏற்கெனவே கடவுள் வழிப்பாடு அத்தியாயத்தில் பார்த்தோம். இங்கு பாற்கடல் என்பது மாடு மேய்த்தல் தொழில் நன்கு வளமையடந்த இடம் என்றும், அங்கு பால் வளம் நன்கு இருந்திருக்கவேண்டும் என்றும், அதிகமாக கிடைத்த பாலை கடைந்து அதில் தயிர், வெண்ணெய் மற்றும் நெய் செய்திருக்கவேண்டும் என்றும், அந்த நெய் வியாபாரம் இரு பழங்குடியினர் செய்திருக்கவேண்டும் என்றும், அவர்களுக்கிடையே இருந்த வியாபாரப் போட்டிதான் இந்த பாற்கடல் கடைதல் என்ற தொன்மக்கதை என்றும் கூறினோம்.

இந்த தொன்மம் நடந்த இடம் மடகாஸ்கர் தீவில் தென்கிழக்கு பகுதியில் உள்ள மண்ட்ரரே ஆறு பாயும் அனோசி பகுதியாகும். இந்த இடத்தின் வட பகுதியில் வாழும் பழங்குடியினருக்கும், தென் பகுதியில் வாழும் பழங்குடியினருக்கும் இடையே நடந்த வியாபாரப் போட்டியே இந்த பாற்கடல் கடைதல் தொன்மக் கதையாக மாறியிருக்க வேண்டும். இந்த பகுதியின் வட பகுதியில் பர மற்றும் மெரினா பழங்குடியினரும், தெற்குப் பகுதியில் தண்ட்ராய், மகாபலி பழங்குடியினரும் வாழ்ந்தனர். தென் பகுதி வறண்ட நிலம், வட பகுதி மலை மற்றும் காடு வளம் உடைய பகுதி. எனவே தென்பகுதியில் உள்ளவர்களை அரக்கர்களாகவும், வடபகுதியில் உள்ளவர்களை தேவர்களாகவும் சித்திரித்திருக்கவேண்டும். இந்த வியாபாரப் போட்டி மந்தார மலையைச் சுற்றி நடந்திருக்க வேண்டும். இந்த வியாபாரத்திற்கு துணையாக நாகர்கள் இருந்திருக்கவேண்டும். அல்லது மண்ட்ரரே ஆறு வட்டமாக கயிறு போல் பாய்வதால் இந்த ஆற்றை வாசுகி எனும் பாம்பாகக் கொண்டு உருவகித்திருக்கலாம். மந்தார மலையை ஆமை தாங்கி நின்றது என்பது மண்ட்ரரே ஆறு பாயும் இடத்தில் உள்ள ஒரு ஏரியில் இருக்கும் நட்சத்திர ஆமையைக் (Radiated Tortoise) குறிப்பதாக இருக்கலாம். வடோ என்ற சொல்லே வசு என்றாகி பின்னர் வாசுகி என்ற பாம்பாக சித்திரிக்கப்பட்டிருக்க வேண்டும். வடுகி என்ற தெய்வம் திராவிடர்களின் தெய்வமாகும்.

இன்னொரு வகையாக பார்த்தால், அமிர்தம் என்பது அமிருதம் என்ற பொருளுடையதாக இருக்கலாம். அமிருதம் என்றால் மிருதுவான பொருள் இல்லை என்று அர்த்தம். அதாவது இது உலோகத்தைக் குறிப்பதாக இருக்கலாம். பாற்கடல் கடைவது என்பது சுரங்கத் தொழிலைக் குறிப்பதாக இருக்கலாம். அதாவது பண்டைய கற்காலத்திலிருந்து செம்புக் காலம் தொடங்கிய போது தான் முதன் முதலாக பூமியிலிருந்து உலோகம் தோண்டி எடுக்கப்பட்டது. இந்த செம்பு உலோகம் மரக்கட்டை மற்றும் கற்களை விட கடினத்தன்மை கூடுதலாக இருப்பதால் இதற்கு அமிருதம் என்று பெயர் வந்திருக்கலாம். இந்த உலோகம், ஆயுதம், கவசங்கள் மற்றும் கருவிகள் செய்வதற்கு பயன்பட்டிருக்கும். இந்த கவசங்கள் போரில் வீரர்களை மரணமடையாமல் காப்பாற்றியிருக்கும். எனவே இந்த உலோகம் செய்ய பழங்குடிகளிடையே போட்டியும், சண்டையும் நடந்திருக்கலாம்.

செம்பு உலோகம் தோண்டி எடுக்கும்போது கூடவே நீல நிற தாதுவும் (Turquoise) கிடைக்கும். பண்டைய காலத்தில் இது வீணான பொருளாக கருதப்பட்டது. இதுவே அமிருதம் எடுக்கும் போது நஞ்சு வெளிப்பட்டதாக இருக்கலாம். இல்லையென்றால் செம்பு தாதுப்பொருளை நெருப்பு கொண்டு பதப்படுத்தும் போது. அது பிராணவாயுவோடு வினை புரிந்து நீல நிற வேதியல் பொருள் உருவாகியிருக்கலாம். இது உயிருக்கு தீங்கு விளைவித்திருக்கலாம். எனவே இந்த தாதுவை ஏதேனும் ஒரு இடத்தில், ஒருவேளை உயிரற்ற எரிமலை வாயின் பெரிய குழியில் கொட்டியிருக்கலாம். இதுவே பாற்கடல் கடையும்போது நஞ்சு வெளிப்பட்டது என்றும், அதை சிவன் அருந்தி தன் தொண்டையில் வைத்துக்கொண்டார் என்றும் தொன்மக்கதைகள் வந்திருக்க வேண்டும். பண்டைய காலத்தில் அதாவது செம்புக்காலம் நடந்த இந்த நிகழ்வு மடகாஸ்கரின் தென்பகுதியில் இது நடந்திருக்க வேண்டும். இந்த செம்பு உலோகம் செய்யும் வேலை நடக்கும் இடம் என்பதால் பண்டைய காலத்தில் இதற்கு செம்புத் தீவே என்று பெயர் வந்திருக்கலாம். செம்புத் தீவே என்பதே சம்புவத் தீவு

அல்லது சாம்பத்தீவு என்று மருவியிருக்கலாம். இதுவே சமஸ்கிருதத்தில் ஜம்புவ தீபகற்பம் என்று கூறப்பட்டிருக்க வேண்டும்.

கோண்டி பழங்குடி தொன்மக் கதைகள் ஆதாரம்

கோண்டி பழங்குடி தொன்மங்களில் கடல் வெள்ளப்பெருக்கிற்கு முன்பு அவர்கள் மூதாதையர் இருந்த நிலம் கோயமூரி என்று சொல்லப்படுகிறது. கோயமூரி என்பதே குமரி என்று மாறியிருக்கலாம் என்ற கூற்றும் முன்வைக்கப்பட்டது. கோயமூரி என்பது கோ ஆய மேரு நிலம் என்ற அர்த்தமுடையதாக இருக்கலாம். கோ என்றால் மாடு; ஆயம் என்றால் தொழில், மேரு என்பது மலையைக் குறிக்கும். அதாவது மேய்ச்சல் தொழில் செய்யப்படும் மலை நிலம் என்று பொருள்படும். இது மடகாஸ்கர் தீவு அல்லது மேலே குறிப்பிட்ட கல்டேர பகுதியைக் குறிப்பதாக இருக்கலாம். கடல் வெள்ளப்பெருக்கு ஏற்பட்ட பொழுது, மக்கள் அங்கிருந்து தப்பிக்க அமூர்கொட் மலைக்குன்றுதான் ஒரே ஒரு நிலப்பகுதி என்று கூறப்படுகிறது. இது கல்டேர பகுதியின் நடுவில் உள்ள மேலே கூறிய மகேந்திர மலையாக இருக்கலாம்.

அந்த தொன்மத்தில் பெங்கமேர்ஹி கோட் என்ற இடப் பெயரும் வருகிறது. இது பே அங்க மேரு அக கோடு என்பதன் திரிபாக இருக்கலாம். பே என்றால் மலகாசி மொழியில் பெரிய என்று அர்த்தம். இது பெரிய அங்கமேரு மலை என்ற அர்த்தமாக இருக்கலாம். இது மடகாஸ்கரின் மத்திய உயர்நிலப்பகுதியை குறிப்பதாக இருக்கலாம்.

கோசோடும் என்ற மன்னன் பெயர் இந்த தொன்மத்தில் கூறப்படுகிறது. இந்த மன்னன் தான் அந்த தீவின் முதல் சம்பு சேக் என்றும் கூறப்படுகிறது. சேக் என்பது சிகை அல்லது சிகரன் என்ற சொல்லின் மருவியதாக இருக்கலாம். சிகரன் என்பதே சேகரன் என்று மாறியிருக்கவேண்டும் என்றும் கூறப்பட்டது. சோழர்களுக்கு சம்பாதி என்ற பெயரும் உண்டு. இதுவே சம்பு என்று மருவியிருக்கவேண்டும். சோழர் (*Chozhar*) என்ற பெயர் கோசர் என்று வேறுமொழியில் உச்சரிப்பார்கள். எனவே கோசொடும் என்ற மன்னன் பெயர் சோழர் என்ற பெயரோடு தொடர்பு இருக்கலாம்.

கோண்டி பழங்குடி தொன்மத்தில் அண்டி ராவென் பெரியோ லேண்ட் என்ற பெயர் வருகிறது. இது ஆண்டி ராவண பெரிய ஆல அண்ட என்பதாக இருக்கலாம்.

குபேர என்ற பெயரும் வருகிறது. குபேர என்பது கோ பர என்ற சொல்லாக இருக்கலாம். கோ என்பது அரசன் அல்லது மாட்டைக் குறிப்பது. பரன் என்பது பர என்ற மடகாஸ்கர் பழங்குடியைக் குறிப்பதாக இருக்கலாம். அல்லது பரன் என்பது பரன் என்ற மனிதனின் மூத்த பருவத்தைக் குறிப்பதாக இருக்கலாம். சொல்லப்போனால் குபேரன் என்பது நிறைய மாடுகளுடைய மனிதன் என்ற அர்த்தமாக இருக்கவேண்டும். பண்டைய காலத்தில் மற்றும் இன்றும் மடகாஸ்கர் பழங்குடிகளில் மாடுதான் மிகப்பெரிய செல்வன். இதனால்தான் குபேரன் செல்வத்தின் அதிபதி என்று கூறப்பட்டிருக்கவேண்டும்.

பஹ்ண்டி பரி குபேர் லிங்க என்ற பெயரும் வருகிறது. இது பாண்டி பாரி கோ பர லிங்க என்ற பெயராக இருக்கலாம்.

ராய்தார் ஐங்கோ என்ற பெயரும் வருகிறது. மடகாஸ்கரில் தண்டராய் என்ற பழங்குடியும், சங்க என்ற இடப்பெயரும் இருக்கிறது.

பூர்வ கோட் என்ற இடப்பெயரும் வருகிறது. பூர்வ என்பது பழைய அல்லது ஆதி என்ற அர்த்தம் உடையது. கோட் என்பது மலையைக் (கோடு) குறிப்பது. பூர்வ என்பது பர அவ என்பதாக இருக்கலாம். பர என்பது மடகாஸ்கரின் ஒரு பழைமையான பழங்குடியாகும். பரம்பரை என்பது பரன் பரை என்பதாகும். அவ என்பது மூதாதையரைக் குறிக்கும். எனவே பூர்வகோட் என்பது பர அவ கோடு என்பதாக இருக்கவேண்டும். இது பண்டைய காலத்தில் பர என்ற பழங்குடியினர் தங்கியிருந்த அல்லது மூதாதையர் தங்கியிருந்த மலையைக் குறிப்பதாக இருக்கலாம். மேலும் பர பழங்குடியினர் இறந்து போனவர்களை மலையில் உள்ள குகையில் இட்டு வைக்கும் அல்லது பதப்படுத்தி வைப்பார்கள்.

எனவே கோண்டி பழங்குடிகள் தொன்மத்தில் கூறப்படும் கோயமூரி நிலம் மடகாஸ்கர் தீவையும், குறிப்பாக அதன் தென்பகுதியில் உள்ள நிலத்தைக் குறிப்பதாக இருக்கவேண்டும்.

சிதம்பரம் தில்லை அம்பல நடராஜர்

நடராஜர் உருவத்திற்கு பல்வேறு தத்துவ விளக்கங்கள் கொடுக்கப்படுகின்றன. நம் அண்டத்திலிருக்கும் சக்தியை குறிப்பதே நடராஜர் உருவம் என்றும். அந்த அண்டம் எப்பொழுதும் நகர்ந்து கொண்டிருப்பதால் அதை நடராஜரின் நடனத்திற்கும் விளக்கம் கொடுக்கின்றனர். ஆனால் எதார்த்தத்தில் நடராஜர் வழிபாடு ஒரு பழங்குடியினரின் நடன முறையை குறிப்பது என்று ஏற்கெனவே பார்த்தோம். இதை இன்னும் மேற்கொண்டு ஆராய்ந்தோமென்றால் நடராஜர் என்பது அண்டண்ட்ராய் (Antandroy) என்ற பழங்குடியினரைக் குறிக்கும். இவர்களை தண்ட்ராய் (Tandroy) என்று பேச்சு வழக்கில் அழைப்பர். இந்த தண்ட்ராய் என்ற சொல்லே நடராஜ என்று மாறியிருக்க வேண்டும். தண்ட்ராய் என்பதற்கு 'முள் இடம் மக்கள்' (People of Thorns) என்று அர்த்தம். அதாவது இவர்கள் வாழும் இடமானது முட்புதர்கள் மற்றும் குறு தண்டு மரங்கள் நிறைந்த வறண்ட நிலமாகும். எனவே இவர்களுக்கு அந்த பெயர் வந்தது. தண்ட்ராய் என்பது 'தண்ட ராய' என்ற பொருள் படலாம். அதாவது தண்டு என்றால் குச்சி அல்லது தடி என்று அர்த்தம். இவர்கள் வாழும் இடம் பெரிய மரங்கள் அடர்ந்த காடுகள் இல்லாமல் தண்டு போன்ற மெல்லிய குச்சிகளுடைய மரங்கள் உடைய நிலம் என்பதால் அந்தப் பெயர் வந்திருக்கலாம். முருகனுக்கு தண்ட பாணி என்றும், ராமனுக்கு கோதண்டராமன் என்றும் பெயர். இன்னொரு கூற்று பார்த்தோமென்றால் இந்த மக்களின் மிக முக்கியமான கலாசார அடையாளம் இவர்களுடைய நடனம். நடனத்திற்கு தாண்டவம் என்ற பெயர் உண்டு. தாண்டவம் என்றால் தாண்டும் அவம் என்ற பொருள் படும். தாண்டவ ராய் என்பதே தண்ட்ராய் என்று மருவியிருக்கலாம்.

தண்ட்ராய் > (த)ண்ட்ராய் > ணட்ராய் > நட்ராஜ் > நடராஜ்

இந்த நடனம் கால், மற்றும் கையை மேலே தூக்கி ஆடும் நடனமாகும். எனவே நடராஜர் என்பது தண்ட்ராய் என்ற பழங்குடி இனத்தினரைக் குறிப்பதாக இருக்க வேண்டும். நடராஜரை சுற்றியுள்ள வட்டம் அவர்கள் வாழ்ந்த இடத்தின் ஒரு வட்டமான பகுதியைக் குறிப்பதாக இருக்கவேண்டும். அந்த இடம்தான் மேலே கூறிய கல்டேர எனப்படும் வட்டமான எரிமலைப் பகுதியாக இருக்க வேண்டும்.

இந்த பகுதியில் சிறு சிறு எரிமலைக் குன்றுகள் இருப்பதால், அதைக் குறிக்கத்தான் நடராஜரின் பின் உள்ள வட்ட வடிவத்தில் தீ ஜூவாலைகள் சித்திரிக்கப்பட்டுள்ளன.

இன்னொரு உதாரணம் பார்க்கலாம். தமிழ்நாட்டில் நடராஜர் கோவில் உள்ள இடம் சிதம்பரம். இந்த கோவில் பஞ்ச பூத ஸ்தலங்களில் 'வெளி' (Space) என்பதைக் குறிப்பதாகும். வெளி என்பது நிலத்தைக் குறிப்பதாகும். வெட்டவெளி என்றால் சமமான நிலத்தைக் குறிப்பதாகும். சிதம்பரம் கோவிலின் கருவறையில் கடவுள் சிலை இருக்காது. இதைத்தான் சிதம்பர ரகசியம் என்று கூறுவர். அதாவது கடவுள் அண்டத்தின் உருவமாக இருக்கிறார் என்பதை உணர்த்தும் விதமாக கூறுவர். ஆனால் இது நம் பண்டைய மூதாதையர் வாழ்ந்த இடத்தைக் குறிப்பதாக இருக்கலாம்.

மேலும் சிதம்பரம் கோவில் புராணத்தில், சிதம்பரம் என்ற பெயர் சிற்றம்பலம் என்ற பெயரிலிருந்து வந்ததென்றும், சிற்றம்பலம் என்பது சித்தஅம்பலம் என்ற பொருள் உடையது என்றும் கூறுவர். அதாவது சித்த என்றால் அறிவைக் குறிப்பது, அம்பலம் என்றால் வளிமண்டலம் என்று அர்த்தம் என்று கூறுகின்றனர். எனவே சிதம்பரம் என்பது அறிவுடைய வளிமண்டலம் என்று பொருள் கூறுகின்றனர். இதன் எதார்த்த அர்த்தம் எப்படி இருக்கும் என்று பார்த்தால், சிதம்பரம் என்பது சிற்றம்பரம் என்ற சொல்லிலிருந்து வந்திருக்கவேண்டும். சிற்றம்பரம் என்பது 'சிறு அம்ப ஆரம்' என்ற பொருள் உடையது. அம்ப என்றால் மலை, ஆரம் என்றால் வட்டம். சிறிய மலைகள் வட்டமாக உள்ள இடம் என்பது இதன் அர்த்தம். சிதம்பரத்திற்கு தில்லை வனம் என்ற பெயருண்டு. இந்து மத தொன்மங்களின் படி இந்த தில்லை வனத்தில் முனிவர்கள் கடவுளை வேத மந்திரங்கள் சொல்லி வழிபடும் போது சிவன் பிச்சாண்டி வேடமும், விஷ்ணு மோகினி வேடமும் கொண்டு கணவன் மனைவியாக தில்லை வனம் சென்றனர். இந்த தம்பதியினரின் ஜோடிப்பொருத்தம் பார்த்து முனிவர்களின் மனைவியர் இவர்களை மெச்சினர். இதைக் கண்டு கோபமடைந்த முனிவர்கள் நாகங்களை இவர்கள் மீது ஏவினர். சிவன் இந்த நாகங்களை எடுத்து தன் உடலில் சடை முடியிலும், கழுத்திலும், இடுப்பிலும் ஆபரணமாக அணிந்து கொண்டார். பின்னர் முனிவர்கள் புலியை ஏவினர், சிவன் புலியைக் கொன்று அதன் தோலை இடுப்பில் துப்பட்டா போன்று ஆடையாக அணிந்து கொண்டார். பின்னர் முனிவர்கள் ஏவிய முயலகன் என்ற ஒரு அரக்கனைக் கொன்று ஆனந்த தாண்டவம் ஆடினார் என்று தொன்மங்கள் கூறுகின்றன. சில நடராஜர் உருவங்களில் அவர் தலை மேல் சிறிய விரிந்த கிரீடம் போல் உள்ளது. இது ஒரு தாவரம் போல் உள்ளது.

தண்ட்ராய் மக்கள் நடராஜரின் இடுப்பில் துணி நீண்ட தொங்கும் கட்டியிருப்பது போன்று, இந்த பழங்குடிகள் இடுப்பில் நீண்ட தொங்கும் கட்டி ஆடுகிறார்கள். சில சமயம் கைகளில் நீண்ட துணி வைத்து ஆடுகிறார்கள். இவர்கள் முடி நடராஜரின் சடை முடி போன்று உள்ளது. சிலர் கையில் வேல் வைத்து ஆடுகிறார்கள். சில இந்திய வடநாட்டு நடராஜர் உருவங்களில் கையில் திரிசூலம் வைத்திருப்பது போல் சித்திரிக்கப்படுகிறது. நடராஜர் தலையில் காணப்படும் செடி போன்ற அமைப்பு, இந்த பழங்குடி மக்கள் வாழும் வறண்ட நிலத்தின் கற்றாழை செடி போன்று உள்ளது. நடராஜர் காலடியில் இருக்கும் முயலகன் என்ற அரக்கன் முதலையைக் குறிப்பதாக இருக்கலாம். மண்ட்ரரே நதியில் முதலைகள் இருக்கின்றன.

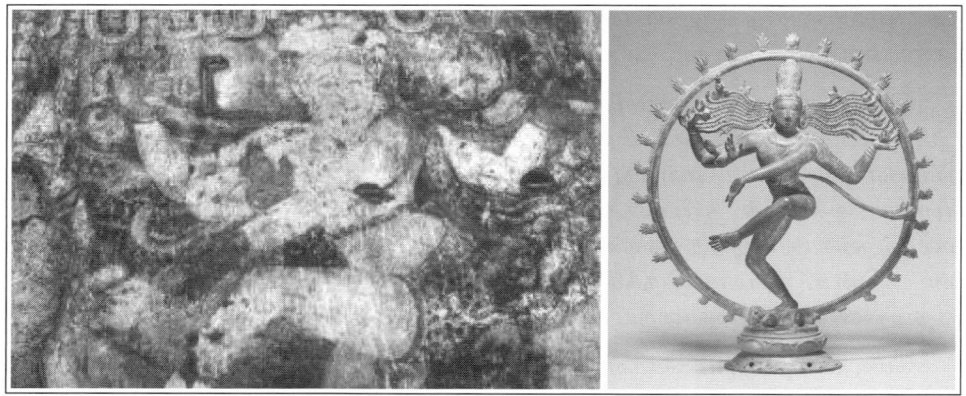

குமரி என்ற சொல்லுக்கு கற்றாழை என்ற பொருளும் உண்டு. கற்றாழை மடலின் இரு விளிம்பிலும் முட்கள் இருப்பதனால் இந்த பெயர் வந்தது என்று கூறப்படுவதுண்டு. கற்றாழை வறண்ட நிலப்பகுதியில் வளரக்கூடியது. மடகாஸ்கரின் தென் கோடிப் பகுதியில் இன்றும் கற்றாழை பயிரிடும் தொழில் நடைபெறுகிறது. இந்த வகை கற்றாழை செழித்து வளர்வதால் இந்த இடத்திற்கு பண்டைய நாளில் குமரிக்கண்டம் என்று பெயர் வந்திருக்கலாம்.

நடராஜர் நடனம்

நடராஜர் தலை கிரீடம்

தண்ட்ராய் தலைமுடி அலங்காரம்

கற்றாழை செடி

ஆப்பிரிக்க ஹிம்பா பழங்குடி ஜடா முடி

இன்னும் ஒரு கூற்றை வைத்துப் பார்த்தால் நடராஜர் உருவம் என்பது மேலே கூறிய கல்டேர பகுதியின் வரைபடத்தைக் குறிப்பதாக இருக்குமோ?

மேற்கொண்ட காரணங்களை பார்க்கும் போது நடராஜர் வழிபாட்டின் மூலம் என்பது நம் பண்டைய திராவிட நிலத்தின் மற்றும் மூதாதையரின் வழிபாட்டைக் குறிப்பதாக இருக்கவேண்டும்.

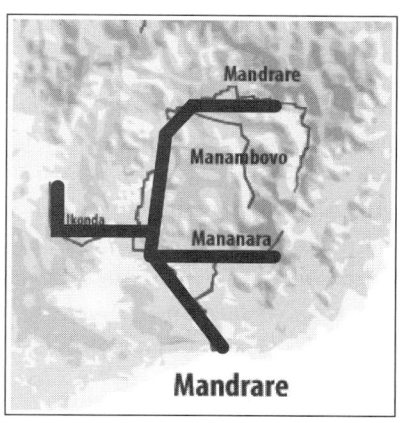

ம.கிருஷ்ணகுமார்

பாண்டரங்கம்

பாண்டரங்கம் என்பது தமிழகத்தில் கூத்தாடி கலைஞர்கள் சிவபெருமான் வேடம் பூண்டு ஆடப்படும் ஆட்டங்களில் ஒன்று. சிவபெருமான் மூவெயில் முறுக்கியவன் என்பது ஒரு கதை உண்டு. மூன்று கோட்டைகளை சிவன் தன் நெற்றிக் கண்ணால் எரித்தாராம். அதனை எரித்த சாம்பலைத் தன் மேனியெல்லாம் பூசிக்கொண்டு சுடுகாட்டில் தாண்டவம் ஆடினாராம். பாண்டு என்பது வெள்ளை நிறம். வெள்ளைநிறச் சாம்பல் காட்டை அரங்க மேடையாகக் கொண்டு ஆடும் ஆட்டம் 'பாண்டரங்கம்'. சிவபெருமானுக்கு எட்டுக் கைகளாம். ஒரு கையால் துடி முழக்குவாராம். இரண்டு கைகளால் தோளில் தொங்கும் முழவை முழக்குவாராம். இப்படிப் பல இசைக்கருவிகளை முழக்கிக்கொண்டு, பல வகையான உருவங்களைக் காட்டி அவர் பாண்டரங்க நடனம் ஆடுவாராம் என்ற கதைகள் கூறப்படுவதுண்டு.

இந்த பாண்டரங்கம் என்பது மேலே கூறிய கல்டேர பகுதியைக் குறிப்பதாக இருக்கலாம். சிவபெருமான் ஆடுவது என்பது எரிமலை வெடிப்பதையும் குறிப்பதாக இருக்கவேண்டும். இந்த உருவகத்தையே பண்டைய காலத்தில் அங்கிருந்த பழங்குடிகள் தங்கள் குடி நடனமாக கொண்டிருக்க வேண்டும். இதை மேலே அந்தண்ட்ராய் பழங்குடி நடனத்தோடு ஒப்பிட்டு பார்த்தோம்.

வெள்ளப்பெருக்கு ஏற்பட்ட பொழுது எந்த மலையில் தஞ்சம் புகுந்தார்கள்?

இந்துக்களின் தொன்மைக்கதைகளில் கிருஷ்ணன் கோவர்த்தன மலையைத் தூக்கி மக்களையும், பசுக்களையும் மின்னலுடன் கூடிய தொடர்மழையில் இருந்து காப்பாற்றினார் என்ற கதை உண்டு. இதனுடைய கதை, கோகுலத்தில் இந்திர வழிபாட்டை முதன்மையாக செய்து வந்த ஆயர்களை கிருஷ்ணர் இந்திர வழிபாட்டை தடை செய்து அருகில் உள்ள ஒரு மலைக்கு பூசை செய்யச்சொன்னார்.

இதனால் கோபம் அடைந்த இந்திரன் ஏழு நாட்கள் தொடர்ந்து இடியும், மின்னலுடன் கூடிய மழையை தொடர்ந்து பெய்யச் செய்தார். இதைக்கண்டு பயம் கொண்ட ஆயர்களையும், பசுக்களையும் காப்பாற்ற கிருஷ்ணர் அருகில் இருந்த மலையை தன் ஒரு விரலால் குடை போல் தூக்கி காப்பாற்றினார் என்பதாகும்.

இந்த கதையின் எதார்த்த கூற்றுகள் இருவிதமாக இருக்கலாம். முதல் கூற்று பண்டைய காலத்தில் ஆயர் பழங்குடியினர் இந்திரனை அதாவது இந்திரி என்ற லெமூர் விலங்கை வணங்கி வந்திருக்கவேண்டும். மடகாஸ்கர் பழங்குடியினர் சிலர் தாங்கள் உருவானது லெமூர் இனத்திலிருந்து என்றும், லெமூர்கள் புனிதமானவை என்றும் கருதுகின்றனர். இதுவே இந்திர வழிபாடாக இருந்திருக்க வேண்டும். பின்னர் எரிமலை வழிபாடு ஆரம்பித்திருக்க வேண்டும். இந்திர வழிபாட்டிலிருந்து எரிமலை வழிபாடு ஆரம்பித்த காலத்தில் நல்ல மழை பொழிந்திருக்க வேண்டும். இந்த சமயத்தில் எரிமலை வெடித்து சிதறி எரிமலை மேலே குடை போன்று அல்லது மலை போன்று புகை தோன்றியிருக்க வேண்டும். இந்த புகை மேகத்தால் மழை நின்று மக்கள் காப்பாற்றப்பட்டிருக்க வேண்டும். இந்த எரிமலை வழிபாடு பின்னாளில் கிருஷ்ண வழிபாடாகியிருக்க வேண்டும். கிருஷ்ணன் நிறம் கருப்பு. கிருத்திரன்

என்ற பெயரே பின்னாளில் கிருஷ்ணன் என்று மாறியிருக்கலாம். கிருத்திரன் என்பதே ருத்திரன் என்று மாறியிருக்கவேண்டும் என்று நாம் ஏற்கெனவே கடவுள் வழிபாடு அத்தியாயத்தில் கண்டோம். எரிமலை வெடித்து அதன் மேலே குடை போன்ற மேகமூட்டம் ஏற்பட்டு அதனால் மழை நின்றிருக்கலாம். இந்த நிகழ்வே பிற்காலத்தில் தொன்மைக்கதைகளில் கிருஷ்ணர் கோவர்த்தன மலையை விரலில் தாங்கிப் பிடித்து மக்களைக் காப்பாற்றினார் என்று கூறப்பட்டிருக்கலாம்.

இந்தக் கதையின் இன்னொரு எதார்த்த கூற்று, அக்காலத்தில் இடியுடன் கூடிய மழை பொழிந்து நல்ல வெள்ளம் ஏற்பட்டிருக்க வேண்டும். அந்த வெள்ளத்தில் இருந்து மக்களையும், மாடுகளையும் அக்குலத்தின் இளவயது வாலிபர்கள் அருகில் இருந்த மலை மீது கைப்பிடித்து ஏற்றி அங்குள்ள குகைகளில் தங்க வைத்து காப்பாற்றியிருக்கவேண்டும். ஏற்கெனவே கண்டது போல் கண்ணன் மற்றும் முருகன் வழிபாடு என்பது மனிதனின் குறிப்பிட்ட வயது அடைந்த பருவத்தினரின் வழிபாடு என்று கண்டோம்.

இந்த கோவர்த்தன மலை மேலே கூறிய மண்ட்ரரே மலையாக இருக்கலாம். இந்தப் பகுதியில் வாழும் பழங்குடிகளுக்கு முக்கிய தொழில் மாடு வளர்ப்பாகும். மண்ட்ரரே ஆற்றில் அடிக்கடி திடீர் திடீரென்று வெள்ளப்பெருக்கு ஏற்படும் என்று ஏற்கெனவே கண்டோம். எனவே அக்காலத்தில் மக்கள் இந்த மலை மீது ஏறி தங்களை காப்பாற்றிக் கொண்டிருக்கவேண்டும். இந்த மலை உச்சி சமதளமாக இருப்பதால்

மக்கள் அங்கு சென்றும் வெள்ளம் வடியும் வரை தங்கியிருந்திருக்கலாம். மேலும் அந்த மலையின் அமைப்பில் இடையில் ஒரு கோடு போல் ஒன்று காணப்படுகிறது. இது கடல் வெள்ளம் இருந்த அளவைக் குறிப்பதாக இருக்கலாம்.

கோவர்த்தனகிரி

இதே போன்று தசாவதார தொன்மங்களில் வரும் வாமனன் அவதாரம் மேலே கூறிய கூற்றின் அடிப்படையில் அமைந்திருக்கலாம். வாமன அவதாரம் என்பது சிறு எரிமலையைக் குறிப்பிட்டிருக்கலாம். அதை மாவலி இனத்தினர் வழிபட்டிருந்திருக்கலாம். ஆரம்பத்தில் இது சிறிய எரிமலை என்றிருந்த இது ஒரு எரிமலைச் சீற்றத்தின் போது அது மிகப்பெரிதாகி, மேலே காட்டியுள்ள சீற்றம் போல்

ஆகி அதன் சாம்பல் பல மைல் தூரம் பரவி மூன்று நிலப்பகுதிகளில் விழுந்திருக்க வேண்டும். இதையே வாமன அவதார தொன்மத்தில் சிறு சிறுவன் உருவமாக இருந்து பெரிதாகி ஒரு அடியை வானுலகத்திலும், இன்னொரு அடியை பூவுலகத்திலும், மூன்றாம் அடியை பாதாள உலகத்திலும் வைத்து மூன்றடியால் உலகை அளந்தான் என்ற தொன்மம் உருவாகியிருக்கவேண்டும். மேலும் எரிமலை சீற்றத்தில் சாம்பல் மேகம் மலை மேல் குடை போல் அமைப்பை உருவாக்குவதால், வாமன அவதாரம் கையில் குடை வைத்திருப்பதாக சித்திரித்திருக்கலாம்.

மேலும் கல்டேர என்ற எரிமலை வடிவ அமைப்பு உருவாகுவது எப்படி என்று மேலே கண்டோம். எரிமலை சீற்றம் முடிந்த பிறகு அதன் தலைப்பகுதி உள்ளே சென்று பெரிய வட்ட வடிவ பள்ளம் ஏற்படும். இந்த நிகழ்வையே வாமனன் மகாபலியின் தலையில் காலை வைத்து பூமியின் உள்ளே அழுத்தி மறையச் செய்த தொன்மக் கூற்று சித்திரிக்கப்பட்டிருக்க வேண்டும்.

ரிக் வேதத்தில் உள்ள ஆதாரம்

ரிக் வேதத்தின் முதல் செய்யுளான அக்னி சூக்தம் அக்னி கடவுளைத் துதிப்பது என்று கண்டோம். மேலும் அதன் உண்மை தமிழ் சொற்களை இதற்கு முன்பு கண்டறிய முற்பட்டோம்.

அக்னி மிலே புரோஹிதம்
யக்ஞஸ்ய தேவம்ருத்விஜம்
ஹோடாரம் ரத்னதாதமம் (ரிக் வேதம் முதல் செய்யுள்)

ரிக் வேதத்தில் கூறப்பட்ட முதல் செய்யுளை தமிழில் திருத்திப் பார்த்து, கீழ்க்கண்டவாறு கூறப்பட்டது.

அக்கிநீர் மேலே புரை இடம்
ஆகனத்திய தெய்வ அமிர்த இயம் (இடம்)
ஒத்தஆரம் ரத்தின தட அமம்

இதன் பொருள், அக்கிநீர் மேலே பொங்கும் இடம், ஆனத்தி (நடனம் ஆடிய) தெய்வ அமிர்த இயம்பும் இடம், சூடான ஆரம், ரத்தின ஆற்றின் தடம் முடியும் இடம் என்று கொள்ளலாம்.

கல்டேர பகுதியில் மகேந்திர மலை என்று கூறப்பட்ட மலையின் ஒருபுறம் 'ரத்தின' என்று பெயருடைய ஆறு, மறுபுறம் ஓடும் 'மண்ட்ராரே' ஆற்றுடன் வந்து சேருகிறது. இந்த ரத்தின ஆறு தொடங்கும் இடம், இந்தப் பகுதியில் 'மொஹஞ்சதாரோ' போல் உள்ள மலையின் அருகில் உள்ள இடத்திலிருந்ததாகும். எனவே ரிக் வேதத்தில் கூறப்படும் முதல் செய்யுள், அவர்கள் முன்னோர்கள் வாழ்ந்த குமரிக்கண்டத்தில் இருந்த இந்த இடத்தைக் குறிப்பதாக இருக்கலாம்.

ரத்தின – மண்ட்ராரே ஆறுகளுக்கிடையில் மலை

இந்த செய்யுள் முன்னோர்கள் வாழ்ந்த இடத்தைக் குறிப்பதாகும்.

> ஆனத்தி ஆடி பின் நவ கூத்து ஆடி
> கானத்தி ஆடி கருத்தில் தரித்து ஆடி
> மூன சுழுனையுள் ஆடி முடிவ இல்லா
> ஞானத்துள் ஆடி முடித்தான் என் நாதனே
> (திருமந்திரம் : 2736)

ஸ்ரீ சக்ர வழிபாடு

இந்து மத வழிபாட்டில் திருவுருவங்களை வைத்து வழிபடுவது போல் யந்திரங்கள் என்று சொல்லப்படும் சக்ரங்களை வைத்து வழிபடுவது இன்னொரு முறை. குறுக்கும், நெடுக்குமாக வட்டம், சதுரம், முக்கோணம் போன்ற கட்டங்களை வரைந்து, அந்தக் கட்டங்களுக்கு இடையே எழுத்துகளை எழுதி வைத்து, அதை இறைவடிவமாக வழிபடுவதே சக்ர வழிபாடு எனப்படும். இவை உலோகத்தகடுகள், மரம், பலகை, கற்பலகை ஆகியவற்றில் வரைந்து வழிபடலாம்.

வைணவம் சம்பந்தப்பட்ட சக்ரங்கள் சுதர்சனர் பெயரால் வழங்கப்படுகிறது. எகிப்தில் காணப்படும் பிரமிடுகள் ஸ்ரீ சக்ரத்தின் வேறுவகையான அமைப்பே என்று சில ஆராய்ச்சியாளர்கள் கருதுகின்றனர். பிரமிடுகளின் கோணங்களில், ஸ்ரீ சக்ரத்தின் கோணங்களும் பல வகையில் ஒத்துப்போகிறது என்று அறிஞர்கள் கூறுகின்றனர். ஸ்ரீ சக்ரமும், பிரமிடும் ஒரே தத்துவத்தை அடிப்படையாகக் கொண்டது என்று கூறப்படுகிறது. அது விண்வெளியில் உள்ள காஸ்மிக் கதிர்களை உள்ளே இழுத்து நல்ல அதிர்வுகள் கொடுக்க பயன்படுகிறது என்று கூறுகிறார்கள்.

ஸ்ரீ சக்ரம்

வைணவம் தோன்றிய இடம் எகிப்து என்று கடவுள் வழிபாடு அத்தியாயத்தில் கண்டோம். ஸ்ரீ சக்ரம் என்பது கடல் வெள்ளப்பெருக்கிற்கு முன்பு மூதாதையர்கள் வாழ்ந்த இடத்தைக் குறிப்பதாக இருக்கவேண்டும். அந்த இடம் மலைகள் சூழ்ந்த இடமாக இருக்கவேண்டும். அந்த இடத்தையே வரைந்து அதை வழிபட்டிருக்கலாம். அந்த இடமே பின்னாளில் ஸ்ரீ சக்ர வழிப்பாடாக மாறியிருக்க வேண்டும். ஸ்ரீ என்பது திரி என்ற சொல்லின் திரிபாக இருக்கவேண்டும் என்று ஏற்கெனவே கூறப்பட்டது. திரு என்ற சொல்லும் திரி என்ற சொல்லின் திரிபு என்றும் ஏற்கெனவே கூறப்பட்டது. எனவே ஸ்ரீ சக்ரம் என்பது திரி சக்ரம் என்ற பொருள் படும். சக்ரம் என்பது சக்க ஆரம் என்பதாகும். சக்க என்பது ஆறு என்ற எண்ணைக் குறிக்கும். சக்கரம் என்பது ஆறு அச்சுகள் உள்ள வட்டம் எனலாம். அல்லது மலைகள் உள்ள ஆரம் என்பதால் சிகர ஆரம் (சிகை ஆரம்) என்பது சக்ரம் என மருவியிருக்கலாம். இன்னொரு கூற்றும் பார்த்தால் சொக்க ஆரம் என்பது சக்கரம் என்று மருவியிருக்க வேண்டும். சொக்க என்றால் வட்டம் என்ற பொருள் உண்டு

கடல் வெள்ளப்பெருக்கிற்கு முன்பு மூதாதையர்கள் வாழ்ந்த இடம் வட்ட வடிவம் உடைய இடமாக இருந்ததால் அதை சக்ரமாக வரைந்து வழிபட்டிருக்க வேண்டும். எகிப்தில் புலம் பெயர்ந்தவர்கள் இந்த வடிவத்தையே பிரமிடு கட்ட உபயோகித்திருக்க வேண்டும். பிரமிடு என்பது பெரு மேடு என்பதன் திரிபு என்று ஏற்கெனவே கூறப்பட்டது. பெரு மேடு என்பது மலையை அல்லது குன்றைக் குறிக்கும்.

பண்டைய கால பழங்குடிகள் இறந்தோரை பெட்டியில் வைத்து மலை குகைகளில் இட்டு விடுவர். இதன் தொடர்ச்சியே எகிப்து மக்கள் இறந்த மன்னர்களை பிரமிடுகளில் பாடம் செய்து வைத்து வழிபட்டனர்.

ஸ்ரீ சக்ர வழிபாடோடு தொடர்புடைய சக்கரத்தாழ்வார் மந்திரத்தை பொருள் படுத்தி பார்க்கலாம்.

சக்கரத்தாழ்வார் காயத்ரி மந்திரம்

இந்து மதத்தில் சக்கரத்தாழ்வார் என்பவர், திருமாலின் ஆயுதங்களில் ஒன்றான சக்கராயுதத்தின் உருவமாக கருதப்பெறுகிறார். இவரைத் துதிக்கும் காயத்ரி மந்திரம் கீழே கொடுக்கப்பட்டுள்ளது.

சுதர்சனாய வித்மஹே
மஹா ஜ்வாலாய தீமஹி
தந்நோ சக்ரப் பிரசோதயாத்...

இதன் அர்த்தம்,

சுதர்சனரை அறிவோமாக...
மகா தீயை துதிப்போமாக...
அவர் சக்ரம் நம்மை காப்பாற்றுவதாக...

என்பதாகும்.

மடகாஸ்கர் மொழியில் திரசன (*Drazana*) என்றால் மூதாதையரைக் குறிப்பதாகும். இது திரிசன அல்லது திருசன என்ற அர்த்தமாக இருக்கலாம். இறந்தவர்களை திருலோகப்பதவி அடைந்தார் என்று கூறப்படுவதுண்டு. சமஸ்கிருதத்தில் கூறப்படும் கடவுள் தரிசனம் என்பது பண்டைய காலத்தில் மூதாதையரைக் குறிப்பதாக இருக்கலாம். இந்த மந்திரத்தை தமிழ்ப் படுத்தி பார்க்கலாம்.

சிவ திரிசன ஆய வித்தை மகான்
மகா சுடு அலை (சுவ உலை) ஆய தீ மகான்
தன்னை சக்க ஆரப் பர சோதி ஆற்று .....

சுவ என்பது நல்ல என்ற அர்த்தம் உடையது. இது சிவ என்ற சொல்லின் திரிபாக இருக்கவேண்டும். சுடு அலை அல்லது சிவ உலை என்பதே ஜ்வாலா என்று மருவியிருக்கவேண்டும்.

ஜ்வாலை – சுவாலை – சிவ உலை/ சுடு அலை/சுடு உலை

சக்ரம் – சக்க ஆரம்/ சொக்க ஆரம்

எனவே திருமாலின் சக்ரம் என்பது பண்டைய மூதாதையர் வாழ்ந்த இடத்தின் குறியாக இருக்கவேண்டும். இந்த மூதாதையர் இடம் மடகாஸ்கர் தீவையோ அல்லது மேலே கூறிய மடகாஸ்காரின் தென்பகுதியில் உள்ள கல்டேர பகுதியைக் குறிப்பதாக

சக்ரத்தாழ்வார்

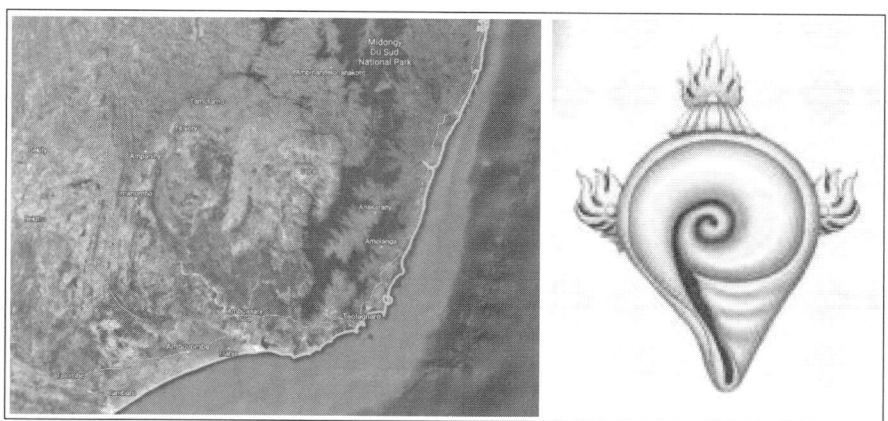

கல்டேர பகுதி அமைப்பும், திருமாலின் சங்கும்

இருக்கலாம். மேலும் திருமாலின் கையில் உள்ள சங்கும் இதே கல்டேர பகுதியைக் குறிப்பதாக இருக்கலாம். திருமால் என்பதே மடகாஸ்கர் தீவைக் குறிப்பது என்ற கூற்று கூறப்பட்டது. அவர் கையில் இருக்கும் சக்கரமும், சங்கும், அந்த மடகாஸ்கர் தீவில் உள்ள கல்டேர எரிநிலப் பகுதியைக் குறிப்பதாக இருக்கலாம். இந்த இடம் எரிநிலப் பகுதி என்பதால் அந்த சக்கரத்திலும், சங்கிலும் தீப் பிழம்பின் குறியீடு இடப்பட்டிருக்கலாம்.

திருப்பரங்குன்றம் அமைப்பு

பரிபாடல் ஒன்றில் திருப்பரங்குன்றத்தின் அமைப்பை பற்றி விவரிக்கிறது. அந்தப் பாடல் கீழே கொடுக்கப்பட்டுள்ளது.

நிரைஏழ் அடுக்கிய நீள் இலைப் பாலை
அரைவரை மேகலை, அளிநீர்ச் சூழி
தரை விசும்பு உகந்த தண்
பரங்குன்றம் (பரிபாடல்)

நிரைஏழ் அடுக்கிய – கூட்டமாக அடுக்கிய; நீள் இலைப் பாலை – கற்றாழை உடைய பாலை நிலம்; அரை வரை – அரைவட்ட எல்லை/வடிவு; வரை – மலை; அளிநீர்ச் சூழி – அளிக்கும் நீர்ச் சுழல் அல்லது கடல்; தரை விசும்பு – தரையிலிருந்து காற்று அல்லது வாயு; உகந்த – உடைய; தண் – தண்மையான; பரங் குன்றம் – பரன் குன்றம்;

கூட்டமாக அடுக்கிய நீண்ட இலைகளையுடைய பாலை நிலத்தில், அரை வட்ட மலைகள் உள்ள அளிநீர்க் கடல் உள்ள, தரையிலிருந்து வாயு (காற்று) வெளி வரும் இடத்தில் உள்ள தணிந்த (எரி) மலை குன்றம் தான் பரன் குன்றம். எனவே முருகன் வழிபாடு என்பதும் எரிமலை வழிபாடோடு தொடர்புடையதாக இருக்கவேண்டும். சிவனும், முருகனும் என்பது சிறு எரிமலை மற்றும் பெரிய எரிமலை வழிபாடு என்றும், பின் இதன் தொடர்ச்சியாக சிறு வயது, மற்றும் பெரு வயது மனித பருவத்தைக்

குறித்து வழிபடும் வழக்கமாக இருக்கவேண்டும் என்ற கோட்பாடு ஏற்கெனவே கூறப்பட்டது. மேலே கூறிய நில அமைப்பு தற்போதைய திருப்பரங்குன்றத்தோடு ஒத்துப் போகவில்லை. இது பண்டைய குமரிக் கண்டத்திலிருந்த பரன்குன்றத்தைக் குறிப்பதாக இருக்கவேண்டும்.

மடகாஸ்கர் நட்சத்திர ஆமை

மடகாஸ்கரில் உள்ள ரெடியேடெட் டார்ட்டாய்ஸ் (Radiated Tortoise) என்பது தன் முதுகு ஓட்டில் வட்ட நட்சத்திர வரைவு உள்ள ஆமையாகும். இது தென் மடகாஸ்கரில் காணப்படும் ஆமை. இதற்கு மலகசி மொழியில் சொகாகே (Sokake) அல்லது சொகட்ரா (Sokatra) என்று பெயர். சொக்க என்பது விரும்பும் அல்லது வட்டம் என்ற பொருள் உடையது.

தமிழ் மொழியில் சொக்க என்பது மயக்கும் என்ற பொருள் உடையது. இந்த மயக்கம் என்பது வட்டவடிவமாக சுற்றும்போது ஏற்படுவது. சொக்கலிங்கம், சொக்கப்பன், போன்ற பெயர்கள் தமிழில் உள்ளன.

சுமேரிய சித்திரத்தில் சித்திரிப்பது எந்த மலை?

சுமேரிய நாகரிகத்தில் தட்சிணாமூர்த்தி வழிபாடு இருந்ததை அங்கு கிடைத்த உருளை சித்திரத்தில் கண்டோம். அந்த சித்திரத்தில் ஒரு மலைக்குன்றின் மேல் கடவுள் அமர்ந்திருப்பதாகவும், அந்த குன்றின் இருபுறமும் இரு நதிகள் பாய்ந்து ஓடுவது

இரு ஆறுகளுக்கிடையில் மலை

போலவும் சித்திரிக்கப்பட்டுள்ளது. இந்த சித்திரம், கடல்வெள்ளப்பெருக்கிற்கு முன் சுமேரியர்களின் மூதாதையர்கள் வாழ்ந்திருந்த நிலத்தைக் குறிப்பது என்று குறிப்பிட்டோம். இந்த இடம் மடகாஸ்கரின் மத்திய உயர்நிலப் பகுதியில் உள்ள அண்டனஅறிவோ இடமாக இருக்கலாம் என்று கூறினோம். மேலும் மேலே கூறிய கல்டேர பகுதியில் மகேந்திர மலை என்று கூறப்பட்ட மலையின் இரு புறமும் ரத்தின மற்றும் மன்ட்ராரே ஆகிய இரு ஆறுகள் ஓடி இரண்டும் ஒரு இடத்தில் சேருகின்றன. ஒருவேளை சுமேரிய சித்திரத்தில் குறிப்பிடப்படும் குன்றும், ஆறும் இந்த இடத்தைக் குறிப்பதாக இருக்கலாம்.

சிவன் தலையில் உள்ளது பிறையா இல்லை கொம்பா?

சிவன் தலையில் பிறைச் சந்திரன் உள்ளதாக கூறப்படுகிறது. இது ஒருவேளை எருதின் கொம்பாக இருக்கலாம். ஏனெனில் பண்டைய காலத்தில் இறந்த மூதாதையரின் சன்னதியில் பலியிடப்பட்ட எருதின் கொம்பை வைத்திருந்தார்கள். மேலும் சிந்துசமவெளி பசுபதி கடவுளின் தலையிலும் எருதின் கொம்பு உள்ளது. மேலும் தற்போதும் பல பழங்குடிகளின் தலைவர்கள் தலையில் எருதின் கொம்பு

வட இந்தியப் பழங்குடி

கைலாய மலை

கோண்டி குடி தெய்வம்

அணியும் பழக்கம் உள்ளது. சுமேரிய கடவுள்கள் தலையிலும் எருதின் கொம்புகள் இருந்தன. மேலே சுமேரிய தட்சிணாமூர்த்தி தலையில் எருது கொம்பு இருப்பதைக் காணலாம். இவையே பின்னாளில் கிரீடமாக மாறிஇருக்க வேண்டும். இந்த எருதின் கொம்பே காலம் செல்ல செல்ல பிறைச் சந்திரனாக மாறி வரையப்பட்டிருக்க வேண்டும்.

பண்டைய பாபிலோனிய களிமண் ஏடு வரைபடம்

பண்டைய பாபிலோனியாவில் கிடைத்த வட்ட வடிவ களிமண் தட்டில் எழுத்துகளும், வரைபடமும் காணப்படுகிறது. இந்த தட்டு பிரிட்டிஷ் அருங்காட்சியகத்தில் உள்ளது (BM 92687.) வரைபடத்தில் நேர்இணை கோடுகளும், சில சிறிய வட்டங்களும் காணப்படுகிறது. இவை ஒரு பெரிய வட்டத்தினுள் வரையப்பட்டுள்ளது. இதற்கு வெளியில் ஒரு வெளி வட்டம் உள்ளது. இதில் கசப்பு அல்லது உவர்ப்பு நீர் என்று எழுதப்பட்டுள்ளது. சில இடங்களில் சமுத்திர கடல் என்றும் குறிப்பிடப்பட்டுள்ளது. சில இடங்களில் உள்நில பிரிவுகளில் சமுத்திர ஆறு என்று குறிப்பிடப்பட்டுள்ளது. சில தொல்லியல் ஆய்வாளர்கள் இது அக்காலத்தில் வரையப்பட்ட உலகின் வரைபடம் என்றும், வட்டங்கள் சில நகரங்கள் அல்லது நாடுகளையும், நேர்இணை கோடுகள் ஆறுகளையும் குறிக்கிறது என்று கூறுகின்றனர். சிலர் இது பாபிலோனிய நகரின் வரைபடம் என்கின்றனர். சிலர் வானில் உள்ள அண்டத்தின் வரைபடம் என்று கூறுகின்றனர். இதற்கு காரணம் இதில் குறிப்பிடப்பட்டுள்ள சில தொன்ம கதாபாத்திரங்களான சர்கோன், நற்தாகன், மற்றும் பெரும் கடல் வெள்ளப்பெருக்கில் தப்பித்த உட்னபிச்திம் (உத்தனபித்தர்) ஆகும். ஒரு இடத்தில் இந்த இடம் சர்கோன் நிலம் என்றும் இது சொர்க்கத்தின் கீழ் இருந்தது என்றும், இதை அண்டத்தின் அரசன் கைப்பற்றினான் என்று கூறப்பட்டிருக்கிறது.

சிலர் இது தொன்மங்களில் கூறப்படும் தொலைதூர நிலம் என்று கருதுகின்றனர். கசப்பு நீர் அல்லது உவர்ப்பு நீர் என்பது கடலைக் குறிக்கலாம் என்று கருதுகின்றனர். எனவே நடுவில் உள்ளது உலகின் வரைபடமாக இருக்கலாம் என்ற கூற்றை வைக்கின்றனர். ஆனால் சில ஆய்வாளர்கள் இந்த வரைபடத்தின் நிலை, மற்றும் நகரங்கள் அல்லது நாடுகளின் நிலையைப் பார்க்கும் போது இது உலக வரைபடமாக இருக்க வாய்ப்பில்லை என்று கூறுகின்றனர். இது அவர்கள் அறிந்திராத அல்லது அரிதாக அறியப்பட்ட தூர நிலத்தின் வரைபடமாக இருக்கவேண்டும் என்று கருதுகின்றனர். மேலும் சில குறிப்புகளில் இந்த நிலம் பற்றி கூறும்போது, இந்த நிலத்தை சிறகுடைய பறவை பாதுகாப்பாக சென்றடைய முடியாது என்றும், இது கொம்புகளுடைய கால்நடைகளின் நிலம் என்று காணப்படுகிறது.

சுமேரிய மற்றும் அக்காடிய தொன்மப் பாடல்களில் சேர்த்தே கூறப்படும் அன் (சொர்க்கம்), மற்றும் கி (புவி) கூற்றுகளில், சொர்க்கத்தின் கீழே தான் மற்ற எல்லா லோகங்களும் உள்ளன என்றும், புவியும், அதற்கு அடுத்து பாதாள லோகமும், இவைகளுக்கு இடையில் நல்ல நீர் உள்ள நிலமும், இறந்தவர்களின் நிலமும் உள்ளது என்று கூறப்படுகிறது. இவைகளுக்கிடையில் உள்ள தூரத்தை பெரு *(Beru)* என்ற அளவின் மூலம் கணக்கிடப்பட்டது என்று கூறப்படுகிறது. சிலர் அறிவியல் கணக்குப்படி ஒரு பெரு பத்து கிலோமீட்டர் தூரம் இருக்கலாம் என்றும், சிலர் பெரு என்பது நீண்ட தூரத்தை குறிப்பிடும் அல்லது வானுலக தூரத்தை குறிக்கும் சொல் என்றும், அவை அளந்து கூறும் தூரம் இல்லை என்றும் கருதப்படுகிறது.

அசிரிய மன்னன் ஏசர் ஹெட்டன் எழுதிய களிமண் ஏடுகளில் காணப்படும் குறிப்பில் பாழு *(Bazu)* என்ற இடத்தைப் பற்றி குறிப்பு காணப்படுகிறது. இதில் இந்த

இடம் வெகு தூர நிலத்தில் இருக்கிறது என்றும், இது ஒரு நீண்ட வறண்ட காரம் அல்லது உப்புத்தன்மை உடைய பாலை நிலம் என்றும், முட்புதர் காடுகள் உடைய நிலம் என்றும், தாகம் எடுக்கும் பகுதி என்றும், 140 பெரு தூரம் மணல் மற்றும் கற்கள் உடைய பிரதேசம் என்றும், பாம்புகள், தேள்கள் மற்றும் எறும்புகள் நிறைந்த இடம் என்றும், அதற்கு மேலே சக்கில்மட் (*saggilmutstone*) கற்களால் ஆன ஒரு மலை (*Mt. Haz*) இருந்தது என்றும், இந்த இடத்திற்கு அதற்கு முன்பு வேறு எந்த ஒரு அரசனும் வந்தது இல்லை என்றும் குறிப்பிடப்பட்டுள்ளது.

இதேபோன்று இடனா (*Etana*) தொன்மக்கதையில் ஒரு மனிதன் பருந்தில் ஏறி சொர்க்கத்தை நோக்கி மேலே ஏறுகையில், கடக்கும் தூரத்தை பெரு அளவில் தான் கூறப்படுகிறது. மேலே பறக்கையில் அங்கு உள்ள நிலம் பாசன வசதிகள் உள்ள வேளாண் நிலம் போல இருந்தது என்றும், அந்த நிலத்தை சுற்றிலும் கடல் இருந்தது என்றும், இன்னும் மேலே சென்ற பொழுது கடலும், நிலமும் பார்வையில் இருந்து மறைந்து போய்விட்டது என்றும் கூறப்பட்டுள்ளது. சுற்றிலும் கடல் என்றால் அது ஒரு தீவு என்று கூறலாம். இன்னும் மேலேசெல்வது என்பது அது அடுக்கு மலைகள் உள்ள இடமாக இருக்கலாம்.

மேலே கண்ட கூற்றுகளின் படி பார்த்தால், வட்ட களிமண் தட்டில் காணப்படும் வரைபடம் சுமேரியர்களின் மூதாதையர் வாழ்ந்த பண்டைய நிலமாக இருக்கலாம். அதாவது கடல் வெள்ளப்பெருக்கில் புலம் பெயர்ந்து சுமேரியாவிற்கு வரும் முன் வாழ்ந்த இடமாக இருக்கலாம்.

இந்த வரைபடத்தில் காணப்படும் குறிப்புகள் நாம் மேலே கண்ட மடகாஸ்கர் தீவின் தெற்குப்பகுதியில் உள்ள கல்டேர பகுதியோடு ஒத்துப்போகிறது. அந்த

வரைபடம் உள்ள களிமண் ஏடு; தென் மடகாஸ்கர்

வரைபடத்தில் கூறப்படும் சமுத்திர ஆறு என்பது எரிமலைகளில் தோன்றும் ஆறாக இருக்கலாம். இதன் நீர் உவர்ப்பு அல்லது கசப்புத் தன்மை உடையதாக இருக்கலாம். அந்த வரைபடத்தில் காணப்படும் வட்டங்கள் எரிமலை குன்றுகளை குறிப்பதாக இருக்கலாம். வட்டத்தின் நடுவில் இருக்கும் செவ்வக வடிவம் இந்தப்பகுதியின் நடுவில் இருக்கும் ஒரு நீண்ட பெரிய மலையைக் குறிப்பதாக இருக்கலாம். மேலும் அசிரிய அரசன் களிமண் ஏடு குறிப்புகளில் கூறப்படும் தொலைதூர நிலத்தின் தன்மைகள் தென் கோடி மடகாஸ்கர் நிலத்தின் தன்மையோடு ஒத்துப்போகிறது. இந்த நிலம் வறண்ட, முட்புதர் காடுகள், மணல், கற்கள் உள்ள பாலை நிலமாகும்.

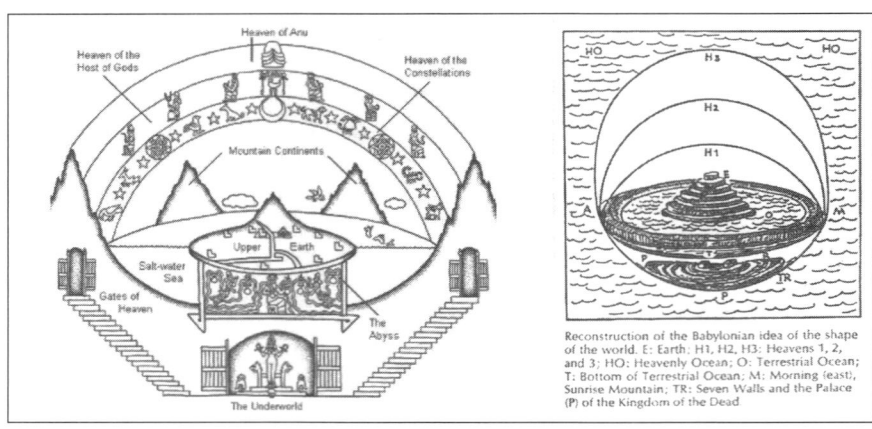

Reconstruction of the Babylonian idea of the shape of the world. E: Earth; H1, H2, H3: Heavens 1, 2, and 3; HO: Heavenly Ocean; O: Terrestrial Ocean; T: Bottom of Terrestrial Ocean; M: Morning (east), Sunrise Mountain; TR: Seven Walls and the Palace (P) of the Kingdom of the Dead.

பிரபஞ்சம், சொர்க்கம் மற்றும் நரகம் பற்றிய தொன்மங்கள் பண்டைய திராவிட இடத்தையும் குறிப்பதாக இருக்கலாம். பாபிலோனிய கோட்பாட்டில் நடுவில் இருப்பது பண்டைய திராவிட இடம் அதாவது மேலே கூறிய மலையைக் குறிப்பதாக இருக்கலாம். அதைச்சுற்றி இருக்கும் பிரதேச கடல், கடல் வெள்ளப்பெருக்கு ஏற்பட்டு மண்ட்ரரே நதியில் கடல் நீர் உள்ளே புகுந்து அந்த பிரதேசம் முழுதும் வெள்ளத்தால் சூழப்பட்டு நடுவில் இருந்த அந்த மலை (மகேந்திரவடோ) மட்டும் வெள்ளத்தில் மூழ்காமல் இருந்திருக்கலாம். இந்தியாவில் உள்ள கோண்டி இன பழங்குடி மக்களின் பழங்கதையும் வெள்ளப்பெருக்கு பற்றி கூறுகிறது. அது அவர்களுடைய முன்னோர்கள் இந்தியாவிற்கு தெற்கே உள்ள நிலத்தில் வாழ்ந்தனர் என்றும், ஒரு வெள்ளப்பெருக்கு ஏற்பட்டபொழுது கடைசியில் தப்பிக்க இருந்த ஒரே இடம் ஒரு மலைக்குன்று மட்டுமே. அதில் ஏறி தப்பித்த பிறகு பின் வேறு இடத்திற்கு புலம் பெயர்ந்தனர் என்று அந்த பழங்கதை கூறுகிறது.

சுவஸ்திக் சின்னம் பண்டைய குமரிக்கண்டத்தைக் குறிக்கும் சின்னமா?

சுவஸ்திக் சின்னம் கடல்வாணிகத்தோடு தொடர்புடையது என்று வாணிகம் அத்தியாயத்தில் கண்டோம். சுவஸ்திக் என்பது சுவ வாசு திக்கு அல்லது சிவத்திக்கு என்பதன் திரிபாக இருக்கலாம் என்ற கூற்றும் கண்டோம். இந்த கூற்றுகளின் அடுத்த நிலை கூற்று ஒன்றும் கூட காணலாம். சுவஸ்திக் சின்னம் என்பது ஒரு நிலத்தின் குறியீடாக இருக்கலாம். அதாவது தங்கள் மூதாதையர் வாழ்ந்த நிலத்தின் குறியீடாக

இருக்கலாம். அது மேலே கூறிய மடகாஸ்கர் கல்டேர எரிநிலப் பகுதியாக இருக்கலாம். கீழே காணும் பண்டைய சுவஸ்திக் குறியீட்டில் மீன்கள் சுற்றிக் கொண்டு இருப்பதாக காணப்படுவது ஒரு தீவாக இருக்கலாம். அதன் நடுவில் சூரியன் போல் இருப்பது அல்லது அடுத்த படத்தின் நடுவில் சுவஸ்திக் சின்னம் இருப்பது இந்த நிலப்பகுதியைக் குறிப்பதாக இருக்கலாம். சுவஸ்திக் குறியீட்டின் கோடுகள் அங்கு பாயும் நதிகளைக் குறிப்பதாக இருக்கலாம்.

மேலும் சுமேரியர்கள் அமைத்த நகர அமைப்பும், தாங்கள் முன்பு வாழ்ந்த இடத்தின் அமைப்பை சித்திரித்து கட்டப்பட்டிருக்கலாம். இந்த அமைப்பு ஆற்றின் அருகில் ஒரு வட்ட வடிவ நகர அமைப்பின் இடையில் ஆற்றிலிருந்து கால்வாய் அந்த நகரத்தின் ஊடே ஒரு நாண் போல செல்கிறது. இந்த அமைப்பு மேலே கூறிய இடத்தின் ஊடே மண்ட்ரரே நதி பாயும் அமைப்போடு ஒத்து இருக்கிறது.

சுமேரிய நகர அமைப்பு

மதுரையா மதிரையா?!

இதுவரை கிடைத்த பழந்தமிழ்க் கல்வெட்டுகளில் மதிரை என்ற பெயரே உள்ளது; மதுரை என்றில்லை; மதில் உறை என்ற சொல் மதிலுறை என்று மருவி பின் மதுறை என்றாகி இருக்கலாம். ஆதியில் மதுரை என்பது சுற்றிலும் இயற்கை அரண்கள் இருந்த இடமாக இருந்திருக்கலாம். இது கடற்கரை அருகில் இருந்திருக்கலாம். பின்னாளில் புலம் பெயர்ந்து சென்ற பின், இந்த பெயரை மூதுரை என்று நினைத்து மதிறை என்று எழுதாமல் மதிரை என்று எழுதியிருக்கலாம்.

மதிலுறை > மதிறை > மதிரை > மதுரை

முதல் கடல்வெள்ளப்பெருக்கில் மதுரை அழிந்த பின், புலம் பெயர்ந்து சென்று கபாடபுரம் நிறுவும்போது முந்தைய மதுரையின் இயற்கை அமைப்பைப் போல் சுற்றிலும் செயற்கையாக அரண்கள் அமைத்து அதற்கு வாயில் வைத்து அந்த நகரை அமைத்திருக்கவேண்டும். அதனாலேயே அந்நகருக்கு கவாடபுரம் என்று பெயர் வந்திருக்கவேண்டும். கவாடம் என்றால் கதவு அல்லது நுழைவாயில் என்று அர்த்தம்.

கபிலா என்ற இடம்

சங்க இலக்கியப் புலவர்களில் முக்கியமான புலவர் கபிலர் ஆகும். இவர் பல பாடல்கள் எழுதியுள்ளார். சங்க இலக்கியங்களில் அதிகமான பாடல்கள் எழுதியவர் இவர். குறிப்பாக குறிஞ்சி நிலத்தைப் பற்றி நிறைய பாடல்கள் எழுதியுள்ளார். இவருக்கு குறிஞ்சிப்புலவர் என்ற பெயருண்டு. இவர் ஒரு அந்தணர் என்று கூறப்படுகிறது. மாறோக்கத்து நப்பசலையார் என்ற புலவரும் இவரை "புலனழுக்கற்ற அந்தணாளன்" பாராட்டிக் கூறுகிறார். மகட் பாற் காஞ்சிப்பாடல் ஒன்றில் கபில நெடுநகர் என்னும் ஊரைப்பற்றி இவர் குறிப்பிட்டுள்ளார். கபிலர் குன்று என்ற மலை தமிழகத்தில் திருக்கோவிலூர் அருகே உள்ளது. தொல்காப்பியர் பாடாண் திணைப் பாடல்களின் துறைகளை விரித்துக் கூறும்போது 'கபிலை கண்ணிய வேள்வி நிலை' என்னும் துறை ஒன்றைக் குறிப்பிடுகிறார். இங்குக் கபிலை என்பது பசுவைக் குறிக்கும். தொல்காப்பியரின் இந்தத் தொடர் கோதானத்தைக் குறிப்பிடுகிறது. வெண்மையும் செம்மையும், வெண்மையும் கருமையும், கருமையும் செம்மையும் என்று நிறம் கலந்த

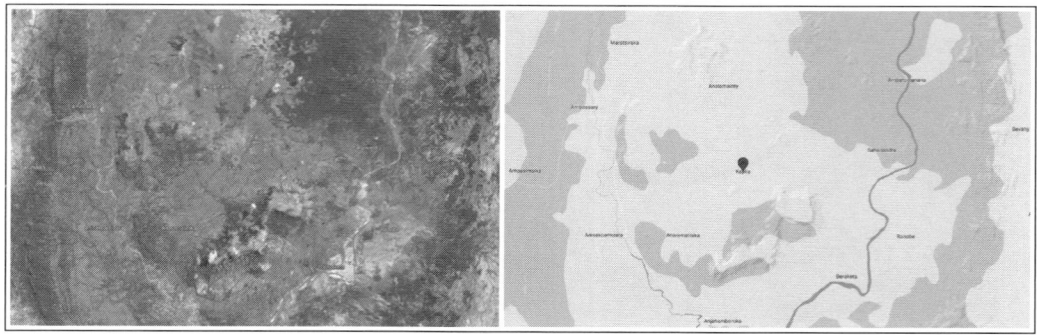

கபில என்ற இடம் உள்ள வரைபடம்

தோற்றம் கொண்ட பசுக்களைக் கபிலைப்பசு என்பது நாட்டுப்புற வழக்கு. தென் மடகாஸ்கரில் கல்டேர எரிநிலப்பகுதியில் கபில என்ற இடம் உள்ளது. இந்த இடம் மகேந்திர வடோ மலைக்கு வடமேற்கு பகுதியில் உள்ளது.

செந்தில்

முருகக் கடவுளுக்கு இன்னொரு பெயர் செந்தில் நாதன் என்பதாகும். குறிப்பாக இது திருச்செந்தூர் முருகனைக் குறிக்கும் பெயராகும். செந்தூர் என்பது செம்மை நிறமுடைய ஊர் என்ற அர்த்தமாகும். செம்மண் உடைய இடம் என்பதால் இதற்கு செந்தூர் என்று பெயர் வந்திருக்கலாம். இங்கிருந்து பத்து கிலோமீட்டர் தொலைவில் தேரிக்காடு எனப்படும் செம்மண் நிலம் உள்ள பகுதி உள்ளது. செம்மையான தேரி என்ற அர்த்தமுடைய செந்தேரி என்ற பெயர் செந்தூர் என்று மருவியிருக்கலாம். அல்லது சிவந்த துறை என்ற அர்த்தத்தில் செந்துறை என்ற பெயர் செந்தூர் என்று ஆகியிருக்கலாம்.

திருச்செந்தூர் அருகே செம்மண் நிலம்

திருச்செந்தூருக்கு சீரலைவாய் என்ற பெயரும் உண்டு. செந்தில் என்ற பெயரும் உண்டு. செந்தில் நாதன் என்பது செந்தில் என்ற ஊரின் நாதன் என்ற அர்த்தமும் கொள்ளலாம். புறநானூற்றின் 55ஆம் பாடலில் செந்தில் பற்றிய குறிப்பு வருகிறது.

............................; தாழ்நீர்
வெண்தலைப் புணரி அலைக்கும் செந்தில்
நெடுவேள் நிலைஇய காமர் வியன்துறைக்,
கடுவளி தொகுப்ப ஈண்டிய
வடுஆழ் எக்கர் மணலினும் பலவே

இந்தப் பாடலின் பொருள், தாழ்ந்த வெள்ளை நிற அலைகள் உடைய கடல் துறையில் செந்தில் நெடுவேள் இருக்கும் இடத்தில் கடுமையான காற்று வீசிக் குவித்த மணற்குன்றில் இருக்கும் மணலைக் காட்டிலும் நெடுங்காலம் வாழ்க என்பதாகும்.

மேலே கூறிய பாடல் தற்போதைய செந்தூரைக் குறித்ததா அல்லது பண்டைய குமரிக்கண்டத்திலிருந்த செந்தீஇல் அதாவது செந்தூரைப் பற்றிக் குறிப்பிடுகிறதா என்று தெரியவில்லை. இப்பாடலில் வரும் பெரிய மணற்குன்று செந்தூரில் உள்ளதா என்று தெரியவில்லை. கடுவளி என்பது கடுமையான காற்று என்று அர்த்தம். செந்தூரில் அப்படி கடுமையான காற்று வீசுமா என்று தெரியவில்லை.

பண்டைய குமரிக்கண்டத்திலிருந்து புலம் பெயர்ந்து தற்போதைய தமிழகம் வந்த மக்கள், அங்கிருந்த இடத்தின் பெயர்களை தமிழகத்தில் உள்ள இடங்களுக்கு இட்டனர். அதே போன்று செந்தூருக்கும் இட்டிருக்கலாம்.

செந்தில் என்ற பெயர் செந்தீ இல் என்ற பொருளிலும் இருக்கலாம். சிறிய எரிகுன்றுகள் உள்ள இடத்தை செந்தீஇல் என்று அழைத்திருக்கலாம். இந்த இடம் தென் மடகாஸ்கரில் உள்ள கல்டேர எரிநிலப் பகுதியைக் குறிப்பதாக இருக்கலாம். இங்கு ஓடும் மண்ட்ரரே ஆறு தெற்கில் இந்தியப் பெருங்கடலில் கடலில் கலக்கும் இடம் மேலே கூறிய தன்மைகளைக் கொண்டதாக உள்ளது. இந்த ஆறு கடலில் கலக்கும் இடத்தில் ஒரு ஏரி உள்ளது. இந்த ஏரியை சுற்றிலும் செம்மண் நிலமாகும். இந்த இடம் பண்டைய செந்தூரைக் குறிப்பதாக இருக்கலாம். இங்கு உயரமான மண் குன்றுகள் நிறைய உள்ளன.

இந்த இடத்திலிருந்து மண்ட்ரரே ஆற்றின் வழியே நூறு கிலோமீட்டர் சென்றால் மேலே கூறிய கல்டேர எரிமலைப் பகுதியை அடையலாம். கல்டேர இடத்தின்

மடகாஸ்கர் தென்பகுதி கடல், ஏரி, செம்மண் நிலம்

நுழையும் பகுதியில் பேதானிமேன (*Betanimena*) என்ற மலைப்பகுதி உள்ளது. இந்த பெயருக்கு 'பெரிய சிவப்பு நிலம்' என்று அர்த்தம்.

தென்கோடி மடகாஸ்கர் தீவில், காற்று பலமாக வீசும். இங்கு அடிக்கடி புயல் வீசும். புறநானூறில் கூறப்படும் செந்தில் என்ற இடம் பண்டைய குமரிக்கண்டத்தில் இருந்த அதாவது தென்கோடி மடகாஸ்கரில் இருந்த இடத்தைக் குறிப்பதாக இருக்கலாம்.

மடகாஸ்கர் தென்கோடி மணல் குன்றுகள்

ஆப்பிரிக்காவில் உள்ள கேமேரூன் நாட்டில் மண்டுர (*Mandura*) என்ற மலை உள்ளது. இங்குள்ள ஒரு பழங்குடி மக்கள் பேசும் மொழி தமிழ் மொழியோடு ஒத்துப்போகின்றது என்று ஆய்வாளர்கள் கூறுகின்றனர். இந்த மண்டுர மலை மண்ட்ரரே என்ற பெயரோடு ஒத்துப்போகிறது.

மாசை பழங்குடி தமிழ்ப் பழங்குடியா?

ஆப்பிரிக்காவில் தற்போது வாழும் மாசை பழங்குடி அங்கு வாழும் மிகப் பழைமையான பழங்குடிகளில் ஒன்றாகும். இவர்களின் தொன்மங்களின் படி இவர்கள் எரிமலையின் வாயிலிருந்து தோன்றினார்கள் என்று கூறப்படுகிறது.

இவர்களின் கலாசாரமும், வாழ்வியலும் சங்க இலக்கியங்களில் கூறப்படும் பண்டைய தமிழ்க் குடிகளின் வாழ்வியலோடு ஒத்துப்போகிறது.

மேய்ச்சல் தொழில் மட்டும் செய்பவர்கள். மாடுகளே இவர்கள் வாழ்வின் ஆதாரம் மற்றும் முக்கிய செல்வம். சங்க இலக்கியங்கள் தமிழர்களின் முக்கிய தொழில் மேய்ச்சல் தொழில் என்றும், மேலும் இது சார்ந்த வெட்சி, கரந்தை போர்கள் பற்றி கூறுகின்றன.

மாசை மொழியில் நடனத்திற்கு ஆடுமு என்று பெயர். முதன்மை பாடகர்க்கு ஔரன்யானி என்று பெயர். தமிழில் நடனத்திற்கு ஆடுதல் என்று பெயர். நாக்கு ஆடி பேசுபவர்களை ஔறுவாயன் என்று கூறுவதுண்டு.

மாசை வீரர்களை மாறொன் (*Maron*) என்பர். தமிழில் மாறன் என்றால் வீரனைக் குறிக்கும். புதிய வீரர்களுக்கு இல் மாறொன் என்று பெயர். இது இளமாறன் என்பது போல் உள்ளது. பழனி முருகன் உருவம் மாசை வீரன் உருவம் போன்று உள்ளது என்று ஏற்கெனவே ஒரு கருத்து கூறப்பட்டது.

இடுப்பு ஆடை, பூணூல், நெற்றிச்சுட்டு, புஜஅணி, கால் அணி

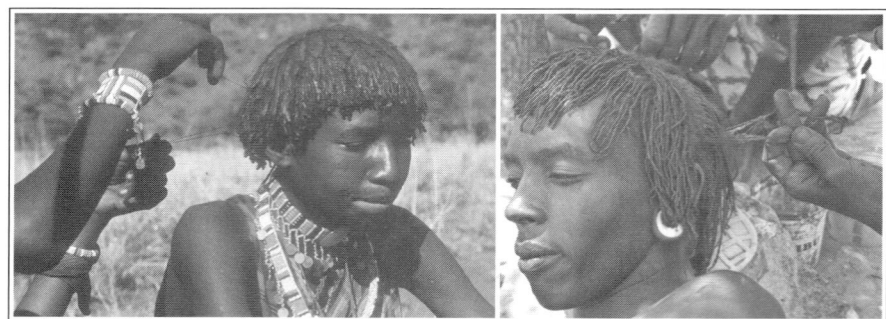

தலை முடி, கழுத்து அணி, காது அணி

செஞ்சடை

மாசை பழங்குடிகள் ஒரே ஒரு கடவுள் நம்பிக்கை கொண்டவர்கள். அந்த கடவுளின் பெயர் எங்கை. இந்த கடவுளிற்கு பாலினம் இல்லை. மேலும் இந்த கடவுளே நல்லதும், கெட்டதும் செய்வார் என்ற நம்பிக்கை உடையவர்கள். தமிழ் தெய்வம் அங்கை (அங்கயற்கண்ணி) என்ற தெய்வம் உண்டு.

மாசை பழங்குடி தங்கள் தலை முடியை சிவப்பு நிற சாந்து பூசிக்கொள்ளும் வழக்கம். செஞ்சடை என்ற விசயம் இந்து மதத்தில் உள்ளது. தமிழகத்தில் செஞ்சடையப்பர் கோவில் திருப்பனந்தாள் என்ற இடத்தில் உள்ளது. பின்னு செஞ்சடை என்ற நூல் தமிழில் உள்ளது. செஞ்சடை என்பது சிவபெருமானின் சடையைக் குறிப்பதாகும். முருகன் (சிறு வயது) மற்றும் சிவன் (மூத்த வயது) வழிபாடு இரண்டும் பருவம் அல்லது ஒரு குடியின் ஆணின் குறிப்பிட்ட பொறுப்பைக் குறிப்பது என்று ஏற்கெனவே கூறப்பட்டது. இந்த புத்தகத்தின் அட்டையில் வரையப்பட்ட ஆணின் படங்கள், மாசை ஆண்களின் அலங்கார அமைப்போடு ஒத்துப் போகிறது. தலைமுடி அலங்காரம், கழுத்து அணிகள், மார்பு பூணூல், இடுப்பு ஆடை, காது அணி, கால் அணி, புஜ அணி, நெற்றிச்சுட்டு போன்றவை எல்லாம் மாசை வீரர்களின் அலங்கார அமைப்போடு ஒத்துப் போகிறது.

மாசை ஆண்களுக்கு சிறு வயது முதல் அவர்கள் மன வலிமை மற்றும் உடல் வலிமையை சோதிக்க பல பருவ சோதனைகள் நடத்தப்படும்.

நான்கு வயதில் கீழ் வெட்டுப் பற்கள் கத்தி கொண்டு அகற்றப்படும். சிறுவர்களுக்கு கைகள், மற்றும் கால்களை சூடான நிலக்கரி கொண்டு சோதனை

செந்தூரம் பூசிய மொட்டைத்தலை

நடத்தப்படும். பின்னர் வயிற்றிலும், கைகளிலும் பச்சை குத்தப்படும். இந்த பச்சை குத்துதல் பல சிறு வெட்டுகள் உடலில் உண்டாக்கும்.

மொட்டையடித்த பின் தலையில் சிவப்பு நிற சாந்து பூசும் வழக்கம் உடையவர்கள். நாமும் மொட்டையடித்த பின் சந்தனம் பூசுவோம். மேலும் சில சடங்குகளில் சிறுவர்களுக்கு உடலில் திருநீறு போன்று வெண்ணிற சாந்து பூசுவார்கள்.

பின்னர் காது குத்தும் சடங்கு செய்யப்படும். பெரிய, நீண்ட துளையுள்ள காதுகள் பெருமையான விசயமாக கருதப்படுகிறது. அதுவும் காது தோள்பட்டை வரை தொங்கினால் மிகவும் பெருமை. திராவிட கலாசாரத்திலும் நீள் காது வைத்துக்கொள்வது பெருமையான விசயமாக இருந்தது.

பின்னர் பிறப்புறுப்பு மேல் தோல் வெட்டுதல் சடங்கு. இது சிறுவர்களுக்கும், சிறுமிகளுக்கும் செய்யப்படும். இந்த சடங்குகள் முடிந்த பிறகு மக்கள் தேனில் செய்யப்பட்ட கள்ளைக் குடித்து கொண்டாடுவார்கள். சில தமிழ்க் குடிகளில் கடந்த நூற்றாண்டு வரை இந்த சடங்கு இருந்ததென்று சு. வெங்கடேசன் அவர்கள் எழுதிய காவல் கோட்டம் புத்தகத்தில் அறியமுடிகிறது.

மேலே கூறிய சடங்குகள் வெற்றிகரமாக முடித்த சிறுவர்கள், அடுத்து இன்னொரு சோதனையை கடக்கவேண்டும். இது சில மாதங்களுக்கு வீட்டில் தங்காமல் ஊருக்கு வெளியே உள்ள காடுகளில் அல்லது அடர்ந்த புதர்களில் தங்கவேண்டும். இந்த சோதனைகள் முடிந்த பிறகு இவர்கள் முதிர்ச்சியடைந்த வீரர்கள் என கருதப்படுவர். சு. வெங்கடேசன் அவர்கள் எழுதிய வேள்பாரி வரலாற்று கதையில் மலைவாழ் பழங்குடிகள் தங்கள் குடி சிறுவர்களை காடறியும் பயிற்சிக்கு அனுப்புவார்கள் என்றும், இந்த பயிற்சி காட்டினுள் பல நாட்கள் வரை தங்கி பயிற்சி பெறவேண்டும்.

ஒரே வயதுக்குழு சேர்ந்த சிறுவர்களும், சிறுமிகளும் அந்த குடியில் சமமாக நடத்தப்படுகின்றனர். இவர்கள் ஒவ்வோர் வீட்டிலும் அந்த வீட்டின் உறுப்பினர் போன்றே கருதப்படுகின்றனர். களவு கற்பு போன்ற விசயங்கள் மாசை பழங்குடியினரிடம் உண்டு.

மாசை என்ற பெயர் மாதை என்ற பெயரிலிருந்து தோன்றியிருக்கலாம். மாதையன், மாதவன் என்ற பெயர்கள் உண்டு. அல்லது மோசி என்ற பெயரிலிருந்து மாசை என்ற பெயர் தோன்றியிருக்கலாம். மோசி என்ற பெயருடைய புலவர்கள் சங்க இலக்கியங்களில் காணப்படுகிறார்கள்.

குறி சொல்பவர்க்கு ஒலோய்போணி (Oloiboni) என்று பெயர். ஒலோய் என்பது ஓலம் என்ற சொல்லோடும், போணி என்பது வாணி என்ற சொல்லோடும் ஒத்துப்போகிறது. ஓலம் என்றால் ஒலி என்றும், வாணி என்றால் இசை என்று அர்த்தம். குறி சொல்பவர்கள் நன்கு ஓலமிட்டு ஆட்டமாடி குறி சொல்வார்கள். அதே போல் பொருள் விற்கும் இடத்தில், போணி ஆயிருச்சா, ஆகலையா என்று கேட்பதுண்டு.

இவர்களுடைய ஆடைகளில் சிவப்பு நிறமே பிரதானமான நிறமாகும். வண்ணம் நிறைந்த துணிக்கு சுகா (Shuka) என்று பெயர். சொக்காய் என்ற பெயரோடு இது ஒத்துப்போகிறது. சட்டைக்கு சொக்காய் என்று கூறுவோம்.

மயிலிறகு சூடிய மாசை சிறுவன் மற்றும் இளைஞன்

மாசை தொன்மங்களில் நிலவிற்கும், மாதத்திற்கும் ஔப்பா என்று பெயர். இது ஒரு பெண்பாலின சிறு கடவுளாக கருதப்படுகிறது. ஔப்பா என்பது ஒளி அப்பு என்ற அர்த்தம் உடையதாக இருக்கலாம். தமிழிலும் நிலவிற்கும், மாதத்திற்கும் 'திங்கள்' என்ற ஒரே பெயர் இருப்பதை இங்கே குறிப்பிடவேண்டும்.

தென் மடகாஸ்கரில் தமிழா என்ற இடப்பெயர்

டீன்ஸ் கோவன் என்ற ஆய்வாளர் 1882ஆம் ஆண்டு வரைந்த தென்கிழக்கு மடகாஸ்கர் வரைபடத்தில் ஒரு இடத்தின் பெயர் அண்ட்ரேதமிழா (*Andretamila*) எனக் காணப்படுகிறது. இந்த இடம் 30 டிகிரி அட்சரேகை, 20 தீர்க்க ரேகையில் இஹோசி ஆறுக்கும், சஹாம்பங்கோ ஆறுக்கும் இடையில் காணப்படுகிறது. மேலும் இந்த வரைபடத்தில் பல இடப்பெயர்களில் தமிழ் வார்த்தைகள் கலந்து இருக்கின்றன.

அம்பலவா (Amabalvao)	அம்பலவாய்
இயரணி (Iarany)	ஆரணி
இயலங்கி (Ialangy)	அலங்கை /இலங்கை
இயங்கவோ (Iangavo)	அங்கவை
இவோஹினன்டோ (Ivohinanto)	வாகைநந்த
இமனோகி (Imanoky)	மேனகை
இவோஹிகன (Ivohikana)	வாகைகண்ண
இகொங்கோ (Ikongo)	கொங்கு
அம்பலவோலோ (Ambalavolo)	அம்பல வேலா
இமஹாமே (Imahamay)	மகாமாய் /மகமாயி
இமஹாவேலோன (Imahavelona)	மகாவேலன்

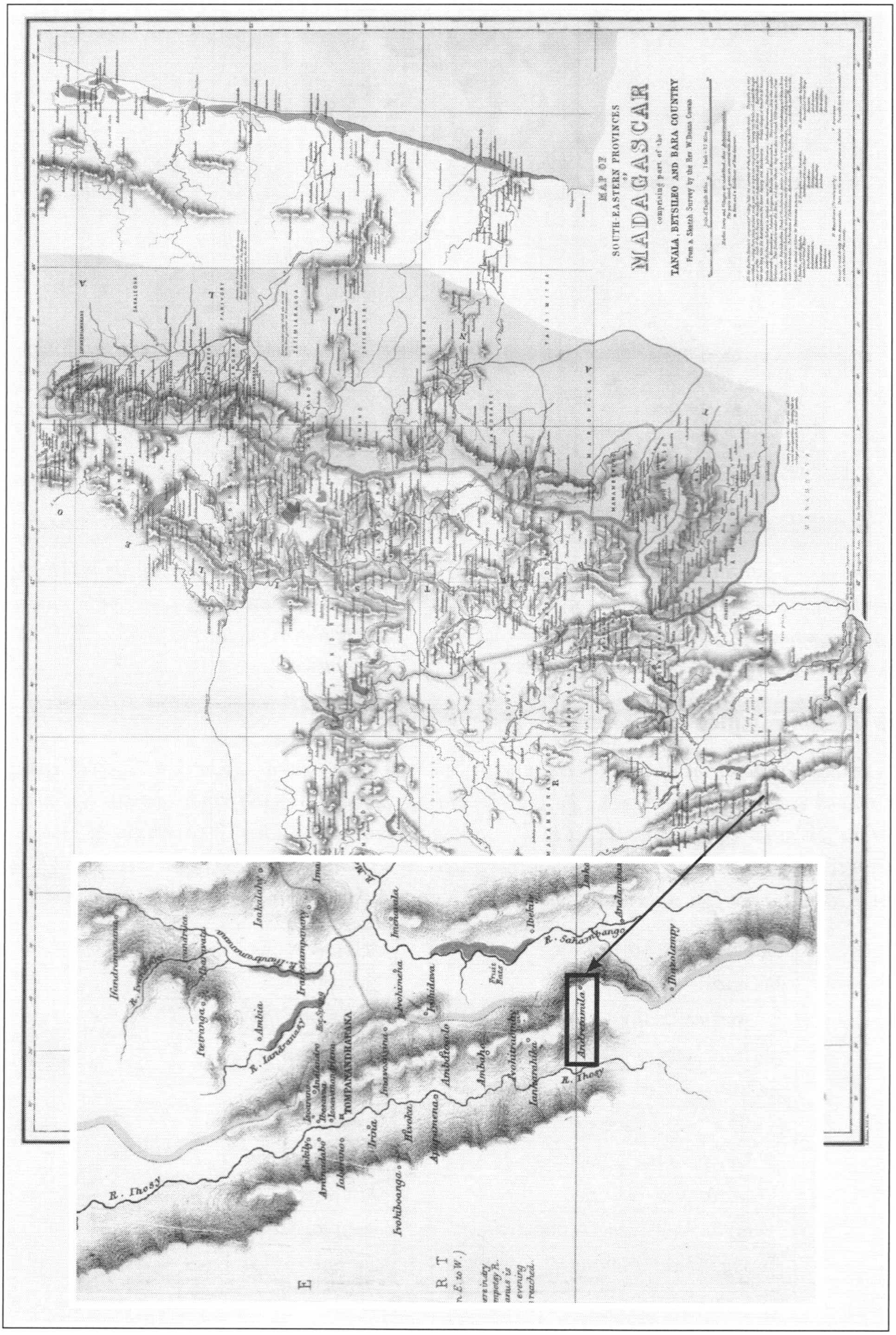

அண்ட்ரேதமிழா (Andretamila) என்ற இடம்

அங்கரநில (Ankaranila)	அங்காரநில
அகரன (Akarana)	கரண/கர்ணன்
இவடோசோல (Ivatosola)	வடசோலை
அன்காரமீன (Ankaramena)	அங்காரமீனா
அம்போகலம்ப (Ambokalamba)	அம்போகாலம்பா
அம்போலோ (Ambolo)	அம்பல
இவோஹிநில (Ivohinila)	வாகைநில

காளை

திராவிட கலாசாரத்தின் முக்கிய கலாசார அடையாளம் திமில் உள்ள காளையாகும். குறிப்பாக தமிழகத்தில் காங்கேயம் காளை புகழ் பெற்ற காளையாகும். சிந்து சமவெளி முத்திரைகளில் காணப்படும் முக்கிய விலங்கு திமில் உடைய காளையாகும். இந்த காளைகளைப் போலவே மடகாஸ்கரிலும் சில வகை காளைகள் உள்ளன.

தென்கிழக்கு மடகாஸ்கரில் தனலா இகொங்கோ என்ற பழங்குடி உண்டு. இவர்கள் நல்ல நீண்ட திமில் உடைய காளையை பலி கொடுப்பார்கள். இந்த காளைக்கு லாவ திரவோ என்று பெயர். திரவோ என்பது திமில் உடைய மாட்டைக் குறிப்பதாகும். ஒரு வேளை திராவிடம் என்பது திமில் உடைய மாடுகள் இருக்கும் இடம் என்ற அர்த்தத்தில் கூட வந்திருக்கலாம். இகொங்கோ என்பது தமிழகத்தில் உள்ள கொங்கு (நாடு) என்ற பெயரோடு ஒத்துப்போகிறது. மேலும் காங்கேயன் காளை என்பது கொங்கு ஆயன் காளை என்பதன் திரிபாக இருக்கலாம்.

சிந்து சமவெளி காளை

காங்கேயன் காளை

மடகாஸ்கர் காளை

ஏறு தாண்டுதல்

ஏறு தாண்டுதல் உலகில் உள்ள பல பண்டைய நாகரிகங்களில், கலாசாரங்களில் காணப்படுகிறது. திராவிட கலாசாரத்திலும் இது முக்கிய கலாசார அடையாளமாகும். கீழே உள்ள சித்திரம் சிந்து சமவெளி நாகரிகத்தில் கிடைத்த சித்திரம். இந்த சித்திரத்தில் உள்ள காட்சி சிண்டு சமவெளி காட்சி போல் தெரியவில்லை. இந்த சித்திரத்தில் ஒரு மனிதன் ஒரு காளையை தாண்டுவது போல் உள்ளது. காளைக்கு திமில் உள்ளது. இதில் உள்ள மரம் மடகாஸ்கர் தீவில் உள்ள ராவினால மரம் போல் உள்ளது. மரத்தின் கீழே முட்புதர் உள்ளது. பாம்பும் உள்ளது. இது ஒரு வறண்ட நிலா

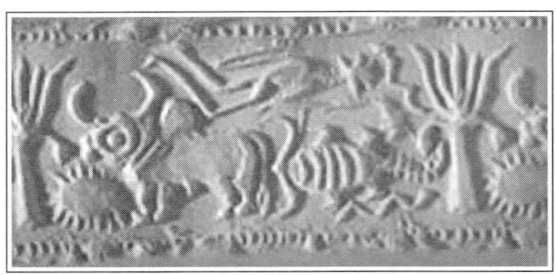

சிந்து சமவெளி சித்திரம்

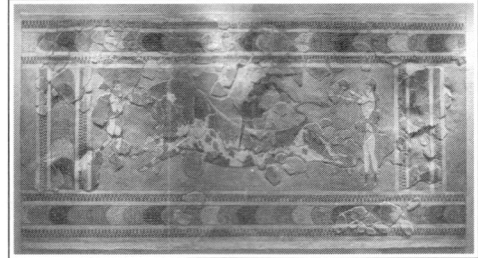

கிரீட் நாகரிக சித்திரம்

பர பழங்குடி ஏறு பிடித்தல்

மடகாஸ்கர் ரேக்ளா பந்தயம்

அமைப்பை சித்திரிப்பது போல் உள்ளது. இது சிந்து சமவெளியில் உள்ள காட்சியை சித்திரிப்பது போல் இல்லை. ஏனெனில் சிந்து சமவெளியில் இது போன்ற வறண்ட முட்புதர் காடுகள் இருக்கின்றனவா என்று தெரியவில்லை. இது அம்மக்கள் தாங்கள் முன்பு வாழ்ந்த இடத்தின் தன்மையையும், கலாசாரத்தையும் குறிப்பிடும் சித்திரமாக இருக்கலாம். அந்த இடம் தென்கோடி மடகாஸ்கரின் வறண்ட நிலத்தன்மையோடு ஒத்துப்போகிறது. ராவினால என்ற மரமும் இந்தப் பகுதியில் தான் காணப்படுகிறது. எனவே பண்டைய திராவிட நிலம் என்பது தென்கோடி மடகாஸ்கராக இருக்கலாம் என்பதற்கு இதுவும் ஒரு சான்று.

தொல்திராவிடம் துணை நூல்கள்:

1. பரி பாடல்
2. பொதினி, தமிழ் விக்கிபீடியா, 15ஆகஸ்ட் 2019)
3. Rivers And Streams On Madagascar, By M. Aldegheri
4. கங்கையின் தங்கை – நவம்பர் 11, 2015; vikatan.com;
5. தாமிரபரணிவிக்கிபீடியா
6. ஸ்ரீ சக்ரம், ஸ்ரீ கோவிந்தராஜன், வரம் வெளியீடு
7. ரிக் வேதம்
8. திருமந்திரம்
9. Babylonian Map Of The Known World And Distant Lands. The British Museum, Bm 92687.
10. The Expression Of Terrestrial And Celestial Order In Ancient Mesopotamia Erenow.Net/Ancient/AncientPerspectives/2.Php
11. சிலம்பின் காலம்
12. கபிலர், விக்கிபீடியா
13. Https://Www.Google.Com/Maps/Place/Kapila,+Madagascar/@24.3833316,46.0657804,4225m/Data=!3m2!1e3!4b1!4m5!3m4!1s0x21d72fd991d7a075:0x3fc6ef96b8df2ae4!8m2!3d24.383333!4d46.083333
14. புறநானூறு
15. பின்னு செஞ்சடை, கி.வா. ஜகந்நாதன், அமுத நிலையம்

தென் மடகாஸ்கர் ஏரி (பாற்கடல்.?!)

11

முடிவுரை

"தென்னாடுடைய சிவனே போற்றி..!
எந்நாட்டவர்க்கும் உடைய இறைவா போற்றி..!"

கடலில் மூழ்கியது என்று கூறப்படும் பண்டைய குமரிக்கண்டம் பற்றிய கூற்றுகளையும், ஆய்வுகளையும் முன்வைத்தவர்கள், இதுநாள்வரை கடலில் மூழ்கிய நிலத்தின் நிலவியல் ஊகத்தை மட்டும் கொண்டு ஆய்வுகளைச் செய்துள்ளனர். உலகெங்கும் உள்ள பல நாடுகளில் பண்டைய காலத்தில் பல காலகட்டங்களில் கடல் வெள்ளப்பெருக்கு ஏற்பட்டு கடற்கரை நிலங்களும், தீவுகளும் கடலில் மூழ்கியதற்கு தடயங்கள் உள்ளன. உலகில் உள்ள பெரும்பாலான குடிகளிலும், கலாசாரங்களிலும் பண்டைய கடல் வெள்ளப்பெருக்கில் இருந்து தப்பித்து புலம்பெயர்ந்து வந்த தொன்மக் கதைகள் காணப்படுகின்றன. இந்தப் புலம்பெயர்தல் எல்லாம் பண்டைய ஒரு நிலத்திலிருந்து வந்திருக்கவேண்டும். அது கடலில் மூழ்கிப்போனதென்று மேற்கத்திய ஆய்வாளர்கள் கூறும் லெமூரியாக்கண்டம் மற்றும் சங்க இலக்கியங்கள் கூறும் குமரிக்கண்டமும் ஆகும். நிலம் முழுதும் கடலில் மூழ்கியிருந்தால் எப்படி மக்கள் அங்கிருந்து புலம் பெயர்ந்திருக்க முடியும் என்ற கேள்வி எழுகிறது. எனவே கடல் வெள்ளப்பெருக்கில் முழு நிலமும் மூழ்கியிருக்க வாய்ப்பில்லை. கடலில் மூழ்காமல் இருந்த ஒரு எஞ்சிய நிலம் இருந்திருக்கவேண்டும். அது இன்னும் இருக்கவேண்டும். அந்த நிலம் மடகாஸ்கர் தீவாக இருக்கலாம்.

கடலில் மூழ்கிய நிலம் மூன்று விதமான ஊழிகளால் மூழ்கியிருக்கவேண்டும் என்று சங்க இலக்கியங்கள் மூலம் அறிய முடிகிறது. வானிலிருந்து விழுந்த விண்வெளிக்கல் மூலம் ஏற்பட்ட ஊழியும், எரிமலை வெடிப்பின் மூலம் ஏற்பட்ட ஊழியும் மற்றும் பனிப்பாறைகள் உருகி கடல்நீர் மட்டம் உயர்ந்து ஏற்பட்ட ஊழியும் காரணங்கள் என்று அறிய முடிகிறது. விண்வெளிக்கல் விழுந்ததனால் மடகாஸ்கர் தீவு இரண்டாக உடைந்திருக்கலாம். இப்படி உடைந்த நிலம் கடலில் மூழ்கி தற்போதைய மொரிசியஸ் தீவின் அடியில் கடலில் மூழ்கியிருக்கும் மோரிதீ கண்டமாக இருக்கலாம்.

விண்வெளிக்கல்

பல மில்லியன் ஆண்டுகளுக்கு முன்பு ஏற்பட்டதாகக் கூறப்படும் கோண்டுவானக் கண்டம் பிளவு கோட்பாட்டில் ஆப்பிரிக்காவில் இருந்து மடகாஸ்கர் மற்றும் இந்தியக் கண்டம் பிளவு பட்டு வந்தது என்று கூறப்படுகிறது. இந்தக் கூற்றின்படி பார்த்தால், தற்போது நிலவி வரும், தென்னிந்தியா, மடகாஸ்கர் மற்றும் ஆஸ்திரேலியா இணைந்த குமரிக்கண்ட நில அமைப்பு கூற்று ஏற்றுக்கொள்ள முடியாத ஒன்றாகும். மேலும் இலக்கியங்கள் மற்றும் தொன்மங்கள் கூறும் பண்டைய குமரிக்கண்டத்தின் அமைப்பு ஒரு பெரிய தீவாக இருக்க வேண்டும். அந்தத் தீவு மடகாஸ்கர் தீவாக இருக்கவேண்டும்.

மடகாஸ்கரில் உள்ள பழங்குடிகளின் நம்பிக்கைப்படி பார்த்தால் மனிதன் லெமூர்களிலிருந்து தோன்றியிருக்கலாம் என்ற கூற்றையும் முன்வைக்கலாம். இதன் படி உலகில் மனிதன் தோன்றிய இடம் மடகாஸ்கர் தீவாக இருக்கலாம். இங்கிருந்தே மனிதன் உலகில் உள்ள பல இடங்களுக்கும் புலம் பெயர்ந்திருக்க வேண்டும்.

மனிதன் இடம் விட்டு இடம் புலம்பெயர்தல் என்பது தொன்று தொட்டே இருந்து வருகிறது. இந்தப் புலம்பெயர்தலை இரு கால அளவுகளில் பிரிக்கலாம். ஒன்று கடல் வெள்ளப்பெருக்கிற்கு முன்பு, மனிதர்கள் ஆப்பிரிக்காவிலிருந்தே,

அல்லது மடகாஸ்கரிலிருந்தோ மேற்கொண்ட இயற்கையான புலம் பெயர்வு. இந்த புலம் பெயர்வு நாகரிக வளர்ச்சியடையாத பழங்குடிகளாக கிட்டத்தட்ட கடல் வெள்ளப்பெருக்கிற்கு பல்லாயிரம் ஆண்டுகள் முன்பிருந்தே மேற்கொள்ளப்பட்டிருக்க வேண்டும். மற்றொன்று கடல் வெள்ளப்பெருக்கிற்கு பின்பு மேற்கொண்ட கட்டாய புலம் பெயர்தல்.

மொழி

தொல்தமிழ் மொழியே உலகின் ஆதி மொழியாக இருக்கவேண்டும் என்பதற்கு பல ஆதாரங்கள் உலகெங்கும் கிடைக்கிறது. ஆதியில் ஒரு மூல மொழி உருவாகிய போது அது ஓரெழுத்துச் சொல்லில் ஆரம்பித்து, அவை இணைந்து பல எழுத்துச் சொற்களாக வளர்ச்சியடைந்திருக்கும். அப்படி ஆதியில் தோன்றிய மூல மொழியின் சொற்களைப் பிரித்தால் பொருள் தரும். உலகில் உள்ள பல மொழிகளில் குறிப்பாக உலகில் இன்னொரு பழைமையான மொழியென்று கருதப்படுகிற சமஸ்கிருதத்தில் உள்ள சொற்களைப் பிரித்துப்பார்த்தால் அவை பொருள் தரவில்லை. ஆனால் தமிழ் மொழியில் உள்ள சொற்களைப் பிரித்தால் அவை பொருள் தருகின்றன. மேலும் செய்த ஆய்வுகளில் சமஸ்கிருதம், ஆங்கிலம், இந்தி, சுமேரிய மொழிகள் எல்லாமே தமிழ் மொழிதான் என்று கூற முடிகின்ற அளவுக்கு ஆதாரங்கள் எடுத்துரைக்கப்பட்டன. உலகில் காணப்படும் பல மொழிகளில் தமிழ் மொழியின் எச்சங்கள் காணப்படுகிறது. சமஸ்கிருத மொழியின் மொழி அமைப்பை பார்க்கும்போது அது தமிழ் மொழியின் சங்கேத மொழி என்று கூறமுடியும். சமஸ்கிருதம் என்ற பெயரே சமக்கிருதம் என்ற தமிழ்ச் சொல்லின் திரிபாகும்.

கடவுள் வழிபாடு

உலகின் பண்டைய நாகரிகமென்று கருதப்படும் சுமேரிய நாகரிகத்தில் ஆறாயிரம் ஆண்டுகளுக்கு முன்பே பல கடவுள் வழிபாடுகள் இருந்தன. அப்போதே மதங்கள் தோன்றியிருந்தன என்று தொல்பொருள் தரவுகள் கூறுகின்றன. எனவே, உலகின் முதல் மதம் சுமேரிய நாகரிகத்தில்தான் தோன்றியது என்று கூறலாம். இதிலிருந்து அக்காடிய, பாபிலோனிய, யூத போன்ற மதங்கள் தோன்றின. எகிப்திய நாகரிகத்தில் எகிப்திய மதம் தோன்றியது. இதிலும் பல கடவுள் வழிபாடுகள் இருந்தன.

இந்தியாவில் உண்டாகியிருந்த வைணவ, சைவ சமயங்கள் சுமேரியா மற்றும் எகிப்திய மதங்களிலிருந்து தோன்றியது என்று உறுதியாகக் கூறமுடியும் அளவுக்கு, தக்க தொல்பொருள் ஆதாரங்கள் அந்த நாகரிகங்களில் காணக்கிடைக்கிறது. மேலும் விஷ்ணு மற்றும் தட்சிணாமூர்த்தி வழிபாடு பண்டைய சுமேரியாவில் இருந்ததாகத் தெரிகிறது.

தற்போது, தென்னிந்திய புராதன கோவில்களின் கட்டடக் கலை திராவிடக் கட்டடக் கலை என்று கூறப்படுகிறது. ஆனால், அவற்றின் அமைப்புகள் பண்டைய எகிப்தியக் கட்டடக் கலையோடு ஒத்துப்போகிறது. தென்னிந்தியக் கோவில்கள் கட்டும் வழக்கம் பல்லவர் காலத்தில் 1500 ஆண்டுகளுக்கு முன்பு வந்தது. ஆனால் எகிப்திய கோவில்களின் காலம் 5000 ஆண்டுகள் என்று தொல்பொருள் ஆய்வுகள்

கூறுகின்றன. எனவே திராவிடக் கட்டடக்கலை என்பது எகிப்திய கட்டடக்கலை என்றுதான் கூறவேண்டும்.

கடவுள் வழிபாடு என்பது மூதாதையர் வழிபாட்டிலிருந்து தோன்றியதாகும். கடவுள் வழிபாடு மூன்று வகைகளை அடிப்படையாகக் கொண்டது. அவை இயற்கை, மூதாதையர் அல்லது நீத்தோர், மற்றும் மனிதனின் குறிப்பிட்ட வயது பருவம் அல்லது சமூக பொறுப்பை அடிப்படையாகக் கொண்டது. பல்லாயிரம் ஆண்டுகள் காலமாற்றத்தில் இவை மூன்றும் ஒன்றோடொன்று கலந்து, மேலும் அவற்றில் பல புனைவுகள் சேர்த்து தற்போதைய புராணங்கள் மற்றும் தொன்மங்களாக மாறிவிட்டன.

உலகில் உள்ள பல நாகரிகங்களில் இருக்கும் புராணங்களில் கூறப்படும் தொன்மக்கதைகள் எல்லாம், ஆதிகாலத்தில் இருந்த குடிகளில் நடந்த வாழ்வியல் நிகழ்வுகளை, காலம் காலமாக புனைத்துக் கூறப்பட்டவையாகும். உலகில் உள்ள பெரும்பாலான பழங்குடிகளில் இன்றும் 'கதை சொல்லல்' வழக்கம் ஒரு முக்கிய கலாசார அங்கமாக உள்ளது.

தசாவதார கோட்பாடுகள் ஆதியில் நடந்த நிகழ்வுகளின் அடிப்படையில் அமைந்த தொன்மங்களாகும். யுகங்கள் என்பது ஒவ்வொரு வெள்ளப்பெருக்கின் இடைப்பட்ட காலங்களாகும்.

முருகனுக்கு ஆறு தலை என்பது பண்டைய அரச வழிமுறையில் ஆறாவது தலைவன் என்பதைக் குறிப்பதாகவும், ராவணனுக்கு பத்து தலை என்பதும் அதே போன்று பத்தாவது தலைவன் என்பதைக் குறிப்பதாகவும் இருக்கவேண்டும்.

சேயோன் என்பது சிவனைக் குறிப்பதாகும். சேயோன் என்ற பெயரே சீயஸ் என்று கிரேக்க நாகரிகத்திலும், இதுவே பின்னாளில் சிவன் என்று இந்து மதத்திலும் மருவியிருக்க வேண்டும்.

இந்து மதத்தின் முக்கிய கடவுள்களான நடராஜர், திருமால் மற்றும் ஸ்ரீசக்ர வழிபாடு எல்லாம் பண்டைய குமரிக்கண்டத்தை அல்லது திராவிட கலாசாரம் இருந்த இடத்தைக் குறிப்பவையாகும். புலம்பெயர்ந்து சென்ற பின் தங்கள் மூதாதையர் வாழ்ந்த இடத்தையே தெய்வமாக வழிபட்டிருக்கவேண்டும்.

எரிமலையே தங்கள் வாழ்வின் முக்கிய வாழ்வாதாரமாக பண்டைய ஆதி மக்கள் கருதினார்கள். அதனாலேயே அவர்கள் உலகெங்கும் புலம்பெயர்ந்தபோது பெரும்பாலும் எரிமலை இருந்த இடங்களிலேயே குடியமர்ந்தனர். எரிமலையே தெய்வமாக, 'எரி அவம்'மாக வணங்கினர்.

கலாசாரம்

பண்டைய காலத்தில் பழங்குடிகளில் சமுதயாப்பிரிவுகள் என்பது நிலத்தின் அமைப்புகளை அல்லது தன்மைகளைக் கொண்டு உருவாகியிருக்க வேண்டும். அதுவே பின்னாளில் வேதங்களில் வர்ணாசிரம முறையாக கூறப்பட்டிருக்க வேண்டும். ஏனெனில் ஆரியர்கள் செல்லாத இடங்களில் உள்ள பழங்குடிகளில் இந்த சமுதாய ஏற்றத்தாழ்வுகள் இருந்துள்ளன. சுமேரியாவிலும், எகிப்திலும், மாயன் நாகரிகத்திலும்

ரிக் வேத காலத்திற்கு முன்பே இந்த சமுதாயப்பிரிவுகள் இருந்தன என்று தொல்பொருள் ஆதாரங்கள் மூலம் அறியமுடிகிறது. ஆரியர்கள் செல்லாத ஆப்பிரிக்காவிலும், பப்புவா நியூ கினியாவிலும், பசிபிக் தீவு மற்றும் ஆஸ்திரேலிய அபார்ஜினல் பழங்குடிகளிலும் நூற்றுக்கணக்கான குலங்களும், அவற்றினுள் பல பிரிவுகளும் உள்ளன. இவற்றுள் பல விதமான கட்டுப்பாடுகள், பிரிவினைகள் உள்ளன. சங்க இலக்கியங்களில் பண்டைய தமிழகக் குடிகளிடம் பல பண்பாட்டுச் சடங்குகள் இருந்ததாக கூறுகின்றன. அதே போன்று தமிழகப் பழங்குடிகளின் வாழ்வியலில் பல சடங்குகள் காணப்படுகின்றன. இதேபோன்ற சடங்குகள் பண்டைய குமரிக்கண்டத்திலும் இருந்திருக்கவேண்டும். பண்டைய குமரிக்கண்டம் என்று கருதுகோள் வைக்கப்படும் மடகாஸ்கர் தீவில் உள்ள பழங்குடிகளின் வாழ்வியலில் பல சடங்குகள் உள்ளன. இந்தச் சடங்குகளே பிற்காலத்தில் சுமேரியாவிற்கு புலம்பெயர்ந்து சென்ற பிறகு அங்கு வேதங்களில் சடங்குகளாகக் கூறப்பட்டிருக்கவேண்டும்.

சிந்து சமவெளி நாகரிகம், சுமேரிய நாகரிகத்தைவிட பழைமையானதாக இருக்கவேண்டும்.

திராவிடர்களும், ஆரியர்களும் மடகாஸ்கர் தீவில் இருந்து புலம்பெயர்ந்து சென்றவர்களாக இருக்கவேண்டும். மடகாஸ்கர் தீவிலிருந்து சிந்து சமவெளி வழியாக சுமேரியாவிற்கு புலம்பெயர்ந்து சென்ற திராவிடர்கள், அங்கு நாகரிக மாற்றத்தில் ஆரியர்களாக உருமாறினர். அவர்கள் உரைத்த வேதத்தில் தங்கள் மூதாதையர் நிலம் தெற்கே உள்ளது கூறப்பட்டுள்ளது. அவர்கள் பல்லாயிரம் ஆண்டுகள் கழித்து தங்கள் மூதாதையர் நிலத்திற்கு திரும்பிச் செல்ல வேண்டிய அவசியம் வருகையில், அவர்கள், தங்கள் மூதாதையர் நிலம் அவர்களுக்கு தெற்கே உள்ள தற்போதைய தென்இந்தியா என்று நினைத்து அங்கு குடியேறினார்கள். சில ஆரியக் குடிகள் கங்கைச் சமவெளியிலும், சில ஆரியக்குடிகள் தென்னிந்தியாவிலும் குடியேறினர். இது பண்டைய குமரிக்கண்டத்தில் அதாவது பண்டைய மடகாஸ்கரில் வடபகுதியில் அல்லது மத்திய பகுதியில் குடியிருந்த குடிகள் வடஇந்தியாவிலும், தென்பகுதியில் இருந்த குடிகள் தென்னிந்தியாவிலும் குடியேறியிருக்கலாம்.

ஆரியம் என்பது சுமேரிய, திராவிட நாகரிகத்தில் இருந்து தோன்றியதாகும். எனவே ஆரியர்கள் என்பவர்கள் பண்டைய சுமேரிய திராவிடர்கள் அல்லது மருவிய திராவிடர்கள் என்று கூறலாம்.

சிந்து சமவெளியிலும், சுமேரிய நாகரிகத்தின் தொல்லியல் தரவுகளில் காணப்படும் பல படங்கள், அவர்களின் மூதாதையர் நிலமான குமரிக்கண்டம் என்று கருதப்படுகிற மடகாஸ்கர் தீவைக் குறிப்பதாகும்.

வரலாறு

இந்து புராணங்களில் கூறப்படும் மன்னர்கள் பண்டைய சுமேரிய மன்னர்கள் பட்டியலில் உள்ள பெயர்களாக இருக்கவேண்டும். அதிலும் சுமேரிய மன்னர்களின் பட்டியலில் காணப்படும் முதல் பத்து மன்னர்கள் பண்டைய குமரிக்கண்டமான மடகாஸ்கரில் இருந்த மன்னர்களாக இருக்கவேண்டும்.

சங்க இலக்கியங்கள் கூறுவதுபோல் தென் குமரி வடவேங்கிடம் வரை என்று தற்போதைய தென்னிந்தியாவை ஆண்டிருந்தால், அதற்கான பல்லாயிரம் ஆண்டுகளுக்கு முன்பான தொல்பொருள் தடயங்கள் அதாவது சிந்து சமவெளி, சுமேரியா மற்றும் எகிப்தில் காணப்படுவது 5000 ஆண்டுகளுக்கு முன்பான தொல் பொருள் தடயங்கள் காணப்படவேண்டும். ஆனால் தற்போதைய தென்னிந்தியாவில் கிடைக்கப்பெற்ற தொல்பொருள் தடயங்களின் காலம் அளவு 2500 ஆண்டுகள் பழைமையானதுதான். மேலும், நற்குடி வேளிர் வரலாறு நூலில் கூறப்படும் சேர, சோழ மன்னர்களின் பெயர் பட்டியல் நாற்பதாவது மன்னர் வரிசைக்கு மேலேதான் காணப்படுகிறது. அதற்கு முன் இருந்த மன்னர்களின் பெயர்கள் காணப்படவில்லை எனவே பண்டைய குமரிக்கண்டம் என்பது தற்போதைய தமிழகத்திற்கு தெற்கே, தமிழகத்தோடு ஒன்றாக இணைந்த நிலமாக இல்லாமல், தனியான ஒரு பெரிய தீவாக இருந்திருக்க வேண்டும். அந்தத் தீவே மடகாஸ்கர் தீவாக இருக்கவேண்டும்.

சங்க இலக்கியங்களில் கூறப்படும் பல மன்னர்கள் பற்றிய செய்திகள் மற்றும் போர்கள் குறிப்பாக தலையாலங்கானத்துப் போர் போன்றவை பண்டைய குமரிக்கண்டத்தில் நடந்த போர்களாக இருக்கவேண்டும்.

வாணிகம்

சுமேரிய நாகரிகத்தின் தொல்லியல் தரவுகளில் காணப்படும் தொன்மங்களில் கூறப்படும் தில்முன் மற்றும் அதில் இருந்த ஒபிர் துறைமுகம் என்பது மடகாஸ்கர் தீவாக இருக்கவேண்டும். இந்தத் தீவில் இயற்கை வளங்களும், கனிம வளங்களும் இன்றும் ஏராளமாக இருக்கிறது. எனவே, பல்லாயிரம் ஆண்டுகளுக்கு முன்பு இந்த வளங்கள் இத்தீவில் கட்டாயம் நிறைந்திருந்திருக்கும். இந்து மத கோட்பாட்டிலும் மற்றும் உலகில் பல கலாசாரங்களில் உபயோகத்தில் இருக்கும் சுவஸ்திக் சின்னம் என்பது கடல் வாணிகத்தோடு தொடர்புடைய சின்னமாக இருக்கவேண்டும். சுவஸ்திக் என்பது சுவ திக்கு என்பதன் திரிபாக இருக்கவேண்டும். மேலும் சுவஸ்திக் சின்னம் என்பது பண்டைய திராவிடக் கலாசாரம் இருந்த இடத்தின் குறியீட்டு அல்லது வரைபடச் சின்னமாக இருக்கலாம்.

பல்லாயிரம் ஆண்டுகளுக்கு முன்பிருந்தே மடகாஸ்கர் தீவோடு இருந்த கடல் வாணிகத் தொடர்பு இடையில் ஏற்பட்ட இரண்டாம் அல்லது மூன்றாம் கடல் வெள்ளப்பெருக்கில் அது துண்டிக்கப்பட்டிருக்க வேண்டும். அதன் பின்னர் அது பற்றிய நினைவுகள் எல்லாம் தொன்மக்கதைகளாக, வீர சாகசக் கதைகளாக மாறியிருக்க வேண்டும். சிந்துபாத் கதைகளில் வரும் நிகழ்வுகள் எல்லாம் பண்டைய குமரிக்கண்டம் என்று கருதப்படுகிற மடகாஸ்கர் தீவில் நடந்த நிகழ்வுகள் என்று கூறலாம். போம்பெய், பம்பாய் மற்றும் பூம்புகார் ஆகிய துறைமுகப் பெயர்கள் எல்லாம் புகும் ஆரம் மற்றும் புகும் வாய் என்ற தமிழ் சொற்களிலிருந்து தோன்றியதாக இருக்கலாம். தமிழகத்தில் உள்ள பூம்புகார் என்பது புதிய புகார் என்று அர்த்தம் உடையதாகும். எனவே, பழைய புகார் என்பது பண்டைய குமரிக்கண்டத்தில் இருந்திருக்க வேண்டும். இந்தத் துறைமுகத்தின் அமைப்பை ஒத்த துறைமுக அமைப்பு மடகாஸ்கர் தீவில் உள்ளது.

வானியல்

பல்லாயிரம் ஆண்டுகளுக்கு முன்பு கண்டுபிடித்ததாக கருதப்படும் வானியல் கோட்பாடுகள் தோன்றிய இடம் பண்டைய குமரிக்கண்டம் என்று கருதப்படுகிற மடகாஸ்கர் தீவாக இருக்கவேண்டும். வானியல் அறிஞர்கள் கூறும் வானியல் தோன்றிய இடத்தின் தன்மைகள் மடகாஸ்கர் தீவின் தன்மையோடு வெகுவாக ஒத்துப்போகின்றது.

பண்டைய குமரிக்கண்ட மக்கள், கடல் வெள்ளப்பெருக்கில் புலம் பெயர்ந்து சிந்து சமவெளி மற்றும் சுமேரியாவில் குடியேறிய பிறகு, புதிய இடத்திற்கு ஏற்ப நாள்காட்டியை திருத்தி அமைத்தனர். மடகாஸ்கர் தீவு இருக்கும் இடம் மகரரேகைப் பகுதியிலும், சுமேரியா இருக்கும் இடம் கடக ரேகைப் பகுதியிலும் இருப்பதால், இந்த இரு இடங்களுக்கும் இடையே உள்ள கால இடைவெளி கிட்டத்தட்ட ஆறு மாதங்கள் ஆகும். இதற்கேற்ப நாள்காட்டியை மாற்றி அமைத்தபோது, காலப்போக்கில் சில குளறுபடிகள் ஏற்பட்டிருக்கலாம்.

பல்லாயிரம் ஆண்டுகளுக்கு முன்பிருந்தே இரு வகையான நாள்காட்டிகள், ஒன்று அன்றாட வேலைகளுக்கும், மற்றொன்று மதம் சார்ந்த நிகழ்ச்சிகளுக்கும் உபயோகத்தில் இருந்ததாக அறியமுடிகிறது. எனவே, வருடப்பிறப்பு என்பது இரு வகையான வருடப்பிறப்புகள் என்பது அப்போதிருந்தே வழக்கில் இருந்திருக்கிறது.

மேற்கூறிய நாள்காட்டி திருத்தத்தால், தற்போதைய தமிழ் மாதங்களின் பெயர்கள், எதார்த்தத்தில் ஆறுமாதம் கழித்து உள்ள தமிழ் மாதப் பெயர்களாகும்.

நட்சத்திரங்கள் பெயர்கள் எல்லாம் ஒன்றோடொன்று ஒருவகையில் தொடர்புடையது என்று அறியமுடிகிறது. நட்சத்திரங்களுக்கு பெயரிட்டது ஒரு குறிப்பிட்ட பெயர் இடும் முறைப்படி இருந்திருக்கவேண்டும். இந்தப் பெயர்கள் எல்லாம் மருவிய தமிழ்ப் பெயர்களாகும். இந்து நாள்காட்டியில் காணப்படும் 60 ஆண்டுகளின் பெயர்கள் எல்லாம் மருவிய தமிழ்ப்பெயர்கள் ஆகும்.

ஆங்கில நாள்காட்டியில் காணப்படும் நாள் பெயர்கள், மாதப்பெயர்கள் எல்லாம் தமிழ்ப் பெயர்களாக இருக்கிறது என்று அறியமுடிகிறது. சோதிடவியலில் காணப்படும் ராசிகள் பெயர்களும் மருவிய தமிழ்ப்பெயர்கள் என்று அறியமுடிகிறது.

பண்டைய தொல்திராவிட நாகரிகம் இருந்த இடம் பல எரிமலைகள் இருந்த இடமாக இருந்திருக்கவேண்டும் என்று பல அறிஞர்கள் கூற்றுப்படி பார்த்தால், அந்த இடம் மடகாஸ்கர் தீவில் தெற்குப்பகுதியில் உள்ள கல்டேர எரிநிலப்பகுதியாக இருக்கவேண்டும். இந்த இடம் மலைகளால் சூழப்பட்ட வட்டவடிவ நிலப் பகுதியாகும்.

தொல்திராவிட நாகரிகம் என்பது பல தொல்லியல் மற்றும் வரலாற்று ஆய்வாளர்கள் கருதுவதுபோல் மாட மாளிகைகளும், பெரிய கோட்டைகளும் இருந்த நாகரிகமாக இருந்திருக்க வாய்ப்பில்லை. அரண்மனை என்பது ஒரு பெரிய வீடாக இருந்திருக்கும். அது மரம் கொண்டோ அல்லது ஓலைகள் கொண்டோ அல்லது மண் சுவர்கள் கொண்டோ கட்டப்பட்ட கட்டடமாக இருந்திருக்கும். அது

மடகாஸ்கர் செம்மண் சுவர் குடியிருப்புகள்

மடகாஸ்கர் செம்மண் சுவர் அரண்மனை

ஒரு இயற்கை வாழ்வியலோடு ஒத்துப் போயிருந்த பழங்குடிகளின் நாகரிகமாக இருந்திருக்கவேண்டும். வேந்தர்கள், மன்னர்கள் என்று குறிப்பிடுவது ஒரு பெரிய பழங்குடியின் தலைவர்களாக இருந்திருக்க வேண்டும். வேளிர்கள் என்பது சிறு பழங்குடிகளின் தலைவர்களாக இருந்திருக்க வேண்டும்.

மேம்பட்ட கட்டடக்கலை என்பது மடகாஸ்கரிலிருந்து புலம் பெயர்ந்து சென்று, சிந்து சமவெளியில் குடியேறிய பிறகு அங்குதான் செங்கல் கொண்டு கட்டடம் கட்டியிருக்கலாம். அந்த முறை கொண்டே மொஹஞ்சதாரோ கட்டியிருக்கவேண்டும். மடகாஸ்கர் சமவெளிப் பிரதேசம் இல்லை. நிறைய மலைகளும், குன்றுகளும் உள்ள இடம். எனவே சிந்து சமவெளியில், தாங்கள் முன்பு வாழ்ந்த இடத்தின் முக்கிய இயற்கை கருப்பொருளான எரிமலை உருவம் போன்று மொஹஞ்சதாரோவை அவர்கள் உருவாக்கியிருக்கவேண்டும்.

சங்க இலக்கியங்களில் கூறப்படும் பல இடங்களின் அமைப்பு பண்டைய குமரிக்கண்டத்தில் இருந்த நில அமைப்பாக இருக்கவேண்டும். அவையே பரம்பரை பரம்பரையாக கூறப்பட்டு, அதிலிருந்து பாடலாக பாடப்பட்டு தற்போதைய தமிழகத்தில் இருக்கும் இடமாக கருதப்பட்டிருக்கவேண்டும். பண்டைய பழங்குடி மக்களின், புலம்பெயர்ந்து போன இடத்திற்கு முந்தைய இடத்தின் பெயர் இடும் கலாசாரப் பண்பாடு தற்போதைய தமிழகத்தில் மற்றும் இந்தியாவிலும் பின்பற்றப்பட்டிருக்க வேண்டும். உதாரணத்திற்கு மதுரை என்ற பெயர், பண்டைய குமரிக்கண்டத்திலும், தற்போதைய தமிழகத்திலும், வடஇந்தியாவில் யமுனை நதிக்கரையிலும், இந்தோனேசியாவில் ஜாவாத் தீவு அருகிலும் காணப்படுகிறது.

அறிவியலின் தற்போதைய கூற்றுப்படி மனிதன் தோன்றிய இடம் ஆப்பிரிக்கா என்ற கூற்றுப்படி, ஆப்பிரிக்காவில் இருந்து பல்லாயிரம் ஆண்டுகளுக்கு முன்பே உலகெங்கும் பல்லாயிரம் கிலோமீட்டர்கள் கண்டம்விட்டு கண்டம் புலம்பெயர்ந்து குடியேறிய பழங்குடி மக்களின் தொல்லியல் தரவுகள் கிடைக்கின்றன. ஆனால், ஆப்பிரிக்காவில் இருந்து சில நூறு கிலோமீட்டர்கள் தூரம் உள்ள மடகாஸ்கர் தீவில், அதுவும் எல்லாவிதமான இயற்கை மற்றும் கனிம வளங்கள் உடைய தீவில், மனிதன் குடியேறியது 1500 ஆண்டுகளுக்கு முன்புதான் என்பது மிகவும் ஆச்சரியமளிக்கும் விசயமாக இருக்கிறது. ஏன் பல்லாயிரம் ஆண்டுகளுக்கு முன்பு மக்கள் இங்கு குடியேறவில்லை? இதுவும் மிக முக்கியமான ஆராய்ச்சிக் கேள்வியாகிறது? இதுதான் பண்டைய குமரிக்கண்டம் என்பது மடகாஸ்கர் தீவாக இருக்கவேண்டும் என்பதற்கு மிக முக்கிய ஆதாரமாக இருக்கவேண்டும்.

நிச்சயம் இங்கு மக்கள் குடியேறியிருக்க வேண்டும். அவர்கள் பல கடல் வெள்ளப்பெருக்கு, எரிமலை வெடிப்பு, பூகம்பம், நிலம் கடலில் மூழ்கியது என பல்வேறு இயற்கை பேரிடர்களால் அந்த இடம் விட்டு வேறு இடத்திற்குப் புலம் பெயர்ந்திருக்க வேண்டும். இந்த இயற்கைப் பேரிடர்களால் இந்த இடத்தின் பண்டைய தொல்லியல் ஆதாரங்கள் அழிந்திருக்க வேண்டும். தங்கள் வாழ்வின் தொன்மத்தில் தங்கள் மூதாதையர்கள் வாழ்ந்த இந்த இடம் பற்றி பரம்பரை பரம்பரையாகக் கேள்விப்பட்ட மக்கள், 1500 ஆண்டுகளுக்கு முன்பு மீண்டும் புலம்பெயர்ந்து இங்கு குடியேறியிருக்க வேண்டும்.

எனவே, பண்டைய குமரிக்கண்டம் என்பது மடகாஸ்கர் தீவோடு சேர்ந்த பகுதியாக இருக்கவேண்டும் என்பது இந்த ஆய்வின் முக்கிய வெளிப்பாடு ஆகும்.

இன்று நாம் நாகரிகம் என்று போற்றுகின்ற விசயங்கள் எல்லாம், நாம் நாகரிகம் குறைவானவர்கள் என்று கருதுகின்ற பண்டைய பழங்குடி மற்றும் தொல்குடி

மக்களின் வாழ்வியல் பண்பாட்டு முறைகளிலிருந்து தோன்றியவையாகும். நம் நாகரிகத்தின் வேர்கள் தோன்றியது அவர்களிடமிருந்தே. அவர்களே நம் நாகரிகத்தின் மூதாதையர்கள். அவர்கள் மிகவும் மதிக்கப்படவேண்டியவர்கள்.

'தென்னாடுடைய சிவனே போற்றி..! எந்நாட்டவர்க்கும் உடைய இறைவா போற்றி!' என்பதில் தென்னாடு என்று குறிப்பிடப்படுவது, பண்டைய குமரிக்கண்டமான இந்த மடகாஸ்கர் தீவோடு சேர்ந்த தென்கோடிப் பகுதியாக இருக்கவேண்டும். சிவன் என்ற சொல் சங்க இலக்கியங்களில் இல்லை. சேயோன் என்பதே சிவன் என்று மருவியிருக்கவேண்டும். சேயோன் என்பது சிவந்த எரிமலையையும், மனிதனின் ஒரு பருவத்தையும் குறிப்பதாகும். இதுவே திராவிடத்தின் ஒரு முக்கிய வழிபாடாக இருந்திருக்கவேண்டும். இந்த வாக்கியம் கூறப்பட்டது ஆரிய கடவுள் வழிபாடு தீவிரமடைந்த போதாகும்.

இதுதான் இந்த வாக்கியத்திற்கும், இந்தப் புத்தகத்தின் தலைப்பிற்கும் உள்ள தொடர்பு. பண்டைய மக்கள் புலம் பெயர்ந்து வேறு இடத்திற்குச் சென்றபோது எரிமலை இருந்த இடங்களிலேயே குடியேறினார்கள். எனவே, இந்த சேயோனே எல்லா நாட்டிலும் இருந்ததாக அடுத்த வாக்கியத்தில் சொல்லப்பட்டது.

தென்னாடுடைய சேயோனே போற்றி..!
எந்நாட்டவர்க்கும் உடைய எரி அவமே போற்றி..!

... முற்றும் ...

நூலாசிரியர்

ம.கிருஷ்ணகுமார்

முனைவர் ம.கிருஷ்ணகுமார், திண்டுக்கல் மாவட்டம் சின்னாளபட்டி என்ற ஊரில் 1972ஆம் ஆண்டு பிறந்தவர். துணி பதனிடும் துறையில் பட்டயமும், ஆடை வடிவமைப்பு துறையில் இளநிலை பட்டமும், ஆடை மேலாண்மை துறையில் முதுநிலை பட்டமும், மேலாண்மை துறையில் முனைவர் பட்டமும் பெற்றவர். 28 ஆண்டுகள் ஆடை தொழில்துறையிலும் மற்றும் கல்லூரி பேராசிரியராகவும் அனுபவம் பெற்றவர்.

இந்தோனேசியாவில் சுமார் 7 வருடங்கள் பணிபுரிந்தவர். ஈரோட்டில் 30 வருடங்களாக வசித்து வந்தவர். கேரளாவில் கண்ணூரில் உள்ள தேசிய ஆடை புனைவியல் கல்லூரியில் (National Institute of Fashion Technology) பேராசிரியராகவும், மற்றும் கொல்லத்தில் கேரள ஆடை தொழில்நுட்ப கல்லூரியில் (Insitute of Fashion Technology Kerala) முதல்வராகவும் பணியாற்றியவர்.

தற்போது, கேரளாவில் திருவனந்தபுரத்தில் வசித்து வரும் இவர், அங்கு ஒரு மேலாண்மைக் கல்லூரியில் பேராசிரியராகப் பணிபுரிந்து வருகிறார். ஆடை மேலாண்மை துறையில் இரு புத்தகங்கள் எழுதியுள்ளார். தமிழ் கவிதை நூல் ஒன்று எழுதி சுயமாகப் பதிப்பித்துள்ளார்.